டாலர் தேசம்

டாலர் தேசம்

பா. ராகவன்

எழுத்து பிரசுரம்

Title : DOLLAR DESAM

Author's Name : PA. RAGHAVAN

Published by Ezutthu Prachuram

Ezutthu Prachuram

(An imprint of Zero Degree Publishing)

No.55(7), RBlock,

6th Avenue, Anna Nagar

Chennai - 600040

Website: www.zerodegreepublishing.com

E Mail id: zerodegreepublishing@gmail.com

Phone : 98400 65000

Ezutthu Prachuram First Edition: February 2021

ISBN : 978-81-949735-8-4

TITLE NO EP : 167

Cover Art : Humshini

Layout : Vidhya Velayudham

Author's Home Page: https://writerpara.com

Email: writerpara@gmail.com

முன்னுரை

பள்ளி நாட்களில் படிப்பில் எனக்கு அத்தனை ஆர்வம் இருந்ததில்லை. பரீட்சைகளில் தேர்வாகிற அளவுக்கு மட்டுமே படிக்கிற வழக்கம். தவிரவும் சுவாரசியமாக விரும்பிப் படிக்கிற விதத்தில் பாடங்கள் இருந்ததில்லை. வரலாறு எனக்கு மிகவும் பிடித்த பாடம் என்றபோதிலும் என் பாடப்புத்தகங்கள் சொன்ன வரலாற்றை என்னால் ரசிக்க முடியவில்லை. ஒரு யுத்த களத்தைப் பற்றிச் சொல்லும் பத்திகளில் ஒரு போதும் நான் வீரத்தைக் கண்டதில்லை. மாறாக யுத்தம் ஆரம்பிக்கிற கட்டத்திலேயே மயான அமைதியைத்தான் பாடப்புத்தகங்களின் வரிகள் கொண்டிருந்தன.

இந்த சரித்திரப் பாடங்களில் ஏதோ சரியில்லை என்று அவ்வப்போது தோன்றும். என்ன சரியில்லை என்று இனம் காண முடிந்ததில்லை. ஒரு அசோகரையும் ஔரங்கசீப்பையும் செங்கிஸ்கானையும் இன்ன பிறரையும் நாலு பக்கங்களில் திணித்து அடக்கி, நாற்பது கேள்விகளுக்கு விடைகேட்ட கல்விமுறையை முற்றிலுமாக வெறுத்தேன். படித்த பாவத்துக்குப் பரீட்சைகள் எழுதிவிட்டு, பள்ளி இறுதியோடு ஓடியே போனேன். சம்பந்தமில்லாமல் மூன்று வருடங்கள் பொறியியல் படித்துவிட்டு, பத்திரிகைத் துறைக்கு வந்தேன்.

உண்மையில், இருப்பியல் சார்ந்த எனது பயங்களும் கவலைகளும் தீர்ந்தபிறகுதான் படிக்கவே ஆரம்பித்தேன்.

சரித்திரம் என்பது பித்தளைக் கிரீடங்கள் சுமந்த மன்னர்களின் கதை அல்ல. சிம்மாசனத்தை விட்டு எழுந்திருக்காமல் கையாட்டிப் போர் அறிவிக்கும் சினிமாத் தமிழ் மன்னர்களின் கதைகளைத் தான் இதுகாறும் நாம் சரித்திரம் என்று எண்ணி வந்திருக்கிறோம். மார்க்கச்சையுடன் மல்லாந்து கிடக்கிற இளவரசிகளின் வண்ணச் சித்திரங்களில், இல்லாத சரித்திரத்தை இருட்டில் தேடிக்கொண்டிருந்திருக்கிறோம்.

ஒவ்வொரு தேசத்தின் சரித்திரத்திலும் கோடிக்கணக்கான வலிகள் மிகுந்திருக்கின்றன. போராட்டங்களில் பல நூறு வருஷங்களை

மக்கள் கழித்திருக்கிறார்கள். சோறுக்கும் நீருக்கும் வேலைக்கும் - மேலான நிம்மதிக்கும் எத்தனையோ பாடுகள் பட்டிருக்கிறார்கள். இதனிடையே சூழ்ச்சிகளும் அரசியல் காய் நகர்த்தல்களும் யுத்த முஸ்தீபுகளும் ஒரு பக்கம். மண்ணாசைதான் காரணம் என்றில்லை. பிறரை அச்சுறுத்திக்கொண்டிருப்பதனாலேயே வாழ்ந்துகொண்டிருக்கிறோம் என்கிற மனநோயும் ஒரு காரணம்.

எழுத்துவேகத்தில் மனநோய் என்று வந்துவிட்டது. யோசித்துப் பார்த்தால் வேறென்னவாகவும் அது இருந்துவிடமுடியாது என்றே தோன்றுகிறது.

அமெரிக்காவைப் பற்றிச் சொல்லவந்தேன்.

நாநூறு வருட சரித்திரம் கொண்ட தேசம் அது. அமெரிக்காவின் அரசியல் வரலாறை எழுதலாம் என்று விவரங்கள் தேடி அலையத் தொடங்கியபோது, அத்தேசம் நாநூறு வருடங்களில் குறைந்தது நூறு யுத்தங்களிலாவது பங்கேற்றிருக்கிறது என்கிற உண்மையைக் கண்டேன். உள்நாட்டு யுத்தம் தொடங்கி உலக யுத்தங்கள் வரை. வியட்நாம் யுத்தம் தொடங்கி வளைகுடா யுத்தங்கள் வரை. பனிப்போர் தொடங்கி பாலைப்போர்கள் வரை.

ஒரு தேசத்தின் ஒட்டுமொத்த அரசியலையும் யுத்தங்கள்தான் தீர்மானித்திருக்கின்றன என்பதை முதலில் என்னால் நம்பவே முடியவில்லை. அரசியல்வாதிகள் யுத்தங்களைத் தீர்மானிப்பதும், யுத்தங்கள் அரசியலைத் தீர்மானிப்பதும் முடிவற்ற பெரும் சுழல்.

ஆனால் மற்றபிற தேசங்கள்போல் அமெரிக்கா யுத்தங்களால் பாதிக்கப்பட்டதில்லை. எப்போதுமே இல்லை. அவர்கள் முன்னின்று நடத்தும் சூத்திரதாரிகளாகவே இருந்திருக்கிறார்கள். தற்காப்பு நடவடிக்கைகளில் கைதேர்ந்தவர்களாகவும் இருக்கிறார்கள். யுத்தங்களை வருமானம் தரும் ஒரு தொழிலாக அவர்கள் வைத்துக் கொண்டிருக்கிறார்கள். யாருக்குமே தோன்றாத உத்தி இது. நினைக்கும் போதே பதற்றம் தரக்கூடிய இச்செயலை மிகுந்த நிதானமுடன் திட்டமிட்டு, கவனமாகச் செய்துவந்திருக்கிறார்கள்.

தமது யுத்தங்களுக்கு அமெரிக்கா சொல்லுகிற காரணங்கள் மிக முக்கியமானவை. அமெரிக்காவின் இன்றைய பிரம்மாண்டமான வெற்றிகளுக்கும் வல்லரசுப் பட்டத்துக்கும் அந்தக்காரணங்கள்தாம்

ஆதாரம். அவர்கள் புலிவால் பிடிக்கவில்லை. புலியின் வாலையே பிடித்திருக்கிறார்கள். ஓட்டம் ஒருபோதும் நிற்காது என்பது மட்டும்தான் உண்மை.

அமெரிக்காவின் அரசியல் சரித்திரத்தை அறிந்துகொள்ளுவதென்பது ஒரு வகையில் உலக சரித்திரத்தையே ஓர் அவசரப் பார்வை பார்ப்பதற்கு ஒப்பாகும். நல்ல விதமாகவும் மோசமான விதமாகவும் அமெரிக்கா உறவு கொண்ட தேசங்கள் அனைத்தின் அரசியல் நிலைமையையும் கொஞ்சமாவது தெரிந்துகொள்ளாமல் - அமெரிக்கா ஏன் அத்தேசங்களுடன் உறவு அல்லது குறைந்தபட்சம் தொடர்பு கொண்டது என்பதைப் புரிந்துகொள்ளுவது கஷ்டம்.

தனக்கு லாபமில்லாத எந்த ஒரு தேசத்துடனும் அமெரிக்கா உறவு வைத்துக்கொண்டதில்லை; உள்நாட்டு விவகாரங்களில் பங்கு கொண்டதில்லை; யுத்தங்கள் தொடுத்ததில்லை என்பது அதன் சரித்திரம் முழுவதும் காணக்கிடைக்கும் உண்மை. இது தொடர்பாக, ஏராளமாகக் கிடைத்த ஆதாரங்கள்தான் இந்நூலின் மௌன அடித்தளமாக அமைந்தது.

இரண்டாம் உலக யுத்தம் முடிவடைந்த தினம் தொடங்கி, இன்றுவரை உலக நாடுகள் அனைத்தையும் தன் கட்டளைக்குக் கீழ்ப்படியச் செய்யும் வல்லமை கொண்ட தேசமாக, ஓர் அச்சுறுத்தும் சக்தியாக இருந்துவருகிறது அமெரிக்கா. நேற்றைய ஆப்கனிஸ்தான், ஈராக் சம்பவங்கள் வரை எத்தனையோ பல தேசங்களின் உள்விவகாரங்களில் தலையிட்டு, கோர யுத்தங்கள் நிகழ்த்தி, அமைதியைச் சீர்குலைத்து, மறுபடியும் அமைதிப்பயிர் விதைக்கிறேன் பேர்வழி என்று விடாமல் ஒரே காரியத்தைத்தான் அவர்கள் மீண்டும் மீண்டும் செய்து கொண்டிருக்கிறார்கள்.

வேறெந்த தேசத்துக்கும் - பிற தேசங்களின்மீது இல்லாத இந்த அக்கறை அமெரிக்காவுக்கு மட்டும் ஏன் உண்டாகவேண்டும்? உண்மையில் இது அக்கறைதானா?

இந்தக் கேள்விக்கான விடையைத்தான் அமெரிக்காவின் நாநூறு ஆண்டுச் சரித்திரத்தில் நான் தேடினேன்.

கடந்த இரு வருடங்களாக என் பெரும்பாலான நேரத்தை எடுத்துக் கொண்டது இந்தப் பணி. ஏராளமான புத்தகங்கள், ஆய்வறிக்கைகள்,

நீதிமன்றத் தீர்ப்புகள் என்று படித்துக்கொண்டிருந்தபோது, அமெரிக்காவைப் பற்றிய பிற தேசங்களின் பார்வைகள் என்னை மிகவும் வசீகரித்தன. அமெரிக்காவின் ஒவ்வொரு செயல்பாடு பற்றியும் ஆயிரக்கணக்கான விமரிசனப்பார்வைகள் இருப்பதைக் கண்டேன்.

உதாரணத்துக்கு தாலிபன்களின் காலத்தில் ஆப்கன் அரசியலில் அமெரிக்கா நுழைந்த சம்பவத்தை எடுத்துக்கொள்ளலாம். தாலிபன்கள் குறித்தும் பின்லேடன் குறித்தும் நமது பார்வை என்ன, பாகிஸ்தானின் பார்வை என்ன, அமெரிக்காவின் கருத்து என்ன என்பது நமக்குத் தெரியும். இதே விஷயத்தை சூடான் எப்படிப் பார்த்தது, போஸ்னியா எப்படிப் பார்த்தது, பாலஸ்தீன் எப்படிப் பார்த்தது, நிகரகுவா எப்படிப் பார்த்தது என்று யாருக்காவது தெரியுமா? பெரும்பாலானவர்களுக்கு சாத்தானாகக் காட்சியளிக்கும் பின்லேடன், சிலருக்குக்கடவுளாகவும் தெரிகிறவர் என்பதை - நம்பித்தான் ஆகவேண்டும். நியாயங்களும் நாணயம் மாதிரிதான். இரண்டு பக்கங்கள் எப்போதும் இருக்கவே செய்கிறது. தவறவிடாமல் இரு பக்கத்தையும் சுட்டிக்காட்டுவதுதான் ஒரு யோக்கியமான சரித்திர ஆசிரியனின் கடமையாக இருக்க முடியும்.

சரித்திரம் என்பது விஞ்ஞானமோ, கணிதமோ இல்லை. இதில் தீர்வுகள் சாத்தியமில்லை. உள்ளதை உள்ளபடி எடுத்துக்காட்டுவதே ஒரு நேர்மையான சரித்திர நூலின் ஆகப்பெரிய நோக்கமாக இருக்கமுடியும் என்று கருதுகிறேன். இந்நூலில் நான் முயற்சி செய்திருப்பதும் அதனைத்தான்.

ஓராண்டு காலத்துக்கு மேலாக இது குமுதம் ரிப்போர்ட்டர் வாரமிருமுறை இதழில் தொடராக வெளிவந்தது. வெளியான காலத்தில் நான் சற்றும் எதிர்பாராத இடங்களிலிருந்தெல்லாம் இத்தொடர் பற்றிய விசாரணைகளும் பாராட்டுதல்களும் எனக்கு வந்துகொண்டே இருந்தன. பலபேர் விரும்பிப்படிக்கிற வகையில் ஒரு மாபெரும் தேசத்தின் சரித்திரத்தைத் தரமுடிந்ததில் எனக்கு மிகுந்த மகிழ்ச்சி. வாய்ப்பளித்த குமுதம் நிறுவனத்துக்கும் வாசிக்கிற உங்களுக்கும் மனமார்ந்த நன்றி.

பா. ராகவன்

ஆதாரம். அவர்கள் புலிவால் பிடிக்கவில்லை. புலியின் வாலையே பிடித்திருக்கிறார்கள். ஓட்டம் ஒருபோதும் நிற்காது என்பது மட்டும்தான் உண்மை.

அமெரிக்காவின் அரசியல் சரித்திரத்தை அறிந்துகொள்ளுவதென்பது ஒரு வகையில் உலக சரித்திரத்தையே ஓர் அவசரப் பார்வை பார்ப்பதற்கு ஒப்பாகும். நல்ல விதமாகவும் மோசமான விதமாகவும் அமெரிக்கா உறவு கொண்ட தேசங்கள் அனைத்தின் அரசியல் நிலைமையையும் கொஞ்சமாவது தெரிந்துகொள்ளாமல் - அமெரிக்கா ஏன் அத்தேசங்களுடன் உறவு அல்லது குறைந்தபட்சம் தொடர்பு கொண்டது என்பதைப் புரிந்துகொள்ளுவது கஷ்டம்.

தனக்கு லாபமில்லாத எந்த ஒரு தேசத்துடனும் அமெரிக்கா உறவு வைத்துக்கொண்டதில்லை; உள்நாட்டு விவகாரங்களில் பங்கு கொண்டதில்லை; யுத்தங்கள் தொடுத்ததில்லை என்பது அதன் சரித்திரம் முழுவதும் காணக்கிடைக்கும் உண்மை. இது தொடர்பாக, ஏராளமாகக் கிடைத்த ஆதாரங்கள்தான் இந்நூலின் மௌன அடித்தளமாக அமைந்தது.

இரண்டாம் உலக யுத்தம் முடிவடைந்த தினம் தொடங்கி, இன்றுவரை உலக நாடுகள் அனைத்தையும் தன் கட்டளைக்குக் கீழ்ப்படியச் செய்யும் வல்லமை கொண்ட தேசமாக, ஓர் அச்சுறுத்தும் சக்தியாக இருந்துவருகிறது அமெரிக்கா. நேற்றைய ஆப்கனிஸ்தான், ஈராக் சம்பவங்கள் வரை எத்தனையோ பல தேசங்களின் உள்விவகாரங்களில் தலையிட்டு, கோர யுத்தங்கள் நிகழ்த்தி, அமைதியைச் சீர்குலைத்து, மறுபடியும் அமைதிப்பயிர் விதைக்கிறேன் பேர்வழி என்று விடாமல் ஒரே காரியத்தைத்தான் அவர்கள் மீண்டும் மீண்டும் செய்து கொண்டிருக்கிறார்கள்.

வேறெந்த தேசத்துக்கும் - பிற தேசங்களின்மீது இல்லாத இந்த அக்கறை அமெரிக்காவுக்கு மட்டும் ஏன் உண்டாகவேண்டும்? உண்மையில் இது அக்கறைதானா?

இந்தக் கேள்விக்கான விடையைத்தான் அமெரிக்காவின் நாநூறு ஆண்டுச் சரித்திரத்தில் நான் தேடினேன்.

கடந்த இரு வருடங்களாக என் பெரும்பாலான நேரத்தை எடுத்துக் கொண்டது இந்தப் பணி. ஏராளமான புத்தகங்கள், ஆய்வறிக்கைகள்,

நீதிமன்றத் தீர்ப்புகள் என்று படித்துக்கொண்டிருந்தபோது, அமெரிக்காவைப் பற்றிய பிற தேசங்களின் பார்வைகள் என்னை மிகவும் வசீகரித்தன. அமெரிக்காவின் ஒவ்வொரு செயல்பாடு பற்றியும் ஆயிரக்கணக்கான விமரிசனப்பார்வைகள் இருப்பதைக் கண்டேன்.

உதாரணத்துக்கு தாலிபன்களின் காலத்தில் ஆப்கன் அரசியலில் அமெரிக்கா நுழைந்த சம்பவத்தை எடுத்துக்கொள்ளலாம். தாலிபன்கள் குறித்தும் பின்லேடன் குறித்தும் நமது பார்வை என்ன, பாகிஸ்தானின் பார்வை என்ன, அமெரிக்காவின் கருத்து என்ன என்பது நமக்குத் தெரியும். இதே விஷயத்தை சூடான் எப்படிப் பார்த்தது, போஸ்னியா எப்படிப் பார்த்தது, பாலஸ்தீன் எப்படிப் பார்த்தது, நிகரகுவா எப்படிப் பார்த்தது என்று யாருக்காவது தெரியுமா? பெரும்பாலானவர்களுக்கு சாத்தானாகக் காட்சியளிக்கும் பின்லேடன், சிலருக்குக் கடவுளாகவும் தெரிகிறவர் என்பதை - நம்பித்தான் ஆகவேண்டும். நியாயங்களும் நாணயம் மாதிரிதான். இரண்டு பக்கங்கள் எப்போதும் இருக்கவே செய்கிறது. தவறவிடாமல் இரு பக்கத்தையும் சுட்டிக்காட்டுவதுதான் ஒரு யோக்கியமான சரித்திர ஆசிரியனின் கடமையாக இருக்க முடியும்.

சரித்திரம் என்பது விஞ்ஞானமோ, கணிதமோ இல்லை. இதில் தீர்வுகள் சாத்தியமில்லை. உள்ளதை உள்ளபடி எடுத்துக்காட்டுவதே ஒரு நேர்மையான சரித்திர நூலின் ஆகப்பெரிய நோக்கமாக இருக்கமுடியும் என்று கருதுகிறேன். இந்நூலில் நான் முயற்சி செய்திருப்பதும் அதனைத்தான்.

ஓராண்டு காலத்துக்கு மேலாக இது குமுதம் ரிப்போர்ட்டர் வாரமிருமுறை இதழில் தொடராக வெளிவந்தது. வெளியான காலத்தில் நான் சற்றும் எதிர்பாராத இடங்களிலிருந்தெல்லாம் இத்தொடர் பற்றிய விசாரணைகளும் பாராட்டுதல்களும் எனக்கு வந்துகொண்டே இருந்தன. பலபேர் விரும்பிப்படிக்கிற வகையில் ஒரு மாபெரும் தேசத்தின் சரித்திரத்தைத் தரமுடிந்ததில் எனக்கு மிகுந்த மகிழ்ச்சி. வாய்ப்பளித்த குமுதம் நிறுவனத்துக்கும் வாசிக்கிற உங்களுக்கும் மனமார்ந்த நன்றி.

பா. ராகவன்

நன்றி

ஓராண்டு காலத்துக்கும் மேலாக இதனைத் தொடராக வெளியிட்ட குமுதம் ரிப்போர்ட்டர் இதழ். குமுதம் நிறுவனத்தின் இயக்குநர் திரு.பா. வரதராஜன், ஆசிரியர் திரு. ராவ், ரிப்போர்ட்டரின் பொறுப்பாசிரியர் திரு. இளங்கோவன் ஆகியோருக்கு என் முதல் நன்றி.

இதனை எழுதிக்கொண்டிருந்த காலத்தில் அவ்வப்போது என்னை உற்சாகப்படுத்தி, சந்தேகங்கள் கேட்டு, அத்தியாயத் தேவைகளை நினைவூட்டி, பக்கபலமாக இருந்து உதவிய குமுதம் ரிப்போர்ட்டரின் உதவி ஆசிரியர் திரு. வெங்கட்டுக்கு.

என் புத்தகத் தேவைகளைப் பெருமளவு தீர்த்துவைத்த சென்னை லேண்ட்மார்க் புத்தக நிறுவனத்துக்கு.

இந்தியாவில் கிடைக்காத சில அரிய நூல்களை அமெரிக்காவிலிருந்து அனுப்பி உதவிய என் இணைய நண்பர்கள் பாஸ்டன் பாலாஜி, கற்பகம் ஆகியோருக்கு.

குறுகிய காலமேயானாலும், தமது அமெரிக்க தேசியப் பொது நூலக இணையத்தள நுழைவுப் பெயரையும் கடவுச்சீட்டையும் எனக்கு அளித்து, சில அபூர்வமான பழைய ஆவணங்களை நான் பார்வையிட உதவிபுரிந்த திரு. லாஸ் ஏஞ்செல்ஸ் ராமுக்கு.

சந்திக்கிற இடங்களிலெல்லாம் டாலர்தேசம் குறித்த வியப்பையும் பாராட்டுதல்களையும் தெரிவிக்கத் தவறாத எண்ணற்ற வாசகர்களுக்கு.

தொடர்ந்தும் உற்சாகமாகவும் நான் எழுதிக்கொண்டிருக்கக் காரணமான என் இனிய நண்பர்கள் இரா. முருகன், என். சொக்கன்,

ஆர்.வெங்கடேஷ், பத்ரி சேஷாத்ரி, ஐகாரஸ் பிரகாஷ், நாகூர் ரூமி, கணேஷ் சந்திரா ஆகியோருக்கு.

அதிகம் அலட்டிக்கொள்ளாமல் என்போக்கில் எப்போதும் சுதந்தரமாக இயங்க விட்டுவிடுகிற பெற்றோருக்கு, என்னைச் சகித்துக்கொண்டு சகியாக இருக்கிற ரம்யாவுக்கு -

சொல்லித்தீராத நன்றிகளை இங்கே எழுதி வைக்கிறேன்.

அன்புடன்

ரம்யாவுக்கு

பொருளடக்கம்

பாகம் 1

போரும் அமைதியும்

1. அமெரிக்காவைப் புரிந்துகொள்ளுங்கள்

அவர் பெயர் அத்தனை முக்கியமில்லை. குறிப்பிடுவது தர்மமும் இல்லை. ஆனால் அவர் ஒரு பத்திரிகையாளர் என்பதைச் சொல்லலாம்; தப்பில்லை. அமெரிக்காவின் மிகப்பெரிய செய்தி நிறுவனம் ஒன்றின் மூத்த நிருபர்.

அமெரிக்காவுக்கான ஈராக் தூதர் என்னவோ தலைபோகிற அவசரம் என்று அவரைக் கூப்பிட்டிருந்தார். இந்தச் சம்பவம் நடந்தது, ஈராக் யுத்தம் தொடங்குவதற்கு ரொம்ப நாள் முன்பு. அந்த செப்டெம்பர் 11ம் தேதிக்கெல்லாம் முன்பே!

நிருபர் அழைப்பை மதித்து, தூதர் குறிப்பிட்டிருந்த இடத்துக்கு - அது ஒக்லஹாமா நகரம் - போனார். பெரிய ஏமாற்றம். என்னவோ விஷயம் என்று நினைத்திருந்தவருக்கு அது வழக்கமான ப்ரெஸ் மீட் தான் என்பது சலிப்பைத் தந்தது. ஆகவே பாதியிலேயே கிளம்பி வெளியே வந்துவிட்டார்.

பொழுது போகவில்லை. காலாற நடக்கலாம் என்று நகரை வலம் வரத்தொடங்கினார். மிகப்பெரிய நகரம். எக்கச்சக்கமான மக்கள் கூட்டம். நடு ராத்திரி கூட களேபரமாகத்தான் இருக்கும். நடந்து கொண்டே இருந்த நிருபர் ஒரு ஈவினிங் பஜாருக்குள் நுழைந்தார். ஜேஜே என்று அங்கும் கூட்டம். நம்மூர் ரங்கநாதன் தெரு மாதிரி சாலையெங்கும் பிளாட்பாரக் கடைகளில் காசுக்குச் சனிபிடிக்கச் செய்யும் விதவிதமான பொருட்கள். பார்த்துக்கொண்டே நடந்தவருக்கு ஒரு கடை வித்தியாசமாகத் தென்பட்டது. கடைவிரிக்கப்பட்டிருந்த பொருட்கள் அப்படி. எல்லாம் இஸ்லாமிய மத நூல்கள். அரபி மொழி நூல்கள். கத்தை கத்தையாகத் துண்டுப் பிரசுரங்கள். சம்பந்தமில்லாமல் பேனா கத்தி, பிச்சுவா, கைத்துப்பாக்கிகள்!

நிருபரல்லவா? நின்று கவனிக்கத் தொடங்கினார். ஒரு குறிப்பிட்ட சந்துக்குள் நிறைய இஸ்லாமியர்கள் போவதும் வருவதுமாக இருப்பதை கவனித்தார். முகத்தைப் பார்த்து அல்ல; அவர்கள் அனைவரும் அணிந்திருந்த முழங்கால் நீள குர்த்தாதான் அவருக்கு

அந்தப் பிரதேசத்தையே ஒரு இஸ்லாமியப் பிரதேசமாக அறிவித்தது. ஆனால் ஓக்லஹாமாவில் அத்தனை முஸ்லிம்கள் கிடையாது. அது நிச்சயம். திடீரென்று யாரும் ஓரிரவில் இடம் பெயர்ந்து வந்திருக்க வாய்ப்பில்லை. மேலும் மாநாடு ஏதும் நடைபெறுவதாகத் தகவலும் இல்லை. பிறகு என்ன விசேஷம்?

நிருபர், தானும் அந்தச் சந்துக்குள் நுழைந்தார். மிகப் பழங்காலத்துக் கட்டடம் ஒன்றினுள் அத்தனை பேரும் அவசர அவசரமாகப் போய்க் கொண்டிருப்பதைப் பார்த்து, சத்தமில்லாமல் தானும் உள்ளே நுழைந்தார்.

ஆனால் அந்தக் கூட்டத்தில் அமெரிக்கரை அடையாளம் காண்பதா சிரமம்? நிறுத்திவிட்டார்கள்.

"யார் நீங்கள்?"

இன்ன செய்தி நிறுவனத்தின் நிருபர் என்றெல்லாம் சொல்ல முடியும் என்று அவருக்குத் தோன்றவில்லை. சொன்னால் உள்ளே விடமாட்டார்கள். ஏதாவது விவகாரக் கூட்டம் என்றால் மீண்டும் வெளியே போவதே சங்கடமாகிவிடக்கூடும். என்ன சொல்லலாம் என்று அவர் விநாடிகளில் யோசித்துக்கொண்டிருந்தபோதே ஒரு வழி புலப்பட்டது.

அவரைப்போலவே வேறு சிலரை மடக்கிக் கேட்டுக் கொண்டிருந்தார்கள். ஆனால் அவர்கள் யாவரும் தயக்கமின்றி ஒரு பதில் சொன்னார்கள்: "நாங்கள் முஸ்லிம் தான். சமீபத்தில் மதம் மாறியவர்கள்"

அடடே, இது சௌகரியமான பதிலாக இருக்கிறதே என்று நினைத்த நிருபர், தானும் அதையே சொன்னார். நல்லவேளை திரைப்படம் போல யாரும் அவரை அவிழ்த்துக் காட்டச் சொல்லவில்லை.

இத்தனை ரகசியமாக, இத்தனை முன்னேற்பாடுகளுடன், இத்தனை கவனமாக, இத்தனை பாதுகாப்புணர்வுடன் ஒரு கூட்டம் நடக்கிறதென்றால் ஏதோ விஷயமிருக்கிறது என்று அவருக்கு உறுதியாகத் தோன்றியது. பதற்றம் இருந்தாலும் கவனம் குலையாமல் கூட்டத்தைக் கூர்ந்து கவனிக்கத் தொடங்கினார்.

சில நிமிஷங்களில் கூட்டம் தொடங்கியது. அந்தச் சிறிய ஹாலில் சுமார் நூறுபேர் வரை கூடியிருந்தார்கள். அதாவது அமர்ந்திருந்தார்கள். சுற்றிலும் நின்றபடியே இன்னும் சில நூறுபேர்கள். அதிலில்லை விசேஷம். மேடையில் வந்து அமர்ந்தவர்களைப் பார்த்ததும்தான் நிருபருக்குத் தூக்கிவாரிப் போட்டது.

பிரசித்தி பெற்ற பாலஸ்தீனத்துத் தீவிரவாதக் குழுவான ஹமாஸின் முக்கியத் தலைவர்களுள் ஒருவர் அங்கே அமர்ந்திருந்தார். பாகிஸ்தானிலிருந்து செயல்படும் லஷ்கர் - இ - தொய்பாவின் மேற்கத்திய நாடுகளுக்கான பிரதிநிதி அவரருகே இருந்தார். அல் கொய்தாக்காரர் யாராவதும் இருந்திருக்கவேண்டும். ஆனால் அவருக்கு அடையாளம் தெரியவில்லை. இன்னும் இரண்டு, மூன்று தீவிரவாத இயக்கங்களின் பிரதிநிதிகளையும் அவர் அங்கே பார்த்தார். அரபு கல்வி நிறுவனங்களின் தலைவர்கள் என்று அமெரிக்காவில் அறியப்பட்டிருந்த சில முகங்களும் இருந்தன. வட அமெரிக்கா முழுவதும் கிளைகள் பரப்பியிருந்த சில சமூக நல அறக்கட்டளைகளின் பிரதிநிதிகள் வந்திருந்தார்கள்.

இது என்ன? இங்கே என்ன நடக்கிறது?

வெளியே திடீரென்று கோஷங்களும் முழக்கங்களும் சில வாத்திய சத்தங்களும் ஆரவாரமாகக் கேட்டகணத்தில் கூட்டத்தில் கூடியிருந்தவர்கள் "அல்லாஹு அக்பர்" என்று குரலெழுப்பினார்கள். நிருபருக்கு அது உடனே புரிந்துவிட்டது. இந்தச் சத்தம் வெளியே கேட்காமலிருக்கத்தான் அங்கே முன்னேற்பாட்டுடன் ஒரு ஆரவாரத்தை உண்டாக்கியிருக்கிறார்கள்.

மேடையிலிருந்தோர் ஒவ்வொருவராகப் பேசத்தொடங்கினார்கள். பேச்சின் சாரம் இது தான்:

எத்தனையோ இஸ்லாமிய தேசங்கள் அமெரிக்காவால் அவதிக்குள்ளாகியிருக்கின்றன. இஸ்லாமியர்களின் முதல் எதிரி யார் என்று பிறந்த குழந்தையைக் கேட்டாலும் அமெரிக்கா என்று அதன் அந்தராத்மா பதில் சொல்லும். நூற்றுக்கணக்கான இஸ்லாமிய இயக்கங்கள் தனித்தனியே அமெரிக்காவுக்கு எதிரான தங்களது புனிதப்போரைக் காலம் காலமாக் நடத்திவந்திருக்கின்றன. ஆனால் ஒருத்தரும் குறிப்பிடத்தகுந்த வெற்றி காணவில்லை.

அமெரிக்காவை ஒழிப்பதற்கு ஒரே வழி, அத்தனை இயக்கங்களும் ஒருங்கிணைந்து செயல்படுவது தான் என்பது புரிய இத்தனை காலமாகியிருக்கிறது. இதோ இணைந்துவிட்டோம். இனி, ஆரம்பிக்கவேண்டியது தான்...

அல் கொய்தா திட்டம் தீட்டியது. ஹமாஸ் உடன் பட்டது. மற்ற அத்தனை இயக்கங்களும் தம்மால் இயன்ற அத்தனை உதவிகளும் செய்தன. மிகத் தீர்மானமாக, திட்டவட்டமாக, ஒரு பிசிறு இல்லாமல் தீட்டப்பட்ட திட்டம் அது. ஆப்கானிஸ்தானில் தாடி தடவிக்கொண்டு உட்கார்ந்துகொண்டிருந்த ஒரு பின் லேடன் மட்டும் சாதித்த சதிச்செயல் அல்ல அது என்று இப்போது ஒட்டுமொத்த அமெரிக்காவும் ஒப்புக்கொள்கிறது.

நெட் ஒர்க். மிக அழகாகப் பின்னப்பட்ட சதிவலை. ஒருத்தருக்கு, ஒரு சந்தேகம் வராத வகையில் இரவெல்லாம் பகலெல்லாம் மெய்வருத்தம் பாராது யோசித்து யோசித்துத் தீட்டிய திட்டம். அது தான் அந்த பாழாய்ப் போன செப்டெம்பர் 11 நாசகாரச் சம்பவம்.

அமெரிக்காவைப் புரிந்துகொள்ள உதவக்கூடிய இத்தொடரை மேற்சொன்ன சம்பவத்துடன் தொடங்கியதற்கு ஒரு காரணம் இருக்கிறது.

இன்றைக்கு உலகமே அமெரிக்காவைப் பார்த்து வியந்து கொண்டிருக்கிறது. கொஞ்சம் பயந்துகொண்டும் இருக்கிறது.

அமெரிக்காவின் அடுத்த குறி எந்த நாடு? சிரியாவா? கொரியாவா? ஒண்ணரை வருஷத்தில் இரண்டு மாபெரும் போர்களை நடத்த அமெரிக்காவுக்கு என்ன செலவு ஆகியிருக்கும்? எப்படி சமாளிக்கிறார்கள்? அந்த நாட்டில் மட்டும் காசு செடியில் முளைக்கிறதா? அமெரிக்காவால் மட்டும் எப்படி நினைத்தநேரத்தில் போலீஸ்காரன் அவதாரம் எடுக்கமுடிகிறது? உண்மையில் அமெரிக்கா போலீஸ்காரனா? போலீஸ்காரன் வேஷத்தில் இருக்கும் பக்காத்திருடனா? புஷ் போர்வெறியரா? தேவதூதரா? அமெரிக்கா விஷயத்தில் ஏன் ஐநாவின் பருப்பு பொதுவாக வேகிறதில்லை? அமெரிக்காவின் போர்களைக் கண்டிக்கும் இந்தியா போன்ற நாடுகள் கூட ஏன் குரலை உயர்த்தாமல் அடக்கி வாசிக்கின்றன? அப்படியென்ன அமெரிக்க

பயம்? உலகில் உள்ள மற்ற அனைத்து நாடுகளும் அமெரிக்காவுக்கு எதிராகத் திரண்டு எழ முடியாதா? அமெரிக்காவையே தன் காலனிகளுள் ஒன்றாக வைத்திருந்த பிரிட்டன் ஏன் இப்போது அமெரிக்காவுக்கு வால் பிடிக்கிறது? எல்லாம் சரி, அமெரிக்கா எப்படி வல்லரசானது? இன்னொரு வல்லரசாக இருந்த ரஷ்யா சிதறிப்போனது மாதிரி, கூட்டாட்சி செய்யும் அமெரிக்கா மட்டும் எப்படி உள் விவகாரங்கள் பெரிதாகி வெடிக்காமல் கட்டிக்காத்துக்கொண்டிருக்கிறது? உலகம் முழுவதிலுமிருந்து வருஷம் தோறும் ஆயிரக்கணக்கானோர் வேலை தேடி, அல்லது வேலை கிடைத்து அமெரிக்கா போய்க்கொண்டிருக்கிறார்கள். அத்தனை பேருக்கு எப்படி அங்கே மட்டும் வேலைகள் முளைத்துக் கொண்டே இருக்கின்றன? கோடி கோடியாகப் பணத்தை அள்ளிக்கொடுத்துக்கொண்டிருக்க முடிவதும் எப்படி? அமெரிக்கா போகிற யாரும் திரும்பி வரப் பொதுவாக விரும்பாதது ஏன்? அப்படியென்ன பூலோக சொர்க்கம்? சொர்க்க வாசிகள் சொகுசாக வாழ்க்கையை அனுபவித்துக்கொண்டிராமல் என்னத்துக்காக இப்படி தீபாவளி மலர் போடுவது மாதிரி வருஷம் ஒரு யுத்தம் பண்ணிக்கொண்டிருக்கிறார்கள்?

கேள்விகள் இன்னும் இருக்கின்றன. ஆனால் பதில் இத்தனை நீளம் வளராது.

அமெரிக்கா எப்படி அமெரிக்காவாக இருக்கிறது என்றால், அதற்கான பதில் அமெரிக்கர்கள் அமெரிக்கர்களாகவே இருக்கிறார்கள் என்பது தான்!

கொஞ்சம் விசுத்தனமான இந்த வரியின் விளக்கம் இந்தத் தொடரில் கிடைக்கக்கூடும். ஆனால் இந்தத் தொடரின் நிஜமான நோக்கம், அமெரிக்காவைப் புரிந்துகொள்ளுங்கள் என்பது தான்! நமக்குத் தெரிந்த அமெரிக்கா, நிஜமான அமெரிக்கா அல்ல. அதன் பளபளப்புக்குப் பின்னால் இருக்கும் அழுக்குகள், அதன் வெற்றிக்குப் பின்னால் இருக்கும் சறுக்கல்கள், அதன் ஜனநாயகத்துக்குப் பின்னால் இருக்கும் சர்வாதிகாரம், அதன் ஸ்டைலுக்குப் பின்னால் ஒளிந்திருக்கும் ஸ்லம், அதன் பணபலத்துக்குப் பின்னாலிருக்கும் கடன் சுமைகள், அதன் அதிகாரத்துக்குப் பின்னால் இருக்கும் அச்சுறுத்தல்கள் - இவையெல்லாம் தான் நிஜமான அமெரிக்கா.

பெரும்பாலான உலகமக்களின் கனவு தேசமாக எப்படியோ அமெரிக்கா ஆகிவிட்டது. பெரும்பாலான தீவிரவாதக் குழுக்களின் ஜன்ம விரோதியாகவும் எப்படியோ அமெரிக்கா ஆகிவிட்டது. பல தேசங்களுக்கு அமெரிக்கா ஒரு கசப்பான கனவு. வைத்துக்கொள்ளவும் முடியாமல், விட்டுத்தொலைக்கவும் முடியாமல் பல்லுக்குள் சிக்கிய பாக்குத் தூள் போல் எப்போதும் நமநமக்கும் இம்சை. பயம் கலந்த பிரமிப்புடன் ஒரு தேசத்தைத் தொடர்ந்து பார்த்துக்கொண்டிருக்க முடியாது. அலுத்துவிடும்; அல்லது வெறுத்துப் போய்விடும்.

மிஞ்சிப்போனால் வெறும் நாநூறு வருஷத்துச் சரித்திரத்தை மட்டுமே வைத்துக்கொண்டிருக்கும் அமெரிக்கா. உலக நாடுகளுக்கெல்லாம் பொருளாதார உதவிகள் செய்து கொண்டிருந்தாலும் உள்ளுக்குள் தாங்கமுடியாத கடன்சுமை மிக்க அமெரிக்கா. வல்லரசாக வலம் வந்தாலும் உள்நாட்டில் கூடு கட்டியிருக்கும் மாபெரும் தீவிரவாத இயக்கங்களை நசுக்க முடியாமல் அவதிப்படுகிற அமெரிக்கா. வந்தேறிகளின் நாடாக அறியப்பட்டாலும் மண்ணின் மைனாரிடி மைந்தர்களைச் சீராட்டி வளர்க்க வக்கற்ற அமெரிக்கா. டாலர் விளையும் அமெரிக்கா. ஜொலிக்கும் அமெரிக்கா. எந்த தேசத்துடனும் நல்லுறவு பேணமுடியாத அமெரிக்கா. ஆனாலும் கனவுப் பிரதேசமாகக் காலம் காலமாக இருந்துவரும் அமெரிக்கா!

இது தான் சந்தர்ப்பம். அமெரிக்காவைப் புரிந்துகொள்ளுங்கள்.

2. எனக்கொரு பங்கு, உனக்கொரு பங்கு

திருவள்ளுவர் மயிலாப்பூரிலோ, மயிலாடுதுறையிலோ வாழ்ந்த காலத்தில் அமெரிக்கா என்று ஒரு தேசம் கிடையாது. ரொம்பப் பின்னாடி போகவேண்டாம். தஞ்சாவூரில் ராஜராஜ சோழன் இருந்த காலத்தில் கூட அமெரிக்கா என்றொரு தேசம் பிறக்கவில்லை. அட, இங்கே மதுரைப் பக்கம் நாயக்கர்கள் ஆண்டபோது கூட அமெரிக்கா உதிக்கவில்லை.

பதினைந்தாம் நூற்றாண்டின் இறுதியில் தான் *(1492)* கொலம்பஸ் அமெரிக்க நிலப்பரப்பையே கண்டுபிடிக்கிறார். அதுவும் அவர் அமெரிக்காவைத் தேடிப்போனபோதல்ல! சீனாவையும் ஜப்பானையும் தேடிக்கொண்டு கிளம்பியவருக்கு அமெரிக்காவும் வெனிசூலாவும் கரீபியன் கடலும் தற்செயலாகக் கிடைத்தன.

அப்போது வட அமெரிக்கா, தென் அமெரிக்கா என்ற கண்டப் பிரிவினைகள் எதுவும் கிடையாது. ஒரு பெரிய நிலப்பரப்பு. அவ்வளவுதான்.

ஐரோப்பியர்கள் நிறையப்பேர் இந்தமாதிரி புதிய இடங்கள் தேடிப் புறப்பட்டுக்கொண்டிருந்த காலம் அது. *(1500*ல் கேப்ரல் என்ற ஒரு போர்ச்சுகீசியர் கப்பல் ஏறி இந்தியாவைக்காண வந்துகொண்டிருந்தார். வழியில் பெரிய புயல். கப்பல் வழி தவறி, காதைச் சுற்றி மூக்கைத் தொடுவது மாதிரி அவரைக் கொண்டுபோய் பிரேசிலில் தள்ளிவிட்டது. உடனே அவர் தென்னமெரிக்காவில், பிரேசிலைக் கண்டுபிடித்தவராகி விட்டார்! அதான் சாக்கு என்று பிரேசிலையே போர்ச்சுகீசியர்கள் உரிமை கொண்டாடிவிட்டார்கள்!)

இந்தக்காலகட்டத்தில், இதே ரீதியில் கொலம்பஸ் அமெரிக்காவைக் கண்டுபிடித்ததும் அமெரிகோ வெஸ்புச்சி என்ற இத்தாலியர் அங்கே ஒரு ஆய்வுப் பயணம் மேற்கொண்டார். அவர் செய்த உருப்படியான காரியம், தன் பயண விவரங்களை, 'புதிய உலகம்' என்றொரு நூலாக எழுதியது. கொலம்பஸ் கண்டுபிடித்தவர் என்றாலும் இந்த அமெரிகோ வெஸ்புச்சியின் புத்தகம் தான் அமெரிக்க தேசத்தை உலகுக்கு முறைப்படி அறிமுகப்படுத்தியது.

உடனே எல்லா ஐரோப்பிய நாடுகளும் அமெரிக்க அப்பத்தில் ஆளுக்கொரு பக்கம் பிய்த்துக்கொள்ளும்பொருட்டு படையுடன் கிளம்பிவிட்டன.

அது போப்பாண்டவர்கள் மிகுந்த அதிகாரம் கொண்டிருந்த காலம். மேலை நாடுகள் அனைத்திலும் அவரது செல்வாக்கு கண்டபடி பரவியிருந்தது. அவர் வைத்தது தான் சட்டம். அவர் சொல்வது தான் வேதம்.

ஆச்சா? இந்த அத்தியாயத்தில் வருகிற சம்பவங்கள் நிகழ்ந்த காலத்தில் அலெக்சாண்டர் என்பவர் போப்பாண்டவராக இருந்தார். (1494). அவர் ஒரு காரியம் செய்தார். உலக வரைபடத்தை விரித்துவைத்துக்கொண்டு அதன் குறுக்கு வெட்டாக (அதாவது வடக்குத் தெற்காக) கண்ணை மூடிக்கொண்டு ஒரு கோடு போட்டார். தீர்ந்தது விஷயம். போட்ட கோட்டுக்குக் கிழக்குப் பகுதி முழுக்க போர்ச்சுகீசியர்களுக்கு சொந்தம். பிரேசில் நீங்கலான மேற்குப் பகுதி முழுக்க ஸ்பெயினுக்குச் சொந்தம் என்று சொல்லிவிட்டார்.

போப்பாண்டவர் சொன்னபின் மறு பேச்சு ஏது? அவரவருக்கு ஒதுக்கப்பட்ட பகுதியில் இரு தரப்பினரும் தனியுரிமை கொண்டாடிக் கொள்ளலாம்! வியாபாரம் செய்யலாம், குடியேற்றங்களை அமைக்கலாம், வரி வசூலித்துக்கொள்ளலாம், என்ன வேணாலும் பண்ணிக்கொள்ளலாம்!

போதாது? உடனே போர்ச்சுகீசியர்களும் ஸ்பானியர்களும் அமெரிக்க நிலப்பரப்பில் தம் குடியேற்றங்களை நிறுவத் தொடங்கிவிட்டார்கள். 1513ல் ஸ்பானியர்கள் ஃப்ளாரிடாவைக் கண்டுபிடித்தார்கள். 1519ல் அப்படியே மெக்ஸிகோவை வளைத்துக்கொண்டார்கள். 1538ல் பிஸாரே என்னும் ஸ்பானியர் பெருவைக் கைப்பற்றினார். இப்படியே கொஞ்சம் கொஞ்சமாக தென்னமெரிக்காவின் பெரும்பகுதியையும் மத்திய அமெரிக்கா, ஃப்ளோரிடா, மெக்ஸிகோ ஆகிய பகுதிகளையும் ஸ்பானியர்கள் தமது குடியேற்ற தேசங்களாக்கிவிட்டார்கள்.

இது ஏனைய ஐரோப்பிய தேசங்கள் பலவற்றுக்குக் கடுப்பாயிற்று. இதென்ன போப்பாண்டவர் இப்படி இரண்டு தரப்பாருக்கு

மட்டும் நியாயமும் ஏனைய அனைத்து ஐரோப்பிய நாடுகளுக்கும் அநியாயமும் செய்துவிட்டாரே, என்ன செய்வது என்று இங்கிலாந்து, ஹாலந்து, பிரான்ஸ் போன்ற தேசங்கள் கவலைப்படத் தொடங்கி விட்டன.

போப்பை எதிர்த்துப் பேசமுடியாது. கொலை விழும். மேலும் அது மகாபாப காரியமும் கூட. ஆனால் போப் சொல்வதை ஏற்கவும் முடியாது. என்ன செய்யலாம்?

இங்கிலாந்து தான் இதற்கொரு வழி கண்டுபிடித்தது. போப் யார்? கத்தோலிக்க மதத்தவருக்கு குரு. அவ்வளவுதானே? உடனே அந்நாடு தன்னை ஒரு ப்ராட்டஸ்டண்ட் தேசமாக ஒரே ராத்திரியில் அறிவித்துக்கொண்டுவிட்டது. இனி போப் யாரோ, தான் யாரோ! என்ன ஒரு சௌகரியம்! ஹாலந்தும் இதே வழியைப் பின்பற்றி அதுவும் தன்னையொரு ப்ராட்டஸ்டண்ட் தேசமாக அறிவித்துவிட்டது. சூடு குறைவதற்குள் அமெரிக்காவை நோக்கிக் கிளம்பியும் விட்டார்கள்!

பதினாறாம் நூற்றாண்டின் இறுதி வருடங்களில் அமெரிக்க மண்ணில் இங்கிலாந்து, ஹாலந்து, பிரான்ஸ் தேசங்களுக்கும் அங்கே ஏற்கெனவே வந்து கூடாரமிட்டிருந்த ஸ்பெயின் மற்றும் போர்ச்சுகீசிய தேசத்தவர்களுக்கும் அடிக்கடி உரசல் உண்டாகி, தகராறாக மலர்ந்து, சண்டையாக வடிவம் பெற்று, ரத்தகளறியில் முடிந்தன. எல்லாம் மண்ணாசை. தென் அமெரிக்காவின் பல தங்கச்சுரங்கங்கள் பாளம் பாளமாக போர்ச்சுகீசியர்களால் எடுத்துச்செல்லப்பட்டது தான் இந்தச் சண்டைகளின் ஆதார வேர்களுள் முக்கியமானது. எல்லா நாடுகளுமே வியாபாரம் செய்வதற்குத்தான் அமெரிக்கா வந்தன. ஆனால் சண்டையில் வியாபாரம் செத்துப் போனது. பதினேழாம் நூற்றாண்டின் தொடக்கத்திலேயே ஸ்பெயினும் போர்ச்சுகலும் அமெரிக்க மண்ணில் தம் செல்வாக்கை இழக்கத் தொடங்கிவிட்டன. (ஸ்பெயின் மட்டும் தென்னமெரிக்காவில் எப்படியோ காலூன்றிவிட்டது. அது தனிக்கதை; தனி வரலாறு.)

டச்சுக்காரர்களும் பிரெஞ்சுக்காரர்களும் தமக்கான இடம் தேடி முட்டிக்கொண்டிருக்கும்போதே இங்கிலாந்து மட்டும் ஒருவழியாக அமெரிக்க மண்ணில் தன் காலனிகளை வெற்றிகரமாக நிறுவத்

தொடங்கிவிட்டது. அமெரிக்காவில் நிகழ்ந்த முதல் பிரிட்டிஷ் குடியேற்றம், வர்ஜீனியாவாகும்.

அப்போது இங்கிலாந்தை ஆண்டுகொண்டிருந்தவர், முதலாம் ஜேம்ஸ் என்னும் மன்னர். 1607ல் இவரது பெயரில் தான் ஜேம்ஸ் டவுன் என்னும் சிறு நகரம் அமெரிக்காவில் நிறுவப்பட்டது. இந்த டவுனைச் சுற்றித்தான் வர்ஜீனியா குடியேற்றப் பிரதேசம் உண்டானது.

ஒரு தேசம் அல்லது காலனி அல்லது கிராமம், நகரம் என்று எது புதிதாக உண்டானாலும் அங்கு மக்கள் வந்து வசிக்கவேண்டுமென்றால் முதலில் அவர்கள் செய்வதற்கு ஜோலி வேண்டுமில்லையா? பிழைப்புக்கு உரிய வழிபண்ணித்தராவிட்டால் யார் வந்து வசிப்பார்கள்? அதுவும் கடல் கடந்து? தேசம் தாண்டி? கண்டம் தாண்டி?

ஆகவே மன்னர் ஜேம்ஸின் யோசனைப்படி வர்ஜீனியா பிராந்தியத்தில் நிறைய புகையிலைத் தோட்டங்கள் ஏற்படுத்தப்பட்டன. அந்த இடத்து சீதோஷணத்துக்கு புகையிலை அருமையாக வளரும். புகையிலைத் தோட்டங்களை வாங்கி நிர்வகிக்க இங்கிலாந்திலிருந்து பல பிரபுக்குடும்பங்கள் அமெரிக்காவுக்கு இடம்பெயர்ந்தன. கூடவே தோட்டத்தில் கூலி வேலை செய்வதற்கு ஆப்ரிக்காவிலிருந்து ஏராளமான அடிமைகளையும் 'இறக்குமதி' செய்துகொண்டார்கள்.

இத்தனை காரியங்களையும் அமெரிக்காவில் உட்கார்ந்துகொண்டு செய்துமுடிக்க மன்னர் ஜேம்ஸ் ஒரு கம்பெனியை உருவாக்கி அனுப்பியிருந்தார். (இந்தியாவுக்குக் கிழக்கிந்திய கம்பெனியை அனுப்பியது போல.) கம்பெனி தன் வேலையைச் செம்மையாகச் செய்துமுடித்துவிட்டு 1624ல் வர்ஜீனியா நிர்வாகத்தைச் சமர்த்தாக மன்னரிடம் கொடுத்துவிட்டு ஊர் திரும்பியது.

திட்டம் இது தான். அமெரிக்கக் குடியேற்றப் பிரதேசத்தை ஒரு கவர்னர் ஆட்சி செய்வார். அவருக்கு ஆலோசனை சொல்ல ஒரு சபை. முடிவுகள் எதுவும் இங்கிலாந்தில் மட்டுமே எடுக்கப்படும். வழக்கமான ஏற்பாடு தான். இதைச் செய்துமுடித்த கையோடு நியுபவுண்ட்லாந்திலும் பெர்முடாவிலும் அடுத்தடுத்து குடியேற்றங்களை நிறுவிவிட்டார்கள்.

இங்கிலாந்து மன்னரின் ஏற்பாட்டின்படி இப்படிக் குடியேற்ற நாடுகள் அமெரிக்க நிலத்தில் பெருகியது ஒரு பக்கம் என்றால் இங்கிலாந்தின் சிறைத்துறையின்பால் அதிருப்தியடைந்த அந்நாட்டைச் சேர்ந்த ஜேம்ஸ் ஓக்லெதொர்ஃப் என்னும் தனி நபர் ஒருவர், சிறை மீண்ட பிரிட்டிஷ் பிரஜைகளின் புனர்வாழ்வுக்கென தனியே அமெரிக்காவில் ஒரு காலனியை அமைத்தார். அது தான் ஜார்ஜியா. இப்படி அவர்கள் அமைத்த ஏராளமான குடியிருப்புகளில் மொத்தம் பதிமூன்று காலனிகள் மிகச்சிறப்பானவை. அட்லாண்டிக் கடற்கரையோரம் அமைந்த அந்தப் பதிமூன்று காலனிகள் ஒருங்கிணைந்ததன் தொடர்ச்சியாகத்தான் பின்னாளில் ஐக்கிய அமெரிக்க தேசம் உண்டாயிற்று. (ஒவ்வொரு காலனியும் குறைந்தபட்சம் ஒரு தமிழ்நாடு , ஒரு ஆந்திரா சைஸுக்காவது இருந்தன என்பதை கவனிக்கவேண்டும்.)

என்னடா இது அமெரிக்காவின் கதையாக ஆரம்பித்து இங்கிலாந்துக் கதையாக இருக்கிறதே என்று தோன்றலாம். வேறு வழியில்லை. அமெரிக்கா ஒரு குடியேறிகளின் தேசம். அந்த நாட்டின் 'மண்ணின் மைந்தர்கள்' என்று சொல்லப்படுகிற செவ்விந்தியர்களுக்கு ஒழுங்கான ஒரு சரித்திரம் கூடக் கிடையாது. அங்கே மண்ணின் மைந்தர்கள் தான் மைனாரிடிகள்.

அன்று மட்டுமல்ல; இன்றும் கூட!

ஒரு பக்கம் இந்த இங்கிலாந்துக் காலனிகள் என்றால் மறுபக்கம் டச்சுக்காரர்களும் பிரஞ்சுக்காரர்களும் தத்தம் காலனிகளை அமைத்துக்கொண்டிருந்தார்கள். கொஞ்சம் யோசித்துப் பார்த்தால் இன்று வரையே கூட அமெரிக்கா என்றொரு மொத்தமான தேசம் உருவாகாமல் வெறும் காலனிகளாகவே தான் அந்த நிலப்பரப்பு இருந்திருக்கவேண்டும்.

ஏனென்றால், இங்கிலாந்தும் மற்ற ஐரோப்பிய தேசங்களும் அமெரிக்க மண்ணில் ஆதிக்கம் செலுத்தத் தொடங்கியபோது அங்கே புரட்சிப் பூக்கள் ஏதும் பூக்கவில்லை. இந்தியாவில் நிகழ்ந்தது போன்ற சுதந்தரப் போராட்டமெல்லாம் அமெரிக்க ஆதிவாசிகளுக்கு சாத்தியமே இல்லாமல் தான் இருந்தது. மேலும் ஆதிக்கம் செலுத்தும் ஐரோப்பியரை எதிர்க்கும் அளவுக்கு அங்கே பெரிய மக்கள் தொகையும் இல்லை; அவர்களுக்குள் பிரமாதமான ஒருங்கிணைப்போ, ஒரு அமைப்போ கூட இல்லை.

சொல்லப்போனால், பிரிட்டிஷ் காலனிகள் உண்டாகத்தொடங்கிய பிறகு தான் அமெரிக்காவில் நாகரிகம் என்பதே உற்பத்தியாகத் தொடங்கியது என்கிறார்கள் சரித்திர ஆராய்ச்சியாளர்கள். தொழில்கள் பெருகின. வேலை வாய்ப்புகள் உண்டாகின. விவசாயம் முறைப்படுத்தப்பட்டு நவீன வேளாண்மை உத்திகள் அறிமுகப்படுத்தன. இவற்றின் பயனெல்லாம் பெருமளவு இங்கிலாந்திலிருந்து வந்து குடியேறியவர்களுக்குத்தான் போயின என்பது உண்மையே. ஆனாலும் உள்ளூர் மக்களுக்கும் இதெல்லாம் புதுசாகவே இருந்தன. பிடித்தமானதாகவும் இருந்ததால் எதிர்ப்பு ஏதும் அங்கே பெரிதாக இல்லை.

இதற்கிடையில் இங்கிலாந்திலிருந்து வந்து குடியேறிய மக்களின் ஓரிரு தலைமுறைகள் அமெரிக்க மண்ணில் வேர்கொண்டுவிட, 18ம் நூற்றாண்டின் தொடக்கத்திலேயே அங்கே வாழ்ந்த மக்களுக்குத் தாம் வந்தேறியவர்கள் என்னும் உணர்வு பெரும்பாலும் இல்லாமலாகி விட்டது! அதாவது அமெரிக்காவில் வாழ்ந்துவந்த பிரிட்டிஷ் வம்சவழியினர் தம்மை அமெரிக்கர்களாகவே உணரத்தொடங்கிவிட்டார்கள்!

இதன் விளைவு? எங்கோ தூரத்தில் உட்கார்ந்துகொண்டு அநியாயத்துக்கு அதிகாரம் பண்ணிக்கொண்டிருந்த பிரிட்டனுக்கு எதிராக அமெரிக்கர்கள் போர்க்கொடி தூக்கும் அளவுக்கு ஆகிவிட்டது.

அமெரிக்க சுதந்தரப்போர் என்று வருணிக்கப்படும் இந்தக் கலகத்தில், அமெரிக்காவில் பிரிட்டனால் உருவாக்கப்பட்ட பதிமூன்றுகாலனிநாடுகளும்பிரிட்டனுக்குஎதிராகக்களமிறங்கின! நம்பமுடியாத சரித்திர நிஜம் இது. அட்லாண்டிக் கடலெங்கும் ரத்த அலை பொங்கச் செய்த அந்தப்போரே ஒரு ஆச்சர்யம் என்றால், போரின் விளைவு இன்னொரு மகத்தான ஆச்சர்யம்.

உண்மையில் அமெரிக்க சரித்திரம் என்பது இந்தப் போரிலிருந்து தான் தொடங்குகிறது. அமெரிக்காவில் வந்து குடியேறிய பிரிட்டிஷார் அத்தனை பேரும் தம்மை அமெரிக்க மண்ணின் மைந்தர்களாகவே கருதிக்கொண்டு, தாய்நாட்டை எதிர்த்துப் போரிடத்தொடங்கிய அந்தச் சம்பவம் -

உலக சரித்திரத்திலேயே முதலும் முடிவுமாக நடைபெற்ற ஒரு விநோதமான யுத்தம்.

பொதுவாக யுத்தம் என்று வந்தால் பிளவுகள் தான் நிறைய தோன்றும். ஆனால் அமெரிக்க யுத்தம் அன்று ஒரு உண்மையை வெளிச்சமிட்டுக் காட்டியது. நெருக்கடி நேரத்தில் அமெரிக்கா முற்றிலும் வேறு ஜாதி என்பதே அது.

பதிமூன்று குடியேற்ற தேசங்களும் ஒட்டுமொத்தமாக அப்போது ஒன்றிணைந்தன. இனி எக்காரணம் கொண்டும் பிரிந்து வாழ்வதில்லை என்று முடிவு செய்தன. பிரிட்டனைப் போரில் வென்றன. தம் தனி தேச அடையாளங்களைத் துறந்து, அமெரிக்க ஐக்கிய நாடானது!

சரித்திரம் மறக்கமுடியாத அந்த யுத்தமும் காரணங்களும் விளைவுகளும் மிகமிக முக்கியமானவை.

3. தேநீர் விருந்து

அந்தத் துறைமுகம் ஜகஜ்ஜோதியாக இருந்தது. இரவின் ஒளியில் நீர்ப்பரப்பு தகதகத்துக்கொண்டிருந்தது. போதிய இடைவெளியில் நாலைந்து கப்பல்கள் நின்றுகொண்டிருந்தன. எல்லாம் இந்தியாவிலிருந்து வந்த கப்பல்கள். ஒவ்வொரு கப்பலிலும் மூட்டை மூட்டையாகத் தேயிலை. இருநூறு வருஷங்களுக்கு முன்பே அவற்றின் மதிப்பு பல லட்சங்கள். அமெரிக்காவில் இருந்த அத்தனை பிரிட்டிஷ் காலனி நாடுகளுக்கும் சுமாராக ஒருவருஷத்துக்குத் தேவையான தேயிலை மூட்டைகள் அவை.

இந்தியாவும் அப்போது ஒரு பிரிட்டிஷ் காலனி தான் இல்லையா? ஆகவே இந்தியாவில் கணக்கு வழக்கில்லாமல் விளையும் தேயிலையை அமெரிக்காவுக்கு எடுத்துப் போவதன் மூலம் நிறைய விஷயங்களில் பிரிட்டனுக்கு லாபம் இருந்தது.

ரொம்ப முக்கியமான லாபம், நிறையத் தேயிலை மூட்டைகளை எடுத்துப் போய் அமெரிக்க மண்ணில் நிரப்பிவிட்டால் அங்கே தேயிலையின் விலை படுத்துவிடும். மக்களுக்குக் குறைந்த விலையில் தேயிலை கிடைக்கும். அந்தக் கணக்கைச் சரிக்கட்டும் விதமாக, அமெரிக்காவில் இறங்கும் தேயிலை மூட்டைகளுக்கு வரி விதிக்கலாம் என்பது பிரிட்டனின் திட்டம். *(லார்டு நார்த் என்னும் பிரிட்டிஷ் நிதியமைச்சர் உருவாக்கிய திட்டம் இது!)*

இந்தத் தந்திரம் அமெரிக்க காலனி நாடுகளுக்கு மிகுந்த எரிச்சலைத் தந்தன. ஏதாவது செய்து பிரிட்டனைப் பழிவாங்கி விடவேண்டும் என்று முடிவு செய்தார்கள்.

அது பாஸ்டன் துறைமுகம். அங்கே தான் இந்தியாவிலிருந்து தேயிலை மூட்டைகளை எடுத்து வந்த கப்பல்கள் நின்று கொண்டிருந்தன. கப்பல்களிலிருந்து மூட்டைகள் ஊருக்குள் வந்துவிட்டால் ஒன்றும் செய்யமுடியாது.

ஆகவே, நூற்றுக்கணக்கான அமெரிக்கர்கள் ஒன்று கூடி ஆலோசித்தார்கள். ஒரே வழி. அமெரிக்க ஆதிவாசிகளான செவ்விந்தியர்கள் போல் வேடம் அணிந்து இரவோடு இரவாகத்

துறைமுகத்தில் நுழைந்து கப்பல்களில் ஏறினார்கள். பல லட்சக்கணக்கான மதிப்புள்ள தேயிலை மூட்டைகளை எடுத்துக் கடலில் வீசத்தொடங்கினார்கள்!

கரையிலிருந்து தற்செயலாக இதை கவனித்த பிரிட்டிஷ் பாதுகாப்பு அதிகாரிகள் நிலைகுலைந்து போனார்கள். தொண்டை கிழியக் கத்த ஆரம்பித்தார்கள்: "ஓ, மடையர்களே! நீங்கள் என்ன செய்கிறீர்கள்?"

"நாங்களா? அமெரிக்கக் காலனிகளின் மேல் அக்கறை பொங்கிவழியும் பிரிட்டனுக்கு எங்கள் நன்றியைத் தெரிவிக்கும் விதமாக டீ பார்ட்டி கொடுத்துக்கொண்டிருக்கிறோம்!"

பாஸ்டன் தேநீர் விருந்து என்று இந்தச்சம்பவம் சரித்திரத்தில் இடம் பெற்றதெல்லாம் பின்னால் நடந்த கதை. அமெரிக்க சுதந்தரப் போராட்டத்துக்கு இது தான் முக்கியக் காரணம் என்று பள்ளிக்கூடப் புத்தகங்கள் சொல்லிக்கொண்டிருக்கும்.

ஆனால், உண்மையில் இதைவிட மிக முக்கியமான பல காரணங்கள் உண்டு.

அதற்கு முன்னால், அமெரிக்க சுதந்தரப் போருக்கும் மற்ற தேசங்களின் (இந்தியா உட்பட) சுதந்தரப் போருக்கும் உள்ள வித்தியாசங்களைப் புரிந்துகொள்ளவேண்டும். இது ரொம்ப முக்கியம். வித்தியாசங்கள் பல என்றாலும் ஒற்றுமை ஒண்ணே ஒண்ணு தான். பெரும்பாலான தேசங்கள் இங்கிலாந்துக்கு எதிராகத் தான் போராடியிருக்கின்றன என்பதே அது! நூறு, நூத்தைம்பது வருஷத்துக்கு முன்னால் வரை வல்லரசு என்றால் இங்கிலாந்து தான். பின்னால் அணு ஆயுதங்கள் புழக்கத்துக்கு வந்துவிட்டபிறகு, வர்த்தகம் உலகளாவிய பிறகு, டாலர் ஆளத்தொடங்கிய பிறகு, 'வல்லரசு' என்கிற சொல்லுக்கான இலக்கணங்கள் மாறிவிட்டன.

விஷயத்துக்கு வருவோம். அமெரிக்காவில் இருந்த பிரிட்டிஷ் காலனிகளுக்கும் பிரிட்டனுக்கும் பதினேழாம் நூற்றாண்டின் இறுதியிலேயே நிறைய விஷயங்களில் ஒத்துவரவில்லை. பொதுவாகக் கல்யாணம் ஆகிப் போன பெண்ணுக்கும் மாமியாருக்கும் தானே ஒத்துவராது? இங்கே தலைகீழ்க் கதை. பெண்ணுக்கும் அவள் அம்மாவுக்கும் ஒத்துவரவில்லை. பெண்ணுக்கு மாமியாரை ரொம்பப் பிடித்திருந்தது!

என்ன ஒரு வினோதம்! ஆனால் விஷயம் இருக்கிறது.

அமெரிக்காவில் குடியேற்ற நாடுகளை (காலனிகள்) நிறுவிய பிரிட்டன், அங்கே ஆட்சி நடத்த சில அமைப்புகளை உண்டாக்கியிருந்தது. முதலாவது, மக்களால் தேர்ந்தெடுக்கப்பட்ட ஒரு ஆளும் சபை. நம் சட்டசபை மாதிரி என்று வைத்துக் கொள்ளுங்களேன். ஆனால் டிபிகல் சட்டசபை இல்லை. கொஞ்சம் வேறு மாதிரி.

இந்த சபை சட்டங்கள் தீட்டும். திட்டங்கள் தீட்டும். ஓட்டுப்போடும். எல்லாம் செய்யும். ஆனால் எல்லாவற்றையும் இங்கிலாந்தில் உட்கார்ந்துகொண்டிருக்கிற மகாராஜா ஓகே சொல்லியாகவேண்டும். இங்கிலாந்து பாராளுமன்றம் ஏதாவது சட்டம் போட்டாலும் இந்தசபை ஏற்றுக்கொண்டாகவேண்டும். ஆனால் இந்த சபை போடும் சட்டங்களை (சத்தங்களையும்!) இங்கிலாந்து ஏற்றுக்கொண்டாக வேண்டிய கட்டாயம் ஒன்றும் கிடையாது!

இங்கிலாந்து ஏஜெண்ட் மாதிரி ஒவ்வொரு குடியேற்ற நாட்டிலும் ஒரு கவர்னர் இருப்பார். அவருக்கு சோறு போட்டு, வீடு கொடுத்து, மற்ற பல வசதிகளையும் செய்து கொடுத்து, மாசாமாசம் சம்பளமும் கொடுத்து வைத்துப் பராமரிக்கவேண்டிய பொறுப்பு, அந்தந்தக் குடியேற்ற நாட்டு ஆளும் சபையினுடையது.

பிரச்னையே இங்கே தான்! இத்தனை செய்யும் சபைக்கு விசுவாசமாக கவர்னர் நடந்துகொள்வாரா என்றால் மாட்டார்! அவரது விசுவாசமெல்லாம் இங்கிலாந்துக்குத்தான்! அங்கிருந்து என்ன சொல்கிறார்களோ, அதைத்தான் அவர்செய்வார். இதைச் செய் என்றால் செய்வார். அதைச் செய்யாதே என்றால் செய்யமாட்டார். பேசு என்றால் பேசுவார். பேசாதே என்றால் காலவரையறையற்ற மௌனவிரதம் மேற்கொண்டுவிடுவார். மக்கள் சபை கொண்டுவரும் திட்டங்களையெல்லாம் சுருட்டித் தன் பைப்பில் திணித்து சொகுசாகப் புகை விடுவார். அவர்களுக்கு ஆதரவாக எதாவது மேலிடத்தில் சொல்லி நல்லது பண்ணுவாரா என்றால் கண்டிப்பாக மாட்டார்!

என்ன செய்வது? உலகம் முழுக்க மாமியார்-மருமகள்; மாநில அரசு - கவர்னர் உறவுகள் இப்படித்தான் இருந்திருக்கின்றன, காலம் காலமாக!

இதனால் குடியேற்ற நாடுகள் மிகவும் கடுப்பாயின. கவர்னரை மீறி அவர்களால் இங்கிலாந்துக்கு எதையும் எடுத்துச் செல்ல முடியவில்லை. வேண்டியதைக் கேட்டுப் பெறவும் வழியில்லை. சரி; இங்கிலாந்துப் பாராளுமன்றத்திலாவது குடியேற்ற நாடுகளுக்கென ஒரு பிரதிநிதியை நியமிக்கக்கூடாதா என்று மன்றாடிப்பார்த்தார்கள்.

ம்ஹூம். அசைகிற வழியாகக் காணோம். போதாத குறைக்கு இங்கிலாந்து பாராளுமன்றம், அமெரிக்கக் குடியேற்ற நாடுகளுக்கான சட்டங்கள் என்று குயர் குயராக எழுதி அனுப்பிக் கொண்டே இருந்தார்கள்.

பார்த்தார்கள்.. இதெல்லாம் சரிப்படாது என்று, இங்கிலாந்திலிருந்து வரும் எந்தச் சட்டத்தையும் அமுல்படுத்தமுடியாது என்று குடியேற்ற நாடுகளின் மக்கள் சபையினர் தீர்மானித்துவிட்டார்கள்.

போருக்கு இது மிக முக்கியமான காரணம்.

சில பர்சண்டேஜ் முக்கியத்துவம் குறைவான காரணங்களும் இருக்கின்றன.

அவற்றுள் முக்கியமானது, குடியேற்ற நாடுகளின் பாதுகாப்புப் பிரச்னை. ஏற்கெனவே இங்கிலாந்து தவிர, பிரான்சும் ஹாலந்தும் கூட அமெரிக்காவைக் கூறுபோடும் முயற்சியில் இருந்தன என்று பார்த்தோமல்லவா? அந்த நாடுகளும் அங்கே ஓரிரு இடங்களை வளைத்துப்போட்டு, தத்தம் காலனிகளை நிறுவியிருந்தன. (ஆங்கிலேயர் ஆட்சியின்போதே இங்கே பாண்டிச்சேரி முதலான சில பகுதிகளில் பிரெஞ்சு ஆட்சி இருந்தது போல.)

கிடைத்த நிலம் போதாமல் அந்த நாடுகள் மேலும் இடத்தை அபகரிக்க அவ்வப்போது பிரிட்டிஷ் காலனிக்கு உட்பட்ட பிராந்தியங்களின்மீது படையெடுத்துக்கொண்டிருந்தார்கள். மறுபுறம், அமெரிக்காவின் மண்ணின் மைந்தர்களான செவ்விந்தியர்கள் அவ்வப்போது விஷ அம்புப் போர் தொடுத்து பிரிட்டிஷ் காலனிக்குட்பட்ட கிராமப்புறங்களில் நிறைய பலி சாப்பிட்டுக்கொண்டிருந்தார்கள்.

இந்தத் தலைவலிகளிலிருந்து தப்பிக்க, நியாயமாக காலனி தேசங்கள் ஒன்று சேர்ந்து எதாவது உருப்படியான வழி செய்திருக்க

வேண்டும்; ஆனால் செய்யவில்லை. ஆகவே குடியேற்ற நாடுகளின் பாதுகாப்புக்காக ஒரு ராணுவத்தையும் கப்பல்படையையும் உருவாக்க பிரிட்டன் முடிவு செய்தது.

நல்ல விஷயம் தான். ஆனால் அதிலும் ஒரு பொடி வைத்தார்கள். படையை நாங்கள் அமைத்துத் தருகிறோம். செலவின் ஒரு பகுதியை நீ ஏற்றுக்கொள்ள வேண்டும்!

இந்த மகத்தான யோசனையைக் கூறியவர் பிரிட்டிஷ் அமைச்சர் க்ரென்வில் *(Grenville)* என்பவர். யோசனையை அமுல்படுத்த, 1765ம் ஆண்டு முத்திரைச் சட்டம் என்றொரு சட்டத்தைக் கொண்டுவந்தது பிரிட்டிஷ் பாராளுமன்றம். இதன்படி எல்லா பத்திரங்களும் பிரிட்டிஷ் முத்திரையிடப்பட்ட தாளில் தான் எழுதப்படவேண்டும். பச்சையாகச் சொல்வதென்றால், பிரிட்டன், தன் காலனி தேசங்களின்மீது நேரடியாக வரி விதிக்க உதவுகிற சட்டம் இது.

சும்மா விடுமா காலனி நாடுகள்? 'பாராளுமன்றத்தில் எங்களுக்குப் பிரதிநிதி இல்லாதபோது எங்களுக்கு வரி விதிக்க பிரிட்டனுக்கு எந்த ரைட்ஸூம் இல்லை' என்று தீர்மானமாகச் சொல்லிவிட்டன. *(No taxation without representation).*

இது பெரிய ரகளையாகிவிட்டது. க்ரென்வில்லுக்கு அப்புறம் பதவியேற்ற அமைச்சர் ராக்கிங்ஹாம் வேறு வழியின்றி இந்தச் சட்டத்தை ரத்துசெய்தார். ஆனால் குடியேற்ற நாடுகளின்மீது பிரிட்டன் வரி விதிக்கும் உரிமை பெற்றிருப்பதாகப் பாராளுமன்றத்தில் தெரிவித்தார். இதற்கு அர்த்தம், 'இப்போது முத்திரைச்சட்டத்தை வாபஸ் பெறுகிறோம்; ஆனால் நாளைக்கு இதைவிட பேஜாரான இன்னொரு சட்டம் வரக்கூடும்' என்பது தான்!

சட்ட அமைச்சர் இப்படியென்றால் பிரிட்டனின் அப்போதைய நிதி அமைச்சர் இன்னொரு காரியம் செய்தார். குடியேற்ற நாடுகளின் பாதுகாப்புக்காக ராணுவமும் கடற்படையும் அனுப்ப முடிவு செய்தார்களல்லவா? அந்தத் தொகையைப் பெற தேயிலை போன்ற சில பொருட்களின் மீது வரி விதித்தார். அதாவது அமெரிக்காவிலுள்ள பிரிட்டிஷ் குடியேற்ற நாடுகளுக்குக் கொண்டுபோகப்படும் பொருட்களின் மீது இந்த வரி. துறைமுகங்களிலேயே ரைட் ராயலாக வசூலித்துவிடுவார்கள்.

காலனி அரசுகள் இதையும் எதிர்த்தன. ஆகவே லார்ட் நார்த் என்னும் அடுத்த நிதியமைச்சர், இந்தியாவிலிருந்து அமெரிக்கா கொண்டுபோகப்படும் தேயிலை மூட்டைகளை உத்தேசித்து இன்னொரு தேயிலைச் சட்டம் வகுத்தார். அந்தச் சட்டத்தின் விளைவைத்தான் இந்த அத்தியாயத்தின் தொடக்கத்தில் பார்த்தோம்.

பாஸ்டன் துறைமுகத்தில் நடந்த கலாட்டா உண்மையில் பிரிட்டிஷ் பாராளுமன்றத்தை ஒரு உலுக்கு உலுக்கிவிட்டது. அது பிரிட்டனின் தன்மானத்தின் மீது விழுந்த அடி. அன்றைய உலக நாடுகள் அனைத்துமே இங்கிலாந்துக்கு இருபத்திநாலு மணிநேரமும் சலாம் போட்டுக்கொண்டிருக்க, கேவலம், பிரிட்டனின் சொந்தக் காலனிகள் சில ஒன்று சேர்ந்து அவமானப்படுத்துவதா?

ஆகவே சும்மா இருப்பதில்லை என்று முடிவு செய்தார்கள். உடனே அமெரிக்க காலனி நாடான மாசாஸுஸெட்ஸுக்கு அளிக்கப்பட்டிருந்த அத்தனை உரிமைகளையும் பிரிட்டன் ரத்து செய்தது.

போருக்கான உடனடிக் காரணமாக இதுவே ஆனது.

இன்னும் கூடச் சில காரணங்கள் உண்டு. வியாபார விஷயங்களில் பிரிட்டன் விதித்த நிபந்தனைகள் மனுஷ ஜென்மமாகப் பிறந்த யாருமே ஏற்கக் கூடியதாக இல்லை அப்போது. ஏகப்பட்ட நிபந்தனைகள். பிரிட்டனைத் தவிர வேறு எந்த தேசத்துடன் குடியேற்ற நாடுகள் நேரடி வர்த்தகம் செய்யக்கூடாது; பிரிட்டிஷ் கப்பல்களில் தான் சரக்குகளைக் கொண்டுபோகவேண்டும் என்று தொடங்கி ஒரு முழு ரிப்போர்ட்டர் அளவுக்கு வரக்கூடிய சட்ட அபத்தங்களை விதித்தது. சட்டம் என்றால் சட்ட மீறல் என்பதும் உண்டல்லவா?

ஆகவே கள்ள வியாபாரம் வெள்ளமெனப் பெருகத் தொடங்கி விட்டது.

மாசாஸுஸெட்ஸ் குடியேற்றப் பகுதியின் உரிமைகளை பிரிட்டன் ரத்து செய்ததுமே மற்ற அனைத்து காலனிகளும் முழுதாக விழித்துக் கொண்டுவிட்டன. உடனே (1774ல்) பிலடெல்பியாவில் ஒரு சர்வ காலனி மாநாட்டுக்கு ஏற்பாடு செய்தார்கள். ஜார்ஜியா தவிர

அனைத்து காலனி தேசங்களும் அதில் கலந்துகொண்டன. அங்கே இரண்டு முடிவுகள் எடுக்கப்பட்டன.

ஒன்று, பிரிட்டன் பகலுக்கொன்று, இரவுக்கொன்று என்று தினசரி கொண்டுவரும் புதுச்சட்டங்கள் அனைத்தும் ரத்துசெய்யப்பட வேண்டும்.

ரெண்டு, இது நடக்கும்வரை பிரிட்டனுடன் வியாபாரத்தொடர்புகள் முற்றிலுமாகத் துண்டிக்கப்படும்.

இரண்டும் வேலைக்கு ஆகவில்லை. பிரிட்டன் தான் பிடித்த முயலுக்கு மூன்றேமுக்கால் கால் தான் என்று தொடர்ந்து வாதாடிக் கொண்டிருந்தது. பாஸ்டனில் தங்கியிருந்த பிரிட்டிஷ் படை, காலனி நாடுகள் போருக்குத் தயாராவதைக் கண்டு, அதைத் தடுக்க ஏற்பாடுகள் செய்ய ஆரம்பித்தது.

வேறு வழியே இல்லை என்னும் நிலை உண்டானது, 1775ல். குடியேற்ற நாடுகள் அனைத்தும் அமெரிக்கப் பிள்ளையார் சுழி போட்டு லெக்ஸிங்டன் என்னும் இடத்தில் முதல் முதலாக பிரிட்டிஷ் படையுடன் மோதத் தொடங்கியது.

அது திட்டமிடாத போர். சரியான தளபதி யாரும் கிடையாது. "எதற்கும் சண்டை போட்டுக்கொண்டிருங்கள்; உருப்படியான ஒரு தளபதியைப் பிடித்துக்கொண்டு வருகிறோம்" என்று காலனி நாடுகளின் கூட்டமைப்பு அதிகாரிகள் தம் வீரர்களிடம் சொல்லிவிட்டு தளபதி 'தேட' ஆரம்பித்தார்கள்.

வர்ஜீனியாவில் ஒரு தோட்டப்பண்ணை முதலாளியாயிருந்த ஒருத்தரை கட்டக்கடைசியில் கண்டுபிடித்துக் கொண்டுவந்து 'இவர் தான் தளபதி' என்று முன்னிறுத்தினார்கள்.

காலனிப் படையினருக்கு அவரை முன்னதாக அவ்வளவாகத் தெரியாது. ஏன், யுத்த நிர்வாகிகள் பலருக்கே கூட அவர் புதுமுகம். மக்களுக்கு? கேட்கவே வேண்டாம்!

பலருக்கு அவர் பெயர் கூடத் தெரியாது. அவர்களுக்குத் தெரியாத இன்னொரு விஷயம் -

அந்தத் தோட்டப் பண்ணை முதலாளி தான் அமெரிக்காவின் தலையெழுத்தையே மாற்றி எழுதப் போகிற , அமெரிக்காவின்

தந்தை என்று பின்னாளில் வருணிக்கப்படப்போகிற ஜார்ஜ் வாஷிங்டன் என்பது!

4. ஒரு பண்ணையார் தளபதி ஆகிறார்

அமெரிக்காவின் முதல் ராணுவத் தளபதியும் முதல் அதிபருமான ஜார்ஜ் வாஷிங்டனைக் குறித்துக் கொஞ்சம் தெரிந்துகொண்டு, பிறகு போர்க்களத்துக்குப் போகலாம். ஒன்றும் அவசரமில்லை.

வாஷிங்டனின் அப்பா ஒரு இரும்பு ஆலை வைத்து நடத்திக் கொண்டிருந்தவர். பெரிய பண்ணையாரும் கூட. வர்ஜீனியா மாகாணத்தில் (அவர் காலத்தில் அது வர்ஜீனியக் காலனி) அவருக்கு ஏராளமான நிலமும் பண்ணைகளும் இருந்தன. சைடு பிசினஸாக ஒன்றிரண்டல்ல; ஏகப்பட்ட வியாபார நடவடிக்கைகளும் வைத்துக் கொண்டிருந்தார். ஒரு வரியில் சொல்வதென்றால், அமெரிக்காவின் முதல் தலைமுறைப் பணக்காரர்களுள் அவர் ஒருவர்.

ஆகவே வாஷிங்டனின் இளமைப்பருவம் செழிப்பாகத்தான் இருந்தது. (பிறப்பு: 1732 பிப்ரவரி 22). நினைத்துக்கொண்டால், குதிரையில் தாவி ஏறி ஜோராக ஒரு சுற்று சுற்றிவரக் கிளம்பிவிடுகிற ஜாலி டைப். இளமையிலேயே அவருக்கு வேட்டையிலும் மீன் பிடிப்பதிலும் அபார மோகம் இருந்தது. எப்போதாவது படகுச் சவாரி செய்யவேண்டும் என்று தோன்றினால் நாள் கணக்காக நீரில் மிதப்பார். கட்டற்ற சுதந்தரம்; கணக்கற்ற வாய்ப்புகள். பணக்கார வீட்டுப் பிள்ளை அல்லவா? அமர்க்களமாக அனுபவித்தார்.

ஆச்சர்யம், கேளிக்கைகளுக்கு நிகராக அவருக்குப் படிப்பிலும் தீவிரமான ஆர்வமும் ஈடுபாடும் இருந்தது. தவிர, தனக்கென பிரத்தியேகமாகச் சில விதிமுறைகளையும் மிக இளம் வயதிலிருந்தே வகுத்து வைத்துக்கொண்டிருந்தார். தமது பதினைந்தாம் வயதிலிருந்து ஒரு நாள் தவறாமல் டைரி எழுதி வந்திருக்கிறார் வாஷிங்டன். (1799 டிசம்பர் 14ம் தேதி இறப்பதற்கு முந்தைய தினம் வரை எழுதியிருக்கிறார்.) தமது தினசரிச் செலவுகளைத் தவறாமல் எழுதி வைத்து, வருஷக் கடைசியில் மொத்த செலவுகளைக் கூட்டிப் பார்த்து, எது எதிலெல்லாம் சிக்கனமாக இருந்திருக்கலாம் என்று குறித்துவைத்து, அடுத்த வருஷத்திலிருந்து அதைக் கடைப்பிடிக்கும் வழக்கமும் அவருக்கு இருந்திருக்கிறது.

வாஷிங்டன் காலத்தில் அமெரிக்கக் காலனி இளைஞர்களின் விருப்பமான பாடம் வரலாறு. நம்மூரில் இஞ்சினீரிங் கல்லூரிகளுக்கு இப்போது படையெடுக்கும் கூட்டம் மாதிரி அந்நாளில் வரலாறு படிக்கப் பெரும் படை சேரும். ஆனால் வாஷிங்டனுக்கு வரலாறில் அத்தனை நாட்டம் இருந்ததாகத் தெரியவில்லை. பண்ணையார் பிள்ளையாக இருந்தாலும் அவருக்கு ராணுவக்கதைகள் கேட்பதில் ஆர்வம் அதிகம் இருந்தது.

காரணம், அவரது நண்பரும் கொஞ்ச தூரத்து உறவினருமான லாரன்ஸ் என்பவர் அப்போது பிரிட்டிஷ் ராணுவத்தில் உத்தியோகம் பார்த்துக்கொண்டிருந்தது தான். அவர் மிலிட்டரியில் இருந்தாரா, மிலிட்டரி ஓட்டலில் இருந்தாரா, மிலிட்டரியில் என்னவாக இருந்தார் என்கிற விவரம் தெரியவில்லை. ஆனால் இளம் வாஷிங்டன் மனத்தில் ராணுவம் குறித்த உயர்ந்த சிந்தனைகளையும், அதில் சேருவதில் உண்டான பெருமையையும் ஆழமாக விதைத்தவர் அவர் தான். லாரன்ஸ், வாஷிங்டனுக்குச் செய்த மிக முக்கியமான - அதேசமயம் மறைமுகமான உதவி, போர்க்களக் காட்சிகளை ஒரு கதை போல விவரித்து, இளம் வாஷிங்டன் மனத்தில் வீரத்தையும் தேசப்பற்றையும் வேரூன்றச் செய்தது தான்.

வாஷிங்டனின் வாழ்வில் இது மிக முக்கியமான திருப்பம். ஒரு வேளை அவர் தன் தகப்பனாரைப் போல ஒரு பண்ணையாராகவே பிற்காலத்தில் ஆகியிருக்கக் கூடும். அப்படியும் வர்ஜீனியா அளவில் புகழ் பெற்றிருப்பார். இப்படி வானளாவிய சாதனைகள் செய்திருக்கமுடியாது.

ஆரம்பப் பள்ளிக் கட்டத்தையெல்லாம் தாண்டி அவர் மேற்படிப்புக்குத் தயாரானபோது அவரது தந்தை இறந்துபோனார். சொந்த சோகத்தை ஒதுக்கிவைத்துவிட்டு, கடற்படையில் சேர வாஷிங்டன் உத்தேசித்திருந்தபோது, அவரது அம்மா அந்த ஐடியாவுக்கு மங்களம் பாடினார். குலக்கொழுந்தாக இருக்கிற ஒரே பையனைக் கடலுக்கு அனுப்புவதாவது?

சான்ஸே இல்லை என்று சொல்லிவிட்டார். ஆகவே வாஷிங்டன் சற்றும் சம்பந்தமில்லாத சர்வேயர் படிப்புக்குப் போக வேண்டியதானது. இந்தக் காலத்து சிவில் எஞ்சினீரிங் டிப்ளமோ கோர்ஸ் மாதிரி ஒரு படிப்பு அது.

ஆனாலும் அவரது ராணுவ ஆசை தீரவில்லை. இன்னும் கொஞ்சம் வளர்ந்தபிறகு, தாம் விரும்பிய கடற்படையில் சேராவிடினும் வர்ஜீனியா காலனி ராணுவத்தில் சேர்ந்து, ஏதாவது போர் வருமா என்று காத்துக்கொண்டிருந்தார். அந்த ராணுவம், பிரிட்டிஷ் படைக்கு உதவி செய்ய நிறுவப்பட்டிருந்த துணை ராணுவம். பிரஞ்சு காலனிப் படையெடுப்புகளின்போது ஏகப்பட்ட உதை வாங்கியிருந்த ராணுவம்.

அங்கே யாரும் முறைப்படி போர்ப் பயிற்சி பெற்றவர்களில்லை என்பதே காரணம். வாஷிங்டன் தன் ஆர்வத்தாலும் ஈடுபாட்டாலும் மிகக்குறுகிய காலத்திலேயே அப்படையின் மேஜர் ஆனார். அவரது வழிநடத்தலின் போதும் அப்படை பெற்ற வெற்றிகளைக் காட்டிலும் தோல்விகளே அதிகம்.

கொஞ்சகாலம் இப்படி உப்புசப்பில்லாத ராணுவ வாழ்க்கை வாழ்ந்துவிட்டு ஊர் திரும்பினார் வாஷிங்டன்.

ராணுவத்தில் உப்பு சப்பில்லை என்று சும்மா இருந்துவிடுவதா? ஆகவே அவர் கல்யாணம் பண்ணிக்கொண்டார். மார்த்தா டாண்ட்ரிட்ஜ் என்கிற அந்தப் பெண்மணி பெரிய பணக்காரக் குடும்பத்தைச் சேர்ந்தவர். ஆகவே ஏகப்பட்ட சீதனங்களுடன் தான் அவர் வாஷிங்டனின் வீட்டுக்கு மருமகளாக வந்தார். அவர் கொண்டுவந்த சீதனங்களுள் முக்கியமான இரண்டு -

அவரது இரு சிறு மகன்கள்!

ஆம்! வாஷிங்டனின் மனைவி ஒரு 'முன்னாள்' விதவை. ஆயினும் என்ன? இரண்டுபேருக்கும் ஒருத்தரை ஒருத்தர் பிடித்துப் போயிற்று; தீர்ந்தது விஷயம்.

ஆனால் வாஷிங்டனை மணந்த அந்தப் பணக்கார விதவைப் பெண்மணி, தமது வாழ்நாள் முழுவதும் அவருக்கு சேவை செய்வதில் ஒரு குறையும் காட்டவில்லை. சொல்லப்போனால், தேசம், சுதந்தரம், போர் என்று வாஷிங்டன் சுற்றக் கிளம்பிவிட, அவரது மாபெரும் பண்ணைகளையும் வீட்டையும் காசு கணக்குகளையும் படு சுத்தமாக நிர்வகித்தது மார்த்தா டாண்ட்ரிட்ஜ் தான். பெரிய பக்தை அவர். வர்ஜீனியா மாகாணத்திலிருந்த அத்தனை சர்ச்களிலும் அவரை மாதம் ஒருமுறையாவது கண்டிப்பாகப்

பார்க்கலாம். கூடவே சமூக சேவைகளிலும் அவருக்கு ஆர்வம் இருந்தது.

இந்தக் காலகட்டத்தில் வாஷிங்டன் வர்ஜீனிய மாகாணத்தின் நிர்வாக சபையில் ஊழியம் செய்யத்தொடங்கியிருந்தார் (1758). பிரமாதமாக நிர்வாக சாதனைகள் ஏதும் புரியவில்லை என்றாலும் இரண்டொரு உருப்படியான சொற்பொழிவுகள் ஆற்றியதன் மூலம் கொஞ்சம் உள்ளூரில் தெரிந்தவராயிருந்தார். அந்தச் சில சொற்பொழிவுகள், பிரிட்டனுக்கு எதிரானவை.

ஏற்கெனவே வாஷிங்டன், பிரிட்டனின் எதேச்சாதிகாரத்தைக் கண்டித்துத்தனிப்பட்ட முறையில்சில கட்டுரைகள்எழுதியிருந்தார் என்றாலும் அவரது சுதந்தர தாகம் முதல் முதலாக வெளியே தெரியத்தொடங்கியது அந்தப் பேச்சுகளின் மூலம் தான்.

1774ல் அமெரிக்கக் காலனிகளின் முதல் மாநாடு (காங்கிரஸ்) பிலடெல்பியாவில் நடந்தது. (ஏன் நடந்தது என்று சென்ற அத்தியாயத்தில் பார்த்தோம் அல்லவா?) வர்ஜீனிய காலனியின் பிரதிநிதிகளுள் ஒருவராக வாஷிங்டன் அதில் கலந்துகொள்ளச் சென்றார். அந்த மாநாடு, நம் திராவிடக் கட்சிகளின் பொதுக்குழு மாதிரி நடந்திருக்கும்போலிருக்கிறது.

தலைக்குத்தலை பேசினார்கள். யார் யார் என்னென்ன பேசினார்கள் என்று ஒருத்தருக்கும் புரியவில்லை. வாஷிங்டனுக்குப் பேசுகிற வாய்ப்பே கிடைக்கவில்லை. இரண்டு முடிவுகள் மட்டும் எடுத்தார்கள். பிரிட்டன் தொடர்ந்து சட்டம் போட்டுக்கொண்டே இருக்கக்கூடாது. அதுகாறும் போட்டிருந்த சட்டங்களை வாபஸ் வாங்காதபட்சத்தில் ஒரு வியாபாரஒத்துழைப்பும் கிடையாது.

கூட்டம் அத்துடன் கலைந்தாலும், வாஷிங்டன் மேடையேறிப் பேசாதபோதிலும் அவர் தான் அந்த மாநாட்டின் 'செண்டர் அஃப் அட்ராக்ஷனாக' இருந்தார்! காரணம், அவருக்கு இருந்த ஆழமான ராணுவ அறிவு. என்ன செய்தால் பிரிட்டனை நடுங்கவைக்கலாம் என்று சிந்துபாத் கதை மாதிரி விலாவாரியாகத் தம் நண்பர்களுக்குச் சொல்லிக்கொண்டிருந்தார். மாநாட்டு மேடையில் இருந்தவர்கள் தவிர, மற்ற அனைத்து காலனிப் பிரதிநிதிகளும் மாநாடு முடியும்வரை வாஷிங்டனைச் சுற்றியே இருந்தார்கள். பேச்சு, பேச்சு, அப்படியொரு பேச்சு!

வியூகங்கள் தவிர, அரசியல் ரீதியாக அவருக்குத் தெளிவான, தீர்மானமான கருத்துகள் இருந்ததையும் நண்பர்கள் கவனித்துக் குறித்துக்கொண்டார்கள்.

மாநாட்டில், அமெரிக்கக் காலனிகளை பிரிட்டன் பிடியிலிருந்து விடுவிக்கவேண்டிச் சில கமிட்டிகளையும் அமைத்தார்கள். வாஷிங்டன் அந்தக் கமிட்டிகளில் கூட உறுப்பினராக இல்லை. சுருக்கமாகச் சொல்வதென்றால், அவர் அப்போது ஒரு ஸ்டார் இல்லை. ஆனால், போராட்டக்காரர்கள் மத்தியில் ஒரு நிஜமான ஸ்டாருக்கான 'வேகன்ஸி' இருந்தது!

அந்த வேகன்ஸியை அடுத்தவருஷம் தான் வாஷிங்டனால் நிரப்ப முடிந்தது!

அதாவது 1775ம் ஆண்டு ஜூனில் நடைபெற்ற இரண்டாவது காங்கிரஸ் மாநாட்டில். தோதாக அந்தச் சமயம் லெக்சிங்டனில் போரும் தொடங்கிவிட, உருப்படியாக ஒரு திறமைவாய்ந்த தளபதியின் தேவையை அனைத்துக் காலனிகளும் உணர்ந்து, ஆள் தேடத்தொடங்கின.

அப்போதும் மாநாட்டுத் தலைவர்களுக்கு வாஷிங்டனை அவ்வளவாகத் தெரியவில்லை. சில வர்ஜீனிய குடியிருப்பு அதிகாரிகள், மாநாட்டுப் பிரதிநிதிகளிடம் அவரைப் பற்றி எடுத்துச் சொல்லவும்தான் விசாரிக்கத் தொடங்கினார்கள்.

உடனே முந்தைய வருஷத்து மாநாட்டின்போது மேடைக்கு வெளியே வாஷிங்டனைச் சுற்றிக்கூடிய கூட்டமும் அவரது போர் வியூக யோசனைகளும் நினைவு கூறப்பட்டன. சுதந்தர வேட்கை மிக்க பல தலைவர்கள் வாஷிங்டனுடன் தனிப்பட்ட முறையில் நிறைய சுற்றுப் பேச்சுவார்த்தைகள் நடத்தினார்கள்.

பிரிட்டனுக்கு அமைதிப் பேச்சு புரியாது. ஆயுதம் தான் அவர்களுக்குப் புரியக்கூடிய மொழி என்பதில் வாஷிங்டன் அப்போது தீர்மானமாக இருந்தார். அவரது தெளிவும் தீர்க்கமான முடிவுகளும் திட்டமிடும் சமயோசிதமும் அந்த இரண்டாவது காங்கிரஸ் மாநாட்டில் பெரிதும் சிலாகிக்கப்பட்டது.

இறுதியில் அவரிடம் ஒரே ஒரு கேள்வி கேட்டார்கள். வாஷிங்டன் ஒரு சொல்லில் பதில் சொன்னார்.

"லெக்சிங்டனில் போர் தொடங்கிவிட்டது. நீங்கள் காலனியப் படைகளுக்குத் தலைமைதாங்கி நடத்தித் தருகிறீர்களா?"

"சரி."

அவ்வளவுதான். அடுத்த விநாடியிலிருந்து அவர் அமெரிக்கா முழுவதும் அறியப்பட்டார். அக்கம்பக்கத்து பிரஞ்சுக்காலனிகளிலும் பேசப்பட்டார். டச்சுக்காரர்கள் மத்தியிலும் வாஷிங்டன் என்னும் பெயர் அடிக்கொருதரம் உச்சரிக்கப்படத் தொடங்கியது.

காரணம் மிகச் சுலபமானது. அமெரிக்க மண்ணில் பிரிட்டிஷ் காலனிகள் பெருமளவில் இருந்தாலும் பல பிரஞ்சு, டச்சுக் காலனிகளும் இருந்தன. பிரிட்டிஷ் காலனிகளே பிரிட்டனை எதிர்த்துப் போரில் இறங்குகின்றன என்றால், மற்ற பகுதிகள் தமது நிலைப்பாட்டைத் தயார் செய்து வைத்துக்கொள்ளவேண்டிய அவசியத்தை உணர்ந்திருந்தன.

போரில் பிரிட்டன் வென்றால் பிரச்னை இல்லை. ஆனால் பிரிட்டிஷ் காலனிகளின் கூட்டமைப்புப் படை வென்றுவிட்டால்? பக்கத்திலிருக்கிற பிரஞ்சு, டச்சுக் காலனிகளின் பாடு பேஜார் தான் இல்லையா?

ஆகவே அமெரிக்கக்காலனியப் படைத்தளபதியான வாஷிங்டனின் ஜாதகத்தை ஆராய்வதில் அவர்கள் அதிக கவனமும் ஆர்வமும் செலுத்தத் தொடங்கினார்கள். வாஷிங்டன் ஜெயிப்பாரா? மாட்டாரா என்று மற்ற காலனிகளில் கருத்துக் கணிப்புகளெல்லாம் நடந்தன. அந்நாளில் பெட்டிங் ஏஜெண்டுகள் உருவாகவில்லையாதலால் அது ஒன்றைத்தவிர மற்ற எல்லா விதங்களிலும் வாஷிங்டனை மிக்ஸியில் இட்டு ஆட்டியெடுத்துவிட்டார்கள்.

அதே சமயம் வாஷிங்டனை அமெரிக்கப் படைத்தளபதியாக நியமித்ததைச் சிலர் எதிர்க்கவும் செய்தார்கள். புதிதாகக் குடியேறிய இங்கிலாந்துக்காரர்களும் அமெரிக்காவின் தென்பகுதியைச் சேர்ந்த சிலரும் தான் அவர்கள். வாஷிங்டன் ஒரு பண்ணையார். முதலாளித்துவ மனோபாவம் அவரது ரத்தத்தில் இருக்கும். அவர் எப்படி ஒரு முதலாளித்துவ தேசத்தை எதிர்த்து ஜெயிப்பார் என்பது அவர்களது வாதம். (வாஷிங்டனின் பண்ணையில் ஏராளமான

ஆப்பிரிக்க அடிமைகள் வேலை செய்துகொண்டிருந்தார்கள் - இந்த அடிமைகள் விவகாரம் பிறகு விரிவாக வரும்.)

ஆனால் இதெல்லாம் எடுபடவில்லை. வாஷிங்டன் போர்க்களத்துக்குப் புறப்பட்டுவிட்டார்.

அமெரிக்க சரித்திரத்தில் அழியாப்புகழ் பெற்றுவிட்ட அந்தப் போரில் வாஷிங்டன் தன் இளமைக்காலக் கனவை நனவாக்கிக் கொண்டார். அவர் விரும்பிய ஒரு போரை அவர் தலைமை ஏற்று நடத்தினார். அவர் விரும்பிய வியூகங்களை வகுத்து, அவர் விரும்பிய விதத்தில் எதிரிகளைத் தாக்கி, அவர் விரும்பிய அபார வெற்றியைப் பெற்று, அதை தேசத்துக்கு அர்ப்பணித்தார்!

ஆனால் அந்தப் போர் அத்தனை சுலபமாக இல்லை. வாஷிங்டனுக்கு எதிரிகள் இங்கிலாந்துப் படையில் மட்டும் இல்லை. அவரது சொந்தப் படையிலேயே இருந்தார்கள். அவர்களையும் அவர் எப்படிச் சமாளித்தார் என்பதில் தான் ஒரு மாபெரும் தலைவரின் பிரத்தியேக சாமர்த்தியம் வெளிப்படுகிறது!

5. புள்ளிகள் பற்றிய விவரங்கள்

வாஷிங்டனைப் படைத் தளபதியாக நியமித்த கையோடு அமெரிக்க காலனிகளின் கூட்டமைப்பு காங்கிரஸ் ஒரு காரியம் செய்தது. ஒரு பக்கம் போர் தொடங்கியிருக்க, மறுபக்கம் இவர்கள் எல்லாரும் கூடி திட்டங்கள் தீட்டிக்கொண்டிருக்க, இன்னொருபக்கம் தேசத்துக்கு வெளியே - அதாவது அமெரிக்காவுக்கு வெளியே இருக்கிற அமெரிக்க நண்பர்கள் போருக்கான உபகரணங்கள், வரைபடங்கள், பணம் முதலிய விஷயங்களை கவனித்துக்கொண்டிருந்தார்கள்.

தகவல் தொடர்பு அவ்வளவாக வளராத காலமல்லவா? ஆகவே ஏகப்பட்ட கம்யூனிகேஷன் இடைவெளிகள் அவர்களிடையே இருந்தன. போர்க்காலத்தில் கம்யூனிகேஷன் கேப் இருந்தால் அதுதான் தோல்வியின் முதல் படியும் இறுதிப்படியும். மேலும் போர்த்தகவல்கள் என்பன பெரும்பாலும் சங்கேத மொழியில் அமைபவை. மறைந்த யாகவா முனிவர் பேசிய இனான்ய மொழி மாதிரி ஒருத்தருக்கும் புரியாத (புரியக்கூடாத!) ஆனால் சம்பந்தப்பட்டவருக்கு மட்டும் தெளிவாகப் புரிந்துவிடவேண்டிய ஒருவித இசகுபிசகான மொழி அது.

ஆகவே, திட்டமிடுபவர்கள் - செயல்படுத்துபவர்கள் - திட்டத்துக்கு உதவுகிறவர்கள் என்கிற மூன்று தரப்பினருக்கும் ஒழுங்கான தகவல்கள் சென்றுசேருவதற்கென்று அமெரிக்க காங்கிரஸ் ஒரு கமிட்டி அமைத்தது. நவம்பர் 29, 1775ம் ஆண்டு உருவான இந்த தகவல் தொடர்பு கமிட்டியை விரைவில் ரகசியத் தகவல் தொடர்பு கமிட்டி என்று பெயர் மாற்றிவிட்டார்கள்.

மிகச் சிறிய குழு அது. பென்சில்வேனியாவைச் சேர்ந்த பெஞ்சமின் ஃப்ராங்ளின், வர்ஜீனியாவைச் சேர்ந்த பெஞ்சமின் ஹாரிசன், மேரிலாந்தைச் சேர்ந்த தாமஸ் ஜான்ஸன் ஆகிய மூவர் இவர்களுள் ரொம்ப முக்கியமானவர்கள். ஜேம்ஸ் லவல் என்றொரு ஆசிரியரும் இந்தக் குழுவில் இடம் பெற்றிருந்தார். (இவர் பின்னால் பங்கர் ஹில் யுத்தத்தின்போது உளவாளியாகச் செயல்பட்டார் என்று சொல்லி பிரிட்டிஷ் படையினரால் கைது செய்யப்பட்டவர். ரொம்பக் கஷ்டப்பட்டு, வேறொரு பிரிட்டிஷ் போர்க்கைதியை

பிரிட்டனிடம் கொடுத்து பதிலுக்கு இவரை அமெரிக்கப்படை 'வாங்கிக்கொண்டது'! பெரிய சங்கேதமொழி விற்பன்னர். அமெரிக்க சங்கேதவியலின் தந்தை என்று வருணிக்கப்படுபவர்.)

இந்த கமிட்டியின் பிரதான வேலை, அமெரிக்காவுக்கு வெளியே ஒரு பலமான நெட் ஒர்க்கை உருவாக்கி அதன் உதவியைப் போரில் பயன்படுத்தச் செய்வது! சங்கேத மொழியைப் பலவிதங்களில் உருவாக்குவது, நம்பகமான ஆட்களுக்கு அதில் பயிற்சி கொடுப்பது, ஒருவேளை எதிரிக்குத் தமது போர்க்குறிப்புகளோ வரைபடங்களோ கிடைத்துவிட்டால், அவர்கள் செத்தாலும் புரிந்துகொள்ள முடியாதபடிக்குக் குழப்படிகள் செய்துவைப்பது, ரகசியமாக வெளிநாடுகளில் போருக்கான நிதி சேகரிப்பது, ராவோடு ராவாக கூரியர் சர்வீஸ் நடத்துவது, வெளிநாட்டுப் பத்திரிகைகள், சமூக அமைப்புகளுக்குத் தகவல்கள் தருவது, பிரிட்டனுக்கு எதிராகப் பிற தேசத்து காலனிகளை உசுப்பிவிடுவது, தமக்கு சப்போர்ட் சேர்த்துக்கொள்வது இவையெல்லாம் அந்தக் குழுவின் பார்ட் டைம் பணிகள்.

இதற்கெல்லாம் உச்சக்கட்டமாக 1775 டிசம்பரில் இந்தக்குழு செய்த ஒரு காரியம் மூக்குமேல் விரல் வைக்கச் செய்யக்கூடியது!

ஒரு பிரஞ்சு புலனாய்வுத் துறை அதிகாரியுடன் (வியாபாரி வேஷத்தில்) பிலடெல்பியாவிலுள்ள சில பிரிட்டிஷ் அதிகாரிகளை இந்தக்குழு சந்தித்தது. பிரஞ்சுக்காரருக்கும் இவர்கள் யாரென்று தெரியாது; அந்த பிரிட்டிஷ் அதிகாரிகளுக்கும் தெரியாது.

அந்த பிரிட்டிஷ் அதிகாரிகளுக்கு அமெரிக்க காலனி தேசங்களின்மேல் கொஞ்சம் இரக்கம் இருந்ததை அவர்கள் கண்டுபிடித்துவிட்டார்கள். போதாது? நைச்சியமாகப் பேசி அவர்களுடன் நட்புகொண்டு விட்டார்கள். அதன் மூலம் இங்கிலாந்தில் போர் தொடர்பாக எடுக்கப்படுகிற ஒவ்வொரு முக்கிய முடிவும் உடனடியாக இவர்களுக்குக் கிடைத்து உடனே, உடனே அமெரிக்கப் படைத் தளபதிக்கு அறிவிக்கப்பட்டது!

இந்த ரகசியத் தகவல்தொடர்பு கமிட்டிக்கு நிகராக இன்னொரு ரகசிய கமிட்டியும் தளபதி வாஷிங்டனுக்கு உதவுவதற்கென்று அமைக்கப்பட்டது. இதில் தகவல், தொடர்பெல்லாம் கிடையாது.

வெறும் ரகசிய கமிட்டி. அவ்வளவுதான். வெடிமருந்து ஸ்டாக்கை கவனிப்பது தான் இந்த கமிட்டியின் முக்கியப் பணி. இந்த கமிட்டியிலும் பெஞ்சமின் ஃப்ராங்க்ளின் இருந்தார். அமெரிக்க விடுதலைப் போராட்டக் குழுவின் பெரும்பாலான கமிட்டிகளில் ஃப்ராங்க்ளின் உண்டு. காரணம், அவரது தொழில் நேர்த்தியும் கை சுத்தமும். (அடுத்த அத்தியாயத்தில் போர்க்களத்துக்குப் போயாகவேண்டும். ஆகவே, ஃப்ராங்க்ளின் குறித்து விரிவாகப் பிறகு பார்க்கலாம். அவகாசம் இருக்கிறது.)

இந்த ரகசிய கமிட்டியில் நிறைய பணம் புழங்கவேண்டிய அவசியம் இருந்தது. ஏகப்பட்ட அதிகாரங்கள் கொண்ட கமிட்டி இது. ஒரே ஒரு சாம்பிள் பாருங்கள்.

யுத்தத்துக்காக இந்த கமிட்டி வெடி மருந்துகளைச் சேமித்துப் பதுக்கிவைக்கவேண்டும். எங்கிருந்து வாங்கப்படுகிறது; அல்லது தயாரிக்கப்படுகிறது என்று யாருக்கும் சொல்லத் தேவையில்லை. அதே மாதிரி எவ்வளவு செலவு என்றும் யாருக்கும் கணக்குக் காட்டத் தேவையில்லை! இன்வாய்ஸ், க்ரெடிட் நோட், டெபிட் நோட் விவகாரங்கள் எதுவும் கிடையாது. எந்த பில்லையும் பாதுகாத்து அக்கவுண்ட் பராமரிக்க வேண்டிய அவசியம் இல்லை. எத்தனை லட்சங்கள் வேண்டுமானாலும் செலவழிக்கலாம். அவசரத்துக்கு யாரிடமிருந்தும் பணம் பெறலாம்; காரணம் சொல்லத் தேவையில்லை!

முழுக்க முழுக்க ரகசியமாகவே இந்தக் குழு செயல்பட்டது (போர் முடிவுறும்வரையில்!). அவ்வப்போது கையில் இருந்த பில்களையும் ரசீதுகளையும் சேர்த்து, மொத்தமாக எரித்துவிடுவார்கள்.

பிரிட்டனின் ராணுவக்கிடங்கிலிருந்தே வெடிபொருட்களையும் ஆயுதங்களையும் 'ரகசியமாக' வாங்குவது, அதைத் தமது படையினருக்கு பாதுகாப்பாக அனுப்பிவைப்பது ஆகியவை இக்குழுவின் முக்கிய வேலைகள். இந்தக் காரியங்கள் தடையின்றி நடக்க இந்தக்குழு கடைபிடித்த உத்திகள் வினோதமானவை.

பல சமயம் பெஞ்சமின் ஃப்ராங்க்ளினின் வெடிபொருள் ஏற்றிய வாகனம் பிரிட்டிஷ் கொடியுடன் சாலைகளில் விரைந்துபோகும். ஒருத்தருக்கு ஒரு சந்தேகம் வரவேண்டுமே! திடீரென்று பிரெஞ்சு

ராணுவ யூனிஃபாரமுடன் இவர்கள் பிரிட்டிஷ் படை இருக்கும் பகுதிகளில் வலம் வருவார்கள்.

அந்தப் போர் தொடங்கிய சமயம் பிரான்ஸ் யார் பக்கம் சாயப்போகிறது என்பது மில்லியன் டாலர் கேள்வியாக இருந்தது. அமெரிக்க மண்ணில் பிரெஞ்சுக் காலனிகளும் டச்சுக் காலனிகளும் நிறைய இருந்தன என்று பார்த்தோமல்லவா?

போரையும் அதன் விளைவுகளையும் அந்த இரண்டு நாடுகள் எப்படி எதிர்கொள்ளும் என்று பிரிட்டனுக்கு சந்தேகமாகவே இருந்தது. ஒருவேளை அவை தமக்கு ஆதரவளிக்க முடிவு செய்திருக்கும் பட்சத்தில் - அதை அறிவிப்பதற்கு முன் - விபரீதமாக ஏதும் நடந்துவிடக்கூடாது என்று பிரிட்டிஷ் படைக்கு இங்கிலாந்து ராணுவத் தலைமையகம் ஓர் உத்தரவிட்டிருந்தது.

எந்த பிரெஞ்சுப் படையைப் பார்த்தாலும் சலாம் போட்டுவிட்டு விலகிப் போய்விடுங்கள். சண்டையோ, சமாதானமோ இப்போது வேண்டாம் என்பதே அது.

மிகக் குறுகிய காலம் மட்டுமே கடைபிடிக்கப்பட்ட இந்த நடைமுறையை ஃப்ராங்க்ளினின் ரகசிய கமிட்டி சிறப்பாகப் பயன்படுத்திக்கொண்டது. பிரெஞ்சுக்கார ராணுவ வேஷத்தில் அவர்களால் சுலபமாக பிரிட்டிஷ் ராணுவ கேம்ப்பைச் சுற்றி வரமுடிந்தது. அங்கேயே சில உளவாளிகளையும் பிடித்து நியமித்துத் தம் காரியங்களை கன கச்சிதமாகப் பார்த்துக்கொண்டது!

இந்த ரகசிய கமிட்டிகளுக்கும் ராணுவத் தளபதிக்கும் சேர்த்து உதவ இன்னொரு கமிட்டியும் உருவாக்கப்பட்டது. அது ஒற்றர் கமிட்டி!

சுதந்தர அமெரிக்காவின் முதல் தலைமுறை ஸ்டார்களான ஜான் ஆடம்ஸ், தாமஸ் ஜெஃபர்ஸன், எட்வர்ட் ருட்லெட்ஜ், ஜேம்ஸ் வில்சன், ராபர்ட் லிவிங்ஸ்டன் ஆகியோர் இந்த கமிட்டி உறுப்பினர்களாக 1776 ஜூன் 5ம் தேதி நியமிக்கப்பட்டார்கள்.

மேலை நாடுகள் என்றில்லை. உலகம் முழுவதிலுமே ஒற்றர்களுக்கான சட்டதிட்டங்கள், விதிமுறைகள் ஒழுங்காக வகுக்கப்படாத காலம் அது. யாராவது ஒற்றர் என்று சந்தேகத்தில் பிடிபட்டால் என்ன தண்டனை தருவது என்பதில் எல்லா தேசங்களுமே சிண்டைப் பிய்த்துக்கொண்டிருந்தார்கள்.

(சம்பந்தமில்லாத, ஆனால் ஓர் ஆச்சர்யமான இடைச்செருகல்: சுமார் 2400 வருஷங்களுக்கு முன்சாணக்கியர், தமது அர்த்தசாஸ்திரத்தில் படு தெளிவாக ஒற்றர்களையும் அவர்களது தொழில் இலக்கணங்களையும், மாட்டிக்கொண்டால் கொடுக்க வேண்டிய தண்டனைகளையும், மாட்டிக்கொள்ளாமல் சொந்த தேசத்து ஒற்றர்கள் எப்படி ஒற்றாட வேண்டும் என்பதையும் குறிப்பிட்டிருக்கிறார்! ஆர்வமிருந்தால் படித்துப் பாருங்கள் - கௌடலீயம், எட்டாவது அத்தியாயம், ஏழு முதல் ஒன்பது வரையிலான பிரகரணம். அண்ணாமலை பல்கலைக்கழக வெளியீடு.)

விஷயத்துக்கு வருவோம். மேற்சொன்ன ஒற்றர் கமிட்டியின் முக்கியமான பணி, ஒற்றாடலுக்கான சட்டதிட்டங்களை வகுப்பது தான். இது மிகவும் பேஜாரான காரியமாக அன்று இருந்தது. ஏற்கெனவே, டாக்டர் பெஞ்சமின் சர்ச் என்னும் ராணுவத் தலைமை மருத்துவர் ஒருவரை பிரிட்டிஷ் ஒற்றர் என்று குற்றம் சாட்டி, வாஷிங்டன் சிறைப்பிடித்து வைத்திருந்தார். ஒற்றர் சட்டம் ஏதும் இயற்றப்படாததால் மேற்கொண்டு அவரை என்ன பண்ணுவது என்று தெரியாமல் சும்மா ஜெயிலில் போட்டு வைத்திருந்தார்கள். சரி, போர் முடிந்ததும் பார்த்துக்கொள்ளலாம் என்று அம்போவென விடவும் விட்டுவிட்டார்கள், அந்த கேஸை. ஐயா, எதாவது தண்டனை கொடுத்து உள்ளே தள்ளுங்கள்; சும்மா வைத்திருக்கமுடியாது என்று இரண்டாம் நிலை அதிகாரிகள் வாஷிங்டனைக் கேட்டுக்கொண்டார்கள்.

ஆனால் ஜெயிலில் இருப்பதே தண்டனைதான் என்று அவரும் அவரது சகாக்களும் சொல்லிவிட்டார்கள். அதாவது மற்ற ஒற்றர்கள் பயப்படும்விதமான தண்டனை ஏதும் வாஷிங்டனால் தரப்படவில்லை.

அடடே, இது ஆபத்தாச்சே, உடனடியாக ஓர் ஒற்றர் சட்டம் இயற்றியாக வேண்டுமே என்று பதறிப்போய்தான் மேற்சொன்ன ஒற்றர் (சட்டக்) கமிட்டியையும் உடனே அமைத்தது அமெரிக்க காங்கிரஸ். கூடிய சீக்கிரம் அந்த கமிட்டி தன் அறிக்கையை அளித்துவிட்டது.

அமெரிக்க சுதந்தரப் போராட்டத்துக்கு ஊறு விளைவிக்கும் விதத்தில் எதிரிப்படைக்குத் தகவல் சொல்லும் ஒற்றர் யாரானாலும்

மரணமே தண்டனை என்பது தான் அந்த அறிக்கையின் சாரம். இது உடனே நடைமுறைக்கு வந்துவிட்டது. சுதந்தரப் போர் முடிவதற்குள் இச்சட்டத்தின்படி பலபேர் பரலோகம் போய்ச் சேர்ந்தார்கள் என்றாலும் ஒரு விசித்திரம்.

அந்த முதல் போணியான ராணுவ டாக்டர் பெஞ்சமின் சர்ச் மட்டும் எப்படியோ மரண தண்டனை விலக்கு பெற்று, ரொம்ப நாள் ஜெயிலில் இருந்துவிட்டு உயிரோடு தப்பிப் பிழைத்தார்!

இப்படி ராணுவ நடவடிக்கைகளுக்கு உதவும் ரகசியக் குழுக்கள் தயாராகி வேலை பார்க்கத் தொடங்கியதும் சுதந்தரப் போராட்டக் குழுக்களின் அரசியல் பிரிவு தன் வேலையைத் தொடங்கியது. அதாவது உலக நாடுகளின் ஒத்துழைப்பைக் கேட்டுப் பெறுவது!

அமெரிக்கக் காலனிப் படைகளின் முக்கிய இலக்கு பிரான்ஸ் தான். அமெரிக்க மண்ணில் பிரிட்டிஷ் காலனிகளுக்கு எதிராக பிரான்சும் தன் காலனிகளை நிறுவியிருந்தாலும் எதிரிக்கு எதிரி நண்பன் என்னும் சித்தாந்தப்படி அமெரிக்கப் படையுடன் கைகோக்கச் சம்மதமா என்று கேட்பதற்கு பிரான்சுக்கு ரகசியமாக ஒரு குழுவை அனுப்பியது அமெரிக்கக் காலனிகளின் காங்கிரஸ்.

சரித்திர முக்கியத்துவம் வாய்ந்த அந்த சந்திப்பு நவம்பர் 29, 1776 அன்று பாரீஸில் நடைபெற்றது. ஐக்கிய அமெரிக்க காங்கிரஸின் பிரதிநிதியாக பிரான்ஸுக்குச் சென்றிருந்த பெஞ்சமின் ப்ராங்க்ளின் பிரெஞ்சு அதிகாரிகளுடன் தீவிரமான ஆலோசனை நிகழ்த்தினார். இறுதியில் அமெரிக்க சுதந்தரப் போருக்கு தொடக்கக் கட்டமாக ‘மௌன ஆதரவு’ அளிப்பதென பிரான்ஸ் ஒப்புக்கொண்டது! அமெரிக்கர்களின் சுதந்தரப் பிரகடனங்களையும் போர்ச் செய்திகளையும் வெளி உலகுக்கு அறிவிக்க ஒரு ‘அறிவிக்கப்படாத’ ஐரோப்பிய ரேடியோவாக இருக்கவும் அது சம்மதித்தது.

ஆனபோதிலும் பிரான்சுக்குக் கொஞ்சம் உதறல் இருந்திருக்கிறது. போரில் ஒருவேளை பிரிட்டன் ஜெயிக்கத் தொடங்கிவிட்டால்? பிறகு வாழ்நாள் முழுவதும் போட்டு வறுத்து எடுத்துவிடுவார்களே என்கிற உதறல் அது.

ஆனால் அமெரிக்கப் படைகளின் கட்டுப்பாடு, சிறப்பான தலைமை, திட்டம் தீட்டுவதில் அவர்கள் கடைபிடித்த பல

நூதனமான வழிமுறைகள், எல்லாவற்றுக்கும் மேலாக அனைத்து காலனிகளுக்கும் இடையே ஓங்கியிருந்த ஒற்றுமை இவையெல்லாம் தான் பிரான்ஸை சிந்திக்கவைத்தன.

ரொம்ப நாள் அவர்கள் குழம்பிய குட்டையாக இருக்க வேண்டி அமையவில்லை. 1777 அக்டோபரில் சரடோகா என்னுமிடத்தில் நடந்த போரில் பிரிட்டிஷ் ராணுவம் சிதறிப் போனதையும் அமெரிக்கப் படை பெறுவெற்றி பெற்றதையும் பார்த்ததுமே பிரான்சுக்குப் போரின் போக்கு புரிந்துவிட்டது. அமெரிக்கப் படைக்குத் தன் ஆதரவை அள்ளிவழங்குவதில் இன்னும் தீவிரமாகத் தொடங்கிவிட்டது.

மேலும் சில மாதங்கள் கடந்தபின் (மார்ச் 30, 1778) வெளிப்படையாக டிக்ளேர் பண்ணிவிட்டார்கள். அமெரிக்கப் படையும் பிரெஞ்சுப் படையும் இணைந்து இங்கிலாந்தை எதிர்க்கப் போகிற தினத்தைத் தேர்ந்தெடுக்கவேண்டியது தான் பாக்கி.

அந்த நாள், அதே ஆண்டு ஜூலை 7ம் தேதி.

பிரெஞ்சுத் தளபதி டி'ஸ்டெயிங் தலைமையில் ஒரு பெரிய படை அமெரிக்கப் படைகளுக்கு உதவப் புறப்பட்டது. டெல்வர் நதியின் மேற்பரப்பு முழுவதும் பிரெஞ்சு கடற்படைக் கப்பல்களால் நிரம்பியிருந்தது!

செய்தி அறிந்ததும் வாஷிங்டனுக்கு ரொம்ப நிம்மதியானது. இனி பிரச்னையில்லை. ஜெயிப்பது 199 சதவீதம் உறுதியாகிவிட்டது.

இந்த நேரத்தில் தான் அவர் சற்றும் எதிர்பாராத பிரச்னைகள் அவரது படையினராலேயே கொண்டுவரப்பட்டன. அவற்றுள் மிக முக்கியமானது, அமெரிக்கப் படையின் வீரர்களுள் ஒரு பகுதியினருக்கு வாஷிங்டனை அறவே பிடிக்கவில்லை என்பது. அதாவது, "அமெரிக்க சுதந்தரப் போரில் பங்குபெற எவ்வித ஆட்சேபணையும் இல்லை; ஆனால் வாஷிங்டன் சொல்லிக் கேட்கமாட்டோம்" என்று அவர்கள் அழிச்சாட்டியம் பண்ணத் தொடங்கினார்கள்.

ஒரு தளபதி, "உன்னை நீயே சுட்டுக்கொள்" என்று உத்தரவிட்டாலும் ஏன் என்று கேட்டு நேரம் கடத்தாமல் உடனே சுட்டுக்கொள்ளும்

வீரர்கள் இருந்தால் தான் படை ஜெயிக்கும் என்பது ராணுவத்தின் ஆதாரப் பாடங்களுள் ஒன்று.

இது வாஷிங்டனுக்கு மட்டுமல்ல; அவரது வீரர்களுக்கும் தெரியும். அதற்காக என்ன செய்வது? அவர்களில் சிலருக்கு வாஷிங்டனைப் பிடிக்கவில்லை. உட்கார்ந்து பேசி மனத்தை மாற்றிக்கொண்டிருக்கவா முடியும்?

வாஷிங்டன் யோசித்தார். பிரெஞ்சுப் படை வந்துசேர்ந்திருந்தது. அவரும் ஒரு முடிவுக்கு வந்தார்.

6. பெற்ற சுதந்தரம்

பிரிட்டனுக்கு எதிராக அமெரிக்கப் படைகள் போர்க்களம் இறங்கிவிட்டன; சரி. ஆனால் எதற்கு இந்தப் போர்?

சுதந்தரம் பெறுவதற்கு. அதுவும் சரி. சுதந்தரம் பெற்றபின் என்ன செய்யப் போகிறோம்? துண்டு துண்டாக டஜன் கணக்கில் பிரிட்டிஷ் காலனிகள் அமெரிக்க மண்ணில் இருந்தன. ஒரு யுத்தம் என்று வந்ததால் ஒன்று சேர்ந்து இப்போது போர் புரியத் தொடங்கியிருக்கின்றன. போரில் வென்றபின் இந்தக் காலனிகள் எப்படி இயங்கும்? இதே மாதிரி ஒன்று சேர்ந்து ஒரே நாடாகிவிடுமா? ஒரே நாடு என்றால் என்னமாதிரியான ஆட்சி? பிரிட்டன் போலவே மன்னர் இருப்பாரா? பார்லிமெண்டும் இருக்குமா? மன்னர் ஆட்சி என்றால் யார் மன்னர்?

ஒருவேளை மக்கள் ஆட்சி என்றால் அமைப்பு எப்படி இருக்கும்? சட்டதிட்டங்களுக்கு யார் பொறுப்பு? பிரிட்டனை எதிர்த்து வென்று தனி நாடானால், கட்டிக்காக்கும் அளவுக்குத் திறமை பொருந்திய ஆட்சியாக அது அமையுமா? எல்லாவற்றுக்கும் மேலாக, போர் என்றதும் அணி திரண்ட அமெரிக்கக் காலனிகள் போர் முடிந்தபிறகும் ஒற்றுமையாகவே இருக்கும் என்பதற்கு என்ன உத்தரவாதம்? அல்லது யார் உத்தரவாதம் தருவார்கள்?

இந்தக் கேள்விகளெல்லாம் அப்போது அமெரிக்க சிவிலியன்களைவிட அமெரிக்கப் போர்வீரர்களுக்கு அதிகம் இருந்தன. குறிப்பாகஅமெரிக்கத்தளபதியாகப்பொறுப்பேற்றிருந்த வாஷிங்டனைப் பிடிக்காத ஆயிரக்கணக்கான வீரர்களுக்கு இக்கேள்விகள் அதிகம் இம்சை கொடுத்துக்கொண்டிருந்தன.

வாஷிங்டன் அடிப்படையில் ஒரு பண்ணையார். பெரிய பணக்காரரர். அவரது தலைமையில் போர் செய்து, ஒருவேளை வென்றுவிட்டால் அமெரிக்க மண்ணின் ஆட்சி உரிமை அவருக்கே போய்விடுமோ என்பது அவர்களின் சந்தேகம். அதாவது ஒரு முதலாளித்துவ தேசத்துடன் போர் செய்து வென்று, இன்னொரு முதலாளியை மன்னராக்கி அவஸ்தைப்பட வேண்டி வருமோ என்பது அவர்களின் கவலை.

அமெரிக்க மண்ணில் பிரிட்டனின் ஆதிக்கத்தை ஒழிக்கவேண்டும் என்பது தான் போரின் நோக்கமாக இருந்ததே தவிர, அமெரிக்கா சுதந்தரம் பெற்ற பிறகு என்ன மாதிரி ஆட்சி அமையப் போகிறது, எதிர்காலத் திட்டங்கள் என்ன என்று யாரும் அதுவரை எடுத்துக் கூறியிருக்கவில்லை. அல்லது சிந்திக்கவேயில்லை.

வாஷிங்டனின் படைவீரர்களுள் ஒருசாரார் இதன் காரணமாகவே அவரைப் படைத்தளபதியாக ஏற்கத் தயங்கினார்கள்.

அந்நாளில் பிரிட்டனின் ராணுவத்துடன் ஒப்பிட்டால் அமெரிக்கப் படை என்பது ஒரு கொசு. மேலும் பிரிட்டன் ராணுவத்துக்கு இருந்த பிரும்மாண்டமான கடற்படையும் வளமான வெடி பொருட்கள் வசதிகளும் அனைத்து உலக நாடுகளையுமே அச்சுறுத்திக் கொண்டிருந்தன. அமெரிக்கப் படைக்கு வாஷிங்டன் என்னும் திறமை மிக்க தளபதி கிடைத்திருந்தாலும் அவரது அணுகுமுறை அவர்களுக்கு மிகவும் புதிதாக இருந்தது.

அதுவரை ஒரு சரியான நிர்வாகி என்பவர் எப்படி இருப்பார் என்று பார்த்தறியாத தேசம் அது. வாஷிங்டன், சிறந்த தளபதியானாலும் மிகச்சிறந்த நிர்வாகி. பொறுப்புகளைப் பகிர்ந்து அளித்துவிட்டு, நடுவில் தலையிடாத இயல்பு அவருடையது.

இது நிர்வாகத் துறைக்குச் சரியே தவிர ராணுவத்துக்குச் சரியல்ல என்பது வாஷிங்டன் எதிர்ப்பாளர்களின் இன்னொரு முணுமுணுப்பு. ஒரு ராணுவத்தலைவர் என்பவர் கிட்டத்தட்ட சர்வாதிகாரியாக இருந்தால் தான் படை உருப்படும் என்பது ராணுவ இலக்கணம். ஆனால் வாஷிங்டன் கட்டளை இடமாட்டார். தம் கருத்துகளைச் சொல்லி, சகாக்களை விவாதிக்கவிட்டு, பெரும்பான்மையானவர்களால் ஏற்றுக்கொள்ளப்படும் உத்திகளைச் செயல்படுத்தச் சொல்லுவார். இதெல்லாம் வெற்றிக்கு உதவாது என்று அமெரிக்க ராணுவத்தில் பலபேர் நினைத்தார்கள்.

விளைவு? ஆயிரக்கணக்கான வீரர்கள் படையிலிருந்து விலகி, காணாமல் போனார்கள்.

ஏற்கெனவே மிகச்சிறிய ராணுவம் அது. ஒரு முக்கால் மணி நேரத்தில் மொத்தப் படை வீரர்களையும் பரேடு நடத்தி, தலை எண்ணிவிடலாம். அதில் சில ஆயிரம் பேர் விலகினால் என்ன ஆவது?

இன்னும் சிலர் இந்த நிலைமை உருவாவதற்குக் காரணமான வாஷிங்டன் மீது அதிருப்தி கொண்டு, வேறு தளபதி வேண்டும் என்று பேச ஆரம்பித்தார்கள்.

இந்தமாதிரி நெருக்கடிகளால், சுதந்தரப் போர் தொடங்கிய ஆரம்பக் கட்டங்களில் அமெரிக்கப் படைகளுக்குச் சில தோல்விகள் உண்டாயின. குறிப்பாக பங்கர் ஹில் *(Bunker hill)* என்னும் இடத்தில் நடந்த மிகக் கடுமையான போரின் இறுதியில் அமெரிக்கப்படை தலை தெறிக்க ஓடவேண்டியதானது. *(1775).* அதேமாதிரி க்யுபெக்கைத் தாக்க அனுப்பப்பட்ட அமெரிக்கப்படையும் கேவலமான தோல்வியைச் சந்தித்தது.

இந்தத் தோல்விகளின்போதெல்லாம் பிரான்ஸ் தன் கருத்தைத் தெரிவிக்காமல் மௌனசாமியார் மாதிரி சும்மா பார்த்துக் கொண்டிருந்தது. எப்படியாவது பிரான்ஸை அமெரிக்க ஆதரவு நிலை எடுக்கச் செய்துவிடவேண்டும் என்று வாஷிங்டன் யோசித்துவந்த காலம் அது.

அப்போது அமெரிக்க வீரர்களை எதிர்த்துக்கொண்டிருந்த பிரிட்டிஷ் ராணுவத்துக்குத் தளபதியாக இருந்தவர் பெயர் ஹவ் *(Sir William Howe).* அவர் பிரமாதமான வீரர் இல்லை என்றாலும் அதிர்ஷ்டக் காற்று அவர் பக்கம் வீசிக்கொண்டிருந்தது. பங்கர் ஹில்லிலும் க்யுபெக்கிலும் அமெரிக்கப் படைகளைத் தோற்கடித்த கிறுகிறுப்பில் அவர் சகட்டு மேனிக்கு திட்டங்கள் தீட்ட ஆரம்பித்தார். அமெரிக்கப் படை முழுவதுமே அமெச்சூர் வீரர்களால் நிரம்பியது என்னும் எண்ணத்தின் அடிப்படையில் அவர் வகுத்த போர்த்திட்டங்கள் தான் இறுதியில் போரின் தலையெழுத்தை மாற்றி எழுதியது!

நமது பி.ஆர்.சோப்ரா மகாபாரத சீரியலில் வந்தது மாதிரி ஒரே ஒரு பெரிய ப்ளே கிரவுண்டில் நடந்த போர் இல்லை அது. பிரும்மாண்டமான வட அமெரிக்க நிலப்பரப்பின் பல பகுதிகளில் ஒரே சமயத்தில் அமெரிக்கப் படைகளும் பிரிட்டிஷ் படைகளும் மோதிக்கொண்டிருந்தன. அடுத்தடுத்த இரு தோல்விகளால் அமெரிக்க ராணுவம் நி¢லை குலையத்தொடங்கியிருந்த நேரத்தில் வாஷிங்டன் சும்மா தலைமையகத்தில் உட்கார்ந்து ஆலோசித்துக்கொண்டிருக்காமல், தானே ஒரு சிறு படையின் உதவியுடன் பாஸ்டனில் பிரிட்டன் படைகளை எதிர்க்கத் தொடங்கினார்.

அவர் பெரிய குதிரைவீரர். வாள் சுழற்றவும் தெரியும். வெடிகுண்டு வீசவும் தெரியும். பீரங்கிப் பிரயோகத்தில் அவருக்கு அபாரமான தேர்ச்சி இருந்தது. குறிபார்த்து சுடுவதில் மன்னன்.

பாதி பாரம்பரிய முறையிலும் பாதி ஹைடெக்காகவும் நடைபெற்ற அந்த யுத்தத்தில் வாஷிங்டன் வகுத்த வியூகங்கள் அமெரிக்கப் படைக்குப் பெரும் வெற்றியைக் கொடுத்தன. பாஸ்டனில் வாஷிங்டனுக்கு எதிராகப் போர்புரிந்த ஹவ், உண்மையிலேயே நிலைகுலைந்துபோனார்.

வரலாறில் அத்தனை விருப்பம் உள்ளவர் என்று சொல்ல முடியாவிட்டாலும் புவியியலில் பெரும் தேர்ச்சியுள்ளவர் வாஷிங்டன். குறிப்பாக அமெரிக்கப் புவியியல். அமெரிக்காவின் சந்துபொந்துகள் அத்தனையும் அவருக்கு அத்துபடி. ஆகவே, பிரிட்டன் படைகள் சற்றும் எதிர்பாராத இடங்களிலிருந்தெல்லாம் தம் படையினரை அவர் ஏவினார். கிட்டத்தட்ட கெரில்லாத் தாக்குதல் என்று சொல்லலாம். ஆனால் நேரடிப் போர் தான் பெரும்பாலும் நடந்தது.

ஒரு கட்டத்துக்கு மேல் ஹவ்வால் வாஷிங்டனின் தாக்குதலைத் தாக்குப்பிடிக்கமுடியாமல் போய் அவர் பின்வாங்கி ஓடவேண்டி வந்தது. முன்னதாக பங்கர் ஹில்லிலும் க்யுபெக்கிலும் பிரிட்டிஷ் படை பெற்றிருந்த இரண்டு வெற்றிகளையும் இந்த ஒரு தோல்வி அடித்துக்கொண்டு ஓடிவிட, போரில் தனது முதல் அதிர்ச்சியை அப்போது சந்தித்தது இங்கிலாந்து.

ஒரு சொதப்பலை உடனடியாகச் சரிசெய்யாவிட்டால் அதுவே இறுதிவரை சொதப்பிவிடும் என்பது போருக்கு என்றல்ல; எல்லாவற்றுக்குமே பொருந்தக்கூடிய விதி அல்லவா? இது ஏனோ அன்று பிரிட்டனுக்குத் தெரியாமல் போய்விட்டது.

பிரிட்டனின் படைகள் திறமைவாய்ந்தவை தான். ஆனால் தளபதி ஹவ் அத்தனை திறமைசாலி இல்லை. இது வீரர்களுக்குத் தெரிந்திருந்ததே தவிர, இங்கிலாந்து அரசுக்குத் தெரியாமல் போனது ஆச்சர்யம் தான்.

வாஷிங்டனிடம் நேரடியாகத் தோற்று, பாஸ்டனிலிருந்து தப்பியோடியதிலிருந்தே அவர் தொடர்ந்து பல தவறுகள் செய்ய

ஆரம்பித்தார். உதாரணமாக ஒரே ஒரு விஷயத்தை மட்டும் பார்க்கலாம்.

அப்போது கனடாவில் இருந்த பிரிட்டிஷ் படைக்கு பர்காயின் என்பவர் தளபதியாக இருந்தார். கொஞ்சம் கெட்டிக்காரர். அவசரகால ராணுவ நடவடிக்கைகளுக்குப் பேர்போனவர் அவர். பதறாமல் காரியம் செய்வதில் பெரிய ஆள்.

இங்கிலாந்து, அவரை தெற்கு நோக்கி (கனடாவுக்குத் தெற்கே அமெரிக்கா) முன்னேறி, ஹவ்வுடன் இணைந்துகொள்ளச் சொல்லி உத்தரவிட்டிருந்தது. தோதாக இங்கே பாஸ்டனிலிருந்த ஹவ்வை வடக்கு நோக்கி நகர்ந்து பர்காயினை வழியிலேயே எதிர்கொண்டு இணைந்துகொள்ளவேண்டும் என்றும் சொல்லியிருந்தார்கள்.

இந்தத் திட்டம் ஒழுங்காக நடந்திருந்தால் கண்டிப்பாக இங்கிலாந்துப் படைகள் மிகப்பெரிய வெற்றிகண்டிருக்கும் என்கிறார்கள் அமெரிக்க சரித்திர ஆராய்ச்சியாளர்கள். வடக்கிலிருந்து ஒரு படையும் தெற்கிலிருந்து ஒரு படையும் எதிரெதிரே முன்னேறி, இணையும் நோக்கில் வந்தால் நடுவிலுள்ள அத்தனை பிராந்தியங்களையும் வளைத்துவிடுவது சுலபம்.

இந்த அற்புதமான திட்டம் ஏனோ ஹவ்வுக்குப் புரியவில்லை. பாஸ்டனில் தோற்றதற்குப் பரிகாரமாக எப்படியாவது ஃபிலடெல்பியாவைப் பிடித்துவிடவேண்டும் என்று முடிவுசெய்து அவர் அங்கே கேம்ப் அடித்துவிட்டார். பர்காயின் வந்தால் வரட்டும்; நான் ஃபிலடெல்பியாவை வெல்லும்வரை இடத்தைவிட்டு நகரமாட்டேன் என்று சொல்லிவிட்டார்.

பர்காயினும் ஹவ்வும் ஹட்சன் குடாப்பகுதியில் சந்திப்பதாக ஏற்பாடு. கனடாவிலிருந்து புறப்பட்ட பர்காயின் சொன்ன தேதிக்கு கரெக்டாக ஹட்சனுக்கு வந்துவிட்டார். ஆனால் அங்கே ஹவ்வைக் காணோம். அவர் ஃபிலடெல்பியா கனவில் மூழ்கியிருந்த விஷயம் அவருக்குத் தெரியாது. இதோ வந்துவிடுவார், நாளை வந்துவிடுவார், அடுத்தவாரம் வந்துவிடுவார் என்று அவர் காத்திருந்து, காத்திருந்து வீணாய்ப் போனார். அவருடன் வந்த படையினரும் சலித்துப் போய்விட்டார்கள்.

இதான் சந்தர்ப்பம் என்று பர்காயின் படைகளைச் சுற்றி வளைத்துக்கொண்டு அமெரிக்கப் படை தாக்கத் தொடங்கிவிட்டது.

படு கோரமான யுத்தம் அது! பிரிட்டிஷ் படையினர் சிதறி ஓடக்கூட வழியின்றி, அமெரிக்க வீரர்களால் சுடப்பட்டு வீழ்ந்தார்கள்! கட்டக்கடைசி வரை ஹவ் உதவிக்கு வந்துசேராததால் வேறு வழியின்றி மிச்சமிருந்த வீரர்களுடன் பர்காயின் சரணடைந்தார்.

இதுதான்... இந்த வெற்றி தான் பிரான்ஸை அமெரிக்கப் படைக்கு ஆதரவாக உடனே புறப்பட்டுவரவழைத்தது.

பிரான்சிலிருந்து புறப்பட்ட அந்தப் படை புத்திசாலித்தனமாக இரு பிரிவுகளாகப் பிரிக்கப்பட்டே அனுப்பப்பட்டது. ஒரு படை நேரே மேற்கிந்தியத்தீவுப் பக்கம் போய் அங்கே இருந்த பிரிட்டிஷ் படையைத் தாக்கவேண்டும். இன்னொரு கப்பல்படை, அமெரிக்காவில் போரிட்டுக்கொண்டிருக்கும் பிரிட்டிஷ் வீரர்களுக்குத் தேவையான ஆயுதங்கள், உணவுப் பொருட்களைச் சுமந்துவரும் பிரிட்டிஷ் கப்பல்களை 'கவனித்து'க்கொள்ளவேண்டியது.

இந்த ஏற்பாடு மிக அற்புதமாகச் செயலாற்றத் தொடங்கியதும் ஸ்பெயினும் அமெரிக்காவுக்கு ஆதரவாகப் போரில் குதித்தது. அவர்கள் மைனார்கா என்னும் தீவை பிரிட்டனிடமிருந்து கைப்பற்றினார்கள். போதாக்குறைக்கு டச்சுக்காரர்களும் அமெரிக்க ஆதரவு நிலையை எடுத்தார்கள்.

போரில் நடுநிலைமை வகித்த நாடுகள் கூட பிரிட்டிஷ் கப்பற்படை தந்துகொண்டிருந்த தொல்லைகள் பொறுக்கமாட்டாமல் பிரிட்டனுக்கு எதிரான ஒரு கூட்டணியை அமைக்கும் அளவுக்கு (இந்தக் கூட்டணியில் ரஷ்டா, ஸ்வீடன், டென்மார்க் ஆகிய நாடுகள் உறுப்பு.) இங்கிலாந்து வெறுப்பு அப்போது பரவியிருந்தது.

இங்கிலாந்தும் தம்மாலான எல்லா நடவடிக்கைகளையும் எடுத்துப் பார்த்தது. படைத்தளபதி ஹவ் தூக்கியடிக்கப்பட்டு, ஹென்றி கிளிண்டன் என்னும் புதிய தளபதியை அமெரிக்காவுக்கு அனுப்பியது. அவர் சார்ல்ஸ்டன் என்னும் இடத்தைக் கைப்பற்றிய அதே நேரத்தில் இன்னொரு தளபதி கார்ன் வாலிஸ் யார்க்டவுனில் அமெரிக்காவிடம் சரணடைந்தார்!

கிட்டத்தட்ட எட்டுவருஷம் நடந்த யுத்தம் இது. இரு தரப்பிலும் ஏராளமான சேதம் இருந்தது. ஆனால் போர் முடியாமல் இழுத்துக்

கொண்டே போனது. இங்கிலாந்திடம் வலிமை இருந்தது என்றால், அமெரிக்க வீரர்களிடம் தேசப்பற்றும் விடாமுயற்சியும் இருந்தது. மேலும் ஆரம்பத்தில் வாஷிங்டன் மேல் பாதி நம்பிக்கை மட்டுமே கொண்டிருந்த அமெரிக்க வீரர்களுக்கு அவரது ராஜதந்திர நடவடிக்கைகள் முழுவதுமாகத் தெரியத்தொடங்கியதும் பூரண ஒத்துழைப்பு தரத் தொடங்கிவிட்டார்கள். வேறு யாராவது படைத்தளபதியாக வந்திருந்தால் இந்த அளவுக்குக் கூட வெற்றி பார்த்திருக்கமுடியாது என்பது அவர்களுக்குப் போர் தொடங்கிய கொஞ்ச காலத்திலேயே புரிந்துவிட்டது.

இதையெல்லாம் விட மிகமுக்கியமாக 1776ம் ஆண்டு ஜூலை 4ம் தேதி பிலடெல்பியாவில் கூடிய அமெரிக்க காங்கிரசின் மூன்றாவது மாநாட்டில் சுதந்தர அறிக்கை இயற்றப்பட்டு அறிவிக்கப்பட்டுவிட்டது. இனி செத்தாலும் பிரிட்டனுடன் அரசியல் உறவு கிடையாது; அதற்கு அடிபணியவும் மாட்டோம் என்று திட்டவட்டமாக அறிவித்த அந்த சுதந்தர அறிக்கையில், போருக்குப் பின் அமெரிக்காவில், அமையவிருக்கிற நல்லாட்சி குறித்த நம்பிக்கையும் தெரிந்ததால் வீரர்களுக்குக் குஷியாகிவிட்டது.

ஒருவழியாக 1783ல் வெர்செயில்ஸ் (Versailles) ஒப்பந்தத்தின்மூலம் போர் ஒரு முடிவுக்கு வந்தது. பிரிட்டன், ஐக்கிய அமெரிக்க நாடுகளின் சுதந்தரத்தை அங்கீகரித்தது. அமெரிக்காவுக்கும் கனடாவுக்குமான எல்லை வரையறுக்கப்பட்டது.

அடுத்தது என்ன என்னும் கேள்வி அமெரிக்க மக்களுக்கு அடக்க மாட்டாமல் உண்டானது. இனி ஆளப்போவது யார்? மன்னரா? மக்களா?

7. இருண்ட பக்கம்

வெர்ஸெயில்ஸ் ஒப்பந்தம் நடந்துமுடிந்த *1783*ம் ஆண்டு, அல்லது சென்ற இதழ் ரிப்போர்ட்டரில் அமெரிக்க சுதந்தரப் போர் முடிவுற்றது என்று பார்த்தோம். வில்லன் ஒழிந்தானா, ஹீரோ ஜெயித்தாரா அத்தோடு சுபம் என்று சினிமா மாதிரி அடுத்தக் காட்சிகள் அரங்கேறியதா என்றால் அதான் இல்லை!

அமெரிக்க சுதந்தரப்போர் முடிவடைந்ததற்கும் சுதந்தர அமெரிக்காவின் தந்தை என்று இன்றளவும் வருணிக்கப்படும் ஜார்ஜ் வாஷிங்டன் அதிபராகப் பொறுப்பேற்று நல்லாட்சி புரியத் தொடங்கியதற்கும் இடையே கொஞ்சநாள் இடைவெளி இருந்தது. கொஞ்சநாள் என்றால் பத்துப் பதினைந்து நாள் அல்ல. கிட்டத்தட்ட ஆறு வருஷங்கள்!

எதாவது வரலாற்றுப் பாடப் புஸ்தகம் எடுத்துப் பாருங்கள். ரொம்பத் தெளிவாக இருக்கும். *'1783*ல் அமெரிக்கா சுதந்தரமடைந்தது. *1789*ல் அமெரிக்காவின் முதல் ஜனாதிபதியாக ஜார்ஜ் வாஷிங்டன் பதவியேற்றார்.'

ஐயா, நடுவில் உள்ள ஆறு வருஷங்கள் என்ன ஆயின? என்று பள்ளிக்கூடப் பிள்ளைகள் இதுவரை எந்த வாத்தியாரையும் கேட்டதாகத் தெரியவில்லை. (இங்கு மட்டுமல்ல; அமெரிக்காவில் கூட!) அப்படியே கேட்டிருந்தாலும் வாத்தியார்களும் விழித்துத் தான் இருக்கவேண்டும்.

ஏனெனில் இருட்டடிப்பு செய்யப்பட்ட பக்கங்கள் என்று வரலாற்றில் சில சங்கதிகள் எப்போதும், எங்கேயும் உண்டு. இது அந்த 'பவர்கட்' பிரதேசங்களுள் ஒன்று!

அமெரிக்க அதிபர்களைப் பற்றியும் அமெரிக்காவின் அரசியல் வரலாறு குறித்தும் பகுதி பகுதியாக இதுவரை சுமார் ஆயிரத்தி இருநூறு புத்தகங்கள் வெளியாகியிருக்கின்றன. (ஆங்கிலத்தில் மட்டும் சுமார் எழுநூறு.) இவற்றுள் நேரடியாக அதிபர்களின் வாழ்க்கை மற்றும் அரசியலை விளக்கும் புத்தகங்கள் ஒரு பக்கம் என்றால், மறைக்கப்பட்ட சங்கதிகளை

வெளிச்சம்போட்டுக்காட்டும் புத்தகங்களும் அநேகம். அந்தப் புத்தகங்களில் கூட அவர்களின் அந்தரங்க விஷயங்கள், காதலிகள், ஊழல்கள், வழக்குகள் போன்றவை தான் அம்பலமாகியிருக்குமே தவிர அந்த முதல் ஆறுவருஷ விவகாரங்கள் ஏதும் இருக்காது.

அட, இத்தனை தூரம் ஏன் போகவேண்டும்? வெள்ளை மாளிகையிலிருந்து ஒரு வெப்சைட் நடத்துகிறார்கள். அமெரிக்க அரசின் அதிகாரபூர்வ இணையத்தளம் அது. அத்தனை அமெரிக்க அதிபர்களின் ஜாதகமும் அதில் இருக்கிறது. அமெரிக்க வரலாறே அங்கே அதிபர்வாரியாக, சுமார் ஐம்பது பக்கங்களில் அழகாக, சுருக்கமாகக் கொடுக்கப்பட்டிருக்கிறது. அந்த இணையத் தளத்தில் கூட இந்த முதல் ஆறு வருஷ சங்கதிகள் பற்றி மூச்சு விடமறுக்கிறார்கள்!

என்னதான் அப்படி நடந்திருக்கிறது?

மிகவும் சுவாரசியமான அந்தத் தகவல்களைப் பெற நமக்கு ஒத்தாசையாக இருப்பது அமெரிக்காவின் விரோதநாடுகள் சிலவற்றிலிருந்து வெளிவரும் இணையத்தளங்கள் மட்டுமே. எந்தெந்த நாடுகள், என்னென்ன தளங்கள் என்பது அவ்வளவு முக்கியமல்ல. ஆனால் அந்த ஆறுவருஷக் கதை கொஞ்சம் முக்கியம். ஏனென்றால், சுதந்தர அமெரிக்காவில் கொஞ்ச வருஷம் கழித்து நடந்த உள்நாட்டுக்கலவரங்களுக்கும் இந்த மறைக்கப்பட்ட ஆறு வருஷங்களுக்கும் காலே அரைக்கால் சதவீதத் தொடர்பு இருக்கிறது.

விரிவாகப் பார்க்கலாமா?

அமெரிக்க சுதந்தரப் போர் முடிந்ததுமே எல்லாரும் சேர்ந்து வாஷிங்டனைக் கூப்பிட்டு ஜனாதிபதியாக முடிசூடி உட்கார வைத்துவிடவில்லை. சொல்லப் போனால் வாஷிங்டனுக்கே, போரும் சுதந்தரமும் தான் முக்கியமாக இருந்ததே தவிர ஆட்சி அதிகாரம் அத்தனை விருப்பமாக இல்லை. யாராவது ஆண்டுகொள்வார்கள்; அல்லது தன்னைக் கூப்பிட்டால் அப்போது யோசிக்கலாம் என்று முடிவு செய்துவிட்டு பழைய பண்ணையார் ஜோலியைப் பார்க்கவும் மனைவி, குடும்பத்தை கவனிக்கவுமாகத் தன் சொந்த ஊரான விர்ஜீனியாவுக்குப் போய்விட்டார்.

நம்மூரில் பல எம். எல்.ஏக்களும் அமைச்சர்களும் ஊரில் பெரிய பண்ணையார்களாக இருக்கிறார்களல்லவா? அந்தமாதிரி வாஷிங்டன் அந்த ஊர் பண்ணையார். கூடவே விர்ஜீனியா மாகாண ஆட்சி மன்றத்தையும் நிர்வகித்துக்கொள்ள ஆரம்பித்தார். அதாவது ஒரு மாநில முதல்வர் மாதிரி. தான் அமெரிக்காவின் ஜனாதிபதி ஆவோம் என்றெல்லாம் அவர் நினைத்துக்கூடப் பார்க்காத தினங்கள் அவை.

அந்த நிலையில், வட அமெரிக்க நிலப்பரப்பின் சுதந்தரத்துக்காகப் போராடிய அமெரிக்க காங்கிரஸ், ஜான் ஹான்ஸன் என்னும் சுதந்தரப் போராட்ட வீரரை 1781ம் ஆண்டே சுதந்தர அமெரிக்காவின் முதல் அதிபராகத் தேர்ந்தெடுத்துவிட்டது.

அமெரிக்க சரித்திரம் ரொம்ப சுலபமாக இந்த விவகாரங்களை எப்போதும் தொட்டுப்பார்ப்பதே இல்லை. மூச்சு கூட விடமாட்டார்கள். காரணம் பிறகு. முதலில் அந்த மனிதரைப் பற்றி நாலு வரிகள் பார்த்துவிடலாம்.

இந்த ஜான் ஹான்ஸன், பெரிய தேசபக்தக் குடும்பத்திலிருந்து வந்தவர். மேரிலாந்தைச் சேர்ந்தவர். அவரது தாத்தா, கொள்ளுத்தாத்தா காலத்திலிருந்தே சுதந்தரதாகமும் போர்வேகமும் கொண்ட குடும்பம் ஜான் ஹான்ஸனுடையது. அவருடைய ஒன்றுவிட்ட சகோதரர் ஒருத்தர் அமெரிக்க சுதந்தரப் போர் நடந்துகொண்டிருந்த காலத்தில் தளபதி வாஷிங்டனுக்கு ராணுவ செகரட்டரியாக இருந்தார். இன்னொரு சகோதரர் அமெரிக்க சுதந்தரப் பிரகடனத்தை முதல்முதலில் வரையறுத்த குழுவில் உறுப்பினராக இருந்தார். வேறொரு சகோதரர் அரசியல் சாசனத்தை வரையறுத்த குழுவில் இருந்தார். ஹான்ஸனின் இரண்டு மகன்கள் அமெரிக்க சுதந்தரப் போரின்போது இங்கிலாந்துப் படையினரால் கொல்லப்பட்டவர்கள்.

இத்தகைய பின்னணி கொண்ட ஜான் ஹான்ஸனுக்கு தேசப்பற்று என்பது சுவாசம் மாதிரி. சுத்த அரசியலில் ரொம்ப ஆர்வம் அவருக்கு. 1775ம் ஆண்டு மேரிலாந்து மாகாண சட்டசபைக்கு உறுப்பினராகத் தேர்ந்தெடுக்கப்பட்டது தான் அவரது முதல் அரசியல் படி. பிறகு 1777ல் காங்கிரஸ் உறுப்பினராகிவிட்டார். ரொம்பசில நாட்களிலேயே அமெரிக்க காங்கிரஸின் முக்கியத் தலைவர்களுள்

ஒருவராகும் அளவுக்கு ஜான் ஹான்ஸன் உயரக்காரணம், அவரது நிர்வாகத் திறன்.

ஒரு ஆச்சர்யம் தெரியுமா? அமெரிக்க காங்கிரஸின் தலைவராக ஹான்ஸன் தேர்ந்தெடுக்கப்பட்டபோது அவருக்குக் கீழே உத்தியோகம் பார்த்துக்கொண்டிருந்தார் வாஷிங்டன்! மூத்த சுதந்தரப் போராட்ட வீரர் என்னும் வகையில் ஹான்ஸனை சுதந்தர அமெரிக்காவின் முதல் அதிபராக காங்கிரஸ் நியமித்தபோது முதல்முதலில் கைதட்டியவரும் வாஷிங்டன் தான்.

என்ன பிரச்னை என்றால், போராடி சுதந்தரம் பெறத் தெரிந்த அமெரிக்கர்களுக்கு எப்படி உருப்படியான சட்டதிட்டங்களை வகுத்துக் கொண்டு ஆட்சி செய்வது என்று அக்காலத்தில் தெரிந்திருக்கவில்லை. தவிர, போர் முடிந்ததும் ராணுவ வீரர்கள் அத்தனை பேரும் சம்பளம் கேட்டார்கள்.

திட்டத்திலேயே இல்லாத விஷயம் அது! எத்தனை ஆயிரம் பேர்! அவர்களெல்லாம் சம்பளத்துக்காகப் போர் செய்திருப்பார்கள் என்று அமெரிக்க காங்கிரஸ் நினைத்துக்கூடப் பார்க்கவில்லை. ஏனெனில் தலைவர்கள் யாரும் சுதந்தரப் போராட்டத்தை ஒரு நைன் டு ஃபைவ் ஆபீஸ் உத்தியோகமாகக் கருதியிருக்கவில்லை!

ஆனால் ராணுவ வீரர்கள் சம்பளம் கேட்டதில் நியாயம் இருப்பதாகவே காங்கிரஸில் பலபேர் நினைத்தார்கள். நினைத்து என்ன பிரயோஜனம்? கஜானாவில் நாலு பைசா கிடையாது. ஏன், கஜானா என்பதே உருவாக்கப்படவேண்டிய ஒரு விஷயமாகத்தான் அப்போது இருந்தது! (இப்படிப்பட்ட ஒரு நிலையிலிருந்து வளர்ந்து தான் டாலர் இன்று உலகை ஆண்டுகொண்டிருக்கிறது!)

ஆகவே ராணுவ வீரர்களுக்கு சம்பளம் தர ஜனாதிபதி ஹான்ஸனால் முடியவில்லை. எட்டுவருஷம் நடந்த சுதந்தரப் போர் முடிவடைந்திருந்த அந்தக் கணத்திலேயே இன்னொரு உள்நாட்டு யுத்தம் தொடங்குவது மாதிரி இருந்தது. ஒட்டுமொத்த ராணுவமும் ஹான்ஸன் தலைமையிலான அரசை விரட்டியடித்துவிட்டு, தளபதி வாஷிங்டனை முடிசூட ரெடியா என்று கேட்டது.

என்ன பதில் சொல்வது என்று வாஷிங்டனுக்குத் தெரியவில்லை. அவர் தளபதியே தவிர ஜனநாயகவாதி. கொஞ்சம் பொறுத்துப்

பார்க்கலாம் என்று நினைத்திருக்கக் கூடும். ஆனால் எங்கே ராணுவம் தங்களைக் கொன்றுவிடுமோ என்று பயந்து ஹான்ஸனின் அமைச்சரவை சகாக்கள் ஒட்டுமொத்தமாக ஓடியே போய்விட்டார்கள்.

ஒண்டியாளாக ஜான் ஹான்ஸன் ராணுவத்தினரை சமாதானப்படுத்த முயற்சிகள் மேற்கொண்டார். ஒருவேளை அன்று அவரும் ஓடியிருந்தால் அமெரிக்காவில் வாஷிங்டன் ஒரு சர்வாதிகாரியாகத் தன் அரசியல் பிரவேசத்தை நிகழ்த்தும் நெருக்கடி உண்டாகியிருக்கும்! நல்லவேளை, அப்படியாகவில்லை.

ஹான்ஸனின் ஆட்சிக்காலம் ரொம்ப நாள் இல்லை. சுமார் ஒருவருஷம் தான். நவம்பர் 5, 1781லிருந்து அடுத்தவருஷ நவம்பர் மூணுவரை தான் அவர் அதிபராக இருந்தார். (அப்போது சட்டமே அதுதான். ஒரு ஜனாதிபதி ஒருவருஷம் தான் இருக்கலாம்.) அவரது காலத்தில் ஐக்கிய அமெரிக்கா முழுவதும் அமெரிக்கக் கொடி மட்டுமே பறக்கவேண்டும் என்பது நடைமுறைக்கு வந்தது. மற்ற தேசங்களின் காலனிக்கொடிகள் அமெரிக்க மண்ணில் பறக்கமுடியாதபடி செய்தவர் ஹான்ஸன். அமெரிக்க அரசுக்கு முதல்முதலில் ஒரு முத்திரை செய்து கொடுத்தது, முதல் கஜானாவை நிறுவியது, ராணுவத்துக்கு ஒரு தலைமைச் செயலகத்தை அமைத்தது, முதல் முதலில் வெளிவிவகாரங்களை கவனிப்பதற்காக ஓர் அலுவலகத்தைத் திறந்தது, நவம்பர் நாலாவது வியாழக்கிழமையை 'நன்றியறிவிப்பு தினமாக' அறிவித்தது இதையெல்லாம் ஹான்ஸனின் சாதனைகள் அல்லது செயல்கள் என்று சொல்லலாம்.

அவருக்குப் பிறகு இலியாஸ் பவுடினாட், தாமஸ் மிஃப்லின், ரிச்சர்ட் ஹென்றி லீ, நாதன் கோர்மன், ஆர்தர் க்ளேர், க்ரிஃபின் என்று இன்று ஒருத்தருக்கும் தெரியாத, சும்மா இவர்தானா என்று பார்க்க ஒரு போட்டோ கூட இல்லாத அஞ்சு பேர் அமெரிக்க ஜனாதிபதிகளாக ஆளுக்கு ஒரு வருஷம் இருந்தார்கள்.

அப்புறம் தான் வாஷிங்டன் மேடைக்கே வருகிறார்.

ஆனால் ஏன் இந்த விஷயம் வெளியே வரவே இல்லை? இதை வெளிப்படுத்த அமெரிக்கா ஒருபோதும் நடவடிக்கை எடுக்காதது (இன்றுவரை!) ஏன்? வாஷிங்டன் தான் முதல் ஜனாதிபதி என்று தொடர்ந்து சொல்லப்பட்டுவருவது எதற்காக?

கொஞ்சம் ஆச்சர்யம் கலந்த அதிர்ச்சி தான் அது. ஒரு சுதந்தரப் போர். எட்டுவருஷம் நடக்கிறது. போரின் இறுதியில் அமெரிக்கா தன் நோக்கத்தில் வென்று தனி, சுதந்தர நாடாகிறது. ஒரு மனுஷன் ஜனாதிபதி ஆகிறார். அவரைத் தொடர்ந்து ஆறு பேர் அந்த நாற்காலியில் உட்கார்ந்துவிட்டுப் போகிறார்கள். ஆனால் ஒருத்தர் பேரும் சரித்திரத்தில் இல்லை! சுத்தமாக இல்லை!! ஒரு வரி கூடக் கிடையாது!

இது எந்த ஊர் நியாயம் என்றால், இது தான் அமெரிக்க நியாயம்!

ஹான்ஸன் தொடங்கி க்ரிஃபின் வரையிலான அமெரிக்காவின் முதல் ஜனாதிபதிகள் ஏழு பேர் ஏன் அமெரிக்க சரித்திரத்தில் இடம்பெறவில்லை என்பதற்கு அமெரிக்கா சொல்லுகிற காரணம், மிக முக்கியமானது. அந்நாட்டின் ஜனநாயகத்தைப் புரிந்துகொள்ள மிகவும் உதவக்கூடியது. அதே சமயம் கொஞ்சம் பரிதாபகரமானதும் கூட!

8. முதல் அதிபரான எட்டாவது அதிபர்

ஜான் ஹான்ஸன். சுதந்தர அமெரிக்காவின் முதல் ஜனாதிபதி. அவரைத்தொடர்ந்து வருஷத்துக்கு ஒருத்தர்வீதம் இன்னும் ஆறுபேர் அந்த நாற்காலியில் உட்கார்ந்த அடையாளம் தெரியாமல் உட்கார்ந்துவிட்டுப் போன கதையைச் சென்ற இதழில் பார்த்தோம்.

அவர்கள் ஜனாதிபதியாக இருந்ததில் அமெரிக்காவுக்கு அவமானப் படக்கூடியதாகவோ, மறைத்தே ஆகவேண்டியோ, ஒரு புடலங்காய் நியாயமும் இல்லை. ஆனாலும் அமெரிக்க சரித்திரம் அந்த ஏழு ஜனாதிபதிகளைக் கணக்கில் எடுத்துக்கொள்ளவே இல்லை. இதற்கான காரணத்தைக் கொஞ்சம் கவனமாகப் பார்க்கவேண்டும். அமெரிக்க சரித்திரத்தில் பின்னால் நடக்கப் போகிற பல முக்கியமான திருப்பங்களைக் குழப்படிகள் இல்லாமல் புரிந்துகொள்ள இது மிகவும் முக்கியம்.

காலனி நாடுகள் இணைந்து பிரிட்டனைப் போரில் வென்று, சுதந்தரம் அடைந்து, அமெரிக்க ஐக்கிய நாடுகள் என்னும் பெயரில் ஒரே தேசமானாலும் சட்ட ரீதியில் அவை உறுதியாக இணைக்கப்படாதிருந்தது. ஃபெவிகால் இணைப்புக்கும் சோற்றுப்பசை இணைப்புக்கும் வித்தியாசம் இருக்கிறதில்லையா? அந்தமாதிரி.

குடியேற்ற நாட்டுப் பிரதிநிதிகள் காங்கிரஸ் என்ற ஒரு சபை தான் நிர்வாகத்துக்குப் பொறுப்பு. ஆனால் இந்த காங்கிரஸ் சொன்னதையெல்லாம் குடியேற்ற நாடுகள் கேட்டாகவேண்டிய கட்டாயம் இல்லை. அங்கங்கே இருந்த பிராந்திய கமிட்டிகள் (அதாவது,மாநில அரசு மாதிரி) தன்னிஷ்டத்துக்கு முடிவெடுத்துக்கொண்டிருக்கும், எல்லா விஷயங்களிலும்.

புரியும் விதமாகச் சொல்லவேண்டுமென்றால், தமிழ்நாடு ஒரு தனி மாநிலம். ஆனால் மத்திய அரசுக்குக் கட்டுப்பட்டது இல்லையா? அந்தமாதிரி அங்கே காலனி நாடுகள் தனித்து இயங்கின. ஆனால் ஒரே வித்தியாசம், மைய அரசாக விளங்கிய காங்கிரசுக்குக் கட்டுப்பட மறுத்தன. இது பேஜார் தான் இல்லையா?

இந்த பேஜாரைத்தான் ஜான் ஹான்ஸனும் அவருக்கு அடுத்துவந்த ஜனாதிபதிகளும் வேண்டிய அளவுக்கு அனுபவித்தார்கள். கழுதையாகக் கத்தினாலும் ஒரு பயலும் கேட்கமாட்டார்கள். கூட்டாட்சி நிர்வாகம் என்பது எத்தனைச் சிக்கல் என்று அவர்களுக்கு அப்போது புரிந்ததே தவிர, இதற்குச் சரியான தீர்வு என்ன என்று கண்டுபிடிக்கமுடியவில்லை. அரசியல் அமைப்புச் சட்டம் என்று ஒன்றை உருவாக்கி, அதை எல்லாரும் ஏற்றுக்கொண்டாலொழிய வேறு கதி மோட்சமே இதற்குக் கிடையாது.

ஆனால் பூனைக்கு யார் மணி கட்டுவது? கஜானாவில் காசு கிடையாது. ராணுவம் உட்பட எந்தத் துறைக்குமே ஒழுங்கான நிர்வாக ஏற்பாடுகள் செய்தபாடில்லை. வர்த்தகம், வெளியுறவு, இண்டலிஜென்ஸ் என்று எதுவுமே உருப்படியாக ஒரு முகம் பெற்றபாடில்லை. யாராவது ஒரு பெருந்தலைவர் வேண்டும். அவர் சொல்படி ஒட்டுமொத்த அமெரிக்கக் காலனிகளும் கேட்டு நடக்கவேண்டும். அது நடக்காதபட்சத்தில் மீண்டும் துண்டுதுண்டாகச் சிதறி, மறுபடி அந்நியர் ஆதிக்கத்துக்கு உட்பட நேரிடலாம்.

இந்தமாதிரி ஒரு நெருக்கடி உண்டாகாமல் தடுக்க 1787ல் பிலடெல்பியாவில் அரசியல் அமைப்புச் சட்டம் எழுத ஒரு மாநாடு கூட்டப்பட்டது. தேசத்தின் மிக முக்கியமான பிரமுகர்கள் அத்தனை பேருக்கும் அழைப்பு அனுப்பினார்கள். உருப்படியான யோசனைகள் கிடைக்கும் என்று எதிர்பார்க்கப்பட்ட அக்கூட்டத்தில் பெரும்பான்மையானவர்கள், நிர்வாகிகளின் வயிற்றில் புளியைக் கரைத்தார்கள்.

அதாவது, ஜனநாயகம் என்பதன் அர்த்தம் யாருக்கும் அப்போது அங்கே புரியவில்லை. அதெல்லாம் வேலைக்கு ஆகாது என்று கட் அண்ட் ரைட்டாகச் சொல்லிவிட்டார்கள். தேசம் உருப்பட மன்னர் ஆட்சி தான் சரி. வாஷிங்டனை மன்னராக்கி உட்கார வையுங்கள், எல்லாம் சரியாகிவிடும் என்று எல்லா காலனி நாட்டுப் பிரதிநிதிகளும் வாய்ப்பாடு படித்தார்கள்.

வாஷிங்டனுக்கே இந்த யோசனை உருப்படும் என்று தோன்றவில்லை. அடிப்படையில் அவர் ஒரு தீர்க்கதரிசி. அமெரிக்காவை நிர்வகிப்பதில் எழக்கூடிய எல்லாவிதமான சிக்கல்களையும் அத்தேசம் ஒரு உருவம் பெறத்தொடங்கியபோதே

கண்டுபிடித்துச் சொன்னவர். கூட்டாட்சித் தத்துவத்தைச் சரியாகப் புரிந்துகொண்டு, தெளிவான திட்டமிடலுடன் பார்லிமெண்டரி ஜனநாயகத்தைக் கடைபிடித்தால் தான் அமெரிக்கா பிழைக்கும் என்பது அவரது தீர்மானமான முடிவு.

வேறு வழியே இல்லை. மரியாதையாக அரசியல் அமைப்புச் சட்டத்தை வகுக்கத் தொடங்குங்கள் என்று சொல்லிவிட்டார்.

அப்போ மன்னர் சீட்?

தூக்கிப் பரணில் போடுங்கள் என்று சொல்லிவிட்டார். வாஷிங்டன் மன்னராட்சி வேண்டாம் என்று சொன்னதும் வேறு யாராவது வேண்டும் என்று குரல் கொடுக்கிறார்களா என்று பார்த்தார்கள். ஒருத்தரும் வாய் திறக்கவில்லை. எல்லாரும் வாஷிங்டன் கருத்தை ஏற்றுக்கொண்டுவிட்டார்கள் என்று இதற்கு அர்த்தமில்லை.

அந்நாளில் ராணுவத் தளபதி என்றால் ஒரு பயம் கலந்த மரியாதை எல்லாருக்குமே உண்டு. மன்னருக்கு அடுத்தபடி அவர் தான். அமெரிக்காவில் மட்டுமில்லை; எல்லா நாடுகளிலுமே. அமெரிக்காவைப் பொறுத்தவரை மன்னர் யாரும் கிடையாது என்பதால் தளபதி சொன்னால் வாயை மூடிக்கொண்டுவிடுவார்கள். இத்தனைக்கும் வாஷிங்டன் அப்போது தளபதியாகக் கூட அங்கே இல்லை. போர் முடிந்ததுமே தன் பண்ணையார் உத்தியோகத்தை உத்தேசித்து ஊரைப் பார்க்கப் போய்விட்டவர்.

ஆகவே அரசியல் அமைப்புச் சட்டத்தை வகுக்க ஒரு கமிட்டி நியமிக்கப்பட்டது. அந்நாளில் அமெரிக்காவில் இருந்த நடைமுறைகளைக் கேட்டால் சிரிப்புத்தான் வரும்.

ஹான்ஸன் மாதிரி ஜனாதிபதிகள் இருந்தார்கள். பல அமைச்சர்கள் இருந்தார்கள். மக்கள் பிரதிநிதிகள் இருந்தார்கள். கிட்டத்தட்ட ஜனநாயகமும் இருந்தது. ஆனால் அந்த ஜனநாயகத்தின் விதிகள் ரொம்ப வேடிக்கையாக இருக்கும். உதாரணமாக, ஓட்டுப்போடும் உரிமை அப்போது ஆண்களுக்கு மட்டும் தான். பெண்களுக்கும் அரசியலுக்கும் சம்பந்தமில்லை என்பது தான் அமெரிக்காவின் சித்தாந்தமாயிருந்தது.(பின்னாளில்பலஅதிபர்களின்மனைவிகளும் தோழிகளும் தான் அமெரிக்க அரசியலையே சமையலறை அல்லது ஓட்டல் அறைகளிலிருந்து இயக்கியிருக்கிறார்கள்!)

சரி, எல்லா அமெரிக்க ஆண்களூம் ஓட்டுப் போட முடியுமா என்றால் அதுவும் கிடையாது. குறைந்தது ஒரு ஏக்கர் நிலமாவது சொந்தமாக உள்ளவர்கள் மட்டும் தான் ஓட்டுப் போடமுடியும். பிரபுக்கள் என்று சொல்வார்களில்லையா? அவர்களுக்கு மட்டும் தான் எல்லா உரிமைகளும்.

இதைவிட வினோதம், கிறித்தவ நாடான அமெரிக்காவில் கத்தோலிக்கர் அல்லாத பிற கிறித்தவர்களூக்கு அன்று ஓட்டளிக்கும் உரிமை கிடையாது! இந்த நிலையில் கறுப்பர்களூக்கும் மற்ற மதத்தவர்களுக்கும் என்ன உரிமைகள் கிடைத்திருக்கும் என்று விவரிக்க வேண்டுமா என்ன?

சுதந்தரமடைந்த ஆறேழு வருஷங்களில் இந்த விஷயங்களெல்லாம் எத்தனை அபத்தம் என்று மக்களுக்கும் ஆள்பவர்களுக்கும் புரிந்துவிட்டது. இத்தனை கேவலமான நடைமுறைகளைக் கடைபிடித்து வந்திருக்கிறோமே என்று அவர்கள் மனதார வருத்தப்பட ஆரம்பித்தார்கள்.

நிஜமான ஜனநாயகம் என்பது என்ன என்பது புரியத்தொடங்கியதும் அவர்களுக்கு உடனே ஒரு அரசியல் அமைப்புச் சட்டம் நிறுவப்படவேண்டியதன் அவசியம் புரிந்துவிட்டது.

இதன் பிறகு தான் பிலடெல்பியாவில் காங்கிரஸ் கூடியது. மன்னராட்சி உருப்படாது என்று வாஷிங்டன் சொன்னார். அரசியலமைப்புச் சட்டக்குழுவும் அமைக்கப்பட்டது.

1789ல் அமெரிக்க அரசியல் அமைப்புச் சட்டம் அமுலுக்கு வந்தது. ரொம்பத் தெளிவான சட்டம். நாலு வருஷத்துக்கு ஒரு முறை ஜனாதிபதி தேர்தல். அமைச்சர்களின் உதவியுடன் அவர் ஆட்சி செய்வார். (இந்திய ஜனநாயகத்தின் பிரதமர் போஸ்ட் அமெரிக்க ஜனநாயகத்தில் ஆரம்பத்திலிருந்தே கிடையாது.) சட்டங்கள் இயற்ற இரண்டு குழுக்கள். ஒன்று, குடியேற்ற நாடுகளின் பிரதிநிதிகளைக்கொண்ட குழு. இதைத் தான் 'செனட்' என்பார்கள். இன்னொன்று, மக்கள் ஓட்டளித்துத் தேர்ந்தெடுக்கும் பிரதிநிதிகளைக்கொண்ட குழு. இதை House of Representatives என்பார்கள். நம்மூர் எம்.எல்.ஏக்கள் மாதிரி.

செனட் குழுவில் இருக்கிறவர்களெல்லாம் நியமன உறுப்பினர்கள். அந்தந்தக் காலனி நாடுகளின் உள்ளாட்சியாளர்கள் தேர்ந்தெடுத்து

அனுப்பிவைப்பார்கள். எம்.எல்.ஏக்கள், எம்.எல்.ஏ.க்கள் தான். மக்களின் தேர்வு.

இந்த இரண்டு சபைகளும் சட்டம் இயற்றவும் நிதி நிலைமையைக் கட்டுப்படுத்தவும் அதிகாரம் கொண்டிருந்தன. ரெண்டுதரப்பினரும் ஜனாதிபதி சொல்பேச்சுக் கேட்டு நடந்துகொள்ள வேண்டியது. அவ்வளவு தான்.

அரசியலமைப்புச்சட்டத்தைப்பாதுகாக்கநீதிமன்றநடவடிக்கைகள் ஏற்படுத்தப்பட்டன.

ஆச்சா? அமெரிக்க அரசியல் அமைப்புச் சட்டத்தின் சுருக்கம் இதுதான். பொதுவாக எல்லா ஜனநாயக தேசங்களின் அரசியல் அமைப்புச் சட்டமுமே கிட்டத்தட்ட இப்படித்தான் இருக்கும் - இந்தியா உட்பட. ஆனால் நடைமுறையில் அமெரிக்காவின் இந்த ஏற்பாடு எப்படியெல்லாம் வளைந்துகொடுத்து ஜனாதிபதிக்கு உதவப் போகிறது என்பதை இனிவரும் பல நாடகத் தன்மை மிக்க அத்தியாயங்களில் பார்க்கப் போகிறோம். அதற்கு முன்னால் அந்த ஜான் ஹான்ஸன் விவகாரத்தை முடித்துவிடலாம்.

1789ல் அரசியல் அமைப்புச் சட்டம் இயற்றப்பட்டு எல்லா கூட்டாட்சி நாடுகளாலும் ஏகமனதாக ஒப்புக்கொள்ளப்பட்டன. தொழில் துறையிலும் அயலுறவுத்துறையிலும் முதலில் தீவிர கவனம் செலுத்தினால் ஒழிய அமெரிக்கா முன்னேறுவது கஷ்டம் என்று எல்லாருக்கும் தெரிந்திருந்தது. ஹான்ஸன் தொடங்கி க்ரிஃபின் வரையிலான சுதந்தர அமெரிக்காவின் முதல் ஜனாதிபதிகள் பெயரளவுக்கு ஜனாதிபதிகளாயிருந்தார்களே தவிர நிர்வாகம் அவர்களுக்கு சுத்தமாகத் தெரியவில்லை என்று அமெரிக்க மக்கள் நினைத்தார்கள். ரொம்ப சுலபம் இல்லையா? வாழ்க்கைத் தரம் உயர்கிறதா என்று பார்த்து அரசியல்வாதிகளை அவர்கள் மதிப்பிட்டார்கள், அப்போது.

எல்லாருக்குமே வாஷிங்டன் ஜனாதிபதியாகவேண்டும் என்ற எண்ணம் இருந்தது. ஆகவே எதிர்ப்பே இல்லாமல் 1789ம் ஆண்டு ஏப்ரல் 30ம் தேதி அவர் அமெரிக்காவின் ஜனாதிபதி ஆனார்.

கணக்குப்படி பார்த்தால் வாஷிங்டன் அமெரிக்காவின் எட்டாவது ஜனாதிபதி. ஆனால் அரசியலமைப்புச் சட்டப்படி மக்களால் தேர்ந்தெடுக்கப்பட்டவர்கள் வரிசையில் அவர் தான் முதல்.

அமெரிக்கர்களின் தேசபக்தி எப்படிப் பட்டதென்றால், அரசியலமைப்பின்படி தேர்ந்தெடுக்கப்பட்டவர் எட்டாவது அல்ல; எண்பதாவது இடத்தில் இருந்தாலும் அவர் தான் முதல் ஜனாதிபதி என்று சொல்லும் அளவுக்கு!

இதன் அடிப்படையில் வாஷிங்டனை முதல் ஜனாதிபதி என்று சொல்லிவிட்டதால் முந்தைய ஏழுபேரையும் நிர்த்தாட்சண்யமாக சரித்திரத்தின் பக்கங்களிலிருந்து கிழித்துப் போட்டுவிட்டார்கள். இதை ஒருத்தரும் ஆட்சேபிக்கவில்லை, எதிர்க்கவில்லை. அட, ஒரு முணுமுணுப்புக் கூட இல்லை.

அமெரிக்கர்களுக்கு அரசியல் அமைப்புச் சட்டம் என்பது பைபிளுக்கு அடுத்தபடி இருந்தது அக்காலத்தில். பதினெட்டாம் நூற்றாண்டின் மத்தியில் பல பள்ளிக்கூடங்களில் பாடமாகவும் போதிக்கப்பட்டிருக்கிறது. மனதார ஒருத்தரை ஜனாதிபதியாக சட்டப்படி தேர்ந்தெடுத்துவிட்டால், அவரது ஆட்சிக்காலம் முடிவுறும் வரை விமர்சனமற்று இருக்க அவர்கள் இயல்பிலேயே பழகியிருந்தார்கள். இதைக் கிட்டத்தட்ட கணவன் விஷயத்தில் இந்தியப் பெண்கள் நடந்துகொள்ளும் விதத்தோடு ஒப்பிடமுடியும்.

அமெரிக்கர்களின் இந்த ஜனாதிபதி விசுவாசத்துக்கு ஒரே காரணம், எப்படியாவது தம்மை அடிமைப்படுத்திய இங்கிலாந்தைக் காட்டிலும் உயர்ந்த, சிறந்த தேசமாக அமெரிக்காவை உருவாக்கிக் காட்டவேண்டும் என்கிற வெறியும் வேகமும் தான்.

அமெரிக்கமக்களுக்கும் பிரிட்டிஷ்காரர்களுக்கும் உள்ளவித்தியாசம் குறித்து ஒருமுறை நவீன அமெரிக்காவை உருவாக்கிய சிற்பிகளுள் ஒருவரான பெஞ்சமின் ஃப்ராங்க்ளின் இப்படிச் சொன்னார்: "பிரிட்டிஷ்காரர்கள், மன்னரின் ரசிகராக இருக்கிறார்கள். அமெரிக்கர்களோ அதிபரின் சக ஊழியர்களாக இருக்கிறார்கள். ரசிகர்கள் ஒரு கட்டத்துக்கு மேல் தேக்கமடைந்துவிடக்கூடும். ஆனால் சிறந்த ஊழியர்கள் மேன்மேலும் வளர்வார்களேயொழிய தேங்கி நிற்கமாட்டார்கள்"

ஃப்ராங்க்ளினின் இந்தச் சொல்லை நடைமுறைப்படுத்தும் விதமாகவே இருந்தது அதிபர் வாஷிங்டனின் நடவடிக்கைகள். அவர் பதவிக்கு வந்ததும் சொன்ன முதல் செய்தி: " நிலமுள்ளவர்கள், விவசாயத்துக்குச் செல்லுங்கள். நிலமில்லாத விவசாயிகள் நிலம்

வாங்கும் அளவுக்கு உழைக்கத் தொடங்குங்கள். வியாபாரிகள் ஊரில் இருக்கவேண்டாம். கப்பல்கள் காத்திருக்கின்றன. உடனே கிளம்புங்கள். யாருக்காவது தரும காரியங்களில் நாட்டமிருந்தால் ஊருக்கு ஊர் பள்ளிக்கூடங்களை நிறுவுங்கள். விஞ்ஞானிகள் சிந்திக்கத் தொடங்குங்கள். உங்களின் எல்லா வளர்ச்சித் திட்டங்களிலும் ஒத்தாசைக்கு என்னைக் (அதாவது அரசை) கூப்பிடுங்கள்''

வாஷிங்டனின் முதல் நாலு வருஷ அதிபர் பதவியில் அவர் பல முக்கியமான விஷயங்களுக்கு அடித்தளம் அமைத்தார். உறுதியான அடித்தளம். அரசுத்துறைகள் ஒழுங்காக இயங்க சரியான பிரிவுகள், கிளைகள் அமைத்துக்கொடுத்தது அவர்தான். இறக்குமதிப் பொருட்களுக்கு உரிய வரி விதித்து வர்த்தகத்தை ஒழுங்கு படுத்துவதே அவருக்குப் பெரிய தலைவலியாக இருந்தது. நிதி ஆதாரங்களை வலுப்படுத்துவது, புதிய தலைநகரம் நிறுவுவது என்று அவருக்கு எக்கச்சக்க வேலைகள் இருந்தன. ஏற்கெனவே சொன்னமாதிரி, அவரது ஸ்பெஷாலிடியான 'வேலைகளைப் பகிர்ந்துகொடுத்து, நடுவே மூக்கை நீட்டாமல் சுதந்தரமாகச் செயல்படவிடுவது' என்னும் குணம் இப்போது சிறப்பாக ஒர்க் அவுட் ஆனது.

ஒரு மாதிரி நவீன அமெரிக்கா உருவாகத் தொடங்கிவிட்டது. வாஷிங்டன் பதவிக்கு வந்தும் நாலாண்டுகள் முடியத் தொடங்கியது. அடுத்த அதிபர் என்னும் சிந்தனையே மக்கள் மனத்தில் எழாதது பல தலைவர்களுக்கு வியப்பாக இருந்தது.

மக்களுக்கு வேண்டுமானால் வாஷிங்டன் போதும். ஆனால் தலைவர்களுக்கு அதிபர் நாற்காலி, ஆட்சிசுகம் வேண்டாமா?

ஹாமில்டன், தனது ஃபெடரலிஸ்ட் கட்சியை இப்போது தான் தொடங்கலாமா என்று யோசித்துக்கொண்டிருக்கிறார். அடடே, யாரும் கட்சி தொடங்கலாமா? ஆமா, ஜனநாயகமாச்சே என்று இன்னும் பல உதிரிகள் ஆளுக்கொரு கட்சி தொடங்குகிறார்கள்.

பார்த்தார் வாஷிங்டன். அடித்தளமிட்டுக் கொடுத்துவிட்டோம், இனி மற்றவர்கள் பார்த்துக்கொள்வார்கள்; நாம் ஓய்வு பெறலாம் என்று முடிவு செய்தார்.

ஆனால் விதி வேறுவிதமாக முடிவு செய்திருந்தது.

9. ராணுவ அகடமி

பதவிக்கு வந்து நாலு வருஷமாகிறது. அரசியல் சாசனப்படி முதல் அதிபர் என்கிற பெயர். உருப்படியான சில நல்ல காரியங்கள் செய்யமுடிந்த திருப்தி. எல்லாவற்றுக்கும் மேலாக மக்கள் மத்தியில் நல்ல பேர். சரிதான், வீட்டுக்குப் போகலாம் என்று நினைத்தார் வாஷிங்டன். யாரும் கசப்படையும்படியாக ஏதாவது ஒரே ஒரு சம்பவம் கூட நடந்துவிடக்கூடாது என்பது அவரது எண்ணம். அடுத்தத் தலைவர்களுக்கு வழிவிட்டுவிட்டு தான் பதவி விலகிவிடலாம், அதான் ஒரு முழு ஆட்சிக்காலம் ஆண்டுவிட்டோமே என்று நினைத்து, ராஜினாமா செய்ய முடிவெடுத்தார்.

அந்த நேரத்தில் ஹாமில்டனுக்கு அமெரிக்காவில் நல்ல செல்வாக்கு இருந்தது. சுதந்தரப் போராட்ட காலத்திலிருந்தே அவர் ஒரு நல்ல ஹீரோ. மக்கள் கூட்டத்தில் பேசத்தொடங்கினால், மகுடிக்கு மயங்கிய பாம்பு மாதிரி ஜனம் கட்டுண்டு கிடக்கும் அவருக்கு. மேலும் பெரிய ராஜதந்திரி. செயல்வீரர். ஒரு நாட்டை ஆளும் அளவுக்கே கூட அவருக்குத் தகுதி இருந்ததாகத் தான் அநேகமாக எல்லாரும் நினைத்தார்கள்.

ஆனால் கட்சியில் அவர் நம்பர் 2 இல்லை. நம்பர் 3, அல்லது 4வது நிலையில் தான் இருந்தார். அப்போது அமெரிக்காவின் நம்பர் டூ தலைவர் ஆடம்ஸ். தி.மு.க.வுக்கு அன்பழகன் மாதிரி. அ.தி. மு.க.வுக்கு ஓ.பன்னீர்செல்வம் மாதிரி.

ஆடம்ஸுக்கு அரசு வட்டாரத்தில் நல்ல செல்வாக்கு இருந்ததே தவிர அவரை ஒரு மக்கள் தலைவர் என்று சொல்லமுடியாது. ஒரு போராட்டம் என்று இறங்கினால் அவருக்குப் பின்னால் பத்துபேர் சேருவார்கள் என்பதற்கு உத்தரவாதம் இல்லை. ஆனால் விஷயம் தெரிந்த மனுஷன். அமெரிக்க அரசியல் சாசன சட்டத்தை அமைத்ததில் அவருக்கு முக்கியப் பங்கு இருந்தது.

வாஷிங்டனுக்கே கூட தாம் பதவி விலகிக்கொண்டு ஆடம்ஸை ஜனாதிபதியாக்கிவிடலாம் என்பது தான் யோசனை. அமைச்சரவை சகாக்களுடன் இதுகுறித்துப் பேசிப்பார்த்தார்.

ஆனால் ஆடம்ஸ் உட்பட அத்தனைபேருமே இதை கட் அண்ட் ரைட்டாக மறுத்துவிட்டார்கள். அமெரிக்க அரசியல் சாசன சிற்பிகள் என்று வருணிக்கப்படும் மேடிசன், வில்லியம் ஜெஃபர்ஸன் போன்றவர்கள் வாஷிங்டனின் முடிவைக்கேட்டு கிட்டத்தட்ட அலறியே விட்டார்கள்.

ஏனெனில் வேறொரு அதிபர் என்று மக்கள் நினைத்துக் கூடப் பார்க்காத காலம் அது. நாலு வருஷம் தான் அதிபர் பதவி என்றாலும் வாஷிங்டனின் இடத்தில் இன்னொருத்தரை அவர்கள் அப்போதைக்கு நிச்சயம் ஒப்புக்கொள்ளமாட்டார்கள் என்று எல்லாருமே நினைத்தார்கள். தேர்தலில் வாஷிங்டன் தான் மீண்டும் நின்றாகவேண்டும் என்று ஒரே குரலில் எல்லாரும் சொல்லிவிடவே அவருக்கு வேறு வழியில்லாமல் போய்விட்டது.

வாஷிங்டன் மறுபடி ஜனாதிபதியானதோ, அடுத்த நாலுவருஷம் எப்படி ஆட்சி புரிந்தார் என்பதோ அத்தனை முக்கியமல்ல. அந்தக் காலகட்டத்தில் அமெரிக்கா நிறைய பிரச்னைகளைச் சமாளிக்க வேண்டியிருந்தது. சொல்லப்போனால் இன்றுவரை அமெரிக்கா எதிர்கொள்ளும் அத்தனை பிரச்னைகளுக்கும் பேஜார்களுக்கும் அஸ்திவாரம் போட்டது அந்த இரண்டாவது நாலுவருஷ பீரியட் தான்!

முக்கியமாக பிரிட்டனுடனும் ஃபிரான்ஸுடனும் அமெரிக்காவுக்கு இருந்த (எங்கே 'இருந்த?' உருவாக்கிக்கொண்ட!) உறவு ஊசிப்போகத் தொடங்கியது அப்போது. இதற்கு மூலக்காரணம், வர்த்தகம்.

கத்துக்குட்டி தேசமாக இருந்த அமெரிக்காவின் அப்போதைய வியாபார நடைமுறைகளில் நிறைய சிக்கல்கள் இருந்தன. உருப்படியான வர்த்தக ஒப்பந்தங்கள் வரைவது எப்படி என்று யாரும் அப்போது புத்தகம் எழுதியிருக்கவில்லை. கடல் எல்லைகளை வகுப்பதில் உண்டான தகராறுகள் மறுபுறம்.

ரொம்ப போரடிக்கிற விஷயங்கள் இவை. கடல் வாணிபம் தொடர்பாக பிரிட்டனுடன் செய்துகொண்ட ஒப்பந்தத்தில் நேர்ந்த குளறுபடிகள், வாஷிங்டன் மீதான தெய்வ விசுவாசத்தைக் கொஞ்சம் மட்டுப்படுத்துமளவுக்கு நிலைமை சீர்கெடத் தொடங்கியது.

இதைவிட மோசம், வரிகள். எது எது மீதெல்லாம் வரி விதித்து அரசுக்கு வருமானம் வரச்செய்யலாம் என்று உட்கார்ந்து யோசித்து, ஆளுக்கொரு திட்டம் போட்டார்கள். அதில் ஒரு திட்டம் ரொம்ப மோசமான விளைவுகளை உண்டாக்கிவிட்டது.

அப்போது அமெரிக்க கிராமப்புறங்களில் முக்கியமான குடிசைத் தொழில், விஸ்கி தயாரிப்பது. வீட்டிலேயே விஸ்கி தயாரித்து மார்க்கெட்டுக்கு அனுப்புவது வழக்கம். இந்த குடிசை விஸ்கித் தொழில் அல்லது விஸ்கி குடிசைத் தொழில் மீது வாஷிங்டன் அரசு வரி விதித்தது.

ஏழைகளின் வயிற்றில் அடிப்பது போன்ற இந்த வரி விதிப்பை அநேகமாக ஒட்டுமொத்த தேசமும் எதிர்த்தது. பென்சில்வேனியாவில் எதிர்ப்பு கட்டுமீறியது. விவசாயிகளும் தொழிலாளர்களும் ஒன்று சேர்ந்து பெரிய அளவில் அரசின் இந்த வரிவிதிப்புக்கு எதிர்ப்புத் தெரிவித்து ஊர்வலம், பேரணி என்று தொடங்க, அது வன்முறையாக விரிந்து, கலவரமாக வெடித்துவிட்டது!

கட்டுப்படுத்த முடியாமல் போகவே வாஷிங்டன் பதினைந்தாயிரம் ராணுவத் துருப்புகளை அம்மாநிலத்துக்கு அனுப்பி, கலவரக்காரர்களை அடக்கச் சொன்னார். நூற்றுக்கணக்கான பலி, ஆயிரக்கணக்கான படுகாயங்கள், ரத்த ஆறு என்று அந்த மாநிலம் அலங்கோலமாகிவிட, இச்சம்பவம் வாஷிங்டன் ஆட்சியின் மிக முக்கியக் கரும்புள்ளியானது.

ஆமாம், வாஷிங்டனுக்கு நிஜமாகவே வயசாகிவிட்டது, ஆட்சி செய்யமுடியவில்லை என்று அமெரிக்கா இப்போது தான் நம்பத் தொடங்கியது. முதல் நாலு வருஷ பீரியட் முடியும்போதே வாஷிங்டன் தனது விடைபெறும் உரையை மேடிசனுடன் இணைந்து தயாரித்துவைத்திருந்தார்.

அதை தூசிதட்டி எடுத்து இப்போது பத்திரிகைக்குக் கொடுத்துவிட்டார். செப்டம்பர் 19, 1796 அன்று அமெரிக்கன் டெய்லி அட்வர்டைசர் என்னும் பத்திரிகையில் அந்த அறிக்கை வெளியானது.

ஒருவகையில் அப்போது அமெரிக்கா அதை எதிர்பார்த்துக் கொண்டிருந்தது என்று தான் சொல்லவேண்டும். பண்ணையாராக

இருந்து, ராணுவ வீரராக, தளபதியாக, அரசியல் சாசனச் சட்டக்குழு உறுப்பினராக, ஜனாதிபதியாக, மீண்டும் ஜனாதிபதியாக ஒரு பெரிய ரவுண்டு வந்தவர் வாஷிங்டன். ஜனநாயகம் என்றால் என்ன, அதன் சுவை எத்தகையது, அதன் வாசனையும் நாற்றமும் எப்படிப்பட்டவை, அதன் சுகம், பேஜார்கள் எல்லாவற்றையும் அமெரிக்காவுக்கு முதல் முதலில் அவிழ்த்துக்காட்டியவர் அவர் தான்.

வாஷிங்டன் என்றொரு மனிதர் அங்கு இல்லாமலே போயிருந்தால் 99 சதவீதம் அமெரிக்காவில் சுதந்தரத்துக்குப் பிறகு மன்னராட்சி தான் உண்டாகியிருக்கும் என்கிறார்கள் சரித்திர ஆய்வாளர்கள். ஏனெனில் அந்நாளில் மக்களாட்சி என்பது என்னவென்றே பல தேசங்களுக்குத் தெரியாது. தேசம் என்றால் ராஜா என்றொருத்தர் இருந்தாகவேண்டும்.

சொல்லப்போனால் அமெரிக்க ஜனநாயகத்தின் அதி முக்கிய விளைவு, உலக அளவில் இந்த ராஜா கான்செப்டை ஒழித்தது தான். ப்ரெஞ்சுப் புரட்சிக்கும் அதன் விளைவுகளுக்கும் கூட ஓரெல்லை வரை அமெரிக்காவின் ஜனநாயக அமைப்பு ஒரு முன்னோடியாக விளங்கியது என்று சொல்லலாம். இது எப்படி என்று கேட்டால் தனியே ஒரு பெரிய கதை அளக்கவேண்டிவரும். ஆகவே தகவல் அளவில் நிறுத்திக்கொண்டு மேலே போகலாம்.

ஆச்சா? வாஷிங்டன் ராஜிநாமா செய்துவிட்டார். செய்த கையோடு அவர் செய்த இன்னொரு காரியம், ஹாமில்டனைக் கூப்பிட்டு மிக முக்கியமான பொறுப்பு ஒன்றை ஒப்படைத்தது. அது - ஒரு தேசிய ராணுவ அகடமியை உருவாக்குவது. அடிப்படையில் வாஷிங்டன் ஒரு ராணுவவீரர் என்பதால் தேசத்தின் ராணுவம் குறித்த அக்கறையும் சிந்தனையும் அவருக்கு எப்போதும் இருந்தது. மேலும் அரசை மீறி ராணுவத்தின் கரங்கள் ஓங்காமல் இருப்பதன் அவசியம் குறித்தும் அவர் அடிக்கடி தன் சகாக்களுடன் பேசியிருக்கிறார். மக்கள் புரட்சி செய்தாலோ, மற்ற நாடுகள் வாலாட்டினாலோ ராணுவம் ஒத்தாசைக்கு வரும்; ஆனால் ராணுவத்தில் ஒரு புரட்சி என்றால் தேசமே நாசமாவது தவிர வேறு வழியில்லை என்று முதல்முதலில் கண்டுபிடித்துச் சொன்னவர் வாஷிங்டன் தான். அவரது இந்த தீர்க்கதரிசனம், அநேகமாக இந்தியா தவிர ஏனைய அனைத்து தேசங்களிலும் ஒரு முறையாவது உண்மையாகியிருக்கிறது என்பது விசித்திரமான உண்மை!

ஆகவே ராணுவ அகடமி ஒன்றை நிறுவுவதன் அவசியத்தை அவர் மிகவும் வலியுறுத்தினார். இதை அவர் ஹாமில்டன் பொறுப்பில் விட்டதற்கு இன்னொரு காரணம், அவர் தனிக்கட்சி ஆரம்பித்து ஆட்சியில் பிளவு உண்டுபண்ணிவிடக்கூடாதே என்கிற அக்கறையும் கூட. (அன்று அந்த பயம் அமெரிக்காவில் அனைவருக்கும் இருந்தது!)

ஆள் பார்த்து எல்லா பொறுப்புகளையும் பகிர்ந்து கொடுத்துவிட்டு 1797 வசந்தகாலம் தொடங்கியபோது அவர் ஆட்சி அதிகாரத்திலிருந்து விடைபெற்றுக்கொண்டார். அதுவரை பிலடெல்பியா தான் அமெரிக்காவின் தலைநகரமாயிருந்தது. புதிய தலைநகருக்கான இடத்தைச் சுட்டிக்காட்டிவிட்டு, அங்கே ஒரு அதிபர் மாளிகை அமைக்க ஐடியாக்களும் கொடுத்துவிட்டுத்தான் அவர் ஊருக்குப் புறப்பட்டார். (வாஷிங்டன், அவரைத் தொடர்ந்து ஜான் ஆடம்ஸ் இருவருமே வெள்ளை மாளிகையில் வசிக்காத அமெரிக்க அதிபர்கள். ஆடம்ஸ் காலத்துக்குப் பிறகுதான் ஒயிட் ஹவுஸ் உருவாகிறது.)

கொஞ்சநாளில், ஒரு பனிக்காலத்தில் குதிரைப் பயணம் மேற்கொண்டபோது உடம்புக்கு முடியாமல் ஆகிவிட்டது. என்னென்னவோ காரணங்கள் சொல்லப்பட்டன. தொண்டையில் இன்ஃபெக்ஷன் ஆகிவிட்டது என்றார்கள். தீர்க்கமுடியாத நோய் என்றார்கள். Streptococcal infection என்று தான் அவரது இறுதி மருத்துவ அறிக்கையில் எழுதியிருக்கிறது.1799 டிசம்பர் 14ம் தேதி ஜார்ஜ் வாஷிங்டன் காலமானார்.

அமெரிக்க அதிபர் மறைவுக்கு அப்போது பிரான்ஸ் அரசு (நெப்போலியன் ஆண்டுகொண்டிருந்தார்.) பத்துநாள் அரசுமுறை துக்கம் அறிவித்தது என்றால் அவரது செல்வாக்கு எப்பேர்ப்பட்டது என்பது புரியும். உலகில் வேறு எந்த ஒரு தேசமும் தன் முதல் ஜனாதிபதியின் பெயரை ஒரு மாநிலத்துக்கே சூட்டி அதைத் தலைநகரமாக்கிக்கொண்டதில்லை. அது வாஷிங்டனுக்கு மட்டுமே கிடைத்த பெருமை.

அமெரிக்காவில் ஜனநாயக அரசை வேரூன்றச் செய்ய வாஷிங்டன் மேற்கொண்ட அனைத்து முயற்சிகளையும் வானளாவப் பாராட்டும் சரித்திர ஆராய்ச்சியாளர்கள், ஒருவிஷயம் மட்டும் புரியாமல் சிண்டைப் பிய்த்துக் கொள்கிறார்கள்.

அவர் மட்டும் மனசுவைத்துக் கொஞ்சம் முயற்சி செய்திருந்தால் அமெரிக்காவின் பழங்குடிகளான செவ்விந்தியர்களின் வாழ்க்கைத்தரம் அப்போதே கொஞ்சமாவது உயர்ந்திருக்கும்; பின்னால் யாரும் உதவவில்லை என்றாலும் அவர்களேயாவது ஓரளவு முன்னேறி பிழைத்திருப்பார்கள் என்கிறார்கள்.

ஏனென்றால், வாஷிங்டனுக்கு இருந்த மக்கள் செல்வாக்கு பின்னால் ரொம்ப வருஷத்துக்கு வேறு எந்த அதிபருக்கும் அங்கே இல்லை. புரியும்படி சொல்லவேண்டுமென்றால், தமிழ்நாட்டு மக்களுக்கு எம்.ஜி.ஆர். மீது இருந்த மதிப்பும் விசுவாசமும் மாதிரி அது.

ஆனால் வாஷிங்டன் அல்ல; யாராலுமே புரிந்துகொள்ளமுடியாத, நெருங்கமுடியாத ஒரு விநோதமான இனமாக இருந்தார்கள் அவர்கள்.

நகர்ப்பக்கம் வரமாட்டார்கள். வசிக்கிற மலையோர கிராமங்களில் கூட தேடிப்போய் ஒரு செவ்விந்தியரை அத்தனை சுலபத்தில் யாரும் சந்தித்துவிடமுடியாது. ஆண்களே இப்படியென்றால் அந்த இனத்துப் பெண்களைக் குறித்துச் சொல்லவே வேண்டாம்! அவர்கள் எங்கு இருக்கிறார்கள், என்ன செய்கிறார்கள், என்ன சாப்பிடுகிறார்கள், என்ன மொழி பேசுகிறார்கள், என்ன நினைக்கிறார்கள், எப்போது என்ன செய்வார்கள் - ஒருத்தருக்கும் தெரியாது!

செவ்விந்தியர்கள் என்றால் அசுரர்கள்; எப்போதும் விஷ அம்பை யார் மீது எய்யலாம் என்று குறிபார்த்துக்கொண்டே இருப்பார்கள் என்பது தான் அப்போது அமெரிக்காவில் அறியப்பட்ட ஒரே தகவலாக இருந்தது. மிகுந்த ஆபத்தானவர்கள் என்று எப்போதும் சொல்லப்பட்ட அவர்களுக்கென்று இன்றுவரை ஒரு முழுமையான வரலாறு கிடையாது என்பது மிகப்பெரிய சோகம்.

நமக்குப் படிக்கக் கிடைக்கும் சொற்ப அளவிலான செவ்விந்தியர்களின் சரித்திரம் அமெரிக்காவின் பூர்வகுடிகளைக் குறித்த குழப்பமான உணர்வையே ஏற்படுத்துகிறது. ஆனால் நவீனத்துவத்தின் பக்கம் நெருங்காதவர்களாக இருந்தாலும் அழகான கலாசாரம் கொண்டவர்களாக இருந்திருக்கிறார்கள்!

வாஷிங்டனுக்கு அப்புறம் ஜனாதிபதியான ஜான் ஆடம்ஸும் மேடிசனும் ஜெஃபர்சனும் மன்றோவும் எங்கும் ஓடிப்போய்விட மாட்டார்கள். அவர்கள் காத்திருக்கட்டும். நாம் ஒரு ரவுண்டு செவ்விந்தியர் குடியிருப்புப் பக்கம் போய்விட்டு வரலாம்!

10. செவ்விந்தியர்

நம் ஊர்களில் சாப்பிட அடம்பிடிக்கும் குழந்தைகளை *'பூச்சாண்டி....!'* என்று பயமுறுத்தி சோறூட்டும் தாய்மார்களைப் பார்த்திருக்கிறோம் இல்லையா? அந்த மாதிரி அமெரிக்க வெள்ளைக் குழந்தைகளுக்கு பூச்சாண்டி என்றால் அது செவ்விந்தியர்கள்.

குழந்தைகளுக்கென்ன, பெரியவர்களுக்கும் அந்நாளைய அமெரிக்க அரசாங்கத்துக்கும் ராணுவத்துக்கும் கூட செவ்விந்தியர்களென்றால் பூச்சாண்டிகள் தான்.

உண்மையில் அமெரிக்க மண்ணின் சொந்தக்காரர்கள் அவர்கள். தாம் சொந்தக்காரர்கள் என்பதே தெரியாமல் வாழ்ந்த அப்பாவிகள். அதை உணர்ந்துகொண்டபோது உரிமையைப் பெறக் கடும் போராட்டம் நடத்தி, தோற்று, வெறுப்புற்று குகைகளுக்குள் சென்று பதுங்கிக்கொண்டவர்கள். உண்மையில் இருபதாம் நூற்றாண்டின் மத்தியில் தான் அமெரிக்க செவ்விந்தியர்கள் ஓரளவு வெளியுலகத்துக்கே வந்தார்கள். கொலம்பஸ் காலம் தொடங்கி முந்தாநேத்து வரைக்கும் கூட அட்ரஸ் இல்லாத கூட்டமாகத்தான் அவர்கள் இருந்திருக்கிறார்கள்.

இன்றைக்குச் சுமார் ஐம்பது வருஷங்கள் முன்பு அமெரிக்க அரசாங்கம், மொத்தம் சுமார் ஒண்ணரை லட்சம் செவ்விந்தியர்கள் இருக்கிறார்கள் என்று ஒரு கணக்கு சொன்னது. *(அதற்கப்புறம் சென்ஸஸ் எடுக்கவில்லையா என்று தெரியவில்லை.)* இன்று அது கூடியிருக்கலாம்; அல்லது குறைந்தும் இருக்கலாம். ஆனால் வாஷிங்டன் ஜனாதிபதியாக இருந்த காலத்தில் அமெரிக்க மண்ணில் சுமார் இருபது லட்சம் பேர் பூர்வகுடி மக்கள் இருந்ததாகத் தெரிகிறது.

இவர்கள் இந்தியர்கள் இல்லை. சிவப்பாகவும் இருக்கமாட்டார்கள். ஆனாலும் ஏன் இந்தப் பெயர் என்று தெரியவில்லை.

பல்லாயிரம் வருஷங்களுக்கு முன்பு வட அமெரிக்காவின் அலாஸ்காவும் ஆசியாக்கண்டமும் ஒரே நிலப்பரப்பாக இருந்திருக்க வேண்டும் என்றும் ஆசியாவிலிருந்து இடம்பெயர்ந்து இந்த மக்கள்

அலாஸ்கா வழியாக அமெரிக்கா முழுவதும் பரவியிருக்கவேண்டும் என்றும் ஒரு ஆராய்ச்சிக் குறிப்பு சொல்லுகிறது. இது புருடா, இவர்கள் மெக்சிகோ இந்தியர்களின் வம்சாவளிகள் என்று இன்னொரு ஆராய்ச்சிக் குறிப்பு சொல்லுகிறது. மெக்சிகோவில் ஏது இந்தியர்கள் என்று தெரியவில்லை.

குழப்பமில்லாமல் இருக்க ஒரு விஷயத்தை சௌகரியமாக இப்போதைக்கு நம்பி வைக்கலாம்! இந்தியாவைக் கண்டுபிடிக்கக் கிளம்பிய கொலம்பஸ் அமெரிக்காவைக் கண்டுபிடித்தார் இல்லையா? அப்போது அவர் அமெரிக்க மண்ணில் முதல்முதலில் சந்தித்தது இந்த ஆதிவாசிகளைத்தான். ரொம்பக் கொடூரமான தாக்குதல்கள் நிகழ்த்திய இவர்களில் சிலரை கொலம்பஸ் சிறைப் பிடித்துக்கொண்டுபோய் ஸ்பெயின் மன்னர் முன் நிறுத்தி, அறிமுகம் செய்யும்போது சிவப்பிந்தியர் என்று சொன்னார். கொலம்பஸ் வாயால் இந்தியரானவர்கள் என்று வைத்துக்கொள்ளுவோம். ஆனால் இவர்களுக்கும் இந்தியாவுக்கும் ஒரு சம்பந்தமும் இல்லை.

விஷயத்துக்கு வரலாம். செவ்விந்தியர்கள் அமெரிக்கமண்ணில் சுதந்தரமாக, சுகமாகத்தான் இருந்தார்கள் - பிரிட்டிஷ் காலனிகள் அங்கே முளைக்கும் வரை. வெறும் பத்திருபது லட்சம் பேர் வசிப்பதற்கு இத்தனை பெரிய, இத்தனை வளமான நாடு தேவையா என்று மண்ணாசைக் கனவுகளுடன் பிரிட்டன் அமெரிக்காவை முற்றுகையிட்டபோது, ஆரம்பத்தில் செவ்விந்தியர்கள் மிகக் கொடூரமாக நடந்துகொண்டார்கள்.

நினைத்துக்கொண்டால் யுத்தம். ஏராளமான சாவுகள். ரத்தத்தில் நனைந்த வீதிகள். வெள்ளையனே வெளியேறு என்று நம்மைமாதிரி அவர்கள் சொல்லிக்கொண்டிருக்காமல் கல்லாலும் வில்லாலும் அடித்துத் துரத்த முனைந்தார்கள். (ஆம். நிஜமாகவே கல்லும் வில்லும் தான் அவர்களின் ஆயுதங்கள்.)

ஆனால் பிரிட்டன் அப்போது பெரும் ஆயுதபலம் பெற்றிருந்தது. துப்பாக்கியும் பீரங்கியும் புழக்கத்துக்கு வந்துவிட்ட காலம். அந்த பலத்துக்கு முன்னால் செவ்விந்தியர்களின் விஷ அம்புகள் எடுபடவில்லை. லட்சக்கணக்கான செவ்விந்தியர்களைக் கொன்ற பிறகுதான் பிரிட்டன் அமெரிக்க மண்ணில் காலூன்ற முடிந்தது என்று சரித்திரம் சொல்லுகிறது. ஆனால், லட்சக்கணக்கு என்றால் எத்தனை லட்சம் என்று ஓரிடத்தில் கூடக் குறிப்பு இல்லை! அது மறைக்கப்பட்ட அல்லது அழிக்கப்பட்ட சரித்திரம்.

ஏகப்பட்ட அழிவுகளுக்குப் பிறகு மிச்சமிருக்கும் கொஞ்சபேராவது உயிர்பிழைத்து சந்ததி வளர்க்கலாம் என்று முடிவு செய்து செவ்விந்திய சமூகத்தினர் அமெரிக்காவின் வட பகுதியில் கொஞ்சம் பேரும் தென்மேற்குப் பகுதியில் (இன்றைய லாஸ் ஏஞ்செலீஸ்) கொஞ்சம் பேருமாகப் பிரிந்து சென்று மறைந்து வாழத் தொடங்கிவிட்டார்கள்.

இந்த ஆதிவாசிகளுள் மொத்தம் 250 இனக்குழுக்கள் (ethnics) இருப்பதாக அமெரிக்க அரசு அறிக்கை ஒன்று சொல்கிறது. ஆனால் மொத்தபேரும் பேசுகிற மொழி ஒன்று தான். அது ஆங்கிலமல்ல. இன்றுவரை பெயர் வைக்கப்படாத அல்லது அறியப்படாத ஏதோ ஒரு மொழி. ஷார்ட் ஹேண்ட் மாதிரி ரொம்ப சுருக்கமான மொழி என்கிறார்கள். நாம் ஒரு பேராகிராஃபில் சொல்லும் விஷயத்தை அவர்களின் மொழி ஒரு சொல்லில் சொல்லிவிடுமாம்.

பொதுவாக நகரவாசிகள் எட்டிப் பார்க்காத, வளம்குன்றிய ஒதுக்குப் புறங்களில் இவர்கள் ஆரம்பக்காலங்களில் வீடுகட்டி வசித்து வந்திருக்கிறார்கள். வீடு என்றால் தனித்தனி வீடு இல்லை.

நியு மெக்ஸிகோவில் ஒரு செவ்விந்தியக் குடியிருப்பு கிராமத்துக்குச் சென்று பார்த்துவந்த ('உலகம் சுற்றும் தமிழன்' என்று வருணிக்கப்பட்ட) ஏ.கே. செட்டியார் எழுதுகிறார்:

"நியூமெக்ஸிகோவில் புயே என்றோர் இடம் இருக்கிறது. ஆயிரம் வருடங்களுக்கு முன்னே இது ஒரு சிறந்த நகரமாகத் திகழ்ந்திருக்கவேண்டும். ஆனால் நான் சென்றபோது பாழடைந்த சின்னங்கள் தான் இங்கே காணப்பெற்றன. வட்டமாகவோ, சதுரமாகவோ நான்கு அல்லது ஐந்து மாடிகளையுடைய கட்டிடம் இருந்திருக்க வேண்டும் என்றும் பல நூற்றுக் கணக்கான அறைகள் இருந்திருக்கக்கூடும் என்றும் பாழடைந்த சின்னங்களால் தெரிந்தது. குறைந்தது ஆயிரம் பேராவது இதில் வசித்திருக்கவேண்டும்... இந்நகரில் ஒரே வீடுதான். ஒரே சமயத்தில் ஒருவரே உள்ளே நுழையும் அளவு கதவு அமைக்கப்பட்டிருந்தது..."

இந்தச் சில வரிகளுக்குள் செவ்விந்தியர்கள் எப்படி வாழ்ந்திருக்கிறார்கள் என்பது புரிந்துவிடுகிறது இல்லையா? ஜம்போ சைஸில் ஒரு வீட்டைக் கட்டி கூட்டுச் சமூகமாக உள்ளே வாழ்ந்திருக்கிறார்கள். பகைவர் பயம் காரணமாக அத்தனாம்பெரிய

வீட்டுக்கு கொசு மாதிரி ஒரே ஒரு கதவு. அதுவும் ஒரு ஆசாமி மட்டும் உள்ளே நுழைகிற மாதிரி.

இந்தமாதிரி கம்யுனல் வாழ்க்கையைத்தான் அவர்கள் பல நூறு வருஷங்கள் வாழ்ந்திருக்கிறார்கள். அந்த ஒரு வீட்டுக்குள்ளேயே ஏராளமான சுரங்கங்களும் மறைவிடங்களும் அமைத்துக்கொண்டு உள்ளே அம்புக்கு விஷம் தடவிக்கொண்டிருந்திருப்பார்கள் போலிருக்கிறது.

டவுஸ் என்ற இடத்திலும் இந்தமாதிரி சத்திரவீடு இருக்கிறது. இதே செட் அப் தான். நூற்றுக்கணக்கான குடும்பங்கள் சேர்ந்து வாழ்கிற வாழ்க்கை.

இன்றைக்கு அமெரிக்கா செல்லும் பயணிகளுக்கு இந்த ஆதிவாசிக் குடியிருப்புகள் ஒரு சிறந்த சுற்றுலாத்தலம். அரசாங்கம், சுற்றிப்பார்க்க ஒரு ரேட், போட்டோ எடுக்க ஒரு ரேட் என்று ஃபிக்ஸ் பண்ணி நிறைய சம்பாதித்துக்கொண்டிருக்கிறது. பல செவ்விந்தியர்கள் நாகரிகமடைந்து நகர்ப்புறத்துக்குக் குடிபெயர்ந்துவிட்டார்கள். மேற்சொன்ன இடங்களெல்லாம் நினைவாலயம் மாதிரி ஆகிவிட்டது. ஆனால் அந்தக் காலத்தில் செவ்விந்தியர்கள் தம் இடத்தைவிட்டுப் பகலில் கூட வெளியே வரமாட்டார்கள்.

அவர்களின் சொந்தபூமியில் ஒரு செண்ட் நிலம் கூட அவர்களுக்கென்று சொந்தமாகக் கிடையாது. திருட்டு, வழிப்பறி, வேட்டை. அவ்வளவு தான்.

ஆனால் ஒரு கலாசாரம் இருந்தது. தங்களுக்குள் எத்தனை பிரச்னை இருந்தாலும் வந்தேறிகளான வெள்ளையர்களின் உதவியை ஒருபோதும் நாடமாட்டார்கள். வருஷாவருஷம் ஏதாவது ஒரு நாள் சமூக விருந்து நிகழ்ச்சி ஒன்று நடத்தி ஒரு தலைவரைத் தேர்ந்தெடுப்பார்கள். பஞ்சாயத்துத் தலைவர் மாதிரி. விவகாரம் என்றால் அவர் தான் நியாயம் சொல்லுவார். அவருக்குத் தெரிந்த நியாயம்! ஆனால் அதை அத்தனை பேரும் கேட்டுக்கொள்வார்கள். வாதம், விவாதம், விதண்டாவாதமெல்லாம் கிடையாது.

பெரும்பாலான அமெரிக்க ஆதிவாசிகள் கத்தோலிக்கக் கிரித்தவர்கள் தாம் என்றாலும் கிருஸ்துவுக்கு முன்னிருந்த தெய்வங்களையும் அவர்கள் வழிபட்டுக்கொண்டிருந்தார்கள்.

நினைத்தபோது கல்யாணம், நினைத்தபோது விவாகரத்து என்னும் இன்றைய அமெரிக்கக் கலாசாரம் இவர்களிடமிருந்து பரவியது தான்! ஃப்ரீ செக்ஸ் என்பது செவ்விந்தியர்களின் அங்கீகரிக்கப்பட்ட சமூக நடவடிக்கையாக இருந்திருக்கிறது.

செவ்விந்தியர் யாராவது இறந்தால் உடனே எரிக்கவோ புதைக்கவோ மாட்டார்கள். இரண்டு நாளிலிருந்து நாலு நாள் வரை பிணத்தை வீட்டிலேயே வைத்திருப்பார்கள். உயிர் இல்லை; பிணம் தான் என்று அப்புறம் தான் நிச்சயமாக நம்புவார்கள். பிறகு வீட்டு வாசலிலோ தோட்டத்திலோ புதைத்துவிட்டு, மேலே சிறிதாக ஒரு ரூம் கட்டுவார்கள். அதில் இறந்தவரின் ஆடைகளை வைப்பார்கள். ஆறாம்நாள் அந்த ஆடைகளை எடுத்து எரித்துவிட்டு கூட்டமாகச் சேர்ந்து விருந்து சமைத்து உண்பார்கள். அதுதான் இறந்தவருக்குச் செய்கிற மரியாதை என்பது அவர்களின் நம்பிக்கை.

அமெரிக்க செவ்விந்தியர்களின் நடனக்கலை, ஹாலிவுட் புண்ணியத்தில் இன்று உலகம் முழுக்கத் தெரிந்த சங்கதி. மான், எருமை, கரடிகளைக் கொன்று அந்தத் தலைகளைத் தம் தலைகளின் மேல் சூடி அவர்கள் ஆடும் டான்ஸ் ரொம்ப ஃபேமஸ். செவ்விந்தியர்களின் உணவு, செவ்விந்தியர்களின் உடைகள், நகைகள் (செவ்விந்தியப்பெண்கள் இயற்கையிலேயே மிகவும் அழகானவர்கள். அழகுக்கு அழகு சேர்க்கும்விதத்தில் வெள்ளி, செம்பு, முத்தாலான பெரிய பெரிய நகைகளை மாட்டிக்கொண்டு ஜிங்கு ஜிங்கென்று ஆடுவார்கள்.) எல்லாம் வெளி உலகுக்குத் தெரியவந்த போது தான் அவர்களும் தெரியவந்தார்கள்!

சமீப காலம் வரை அமெரிக்காவின் விடலைகள் என்று வருணிக்கப்படும் விதத்தில் தான் வாழ்ந்தார்கள். கார் ஓட்டுவார்கள். ஆனால் லைசென்ஸ் வைத்திருக்கமாட்டார்கள். குடித்துவிட்டு கலாட்டா செய்தாலும் போலீஸ் அவர்களை மட்டும் ஒன்றும் செய்யாது. பூர்வகுடிகள் என்கிற விதத்தில் அமெரிக்க அரசு அவர்களுக்கு இன்றும் பல சலுகைகள் வழங்கினாலும் வாழ்க்கைத் தரத்தை முன்னேற்றும்விதமான காரியங்கள் ஏதும் உருப்படியாக நடக்கவில்லை.

சலுகைகள் எல்லாமே தாற்காலிக சந்தோஷம் தான். நிரந்தரமான வளர்ச்சிக்கு எந்தப் புடலங்காய் சலுகையும் உதவாது என்பதற்கு

செவ்விந்தியர்கள் மிகச்சிறந்த உதாரணம். கல்வி, வேலைவாய்ப்பு, பொருளாதார முன்னேற்றம் இவற்றிலெல்லாம் அமெரிக்காவின் வளர்ச்சியுடன் ஒப்பிட்டால் அமெரிக்காவின் இந்தப் பூர்வகுடிகள் பாதாளத்துக்கும் கீழே தான் இன்றும் இருக்கிறார்கள்.

அமெரிக்கப் பொருளாதார வல்லுநர் ஒருத்தர், "ஆரம்பக் காலத்தில் அவர்கள் கஷ்டத்தால் விரக்தியடைந்திருந்தார்கள். இப்போது காட்சிப் பொருளாகி விரக்தியடைந்திருக்கிறார்கள். ஆயிரம் சொன்னாலும் இதுதான் அமெரிக்காவின் மிக முக்கியமான அவமானச் சின்னம்" என்று பத்து வருஷம் முன்பு எழுதியிருக்கிறார்.

இன்றைக்கும் இதில் பெரிய வித்தியாசம் இல்லை என்பது ஒரு புறம் இருக்க, அமெரிக்காவுக்கு இன்னொரு முக்கிய அவமானச் சின்னமும் உண்டு. அடிமைகள்!

கஷ்டஜீவனம் என்றாலும் செவ்விந்தியர்கள் தமக்குள் சுதந்தரமாகவும் சந்தோஷமாகவும் தான் இருந்திருக்கிறார்கள். அவர்களுக்கு சமூக அங்கீகாரம்தான் இல்லாதுபோனதே தவிர வாழவழியில்லாமல் போகவில்லை. தேசத்தைப் பறிகொடுத்தார்களே தவிர தங்களை இழக்கவில்லை. தன்மானத்தையும் சுயமரியாதையையும் இழக்கவில்லை. போராட்ட உணர்வு அவர்களின் இரத்தத்தில் இருந்தது. வெள்ளையர்களை எதிர்த்துப் போரிடும் நெஞ்சுரம் இருந்திருக்கிறது. முடியாமல் போனபோது ஒதுங்கி, ஒளிந்து வாழ்ந்தார்களே தவிர தமது பிரத்தியேகக் கலாசாரத்தை அவர்கள் இழக்கவில்லை.

ஆனால் அமெரிக்க அடிமைகளின் கதை வேறு. நாம் நினைத்துக்கூடப் பார்க்கமுடியாத அவல வாழ்க்கை அவர்களுடையது.

அமெரிக்காவே ரொம்பகாலத்துக்கு அடிமைநாடாக இருந்தது தான். அடிமையாக இருப்பதன் கஷ்டம் தெரிந்தவர்கள் தான் அமெரிக்க வெள்ளையர்கள். ஆனால் பிரிட்டனிடமிருந்து சுதந்தரம் பெற்றபிறகாவது அவர்கள் தாம் அடிமைகளை வைத்துக் கொள்வது குறித்துச் சிந்தித்திருக்கவேண்டும். ஒரு தேசம் அடிமைப் பட்டிருப்பதற்கும் ஒரு குறிப்பிட்ட சமூகத்தை ஒட்டுமொத்த தேசமே அடிமையாக வைத்திருப்பதற்கும் சில நுணுக்கமான

வித்தியாசங்கள் இருக்கின்றன. அதுவும் அடையாளமில்லாத மைனாரிடி சமூகத்தை! அவர்கள் அடிமையாக இருப்பதற்கென்றே இறக்குமதி செய்துகொள்ளப்பட்டவர்கள். பிழைக்க வழியின்றி, பஞ்சம் மிகுந்த ஆப்பிரிக்க நாடுகளிலிருந்து அமெரிக்காவுக்கு அடிமைகளாக வந்தவர்கள்.

இரண்டுவேளை சோறு. உடுக்க ஒரு உடை. ஒதுங்க ஓரிடம். இதை எதிர்பார்த்துமட்டுமே வந்தவர்கள். பதிலுக்கு உழைக்கத் தயார் என்பது தான் அவர்களது அப்ளிகேஷனாக இருந்தது.

எதையாவது கொடுத்துத் தானே இன்னொன்றைப் பெற வேண்டியிருக்கிறது? ஆனால் அவர்கள் எல்லாவற்றையுமே அமெரிக்கர்களுக்குக் கொடுக்கவேண்டியிருந்தது. உழைப்பை மட்டுமல்ல. உடம்பை. உயிரை. மானத்தை.

உலகில் வேறு எந்த தேசமும் பல நூறு ஆண்டுகளாக அமெரிக்கா போல் அடிமைகளை வைத்துக்கொண்டு வாழவில்லை. வேறு எந்த நாட்டு ஜனாதிபதிகளும் நூற்றுக்கணக்கில் அடிமைகளை வைத்துக்கொண்டிருந்ததில்லை. அவமானமாக அல்ல; அதை ஒரு தவறாகக் கூட நினைத்துப் பார்க்கமுடியாத மனோபாவம் வேறு எந்த நாட்டு மக்களுக்கும் இருந்ததில்லை. பிரிட்டனிடம் அடிமைப்பட்டுக்கொண்டிருந்த காலத்தில்கூட அமெரிக்கர்களின் தனிப்பட்ட ஆதிக்கமனோபாவமும் பூர்ஷ்வாத்தனமும் மேலோங்கித் தான் இருந்திருக்கிறது.

கருப்பர்கள். அமெரிக்கர்களைப் பொறுத்த அளவில் இந்த இனத்துக்கும் ஆடு, மாடு, குதிரை, பன்றி இனங்களுக்கும் பெரிய வித்தியாசம் இருக்கவில்லை, அப்போது. இந்தா, இந்தா என்று சரித்திரம் எடுத்துப்போடும் காட்சிகள் வறண்ட நெஞ்சங்களில் கூட ரத்தம் கசியச் செய்யும்!

11. சரித்திர மோசடி

"அன்புள்ள அப்பா, நீங்கள் நலமாக இருப்பீர்கள். எனக்கு இரண்டுவேளை சாப்பாடு எப்படியும் கிடைத்துவிடும் என்பதால் நான் நலமாக இருப்பேன் என்று தான் நினைத்துக்கொண்டிருப்பீர்கள். ரொம்ப நலம். இரண்டுவேளை சாப்பாடு கொடுத்துவிடுகிறான் என் எஜமானன். ஆனால் அவனுடன் நான் ஆறு வேளை படுத்து எழ வேண்டியிருக்கிறது, ஒரு நாளைக்கு. என் இடுப்பு எலும்புகள் ஒழுங்காக இருக்கின்றனவா, உடைந்து தூளாகிவிட்டதா என்று தெரியவில்லை. வலி நிரந்தரமாகிவிட்டது. படுத்து எழவேண்டியிருக்கிறது என்று தான் சொன்னேனே தவிர உறங்கினேன் என்று சொல்லவில்லை என்பதையும் கவனிக்கவும். என் எஜமானன் ஒரு விலங்கு. அவனது மூர்க்கத்தை என்னால் விவரிக்கவே முடியாது. விடிந்ததிலிருந்து நாலைந்து முறை உறவு கொள்ள அழைத்திருக்கிறோமே, பதினேழு வயதுப் பெண்ணை ஒருமணிநேரம் ஓய்வெடுக்கச் சொல்வோம் என்று கனவிலும் நினைக்கமாட்டான். காரியம் ஆனதும் உடனே என்னை வேலைக்கு விரட்டுவான். அவனைத் திருப்தி செய்தகையோடு அவனது பண்ணை குதிரைகளுக்கு சேவகம் செய்தாகவேண்டும். குதிரைகளுக்கு என்மீது கொஞ்சம் இரக்கம் உண்டு. என் எஜமானன் எனக்குக் கொடுக்கும் உப்புப்போட்ட ஒரு பிடி அரிசிப்பொரி என் வயிற்றுக்குப் போதாது என்பது எப்படியோ அவற்றுக்குத் தெரிந்திருக்கும். அவற்றுக்கு வைக்கும் கொள்ளில் கொஞ்சம் எனக்காகவே மிச்சம் வைத்திருக்கும். நான் அவற்றைத் தேய்த்துக் குளிப்பாட்டியதும் பிடிபிடியாக அள்ளிச் சாப்பிடுவேன்..."

மேற்கண்ட கடிதம் பதினெட்டாம் நூற்றாண்டின் மத்தியில் *(1756 அல்லது 57 - வருஷம் துல்லியமாகத் தெரியவில்லை.)* வாழ்ந்த எலிசபெத் ஸ்பிரிங் என்னும் ஒரு விர்ஜீனிய அடிமை எழுதியது.

அமெரிக்க அடிமை வம்சத்திலும் எழுதப் படிக்கத் தெரிந்த ஒருசில மனிதர்கள் இருந்திருக்கிறார்கள். அதனால் தான் இன்று நமக்குக் கிடைக்கும் குறைந்தபட்சத் தகவல்களாவது சாத்தியமாகின்றன. இல்லாதுபோனால் ஒரு மாபெரும் சரித்திர மோசடியை உலகம் அறிந்துகொள்ளாமலேயே இன்றுவரை இருந்திருக்கக் கூடும்.

அமெரிக்க அடிமைகளின் சரிதத்துக்குள் நுழைவதற்கு முன் இன்னொரு அதிமுக்கியமான ஆவணத்திலிருந்து சிலவரிகளைப் பார்த்துவிடலாம். இது பதினெட்டாம் நூற்றாண்டைச் சேர்ந்த ஒரு அடிமை வியாபாரி (அல்லது புரோக்கர்) எழுதிவைத்த குறிப்பு:

"கருப்பு இனப் பெண்கள் அடிக்கடி பிள்ளை பெற்றுக்கொள்வார்கள். நிறைய பிள்ளைகள் இருந்தால் நிறைய சம்பாதிக்கமுடியும் என்பது அவர்களின் சித்தாந்தம். அவர்களின் சமூகத்தில் நிறைய குழந்தைகள் பிறக்கவேண்டும் என்று வெள்ளைக்காரர்கள் விளையாட்டாக வேண்டிக்கொள்வார்கள். பணத்தேவையின் பொருட்டுத்தான் அவர்கள் அடிமைகளாக வருகிறார்கள். ஆனால் நாளடைவில் பெரும்பாலான பெண்கள் சித்தம் கலங்கி அரைப்பைத்தியமாகிவிடுகிறார்கள். வெள்ளைக்கார முதலாளிகளுக்கு சித்தம் கலங்கிய அடிமைப்பெண்களைப் புணர்வதில் இனம் புரியாத கிளுகிளுப்பு உண்டு."

இனி விஷயத்துக்கு வரலாம்.

அடிமைகளை வைத்துக்கொள்வது என்பது ஆதிகாலத்திலிருந்தே அமெரிக்காவில் இருந்துவந்த ஒரு நடைமுறை. ஆதிகாலம் என்றால் க்ரிஸ்டொபர் கொலம்பஸ் அமெரிக்காவைக் கண்டுபிடித்த காலம் அல்ல. அமெரிக்க மண்ணில் பிரிட்டிஷ் காலனிகள் ஏற்படத் தொடங்கியதும் பரவலான வழக்கம் இது.

வட அமெரிக்காவின் தென் மாநிலங்களில் பருத்தி உற்பத்திதான் அப்போது பிரதான தொழிலாக இருந்தது. உற்பத்தி என்றால் கொஞ்சநஞ்சம் அல்ல. வருஷத்துக்கு ஆயிரம் முதல் ஆயிரத்தி ஐந்நூறு டன் பருத்தி அங்கே விளைந்தது. அத்தனை செழுமை. இது பதினெட்டாம் நூற்றாண்டுக் கணக்கு. இன்னும் ஒரு ஐம்பது வருஷம் கழித்து இந்த உற்பத்தி வருஷத்துக்கு ஒண்ணரை மில்லியன் டன் என்று உயர்ந்தது.

இத்தனை பெரிய விளைச்சலை சமாளிக்க ஆள் வேணாமா? உள்ளூர் விவசாயிகளுக்கு விவரம் பத்தவில்லை. மேலும் உற்பத்திக்கு ஈடுகொடுக்கும் அளவுக்கு உழைக்கிற ஜாதியாகவும் அவர்கள் இல்லை. அப்படியே உழைத்தாலும் கூலி எக்கச்சக்கம் தரவேண்டியிருந்தது. லேபர் ஆக்டெல்லாம் அமுலுக்கு வராத காலம் அது. இன்ன வேலைக்கு இன்ன கூலி என்று அந்தந்த

முதலாளிகள் தான் நிர்ணயிப்பார்கள். எட்டுமணிநேர வேலை, பி.எஃப்., ஈ.எஸ்.ஐ. மாதிரி சௌகரியமெல்லாம் கனவிலும் கிடையாது. அமெரிக்க விவசாயிகள் கூட ஓரளவு எழுதப்படிக்கத் தெரிந்தவர்களாக இருந்ததால் ஏமாற்றுவது பெரும்பாடாக இருந்தது முதலாளிகளுக்கு.

என்ன செய்யலாம் என்று யோசித்தபோது தான் பஞ்சம் மிகுந்த ஆப்பிரிக்க நாடுகளிலிருந்து கருப்பர் இன உழைப்பாளிகளை விவசாயக்கூலிகளாக இறக்குமதி செய்துகொள்ளலாம் என்னும் ஐடியா தோன்றியிருக்கிறது. விவசாயத்துக்கு மட்டுமல்ல; பண்ணையார்கள் மிகுந்த அப்போதைய அமெரிக்க சமுதாயத்தில் எல்லா காரியங்களையும் கூப்பிட்ட குரலுக்குச் செய்ய ஆட்கள் வேண்டியிருந்தார்கள். வேலையும் எக்கச்சக்கமாயிருந்தது. (அமெரிக்காவுக்கு குதிரைகளை அறிமுகப்படுத்தியதே பிரிட்டிஷ்காரர்கள்தான். பிரிட்டனிலிருந்து இறக்குமதி செய்யப்பட்ட பல லட்சக்கணக்கான குதிரைகளைக் கட்டிமேய்க்க பல்லாயிரக்கணக்கான அடிமைகள் நாடெங்கும் பணியில் நியமிக்கப்பட்டது தனிக்கதை!)

ஆப்பிரிக்காவிலிருந்து அடிமைகளை ஏற்றிக்கொண்டு வரிசையாகக் கப்பல்கள் அமெரிக்கக் கடற்கரைக்கு வரத்தொடங்கிய அதே நேரம், அடிமை இறக்குமதி ஒரு அதிகாரபூர்வத் தொழிலாகவும் அங்கே ஆனது. ஊருக்கு ஊர் புரோக்கர்கள் முளைத்தார்கள்.

அடிமைகளாக வந்தவர்களில் சிலருக்கு மட்டும் தாம் அடிமைகளாகத்தான் போகிறோம் என்று தெரிந்திருந்தது. பெரும்பாலானோருக்கு வெளிநாட்டுக்கு உத்தியோகம் பார்க்கப் போவதாகவே தெரியும். நல்ல சாப்பாடு, கை நிறைய கூலி, புதிய, பணக்கார தேசத்தில் வாழ்க்கை என்பது அவர்களின் எண்ணமாக இருந்தது. பிரச்னை என்னவென்றால் அமெரிக்க முதலாளிகள் புரோக்கர்களுக்குக் கொடுத்த காசே ஒட்டுமொத்த அடிமைகளின் ஒட்டுமொத்த சர்வீஸுக்கும் சேர்த்துக் கொடுக்கப்பட்டதாக நினைத்துவிட்டது தான்!

இறக்குமதி செய்யப்பட்ட அடிமைகளுக்கு முதலில் மொட்டை அடிக்கப்பட்டு, மார்பிலோ நெற்றியிலோ அவர்கள் இந்த ஏஜெண்டு மூலம் அழைத்துவரப்பட்ட அடிமை என்பதாகப் பச்சை குத்தப்பட்டது.

பிறகு, பொதுவில் அவர்கள் மூன்று பிரிவினராகப் பிரிக்கப்பட்டார்கள். ஒன்று, பண்ணை வேலையாட்கள். இரண்டாவது தரப்பு, வீட்டு வேலையாட்கள். மூன்றாவது பர்சனல் அசிஸ்டெண்டுகள். எல்லாமே எடுபிடி வேலைகள் தான்; பெண்டு கழட்டும் உத்தியோகம் தான் என்றாலும் மூன்று பிரிவு உத்தியோகங்களிலும் சில அடிப்படை வித்தியாசங்கள் இருந்தன.

உதாரணமாக பண்ணையில் பகல் முழுவதும் வேலைபார்ப்பவர்கள் இரவில் விலங்குகளை (குதிரைகள், மாடுகள்) பராமரிக்கவேண்டும். காலை ஏழு மணிக்கும் ராத்திரி ஒன்பதரை மணிக்கும் இவர்களுக்கு மொத்தம் ஆறு கவளம் சாப்பாடு கிடைக்கும். (அந்நாளில் அமெரிக்காவில் அடிமைகளுக்கு அரிசிச்சோறும் அரிசிப்பொறியும் தான் உணவாகத் தரப்பட்டன. அரிசி என்பது அங்கே தாழ்த்தப்பட்டவர்களுக்கான உணவாகக் கருதப்பட்டது. சில பண்ணைகளில் மரத்தொட்டிகளில் மொத்தமாக சோளக்கஞ்சி ஊற்றியும் உணவாக வழங்கப்பட்டிருக்கிறது.) வீட்டு வேலை பார்க்கிறவர்களுக்கு ஒரே டியூட்டி தான். எஜமானியம்மா என்ன சொன்னாலும் செய்யவேண்டும். பண்ணை வீடு முழுக்க ஒரு நாளில் எட்டுமுறை கூட்டித் துடைப்பது அவர்களின் முக்கியப் பணியாக இருந்தது. ஒரு பண்ணைவீட்டை முழுக்கச் சுற்றிவரவே முக்கால் மணிநேரமாகும் என்பதை கவனிக்கவேண்டும். இவர்களுக்கு அரிசிச் சோறு கிடையாது. பொறியும் கொள்ளும் தான் உணவு. அதுவும் இரண்டு வேளை; இரண்டு பிடி மட்டும். பர்சனல் அசிஸ்டெண்ட் பதவிகள் பொதுவாகப் பெண்களுக்கு மட்டுமே தரப்பட்டன. அதாவது பண்ணையார் என்ன சொன்னாலும் செய்யவேண்டிய ஜோலி. என்ன சொன்னாலும் என்றால், என்ன சொன்னாலும் தான்! விவரிப்பே வேண்டாம். கிட்டத்தட்ட பாலியல் தொழிலாளிகள் மாதிரி தான் இவர்கள் நடத்தப்பட்டிருக்கிறார்கள் என்கிறது சரித்திரம்.

பதினெட்டாம் நூற்றாண்டு அமெரிக்க அடிமைகளின் வாழ்க்கை குறித்து ஆராய்ந்திருக்கும் ஆராய்ச்சியாளர்கள் எல்லாரும் அநேகமாக ஒரு விஷயத்தை மட்டும் யோசிக்காமல் ஒப்புக்கொள்கிறார்கள். சராசரியாக ஒவ்வொரு அடிமையும் வாரத்துக்கு எண்பத்தைந்து முதல் நூற்றுப்பத்து மணிநேரம் வேலை பார்த்திருக்கிறார்கள் என்பதே அது. அதாவது ஒரு நாளைக்கு

நாலுமணிநேரத்துக்குக் கொஞ்சம் கூடுதலான நேரம் மட்டுமே அவர்களுக்கு ஓய்வு. இது ஒருவாரம், ஒரு வருஷம் அல்ல. வாழ்நாள் முழுவதும்! அது முதலாளிகளின் வாழ்நாளாக இருந்ததைவிட, அந்த அடிமைகளின் வாழ்நாளாக இருந்தது தான் அதிகம்.

பண்ணையார்களின் தேசமாகத்தான் அமெரிக்கா முதல்முதலில் உருவாகத் தொடங்கியது என்று பார்த்தோமல்லவா? அமெரிக்காவின் முதல் ஜனாதிபதியான வாஷிங்டனே பெரிய பண்ணையார். ஒவ்வொரு பண்ணையாரும் அங்கே நூற்றுக்கணக்கில், ஆயிரக்கணக்கில் அடிமைகளை வைத்துக்கொண்டிருந்தார்கள். இன்றைக்கு இத்தனை பவுன் வைத்திருக்கிறோம் என்று சொல்வது பெண்களுக்கு ஒரு பெருமையாக இருப்பது போல அன்று அமெரிக்கப் பண்ணையார்களின் ஸ்டேட்டஸ், எத்தனை அடிமைகளை வைத்துக் கொண்டிருக்கிறார்கள் என்பதில் இருந்தது! குறிப்பாக, தென் மாகாணங்களில் இந்த ஸ்டேட்டஸ் போட்டி பல தகராறுகளுக்கே கூடக் காரணமாயிருக்கிறது.

அடிமைகளை வைத்துச் சூதாடுவது, அடிமைகளை அடமானம் வைப்பது, தனக்குச் சேரவேண்டிய தண்டனைகளை அடிமைகளுக்கு வழங்கச் செய்வது, திருமணச்சீர்களுள் ஒன்றாக மகளுக்கு அடிமைகளை வழங்குவது போன்ற பல நடைமுறைகள் இருந்திருக்கின்றன. (வரி பாக்கிக்கு பதிலாகக் கூட நாலு அடிமைகளை கிராம பஞ்சாயத்துக்குக் கொடுத்துவிடுவார்கள்.) பல இடங்களில் திடீர் திடீரென்று சர்ப்ளஸான அடிமைகளை ஏலத்தில் விட்டு அடிமாட்டு ரேட்டுக்கு 'ஓட்டிப்'போவதும் உண்டு. பதினேழாம் நூற்றாண்டின் தொடக்கத்தில் அமெரிக்காவில் ஓர் ஆண் அடிமையின் விலை இருபத்தேழு டாலர்கள் மட்டுமே. (பெண்கள், குழந்தைகளின் விலை இதைவிடக் குறைவு.) ஐந்துபேர் கொண்ட ஒரு முழு குடும்பத்தை அடிமையாக வாங்குவதென்றால் 'பேக்கேஜ்' மாதிரி ஒரு விலை நிர்ணயிப்பார்கள். அஞ்சாயிரம் டாலர்கள், ஆறாயிரம் டாலர்கள் இப்படி. பதினெட்டாம் நூற்றாண்டு அமெரிக்காவில் ஒரு அடிமையின் விலை அதிகபட்சம் 1750 டாலர் என்று நிர்ணயிக்கப்பட்டது. குறைந்தபட்ச விலை 250 டாலர்கள்.

பதினேழு, பதினெட்டு மற்றும் பத்தொன்பதாம் நூற்றாண்டின் முற்பகுதி வரையிலும் கூட அமெரிக்காவில் அடிமைகள் வைத்துக்

கொள்வது என்பது இன்று பைக் அல்லது கார் வைத்துக்கொள்வது மாதிரி ஒரு வழக்கமாக மட்டுமே இருந்தது. அதாவது அவர்கள் ஒரு அசையும் சொத்து. பல நூற்றாண்டுகாலமாக அங்கு இருந்துவந்த சட்ட அமைப்பு அல்லது சட்ட சௌகரியங்கள் இதற்குக் காரணமாக இருந்தன என்று சொல்லலாம்.

சட்டம் என்றால் பொதுவான சட்டம் என்று அர்த்தமில்லை. ஒவ்வொரு காலனி நாடும் தனக்கென்று பிரத்தியேகமாக ஒரு அடிமைச்சட்டம் வைத்திருக்கும். தேவைக்கேற்ப அதில் அவ்வப்போது சட்டத் திருத்தங்களும் செய்துகொள்ளப்படும்.

உதாரணமாக அடிமைகளுக்கு சட்டரீதியிலான உரிமைகள் ஏதும் கிடையாது, அவர்கள் திருமணம் செய்துகொள்ளக்கூடாது, அமெரிக்க மண்ணின் அரசியல் குறித்து அவர்களுக்கு எவ்வித அபிப்பிராயமும் இருக்கக் கூடாது என்றெல்லாம் பல காலனிகளில் சட்டம் இருந்தது. அடிமைகள் கல்யாணம் பண்ணிக்கொள்ளக்கூடாது என்றும் ஒரு சட்டம் உண்டு. பெண் அடிமைகளுக்குக் குழந்தை பிறந்தால் - காரணம் யாராக இருந்தாலும் சரி; அந்தக் குழந்தை முதலாளிக்கே சொந்தம் என்றொரு நூதனமான சட்டமும் இருந்திருக்கிறது.

வேலையில் சுணக்கம் காட்டும் அடிமைகளுக்கு அந்நாளைய அமெரிக்கப் பண்ணையார்கள் வழங்கிய தண்டனைகள் மிகக் கொடூரமானவை. சவுக்கடியெல்லாம் ரொம்ப சாதாரணம். வேலை நேரத்தில் ஒருத்தன் அசந்து தூங்கியதுமில்லாமல் குறட்டை வேறு விட்டான் என்பதற்காக அவன் மூக்கை அறுத்த விர்ஜீனியப் பண்ணையார் ஒருத்தர் இருந்திருக்கிறார். பலபேர் காது அறுக்கப்பட்டிருக்கிறார்கள். வெண்டைக்காய் போல விரலை நறுக்கியிருக்கிறார்கள். பணத்திமிரில் பல நூற்றுக்கணக்கான அடிமைகளைமொத்தமாகநிற்கவைத்துசுட்டுவீழ்த்திஅடையாளம் தெரியாமல் புதைத்த புண்ணியவான்களும் இருந்திருக்கிறார்கள். பாலியல் பலாத்காரத்தில் சிக்கிய பெண் அடிமைகள் சிலரின் உயிர் போய்விட்டது கூடத் தெரியாமல் தொடர்ந்து புணர்ந்துகொண்டிருந்த முதலாளிகள் இருந்திருக்கிறார்கள். அவர்களின் ஒரே உணவான அரிசிப்பொறியில் குதிரை மூத்திரத்தைக் கலந்து கொடுத்து தின்றே தீரவேண்டும் என்று கட்டாயப்படுத்தி, பார்த்து ரசித்தவர்கள் இருந்திருக்கிறார்கள்.

பிரசவ வலி எடுத்த அடிமை ஒருத்தியை படுக்கைக்கு இழுத்து பலாத்காரப்படுத்தி குழந்தையையும் தாயையும் ஒரே சமயத்தில் இறக்கச்செய்து, பிணத்தை நதியில் விட்டெறிந்த முதலாளி ஒருத்தர் இருந்திருக்கிறார்.

வேலை செய்ய மறுக்கும் அல்லது எதிர்த்துப் பேசும் அடிமைகளை 'திருத்தி நல்வழிப்படுத்த' தனியே கேம்ப்கள் நடத்தினார்கள். கேம்புகளுக்கு அனுப்பப்படும் அடிமைகள் கிட்டத்தட்ட உடல் தனியே, உயிர் தனியே என்று தான் திருப்பி அனுப்பப்பட்டிருக்கிறார்கள்.

தொடர்ந்து அடித்துக்கொண்டே இருப்பதன் மூலம் முதலில் பயத்தை உண்டாக்கி, பிறகு மனநிலையைக் குலைத்து, தாம் அடிமையாக சொன்னவேலைகளைச் செய்வதற்கு மட்டுமே பிறந்தவன் என்கிற எண்ணத்தை அடிமனத்தில் அழுந்தப்பதித்து, கிட்டத்தட்ட நடமாடும் மனித யந்திரமாக மாற்றி பண்ணைகளுக்கு அனுப்புவதில் இந்த கேம்ப்கள் முக்கியப் பங்கு ஆற்றியிருக்கின்றன.

கேம்புகள் என்பவை, சிறுவர் சீர்திருத்தப் பள்ளி அல்லது சிறைச்சாலை மாதிரி இருக்கும் என்று நினைத்துக்கொள்ளவேண்டாம். அவையும் பண்ணைகள் தாம். அல்லது சிறு தோட்டங்கள். அடர்ந்த காடுகளின் உள்ளே மரம் அறுக்கும் இடங்கள் இப்படி.

இப்படிப்பட்ட ஆசாமிகள் எல்லாம் இருந்திருக்கிறார்கள் என்பது வியப்பல்ல. இந்தக் கொடூர நடவடிக்கைகள் கண்டு கொள்ளப்படாமலேயே முன்னூறு ஆண்டு காலம் கழிந்திருக்கிறது என்பது தான் வியப்பு.

அடிமைகளை வைத்துக்கொண்டு தொழில் நடத்துவது என்பது கிருத்துவுக்கு முந்தைய காலத்திலிருந்தே மேற்கத்திய நாடுகளில் நடைமுறையில் இருந்து வந்த ஒரு வழக்கம் தான். கி.மு. 71ல் ரோமாபுரியில் அடிமையாக வாழ்ந்து கலகக்காரனாகப் பரிமாணம் பெற்று, அடிமை முறையை எதிர்த்துப் பெரும் புரட்சி செய்த ஸ்பார்டகஸ் குறித்து சரித்திரம் வால்யூம் வால்யூமாகக் கதை சொல்கிறது. ஆனால் நாகரிகம் அடைந்த காலகட்டத்துக்குப் பிறகு எந்தஒரு நாட்டிலும் அமெரிக்கா அளவுக்கு இந்த விஷயத்தில்

இத்தனை மோசமான சம்பவங்கள் நடைபெற்றிருப்பதாகத் தெரியவில்லை. இதிலும் நம்பர் ஒன்!

மிகத் துல்லியமாகச் சொல்வதென்றால் கி.பி. 1820ம் ஆண்டு தான் அமெரிக்காவில் அடிமைமுறை அருவருப்பானது என்ற முதல் குரலே எழுந்தது. அந்தக் குரலுக்குச் சொந்தக்காரர் ஒரு நியூஸ்பேப்பர் ஆசிரியர். நியு இங்கிலாந்துக்காரர். அவர் பேர் வில்லியம் லாயிட் காரிஸன்.

காரிசன் குரல் கொடுப்பதற்கு முன்னால் சுதந்தர அமெரிக்காவை ஐந்து அதிபர்கள் ஆண்டிருக்கிறார்கள். வாஷிங்டனின் செயல் தளபதிகளுள் முக்கியமானவர்களான ஹாமில்டனும் ஜெஃபர்சனும் கருத்து வேறுபாடு கொண்டு பிரிந்த ஒரே காரணத்தால் அமெரிக்காவில் காங்கிரஸ் இரண்டு பட்டு புதிய அரசியல் கட்சிகள் முளைத்தன. ஹாமில்டனின் ஃபெடரலிஸ்ட் கட்சி ஒரு பக்கம். ஜெஃபர்சனின் டெமாக்ரடிக் ரிபப்ளிக் கட்சி இன்னொரு பக்கம். ஜான் ஆடம்ஸ் வந்தார், போனார். ஜஃபர்சன் ஆண்டார். நாட்டில் சுப்ரீம் கோர்ட் நிறுவப்பட்டது. அமைச்சர்களைக்காட்டிலும் சுப்ரீம்கோர்ட்டுக்கு பவர் ஜாஸ்தி என்று சொல்லப்பட்டது. ஃபிரான்ஸிடமிருந்து லூசியானா பகுதியை பதினைந்து மில்லியன் டாலருக்கு ஜெபர்சன் வாங்கினார். பிரிட்டனுடன் கொஞ்சம் சண்டை போட்டார்கள். நிலப்பரப்பை விஸ்தரித்துக்கொண்டார்கள். வெள்ளை மாளிகை கட்டினார்கள். இன்னும் என்னென்னவோ செய்தார்கள்.

ஆனால் எந்த ஆட்சியாளருக்கும் அடிமை முறை அருவருப்பானதாகத் தோன்றவில்லை. அது கூடாது என்று கூடத் தோன்றவில்லை. அது ஒழிக்கப்படவேண்டியது என்று அங்கே ஒரு பயல் சொல்லவில்லை. எப்போதாவது யாராவது அடிமை முறை குறித்து விமர்சனமாக ஏதாவது சொல்லலாம் என்று உத்தேசித்தால் கூடத் தலையில் தட்டி உட்கார வைத்துவிடுவார்கள். ஆதிக்க மனோபாவம் அப்படி மேலோங்கியிருந்தது!

1820ல் தான் முதல் குரல். காரிஸன். கூடாது அடிமைமுறை என்று சொன்னாரா? உடனே அவருக்கும் அவரது கருத்தை ஏற்ற மைனாரிடி மகாஜனங்களுக்கும் ஒரு பேர் கொடுத்துவிட்டார்கள். *Abolitionists!*

அடிமைப்பட்டிருந்த கருப்பர்களுக்கு இந்த காரிசனையோ அவரை ஆதரித்த அல்லது எதிர்த்தவர்களையோ அடியோடு தெரியாது என்பது தான் இதில் முக்கியமான சமாசாரம். அவர்கள் அவதிப்பட்டுக்கொண்டிருந்தார்கள். ஒரு மாபெரும் புரட்சிக்கான முதல்கட்ட ஆலோசனை கூட அப்போது நடைபெறவில்லை! ஆனால் எப்படியாவது தப்பித்துவிடவேண்டும் என்று அநேகமாக எல்லா அடிமைகளும் விரும்பத்தொடங்கியிருந்தார்கள். அதற்கு என்ன வழி?

12. என்று மடியும் இந்த அடிமை மோகம்?

அமெரிக்காவில் அடிமைகள் வைத்துக்கொள்கிற வழக்கம் ஆபிரகாம் லிங்கன் காலத்துக்கு அப்புறம் தான் ஒழியத் தொடங்கியது என்று எல்லாருக்கும் தெரியும். ஆனால் லிங்கனுக்கு முன்னால் ஏன் யாருமே இதற்கான நடவடிக்கை ஏதும் எடுக்கவில்லை?

ஏனென்றால், சட்டம் இயற்றும் அதிகாரம் படைத்திருந்த அத்தனை பேருமே நூற்றுக்கணக்கில் அடிமைகளை வைத்துக் கொண்டிருந்தார்கள் என்பது தான்!

சரி, அந்நாளைய வழக்கம்; ஜனாதிபதிகள் அடிமைகளை வைத்துக்கொண்டிருந்தார்கள்... வைத்துக்கொள்ளாத வேறு யாராவது முக்கியஸ்தர்கள் இதற்கொரு எதிர்ப்புக் குரலாவது கொடுத்திருக்கலாமே? நூறு இருநூறு பேர் வேண்டாம். பத்திருபது பேர்? அட, ஓரிருவர்? அட ஒரு உச்சநீதிமன்ற நீதிபதி?

ம்ஹூம்.

மார்க் ட்வைன் என்ற அமெரிக்க எழுத்தாளர் குறித்துக் கேள்விப்பட்டிருப்பீர்கள். சிரிக்கச் சிரிக்க எழுதுவதில் உலகிலேயே தலைசிறந்த எழுத்தாளர் என்று பேர் வாங்கிவிட்டு செத்துப் போனவர். அவரை ஒரு சமயம் யாரோ கேட்டார்கள். எப்படி இப்படி நகைச்சுவை எழுதுகிறீர்கள்? உங்களுக்குச் சோகமான அனுபவங்கள் என்றால் என்னவென்றே தெரியாதா என்று.

அதற்கு மார்க் ட்வைன் சொன்னார்: "என் நகைச்சுவை எழுத்தை உரித்து, உற்றுப்பாருங்கள். உள்ளே கசியும் ரத்தம் உங்கள் கண்ணில் படும்."

உலகப்புகழ்பெற்ற அந்த எழுத்துமேதை, எழுத்தாளரானதற்கே காரணம், அமெரிக்காவில் இருந்த அடிமை முறைதான்! மார்க் ட்வைனை மிகவும் பாதித்தது அவரது ஊர்ப்பக்கம் ஓடிய மிசிசிபி ஆறு என்று சொல்வார்கள். ஆனால் அதுவல்ல உண்மை. அவரது தந்தை ஒரு பெரிய ஹோல்ஸேல் அடிமை வியாபாரி. ஆப்பிரிக்க தேசங்களிலிருந்து கப்பல்களில் ஆயிரக்கணக்கான அடிமைகளை

ஏற்றிவந்து அமெரிக்கா முழுவதும் சப்ளை பண்ணுவது அவரது பார்ட் டைம் தொழில்.

எனில், ஃபுல்டைம்?

நம்புங்கள். அவர் ஒரு நீதிபதி! வேறு வழியில்லாமல் அவர் இறக்கும்வரை அவரை சகித்துக்கொண்டு உடன் வாழ்ந்துவந்தார், மார்க் ட்வைன். அப்பா மண்டையைப் போட்டதும் விட்டது சனி என்று ஒரே ஓட்டமாகத் தன் தாய்மாமன் வீட்டுக்கு வாழப்போனார், தனது இளம் வயதில். அவரும் ஒரு பெரிய அரசுஅதிகாரி தான். ஆனால் பரிதாபம், அவரிடமும் இருபதுக்கும் மேற்பட்ட அடிமைகள் இருந்தது தான்!

நீதிபதிகள், வழக்கறிஞர்கள், கல்வியாளர்கள், மதபோதகர்கள், அரசியல்வாதிகள், உயரதிகாரிகள் - இன்னார் அன்னார் என்றில்லை. பர்சில் காசு வைத்துக்கொள்வதுமாதிரி, அந்நாளில் உழைக்க அடிமைகளை வைத்துக்கொள்வது.

இந்த அடிமைகளின்மீது நிகழ்த்தப்பட்ட கொடூரமான தாக்குதல்கள் உச்சநிலையை எட்டியபோது தான் அடிமைகளுக்குத் தப்பிக்கவேண்டும் என்கிற எண்ணம் உண்டானது.

ஒரு குறிப்பிட்ட காலத்துக்கு கான்ட்ராக்ட் போட்டுத்தான் அடிமைகளை வாங்குவார்கள். சுமாராக பத்துவருஷம், பதினைந்து வருஷம் என்று. ஆனால் கான்ட்ராக்ட் முடிவதற்குள்ளேயே அநேகமாக அந்த அடிமைகள் மண்டையைப் போட்டுவிடுவார்கள். இயற்கையான மரணங்கள் நிகழ்வதுண்டு. ஆனால் பெரும்பாலும் தண்டனையாக நிற்கவைத்துச் சுடுவது, அடித்தே கொல்வது, கட்டிவைத்து எரிப்பது மாதிரி கொடூரங்கள் தான் அரங்கேறும்.

இதில் இன்னொரு மகத்தான சோகம் என்னவென்றால் ஒரே குடும்பத்தைச் சேர்ந்த அடிமைகளை ஒரே பண்ணையில் உத்தியோகம் பார்க்கவிடமாட்டார்கள். தகப்பன் ஒரு பண்ணையில் இருந்தால் தாய் ஒரு அம்பது மைல் தள்ளி இன்னொரு பண்ணையில் இருப்பாள். குழந்தை குட்டிகள் கண்காணாமல் வேறெங்காவது இருக்கும். இதை திட்டமிட்டு புரோக்கர்களே செய்துதந்துவிடுவார்கள்.

தவிர, ஒரே ஊர்க்காரர்கள், ஒரே ஜாதிக்காரர்களையும் ஒன்றாக வேலைக்கு வைக்கமாட்டார்கள். அடிமைகள் ஒருமாதிரி கம்யுனல் வாழ்க்கை தான் வாழவேண்டியிருந்தது.

ஆனால் அமெரிக்க முதலாளிகளின் புத்திக்கு எட்டாத ஒரு விஷயம் -இனவாரியாக, ஜாதிவாரியாக அவர்களைப் பிரித்துவைத்தாலும் தொழில் ரீதியில் அவர்கள் ஒரே இனம் தான் என்பது. கஷ்டங்களைப் புரிந்துகொள்வதற்கோ, பகிர்ந்துகொள்வதற்கோ இனம், மொழி, ஜாதியெல்லாம் ஒரு தடையா என்ன? மாட்டிக்கொண்ட பண்ணைகளில் வசித்த அத்தனை அடிமைகளும் ஒரு குடும்பத்தினர் போலவேதான் வாழ்ந்தார்கள். வலிகளை மறக்க இரவுகளில் தீமூட்டி அற்புதமாக நடனமாடுவார்கள். மட்டரக சாராயத்தைக் குடித்துவிட்டு உரக்கக் குரலெழுப்பிப் பாடுவார்கள். சோகத்தின் சாறு சொட்டும் அந்தப் பாடல்கள் இன்றும் ஆப்பிரிக்க இலக்கியங்களின் ஆணிவேர்களாக விளங்குகின்றன.

ஒரு அடிமை புரோக்கர் தன் டைரியில் இப்படி எழுதியிருக்கிறான்: "அவர்களின் பாடல்களில் இனிமை இருக்காது. சுருதி இருக்காது. கூட்டமாகப் பாடும்போது இயல்பாகக் கிடைக்கக்கூடிய ஒலி ஒருங்கமைவு ஒருபோதும் இருக்காது. கேட்கச் சகிக்காத காட்டுக் கத்தல் மாதிரி இருக்கும். ஆனால் சில நிமிடங்கள் தொடர்ந்து கேட்டுவிட்டால், மொழி புரியாது போனாலும் நமது மனத்தைக் கசிந்து உருகவைத்துவிடும். பல சமயங்களில் அவர்களது ஆதிவாசி மொழியே அவலத்துக்காக உருவாக்கப்பட்டது தானோ என்று தோன்றும்."

ஆயினும் என்ன? பருத்தி உற்பத்தியைக்காட்டிலும் அன்று அடிமை உற்பத்தி தான் அமெரிக்காவின் அதிக வருமானம் தரக்கூடிய தொழிலாக இருந்திருக்கிறது. அதனால் தான் எதிர்ப்புக்குரல் எங்கிருந்தும் வரவில்லை. 1820ல் தான் முதல் எதிர்ப்புக்குரல். அந்தப் பத்திரிகையாளர்....பேரென்ன, ஆங்...வில்லியம் லாயிட் காரிஸன்.

காரிஸனின் அடிமை முறை எதிர்ப்புக்குரலுக்கு முதலில் மிகக்கடுமையான எதிர்ப்பு இருந்தது என்பதைச் சொல்லவே தேவையில்லை. அந்த மனுஷன் வெளியே தலை காட்டினால் போட்டுத்தள்ளிவிடுவார்கள் என்னும் அளவுக்கு வெறிபிடித்து அலைந்தது அமெரிக்க முதலாளிகள் கூட்டம்.

ஆனால் சாதாரண மக்கள் சிந்திக்க ஆரம்பித்தார்கள். அடிமை என்னும் சொல்லை விலக்கிவைத்துவிட்டு அவர்களையும்

மனிதர்கள் என்று தயவுசெய்து யோசித்துப் பாருங்கள் என்று உருக்கமாகக் கேட்ட காரிசனின் பேச்சில் இருந்த நியாயம் சராசரி மக்களில் சிலருக்கு உறைத்தது. காரிசனும் ஒரு கட்டுரை எழுதிவிட்டு சும்மா இருந்துவிடவில்லை. தொடர்ந்து தமது கருத்தை வலியுறுத்திக்கொண்டே இருந்ததுடன், தன்னுடன் ஒத்துப்போனவர்களை இணைத்து ஓர் இயக்கமாகவும் அடிமை எதிர்ப்பை நடத்த திட்டமிட்டுக்கொண்டிருந்தார்.

அவரது அந்த முதல் எதிர்ப்புக்குரல் வெளியாகி சரியாக இருபத்தொரு வருஷம் கழித்து *(1841)* நிஜமாகவே அவரது குரலுக்கு வலு சேர்க்கும் இன்னொரு குரல் புறப்பட்டது. ஃப்ரடரிக் டக்ளஸ் என்பவரது குரல் அது!

மசாஸுசெட்ஸில் நண்டகெட் என்னும் இடத்தில் நடைபெற்ற அபாலிஷனிஸ்ட் கூட்டமொன்றில் டக்ளஸ் பேசினார். சுமார் ஆயிரம் பேர் கூடியிருந்த அந்தக் கூட்டத்தில் அவரது பேச்சு ஹைலைட்டானதற்கு ஒரு காரணம் இருந்தது.

டக்ளஸ் ஒரு முன்னாள் அடிமை! மேரிலாந்தில் ஒரு பண்ணையில் பல வருஷங்கள் அடிமையாக அவஸ்தைப் பட்டுவிட்டு தப்பி ஓடிவந்தவர். அடிமையாக இருந்து தப்பி ஓடிவந்து உயிரும் பிழைத்து, தன் கஷ்டத்தையும் தன்னைப்போன்ற பிற அடிமைகளின் கஷ்டங்களையும் முதல்முதலில் பொதுமக்களுக்கு நேரடி ரிப்போர்ட்டாகச் சொன்னது ஃப்ரடரிக் டக்ளஸ் தான்.

அன்று தான் அடிமைகளின் கஷ்டம் எத்தகையது, என்னென்னவிதமான துன்பங்களை அவர்கள் படுகிறார்கள் என்கிற விவரமே அமெரிக்க மக்களுக்குத் தெரியவந்தது. அதாவது அடிமைகளை வைத்துக்கொள்கிற அளவுக்கு வசதியில்லாத அமெரிக்க மிடில் க்ளாஸ் மக்களுக்கு.

பொதுவாக எல்லா நாட்டுத் தலையெழுத்தையுமே மிடில் க்ளாஸ் மக்கள் தான் தீர்மானிக்கிறார்கள் இல்லையா? அந்தமாதிரி அமெரிக்காவின் தலையெழுத்தையும் மாற்றி எழுதவேண்டிய அவசியத்தை அவர்கள் முதல்முறையாக உணர்ந்தது அப்போது தான்.

மேற்படி டக்ளஸின் உரை நிகழ்ந்து முடிந்த மறுவிநாடியிலிருந்தே காரிசனின் அபாலிஷனிஸ்ட் இயக்கத்தில் ஏராளமான பொதுமக்கள்

இணையத்தொடங்கினார்கள். டக்ளஸ் அமெரிக்காவின் வடமாநிலங்கள் முழுவதிலும் சுற்றுப்பயணம் நிகழ்த்தி, தொடர்ந்து அடிமைமுறையை ஒழிக்கவேண்டியதன் அவசியம் குறித்து சொற்பொழிவுகள் ஆற்றிக்கொண்டிருந்தார். அவருக்குத் தோதாக, சஜர்னர் ட்ரூத் (Sojourner Truth) என்கிற இன்னொரு அடிமைப் பெண்மணியும் (இவர் 1827லேயே அடிமைத் தளையிலிருந்து விடுபட்டவர் என்றாலும் 1843ல்தான் மேடைக்கு வருகிறார்.) வடமாநில சுற்றுப்பயணங்கள் நிகழ்த்தி அற்புதமான சொற்பொழிவுகள் ஆற்றத்தொடங்கினார்.

இப்படி, எங்களுக்கும் காலம் வரும் என்று அடிமைகள் வாழ்வுக்காகக் குரல்கொடுக்கச் சிலபேர் புறப்பட்டுவிட்டதும் நாடெங்கும் அவதிப்பட்டுக்கொண்டிருந்த அடிமைகள் அனைவருக்கும் தப்பிக்கும் எண்ணம் தீவிரமாக உண்டானது. எப்படியாவது பண்ணைகளிலிருந்து வெளியேறி, டக்ளஸுடன் இணைந்துகொள்ளவேண்டும், சக அடிமைகளையும் விடுவிக்க வேண்டும் என்று துடித்தார்கள்.

ஆனால் எப்படித் தப்பிப்பது?

மனிதாபிமானம் மிக்க பல ஆதி அமெரிக்கர்களும் (செவ்விந்தியர்கள்) அபூர்வமாகச் சில வெள்ளையர்களும் இதற்கு உதவி செய்யத் தொடங்கினார்கள். பண்ணைகளிலிருந்து தப்பித்து பாதுகாப்பான இடங்களுக்கு அடிமைகளை அனுப்பிவைக்க அவர்கள் வகுத்த பாதை பின்னாளில் "Underground Railroad" என்று அமெரிக்க வரலாற்றுப்பக்கங்கள் மூலம் வெளிச்சத்துக்கு வந்தன.

டெக்ஸாஸிலிருந்து அரகன்ஸாஸ் வழியாக மிசௌரிக்கு, லூசியானாவிலிருந்து இல்லியனாஸ் வழியாக கனடா எல்லைக்கு, அலபாமாவிலிருந்து கெண்டகி வழியாக கனடா எல்லைக்கு, தெற்கு கரோலினாவிலிருந்து கடல் மார்க்கமாக பாஸ்டனுக்கு எனப் பல நூறு கிலோமீட்டர்களை ரகசியமாகக் கடந்து தப்பிக்கத் தொடங்கினார்கள் பல அடிமைகள். இப்படி தப்பிக்க உதவியவர்களுக்கு கண்டக்டர்கள் என்று பெயர்.

இந்த விதமாக மேரிலாந்திலிருந்து தப்பித்த ஹாரியத் டப்மன் என்கிற பெண்மணி, தன்னைப்போன்ற சுமார் முன்னூறு அடிமைகள் தப்பிப்பதற்கு உதவுவதற்காகப் பலமுறை அமெரிக்காவின் தெற்கு மாகாணங்களுக்கு இரகசியமாக வந்து

சேவையாற்றியிருக்கிறார். அமெரிக்க அடிமைகளின் மோசஸ் என்று வருணிக்கப்பட்ட இந்தப் பெண்மணி, ''அடிமைகள் தப்பிக்க உதவுவது சட்டவிரோதம்'' என்னும் அந்நாளைய அமெரிக்க அரசின் பயமுறுத்தலை இறுதிவரை பொருட்படுத்தவேயில்லை. ''அடிமைகளை விடுவிப்பது சட்டவிரோதமென்றால் என்னை ஒரு சட்டவிரோதி என்று பெருமையுடன் சொல்லிக்கொள்ளத்தான் விரும்புவேன்'' என்று சொன்னவர் அவர்.

டக்ளஸின் வழித்தோன்றல்கள், ஹாரியத் டப்மனின் வழித்தோன்றல்கள், சஜர்னர் ட்ரூத்தின் வழித்தோன்றல்கள் மெல்லமெல்ல நூற்றுக்கணக்கில், ஆயிரக்கணக்கில் அமெரிக்காவின் வட மாநிலங்களில் பெருகத் தொடங்கிய சமயம் ஒரு சம்பவம் நிகழ்ந்தது.

அது 1854ம் ஆண்டு. ஸ்டீபன் டக்ளஸ் என்கிற செனட்டர், ஆளும் சபையில் ஒரு மசோதாவைக் கொண்டுவந்தார். அப்போது கான்ஸாஸ், நெப்ரஸ்கா என்கிற இரண்டு புது மாநிலங்கள் உண்டாகியிருந்தன. புதிய மாநிலத்துக்கான அதிகார வரம்புகள் குறித்து ஆட்சியாளர்கள் பேசிக்கொண்டிருந்த தினங்கள் அவை. (அப்போது அமெரிக்கவின் பதினான்காவது ஜனாதிபதி ஃப்ராங்க்ளின் பியர்ஸ் ஆட்சியில் இருந்தார்.) முதலில் பார்த்தவர் ஹீரோ டக்ளஸ் என்றால் இந்த செனட்டர் டக்ளஸ் சரியான வில்லன்.

இவர் கொண்டுவந்த மசோதா என்ன சொன்னது என்றால், புதிய மாகாணங்களில் அடிமை முறை இருப்பதா, வேண்டாமா என்று அந்தந்த மாநிலங்களே முடிவு செய்துகொள்ளட்டும்!

எப்படி இருக்கிறது கதை? அடிமை முறைக்கு எதிர்ப்புத் தெரிவித்து தேசமெங்கும் மக்களே குரல் கொடுக்கத் தொடங்கியிருந்த சமயத்தில் முற்றிலும் பண்ணையார்த்தனமான இந்த மசோதாவை மறுபேச்சே இல்லாமல் காங்கிரஸ் ஒப்புக்கொண்டு மசோதா நிறைவேறி, ஒரே ராத்திரிக்குள் சட்டமாகவும் ஆகிவிட்டது!

அவ்வளவுதான். அந்த விநாடி பற்றிக்கொண்ட தீ தான். அடுத்த ஏழுவருஷம் அணையாமல் கருக்கொண்டு மாபெரும் உள்நாட்டு யுத்தமாக வெடித்து, அதற்கடுத்த நாலு வருஷம் அமெரிக்காவையே ரெண்டாக்கி, ஒரு வழியாகத் தீர்வுக்கு வந்து, அதற்கு விலையாக ஒரு மாபெரும் தலைவரை பலியாக உட்கொண்டு.... ரணகளம் தான்!

13. பிரடரிக் டக்ளஸ்

சென்ற அத்தியாயத்தின் இறுதிப்பகுதியில் அறிமுகமான பிரடரிக் டக்ளஸ், இந்த அத்தியாயத்தை முழுவதுமாக ஆக்கிரமிக்கப் போகிறார். அமெரிக்க சரித்திரம் என்று பேசும்போது வாஷிங்டன், லிங்கன் பெயர்கள் உச்சரிக்கப்படும்போது, அவசியம் நாம் டக்ளஸின் பெயரையும் நினைவு கூர்ந்து போற்றியாக வேண்டும். டக்ளஸ் ஒரு கருப்புத் தாய்க்கும் வெள்ளைத் தந்தைக்கும் பிறந்த அமெரிக்க அடிமை என்ற போதும்.

அவர் ஆட்சியில் இருந்தவரில்லை. ஆனால் அத்தனை அமெரிக்கர்களின் மனத்திலும் இன்றும் இருப்பவர். பலருக்குப் பிடித்தமானவராக. சிலருக்கு அறவே பிடிக்காதவராக. நூறு, நூற்றைம்பது வருஷங்களுக்கு முந்தைய அமெரிக்காவில், வெள்ளை முதலாளிகளுக்கு டக்ளஸ் என்றால் சாத்தான். அடிமைகளுக்கோ அவர் ஒரு தேவதூதன். அவர் அழகரல்ல. ஆனால் ஒவ்வொரு அமெரிக்க அடிமையும் டக்ளஸின் முகத்தைத் தன் கழுத்துக்குமேல் மானசீகமாகப் பொருத்திப் பார்த்து சந்தோஷப்பட்டுக்கொண்டார்கள். அவர் அதிகார பலம் படைத்த பணக்காரர் அல்லர். ஆனால் ஒரு மாபெரும் மனிதக் கூட்டமே அவரது ஒவ்வொரு சொல்லுக்கும் மனமுவந்து கட்டுப்பட்டுக் கீழ்ப்படிந்தது. அவர் வாழ்நாளில் பெரும்பகுதி அடிமையாக வாழ்ந்தவர் தான். ஆனால் எந்த அரசரையும் விடப் போற்றப்படும் தகுதியைத் தன் தன்னலமற்ற பணியால் பெற்றவர்.

இன்றைக்கு நமக்குக் கிடைக்கும் அமெரிக்க அடிமைகளின் சரித்திரம் மிக மிக சொற்பம். அதில் மிக முக்கியமான ஆவணம், இந்த பிரடரிக் டக்ளஸின் சுயசரிதம். ஒரு அடிமையின் சுயசரிதம் எப்படி எழுதப்பட்டிருக்கும் என்று வெறும் சொற்களால் விவரிப்பது கஷ்டம். நேரடியாகப் படித்துப் பார்த்தால் மட்டுமே புரிந்துகொள்ளமுடியும். டக்ளஸ் தன் சுயசரிதத்தின் முதல் அத்தியாயத்தையே ஒரு மாபெரும் கசையடிக் காட்சியில் தான் தொடங்குகிறார்.

அடிமைகளின் வாழ்க்கை பெரும்பாலும் அடிகளாலானது. கசையடி. நிற்க வைத்து நூறு, நூற்றைம்பது என்று எண்ணிக்கை

வரையறுக்கப்பட்ட கசையடிகள். கசையடிக்கு அப்புறம் உழைப்பு. ஒரு தினத்தில் குறைந்தபட்சம் பதினெட்டு மணிநேரம் அவர்கள் உழைத்தாகவேண்டும். உழைக்கும் நேரமெல்லாம் அவர்களின் வெற்றுடம்பிலிருந்து சொட்டிக்கொண்டே இருப்பது வியர்வை மட்டுமல்ல; காயங்களிலிருந்து ரத்தமும் கூட.

சந்தேகமேயில்லை. அமெரிக்கப் பண்ணைகளின் விளைச்சலுக்கு அடிமைகளின் வியர்வை மட்டுமல்ல; ரத்தமும் உரமாகியிருக்கிறது. ரத்தம் சொட்டச்சொட்ட வேலை பார்க்க நேர்ந்த தமது சக அடிமைகள் குறித்து டக்ளஸ் விவரிக்கும் இடங்கள் எப்பேறப்பட்டக் கல் மனத்தையும் உடைத்து சுக்குநூறாக்கிவிடக்கூடியது. "என்றாவது ஒரு நாள் விடுதலை அடைந்துவிடமுடியும் என்கிற நம்பிக்கைதான் எங்களுக்கு உணவாக இருந்தது. அந்த நம்பிக்கையைச் சாப்பிட்டுக்கொண்டு தான் முன்னூறு வருஷம் உயிர்வாழ்ந்துவந்தோம்" என்று ஓரிடத்தில் எழுதுகிறார் டக்ளஸ்.

டக்ளஸ் எந்த வருஷம் பிறந்தார் என்கிற விவரம் அவருக்கே தெரியாது. (1895ல் இறந்தார்.) அவரது சோகங்களுள் தலையாயது, தனக்கு என்ன வயசு என்று இறக்கும் வரை அவருக்குத் தெரியாமலே இருந்தது. (தந்தை யார் என்று தெரியாதது இன்னொரு சோகம்.) 1835ம் வருஷம் ஒருமுறை அவரது எஜமானன், டக்ளஸுக்குப் பதினேழு வயது என்று எங்கோ, எதற்கோ ஒருமுறை சொன்னதை அவர் கேட்டிருக்கிறார். அதை மட்டும் ஆதாரமாக வைத்து அவர் தன் வயதைப் பின்னால் கணக்கிட்டார். அந்தக் கணக்கின்படிதான் அவர் தம் எழுபத்தேழாவது வயதில் இறந்தார் என்று சொல்லப்படுகிறது. அந்த எஜமானன் குறிப்பிட்டது அவரைத்தானா என்பது இன்றுவரை சந்தேகம் தான். இருக்கட்டும், அடிமைகள் குறித்துப் பேசும்போது வயது தவிரவும் கவலைப்பட நிறைய விஷயங்கள் இருக்கின்றன.

மேரிலாந்து மாகாணத்தில் டகாலோ என்ற இடத்தில் பிறந்தவர் பிரடரிக் டக்ளஸ். (டக்ளஸ் என்பது தப்பிக்கும்போது அடையாளம் மறைக்க அவர் வைத்துக்கொண்ட புனைபெயர் தான். அவரது நிஜப்பெயர் பிரடரிக் பெய்லி என்பது.) அவரது தாயின் பெயர் ஹேரியட் பெய்லி. டக்ளஸ், தனது தாய் இறக்கும்வரை மொத்தமாக நாலைந்து முறை தான் அவரை சந்தித்திருப்பார். அவர் தவழத்தொடங்கிய வயதிலேயே தாயிடமிருந்து பிரிக்கப்பட்டு, கொஞ்ச தூரம் தள்ளி இருந்த இன்னொரு பண்ணையில்

ஒரு கிழவியிடம் வளர்க்கக் கொடுக்கப்பட்டவர். (அடிமைக் குழந்தைகள் பிறந்ததுமே தாயிடமிருந்து பிரித்துவிடுவார்கள். பாசம் என்கிற உணர்ச்சி அவர்களுக்கு அறவே கூடாது என்று முதலாளிகள் நினைத்தது தான் காரணம்.)

கொஞ்சம் விவரம் தெரிந்த பையனாக அவர் வளர்ந்ததும் எப்போதாவது தாயைச் சந்திக்கச் சந்தர்ப்பம் அவருக்குக் கிடைத்தது. பிரடரிக் பணியாற்றிக்கொண்டிருந்த பண்ணையிலிருந்து சுமார் பன்னிரண்டு மைல் தொலைவில் இன்னொரு பண்ணையில் வேலை பார்த்துக்கொண்டிருந்த அவரது தாய், வேலை முடிந்து, அத்தனை தூரத்தை நடந்தே கடந்துவருவார் - மகனைப் பார்க்க. விடிவதற்குள் அவர் திரும்பி, பண்ணைக்குப் போய்விடவேண்டும். ஆகவே தாய்க்கும் மகனுக்கும் பேசுவதற்கு அதிக சந்தர்ப்பம் கிடைத்ததில்லை. சும்மா பார்க்கக் கிடைத்த சந்தர்ப்பங்கள் தாம்.

ஒரு நாளாவது கொஞ்சம் பேச வாய்ப்புக் கிடைத்திருந்தால் தனது தந்தை யார் என்று கேட்டிருந்திருக்கலாம் என்று எழுதுகிறார் டக்ளஸ். அநேகமாக எல்லாருமே டக்ளஸ் வேலை பார்த்துக் கொண்டிருந்த எஜமானன் தான் அவரது தந்தை என்று அப்போது சொல்லிக்கொண்டிருந்தார்கள். அது ஒரு வேளை உண்மையாகவும் இருக்கலாம் என்று டக்ளஸ் நினைத்தார். ஏனெனில் பல அடிமைகளுடன் ஒப்பிடும்போது தனக்குக்கிடைத்த கசையடிகள் மிகவும் குறைவு என்றே அவர் கருதினார்!

அவரது மிகச்சிறு வயதுகளிலேயே தாய் இறந்துவிட, மரணத்துக்குக் கூட அவரை நேரில் போக எஜமானன் அனுமதிக்கவில்லை. அவரது அத்தை ஒருத்தி அதே பண்ணையில் வேலை பார்த்துக்கொண்டிருந்தாள். உறவு என்று சொல்லிக்கொள்ள ஒருத்தி.

ஆனால் அடிமையாகப் பிறந்த தனது வாழ்வு எப்படி இருக்கப் போகிறது என்பதை தன் அத்தைக்குக் கிடைத்த ஒரு தண்டனையை நேரில் பார்த்துத்தான் அவர் தெரிந்துகொண்டார் .

டக்ளஸின் அத்தை ஹெஸ்டருக்கு ராபர்ட்ஸ் நெட் என்கிற வெள்ளைக்கார இளைஞனுடன் சிநேகம் இருந்தது. அவன் ஒரு கர்னலின் மகன். ஒரு சமயம் ஹெஸ்டர் அந்த இளைஞனுடன் உல்லாசமாக இருந்தபோது எஜமானன் பார்த்துவிட்டான்.

போதாது? அவளை இழுத்துவந்து முதலில் மேலாடையைக் களைந்தார்கள். பிறகு கைகளைச் சேர்த்துக் கட்டி, ஒரு கொக்கியில் தொங்கவிட்டு அடிக்க ஆரம்பித்தான் எஜமானன். மாட்டுத்தோலால் ஆன சாட்டை அது. ஒவ்வொரு அடியின்போதும் திட்டுத்திட்டாக ரத்தம் பொங்கத் தொடங்கியது. சில நிமிடங்களில் அவளது கழுத்துக்கீழே, இடுப்புக்குமேலே சதையே தெரியாதபடி ரத்தச் சாயம் பூசிக்கொண்டது. அடி நிற்கவில்லை. பத்து நிமிடம். இருபது நிமிடம். அரை மணி. உடல் முழுவதும் ஓர் அங்குலம் பாக்கியில்லாமல் ரத்தம் பொங்கி உதிரத் தொடங்கியது. உயிரைக் குரலாக வெளிப்படுத்தி அவள் அலறத்தொடங்கி, குரலும் தேய்ந்து அடங்கிவிட்டது.

தப்பிக்க வழியே இல்லாத இடம் அது. தன் அத்தை மயங்கிச் சரிந்த காட்சியைச் சற்று தூரத்தில் ஓர் இருட்டு அறையில் பதுங்கி இருந்தபடி பார்த்துக்கொண்டிருந்த டக்ளஸுக்கு அப்போது ஐந்து அல்லது ஆறு வயது தான் இருக்கும். அவரது இறுதி நாள் வரை இந்தக் காட்சியை அவரால் மறக்கமுடியவில்லை. இதைவிடக் கொடுமையான காட்சிகளை பார்த்து, தானே அனுபவித்தும் இருந்தார் என்ற போதும் முதல் முதலில் பார்த்த கொடூரக் காட்சி அல்லவா?

ஓர் அடிமையின் வாழ்க்கை எத்தகையது என்பதை டக்ளஸ் முதல் முதலில் உணர்ந்த சம்பவம் அது.

பிறகு அவர் சற்றுப் பெரியவனாகி பண்ணை வேலையில் ஈடுபடத்தொடங்கியபோது ஆயிரக்கணக்கான கசையடிகளைத் தானே பெற்றிருக்கிறார். மண்டை உடையும் விதமான தாக்குதல்களைக்கூட ஆண்ட் ரூ என்கிற எஜமானனிடம் அவர் அனுபவித்திருக்கிறார். பிறகு கர்னல் லாயிட் என்கிற இன்னொரு எஜமானனிடம் ஊழியம் பார்க்கப் போனபோது படிப்பறிவு ஒன்று தான் தனக்கு எதிர்காலத்தில் உதவக்கூடும் என்று டக்ளஸ் முடிவு செய்தார்.

அடுத்து அவர் பால்டிமோரில் ஊழியம் பார்த்த ஆல்ட் என்கிற எஜமானனின் மனைவியிடம் (இவள் ஒரு நெசவாளி குடும்பத்தைச் சேர்ந்தவள். திடீர் பணக்காரி ஆனதும் புத்தி மாறிவிட்டவள் என்றபோதும் ஆரம்பகாலத்தில் அடிமைகளிடம் சற்று அன்பாகவே

நடந்துகொண்டவள்) ஏ,பி,சி,டி மட்டும் கற்றுக்கொண்டார். கற்றுக்கொண்ட நாலு எழுத்தை படகுகளில் ஏற்றப்படும் சரக்கு மூட்டைகளின் மேலும் சுவர்களிலும் எழுதி எழுதிப்பார்த்து நினைவில் பதித்துக்கொண்டார். வீதியில் சந்திக்கும் தன் வயதொத்த அத்தனை வெள்ளைச் சிறுவர்களிடமும் அன்பாகப் பழகி ஒவ்வொருத்தரிடமிருந்தும் ஒவ்வொரு சொல்லாக எழுத, படிக்க, முறைப்படிப் பயன்படுத்தப் பயின்றார்!

டக்ளஸின் கல்வித் தாகம் விவரிப்புக்கு அப்பாற்பட்டது. உலகின் தலைசிறந்த இலக்கியங்களுள் ஒன்றாகக் கருதப்படும் அவரது சுயசரிதத்தில் டக்ளஸ் கையாண்டிருக்கும் மொழி வாசிக்கும்போது பிரமிப்பூட்டக்கூடியது. வாழ்நாளில் ஒருநாள் கூட பள்ளிக்குப் போகாதவர், சேர்ந்தாற்போல் பத்துநிமிடம் உட்கார்ந்து பாடம் என்று எதையுமே படிக்காதவர், வெறும் கேள்வி ஞானமும் சுயமுயற்சியும் மட்டுமே கொண்டு எழுதப்படிக்கக் (அதுவும் பயந்துபயந்து, ரகசியமாக!) கற்றுக்கொண்டவர் அவர்.

பல்வேறு எஜமானர்களிடம் ஊழியம் பார்த்த டக்ளஸ் முதல் முதலில் 1835ம் ஆண்டு எப்படியாவது அடிமைத் தளையிலிருந்து தப்பித்துவிடவேண்டும் என்று நினைத்து சில நண்பர்களுடன் அதற்குத் திட்டம் தீட்டினார். அந்த வருஷம் ஈஸ்டர் விடுமுறைக்காலம் வந்தது. தனது அப்போதைய முதலாளி வில்லியம் ஹாமில்டன் தனக்கு விடுமுறையை சுதந்தரமாகக் கழிக்க அனுமதி கொடுத்தது மாதிரி தானே ஒரு கடிதம் எழுதிப் பையில் வைத்துக்கொண்டு அதற்கான ஏற்பாடுகளைச் செய்ய ஆரம்பித்தார்.

ஆனால் துரதிருஷ்டவசமாக டக்ளஸின் திட்டம் முறியடிக்கப்பட்டது. அவரும் அவரது நண்பர்களும் கைதுசெய்யப்பட்டு சிறைக்கு அனுப்பப்பட்டார்கள். அடிமை ஒருத்தன் தப்பிக்க முயற்சி செய்வது என்பது அக்காலத்தில் கொலையைவிடக் கொடூர்மான குற்றமாகக் கருதப்பட்டது!

எப்படியோ துன்பங்களைத் தாங்கி, உயிர் பிழைத்து மேலும் மூன்று வருஷம் வாழ்ந்துதீர்த்துவிட்டு, மீண்டும் தப்பிக்கும் திட்டம் தீட்டினார் டக்ளஸ். 1838ல் பால்டிமோரிலிருந்து தப்பித்து நியுயார்க் வந்து சேர்ந்ததிலிருந்து தான் அவரது புதிய

வாழ்க்கை ஆரம்பமானது. அன்னாமுரே என்கிற பெண்மணியை மணந்துகொண்டு அடிமை முறை எதிர்ப்பு இயக்கத்தில் தன் மிச்ச வாழ்நாளைக் கழிக்கத் தொடங்கினார்.

1841 ஆகஸ்டில் டக்ளஸ் அபாலிஷனிஸ்ட் கூட்டத்தில் முதல் முதலில் பேசியது குறித்து முன்பே பார்த்தோம். அந்தக் கூட்டத்தின் இறுதியில் காரிசன் அவரைத் தமது இயக்கத்தின் ஆஸ்தான பேச்சாளராக நியமித்தார்.

வட அமெரிக்காவின் வட மாநிலங்கள் முழுவதும் பயணம் செய்து டக்ளஸ் அடிமைத்தளைக்கு எதிராகச் சொற்பொழிவுகள் ஆற்றத்தொடங்கினார். 1847ல் தமது பிரசார சாதனமாக North Star என்கிற பத்திரிகையைத் தொடங்கி, பேசுவதுடன் எழுதவும் தொடங்கினார். (இதற்கு முன்பே 1845ல் அவரது சுயசரிதை வெளியாகி, அமெரிக்கா முழுவதும் பிரபலமாகியிருந்தது.) ஆனால் தப்பி வந்த ஒரு கருப்பின அடிமை பத்திரிகை நடத்தி லட்சக்கணக்கில் மக்களை விஷயமறிந்தவர்களாக மாற்றுவது பலபேருக்குப் பிடிக்கவில்லை. இதில் வேதனையான விஷயம் என்னவென்றால் டக்ளஸின் நண்பர்களான சில அமெரிக்கர்களே அவருக்கு எதிராக, மறைமுகமாகச் செயல்பட்டார்கள் என்பது தான்.

பத்திரிகை மட்டுமல்ல; கருப்பர்களுக்காக ஒரு பள்ளியும் நடத்தவேண்டும் என்பது டக்ளஸின் கனவாக இருந்தது. ஆனால் துரதிருஷ்டவசமாக் அவரது இந்தக் கனவு நனவாகவில்லை. யாரும் ஒத்துழைக்க மறுத்துவிட்டார்கள்!

வாழ்நாள் முழுவதும் அமெரிக்க அடிமைகளை மீட்டுச் சுதந்தரமாக வாழவைப்பது மட்டும் தான் அவரது ஒரே இலட்சியமாக இருந்திருக்கிறது. 1840களுக்குப் பிறகு அமெரிக்காவிலிருந்த அத்தனை கருப்பர்களுக்கும் டக்ளஸ் தான் ஒரே மானசீகத் தலைவராக இருந்தார். ஒரு கட்டத்தில் அமெரிக்க அதிபர் யார் என்று நிர்ணயிப்பதில் டக்ளஸுக்கும் பங்கு உண்டு என்று அமெரிக்கர்களே நினைக்கிற அளவுக்கு அவரது செல்வாக்கு பெருகியது.

அமெரிக்காவின் அதிபராக யார் வேண்டுமானாலும் வரட்டும், ஆனால் அடிமைகளின் வாழ்க்கையில் விளக்கேற்ற அவர் தயார்

என்றால் அவருக்காகத் தேர்தலில் உழைக்கத் தான் தயார் என்று சொன்னார் டக்ளஸ். எத்தனையோ தேர்தல்கள். எத்தனையோ அதிபர்கள். ஒருத்தராலும் நயாபைசாபிரயோஜனம் ஏற்படவில்லை.

*1860*ம் ஆண்டு தான் வெளிச்சத்தின் சிறு கீற்றே அங்கே தென்படத்தொடங்கியது. அந்த வருஷ அமெரிக்க அதிபர் தேர்தலில் குடியரசுக்கட்சி அடிமைகளுக்கு நல்லது செய்வோம் என்கிற வாக்குறுதியுடன் டக்ளஸின் உதவியைக் கேட்டது. பல லட்சக்கணக்கான அடிமைகளையும் ஆயிரக்கணக்கான அடிமை அமைப்புகளையும் சார்ந்தே அப்போது தேர்தல் வியூகங்கள் வகுக்கப்பட்டன.

டக்ளஸ் குடியரசுக் கட்சிக்காக வேலை பார்க்க ஆரம்பித்தார். அக்கட்சியின் வேட்பாளராக அப்போது களத்தில் நின்றவர் பெயர் ஆபிரகாம் லிங்கன்!

14. கட்சிகள் பிறக்கின்றன

வாஷிங்டன் தமது ஜனாதிபதி பதவியிலிருந்து விலகி, சொந்த ஊருக்குப் போய், ஒரு பனிக்கால குதிரைச்சவாரியின்போது உடம்புக்குச் சுகமில்லாமலாகி என்னவோ தொண்டையில் இன்ஃபெக்ஷன் என்று காலமான கதையைப் பேசிக்கொண்டிருந்தோம். அதற்குள் செவ்விந்தியர்களும் அடிமை வம்சத்தவரும் நடுவில் வந்துவிட்டார்கள். அதுவும் அடிமைகளைக் குறித்துப் பேசத்தொடங்கியதும் மிச்ச எல்லா விஷயங்களும் ரெண்டாம்பட்சமாகிவிட்டது இல்லையா? வாஷிங்டனுக்கு அப்புறம் வந்த பரமபுருஷர்களைப் பார்க்காமலேயே நாம் ஜிவ்வென்று கால யந்திரம் ஏறி 1860க்குப் பக்கத்தில் வந்துவிட்டோம். இன்னும் கொஞ்சம் விட்டால் ஆபிரகாம் லிங்கன் வந்துவிடுவார். உள்நாட்டுப் போரும் வந்துவிடும். அப்புறம் திரும்பிப்பார்க்க அவகாசம் கிடைக்காது.

ஆகவே ஒரு சிறிய ரிவர்ஸ் கியர் போடவேண்டிய கட்டாயம் இங்கே இருக்கிறது. அதிகமில்லை. ஒரே ஒரு அத்தியாயம். அம்பது வருஷக்கதையை அப்படியே சும்மா விட்டுவிடமுடியாதல்லவா?

ஏனென்றால், பிரமாதமான சம்பவங்கள் ஏதும் நடைபெறா விட்டாலும் சில குறிப்பிட்டே ஆகவேண்டிய விஷயங்கள் இந்த ஐம்பது வருஷ காலத்தில் நடந்திருக்கிறது. அவற்றுள் முக்கியமானது, அமெரிக்காவில் அரசியல் கட்சிகள் பிறந்த கதை.

முதலில் ஒரே ஒரு காங்கிரஸ் தான் இருந்தது. சுதந்தரப் போராட்டம் நடத்தி, பிரிட்டிஷ் காலனிகளை ஒருங்கிணைத்து வெற்றிகரமாக ஐக்கிய அமெரிக்க தேசமாக்கிய அமெரிக்க காங்கிரஸ். வாஷிங்டனின் முதல் நாலு வருஷப் பதவிக்காலத்தின்போது இந்தக் கட்சி உறுதியாகவே இருந்தது.

அவரது இரண்டாவது இன்னிங்ஸின்போது தான் சில பிரச்னைகள் வந்தன. ஏற்கெனவே ஒரு அத்தியாயத்தில் ஒரு வரியில் பார்த்த அந்த விஸ்கி வரி விவகாரம். அது வாஷிங்டனின் நிதித்துறைச் செயலாளராக இருந்த அலெக்சாண்டர் ஹாமில்டன் கொண்டுவந்த

திட்டம். வரி ஒழுங்காகவும் நிறையவும் வந்தால் தான் அரசாங்கத்தை நடத்தமுடியும் என்பது ஹாமில்டனின் கருத்து. இது நியாயம் தான் என்றாலும் எது எதற்கு, எவ்வளவு வரி விதிக்கலாம் என்று ஒரு வரைமுறை இருக்கிறது; சும்மா குருட்டாம்போக்கில் வரி விதித்தால் விவகாரமாகும் என்று அப்போதே எச்சரித்தார், வாஷிங்டனின் இன்னொரு வலது கரம் அல்லது இடதுகரமாக இருந்த அப்போதைய உள்துறைச் செயலாளர் தாமஸ் ஜெஃபர்சன். (அந்தக் காலத்தில் அமைச்சர்கள் என்கிற போஸ்ட் இல்லை. அதிபர். அவருக்கு அடுத்து செயலாளர்கள் தான்.)

ஆனால் ஜெஃபர்சனின் கருத்து எடுபடவில்லை. விஸ்கி வரி விவசாயிகள் மத்தியில் பெரும் கோபத்தை உண்டாக்கி, பெரிய கலவரமானது என்று பார்த்தோம். இது முதல் கசப்பு.

அடுத்தபடியாக ஹாமில்டன் ஒரு தேசிய வங்கி தொடங்கவேண்டும் என்று சொன்னார். உடனே ஜெஃபர்சன், அது எப்படி? அரசியல் அமைப்புச் சட்டத்தில் அரசுவங்கி நடத்துவது பற்றி ஒரு குறிப்பும் இல்லையே? அதெல்லாம் வெத்துவேலை என்று போர்க்கொடி தூக்கினார்.

ஆளும் காங்கிரஸ் பணவரவு செலவை ஒழுங்குபடுத்தி நிர்வகிக்கும் அதிகாரம் பெற்றிருந்தால் தான் சரி என்று ஹாமில்டன் தீர்மானமாகச் சொன்னார். வாஷிங்டன் இந்த விஷயத்திலும் ஹாமில்டனின் கருத்தைத் தான் ஆமோதித்தார்.

இந்தமாதிரி தினம் ஒரு பிரச்னை; கருத்துவேறுபாடு - இந்த இரண்டு பெருந்தலைகளுக்கும் இருந்துவந்தது. என்றாவது வெடித்தாக வேண்டும் இல்லையா?

அப்படியே ஆனது. ஹாமில்டன் ஃபெடரலிஸ்ட் பார்ட்டி என்று பிரிந்துபோனார். ஜெஃபர்சன், டெமாக்ரடிக்-ரிபப்ளிக் கட்சி என்று இன்னொரு கட்சித்தலைவர் ஆனார்.

காலனி நாடுகளை ஒருங்கிணைத்தால் மட்டும் போதாது; வலுவான இணைப்பாக, உறுதியான ஒரே தலைமையின்கீழ் கண்டிப்பான நிர்வாகத்தின் பிடியில் அவற்றை வைத்திருக்கவேண்டும் என்பது ஹாமில்டனின் கட்சி. ஜெஃபர்சனோ, மாநிலங்களுக்கு அதிகாரங்களைப் பகிர்ந்து அளிக்கவேண்டும்; சுதந்தரமாக அவை செயல்படவேண்டும் என்கிற விருப்பம் கொண்டிருந்தார்.

எல்லாமே சித்தாந்த ரீதியிலான கருத்து முரண்பாடுகள் தானே தவிர அக்காலத்தில் யாரும் மைக் வீசி சண்டை போடத் தொடங்கவில்லை. நமது இந்திய தேசிய காங்கிரசில் இல்லாத பிரிவுகளா? பிளவுகளா? இன்றல்ல, காந்தி காலத்திலேயே? அந்த மாதிரி தான்.

இல்லாவிட்டால் வாஷிங்டன் பதவி விலகியதும் மேற்படி இரண்டு முக்கியஸ்தர்களுள் யாராவது ஒருத்தர் கொஞ்சம் முனைந்து, ஜனாதிபதி ஆகியிருக்கக்கூடும் இல்லையா?

ஆனால் இரண்டுபேருமே அதற்கு முயற்சி செய்யவில்லை. மாறாக, கட்சியில் வாஷிங்டனுக்கு அடுத்து இருந்த ஜான் ஆடம்ஸை அதிபராக்கக் கடுமையாக உழைத்து அதில் வெற்றியும் பெற்று, அந்த வெற்றியைத் தன் சொந்தவெற்றியாகவே கருதினார் தாமஸ் ஜெஃபர்சன்.

ஆடம்ஸ் ஒரு முழு நாலு வருஷம் ஜனாதிபதியாக இருந்தார் என்றாலும் சரித்திரம் அவரை அத்தனை சிறந்த தலைவராக ஒப்புக்கொள்வதில்லை. சுதந்தர அமெரிக்காவின் ஆரம்ப வருடங்களில் உண்டான பல சிக்கல்களுக்கு ஓர் அதிபராக அவரால் நிரந்தரமாக அல்ல; தாற்காலிகத் தீர்வுகளைக்கூடத் தரமுடியவில்லை. முக்கியமாக, பிரிட்டனுடனும் ஃபிரான்ஸுடனுமான கடல் எல்லைத் தகராறுகள் எக்கச்சக்கமாக உருவாகிக்கொண்டிருந்தது அப்போது. அமெரிக்க வர்த்தகக்கப்பல்களையும் வியாபாரிகளையும் அந்த இரு நாடுகளும் அடிக்கடி பிடித்துக்கொண்டுபோய் சிறைவைத்துவிடும். தினசரி செய்திகளில் இந்தக் கடல் கூத்து இடம்பெறாத தினமே இல்லை என்னும் அளவுக்கு எல்லைக் குளறுபடிகள். முக்கியமான ஒரு கடற்போரும் ஆடம்ஸ் காலத்தில் தான் ஃபிரான்சுடன் நடைபெற்றது.

அவருக்கு இந்த ஃபெடரலிஸ்ட்-டெமாக்ரடிக் ஆசாமிகளை சமாதானப்படுத்துவதிலேயே பொழுது போய்க்கொண்டிருந்தது.

ஒருவழியாக நாலு வருஷம் கழிந்ததும் அடுத்த தேர்தலில் தாமஸ் ஜெஃபர்சன் அதிபரானார். அமெரிக்காவை உருவாக்கிய சிற்பிகளுள் ஒருவராகக் கருதப்படும் ஜெஃபர்சன் இரண்டு முறை அதிபராக இருந்தவர். அமெரிக்க சுதந்தரப் பிரகடனத்தை உருவாக்கிய காலம் தொட்டு அந்நாட்டு மக்களின் மதிப்புமிக்கத்

தலைவர்களுள் ஒருவர். மேலும் தீவிர ஜனநாயகவாதி. செயல்திறன் மிக்கவர் என்பதால் நவீன அமெரிக்காவை உருவாக்குவதில் இவரது பங்கு குறிப்பிடத்தக்கதாக இருந்தது.

ஜெஃபர்சன் செய்த புத்திசாலித்தனமான காரியங்கள் பல. அவற்றுள் முக்கியமானது, ஒரு அமைதிக்குழுவை பிரான்சுக்கு அனுப்பி, நெப்போலியனுடன் பேச்சுவார்த்தை நடத்தச் சொல்லி, அமெரிக்க மண்ணில் பிரஞ்சுக் காலனியாக இருந்த நியு ஆர்லியன்ஸை அமெரிக்காவுடன் இணைத்தது.

அன்றைய அமெரிக்காவுக்குப் பெரிய தலைவலியே இந்தமாதிரி அங்குமிங்குமாக குறுக்கே வந்த மற்ற தேசங்களின் குட்டிக் காலனிகள் தான். பத்தொம்பதாம் நூற்றாண்டின் தொடக்க வருஷங்களில் மெக்சிகோவுடன் நிகழ்த்திய போர், கனடாவுடனான எல்லைச் சண்டைகள், டச்சுக் காரர்களுடன் நிகழ்த்திய மோதல்கள் என்று வருஷத்துக்கு எப்படியும் ஓரிரு மாசங்களாவது சண்டையில் கழிக்கவேண்டியிருந்தது.

சொந்த நாட்டில் அடிமைகள் போல் வாழவேண்டியிருந்த செவ்விந்தியர்களும் வேலை பார்க்கவந்து அடிமைகளாகச் சிக்கிக் கொண்ட ஆப்பிரிக்கர்களும் இத்தகைய போர்களின் சமயம் அமெரிக்க அரசுக்குத் தம்மால் இயன்றவரை தலைவலி கொடுக்கத் தவறவில்லை என்பதையும் சொல்லியாகவேண்டும். அதாவது அமெரிக்க அரசுக்கு அப்போது எதிரிகள் வெளியே மட்டும் இல்லை!

1812ல் பிரிட்டனுடன் நிகழ்த்திய போரை முக்கியமாகக் குறிப்பிடவேண்டும். இதுவும் கடல் விவகாரத்தால் உண்டானதுதான். அமெரிக்கக் கப்பல் ஒன்றில் இருந்த நான்கு வர்த்தகர்களை பிரிட்டிஷ் கடற்படை வீரர்கள் கொன்றுவிட்டார்கள். இதற்கெல்லாம்காரணம்வேண்டுமாஎன்ன? பதினெட்டு பேருக்குப் படுகாயம் வேறு. கப்பலும் சர்வநாசம். இதெல்லாம் நடுக்கடலில் நடந்துமுடிந்ததும் பிரிட்டனை ஒரு வழிபண்ணிவிடுவது என்று அமெரிக்க அரசு முடிவு செய்தது. அதாவது, அப்போது அமெரிக்க ஜனாதிபதியாக இருந்த மேடிசன் முடிவு செய்தார்.

பிரிட்டனும் ஒருவாறு இந்தச் சண்டையை எதிர்பார்த்துக் கொண்டுதான் இருந்தது. முன்னதாக அமெரிக்காவின் வடமேற்கு எல்லைப் புறங்களில் வசித்துக்கொண்டிருந்த ஆதி

அமெரிக்கர்களான செவ்விந்தியர்களைத் தூண்டிவிட்டு, அமெரிக்க அரசுக்கு எதிராக எதாவது விவகாரம் பண்ணமுடியுமா என்றும் பிரிட்டன் வேவு பார்த்துக்கொண்டிருந்தது.

மேடிசன் ஒரு முடிவு செய்தார். பிரிட்டனின் படைகளை கனடா எல்லையில் சந்திப்பது. ஏனென்றால் டெட்ராய்டிலும் நயாகரா நதிக்கரை ஓரத்திலும் இன்னும் ஓரிரு இடங்களிலும் நிகழ்ந்த போரில் அமெரிக்காவுக்கு அத்தனை சிலாக்கியமான வெற்றி கிடைத்திருக்கவில்லை. நிறைய உதை சாப்பிடவேண்டியிருந்தது. ஆகவே சற்றும் எதிர்பாராதவிதத்தில் கனடா மண்ணில் போரைத் தொடங்கினால் பிரிட்டன் நிலைகுலைந்துபோகும் என்று நினைத்தார் மேடிசன்.

அப்படித்தான் நடந்தது. யார்க் நகரில் (இன்றைய டொரண்டோ) நடந்த கடும் யுத்தத்தில் பிரிட்டன் படுதோல்வியைச் சந்தித்தது. நகரைக் கைப்பற்றிய அமெரிக்கப் படைகள் மதுவனத்துக்குள் நுழைந்த வானரப்படை மாதிரி ஒரு ஆட்டம் ஆடிப் பார்த்துவிட, அந்த நகரமே அலங்கோலமாகிவிட்டது. எங்கு பார்த்தாலும் தீ. எல்லா கட்டடங்களும் தரைமட்டம். ஒரு சாலையும் உருப்படியாகக் கிடையாது. தண்ணீர் சப்ளை வெட்டுப்பட்டது. போக்குவரத்து அரவே துண்டிக்கப்பட்டது.

இதற்குப் பழி தீர்ப்பது மாதிரி 1814ல் இதே காரியத்தை பிரிட்டிஷ் படைகள் அமெரிக்கத் தலைநகரில் நடத்திவிட்டது. மற்றொரு சண்டையில் (அல்லது அதே சண்டையின் தொடர்ச்சி!) வாஷிங்டன் டிசி நகரை பிரிட்டிஷ் படைகள் கைப்பற்றிவிட, அங்கு எல்லாக் கட்டடங்களும் சொல்லிவைத்தமாதிரி தரைமட்டமாக்கப்பட்டன.

அதிபர் மாளிகை உட்பட ஒரு கட்டடம் பாக்கி இல்லை. அதிபர் மேடிசன் உட்பட அத்தனை முக்கியஸ்தர்களும் நகருக்கு வெளியே மறைவிடத்தில் இருந்து போரை நடத்திக்கொண்டிருந்த சமயம் அது. வெள்ளை மாளிகையில் அப்போது இருந்தது மேடிசனின் மனைவி டாலி மட்டுமே!

மாளிகை தாக்கப்படத் தொடங்கியதும் கையில் அகப்பட்ட சில ஃபைல்கள், கொஞ்சம் வெள்ளி சாமான், ஒரே ஒரு ஓவியம் ஆகியவற்றைத்தான் அவரால் எடுத்துக்கொண்டு ஓடித் தப்பிக்கமுடிந்தது. அப்போது அவர் நினைத்துப் பார்த்திருக்க மாட்டார்.

புகைப்படக்கலை வராத அக்காலத்தில் சுதந்தர அமெரிக்காவின் முதல் ஜனாதிபதி என்றும் அமெரிக்காவின் தந்தை என்றும் (அஃப்கோர்ஸ், அரசியல் சாசனத்தின்படி!) கொண்டாடப்பட்ட ஜார்ஜ் வாஷிங்டனின் ஓவியம் அது. அந்த பிரிட்டிஷ் தாக்குதலில் அந்த ஓவியம் அழிந்திருந்தால் இன்றுவரை நாம் அவரது உருவம் எப்படி இருந்தது என்று அறியமுடியாமலேயே போயிருக்கும்! கில்பர்ட் ஸ்டுவர்ட் என்னும் ஓவியர் வரைந்த அந்த ஓவியம் தான் இன்றும் வெள்ளை மாளிகையைப் பிரதானமாக அலங்கரிக்கிறது! (அந்த ஓவியத்தை அடிப்படையாக வைத்துத்தான் வாஷிங்டனின் மற்றபல ஓவியங்களும் வரையப்பட்டன.)

மேடிசனுக்குப் பிறகு அமெரிக்க அதிபர்களாக வந்தவர்கள் யாரும் அத்தனை பெருமை மிக்கவர்கள் இல்லை. செவ்விந்தியர்களின் ஜென்ம விரோதி என்று வருணிக்கப்பட்ட ஆன்ட்ரூ ஜாக்ஸன் செய்த ஒரு அட்டூழியம் இன்று வரை அமெரிக்க சரித்திரத்தின் பிரதானமான கறைகளுள் ஒன்றாக இருக்கிறது.

சுமார் 70,000 ஆதி அமெரிக்கர்களை *Indian removal act* என்னும் சட்டத்தின் மூலம் அவர்கள் வாழ்ந்துவந்த இடங்களிலிருந்து வேறோடு பிடுங்கி, ஒக்லஹாமாவுக்குக் கொண்டுபோய் மொத்தமாக வீசிய அவரது கொடூரம் இன்றுவரை அமெரிக்க இந்தியர்களுக்கு நினைத்தாலே கசக்கும். தனது இந்தச் செயலுக்கு அவர் சொன்ன காரணம்: "இவர்களால் ஒருபோதும் நவீன அமெரிக்கர்களுடன் இணைந்து வாழமுடியாது".

1797ல் வாஷிங்டன் பதவி விலகி, அறுபத்தி நாலு வருஷம் கழித்து, 1861ல் அமெரிக்காவின் 16வது ஜனாதிபதியாக ஆபிரகாம் லிங்கன் வருகிறார். இடைப்பட்ட காலம் முழுவதும் சிறு சண்டைகளும் அடிமைகளின் அவலமும் ஆதி அமெரிக்கர்களின் சோகவாழ்வும் தான் அமெரிக்க சரித்திரத்தில் திரும்பத்திரும்ப வருகிறது. சொல்லித்தான் ஆகவேண்டும் என்றால், உலகில் வேறு எந்த நாட்டு அதிபர் மாளிகையையும் விடச் சிறப்பான, காஸ்ட்லியான, ஆடம்பரமான அதிபர்மாளிகையை (வெள்ளைமாளிகை) அமெரிக்கா கட்டியது என்பதை வேண்டுமானால் அக்காலகட்டத்தில் நிகழ்ந்த முக்கியச் சம்பவமாகச் சொல்லலாம்!

நாம் வெள்ளை மாளிகைக்குள் இன்னொரு சமயம் நுழைந்து முழுக்கச் சுற்றிப்பார்க்கலாம். இப்போது லிங்கன் காத்திருக்கிறார். அவரை கவனிக்கப் போகவேண்டும்.

15. அவர் பெயர் லிங்கன்

ஒரு கடை வைத்துப் பிழைப்பு நடத்தலாம் என்று அந்த மனிதர் முதலில் நினைத்தார். ஆனால் வியாபாரம் ஏனோ அவருக்குச் சரிப்பட்டு வரவில்லை. ஒரு பண்ணையில் உத்தியோகம் பார்த்தார், பிறகு. அதுவும் ஒத்துவரவில்லை. வேலைவெட்டி இல்லாமல் சுற்றிக் கொண்டிருப்பானேன் என்று அரசியலில் இறங்கி, ஒரு சட்டசபைத் தேர்தலில் வேட்பாளராக நின்று பார்த்தார். ம்ஹூம். படுதோல்வி.

மறுபடியும் எதாவது பிசினஸ் பண்ணலாம் என்று அகப்பட்டதையெல்லாம் முயற்சி செய்து பார்த்தார். ஒப்புக்குக் கூட ஒன்றிலாவது நாலணா வெற்றி கிடைத்தபாடில்லை.

சரி, தொழில் தான் இப்படி; சொந்த வாழ்க்கையிலாவது கொஞ்சம் சந்தோஷம் உண்டா என்றால், அதெப்படி என்று அங்கும் விதி ஊஞ்சல் கட்டி ஆடியது. இருந்த ஒரே ஒரு காதலியும் பிரிந்து போனாள்.

மனுஷன் கொஞ்சம் தேறி எழுந்திருக்கலாம் என்று பார்த்த வேளையில் நரம்புத் தளர்ச்சி நோய் வந்து படாத பாடு படுத்தத் தொடங்கியது. சகித்துக்கொண்டு அரசியலில் மீண்டும் இறங்கி ஒரு ஆட்டம் ஆடிப் பார்க்க முடிவு செய்து தீவிரமாக உழைக்க ஆரம்பித்தார்.

சட்டசபை அங்கத்தினராக ஒருவழியாகத் தேர்வாகியிருந்தவரை சபாநாயகர் பதவிக்குக் கட்சி நிறுத்த, பிரசித்தி பெற்ற அவரது விதி உடனே விளையாடத் தொடங்கி படுதோல்வி கொடுத்தது.

அதோடாவது விட்டதா? அமெரிக்க காங்கிரஸில் நாமினேஷன் மறுக்கப்பட்டது. செனட்டர் பதவிக்குத் தேர்தலில் நின்றார். வழக்கம் போல் தோற்றார். கொஞ்சம் பெரிதாக எதையாவது செய்து பார்க்கலாம் என்று அமெரிக்கத் துணை ஜனாதிபதி பதவிக்கே நின்றார். அப்போதும் தோல்வி. மறுபடியும் செனட்டர் தேர்தல். மறுபடியும் தோல்வி.

1809ம் வருஷம் அந்த மனிதர் பிறந்ததிலிருந்து தமது 51ம் வயது வரை தோல்வியைத் தவிர வேறு எதையுமே பார்த்ததில்லை

என்றால் நம்பித்தான் ஆகவேண்டும். வேறு யாராவதாக இருந்தால் ஒன்று தற்கொலை செய்துகொண்டிருப்பார்கள். அந்தளவு துணிச்சல் இல்லை என்றால் குறைந்தபட்சம் சன்னியாசியாகவாவது ஆகியிருப்பார்கள்.

ஆனால்அவர்சற்றும்மனம்தளராதஅம்புலிமாமாவிக்கிரமாதித்தன் ஜாதியைச் சேர்ந்தவர் போலிருக்கிறது. கட்டக்கடைசியாக ஒரு ஆட்டம் ஆடிப்பார்த்துவிடும் உத்தேசத்துடன் 1860ம் வருஷம் அமெரிக்க அதிபர் தேர்தலில் போட்டியிட்டார்.

இதையும் நம்பித்தான் ஆகவேண்டும். சரித்திரம் இன்றளவும் போற்றிப் பாதுகாக்கும் மாபெரும் வெற்றி! பாதி கிழவனாகும்வரை வெற்றி என்றால் என்னவென்றே தெரியாத அந்த நபருக்கு, அந்தத் தேர்தல் ஒரே நாளில் உலகளாவிய புகழையும் பெயரையும் அறிமுகத்தையும் கொடுத்துவிட்டது.

அவர் பெயர் ஆபிரகாம் லிங்கன்.

அமெரிக்காவின் முதல் அதிபர் என்கிற வகையில் வாஷிங்டன் ஒரு மாபெரும் நட்சத்திரமாயிருக்கலாம். ஆனால் நவீன அமெரிக்கா இன்றளவும் போற்றிக்கொண்டாடும் துருவ நட்சத்திரமென்றால் அது ஆபிரகாம் லிங்கன் தான்.

அமெரிக்காவின் மாபெரும் கறையாயிருந்த அடிமைகள் பிரச்னையை சட்டபூர்வமாக ஒரு முடிவுக்குக் கொண்டுவந்தவர் என்கிற முறையில் சரித்திரத்தில் இடம்பெற்றவர் லிங்கன். ஆனால் அந்தச் சட்டம் நிறைவேறுமுன் அந்த தேசமே இரண்டானது தான் மாபெரும் சோகம். இரண்டானது என்றால், நிஜமாகவே இரண்டானது!

ஐக்கிய அமெரிக்கா என்கிற இரும்புக்கோட்டை இரண்டாக உடைந்து ஒன்றை ஒன்று அடித்து வீழ்த்தி, ஒன்று நீ இரு; நான் சாகிறேன் - அல்லது நான் இருக்கிறேன்; நீ இறந்துபோ என்று போரிட்டு, பல லட்சக்கணக்கான உயிர்ப்பலிக்குப் பிறகே லிங்கனால் அந்தச் சாதனையைச் செய்யமுடிந்தது. உடைந்த அமெரிக்காவும் பிறகு ஒன்றானது தனிக்கதை. விரிவாகப் பார்த்தாகவேண்டும்.

அதற்கு முன்னால் லிங்கன்...

1809ம் வருஷம் பிப்ரவரி 12ம் தேதி வட அமெரிக்காவின் கெண்டகி மாகாணத்தில் ஹார்டின் என்கிற ஊரில் ஒரு பண்ணையாருக்கு மகனாகப் பிறந்தார் லிங்கன். லிங்கனின் அப்பா பண்ணையாராக இருந்தாலும் நன்கு படித்தவர். ஆகவே மகனையும் ஒரு நல்ல படிப்பாளியாக்கவேண்டும் என்று நினைத்திருந்தார்.

அதற்காகவே குடும்பத்தை ஹார்டினிலிருந்து இண்டியானாவுக்கும் இடம் மாற்றினார். இளம்வயது லிங்கனுக்குப் படிப்பில் ஆர்வம் இருந்தாலும் பள்ளிக்கூடம் போகப் பிடிக்கவில்லை. மொத்தமாக அவர் ஒரு வருஷ காலம் பள்ளிக்குப் போயிருந்தால் அதிகம்.

ஆனால் ஒரு நல்ல புத்தகத்துக்காகப் பத்துமைல் தூரம் கூட நடந்தே நூலகத்துக்குப் போய்ப் படித்துவருகிற வழக்கம் இருந்தது அவருக்கு. நான்கு விஷயங்களில் மிக அதிகமாக ஆர்வம் செலுத்தினார் லிங்கன். முதலாவது பைபிள். மணிக்கணக்காக அதைப் படித்துக்கொண்டிருப்பார். அடுத்தது சரித்திரம். சொல்லவே வேண்டாம். அன்றைய அமெரிக்க இளைஞர்கள் அத்தனை பேருக்குமே சரித்திரத்தின்மீது ஒரு திருட்டுக்காதல் இருந்திருக்கிறது. எல்லாருமே சரித்திரத்தை விரும்பிப்படித்தார்கள். ஆகவே, லிங்கனும்.

மூன்றாவதாக, கவிதைகள். லிங்கனுக்கு ஷேக்ஸ்பியர் என்றால் லட்டு. அவரது நாடகங்களைப் பக்கம் பக்கமாக ரசித்து அனுபவித்துப் பேசிக்காட்டுகிற அளவுக்குப் பாடம். ராபர்ட் பர்ன்ஸின் கவிதைகளின் மீதும் அவருக்கு விருப்பம் இருந்திருக்கிறது. நாலாவது ஆர்வம் சட்டம். ஆம். லிங்கன் சட்டம் படித்தார். வழக்கறிஞராகவும் பணியாற்றினார்.

சட்டம் படித்துக்கொண்டிருந்தவருக்கு மிகத் தற்செயலாகத் தான் அரசியலின்மீது கவனம் விழுந்திருக்கிறது. காரணம் அடிமைகள் பிரச்னை.

அதென்ன, ஒரு மனுஷன் இன்னொருத்தனை அடிமையாக வைத்துக் கொண்டிருப்பது? இது அவமானமில்லையா? என்று நண்பர்களுடன்பேசும்போதெல்லாம் கேட்பார்லிங்கன். நண்பர்கள் யாருக்கும் அது ஒரு அவமானகரமான விஷயமாகவெல்லாம் தெரியவில்லை. லிங்கனைத் தான் ஒரு மாதிரி பார்ப்பார்கள்.

அடிமைகள் வைத்துக்கொள்வதென்பது ஒரு ஸ்டேட்டஸ் சிம்பல் அல்லவா? அதெப்படி அவமானமாகும் என்பது அவர்கள் கட்சி. அவர்களென்ன, அன்றைய அமெரிக்காவின் கட்சியே அது தான்.

நிர்வாண தேசத்தில் கோவணம் கட்டியவன் பைத்தியம் என்பது மாதிரி தான் அன்று லிங்கனின் கருத்துக்கு மதிப்பு இருந்தது. ஆனால், லிங்கன் கோவணம் மட்டும் கட்டியவரில்லை. கொடிபிடிக்கவும் தெரிந்தவராயிருந்தார்.

அடிமைகளுக்கு சுதந்தரம் பெற்றுத்தருவதையே குறிக்கோளாகக் கொண்டு தொடங்கப்பட்ட ரிபப்ளிகன் கட்சியில் லிங்கனுக்கு ஓரிடம் கிடைத்தது பெரிய விஷயமல்ல. தமது பிரசித்தி பெற்ற தோல்வி ராசியிலிருந்து தாற்காலிகமாகத் தப்பித்து 1834ல் அவர் இல்லியனாய்ஸ் மாகாண சட்டமன்றத் தேர்தலில் நின்று வென்று சட்டமன்றத்துக்குள் நுழையமுடிந்தது தான் பெரிய விஷயம். மாபெரும் மேதையாக இருந்தாலும் துரதிர்ஷ்டம் அவரை அந்தளவுக்கு ஓட ஓட விரட்டிக் கொண்டிருந்தது அப்போது!

கிட்டத்தட்ட எட்டு வருஷகாலம் லிங்கன் இல்லியனாய்ஸ் மாகாணத்தின் சட்டமன்ற உறுப்பினர்களுள் ஒருத்தராக வேலை பார்த்திருக்கிறார். நறுக்குத் தெரித்தாற்போன்ற பேச்சு. மயக்கும் குட்டிக்கதைகள். சின்னச்சின்ன உவமைகள். மேலான நகைச்சுவை. லிங்கன் பார்ப்பதற்கு அப்படியொன்றும் ஹீரோ மாதிரி இருக்கமாட்டார் (இளம் வயதிலேயே கூட!) ஆனால் அவரது நகைச்சுவை உணர்வும் தன்னலமற்ற சிந்தனைகளும் செயலும் அவரை ஒரு பேரழகனாக அடையாளம் காட்டத் தொடங்கியிருந்தன.

தேர்தல்களில் அவர் தொடர்ந்து விடாப்பிடியாகத் தோற்றுக் கொண்டிருந்தாலும் மக்களுக்கு அவரைப் பிடித்திருந்தது. அதனால் தான், சட்டமன்ற உறுப்பினர் பொறுப்பிலிருந்து அவர் விலகி, மீண்டும் வழக்கறிஞர் வேலை பார்க்கத் திரும்பியபோது ஏராளமான அமெரிக்கர்கள் அவரைச் சந்திப்பதற்காகவே வழக்குகளை உற்பத்தி பண்ணிக்கொண்டு வந்து வாசலில் நிற்க ஆரம்பித்தார்கள்.

இந்த வருணனை கொஞ்சம் மிகையானது தான். ஆனால் முழுக்க முச்சூடும் தவறு என்று சொல்லிவிடுவதற்கில்லை. ஏனெனில்

லிங்கன் இல்லியனாய்ஸ் மாகாண சட்டமன்ற உறுப்பினராக இருந்த காலத்தில் சக உறுப்பினர்களால், "நாகரிகமற்ற கொரில்லா" என்று வருணிக்கப்பட்டிருக்கிறார். காரணம், சமய சந்தர்ப்பமில்லாமல் ஜோக் அடிக்கிற வழக்கம் உண்டு அவருக்கு. மேலும் தமது அபிப்பிராயங்களை நாசூக்காக வெளிப்படுத்தத் தெரியாதவர். வெங்காய வெடியை சுவரில் அடித்து வெடிப்பது மாதிரி நடுச்சபையில் போட்டு உடைப்பார்.

அரசியல் வாதிகளால் சகித்துக்கொள்ளமுடியாத இந்த வழக்கம் மக்களுக்குப் பிடித்துப் போனதில் வியப்பில்லை அல்லவா? அடடே, ஒரு நேர்மையான ஆசாமி என்று அவர்கள் லிங்கனைக் கொஞ்சம் கொஞ்சமாக விரும்பத் தொடங்கினார்கள்.

வாழ்வில் நூறு படிகள் சறுக்கி ஒரு படி ஏறி, மீண்டும் நூறு சறுக்கி இரண்டு ஏறி மேலே வந்த லிங்கனின் கதையை முழுக்க எழுதுவதென்றால் அதுவே ஒரு தனித் தொடராகிவிடும். அடுத்த சில அத்தியாயங்களில் அவரது கேரக்டர் கொஞ்சம் தெளிவாக விளங்கக்கூடிய சந்தர்ப்பம் வரலாம். இப்போது நாம் லிங்கன் அதிபராகிற கட்டத்தில் நிற்க வேண்டியது அவசியம்.

அது 1860ம் ஆண்டு. அமெரிக்க அடிமைகளின் சுதந்தர தாகம் என்று தணியும் என்கிற கேள்வி மிக உரக்கக் கேட்கப்பட்டு வந்தது. எதிர்வரும் பொதுத் தேர்தலில் அடிமைகளுக்கு சுதந்தரம் அளிக்க சட்டபூர்வமாக நடவடிக்கை எடுக்கக்கூடிய ஒரு அதிபர் தேர்வாகாவிட்டால், தேசமே மாபெரும் பிரச்னைகளை சந்திக்கவேண்டி வரும் என்பது போலொரு நெருக்கடி உண்டாகியிருந்தது.

காரிசன், டக்ளஸ் போன்றவர்கள் மூட்டிய தீ தேசமெங்கும் பற்றிக்கொண்டுவிட்டிருந்தது. படித்த அமெரிக்க இளைஞர்களில் பலரே அடிமை முறையை ஒழிக்கவேண்டுமென்று பேசத் தொடங்கியிருந்தார்கள்.

ஆனால் இவையெல்லாம் அமெரிக்காவின் வட மாநிலங்களில் மட்டுமே. தெற்குப் பகுதி படு உறுதியாக இருந்தது. அமெரிக்க வளமையின் அடையாளமே அடிமைகள் தான் என்கிற அளவுக்கு ஆதிக்கவெறி அங்கே மேலோங்கியிருந்தது அப்போது. அடிமை முறைக்கு எதிராகத் தென்மாநிலங்களில் ஒரு குரல் எழுந்து

விடமுடியாது. எழுந்தகணமே குரல்வளையை நசுக்கி விடுவார்கள், பண்ணையார்கள். இது விஷயத்தில் அரசியல் வாதிகளும் அப்போது அவர்களுக்குப் பக்கபலமாக இருந்தார்கள்.

ஆனால் தினசரி நூற்றுக்கணக்கான அடிமைகள் ரகசியமாகத் தப்பித்து ஓடுவதும் பல வட மாநில முன்னாள் அடிமைகள் இந்தத் தப்பித்தலுக்கு உதவுவதும் அப்படி உதவுகிறவர்களை ஹீரோவாகப் பலர் பார்க்கத் தொடங்கியிருந்ததும் அடிமைமுறை ஆதரவாளர்களுக்கு மிகக்கடுமையான வெறுப்பை உண்டாக்கியிருந்தது. தப்பித்தவறி அடிமைகளுக்கு ஆதரவாகப் பேசுகிற ஆசாமி எதிர்வரும் தேர்தலில் அதிபராகிவிட்டால் தேசத்தின் கௌரவமே கெட்டுவிடும் என்று அவர்கள் நினைத்தார்கள். ரிபப்ளிகன் கட்சி வேட்பாளராக முன்னிறுத்தப்பட்டிருந்த லிங்கனை எப்படியாவது ஒழித்துவிட மிகவும் மெனக்கெட்டுக்கொண்டிருந்தார்கள்.

இந்த முயற்சிகளின் ஒரு பகுதியாக, அடிமை முறை வழக்கிலிருந்த சில ஐரோப்பிய நாடுகளின் உதவியையும் கேட்டுப்பெற அவர்கள் திட்டமிட்டிருந்தார்கள்.

அந்தத் தேர்தலில் லிங்கனுக்கு எதிராகக் களத்தில் நின்றவர், டக்ளஸ். இரண்டு மாநிலங்களில் அடிமை முறை இருப்பதா, வேண்டாமா என்று அந்தந்த மாநில ஆட்சியாளர்களே தீர்மானித்துக்கொள்ளலாம் என்று திருவாய் மலர்ந்தாரே, அந்த டக்ளஸ் தான்!

லிங்கனுக்கும் டக்ளஸுக்கும் அடிப்படையில் ஒரு வித்தியாசம் தான். டக்ளஸ் அடிமை ஒழிப்பு கிடையாது என்று தன் ஆதரவாளர்களுக்கு வாக்களித்து வந்தார். லிங்கனோ, அடிமைகளுக்கு சுதந்தரம் தரப்படவேண்டும் தான்; அதேசமயம் அமெரிக்காவும் பிளவுபடக்கூடாது; பிளவுபட விடமாட்டேன் என்றார்!

அட, இதெப்படி சாத்தியம்? அடிமைகளுக்கு சுதந்தரம் கொடுத்து விட்டால் அடுத்த வினாடியே அமெரிக்கா இரண்டாகிவிடுமே? எதிர்ப்பாளர்கள் லாலிபாப் சாப்பிட்டுக்கொண்டா இருப்பார்கள்? என்று கேட்டார்கள் மக்கள்.

வாக்களித்துப் பாருங்கள்; செய்து காட்டுகிறேன் என்றார் லிங்கன். அது தான் லிங்கன்.

உண்மையில் அப்போது இரண்டு பிரச்னைகளையும் தீர்க்கிற விதமான யோசனை ஏதும் அவரிடம் இல்லை. ஆனால் ஒன்று இருந்தது.

அது நம்பிக்கை. 51 வயது வரை தோல்விகளை மட்டுமே சந்தித்துக் கொண்டிருந்தாலும் அந்த ஒன்று மட்டும் அவரிடம் விடாமல் ஒட்டிக்கொண்டிருந்தது. நம்பிக்கை. அசைக்கமுடியாத நம்பிக்கை. எல்லாமே கண்டிப்பாக முடியும் என்கிற தீர்மானமான நம்பிக்கை. அமெரிக்காவை அடிமை முறை என்னும் அவமானப் பிசாசின் பிடியிலிருந்து மீட்டுவிடமுடியும் என்கிற நம்பிக்கை.

அவரது நம்பிக்கை பொய்க்கவில்லை. 1860ம் ஆண்டுப் பொதுத் தேர்தலில் லிங்கன் அமெரிக்க அதிபராக வென்று ஆட்சியில் அமர்ந்தார். அமெரிக்காவிலிருந்த பல லட்சக்கணக்கான அடிமைகளுக்கான சுதந்தரக் கதவு அந்த விநாடியே திறக்கத் தொடங்கியது!

16. அடிமைப் புரட்சி

சரித்திரம் கொஞ்சம் பேஜாரான விஷயம். ஒரு பக்கத்தைப் பார்த்துக்கொண்டிருக்கும்போது உருவாகும் உணர்ச்சிகளும் நெகிழ்ச்சிகளும் நம்மை மறுபக்கம் பார்க்கவே விடாமல் அடித்துவிடும் அபாயம் இருக்கிறது. ஆனால் உண்மையான சரித்திரம் என்பது இரண்டு பக்கம் மட்டுமல்ல; கண்ணுக்குத் தெரியாமல் மூன்றாவது பக்கமென ஒளிந்திருக்கும் இரகசியங்களையும் உள்ளடக்கியது. நமக்கு உடன்பாடு இருக்கிறதா, இல்லையா என்பது முக்கியமல்ல. எல்லாவற்றையும் திறந்து பார்த்துவிடவேண்டும். மூக்கின் ஒரு துவாரம் வழியே வாசனைகளை நுகரும்போது மறு துவாரத்தை துர்நாற்றங்களுக்காகவும் திறந்து வைத்திருக்க வேண்டும். அது தான் யோக்கியமான காரியம்.

சரி, இப்போது எதற்கு இது என்று கேட்கத் தோன்றுகிறதல்லவா? விஷயம் இருக்கிறது.

அடிமைகள் பிரச்னை குறித்துப் பேசிக்கொண்டிருந்தோம். ஆபிரகாம் லிங்கனும் வந்துவிட்டார். 1860 வருஷம் பிறந்துவிட்டது. இதோ லிங்கன் வெள்ளை மாளிகைக்குக் குடியேறப் போகிறார். கண்மூடித் திறப்பதற்குள் அமெரிக்காவின் பல மாநிலங்கள் ஐக்கிய அமெரிக்க தேசமென்கிற மாபெரும் கூட்டமைப்பிலிருந்து விலகப் போகின்றன. தென் மாநிலங்களின் தனியாவர்த்தனம் நடக்கப் போகிறது. மிகப்பெரிய உள்நாட்டு யுத்தமும் வந்துவிடும்.

எல்லாம் எதற்காக? அடிமைகளுக்காக. அவர்களை வைத்துக் கொள்வதா, கூடாதா என்கிற நூற்றாண்டுகாலக் கேள்விக்கு ஒரு விடை தேடும் விதமாக. அவர்களின் துன்பம் பரிதாபத்துக்குரியது தான். அவர்களின் வாழ்க்கையே ஒரு அர்த்தமில்லாமல் தான் அத்தனை வருஷங்களாக ஓடிக்கொண்டிருந்திருக்கிறது. பட்ட கஷ்டங்களும் கொடுமைகளும் கொஞ்ச நஞ்சமல்ல. சில சாம்பிள்களும் பார்த்தோமில்லையா?

அது ஒரு பக்கம். இன்னொரு பக்கம் இதற்கு இருக்கிறது. கஷ்டங்களின் சதவீதம் ஏறிக்கொண்டே போன பத்தொன்பதாம்

நூற்றாண்டின் நடுப்பகுதிகளில், அமெரிக்க அடிமைகளின் சமூகம் தங்களின் சகிப்புத் தன்மையை முற்றிலும் இழந்துவிட்டிருந்தது. அதாவது, அமைதியாகப் போராடுவது, நீதிக்காகக் குரல் மட்டும் கொடுப்பது, முடிந்தால் தப்பிப்பது, முடியாவிட்டால் தொடர்ந்து சிரமப்படுவது என்கிற வழக்கங்களை அவர்கள் அறவே நிறுத்தியிருந்தார்கள். கல்லுக்குக் கல், பல்லுக்குப் பல் என்கிற சித்தாந்தத்தைக் கையில் எடுத்துக்கொண்டுவிட்டார்கள். அடிமைகளின் சமூகத்துக்குள்ளேயே பல புரட்சிகர அமைப்புகள் ரகசியமாகச் செயல்படத் தொடங்கியிருந்ததாகவும் சில சரித்திர ஆய்வாளர்கள் தெரிவிக்கிறார்கள்.

அதன்படி, தென் மாநிலங்களின் பல பண்ணைகளில் வேலை பார்த்துவந்த அடிமைகள் திரண்டு எழுந்து அடிக்கடி புரட்சிகளில் ஈடுபட ஆரம்பித்தார்கள். புரட்சி என்றால் சாதாரணப் புரட்சி இல்லை. கொஞ்சம் நூதனமான புரட்சி. ஒரு பண்ணையில் வேலை பார்க்கிற சுமார் 100 அடிமைகள் ஒன்றாக ஒரு முடிவு எடுப்பார்கள். இந்தமாதிரி, இந்த முதலாளிக்கு வேட்டு வைத்துவிடுவது என்று. ஆனால் எப்படி வேட்டு வைப்பது?

அந்த வருஷம் விதைப்பு நடக்கிற தினத்திலிருந்து வழக்கத்தில் இல்லாத அளவுக்கு சின்சியராக உழைப்பார்கள். விளைச்சல் எக்கச்சக்கம்; இதுவரை இப்படிப் பார்த்ததே இல்லை என்று பண்ணையார் துள்ளிக்குதிக்கும் தினம் வரை அமைதியாகக் காத்திருப்பார்கள். அறுவடை நாளின்போது வயலில் ஒரு செண்டிமீட்டர் பாக்கியில்லாமல் போகி கொளுத்திக் கொண்டாடுவார்கள்! அதே இரவு பண்ணை முழுவதற்கும் தீ வைத்து, பண்ணையாரின் குடும்பத்தாரையும் ஒரு வழிபண்ணிவிட்டுத் தான் ஊரை விட்டு ஓடுவார்கள்.

ஒன்றல்ல; இரண்டல்ல தெற்கு மற்றும் வடக்கு கரோலினா, கெண்டகி, மேரிலாந்து,விர்ஜீனியா போன்ற மாகாணங்களில் இந்தமாதிரியான வன்முறைகள் மிக அதிகம் நடந்தன. சுமார் நூறுபேர் கொண்ட அடிமைகளின் குழு ஒன்று தப்பித்து ஓடியிருக்கிறது என்று செய்தி வந்தால், உடனே இத்தனை நூறு ஏக்கர் நிலம் நாசம், இத்தனை முதலாளிகள் படுகொலை, இத்தனை வீடுகள் சேதம் என்றும் உடனே செய்தி வரும்.

எப்படியும் சுதந்தரம் அடைந்தே தீருவது; அந்த முயற்சியில் இறந்தாலும் பிரச்னையில்லை என்கிற எல்லையில் அடிமைகள் இருந்ததால் அவர்களின் வெறியும் வேகமும் கற்பனை செய்து பார்க்க முடியாத விஷயமாயிருந்தது.

பிரச்னை என்னவென்றால், அடிமைகள் கிளர்ந்து எழுவது என்பதையே அமெரிக்கப் பண்ணையார்களால் அன்று ஜீரணிக்கமுடியவில்லை. சொன்னதைச்செய்வதுதவிர, சொந்தமாகச் சிந்திப்பதற்கெல்லாம் எப்படிக் கற்றுக்கொண்டார்கள் இவர்கள்? ரொம்பத் தப்பாச்சே என்று கவலைப்படத் தொடங்கினார்கள். அடிமைகளுக்குச் சுதந்தரமும் கிடைத்துவிட்டால் பிறகு தாமும் தமது சொத்துகளும் என்னாகும் என்கிற கவலையும் அவர்களுக்கு இருந்தது. அடிமைகளின் ஆதரிச புருஷனாக விளங்கிய ஃபிரடரிக் டக்ளஸின் பிரசித்தி பெற்ற வசனம் - "போராட்டமில்லாமல் முன்னேற்றமில்லை" - அடிமைகளிடத்திலே தீவிரவாத உணர்வுகளைத் தட்டி எழுப்புவதாக அவர்கள் நினைத்தார்கள்.

அதற்கேற்றாற்போல் சில விஷயங்களும் நடந்தன. முக்கியமானது, டக்ளஸுக்கும் காரிசனுக்கும் ஏற்பட்ட கருத்து வேறுபாடு. அடிமைகளுக்காகப் போராடுகிறவர்கள்தாம் இரண்டுபேரும். டக்ளஸ் அடிமைகளின்பிரதிநிதி. காரிசன், வெள்ளையர்களில் ஒரு அபூர்வப் பிறவி. இந்த இரண்டு பேரை முன்வைத்துத் தான் அபாலிஷனிஸ்ட் இயக்கமே நடந்துகொண்டிருந்தது.

ஆனால் அமைதியான வழியில் உரிமைகளுக்காகப் போராடுவோர், ஆயுதமேந்திப் போராடுவதில் ஆர்வம் உள்ளவர்கள் என்று உழக்கில் கிழக்கும் மேற்கும் பிரிந்து நின்றதில் பிரச்னை உண்டாகிவிட்டது.

அபாலிஷனிஸ்ட் இயக்கத்தில் இருந்த வெள்ளையர்கள் தேர்தலில் தம் எதிர்ப்பைக் காட்டலாம் என்பதில் உறுதியாக இருந்தார்கள். கருப்பர்களோ ஆயுதத்தின்மூலமும் எதிர்ப்பைப் பதிவுசெய்ய மிகவும் விரும்பினார்கள். இருதரப்பிலுமே இருந்த நியாயங்கள் வலுவானவை தான் . ஆனால் எப்போது இரு தரப்பு என்று ஆனதோ, அப்போதே அபிப்பிராய பேதங்கள் பெருகி இயக்கம் இரண்டாகிவிட்டது. காரிசனுக்கு, அடிமைகளுக்காகப் போராடும் வெள்ளையர்களை விட்டுக்கொடுக்க விருப்பமில்லை. டக்ளஸுக்கோ, தனிநபர்கள் முக்கியமல்ல. நோக்கம் முக்கியம்.

நோக்கத்தில் வெற்றியடைவது அதைவிட முக்கியம். ஆகவே நார்த் ஸ்டார் என்று தனக்கென ஒரு தனிப் பத்திரிகை தொடங்கினார்.

"எங்கள் வலியை நீங்கள் அனுதாபத்துடன் புரிந்துகொள்ளமுடியும். ஆனால் சொந்தமாக அனுபவித்துப் பார்க்காத உணர்ச்சி எல்லாமே இரண்டாம்பட்சம் தான்" என்பதே தப்பித்துவந்த கறுப்பின அடிமைகளின் வாதம்.

கெண்டகி மாகாணத்தில், லூயிஸ்வில்லி என்கிற நகரில் உள்ள கருப்பின மாணவர்களுக்கான பள்ளி ஒன்றில், ஓர் ஆசிரியருக்கும் மாணவனுக்கும் இடையில் நடந்த பின்வரும் உரையாடலைப் பாருங்கள். இது அந்தப் பள்ளியின் பதிவேடுகளிலிருந்து எடுக்கப்பட்ட வரிகள். மாணவனுக்கு மிஞ்சிப்போனால் பத்து வயது தான் இருக்கும்! இன்றளவும் அமெரிக்க நீக்ரோக்களின் சரித்திரத்தில் இந்த ஆசிரியர்-மாணவர் உரையாடலுக்கு மிகப்பெரியதொரு இடம் உண்டு. பல நூற்றாண்டுகால அடிமைகளின் அவலத்தையும் அவர்களின் எதிர்ப்புணர்வையும் ஒருசேரப் பிரதிபலிக்கிற மாணவனின் குரலைக் கேளுங்கள்:

ஆசிரியர்: குழந்தைகளே! வெள்ளைக்காரர்களின் முடி மிகவும் நீளமாக வளருவதாலும் அவர்களது சருமம் வெள்ளை வெளேரென்று இருப்பதாலும் அவர்கள் உங்களை விட உயர்ந்தவர்கள் என்று நீங்கள் நினைக்கிறீர்களா?

மாணவன்: இல்லை சார்.

ஆசிரியர்: நல்லது. அவர்கள் உயர்ந்தவர்கள் இல்லை. ஆனால் வித்தியாசமானவர்கள். அவர்களிடம் அதிகாரம் இருக்கிறது. இந்த அரசாங்கத்தை அவர்கள் தான் அமைத்திருக்கிறார்கள். இந்த மாபெரும் தேசத்தை அவர்கள் தான் நிர்வகிக்கிறார்கள். இப்போது சொல்லுங்கள்? உங்களுக்கும் அவர்களுக்கும் என்ன வித்தியாசம்?

மாணவன்: பணம்!

ஆசிரியர்: சரிதான், ஆனால் எப்படி அவர்களிடம் மட்டும் பணம் இருக்கிறது? எங்கிருந்து சம்பாதித்தார்கள்?

மாணவன்: நம்மிடமிருந்து பெற்றார்கள்! நம்மிடமிருந்தே திருடிக்கொண்டார்கள்!!

இந்தமாதிரி, அடிமைகளின் போராட்டம் குழந்தைகள் வரை தீவிர பாதிப்பு ஏற்படுத்தி, ஒரு விவகாரமான எல்லையை நோக்கி மிக வேகமாக நகர்ந்துகொண்டிருந்தபோது தான் ஆபிரகாம் லிங்கன் அதிபராகிறார்.

அதிபரானதும் அவர் செய்யக்கூடிய முதல் காரியம், நாடெங்கிலும் உள்ள மாநில அவைகளில் அடிமை முறையை ஒழிக்கச்சொல்லி சட்டபூர்வமான நடவடிக்கைகளைத் துரிதப்படுத்தப்போவது தான் என்று அனைவருக்கும் தெரிந்துவிட்டது.

இது தான். இது தான் க்ளைமேக்ஸ் என்று அமெரிக்காவின் தென் மாநிலங்கள் முடிவு செய்தன. சண்டை இல்லாமல் ஒரு க்ளைமேக்ஸா? ஆகவே, சண்டைக்குப் பிள்ளையார் சுழி போடுகிற விதமாக பத்து மாநிலங்கள் ஒன்று சேர்ந்து, தாங்கள் அமெரிக்க ஐக்கிய நாட்டிலிருந்து பிரிந்துவிட்டதாக அறிவித்தன.

தெற்கு கரோலினா தான் முதல் எதிர்ப்புக்குரல் கொடுத்த மாநிலம். தொடர்ந்து கெண்டகி, மேரிலாந்து, மிசௌரி, டெல்வர் போன்ற பகுதிகளும் பிரியத் தயாராக இருந்தன. பிரிந்த மாநிலங்கள் ஒன்று சேர்ந்து அமெரிக்காவுக்கு எதிராகப் போரிடவும் தயார் என்கிற நிலை ஒரே இரவில் உண்டானது. அந்த மாநிலங்கள் தம்மை Confederate States of America என்று அறிவித்துக்கொண்டன. ஜெஃபர்சன் டேவிஸ் என்பவரைத் தமது அதிபராகவும் தேர்ந்தெடுத்துவிட்டன.

வேறு வழியே இல்லை என்னும் கட்டம் உண்டானபோது லிங்கன் பேசினார். "அடிமைகள் விடுதலை அடைவது முக்கியம். தேசம் உடையாமல் இருப்பது அதைவிட முக்கியம். பேசித் தீர்ப்பதென்றால் நான் பேசித் தீர்க்கத் தயார். போராடித் தீர்க்கவேண்டுமென்றால் நான் போராடவும் தயார். பலிகள் தான் தீர்வு என்று சொல்வீர்களானால் நான் போர்க்களம் காணவும் தயார். அடிமைகள் பிரச்னையைக்கூடச் சில தினங்கள் தள்ளிப்போட முடியும். ஆனால் தேசம் இரண்டாவதை அனுமதிக்கவே முடியாது!"

அது 1861ம் வருஷத்து ஏப்ரல் மாதம். பிரிவினைக் கூட்டமைப்பு நாடுகள் ஒன்று சேர்ந்து தெற்கு கரோலினாவிலுள்ள சம்டர் கோட்டையைத் தாக்கின. முற்றிலும் எதிர்பாராத தாக்குதல் அது.

ஏப்ரல் 12ம் தேதி கோட்டை, பிரிவினைவாதிகளின் வசமாயிற்று.

உடனே லிங்கன் தன் ராணுவ அதிகாரிகளை அழைத்து ஆலோசனை நடத்தினார். மத்திய ராணுவத்தை கரோலினாவுக்கு அனுப்பி, கோட்டையை மீட்க உத்தரவிட்டார்.

லிங்கனின் இந்த உத்தரவு வெளியான உடனே கூட்டமைப்பு நாடுகளின் சபை, லிங்கன் போர் அறிவித்துவிட்டார் என்று சொல்லிவிட்டன.

அடிமைகளுக்கான போர் அது. அவர்களின் விடுதலையும் நல்வாழ்க்கையும் அந்தப் போரின் இறுதியில் தான் இருக்கும் என்று அனைவருக்குமே தெரிந்திருந்தபோது, அவர்களுக்கா தெரியாது?

அது லிங்கனே முற்றிலும் எதிர்பாராத சம்பவம். பல்லாயிரக்கணக்கான அடிமைகள் போரில் தாங்களும் ஈடுபட விரும்புவதாகச் சொல்லி, அமெரிக்க ராணுவத் தலைமையகத்தில் வந்து குவிந்துவிட்டார்கள்.

வேறு வழியே இல்லை. தேசத்தை நிஜமாகவே இரண்டாக உடைத்துப் பிறகு தான் ஒட்டவேண்டும் என்று லிங்கனுக்குத் தெரிந்துவிட்டது. மௌனமாக அவர் ராணுவத் தலைமையகத்துக்குள் சென்றார். சில உத்தரவுகள் பிறப்பிக்கவேண்டியிருந்தது. சில முடிவுகள் எடுக்கவேண்டியிருந்தது. சில மாநிலங்களில் பாதுகாப்பு ஏற்பாடுகளை பலப்படுத்தவேண்டியிருந்தது. எதிர்பாராமல் ஆரம்பித்திருக்கும் போர். எத்தனை நாட்கள், அல்லது மாதங்கள், அல்லது வருஷங்கள் நடக்கும் என்று யூகித்துச் சொல்லமுடியாது. போருக்கான நிதி ஆதாரம் குறித்தும் சிந்தித்தாகவேண்டும். அந்நியநாட்டின்மீது போர் என்றால் அந்த விஷயம் வேறு. இது சொந்த நாட்டுக்குள்ளேயே நடக்கிற போர். வெற்றி என்றாலும் தன்னைத் தானே வென்று கொண்டமாதிரி. தோல்வி என்றால், தன் கன்னத்தில் தானே அறைந்துகொண்டது மாதிரி.

உள்நாட்டு யுத்தம் தொடங்கிய ஒன்றரை வருஷங்களிலேயே பல்லாயிரக்கணக்கான உயிர்ப்பலிகளைக் கொடுக்கவேண்டி வந்தது. இதை உடனடியாக நிறுத்தவும் முடியாது என்று லிங்கனுக்குப் புரிந்தது. ஏனெனில் ஒரு போரை நிறுத்துவதென்றால்,

ஒன்று ஓர் உடன்பாடு எட்டப்பட வேண்டும். அல்லது யாராவது ஒரு தரப்பு விட்டுக்கொடுக்கவேண்டும்.

அடிமைகள் விஷயத்தைப் பொறுத்தவரை லிங்கனுக்கு விட்டுக்கொடுப்பது என்கிற பேச்சுக்கே இடமில்லை. அவர்களின் சுதந்தரம் தான் அவரது உயிர்மூச்சாக இருந்தது. அதே சமயம், கூட்டமைப்பு நாடுகளின் படையும் போரை ஒரு முடிவுக்குக் கொண்டுவருவதாகத் தெரியவில்லை.

ஆகவே செப்டம்பர் 22ம்தேதி, 1862ம் வருடம் லிங்கன் ஒரு அறிவிப்பை வெளியிட்டார். "சரியாக இன்னும் மூன்று மாதம் அவகாசம் தருகிறேன். பிரிந்த மாநிலங்கள் ஒழுங்கு மரியாதையாக ஐக்கிய அமெரிக்கக் கூட்டமைப்புக்குள் வந்து சேர்ந்துவிட வேண்டும். இல்லாதுபோனால், அந்த மாநிலங்களில் உள்ள அடிமைகள் அத்தனைபேரும் விடுதலை அடைந்தவர்களாக உடனே அறிவிக்கப்பட்டுவிடுவார்கள்"

இதன் பெயர் ராஜதந்திரம்.

எதிரி மாநிலங்களாக ஆனாலும் அடிமைகள் நிறையப்பேர் அங்கு தான் இருக்கிறார்கள். அவர்களுக்கு சுதந்தரம் தரக்கூடாது என்கிற காரணத்தை முன்வைத்துத் தான் போரே தொடங்கியிருந்தன, அந்த மாநிலங்கள். அமெரிக்க ஐக்கிய தேசத்திலிருந்து பிரிந்துவிட்டதாக அறிவித்ததும் அதனால் தான்.

ஆனால் லிங்கனின் இந்த அறிவிப்பு, அந்த மாநிலங்களிலிருந்த லட்சக்கணக்கான அடிமைகளை உசுப்பிவிட்டுவிட்டன. அடடே, நாம் இந்த மாநிலத்தில் அடிமையாக இருந்தாலும் நமது நிஜமான அதிபர் வாஷிங்டனில் அல்லவா இருக்கிறார் என்று அப்போது தான் அவர்களுக்கு உறைத்தது. உடனே அவர்களும் பண்ணைகளை விட்டு வெளியேறி, லிங்கனின் படைகளுக்கு ஆதரவாகப் போரில் குதித்தார்கள். போரிட முடியாதவர்கள் மறைமுக உதவிகள் செய்ய ஆரம்பித்தார்கள்.

வெளிக் குத்தலைவிட உள் குடைச்சல் பேஜார் இல்லையா? ஆகவே தென் மாநிலங்கள் என்ன செய்யலாம் என்று யோசித்தன. பல ஐரோப்பிய நாடுகளுக்குத் தூதுவர்களை அனுப்பின. போரில் தமக்கு உதவ வரும்படி.

ஆனால் லிங்கனின் நோக்கம் அனைத்து உலக நாடுகளுக்கும் புரிந்திருந்தது. இனியும் அடிமைகளை வைத்துக்கொண்டு காலத்தை ஓட்ட முயன்றால் அது அபத்தம் மட்டுமல்ல; யாரும் மதிக்கக் கூட மாட்டார்கள் என்று அனைவருமே நினைக்கத் தொடங்கியிருந்தார்கள். ஆகவே உதவி வேண்டி தூது அனுப்பிய பிரிவினை மாநிலங்களின் கோரிக்கைகளை அனைத்து ஐரோப்பிய நாடுகளும் நிராகரித்துவிட்டன.

இப்போது போர் மிகவும் தீவிரமடைந்திருந்தது.

17. உள்நாட்டு யுத்தம்

அமெரிக்க உள்நாட்டு யுத்தம் நடந்து முடிந்து இன்றைக்குச் சரியாக 138 வருஷங்கள் ஆகின்றன. (1865ல் யுத்தம் ஒரு முடிவுக்கு வந்தது.) ஜப்பானில் ஹிரோஷிமா, நாகசாகி நகரங்களின் மீது அமெரிக்கா அணு குண்டுகள் வீசி அழிவு ஏற்படுத்தியதற்குக் கிட்டத்தட்டச் சமமாக அந்நாடு தனக்குத் தானே ஏற்படுத்திக்கொண்ட அழிவு அது. நாலு வருஷம் நடந்த போரில் கிட்டத்தட்ட ஆறரை லட்சம் ராணுவ வீரர்கள் இறந்தார்கள். ஒட்டுமொத்த அமெரிக்காவிலும் சாலை வழிகள் சர்வ நாசமாகின. சுமார் மூன்று லட்சம் பேர் தொற்று நோய்களுக்கு பலியானார்கள். தொழில் நாசமானது. விவசாயம் அநேகமாக இறந்தே போனது. பலபேர் சொந்த ஊர்களை விட்டுவிட்டு, பிழைப்பைத் தேடி எங்கெங்கோ போனார்கள். பொருளாதாரம் அதலபாதாளத்தில் குடித்தனம் நடத்தப் போனது.

நவீன உலகம் கண்ட முதல் நவீன யுத்தம் அது என்கிறார்கள் சரித்திர ஆய்வாளர்கள். அந்த உள்நாட்டு யுத்தத்தில் தான் துப்பாக்கிகளின் பயன் முழுமையாகக் கண்டறியப்பட்டது. அதற்கு முன் ஒவ்வொரு தோட்டாவாகப் போட்டுச் சுடும் துப்பாக்கிகள் மட்டுமே புழக்கத்தில் இருந்தன. அந்த யுத்தத்தின் போது தான் ஒரு முறை லோட் செய்துவிட்டு ரவுண்டு கட்டிச் சுடக்கூடிய துப்பாக்கிகள் அறிமுகப்படுத்தப்பட்டன. பல நவீன யுகத்து பீரங்கிகளும் பயன்படுத்தப்பட்டன. வெடிபொருள் தயாரிப்பில் கிடைக்கக் கூடிய காசு குறித்து உலகெங்கும் பல தொழிலதிபர்கள் சிந்திக்கத் தொடங்கியதும் அப்போது தான்.

கோதுமை, பருத்தி உற்பத்தியில் தான் காசு என்று நினைத்துக் கொண்டிருந்த பல அமெரிக்கப் பண்ணையார்கள், அறிவியல் கண்டுபிடிப்புகளில் அதைவிட அதிகப் பணம் கிடைக்கக் கூடும் என்று நினைக்கத் தொடங்கியதும் அதற்குப் பிறகு தான்.

உள்நாட்டு யுத்தத்தின் விளைவான பொருளாதார வீழ்ச்சி குறித்தும் அமெரிக்கா அதிலிருந்து எப்படி மீண்டு எழுந்தது என்பது குறித்தும் பிறகு விரிவாகப் பார்க்கப் போகிறோம். அதற்கு முன் அந்த யுத்தக் களத்தை ஒரு ரவுண்டு சுற்றி வந்துவிடலாம்.

தெற்கு கரோலினாவிலுள்ள சம்டர் கோட்டைத் தாக்குதல் தான் அமெரிக்க உள்நாட்டு யுத்தத்தின் பிள்ளையார் சுழி என்று சென்ற அத்தியாயத்தில் பார்த்தோமல்லவா? அந்தத் தாக்குதல் தொடங்கியபோதே லிங்கனின் தளபதிகளுக்கு அந்தப் போரின் போக்கு புரிந்துவிட்டது.

தென் மாகாணங்கள் மீதான அந்த யுத்தம் அத்தனை சீக்கிரம் முடியாது என்பது முதலாவது. போரில் நிச்சயம் தெற்கு ஜெயிக்கமுடியாது என்பது அடுத்தது.

ராபர்ட் ஈ. லீ (Robert E.Lee) என்கிற மனிதர் தான் கூட்டமைப்பு நாடுகளின் படைகளை வர்ஜீனியாவின் வட பகுதிகளில் வழிநடத்திக் கொண்டிருந்தார். அனுபவம் மிக்க அந்த கமாண்டர், தமது நேரடி கவனிப்பின்கீழிருந்த படைவீரர்களை மட்டுமல்லாமல் மற்ற பல மாநிலங்களில் போரிட்டுக்கொண்டிருந்த ராணுவத்தையும் தமது புத்திக்கூர்மை மிக்க யோசனைகள் மூலம் சிறு சிறு வெற்றிகள் காணச் செய்துகொண்டிருந்தார். அவருக்கு எதிராக ஜெனரல் யுலிசிஸ் க்ராண்ட் என்பவர் யூனியன் படைகளுக்குத் (லிங்கனின் ராணுவம்) தலைமை தாங்கினார். சில தாற்காலிக வெற்றிகள் வீரர்களை உற்சாகப்படுத்தும் என்கிற கணக்குடன் பல வலிமை குன்றிய பகுதிகளை முதலில் தாக்கி அடிக்கடி வெற்றி முழக்கம் ஏற்பட வழி வகுத்தவர் இவர். மேற்கு கெண்டகி பகுதியில் கான்ஃபெடரேட் படைகளுடன் அவர் மோதிக்கொண்டிருந்தபோது எதிர்பாராவிதமாகக் கிடைத்த ஒரு மாபெரும் வெற்றி யூனியன் படை வீரர்களுக்கு மிகவும் தெம்பளித்தன. தோதாக ஷிலோ பகுதியில் கிடைத்த வெற்றியும் (1862) சேர்ந்துகொள்ள, எப்படியும் கலகக்காரத் தென்மாநிலப் படைகள் தோல்வியடைந்துவிடும் என்று பாதிக்கும் மேற்பட்ட அமெரிக்க மக்கள் நம்பத் தொடங்கினார்கள்.

ஜெனரல் லீக்கு மேரிலாந்திலும் கெட்டிஸ்பர்க்கிலும் கிடைத்த தோல்விகள் தென் மாநிலங்களின் கூட்டமைப்பு அதிகாரிகளைக் கொஞ்சம் சந்தேகமடையச் செய்தன. லிங்கனின் படைகள் ஜெயித்துவிடுமோ என்கிற சந்தேகம். அமெரிக்க மக்களுக்கு அந்தச் சந்தேகமே இல்லை. எப்படியும் யூனியன் படைகள் தான் போரில் வெல்லும் என்று அவர்கள் உறுதியாக நம்பினார்கள். ஆனால் அவர்களின் கவலை ஐரோப்பிய நாடுகளைப் பற்றியது.

லிங்கன் படைகள் ஒருவேளை ஒருசில இடங்களில் தொடர்ந்து தோற்குமானால் சில ஐரோப்பிய நாடுகள் கூட்டணி மாநிலங்களின் படைக்கு ஆதரவளித்துவிடும் என்று அப்போது நியூஸ்பேப்பர்களில் தொடர்ந்து எழுதி வந்தார்கள். உள்நாட்டு யுத்தத்தில் யாராவது வெளிநாட்டு ஆசாமிகள் கலந்துகொண்டுவிட்டால் விஷயம் முற்றிலும் வேறானதாகிவிடும். இருந்து இருந்து இங்கிலாந்திடமிருந்து சுதந்தரம் பெற்று கொஞ்சம் நிம்மதிப் பெருமூச்சு விட்டுக்கொண்டிருந்த நாட்களில் இன்னொரு தலைவலியை விரும்பி அழைத்து வரவேற்பானேன்?

நல்லவேளை அப்படியெதுவும் ஆகவில்லை. 1862 செப்டம்பரில் லிங்கன் ஓர் அறிவிப்பு செய்தார். சென்ற இதழில் பார்த்தோமே, அந்த அறிவிப்புத் தான். மூணு மாசம் டைம். அதற்குள் பிரிந்துபோன மாநிலங்கள் மறுபடி வந்து சேராவிட்டால் அந்த மாநிலங்களில் உள்ள அடிமைகள் அனைவரும் நிபந்தனையில்லாமல் விடுவிக்கப்பட்டுவிடுவார்கள் என்கிற அறிவிப்பு.

அந்த அறிவிப்பு வந்தது தான் தாமதம். பல்லாயிரக்கணக்கான தென் மாநில அடிமைகள் தப்பி ஓடி வந்து யூனியன் படைகளில் இணைந்துகொண்டார்கள். அவர்களுக்கு புவியியலில் இயல்பாகவே நல்ல தேர்ச்சி இருந்தது. எந்தெந்தப் பாதைகள் எங்கெங்கு இட்டுச்செல்லும் என்பது அத்துபடியாகியிருந்தது. மேலும் காடு, மேடுகளிலும் மலைகள், சமவெளிகள், நதிகள் என்று எது எதிர்ப்பட்டாலும் சலிப்பின்றி முன்னேறிச் சென்று தாக்கக்கூடிய தெம்பும் தீவிரமும் அவர்களிடம் இருந்தது.

கருப்பினப் பெண்களைச் சொல்லவேண்டும். அமெரிக்க உள்நாட்டு யுத்தத்தில் அவர்கள் ஆற்றிய பங்கு பொன்னெழுத்துகளில் பொறிக்கப்படவேண்டியவை என்று பாராட்டுகிறார்கள் ஆராய்ச்சியாளர்கள். ராணுவத்துக்கு ஆட்களைத் தேர்ந்தெடுப்பது தொடங்கி, அவர்களின் மருத்துவத் தேவைகளை கவனிப்பது, போரில் அடிபடுபவர்களுக்கு சிகிச்சை அளிப்பது, தளவாடங்களை ஓரிடத்திலிருந்து இன்னொரு இடத்துக்கு எடுத்துப் போவது, தேவைப்படும் இடங்களுக்கு உரிய வீரர்களைத் தொடர்ந்து இன்னொரு இடத்திலிருந்து சப்ளை செய்துகொண்டே இருப்பது என்று பம்பரமாகச் சுழன்று வேலை பார்த்திருக்கிறார்கள் அந்த நீக்ரோ பெண்கள். அடுத்தவர்களுக்காக ஆயுசெல்லாம் உழைத்தவர்கள், தமக்காக உழைக்கக் கசக்கவா போகிறது?

1862ல் ஜார்ஜியாவைச் சேர்ந்த ஒரு பெரும் நிலச்சுவாந்தார் தம் நண்பர் ஒருவருக்கு எழுதிய கடிதத்தில் இப்படி வருணிக்கிறார்: "இந்த (நீக்ரோ) பெண்களைப் பார்த்தால் எனக்கு வியப்பாக இருக்கிறது. இந்தப் போரின் தலையெழுத்தை லிங்கன் அல்ல; இவர்கள் தான் தீர்மானிக்கப் போகிறார்கள் என்று நினைக்கிறேன்"

இதனிடையில் அமெரிக்க யூனியன் படையின் வீரர்களின் எண்ணிக்கையைக் கூட்ட, அடிமைகளைத் தப்புவிக்கிற வேலையும் மறுபக்கம் ஜரூராக நடந்துவந்தது. சஜர்னர் ட்ரூத் போன்ற நீக்ரோ இன முன்னாள் அடிமைப் பெண்கள் இவ்விஷயத்தில் மிகத் தீவிரமாகச் செயல்பட்டுக்கொண்டிருந்தார்கள். ஒரே இரவில் ஜார்ஜியாவில் 1500 அடிமைகளை விடுதலைப்படுத்தி ரகசிய வழிகளின் மூலம் வாஷிங்டனுக்கு அழைத்துவந்தது , 15 பேரைக் கொண்ட ஒரு பெண்கள் அணி தான்!

போர் தொடங்கிய முதல் மூன்று ஆண்டுகளில் இரு தரப்புக்குமே துல்லியமான வெற்றி குறித்த அறிகுறி ஏதும் தென்படவில்லை. யூனியன் படைகள் கணிசமான வெற்றிகள் பெற்றாலும் எல்லாமே சோளப்பொறி வெற்றிகள் தான் என்று எல்லாருமே நினைத்தார்கள்.

நிச்சயம் ஜெயித்துவிடுவோம் என்கிற நம்பிக்கை அவர்களுக்கு உண்டானது 1864ம் வருஷத்தில் தான். அதிபர் லிங்கன் பதவிக்கு வந்தும் நாலு வருஷம் முடிவடைகிற நேரம் அது. இருந்து இருந்து 51 வயதில் முதல் வெற்றியைக் கண்டு அதிபரான லிங்கனுக்கு அந்தப் பதவிக்காலம் முழுவதுமே சண்டையில் தான் கழிந்தது. தேசத்தின் பொருளாதார சீர்திருத்தங்களில் அவர் மிகுந்த ஆர்வம் கொண்டிருந்த போதிலும், உள்நாட்டுப் போர் இருந்த பொருளாதார நிலைமையை முற்றிலும் குலைத்துப் போடும் காரியத்தைத் தான் கனஜோராகச் செய்துவந்தது. தொழில்துறையிலும் உருப்படியாக ஒரு படி கூட எடுத்துவைக்க முடியாமல் அமெரிக்கா தேங்கிக்கிடந்த காலம் அது.

ஆனால் மக்களுக்கு லிங்கன் மீது நம்பிக்கை இருந்தது. எப்படியும் போர் ஒரு முடிவுக்கு வந்துவிடும்; அடிமைகள் பிரச்னை அவசியம் தீர்ந்துவிடும் என்று அத்தனை அமெரிக்கர்களும் எதிர்பார்த்தார்கள். அவர்கள் எதிர்பார்ப்புக்கு முதல் பச்சை சிக்னல் மாதிரி போரில் ஒரு திருப்பம் ஏற்பட்டது.

யூனியன் படைகளுக்கு அப்போது பெரிய பிரச்னையாக இருந்தது, வட அமெரிக்காவின் குறுக்கே ஓடிய மிசிசிபி நதி. நதியின் மறுபுறம் கூட்டமைப்புப் படைக்கு பெரிய பலம் இருந்தது. ஒரு போரில் ஒரு நதியின் பங்கு எப்படிப்பட்டது என்பது வெறும் எழுத்துகளால் விவரிக்க முடியாத விஷயம். உணவு, ராணுவத் தளவாடங்கள் ஒழுங்காகப் போய்ச் சேருவது முதற்கொண்டு, கப்பல் படையின் மூலம் தாக்குதல் நிகழ்த்துவது, எதிரியின் பலத்தை இரவு நேரங்களில் சூறையாடுவதுவரை ஒரு நதி என்பது போரின் திசையையே மாற்றி அமைக்கக் கூடியது.

கூட்டமைப்புப் படை சிறியது என்றாலும் மிசிசிபி நதியின் இரு புறமும் அப்படையின் வீரர்களும் ஆதரவாளர்களும் மிகுதியாக இருந்தார்கள். லிங்கனின் படை இரு புறத்தில் எந்தப் பக்கம் தாக்கத் தொடங்கினாலும் எதிர்ப்புறத்திலிருந்து கூட்டணிப் படைக்கு சப்போர்ட் வந்துவிடும். அதாவது, யூனியன் படையின் முதுகுக்கு எப்போதும் ஆபத்து என்கிற நிலைமை.

ஆனால் 1864ம் ஆண்டு விக்ஸ்பர்க்கைத் தாக்கப் புறப்பட்ட லிங்கனின் யூனியன் படைக்கு எதிர்பாராதவிதத்தில் அங்கே பெரும் வெற்றி கிடைத்துவிட்டது. உடனே ஒரு வினாடியும் தாமதிக்காமல் ஜெனரல் க்ராண்ட் மிசிசிபி ஆறு முழுவதும் தம் வீரர்களை அணி வகுக்கச் செய்து ஒரு பெரிய பரேடே நடத்திவிட்டார்.

இதன் விளைவாக நதி முழுவதும் யூனியன் படையின் கட்டுப்பாட்டுக்குள் வந்துவிட்டதால், கூட்டமைப்புப் படை வீரர்களுக்கான உணவு, தளவாட சப்ளை முற்றிலும் குலைந்து போய்விட்டது.

தோதாக ஜெனரல் ஷெர்மன் அட்லாண்டாவைக் கைப்பற்றி, அப்படியே கரோலினாவுக்குப் படைகளைத் திருப்பி அங்கும் வெற்றி கண்டு, கண்ணில் பட்ட எதிரி முகாம்கள் அத்தனையும் எரித்து ஒழிக்கத் தொடங்கினார். *Total War* என்று ஷெர்மனால் வருணிக்கப்பட்ட யுத்தம் அது. மிகக் கொடூரமான ரத்த பலிகளைக் கொண்டது.

ஏப்ரல் 1865ல் ஜெனரல் க்ராண்ட் ரிச்மாண்டைக் கைப்பற்றவும், பிரிவினை மாநிலங்களின் கூட்டுப்படை ஜெனரல் லீ, தம்

படைகளை வடக்கு நோக்கி அழைத்துக்கொண்டு போனார். வட கரோலினாவிலுள்ள தமது மற்ற படைகளுடன் இணைந்துவிட்டால் தாக்குதல் சுலபமாகும் என்பது அவர் கணக்கு.

ஆனால் ஜெனரல் க்ராண்டின் படை லீயைச் சுற்றிவளைத்துவிட்டது. வேறு வழியே இல்லாமல் அவர் சரணடையவேண்டியதானது. விர்ஜீனியாவில் ஒரு சிறு கிராமத்தில் *Appomattox Court House* என்கிற இடத்தில் நடைபெற்ற இந்தச் சரணடைவுடன் அமெரிக்க உள்நாட்டு யுத்தம் ஒரு வழியாக ஒரு முடிவுக்கு வந்தது. *(ஏப்ரல் 9, 1865)*

அப்போது இரண்டாவது முறையாக அதிபராகத் தேர்ந்தெடுக்கப் பட்டிருந்த லிங்கனுக்கு இதைவிடப் பெரிய மகிழ்ச்சி இருந்திருக்கமுடியாது. உடைந்த தேசத்தை ஒன்றாக்க அவர் இரவு பகலாக திட்டம் தீட்டத் தொடங்கினார். உறுதியான அரசு, உறுதியான பொருளாதாரம், நிறைய விளை நிலங்கள், நிறைய தொழிற்சாலைகள், நிறைய ரயில் பாதைகள், மக்கள் தொகையை உயர்த்துவது - இது தான் அப்போது லிங்கன் உடனடியாக கவனம் செலுத்தவேண்டிய விஷயங்கள் என்று எழுதி வைத்திருந்தார்.

கூட்டமைப்புப் படைத் தளபதி ஜெனரல் லீ சரணடைந்த செய்தி கேட்டதுமே அவர் தம் திட்டங்களை நடைமுறைப்படுத்துவதற்கான வழிமுறைகள் பற்றி அதிகாரிகளுடன் ஆலோசனை நடத்தத் தொடங்கிவிட்டார். மாபெரும் யுத்தம். நிறைய அழிவுகள். அதனாலென்ன? அமெரிக்கா மீண்டும் ஒருங்கிணைந்துவிட்டது. அடிமைகளும் சுதந்தரம் பெறுவதில் இனி ஒரு தடையும் இல்லை.

அவரது மகிழ்ச்சிக்கு அப்போது ஒரு அளவே இல்லை. ஜெனரல் லீ சரணடைந்து சரியாக ஐந்து நாட்கள் ஆகியிருந்தன. ஏப்ரல் 14ம் தேதி, 1865ம் வருஷம் அது. அன்று மாலை அதிபர் லிங்கன் ஒரு நாடகம் பார்ப்பதற்கென்று புறப்பட்டார்.

அப்போது அது நடந்தது.

18. ஒரு நாடகத்தின் முடிவில்

மரணங்களுக்கு நியாயம் சொல்லலாம். யதார்த்தமாகவும் தத்துவரீதியிலும் கூட. ஆனால் படுகொலைகளுக்கு எந்த நியாயமும் பொருந்துவதில்லை, பொதுவாக. மகாத்மா காந்தி, மௌண்ட்பேட்டன், இந்திரா காந்தி போன்றவர்களின் படுகொலைகளுக்கு என்ன நியாயம் சொல்லிவிட முடியும்?

பத்தொன்பதாம் நூற்றாண்டில் நிகழ்ந்த ஒரு ஜீரணிக்கமுடியாத அரசியல் படுகொலை என்றால் அது ஆபிரகாம் லிங்கனுடையது தான்.

அடிமைகளின் சுதந்தரத்துக்காக, அவர்களின் நல்வாழ்வுக்காகத் தன் பதவிக்காலம் முழுவதும் பாடுபட்டவர் லிங்கன். தமது இந்த முயற்சி, பல்லாயிரக்கணக்கான அமெரிக்கப் பண்ணையார்களின், அரசியல்வாதிகளின் அதிருப்தியைச் சம்பாதித்துக்கொண்ட பிறகு தான் வெற்றியடையும் என்பதும் அவருக்குத் தெரிந்திருந்தது. குறிப்பாக அமெரிக்காவின் தென் மாகாணங்களில் லிங்கனுடைய ஆதரவாளர்களை அப்போது விரல் விட்டு எண்ணி விடலாம். அடிமைகளை வைத்துக்கொள்ளும் வெறி தலைவிரித்தாடிக்கொண்டிருந்தது அங்கே. அடிமைகளுக்குச் சுதந்தரம் தரப்படவேண்டும் என்பதை முன்வைத்துத் தேர்தலில் நின்று ஒருமுறையல்ல; இருமுறை ஜனாதிபதி தேர்தலில் வென்ற லிங்கனின் மீது அவர்கள் கொலைவெறியில் இருந்தார்கள்.

அரசியலில் இதெல்லாம் சகஜமப்பா என்கிற பொன்மொழி லிங்கன் அறியாததல்ல. தன் உயிருக்கு எந்நேரமும் ஆபத்து உண்டு என்பதும் அவர் அறிந்ததே. அரசியல் கூட்டங்களில், பிரசார மேடைகளில், பொதுக்கூட்டங்களில், கட்சி மாநாடுகளில், ஏன், வெள்ளை மாளிகைக்குள்ளேயே கூடத் தன் எதிரிகள் தனக்குக் குறிவைக்கக் கூடும் என்று அவர் அறிந்திருந்தார்.

ஆனால் ஒரு நாடக அரங்கில், நடிகன் ஒருவன் தனக்கு எமனாவான் என்று அவர் நினைத்துப் பார்த்திருக்கமுடியாது.

அன்று அது நடந்தது.

அமெரிக்க உள்நாட்டு யுத்தம் ஒரு முடிவுக்கு வந்த ஐந்தாம் நாள். ஏப்ரல் 14, 1865. காலை ஏழு மணிக்குப் படுக்கையை விட்டு எழுந்திருந்த லிங்கன் சிற்றுண்டி அருந்த நேரமின்றி நேராகத் தன் அலுவலக அறைக்குப் போனார். பதினோரு மணிக்கு கேபினட் மீட்டிங் ஒன்று இருந்தது. அந்தக் கூட்டத்துக்கு ராணுவத் தளபதி ஜெனரல் யுலிஸிஸ் கிராண்டையும் வரச்சொல்லி தமது செகரட்டரியிடம் உத்தரவிட்டார்.

மேலும் சில சில்லறைப் பணிகளை முடித்துவிட்டு எட்டு மணிக்கு டிபன் சாப்பிட வீட்டுக்கு வந்தார். பொதுவாக ஆற அமர உட்கார்ந்து சாப்பிடும் வாய்ப்பு அவருக்கு எப்போதாவது தான் கிடைக்கும். வேலை அப்படி. அன்று அபூர்வமாக மனைவி மேரியோடும் இரண்டு பிள்ளைகள் ராபர்ட் (21), டேட்(12) ஆகியோரும் உணவு மேஜையில் அவருக்காகக் காத்திருந்தார்கள். கொஞ்சம் லேட்டாகப் பிறந்த பிள்ளைகள். ராபர்ட் அப்போது அமெரிக்க ராணுவத்தில் பணியாற்றிக்கொண்டிருந்தான். டேட், பொடியன். படித்துக்கொண்டிருந்தான்.

அடடே, இன்று குடும்பத்துடன் காலை உணவு சாப்பிடக் கடவுள் அருளியிருக்கிறாரே என்று சந்தோஷப்பட்டுக்கொண்டே சாப்பிடத் தொடங்கினார் லிங்கன். அவரது காலை உணவு என்பது ஒரே ஒரு முட்டையும் ஒரு தம்ளர் காப்பியும் மட்டுமே. ஐம்பத்தாறு வயதில் இதுவே அதிகம் என்று சிரித்துக்கொண்டே சொல்லுவார் லிங்கன்.

அப்போது மேரி லிங்கன் சொன்னார்: "க்ரோவர் தியேட்டருக்குப் போக இன்று டிக்கெட் வாங்கி வைத்திருக்கிறேன். ஆனால் ஃபோர்டு தியேட்டரில் அமெரிக்கன் கஸின் பார்க்க ஆசையாயிருக்கிறது. பிரசிடெண்டுக்கு எப்படி வசதி?"

எத்தனை மணிக்கு நாடகம் என்று கேட்டுக்கொண்டார் லிங்கன்.

"ஜெனரல் கிராண்டும் அவரது மனைவியும் கூட நாடகத்துக்கு வருவார்கள் என்று க்ராண்டின் மனைவி சொல்லியிருக்கிறார்"

கணவர் கண்டிப்பாக நாடகத்துக்கு வந்துவிடுவதற்கான தன்னாலான அதிகபட்ச முயற்சியைச் செய்தார் மேரி.

"சரி, நாம் கண்டிப்பாக இன்று ஃபோர்டு தியேட்டருக்குப் போகலாம். ஆனால் நான் இப்போது ஆபீஸ் போயாகவேண்டும்" என்று விடைபெற்றுக் கிளம்பினார் லிங்கன்.

ஒன்பது மணிக்கு அலுவலகத்துக்கு வந்து சேர்ந்த லிங்கன், அன்றைய செய்தித் தாள்கள் அத்தனையையும் ஒரு ரவுண்டு படித்து முடித்துவிட்டு, பாராளுமன்ற சபாநாயகரைக் கூப்பிட்டுக் கொஞ்ச நேரம் பேசிக்கொண்டிருந்தார். அன்றைய கேபினட் மீட்டிங்கில் மிக முக்கியமானதொரு விஷயத்தை விவாதிக்க அவர் உத்தேசித்திருந்தார். போரின் விளைவாக, மிக மோசமான பொருளாதார நெருக்கடிக்கு உள்ளாகியிருந்தன தென் மாநிலங்கள். அவற்றைச் சீராக்க என்னென்ன நடவடிக்கைகள் மேற்கொள்வது என்பது தான் அன்றைய மீட்டிங்கின் ஒன்லைன். அவர் சில திட்டங்கள் வைத்திருந்தார். ஆனால் தென் மாநிலங்களுக்கு ஏதாவது செய்வது என்று பேசினாலே அவரது அமைச்சரவை சகாக்கள் முகத்தைத் திருப்பிக் கொள்பவர்களாக இருந்தார்கள். அவர்களை முதலில் சமாளித்தாகவேண்டும்.

காலை பதினோரு மணிக்குத் தொடங்கிய மீட்டிங் மாலை மூன்றரை மணி வரை நடந்தது. தென் மாநிலங்களுக்கு பொருளாதார உதவிகளை நிறையச் செய்வதன் மூலம் வட மாநிலங்களுக்கு வேறு சில நன்மைகளைப் பெறமுடியும் என்று லிங்கன் தம் சகாக்களுக்கு எடுத்துச்சொல்லி தம் திட்டத்துக்கு சம்மதிக்கவைத்தார். "நினைவில் கொள்ளுங்கள். தெற்கு வடக்கு என்பதெல்லாம் ஒரு சௌகரியத்துக்குச் சொல்லிக்கொள்வது தான். இது நம் தேசம்."

மீட்டிங் முடிந்து நாலு மணிக்கெல்லாம் அவர் வீட்டுக்குப் போய்விட்டார். அங்கு நிறையப்பேர் அவரை சந்திப்பதற்காகக் காத்திருந்தார்கள். அதிகாரிகள், பழைய நண்பர்கள். முடிந்தவரை சந்தித்துவிட்டு, தமது மெய்க்காப்பாளரான ஜான் பார்க்கரை அழைத்து, கிளம்பவேண்டும் என்று ஞாபகப்படுத்தினார்.

கிட்டத்தட்ட கிளம்பிவிட்ட தருணத்தில் பழைய காங்கிரஸ் நண்பரான ஜார்ஜ் அஷ்மன் என்பவர் அப்பாயிண்ட்மெண்ட் ஏதும் இல்லாமலேயே லிங்கனைப் பார்க்க வந்துவிட்டார். வேறு வழியில்லாமல் சில நிமிஷங்கள் பேசிக்கொண்டிருந்துவிட்டு, "தப்பாக நினைக்காதீர்கள். நீங்கள் மறுபடியும் நாளைக் காலை வந்தால் நாம் தொடர்ந்து பேசலாம்" என்று அவரை விடைகொடுத்து அனுப்பும்விதமாகச் சொல்லி அனுப்பிவிட்டு, தமது அப்பாயிண்ட்மெண்ட் ரிஜிஸ்தரில் மறக்காமல் மறுநாள்

காலை அஷ்மனைச் சந்திக்க நேரம் கொடுத்திருப்பதைத் தானே குறித்துவைத்தார். *"Allow Mr. Ashmun & friend to come in at 9:00 A.M. tomorrow."*

இந்தக் குறிப்பை எழுதி, *"A. Lincoln, April 14, 1865."* என்று கையெழுத்தும் போட்டுவிட்டுத் தான் நாடகத்துக்குப் புறப்பட்டார் லிங்கன். அவருக்குத் தெரியாது, அது தான் அவர் கடைசியாக எழுதிய குறிப்பு. அது தான் அவரது கடைசிக் கையெழுத்தும் கூட.

லிங்கனும் அவரது மனைவியும் இன்னும் இரு நண்பர்களும் ஃபோர்டு தியேட்டருக்குள் நுழையும்போது மணி இரவு 8.30. நாடகம் ஏற்கெனவே தொடங்கியிருந்தது. அரங்கம் நல்ல குளிராயிருந்தது.

"குளிரினால் ஷால் போர்த்திக்கொள்ளுங்களேன்" என்றார் மேரி லிங்கன்.

"வேண்டாம். கோட் போதும்" என்று அணிந்திருந்த கருப்பு நிற ஓவர் கோட்டை இழுத்துவிட்டுக்கொண்டு நாற்காலியில் நன்றாகச் சாய்ந்து உட்கார்ந்துகொண்டார் லிங்கன். உண்மையிலேயே அன்று நல்ல குளிர் தான். இல்லாதுபோனால் லிங்கனின் மெய்க்காப்பாளர் ஜான் பார்க்கர் இண்டர்வெலில் எழுந்து ஒரு "ஸ்மால்" அடித்து விட்டுவர வெளியே போவாரா?

அரங்கில் சுமார் 1000 பேர் நாடகம் பார்த்துக்கொண்டிருந்தார்கள். பால்கனியில் தனியே ஒரு பாக்ஸில் அமர்ந்து ரசித்துக்கொண்டிருந்த மேரிலிங்கன், தமது நாற்காலியைக் கணவருக்கு நெருக்கமாக இழுத்துப் போட்டு அமர்ந்து அவரது கரங்களைப் பற்றியபடி நாடகத்தில் ஒன்றிப் போயிருந்தார்.

சரியாக இரவு பத்தேகால். நாடகம் அதன் உச்சகட்டத்தை நோக்கி நகர்ந்துகொண்டிருந்த சமயம் லிங்கன் அமர்ந்திருந்த பாக்ஸின் பின்புறக்கதவு திறந்து, அவன் உள்ளே நுழைந்தான். ஜான் வில்க்ஸ் பூத் என்பது அவன் பெயர். பெரிய அழகன். மிகச்சிறந்த நடிகனும் கூட. ஷேக்ஸ்பியர் நாடகங்களில் நடித்தே பெரிய பெயர் வாங்கியவன். அந்நாளைய அமெரிக்காவில் அவனுக்குப் பெரிய ரசிகர் கூட்டம் உண்டு.

யாருமே அதை எதிர்பார்த்திருக்கமாட்டார்கள். எல்லாருமே நாடகத்தில் கரைந்திருந்தார்கள் - லிங்கன் உட்பட. பூத் உள்ளே நுழைந்ததும் ஒரு விநாடி கூடத் தாமதிக்கவில்லை. ஏய், யார் நீ? என்றோ, என்ன செய்கிறாய் என்றோ கேட்கக் கூட அவன் அவகாசம் தரவில்லை. லிங்கனின் கழுத்துக்கு அவன் குறி வைத்தான். பாயிண்ட் ப்ளாங்க் ரேஞ்ச் என்பார்கள். மிக நெருக்கமாக நின்று சுடுவது.

அந்தச் சத்தத்தை உணரக்கூடச் சில விநாடிகள் ஆகிவிட்டன. சரியாக லிங்கனின் காதுக்கு மூன்று இஞ்ச் தள்ளி உள்ளே பாய்ந்த குண்டு ஏழரை இஞ்ச் வரை உள்ளே சென்று அவரது மூளையின் கீழ்ப்பகுதியில் சென்று தாக்கியது.

அதற்கு மேல் நாடக அரங்கில் ஏற்பட்ட கலவரங்கள் விவரிக்காமலேயே புரிந்துகொள்ளக்கூடியது தான். உடனடியாக மருத்துவர்களின் கவனத்துக்கு எடுத்துச் செல்லப்பட்டார் லிங்கன்.

சார்லஸ் லீல் என்கிற இருபத்தி மூன்றே வயதான ஒரு டாக்டர் தான் லிங்கனை முதலில் பரிசோதித்தது. குண்டு மிக ஆழமாக மூளையில் சென்று பதிந்திருப்பதைக் கண்டுபிடித்த அவர் பிழைப்பது கஷ்டம் என்று சொல்லிவிட்டார். 453, பத்தாவது தெரு, வாஷிங்டன் என்கிற முகவரியிலிருந்த பேட்டர்ஸன் ஹவுஸ் என்னும் இடத்துக்கு லிங்கனைக் கொண்டுபோனார்கள். (இப்போது அந்த இடம் நம்பர் 516, பத்தாவது தெரு). வாசலில் பலத்த காவல் ஏற்பாடுகளைச் செய்துவிட்டு உள்ளே ஏராளமான டாக்டர்கள், பிரசிடெண்டைப் பரிசோதிக்கத் தொடங்கினார்கள். சுருக்கமாகச் சொல்வதென்றால், அன்றைய தினம் தலைநகர் வாஷிங்டனில் இருந்த அத்தனை பெரிய மருத்துவர்களும் அந்த முயற்சியில் ஈடுபட்டிருந்தார்கள்.

ஆனால் நிமிஷத்துக்கு நிமிஷம் பிரசிடெண்டின் பல்ஸ் ரேட் குறைந்துகொண்டே வந்தது. அதிகாலை 44ஆக அது நின்றபோது மருத்துவர்கள் முற்றிலும் நம்பிக்கை இழந்துபோனார்கள்.

பேட்டர்சன் ஹவுஸுக்கு வெளியே லட்சக்கணக்கான மக்கள் கூடிவிட்டார்கள். ஒரு சகிக்கமுடியாத செய்தி எந்த விநாடியும் வந்துவிடும் என்பது அவர்களுக்குத் தெரிந்தே இருந்தது. ஆனாலும் சிறு நம்பிக்கையும் இருந்தது. லிங்கனுக்கெல்லாம் போய் மரணம் சாத்தியமா என்ன?

இதுவும் நமது தமிழக மக்கள் எம்.ஜி.ஆரின் மீது கொண்டிருந்த நம்பிக்கை போன்றது தான். எம்.ஜி.ஆர். இறக்கவில்லை என்று இன்றளவும் சொல்லிக்கொண்டிருக்கும் கிராமத்துக் கிழவிகள் இங்கே இல்லையாஎன்ன? அந்த மாதிரி தான்.

ஆனால் ஆபிரகாம் லிங்கனும் இறந்து தான் போனார். அந்த ஓரிரவை உயிர்ச்சுமை தாங்கிக் கடந்துவிட்டு, மறுநாள் காலை 7.22 மணிக்கு அவர் இறந்தார். பொதுவாக அவர் தூங்கி எழுந்து ஆபீஸுக்கு ஓடுகிற நேரம் அது.

கலவரம் ஏதும் மூண்டு விவகாரம் பெரிதாகுமுன் இடைக்கால அதிபரை நியமிக்க அதிகாரிகள் கூடி ஆலோசித்தார்கள். பெரிய பிரச்னை ஏதும் அப்போது அங்கே இல்லை. லிங்கனின் சகாக்களுள் சீனியரும் அடுத்த பிரசிடெண்ட் ஆவதற்குக் காத்திருந்தவருமான ஆன்ட்ரூ ஜான்ஸன் அன்றே (ஏப்ரல் 15, 1865) காலை பத்து மணி அளவில் சிம்பிளாக தனது அலுவலக அறையிலேயே பிரசிடெண்டாகப் பொறுப்பேற்றுக்கொண்டார். அப்போதைய அமெரிக்க சுப்ரீம்கோர்ட் தலைமை நீதிபதி சாலமன் பி. சேஸ் என்பவர் அவருக்குப் பதவிப்பிரமாணம் செய்துவைத்தார்.

ஒருவேளை ஆன்ட்ரூ ஜான்ஸனையும் ஜான் வில்கின்ஸ் பூத் கொன்றிருந்தால் ஃபோஸ்டர் என்கிற செனட் பிரசிடெண்ட், இடைக்கால அதிபராகியிருப்பார் என்று பின்னால் சொன்னார்கள்.

அதென்ன, லிங்கனைக் கொன்றதற்கு ஒரு காரணம் உண்டு. பூத் ஒரு தென்மாநில விசுவாசி. லிங்கன்விரோதி. அதனால் கொன்றான். ஜான்ஸனை ஏன் கொல்லவேண்டும்?

இந்தக் கேள்விக்கான விடையில் தான் அடுக்கடுக்கான அதிர்ச்சிகள் இருக்கின்றன.

லிங்கனை மட்டுமல்ல, ஜான்ஸனை மட்டுமல்ல. ஒரு பெரிய கூட்டத்தையே கொன்று குவிக்கும் வெறியில் பூத்தும் அவனது சகாக்கள் பலரும் நீண்ட நெடுங்காலமாக திட்டம் தீட்டிவந்திருப்பதை ரொம்ப லேட்டாகத் தான் அமெரிக்க போலிஸ் கண்டுபிடித்தது.

ஆனால், ஒரு மாபெரும் இழப்புக்கு முன்னால் அந்தக் கண்டுபிடிப்பு தன் அர்த்தத்தை இழந்து நின்றது தான் சோகம்.

19. குற்றமும் தண்டனையும்

ஆபிரகாம் லிங்கனைக் கொலை செய்த நாடக நடிகன் ஜான் வில்க்ஸ் பூத்தைக் குறித்துப் பார்க்குமுன் அந்நாளைய அமெரிக்கா, அடிமைகள் விஷயத்தை முன்னிட்டு இரண்டாக உடைந்திருந்ததை மீண்டுமொரு முறை நினைவுபடுத்திக்கொள்ள வேண்டும்.

லிங்கனின் இரண்டாவது முறை பதவி ஏற்பைக் கூட அமெரிக்காவின் தென் மாநிலங்களால் ஜீரணிக்க முடிந்தது. ஆனால் அடிமைகளுக்குச் சுதந்தரம் என்பதை அவர்களால் ஏற்கவே முடியவில்லை. மேலும் அந்த ஒரு காரணத்தால் தானே மாபெரும் உள்நாட்டு யுத்தமே உண்டானது? எத்தனை ஆயிரம் பேர் மடிந்தார்கள்? எத்தனை விதமான நோய்கள் உலகத்தில் இருக்கக்கூடும் என்பதே அந்த யுத்தகாலத்தில் தான் அமெரிக்க மக்களுக்குத் தெரியவந்தது. அத்தனையும் தொற்று நோய்கள். மருந்தே இல்லாத நோய்கள். மேலும் வேலை வாய்ப்புகள் ஒழிந்தன. விவசாயம் செத்தே போனது. தொழிலதிபர்களெல்லாம் மூட்டை கட்டிக்கொண்டு வெளி நாடுகளுக்கோ, அமெரிக்காவின் வட மாநிலங்களுக்கோ நைஸாகக் கிளம்பிவிட்டார்கள்.

புரியும்விதத்தில், ஒரே வரியில் சொல்வதென்றால், இன்றைய சோமாலியா மாதிரியான நிலைமைக்குப் போய்க்கொண்டிருந்தது அன்றைய அமெரிக்காவின் தெற்குப் பகுதி மாகாணங்கள். அதிபர் லிங்கன் மீது அப்பகுதி மக்களுக்கு உண்டான அபரிமிதமான வெறுப்புணர்ச்சியை இப்போது ஓரளவு புரிந்துகொள்ள முடியுமில்லையா?

இனி விஷயத்துக்கு வரலாம். நாடக நடிகன் பூத் மேற்படி தென் மாநில மனோபாவத்தில் ஊறித்திளைத்தவன். உள்நாட்டு யுத்தம் நடந்துகொண்டிருந்த காலத்தில் கண்முன்னே பல அழிவுகளைப் பார்த்து வெறுத்தவன். அப்போதிலிருந்தே லிங்கனையும் அவரது அமைச்சரவை சகாக்களையும் ராணுவ வீரர்களையும் ஒழித்துக் கட்ட வேண்டும் என்று முடிவு செய்து வைத்திருந்தான். பூத்தும் அவனது நண்பர்களும் சேர்ந்து தயாரித்த ஹிட்லிஸ்டில் முதலில் இருந்த பெயர் ஆபிரகாம் லிங்கனுடையது. அடுத்தப் பெயர் துணை

அதிபர் ஆண்ட்ரூ ஜான்ஸனுடையது. மூன்றாவது ராணுவ ஜெனரல் க்ராண்ட்.. நாலாவது உள்துறைச் செயலாளர் வில்லியம் சீவர்ட்.

இந்தமாதிரி கிட்டத்தட்ட பத்துப் பன்னிரண்டு பெரும்புள்ளிகளைத் தமது ஹிட்லிஸ்டில் ஏற்றிவிட்டு, ஒழித்துக்கட்ட முகூர்த்தம் பார்த்துக்கொண்டிருந்தது பூத்தின் கோஷ்டி.

ஒரு விஷயம் சொல்லவேண்டும். பூத் வெறுமனே பிழைப்புக்காக நடிக்கவந்தவன் இல்லை. அவனது குடும்பமே கலைக்குடும்பம். பெற்றோரும் நாடக நடிகர்கள்தான். அவனது சகோதரன் ஒருத்தனும் சிறந்த நடிகன் என்று பெயர் எடுத்தவன். பூத், தன் இளம் வயதிலேயே நடிக்க வந்து நிறைய ஷேக்ஸ்பியர் நாடகங்களில் நடித்துப் புகழ்பெற்றவன். ஷேக்ஸ்பியரின் நாடகங்களில் பாத்திரங்களாக வரும் துரோகிகள் அவன் மனத்தை மிகவும் பாதித்தவர்கள். அமெரிக்காவின் தென் மாநில மக்களின் துரோகியாக அவன் நினைத்த ஆபிரகாம் லிங்கனைக்கூட ஷேக்ஸ்பியரின் ஒரு துரோகிப் பாத்திரமாகவே அவன் உருவகித்துக்கொண்டிருக்கிறான் என்று பின்னாளில் சில மனோதத்துவ டாக்டர்கள் சொல்லியிருக்கிறார்கள்.

அமெரிக்கன் கஸின் நாடகத்தை ஃபோர்டு தியேட்டரில் அதிபர் லிங்கன் பார்க்க வந்தபோது பின்னாலிருந்து சுட்டுவிட்டு, தன் கொலைகாரப் பட்டியலில் முதல் பெயரை மனத்துக்குள் டிக் பண்ணிக்கொண்டு சந்தோஷமாகவே தப்பித்தான் பூத். அவன் சுடுவதற்குப் பயன்படுத்தியது, சாதாரண கைத்துப்பாக்கியில் லோட் செய்யப்பட்டிருந்த ஏ50 கேலிபர் புல்லட். நிச்சயம் உயிர் பிழைக்கமுடியாது என்பதை அவன் அறிந்தே இருந்தான். ஆகவே சுட்ட மறுகணமே பால்கனியில் எகிறிக்குதித்து அரங்கின் பின்பக்கம் விரைந்து ஓடினான்.

குதிக்கும்போது கீழே விழுந்ததில் கால் உடைந்தது பூத்துக்கு. ஐயோ அம்மா என்று பிடித்துக்கொண்டு உட்கார அவகாசமில்லை என்பதால் நொண்டியபடியே ஓடினான். எப்படியும் அரங்கு முழுவதும் அதிபரைத் தான் கவனித்துக்கொண்டிருக்கும், கொலையாளியைத் தேடி படை வருவதற்குச் சில நிமிஷங்களாவது பிடிக்கும் என்று கணக்குப் போட்டுக்கொண்டே ஓடினான்.

அவனுக்காக அரங்கின் பின்புறம் ஒரு மட்ட ரகக் குதிரை காத்திருந்தது. அதில் ஏறித் தப்பித்தான். அனகோஸ்டியா நதியைக்

கடந்து மேரிலாந்தை நோக்கித் தப்பிப்பது தான் அவனது திட்டம். அது அவனது ஹோம் கிரவுண்டு. அங்கே போய்விட்டால் பிரச்னை இல்லை என்று நினைத்தான்.

ஆனால் நதிப் பாலத்தை அவனது குதிரை அந்த ராத்திரிப் பொழுதில் அடைந்தபோது பாலத்தில் பணியிலிருந்த செண்ட்ரி வழி மறித்தான்.

"யார் நீ? ஏன் இத்தனை நேரம் கழித்து குதிரையில் இத்தனை வேகமாகப் போகிறாய்?"

பூத் செய்த பெரிய தவறு அது. தன்னையறியாமல் தன் பெயரையும் தான் வாஷிங்டனிலிருந்து வருவதாகவும் மேரிலாந்துக்குப் போவதாகவும் உளறிவிட்டான்.

பூத் பாலத்தைக் கடந்து சென்ற பத்து நிமிடங்களில் அவனது தோழனும் சதித்திட்டத்தின் இன்னொரு முக்கிய மூளையுமான டேவிட் ஹெரால்ட் என்பவன் அதே பாலத்துக்கு வந்து சேர்ந்தான். அவன் கொஞ்சம் புத்திசாலித்தனமாக தன் பெயரை ஸ்மித் என்று சொன்னாலும் போகிற இடம் மேரிலாந்துதான் என்றே அவனும் சொன்னான்.

அப்பாவி செண்ட்ரிக்கு அதிபர் கொலையான விஷயம் அதுவரை எட்டியிருக்கவில்லையாதலால் இரண்டுபேரையுமே ஒழுங்காக ஊர்போய்ச் சேர அனுமதித்துவிட்டார்.

தப்பிக்கும்போது பூத்தின் கால் உடைந்தது என்று பார்த்தோமில்லையா? அந்தக் கால் யானைக்கால் மாதிரி புசுபுசுவென ஊதத் தொடங்கி, வலியில் மேற்கொண்டு பயணம் செய்யமுடியாதபடி ஆகியிருந்தது. அனகோஸ்டியா நதிப் பாலத்தைக் கடந்ததும் பூத்தும் ஹெரால்டும் அந்த நடு நிசியில் சாமுவேல் மட் என்கிற டாக்டரின் வீட்டுக்குப் போய் காலுக்கு வைத்தியம் பாருங்கள் என்று கேட்டுக்கொண்டார்கள். இது ஏதடா அர்த்தராத்திரி பேஜார் என்று டாக்டர் முதலில் மறுத்தார்.

அவர்கள் மீண்டும் மீண்டும் வற்புறுத்தவே அதிகாலை நாலு மணி சுமாருக்கு சில உபகரணங்களை க்ளினிக்கிலிருந்து எடுத்துவரக் கிளம்பி வெளியே போனார். அப்போது அவருக்குத்

தகவல் எட்டிவிட்டது. அதிபர் கொலை. கொலையாளி தப்பித்து ஓடியிருக்கிறான்.

உடனே வீட்டுக்குத் திரும்பிய டாக்டர் செய்வது அறியாமல் அந்த இரண்டுபேரையும் உடனே இங்கிருந்து கிளம்பிப் போய்விடுங்கள் என்று உத்தரவிட்டார். தப்புதான். அவர் உடனே போலிசுக்கோ, ராணுவத்துக்கோ போன் செய்திருக்கலாம். ஆனாலும் தப்ப விட்டுவிட்டார்.

வேறு வழியில்லாமல் பூத்தும் ஹெரால்டும் மீண்டும் தப்பி ஓடி விர்ஜீனியாவை அடைந்து அங்கே கொஞ்சம் ஒளிந்துவாழ்ந்து, முன்னர் கான்பெடரேட் படை அதிகாரிகளாக இருந்த சில ராணுவர்களிடம் உதவி கேட்டு, ஏதும் கிடைக்காமல் சோர்ந்து, ஒரு வழியாக போலிங் க்ரீன் என்னும் இடத்திலிருந்த ரிச்சர்ட் காரட் என்பவரின் பண்ணை வீட்டில் அடைக்கலமானார்கள்.

பதினாலாம் தேதி ராத்திரி தப்பித்தார்களில்லையா? இருபத்தாறாம் தேதி நடுராத்திரி இரண்டு மணிக்கு யூனியன் படை அந்தப் பண்ணை வீட்டைச் சுற்றி வளைத்தது. சரணடையும்படி ராணுவ அதிகாரி கேட்டுக்கொண்டார். ஆனால் பூத் சரணடையச் சம்மதிக்கவில்லை. அவனுக்கு ஒரு நப்பாசை இருந்தது. எப்படியாவது தப்பித்துவிடலாம் என்று நினைத்தான்.

ஆனால் ராணுவம் அந்த வீட்டைச் சுற்றி தீவைத்துவிட, வேறு வழியில்லாமல் கடைசி முயற்சியாகப் பின்வழியே தப்பிக்க நினைத்தவனை சுட்டுக் கொன்றார்கள். (சுட்டவர் பெயர் பாஸ்டன் கார்பட்.)

டேவிட் ஹெரால்ட் உட்பட சதித்திட்டத்தில் பங்குபெற்ற ஐந்துபேருக்கு மரண தண்டனை விதிக்கப்பட்டது. ஜூலை 7, 1865 அன்று அவர்கள் தூக்கிலிடப்பட்டார்கள்.

உண்மையில் அமெரிக்கா அதற்கு முன் அப்படியொரு மாபெரும் இழப்பைச் சந்தித்திருக்கவில்லை. லிங்கனை அமெரிக்கா தன் மனச்சாட்சியாகவே பார்த்தது. அவருக்கு ஆயிரம் எதிரிகள் இருந்தாலும் பல லட்சக்கணக்கான ஆதரவாளர்கள் இருந்தார்கள். லிங்கன் என்று பெயர் வைப்பதற்காகவாவது தனக்கொரு ஆண் குழந்தை பிறக்காதா என்று அமெரிக்கப் பெண்கள் ஏங்கினார்கள். அவர் ஏற்படுத்தியிருந்த பாதிப்பு அப்படிப் பட்டது.

அதிபர் என்கிற பந்தா கிடையாது. எந்த நேரமும் யாரும் அவரை சுலபமாகச் சந்திக்கலாம். ஒயிட் ஹவுஸில் இருந்த கடைசிச் சிப்பந்தியின் பெயர் வரைக்கும் அவருக்குத் தெரியும். அவரது குடும்பம், குட்டிகளைத் தெரியும். சுக துக்கங்கள் தெரியும். அமெரிக்காவின் எந்த கிராமம், அல்லது நகரத்துக்குப் போனாலும் குறைந்தது நூறு பேரையாவது அவரால் பேர் சொல்லிக் கூப்பிட்டு விசாரிக்க முடியும். அந்தளவுக்கு மக்களோடு நெருங்கியவர். இன்று நமது அப்துல்கலாம் மாதிரி என்று வைத்துக்கொள்ளுங்கள். தமது வசீகரம் மிக்க எளிமையாலும் புத்திக் கூர்மையாலும் அவர் மக்களைக் கவர்ந்திருந்தார். குறிப்பாக அமெரிக்க நீக்ரோ சமூகத்தின் நடமாடும் கடவுளாகவே அவர் இருந்தார்.

தனி வாழ்க்கையிலும் அப்பழுக்கற்றவராகவே அவர் இருந்தார் என்பது தான் விசேஷம். மிகப்பல அமெரிக்க அதிபர்களுக்கு இருந்தது போல சின்ன, பெரிய வீடுகளெல்லாம் லிங்கனுக்குக் கிடையாது. ஒரே ஒரு மனைவி. இரண்டு பிள்ளைகள். "என்னை யார் காதலனாக ஏற்பார்கள்? வருஷத்துக்கு இரண்டுநாள்கூட உடனிருக்க முடியாத ஒரு மனுஷன்" என்று தமாஷாகச் சொல்லுவார்.

ஆனால் இளம் வயதில் லிங்கனுக்கு இரண்டு காதல்கள் இருந்திருப்பதாகச் சில வட்டாரங்கள் சொல்லுகின்றன. அதாவது மேரி டோடை மணம் செய்துகொள்வதற்கு முன்பு.

கெண்டகி மாகாணத்தில் லிங்கனின் வாலிப வயதுகள் கழிந்த சமயம் அங்கே ஆனி ருட்லெட்ஜ் என்கிற பெண்ணைக் காதலித்திருக்கிறார் என்கிற செய்தி, இன்று அமெரிக்க நாட்டுப்புற இலக்கியங்களுள் ஒன்று! நிரூபணமாகாத இந்தக் காதல் விஷயம் பற்றி அநேகக் கதைகள் உண்டு.

ஆனி ருட்லெட்ஜ், பேரழகி. (துரதிருஷ்டவசமாக ஒரு புகைப்படம் கூடக் கிடையாது!) லிங்கனின் அறிவுக் கூர்மையில் மயங்கிக் காதலிக்கத் தொடங்கினாள் என்கிறார்கள். அதே அறிவுக் கூர்மை லிங்கனைப் பொதுவாழ்வுக்கு அழைத்துச் சென்றபோது தவிர்க்க முடியாமல் இருவரும் பிரியவேண்டியதாகிவிட்டிருக்கிறது.

லிங்கனின் மனைவி மேரி லிங்கனுக்கும் இந்த ஆனி காதல் விவகாரம் தெரிந்திருந்தது. ஆனால் எல்லாமே கிசுகிசுவாகக் கேள்விப்பட்டதுதான். "அவர் ஒரு முறைகூட மறந்தும் அந்தப்

பெயரை உச்சரித்ததில்லை என்னும்போது நான் எப்படி இதுகுறித்து அவரிடம் கேட்பேன்?'' என்று ஒரு முறை நிருபர்களிடம் மேரி சலித்துக்கொண்டிருக்கிறார்.

ஆச்சர்யமான விஷயம் தான் இது. லிங்கன் - ஆனி காதல் குறித்துப் பேசாத அமெரிக்க ஜீவராசியே கிடையாது. மக்களின் கற்பனையிலேயே அது அமரத்துவம் பெற்றுவிட்டிருந்தது. ஆனபோதிலும் லிங்கன் ஒரு முறை கூட, ஓரிடத்திலும் ஆனி என்கிற பெயரையே உச்சரித்ததில்லை. இதன் காரணமாகவே, இந்தக் காதல் வெறும் கிசுகிசு தான் என்று சொல்பவர்களும் உண்டு.

லிங்கனின் இன்னொரு காதல் - இது நிரூபணமானது - மேரி ஓவன்ஸ் என்கிற நியு சலேம் நகரைச் சேர்ந்த பெண்ணுடனானது. லிங்கனைவிட ஒரு வயது பெரியவளான இந்த மேரியிடம் (இவருக்கும் திருமதி மேரி டோட் லிங்கனுக்கும் ஒரு சம்பந்தமும் இல்லை.) தன்னைத் திருமணம் செய்துகொள்ளச் சொல்லி லிங்கன் மிகப்பலமுறை வற்புறுத்தியும் வேண்டியும் கேட்டுக்கொண்டிருக்கிறார். என்ன காரணத்தாலேயே மேரி ஓவன்ஸ், லிங்கனின் காதலை ஏற்கவில்லை.

சாதாரண மனிதர்கள் காதலிப்பதும் காதலில் தோற்பதும் ஒரு விஷயமே இல்லை. லிங்கன் கூட அதிபராகாதிருந்தால் இந்த இரு காதல் கதைகள் வெளிவந்திருக்க வாய்ப்பே இல்லை. ஆனால் பொதுவாழ்வில் ஒரு கறையும் காணமுடியாத லிங்கனைக் குறித்து ஏதாவது பேசியாகவேண்டிய கட்டாயம் அன்றைய அமெரிக்க மீடியாவுக்கு இருந்தது. ஆகவே கஷ்டப்பட்டுத் தேடி எடுத்து இந்தக் காதல்களைப் பக்கம் பக்கமாகப் பேசித் தீர்த்தன.

ஆனால் இந்த விஷயம் குறித்து லிங்கன் வாயே திறந்ததில்லை. ரொம்பத் துருவித் துருவிக் கேட்டால் "என்னைப் பற்றி ஏதாவது பேச ஆசைப்படுகிறவர்களின் ஆர்வத்தை நான் எப்படித் தடுக்கமுடியும்?'' என்று சொல்லிவிடுவார்.

ஒரு தந்தையாக, கணவராக, அதிபராக, மக்கள்தலைவராக ஆபிரகாம் லிங்கன், சம்பந்தப்பட்ட அத்தனை பேருக்குமே தம் வாழ்நாளில் முழு நிறைவு அளித்திருக்கிறார். நவீன அமெரிக்காவுக்காக அவர் உருவாக்கி வைத்திருந்த திட்டங்கள் முற்றிலுமாகச் செயல்படுத்தப்

பட்டிருக்குமானால் அமெரிக்கா இன்று சந்தித்துக்கொண்டிருக்கிற பல்வேறு பிரச்னைகளின் கடுமை சற்றுத் தணிந்திருக்கக் கூடும்.

ஆனால் அவரைத் தொடர்ந்து அதிபரான ஆண்ட்ரூ ஜான்ஸனாலேயே அவரது பாதையில் அரை செண்டிமீட்டர் கூட முன்னேற முடியவில்லை என்பது தான் மிகப்பெரிய சோகம். ஆகவே அடுத்துவந்தவர்கள் வேறுபாதைகளைப் போடத் தொடங்கிவிட்டார்கள்!

20. வடக்கும் தெற்கும்

உலக அளவிலும் சரி, உள்ளூர் அளவிலும் சரி. அமெரிக்க உள்நாட்டு யுத்தம் ஏற்படுத்திய விளைவுகள் ரொம்ப முக்கியமானவை. யுத்தம் முடிந்த கையோடு லிங்கன் படுகொலை செய்யப்பட்டது ஒரு சோகம் தான்; பெரிய இழப்பு தான். ஆனால் அந்த மனுஷன் தான் பதவியில் இருந்த (எங்கே 'பதவியில்' இருந்த? முள்ளின்மேல் இருந்த!) நாலஞ்சு வருஷத்தில் சில அதி உன்னதமான காரியங்களை ஆரம்பித்துவைத்துவிட்டுப் போய்விட்டதால் அடுத்துவந்த அமெரிக்க அதிபர்களுக்கு அதிக சிரமம் இல்லை. நிர்வாக ரீதியில் ஆயிரத்தெட்டு சொதப்பல்களை அவர்கள் அரங்கேற்றினாலும் தேசத்தின் வளர்ச்சி பாதிக்காத அளவுக்கு வண்டி ஓடத்தொடங்கிவிட்டது.

ஆபிரகாம் லிங்கனுக்கு அடுத்தபடியாக அமெரிக்காவின் அதிபராகப் பொறுப்பேற்ற ஆன்ட்ரூ ஜான்ஸனே ஒரு சொதப்பல் திலகமாக இருந்தார். எப்பேற்பட்ட சிக்கலானதொரு சூழலில் தேச நிர்வாகம் தன் கையில் வந்திருக்கிறது என்பதையே உணராதவராக இருந்தார். பாராளுமன்றத்தில் பெரும்பாலான அங்கத்தினர்கள் அவர்மீது நம்பிக்கையில்லாத் தீர்மானம் கொண்டுவருகிற அளவுக்கு அவரது நிர்வாகத் திறன் லொடலொடத்துக்கொண்டிருந்தது. அதிபரை எப்படியாவது பதவியிலிருந்து நீக்கிவிடவேண்டும், அதிபரின் அதிகாரங்களைக் குறைக்கவேண்டும் என்று அமெரிக்க காங்கிரஸே கூடி விவாதிக்கிற அளவுக்கு நிலைமை மோசமானது என்றால் பார்த்துக்கொள்ளலாம்.

எல்லாம் வடக்கு - தெற்கு விவகாரம் தான்! ஆரம்பகால அமெரிக்காவின் சாபக்கேடான விஷயம் அது. அடிமைகளின் சுதந்தரத்தைத் தென்மாநிலங்களைச் சேர்ந்த ஒருத்தராலும் ஜீரணிக்கவே முடியவில்லை அப்போது. சொல்லப் போனால் ஆன்ரூ ஜான்ஸன் வரைந்த 'புனரமைப்பு'த் திட்டத்தின்படி தென் மாநிலங்களுக்கு நிறைய லாபங்கள் இருந்தன. தொழில் வாய்ப்புகள் தொடங்கி எம்.எல்.ஏ.சீட்டுகள் வரை ஏராளமான விதங்களில் மக்கள் விரும்பக்கூடிய நடைமுறைகளையே ஜான்ஸன் கடைபிடித்தார். காரணம், பிரிந்துபோன தென்

மாநிலங்கள் மறுபடியும் ஐக்கிய அமெரிக்காவுடன் சண்டை சச்சரவுகளில்லாமல் இணைந்து செயலாற்றவேண்டும் என்பது தான். (கேட்டதையெல்லாம் கொடுத்து ஒற்றுமையைக் காப்பாற்று என்பது லிங்கனின் சித்தாந்தம்.)

மத்திய அரசின் தலையீடுகள் அதிகமில்லாமல் பெரும்பான்மையான விஷயங்களில் அந்தந்த மாநிலங்களே முடிவெடுத்துக்கொள்ளும் உரிமைகளையும் அதிகப்படுத்தினார் ஜான்ஸன்.

பிரச்னை பூதாகாரமானது இங்கே தான்.

அடடே, உரிமை கிடைத்துவிட்டதே என்ன பண்ணலாம் என்று யோசித்த தென் மாகாண ஆட்சியாளர்கள், அவற்றைக்கொண்டு 'முன்னாள்' அடிமைகளை எந்தெந்த வகையில் துன்புறுத்தலாம் என்று தீவிரமாக ஆலோசிக்க ஆரம்பித்துவிட்டார்கள்.

அவர்கள் செய்த முதல் மங்களகரமான காரியம், கருப்பர்களுக்கான தனிச்சட்டம் இயற்றத் தொடங்கியது தான்! *Black Codes* என்று அழைக்கப்பட்ட அச்சட்டங்கள் அருவருப்பின் உச்சம் என்றால் மிகையில்லை. அமெரிக்காவில் பஞ்சம் பிழைக்க வந்த ஆப்பிரிக்க-அமெரிக்கர்களின் கோவணம்வரை உருவியெடுக்கக்கூடிய சட்டங்கள் அவை. அடிமைகளாக இருந்த காலமே தேவலை என்று அவர்கள் நினைக்கும் அளவுக்கு அராஜகம் கொடிகட்டிப் பறக்கத் தொடங்கிவிட்டது அப்போது.

இத்தனைக்கும் புனருத்தாரணம் செய்யப்பட்ட அமெரிக்காவில் கருப்பர்களுக்கும் ஆட்சியில் ஆங்காங்கே சில இடங்கள் கிடைத்திருந்தன. ஆனால் வெள்ளையர்கள் பார்வையில் எப்போதும் அவர்கள் "பன்றிகள்" தாம்!

ஒரே ஒரு உதாரணம் பார்க்கலாம். எலெக்ஷனில் யார் யாரெல்லாம் ஓட்டுப் போடலாம் என்று தீர்மானிப்பதற்காகச் சில தென் மாநிலங்கள் சேர்ந்து ஒரு மாநாடு போட்டன. கருப்பர்களுக்கு ஓட்டுரிமை உண்டு என்று ஏற்கெனவே தீர்மானமாகியிருந்த நிலையில் எப்படி அவர்களை ஓரம் கட்டலாம் என்று முடிவு செய்வது தான் அவர்களது ஆலோசனையின் நோக்கம்.

கடைசியில் ஒரு முடிவுக்கு வந்தார்கள். அமெரிக்க மண்ணின் மைந்தர்கள் எல்லோருக்கும் ஓட்டுரிமை உண்டு. மண்ணின் மைந்தர்கள் என்றால் அமெரிக்காவில் பிறந்து வளர்ந்தவர்கள். அந்தவகையில் அமெரிக்காவிலேயே பிறந்து, வளர்ந்து, அடிமை வாழ்வு வாழ்ந்த கருப்பர்களுக்கும் ஓட்டுரிமை உண்டு என்று ஆகிவிடுகிறதல்லவா? அங்கே தான் ஒரு 'செக்' வைத்தார்கள்.

பிறந்து வளர்ந்த எல்லாருக்கும் ஓட்டுரிமை உண்டுதான்; ஆனால் குறைந்த பட்சம் ஓட்டுப் போடுகிறவரின் தாத்தா *1867*க்கு முன் நடந்த தேர்தல்களில் ஒரு முறையாவது ஓட்டுப் போட்டிருக்கவேண்டும்! *'Grandfather clause'* என்று அழைக்கப்பட்ட இந்த வினோத, விபரீதச் சட்டம் யாருக்காக, எதற்காக உருவாக்கப்பட்டது என்று விவரிக்கவே வேண்டாம்.

அத்தனை கருப்பர்களையும் வளைத்து ஓரம்கட்டி, தலையில் தட்டி உட்காரவைக்கிற இந்தச் சட்டத்தைக் கண்டு தென்மாநிலப் பண்ணையார்கள் அத்தனைபேரும் புளகாங்கிதமடைந்தார்கள்.

இச்சட்டத்தின் விளைவாக, தேச மறுசீரமைப்புப் பணிகள் தொடங்கிய காலத்தில் கருப்பர்கள் அடைந்த பல நன்மைகள் காற்றோடு போய்விட்டன. அடிமைகளாக இருந்து, சுதந்தரத்துக்கு ஏங்கிய காலம் போக, சுதந்தரமாக அடிமைத்தளை அனுபவிக்க வேண்டியதானது அவர்களுக்கு.

ஓட்டுப் போடக்கூடாது. அரசு அலுவலகங்களில் வேலை கிடைக்காது. தனியார் நிறுவனங்களிலும் வேலை கிடைப்பது குதிரைக்கொம்புதான். ஓட்டல்களில் சமமாக உட்கார முடியாது. ரயிலில் போனால் பிரச்னை. பஸ்ஸில் போனால் பிரச்னை. பார்க்கில் உலாவினால் பிரச்னை. கூட்டம் போட்டால் பிரச்னை. பாட்டுப் பாடினால் பிரச்னை.

"அப்புறம் என்ன இழவுக்கு இவர்களுக்கு சுதந்தரம் பெற்றுத்தரப் போராடினோம்?" என்று வெகுண்டு எழுந்தார்கள் அமெரிக்க காங்கிரஸ்காரர்கள்.

அதிபர் ஜான்சனின்மீது அவர்களுக்கு இருந்த கடுப்புக்கு இதான் காரணம். தென் மாநிலங்களை ஐக்கிய அமெரிக்காவுடன் பலமாக இணைக்கிறேன் பேர்வழி என்று அடிமைகளை இன்னும் கஷ்டப்பட்டுக்கொண்டே இருக்கத்தான் அவர் வழிசெய்கிறார் என்று அவர்கள் குற்றம்சாட்டினார்கள்.

ஆனால் தென் மாநிலங்கள் விஷயத்தில் அதிபர் தொடர்ந்து மௌனமே சாதித்து வந்ததால் அவரைப் பதவியிலிருந்து நீக்க ஒரு சட்டத்திருத்தம் கொண்டுவரப் பார்த்தார்கள். பாராளுமன்றத்தில் நடந்த ஓட்டெடுப்பில் ஒரே ஒரு ஓட்டில் ஜான்சன் பதவிதப்பினார்.

1869ல் மக்களின் வாக்குரிமையை மறுப்பது சட்டவிரோதம் என்று இன்னொரு கலாட்டாவைத் தொடங்கிவைத்தார்கள். (புகழ்பெற்ற *15th Amendment* இதுதான்!) என்ன சொன்னால் என்ன? கருப்பர்கள் தொடர்ந்து அவதிப்பட்டுக்கொண்டுதான் இருந்தார்கள்.

ஆனால் உலக சரித்திர ஆய்வாளர்களின் ஒட்டுமொத்த முடிவின்படி, உள்நாட்டு யுத்தத்துக்கு அப்புறம் அமெரிக்கா மீண்டு எழுந்து ஒரு மாபெரும் வல்லரசானதற்கான காரணப்பட்டியலில் முதலிடம் அவர்களின் உழைப்புக்குத்தான்!

அரசியல் ரீதியில் ஆயிரத்தெட்டு குளறுபடிகள் இருந்தாலும் அமெரிக்கா சிலிர்த்துக்கொண்டு எழுந்து நடைபோட ஆரம்பித்து விட்டது - லிங்கன் காலத்திலேயே. சொல்லப்போனால் அடிமைகள் பிரச்னை, நிறத்துவேஷம் எல்லாம் அதன் 'பீக்'கில் இருந்தபோதே அமெரிக்கா தன் வளர்ச்சிப்பாதையில் நடக்கத் தொடங்கியிருந்தது. யுத்தத்துக்குப் பிறகு நடை, ஓட்டமானது தான் வித்தியாசம்.

இன்றைய அமெரிக்காவின் பணக்காரத் தனத்துக்கு அன்று வித்திடப்பட்ட மூன்று காரணங்கள் தான் ஆதாரம். ஒட்டுமொத்த அமெரிக்காவின் வெற்றியுமே அன்று நிகழ்ந்த அந்த மூன்று விஷயங்களின் அடிப்படையில் தான் சாத்தியமானது என்கிறார்கள் பல அமெரிக்கப் பொருளாதார வல்லுநர்கள்.

1. தென் மாநில அடிமைகளின் உழைப்பு. உழைப்பு என்றால் நாம் கற்பனை செய்துபார்க்கமுடியாத ராட்சஸ உழைப்பு. நூறுபேர் செய்யக்கூடிய வேலையைப் பத்துபேர் கொண்ட ஒரு கருப்பர் குழு செய்துமுடிக்கும். ஒருமாதம் ஆகும் என்று திட்டமிடப்பட்ட பணியை ஒரு வாரத்தில் முடிப்பார்கள். உழைப்பு அவர்களின் ரத்தத்தில் ஊறியிருந்தது ஒரு காரணம். இன்னொரு காரணம், லிங்கன் அதிபரானபின் தமக்கு சுதந்தரம் கிடைத்துவிடும் என்று அவர்கள் தீர்மானமாக நம்பியதால் தமது மகிழ்ச்சியை மேலதிகம் உழைப்பிலேயே காட்டினார்கள் என்கிறது சரித்திரம். மேலும் ஒரு காரணம், லிங்கன் காலத்தில், உள்நாட்டு யுத்தத்துக்குப் பிறகு

கருப்பர்களுக்குச் சொந்தமாக நிலம் கிடைக்கும் என்கிற நம்பிக்கை உருவானது. அதற்கான சில ஆரம்ப வேலைகளையும் அதிபர் லிங்கன் தொடங்கியிருந்ததால் அவர்கள் தன்னம்பிக்கையுடன் மிகத்தீவிரமாக விவசாயத்தில் ஈடுபடத் தொடங்கினார்கள். அமெரிக்க உள்நாட்டு யுத்தம் நடந்துமுடிந்த காலத்தில் கிட்டத்தட்ட பதினோரு லட்சம் கருப்பர்கள் அமெரிக்கத் தென்மாநிலங்களில் மட்டும் விவசாயத்தில் ஈடுபட்டிருந்தார்கள். இதனால் பருத்தி, கோதுமை உற்பத்தி கண்டபடி முன்னேற ஆரம்பித்தது அங்கே.

2. இருப்புப் பாதைகள். போக்குவரத்து முன்னேறாத அக்காலத்தில் அமெரிக்காவின் வடபகுதிகளில் போடப்பட்ட இருப்புப் பாதைகள் மிகப்பெரிய சாதகவிளைவுகளை அங்கே ஏற்படுத்தியது. 1835லேயே சுமார் ஆயிரம் கிலோமீட்டர் நீளத்துக்கு வட அமெரிக்காவில் இருப்புப் பாதைகள் போடப்பட்டுவிட்டன. ஆனால் எல்லாம் குதிரை இழுக்கும் ரயில்கள். அதிக உபயோகம் இல்லை. ஆனால் 1862ல் லிங்கன் பசிபிக் ரயில்ரோடு ஆக்ட் என்றொரு சட்டம் கொண்டுவந்து இரண்டு பெரிய நிறுவனங்களுக்கு தேசமெங்கும் இருப்புப் பாதைகள் போடும் கான்ட்ராக்டை அளித்தார். ஏழு வருஷகாலம் தேசமெங்கும் நடந்த இருப்புப்பாதை போடும் பணியை ஒட்டி ஏராளமான அமெரிக்க இளைஞர்களுக்கு வேலை கிடைத்தது. நாம் வளர்ந்துகொண்டிருக்கிறோம் என்கிற எண்ணம் அத்தனை அமெரிக்க இளைஞர்களின் மனத்திலும் ஆழமாக வேரூன்றியதால் அவர்களின் உழைப்பு, சிதறாமல் மொத்தமாக தேசத்துக்குக் கிடைத்தது. (அப்போது அமெரிக்காவின் மக்கள் தொகை மிகமிகக் குறைவு என்பதை ஞாபகம் வைத்துக்கொள்ளவேண்டும்!)

3. மூன்றாவதும் மிக முக்கியமானதுமான காரணம், வரிகளும் குடியேற்ற சௌகரியங்களும். நியாயமான வரி விகிதங்கள்; சுலபமான குடியேற்ற வழிமுறைகள் என்பது லிங்கனின் திட்டங்களுள் மிக முக்கியமானது. உழைப்பவர்களின் வயிற்றில் அடிக்காத வரிவிதிப்புகளின்மூலம் ஒழுங்காக வரவேண்டிய வரிகளைப் பெற்றுவிடமுடியும் என்பது அவர் கணக்கு. சுருக்கமாகச் சொல்வதெனில், வரி ஏய்ப்பு குறித்து மக்கள் சிந்திக்கவே கூடாது என்பது அவரது சித்தாந்தம்.

இதனோடு மறைமுகமான தொடர்பு கொண்டது தான் குடியேற்றச் சட்டங்கள். யார் வேண்டுமானாலும், எந்த நாட்டுக்காரரானாலும் சுலபமாக அமெரிக்காவில் குடியேறலாம், தொழில் தொடங்கலாம் என்பது போல விதிகளை அமைத்திருந்தார் லிங்கன். வெளிதேசத்திலிருந்து வந்து அமெரிக்காவில் தொழில் தொடங்கினால் நிறைய சௌகரியங்களை அரசாங்கமே செய்துதரும் என்று கிட்டத்தட்ட பேப்பரில் விளம்பரம்கொடுக்காத குறையாக உலகெங்கும் அறிவித்தது அமெரிக்கா. தொழில் முதலீட்டாளர்களுக்கு அளிக்கப்பட்ட சலுகைகள் தவிர வரி விகிதங்களும் எளிமையாகவே இருந்ததால் ஆயிரக்கணக்கான வெளிதேசத்துப் பணக்காரர்கள் அமெரிக்காவை நோக்கிப் படை எடுக்கத் தொடங்கினார்கள்.

உலகமயமாக்கல் என்கிற சொல் இன்றைக்குத்தான் நம்மை வந்து சேர்ந்திருக்கிறது. பத்தொன்பதாம் நூற்றாண்டின் மத்தியிலேயே அது அமெரிக்காவில் புழக்கத்துக்கு வந்துவிட்டதோடு, அருமையாகப் பலனும் கொடுக்கத் தொடங்கியதில் தான் அமெரிக்காவின் வெற்றி அடங்கியிருக்கிறது.

அமெரிக்காவின் கதை என்பது இந்த இடத்திலிருந்து பணத்தின் கதையாகப் புதுப்பரிமாணம் பெறத்தொடங்குகிறது. பணம் என்றால் உங்க வீட்டுப் பணம், எங்க வீட்டுப் பணம் இல்லை. செமை பணம். கத்தை கத்தையான பணம்! மூட்டை மூட்டையான பணம். வண்டி, வண்டியான பணம். மலை மலையான பணம்!

21. விளையத் தொடங்கும் பணம்

பூமிக்குமேலே மனுஷனாகப் பிறந்த எல்லாருக்கும் பிடித்த, பொதுவான ஒரு விஷயம் உண்டென்றால் அது பணம்; பொருள். அதேமாதிரி எல்லா மனுஷனும் முகம் சுளிக்கக்கூடிய ஒரு விஷயமென்றால் அது பொருளாதாரம் என்கிற சப்ஜெக்ட். பணம் எந்தளவுக்கு சுகமானதோ அதே அளவுக்கு பணத்தைப் பற்றிய பாடங்கள், இலக்கணங்கள், வரைபடங்கள் போன்றவை பேஜாரானவை. போரடிக்கக் கூடியவை. என்ன செய்வது? அப்படித்தான் அது அமைந்துவிட்டது.

ஆனால் அமெரிக்கா மாதிரி ஒரு பணக்கார தேசத்தைப் பற்றி விவாதித்துக்கொண்டிருக்கும்போது கொஞ்சமாவது அதன் பொருளாதார ஃபார்முலாக்களைப் பார்க்காவிட்டால் ஒரு முழுமை கிடைக்காது. பின்னால் சில காரியங்களை அமெரிக்கா எப்படி சாதித்தது என்று புரியாமல் குழம்பவேண்டி வரும். எதற்கு வம்பு? சிம்பிளாகக் கொஞ்ச நேரம் அந்தப் பொருளாதாரப் புடலங்காய்களைக் கொஞ்சம் நறுக்கிப் பார்த்துவிடுவோமா? பயப்படவே வேண்டாம். ஒரே ஒரு அத்தியாயம் தான். மிஞ்சிப்போனால் ஒண்ணரை அத்தியாயம். அதற்கு மேல் நீளாது.

உள்நாட்டு யுத்தத்துக்குப் பிறகு அமெரிக்கா அடைந்த பிரமிக்கத்தக்க வளர்ச்சியின் ஆதாரமான காரணங்கள் மூன்று என்று பார்த்தோம். அடிமைகளின் உழைப்பு, நாடெங்கிலும் போடப்பட்ட பிரும்மாண்டமான இருப்புப் பாதைகள், குடியேற்ற நடைமுறையில் கடைபிடிக்கப்பட்ட எளிமை.

இதில் இந்த மூன்றாவது விஷயம் தான் வெகு சுவாரசியமானது.

எந்த ஒரு தேசமுமே பொருளாதார ரீதியில் வளர்ச்சியடைகிறது என்பதை அந்நாட்டின் விவசாயம் மற்றும் தொழில்துறை முன்னேற்றத்தைக்கொண்டு தான் முதலில் அளவிடுவார்கள். விவசாயம் என்பது பனியன், அண்டர்வேர் மாதிரி. தொழில் முன்னேற்றம் பேண்ட், ஷர்ட் போல.

அமெரிக்காவைப் பொறுத்தவரை விவசாயம் ஒரு பிரச்னையே கிடையாது. நிறைய, சகட்டுமேனிக்கு விளை நிலங்கள் இருந்தன.

மக்கள் தொகையும் அப்போது மிகக்குறைவு என்பதால் எங்கெங்கு காணினும் பச்சையடா என்று பருத்தி அப்படியொரு செழிப்பு செழித்து வளர்ந்துகொண்டிருந்தது.

அமெரிக்காவின் தென் மாகாணங்கள் எங்கும் பருத்தி மில்கள் தான். ஒவ்வொரு மில்லிலும் பல்லாயிரக்கணக்கானோர் வேலை பார்த்தார்கள். ரயில்பாதைகள் போடப்படத் தொடங்கிய பிறகு, போக்குவரத்து சுலபமாகிவிட்டதால் பருத்தி ஆலைகளின் வளர்ச்சி இன்னும் அதிகரித்தது.

ஆனால் அத்தனை பெரிய தேசம் முழுவதும் ரயில் பாதைகள் போட ஏகப்பட்ட இரும்பு வளம் வேண்டியிருந்தது. எஃகு இரும்பு. அதேமாதிரி டிராக்டர்கள், டிரக்குகளின் தேவையும் அதிகரித்து ஒருகட்டத்தில் அமெரிக்காவின் ஸ்டீல் தேவை ஒட்டுமொத்த உலகநாடுகளின் தேவையில் சரிபாதி அளவுக்கு உயர்ந்துவிட்டது.

வேறு வழியே இல்லை. மிகப்பெரிய அளவில் இரும்பாலைகள் அமைத்தால் தான் உண்டு என்று தீர்மானித்தார்கள்.

ஆரம்பகாலம் தொட்டே அமெரிக்க அரசுக்கு ஒரு வழக்கம் உண்டு. எல்லா வேலைகளையும் இழுத்துத் தன் தலையில் போட்டுக்கொள்ளவே மாட்டார்கள். தகுதியும் திறமையும் நம்பகத்தன்மையும் மிக்க பெரிய நிறுவனங்களிடமோ, தனி நபர்களிடமோ பொறுப்பை இந்தா என்று தூக்கிக் கொடுத்துவிடுவார்கள். செய்து முடிக்கும்வரை குறுக்கிடுகிற கெட்டவழக்கமே கிடையாது. அதே சமயம் தேவைப்பட்ட உதவிகளைத் தயங்காமல் உடனே செய்வது, ஏதாவது சொதப்பினால் குறுக்கே புகுந்து சரிபண்ணிக்கொடுப்பது போன்ற காரியங்களை மட்டும் கவனமாகச் செய்வார்கள். இது தான் அமெரிக்கன் ஸ்டைல். (இன்றைக்கு சாஃப்ட்வேர் துறையில் அமெரிக்காவில் பணிபுரிகிறவர்களுள் முப்பத்தைந்து சதவீதம் பேர் கூட அமெரிக்கர்கள் இல்லை. வெளிநாட்டவர்கள் தான் மிகுதி என்பதை ஞாபகப்படுத்திக்கொள்ளுங்கள்!)

அந்த வகையில் பல தனியார்களிடம் தேசத்துக்குத் தேவையான ஸ்டீல் வளத்தை உற்பத்தி பண்ணிக்கொடுக்கிற பொறுப்பை அளித்தது அமெரிக்க அரசு. உள்நாட்டுக்காரர்களானாலும் சரி,

வெளிதேசத்தவரானாலும் சரி. வந்து தொழில் தொடங்குகிறாயா, உடனே வா என்று கதவை அகலமாகத் திறந்துவைத்தார்கள்.

தண்ணீர் போன்ற இயற்கை சௌகரியங்களுக்குக் குறைச்சலே இல்லாத அமெரிக்காவில் தொழில் தொடங்குவதில் அப்போது பல வெளிநாட்டவர்களுக்கு மிகுந்த ஆர்வம் இருந்தது. மேலும் புதிதாக வடிவமைக்கப்பட்டுக்கொண்டிருக்கும் ஒரு தேசத்தில் பிரச்னைகள் அதிகம் இருக்காது. குறிப்பாக, அரசியல் ரீதியில் என்று அவர்கள் நினைத்தார்கள். ஆகவே தொழில் முனைவோரின் படையெடுப்பு தொடங்கிவிட்டது.

1847ல் ஸ்காட்லாந்திலிருந்து ஒரு பிசினஸ்மேன் அமெரிக்கா வந்தார். பிட்ஸ்பர்க் அருகே ஒரு ஸ்டீல் தொழிற்சாலையைச் சிறிதாக ஆரம்பித்தார். சரியாக ஐம்பத்திமூன்று வருஷங்களில் உலகின் நம்பர் 1 கோடீஸ்வரர் அவர்தான் என்று சொல்லிவிட்டார்கள்.

அவர் பெயர் ஆண்ட்ரூ கார்னகி. ரொம்பக் கஷ்டப்பட்டு 1901ம் வருஷம் கார்னகியின் சொத்துமதிப்பை ஒருவாறு கண்டுபிடித்தார்கள். நானூறு மில்லியன் டாலர். இன்றைக்கு நூறுவருஷம் முன்னால் 400 மில்லியன் டாலர் என்றால் அதன் இன்றைய மதிப்பு என்னவாக இருக்கும் என்று யோசித்துப் பாருங்கள்.

தாம் சம்பாதித்த பணத்தில் பெரும்பகுதியை கார்னகி கல்வித்துறைக்குக் கொடையாக அளித்தார். (வருமான வரியெல்லாம் ஒழுங்காகக் கட்டிவிட்டுத்தான்!)

நவீன அமெரிக்காவின் முதல் தலைமுறைப் பணக்காரர்களுள் முதன்மையானவராக இன்றளவும் மதிப்பிடப்படுகிற கார்னகியின் நினைவாக நியூயார்க்கில் இன்றும் ஒரு மாபெரும் கலையரங்கம் இருக்கிறது, இயங்குகிறது.

இன்னொரு அமெரிக்கர் 1862ல் எண்ணெய் பிசினஸ் தொடங்கினார். எண்ணெய் என்றால் கடலெண்ணெய், விளக்கெண்ணெய் அல்ல. பெட்ரோலியம். ரொம்ப பேஜாரான தொழில் அது. நம்மூர் அம்பானி மாதிரி அந்தத் தொழிலில் சுயமாக முயற்சி செய்து இறங்கி, அடிபட்டு, எழுந்து கொடி நாட்டியவர் அவர். 1862ல் ஆரம்பித்தாரா? சரியாக இருபதே வருஷங்களில் அமெரிக்காவின் ஒட்டுமொத்த பெட்ரோலியப் பொருட்கள் தேவையையும் அவரது

ஸ்டேண்டர்டு ஆயில் நிறுவனம் தான் தீர்த்துவைக்கிறது என்கிற நிலைமைக்கு முன்னேறினார். பணம் என்றால் அப்படியொரு பணம். கணக்கு வழக்கில்லாத பணம். வருஷத்துக்குக் குறைந்தபட்சம் ஆறுகோடி டாலர் சந்தோஷமாக டேக்ஸ் கட்டிய அவர் பெயர் ஜான் டி. ராக்ஃபெல்லர்.

இன்னும் இறைச்சித் தொழிலை ஒரு பெரிய கார்ப்பரேட் ஆக்கிய பிலிப் ஆர்மர், குஸ்தவ்ஸ் ஸ்விஃப்ட் போன்றவர்கள், இருப்புப்பாதை போடும் தொழிலில் கொடிகட்டிப் பறந்த வாண்டர்பில்ட் மாதிரி ஆசாமிகள், ஆட்டோமொபைல் துறையில் உலகளாவிய புரட்சிகளைச் செய்த ஹென்றி ஃபோர்ட், நிதி நிறுவனம் என்கிற கான்ஸெப்டை தேசிய அளவில் மாபெரும் வெற்றிகரமானதொரு இயக்கமாகவே நடத்திக்காட்டிய ஜார்ஜ் பேக்கர்....

ரொம்பப் பெரிய பட்டியல் இது. ஒரு முழு ரிப்போர்ட்டர் அளவுக்கு எழுதிக்கொண்டே போகலாம்.

விஷயம் என்னவென்றால் தேசத்தை மறுகட்டுமானம் செய்யும் பொறுப்பை மறைமுகமாக இந்த ‘சுயமாக உழைத்து முன்னுக்கு வந்த’ தொழிலதிபர்களின் தலையில் கட்டிவிட்டது அமெரிக்க அரசு.

உனக்கு என்ன சௌகரியம் வேண்டுமானாலும் கேள். உடனே கிடைக்கும். அரசுத் திட்டங்கள் எதுவும் இது இல்லை, அது இல்லை என்று தடைபடக்கூடாது. இது முதல் கண்டிஷன். ரெண்டாவது, ஒழுங்குமரியாதையாக சம்பாதிக்கிற பணத்துக்கு வரியைக் கட்டிவிடு. அவ்வளவு தான். நீயும் பிழைத்துப் போ. நானும் சௌக்கியமாக இருக்கிறேன்.

இதுதான் அன்று தொடங்கி இன்றுவரை அமெரிக்க அரசு கடைப்பிடித்துவருகிற வெற்றிகரமான தொழில் பாலிசி.

மேலோட்டமாகப் பார்த்தால் படு சிம்பிளாகத் தெரியலாம். ஆனால் ஒரு தொழில் எந்தச் சிக்கலுமின்றி விரிவடைந்து கொண்டே போவதில் அரசின் பங்கு எத்தகையது என்பதை இலேசில் சொல்லிவிடமுடியாது. அரசு நினைத்தால் எப்பேறப்பட்ட தொழில் ஜாம்பவானையும் ஒரே ராத்திரியில் நடு ரோட்டுக்குக் கொண்டுவந்துவிட முடியும். அதே மாதிரி

தெருவோர பெட்டிக்கடைக்காரனை அதே ராத்திரி மல்ட்டி மில்லியனராக்கிவிடவும் முடியும்.

ஏனெனில் தொழில்கள் தனியார்வசம் இருந்தாலும் பங்குச் சந்தை நிர்வாகத்தை அப்போது அமெரிக்க அரசு தான் ரகசியமாக நிர்வகித்துவந்தது. மேலும் பல தனியார் துறைகளில் அரசின் பங்கு கணிசமாக இருந்தது.

அதைவிட முக்கியம், அரசுத் துறையின் உயர்மட்டத்தில் இருந்த அத்தனை பேருமே பெரும் பணக்காரர்களாக இருந்ததால் பணம் குட்டி போடுகிற வித்தையை அவர்கள் நன்கு அறிந்திருந்தார்கள். அதிபர் தொடங்கி, அதிபர் மாளிகை வாட்ச்மேன் வரை அத்தனைபேருமே பார்ட் டைமாக ஏதாவது ஒரு தொழில் நடத்திக்கொண்டுதான் இருந்தார்கள். எந்தத் தொழிலில் என்ன பிரச்னைவந்தாலும் அது நேரடியாக ஆட்சியில் இருப்பவர்களையும் பாதிக்கும் என்கிற அளவுக்கு ஆட்சியாளர்களின் முதலீடு முக்கியத்துவம் கொண்டிருந்தது.

ஆகவே எந்தத் தொழிலுக்கும் எந்தப் பிரச்னையும் வரக்கூடாது என்பதில் தொழிலதிபர்களைக்காட்டிலும் அரசாங்கம் அதிக ஆர்வம் கொண்டிருந்தது.

இது ஒரு பக்கம் இருக்க, மற்ற எந்த நாட்டிலும் இல்லாத அளவுக்கு விஞ்ஞானம் அமெரிக்காவில் செழிக்கத் தொடங்கியதும் அப்போது தான்.

இதற்கு அரசு பொறுப்பல்ல. அது அந்நாட்டின் அதிர்ஷ்டம். அல்லது அமெரிக்க மக்களின் அறிவியல் மோகம் காரணம்.

1867ல் அமெரிக்காவில் முதல்முதலில் கண்டுபிடிக்கப்பட்ட டைப்ரைட்டர் உடனடியாக தேசமெங்கும் அரசு அலுவலகங்களுக்கும் தனியார் அலுவலகங்களுக்கும் புழக்கத்துக்கு வந்துவிட்டன. எழுத்து சார்ந்த பணிகளைச் சுலபமாக்கும் முதல் கண்டுபிடிப்பு அல்லவா? ஆகவே பயங்கர டிமாண்ட் உண்டாகிவிட்டது.

சொல்லிவைத்தமாதிரி அடுத்த பத்தாவது வருஷம் இன்னொரு கண்டுபிடிப்பு நிகழ்ந்தது. கிரகாம்பெல்லின் டெலிபோன்.

அதற்கடுத்த மூன்றாவது வருஷம் எடிசன் மின்சார பல்பைக் கண்டுபிடித்துவிட்டார் *(1879)* .

இந்தக் கண்டுபிடிப்புகளெல்லாம் அமெரிக்காவில் தான் நிகழ்ந்தன என்பதால் தான் மற்ற நாடுகளைக்காட்டிலும் அத்தேசம் சீக்கிரம் வளர ஆரம்பித்தது. தான் உபயோகித்துத் தூக்கிப் போடுவதைத் தான் அடுத்த நாடுகள் புதிதாக எடுத்து அழகு பார்க்கின்றன என்பதை அமெரிக்கா கண்டுகொண்டது தான் அதன் வளர்ச்சியின் ஆரம்பம்.

உடனே பள்ளி அளவிலிருந்தே பயன்பாட்டு அறிவியலின் முக்கியத்துவத்தை வலியுறுத்தத் தொடங்கிவிட்டார்கள். ஆராய்ச்சி செய்கிறவர்களுக்கு நிறைய சௌகரியங்கள் செய்துகொடுத்தது அரசு.

மறுபுறம் புதிய கண்டுபிடிப்புகளை அலட்சியப்படுத்தாமல் அதுவே புதிய தொழில்துறையாக மலரவும் வழி ஏற்படுத்திக் கொடுத்தார்கள்.

அமெரிக்கப் பொருளாதார வளர்ச்சியின் ஆரம்பக் கட்டத்து நேரடிக் காரணங்கள் இவைதான். சில மறைமுகக் காரணங்களும் உண்டு. அவற்றுள் மிகமுக்கியமானது, ஜனநாயகப் போர்வையின் அடியில் இயங்கிய ஒரு மாதிரியான மறைமுக சர்வாதிகாரம்.

இது கொஞ்சம் விவகாரமான விஷயம். விரிவாகப் பார்க்க வேண்டும்.

22. பணம் பண்ணும் வழிகள்

அமெரிக்கா எப்படி பணக்கார நாடாக ஆகத்தொடங்கியது என்பதற்கான சில காரணங்களைச் சென்ற அத்தியாயத்தில் பார்த்தோம். அதெல்லாம் நேரடியான, சுத்தபத்தமான, யோக்கியமான காரணங்கள். சில விவகாரமான காரணங்களும் உண்டு. இவற்றை அலசும்போது தான் நமக்கு அமெரிக்காவின் ஜனநாயகத்துக்குப் பின்னால் ஒளிந்துகொண்டிருக்கும் ஒரு மாதிரியான சர்வாதிகார மனப்பான்மை தெரியவரும். ரொம்ப உள்ளே போக அவசியமில்லை. ரெண்டே ரெண்டு முக்கியமான உதாரணங்கள் மூலமே புரிந்துகொண்டுவிடமுடியும்.

முதலாவதும் முக்கியமானதும், நிலம்.

நிலம் என்றால் கன்னி நிலம். பச்சை நிலம். செழித்த நிலம். பொன்விளைகிற நிலம்.

அமெரிக்காவின் இயற்கை வளங்கள் கொஞ்ச நஞ்சமல்ல. தண்ணீருக்குப் பிரச்னை இல்லை. தங்கத்துக்குப் பிரச்னை இல்லை. பெட்ரோலுக்குப் பிரச்னை இல்லை. நிலக்கரிக்குப் பிரச்னை இல்லை. ஒரு வரியில் சொல்லுவதென்றால் எதற்குமே பெரிய அளவில் கையேந்தவேண்டிய அவசியமில்லாத தன்னிறைவு கொண்ட தேசம் அது. அந்த பூமியைப் பார்த்து நாம் பொறாமைப்படலாம். வேறு ஒன்றும் செய்யமுடியாது.

ஆரம்பக் காலங்களில் (அதாவது இந்த சேப்டர் நடந்துகொண்டிருக்கிற பத்தொன்பதாம் நூற்றாண்டின் நடுவில்) அங்கே மக்கள் தொகை மிகவும் குறைவு. ஒரு கிராமம் என்று எடுத்துக்கொண்டால் அம்பதுபேர் கூட இருக்கமாட்டார்கள். நகரம் என்றால் சில ஆயிரம் பேர். அவ்வளவுதான். நிறைய வளம், குறைந்த மக்கள் தொகை என்பது தான் ஒரு தேசத்தைச் சீக்கிரம் பணக்கார தேசமாக்குகிற முதல் காரணி.

ஆனால் அமெரிக்காவுக்கு நிறைய மக்கள் தொகையும் வேண்டியிருந்தது. அதாவது உழைப்பதற்கான மக்கள். விவசாயத்தை அறிவியல் பூர்வமாக அவர்கள் ஆக்கிவிட்டபிறகு,

அத்துறையில் ரொம்பக் கஷ்டப்படவேண்டாம் என்று முடிவு செய்துவிட்டார்கள். உழுது சம்பாதிப்பதை உட்கார்ந்து யோசித்துச் சாதித்துவிடலாம் என்பது அமெரிக்க அரசின் சித்தாந்தம். அதாவது, உழுவதை சுலபமாக்குகிற யோசனைகள் என்று இதற்கு அர்த்தம்! அப்படி யோசிப்பதற்கும் செயல்படுத்துவதற்கும் புதிதுபுதிதாகக் கண்டுபிடிப்பதற்கும் நிறைய மூளைகள் வேண்டியிருந்தது.

விஞ்ஞானிகள், தொழில் வல்லுநர்கள் என்று வெளிதேசத்தவர்கள் யார் அமெரிக்கா வர விரும்பினாலும் வெற்றிலை பாக்கு வைத்து வரவேற்றார்கள். அதே சமயம் தொழில் வளர்ச்சிக்காக விளை நிலங்களைக்கூட இழக்கலாம் என்பது அவர்களின் சித்தாந்தமாயிருந்தது!

விளைநிலங்களை இழப்பதென்றால்?

உதாரணமாக ரயில் பாதை போடுகிற வேலைக்காக பல்லாயிரக்கணக்கான ஏக்கர் விளைநிலங்களை அமெரிக்க அரசு இழக்கத் தயாராக இருந்தது. அதேமாதிரி, அகழ்வாராய்ந்து கண்டுபிடிக்கிற ஜோலிகளுக்காக இன்னும் பல்லாயிரம் ஏக்கர்கள். பெட்ரோல், தங்கம் மாதிரியான பொருட்களைத் தேடி அக்காலத்தில் அரசு மட்டுமல்ல; தனி நபர்களும் பெரும்வேட்டை ஆடினார்கள். கிராமம், கிராமமாக, நகரம் நகரமாக, தோண்டப்பட்டன.

இதில் சர்வாதிகாரத்தனம் எங்கே வந்தது என்றால் அதில் தான் இருக்கிறது விஷயம். ஏற்கெனவே பார்த்தோம், அமெரிக்கா ஒரு வந்தேறிகளின் தேசம் என்று. பிற நாடுகளிலிருந்து வந்து அங்கே குடியேறியவர்கள் தான் அந்நாட்டின் வளர்ச்சிக்காக முழுமூச்சாக உழைக்கத் தொடங்கியிருந்தார்கள்.

ஆகவே அவர்களின் நிலங்களில் கைவைப்பதோ, ஆய்வுக்கும், ரோடு போடுவதற்கும், ரயில் ஓட்டுவதற்கும் பயன்படுத்துவதோ சாத்தியமில்லை. வெறுப்படைந்து அத்தனைபேரும் திரும்பி ஊரைப்பார்க்கப் போய்விடலாம்.

ஆகவே, என்ன செய்யலாம்?

அப்போது தான் ஆதி அமெரிக்கர்களான செவ்விந்தியர்களின் நிலங்களில் கைவைக்க முடிவு செய்தது அமெரிக்க அரசு. தமது சரித்திரம் முழுவதுமே கஷ்டப்பட்டுக்கொண்டிருந்த

செவ்விந்தியர்களுக்கு அது இன்னொரு கஷ்டம். ஆனால் ரொம்பப் பெரிய கஷ்டம்.

சொந்த தேசத்தில் இடமில்லாமல் ஊர் ஊராகத் துரத்தப்படுவதைக் காட்டிலும் வேறு சோகம் வேறு என்ன இருக்கமுடியும்?

1800களின் ஆரம்பத்திலேயே இந்த சேஷ்டை ஆரம்பமாகிவிட்டது. குடியேறிகள் அமெரிக்காவின் கிழக்குப் பகுதிகளிலிருந்து மேற்கு நோக்கி இடம் பெயரத் தொடங்கியபோது, வழியில் அகப்பட்ட செவ்விந்தியர்களின் நிலங்களையெல்லாம் அபகரித்துக்கொள்ளத் தொடங்கினார்கள். அரசுத்தரப்பில் இதுவிஷயத்தில் மூச்சு பேச்சே கிடையாது. எப்போதுமே இருந்ததில்லை!

நிலமில்லாமல் துரத்தியடிக்கப்படும் செவ்விந்தியர்கள் வேறு இடம் பெயர்ந்து, போராடி கொஞ்சம் நிலம் பெற்று (அநேகமாக உழுவதற்கு உதவாத நிலங்கள் தான் அவை.) பாடுபடத் தொடங்குவார்கள். அந்தப் புதிய பூமி கொஞ்சம் போல் செழிப்பு காட்டத் தொடங்கியதும் மீண்டும் வந்து அபகரித்துக்கொண்டுவிடுவார்கள்.

இதனால் செவ்விந்தியர்களுக்கும் வெள்ளையர்களுக்கும்; செவ்விந்தியர்களுக்கும் அமெரிக்க ராணுவத்துக்கும் அடிக்கடி யுத்தங்கள் மூண்டன. யுத்தம் என்றால் காட்டுமிராண்டித்தனமான, மூர்க்கமான யுத்தம். செவ்விந்தியர்களின் ஆயுதபலம் அத்தனையொன்றும் சிலாகிக்கும்படி இருக்காது. புராதனமான வில், அம்பு ஆயுதங்களுடன் சில மட்டரக நாட்டுத் துப்பாக்கிகள் தான் வைத்திருப்பார்கள். ஆனால் வாழ்க்கை சார்ந்த போராட்டம் என்பதால் அவர்களது போரில் கடுமை மிகுதியாக இருக்கும்.

ஆனால் நவீன ஆயுதங்கள் கொண்ட அமெரிக்க ராணுவத்தின்முன் அவர்களால் ஒருபோதும் தாக்குப்பிடிக்கமுடிந்ததில்லை என்பது தான் பெரிய சோகம்.

ஒவ்வொரு போரிலும் பல்லாயிரக்கணக்கான செவ்விந்தியர்கள் இறந்துபோவார்கள். அவர்களது வசிப்பிடம் ராணுவத்தின் வசம் வந்து 'முறைப்படி' வெள்ளையர்களுக்கு வழங்கப்பட்டுவிடும். அல்லது அரசே எடுத்துக்கொண்டுவிடும். தப்பி ஓடிய செவ்விந்தியர்கள் வேறு இடம் பார்த்து செட்டில் ஆகி, மீண்டும்

போருக்குத் தயாராவதற்குள் இன்னும் பல்லாயிரம் ஏக்கர்கள் வெள்ளையர்களால் அபகரிக்கப்பட்டுவிடும்.

மேலோட்டமாகப் பார்த்தால் இது ஒரு வெறும் இடப்பிரச்னையாகத் தெரியலாம். ஆனால் இன்றைய அமெரிக்காவின் அத்தனை வளமும் அன்று செவ்விந்தியர்களிடமிருந்து அபகரித்த நிலங்களின் மூலமே உருவானவை. சரித்திரம் அடித்துக்கூறும் பேருண்மை இது!

*1874*ல் தெற்கு டகோட்டா பகுதியிலுள்ள *black hills* எனப்படும் மலைத்தொடரில் தங்கம் இருப்பது கண்டுபிடிக்கப்பட்டபோது அங்கிருந்த செவ்விந்தியர்களுக்கும் அரசுக்கும் மிகக்கொடூரமான சண்டை நடந்தது.

எருதுகளின்மீதும் குதிரைகளின்மீதும் ஏறி ஆயிரக்கணக்கான செவ்விந்தியர்கள் தம் நிலத்தைக் காக்கப் போரிடத் தொடங்கினார்கள். வேறு இடம், வேறு நிலம் தருவதாக ஒரு முறையாவது அரசு அவர்களுக்கு உத்தரவாதம் தந்திருக்குமானால் இந்தச் சண்டைகளே நிகழ்ந்திருக்காது.

ஆனால் எப்போதுமே மூன்றாம்பட்சமாக நடத்தப்பட்ட செவ்விந்தியர்கள் போராடியே இறக்கவேண்டியிருந்தது- எப்போதும்!

அந்தப் போரில் அமெரிக்க ராணுவ தளபதி லெப்டினண்ட் கலோனல் ஜார்ஜ் கஸ்டரை செவ்விந்தியர்கள் தோற்கடித்தார்கள் என்பது மிக முக்கியமான செய்தி. ஆனாலும் அந்த வெற்றிக்கெல்லாம் ஒரு அர்த்தமே இல்லை. அரசு இயந்திரத்தின் இரும்புப்பிடி இலேசுப்பட்டதா? அப்போதும் அவர்கள் நிலத்தை இழக்கவே வேண்டியிருந்தது!

கான்ஸாஸ், கொலராடோ, நியு மெக்ஸிகோ, டெக்ஸாஸ் எனப் பல இடங்களில் இதேபோன்ற போர்கள் நிகழ்ந்து லட்சக்கணக்கான செவ்விந்தியர்கள் அகதிகளாக ஓடத்தொடங்கினார்கள் - சொந்த தேசத்திலேயே. *1890*ல் தெற்கு டக்கோடாவில் மீண்டும் நடந்த ஒரு யுத்தத்தில் செவ்விந்தியர்கள் சரணடைந்த பிறகும் நூற்றுக்கணக்கானோரை வரிசையாக நிற்கவைத்துச் சுட்டுவீழ்த்தியது அமெரிக்க ராணுவம்.

அடிமைகளுக்கு ஆதரவாகப் பேசவாவது ஒரு ஆபிரகாம் லிங்கன் இருந்தார் அமெரிக்காவில். ஆனால் செவ்விந்தியர்களுக்கு அந்த ஒரு குரல் துணை கூடக் கிடையாது!

பத்தொன்பதாம் நூற்றாண்டின் இறுதி ஆண்டுகளில் ஆதிவாசிகள் சட்டம் என்று பல சட்டங்களை திடீர் திடீரென்று கொண்டுவந்தது அமெரிக்க அரசு. அத்தனை சட்டங்களையும் நிபந்தனையின்றி ஒப்புக்கொண்டால் அமெரிக்கக் குடியுரிமை என்று சொல்லி விட்டார்கள். என்னென்ன சட்டங்கள் என்று விவரிக்கவே வேண்டாம். எல்லாம் அண்டர்வேர் வரை உருவுகிற சட்டங்கள் தாம்.

ஒருவழியாக அமெரிக்காவெங்கும் பரவி வசித்த செவ்விந்தியர்கள் ஓடி ஓடி அலுத்து ஒட்டுமொத்தமாக 1880ம் வருஷத்திலிருந்து ஒக்லஹாமா பகுதிகளில் தஞ்சம் புகுந்தார்கள். அந்தப் பகுதி முழுவதுமே செவ்விந்தியர்களுக்குத் தான் சொந்தம் என்று அரசே அங்கீகரித்தும் இருந்தது.

ஆயினும் அந்த இடத்திலும் தமக்குப் பங்குவேண்டும் என்று குடியேற்றப் பிரகஸ்பதிகள் கேட்க ஆரம்பித்தார்கள். ஒரு ஏழெட்டு வருஷம் இந்த விஷயத்தில் கொஞ்சம் இழுபறி இருந்தது.

ஏப்ரல் 22, 1889ல் வெள்ளையர்களின் வேண்டுகோளை அமெரிக்க அரசு ஏற்றுக்கொண்டுவிட்டது. லட்சக்கணக்கான செவ்விந்தியக் குடும்பங்கள் ஒக்லஹாமா மாகாணத்திலிருந்து அடித்துத் துரத்தப்பட்டார்கள். பல மில்லியன் ஏக்கர் நிலத்தை வெள்ளையர்கள் அபகரிக்க அரசே கூட இருந்து ஒத்தாசை செய்தது. *The last land rush* என்று சரித்திரத்தில் வருணிக்கப்படும் இந்த நிகழ்ச்சியைப் போலொரு கொடூரம் உலகில் வேறெங்கும் நிகழ்ந்ததில்லை என்று இன்றுவரை சொல்லுகிறார்கள். நடந்த கலாட்டாவில் இறந்த செவ்விந்தியர்களின் பல்லாயிரக்கணக்கான உடல்கள் ஒக்லஹாமா வீதியெங்கும் பலதினங்கள் அப்படியே இருந்தனவாம். கழுகுகள் வட்டமிடும் நகரமாகிப்போனது ஒக்லஹாமா.

உலகில் வேறு எந்த ஒரு தேசமும் தன் வளர்ச்சிக்காகத் தன் மக்களையே பலி கொடுத்ததாகச் சரித்திரமில்லை. அமெரிக்காவில் மட்டும் எப்படி, ஏன் அது நிகழ்ந்ததென்றால்,

அமெரிக்காவின் பூர்வகுடிகளான செவ்விந்தியர்களை ஒரு எக்ஸ்டிரா ஃபிட்டிங்காகத்தான் அமெரிக்கர்கள் பார்த்தார்கள். அமெரிக்கர்கள் என்றால் வெள்ளை அமெரிக்கர்கள். தாம்தான் பிழைக்க வந்தோம், அவர்கள் தான் அந்த மண்ணின் மைந்தர்கள் என்கிற என்ணமே வெள்ளையர்கள் யாருக்கும் அரை மில்லிமீட்டர் கூடக் கிடையாது. தாம் உழைக்கிறோம், அதனால் தமக்குத் தான் பலன் என்பதே அவர்களது சித்தாந்தமாக இருந்தது.

அமெரிக்க அரசும் இந்த மனோபாவத்துக்கு ஆதரவு காட்டியதால் தான் அமெரிக்க செவ்விந்தியர்களின் வாழ்க்கை எப்போதும் ரத்தமும் கண்ணீரும் நிரம்பியதாகவே இருந்தது.

ஒரு குடும்பத்தைக் காப்பாற்ற ஒரு உறுப்பினரை இழக்கலாம். ஒரு கிராமத்தைக் காக்க ஒரு வீட்டை இழக்கலாம். ஒரு தேசத்தைக் காப்பாற்ற ஒரு கிராமத்தையோ நகரத்தையோ இழக்கலாம் என்று நமது நாட்டிலேயேகூட ஒரு புராதனக் கருத்து உண்டு. ஆனால் ஒருதேசம் தான் வளர, தன் பூர்வகுடி இனத்தையே அழிக்கலாம் என்று எந்த சாஸ்திரத்திலும் கிடையாது! ஆனால், அமெரிக்க சாஸ்திரம் அப்படித்தான் இசகுபிசகாக இருக்கும்!

இவ்வாறாக செவ்விந்தியர்களிடமிருந்து சர்வாதிகாரத்தனத்துடன் கைப்பற்றப்பட்ட பலமில்லியன் ஏக்கர் நிலங்கள் அமெரிக்காவின் தொழில்பூமியாகப் புதுப்பரிமாணம் பெறத்தொடங்கின. (எல்லாவற்றையும் கைப்பற்றிக்கொண்டபிறகு 1901ல் செவ்விந்தியர்களுக்கு முறைப்படி 'அமெரிக்கக் குடியுரிமை' வழங்கிவிட்டார்கள்!) மற்றொருபுறம், அக்கம்பக்கத்து காலனி நாடுகளின் குட்டிப் பிரதேசங்களை வளைத்துப் போடும் பணியும் முழுவேகத்தில் நடைபெற்றன. ரஷ்யாவிடமிருந்து அலாஸ்காவை விலைகொடுத்து வாங்கிவிட்டார்கள். டெக்ஸாஸை வளைத்துப்போட்டிருந்த மெக்ஸிகன்அரசைஅடித்துத்துரத்திவிட்டு அதையும் ஐக்கிய அமெரிக்காவுடன் இணைத்துக்கொண்டார்கள். இந்தமாதிரி தேசமெங்கும் மூலை முடுக்குகளிலிருந்த அந்நிய குடியிருப்புகளையும் இணைத்துக்கொண்டதில், அமெரிக்காவின் உடம்பு அழகாக ஊதிப்போய்விட்டது!

காலனிகளின் பூமியாக இருந்த வட அமெரிக்கா, ஒரே தேசமாக உருப்பெற்று, தம் அடிப்படைப் பிரச்னைகளைக்களைந்துகொண்டு,

புதிய பொலிவுடன் முன்னேறத்தொடங்கியது. பொருளாதார ரீதியில் மேலும் அத்தேசம் வளம்பெற இன்னொரு காரணமாகப் பல போர்களும் பக்கவாட்டில் உதவிபுரியத் தொடங்கின.

அட, போர்களுக்கும் பொருளாதார வளர்ச்சிக்கும் என்ன சம்பந்தம்?

நிறையவே இருக்கிறது. நிதானமாகப் பார்க்கலாம். அதற்குமுன்னால் ஒயிட் ஹவுஸில் ஆண்ட்ரூ ஜான்ஸனை அம்போ என்று விட்டுவிட்டு வந்தோமல்லவா? அவரை வீட்டுக்கு அனுப்பிவிட்டு அடுத்த ஆசாமி யாரோ வந்திருக்கிறார்கள். கொஞ்சம் அந்தப் பக்கம் போய்ப் பார்த்துவிட்டு வரலாம்!

23. ஜான்சன் பட்ட பாடு

இந்த, இருதலைக்கொள்ளி எறும்பு என்பார்களே, யாராவது பார்த்திருக்கிறீர்களா? அந்த உவமை மட்டும்தான் ஃபேமஸே தவிர அப்படியொரு எறும்பைப் பார்த்திருக்க வாய்ப்பில்லை. ஆனால், அதற்கு ஒரு உதாரணம் கொடுக்கவேண்டுமென்றால் அமெரிக்காவின் பதினேழாவது அதிபர் ஆண்ட்ரூ ஜான்ஸனைத் தயங்காமல் சொல்லலாம். அருமையான வெள்ளைமாளிகை சுகங்கள் எதையும் அவரால் ஒரு நாள் கூட அனுபவிக்க முடிந்ததில்லை. ஒரு தேசத்தின் முதல் குடிமகன் என்று ஒரு விநாடி நிலைக்கண்ணாடி முன் நின்று தனக்குத்தானே பெருமைப்பட்டுக்கொள்ளக்கூட முடிந்ததில்லை. கீழே இருக்கிற அமைச்சர்கள், அதிகாரிகள், பார்லிமெண்ட் உறுப்பினர்களில் யாராவது எப்போதாவது ஒரு மரியாதைக்கு சொல்பேச்சு கேட்பார்களா என்றால், ம்ஹூம். வாய்ப்பே இல்லை.

எப்படியோஒருநாலுவருஷம்அவரும்பதவியில்இருந்துகாலத்தைக் கொன்றாரே தவிர, மனுஷன் தானும் சந்தோஷப்படவில்லை. மற்றவர்களுக்கும் சந்தோஷம் கொடுக்கவில்லை. அப்படியொரு பிறவி அது.

இத்தனைக்கும் லிங்கனின் மதிப்புக்குரிய முதல்வரிசைச் சகா. ஃப்ளூக்கில் அரசியல்வாதியானவர் இல்லை. அடிபட்டு, அடிபட்டு, படிப்படியாக முன்னுக்கு வந்தவர் தான். வட அமெரிக்காவின் வடக்கு கரோலினா மாகாணத்தில் ராலெ என்கிற நகரில் *1808*ம் வருஷம் பிறந்தவர் ஜான்ஸன். ரொம்ப சாதாரண குடும்பம். பையனைப் பெரிதாகப் படிக்கவைக்கவெல்லாம் அவரது வீட்டில் வசதி போதாது. ஆகவே ஜான்ஸன் தன் 'பொதுவாழ்க்கையை' ஒரு டெய்லராக ஆரம்பித்தார். பின்னால் கல்யாணம் ஆனபிறகு மனைவியிடம்தான் முறையாகக் கல்வி கற்கத் தொடங்கினார்!

படிப்புதான் போதாதே தவிர ஜான்ஸனிடம் இளம் வயதிலேயே நல்ல பேச்சுத் திறமையும் அரசியல் ஈடுபாடும் இருந்தது. ஒண்ணும் ஒண்ணும் மூணாகவா இருக்கமுடியும்? ஆகவே ஒரு முகூர்த்தநாள் பார்த்து ஜான்ஸன் டெமாக்ரடிக் கட்சியில் சேர்ந்து, அரசியல்வாதியாகிவிட்டார். டென்னஸி மாகாணத்தின்

க்ரீன்வில்லி நகர ஆட்சிமன்றத்தின் மேயரானது தான் ஜான்சனின் முதல் பதவிப்பிரவேசம். பிறகு 1830ல் சட்டமன்ற உறுப்பினர் ஆனார்.

சிறு விவசாயிகளின் நலனில் மேல் அவர் காட்டிய அக்கறை, ஈடுபாடு மற்றும் அடிப்படை வசதிகள் இல்லாத மக்களுக்குக் கல்வி அளிக்க முனைப்புக் காட்டியது - இந்த இரண்டும் தான் ஜான்சனை நேரடியாக அமெரிக்கப் பாராளுமன்றத்துக்கு அழைத்துப் போன விஷயங்கள்.

ஆனால் லிங்கனுக்கு அவரை ரொம்பப் பிடித்துப் போனதற்கு இவையெல்லாவற்றைக்காட்டிலும் இன்னொரு பிரமாதமான காரணம் உண்டு. எல்லா தென் மாகாண அரசியல்வாதிகளும் அடிமை ஒழிப்பை எதிர்த்துக்கொண்டிருந்தபோது, அந்தப் பிராந்தியத்திலிருந்து லிங்கனை ஆதரித்து வந்த ஒரே குரல் ஜான்சனுடையது தான்.

ஒட்டுமொத்த அமெரிக்காவுமே அந்தவிஷயத்தில் அப்போது (1861) ஜான்சனை ஆச்சர்யமாகத்தான் பார்த்தது. என்ன ஒரு நெஞ்சுரம் இந்த மனுஷனுக்கு! வீடு புகுந்து பொலி போட்டுவிடுவார்கள் என்று தெரிந்தும் இப்படி தெற்கில் உட்கார்ந்துகொண்டு லிங்கனை சப்போர்ட் பண்ணுகிறாரே என்று வியந்தார்கள்.

லிங்கன் அவரை டென்னஸியின் ராணுவ கவர்னராக நியமித்தார். உள்நாட்டு யுத்த சமயம் அந்தப் பிராந்தியத்தில் அதிக கசமுசாக்கள் நிகழாதவண்ணம் வெகு கவனமாகப் பார்த்துக்கொண்டு தன் பேரைக் காப்பாற்றிக்கொண்டார் ஜான்சன். போர் முடிவதற்கு முன்பே அங்கே சிவில் அரசு செயல்படவும் காரணமாகவும் இருந்தார்.

இதையெல்லாம் பார்த்துத்தான் 1864 எலக்ஷனில் லிங்கன் அவருக்கு தேர்தல் டிக்கெட் கொடுத்துத் தன் ரன்னிங்மெட்டாக்கி, வெற்றிபெறவைத்து பக்கத்தில் கூப்பிட்டு உட்காரவைத்தார். ஆனால் போர் முடிந்த அஞ்சாவது நாளே லிங்கன் படுகொலை செய்யப்பட்டுவிட்டதால் ஜான்சனே சற்றும் எதிர்பாராதவகையில் அதிபர் நாற்காலி கிடைத்துவிட்டது.

என்ன பண்ணுவது? ஜான்சன் கெட்டிக்காரர் தான். ஆனாலும் அமெரிக்கா மாதிரி யான ஒரு மாபெரும் ஜனநாயக தேசத்தின்

அதிபராக நீடிக்கிற அளவுக்கு அவருக்கு கெட்டிக்காரத்தனம் போதவில்லை. தென் மாகாணங்கள் விஷயத்தில் அவருக்கு இயல்பானதொரு ஸாஃப்ட் கார்னர் இருந்தது மிக வெளிப்படையாகத் தெரிந்தது. இது மெஜாரிடிக்களான வடவர்கள் எரிச்சலடையப் போதுமானதாயிருந்தது.

அந்த கருப்பர்களுக்கான தனிச்சட்ட விவகாரத்தில் ஜான்சன் வாழைப்பழமாக இருந்தது தான் ஒட்டுமொத்த தேசமும் அவர் மீது கடுப்படிக்க ஆரம்பக் காரணமாயிருந்தது. என்ன பாடுபட்டு அடிமைகளுக்கு சுதந்தரம் பெற்றுத்தந்திருக்கிறோம்? இந்த மனுஷன் இப்படி தெற்கு மாநிலங்கள் என்ன செய்தாலும் கண்டுகொள்ளாமலிருக்கிறாரே என்று தான் அவரைக் கடித்துப் பிராண்ட ஆரம்பித்தார்கள்.

அவரது புனரமைப்புத் திட்டங்களெல்லாம் இந்தக் கருப்பர் பிரச்னையால் தவிடுபொடியாயின. அதிபர் பேரைச் சொன்னாலே மக்கள் வெறுப்பை உமிழத் தொடங்கும் அளவுக்கு நிலைமை மோசமானது.

மக்கள் மத்தியிலேயே இப்படி என்றால் அரசியல்வாதிகள் என்ன செய்திருப்பார்கள் என்று சொல்லவேண்டுமா என்ன? காய்ச்சிவிட்டார்கள், காய்ச்சி.

ஒரு கட்டத்தில் அதிபர் உத்தரவிட்ட விஷயங்களையெல்லாம் காங்கிரஸ் டிஸ்மிஸ் பண்ணுகிற அளவுக்கு நிலைமை இசகுபிசகாகிவிட்டது. எந்த அதிகாரியையும் பதவியில் அமர்த்தவோ, நீக்கவோ கூட அதிபருக்கு உரிமையில்லை என்று காங்கிரஸ் தீர்மானித்து அறிவித்துவிட்டது. ஒரு வரியில் சொல்லுவதென்றால் பொம்மை அதிபராக உட்கார்ந்திருக்கவேண்டிய சூழ்நிலை.

1867 ஆகஸ்டு மாதம் அது நிகழ்ந்தது. ராணுவ செகரட்டரி ஸ்டேண்டன் அவசர அவசரமாக அதிபரைப் பார்க்க வந்தார். ஒரு தலைபோகிற மேட்டர் அவர் வைத்திருந்தார். தலை போகிற என்றால் நிஜமாகவே தலைபோகிற விஷயம் தான் அது.

தென் மாநிலங்களில் போர் முடிந்ததும் ராணுவ கவர்னர்கள் தான் அப்போது அரசின் பிரதிநிதிகளாக ஆட்சியைப் பார்த்துக் கொண்டிருந்தார்கள். முறைப்படி அவர்களுக்கு அதிபரிடமிருந்து

உத்தரவுகள் போய்க்கொண்டும், அவர்கள் நேரடியாக அதிபரிடம் ரிப்போர்ட் செய்துகொண்டும் இருந்தார்கள்.

"மரியாதைக்குரிய பிரசிடெண்டுக்கு இவ்விஷயத்தில் ஒரு சிறு மாறுதல் ஏற்பட்டிருப்பதைத் தெரிவிப்பதற்காக வந்திருக்கிறேன்" என்றார் ஸ்டேண்டன்.

"என்ன அது?"

"இனிமேல் ராணுவ கவர்னர்கள் நேரடியாக காங்கிரசுக்கு ரிப்போர்ட் பண்ணுவார்கள். அதிபருக்கு ரிப்போர்ட் பண்ன அவசியமில்லை என்று முடிவாகியிருக்கிறது"

முடிவாகியிருக்கிறது! யார் முடிவு அது? அவ்வளவுதான். பற்றிக்கொண்டு வந்துவிட்டது ஜான்சனுக்கு. ஸ்டேண்டனைப் பிடித்து ஏறு ஏறு என்று ஏற ஆரம்பித்தார். சட்டரீதியில் அவரை ஒரு வழி பண்ணிவிட அவர் முனைந்தபோது அமெரிக்க பாராளுமன்றம் அவர்மீது நம்பிக்கையில்லை என்று சொல்லிவிட்டது.

அதிபரைப் பதவிநீக்கம் செய்யவும் ஏற்பாடுகள் நடக்க ஆரம்பித்தன. கடைசி நேரத்தில் ஏழு ரிபப்ளிகன் எம்பிக்கள் கட்சிமாறி அதிபரை ஆதரித்ததன் விளைவாக ஒரு ஓட்டில் பதவி பிழைத்தார் ஜான்சன். (ஏழுபேர் கட்சி மாறிவந்தும் ஒரு ஓட்டில் தான் பிழைத்தார் என்னும்போது சொந்தக்கட்சியில் அவர் பலம் என்ன என்று சொல்லவே வேண்டாம் அல்லவா?)

தமது பதவிக்காலம் முழுக்க எல்லாராலும் வெறுக்கப்பட்ட அதிபராகவே இருந்து தீர்த்தார் அண்ட்ரூ ஜான்சன். ஒரு தோற்கடிக்கப்பட்ட அதிபராகத்தான் அவர் இறுதியில் வீட்டுக்குப் போனார். எதற்காகவாவது அவரைப் பாராட்டியே ஆகவேண்டுமென்றால் இரண்டு விஷயங்களைச் சொல்லலாம்.

ரஷ்யாவிடமிருந்து அலாஸ்காவை வாங்கியது அவரது ஒரு சாதனை. மெக்சிகோவிலிருந்து பிரெஞ்சுப் படைகளைத் துரத்த உதவியது ரெண்டாவது.

ஒரு விஷயம் ரொம்பக் காமெடியானது. அதிபர் பதவியிலிருந்து ஜான்சன் விடைபெற்றுப் புறப்பட்டுப் போனதுடன் அவரை மறந்துவிடலாம் என்று எல்லாரும் முடிவு செய்துவிட்டார்கள்.

விடுவேனா பார் என்று, தான் இறப்பதற்குக் கொஞ்சநாள் முன்னால் நடந்த செனட் தேர்தலில் மீண்டும் நின்று ஒரு செனட்டராகி, பதவியுடனே தான் பரலோகம் போய்ச் சேர்ந்தார்! (ஜூலை 31 1875)

1869ம் வருஷம் அமெரிக்கா தனது பதினெட்டாவது அதிபர் யார் என்று அறியவும் தேர்ந்தெடுக்கவும் மிகவும் ஆர்வம் கொண்டிருந்தது. ஜான்சன் காலத்துக் கசப்புகளைத் திரும்ப நினைத்துப் பார்க்கக் கூட யாரும் விரும்பவில்லை. பிரச்னையில்லாத ஆட்சி; சீரான வளர்ச்சிப் பணிகள் . இந்த இரண்டுக்கும் உத்தரவாதம் கொடுக்கக் கூடிய ஒரு ஆசாமிதான் அதிபராக வரவேண்டும்.

இருப்பதோ இரண்டு பெரிய கட்சிகள் தான். டெமாக்ரடிக் கட்சி ஒன்று. ரிபப்ளிகன் கட்சி ஒன்று. இரண்டு கட்சிகளுக்குமே இந்தத் தேர்தல் பெரிய சவாலாகத்தான் இருக்கவேண்டும் என்று எல்லாரும் நினைத்தார்கள். ஏனென்றால் யாரை வேட்பாளராக நிறுத்தினாலும் இந்தமுறை மக்கள் மிகவும் யோசிப்பார்கள். ஜான்சன் நடத்திய காமெடி கலந்த டிராஜிடி டிராக்கை ஒதுக்கிவிட்டுப் பார்த்தால் ஒட்டுமொத்த அமெரிக்காவும் லிங்கனின் நினைவாகவே அப்போதும் இருந்தது. அவரது பிரதிபிம்பம் போல ஒருத்தர் ஆட்சிக்கு வந்தால் தான் தேசம் உருப்படும் என்று நினைத்தார்கள்.

மக்களின் இந்த உணர்ச்சியை நன்கு புரிந்துகொண்ட இரு கட்சிகளுமே தமது வேட்பாளர் தேர்வில் வழக்கத்தைவிடக் கூடுதல் கவனம் செலுத்தத் தொடங்கின.

அதிர்ஷ்டம் அம்முறை ரிபப்ளிகன் கட்சிக்குத் தான் அடித்தது. அக்கட்சியின் வேட்பாளராக அந்தத் தேர்தலில் களத்தில் நின்றவரை நாம் ஏற்கெனவே வேறொரு களத்தில் பார்த்திருக்கிறோம்.

ஞாபகமிருக்கிறதா? போர்க்களம்! உள்நாட்டுப் போரின் சமயம் யூனியன் படைகளை வழிநடத்தி வெற்றிபெறச் செய்த தளபதி யுலிசிஸ் கிராண்ட்!

அவர் அப்போது ராணுவத்திலிருந்து அரசியலுக்குக் கட்சி மாறியிருந்தார். ரிபப்ளிகன் கட்சி. லிங்கனின் ரிபப்ளிகன் பார்ட்டி என்று சொல்லவேண்டும். அந்தப் பேர் தான் அப்போது எடுபடுகிற ஒரே விஷயமாயிருந்தது.

நாலுவருஷ காலம் ஜான்சன் படுத்திய பாட்டிலிருந்து உடனடியாக விடுதலை என்கிற உணர்வை அழுத்தமாக ஏற்படுத்தினாலொழிய தாம் ஆட்சியில் நிம்மதியாக உட்காருவது கஷ்டம் என்று நன்கு புரிந்துகொண்டே வெள்ளை மாளிகைக்குள் காலெடுத்து வைத்தார் க்ராண்ட்.

தனது பதினெட்டாவது அதிபரை வரவேற்க வெள்ளை மாளிகை புதுப்பொலிவு பூண்டு காத்திருந்தது. பட்டாசுகள் வெடித்தன. மத்தாப்புகள் சிரித்தன. ராணுவம் அணத்து வணங்கியது. அதோ அதிபர் வந்துகொண்டிருக்கிறார்....

அமெரிக்க மக்கள் தம் புதிய அதிபரைப் பார்த்துக்கொண்டிருக்கிறார்கள். நாம் முன்பொரு சமயம் வெள்ளை மாளிகையின் வாசலோடு அவசரமாகத் திரும்பிவிட நேர்ந்ததல்லவா? இப்போது உள்ளே போய் சுற்றிப்பார்க்க ஒரு சந்தர்ப்பம் கிடைத்திருக்கிறது. அதிபர் அங்கே குடித்தனம் புகுமுன் நாம் அந்த காரியத்தை முடித்துவிடலாம், வாருங்கள்.

24. வெள்ளையும் கருப்பும்

அதிபர் என்று ஒருத்தர் இருந்தால் அவர் தங்கவும் உத்தியோக காரியங்கள் பார்க்கவும் ஒரு மாளிகை இருப்பது என்ன பெரிய விஷயம்! எந்த நாட்டில் தான் இல்லை? ஒயிட் ஹவுஸுக்கு அப்படியென்ன ஒரு வெயிட் மவுசு?

இந்தக் கேள்வி பலருக்கு எழலாம். எழவேண்டும். ஆனால் ஒன்று யோசித்துப் பாருங்கள். நமக்கு பாகிஸ்தானின் அதிபர் மாளிகை பற்றி எதாவது தெரியுமா? அதன் பேர் தெரியுமா? ரஷ்யாவில் புதின் எங்கே வசிக்கிறார், அந்த ஊர் அதிபர் மாளிகை என்ன கலர் என்று யாருக்கேனும் தெரியுமா? ஒரு ரெண்டுமணிநேரம் பயணம் செய்தால் பங்களாதேஷுக்கும் ஸ்ரீலங்காவுக்கும் போய்விடலாம். அத்தனை அருகில் இருக்கிற நாடுகள் தான். யாருக்காவது அந்த ஊர் அதிபர் மாளிகை பற்றித்தெரியுமா? அட, நம்மூர் ராஷ்டிரபதி பவனையே குடியரசு தின அணிவகுப்பின் போது டிவியில் தூரக்க இருந்து பார்ப்பது தானே? உள்ளே என்னென்ன சங்கதிகள் உண்டு என்று எத்தனைபேருக்குத் தெரியும்?

ஆனால் உலகம் முழுக்க வசிப்பவர்களுக்கு ஒயிட் ஹவுஸைத் தெரியும்!

அதென்ன அமெரிக்க அதிபர் மாளிகை மட்டும் அத்தனை ஃபேமஸ்?

காரணம், ஆரம்ப காலம் முதலே அமெரிக்கா, ஒயிட் ஹவுஸைத் தனது ஜனநாயகத்தின் சின்னமாக, ஒரு கோயில் மாதிரியான புனிதத்துடன் வெளி உலகத்துக்கு அறிமுகப்படுத்தி வந்திருப்பது தான். அது திட்டமிட்ட பிரசாரம். அதிபர் ஒரு அறிக்கை விட்டார் என்றால், அதிபரின் அறிக்கை என்று சொல்லமாட்டார்கள். முதலில் ஒயிட் ஹவுசிலிருந்து ஒரு அறிக்கை என்று தான் சொல்லுவார்கள். அறிக்கை தந்தது அதிபரா, அவரது சமையல்காரனா, யாராவது செகரட்டரியா என்பதெல்லாம் அடுத்த வரியில் தான் வரும். அதிபர்கள் வருவார்கள், போவார்கள். வெள்ளைமாளிகை அப்படியே தான் இருக்கும். அது இருக்கும்வரை அமெரிக்காவில் ஜனநாயகமும் தழைத்து இருக்கும் என்று பெருமையுடன் சொல்லிக்கொள்வது அமெரிக்கன் ஸ்டைல்.

அது நிற்க. இந்த வெள்ளை மாளிகைக்கு வித்திட்டவர் ஜனநாயக அமெரிக்காவின் தந்தையான ஜார்ஜ் வாஷிங்டன். ஆனால் பாவம், அவருக்குத் தான் அங்கு வசிக்கக் கொடுத்துவைக்கவில்லை. அல்லது, தன்னை உருவாக்கிய சிற்பியை ஒரு ராத்திரி தங்கவைத்து சந்தோஷப்படுத்த அந்த மாளிகைக்குக் கொடுத்துவைக்கவில்லை.

1790வது வருஷம் ஜார்ஜ் வாஷிங்டன் தேசத்தை ஜனநாயக செங்கல் கொண்டு கட்டத் தொடங்கிய காலகட்டத்தில், தேசத்தின் தலைநகரம் போடோமேக் நதியைச் சுற்றி பத்து சதுர மைல் பரப்புக்குள் அமையும் என்று சொன்னார். பியர் லெ'என்பண்ட் (Pierre L'enfant) என்கிற நகர கட்டுமானக் கலைஞருடன் உட்கார்ந்து பேசி, தலைநகரை வடிவமைத்துக்கொண்டிருந்தார் அவர். அப்போது அவர் தீர்மானித்த இடம் தான் 1600, பென்சில்வேனியா அவென்யு என்கிற இன்றைய ஒயிட் ஹவுஸ் இருக்கிற இடம்.

எல்லா அலுவலகங்களையும் முக்கிய இடங்களையும் கட்டுவிக்க உரிய ஆட்களைத் தேர்ந்தெடுத்துக்கொண்டிருந்தார்கள். அதிபர் மாளிகையை வடிவமைக்கத்தான் கடும் போட்டி ஏற்பட்டது. ஏராளமானகட்டிடக்கலைவல்லுநர்கள்தம்கற்பனையையெல்லாம் கொட்டி நூற்றுக்கணக்கான டிசைன்களைத் தயார் செய்து கொடுத்தார்கள். இறுதிச் சுற்றில் ஒன்பது ப்ளூ ப்ரிண்டுகள் தேர்ந்தெடுக்கப்பட்டு அதிலிருந்து ஒரு மாடலைத் தேர்வு செய்தார் வாஷிங்டன்.

ஜேம்ஸ் ஹாபன் (James Hoban) என்கிற ஐரிஷ் நாட்டுக் கட்டட நிபுணரின் டிசைன் அது. அவருக்கு ஒரு தங்கமெடல் கூடக் கொடுத்தார்கள், அந்த டிசைனுக்காக.

1792 அக்டோபரில் அடிக்கல் நாட்டினார்கள். சரியாக எட்டுவருஷம் ஆனது கட்டிமுடிக்க. ஜான் ஆடம்ஸ் தான் முதல் முதலில் கிரகப்பிரவேசம் செய்தார். அன்று தொடங்கி ஒவ்வொரு அதிபரும் தம் விருப்பத்துக்கேற்ப வெள்ளை மாளிகையில் இன்றுவரை நூற்றுக்கணக்கான மாறுதல்களைச் செய்துவந்திருக்கிறார்கள். அது அவர்களின் உரிமை.

ஜனநாயகத்தின் சின்னம் என்று அமெரிக்கர்கள் சொன்னாலும் அது அதிபரின் வீடு. அதுவும் உலகிலேயே எந்தத் தடையும் இல்லாமல்

பொதுமக்கள் நுழைந்து (டிக்கெட் ஏதும் கிடையாது) சுற்றிப்பார்க்கக் கூடிய ஒரே அதிபர் வீடு அது தான். (போர்க்காலங்கள் நீங்கலாக.)

1814லிலும் 1929லுமாக இரண்டுமுறை வெள்ளைமாளிகையில் தீவிபத்து ஏற்பட்டிருக்கிறது. 1814ல் ஏற்பட்டது விபத்தல்ல. பிரிட்டிஷ் தாக்குதலின் விளைவாக உண்டான நாசம் அது. (ஏற்கெனவே பார்த்திருக்கிறோம். மேடிசனின் மனைவி அந்த அசம்பாவித சமயத்தில்தான் வாஷிங்டனின் ஓவியத்துடன் தப்பித்து வெளியேறினார்.) இரண்டு சந்தர்ப்பங்களின்போதும் உடனடியாக இடிபாடுகள் சரிசெய்யப்பட்டு பழைய பொலிவுக்கே மீண்டும் கொண்டுவந்துவிட்டார்கள். முதலில் கட்டியபோது இருந்த 132 அறைகள், 35 பாத்ரூம்கள், 412 கதவுகள், 147 ஜன்னல்கள், 28 கணப்புக் குழிகள் (குளிர் கொட்டிக்கொண்டு போய்விடுமய்யா.) 3 எலிவேட்டர்கள் இவற்றிலெல்லாம் எப்போதும் கூடுதல் குறைச்சலே கிடையாது. அவ்வப்போதைய அதிபர்கள் (அதாவது அவர்களது மனைவிகள்) தம் இஷ்டத்துக்கு டிசைனையும் அலங்காரங்களையும் மட்டுமே மாற்றிக்கொள்வார்கள்.

வெள்ளைமாளிகையின் ஸ்பெஷாலிடி, ஆடம்பரமல்ல; அதன் அசகாய உயரம். ஒவ்வொரு அறையும் ஹோவென்று நம்மூர் ராமேஸ்வரம் கோயில் பிராகாரம் மாதிரி இருக்கும். பிரும்மாண்டம் என்பது தோற்றத்தில் இருக்கிறது என்பது அமெரிக்க சித்தாந்தம். அது ஆளாயிருந்தாலும் சரி, கட்டடமாயிருந்தாலும் சரி.

உள்ளே நுழைந்ததும் வரவேற்கும் பிரும்மாண்டமான புல்வெளி. நடப்பதே சுகம் என்று நினைக்கவைக்கிற பாதைகள். பளிச்சென்று டென்னிஸ் கோர்ட். பளிங்கென ஸ்விம்மிங் பூல். இங்கே ஒரு தியேட்டர். அதிபர் சினிமா பார்ப்பதற்கு. அங்கே ஒரு ப்ளே கிரவுண்டு. இன்னும் நடந்து, படியேறினால் காரிடார். வரிசை வரிசையாக அறைகள், அறைகள். அது ஆபீஸ் ரூம். இது அதிபர் ரூம். பச்சை, நீலம், சிவப்பு வண்ணங்களின் பெயர்களால் குறிப்பிடப்படுகிற அறைகள். எப்போதும் யாராவது வெளிதேசத்துப் பிரமுகர்களும் அதிபர்களும் பிரதமர்களும் வந்தபடியே தான் இருப்பார்கள். விருந்து எப்போதும் அமர்க்களமாகத்தான் இருந்தாக வேண்டும்.

வெள்ளை மாளிகையில் ஐந்து தலைமை செஃப்கள் இருக்கிறார்கள். (எப்போதுமே) தினம் இருபத்திநாலு மணிநேரமும் வாரத்துக்கு

ஏழு நாட்களும் மாதம் முப்பது தினங்களும் வருஷம் முன்னூற்று அறுபத்தைந்து நாட்களும் 140 விருந்தாளிகளுக்கான மூன்றுவேளை விருந்து அங்கே தயார். அதென்ன 140 என்று கேட்கக் கூடாது. அப்படித்தான் வைத்திருக்கிறார்கள். 140 விருந்தாளிகள் என்றால், அவர்களின் பரிவாரம் சுமார் 1000 பேருக்கும் சேர்த்து.

இந்த நியதியெல்லாம் ஆரம்பகாலம் தொட்டே இருந்துவருவது. ஆனால் பெயர் தான் ரொம்ப நாளைக்கு இழுபறியாகவே இருந்திருக்கிறது.

முதலில் 'பிரசிடெண்ட் ஹவுஸ்' என்று அதைக் குறிப்பிட்டார்கள். அப்புறம் கொஞ்ச நாளைக்கு 'எக்ஸிக்யுட்டிவ் மேன்ஷன்' என்று அழைத்தார்கள். இன்னும் என்னென்னவோ சொல்லிப் பார்த்தார்கள். தியோடர் ரூஸ்வெல்ட் வந்தப்புறம் தான் இந்த வெள்ளை மாளிகை என்கிற பெயர் (1901ல்) அறிவிக்கப்பட்டு நிலைத்தது. வெள்ளையாக இருப்பதால் வெள்ளை மாளிகை. வெளிப்படையான நிர்வாகம் என்று சொல்லிக்கொள்வதாலும் வெள்ளை மாளிகை. தீர்ந்தது விஷயம்.

இத்தனை பேசும்போது வெள்ளை மாளிகைக்கு அடிக்க எவ்வளவு வெள்ளை பெயிண்ட் பிடிக்கும் என்று தெரிந்துகொள்ளாமல் இருக்கலாமா? வெளிப்புறம் மட்டும் தான் அங்கே வெள்ளை பெயிண்ட். உள்ளே அறைக்கு அறை பல வர்ணங்கள் உண்டு. அந்த வெளிச் சுற்றுக்கு மட்டும் ஒருமுறை பெயிண்ட் அடிக்க மொத்தம் 570 காலன் பெயிண்ட் வேண்டியிருக்கும்!

வெள்ளை மாளிகையில் ஒரு ஈ புகுந்தாலும் செய்தி. அங்கிருந்து ஒரு எறும்பு வெளியே வந்தாலும் செய்தி. இது மிகையல்ல. அமெரிக்கர்களைப் பொறுத்தவரை தினசரி பேப்பரை விரித்தால் முதலில் ஒயிட் ஹவுஸ் நியூஸைத் தான் தேடுவார்கள். அது அவர்களின் ரத்தத்தில் ஊறிய சுபாவம்.

இதனால் தான் அங்கே நடைபெறும் மிகச்சாதாரண விஷயங்களைக் கூட சரித்திரப் புஸ்தகங்களில் வெளியிட்டுவிடுகிறார்கள்.

உதாரணமாக ஜான் டெய்லர் என்கிற அதிபர் (பத்தாவது அதிபர். 1841-1845) காலத்தில் அமெரிக்காவில் கேமரா புழக்கத்துக்கு வந்தது. அதிபர் தம் குடும்பத்துடன் ஒரு போட்டோ எடுத்துக்கொண்டார்.

இதை உடனே சரித்திரத்தில் ஏற்றிவிட்டார்கள். ஜான் டெய்லரின் சாதனைகள் என்ன என்று தேடினால் வெள்ளை மாளிகையில் முதல் முதலில் போட்டோ எடுத்துக்கொண்டது தான் முந்திரிக்கொட்டை மாதிரி முன்னால் வந்து நிற்கிறது!

இதே மாதிரி வெள்ளை மாளிகை வளாகத்தில் முதல் முதலில் எஞ்சின் வைத்த காரில் பயணம் செய்தவர் ரூஸ்வெல்ட், முதல்முதலாக ஜீசஸ் க்ரைஸ்டுடன் நேரடியாகப் பேசிய அதிபர் ரீகன் (!), முதல்முதலாக வெள்ளை மாளிகையில் வசிக்கும்போது மனநிலை பாதிக்கப்பட்ட அதிபர் (ஜிம்மி கார்ட்டர்), என்று அடுக்கடுக்காக வெள்ளை மாளிகையை முன்வைத்து செய்திகளைச் சரித்திரமாகப் பரப்பிவிடுகிறது அமெரிக்க மீடியா.

கொஞ்சநாள் முன்பு நம்மூரில் ரஜினிகாந்த் நின்றால், நடந்தால், கிடந்தால், பேசினால், சிரித்தால் எப்படியெல்லாம் செய்தியானதோ அப்படி. ஆனால் வெள்ளை மாளிகைச் செய்திகள் என்பவை ஏதோ ஒரு காலகட்டத்தில் மட்டும் உற்பத்தியானவை அல்ல. எப்போதும். தினசரி. இன்னும் சொல்லப் போனால் மணிக்கொருதரம்.

வெள்ளை மாளிகைக்குள்ளே என்ன நடக்கிறது, என்ன உட்கார்ந்து கொண்டிருக்கிறது என்பதை உலகுக்குத் தெரிவிக்க அங்கிருந்து பிரத்தியேகமாக ஒரு வெப்சைட்டே நடத்துகிறார்கள். இலவசமாக நியூஸ் லெட்டர் தினசரி அனுப்புகிறார்கள். போட்டோ வேண்டுமா, போட்டோ. செய்தி வேண்டுமா, செய்தி. துணுக்கு வேண்டுமா, துணுக்கு.

அமெரிக்கர்களுக்கு ஒயிட் ஹவுஸைப் பற்றிப் பேசிக் கொண்டிருப்பது ஒரு தீராத விருப்பம். இனி பேச அங்கே ஒன்றுமில்லை என்கிற அளவுக்கு எப்போதாவது செய்திப்பஞ்சம் வந்தால் கூட.

ஆனால் இந்த 'வெளிப்படையான வெள்ளைமாளிகை' என்பது ஒரு மாயாஜாலம். யாருமே சுற்றிப்பார்த்திராத, ஏன், கற்பனையில் கூட நினைக்கமுடியாத மறைவுப் பிரதேசங்கள் நிறைய உண்டு அங்கே. எங்கே என்ன நடந்தாலும் மூக்கு வேர்க்கும் அமெரிக்க மீடியாவுக்கே இன்னும் அகப்படாத மர்மங்கள் உண்டு. வெள்ளை மாளிகையின் ஆயிரக்கணக்கான ஊழியர்களுக்கே தெரியாத

பிரதேசங்கள் உண்டு. அதிகாரிகள் அறியாத சுரங்கங்கள் உண்டு. அமெரிக்க அதிபரின் பர்சனல் அறையின் அட்டாச்டு பாத்ரூமில் கூட ரகசிய கேமரா உண்டு என்பார்கள். ஆனால், கேமரா வெளிச்சமல்ல; ஒரு கேண்டில் லைட் வெளிச்சம் கூட எட்டிப்பார்த்திராத மர்மங்கள் நிறையவே உண்டு!

அந்த மர்மங்களெல்லாம் அதிபர்களைக் காட்டிலும் அவரவர் மனைவிமார்களுக்கே அதிகம் அத்துபடி. உண்மையில் வெள்ளை மாளிகையைப் பொறுத்தவரை, தேசத்தின் முதல் பெண்மணிகளாக அங்கே நாலு வருஷத்துக்கொருதரம் அடியெடுத்து வைக்கிறவர்கள் தான் எதையும் தீர்மானிக்கும் சக்திகளாக விளங்குகிறார்கள். வீட்டுக்குச் சொந்தக்காரிகள் என்பதால் மட்டுமல்ல. அதிபரின் மனைவி என்பதால் மட்டுமல்ல. அமெரிக்க அதிபர்களாகப் பொறுப்பேற்பவர்கள் உலக நாடுகள் அனைத்தையும் ஒரு கண் கவனித்துக்கொண்டே இருக்கவேண்டிய இருப்பியல் சார்ந்த அத்தியாவசியம் நேர்ந்துவிட்டதால், பக்கத்திலிருக்கிற விஷயங்களை கவனிக்க அவர்களுக்கு மிகவும் நம்பகமான ஒரு உதவியாளர் வேண்டியிருக்கிறது.

செகரட்டரிகளைவிடவும் நம்பகமானவர். உதவி ஜனாதிபதியை விடவும் நம்பகமானவர். சக அமைச்சர்களைக்காட்டிலும் நம்பகமானவர். சொல்லப்போனால் தன்னை விடவுமே நம்பகமானவர்!

ஆகவே அமெரிக்க அதிபர்கள் வெள்ளை மாளிகை நிர்வாகத்தை, அந்த இடத்திலிருந்து உற்பத்தியாகும் அரசியலை கவனிக்கும் பொறுப்பை அதிகாரபூர்வமற்றவகையில் தத்தம் மனைவிமார்களிடமே அளித்துவிடுகிறார்கள். இது ரகசியம் தான். ஆனால் வெளிப்படை ரகசியம். வெளிப்படையாக இருந்தாலுமே அதிகம் புரியாத ரகசியம்.

இன்னும் சில அத்தியாயங்களில் இருபதாம் நூற்றாண்டுக்குள் நுழைந்துவிடுவோம். அப்போது புரியத்தொடங்கப்போகிற ரகசியம்.

இப்போது விட்ட இடத்துக்கு மீண்டும் போவோமா? அதோ, யுலிசஸ் சிம்ஸன் க்ராண்ட் வந்துவிட்டார். பேண்ட் வாத்தியங்கள் முழங்குகின்றன. ராணுவத் தளபதியாக இருந்து அரசியல்வாதியாக மாறியவர் எப்படி ஆட்சி செய்யப்போகிறார்?

பார்க்கலாம்.

25. நூதன ஜுரம்

அமெரிக்காவின் பதினெட்டாவது அதிபராக, அத்தேசத்தின் முன்னாளைய ராணுவ தளபதி பதவியேற்றபோது *(1869)* உலகமெங்கும் ஒரு நூதனமான ஜுரம் பரவிக்கொண்டிருந்தது. ஏற்கெனவே பரவ ஆரம்பித்துவிட்ட ஜுரம் தான் என்றாலும் அந்தக் காலகட்டத்தில் அதன் தீவிரம் கொஞ்சம் ஜாஸ்தியாக இருந்தது.

தற்காப்பு நடவடிக்கைகளுக்கு எப்போதுமே பேர்போன அமெரிக்கா, சம்பந்தப்பட்ட அந்த ஜுரம் தன்னைத் தாக்காதிருக்க என்னென்ன செய்யலாம் என்று ரொம்பத் தீவிரமாக யோசிக்கவேண்டிய அரசியல் நெருக்கடியில் இருந்தது அப்போது. தேச சீரமைப்பு பெரிய காரியம். ஒரு நாலு வருஷம் ஜான்சன் 'இருந்துவிட்டு'ப் போனதில் ஒரு வேலையும் உருப்படியாக நடக்கவில்லை. பார்லிமெண்ட்டில் கூச்சல் குழப்பம் என்று இப்போதெல்லாம் சர்வ சாதாரணமாகிவிட்ட சமாசாரம் அப்போது அங்கே மிக முக்கியத்துவம் வாய்ந்ததொரு பிரச்னையாகிப் போனது. யாரும் நினைத்துப் பார்க்கக் கூட ஆரம்பிக்காத காலகட்டம் அல்லவா?

ஒருமாதிரி மிரண்டுதான் போயிருந்தார்கள். அதிபராகப் பொறுப்பேற்றிருந்த ஜெனரல் க்ராண்ட் ஏதாவது உருப்படியாகச் செய்வார் என்று தேசமே எதிர்பார்த்துக்கொண்டிருந்தபோதுதான் மேற்படி ஜுரம் அதன் முழுத் தீவிரத்துடன் உலகெங்கும் பரவத் தொடங்கியது.

இன்னுமா புரியவில்லை? அதன் பேர் கம்யுனிசம்.

ஜெர்மனியைச் சேர்ந்த ரைன்லாந்து பிரதேசத்தில் ஒரு யூதனாகப் பிறந்து, கிருத்தவனாக வளர்க்கப்பட்டு, மனிதனாக மலர்ந்து, தேசம் தேசமாகத் துரத்தப்பட்ட காரல் மார்க்ஸ் அப்போது லண்டனில் அரசியல் தஞ்சம் புகுந்து, அங்கே வசித்தபடிக்குக் கம்யுனிசம் வளர்த்துக்கொண்டிருந்தார்.

*1867*ம் வருஷம் அவரது தாஸ் காபிடலின் முதல் பகுதி வெளியாகி பெரும் பரபரப்பேற்படுத்தியிருந்தது. *1869*ல் யுலிசிஸ் கிராண்ட் அமெரிக்க அதிபராகப் பொறுப்பேற்றபோது அமெரிக்கத்

தொழிலாளர் சமூகத்தினிடையே மார்க்ஸின் பெயரும் அவரது சித்தாந்தமும் வெகு நன்றாக அறிமுகமாகியிருந்தது.

சித்தாந்தமெல்லாம் கூட ரெண்டாம்பட்சம் தான். உலகத் தொழிலாளர்களுக்காக ஒரு குரல் ஒலிக்கிறது என்பதே அவர்களின் பிரதானமான சந்தோஷமாயிருந்தது. காரணம், முதலாளித்துவ தேசமான அமெரிக்காவில் அப்போதெல்லாம் வேலை நேரம், சம்பளம், ஊழியர் நலன் மாதிரியான விஷயங்களுக்கெல்லாம் பெரிய முக்கியத்துவம் அளிக்கப்படவில்லை. தொழிற்சாலைக்குள் ஒருத்தன் நுழைந்தால், அன்று முழுவதும் என்னென்ன வேலை தரப்படுகிறதோ, அவற்றை முடித்தபிறகு தான் வீடு குறித்து சிந்திக்கவே முடியும். மணி அஞ்சாச்சு, நான் ஜூட் என்று டிபன் பாக்ஸைத் தூக்கிக்கொண்டு கிளம்பிவிடமுடியாது.

மேலும் சம்பள விஷயத்தில் ஆண்களுக்கும் பெண்களுக்கும் கணிசமான வித்தியாசம் இருந்தது. ஆண்களைவிடக் கடுமையான வேலைகள் பல செய்துவந்த பெண்களின் சம்பளம் மிகச் சொற்பமாகவே இருக்கும். தவிர உரிமைகளுக்காகக் குரல் கொடுக்கிற வழக்கமெல்லாம் முழுசாக அங்கே அறிமுகமாகாதிருந்த காலம் அது. ஒருமாதிரி வெறித்தனமான வேகத்துடன் தொழில்துறையில் முன்னேற்றம் காண முழுமூச்சில் முதலாளிகள் ஈடுபட்டிருந்தார்கள். அரசின் பூரண ஒத்துழைப்பு எப்போதும் முதலாளிகளுக்கே இருந்ததால் தொழிலாளர் வர்க்கம் சீந்துவாரில்லாமல் ஜோலி பார்த்துக்கொண்டிருந்தது.

அந்தச் சமயத்தில் தான் ஐரோப்பா முழுவதும் கார்ல் மார்க்ஸின் கம்யுனிச சித்தாந்தம் செல்வாக்குப் பெற்று வளரத்தொடங்கவும், அமெரிக்காவிலும் அதன் வாசனை மெல்ல மெல்ல நுழைய ஆரம்பித்தது. தோதாக, உள்நாட்டுப் போரின் முக்கிய விளைவான பொருட்களின் விலையேற்றமும் அமெரிக்க அடிமட்டத்துத் தொழிலாளர் வர்க்கத்தை மிகவும் பாதித்திருந்தது அப்போது. குறிப்பாக அரிசி, பால், முட்டை, பாலாடைக்கட்டி போன்ற அமெரிக்கர்களின் அத்தியாவசிய உணவுப்பொருட்களின் விலை சந்தேகமேயில்லாமல் அறுபதிலிருந்து நூற்று இரண்டு சதவீதம் வரை ஏறி, எட்டிப்பிடிக்க முடியாத உயரத்தில் போய் உட்கார்ந்துகொண்டுவிட்டன.

இந்த விலையேற்றத்துக்கு உரிய விகிதத்தில் சம்பளம் மட்டும் இல்லை! (கவனிக்கவும். இந்தப் பிரச்னைகளெல்லாம் அடித்தட்டு மக்களுக்கு மட்டுமே. பணக்கார அமெரிக்கர்களுக்கும் இதற்கும் எந்த சம்பந்தமும் இல்லை.) எட்டு மணிநேரம் வேலை. மேற்கொண்டு உழைப்பதென்றால் ஓவர்டைம் காசு என்று அப்போது பல ஐரோப்பிய நாடுகளில் அறிமுகமாகியிருந்ததைத் தமக்கும் கொண்டுவரச் சொல்லி அமெரிக்க உழைப்பாளிகள் போராடத் தொடங்கினார்கள்.

இந்தப் போராட்டம் தேசமெங்கும் பரவத்தொடங்கியபோது தான் அமெரிக்காவின் வளத்துக்குப் பின்னால் இருந்த பல அழுக்குகளும் இருட்டு மூலைகளும் உலகின் பார்வைக்குத் தெரியத்தொடங்கின.

உதாரணமாக நியூயார்க் நகரில் மட்டும் ஒரு லட்சம் சேரி மக்கள் அடிப்படை வசதிகள் கூட இல்லாமல் வசிக்கிறார்கள் என்பதும் அங்கே 12,000 பெண்கள் வேறு வழியில்லாமல் விபசாரத்தொழில் புரிகிறார்கள் என்பதும் அப்போது தான் முதல்முதலில் ஒரு செய்தியாக வெளியே வந்தது.

இதை வைத்து ஒட்டுமொத்த தேசத்தில் வாழ வழியின்றி வசிக்கிறவர்கள் எத்தனைபேர் என்று கணக்குப் போட ஆரம்பித்தார்கள். கருப்பர்களின், செவ்விந்தியர்களின் கஷ்டங்களுக்குக் கொஞ்சமும் சளைக்காமல் கஷ்டப்படும் வெள்ளையர்களும் அமெரிக்காவில் உண்டு என்கிற விஷயமே அப்போது தான் தெரியவந்தது.

எப்படி இது சாத்தியம்? அமெரிக்காவில் வளங்களுக்கு என்ன குறைச்சல்?

இந்த விஷயத்தை ஆராய்ந்தபோது தான் முதலாளித்துவம் என்பது அங்கே ஆள்பவர்களின் மனப்பான்மை மட்டுமல்ல; அந்த மண்ணின் மனப்பான்மையே அதுதான் என்பது தெரியவந்தது.

குடிதண்ணீரில் கூட ரெண்டு வெரைட்டி வைத்துக்கொண்டிருந்த தேசம் அது! உதாரணமாக பிலடெல்பியாவில் ஷுல்கில், டெல்வர் என்று இரண்டு ஆறுகள் தண்ணீர் சப்ளை செய்பவை. எப்போதுமே வற்றாத நீர்வளம் கொண்ட நதிகள் அவை. என்ன பிரச்னை என்றால் டெல்வர் நதியை ஒருமாதிரி கூவம் கெட்டப்புக்கு மாற்றியிருந்தன,

தொழிற்சாலைகள். முழுக்கூவம் இல்லை என்றாலும் ஒரு நாளைக்குப் பதிமூணு மில்லியன் கேலன் கழிவு நீர் அந்த நதியில் தான் கொட்டப்பட்டுக்கொண்டிருந்தது அப்போது. போதாது? நோய்க்கிருமிகள் பரப்புவதில் அக்காலத்தில் அமெரிக்காவில் டெல்வருக்கு எப்போதுமே முக்கிய இடம் உண்டு.

ஆக, பிலடெல்பியாவில் ரெண்டு நதி. அந்த ஊர் குடிநீர் வடிகால் வாரியம் என்ன செய்தது தெரியுமா? நிறைய டேக்ஸ் கட்டுகிறவர்கள் யார் யார் என்று ஒரு லிஸ்ட் தயாரித்தது. அதாவது அந்த மாகாணத்தில் எத்தனை பணக்காரரர்கள் இருக்கிறார்கள் என்கிற பட்டியல். அந்தப் பட்டியலில் இருந்தவர்களுக்கு மட்டும் ஷூல்கில் நதியிலிருந்து பெறப்படும் நீரை அளித்தார்கள். மற்ற அத்தனைபேருக்கும் டெல்வரின் கழிவு நீரைத்தான் குடிக்க அளித்தார்கள்!

சரித்திரம் கூறும் நிஜம் இது. மேற்படி காரியத்தை ஆத்மசுத்தியுடனே காலம் காலமாகச் செய்து வந்திருக்கிறார்கள். பிலடெல்பியா ஒரு உதாரணம் தான். ஒட்டுமொத்த அமெரிக்காவிலும் குடிநீர் தொடங்கி அத்தனை விஷயங்களிலும் இந்த இரண்டு கேடகரி நடவடிக்கை இருந்துவந்தது அப்போது தான் கண்டுபிடிக்கப்பட்டது.

இந்தமாதிரியான பாகுபாடுகளெல்லாம் வெளிப்படையாகப் பேசப்படுவதற்கும் மில் தொழிலாளிகள் எட்டுமணிநேர உத்தியோகம் வேண்டி போராடத் தொடங்கவும் காரல் மார்க்ஸின் கம்யுனிசம் பரவத்தொடங்கவும் சரியாக இருக்கவே, அமெரிக்காவில் முதல் தேசிய தொழிலாளர் யூனியன் உதயமானது. நியூயார்க் நகரத் தொழிலாளர்கள் சுமார் ஒரு லட்சம் பேர் முதல் முதலாக வேலை நிறுத்தம் செய்தார்கள் (எட்டு மணிநேரப் பணி கேட்டு.) மூன்று மாத காலம் நடந்த இந்த வேலை நிறுத்தத்தின் விளைவாக தொழிலாளர் வேலை நேரச் சட்டம் அங்கே திருத்தி எழுதப்பட்டது.

முதலாளிகள் மட்டுமே ஜெயித்துக்கொண்டிருந்த அமெரிக்காவில் முதல்முதலில் ஒரு தொழிலாளர் வெற்றி! 1872ம் வருஷம் ஜூனில் நியூ யார்க் நகர வீதிகளில் சுமார் ஒண்ணரை லட்சம் தொழிலாளர்கள் கூடி வெற்றி ஊர்வலம் நடத்தினார்கள். (அமெரிக்காவில் நடந்த முதல் தொழிலாளர் ஊர்வலமும் அதுதான்!)

மறுபுறம் தேசியத் தொழிலாளர் யூனியனில் தமக்கு உரிய அங்கீகாரம் கிடைப்பது கஷ்டம் என்று கருப்பர் இன உழைப்பாளிகள் தமக்கென தனியே ஒரு யூனியன் அமைத்துக்கொண்டு அவர்கள் பங்குக்கு அவர்கள் போராட்டங்களை நடத்தத் தொடங்கினார்கள்.

ஜனநாயக தேசத்தில் போராடவும் நீதி கேட்கவும், பெறவும் எல்லாருக்கும் உரிமை உண்டு. ஆனால் அமெரிக்க அரசு தன் ஜனநாயகத்தை ஒரு உப்பரிகையிலல்லவா வைத்துக்கொள்ள விரும்பியது? சர்வதேச அளவில் அத்தனை துறைகளிலும் மாபெரும் வெற்றி கண்டு மிகப்பெரிய வல்லரசாக வேண்டும் என்கிற எண்ணம் அமெரிக்காவின் முதல் தலைமுறை ஆட்சிகள் நடந்துகொண்டிருந்தபோதே உருவான ஒன்று தான். தமது இயற்கை வளம், கனிம வளம், தொழில் முயற்சிகள், கண்டுபிடிப்புகள் ஆகியவை வேறெந்த தேசத்துக்கும் இத்தனை சீக்கிரம் சாத்தியமாகவில்லை என்பதை அமெரிக்கா கூர்ந்து கவனித்துக்கொண்டிருந்தது. ஆகவே, உள்நாட்டின் தொழில் உற்பத்தியைத் தீவிரப்படுத்துவதன் மூலமும் ஏற்றுமதியை அதிகப்படுத்துவதன் மூலமும் உலக நாடுகளெங்கும் அமெரிக்காவின் சந்தையைத் திறந்துவிடலாம்; அதுவே தன் வளர்ச்சியைத் துரிதப்படுத்தும் என்று கணக்குப் போட்டார்கள்.

ஆனால் இதென்ன, வேள்வியின் இறுதியில் அசுரர்கள் வந்து அசிங்கம் பண்ணுவது மாதிரி தொழிலாளர் போராட்டம், கம்யூனிசம் அது இது என்று என்னென்னவோ 'கெட்ட' வார்த்தைகளெல்லாம் அடிபடத் தொடங்குகிறதே! தொழிலாளர் சௌக்கியத்திலெல்லாம் கவனம் செலுத்தினால் தேசத்தின் ஒட்டுமொத்த வளர்ச்சி பாதிக்கும் என்று அமெரிக்க அரசு ரகசியமாக நினைத்தது. கம்யுனிசத்தை உள்ளே விடாமல் தடுக்க என்னென்ன செய்யலாம் என்று யோசிக்கத் தொடங்கியது.

இத்தனை விரிவாக இந்த விவகாரத்தை வருணிக்கக் காரணம், அண்ணன் யுலிசிஸ் கிராண்ட் எந்தமாதிரியான காலகட்டத்தில் அமெரிக்காவின் அதிபராகிறார் என்பதைத் தெளிவாக முன்னதாகவே விளக்கிவிடுவதற்குத் தான்!

ஜனநாயக தேசம் தான். அதற்காக தினசரி போராட்டங்களெல்லம் நடக்க அனுமதிக்க முடியாது. ஏழைகள் பாவம் தான். அதற்காகப் பணக்காரர்கள் கஷ்டப்படும்படியான காரியங்களை

அரசு செய்யமுடியாது. உள்நாட்டில் நிறைய பிரச்னைகள் இருக்கின்றனதான். அதேசமயம் வெளிதேச விவகாரங்களில் தலையிடாமலும் இருக்கமுடியாது. ஜனநாயகம் தழைக்கவேண்டும் தான். ஆனால் ஒரு கட்டுப்பாட்டுடன் கூடிய ஜனநாயகமாக மட்டுமே அது இருக்கமுடியும்.

இந்தமாதிரியான இசகுபிசகான ஒரு ஜனநாயக ஃபார்முலாவை, - விவரிக்க முடியாது; ஆனால் உணரமுடியும் என்பது போன்ற ஒரு பிரும்மசூத்ர ஃபார்முலாவை முன்வைத்து அரசியல் நடத்த முடிவு செய்து வெள்ளை மாளிகைக்குள் நுழைந்தார் அதிபர் யுலிசிஸ் கிராண்ட்.

ரெண்டு ரவுண்டு (எட்டுவருஷ காலம்) அதிபர் நாற்காலியில் அமர்ந்திருந்தவர் அவர். அவர் காலத்தில் தான் ஒரு முதலாளித்துவ தேசத்தின் முகம் என்பது எப்படியெல்லாம் இருக்கலாம் என்பதற்கு முதல் முதலில் ப்ளூ ப்ரிண்ட் போடப்பட்டது. ஒரு புறம் பொருளாதார வளர்ச்சி, மறுபுறம் இமேஜ் வீழ்ச்சி என்று இரண்டு விஷயங்களை ஏககாலத்தில் சாத்தியமாக்கிக் காட்டிய விசித்திர அதிபர் அவர்!

26. அதிபரின் காதலி

1822, ஏப்ரல் 22ம் தேதி ஓஹியோவில் பிறந்தவர் ஜெனரல் யுலிசிஸ் கிராண்ட். பிறக்கும்போதே ஜெனரல் இல்லை. பின்னால் தான் ஜெனரல். அவரது அப்பா ஒரு தோல் தொழிற்சாலைப் பணியாளர். பையனை நல்லதொரு பக்திமானாக வளர்க்கவேண்டும் என்று விரும்பியிருந்தார் அவர்.

ஆனால் இளம் வயதுகளில் க்ராண்ட் ஒரு சராசரிப் பையனாகத் தான் இருந்தார். படிப்பிலும் சரி, பக்தியிலும் சரி, மற்ற காரியங்களிலும் சரி. மந்தம் தான். குதிரை ஏற்றத்தில் மட்டும் கொஞ்சம் தேர்ச்சி இருந்தது அவருக்கு.

உத்தியோகம் கூட அப்பா வாங்கிக்கொடுத்தது தான். விருப்பமின்றி ஒரு பட்டப்படிப்பை முடித்துவிட்டு அமெரிக்க ராணுவத்தில் சேர்ந்தார் க்ராண்ட். 1848ல் மெக்சிகோவுடன் அமெரிக்கா நடத்திய யுத்தம் தான் க்ராண்டுக்கு முதல் போர்க்களம். அவரையறியாமல் ஒரு வீரமும் விவேகமும் வெளிப்பட்டு, தான் ஒரு நல்ல ராணுவவீரன் என்று கட்டக்கடைசியில் தன்னை அவர் 'கண்டுபிடித்ததும்' அந்தப் போரில் தான்! குறிப்பாக, பெரியதொரு குழுவை ஒருங்கிணைத்து ஒரு கட்டுக்குள் வைத்து நிர்வகிக்கும் திறமை தனக்கு இருப்பதாகப் பலபேர் அந்தப் போரின் சமயம் சொல்வதை அவர் கேட்டார். 'அப்படியா? நான் ஒரு மாஸ்டரா?' என்று தனக்குத்தானே கேட்டுப் பார்த்துக்கொண்டார். வெளியே நூறுபேர் பாராட்டினாலும் அவருக்கு அந்த நம்பிக்கை அப்போது அத்தனை முழுமையாக உண்டாகியிருந்ததாகச் சொல்லமுடியாது.

மெக்சிகோ யுத்தத்துக்குப் பிறகு ஜூலியா டெண்ட் என்கிற பெண்ணைக் கல்யாணம் பண்ணிக்கொண்டார் க்ராண்ட். அமெரிக்க அதிபர்களின் சரிதத்தில், கட்டிய மனைவிமேல் விவரிக்க முடியாத, அபரிமிதமான அன்பும் காதலும் கொண்ட அதிபர் என்றால் அது க்ராண்ட் தான். தம் வாழ்நாள் முழுவதும் ஏகப்பட்ட தவறுகள் செய்தவர் அவர். மிகப்பெரிய மொடாக்குடியர். ஜனநாயக அமெரிக்காவுக்கு ஊழல் என்றால் என்ன என்று முதல் முதலில் எடுத்துக்காட்டுகளோடு சொல்லிக்கொடுத்தவர். தம் நண்பர்கள்

என்ன தவறு செய்தாலும் கண்டுகொள்ளாமல் சக அதிகாரிகளால் கேவலமாகப் பார்க்கப்பட்டவர். ஆனபோதிலும் மனைவி விஷயத்தில் அவர் ஒரு உத்தமபுத்திரன்!

இன்னொரு பெண்ணை நினைத்துக்கூடப் பார்க்காத அமெரிக்க அதிபர். (பின்னால் வரப்போகிற அதிபர்களின் கதைகளில் நிறையப் பெண்கள் குறுக்கிடுவார்கள்! அப்போது க்ராண்டின் 'அருமை' புரியும்!) மேலும் அவரது காதல் எப்படிப்பட்டது என்றால், ஏகப்பட்ட நேரம் மனைவியுடன் பேசிக்கொண்டிருப்பதிலேயே செலவிடுகிறார் என்று குற்றம் சாட்டப்பட்டு ராணுவத்தில் தண்டனை பெறுகிற அளவுக்கு ஏகபத்தினிக் காதலன்!

சொந்த ஊரில் போஸ்டிங்கில் இருந்தால் இப்படியா எப்பப்பார் மனைவியுடன் கொஞ்சிக்கொண்டே இருப்பார்கள் என்று ராணுவத்தில் அவரை ஒருமுறை டிரான்ஸ்பர் பண்ணிவிட்டார்கள். குடும்பத்தை விட்டுவிட்டு மேற்குக் கடற்கரைப் பகுதிக்கு இடம் பெயர்ந்த க்ராண்டால் தன் வேலையை ஒழுங்காகவே பார்க்கமுடியவில்லை. எப்போதும் மனைவி ஞாபகம் தான். என்ன செய்தும் அந்த நினைவுகளிலிருந்து அவரால் விடுபடவே முடியவில்லை.

சோகத்தை மறக்கக் குடிக்க ஆரம்பித்தார். பீப்பாய் பீப்பாயாகக் குடித்தும் தீராத சோகமாகவே அது இருந்ததால், போய்யா நீயுமாச்சு, உன் ராணுவ சேவையுமாச்சு என்று ஒரு நல்ல நாளில் கால் கடுதாசி கொடுத்துவிட்டு, புறப்பட்டு வீட்டுக்கு வந்துவிட்டார்.

வீட்டுக்கு வந்தால் மனைவி இருப்பாள் சரி. மம்மு? வறுமையில் வாடின, அடுத்துவந்த வருஷங்கள். வறுமை என்றால் உச்சக்கட்ட வறுமை. அடுத்த வேளை சாப்பாட்டுக்கே பிரச்னை என்கிற அளவுக்குக் கஷ்டம் அவரைப் பந்தாடியது. வேறு எந்த வேலைக்குப் போனாலும் நிலைக்க முடியவில்லை. தொழில் ஏதாவது செய்யலாம் என்றால் பணம் கிடையாது.

எதிர்காலம் கும்மிருட்டாக இருந்ததால் வேறு வழியில்லாமல் இல்லியனாய்ஸ் மாகாணத்தில் கலெனா என்கிற நகரில் வசித்துவந்த தன் தந்தைக்கு ஒரு கார்டு எழுதிப் போட்டுவிட்டு அடுத்த வண்டியேறி, அங்கே கிளம்பிவிட்டார். கொஞ்சநாள்

அங்கே அப்பாவுடன் தோல் வேலைகளில் ஈடுபட்டிருந்தார். சோறு கிடைக்கிறதே, போதாது?

அதெல்லாம் க்ராண்டின் சனி தசை பீரியட் போலிருக்கிறது. ஏழரைச் சனியோ பதினாலரைச் சனியோ. உள்நாட்டு யுத்தம் வந்தபோது அவரது கெட்டநேரம் விடைபெற்றுக்கொண்டுவிட்டது. புதுவாழ்வு தொடங்கியது.

உள்நாட்டுப் போர் உண்டானபோது அமெரிக்க யூனியன் ராணுவத்தில் ஏகப்பட்ட வீரர்கள் இருந்தார்கள். பஞ்சமே இல்லாத அளவுக்கு வீரர்கள். ஆனால் சரியான வழிநடத்துவோர் கிடைக்கவில்லை. அதாவது 'மேய்ப்பர்கள்'.

மெக்சிகன் யுத்தத்தின்போது அமைதியாகப் பெரிய குழுக்களை வழிநடத்தி, அலட்சியமாக வெற்றிகள் பல பார்த்த க்ராண்டின் பெயர் நினைவு கூரப்பட்டு அவரை இப்போது கூப்பிட்டு அனுப்பினார்கள்.

அதுதான். அதுதான் அவரது ஒரே பெரிய தகுதி. பெரிய கூட்டத்தை சுலபமாக சமாளிக்கக் கூடியவர் க்ராண்ட்! அதிகம் பேசமாட்டார். தோற்றத்தில் இயல்பாகத் தெரிந்த முரட்டுத்தனமே அவரது கவசமாகிவிட்டது. ஆனால் க்ராண்ட் முரடர் இல்லை. மென்மையான, மிக மென்மையான காதலர்! அதுவும் ஏகபத்தினிக் காதலர்!

ஆனால் அந்தக் காதலர் அமெரிக்காவின் அதிபரானபோது காதல் புரிந்துகொண்டிருக்கவெல்லாம் அவருக்கு அவகாசமே இல்லாமல் போய்விட்டது. அவர் நம்பி, பெரிய பொறுப்புகளை அளித்திருந்த நண்பர்கள் ஜோராக ஊழல் புரியத் தொடங்கிவிட்டார்கள்.

1873ம் வருஷம் ஒரு சம்பவம் நடந்தது. முதல்முதலாக தேசத்தையே நிலைகுலையச் செய்த கோல்மால் அது. தேசம் முழுவதும் அதிபர் க்ராண்டின் நேர்மையைக் கூறுகட்டி விற்கத்தொடங்குகிற அளவுக்கு மோசமான விளைவுகளை ஏற்படுத்திய மிகப்பெரியதொரு நிதி மோசடி.

சில நிதித்துறை அதிகாரிகள், யுத்தகாலத்தில் அரசின் பல்வேறு தொழில் பங்குகளை விற்றதன் மூலமான கமிஷன் மட்டுமே

வருஷத்துக்கு மூன்று மில்லியன் டாலர் வரை சுருட்டியதை தற்செயலாகக் கண்டுபிடித்தார்கள். மேலும் குடைந்ததில், நிதித்துறை செயலகத்தின் சந்துபொந்துகளிலெல்லாம் ஊழல் நாற்றம் குடலைக்குமட்டியது. ஒட்டுமொத்த தேசத்தின் வங்கி நடவடிக்கைகளே ஸ்தம்பித்துப் போகுமளவுக்குத் தீவிரமாகிய இவ்வூழலின் விளைவு, சுமார் ஐயாயிரம் சிறு தொழில் முதலீட்டாளர்கள் தலையில் துண்டுபோட்டுக்கொண்டு போகும்படியாகி விட்டது தான்! இதனால் ஒரே இரவில் பல்லாயிரக்கணக்கான அடிப்படைத் தொழிலாளர்கள் வேலை இழந்து நடு ரோடுக்கு வந்துவிட்டார்கள். இந்த நிதித் தடுமாற்றச் சூழலிலும் பெரிய பணமுதலைகள் மட்டும் சுலபமாகத் தப்பித்து சௌக்கியமாக இருந்தது, அதிபரின்மேல் மேலும் சந்தேகம் ஏற்பட வழிவகுத்துவிட்டது.

அடுத்தடுத்த வருடங்களில் இந்த ஊழலைத் தூக்கிச் சாப்பிடும் விதமான பல்வேறு நூதன மோசடிகள் அதே நிதித்துறையில் அரங்கேறியும் அதிபர் க்ராண்ட் தம் நண்பர்களான அதிகாரிகளைக் காப்பாற்றுவதிலேயே குறியாக இருந்தார் என்பது தான் வியப்பு! இத்தனைக்கும் தனிப்பட்ட முறையில் அவரது கரங்கள் கறை படியாதவை. ஊழலெல்லாம் அவர்க்கு அலர்ஜி ஏற்படுத்தக்கூடிய விஷயங்கள். கனவில் கூட நினைத்துப் பார்க்க விரும்பாத ஒரு கேரக்டர், அவர்.

இந்த விஷயம் மக்களுக்கு நன்கு தெரிந்திருந்ததால் தான் இரண்டாவது முறையும் ஒழிகிறது என்று அவரையே அதிபராகத் தேர்ந்தெடுத்தார்கள்.

ஆனால் க்ராண்டின் இரண்டாவது ரவுண்டிலும் எவ்வித முன்னேற்றமும் இல்லை, மேற்படி விஷயத்தில்! அதே ஊழல்கள். என்ன ஒரே ஒரு வித்தியாசம், நிதித்துறையிலிருந்த ஊழல் பூதம் சகல துறைகளிலும் தனது பிராஞ்சைத் திறந்துவிட்டது.

அதிபரின் தனிச்செயலாளர் ஒரு ஊழலில் சிக்கினார். அதிபர் கண்டுகொள்ளவில்லை. ராணுவச் செயலாளர் ஒரு தகிடுதத்தம் செய்தார். அதிபர் கண்டுகொள்ளவில்லை. இந்தமாதிரி அடுத்தடுத்து நிறைய சம்பவங்கள் வெள்ளைமாளிகையில் நடக்க ஆரம்பிக்கவும், மீடியா கொஞ்சம் நோண்டத்தொடங்கியது.

இறுதியில் அதிபர் சுத்தமானவர்தான். ஆனாலும் குருட்டுத்தனமாக, ஊழல் அதிகாரிகளை அவர் தொடர்ந்து ஆதரித்து, காப்பாற்றுவதற்கு மறைமுகமான அண்டர்ஸ்டாண்டிங் ஏதாவது இல்லாமலிருக்க வாய்ப்பே இல்லை என்கிற முடிவுக்கு வந்தார்கள்.

அது எந்தவிதமான 'அண்டர்ஸ்டாண்டிங்' என்று இறுதிவரை தெரியவேயில்லை. ஆகவே க்ராண்ட், படிப்படியாகத் தன் புகழை இழந்தே பதவியிலிருந்து விலக நேர்ந்தது. *(தனது ராணுவ வாழ்க்கை நினைவுகளை ஒரு புத்தகமாக எழுதிமுடித்துவிட்டு ஜூலை 23, 1885ம் வருஷம் காலமானார். த்ரோட் கேன்சர் காரணம்.)*

சர்ச்சைக்குரிய அதிபராக இருந்தபோதும் க்ராண்ட் சில விஷயங்களில் மிகத் தீர்மானமான கருத்துகளைக் கொண்டிருந்தார். அமெரிக்க மண்ணில் கம்யூனிசத்தின் சக்திமிக்க விதைகள் எதுவும் ஆழமாக ஊன்றப்படக்கூடாது என்பது அவற்றுள் முக்கியமானது.

தொழிலாளர்கள் நிறைந்த அமெரிக்காவில் கம்யூனிசம் வேர்கொள்வது பெரிய காரியமல்ல. ஆனால் அரசின் திட்டவட்டமான பொருளாதாரக் கொள்கைகள், தொழிற் கொள்கைகள் ஆகியவை பெரிதும் முதலாளிகளைச் சார்ந்தே அமைந்திருந்ததால் கம்யூனிசத்தின் ஆரம்ப வேர்கள் நாட்டில் ஆழமாக ஊன்றப்படவில்லை. ஆங்காங்கே சில தொழிற்சாலைகளில் புரட்சிக்குரல் கேட்கத்தான் செய்தன. ஆனால் அதிபர் தெளிவாக உத்தரவிட்டிருந்தார். யூனியன்களால் பிரச்னையில்லை. யூனியன் லீடர்களை கவனித்துக்கொள்ளுங்கள் என்பது அவற்றுள் முக்கியமானது.

ஜனநாயகத்தின் சௌகரியமான போர்வையில் அவ்வப்போது ஏவப்பட்ட அடக்குமுறைகள் மிக அழகாக காரியம் முடிந்தகையோடு சிமெண்டு பூசி புதைக்கப்பட்டுவிட்டதால் வெளியே தெரியாமலேயே எத்தனையோ புரட்சிகள் சமாதியாகிவிட்டன.

ஒரு கட்டத்தில் உழைப்புக்கேற்ற ஊதியம், செலவினங்களுக்கேற்ற ஊதியம் என்கிற விதமாக நிலைமை சீராகத் தொடங்கிவிட்டதும் பலபேருக்கு புரட்சியில் நாட்டமில்லாமல் ஆகிவிட்டது. தோதாக கேளிக்கை சார்ந்த தொழில்கள் பல செழிக்கத் தொடங்கின. தியேட்டர், சினிமா இன்னபிற.

உழைத்தால் காசு. காசிருந்தால் கேளிக்கை. கேளிக்கை இருந்தால் தான் மீண்டும் உழைப்பதற்கான புத்துணர்ச்சி என்பதான ஒரு மாயவட்டம் தேசம் முழுவதும் இயல்பாக உருவாகத் தொடங்கிவிட்டது. உரிமைகள் என்பவை இரண்டாம் பட்சமாகி, உழைப்பே உரிமை என்பதான ஒரு கருத்தாக்கம் மறைமுகமாக - அதேசமயம் மிகத் தீவிரமாக முன்வைக்கப்பட்டது.

இன்னொரு முக்கியமான காரணமும் உண்டு. பல வெளிநாடுகளிலிருந்து அமெரிக்கா வந்து செட்டிலாகி உழைத்து சம்பாதிக்கத் தொடங்கியவர்களின் சொத்து மதிப்பு, உள்ளூர்க்காரரர்களின் சொத்தைக் காட்டிலும் அதிகரித்துக்கொண்டே போனது. எதிலும் ப்ரஸ்டீஜ் பார்க்கிற அமெரிக்கர்களுக்கு இந்த விஷயம் ரொம்ப உறுத்திக்கொண்டே இருந்தது.

ஆகவே தொழில் சார்ந்த போட்டியில் கவனம் செலுத்தவே அவர்கள் மிகவும் விரும்பினார்கள். குறிப்பாக, சிறு முதலாளிகள். கோஷமிடவோ, புரட்சி செய்துபார்க்கவோ அல்லது அவற்றுக்கெல்லாம் ஆதரவாகச் சிந்திக்கவோ கூட யாருக்கும் விருப்பமில்லாமல் போய்விட்டது. அடக்குமுறை என்பதை அரசு இயந்திரத்தின் ஓர் அங்கமாக ஏற்கப் பழகிவிட்டபிறகு மனத்தளவில் அவர்களை கம்யூனிசம் உள்ளிட்ட எந்த சக்தியாலும் மாற்ற முடியாமல் போய்விட்டது.

தோதாக, தொழில் வளர்ச்சியில் அரசு காட்டிய அக்கறை, செய்த உதவிகள் இவையும் குறிப்பிடப்படவேண்டிய விஷயங்கள். தொழிலாளர்களால் பிரச்னையா, ஆளை மாற்று. உள்ளூரில் இருப்பவர்கள் சரியில்லையா, வெளியிலிருந்து அழைத்துவா என்பது அரசின் அறிவிக்கப்படாத கோஷமாகிவிட்டதால், அடிமட்டத் தொழிலாளர்களின் குரல் அம்பலம் ஏறாமலேயே போய்விட்டது.

அமெரிக்கன் ஸ்டைல் சர்வாதிகாரத்தனத்தின் பேஸ்மெண்ட் இதுதான். பின்னால் அதன்மீது அவர்கள் எழுப்பிய மாட மாளிகையை தளம் தளமாகப் போய் கவனிக்கலாம்!

27. ஒரு நூற்றாண்டின் விளிம்பில்

பத்தொன்பதாம் நூற்றாண்டின் இறுதி வருஷங்களில் உலகம் சந்தித்த புரட்சிகளும் போர்களும் ராணுவ ஆட்சிகளும் எக்கச்சக்கமானவை. பல தேசங்கள் அடிமைப்பட்டிருந்தன. தென்னமெரிக்க நாடுகள் பலவற்றில் ஸ்பெயினின் மேலாதிக்கம் மிகுந்து இருந்தது. ஐரோப்பா என்று எடுத்துக்கொண்டால் இங்கிலாந்தின் தாக்கம் ஜாஸ்தி. மேலும் பிரிட்டனின் நாடு பிடிக்கிற வேட்டை இன்னும் கிழக்கில் நீண்டு இந்தியா, இலங்கை வழியே மலேயா, சிங்கப்பூர் பக்கமெல்லாம் போகலாமா என்று கோபால் பல்பொடி ரூட்டில் யோசித்துக்கொண்டிருந்தார்கள். பல குட்டி தேசங்கள் மன்னராட்சியை ஒழிக்கும் மும்முரத்தில் இருந்தன. மன்னர் ஒழிந்த இடங்களிலெல்லாம் ராணுவப் புரட்சியாளர்கள் உட்கார்ந்துகொண்டார்கள். ஒருமாதிரி உலக நாடுகள் அனைத்துமே பல சொந்தப் பிரச்னைகளில் தள்ளாடிக்கொண்டிருந்த காலகட்டம் அது.

பெரிய பிரச்னை ஏதுமின்றி அப்போது ஜாலியாக இருந்த ஒரே தேசம் அமெரிக்கா தான். உள்நாட்டுப் போருக்குப் பிறகு நடந்த தேசப் புனரமைப்பு நடவடிக்கைகளின் ஒரு பகுதியாக, அமெரிக்காவின் தென் மாநிலங்களில் ராணுவம் கூடாரம் போட்டு உட்கார்ந்துகொண்டு நாட்டாமை செய்துகொண்டிருந்தது. அதனால் சிறு புரட்சியாளர்கள் வாயைத் திறக்கும்போதே குரல்வளையை நெரித்துவிடும் அபாயம் இருந்தது, அங்கே. தொழில் துறை வேகமெடுத்தபிறகு மக்களின் கவனம் சம்பாதிப்பதில் தீவிரமாகக் குவிந்துவிட்டதால் தேசத்தின் ஒட்டுமொத்த வளர்ச்சி பிரச்னையில்லாமல் சீராக உயரத் தொடங்கிவிட்டது.

இந்த வளர்ச்சி அனைத்து மேலை நாடுகளின் கண்களையும் உறுத்தத் தொடங்கியது. சில பொறாமைப்பட்டன. சில, தம் சௌகரியத்துக்கு அமெரிக்காவைப் பயன்படுத்திக்கொள்ள நினைத்தன. மேலும் சில தேசங்கள், வசதிமிக்க அமெரிக்கா தமக்கு உதவுமா என்று எதிர்பார்க்கத் தொடங்கின.

எப்படியானாலும் அமெரிக்காவைப் பார்க்காத, பேசாத, கவனிக்காத தேசங்களே வேறு இல்லை என்கிற நிலைமை 1890களில் உருவாகத் தொடங்கிவிட்டது.

இத்தனைக்கும் யுலிசிஸ் கிராண்டுக்குப் பிறகு அமெரிக்காவை ஆண்ட அதிபர்கள் அத்தனை ஒன்றும் சூப்பர் ஸ்டார்கள் இல்லை. உலகம் வியக்க உருப்படியாக அவர்கள் ஏதும் செய்துவிடவில்லை. வந்தார்கள், இருந்தார்கள், போனார்கள். அவ்வளவே.

ரூதர்போர்டு ஹேய்ஸ், ஜேம்ஸ் ஆபிரம் கார்பில்டு, செஸ்டர் ஆலன் ஆர்தர், க்ரோவர் க்ளீவ்லண்ட் - இந்தப் பெயர்களையெல்லாம் கேட்டமாதிரியாவது இருக்கிறதா? இல்லை அல்லவா? அதான். (பொம்மையாவது பாருங்கள்) அவர்களும் ஆளுக்கு நாலுவருஷம் ஆண்டுவிட்டுப் போய்ச் சேர்ந்தார்கள்.

ஆனால் என்ன ஆயிற்று என்றால், உள்நாட்டுப் பிரச்னைகளால் அல்லல்பட்டுக்கொண்டிருந்த பல தென்னமெரிக்க நாடுகளும் கீழை நாடுகளும் அமெரிக்காவைத் தமக்கு உதவ வரும்படி இந்தக் காலகட்டத்தில் தான் கூப்பிடத் தொடங்கின. அமெரிக்காவோ, கூப்பிடாவிட்டாலும் உள்ளே புகுந்து ஒரு ஆட்டம் ஆடிப்பார்த்துவிடுவது என்கிற முடிவில் தான் அப்போது இருந்தது!

காரணம், ஸ்பெயினின் உலகளாவிய ஆக்கிரமிப்பு அப்போது அமெரிக்காவுக்குக் கடும் எரிச்சல் கொடுத்துக்கொண்டிருந்தது. தென்னமெரிக்க நாடுகள் தவிர கிழக்கே பிலிப்பைன்ஸிலும் அப்போது ஸ்பானிஷ் அரசு தான்.கொஞ்சம் விட்டால் பிரிட்டன் கால் வைக்காத அத்தனை ஏரியாவிலும் ஸ்பெயின் அரசு கொடி நாட்டிவிடும் என்கிற அளவுக்கு உலக நாடுகள் பலவற்றில் ஸ்பெயினின் கொடி உயரப் பறந்துகொண்டிருந்தது அப்போது.

பிரிட்டனா, ஸ்பெயினா, எது வல்லரசாகப் போகிறது என்கிற கேள்விதான் அப்போது இருந்தது. அடடே, பொருளாதார ரீதியில் நாம் எல்லாருக்கும் மேலே இருக்கிறோம், நம்மைத் தவிர்த்து இன்னொரு தேசம் வல்லரசாவது என்று அமெரிக்காவுக்குத் தினவெடுத்தது.

அந்தச் சமயத்தில் க்யூபாவில் ஸ்பானிஷ் அரசுக்கு எதிராக மக்கள் கலகத்தில் இறங்க(ஃபிடல்காஸ்ட்ரோவெல்லாம் இப்போதில்லை. கொஞ்ச நாள் கழித்து!) உதவிக்கு அமெரிக்காவைக் கூப்பிட்டார்கள்.

போதாது? பத்தொன்பதாம் நூற்றாண்டின் கடைசி அமெரிக்க அதிபர் வில்லியம் மெக்கென்லி அப்போது ஆட்சியில் இருந்தார்.

(பதவிக்காலம் 1897 -1901) ஸ்பெயினின் ஆதிக்கத்தை அடக்கி வைக்க அவருக்கு எல்லா அமெரிக்கப் பத்திரிகைகளும் தினசரி தூபம் போட்டுக்கொண்டே இருந்தன. அமெரிக்க மக்களும் க்யூப விடுதலைக்கு அமெரிக்கா உதவவேண்டும் என்று விரும்பினார்கள், அப்போது.

ஆகவே அமெரிக்காவின் ஸ்பெயின் மீதான கோர யுத்தம் அப்போது நடந்தது.

மெக்கென்லி இரண்டு கட்டமாக அந்தப் போரை வரையறுத்தார். ஒருபுறம் பெரியதொரு கடற்படை க்யூபாவுக்குப் போய்த் தாக்குதல் தொடங்கவேண்டும். இன்னொரு பக்கம், இன்னொரு கடற்படை தலையைச் சுற்றிக்கொண்டு பிலிப்பைன்ஸை அடைந்து மணிலாவைக் கைப்பற்ற வேண்டும்!

பிப்ரவரி 1898ல் க்யூபாவின் ஹவானா கடற்கரையை அமெரிக்கப் படை நெருங்கியது. சுமார் ஐந்து மாதங்கள் நடந்தது அந்தப் போர். குறுகிய காலம் நடந்த யுத்தம் என்றாலும் ஸ்பானிஷ் - அமெரிக்கன் யுத்தம் என்று சரித்திரத்தில் பெரிய சைஸில் இடம்பெற்ற இந்தப் போரில் அமெரிக்காவுக்குக் கிடைத்த வெற்றி (பிலிப்பைன்ஸிலும் வெற்றி தான்.) உலக நாடுகளிடையே அமெரிக்காவுக்குப் பெரியதொரு செல்வாக்கை உண்டாக்கியது. காரணம், அந்நாளில் ஸ்பெயினை ஜெயிப்பது ரொம்பக் கஷ்டம் என்கிற கருத்து இருந்தது. பிரிட்டனே பார்த்து பயந்த ஒரு தேசம் உண்டென்றால் அன்று ஸ்பெயின் மட்டும் தான்!

இந்த வெற்றியின் தொடர்ச்சியாக போர்ட்டோ-ரீகோ போன்ற மிகக்குட்டி தென்னமெரிக்க தேசங்கள் சிலவற்றிலும் அமெரிக்கா ஸ்பெயினின் ஆதிக்கத்தை ஒழிக்க உதவியது. ஹவாயைத் தனதாக்கிக்கொண்டது. சீனாவில் ஏற்பட்ட ஒரு உள்ளூர்ப் புரட்சியிலும் (சரித்திரத்தில் இதன் பேர் பாக்ஸர் புரட்சி.) மூக்கையும் முன் கழுத்தையும் நீட்டி, தன் இருப்பைக் கிழக்கேயும் பதிவு செய்துகொண்டது.

இதன் விளைவுகள் இரண்டுவிதமாக இருந்தன. ஒன்று, உலக நாடுகள் பலவற்றில் அமெரிக்காவின் வர்த்தகச் சந்தை ஜோராக வேரூன்றி, அத்தேசத்தின் பொருளாதார வளர்ச்சி விறுவிறுவென்று

முன்னேறத் தொடங்கியது. அமெரிக்க டாலரின் மதிப்பு கொஞ்சம் கொஞ்சமாக உயர ஆரம்பித்தது. பல சிறு தேசங்களின் ஆபத்பாந்தவன் அமெரிக்கா தான் என்பதான ஒரு கருத்தாக்கம் மெல்ல மெல்லப் பரவத் தொடங்கியது.

இன்னொரு விளைவு, பல ஐரோப்பிய தேசங்களுக்கு அமெரிக்காவின் இந்த வளர்ச்சி சுத்தமாகப் பிடிக்காமல் போய்விட்டது. கம்யூனிசம் செழிக்கத் தொடங்கியிருந்த சோவியத் யூனியன், சைனா போன்ற தேசங்களில் அமெரிக்காவின் முதலாளித்துவ முகம் பரவலான கண்டனத்துக்கு உள்ளானது. எந்த ஒரு தேசமும் இன்னொரு தேசத்தின் உள்விவகாரங்களில் தலையிடுவது குறித்த விமர்சனங்கள் இலைமறை காயாக, பொதுவாக முன்வைக்கப்பட்டன. அமெரிக்காவின் நட்பு நாடுகளின் எண்ணிக்கை வளரத்தொடங்கிய அதே நேரத்தில், எதிரி நாடுகளின் எண்ணிக்கையும் கூடிக்கொண்டே போனது.

புதிய, இருபதாம் நூற்றாண்டின் வாசலுக்கு அமெரிக்கா வந்து சேர்ந்தபோது அதற்கு நிறைய பிரச்னைகளும் சவால்களும் தலைவலிகளும் இருந்தன. புதிய தேசங்களைப் பிடிக்க முயற்சி செய்யவேண்டாம் (பிரிட்டன், ஸ்பெயின் மாதிரி); அதே சமயம் எதிரி நாடுகளின் ஆதிக்கம் மிக்க தேசங்களில் தன் பலத்தை நிரூபிக்க வேண்டும் என்பதாக ஒரு வெறி அந்நாட்டுக்கு ஏற்பட்டிருந்தது. இதற்கு அரசியல் ரீதியிலான காரணங்களைக்காட்டிலும் பொருளாதாரக் காரணங்களே அதிகம். உலகெங்கும் தன் வர்த்தகக் காலனிகளை நிறுவிவிட வேண்டும் என்று அப்போது அமெரிக்கா நினைத்ததற்குக் காரணம் இருந்தது.

ஜெர்மனி தொழில் துறையில் மிகவும் பலமடைந்துவந்த நேரம் அது. உலகச் சந்தையில் ஜெர்மானியப் பொருட்களுக்கு ஒரு மதிப்பு இருந்தது. இத்தனைக்கும் கண்டுபிடிப்பு விஷயத்தில் அமெரிக்கா தான் முன்னணியில் இருந்தது என்றாலும் விலை விஷயத்தில் ஜெர்மனி, பெரும்பான்மையான மக்களின் மனோபாவத்தை ஒட்டியே நடந்துகொண்டது.

அடடே இது ஆபத்தாச்சே என்று நினைத்தது அமெரிக்கா. ஆகவே தன் சிறகை மிக அகலமாக விரித்துவைக்க வேண்டிய அவசியம் அத்தேசத்துக்கு ஒரு நிர்ப்பந்தம் போல் உண்டாகிவிட்டது.

அதிபர் மெக்கென்லி திறமைசாலி என்று பெயரெடுத்திருந்தவர் தான். ஸ்பானியப் போரை முன்வைத்து அவருக்கு ஒரு ஹீரோ இமேஜ் கிடைத்திருந்தது தான். ஆனாலும் அமெரிக்க மக்கள் அதற்கு மேலே ஒரு தகுதி வேண்டும் என்று எதிர்பார்த்தார்கள். புதிய நூற்றாண்டின் தொடக்கத்தில் தம்மை வழிநடத்தப் போகிற அதிபர் உலகளாவிய செல்வாக்கைப் பெறத்தக்கவராக இருக்கவேண்டும் என்று விரும்பினார்கள். திறமையும் வீரமும் ராஜதந்திரமும் சமயோஜிதமும் மேலான கெட்டிக்காரத்தனமும் மிக்க ஒரு சூப்பர் ஸ்டாரைத் தான் அதிபராகத் தேர்ந்தெடுக்கவேண்டும் என்று முடிவு செய்து இருந்தார்கள்.

ஆனால் தேர்தல் வரை காத்திருக்கவேண்டியிருக்கவில்லை. அதிபர் மெக்கன்லியின் எதிர்பாராத படுகொலையை அடுத்து அப்போது துணை அதிபராயிருந்தவரே அதிபராகிவிட்டார்.

மெக்கென்லியை அடுத்து அப்போது ஆட்சிக்கு வந்தவர் பேர் தியோடர் ரூஸ்வெல்ட். இருபதாம் நூற்றாண்டின் முதல் அமெரிக்க அதிபர் அவர் தான்! தொடர்ந்து இரண்டுமுறை அமெரிக்க அதிபர் நாற்காலியில் உட்கார்ந்திருந்த ரூஸ்வெல்ட்தான் வாஷிங்டன், லிங்கனுக்குப் பிறகு உலகறிந்த அமெரிக்க அதிபர்! அமெரிக்கா இன்று பெற்றிருக்கிற பெரியண்ணன் இமேஜுக்கு சூத்திரதாரியும் அவர் தான்! அமெரிக்காவை ஒரு மாபெரும் வல்லரசாக்கியதில் முதல் பங்காகப் பெரும்பங்கு வகித்தவரும் அவர் தான்!

பாகம் 2

போரும் போர்களும்

1. வந்தார் ரூஸ்வெல்ட்

மிக இளம் வயதில் (நாற்பத்திரெண்டு வயசு) அமெரிக்காவின் அதிபர் ஆன தியோடர் ரூஸ்வெல்டின் குணாதிசயங்களையும், மொட்டுவிட்டிருந்த இருபதாம் நூற்றாண்டின் அந்த ஆரம்ப வருடங்களில் அமெரிக்கா இருந்த இருப்பையும் ஒப்பிட்டுப் பார்த்தால் ரொம்ப ஆச்சர்யமாக இருக்கும். தமது மிரட்டும் அதிரடி முடிவுகளின் மூலம் சொந்தக் கட்சியினராலேயே *'Mad Man'* என்று வருணிக்கப்பட்டவர் அவர். எந்த நேரத்தில் என்னமாதிரி முடிவு எடுப்பார் என்று யூகிக்கவே முடியாத ஒரு கேரக்டர். ரத்தத்தில் ஊறிய முதலாளித்துவத்துக்குப் பிரத்தியேகமாகத் தனக்கென்று ஒரு இலக்கணம் வகுத்து வைத்திருந்தவர் ரூஸ்வெல்ட். அந்த இலக்கணம், அமெரிக்கபாணி முதலாளித்துவத்திலிருந்து மிகவும் வேறுபட்டது என்பது தான் இதில் விசேஷம்.

மற்றபல அதிபர்கள் போல ஏழைமையில் வாடி, கஷ்டப்பட்டு முன்னேறியவரெல்லாம் இல்லை. பிறக்கும்போதே ரூஸ்வெல்ட் பணக்காரர். பெரும்பணக்காரர். நியூயார்க் நகரின் விரல் விட்டு எண்ணக்கூடிய மல்டிமில்லினியர் குடும்பங்களுள் ரூஸ்வெல்டின் குடும்பமும் ஒன்று.

இளம்வயதிலேயே ரூஸ்வெல்டுக்கு இரண்டு பிரச்னைகள் இருந்தன. ஆஸ்துமா முதலாவது. அடுத்தது பார்வைக் கோளாறு. கிட்டப்பார்வை பிரச்னை. பொதுவாக, பணக்காரக் குடும்பங்களில் பிறக்கிற பையன்கள் இந்தமாதிரி ஏதாவது பிரச்னை இருந்தால் படிப்பில், மற்றதில் பெரிதாக ஆர்வம் காட்டமாட்டார்கள் இல்லையா? இதான் சாக்கு என்று உட்கார்ந்து சாப்பிட ஆரம்பித்துவிடுவார்கள்.

ஆனால் ரூஸ்வெல்டுக்கு படிப்பில் மட்டுமல்ல; விளையாட்டிலும் எக்கச்சக்க ஆர்வம் இருந்தது. பிரச்னை என்று ஒன்று இருக்குமானால், முரட்டுத்தனமாக மோதி அதை வீழ்த்துவது தான் அதிலிருந்து தப்பிக்க ஒரே வழி என்று பின்னாளில் பிரசித்தமான ரூஸ்வெல்டின் சித்தாந்தம், அவரது அந்த இளம் வயதுகளிலேயே உருவாகியிருக்கவேண்டும்.

தனது ஆஸ்துமாவை ஒழிக்க அவர் கண்டுபிடித்த வழிதான் விளையாட்டு. இன்னதுதான் என்றில்லை. எல்லா ஆட்டங்களிலும் ஈடுபடுவார். எல்லாவற்றிலுமே ஒரு அதீத வெறியுடன் விளையாடுகிற வழக்கம் அவருக்கு இருந்திருக்கிறது.

ஹார்வர்டு பல்கலைக்கழகத்தில் படித்துக்கொண்டிருந்த காலத்தில் ரூஸ்வெல்ட்டுக்கு எழுதுவதில் ஆர்வம் உண்டானது. (வாஜ்பாயி கவிதை எழுதுவது மாதிரி இல்லை. உண்மையிலேயே ரூஸ்வெல்ட் ஒரு சிறந்த எழுத்தாளர். அமெரிக்காவின் முக்கியமான சரித்திர ஆய்வாளர்களுள் அவர் ஒருவர்! அமெரிக்க அதிபராக அவர் ஆவதற்குப் பலகாலம் முன்னமே நிறைய நூல்கள் எழுதி வெளியிட்டிருக்கிறார்.)

சரித்திரப் படிப்பும் சரித்திர ஆய்வும் அவரை இயல்பாக அரசியலின் வாசலுக்குக் கொண்டுவந்து நிறுத்த, கொஞ்சநாள் சட்டமும் படித்துவிட்டு ஒருவழியாக அமெரிக்கக் குடியரசுக் கட்சியில் வந்து சேர்ந்தார்.

1882ம் வருஷம் நியுயார்க் மாநில சட்டசபை உறுப்பினராக அடியெடுத்து வைத்தது தான் அவரது முதல் அரசியல் பிரவேசம் என்று சொல்லவேண்டும்.

உள்நாட்டு யுத்தத்துக்குப் பிறகான புனரமைப்புப் பணிகளில் தேசமே முழுமூச்சாக ஈடுபட்டிருந்த காலம் அல்லவா? செயல் எதுவானாலும் தீவிரமாக இறங்கிவிடுகிற இயல்புடைய ரூஸ்வெல்ட்டுக்கு அந்தப் புனர் நிர்மாணப்பணிகள் அல்வா சாப்பிடுவது போல இருந்தன. யுத்தத்துக்குப் பிறகு ஒரு தேசத்தை மறுகட்டமைப்புச் செய்வது என்பதை ஒரு தொலைநோக்கு சரித்திரப் பார்வையுடன் பார்த்தவாறே அவர் செயல்களில் ஈடுபட்டுக்கொண்டிருந்தார்.

அதாவது, இன்றைக்கு நாம் செய்கிற மறுசீரமைப்புப் பணிகள் எத்தனை நாளைக்கு நிலைத்திருக்கும்? என்கிற கேள்வியை ஒவ்வொரு கட்டத்திலும் தன்னைத் தானே கேட்டுக்கொண்டுதான் எந்தக் காரியத்தையும் அவர் தொடங்குவது வழக்கம். தாற்காலிக நிவாரணமாக எதையும் சிந்திப்பதோ, செய்வதோ ரூஸ்வெல்டுக்கு சுத்தமாகப் பிடிக்காது.

‘தாற்காலிகங்களை சரித்திரம் ஏற்பதில்லையே’ என்பார் மிகத் தீவிரமுடன். சரித்திரம் ஏற்றால் என்ன? ஏற்காவிட்டால் என்ன? இன்றைய பொழுதைக் கழித்தால் போதாதா என்று கேட்ட சராசரி அரசியல்வாதிகள்தான் அன்று அவரை, இந்தக் குணத்தைக் காரணமாக வைத்து ‘மேட்மேன்’ என்று வருணித்தார்கள்.

அந்த *mad man* தான் அமெரிக்காவின் இளவயது அதிபர் என்கிற பெயரைப் பெற்றார். அதே *mad man* தான் அமைதிக்கான நோபல் பரிசையும் பிறகு (ரஷ்யா-ஜப்பான் யுத்த நிறுத்த சமரசப் பேச்சுகளுக்காக) பெற்றார். அந்த *mad man*ஐத் தான் அமெரிக்க மக்கள் விரும்பி விரும்பி இரண்டு முறை அதிபராக்கினார்கள். ஒரு குறிப்பிட்ட இடைவெளியில் மூன்றாவது முறையும் அவரையே அதிபராக்க அவர்கள் தயாராக இருந்தபோது, துரதிருஷ்டவசமாக ரூஸ்வெல்ட் இறந்துபோனார்.

ஒரு அவுட்லைன் பார்த்துவிட்டோமில்லையா? இனி விஷயத்துக்கு வந்துவிடலாம். நியுயார்க் மாநில அரசியலில் ஈடுபட்டுக் கொண்டிருந்த ரூஸ்வெல்டின் திறமை அறிந்து அவரை தேசிய நீரோட்டத்துக்கு இழுத்துவந்ததே அவருக்கு முன்னால் அதிபராக இருந்த மெக்கென்லி தான்.

அரசியலுக்கு வருமுன் ஸ்பானிஷ் அமெரிக்கன் யுத்தகாலத்தில் ரூஸ்வெல்ட் ராணுவ வீரராகவும் இருந்து நிறைய சாதித்தவர். போர் முடிந்ததும் ரைட் ராயலாக ராணுவத்திலிருந்து விலகி நேரே அரசியலுக்கு வந்தவர். அவரே தமாஷாக இதை ‘அரசியலில் என் நுழைவு வெற்றிகரமாக இருக்கவேண்டும் என்று தான் ஒரு வெற்றிகரமான போரை நடத்தப் போனேன்’ என்பார்.

அந்நாளில் போர் ஹீரோக்களுக்கு அமெரிக்காவில் பெரிய செல்வாக்கு இருந்தது என்பதை நினைவில் கொள்ளவேண்டும். ஸ்பானிஷ் அமெரிக்கன் யுத்தத்துக்குப் பிறகு ரூஸ்வெல்டை கப்பற்படை செயலாளராக நியமித்தார் அதிபர் மெக்கென்லி.

இடமும் பதவியும் எதுவானாலென்ன? ரூஸ்வெல்டிடம் வேலை பார்ப்பது கஷ்டம் என்று எல்லாருமெ சொன்னார்கள். முடிவெடுக்கிற விஷயங்களில் அவரது தடாலடி அணுகுமுறை எல்லாருக்குமே வயிற்றைக்கலக்குவதாக இருந்தது.

அடடே, இந்தமாதிரி ஆசாமி உத்தியோகஸ்தனாக இருப்பதைக் காட்டிலும் அரசியல்வாதியானால் நல்லதாச்சே என்று ரிபப்ளிகன்

கட்சி நினைத்தது. ரூஸ்வெல்டும் அதற்காகத் தானே காத்திருந்தார்? மங்களகரமாக தேசிய அரசியலில் நுழைந்து துணை அதிபரான ஒரே வருஷத்தில் அதிபராகும் யோகமும் அவருக்கு அடித்துவிட்டது.

எண்ணிப்பாருங்கள் - 42 வயது!

அன்றைய அமெரிக்கா எப்படி இருந்தது தெரியுமா? கிட்டத்தட்ட மாபெரும் பொருளாதாரச் சரிவுகளை எந்த வினாடியும் சந்திக்கப்போகிறது என்று உலகமே எதிர்பார்த்துக் கொண்டிருக்கும்விதமாக! திடீர் பணக்காரன், திடீர் பிச்சைக்காரனாகப் போகிறான் என்று பல ஐரோப்பிய செய்தித்தாள்கள் தினசரி கார்ட்டூன் போட்டுக்கொண்டிருந்தன.

கஷ்டப்பட்டு வளர்ந்துகொண்டிருந்த அமெரிக்கா, ஒரு கஷ்டமும் இல்லாமல் மீண்டும் புறப்பட்ட இடத்துக்கே போகப்போகிறது என்று பன்னாட்டுப் பொருளாதார விற்பன்னர்கள் கருத்துத் தெரிவித்துக் கொண்டிருந்தார்கள். உலக நாடுகள் பலவற்றில் திறக்கப்பட்டிருந்த அமெரிக்கச் சந்தைகள் ஒட்டுமொத்தமாக ஊத்திமூடப்போகின்றன என்று நிச்சயமாக எல்லாரும் நம்பிக் கொண்டிருந்தார்கள்.

சுருக்கமாகச் சொல்லுவதென்றால், வியாபாரம் அமர்க்களமாகச் செழிக்கும் என்று பல்வேறு நாடுகளிலிருந்து அமெரிக்கா வந்து தொழில் தொடங்கியிருந்த பல சிறு தொழிலதிபர்கள் ராவோடு ராவாக எல்லாவற்றையும் மூட்டை கட்டிக்கொண்டு கிளம்பிவிடலாமா என்று யோசித்துக்கொண்டிருந்தார்கள்.

காரணம்?

முதலாளித்துவத்தின் நிஜமுகம் என்பது எப்படிப்பட்டது என்பது அப்போது தான் முதல்முதலாக அந்தத் தேசம் உணரத் தொடங்கியிருந்தது.

தொழில் வளர்ச்சி இருந்தது. பொருளாதார வளர்ச்சியும் இருந்தது. ஆனால் எல்லாமே மிகச் சில தனிநபர்களின் வளர்ச்சியாக மட்டுமே இருந்தது.

உதாரணமாக, அன்றைய அமெரிக்காவின் ஒட்டுமொத்த பெட்ரோலியத் தேவையும் ராக்பெல்லர் என்கிற ஒரு

தனிமனுஷனை நம்பித்தான் இருந்தது. அந்த மனுஷன் சம்பாதித்தது போதும் என்று கடை கட்டிவிட்டால் தீர்ந்தது விஷயம். அப்புறம் மீண்டும் மாட்டுவண்டி ஏறிப் போகவேண்டியது தான்.

புரிகிறதா? இது சற்று மிகைப்படுத்தப்பட்ட உதாரணம் தான். ஆனால் உண்மையும் இதற்கு மிக அருகில் தான் இருக்கிறது! அதாவது, பெரிய தொழில்களில் போட்டியாளர்கள் யாரும் இருக்கவிடாமல் பெருமுதலாளிகளும் அரசு இயந்திரமும் சேர்ந்து ஒருவித சர்வாதிகார மனோபாவத்துடன் ஜாக்கிரதையாகக் காவல் காத்துக்கொண்டிருந்தார்கள். ஒரு தொழிலில் யாராவது ஒரு புது ஆசாமி கொஞ்சம் வளர்கிறான் என்று தெரிந்தால், பிடித்து ஒரே அமுக்கு! அவனது தலைமுறையே எழுந்திருக்கமுடியாதபடிக்கு அப்படியொரு தர்ம அடி கொடுத்து புதைத்தே விடுவார்கள். இதுவிஷயத்தில் நீதிமன்றம் கூட தர்ம நியாயம் பேச முடியாதபடிக்கு படு ஜாக்கிரதையாக, எல்லா ஃப்ராடுகளையுமே சட்டபூர்வமாகப் பண்ணிவைத்திருந்தார்கள்.

'மோனோபலி' என்பார்கள் இதை. ஒரே ஆசாமியின் முழு ஆதிக்கம். இது தான் அப்போதைய அமெரிக்காவின் மாபெரும் தலைவலியாக இருந்தது.

பெட்ரோலியத்துறை மட்டுமில்லை. ஏற்றுமதியாகும் விவசாயப் பொருட்கள், பருத்தி, ஸ்டீல் பிசினஸ், நிலக்கரி, இறைச்சித் தொழில், கட்டுமானத் தொழில், ரயில் பாதை போடுகிற தொழில், வீட்டு உபயோகப் பொருட்கள் தயாரிக்கிற தொழில் என எல்லாம், எல்லாமே மிகச் சில தனிநபர்களாலும் அவர்களின் குடும்பங்களாலும் மட்டுமே ஆளப்பட்டுவந்தன.

பிரபுக்கள் என்பார்கள். ஆட்சி செய்பவர்களுக்கு அடுத்த சீட்டில் இருக்கிறவர்கள். அன்றைய அமெரிக்காவின் பிரபுக்கள் இந்தத் தொழில் முதலைகள் தான்.

இதனால் என்ன ஆயிற்று என்றால் ஒட்டுமொத்தத் தொழிலாளர் வர்க்கமும் அந்தந்த முதலாளிகள் வைக்கிற சட்டதிட்டங்களுக்குக் கட்டுப்பட்டவர்களாக இருந்தார்கள். ஒரு பொது தொழிலாளர் சட்டம் என்பதே அமெரிக்காவில் கிடையாது. உனக்குப் பத்துரூபாய் கூலி; பத்து மணிநேரம் வேலை பார் என்று முதலாளி சொன்னால், பத்து ரூபாய் வாங்கிக்கொண்டு பத்துமணிநேரம் வேலை பார்க்கவேண்டியது தான்.

அஞ்சு ரூபாய் தான் இனிமேல், ஆனால் பன்னெண்டு மணிநேரம் வேலை பார்க்கவேண்டியது என்று மறுநாளே சட்டம் மாறினாலும் பதிலின்றிக் கேட்டுக்கொள்ளவேண்டியது தான்.

இந்த அஞ்சு ரூபாய், பத்துரூபாய் உதாரணங்களெல்லாம் விஷயம் சுலபமாகப் புரியவேண்டுமே என்பதற்காகச் சொல்லப்படுவது. உண்மையில் அன்றைய அமெரிக்கத் தொழில்துறையின் குணம் எப்படிப் பட்டதாக இருந்தது என்று சுட்டிக்காட்டுவது தான் இதன் நோக்கம். தொழில்துறையின் குணம் என்பது தான் முதலாளித்துவ குணம். முதலாளித்துவ குணம் என்பது தொழிலதிபர்களின் குணம் மட்டுமல்ல; அமெரிக்க அரசின் குணமும் அதுதான்!

ஆக, அன்றைய அமெரிக்காவை ஆட்டிப்படைத்துக்கொண்டிருந்த பெரும்பிரச்னையின் ஆதார ஒன்லைன் இதுதான். இந்தமாதிரியான ஒரு நெருக்கடி நேரத்தில் தான் ரூஸ்வெல்ட் அமெரிக்க அதிபராகிறார்.

அன்று, வர்த்தகத் துறையில் அவர் என்ன செய்யப்போகிறார் என்பதைப் பொறுத்துத் தான் அவரது தலையெழுத்தும் அமெரிக்காவின் தலையெழுத்தும் இருந்தது.

ஆனால் ரூஸ்வெல்ட் அன்று செய்யக்கூடியது இரண்டு மட்டுமே!

ஒன்று முதலாளித்துவத்தை அப்படியே கண்டின்யு பண்ணுவது. என்ன ஆனாலும் ஆகட்டும் என்று எப்போதும்போல் தொழிலதிபர்களுக்கு ஆதரவு சொல்லிக்கொண்டிருப்பது. பெரிய பொருளாதார வீழ்ச்சி எதும் வந்தாலும் முதலாளிகள் கைகொடுத்து அரசைக் காப்பாற்றுவார்கள்.

இரண்டாவது, முதலாளித்துவத்தை ஒழிப்பது. தொழிலாளர் ஆதரவு நிலை எடுப்பது. வர்த்தகங்களைப் பரவலாக்குவது. தொழில்துறையில் ஆதிக்கங்களை ஒழிப்பது. பலபேர் முன்னுக்கு வர உதவுவது. இதில் ஒரே டேஞ்சர் என்னவென்றால், கம்யுனிசம் உள்ளே வந்துவிடும்.

என்ன பண்ணலாம்? மற்ற அனைத்தையும்விட அதிபர் ரூஸ்வெல்டுக்கு இது தான் அன்று தலையும் உயிரும் போகிற ஒரே பிரச்னை. இரண்டே வழிகள். எதைத் தேர்ந்தெடுப்பது

என்று ரூஸ்வெல்டின் ஆலோசகர்கள் சிண்டைப் பிய்த்துக்கொண்டிருந்தபோது ரூஸ்வெல்ட் சொன்னார்: *"ரெண்டு வழியும் எனக்குச் சரிப்படாது. நான் நேரடியாக முட்டிப் பார்க்கிறேன். ஒரு மூன்றாவது வழி எப்படியும் கிடைக்கும். அது தானாகக் கிடைக்காவிட்டால் நான் கிடைக்கவைப்பேன்!"*

அது தான் ரூஸ்வெல்ட். அந்த புத்திசாலித்தனம் மிக்க முரட்டு சுபாவம் தான் அவரது டிரேட் மார்க்!

2. முதலாளித்துவத்தின் முகம்

முதலாளித்துவம் என்பது ரொம்ப பேஜாரான ஒரு நடைமுறை. இந்த, ஏகாதிபத்தியம், சர்வாதிகாரம், பண்ணையார்த்தனம் மாதிரியான பதங்களுடன் இதற்கு ஏகப்பட்ட தொடர்பு அல்லது தொடுப்பு உண்டு. பிரச்னையில்லாமல் வண்டி ஓடுகிற வரைக்கும் ஒன்றும் பாதகம் உண்டாகாது. எங்காவது எதிலாவது சிறு நட், போல்ட்டு கழன்றுவிட்டால் தீர்ந்தது விஷயம். ஓட்டுபவனையே பதம் பார்த்துவிடக்கூடிய ரொம்ப சிக்கலான ஒரு குட்டிச்சாத்தான்.

இன்றைக்கு வரைக்குமே அமெரிக்கா ஒரு முதலாளித்துவ தேசம் தான். முதலாளிகள் செழித்திருக்கும் தேசம் என்றும் இதற்கு அர்த்தம் கொள்ளலாம். முதலாளி மாதிரி நடந்துகொள்கிற அரசாங்கம் இருக்கிற தேசம் என்றும் சொல்லலாம். நிறைய பெரிய முதலாளிகள். எல்லாருக்கும்மேலே ஒரு சுப்ரீம் பெரிய முதலாளியாக அரசாங்கம். இப்படிப் புரிந்துகொண்டால் இன்னும் சுலபம்.

கூடுமானவரை செலவைக் குறைத்து, உழைப்பைப் பெருக்கி, அதன்மூலம் லாபத்தைப் பெருக்குவது என்பது தான் முதலாளித்துவத்தின் ஆதார ஃபார்முலா. இந்த ஃபார்முலா சிக்கலில்லாமல் நடைமுறைப்படுத்தப்படவேண்டுமென்றால், வேறு நிறைய பல ஃபார்முலாக்களை மறந்துவிடவேண்டும்; அல்லது ஒழித்துவிடவேண்டும். இந்த மனசாட்சி, தொழிலாளர் நலன், ஊழியர் நலன் மாதிரியான சங்கதிகளையெல்லாம் வெயிலுக்கு பனியனைக் கழட்டிப் போடுவதுமாதிரி கழட்டித் தூரப் போட்டுவிடவேண்டும். போட்டியாளர்கள் யாரும் உருவாகாமல் பார்த்துக்கொள்ளவேண்டும். ஒருவேளை எவனாவது முளைத்துவிட்டால், அவனை ஒழிப்பதற்கு என்னென்ன நல்ல/ கெட்ட வழிகள் உண்டோ அத்தனையையும் பின்பற்றியாக வேண்டும். ஒரு முதலாளித்துவ தேசத்தின் சட்டங்கள் என்பவை மிகவும் இளகி, எப்போதும் குலோப்ஜாமூன் பாகு மாதிரி இருக்கவேண்டும். இஷ்டப்படி வளைத்து, நீட்டி உபயோகிக்க அதில் ஒரு ஜவ்வுமிட்டாய்த்தன்மை இருந்தாக வேண்டும்.

ஒரு வரியில் சொல்வதென்றால் உங்களிடம் நிறைய பணம் இருந்தால் அதை இன்னும் நிறையப் பெருக்கலாம். குறைந்த பணம் இருந்தால் நீங்கள் வாழ்வதில் அர்த்தமில்லை. பணமே இல்லையென்றால் பிரச்னை இல்லை. உழைத்து சம்பாதிக்க வழிகள் உண்டு. விஷயமென்னவென்றால் சிறு பணக்காரர்களாக யாராலும் இருக்க முடியாது என்பது தான்!

அமெரிக்காவில் அப்போது நிறைய பெரும் பணக்காரர்கள் இருந்தார்கள் என்று பார்த்தோமில்லையா? ஒட்டுமொத்த தேசத்தின் தொழில்துறையை அந்தச் சில டஜன்பேர்கள் தான் கூறுகட்டி பிரித்து எடுத்துக்கொண்டிருந்தார்கள். எல்லா பெரு நிறுவனங்களுமே பிரைவேட் லிமிடெட் கம்பெனிகள். அப்பன், மகன், சித்தப்பன், பேரன், பேத்தி, சகலை, மாமன் மச்சான்கள் மட்டுமே இயக்குநர்களாக இருக்கக்கூடிய கம்பெனிகள். தவறியும் ஒரு வெளி ஆசாமி எந்த ஒரு பெரிய நிறுவனத்திலும் இயக்குநராகவோ, வேறு பெரும்பதவிக்கோ வந்துவிடமுடியாது. ஷேர்கள் எல்லாம் குடும்பச் சொத்தாகவே இருக்கும்.

பொதுமக்கள் வாங்கக்கூடிய ஷேர்கள் எல்லாம் பெரும்பாலும் லாலிபாப் கம்பெனிகளுடையதாகவே இருக்கும். அப்படியே பப்ளிக் ஷேர் இஷ்யு பண்ணுவதென்றாலும் அரசாங்க உயரதிகாரிகளே அவற்றை வாங்கிக்கொண்டுவிடுவார்கள். அல்லது பங்கு அறிவிப்பு வெளியிடுவதற்கு முன்பே கூடப் பல சமயங்களில் அதிகாரிகள் மட்டத்தில் வியாபாரம் பேசி முடிக்கப்பட்டுவிடும்.

வர்த்தகம் ஜோராகக் கொழித்தது என்றாலும் வெளிப்படையான வர்த்தகமாக அப்போது அது இல்லை.

வர்த்தக ஏகாதிபத்தியம் என்பது ரொம்ப பேஜாரான சப்ஜெக்ட். உள்ளே நுழைந்தால் திரும்பி வரமுடியாது. ஆனால் இதைக் கொஞ்சம் புரிந்துகொண்டுவிட்டால் இனி வரும் அத்தியாயங்களில் சிக்கலில்லாமல் வருஷங்களைக் கடந்துபோக உதவியாக இருக்கும்.

ரூஸ்வெல்ட் ஜனாதிபதியாக இருந்த இருபதாம் நூற்றாண்டின் ஆரம்ப வருஷங்களில் அமெரிக்க வர்த்தக உலகம் ஏகப்பட்ட முகமூடிகளை அணிந்துகொண்டிருந்தது. எந்தெந்த

இடங்களிலெல்லாம் பணம் ஏகத்துக்குப் புழங்கியதோ, அங்கெல்லாம் சாரிடபிள் டிரஸ்டுகளின் பெயர்களில் வரி ஏய்ப்பு ஜோராக நடந்துகொண்டிருந்தது.

மறுபுறம் அடிப்படைத் தொழிலாளர்களின் பிரச்னைகள் விண்வெளியைத் தொட்டுவிடும்போலிருந்தது. ஒழுங்கான தொழிலாளர் சட்டம் என்பதே கிடையாது. ஊருக்கு ஒரு சட்டம். பேட்டைக்கு ஒரு தாதா. அதிலும் பெண்கள் அப்போது ஏய்க்கப்பட்டதுபோல் சரித்திரத்தில் வேறு எப்போதும் ஏமாற்றப்பட்டதில்லை என்கிறார்கள் பல பொருளாதார நிபுணர்கள்.

பருத்தி ஆலைகளிலும் இரும்பு ஆலைகளிலும் கணிசமான பெண்கள் அப்போது வேலை பார்த்துவந்தார்கள். அடிமாட்டு ரேட் என்பார்களே, அப்படியொரு சம்பளத்துக்குத் தான் அத்தனைபேருமே உத்தியோகம் பார்க்கவேண்டியிருந்தது. ஆனால் உழைப்பைப் பொறுத்த அளவில் அமெரிக்க ஆண்களைக்காட்டிலும் அதிக நேரம் அவர்கள் ஆலைகளில் செலவிடவேண்டியிருந்தது. மூட்டை சுமப்பதிலிருந்து இயந்திரங்களைக் கையாள்வது வரை எல்லா வேலைகளிலும் அமெரிக்கப் பெண்கள் தேர்ச்சிபெற்றிருந்தார்கள்.

பொருளாதார ரீதியில் யாரையும் (குறிப்பாகக் கணவனை) சார்ந்து இருக்கக்கூடாது என்பது அமெரிக்கப் பெண்களின் ஆதார குணம். ஆகவே தமது பொருளாதார சுதந்திரத்தை முன்னிட்டு அவர்கள் கஷ்டங்களைச் சகித்துக்கொண்டு ஆலைகளில் தினசரி பன்னிரண்டு மணி நேரத்துக்குக் குறையாமல் பணியாற்றிக்கொண்டிருந்தார்கள்.

பெண்களின் இந்த மனோபாவத்தை ஆலை முதலாளிகள் செமத்தியாகப் பயன்படுத்திக்கொண்டு கரும்பு மிஷின் சக்கை தள்ளுவது போல் அவர்களைக் கசக்கிப் பிழிய ஆரம்பித்தார்கள்.

இது ஒரு இடம், ரெண்டு இடத்தில் இல்லை. தேசம் முழுவதுமே ஒரு பெரிய பிரச்னையாக உருவெடுத்தது அப்போது. பிரச்னை பொறுக்கமாட்டாமல் யாரும் ஒரு நிறுவனத்திலிருந்து விலகி இன்னொரு நிறுவனத்தை நோக்கிப் போகவும் முடியாது. மாமன் நிறுவனத்திலிருந்து விலகினால் மச்சான் நிறுவனத்துக்குத் தான்

போயாகவேண்டும். இங்கே குடுமிப்பிடி என்றால் அங்கே கிடுக்கிப் பிடி.

இப்படி தொழிலாளர் பிரச்னையிலிருந்து ஆரம்பித்து கடல்தாண்டிய வர்த்தகம் வரை எல்லாத் தளங்களிலும் எல்லா சாத்தியங்களிலும் சிக்கல்களும் பிரச்னைகளும் மிகுந்திருந்தன.

பரவலான, வெளிப்படையான வர்த்தகம், ஆரோக்கியமான போட்டி, சுலபமான வேலை வாய்ப்பு, எளிய சட்டதிட்டங்கள், உறுதியான நிர்வாகம் என்று ஒட்டுமொத்த தேசத்தின் தொழில் அமைப்பே மாறினாலொழிய இதற்கெல்லாம் தீர்வே இல்லை என்று ரூஸ்வெல்ட் நினைத்தார். ஆனால் தொழிலாளர் சட்டம் அது இது என்று ஆரம்பித்தால் முதலாளித்துவ சௌகரியங்களுக்கு பங்கம் வந்துவிடும். ஆகவே, என்ன செய்யலாம்?

அப்போது தான் ரூஸ்வெல்ட் தனது "வரையறுக்கப்பட்ட முதலாளித்துவம்" என்கிற ஃபார்முலாவை முன்வைத்தார்.

முதலாளித்துவத்தை வரையறுப்பதாவது? வாய்ப்பே இல்லை என்று தோன்றுகிறதல்லவா? ஆனாலும் அவர் செய்தார். எல்லா பெரிய முதலாளிகளையும் - அவர்கள் தம் தொழிலாளர்களை மிரட்டி வைத்திருப்பது போல - மிரட்டிவைக்க ஆரம்பித்தார் ரூஸ்வெல்ட்.

ராக்பெல்லர், மார்கன் போன்ற பிசினஸ் பிரும்மாக்கள் கூட ரூஸ்வெல்டின் இந்த அணுகுமுறையிலிருந்து தப்பமுடியவில்லை. போட்டியாளர்களை வளரவிடாமல் தடுக்கும் சர்வாதிகார பிசினஸுக்கு அவர் முதலில் தடை போட்டார். யார் வேண்டுமானாலும் எந்தத் துறையில் வேண்டுமானாலும் புதிய பிசினஸ் தொடங்கலாம் என்று ஏற்பாடு ஆனது.

இதில் கவனிக்கவேண்டிய விஷயம் ஒன்று உண்டு. ராக்பெல்லருக்கும் மார்கனுக்கும் அவர்களைப் போன்ற பெருமுதலாளிகளுக்கும் தான் போட்டியே தவிர அரசுக்கு அல்ல. இன்னும் பல பெருமுதலாளிகளை நாம் வளர்த்துவிடுவதன்மூலம் வர்த்தக உலகில் ஏகபோக சக்கரவர்த்திகளைக் கொஞ்சம் மிரட்டிவைக்கலாம் என்று முடிவு செய்தார் ரூஸ்வெல்ட். மிரட்டல் தான். வெறும் மிரட்டல். அதன்மூலம் அவர்களையும் மேலும்

விசுவாசமானவர்களாக ஆக்கிக்கொள்வது. அதே சமயம் விசுவாசம் மிக்க இன்னும் பல பெருமுதலாளிகளை உருவாக்குவது.

புதிய முதலாளிகளை இன்னும் மிரட்டி, எளிய தொழிலாளர் சட்டங்களை அமுல்படுத்தச் செய்வது. அதன்மூலம் தொழிலாளர்களும் கொஞ்சம் சந்தோஷப்பட்டு இன்னும் நேர்மையுடன் இன்னும் தீவிரமுடன் உழைப்பைத் தொடர்வது.

கொஞ்சம் பேஜாரான ராஜதந்திரம் இது. ஆனால் துணிச்சலுடன் ரூஸ்வெல்ட் இதைக் கடைபிடித்தார். மிகக் குறுகிய காலத்தில் மிகப்பெரிய வெற்றி கொடுக்க ஆரம்பித்தது இந்த "வரையறுக்கப்பட்ட முதலாளித்துவ" ஃபார்முலா. இதைச் செய்தே ஆகவேண்டும் என்று ரூஸ்வெல்ட் நினைத்தார். காரணம், அவர் கருத்துப்படி "அமெரிக்காவுக்கு முதலாளித்துவம் அவசியம். அதேசமயம் தொழிலாளிகளும் சந்தோஷமாக இல்லாமல் முதலாளித்துவம் செழிக்கமுடியாது."

ரூஸ்வெல்ட் ஆட்சிக்கு வந்து ஒரு சில மாதங்களுக்குள்ளேயே மேற்சொன்ன வர்த்தக உலகப் பிரச்னைகளில் மூழ்கிவிட்டபடியால் மற்ற எந்த ஒரு விஷயத்திலும் அவரால் போதிய கவனம் செலுத்தமுடியாதபடிக்கு இருந்தது.

1903ம் வருஷம் தேசத்தின் தெற்குக் கடல் பகுதியில் கப்பல் போக்குவரத்தை சுலபமாக்க ஏதாவது ஒரு வழி செய்தே ஆகவேண்டிய நிர்ப்பந்தம் அமெரிக்க அரசுக்கு உண்டாகியிருந்தது. கிழக்கு அமெரிக்கப் பகுதிகளிலிருந்து மேற்குப் பகுதிக்குக் கடல் மார்க்கமாகப் போக எக்கச்சக்கக் கடல் மைல்கள் சுற்றவேண்டியிருந்தது. ஒரு சரியான கடல் பாதை உருவாக்கியே தீரவேண்டிய நிர்ப்பந்தத்தை உணர்ந்து பனாமா கால்வாய் வெட்டும் யோசனை ரூஸ்வெல்டுக்கு உண்டானது.

ஆனால் பனாமா தீவில் அப்போது ஆட்சி புரிந்துகொண்டிருந்த கொலம்பிய அரசு அத்திட்டத்துக்கு சம்மதிக்கவில்லை. நீண்டநாள் நோக்கில் அந்தப் பிராந்தியத்தில் ஒரு கால்வாய் அமைப்பது எல்லாருக்குமே நல்லதாக அமையும் என்று ரூஸ்வெல்ட் நினைத்தார்.

ஆடுகிற மாட்டைத் தானே ஆடியும் பாடியும் கறக்கமுடியும்? கொலம்பியா அந்த ஜாதியாக அப்போது இல்லையாதலால்,

கொலம்பிய அரசுக்கெதிராக பனாமா மக்களை புரட்சிக்குத் தூண்டிவிட்டு, ஒரு குட்டி யுத்தம் உண்டாக்கி, அதில் பங்குபெற்று, பனாமாவுக்கும் சுதந்தரம் பெற்றுக்கொடுத்து, தன் கால்வாய்க் கனவையும் நனவாக்கிக்கொண்டார் ரூஸ்வெல்ட். (1903ல் ஆரம்பிக்கப்பட்ட இந்தத் திட்டம் 1914ல் முடிவடைந்து கால்வாயில் கப்பல் போக்குவரத்து தொடங்கப்பட்டது. அமெரிக்கக் கடல் வர்த்தகம் செழிக்க பனாமா கால்வாய் திறப்பு மிக முக்கியமான காரணங்களுள் ஒன்று.)

1904 பொதுத் தேர்தலில் ரூஸ்வெல்ட் மீண்டும் அமெரிக்க ஜனாதிபதியாகத் தேர்ந்தெடுக்கப்பட்டபோது உள்நாட்டுத் தொழில் பிரச்னைகள் ஓரளவு முடிவுக்கு வந்திருந்தது. அதது தன் ரூட்டில் ஒழுங்காகப் போகத்தொடங்கியிருந்தன. ஆகவே உலக அரங்கில் அமெரிக்காவை ஓரிரண்டு படிகள் தூக்கி உட்கார வைக்க என்னென்ன செய்யலாம் என்று யோசிக்க ஆரம்பித்தார் ரூஸ்வெல்ட்.

ஏற்கெனவே பணக்கார நாடு என்கிற இமேஜ் இருந்ததால் எந்த நாட்டுப் பிரச்னையிலும் தலையிட்டுப் பேசினால் பேச்சுக்கு ஒரு மதிப்புவரத் தொடங்கியிருந்தது. மேலும் உலகின் மிகப்பெரிய, ஒரே ஜனநாயக தேசம். (இந்தியாவெல்லாம் அடிமைத்தளையில் இருந்த காலம் என்பதை நினைவில் கொள்ளவேண்டும்.) மன்னராட்சி நாடுகளெல்லாம் ஜனநாயகத்துக்கு ஆசைப்பட்டுக்கொண்டிருக்க, அத்தகைய குட்டி தேசங்களிலெல்லாம் மன்னருக்கு எதிரான குழுக்களுடன் அமெரிக்க அரசு நட்பு பாராட்ட ஆரம்பித்தது. "உதவி கேட்கும் அனைத்து தேசங்களுக்கும் எங்கள் மாபெரும் ராணுவமும் மிகப்பெரிய ஆயுதபலமும் துணைக்குப் போகும்" என்று பெருமையுடன் அறிவித்துக்கொண்டிருந்தது அமெரிக்கா.

அப்போதுதான் (1905) ரஷ்யாவுக்கும் ஜப்பானுக்கும் தகராறு வர, அமெரிக்கா தன் மூக்கை அழகாக இடையில் நுழைத்தது. எல்லாரும் சண்டையில் அமெரிக்கா எந்தப் பக்கம் சேரப்போகிறது என்று பார்த்துக்கொண்டிருக்க, ரொம்ப புத்திசாலித்தனமாக ரூஸ்வெல்ட் சமாதானப் பேச்சுவார்த்தைகளுக்கு ஏற்பாடு செய்து, தாமே கலந்துகொண்டு அமைதிக்கு வழி தேடத்தொடங்கினார்.

இதன் விளைவாக அவருக்குக் கிடைத்த அமைதிக்கான நோபல் பரிசு அமெரிக்காவின் இமேஜை இன்னொரு தளத்துக்குத் தூக்கிக்கொண்டு போனது!

ஒன்று சொல்லவேண்டும். அன்றைக்கு ரஷ்ய - ஜப்பானிய யுத்தத்தைத் தவிர்க்க உழைத்ததோடு மட்டுமல்லாமல் ஜப்பானை ஒரு பெரிய சக்திபடைத்த தேசமாக உருவாக்கவும் உதவி செய்தது அமெரிக்காதான். (காரணம், கம்யூனிஸ்டு ரஷ்யா மீதிருந்த கடுப்பு.) அதே ஜப்பான் மீது முப்பத்தஞ்சு வருஷம் கழித்து அணு குண்டு வீசி அழித்ததும் அமெரிக்காதான்.

அப்போது ஏன் உதவியது; இப்போது ஏன் குண்டு போட்டது என்று எல்லாம் கேட்கக்கூடாது! அதான் அமெரிக்கா.

இனி வரப்போகிற ஒவ்வொரு சம்பவத்துக்குமே இதுமாதிரி இரண்டு விளைவுகள் இருக்கும். அமெரிக்கா பகை கொண்டு தாக்கும் ஒவ்வொரு தேசமுமே ஒரு காலத்தில் அமெரிக்காவால் உதவிபெற்றதாக இருக்கும். அமெரிக்கா யாரையெல்லாம் ஆதரித்ததோ, அவர்களெல்லாம் அமெரிக்காவாலேயே அழிந்தவர்களாகவும் இருப்பார்கள்.

ஏன் இந்த விசித்திரம் என்று இனி அடிக்கடி தோன்றும்! இது விசித்திரமல்ல. எல்லாம் ஏகாதிபத்தியத்தின் இட்சிணி வேலைகள்!

3. டாலர் டிப்ளமஸி

ரூஸ்வெல்ட் மாதிரி ஒரு சூப்பர் ஹீரோ ஜனாதிபதியாக இருந்துவிட்டுப்போன - அதுவும் எட்டு வருஷம் - நாற்காலிக்கு அடுத்து வந்தவர் அத்தனை அழகு சேர்க்கவில்லை. வில்லியம் ஹோவர்ட் டாஃப்(ட்) என்கிற அந்த பிரும்மாண்டமான மனிதர் (பார்க்க படம்) இத்தனைக்கும் நிரம்பப் படித்தவர். ரிபப்ளிகன் கட்சியின் மூத்த உறுப்பினரான அவரை ரூஸ்வெல்ட் தன் ஆட்சிக்காலத்தில் பிலிப்பைன்ஸின் கவர்னராக நியமித்தார். (ஞாபகமிருக்கிறதல்லவா? பிலிப்பைன்ஸ் அப்போது அமெரிக்கக் காலனி.)

ஒரு நாலு வருஷம் அங்கே அமைதி திரும்ப மெனக்கெட்டு உழைத்ததற்குப் பலனாக அதே ரூஸ்வெல்ட் அவரை திரும்ப வாஷிங்டனுக்குக் கூப்பிட்டு தனக்குப் பக்கத்தில் ஒரு அட்வைஸர் மாதிரி வைத்துக்கொண்டார். கருணாநிதிக்கு ஒரு ஆற்காடு வீராசாமி மாதிரி என்று வையுங்கள். அத்தனை நெருக்கம்.

இந்த நெருக்கம் தான் ரூஸ்வெல்டுக்குப் பிறகு அவரை ஜனாதிபதியாகவும் ஆக்கியது. ஆனால் டாஃப்ட் அத்தனை உற்சாகமான ஆசாமி இல்லை. எப்போதும் சர்வதேச மீடியாவில் முதலிடம் பிடிக்கிற அமெரிக்க அரசியல் அவர் காலத்தில் எங்கோ கண்ணுக்குத் தெரியாத இடத்துக்குப் போய்விட்டது.

இத்தனைக்கும் தன் பதவிக்காலத்தில் ரொம்ப முக்கியமான ஒரு காரியத்தைச் செய்தவர் டாஃப்ட். அதற்கு "டாலர் டிப்ளமஸி" என்று பேர்.

ராணுவ பலத்தைக் காட்டி உலக அரங்கில் பெயரெடுப்பதைக் காட்டிலும் பொருளாதார வளத்தையும் பலத்தையும் முன்னிலைப்படுத்தி உலக அரங்கில் அமெரிக்காவின் இமேஜை வளர்ப்பது சுலபம் என்று முதல் முதலாகக் கண்டுபிடித்து, அறிமுகப்படுத்தியவர் அவர்தான்.

என்ன காரணத்தாலோ (இன்று அமெரிக்கா அந்தச் சித்தாந்தத்தைத் தான் வேதவாக்காகக் கடைபிடித்தபோதிலும்) அன்று அமெரிக்க மக்களுக்கு அவரை அத்தனை பிடிக்காமல் போய்விட்டது.

பொதுக்கூட்டங்களில் ஜோராகப் பேசுவது, இன்ட்ரஸ்டிங்காக அறிக்கை விடுவது, தொண்டர்கள் மத்தியில் ஹீரோ இமேஜ் பெறுவது மாதிரியான காரியங்களெல்லாம் டாஃப்ட்டுக்கு அத்தனை கைவரவில்லை! ஆசாமி கொஞ்சம் சிடுசிடு டைப் வேறு. ஆகவே கட்சிக்குள்ளேயே அவரை நீக்கிவிட்டு வேறு யாரையாவது உட்காரவைக்கலாமா என்று யோசிக்க ஆரம்பித்துவிட்டார்கள்.

இதில் மிகப்பெரிய டிராஜிடி என்னவென்றால் எந்த ரூஸ்வெல்ட் அவரை அதிபராக்கி அழகு பார்த்தாரோ, அதே ரூஸ்வெல்டே டாஃப்ட்டுக்கு எதிராக*1912*ம் வருஷத்தில் நடந்த தேர்தலில் நிற்கலாம் என்று முடிவு செய்கிற அளவுக்கு ரிபப்ளிகன் கட்சியின் செல்வாக்கை மக்கள் மத்தியில் குறைக்கும் காரியத்தை கனஜோராகச் செய்துகொண்டிருந்தார் டாஃப்ட்.

அவரைச் சொல்லிப் புண்ணியமில்லை. அவரது கேரக்டர் அந்த மாதிரி. என்ன செய்யமுடியும்? ரசிக்கமுடியாத ஒரு ஜனாதிபதியாக ஒரு நாலு வருஷம் இருந்துவிட்டுப் போனார் டாஃப்ட்.

1912 பொதுத்தேர்தலில் டாஃப்ட்டுக்கு எதிராக ரிபப்ளிகன் கட்சியைச் சேர்ந்த ரூஸ்வெல்டே தனிக்குழு அமைத்துப் போட்டியிட, எதிர்புறம் டெமாக்ரடிக் கட்சியின் வேட்பாளராக உட்ரோ வில்சன் களம் இறங்கினார்.

இந்த முறை மக்கள் ஓட்டை மாற்றிப் போட்டார்கள். எட்டு ஓட்டு டாஃப்ட்டுக்கு. எண்பத்தெட்டு ஓட்டு ரூஸ்வெல்டுக்கு. நாநூற்று முப்பத்தஞ்சு ஓட்டு வில்சனுக்கு என்கிற விதமாகத் தேர்தல் முடிவு வந்தது.

தோல்வி சோகமெல்லாம் வெறும் அரசியல்வாதிகளுக்குத் தான்; எனக்கென்ன போச்சு என்று டாஃப்ட் மூட்டை கட்டிக்கொண்டு வெள்ளை மாளிகையிலிருந்து புறப்பட்டு நேரே யேல் பல்கலைக்கழகத்தில் வாத்தியார் உத்தியோகம் பார்க்கப் போய்விட்டார். பிறகு *1921*ல் அமெரிக்க சுப்ரீம் கோர்ட்டின் தலைமை நீதிபதியாகி, ரொம்ப கௌரவமான நீதிபதியாகப் பெயரெடுத்து, காலமானார். *(1930)*

நம்மூரில் எந்த அரசியல்வாதியாவது இப்படி வாத்தியார் உத்தியோகம் பார்க்கவும் நீதிபதியாகவும் தகுதி படைத்திருக்கிறார்களா என்று நிதானமாக அப்புறம்

யோசித்துக்கொள்ளுங்கள். இப்போது நாம் உட்ரோ வில்சனைப் பார்க்கப் போகவேண்டும்.

இருபதாம் நூற்றாண்டில் அமெரிக்கா சந்தித்த மிகப்பெரிய யுத்தங்களுக்கான பிள்ளையார் சுழியெல்லாம் அவர் காலத்தில் போடப்பட்டது தான். ரூஸ்வெல்டுக்குப் பிறகு ஒரு நட்சத்திர அந்தஸ்துடன் கன ஜோராக ஆட்சிப் பீடத்தை அலங்கரித்தவர் அவர். ரூஸ்வெல்ட் மாதிரியே அமைதிக்கான நோபல் பரிசு பெற்றவர் கூட. இப்போது இங்கே அடிக்கடி உச்சரிக்கப்படுகிற சமூகநீதி என்கிற சொல்லை அன்றே அமெரிக்காவுக்கு அறிமுகப்படுத்தி, அதைச் சாத்தியமாக்கியதும் உட்ரோ வில்சன் தான். அரசாங்கத்துக்கு ஆயிரம் பிரச்னைகள் இருக்கும். நல்லதும் நடக்கும்; தகிடுதத்தங்களும் நடக்கும்; மக்களுக்கு அன்றாடத் தேவைகள் குறையின்றிக் கிடைக்கிறதா? பணம் காசு பிரச்னையில்லாமல் வாழ்க்கை ஓடுகிறதா? வாழ்க்கைத் தரம் வாராந்தரத் தவணையிலாவது உயர்ந்துகொண்டிருக்கிறதா? அதுபோதும் என்கிற மனோ நிலையை மக்களுக்கு ஏற்படுத்தியவர் வில்சன்.

ரொம்பப் பெரிய படிப்பாளி. மிகச் சிறந்த ராஜதந்திரி அவர். விர்ஜீனியா மாகாணத்தில் 1856ல் பிறந்த வில்சன், ஜார்ஜியாவில் படித்து கரோலினாவில் வளர்ந்தவர். அவர் சட்டம் படித்துக்கொண்டிருந்த காலத்தில் சிவில் நடந்ததால், கவனம் முழுக்கப் போரின் அழிவுகள் மீதே இருந்திருக்கிறது அவருக்கு. யுத்தங்களால் ஒரு தேசத்துக்கு என்னென்ன கெட்டதுகள் நடக்கும் என்று பெரிய ஆராய்ச்சியே செய்தவர் வில்சன்.

சட்டப்படிப்பை முடித்துவிட்டு பொலிடிகல் சயின்ஸ் படிக்க ஜான் ஹுப்கின்ஸ் பல்கலைக்கழகத்துக்குப் போனார். பிறகு பேராசிரியராகி, அமெரிக்கப் பல்கலைக்கழக வட்டாரங்களில் ஒரு சூப்பர் ஸ்டார் ஆனார். அரசியல் அறிவியல் என்பது ரொம்பப் பெரிய சப்ஜெக்ட். வில்சன் அதில் ஒரு மாஸ்டர். நாடெங்கும் லட்சக்கணக்கான மாணவர்கள் ஒரு நாளாவது வில்சனிடம் பாடம் கேட்கமாட்டோமா என்று ஏங்கியிருந்த காலம் அது.

அப்படியொரு புகழுடன் பேராசிரியராக இருந்தவரை ப்ரின்ஸ்டன் யுனிவர்சிடி தன் பிரசிடெண்டாகவே நியமித்து கௌரவித்தது.

ஆனால் சக பேராசிரியர்களுக்கு வில்சனின் இந்த இமாலய வளர்ச்சி

பொறுக்கவில்லை. கல்வித் திட்டங்களில் அவர் செய்திருந்த பிரமிக்கத் தக்க மாறுதல்களை சொத்தை என்று சொல்லி கலாட்டா பண்ணிக்கொண்டிருந்தார்கள். ஒரு கட்டத்தில் வில்சனின் பேராசிரிய எதிரிகளின் எண்ணிக்கை எக்கச்சக்கமாகி, கண்டபடி வம்பு வழக்குகளில் அவர் பெயர் இழுக்கப்பட்டது. வெறுத்துப் போய் பதவி விலகி வீட்டில் இருந்தவரை அமெரிக்க டெமாக்ரடிக் கட்சி கூப்பிட்டு நியுஜெர்சி கவர்னர் தேர்தலில் நிற்கவைத்தது.

கவனிக்கவும். வில்சன் அப்போது அரசியல் வாதி இல்லை. சினிமா ஸ்டார் இல்லை. ஒரு பேராசிரியர். அதுவும் முன்னாள் பேராசிரியர். அவ்வளவு தான். ஆனால் அன்றைய தினம் அமெரிக்க அதிபருக்கு இருந்த பாப்புலாரிடி அந்த முன்னாள் பேராசிரியருக்கு அங்கே இருந்தது!

அதனால் மிகச் சுலபமாக 'படுத்துக்கொண்டே' தேர்தலில் ஜெயித்து நியுஜெர்சி மாகாணத்து கவர்னர் ஆனார் உட்ரோ வில்சன்.

திறமைசாலிகள் எந்த இடத்துக்குப் போனாலும் ஜொலிப்பார்கள் என்கிற சித்தாந்தத்தின்படி 'கவர்னர்' வில்சனும் பட்டைகிளப்ப ஆரம்பித்தார். ரெண்டே வருஷம். ஒரு தேசிய ஸ்டார் என்கிற அந்தஸ்து அங்கே அவருக்குக் கிடைத்துவிட்டது. பிரசிடெண்ட் தேர்தலில் அவரைத் தவிர வேறு யாரையும் நினைத்துக் கூடப் பார்க்கமுடியாது என்று முடிவு செய்தார்கள் டெமாக்ரடிக் கட்சியின் தாத்தாக்கள்.

தேர்தல் வந்தது *(1912)*. வில்சன் நின்றார்; வென்றார். பரபரப்பு ஏதுமில்லாமல் அவரடைந்த சுலபமான வெற்றி அது. ஒரு மாபெரும் அரசியல் சாணக்கியர், அமைதி விரும்பி அதிபராகியிருக்கிறார் என்கிற சந்தோஷத்தை ஒட்டுமொத்த அமெரிக்காவும் கொண்டாடித் தீர்த்தது.

வில்சனும் மக்கள் தம்மீது வைத்திருந்த நம்பிக்கையை அரை பர்சண்ட் கூட வீணடிக்காமல் தான் ஆட்சி செய்ய ஆரம்பித்தார். ரயில்வே ஊழியர்களுக்கு எட்டு மணிநேர வேலை, ஷிப்டு முறைப் பணி, நிலச்சீர்திருத்தங்கள், வரி சீர்திருத்தங்கள் என்று நிறையவே நல்ல காரியங்கள் செய்துகொண்டிருந்தார். அயலுறவு மட்டும் தான் அவருக்குத் தண்ணிகாட்டிக்கொண்டிருந்தது.

பக்கத்து நாடான மெக்சிகோவில் நிகழ்ந்ததொரு ஆட்சி மாற்றம், அமெரிக்க-மெக்சிகன் உறவுக்கு வெங்காயவெடி வைக்கும் போலிருந்தது. அடிக்கடி மெக்சிகோ, அமெரிக்க எல்லையில் வாலாட்டிக்கொண்டிருந்தது. இப்போது நம் காஷ்மீரில் பாகிஸ்தான் வாலாட்டுவது மாதிரி.

வேண்டாவெறுப்பாக வில்சன் அவர்களுடன் ஒரு யுத்தத்துக்குத் தயாராகவேண்டியிருந்தது. நல்ல வேளையாக கடைசி நிமிடத்தில் வில்சனின் ராணுவத் தளபதி பெர்ஷிங் மெக்சிகன் அதிபரைச் சந்தித்து 'வாலாட்டினால் இன்னின்ன விபரீதங்கள் வரும், பரவாயில்லையா?' என்று லிஸ்ட் போட்டுக் கேட்டுவிட்டு வர, அவர்கள் உடனே பயந்து போரை நிறுத்திக்கொண்டார்கள்.

கொஞ்சநாள் எந்த நாட்டு விவகாரத்தையும் கவனிக்காமல் சொந்ததேசத்தில் சில உருப்படியான காரியங்களைப் பார்க்கலாம் என்று தான் நினைத்திருந்தார் வில்சன். எல்லாம் ரெண்டே வருஷம் தான்.

1914ல் ஐரோப்பாவில் ஒரு சம்பவம் நிகழ்ந்தது. அதிகமில்லை. ஒரே ஒரு கொலை.

ஆனால் அந்த ஒரு கொலை ஒட்டுமொத்த ஐரோப்பிய நாடுகளையும் பிடித்த நாலுவருஷச் சனியாகிவிட்டது. ஐரோப்பாவைப் பிடித்த சனி அமெரிக்காவின் காலையும் விட்டுவைக்கவில்லை என்பது தான் இதில் விஷயம்.

முதலில் ஆஸ்திரியாவுக்கும் செர்பியாவுக்கும் தான் வாய்த்தகராறு ஆரம்பித்தது. பிறகு கைகலப்பானது. இரண்டு நாடுகளும் தம் கூட்டாளிகளைச் சண்டையில் சேர்த்துக்கொள்ளத் தொடங்கின. இந்தப் பக்கம் நாலுபேர், அந்தப் பக்கம் எட்டுபேர் என்று தினசரி ஸ்கோர் ஏறத் தொடங்கியது.

யாரும் நினைத்துக்கூடப் பார்த்திராத ஒரு கெட்டவேளையில் அடடே, இது சாதா யுத்தமில்லை; உலக யுத்தம் என்று தெரிந்துவிட்டது.

உலக யுத்தம் என்றால் உலகை உலுக்கிய யுத்தம் என்றும் பொருள். இருபதாம் நூற்றாண்டின் அத்தனை நாசகார ஆயுதங்களுக்கும் அந்த யுத்தம் தான் முதல்முதலில் வாசல் திறந்துவைத்து, கோலம்

போட்டு வரவேற்றது. எந்தெந்த தேசம், மற்ற தேசங்கள் குறித்து என்னென்ன அபிப்பிராயங்கள் வைத்திருக்கின்றன, எதைப் பார்த்து எது பொறாமைப்படுகிறது; யாருக்கு யார்மேல் என்னென்ன வன்மம் - எல்லா வண்டவாளங்களும் ஒவ்வொன்றாக வெளிப்பட ஆரம்பித்தது அப்போதுதான்.

இதில் ரொம்பவே ஆச்சர்யத்துக்குரிய விஷயம் என்னவென்றால், அமெரிக்காவுக்கு அந்தப் போரில் பங்குபெறும் ஐடியாவே கிடையாது. நிஜமாகவே கிடையாது. ஆனால் பிடித்து இழுத்துக்கொண்டுவந்துவிட்டார்கள்.

விளைவு?

வெறும் யுத்தம் கோர யுத்தமானதற்கான பெரும்பங்கை அமெரிக்கா ஏற்றது. யுத்தத்தின் இறுதியில் எக்கச்சக்கமாக சம்பாதித்தது. நல்லபிள்ளை பெயரையும் விட்டுவிடாமல், நிறையவும் சம்பாதித்து, உலக அரங்கில் தானொரு வல்லரசு என்பதை முதல்முதலாக வெளிப்படுத்தவும் செய்தது!

4. முதல் உலக யுத்தம்

கிட்டத்தட்ட நாலு மாதங்களாக விசா இல்லாமல் அமெரிக்காவைச் சுற்றிப் பார்த்துக்கொண்டிருக்கும் வாசகர்களை இப்போது கப்பலேற்றி, கொஞ்சம் ஐரோப்பா வரைக்கும் அழைத்துப் போகவேண்டிய அவசியம் ஏற்பட்டிருக்கிறது. *(பயணிகள் விமானம் இன்னும் அவ்வளவாகப் புழக்கத்துக்கு வரவில்லை.)* நாம் முன்னால் போனால், பின்னால் அமெரிக்காவே தானாக வந்து நம்முடன் அங்கே இணைந்துகொண்டுவிடும்!

உலகையே உலுக்கிய அந்த மாபெரும் யுத்தகளத்துக்கு அமெரிக்கா வந்து சேருவதற்கு முன்னால் நாம் ஒரு ரவுண்டு சுற்றிப் பார்த்துவிடுவது ரொம்ப நல்லது. ஏனென்றால், முதல் உலக யுத்தம் என்று அழைக்கப்படும் அந்தக் கோர யுத்தத்துக்கு அப்புறம் தான் அமெரிக்கா எப்பேர்ப்பட்ட சக்திமிக்க தேசம் என்பது முழுசாக உலகுக்குத் தெரியவந்தது. அதற்கு முன்பெல்லாம் கொஞ்சம் சந்தேகத்துடன் தான் அமெரிக்காவின் பலத்தை உலகம் அங்கீகரித்துக்கொண்டிருந்தது. ஒரு குருட்டு அதிர்ஷ்டத்தில் அமெரிக்கர்கள் ஹீரோக்களாகிவிட்டார்களோ என்று தான் பல உலகநாடுகள் எண்ணிக்கொண்டிருந்தன.

பல்வேறு ஐரோப்பிய தேசங்களுக்கு இடையே மூண்டிருந்த அந்த யுத்தத்தில் அமெரிக்கா பங்குபெற்று, வெர்செயில்ஸ் ஒப்பந்தம் வரைக்கும் வழிநடத்தியபிறகுதான் அமெரிக்காவைக் கண்டால் கை கட்டி வாய்பொத்தவேண்டும் என்கிற எண்ணமே பல தேசங்களுக்கு உண்டானது.

முன்னுரை போதும். இப்போது நாம் நேரே ஆஸ்திரியா - ஹங்கேரிக்குப் போகலாம்.

அந்தக் காலத்தில் ஆஸ்திரியா - ஹங்கேரி என்பது ஒரே பகுதி. தனித்தனி நாடுகள் இல்லை. *(தற்போதைய யூகோஸ்லாவியா, செக் - ஸ்லோவாக்கியா தேசங்களும் அப்போது அதன் பகுதிகள் தான்.)* ரஷ்யாவின் எல்லையில் இருந்த ஓர் ஐரோப்பிய தேசம் அது. இப்போதைய போஸ்னியாவும் அப்போது ஆஸ்திரியாவின் ஒரு பகுதி தான். உலகப்போருக்கு முதல் விதை ஊன்றப்பட்ட பகுதி.

இந்த போஸ்னியாவில் இருந்த மக்கள் ஸ்லாவ் *(Slav)* என்கிற இனத்தைச் சேர்ந்தவர்கள். என்ன பிரச்னை என்றால், போஸ்னியாவுக்கு பக்கத்து நாடான செர்பியா முழுக்க முச்சூடும் ஸ்லாவ் இனத்தவர்களால் ஆன தேசம். ஆகவே, ஆஸ்திரியாவின் பிடியில் இருந்த போஸ்னியாவை எப்படியாவது தன்னுடன் இணைத்துக்கொண்டு இனத்தோடு இனம் சேர்ந்துவிடவேண்டும் என்று எப்பப்பார் தகராறு பண்ணிக்கொண்டிருந்தது செர்பியா.

ஜெர்மானிய நட்பு நாடான ஆஸ்திரியாவிலிருந்து எப்படியாவது விலகிவிடவேண்டும், தனி நாடாகவேண்டும் என்ற எண்ணத்திலிருந்த போஸ்னியாவுக்கு, தனி நாடாக முடியாவிட்டாலும் குறைந்தபட்சம் செர்பியாவுடனாவது இணைந்துவிடலாம், என்னத்துக்கு ஆஸ்திரியாவுடன் ஒட்டிக்கொண்டிருக்கவேண்டும் என்கிற நப்பாசை. தினசரி கிளர்ச்சி, புரட்சி, கொலை என்று பிராந்தியத்தையே ரகளை பண்ணிக்கொண்டிருந்தார்கள் ஸ்லாவ் இனக் கிளர்ச்சியாளர்கள்.

இந்தக் கிளர்ச்சியை அடக்க அப்போது ஆஸ்திரிய அரசின் இளவரசரான (அவர் தான் ராணுவ தளபதியும்கூட.) ஃபிரான்ஸிஸ் பெர்ட்டினாண்ட் என்பவர் போஸ்னியாவின் ஒரு பகுதியான செரஜிவோ *(serajevo)* என்கிற நகருக்குப் போய் முகாம் அமைத்துத் தங்கினார்.

அவரது போதாதவேளை, போன இடத்தில் போட்டுத் தள்ளிவிட்டார்கள். சுத்தமான, திட்டமிட்ட, அக்மார்க் படுகொலை. சரஜீவ்வோ காவ்ரிலோ ப்ரின்ஸி *(Sarajevo, Gavrilo Princip)* என்கிற ஸ்லாவ் இனப் புரட்சிகர இயக்க இளைஞன் ஒருவன் இளவரசரைக் கொல்லும் காரியத்தை கன கச்சிதமாகச் செய்துமுடித்தான்.

உடனடியாக இந்தக் கொலைக்கு செர்பியா தான் காரணம் என்று குற்றம் சாட்டியகையோடு செர்பியா மீது போர் தொடுக்கவும் ஆயத்தம் செய்ய ஆரம்பித்துவிட்டது ஆஸ்திரிய அரசு. ஆதாரம் எதுவும் இல்லாத இந்தக் குற்றச்சாட்டை அப்போது ஆஸ்திரியா முன்வைக்கக் காரணமே எப்படியாவது செர்பியாவை ஒழித்துவிடவேண்டும் என்கிற எண்ணம் தான்.

'இந்தமாதிரி, நாங்கள் முடிவு பண்ணியிருக்கிறோம். நீ உதவ வருகிறாயா?' என்று ஆஸ்திரியா தன் நட்பு நாடான ஜெர்மனியைக் கேட்டது. அதற்கென்ன, பேஷாக என்று ஜெர்மனியும் பச்சைக்கொடி

காட்டி, மண்புழு சைஸ் செர்பியாவை நசுக்க இரண்டு தேசங்களும் இணைந்து, 1914 ஜூலை 28ம் தேதி போரைத் தொடங்கின.

ஆஸ்திரியாவுக்கு ஒரு ஜெர்மனி கிடைத்தது என்றால், அந்தப் பக்கம் செர்பியாவுக்கு உதவ ரஷ்யா முன்வந்தது. காரணம், ரஷ்யாவுக்கு ஜெர்மனியைப் பிடிக்காது.

இப்படி நாலு தேசங்கள் போர்க்களத்தில் வரிந்துகட்டிக் கொண்டிருக்க, அப்போது ஐரோப்பாவின் மிக முக்கியமான தேசமான பிரான்சு என்ன செய்யப்போகிறது என்று எல்லாரும் எதிர்பார்த்துக் கொண்டிருந்தார்கள். ஏனென்றால் பிரான்சுக்கும் ஜெர்மனிக்கும் நூறு வருஷப் பகை உண்டு. ஏற்கெனவே தன் தேசத்தின் சில பகுதிகளை (அல்சேஸ், லொரேன்) 1870ம் வருஷம் நடந்த போரில் (அப்போது ஜெர்மானிய நிலப்பரப்பு பிரஷ்யா என்று அழைக்கப்பட்டது.)பிரான்சு, ஜெர்மனிக்கு தாரைவார்க்க நேர்ந்த கடுப்பு வேறு.

ஏதாவது செய்து ஜெர்மனியைப் பழிதீர்க்க அப்போது பிரான்சு ரொம்ப நாளாகக் கனவு கண்டுகொண்டிருந்தது. அடடே, இது ஒரு சாக்காக இருக்கிறதே, ஜெர்மனியைச் சீண்டலாமா என்று நினைத்துக் கொண்டிருந்தபோது, “இந்தப் போரில் பிரான்சு பங்குபெறக்கூடாது. நடுநிலைமை வகிக்கவேண்டும்” என்று ஜெர்மனி சொன்னது.

நீ யார் என்னைக் கேட்க என்று பதிலுக்கு முறைத்தது பிரான்ஸ். இதனால் கடுப்பான ஜெர்மனி, செர்பியா இருக்கட்டும், முதலில் பிரான்ஸை ஒழித்துவிட்டுத்தான் மறுகாரியம் என்று முடிவு செய்து, பெல்ஜியம் வழியாக பிரான்சை நோக்கித் தன் படைகளை அனுப்பத் தொடங்கிவிட்டது.

இது பேஜார் இல்லையா? படையை அனுப்புமுன் பெல்ஜியத்தின் அனுமதியைக் கேட்டிருக்கவேண்டுமல்லவா? ஆத்திரத்தில் அறிவை இழந்தது ஜெர்மனி.

பெல்ஜியம் அப்போது ஒரு சமத்துப் பிள்ளை. போருக்கெல்லாம் வரலை; நான் நடுநிலைமை வகிக்கிறேன் என்று சொல்லியிருந்தது. நடுநிலைமை வகிக்கும் நாட்டைப் பாதுகாக்க ஏனைய ஐரோப்பிய நாடுகள் ஒப்புக்கொண்டிருந்தன. இந்த நிலைமையில் பெல்ஜியம்

வழியாகத்தன் படைகளை ஜெர்மனி அனுப்பத் தொடங்கியதால் பிரிட்டனுக்குக் கோபம் வந்துவிட்டது. ஜெர்மனிக்கு ரொம்பத்தான் திமிர்; போய் கொஞ்சம் அடக்கிவைத்துவிட்டு வரலாம் என்று பிரிட்டன் தன் பார்லிமெண்டில் அனுமதி கேட்க, உடனே கிடைத்துவிட்டது. இதான் சாக்கு என்று பிரிட்டனின் நட்பு நாடான ஜப்பானும் ஜெர்மனிக்கு எதிராகப் போரில் இறங்கியது. முதலில் நடுநிலைமை வகித்த இத்தாலியும் 'காலத்தின் கட்டாயத்தால்' பிரிட்டன், பிரான்சு பக்கம் சேர்ந்து ஜெர்மனியைத் தாக்க முடிவு செய்தது.

இதே மாதிரி அந்தப் பக்கம் துருக்கியும் பல்கேரியாவும் ஜெர்மனியை ஆதரித்தன. ருமேனியாவும் சீனாவும் பிரிட்டனுடன் சேர்ந்துகொண்டன. உலகெங்கும் ஏற்பட்டிருந்த பிரிட்டிஷ் காலனிகளும் யுத்தத்தில் கலந்துகொண்டே ஆகவேண்டிய கட்டாயத்துக்குத் தள்ளப்பட்டன.

இதனால் என்ன ஆயிற்று என்றால், அந்த ஆஸ்திரிய இளவரசர் இறந்ததும் அந்தக் கொலைக்கு உண்மையில் யார் காரணம் என்று கண்டுபிடிக்கவேண்டிய அவசியமும் மறந்தே போய், போரில் நீ பிரிட்டன் கட்சியா? ஜெர்மனி கட்சியா? ரெண்டில் எது ஜெயிக்கும் என்பது மட்டுமே முக்கியமாகிவிட்டது. போரை ஆரம்பித்த ஆஸ்திரியாவை ஒரே அமுக்காக அமுக்கிவைத்துவிட்டு மற்ற தேசங்களெல்லாம் வெகு தீவிரமுடன் ஒன்றையொன்று தாக்கிக்கொள்ளத் தொடங்கிவிட்டன.

முப்பதுக்கும் மேற்பட்ட நாடுகள். முன்னூறுக்கும் மேற்பட்ட போர்க்களங்கள். உலகை உலுக்கிப் பார்த்த மாபெரும் யுத்தம் அது. தேசங்கள் ஒன்றுக்கொன்று எத்தனை வன்மம் வளர்த்து வைத்திருக்கின்றன என்பதை முதல் முதலில் வெட்டவெளிச்சமாக்கிய யுத்தம் அது.

முதல் உலகப்போரின் நிஜமான காரணம் ஆஸ்திரிய இளவரசர் படுகொலை அல்ல. அன்று அத்தனை ஐரோப்பிய தேசங்களுக்குமே ஜெர்மனியின் ராணுவ வளர்ச்சி கலவரமூட்டிக்கொண்டிருந்தது. ஏராளமான நவீன போர்க்கருவிகளைத் தயாரிப்பதும் பரீட்சை பண்ணிப் பார்ப்பதும் ராணுவத்துக்கு நிறைய ஆள் சேர்ப்பதுமாக அன்றைய ஜெர்மனி, ஐரோப்பாவுக்கு மாபெரும் தலைவலி கொடுத்துக்கொண்டிருந்தது.

ஜெர்மனியைப் பார்த்து இன்னும் பல தேசங்களும் ஆயுதப் பெருக்கத்தில் ஆர்வம் செலுத்தத் தொடங்கின. அதற்கு இன்னொரு முக்கியமான காரணம், எல்லா தேசங்களுக்குமே அப்போது பக்கத்து தேசங்களுடன் தீர்க்கப்படவேண்டிய பஞ்சாயத்துகள் நிறைய இருந்தன. எல்லாமே எல்லைப் பிரச்னைகள். இதுதவிர எல்லா ஐரோப்பிய தேசங்களுமே தம் நிலப்பரப்புக்கு வெளியே குடியேற்றக் காலனிகள் நிறுவுவதிலும் தீவிரம் காட்டிக்கொண்டிருந்தன அப்போது. அந்த வகையிலும் நிறைய போட்டிப் பொறாமைகள். ஐரோப்பாவில் தொழில் புரட்சி ஏற்பட்டபிறகு, எல்லா தேசங்களும் தம் தொழில்களைக் காப்பாற்ற நடவடிக்கைகள் மேற்கொண்டன. இதன்விளைவான காப்புரிமை, காப்பு வரிகள் சம்பந்தப்பட்ட தகராறுகள்.

தொட்டுத்தொட்டு நூறு காரணங்கள் உண்டு. இன்னது தான் என்று குறிப்பிட்டு எடுத்துக்காட்ட ஒரு பெரிய காரணம் இல்லாததாலேயே அந்த அப்பாவி ஆஸ்திரிய இளவரசர் படுகொலையை ஒரு சாக்காக வைத்து யுத்தத்தை ஆரம்பித்துவிட்டன ஐரோப்பிய தேசங்கள்.

போர் ஆரம்பித்த கொஞ்ச நாளிலேயே ஜெர்மானியர்கள் பெல்ஜியத்தைக் கைப்பற்றிவிட்டார்கள். பிறகு பிரான்சுடன் சண்டை போட்டுத் தோற்றுப் பின்வாங்கினார்கள். அந்தப் பக்கம் கிழக்கே ருஷ்யர்களையும் தோற்கடித்தார்கள். போலந்து, பால்டிக் நாடுகளைக் கைப்பற்றிக்கொண்டார்கள். இறுதியில் ருஷ்யா ஒரு உடன்படிக்கை செய்துகொண்டு செர்பியாவை ஜெர்மனிக்குத் தாரைவார்க்க வித்திட்டது. (செர்பியாவுக்கு ஆதரவாகத்தான் போரில் இறங்கியது ருஷ்யா!)

இன்னொரு பக்கம் பிரிட்டிஷ் கடற்படை ஜெர்மனியின் குடியேற்ற நாடுகளைக் கைப்பற்றின. துருக்கி, ஆஸ்திரியா, பல்கேரியா போன்ற தேசங்கள் பிரிட்டனுக்கு அடிபணிந்தன.

இந்தக் கடுப்பில் ஜெர்மனி, பிரிட்டனின் கடற்படையை நாசம் செய்ய முடிவு செய்தது. அந்நாளில் பிரிட்டனின் கடற்படை மிகவும் சக்திவாய்ந்ததாகக் கருதப்பட்டது. ஏராளமான நவீன ஆயுதங்கள் தாங்கிய மாபெரும் கப்பல்களை பிரிட்டன் வைத்திருந்தது. அழிக்கவே முடியாத படை என்று வருணிக்கப்பட்ட அந்தக் கடற்படையைக் கைப்பற்ற ஜெர்மனி ஒரு உபாயம் செய்தது.

அது தான் நீர்மூழ்கித் தாக்குதல்!

முதல் முதலில் நீர்மூழ்கிக் கப்பல்களை உலகுக்கு அறிமுகப்படுத்தி, அதை ஒரு வெற்றிகரமான போர் ஆயுதமாகவும் பயன்படுத்திக் காட்டியது ஜெர்மனி தான்!

பிரிட்டனின் கடற்படைக் கப்பல்களை ஜெர்மனியின் நீர்மூழ்கிக் கப்பல்கள் துவம்சம் செய்ய ஆரம்பித்தபோது தான் அந்நாட்டுக்குச் சனி பிடித்தது. நடுக்கடலில், பிரிட்டனுடையது மட்டுமல்லாமல் பல அமெரிக்க வர்த்தகக் கப்பல்களும் ஜெர்மனியின் தாக்குதலுக்கு இலக்காயின.

அமெரிக்கா முதலில் எச்சரித்தது. அதிபர் உட்ரோ வில்சன் உண்மையிலேயே போர் நாட்டம் இல்லாதவர். மேலும் ஐரோப்பிய தேசங்களுக்கு இடையே நடக்கும் போரில் தாம் தலை நீட்டுவது தகாது என்று அவர் எண்ணினார். மேலும் ஐரோப்பிய பங்காளிச் சண்டையில் பங்குபெறுவதன்மூலம் அமெரிக்காவுக்குப் பெரிய லாபங்கள் ஏதும் இருக்கமுடியாது என்கிற லாஜிக்கான காரணமும் அதற்கு இருந்தது.

ஆனால், ஜெர்மானிய நீர்மூழ்கிக் கப்பல்கள் அமெரிக்கக் கப்பல்களைத் தாக்கி, தொடர்ந்து சேதம் விளைவித்துக் கொண்டிருக்கவே, ஜெர்மனிக்குப் பாடம் புகட்டாவிட்டால் சரிப்படாது என்று நினைத்தார் வில்சன்.

இத்தனைக்கும் அவரது முதல் தவணை ஆட்சி முடிந்து அப்போது தான் இரண்டாவது முறையாக அதிபராகத் தேர்வாகியிருந்தார்.. அந்தத் தேர்தலில் அவர் தம் மக்களுக்கு அளித்த வாக்குறுதியே, அமெரிக்கா ஒரு போதும் ஐரோப்பிய யுத்தத்தில் பங்கெடுக்காது என்பது தான். அதை நம்பித்தான் அமெரிக்கர்கள் அவருக்கு ஓட்டளித்திருந்தார்கள்.

ஆனால் ஜெர்மனி, அமெரிக்காவைப் போரில் ஈடுபட்டே தீரவேண்டிய ஒரு நெருக்கடியை வலிந்து உண்டாக்கிவிட்டது.

வேறு வழியே இல்லை என்று ஆனபிறகு தான் வில்சன் ஒரு முடிவுக்கு வந்தார். ஜெர்மனிக்கு எதிராக யுத்தம். 1917, ஏப்ரல் 6. அதிகாரபூர்வமாக அமெரிக்கப் படைகள் ஜெர்மனியைத் தாக்கப் புறப்பட்டன.

ஜெர்மனியைத் தாக்குவது மட்டுமல்ல. ஜெர்மனிக்கு எதிராகப் போரில் ஈடுபட்டிருந்த தேசங்களுக்குப் பொருளாதார, வர்த்தக உதவிகளையும் செய்வது என்று சேர்த்து முடிவு செய்தது தான் வில்சனின் சாமர்த்தியம். அதுவரை யுத்தத்தில் ஜெர்மனியை மட்டுமே கவனித்துக்கொண்டிருந்த - போரில் சம்பந்தப்படாத - பிற அனைத்து உலக நாடுகளும் அப்போதிலிருந்து தம் பார்வையை அமெரிக்காவின் மீது செலுத்தத் தொடங்கிவிட்டன.

வில்சன் அதைத் தான் எதிர்பார்த்தார்!

5. யுத்தத்தில் அமெரிக்கா

முதல் உலக யுத்தம் *1914*ம் வருஷம் ஜூன் *28*ம் தேதி ஆஸ்திரிய இளவரசர் படுகொலையை அடுத்து தொடங்கியது. (அப்போது அது வெறும் யுத்தம். ஆகஸ்டு *4*ம் தேதி ஜெர்மனி மீது பிரிட்டன் போர் தொடுக்க ஆரம்பித்தபோது தான் உலகயுத்தமாகப் பரிமாணம் பெற்றது.) யுத்தம் தொடங்கி சரியாக மூணு வருஷம் கழித்துத் தான் அமெரிக்கா ஸ்கிரீனுக்கே வருகிறது. அதாவது *1917*ம் வருஷம். போரில் பங்குபெற மாட்டோம் என்று மக்களிடம் உறுதிமொழி கொடுத்துவிட்டுத் தான் அமெரிக்க அதிபர் உட்ரோ வில்சன் இரண்டாவது முறை பதவிக்கே வருகிறார். ஆயினும் பதவி ஏற்ற உடனேயே போரில் கலந்துகொள்ள வேண்டிய நிர்ப்பந்தத்தை ஜெர்மனி அவருக்கு உண்டாக்கிவிட்டது.

இது ஏன், எதனால் என்பதையெல்லாம் சென்ற அத்தியாயத்திலேயே பார்த்துவிட்டோம் என்பதால் நாம் நேரடியாக அமெரிக்காவின் போர்க்கால நடவடிக்கைகளுக்குள் நுழைந்துவிடலாம்.

அன்றைக்கு அமெரிக்க மக்களின் மனநிலை போருக்கு எதிராகத் தான் இருந்தது என்றாலும் பிரிட்டன் கூட்டணி நாடுகள் யுத்தத்தில் ஜெர்மனியிடம் நிறைய உதைபடுவது கண்டு கொஞ்சம் இரக்கம் கொண்டிருந்தார்கள். அதுவும் அந்த நீர்மூழ்கிக் குட்டிச் சாத்தான்! இந்த ஜெர்மனிக்கு யாராவது ஒரு பாடம் புகட்டினால் தேவலை என்று அமெரிக்க டீக்கடை பெஞ்சுகள் புலம்ப ஆரம்பித்தன.

அது வில்சனின் நல்ல நேரம் என்று தான் வைத்துக் கொள்ளவேண்டும். இல்லாவிட்டால் 'போரில் பங்குபெற மாட்டோம்' என்று அறிவித்த கையோடு படை திரட்டத் தொடங்கிய அரசை மக்கள் சும்மா விட்டுவைத்து வேடிக்கை பார்த்துக்கொண்டா இருப்பார்கள்?

மக்கள் அனுமதி கொடுத்தார்கள். பார்லிமெண்டும் அனுமதி கொடுத்தது. வில்சன் அமெரிக்க காங்கிரஸ் மத்தியில் ஆற்றிய அந்த உணர்ச்சிமிக்கப் பேருரையின் ஒருவரி சாரம், "உலகம் அமைதிக்காகப் போராடிக்கொண்டிருக்கும்போது நாம்

நடுநிலைமை பேசிக்கொண்டிருப்பதில் ஒரு அர்த்தமும் இல்லை'' என்பது.

ஆகவே அமெரிக்காவின் தற்காப்பு யுத்தமாக அமைந்திருக்க வேண்டிய அந்த யுத்தத்துக்கு ஒரு சர்வதேசப் பரிமாணம் உடனே கிடைத்துவிட்டது. உலக நாடுகளைக் காக்க அமெரிக்கா தன் நடுநிலைமைக் கொள்கையைத் தியாகம் செய்கிறது என்று பேச ஆரம்பித்துவிட்டார்கள்.

வில்சன் உடனடியாக ராணுவ தளபதிகளுள் ஒருவரான பெர்ஷிங்கை அழைத்து ஃபிரான்சுக்குப் போகச் சொன்னார். போரை எங்கிருந்து தொடங்கலாம், என்னென்ன முன்னேற்பாடுகள் தேவை என்பதைக் கண்டறிவதற்கான ரகசியப் பயணம் அது.

ராவோடு ராவாக பிரான்சுக்குப் போய்ச் சேர்ந்த பெர்ஷிங், அங்கிருந்து பல்வேறு முனைகளில் நடந்துகொண்டிருந்த யுத்தத்தை நேரடியாக கவனித்தும் மற்ற தேசங்களின் ராணுவத் தளபதிகளுடன் பேசியும் ஒரு முடிவுக்கு வந்து, அங்கிருந்தபடியே அமெரிக்காவுக்குத் தகவல் அனுப்பினார்: ''முதல் கட்டமாகப் பத்து லட்சம் வீரர்கள் வேண்டும். என்னென்ன விதமான ஆயுதங்கள் சாத்தியமோ, எல்லாமும் வேண்டும்''

அமெரிக்க ராணுவத் தளபதி, ஆயுதங்கள் பற்றிக் குறிப்பிட்டதற்கு ஒரு காரணம் உண்டு. முதல் முதலாக அந்த உலகப் போரின்போது தான் மனிதனின் அழிவு சார்ந்த கற்பனைகள் எத்தனை விஸ்தீரணமானது; எத்தனைவிதமான நாசகார ஆயுதங்களை அவன் தயாரிக்கத் தொடங்கியிருக்கிறான் என்கிற உண்மையே வெளியே வந்தது.

ஜெர்மானியப் படைகள் அந்த யுத்தத்தின் போது தான் முதல் முதலாக விஷவாயுத் தாக்குதலைத் தொடங்கியது. குறிப்பாக பிரிட்டனின் பல படைகளை ஜெர்மனியின் விஷவாயுத் தாக்குதல் சின்னாபின்னப்படுத்தியது அப்போதுதான். எல்லா ராணுவ டேங்குகளும் குண்டுகளை வீசிக்கொண்டிருக்க, ஜெர்மானிய டேங்குகள் மட்டும் விஷப் புகை வீசிக்கொண்டிருந்தது. என்ன செய்து தப்பிக்கலாம் என்றே கண்டுபிடிக்காத காலம் அது. எல்லா வீரர்களும் ஒண்ணுக்குப் போவதென்றால் கூட மாஸ்க் அணிந்துகொண்டுதான் போவார்கள்.

ஜெர்மனியின் விஷப்புகைத் தாக்குதலுக்கு பதிலடியாக பிரிட்டனும் ரசாயன குண்டுகளை உடனடியாக உற்பத்தி செய்து தாக்குதலுக்குப் பயன்படுத்தத் தொடங்கியிருந்தது. பற்பல ரவுண்டுகள் தொடர்ந்து சுடக்கூடிய இயந்திரத் துப்பாக்கிகள், அதிசக்தி பொருந்திய அழிவுக் குண்டுகள், ரசாயன உயிர்க்கொல்லி திரவங்கள், புகைப்பந்துகள் என அத்தனை அழிவு சாத்தியங்களும் ஆத்ம சுத்தியுடன் பயன்படுத்தப்பட்டன.

இதைப் பார்த்துவிட்டுத் தான் அமெரிக்கத் தளபதி பெர்ஷிங் 'என்னென்ன ஆயுதங்கள் முடியுமோ எல்லாவற்றையும் அனுப்புங்கள்' என்று கேட்டுக்கொண்டார்.

உண்மையில் அன்று அமெரிக்காவுக்கு அத்தனை ஆயுதபலம் கிடையாது. உலகப்போருக்கு அமெரிக்கா அனுப்பிய ஆயுதங்களில் சுமார் முப்பது சதவீதம் மட்டுமே அந்நாட்டின் சொந்தத் தயாரிப்பு. மிச்சமெல்லாம் இரவல் தயாரிப்புகள் தாம்.

ஆனபோதிலும் அமெரிக்க வீரர்களிடம் ஒரு அண்டர்ஸ்டாண்டிங் இருந்தது. போரில்லாக் காலங்களிலும் விடாத பயிற்சி மேற்கொண்டிருந்ததால் யுத்தகளத்தில் அவர்களால் துல்லியமாகச் செயல்படமுடிந்ததை போர்த் துறை வல்லுநர்கள் பக்கம் பக்கமாக வியந்திருக்கிறார்கள். "குண்டுகளை வீணாக்காமல் சிக்கனமாக, அதே சமயம் இலக்கு தவறாமல் அவர்கள் செலுத்துகிறார்கள்" என்று போரை நேரடியாகக் கண்டு எழுதிய ஒரு பிரிட்டிஷ் பத்திரிகையாளர் வியக்கிறார்.

உலக யுத்தத்தில் அமெரிக்கா நுழைந்த அந்த 1917ம் வருஷம் ஒரு சம்பவம் நடந்தது. ரொம்ப முக்கியமான சரித்திரச் சம்பவம். ஜெர்மனியுடன் மல்லுக்கட்டிக்கொண்டிருந்த ரஷ்யாவுக்குள் புரட்சி ஏற்பட்டு, ஜார் நிக்கோலஸ் மன்னர் பதவி துறக்க நேர்ந்தது அப்போது தான். ரஷ்யா முதல்முதலாக போல்ஷெவிக்குகளை ஆட்சிப் பீடத்தில் ஏற்றியிருந்த சமயம் அது. லெனின் பதவிக்கு வந்ததும் அவருக்கு உலக யுத்தத்தைவிட உள்ளூர்ப் பிரச்னைகள் தான் முக்கியம் என்று தோன்றிவிட்டதால் எப்படியாவது போரிலிருந்து கழன்றுகொண்டுவிடவேண்டும் என்று ரஷ்யா நினைத்தது. மார்ச் 1918ல் ஜெர்மனிக்கும் ரஷ்யாவுக்கும் இடையே ஒரு அமைதி ஒப்பந்தம் ஏற்பட்டுவிட, ரஷ்யா போரிலிருந்து

விலகிவிட்டது. (செர்பியாவை தாரை வார்த்ததெல்லாம் இதன் தொடர்ச்சிதான்.)

ஆகவே ஜெர்மனிக்கு கிழக்குப் பக்கம் இருந்த தலைவலி முற்றிலும் 'குணமடைந்துவிட' தன் கவனத்தை இன்னும் தீவிரமாக மேற்கு நாடுகளின்மேல் செலுத்தத் தொடங்கியது.

ஆயினும் *1918*ம் வருஷத் தொடக்கத்திலிருந்தே ஜெர்மனியின் வெற்றிகளின்மீது இடி விழத் தொடங்கிவிட்டது. அமெரிக்க - பிரிட்டிஷ் படைகளின் ராஜதந்திரம் மிக்க கூட்டு முயற்சிகளால் பல இடங்களில் ஜெர்மனி உதை சாப்பிடவேண்டியதாகிவிட்டது. முக்கியமாக, கடற்போர்களில் அதுவரை ஜெர்மனி பெற்றுவந்த வெற்றிகளுக்கு ஒரு அர்த்தமே இல்லை என்கிற அளவுக்குத் தோல்விகள் தொடர்ந்து வரத்தொடங்கிவிட்டன. கிழக்கே இருந்த வீரர்கள் அத்தனைபேரையும் ஜெர்மனி மேற்குப் பக்கம் அனுப்பியும் பயனில்லாமல் போய்விட்டது.

அமெரிக்க, பிரிட்டிஷ் கூட்டுப் படையினரின் உற்சாகம் அதிகரித்துக் கொண்டே போனபோது, ஒருகட்டத்தில் போர் நிறுத்தம் வந்தே ஆகவேண்டும் என்கிற நிலை உண்டானது. காரணம், இரு தரப்பிலும் ஏற்பட்டுக்கொண்டிருந்த சாவுகளின் எண்ணிக்கை எக்கச்சக்கமாக ஏறிக்கொண்டே போனது. இதை போரில் கலந்துகொள்ளாத பிற உலக நாடுகள் அனைத்துமே வன்மையாகக் கண்டிக்கத் தொடங்கின.

நாலு வருஷம் யுத்தம் என்றால் சும்மாவா? ஜெர்மனியின் ஒட்டுமொத்த வளமும் சர்வநாசமாகியிருந்தது அப்போது. இனி நாற்பது வருஷம் உழைத்தாலும் இழந்த பொருளாதார வளத்தை மீட்கமுடியுமா என்பது பெரிய கேள்விக்குறியாக இருந்தது. மேலும் அடுத்தடுத்து ஏற்பட்ட தோல்விகளும் அத்தேசத்து மக்களிடையே பெரிய சலசலப்பை ஏற்படுத்தவே, ஒரு வழியாக ஜெர்மனி போர்நிறுத்தத்துக்கு மனத்தளவில் தயாரானது.

பிரான்சிலும் பெல்ஜியத்திலும் தான் கைப்பற்றியிருந்த ஏராளமான பகுதிகளை விடுவித்ததன்மூலம் போர் நிறுத்தத்துக்கான தன் சம்மதத்தை ஜெர்மனி மறைமுகமாக அறிவித்தது.

*1918*ம் வருஷம் நவம்பர் *11*ம் தேதி காலை பதினோரு மணிக்கு ஒரு காட்டுப் பகுதியில் பிரிட்டிஷ், அமெரிக்கக் கூட்டணிப்

படைகளுக்கும் ஜெர்மானியப் படைகளுக்கும் இடையே போர் நிறுத்த ஒப்பந்தம் கையெழுத்தானது. பல லட்சக்கணக்கான வீரர்களின் உயிரை விலையாக உட்கொண்ட உலக யுத்தம் முடிவுக்கு வந்தபோது ஐரோப்பாவே ஒரு பெரிய சுடுகாடு போலக் காட்சியளித்தது. (பிரிட்டிஷ் வீரர்கள் மட்டும் 9,47,000 பேர் இறந்தார்கள் என்கிற கணக்கை வைத்து மொத்த பலியை யூகித்துக்கொள்ளுங்கள்!)

கட்டக்கடைசியாகப் போரில் பங்குகொண்டாலும் அமெரிக்காவின் இழப்பும் கணிசமாகவே இருந்தது. ஆனால் அமெரிக்கா போரில் நுழைந்தபிறகு தான் பிரிட்டன் கூட்டணி நாடுகளுக்குத் தொடர்ச்சியாகப் பல வெற்றிகள் கிடைக்கத் தொடங்கின என்பதை வைத்து அமெரிக்காவின் பலத்தை மிக அதிகமாக மதிப்பிடத் தொடங்கியது உலகம்.

இதை மிகச் சாதகமாகப் பயன்படுத்திக்கொண்டார் அதிபர் வில்சன். போரைவிடப் போரின் விளைவுகளில் கவனம் செலுத்துவதன் மூலம் உலக அரங்கில் அமெரிக்காவின் இமேஜை இன்னும் பலமடங்கு அதிகரிக்கச் செய்யமுடியும் என்று முடிவு செய்தவர், உடனடியாக உலக அமைதிக்கான திட்டங்களைத் தீவிரமாக வகுக்கத் தொடங்கினார்.

இதற்கிடையே ஐரோப்பிய தேசங்கள் பலவற்றில் இந்தப் போர் பலவிதமான விளைவுகளை உண்டாக்கத் தொடங்கியிருந்தது. அவற்றுள் முக்கியமானது, பல நாடுகளில் மன்னராட்சி ஒழிந்து, மக்களாட்சி தலையெடுக்கத் தொடங்கியது தான். ஆஸ்திரியா, துருக்கி, ஜெர்மனி ஆகிய தேசங்களில் இருந்த முடியாட்சி ஏற்பாடுகள் உலகப்போருடன் விடைபெற்றுவிட்டன. ரஷ்யாவைத் தொடர்ந்து அங்கெல்லாமும் மக்களாட்சி ஏற்பட்டது.

இன்னொரு விளைவாக, இன அடிப்படையில் மக்களை ஒருங்கிணைத்து பல புதிய தேசங்கள் உருவாயின. செக்கோஸ்லோவாக்கியா, லாட்வியா, லிதுவேனியா, எஸ்தோனியா ஆகியவை அவற்றுள் சில. ஆஸ்திரியாவும் ஹங்கேரியும் தனித்தனி நாடுகள் ஆயின. செர்பியா இன்னும் கொஞ்சம் நிலப்பரப்பைச் சேர்த்துக்கொண்டு கர்ப்பிணி மாதிரி வயிறுவீங்கி, யூகோஸ்லாவியா என்ற புது தேசமானது. பின்லாந்து

சுதந்தர நாடாயிற்று. ஐரோப்பாவில் மொத்தம் 36 தேசங்கள் அப்போது இருந்தன.

இதில் பெரிய காமெடி என்னவென்றால், இந்த உலகப்போரின் சூத்தரதாரியான ஜெர்மனி, போர் நிறுத்தத்துக்குப் பிறகு நிலப்பரப்பு ரீதியிலும் பொருளாதார ரீதியிலும் பல தேசங்களுக்கு நிறைய தானம் கொடுக்கவேண்டி வந்தது. அதுவரை ஐரோப்பியக் கண்டத்தில் காலூன்றாத அமெரிக்கா, முதல் முதலாகத் தன் பொருளாதார - வர்த்தக - ராணுவக் கால்களை அங்கே திடமாக ஊன்றிக்கொள்ள வழி ஏற்படுத்திக்கொடுத்ததும் ஜெர்மனி தான்.

மறுபுறம் அநேக ஐரோப்பிய தேசங்களின் பொருளாதார வலு முற்றிலும் சீர்குலைந்துபோனது. அன்றாடத் தேவைகளை இனி சொந்தமாக உற்பத்தி செய்துகொண்டுதான் தீரவேண்டும் ; இறக்குமதியெல்லாம் பெரிய லக்ஸரி என்று நினைக்கவேண்டிய கட்டாயத்துக்குத் தள்ளப்பட்டார்கள். இன்னொரு போர் - சின்ன சைஸில் வந்தால் கூட - தாங்காது என்று எல்லா தேசங்களுமே அலறிக்கொண்டிருந்தன.

ஆகவே உலக சமாதானம் என்கிற கருத்தாக்கத்தை முன்வைத்து பல பெரிய தலைவர்கள் பேசத்தொடங்கினார்கள். வில்சன் யோசித்தார்.

இது தான் சந்தர்ப்பம். போரைக்குறித்துப் பேசியது போதும். இனி அமைதி குறித்துப் பேசுவோம் என்று முடிவு செய்தார். உட்கார்ந்து, ஒரு பேப்பர் எடுத்து பதினாலு பாயிண்டுகளை விறுவிறுவென்று எழுதினார்.

பாரீஸ் சமாதான மாநாட்டில் அதை அரங்கேற்றினார். சர்வதேச சங்கம் என்கிற ஒரு அமைப்பைத் தோற்றுவிக்க வேண்டும் என்றும் அது எத்தனை இன்றியமையாதது என்றும் எடுத்துச் சொன்னார்.

அமைதிக்கான எந்த நடவடிக்கை மேற்கொள்வதென்றாலும் சர்வதேச சங்கம் ஆரம்பிக்கப்படாமல் அது முழுமை பெறாது என்று அடித்துச் சொன்னார். உலக சமாதானம். உலக நாடுகளிடையே கூட்டுறவு. இதுதான் அந்த சர்வதேச சங்கத்தின் ஆதார சுருதி.

சங்கத்தில் உறுப்பினராகச் சேரும் எந்த நாடும் எக்காரணம் கொண்டும் இனி போருக்குப் போகக் கூடாது. வாக்குறுதியை மீறி

ஏதாவது நாடு போர் செய்தால் மற்ற அனைத்து நாடுகளும் ஒன்று சேர்ந்து அதை ஒரு வழிக்குக் கொண்டுவரவேண்டும். வியாபாரத் தொடர்புகளைத் துண்டித்துவிடவேண்டும். அதே சமயம் ஒரு நல்லது என்றாலும் எல்லாரும் கூடிக் களிப்புற வேண்டும்.

இந்தமாதிரி சமத்துப் பிள்ளைச் சட்டங்களைக் கொண்ட சர்வதேச சங்கத்தைத் தோற்றுவிப்பதில் பெரும்பங்கு ஆற்றியவர் வில்சன். உலகப்போரின் விளைவாகப் பல ஐரோப்பிய தேசங்களுடன் மிகப்பெரிய அளவில் வர்த்தக ஒப்பந்தங்கள் சாத்தியமான அதே சமயம் ஒரு ஜெண்டில்மேன் இமேஜும் அமெரிக்காவுக்குக் கிடைக்க வில்சனின் அந்தப் பதினாலு அம்சத் திட்டம் பேருதவி புரிந்தது.

மறுபுறம், இந்தப் போர் கலாட்டாக்கள், சமாதான ஜாலங்கள் எதுவும் தன் சொந்தநாட்டு மக்களுக்கு எவ்வித குழப்பமோ பயமோ, கலவரமோ, சந்தேகமோ ஏற்படக்கூடாது என்பதிலும் அவர் உறுதியாக இருந்தார். அமெரிக்காவின் தினசரி நடவடிக்கைகள் எதுவும் போர்க்காலத்தில் மாற்றி அமைக்கப்படக் கூடாது என்பதில் அவர் தெளிவும் தீர்மானமும் கொண்டிருந்ததால் மக்களுக்கு ஒரு யுத்ததேசத்தில் இருக்கிற உணர்வே இல்லாமலிருந்தது.

போரின் விளைவும் மிகவும் சாதகமாகவே அமைந்துபோனதில், உள்நாட்டில் வில்சனின் செல்வாக்கு இன்னும் பல்மடங்கு பெருகத் தொடங்கியது!

ஒரு மாதிரி சொகுசு தேசம் என்கிற இமேஜ் அமெரிக்காவுக்கு அப்போது தான் ஏற்படத் தொடங்கியது. கேளிக்கை சார்ந்த தொழில்களும் சொகுசு சார்ந்த உற்பத்திகளும் எக்கச்சக்கமாக புழக்கத்துக்கு வரத்தொடங்கியதும் அப்போது தான்!

6. யுத்தம் தந்த லாபங்கள்

சுமார் நானூறு வருஷத்து வரலாறு உள்ள தேசம் என்றாலும், அமெரிக்காவின் வளர்ச்சியை 'உலகப் போருக்கு முன்', 'உலகப்போருக்குப் பின்' என்று பிரித்து வைத்துக்கொண்டால் புரிந்துகொள்வதற்குக் கொஞ்சம் சுலபமாக இருக்கும். ஏனென்றால், அமெரிக்காவை உலக நாடுகள் முழுக்கப் புரிந்துகொண்டதும் போருக்குப் பிறகுதான். அமெரிக்காவே தன்னை ஒரு சுய ஸ்கேன் பண்ணிப்பார்த்துக்கொண்டதும் அப்போது தான்.

அமெரிக்கா என்றில்லை. முதலாளித்துவம் ஆட்சி செய்கிற எந்த ஒரு பணக்கார தேசத்துக்குமே ஒரு யுத்தம் என்பது மிகப்பெரிய முதலீடு மாதிரி. இழப்புகள் இருக்கும். லாபங்களும் இருக்கும். குறைந்தபட்ச இழப்பு; அதிகபட்ச லாபம் என்று அதை திட்டமிட்டுப் பயன்படுத்திக்கொள்ளத் தெரிந்தால் ஒரு பணக்கார தேசம் சுலபத்தில் வல்லரசாகிவிடமுடியும்.

அமெரிக்கா வல்லரசானது அப்படித்தான்.

முதல் உலக யுத்தத்தில் இறந்த அமெரிக்க வீரர்கள் எத்தனைபேர் என்ற துல்லியமான புள்ளிவிவரம் சரித்திரத்தில் இல்லை. சுமார் ஐம்பதாயிரம் வீரர்கள் இறந்தார்கள் என்று பொதுவாகச் சொல்கிறார்கள். இதைவிட அதிகமாகவும் குறைவாகவும் குறிப்பிடும் சரித்திர ஆசிரியர்கள் இருக்கிறார்கள். சரியான எண்ணிக்கையை இறுதிவரை அமெரிக்கா தரவில்லை. ஆனால் ஒன்று நிச்சயம். உலகப் போரில் மற்ற ஐரோப்பிய தேசங்களின் இழப்பில் கால் வாசி கூட அமெரிக்காவுக்குக் கிடையாது. அதே சமயம், போர் அமெரிக்காவுக்கு அளித்த லாபங்கள் மற்ற எந்த தேசமும் கற்பனை கூடச் செய்து பார்க்க முடியாதவை.

எல்லாமே பொருளாதார ரீதியிலான லாபங்கள்.

ஆரம்பத்தில் போரில் கலந்துகொள்வதில்லை; நடுநிலைமை வகிப்பது என்று தான் அமெரிக்க அதிபர் உட்ரோ வில்சன் முடிவு செய்து அறிவித்திருந்தார். போர் தொடங்கிய முதல் மூன்று வருஷங்களில் அமெரிக்கா வேடிக்கை மட்டுமே பார்த்துக்கொண்டிருந்தது - அதாவது உலகத்தின் பார்வையில்.

உண்மையில், அப்போதே போரை எப்படித் தனக்குச் சாதகமாகப் பயன்படுத்திக்கொள்ளலாம் என்று அத்தேசம் யோசித்து திட்டமிடத் தொடங்கிவிட்டது.

உதாரணமாக, ஐரோப்பாவில் யுத்தம் என்று ஆனவுடனேயே அமெரிக்கா தன் அடிப்படை உற்பத்திகளை அதிகப்படுத்தத் தொடங்கிவிட்டது. 'எக்ஸ்போர்ட் குவாலிடி' என்பார்களே, கேள்விப்பட்டிருக்கிறீர்களா? நம்மூரில் பனியன் ஏற்றுமதி செய்கிறது மாதிரி. யுத்தத்தில் ஈடுபட்டிருக்கிற தேசங்களுக்கு என்னென்ன வேண்டியிருக்கும் என்று யோசித்து, ஒரு லிஸ்ட் போட்டு, அந்தப் பொருட்களையெல்லாம் கூடுதல் தரம், கூடுதல் விலை என்பதாக வகுத்து, தயாரிப்பைத் துரிதப்படுத்தத் தொடங்கியது அமெரிக்கா.

உணவுப் பொருட்கள். ஆயுதங்கள். மருந்துப் பொருட்கள். வெடிபொருட்கள். பீரங்கிகள். ஆடைகள். பழச்சாறு. பெட்ரோல். டீசல். நிலக்கரி. எஃகு இரும்பு. பதப்படுத்திய இறைச்சி வகைகள். இன்னது தான் என்றில்லை. போரின் விளைவாக உற்பத்தியில் கவனம் செலுத்த முடியாத எந்த ஒரு தேசமும் சுலபத்தில் அமெரிக்காவிலிருந்து எதையும் இறக்குமதி செய்துகொள்ளமுடியும் என்கிற நிலையைப் போர் தொடங்கிய மிகச் சில மாதங்களுக்குள்ளேயே அமெரிக்கா உருவாக்கிவிட்டது.

இதில் அமெரிக்கா கடைபிடித்த மாபெரும் ராஜதந்திரம் என்னவெனில், 'உடனே காசு தரவேண்டிய அவசியம் இல்லை. கொஞ்சம் வட்டி போட்டு அப்புறம் சாவகாசமாகவே பணத்தைத் திருப்பித் தரலாம்' என்று விஜிபி பாலிசியில் சுலபக் கடன் தவணைத் திட்டங்களை அறிமுகப்படுத்தியது தான். (கவனிக்க. இந்த ஜீரோ பர்சண்ட் இன்ட்ரஸ்ட் விவகாரமெல்லாம் இப்போது வந்தது தான். உலகப்போர் சமயம் அதெல்லாம் கிடையாது. கரெக்டாக வட்டி வந்துவிடவேண்டும்!)

இதன் விளைவாக, அமெரிக்காவின் உள்நாட்டு உற்பத்தி எக்கச்சக்கமாகப் பெருகியது. அமெரிக்கப் பொருட்களுக்கு ஐரோப்பா மாபெரும் சந்தையாகிவிட்டது. ஒரு கட்டத்தில் அமெரிக்கா மட்டும் உதவாவிட்டால் யுத்தத்தில் ஈடுபட்டிருந்த பல ஐரோப்பிய தேசங்கள் மீளவே முடியாது என்கிற நிலை உருவாகிவிட்டது.

ஏனெனில் நிதி முழுக்க போருக்குப் போய்க்கொண்டிருந்த நிலையில், தேவைகளை சுலபக் கடனில் பெரும் வாய்ப்பு அந்தக் காலகட்டத்தில் ஒரு வரப்பிரசாதமல்லவா? மேலும் இயற்கை வளங்கள் மிகுந்த அமெரிக்கா அதிக சிரமமில்லாமல் தன் உற்பத்தியைப் பெருக்கவும் கடனுக்கு அளிக்கவும் சக்தி பெற்றிருந்தது. உற்பத்திப் பெருக்கத்தை ஒரு சாக்காக வைத்து உள்நாட்டில் நிறைய, புதிய வேலை வாய்ப்புகளையும் உருவாக்கியதால், மக்கள் மத்தியிலும் அமெரிக்காவின் இந்த ராஜதந்திர நடவடிக்கை ஒரு பாராட்டுக்குரிய விஷயமாகக் கருதப்பட்டுவிட்டது.

இயல்பிலேயே அமெரிக்க மக்களுக்கு உலக யுத்த சமயம் பிரிட்டன் கூட்டணிப்படைகள் மீது ஒரு அனுதாபம் ஏற்பட்டிருந்ததால், அத்தேசங்களுக்குப் பொருளுதவி செய்வதை ஒரு புண்ணியகாரியமாகவே பார்த்தார்கள். வெளிப்பேச்சுக்கு நடுநிலைமை. உள்ளுக்குள் பிரிட்டன் ஆதரவு நாடுகளுக்கு மறைமுக உதவி என்பதாக ஒரு சௌகரியமான நிலையை எடுத்திருந்தார் அமெரிக்க அதிபர் வில்சன்.

அமெரிக்காவின் இந்த இரட்டை வேஷத்தைக் கண்டு கடுப்பானதனால் தான் ஜெர்மானிய நீர்மூழ்கிக் கப்பல்கள் அமெரிக்க வர்த்தகக் கப்பல்களையும் குறிவைத்துத் தாக்கின என்கிறார்கள், ஜெர்மன் சரித்திரவியலாளர்கள்.

இன்னும் ஒரு படி மேலே போய், "ஜெர்மனி தாக்கியது அமெரிக்காவின் வர்த்தகக் கப்பல்களை அல்ல. அவை ஆயுதக்கப்பல்கள். பிரிட்டன் கூட்டணி நாடுகளுக்கு அமெரிக்கா ஆயுத சப்ளை செய்துகொண்டிருக்கும்போது தான் தாக்குதலுக்கு உள்ளாயின" என்று எழுதுகிறார் ஹோவர்ட் ஸின் என்கிற அரசியல் சரித்திர வல்லுநர்.

அமெரிக்கா அந்தக்காலத்திலிருந்தே இதை திட்டவட்டமாக மறுத்துவருகிறது. அமெரிக்க ஆதரவு தேசங்கள் மறுப்பதும் எதிரி தேசங்கள் திரும்பத் திரும்ப வலியுறுத்துவதுமாக, இன்றுவரை அதுஒரு விடை தெரியாத புதிர் தான்!

ஆனபோதிலும் ஒரே ஒரு சம்பவம் இன்றுவரை இந்த சந்தேகத்தை 'சந்தேகமாக'வே வைத்திருக்கப் பெரிதும் காரணமாயிருக்கிறது!

போர் தொடங்கிய ரெண்டாவது வருஷம் (1915) லூசிடானியா என்கிற பிரிட்டிஷ் கப்பலை ஜெர்மன் கடற்படை சுட்டு வீழ்த்தியது. தாக்குதல் தொடங்கிய பதினெட்டாவது நிமிஷம், லூசிடானியா, டைடானிக் மாதிரி உடைந்து, உருக்குலைந்து மூழ்கத்தொடங்கிவிட்டது. கப்பலிலிருந்த 1198 பேரும் நீரில் மூழ்கி இறந்தார்கள். அவர்களில் 124 பேர் அமெரிக்கர்கள்.

அது ஒரு அப்பாவி கார்கோ கப்பல் என்று அமெரிக்காவும் பிரிட்டனும் ஒப்பாரி வைத்துக்கொண்டிருக்கும்போது, கப்பலுக்குள் இருந்தவை என்னென்ன என்கிற விஷயத்தைச் சிலர் கசியவிட்டார்கள். 1248 பெட்டிகளில் அடைக்கப்பட்டிருந்த மூன்று இஞ்ச் ஷெல்கள். 4927 பெட்டிகள் நிறைய துப்பாக்கி ரவைகள். (ஒவ்வொரு பெட்டியிலும் இருந்தவை ஆயிரம் ரவுண்டுகள் வரை சுடக்கூடியவை!). இரண்டாயிரம் பெட்டிகள் நிறைய சிறு துப்பாக்கிகள்.

நீரில் மூழ்கி, மொத்தமாக நாசமான இந்த பயங்கர ஆயுதக்கடத்தல் குறித்த உண்மை அமெரிக்காவுக்கே வெளிச்சம். ஆனால் அன்று அமெரிக்கா இந்தக் குற்றச்சாட்டைக் கடுமையாக மறுத்துவிட்டது. ஆயுதக்கடத்தலா? அப்படின்னா? என்று சமத்தாகக் கேட்டுவிட்டது.

அதே சமயம் ஆயுதத் தயாரிப்புக்குத் தேவையான மூலப்பொருள் ஏற்றுமதியை படு ஆத்மசுத்தியுடனேயே அத்தேசம் போர்க்காலம் முழுக்க முச்சூடும் செய்துவந்தது. போரில் ஈடுபடாத பல சிறு தேசங்கள் அமெரிக்காவிடமிருந்து மூலப்பொருட்களை வாங்கி ஆயுதம் தயாரித்து ஐரோப்பாவுக்கு ஏற்றுமதி செய்த சைடு பிசினசும் உண்டு!

இத்தகைய ஏற்றுமதிகள் மூலம் அமெரிக்கா பெற்ற வருமானம் கணக்கிலடங்காத பல பில்லியன் டாலர்கள். (1917ல் அமெரிக்கா, பிரிட்டனுக்கு மட்டும் விற்ற பொருட்களின் மொத்த மதிப்பு இரண்டு பில்லியன் டாலர்கள் என்று ஒரு கணக்கு இருக்கிறது.)

இத்தகைய பொருளுதவிகள் தவிர, நேரடியான நிதி உதவி மூலமும் அமெரிக்காவின் வருமானம் பெருகத் தொடங்கியது. எதிர்காலத்துக்கான நூற்றுக்கணக்கான வர்த்தக ஒப்பந்தங்களைச் செய்துகொண்டு, பிரிட்டனுக்கு வேண்டிய அளவுக்குப் பண உதவியும் செய்யத்தொடங்கியது அமெரிக்கா. (உதவி என்றால் சும்மா இல்லை. அதுவும் கடனுக்குத் தான்.)

அரசு நேரடியாக உதவி செய்வது ஒரு பக்கம் என்றால் பல தனியார் நிதி நிறுவனங்களும் இந்தத் திருப்பணியில் ஈடுபடப் பச்சைக்கொடி காட்டினார் வில்சன். சொல்லப்போனால் அக்காலத்தில் அமெரிக்காவில் தனியார் வங்கிகள், வெளிதேசங்களுக்குக் கடன் வழங்க அனுமதி கிடையாது. அப்படியொரு சட்டமே இருந்தது.

ஆனால் போர்க்கால சூழலைக் கருத்தில் கொண்டு, அந்தத் தடையை விலக்கிவிட்டார் வில்சன். ஜே.பி. மார்கன் என்கிற மிகப்பெரிய அமெரிக்க நிதி நிறுவன அதிபரின் கம்பெனி, பிரிட்டனுக்கும் அதன் கூட்டணி தேசங்களுக்கும் வேண்டிய அளவுக்குப் பணத்தை மில்லியன், மில்லியனாக வாரி வழங்கத் தொடங்கியது. இப்படி உதவி பெற்ற தேசங்கள் அனைத்தும் அமெரிக்காவுக்கு நிரந்தரமாகக் கடன்பட்ட தேசங்களாயின. போருக்குப் பின் பல தேசங்கள் கடனைஅடைத்து, தொடர்ந்துஅமெரிக்காவுடன்நட்போ, பகையோ கொண்டு வாழத் தொடங்கின. அடைக்கமுடியாத தேசங்கள் வேறு வழியில்லாமல் எல்லா விஷயங்களிலும் அமெரிக்காவின் சொல்பேச்சு கேட்டு நடக்கவேண்டிய நிலைக்குத் தள்ளப்பட்டன. அத்தகைய தேசங்களையெல்லாம் அமெரிக்கா எவ்வித சிரமமும் இல்லாமல் தன் வர்த்தகக் காலனிகளாக்கிக்கொண்டுவிட்டது.

மேற்சொன்ன நடவடிக்கைகளால், அமெரிக்காவுக்குக் கிடைத்த லாபங்கள் குறித்த திட்டவட்டமான புள்ளிவிவரம் ஏதும் கிடையாது. அது எப்படிக் கிடைக்கும்? ஆனால் அமெரிக்கப் பொருளாதார வளர்ச்சி என்பது உண்மையில் இருபதாம் நூற்றாண்டின் தொடக்கத்தில் நடந்த இந்த உலக யுத்தத்தின்போது தான் ஒரு முழுப்பரிமாணம் பெறத்தொடங்கியது என்பதை யாருமே மறுக்கவில்லை.

போர்க்காலத்தில் அதிகரித்த உற்பத்தியும் விற்பனையும் லாபமும் உண்மையில் அமெரிக்காவே அதற்குமுன் எண்ணிப்பார்த்திராத விஷயம். அந்த அபரிமிதமான பணம் கொடுத்த தெம்பும் அந்நிய தேசங்கள் பல அளித்த மரியாதை கலந்த வணக்கமும் போர் முடிந்த மறுகணமே 'அமெரிக்கா தான் வல்லரசு' என்கிற கருத்தாக்கத்தை மறைமுகமாக உலகுக்கு உணர்த்திவிட்டன.

ஒரு கட்டத்தில், அமெரிக்கா தொடர்ந்து 'அமெரிக்காவாக'வே இருக்க, தொடர்ந்து போர்களில் பங்குகொண்டே ஆகவேண்டும் என்கிற அளவுக்கு அந்தப் பொருளாதார வெற்றி அத்தேசத்தை

நினைக்கச் செய்துவிட்டது. பின்னாளில் அடுத்தடுத்துப் பல போர்க்களங்களை நேரடியாகவும் மறைமுகமாகவும் அமெரிக்கா சந்திக்க நேர்ந்ததும் இதனால் தான்.

ஆனால் வில்சன் புத்திசாலி. அமெரிக்காவின் இந்தத் திடீர் வளர்ச்சி பலரைப் பொறாமை கொள்ளவைக்கும்; எங்கே எதிலே குற்றம் கண்டுபிடிக்கலாம் என்று கண்ணில் விளக்கெண்ணை ஊற்றிக்கொண்டு பார்ப்பார்கள்; ஒரு போர் வெறி பிடித்த தேசமாகச் சித்திரிக்கப் பெரிதும் முயல்வார்கள் என்று முன்கூட்டி எதிர்பார்த்து, ஒரு மாற்று உபாயம் செய்தார்.

மாபெரும் ராஜதந்திரிகளுக்கு மட்டுமே தோன்றக்கூடிய உபாயம் அது. காலமும் அதற்குக் கைகொடுத்தது!

7. உருவாகிறது நவீன அமெரிக்கா

உலக யுத்தம் நடைபெற்ற நாலு வருஷங்களில் அமெரிக்காவில் அரசியலுக்கு அப்பால் சில சங்கதிகள் நடந்தன. தொழில் துறையில். கலாசார தளத்தில். வாழ்க்கைத் தரத்தில். ரொம்ப முக்கியமான சில மாற்றங்கள் அவை. கொடூரமான ஒரு யுத்தத்தில் பங்கெடுத்த கையோடு அதிபர் வில்சன் அமைதிப்புறாவாக முற்றிலும் மாறுபட்ட வேஷம் ஏற்றதற்கு இந்த மாற்றங்கள் இன்றியமையாத காரணங்கள்.

பொதுவாக யுத்தத்தில் பங்குபெறும் நாடு எதுவானாலும், யுத்தகாலத்தில் சராசரி மக்கள் ரொம்ப பாதிக்கப்படுவார்கள். அத்தியாவசியப் பொருட்களெல்லாம் கச்சாமுச்சாவென்று விலை ஏறிவிடும். பெட்ரோல், டீசலெல்லாம் அத்தனை சுலபத்தில் கிடைக்காது. இந்த பாஸ்போர்ட், விசா, குடியேற்ற சங்கதிகளெல்லாம் இல்லாத சிக்கல்களை திடீரென்று ஏற்படுத்திக்கொண்டு மக்களைப் படாதபாடு படுத்தும்.

அதுவும் அமெரிக்கா மாதிரி ஒரு பிரதானமான குடியேறிகளின் தேசத்தில் கேட்கவே வேண்டாம். அயல் தேசத்தவர்களெல்லாம் ரொம்பத்தான் கஷ்டப்பட்டிருக்கவேண்டும். இது தானே நியாயம்?

ஆனால் நடந்தது முற்றிலும் வேறுவகையானது.

போரின் பாதிப்பு ஓரளவு மக்களையும் வந்தடைந்தது என்றாலும் பிரமாதமான கஷ்ட நஷ்டம் என்று சொல்லமுடியாது. அதிகாரமட்டத்தில் நிறைய கசமுசாக்கள் இருந்தன. ஊழல்கள் இருந்தன. கடத்தல், பதுக்கல் சங்கதிகள் நடந்தன. போர்ச்செலவுகளுக்காக அரசால் அறிவிக்கப்பட்ட போர் நிதிப் பத்திரங்களின் விற்பனையில் கூடக் கொஞ்சம் தில்லுமுல்லு நடந்ததாகக் கிசுகிசு உண்டு.

ஆனால் ஒட்டுமொத்தமாகப் பார்த்தால் அந்த நாலு வருஷங்களில் அமெரிக்காவுக்குள் பெரிய பாதிப்புகள் எதுவுமே ஏற்படவில்லை என்று தான் சொல்லவேண்டும். மாறாக, அமெரிக்க மோட்டார்த் தொழில் துறையில் ஒரு பிரமிக்கத்தக்க வளர்ச்சி உருவாகத் தொடங்கியிருந்தது அப்போது. அது வெறும் தொழில்

வளர்ச்சியில்லை. ஒரு வகையில் அமெரிக்க சரித்திரத்தின் ஓர் அத்தியாயம். அமெரிக்காவின் உற்பத்தித் திறன் எத்தகையது, அமெரிக்க மக்களின் வாங்கும் சக்தி எத்தகையது என்பதை வெளிச்சம் போட்டுக் காட்டிய அந்தத் தொழில் புரட்சியின் மூலம்தான் ஒட்டுமொத்த அமெரிக்காவின் பொருளாதார வளம் உலகுக்கு வெகு நிதர்சனமாகத் தெரியத் தொடங்கியது.

இந்த மாபெரும் புரட்சிக்குச் சொந்தக்காரரின் பேர், ஃபோர்ட். ஹென்றி ஃபோர்ட் என்பது முழுப்பெயர்.

அயர்லாந்திலிருந்து அமெரிக்காவுக்குக் குடியேறிய குடும்பம் அவருடையது. ஃபோர்டின் தந்தை ஒரு விவசாயி. அமெரிக்கா வந்து செட்டில் ஆனதும் உழைப்பின் மூலம் ஒரு சிறு பண்ணைக்குச் சொந்தக்காரராகி, தானே உழுது, பயிரிட்டு, விற்று வாழ்ந்த மனிதர்.

அவரது மகனான ஃபோர்டுக்கோ சின்ன வயதில் விவசாயத்திலும் நாட்டமில்லை; படிப்பிலும் நாட்டம் இல்லை. மாறாக, இயந்திரங்களின் இறைச்சல் அவருக்குப் பிடித்திருந்தது. டுர்ர்ர் என்று எதாவது ஒரு மெஷின் ஓடுவதைப் பார்த்தால் தன்னை மறந்து அப்படியே நின்றுவிடுகிற இயல்பு அவருக்கு.

இந்த இயந்திர ஆசை தான் ஃபோர்டை, பதினாறு வயதிலேயே படிப்பை விடுத்து, ஒரு பட்டறையில் பயிற்சியாளராக நுழையச் செய்தது. எஞ்சின்கள் அவரைக் கவர்ந்தன. நீராவி எஞ்சின்கள். பிறகு டீசல் எஞ்சின்கள். பல வருஷம் அந்தப் பட்டறையில் எஞ்சின்களுடன் குடித்தனம் நடத்தி, இயந்திரங்களின் உலகில் தன்னையும் ஒரு நட்டு, போல்டாக மாற்றிக்கொண்டார்.

வெறும் மெக்கானிசம் அல்ல; அந்தத் துறையின் வர்த்தகமும் அவருக்கு அத்துபடியாக இருந்தது.

பிறகு சின்னதாக ஒரு டிங்கரிங் ஷாப் வைத்து நடத்தி, அதையே கொஞ்சம் பெரிசாக நடத்தி, அனுபவங்கள் சேகரித்துக்கொண்டார். நேரே டெட்ராய்டுக்குப் போய் எடிசன் இஞ்சினீரிங் கம்பெனியில் தலைமைப் பொறியாளராகப் பொறுப்பேற்றுக்கொண்டார். அது இருபத்திநாலு மணிநேர உத்தியோகம். எந்த நேரம் கூப்பிட்டாலும் ஃபேக்டரிக்கு ஓடியாக வேண்டும்.

ஆனால் கூப்பிடும் நேர இடைவெளிகள் முழுவதும் அவருக்கே சொந்தமாக இருந்ததால், தனியே ஒரு சின்ன ஆய்வுச் சாலை அமைத்து, கேஸலின் வாகனங்கள் குறித்து ஆய்வு செய்யத் தொடங்கினார்.

1896ல் "Quadricycle" என்கிற பெயரில் ஒரு வாகனத்தை ஃபோர்டு தானே சுயமாக முதல் முதலில் தயாரித்து ஓட்டிப் பார்த்தார். சைக்கிள் சக்கரங்கள் நாலு பொறுத்தப்பட்ட, சைக்கிள் ரிக்ஷா கெட்டப்பில் இருந்த ஒரு மாதிரியான கார் அது!

அந்த ரெண்டுங்கெட்டான் கார் தயாரிப்பு உரிமையை வேறு ஒருத்தருக்கு விற்று, அந்தக் காசில் வேறு உருப்படியான வாகனம் செய்துபார்க்கத் தொடங்கினார்.

இப்படித்தான் ஃபோர்டு தன் சாம்ராஜ்ஜியத்தின் முதல் செங்கல்களை அடுக்கினார். உண்மையில் அவரே கூட எதிர்பார்த்திருக்கமுடியாது. இருபதாம் நூற்றாண்டின் அந்த ஆரம்ப வருடங்களில் ஃபோர்டு என்கிற பெயர் அமெரிக்காவில் தவிர்க்கவே முடியாத ஓர் அடையாளச்சின்னமாகிவிட்டது.

முதலில் கார்கள் என்பவை பணம் படைத்தவர்களின் சொகுசு வாகனம் என்பதாகத் தான் அமெரிக்காவிலும் அறியப்பட்டது. ஆனால் ஃபோர்ட், ஆரம்பம் முதலே தமது தயாரிப்புகள் சராசரி மக்களுக்குப் போய்ச் சேரவேண்டும் என்று நினைத்ததால், அவரது சிந்தனை எப்போதுமே செலவைக்குறைத்து தயாரிப்பைச் சிறக்கச் செய்வது எப்படி? என்கிற ரீதியிலேயே இருந்தது.

1903ல் டெட்ராய்டில் அவர் தொடங்கிய ஃபோர்ட் மோட்டார் கம்பெனி, உண்மையில் மக்களின் முன்பணத்தில் தொடங்கப்பட்டது என்றால், அவர் எத்தனை செல்வாக்கும் நம்பிக்கையும் அப்போதே பெற்றிருந்தார் என்று பாருங்கள்.

1908ல் ஃபோர்ட் அறிமுகப்படுத்திய 'மாடல் *T*' கார் தான் அமெரிக்கர்களின் முதல் கனவுக் கார். அந்தக் காரை வாங்கிவிடவேண்டும் என்பதற்காகவே நிறைய சம்பாதித்தார்கள். நிறைய சம்பாதிக்கவேண்டும் என்பதற்காகவே நிறைய உழைத்தார்கள். நிறைய உழைக்கத் தயாராக நிறைய பேர் கிடைத்தபோது அமெரிக்க அரசு தன் உற்பத்தி எல்லையை மிக

அகலமாக விஸ்தரிக்க ஆரம்பித்தது. தோதாக உலகப்போரும் ஒத்துழைத்தது!

ஒரு காரை முன்னிட்டு இதெல்லாம் நடக்குமா என்று கேட்கலாம்.

ஆனால் நடந்தது. அது தான் அமெரிக்கா!

ஹென்றி ஃபோர்டின் மோட்டார் நிறுவனம் வளர்ந்த அதே காலத்தில் அமெரிக்காவில் இன்னும் சில நிறுவனங்களும் மோட்டார்வாகனத் தயாரிப்பில் வெறியுடன் ஈடுபடத் தொடங்கின. அமெரிக்காவில் நீண்டதூரம் பயணம் செய்தே மக்கள் வேலைக்குப் போகிறார்கள் என்கிற நிதர்சனத்தை மூலதனமாக வைத்து, எளியமக்களும் கார் வாங்கவேண்டும் என்கிற நோக்கமுடனேயே எல்லாரும் வேலையில் ஈடுபடத் தொடங்கினார்கள். ஜென்ரல் மோட்டார்ஸ், க்ரிஸ்லர் போன்ற நிறுவனங்கள் அவற்றுள் சில.

ஆனால் இந்த நோக்கம் 1913ல் ஃபோர்டு அறிமுகப்படுத்திய அஸெம்ப்ளி லைன் தொழில் நுட்பம் மூலம் தான் ஒரு முழு ரவுண்டு சுற்றி, தன் இலக்கை எட்டியது. தயாரிப்பை அநேகமாக இயந்திரமயமாக்கிவிட்டார் ஃபோர்ட். மேஸ்திரி வேலைக்கு மட்டும் தான் ஆட்கள் என்று ஆனது, அதனால்.

ஆகவே தயாரிப்பு துரிதமானது. ஒரே நாளில் பல கார்கள் தயாராகி, வரிசைக்கு வந்தன. இப்படித் தயாரிப்பு அதிகமானதை ஒட்டியே விலைக்குறைப்பு சாத்தியமானது.

இதை இன்னும் விலாவாரியாகப் பார்ப்பதென்றால் இந்தத் தொடர் ஃபோர்டின் வெற்றிக்கதையாகிவிடும். ஆனால், ஒரு மாபெரும் அரசாங்கத்தின் சிந்தனையையே ஒரு தேசத்தின் தொழில்துறை எப்படி மாற்றியமைத்தது என்பதைச் சுட்டிக்காட்டவே இந்த விஷயம் இங்கே வருகிறது.

இந்தமாதிரி ஆட்டோமொபைல் துறையில் அமெரிக்கா கண்ட மாபெரும் வெற்றிக்கும் உலகப்போர் முடிவதற்கும் சரியாக இருந்தது. அந்தக் காலகட்டத்தில் அமெரிக்கா அளவுக்கு வேறெந்த தேசமும் இந்தத்துறையில் அத்தனை சாதனை பார்த்திருக்கவில்லை.

கார் என்கிற கவர்ச்சிக்கன்னி மூலம் எத்தனை சம்பாதிக்கலாம் என்று கணக்குப் போடத்தொடங்கியது அமெரிக்க அரசு. உண்மையிலேயே அது மிக பிரும்மாண்டமான லாபமாகத்தான்

இருக்கமுடியும் என்று தெளிந்தார்கள். உள்நாட்டு விற்பனையே எகிறிக்கொண்டிருக்கிற சமயத்தில் ஏற்றுமதியும் ஜோராக நடந்தால்?

ஆட்டோமொபைல் மட்டுமல்ல. அழகு சாதனங்கள், ஆடைகள் தொடங்கி ஆகாயவிமானத் தயாரிப்பு வரைக்கும் அமெரிக்கர்கள் தூள்பரத்தத் தொடங்கியிருந்த நேரம் அது.

யுத்தகாண்டத்தையெல்லாம் மூட்டைகட்டிவைத்துவிட்டு, பிசினஸில் கவனம் செலுத்தினால் இன்னும் நிறைய சம்பாதிக்கலாம் என்று நினைத்தார் வில்சன். முக்கியமாக ஐரோப்பியக் கண்டம் முழுவதையும் அமெரிக்காவின் வர்த்தகக் காலனி ஆக்கிவிடவேண்டும் என்பது அவர் கனவு. அதற்கு ஒரே தடையாக இருந்த ஜெர்மனியையும் அடக்கி, சுருட்டி, ஒரு மூலையில் உட்காரவைத்துவிட்டால் தனக்கு வேறு பிரச்னையே இருக்காது என்று நினைத்தார்.

இந்தக் கணக்குகளையெல்லாம் போட்டுமுடித்துவிட்டுத் தான் உலகப்போர் முடிவின் சமயம் உலக அமைதிக்கான தனது பதினாலு அம்சத் திட்டத்தை முன்வைத்தார் உட்ரோ வில்சன்.

வில்சனின் அமைதி நடவடிக்கை நாடகமல்ல. சுயநலக் காரணம் மட்டும் அல்ல. இயல்பில் அவர் அமைதி விரும்பியாகத் தான் இருந்தார். ஆனால் இந்த 'உலக அமைதி' சமாசாரத்துக்கு மட்டும் அவருக்குத் தன் சொந்ததேச நலன் ஒரு முக்கியக் காரணமாக அமைந்துவிட்டது.

இந்தப்பக்கம்அமெரிக்காவில்பெண்களுக்குஓட்டுரிமைவழங்கும் சட்டத்திருத்தத்தைச் செய்துவிட்டு *(1920)*, முதல் கமர்ஷியல் ரேடியோ ஒலிபரப்பையும் ஆரம்பித்துவைத்துவிட்டு நேரே வெர்ஸெயில்ஸ் ஒப்பந்தத்தை முடித்துவைக்க ஐரோப்பாவுக்குப் போய்விட்டார் வில்சன்.

போர் நிறுத்தம். உலக அமைதி. இந்த விஷயத்தில் முதலில் செய்யவேண்டியது என்ன? ஜெர்மனியின் பல்லைப் பிடுங்கவேண்டும். அதற்காகத் தான் அந்த ஒப்பந்தம்.

உலகப்போரின் மூல காரணபுருஷன் ஜெர்மனி தான் என்று அடித்துச் சொன்னார் வில்சன். பிரிட்டன் உட்பட அனைத்துக்

கூட்டணி தேசங்களும் பதில் பேசாமல் ஒப்புக்கொண்டன. ஆகவே ஜெர்மனி தண்டனை பெறுவது தானே சரி?

ஜெர்மனி அப்போது அனுபவித்த தண்டனைகளுள் பிரதானமானது, தன் ஆயுதங்களை இழந்தது தான். வில்சனின் மிக புத்திசாலித்தனமான இந்தக் காய் நகர்த்தலின் மூலம், ஒரு வல்லரசாக அப்போதே உருவாகத்தொடங்கியிருந்த ஜெர்மனியின் பிரதானமான பலம் நசுக்கப்பட்டது. கூடவே நஷ்ட ஈடாக பல்லாயிரம் ஏக்கர் நிலப்பரப்பையும் நிறைய பணத்தையும் அளித்தது.

ஜெர்மனியின் இந்தச் சரண் மூலம் உலக அமைதிக்கான முதல் வித்து ஊன்றப்பட்டதாக அமெரிக்க மீடியா ஆரவாரம் செய்தது. உடம்பு சரியில்லாமல் இருந்த வில்சனுக்கு அமைதிக்கான நோபல் பரிசு கிடைத்தது.

நோபல் பரிசை விட வில்சனுக்கு அதிக சந்தோஷம் அளித்த விஷயம், அவர் கனவு கண்டதுபோல ஐரோப்பாவின் பெரும்பகுதி அப்போது அமெரிக்காவின் சந்தையானது தான்!

குறிப்பாக முழங்கால் அழகைக் காட்டுகிற அமெரிக்கப் பெண்கள் உடைகளுக்கும் மூக்குக் கண்ணாடிகளுக்கும் மோட்டார் வாகனங்களுக்கும் எஃகு இரும்புக்கும் பெட்ரோலுக்கும் ஐரோப்பா தன் கதவை மிக அகலமாகத் திறந்துவைத்தது.

விளைவு?

பணக்கார அமெரிக்கா மேலும் மேலும் பணக்கார அமெரிக்காவாகத் தொடங்கியது!

8. ஒரு பூகம்பம் உருவாகிறது

அமெரிக்காவுக்கு எப்போதுமே ஒரு ராசி உண்டு. யாராவது ஒரு ஜனாதிபதி, ரொம்பத் திறமைசாலியாக, ரொம்ப ரொம்ப புத்திசாலியாக, உலகப் புகழ் பெற்றவராக இருந்துவிட்டுப் போனால் போதும். அடுத்து வருகிற பிரகஸ்பதி அவசியம் சொதப்புகிறவராகத்தான் இருப்பார். வாஷிங்டன், லிங்கன் போன்றவர்களின் காலத்துக்கு அடுத்துவந்தவர்களும் அப்படித்தான் இருந்தார்கள் என்று ஏற்கெனவே பார்த்திருக்கிறோம்.

ஆனால் அமெரிக்க சரித்திரத்தில், உட்ரோ வில்சனுக்குப் பிறகு வந்த வாரன் ஹார்டிங் அளவுக்கு வேறு எந்த ஜனாதிபதியும் அத்தனை மோசமாகப் பேரைக் கெடுத்துக்கொண்டதில்லை.

உலகப்போரின் விளைவுகளை ஆனமட்டும் அமெரிக்காவுக்குச் சாதகமாக அமைத்துக்கொடுத்துவிட்டு, மிக நல்ல பேருடன் தான் வில்சன் வெள்ளைமாளிகையிலிருந்து காலி பண்ணிக்கொண்டுபோனார். (அடுத்த தவணையில் கூட அவரே அதிபராக உட்கார மக்கள் மத்தியில் சம்மதக்குரல் இருந்தது. ஆனால் டெமாக்ரடிக் கட்சிக்குள் ஏற்பட்ட கசமுசாக்கள் அதற்கு இடம் கொடுக்கவில்லை. மேலும் வில்சனுக்கு வெர்ஸெயில்ஸ் உடன்படிக்கையின் போதே உடம்புக்கு முடியாமல் ஆகிவிட்டதும் ஒரு காரணம். *1924*, பிப்ரவரி 3ம் தேதி வாஷிங்டனில் காலமானார்.) ஆனால் அந்த சொகுசைக் கட்டிக்காக்கிற திறமை ஹார்டிங்குக்கு இல்லாமல் போய்விட்டது துரதிருஷ்டம் தான்.

அவரது காலத்தில் தான் அமெரிக்காவில் ஊழலை ஒரு 'சயின்டிஃபிக் அப்ரோச்'சுடன் செய்கிற தொழில்நுட்பம் அறிமுகப்படுத்தப்பட்டது. ஆயிரம், பத்தாயிரம், லட்சங்களில் நடந்த ஊழலைக் கோடிக்கணக்கான டாலர்களில் செய்வது எப்படி என்பதைக் கற்றுக்கொடுத்ததும் ஹார்டிங்கின் அரசு தான்.

இந்தத்துறை, அந்தத் துறை என்கிற பாகுபாடே இல்லை. எதைத் தொட்டாலும் ஊழல். எங்கு பார்த்தாலும் ஊழல்.

இத்தனைக்கும் ஹார்டிங்கின் அமைச்சரவையில் பல சிறந்த ராஜதந்திரிகளும் கெட்டிக்கார அரசியல்வாதிகளும் இருந்தார்கள்.

என்ன பிரச்னை என்றால், எல்லா கெட்டிக்காரத்தனமும் 'சுருட்டுவதற்கே' பயன்படுத்தப்பட்டன.

தமது அமைச்சரவையிலேயே ஹார்டிங் இரண்டு 'லேயர்'கள் வைத்திருந்தார். 'இன்னர் சர்க்கிள்' 'அவுட்டர் சர்க்கிள்' என்று வருணிக்கப்பட்ட அந்த இருவிதக் குழுக்களில் அதிபருக்கு மிக நெருக்கமான 'இன்னர் சர்க்கிள்' துறைகளின் பொறுப்பாளர்கள் செய்கிற எந்தக் காரியமுமே மர்மமாகத்தான் இருக்கும். அவர்கள் செய்கிற காரியங்கள் மட்டுமல்ல; அவர்களே மர்மங்களின் பரமபிதாக்களாகத்தான் இருந்தார்கள்.

அந்த மர்மக்குழுவில் இரு உறுப்பினர்கள் திடீரென்று தற்கொலை செய்துகொண்டு இறந்ததும் அதே மர்மக்கதையின் ஒரு அத்தியாயம் தான்.

அந்தத் தற்கொலைகளுக்கான காரணம் கடைசி வரை வெளி வரவில்லை. அதே மாதிரி தான் 'அதில் ஊழல், இதில் ஊழல்' என்று பரவலாகச் சொல்லப்பட்டாலும் எதில், எவ்வளவு ஊழல், யார் செய்த ஊழல் என்று விரல் சுட்டிக்காட்ட எந்த ஆதாரமும் இறுதிவரை கிடைக்கவேயில்லை.

எல்லாம் வதந்திதான் என்று ஒரு முடிவுக்கு வர முடியாதபடி பொருளாதாரச் சீர்குலைவு மட்டும் கனஜோராகக் கண்ணுக்குத் தெரிந்தே தினசரி வளர்ந்துகொண்டிருந்தது.

போதாக்குறைக்கு அமெரிக்காவின் மாபெரும் வேலை நிறுத்தங்களெல்லாம் அந்தக் காலத்தில் தான் நடந்தன. பல்லாயிரக்கணக்கான துறைமுகப் பணியாளர்கள் பங்குகொண்ட வேலை நிறுத்தம், ரயில்வே ஊழியர்கள் ஸ்டிரைக், பருத்தி ஆலை ஊழியர்கள் வேலை நிறுத்தம் என்று திரும்பிய பக்கமெல்லாம் வேலை நிறுத்தங்கள்; போராட்டங்கள்.

வேலை நிறுத்தம் என்றால் ஒரு ஊரில் ஒரு தொழிற்சாலையில் மட்டும் நடக்கிற வேலை நிறுத்தமல்ல. ஸ்டிரைக் என்று ஆரம்பித்தால் அதை நாடு தழுவிய அளவில் செய்வது தான் அமெரிக்கன் ஸ்டைல். இதன் மூலமான பல லட்சக்கணக்கான டாலர் உற்பத்தி முடக்கம் அநேகமாக எல்லா மாதங்களிலும் ஏற்பட்டதால், ஜோராக வளர்ந்துகொண்டிருந்த அமெரிக்கத் தொழில் துறையில் ஒரு தேக்கம் உருவாக ஆரம்பித்தது.

இந்த மனுஷன் எப்போது ஒழிவான் என்று ஒட்டுமொத்த அமெரிக்க சமுதாயமும் தனது அதிபரை வெறுத்த காலம் ஒன்று உண்டென்றால் அது ஹார்டிங்கின் காலம் தான்.

உடல்நலக்குறைவு ஏற்பட்டு (பயங்கரமான குடிப்பழக்கம் உள்ளவர் ஹார்டிங்.) 1923 ஆகஸ்டு 2ம் தேதி அவர் காலமானபோது கூட இரண்டு நிமிடம் வருத்தப்பட அங்கே யாரும் தயாராக இல்லை. காரணம், அந்தச் சமயத்தில் தான் ஒரு மாபெரும் எண்ணெய் ஊழல் வெடித்திருந்தது! *Teapot Dome Scandal* என்று அமெரிக்க சரித்திரத்திலேயே இடம்பிடித்துவிட்ட அந்த 'வரலாறு காணாத' பெட்ரோலியத் துறை ஊழல் ஹார்டிங் மேல் இருந்த கொஞ்சநஞ்ச அனுதாபத்தையும் அடித்துக்கொண்டு போய்விட்டது.

ஒரு ஊழல் என்றால் அதன் குறைந்தபட்சத் தகுதி சில கோடி டாலர்களாவது இருக்கவேண்டும் என்ற இலக்கணத்தை வகுத்தது தான் ஹார்டிங் காலத்தில் நடந்த முக்கியமான 'சாதனை'!

ஹார்டிங்கின் பிரசித்தி பெற்ற ஒரு ஸ்டேட்மெண்டை மட்டும் சொல்லிவிடவேண்டும்: *" I know how far removed from greatness I am."*

ஹார்டிங் சுத்தமானவர் தான்; அவரது சகாக்கள் தான் ஊழல் பேர்வழிகள் என்றெல்லாமும் சொல்லப்பட்டதுண்டு. ஆனால் யார் கறைபடிந்தவர்களாக இருந்தால் என்ன? எல்லாப் 'புகழும்' அதிபருக்கே. இதனைக் குறிப்பிட்டுத் தான் அவர் அப்படிச் சொன்னார்.

அவருக்குப் பிறகு அதிபரான கால்வின் கூலிட்ஜுக்கு, ஓட்டைகளை அடைப்பதற்கே நேரம் சரியாக இருந்தது. வெள்ளை மாளிகை என்றாலே ஊழல் நாற்றம் தாங்காமல் மூக்கைப் பொத்திக்கொண்டு கடந்து ஓடவேண்டிய இடம் என்பதாக மக்கள் நினைத்துவிட்டிருந்தார்கள் அப்போது.

சரிந்த இமேஜைத் தூக்கிநிறுத்துவது, நிகழ்ந்த ஊழல்களைக் கண்டுபிடித்து நீதி நிலை நாட்டுவது என்கிற இரண்டு முக்கியமான பணிகள் கூலிட்ஜுக்கு இருந்தது.

தமது பதவிக்காலத்தில் இந்த இரண்டு காரியங்களையுமே ஆத்மசுத்தியுடன் அவர் நிறைவேற்றப் பாடுபட்டுக்

கொண்டிருந்ததை கவனித்த அமெரிக்க மக்கள் இரண்டாவது முறையும் அவருக்கே அதிபர் சான்ஸ் கொடுத்தார்கள்.

பிரதி உபகாரமாக கூலிட்ஜ் அமெரிக்க மக்களுக்கு அன்று செய்த ஒரு மகத்தான உதவி, உலகில் வேறு எந்த நாடுமே தன் மக்களுக்கு எப்போதும் செய்யாதது!

வரிக்குறைப்பு. வருமான வரி தொடங்கி எல்லா துறைகளிலும், எல்லா விதத்திலுமாக வரிக்குறைப்பு. யாருமே எதிர்பாராத இந்த அதிரடி நடவடிக்கை மூலம் ஒரே இரவில் அமெரிக்கர்கள் அத்தனைபேரும் விரும்பக்கூடிய அதிபர் ஆகிப்போனார் கூலிட்ஜ்.

வரிக்குறைப்பின் மூலம் அரசுக்கு ஏற்பட்ட பொருளாதார இழப்பை அவர் வேறு எந்த வகையில் சமாளித்தார் என்றெல்லாம் பார்க்கப் போனால் இது பொருளாதாரக் கட்டுரை ஆகிவிடும். நமது நோக்கம் அதுவல்ல.

உலகப்போருக்குப்பின்கிட்டத்தட்டபத்துவருஷகாலம்அமெரிக்கா ரொம்ப சொகுசாக, பிரச்னைகள் பெரிதாக ஏதுமின்றி, நிறைய சம்பாதித்துக்கொண்டு இருந்தது. உலக அளவில் அமெரிக்கப் பொருட்களுக்குப் பெரிய மரியாதை உண்டாகியிருந்தது. 1927ல் சார்லஸ் லிண்ட்பர்க் ஒரு குட்டி விமானத்தில் 331/2 மணி நேரம் விடாமல் அட்லாண்டிக் கடலின் மேல் பறந்து சாதனை நிகழ்த்திக் காட்டியதும் பயணிகள் விமானத் தயாரிப்பு அமெரிக்காவில் சூடு பிடித்து, அதன் மதிப்பு குப்பென்று உயர்ந்தது.

இந்த மாதிரி, எல்லாத் துறைகளிலும் சாதனைகள் தொடர்ந்து நடந்துகொண்டிருந்த காலகட்டத்தில் ஹார்டிங் மாதிரி ஒரு சொதப்பல் அதிபர் மட்டும் குறுக்கே வராதிருந்தால் அமெரிக்கா இன்னும் பலதூரம் அப்போதே முன்னேறிப் போயிருக்கும்.

அந்த நாலு வருஷச் சரிவை மீட்பதிலேயே கூலிட்ஜின் காலம் கரைந்துவிட, அடுத்தடுத்த வளர்ச்சி குறித்துச் சிந்திக்க மறந்துவிட்டது, அப்போதைய அமெரிக்க அரசாங்கம்.

ஒரு விஷயம் ஞாபகத்தில் வைத்திருக்கவேண்டும். எப்போது பொருளாதாரம் ரொம்ப ஜோராக வளர்கிறதோ, எப்போது தொழில்துறை மிக வேகமாக வளர்கிறதோ, எப்போது பங்குமார்க்கெட் ரொம்ப செழிப்பாக இருக்கிறதோ, அப்போதெல்லாம் அரசு மிக

விழிப்புடன் இருக்கவேண்டும். பணம் மிக அதிகமாகப் புழங்குகிற இடத்தில் திடீரென்று ஒரு பூகம்பம் உண்டாகக் கூடிய சாத்தியம் மிக அதிகம். எதனால், எப்படி, ஏன் அந்த பூகம்பம் உண்டாகிறது என்று கண்டுபிடிக்கவே முடியாது.

ஆனால் அழிவு படு மோசமாக இருக்கும். ஒரு தேசத்தையே நிர்மூலமாக்கிவிடக்கூடிய வகையிலான அழிவு அது.

கூலிட்ஜ் அமெரிக்க அதிபராக இருந்தபோது அப்படியொரு பொருளாதார வீழ்ச்சிக்கான அண்டர்கிரவுண்ட் வேலைகள் ஆரம்பமாகிவிட்டன. ஆனால் துரதிருஷ்டவசமாக, அதிபரோ, அவரது சகாக்களோ அதை கவனிக்கவில்லை.

அமெரிக்க ஷேர் மார்க்கெட் கற்பனை செய்யமுடியாத அளவுக்கு ராக்கெட் வேகத்தில் சீறிப்பாய்ந்துகொண்டிருந்தது. எங்கும் பணம். எதிலும் பணம். எல்லாமே எக்கச்சக்கப் பணம். உற்பத்தி கட்டுக்கடங்காமல் பெருகியது. ஏற்றுமதி மிக அதிகமானது. எந்தப் பணம் எங்கே போகிறது என்று டிராக் செய்யவே முடியாத ஒரு நிலை உண்டானது.

எல்லாருமே அத்தனை பணத்தைக் கண்டு ரொம்ப சந்தோஷப்பட்டார்கள். சொர்க்கம் என்று ஒன்று இருக்குமானால் அது அமெரிக்கா மாதிரிதான் இருக்கும் என்று பேசினார்கள். அதிபர் கூலிட்ஜின் தகுந்த நிர்வாக அணுகுமுறை தான் அந்த வளத்துக்குக் காரணம் என்று நம்பினார்கள்.

ஏனெனில் வில்சன் காலம் போல் அல்லாமல், அப்போது அமெரிக்கா எந்த அயல்தேசத்துடனும் சண்டை ஏதுமற்று இருந்தது. அரசாங்கம் முழுக்க முழுக்க உள்நாட்டு விஷயங்களில் மட்டுமே கவனம் செலுத்திக்கொண்டிருந்தது. பணக்காரர் ஆவது எப்படி? இது தான். இது ஒன்று தான். தனி மனிதர்கள் தொடங்கி, அரசு வரைக்கும் இந்த ஒரு கேள்வி தான். ஒரு நோக்கம் மட்டும் தான் அப்போது அமெரிக்காவில் இருந்தது.

பணம் ஒன்று தான் இகவாழ்வின் அத்தனை சௌக்கியங்களுக்கும் ஆதாரவிஷயம் என்பது ஒட்டுமொத்த தேசமும் ஏற்றுக்கொண்ட சித்தாந்தமாகவும் தத்துவமாகவும் வாழ்க்கைப் பாடமாகவும் எல்லாமாகவும் இருந்தது!

கூலிட்ஜே தொடர்ந்து இன்னொரு ரவுண்டும் அதிபராக இருந்தால் இன்னும் சௌக்கியமாக வாழலாமே என்று அமெரிக்கர்கள் நினைத்தார்கள். ஆனால் கூலிட்ஜ் அழகிய புன்னகையுடன் அதை மறுத்துவிட்டார். எதிர்வந்த *1928* பொதுத் தேர்தலில் நிற்கிற உத்தேசம் தமக்கு இல்லை என்று சொல்லிவிட்டார்.

ஒரு தனிமனிதராக அன்று கூலிட்ஜ் எடுத்த முடிவு சரிதான். ஆனால் அவருடைய ஆட்சிக்காலத்துக்குப் பிறகு அமெரிக்கா சந்தித்த அந்த மாபெரும் பிரச்னையை நினைத்துப் பார்த்தால், அவரே மீண்டும் அதிபராகியிருக்கலாம் என்று தான் தோன்றும்.

பிரச்னை என்றால் சாதாரணப் பிரச்னை இல்லை. மரண அடி என்பார்களே, அது! எப்படி அது நேர்ந்தது, எங்கே அந்தப் புயல் மையம் கொண்டது என்றே யாராலும் கண்டுபிடிக்கமுடியவில்லை. கூலிட்ஜுக்குப் பிறகு அதிபரான ஹெர்பெர்ட் ஹூவர், ஏன் அதிபரானோம் என்றல்ல; ஏன் பிறந்தோம் என்று உட்கார்ந்து மூக்கைச்சிந்தி அழுகிற அளவுக்கே தேசத்தை உருக்குலைத்துவிட்ட மாபெரும் பொருளாதார வீழ்ச்சி அது!

Great Depression என்று சரித்திரம் வருணிக்கும் அந்த இமாலய வீழ்ச்சிக்காலத்தில் அமெரிக்கா சந்தித்த சவால்கள்களில் கேலன் கேலனாகக் கண்ணீரும் ரத்தமும் கலந்திருக்கிறது. இன்னும் கொஞ்சம் அதை அப்படியே விட்டிருந்தால் அடுத்த ஐந்தாறு வருஷங்களில் அமெரிக்கா, இன்றைய சோமாலியா மாதிரி ஆகியிருக்கும்.

இந்த நூலை எழுதவேண்டிய அவசியமே நேர்ந்திருக்காது!

9. நொறுங்கியது அமெரிக்கா

அக்டோபர் 24, 1929. அமெரிக்க சரித்திரத்தில் ரொம்ப முக்கியமான தேதி இது. பண வரவு, பயணத்தால் அனுகூலம், குடும்பக் குதர்க்கம் என்று வழக்கம்போலத்தான் அன்றைய அமெரிக்க தினசரிகள் தினப்பலன் வெளியிட்டிருக்கவேண்டும். ஆனால் பகல் பதினோரு மணியிலிருந்தே நியூயார்க் ஸ்டாக் எக்ஸ்சேஞ்ச் அல்லோலகல்லோலப்படத் தொடங்கிவிட்டது. என்ன நடக்கிறது என்று விவரம் வெளியே வருவதற்குள்ளேயே தேசம் முழுவதிலும் உள்ள ஸ்டாக் எக்ஸ்சேஞ்சுகளிலிருந்து கதறல் கேட்கத் தொடங்கிவிட்டது. அன்று மாலை சூரியன் மறைவதற்குள்ளாக ஒட்டுமொத்த அமெரிக்க ஸ்டாக் மார்க்கெட்டும் சரித்திரம் காணாத வீழ்ச்சியடைந்துவிட்டது.

ராட்சஸ நிறுவனங்களின் பங்குகளெல்லாம் கூறு நாலணா மேனிக்கு சீப்பட்டன. நடுத்தர நிறுவனங்களின் பங்குகள் இலவசமாக விநியோகிக்கிற அளவுக்கு நடுத்தெருவுக்கு வந்தன. சிறிய நிறுவனங்களின் நிலைமை கேட்கவே வேண்டாம். மறுநாள் பொழுது விடிவதற்குள் இழுத்து மூடுவதைத் தவிர வேறு வழியில்லை என்று ஆகிவிட்டது.

'Business is the main business of americans' என்பார் அமெரிக்காவின் முன்னாள் அதிபர் கால்வின் கூலிட்ஜ். பங்குச் சந்தை வர்த்தகத்தில் அமெரிக்கர்களின் ஆர்வம் இவ்வளவு அவ்வளவு அல்ல. ஒரு மரத்தடி கிடைத்தால் துண்டு விரித்து மூணு சீட்டு ஆடும் நம்மூர் விடலைகள் மாதிரியான மனோபாவம் அமெரிக்கர்களுக்கு பங்குகள் வாங்கி, விற்பதில் உண்டு. மொத்தமாக நூறு டாலர் சேர்ந்துவிட்டால் உடனே பொருளாதார தினசரிகளைப் பிரித்துவைத்துக்கொண்டு எந்த கம்பெனியின் பங்கை வாங்கலாம் என்று தான் பார்ப்பார்கள். காலை வாங்கி மத்தியானம் விற்று, வந்த லாபத்தில் சாயங்காலம் இன்னொரு பங்கு வாங்குவதெல்லாம் சராசரி அமெரிக்கர்களுக்கே சர்வசாதாரணமான விஷயம்.

வர்த்தகம், அவர்களின் ரத்தத்தில் ஊறிய விஷயம். பங்கு விற்பனை என்பதோ, அமெரிக்கர்களின் வாழ்வில் தவிர்க்கவே முடியாததொரு அம்சம்.

சராசரி மக்களுக்குக் கூட அங்கே பங்குச் சந்தை சூட்சுமங்கள் அத்துபடி என்பதால் அங்கே ஊழல்கள், தகிடுதத்தங்கள் ஏற்பட வாய்ப்பே இல்லாதிருந்தது. மேலும் நாம் முன்பே பார்த்ததுபோல, கிட்டத்தட்ட அத்தனை அமெரிக்க அரசியல்வாதிகளும் உயர்மட்ட அதிகாரிகளும், தேசத்தின் எல்லா தொழில் பிரிவுகளிலும் வெளிப்படையாகவே மிக அதிகம் முதலீடு செய்கிற வழக்கம் உள்ளவர்கள். பங்குச் சந்தை நிர்வாகத்தைப் பொறுத்தவரை அத்தனை பெரும்புள்ளிகளுமே எப்போதும் மிக அதிகம் அக்கறை காட்டுவார்கள். அங்கே ஒரு சிறு தவறு நேர்ந்தாலும் முதலில் பாதிக்கப்படக்கூடியவர்கள் அரசியல்வாதிகளே!

அப்படிப்பட்ட அமெரிக்க ஷேர் மார்க்கெட்டில் அன்று அந்த அசம்பாவிதம் நடந்தது. வீழ்ச்சி என்றால் அப்படியொரு வீழ்ச்சி. யாராலுமே எந்தப் பங்கையும் விற்க முடியாத அளவுக்கு பாதாளம் வரை பாய்ந்த வீழ்ச்சி. எங்கே என்ன தப்பு நடந்தது என்று கண்டுபிடிக்கவே முடியவில்லை.

ஒரு நாள், ஒரு மாதத்தில் யாரும் திட்டம் தீட்டி அப்படியொரு சரிவை ஏற்படுத்தியிருக்கமுடியாது. நிச்சயம் வாய்ப்பே இல்லை. இது பல்லாண்டுகளாக வகுக்கப்பட்ட பாதையாகத் தான் இருக்கவேண்டும் என்கிற முடிவுக்கு வந்தார்கள்.

“சில வருஷங்களாகவே அமெரிக்கப் பொருளாதாரத்தின் அடிப்படை பூடகமாகவே இருந்துவந்ததன் விபரீத விளைவு தான் இது” என்று கருத்துச் சொன்னார் ஜான் கல்ப்ரெத் என்கிற பொருளாதார வல்லுநர் *(The great crash)* . “வங்கி நடவடிக்கைகள் மிக மோசம். தேசத்தின் மொத்த வருமானம் சரிவரப் பிரித்துக் கையாளப்படவில்லை.” என்று அவர் சொன்ன காரணங்களை யாரும் மறுக்கவில்லை. சொல்லப்போனால் மறுக்கவோ, வாதிடவோ அப்போது அவகாசம் இல்லை. ஏதாவது செய்து நிலைமையைச் சீராக்கமுடியுமா என்று எல்லாருமே பதறிக்கொண்டிருந்தார்கள்.

இந்தப் பதற்றத்தின்போது தான் அமெரிக்கப் பொருளாதாரத்தின் பல இருட்டு மூலைகளில் வெளிச்சம் விழத்தொடங்கியது.

பணக்காரதேசம்தான். ஆனால் யார் பணக்காரர்கள்? அமெரிக்காவின் ஆண்டு மொத்த வருமானத்தில் மூன்றில் ஒருபங்கை, அந்நாட்டு

மக்கள் தொகையில் சரியாக ஐந்து சதவீதம் பேரே ஆண்டுதோறும் அனுபவித்துவருவதைக் கண்டுபிடித்தபோது ஒட்டுமொத்த தேசமும் மூக்குமேல் விரல் வைத்தது!

சுலபமாகப் புரியவேண்டுமென்றால் இப்படி வைத்துக் கொள்ளலாம். நூறு பேருக்கு மொத்தவருமானம் நூறு ரூபாய் என்று வைத்துக்கொள்ளுங்கள். அதில் அஞ்சு பேருக்கு எழுபத்தைந்து ரூபாய். மிச்சமுள்ள தொண்ணூற்றைந்துபேருக்கு 25 ரூபாய் என்று சம்பளம் பிரித்தால் எப்படி இருக்கும்?

அப்படித் தான் இருந்தது அமெரிக்கப் பொருளாதாரம். அந்த ஷேர் மார்க்கெட் சரிவின் ஆணிவேர் இதுதான்.

அமெரிக்காவின் மிகப்பெரிய தொழிலதிபர்களுள் ஒருவரான ஹென்றி ஃபோர்டு, தன் பங்குக்கு இன்னொரு கணக்கு சொன்னார். ஒவ்வொரு சராசரி அமெரிக்கனும் ஒரு நாளைக்குச் செய்யவேண்டிய வேலையை முழுமையாகச் செய்யவில்லை. அதன் விளைவான நஷ்டம் தான் இது என்பது அவர் வாதம்.

வாதம், விவாதமெல்லாம் ஜோராக நடந்துகொண்டிருந்தபோது மறுபுறம் தேசத்துக்குப் பக்கவாதம் வந்து படுத்த படுக்கையாகி விட்டது.

எல்லா முதலீட்டாளர்கள் தலையிலும் கைத்தறித்துண்டு விழுந்தது. பெரிய வங்கிகள் கடன் தருவதை சுத்தமாக நிறுத்திவிட்டன. சிறிய வங்கிகள் இழுத்து மூடப்பட்டன. (மொத்தம் ஐயாயிரத்தி நூறு வங்கிகள் அப்போது அமெரிக்காவில் இழுத்துமூடப்பட்டன.) ஆயிரக்கணக்கான சிறுதொழில்கள் மண்ணோடு மண்ணாகிப் போயின.

தாக்குப்பிடித்து தொழிலை நடத்திக்கொண்டிருந்த சிலரும் தமது ஊழியர்களின் சம்பளத்தைக் கணிசமாகக் குறைத்தார்கள். கணிசம் என்றால் பாதி கூட இல்லை. கால்வாசிக்கும் சற்றுக் குறைவு என்கிற விகிதத்தில்!

இந்தக் காலகட்டத்தைத் தான் அமெரிக்காவின் great depression period என்று வருணிக்கிறது சரித்திரம். லட்சக்கணக்கான அமெரிக்கர்கள் வேலை இழந்து வீதிக்கு வந்தார்கள். வேலை இழந்தவர்கள்,

வீடு இழந்தவர்கள், நிலத்தை இழந்தவர்கள், கால்நடைகளை, சொத்துகளை இழந்தவர்கள் என்று தனித்தனியாகக் கணக்குப் போட்டால் கோடிக்கனக்கானோர் சொந்த நாட்டில் அகதிகளாகி விட்டார்கள்.

இதில் மிகப்பெரிய வேதனை, ஸ்டாக் மார்க்கெட் விவரமெல்லாம் தெரியவே தெரியாத பிளாட்பார வாசிகளும் அதன் பாதிப்புக்குத் தப்பமுடியவில்லை. வீடுகளிலிருந்தோர் பிளாட்பாரங்களுக்கு வந்தபோது, பிளாட்பாரங்களில் இருந்தவர்கள் எங்கே போவார்கள்? கிராமம் கிராமமாக, நகரம் நகரமாக, மாநிலம் மாநிலமாக அடித்தட்டு மக்கள் விரட்டப்பட்ட அவலமும் நிகழ்ந்தது!

1929ல் ஏற்பட்ட இந்த வீழ்ச்சி அடுத்தப் பத்து வருஷங்கள் அமெரிக்காவை உண்டு இல்லை என்று ஆக்கிவிட்டது! அமெரிக்காவைப் பார்த்துப் பெருமூச்சு விட்டுக்கொண்டிருந்த பல உலக நாடுகளே 'ஐயோ பாவம் அமெரிக்கா' என்று வருந்துகிற அளவுக்கு அத்தேசத்தின் நிலைமை சர்வநாசமானது. 1933ல் மட்டும் அமெரிக்காவில் வேலையில்லாமல் இருந்தவர்களின் எண்ணிக்கை ஒரு கோடியே முப்பத்தேழு லட்சம் பேர். அடுத்தடுத்த வருடங்களில் ஷேர் வீழ்ச்சிக்கு நிகராக இந்த எண்ணிக்கை மட்டும் ஏறிக்கொண்டே போனது தான் பெரும் சோகம்!

என்ன செய்தால் நிலைமையை மாற்றலாம், என்ன செய்தால் தொழில்துறையை மறுபடியும் இயங்கச் செய்யலாம், கடன் வாங்குவதா, யாரிடம், எவ்வளவு ரூபாய், எத்தனை காலத்துக்கு, அல்லது வேறு ஏதாவது உபாயம் உண்டா, கையிருப்பை எத்தனை நம்புவது, எத்தனை நாளைக்கு அது வரும் - எதுவுமே புரியவில்லை அப்போதைய அமெரிக்க அதிபர் ஹெர்பர்ட் ஹூவருக்கு.

ஒரு சாதாரண சூழலில் ஆட்சிபுரிய ஒரு சராசரி அதிபர் போதும். ஆனால் அசாதாரண சூழல்கள் நேரும்போது, தவிர்க்கமுடியாமல் தேசம் ஒரு அசாதாரணத் தலைவருக்காக ஏங்கத் தொடங்கிவிடுகிறது.

இதில் மிகப்பெரிய சோகம் என்னவென்றால், அந்த மாபெரும் வீழ்ச்சிக்குச் சற்று முன்னதாகச் செய்யப்பட்ட பொருட்களின் உற்பத்தி கொடோன்களில் குவிந்துகிடந்தது. அவற்றை விற்பனை செய்யக்கூட முடியவில்லை. ஏற்றுமதி செய்யவும் முடியவில்லை.

கோடிக்கணக்கான டாலர் மதிப்புள்ள துணிகள் கொடோன்களில் இருந்தன. ஆனால் வாங்க ஒரு நபர் கிடையாது. மூட்டை மூட்டையாக உணவு தானியங்கள் இருந்தன. எடுத்துப் போக ஆள் கிடையாது. ஏனெனில் யாரிடமும் பணம் இல்லை!

வேறு வழியில்லாமல், அரசே ஓரளவு பொருட்களை வாங்கி ஏழை மக்களுக்கு இலவசமாகக் கொடுக்கத் தொடங்கியது. தேசமெங்கும் பல நகரங்களில் மூலைக்கு மூலை 'சூப் கிச்சன்'கள் திறக்கப்பட்டன. நம்மூர் கஞ்சித் தொட்டிகள் மாதிரி என்று வைத்துக்கொள்ளுங்கள்.

உண்மையில் அன்று அமெரிக்கர்கள் இருந்த நிலைமைக்கு அந்த இலவச சூப் கூடக் கிடைக்கவில்லை என்றால் மக்கள் பட்டினியிலேயே லட்சம் லட்சமாக இறந்து போயிருப்பார்கள்.

பட்டகாலிலேயே படும் என்பார்கள். 1932ம் வருஷம் அமெரிக்காவின் தென்மேற்கு மாகாணங்கள் யாவிலும் நியாயமாகப் பொழியவேண்டிய மழையில் ஒரு சதவீதம் கூடப் பொழியாமல் கோதுமை வயல்கள் வாடத் தொடங்கின. திடீரென்று காற்றில் இருந்த ஈரப்பதம் முற்றிலும் காணாமல் போய், யாரும் எதிர்பாராத ஒரு நிமிடத்தில் பாலைவனங்களில் வீசுகிற புழுதிக் காற்று போலக் காற்று சுழன்று அடிக்கத் தொடங்கியது.

மக்கள் பயந்துவிட்டார்கள். அப்படியொரு புழுதிக் காற்றை அதற்குமுன் யாருமே அங்கே பார்த்ததில்லை. புழுதி என்றால் இலேசுப்பட்ட புழுதியல்ல. இரண்டு பனைமர உயரத்துக்கு பூதம் மாதிரி மண்ணும் தூசியும் எழுந்து வந்து மோதும். உஷ்ஷ்ஷ் என்று அது வீசுகிற வேகத்தில் அதிகபட்சம் 150 கிலோமீட்டர் வரை உள்ள வீடுகளில் மணல் அபிஷேகம் நடக்கும். கூரைகள் பறக்கும். ஓடுகள் சரியும். மெல்லிய சுவர்கள் இடிந்துவிழும்.

நிஜமாகவே அமெரிக்காவை பேய் பிடித்துக்கொண்டுவிட்டது என்று மக்கள் அலறினார்கள். கிட்டத்தட்ட எட்டுவருஷ காலம் இந்தப் புழுதிப் புயலில் சிக்கி அலங்கோலமானது அமெரிக்காவின் பெரும்பகுதி. ஒருவழியாக 1940 மழை பழையபடி பொழியத்தொடங்கியதும் தான் இதிலிருந்து ஒரு விடிவு கிடைத்தது.

அதற்குள் அமெரிக்காவின் பல நகரங்கள், ஏழைமையைத் தாக்குப்பிடிக்கமுடியாமல் காலியாகிவிட்டன. அதிபர் ஹூவரின் கையாலாகாத்தனத்தைப் பற்றிப் பேசாதவர்களே இல்லை.

ஆனால் ஒரு பிரச்னை என்றால் சரி; ஒட்டுமொத்த தேசத்துக்குமே பிரச்னை, அதுவும் மிகப்பெரிய பிரச்னை என்றால் என்ன செய்யமுடியும்? ஹூவர், யாரும் பட்டினி கிடக்கக்கூடாது என்கிற நோக்கில் இலவச உணவுக்குத் தன்னால் ஆன அத்தனை ஏற்பாடுகளையும் செய்துகொண்டுதான் இருந்தார். ஆனால் அமெரிக்கர்கள் "எங்களுக்கு உணவு வேண்டாம். வேலையும் கூலியும் கொடுங்கள்" என்றல்லவா கேட்டுக்கொண்டிருந்தார்கள்?

வேலை. அது தான் அப்போது பிரச்னையாகியிருந்தது. எத்தனை பேருக்கென்று அரசு வேலை கொடுக்கமுடியும்? தேசம் சந்தித்த பொருளாதார வீழ்ச்சிக்கு நிச்சயம் அவர் காரணம் இல்லை. ஹூவர் காலத்துக்கு முன்பிருந்தே ஷேர் மார்க்கெட்டில் எல்லாரும் சேர்ந்து பிரும்மாண்டமான குழியொன்றை ரகசியமாகத் தோண்டிக் கொண்டுதான் இருந்தார்கள். ஹூவரின் போதாத காலம் அவர் ஆட்சிக்கு வந்தபோது மக்களும் அரசும் அந்தப் படுகுழியில் விழுந்துவிட்டது.

ஆனால் அமெரிக்கர்கள் சற்றும் சிந்திக்காமல் ஹூவர் தான் இந்த சீரழிவுக்குக் காரணம் என்று சொல்லிவிட்டார்கள். இத்தனைக்கும் கொஞ்சம் காலதாமதமாக விழித்துக்கொண்டாலும் ஹூவர், சீரமைப்புக்கான புதிய திட்டங்களை வகுத்து, நிதி நிர்வாகத்தைச் சீரமைக்க நடவடிக்கை எடுக்க ஆரம்பித்திருந்தார்.

ஆனால் கடுப்பில் இருந்த மக்கள் அவரை ஒழித்துக்கட்டுவதில் குறியாக இருந்தார்கள்.

முதல் உலகப்போரின் பாதிப்பிலிருந்து மெல்ல மெல்ல விடுபட்டு ஐரோப்பிய தேசங்கள் மீண்டும் வளம் காணத்தொடங்கியிருந்த நேரம் அது. உலகப்போரில் நிறைய 'சம்பாதித்த' அமெரிக்காவோ, ஒரு போரில் சீரழிந்த தேசத்தைவிட மோசமான சீரழிவுக்கு ஆளாகியிருந்தது!

1932 பொதுத்தேர்தலில் ஹூவரைப் பழிவாங்க அமெரிக்கர்கள் முடிவு செய்தார்கள். மிகப்பெரிய புத்திசாலி அவர். ஆனால் நெருக்கடி நேரங்களைச் சமாளிக்கிற திறமை அத்தனை போதாது. அதன் காரணத்தாலேயே அடுத்தமுறையும் அதிபராகும் வாய்ப்பு அவருக்கு இல்லாமல் போனது.

ஒரு தீர்க்கதரிசி வேண்டும். ஒரு செயல்வீரர் வேண்டும். ஒரு ராஜதந்திரி வேண்டும். ஒரு கருணையாளர் வேண்டும். சொந்தக் கவலைகள் மறந்துபோகிற அளவுக்கு மக்களை வசீகரிக்கக்கூடிய ஒரு சூப்பர் ஸ்டாராக அவர் இருக்கவேண்டும்.

இப்படிப் பல தகுதிகளைத் தமது அடுத்த அதிபரிடம் எதிர்பார்த்து அந்த முறை அமெரிக்கர்கள் வோட்டளித்தார்கள்.

வாட்டும் மழை நாள் வந்தாலும் வசந்தம் பின்னால் வந்துதானே ஆகவேண்டும்?

அமெரிக்காவைப் பிடித்த அந்த நாலரை வருஷத்துச் சனிக்கு ஒரு சரியான வில்லனாக, மக்களின் கனவு நாயகனாக, அடுத்த அதிபர் பொறுப்பேற்க வந்தார் ஃப்ராங்க்ளின் டி. ரூஸ்வெல்ட்.

ஏற்கெனவே ஒரு ரூஸ்வெல்டைப் பார்த்த தேசம் அது. அவர் தியோடர் ரூஸ்வெல்ட். இவர் வேறு ரூஸ்வெல்ட். இளமையான ரூஸ்வெல்ட். தியோடரை விட புத்திசாலியான ரூஸ்வெல்ட். மக்களை வசீகரிக்கத் தெரிந்த ரூஸ்வெல்ட். உலக நாடுகளையும் வசீகரிக்கத்தெரிந்த ரூஸ்வெல்ட். எல்லாவற்றுக்கும் மேலாக அந்தப் போதாத காலத்தின் பிரச்னைகளைச் சமாளித்து அமெரிக்காவுக்கு மீண்டும் ஆக்ஸிஜன் கொடுத்த ரூஸ்வெல்ட். அமெரிக்க சரித்திரத்திலேயே மிக அதிக காலம் அதிபராக அமர்ந்திருந்த ஒரே நபர் என்கிற ரெக்கார்டை உருவாக்கிய ரூஸ்வெல்ட்.

10. இன்னொரு ரூஸ்வெல்ட்

எப்பேர்ப்பட்ட மாமேதையானாலும் சரி. என்னதான் மக்கள் செல்வாக்கு உள்ளவர் என்றாலும் சரி. இரண்டுமுறைக்கு மேல் அதிபராக இருக்கக் கூடாது என்று அமெரிக்காவில் ஒரு சட்டத்திருத்தம் கொண்டுவந்தார்கள். சரியாக 156 வருஷம் ஜனநாயக ஆட்சிமுறைக்குப் பழகி, 32 அதிபர்களைப் பார்த்துவிட்டபிறகு கொண்டுவரப்பட்ட சட்டத்திருத்தம் அது. ஃப்ராங்க்ளின் டி. ரூஸ்வெல்டின் பதவிக்காலம் முடிந்ததும் செய்யப்பட்ட முதல் காரியம்.

காரணம், மூன்று முழுத்தவணைகள் அமெரிக்க அதிபராக இருந்துவிட்டு, விடாமல் நாலாவது ரவுண்டிலும் ஒரு வருஷம் தனக்குத் தானே 'எக்ஸ்டென்ஷன்' கொடுத்துக்கொண்டவர் அவர்!

மொத்தம் பதிமூணு வருஷம். வேறு யாரும் எந்த சமயத்திலும் இத்தனை நீண்டகாலம் அமெரிக்காவின் அதிபராக இருந்ததில்லை. இருக்கமுடியாது என்பது தான் விஷயம்.

அதுவும் ரூஸ்வெல்டின் காலம் ரொம்ப ரொம்ப சிக்கலானது. இரண்டு மாபெரும் பிரச்னைகளை அவரது காலத்தில் அமெரிக்கா சந்தித்தது. ஒன்று, ஏற்கெனவே சொன்ன, பொருளாதார வீழ்ச்சி. (அதை அவர் வெற்றிகரமாகச் சமாளித்து அமெரிக்காவை மீண்டும் வெற்றிப்பாதையில் நடைபோடச் செய்ததற்குக் கிடைத்த பரிசுதான் அத்தனை 'நீண்ட' பதவிக்காலம்!) இன்னொரு பிரச்னை, இரண்டாவது உலகப்போர்.

இதிலும் ரூஸ்வெல்டின் அணுகுமுறை அமெரிக்க மக்களை மிகவும் கவர்ந்ததால் தான் 'போர்க்காலத்தில் அதிபர் மாறுவது நல்லதல்ல' என்று அறிவித்துவிட்டு, தனது நாலாவது பதவிக்காலத்தை அவரே நீட்டித்துக்கொண்டபோதும் பெரும்பான்மையான அமெரிக்கர்கள் புன்முறுவலுடன் அதை ஏற்றுக்கொண்டார்கள். (ஆனால் அரசியல்வாதிகள் ஏற்கவில்லை. ரூஸ்வெல்டுக்கு அமெரிக்காவில் மன்னராட்சியைக் கொண்டுவருகிற ஆசை வந்துவிட்டது என்று பிரசாரம் செய்யத்தொடங்கிவிட்டார்கள்!)

அமெரிக்க சரித்திரத்தில் மிக முக்கிய இடம் பிடித்த அதிபர்களின் வரிசையில் ஃப்ராங்க்ளின் டி. ரூஸ்வெல்டுக்கு ஒரு தனி நிறம், மணம், குணம் உண்டு. சந்தேகம் இல்லாமல் அவர் ஒரு மக்கள் தலைவர். அதே சமயம் தன்னிகரற்ற 'நிழல்' சர்வாதிகாரி. சோஷலிசத்தையும் கம்யூனிசத்தையும் அமெரிக்காவில் காலூன்றச் செய்தவர் என்று அவரைக் குற்றம் சாட்டுவார்கள். ஆனால் அமெரிக்க முதலாளித்துவத்துக்குப் பின்னாளில் எந்த ஆபத்தும் நேராதவண்ணம் அவர் செய்துவைத்த சீர்திருத்தங்கள் தான் கட்டிக்காத்தன. அவரை ஒரு போர் பிரியர் என்று சொல்லுவார்கள். ஆனால் நிரந்தர அமைதிக்குச் சில சில்லறைப் போர்களைத் தவிர்க்கக்கூடாது என்பதே அவரது சித்தாந்தமாக இருந்தது. முற்றிலும் வெளிப்படையானவராகவும் புரிந்துகொள்ளவே முடியாத பூடகங்களுடனும் ஒரே சமயத்தில் காட்சியளித்தவர். அமெரிக்க அதிபர்களுள் அவர் ஒரு தனி நட்சத்திரம். எப்படி அவர் அந்த அந்தஸ்துக்குத் தன்னைத் தயார் படுத்திக்கொண்டார் என்பதில் தான் அவரது வெற்றி சூட்சுமம் இருக்கிறது!

1882ம் வருஷம் ஜனவரி 30ம் தேதி நியூயார்க் ஹைட் பார்க்கில் பிறந்தவர் ஃப்ராங்க்ளின் டி. ரூஸ்வெல்ட். ரூஸ்வெல்டின் முன்னோர்கள் டச்சுக்காரர்கள். 1640 வாக்கிலேயே தோணி ஏறி அமெரிக்காவில் குடியேறிவிட்ட வம்சம் அது.

ரூஸ்வெல்டின் தந்தை, ஒரு ரயில்பாதை கான்டிராக்டர். பெரிய பணக்காரர். அவரது தாயும் நியுயார்க்கின் இன்னொரு பெரிய பணக்காரக் குடும்பத்தில் பிறந்து, வந்தவர் தான். ஆகவே, ரூஸ்வெல்டுக்கு மிகச் சின்ன வயதுகளிலேயே பணத்தின் மீது பெரிய பிரமிப்பு ஏதும் இல்லை. எதையும் வாங்குவதற்குப் பணம் என்றொரு பொருள் வேண்டும். அவ்வளவுதானே? பணம் என்கிற பொருளை வாங்க உழைத்தால் போதும் என்று தன் இளவயதுகளில் சொல்லுவார் அவர்.

பணக்காரக் குடும்பத்தில் பிறந்த ரூஸ்வெல்டை அவரது பெற்றோர் பள்ளிக்கு அனுப்பவில்லை. மாறாக, நியூயார்க்கின் மிகச்சிறந்த வாத்தியார்கள் பலர் வீட்டுக்கு வந்து அவருக்குப் பாடங்களைச் சொல்லிக்கொடுத்தார்கள். கண்டிப்பு மிக்க தாயின் கவனிப்பில் படிப்பில் சிறந்து விளங்கினார் ரூஸ்வெல்ட். அதே சமயம், வருஷம் ஒருமுறை ஒரு முழுமாதம் ஐரோப்பாவில் விடுமுறையைக்கழிக்கப்

போவது மாதிரியான சொகுசுகளும் அவருக்குத் தாராளமாகவே அனுமதிக்கப்பட்டன. அதுவும் பதினைந்து வயதுக்குள்ளாகவே!

பதினைந்து வயதுக்கு அப்புறம் தான் ரூஸ்வெல்ட் பள்ளிக்கே போனார். அது ஒரு போர்டிங் ஸ்கூல். நேரடியாக உயர்கல்வியை அங்கே முடித்துவிட்டு ஹார்வர்ட் யூனிவர்சிடியில் பட்டப்படிப்பு, கொலம்பியா பல்கலையில் சட்டப்படிப்பு என்று ஒரு ரவுண்டு வந்துவிட்டு, நியூயார்க் வந்து வக்கீல் உத்தியோகம் பார்க்கத் தொடங்கினார்.

நல்ல பேர், நல்ல வருமானம் இரண்டுமே இருந்தாலும் அவருக்கு கறுப்பு கவுன் உத்தியோகம் அத்தனை பிடிக்கவில்லை. பெரிதாக, மிகப்பெரிதாக ஏதாவது செய்யவேண்டும் என்று நினைத்தார். நீதிபதி நாற்காலியில் அமர்ந்திருக்கும் ஒரே ஒரு மனிதருக்காக மணிக்கணக்கில் பேசிக்கொண்டிருக்க வேண்டியிருக்கிறதே என்று நண்பர்களிடம் அலுத்துக்கொள்வாராம்.

கெட்டிக்கார லாயரான ரூஸ்வெல்டை அப்போதே டெமாக்ரடிக் கட்சி வளைத்துப் போடப் பார்த்தது. அக்கால அமெரிக்காவில் கட்சிகள், பெரும்பாலும் நீதிமன்றங்களில் வழக்கறிஞர்கள் பணியாற்றுவதைப் பார்த்துத் தான் ஆள்பிடிப்பார்கள். தேர்தலில் நிற்கிற அமெரிக்கர்கள், வழக்கறிஞர்களாக இருந்தால் அதற்கான மதிப்பே தனி! அமெரிக்க சரித்திரத்தில் பெரும்பாலான ஜனாதிபதிகள் வழக்கறிஞர்களாக இருப்பதன் காரணம் இதுதான்.

1910ம் வருஷம் நியூயார்க் செனட்டர் தேர்தலில் டெமாக்ரடிக் கட்சி வேட்பாளராக ரூஸ்வெல்ட் நின்றார். அந்தக் குறிப்பிட்ட சீட்டைக் கிட்டத்தட்ட ஐம்பது வருடங்களாக ரிபப்ளிகன் கட்சி தான் தன்கைக்குள் வைத்திருந்தது.

முதல்முறையாக ரிபப்ளிகன் வேட்பாளரைத் தோற்கடித்து நியூயார்க் செனட்டரானார் ரூஸ்வெல்ட்.

1912ம் வருஷம் நடந்த பொதுத்தேர்தலில் ரூஸ்வெல்ட், உட்ரோ வில்சனை ஆதரித்தது பெரிய விஷயம் இல்லை. ஏற்கெனவே பார்த்தோமல்லவா? அந்தத் தேர்தலில் வில்லியம் ஹோவர்ட் டாஃப்டை ஒழித்துக்கட்டுவதற்காக தியோடர் ரூஸ்வெல்டும் போட்டியிட்டார் என்று? (இறுதியில் டாஃப்டுக்கும் தோல்வி.

தியோடர் ரூஸ்வெல்டுக்கும் தோல்வி. வில்சன் வென்று ஆட்சிக்கு வந்தார்.) அப்படி வில்சனுக்கு எதிராக அப்போது களத்தில் இருந்த தியோடர் ரூஸ்வெல்ட் ஒருவகையில் இந்த ஃப்ராங்க்ளின் டி. ரூஸ்வெல்டுக்கு ஒன்றுவிட்ட அல்லது இரண்டுவிட்ட சகோதரர் முறை! (ரூஸ்வெல்ட் என்பது குடும்பப் பெயர்.)

வில்சன் வெற்றி பெறுவதற்காகத் தமது சகோதரருக்கு எதிராகவே வேலை செய்தார் என்கிற வகையில் ஃப்ராங்க்ளின் ரூஸ்வெல்டுக்குக் கட்சியில் பெரிய மதிப்பும் மரியாதையும் உண்டானது. வில்சனுக்கும் அவரை ரொம்பப் பிடித்துப் போனது. ஆட்சிக்கு வந்ததும் முதல் காரியமாக ரூஸ்வெல்டுக்கு கப்பற்படை துணைச் செயலாளர் பதவி கொடுத்து கௌரவப்படுத்தினார் வில்சன். அமெரிக்காவில் துணைச்செயலாளர் பதவி என்பது நமது மத்திய இணை அமைச்சர் பதவிக்குச் சமமானது.

ரூஸ்வெல்டுக்கு அந்தப் பதவி ரொம்பப் பிடித்துவிட்டது. இயற்கையிலேயே அவருக்குக் கடற்படை சாகச வரலாறுகளில் நாட்டம் அதிகம். கப்பல் ஏறி ரொம்ப தூரம் போவதிலும் ஆர்வம் ஜாஸ்தி.

முதல் உலகப்போர் சமயம் கடற்படை சம்பந்தப்பட்ட விஷயங்களில் அவரது நடவடிக்கைகள் மிகச் சிறப்பாக அமைந்து தேசம் முழுவதும் பாராட்டப்பட்டதால் *1920* தேர்தல் சமயம் டெமாக்ரடிக் கட்சி ரூஸ்வெல்டைத் தனது துணை ஜனாதிபதி கேண்டிடேட்டாக நியமித்து அறிவித்தது.

துரதிருஷ்டவசமாக அந்தத் தேர்தலில் ரூஸ்வெல்டும் அவரது ஜனாதிபதி வேட்பாளர் சகா காக்ஸும் எதிரணியினரான ஹார்டிங் மற்றும் கூலிட்ஜிடம் தோற்றுவிடவே, ரூஸ்வெல்டின் வளர்ச்சியில் ஒரு சிறு தேக்கம் ஏற்பட்டது அப்போது. ஆனாலும் அமெரிக்க மக்களுக்கு அந்த அழகான, திறமையான, பேச்சாற்றல் மிக்க இளைஞரை ரொம்பவே பிடித்துப் போனது. அடுத்த எலக்ஷன் வந்தால் பார்த்துக்கொள்ளலாம் என்று மனத்துக்குள் குறித்துவைத்துக்கொண்டார்கள்!

ஆனால் ரூஸ்வெல்டின் விதி வேறுமாதிரியாக இருந்தது. அந்தத் தேர்தலுக்குப் பிறகு, அதன் தோல்விக்குப் பிறகு தன்னையும்

குடும்பத்தையும் கொஞ்சம் தேற்றிக்கொள்வதற்காக கேம்பபெலோ தீவுக்கு விடுமுறையைக் கழிக்கச் சென்றார் ரூஸ்வெல்ட். எதிர்பாராவிதமாக அங்கே அவருக்கு போலியோ அட்டாக் ஏற்பட்டது. சில நாட்களிலேயே படுத்த படுக்கையாகிவிட்டார்.

ஏகப்பட்ட சிகிச்சை அளித்தும் உடலின் பாதி பகுதி செயல்படவே படாதோ என்கிற அளவுக்கு நிலைமை மோசமானது. அவ்வளவுதான் ரூஸ்வெல்டின் அரசியல் வாழ்க்கை என்று கிட்டத்தட்ட எல்லா அமெரிக்கர்களுமே முடிவு செய்துவிட்ட நிலையில் ரூஸ்வெல்ட் மட்டும் மனம் தளராமல் தன் மனைவியிடம் சொன்னார்: "நான் படுத்துக்கொண்டுதானே இருக்கிறேன்? இறந்துவிடவில்லையே? இன்னும் கொஞ்ச நாளில் பார்."

அவரது மன உறுதி அப்படிப்பட்டது. கடுமையான உடற்பயிற்சிகள் மேற்கொண்டார். கூடவே மருத்துவத்திலும் லேட்டஸ்ட் என்னென்ன உண்டோ அத்தனையையும் கையாண்டார். நீச்சல் பழகினார். செயல்படாமல் போன உடலின் பாகங்கள் ஒவ்வொன்றாகச் செயல்படவைத்தார்.

மூன்றே வருஷத்தில் முழு வேகத்தில் மீண்டும் எழுந்துவந்து நியூயார்க் கவர்னர் தேர்தலில் நின்று, வென்றார். நாலு வருஷம். 1929லிருந்து 33 வரை அந்தப் பதவியில் அவர் இருந்தார். நாலு வருஷத்திலும் மக்கள் நலத் திட்டங்களில் விடாமல் கவனம் செலுத்தியதன்மூலம் ஒட்டுமொத்த தேசத்தையும் தன் பக்கம் திரும்பிப்பார்க்கச் செய்தார்.

அப்புறமென்ன? 1932 பொதுத்தேர்தலில் கட்சி வேறு சிந்தனையே இல்லாமல் ரூஸ்வெல்டைத் தனது ஜனாதிபதி வேட்பாளராக அறிவித்தது.

ஹெர்பர்ட் ஹூவரின் ஆட்சியும் அந்த மாபெரும் பொருளாதார வீழ்ச்சியும் அமெரிக்க சமூகத்தை அப்போது வாட்டி வதைத்துக் கொண்டிருந்த சகிக்கமுடியாத வறுமையும் வேலையில்லாத் திண்டாட்டமும் ஒரு முடிவுபெறுவதற்காகக் காத்திருந்தன.

வறுமை ஒழிப்பு மட்டும்தான் அந்தத் தேர்தலில் ஒரே பேசுபொருளாக இருந்தது.

வாக்குறுதி அளிப்பது சுலபம். ஆனால் திட்டங்கள் என்னென்ன? அவை எப்படி நடைமுறைப்படுத்தப்படும்? என்ன உத்தரவாதம்? நம்பிக்கை கொள்ள என்ன வழி?

தேர்தலில் நிற்கிற எல்லாருமே சர்க்கரைப் பாகாகத்தான் பேசுவார்கள் என்பது மக்களுக்குத் தெரியாதா? ஆகவே அவர்கள் வாக்குறுதிகளை அப்போது ஒரு பொருட்டாகக் கருதவில்லை. நேரடியாக ஒரு முடிவுக்கு வந்தார்கள்.

நியூயார்க் கவர்னராக ரூஸ்வெல்ட் என்னென்ன நல்ல காரியங்கள் செய்தார் என்று பட்டியலிட்டு நினைத்துப் பார்த்தார்கள். படித்தவர். புத்திசாலி. கறைபடியவில்லை, இதுகாறும். தவிரவும் இளமைத் துடிப்பும் தன்னம்பிக்கையும் மிக்கவர். சரி, இந்தமுறை இவருக்குத் தான் ஓட்டுப்போட்டுப் பார்ப்போமே என்று வாக்குச்சீட்டை ரூஸ்வெல்டுக்குச் சாதகமாகப் போட்டார்கள்.

ரூஸ்வெல்ட் அதிபர் ஆனார்.

அதிகக் கொண்டாட்டங்கள் இல்லாமல் சிம்பிளாக வெள்ளை மாளிகைக்குக் குடியேறிய கையோடு, அந்த மாபெரும் பொருளாதார வீழ்ச்சியிலிருந்து தேசம் மீள்வதற்குத் தான் வகுத்த திட்டங்களை அதிகாரிகளிடம் விவரித்தார். ஒளிவு மறைவு ஏதுமில்லாமல் அதை அப்படியே மக்கள் மத்தியிலும் சொன்னார்.

இந்த மாதிரி, இன்னின்ன செய்ய உத்தேசித்திருக்கிறேன். பதிலுக்கு நீங்கள் இன்னின்ன செய்தால் நிலைமை சரியாகும். நான் சுணங்கினாலும் வேலை கெடும். நீங்கள் சுணங்கினாலும் பிரச்னை தொடரும். எப்படி வசதி? என்று கேஷுவலாகக் கேட்டார்.

ரூஸ்வெல்ட் முன்வைத்த அந்தத் திட்டங்கள் ஒரு போர்க்கால நடவடிக்கைகள் மாதிரி இருந்தன. செய்தித்தாளில் அவற்றைப் படித்த மக்கள் உண்மையிலேயே வியந்துபோனார்கள். இதெல்லாம் நடக்குமா என்று கொஞ்சம் சந்தேகப்படவும் செய்தார்கள்.

ஆனால் நடந்தது. ரூஸ்வெல்ட் தான் எப்படிப்பட்ட ஒரு உன்னதமான மேய்ப்பன் என்று அப்போது நிரூபித்தார்.

அந்த நிரூபணம் தான் அவரை அடுத்த பன்னிரண்டு ஆண்டுகள் அதிபர் நாற்காலியைவிட்டு அசைக்கமுடியாதபடி உட்காரவைத்தது!

11. நமக்கு நாமே

*1932*ம் வருஷம் அமெரிக்காவின் அதிபராகிறார் ஃப்ராங்க்ளின் டி. ரூஸ்வெல்ட். அந்த நேரம் அமெரிக்காவின் பொருளாதாரம் எப்படி இருந்தது என்றால், தமிழகத்தில் காங்கிரஸ் மாதிரி ! ஏதாவது அற்புதம் நிகழ்ந்தாலொழிய மீள்வது கஷ்டம் என்பது ரூஸ்வெல்டுக்கு நன்றாகவே தெரிந்திருந்தது. வெற்றிகரமாக நாலு வருஷங்களை வெள்ளை மாளிகையில் கழித்துவிட்டுப் போவது பெரிய விஷயமில்லை. சிக்கல் மிகுந்த காலகட்டத்தில் எப்படி அதிபர் நடந்துகொள்கிறார் என்பதை வைத்தே அமெரிக்க மக்கள் அவருக்கு மரியாதை தருவார்கள்.

ஹெர்பர்ட் ஹூவர் காலத்தில் உண்டான அந்தப் பொருளாதார வீழ்ச்சியை அவரால் கட்டுப்படுத்த முடியவில்லை; உருப்படியாக ஒரு நிவாரணம் தேடமுடியவில்லை என்பதால் கடுப்பான அமெரிக்கர்கள் அவரை என்ன பாடு படுத்தினார்கள் தெரியுமா?

ஒரு தம்ளர் பால், அரை கப் சர்க்கரை என்று எதையாவது அக்கம்பக்கத்து வீடுகளில் கடன் கேட்டு, அவர்கள் இல்லை என்று சொல்லிவிட்டால் "போய்யா ஹூவர்" என்று முகத்துக்கு நேரே கை நீட்டிச் சொல்லிவிட்டு வருவது அந்நாளைய அமெரிக்காவில் மாபெரும் 'கெட்டவார்த்தை'யாகக் கருதப்பட்டது!

இதைவிட ஒரு அதிபருக்கு வேறு அவமானம் இருந்துவிட முடியாதில்லையா?

அந்தமாதிரி அசம்பாவிதங்கள் ஏதும் ஏற்பட்டுவிடக்கூடாது என்பதே ரூஸ்வெல்டின் முதல் கவனமாக இருந்தது. அவர் ஒரு திட்டம் தயாரித்தார். 'நியூ டீல்' என்று வருணிக்கப்பட்ட அந்தத் திட்டம் கிட்டத்தட்ட போர்க்கால நடவடிக்கைகள் மாதிரித்தான் இருந்தது. நூறு நாளில் மறுமலர்ச்சி என்பதை ஒரு இலக்காக வைத்து, முதல் மூன்று நாட்களில் என்ன நடக்கிறது பார்க்கலாம் என்று கிளம்பினார் ரூஸ்வெல்ட்.

சரசரவென்று புதிய சட்டங்கள் பல அரங்கேறின. பார்லிமெண்டில் உட்கார்ந்து பேசி விவாதிக்கவெல்லாம் நேரமே கிடையாது. அதிபர்

சட்டத்தை முன்வைப்பார். உடனே காங்கிரஸ் அதை ஆதரித்து அனுப்பிக்கொண்டே இருக்கும். அப்படியொரு ஏற்பாட்டைச் செய்துவிட்டு, மக்களுக்குத் தன் திட்டத்தை விவரித்தார் ரூஸ்வெல்ட்.

'இந்தமாதிரி பிரச்னை. சும்மா அரசு வேலையெல்லாம் எதிர்பார்த்துக்கொண்டு நாளை வீணாக்கிக்கொண்டிருக்காதீர்கள். தனியார் நிறுவனங்களும் பெரிய அளவில் உத்தியோகங்கள் கொடுக்க வாய்ப்பில்லாத சூழ்நிலை. என்ன பண்ணலாம் என்றால், இன்னின்ன ஏரியாக்களில் வேலை வாய்ப்புக்கான சாத்தியங்கள் இருப்பதை அரசாங்கம் சுட்டிக்காட்டும். இஷ்டமிருந்தால் அவரவர் எடுத்துத் தலையில் போட்டுக்கொண்டு பாடுபடவேண்டியது. ஊதியம் குறைவாகத்தான் இருக்கும். நிறைய வேலை பார்த்தால் கொஞ்சம் கூடுதலாக வாய்ப்பு இருக்கிறது. போராட்டம், ஊர்வலம், மண்ணாங்கட்டியெல்லாம் வேலைக்கு ஆகாது. ஒரு நாளைக்குப் பன்னெண்டு மணி நேரம் பாடுபடுங்கள். யூனியன் லீடர்களையெல்லாம் எதற்கும் கருத்துக் கேட்டுக்கொண்டிருக்காதீர்கள். அவர்களுக்கெல்லாம் பிழைப்புக்கு ஆயிரம் வழிகள் இருக்கின்றன. நீங்கள் பிழைக்க வேண்டுமென்றால் நமக்கு நாமே திட்டம் தான் சரி' என்றார் ரூஸ்வெல்ட்.

உண்மையில் அன்று அமெரிக்கா இருந்த நிலைமைக்கு அப்படி ஒரு வாய்ப்பே பெரிய விஷயம். சராசரி மக்களெல்லாம் பிச்சைக்காரர்கள் நிலைமையில் இருந்தார்கள் என்றால் வேலை இல்லாதவர்கள் நிலைமையை யோசித்துப் பாருங்கள். பணக்கார அமெரிக்காவுக்கு அப்படியொரு நிலைமை இருந்தது என்று சொன்னால் இன்று நம்புவதற்குக் கூட சிரமப்படவேண்டியிருக்கும்!

ஆனால் அதுதான் உண்மை! ராக்கெட் வேகத்தில் பறந்து கொண்டிருந்த அமெரிக்க டாலரின் மதிப்பு அந்தக் காலகட்டத்தில் அதலபாதாளத்தில் இருந்தது. இத்தனைக்கும் உலகப்போரின் விளைவாக எக்கச்சக்கமாக சம்பாதித்திருந்த தேசம்!

மக்களுக்குக் கொஞ்சமாகவாவது வருமானம் கிடைப்பதற்காக ரூஸ்வெல்ட் அன்று தீட்டிய திட்டங்களின் விளைவு தான் இன்றைய அமெரிக்கா, ஒரு சந்துபொந்து விடாமல் நல்ல சாலைகளைக் கொண்டிருக்கிறது. ஒட்டுமொத்த தேசமும் எந்தக் காலத்திலும்

குடிநீர்ப் பிரச்னைக்கு ஆளாக வாய்ப்பே இல்லை என்கிற நிலையை அடைந்தது. அமெரிக்க நகரங்கள் பல - நெரிசலை மீறியும் பூங்காக்களாலும் சோலைகளாலும் அழகு பெற்றிருக்கின்றன. மின்சாரத் தட்டுப்பாடு இல்லாத தன்னிறைவு பெற்றிருக்கிறது.

யார் வேண்டுமானாலும் என்ன வேலை வேண்டுமானாலும் பார்க்கலாம். எல்லாம் பொதுக்காரியமாக இருக்கவேண்டும் என்பது தான் முக்கியம். நூறு மீட்டர் நீளத்துக்கு, பத்து பேர் சேர்ந்து சாலை போடுகிறீர்களா? போடுங்கள். அதற்கான கூலியை உள்ளூர் நிர்வாகக் கமிட்டி கொடுத்துவிடும். ஒரு பூங்கா அமைக்கிறீர்களா? ரொம்ப சரி. இதோ காசு. கால்வாய் வெட்டுகிறீர்களா? ஆகட்டும். கூட்டுறவு பண்டகசாலை நடத்துகிறீர்களா? நடத்துங்கள். என்ன வேண்டுமானாலும் செய்யுங்கள்.

இதுதான். இதுதான் ரூஸ்வெல்டின் தாரக மந்திரம். என்ன வேண்டுமானாலும் செய்யுங்கள். ஆனால் உபயோகமாகச் செய்யுங்கள்.

வேலையை அவரவர் தாமே உருவாக்கிக் கொள்வது என்கிற சித்தாந்தத்தை முதல் முதலில் உருவாக்கித்தந்தவர் ரூஸ்வெல்ட் தான். அப்ரூவலுக்காகக் காத்திருக்க வேண்டாம். பத்திரம், கையெழுத்து, லொட்டு, லொசுக்குகள் கிடையாது. மேலிட உத்தரவு, கீழிடக் கீழ்ப்படிதல் ஏதுமில்லை. இன்ன வேலை செய்யப்போகிறோம் என்று ஒரு குழுவினர் உள்ளூர் ஆட்சி நிர்வாகத்திடம் அறிவித்துவிட்டு ஆரம்பித்துவிட்டால் போதுமானது. வேலை முடிந்ததும் கூலி வந்துவிடும்.

இதன் விளைவுகள் மகத்தானவையாக இருந்தன. அமெரிக்கா முழுக்க, சீர்திருத்தம் வேண்டியிருந்த பொதுப்பணித்துறைப் பணிகள் யாவும் தன்னால் சுத்தமாயின. மக்களிடம் ஒற்றுமை உண்டானது. சுயதொழில் தொடங்குவதில் இருந்த தயக்கங்கள் அடியோடு ஒழிந்தது. எப்படியும் பிழைத்துக்கொள்ள முடியும் என்கிற நம்பிக்கை ஏற்படத் தொடங்கியது.

தோதாக, மறுபக்கம் ரூஸ்வெல்ட் வங்கிகளில் ஏற்பட்டிருந்த நிதிப் பிரச்னைகளைத் தீர்த்துவைக்கத் தன் இரண்டாவது கட்ட அதிரடி நடவடிக்கைகளை ஆரம்பித்திருந்தார். திரும்பி வராத

கடன்கள், வேண்டாத மானியங்கள், அநாமத்து பென்ஷன்கள் அத்தனையையும் நிர்த்தாட்சண்யமாக ஆராய்ந்து ஒழுங்கு பண்ணத் தொடங்கினார்.

அந்நாளில் அமெரிக்காவில் ஏராளமானவர்கள் சுதந்தரப் போராட்டத் தியாகிகளின் வம்சாவழி பென்ஷன் பெற்றுக் கொண்டிருந்தார்கள். ரூஸ்வெல்ட் அதையெல்லாம் ஒரே ராத்திரியில் நிறுத்தி, அந்தப் பணத்தை வேறு இனங்களில் திருப்பிவிட்டார். அரசு ஊழியர் சம்பளக்குறைப்பு, வேண்டாத டிப்பார்ட்மெண்ட்களில் ஆட்குறைப்பின் மூலம் மிச்சம் பிடித்தல், ரொம்பவே வேண்டாத டிப்பார்ட்மெண்ட்களையே இழுத்து மூடுதல் என்று தினசரி ஒருகாரியம் என்று திட்டமிட்டு ருத்ரதாண்டவம் ஆடத்தொடங்கினார் ரூஸ்வெல்ட்.

இப்படி மிச்சமானபணத்தையெல்லாம் நமக்கு நாமே திட்டங்களின் மூலம் அமெரிக்க அரசுப் பணியில் மறைமுகமாக ஈடுபட்டிருந்த சராசரி மக்களுக்கு அளிக்கவும் ஏற்பாடு செய்தார்.

அதிகார மட்டத்தில் ரூஸ்வெல்டின் இந்த அணுகுமுறையை மிகக்கடுமையாக விமர்சிக்கத் தொடங்கினார்கள். ஐயய்யோ, இந்த ஆசாமி சோஷலிசத்தைக் கொண்டுவருகிறார், கம்யூனிசத்துக்குப் பால் ஊற்றுகிறார் என்று அலறினார்கள்.

ஆனால் ரூஸ்வெல்டின் கணக்கே வேறு. இந்தக் காரியங்களில் எல்லாம் சோஷலிச வாசனையும் கம்யூனிச வாசனையும் இருந்தது உண்மை தான். ஆனால் அன்றைய சூழ்நிலையில் அமெரிக்க மக்களுக்கு எந்த இசமும் வேண்டியிருக்காது என்று ரூஸ்வெல்ட் நினைத்தார். காசு. அது ஒன்று தான் பரமாத்மா. அன்றாடத் தேவைகளுக்கு வேண்டிய அளவுக்குப் பணம் கிடைக்கவேண்டும். இசம் எல்லாம் பேசினாலோ, சிந்தித்தாலோ இந்தக் கொஞ்ச நஞ்சப் பணமும் கிடைக்காமல் போய்விடுமோ என்கிற அச்சம் அவர்களுக்கு இருக்கும் என்று ரூஸ்வெல்ட் எதிர்பார்த்தார்.

அப்படித்தான் ஆனது. தினசரி ஒரு தொழிலாளர் போராட்டம் என்று ஹூவர் காலத்தில் ரணகளமாக இருந்த அமெரிக்கா, ரூஸ்வெல்ட் காலத்தில் அமைதிப்பூங்காவாக ஆகிவிட்டது! எக்காரணம் கொண்டும் அரசாங்கத்தைக் கேள்வி கேட்கக்கூடாது.

கேட்டால் கிடைப்பதும் கிடைக்காமல் போய்விடும் என்று யாரும் சொல்லாமலேயே எல்லார் மனத்திலும் அழுத்தந்திருத்தமாகப் பதிந்துவிட்டது.

முதலாளித்துவ அரசின் தாரக மந்திரமே அதுதானே? அந்த வகையில் ரூஸ்வெல்ட், சோஷலிசத்தின் துணையுடன் முதலாளித்துவத்தை வளர்த்தார் என்றும் சொல்லலாம்!

Federal Emergency Relief Administration (FERA) மற்றும் *Works Progress Administration (WPA)* என்றும் ரூஸ்வெல்ட் அமைத்திருந்த இரு குழுக்களின் நிர்வாகத்தில் தான் அன்றைய அமெரிக்க அரசே இயங்கியது என்றுசொல்ல வேண்டும். அந்த *FERA* நிர்வாகக் குழுவின் பணி, வேலைகளுக்கு ஒழுங்காகக் காசு கொடுப்பது. காசை உற்பத்தி பண்ணுகிற வழிகளை ஆராய்வது. என்னவாவது தகிடுதத்தம் பண்ணியாவது பணப்பிரச்னை இல்லாமல் கஜானாவை எப்போதும் ஜில்லென்று வைத்துக்கொள்ளுவது.

*WPA*வின் பணி என்னவென்றால் மக்களுக்குத் தொடர்ந்து வேலைகளை உற்பத்தி செய்து கொடுத்துக்கொண்டே இருப்பது. இங்கே பூங்கா அமைக்கலாம், அங்கே கால்வாய் வெட்டலாம், இங்கே ரோடு போடலாம், அங்கே ஒரு ஆர்ச் வைக்கலாம், இந்த இடத்தில் ஏரி வெட்டுங்கள், இப்படியொரு பைபாஸ் போடுங்கள் என்று சுட்டிக்காட்டிக்கொண்டே இருப்பது. யார் வேண்டுமானாலும் வரலாம். எந்த வேலையையும் செய்யலாம். படிப்பு முக்கியமில்லை. அனுபவம் முக்கியமில்லை. வேலை செய்தால் கூலி.

இந்தமாதிரி ஒரு ஏற்பாடு வெற்றிகரமாக நிறைவேறியதால் தான் ரூஸ்வெல்டால் ஒரு மகத்தான காரியத்தையும் சாதிக்கமுடிந்தது. *Tennessee Valley Authority (TVA)* என்கிற புகழ்பெற்ற நீர்மின் திட்டம். இன்றைய தேதி வரைக்கும் அமெரிக்காவின் நீர்த்தேக்கங்கள் சர்வதேசத் தரத்தில் அமைந்திருப்பதாகப் புகழப்படுவதற்கும் தேசமெங்கும் தடையற்ற மின்சாரம் கிடைக்கக் காரணமாயிருப்பதும் இந்தத் திட்டம் தான்.

வடஅமெரிக்காவில் ஓடும் டென்னஸி ஆறின் குறுக்கே கிட்டத்தட்ட பத்துப் பன்னிரண்டு மிகப்பெரிய அணைகளைக் கட்டி, மின்சார

உற்பத்தியை மிக அதிகம் பெருக்கினார் ரூஸ்வெல்ட். ஏகப்பட்ட பேருக்கு வேலை வாய்ப்பை உருவாக்கித்தந்த இந்தத் திட்டம் அடைந்த பெருவெற்றியின் விளைவாக அமெரிக்கத் தொழில்துறை வர்க்கத்துக்கும் ஒரு நல்லகாரியம் நடந்தது. *National Labour Relations Act* என்றொரு சட்டம் கொண்டுவந்தார் ரூஸ்வெல்ட்.

அமெரிக்கத் தொழிலாளர்களுக்கு - அவர்களே எதிர்பாராத மிகப்பல சலுகைகள் வாரிவழங்கப்பட்டன. அரசே கிட்டத்தட்ட லேபர் யூனியன் மாதிரி நடந்துகொள்வதாகக் 'காட்டிக்கொண்டதால்', தொழிலாளர்கள், தம் யூனியன் லீடர்களை நம்புவதை விடுத்து, நேரடியாக அரசாங்கப் பரமாத்மாவை நம்பத் தொடங்கினார்கள்.

இந்த நம்பிக்கை தான் ரூஸ்வெல்டின் மூலதனம். இது தான் சொத்து என்று அவர் நினைத்தார். அந்தச் சட்டம் அமுலுக்கு வந்த நாள்தொட்டு, ரூஸ்வெல்டின் ஆட்சிக்காலத்தில் ஒரு தொழிலாளர் போராட்டமும் நடக்கவில்லை. கோஷங்கள் இல்லை. குழப்பங்கள் இல்லை. நீதிகேட்டு நெடும்பயணங்கள் இல்லை. அமெரிக்கத் தொழில் துறை மீண்டும் ஜோராக எழுந்து நடக்கப் பழகி, ஓடவும் தொடங்கிவிட்டது.

இனிமேல் இந்தப் பக்கம் சிக்கல் ஏதும் வராது என்று தீர்மானம் பண்ணிக்கொண்டு, தம் கவனத்தை இப்போது முழுக்க முச்சூடும் ஸ்டாக் மார்க்கெட் பக்கம் திருப்பத் தொடங்கினார் ரூஸ்வெல்ட். ஒரு எக்ஸ்சேஞ்ச் கமிஷன் அமைக்கப்பட்டது. பங்குச் சந்தையை அவர்கள் சாட்டை வைத்துக்கொண்டு நிர்வகிக்க ஆரம்பித்தார்கள். யார் யாரெல்லாம் பங்கு விளையாட்டில் தகிடுதத்தங்கள் பண்ணுகிறார்கள் என்று கவனித்து, யாருக்குமே தெரியாமல் நசுக்கி எறியப்பட்டார்கள். (ரூஸ்வெல்ட் ஆட்சிக்கு வந்தபிறகு நியூயார்க் ஷேர் மார்க்கெட்டில் மட்டும் கிட்டத்தட்ட எழுபது ஹர்ஷத் மேத்தாக்களைக் கண்டுபிடித்தார்கள்!)

பங்குகளின் விலையை நிர்ணயிப்பதில் அரசே பெரும்பங்கு வகிக்கத் தொடங்கியது. இது அராஜகம் தான். மேலாதிக்க மனோபாவம் தான். முதலாளித்துவத்தின் கோரப்பல் காட்சி தான். ஆனாலும் அன்று வேறு வழியே இல்லை என்று ரூஸ்வெல்ட் நினைத்தார்.

எப்பேற்பட்ட பண முதலையானாலும் ஒரு கட்டுக்குள் தான்

இருந்தாகவேண்டும் என்கிற நிலைமையை உருவாக்கினார் ரூஸ்வெல்ட். அமெரிக்க மோட்டார் வாகனத் தொழிலதிபர்களும் பெட்ரோலியத் துறை ஜாம்பவான்களும் தான் அன்று இதனால் அதிகம் பாதிக்கப்பட்டார்கள். என்ன எக்கு எக்கினாலும் ஓரளவுக்கு மேல் பங்குகளின் விலை எகிறாது என்கிற நிலைமை உண்டானதுமே பங்குச் சந்தையைப் பீடித்திருந்த பக்கவாதம் சரியாகத் தொடங்கியது. அநியாயத்துக்கு விலை வீழ்ந்த பல நிறுவனங்கள் மீண்டும் எழுந்து நடக்க ஒரு வழி திறந்தது. அதே சமயம் கற்பனைக்கு எட்டாத உயரத்தில் போன பங்குகள் பல மொட்டை மாடிக்கு வந்து நின்றன.

சீர்திருத்தம் என்றால் அன்று ரூஸ்வெல்ட் செய்தது தான் நிஜமான சீர்திருத்தம் என்று பக்கம் பக்கமாக வியந்து மாய்கிறார்கள் பல சரித்திர ஆராய்ச்சியாளர்கள். ஒரு மாதிரியான சர்வாதிகாரத்தனம் கலந்த அணுகுமுறை இல்லாமல் அந்தச் சீர்திருத்தம் அன்று சாத்தியமே இல்லை. அதை 'சர்வாதிகாரத்தனம்' என்று நினைக்காமல் 'காலத்தின் கட்டாயம்' என்பதாக மக்களை நினைக்க வைத்தது தான் ரூஸ்வெல்டின் சாமர்த்தியம்!

அவரது ஹீரோ இமேஜும், புன்னகை மாறாத முகமும் அலட்சியமான ஸ்டைலும் பிரமிக்கத்தக்க மேடைப்பேச்சு சாதுர்யமும் மேலான கனிவுப் பார்வையும் இதைச் சாத்தியமாக்கின.

சந்தேகமில்லாமல் அது ஒன் மேன் ஷோ தான்! பதவிக்கு வந்து ஆறு வருஷ காலத்தில் பொருளாதாரத்தின் அந்த மாபெரும் வீழ்ச்சியிலிருந்து நாட்டையும் மக்களையும் ஓரளவு தீவிரமாகவே முனைந்து மீட்டுவிட்டிருந்தார் ரூஸ்வெல்ட். *Great depression* காலகட்டம் இனி முடிந்தது என்று எல்லாருமே நினைக்கத் தொடங்கிவிட்டார்கள்.

நியாயமாக ரூஸ்வெல்ட் ஆர அமர உட்கார்ந்து சந்தோஷமும் நிம்மதியும் பட்டிருக்கவேண்டும். கொஞ்சம் ஜாலியாக குடும்பத்துடன் நேரத்தைச் செலவழித்திருக்கவேண்டும். நல்லுறவு வளர்க்க உலக நாடுகளுக்கு உல்லாசப் பயணம் கூடப் போயிருக்கலாம்.

விதி யாரை விட்டது? 1939ம் வருஷம் ஐரோப்பாவில் மீண்டும் யுத்தம் வந்துவிட்டது. இரண்டாவது உலக யுத்தம்.

12. தூரத்தில் ஓர் எதிரி

அமெரிக்காவில் ஏற்பட்ட பொருளாதார வீழ்ச்சி குறித்தும் அதிலிருந்து மீள்வதற்காக அத்தேசம் மேற்கொண்ட முயற்சிகள் குறித்தும் பார்த்துக்கொண்டிருந்தோம். ரோடு போடுவது, குளம் வெட்டுவது, பூங்காக்கள் அமைப்பதிலெல்லாம் என்ன பெரிய பொருளாதார வளர்ச்சி கண்டுவிடமுடியும், பிரச்னையிலிருந்து எப்படி மீண்டு எழுந்துவிட முடியும் என்று தோன்றலாம்; தோன்ற வேண்டும்!

மக்களின் தாற்காலிக வேலை வாய்ப்புகளை உத்தேசித்து தீட்டப்பட்ட அந்தத் திட்டங்களின் நோக்கம் பொருளாதார சீர்திருத்தம் இல்லை. அந்த நாலணா உத்தியோகங்களால் ஒரு புடலங்காய் சீர்திருத்தமும் சாத்தியமும் இல்லை. அமெரிக்கா சந்தித்த அந்த மாபெரும் பொருளாதார வீழ்ச்சியின் விளைவான நஷ்டம் எவ்வளவு என்பது குறித்து இன்றுவரை திட்டவட்டமான புள்ளிவிவரங்கள் ஏதுமில்லை. ஆனால் மிகப்பெரிய வீழ்ச்சி. அது நிச்சயம். முன்பே குறிப்பிட்டது போல இன்னும் கொஞ்சநாள் அந்த அவலம் அங்கே தொடர்ந்திருந்தால் கட்டாயம் அமெரிக்கா ஒரு ஏழை நாடு என்கிற பட்டத்தை அப்போது பெற்றிருக்கும். மீளவே முடியாத படுகுழியில் விழுந்திருக்கும்.

பொருளாதார சீர்திருத்தங்களை மேற்கொள்வதற்கு முன்னால் மக்களின் பசிக்குரலுக்குக் காதுகொடுப்பது அவசியம் என்று ரூஸ்வெல்ட் கருதினார். உள்நாட்டு மக்கள் தொடர்ந்து போராட்டக்குரல் எழுப்பிக்கொண்டே இருந்தால் உட்கார்ந்து யோசித்து திட்டம் தீட்டிக்கொண்டிருக்க முடியுமா என்ன?

அதான், முன்பசிக்கு நாலு பிஸ்கெட் சாப்பிட்டுத் தண்ணீர் குடிப்பது மாதிரி, அவரவர் அன்றாடப் பிரச்னைகள் தாற்காலிகமாகவேனும் தீருவதற்காகத்தான் ரூஸ்வெல்ட் அந்த 'நமக்கு நாமே' திட்டத்தை உருவாக்கி, பல லட்சக்கணக்கான சொந்த நாட்டு அகதிகளை சுயதொழில் செய்யச் சொல்லி ஊக்குவித்தார்.

இன்றைய பொழுதுக்கு வேலை செய்தால் தான் ராத்திரி சாப்பிட ரொட்டி கிடைக்கும் என்கிற நிலைமை தேசமெங்குமே பொதுவாக

இருந்ததால் மக்கள் மிகத்தீவிரமாக உழைப்பில் கவனம் செலுத்தத் தொடங்கிவிட்டார்கள். கொஞ்ச நாளைக்கு அவர்கள் வேறு எது குறித்தும் சிந்திக்க மாட்டார்கள் என்று நிச்சயமானதும் ரூஸ்வெல்ட், பொருளாதாரப் பிரச்னைகளைத் தீர்க்கும் வழிவகைகள் குறித்து ஆராயத் தொடங்கினார்.

அந்தக் காலகட்டத்தில் உலக நாடுகள் மொத்தம் நாலு பிரிவுகளில் அடங்கக்கூடியவையாக இருந்தன. முதலாவது முதலாளித்துவ தேசங்கள். அமெரிக்கா, பிரிட்டன், ஃப்ரான்ஸ் போன்ற தேசங்கள் இந்த லிஸ்டில் வரும். அடுத்தது வெளிப்படையான சர்வாதிகார ஆட்சிக்கு உட்பட தேசங்கள். ஜெர்மனி, இத்தாலி, ஜப்பான் போன்ற தேசங்கள் அந்த வகை. மூன்றாவது கம்யூனிச தேசங்கள். ரஷ்யா, சீனா இத்தியாதி. நாலாவது ஏழை நாடுகள் மற்றும் அடிமைத்தளையில் அவஸ்தைப்பட்டுக்கொண்டிருந்த நாடுகள். இதில் நமக்கு நன்கு தெரிந்த உதாரணம் நாமே தான்.

அயல்நாடுகளுடன் உறுதியான, வளமான வர்த்தகத் தொடர்புகள் இருந்தாலொழிய அமெரிக்கப் பொருளாதாரத்தை நிமிர்த்தி உட்காரவைக்க முடியாது என்பது ரூஸ்வெல்டுக்குத் தெரிந்திருந்தது. ஆனால் எந்தெந்த தேசங்களுடன் வர்த்தக உறவு கொள்வது?

அமெரிக்காவின் பிரதான சந்தை ஐரோப்பா தான் என்று ஏற்கெனவே பார்த்தோம். ஆனால் முதல் உலகப்போருக்குப்பின் ஐரோப்பிய தேசங்களுக்குள்ளேயே பல அமெரிக்காவுடன் நட்பு - பகை என மாறிமாறி உறவாடிக்கொண்டிருந்தன. பிசினஸ் தான் முக்கியம் என்று முடிவு செய்துவிட்டால் இந்த உறவு சமாசாரமெல்லாம் சரிப்படாது என்று அப்போதைய அமெரிக்க அரசு கருதியது. விளைவாக, தடையற்ற வர்த்தகத்துக்கான வாசல் கதவுகளையும் கொல்லைப்புறக்கதவுகளையும் தாராளமாகத் திறந்துவைத்துவிட்டு, உள்நாட்டு உற்பத்தியை அதிகரிக்கும் வேலையில் முழு மூச்சாக இறங்கத் தொடங்கியது அமெரிக்கா.

அமெரிக்கா, பிரிட்டன், பிரான்ஸ் போன்ற அத்தனை முதலாளித்துவ தேசங்களுக்குமே அன்று ஒரு குறிப்பிட்ட தேசத்தின்மீது ஆழமான பயம் இருந்தது. அந்தத் தேசத்தின் பரப்பளவு, உற்பத்தித் திறன், மனித வளம், சித்தாந்த பலம், அந்த சித்தாந்தத்தின் சர்வதேசப் பரிமாணம் எல்லாமே உதறலைக் கொடுத்துக்கொண்டிருந்தன.

புரிந்திருக்கும். சோவியத் யூனியன் தான் அது! கம்யூனிசத்தின் வலுவான கவசத்தை அணிந்திருந்த சோவியத் யூனியனின் சர்வதேசப் புகழ் அமெரிக்கா உள்ளிட்ட அத்தனை மேற்கத்திய நாடுகளையுமே அன்று வயிற்றைக் கலங்கடித்துக்கொண்டிருந்தது மறுக்க முடியாத உண்மை. ராணுவ ஆட்சி மாதிரி அங்கே நடந்தாலும் அது ராணுவ ஆட்சிதான் என்று சொல்ல முடியாமல் இருந்தது. கம்யூனிச அரசுக்கும் சர்வாதிகார அரசுக்கும் அதிக வித்தியாசமில்லை என்று மேலைய தேசங்கள் எத்தனை தான் கரடியாகக் கத்திப்பார்த்தாலும் ஒரு கொசு கூட அதை நம்ப மறுத்தது. அனைத்து மக்களையும் ஒரே தட்டில் உட்காரவைத்து சோறு போடுகிறேன் என்று வந்திருந்த அரசுக்கு சோவியத் மக்கள் அப்போது உயிரைக்கொடுக்கவும் சித்தமாக இருந்தார்கள். அத்தனை பேரும் மாற்றுச் சிந்தனையே இல்லாமல் ராணுவசேவை புரிய லைனில் நின்றார்கள். சோவியத் யூனியனின் உற்பத்தித் திறனும் அறிவியல் பூர்வமான அணுகுமுறையும் பல மூன்றாம் உலக நாடுகளுடன் அத்தேசத்துக்கு இருந்த நெருக்கமான தொடர்புகளும் ராணுவ பலமும் முதலாளித்துவ தேசங்களை - குறிப்பாக அமெரிக்காவை மிகவும் சிந்திக்கச் செய்திருந்தது அப்போது.

கொஞ்சம் அடக்கிவைக்கப்படவேண்டிய தேசம் தான் அது என்று அப்போதிலிருந்தே அமெரிக்கா நினைக்கத் தொடங்கியது. (கொஞ்சம் லேட்டாக பிரிட்டனும் இதையே நினைத்தது.) ஏனெனில் பல நூறாண்டுகளாக மன்னராட்சியின் கீழிருந்த ரஷ்யா சொல்லிக்கொள்ளும்படி எதையுமே சாதித்திருக்கவில்லை. ஆனால் புரட்சிக்குப் பிறகு மிகக் குறுகிய காலத்திலேயே அங்கு அனைத்துத் துறைகளிலும் உண்டாகியிருந்த மாறுதல்களும் வளர்ச்சிகளும் அப்படியொரு பிரமிப்பைத் தந்தன.

ஆகவே, அயல்தேசத்து விவகாரங்களைப் பொறுத்தவரை சோவியத் யூனியனை அடக்கிவைக்கவேண்டும் என்பதே அமெரிக்காவின் முதல் சிந்தனையாக இருந்ததில் வியப்பில்லை.

ஆனால் அமெரிக்காவுடன் ஒரு வம்புதும்புக்கும் வராமல் எங்கேயோ ஒரு கிழக்கு மூலையில் தன்பாட்டுக்கு இருந்த சோவியத் யூனியனுடன் எப்படி வலிய வம்புக்குப் போவது?

இப்போது தான் அமெரிக்காவுக்கு ஜெர்மனி, இத்தாலி, ஜப்பான் போன்ற சர்வாதிகார தேசங்களின் ஒத்துழைப்பு வேண்டியிருந்தது. அதனை ஒத்துழைப்பு என்று கூடச் சொல்லமுடியாது. அதுவும் ஒருவிதமான 'நமக்கு நாமே' திட்டம் தான்!

விஷயம் என்னவெனில், முதல் உலகப்போருக்குப் பின் கடுமையான இழப்புகளைச் சந்தித்து, கிட்டத்தட்ட பரதேசி ராஜ்ஜியமாக இருந்த ஜெர்மனியை மீட்டு, மீண்டும் வல்லரசாக்கி, உலகையே ஆளும் பேரரசாகவும் ஆக்கும் வெறியுடன் அப்போதுதான் ஹிட்லர் மிகத்தீவிரமாக ஜோலி பார்த்துக்கொண்டிருந்தார். (ஹிட்லர் புராணம் விரிவாகப் பிறகு வரும். இப்போது நேரடியாக பிசினஸ் டீலை முடித்துவிடலாம்!) அவருக்குப் பக்கத்து தேசமான இத்தாலியின் சர்வாதிகாரி முசோலினியும் கொஞ்ச தூரத்து நண்பனாக ஜப்பான் ராணுவ ஆட்சியும் ஆதரவுக்கரம் நீட்டியிருந்தனர்.

போர்வெறி மிக்க ஹிட்லர் தனது ராணுவத்தை ராட்சஸ பலம் பொருந்தியதாக மாற்றியமைப்பதற்காக என்னவேண்டுமானாலும் செய்வதற்குச் சித்தமாயிருந்தார். இயற்கையிலேயே 'எஞ்சினியர் வளம்' மிக்கதேசமானஜெர்மனியின்அத்தனைதொழில்கூடங்களும் ராணுவத்துக்கு மட்டுமே சப்ளை செய்யும் கொலைக்களன்களாக மாறிவிட்டிருந்தன. அதுவும் போதாமல் சாத்தியமுள்ள அத்தனை நாடுகளிலிருந்தும் ராணுவத் தளவாடங்களையும் உலோகப் பொருட்களையும் வாங்கிக்குவிக்கத் தொடங்கினார் ஹிட்லர்.

ஹிட்லரின் நாஜிக்கட்சியும் சரி, முசோலினியின் பாசிஸ்டு பார்ட்டியும் சரி. கம்யூனிசத்தை வேரோடு ஒழிப்பதையே தலையாய நோக்கமாகக் கொண்டு தொடங்கப்பட்ட கட்சிகள் என்று உலகத்துக்கே தெரியும். ஹிட்லரின் சோவியத் யூனியன் வெறுப்பு குறித்துச் சொல்லவே வேண்டாம். அவருக்கு யூதர்களை எவ்வளவு பிடிக்காதோ அதே அளவுக்கு கம்யூனிஸ்டுகளையும் பிடிக்காது. ஆகவே சோவியத் யூனியன், சீனா போன்ற கம்யூனிச தேசங்களை ஒழிப்பதைத் தன் வாழ்வின் அதிமுக்கிய நோக்கங்களுள் ஒன்றாக அவர் வைத்துக்கொண்டிருந்தார். (வெர்செயில்ஸ் ஒப்பந்தமும் முதல் உலகப்போரின் நடுவிலேயே ஜெர்மனிக்கும் ரஷ்யாவுக்கும் இடையில் ஏற்பட்டுவிட்ட ஒரு ஒப்பந்தமும் தான் அவரை அப்போது கொஞ்சம் கட்டிப்போட்டு வைத்திருந்தன.)

ஜெர்மனியின் நிலை இப்படி என்றால் கிழக்கே ஜப்பானும் சோவியத் யூனியன் மீது கறுவிக்கொண்டிருந்தது. ஜப்பானுக்கு அப்போது சீனாவைக் கண்டால் பிடிக்காது. மஞ்சூரியாவைச் சுற்றியுள்ள சில பகுதிகளை ஜப்பான் அப்போது கைப்பற்றி வைத்துக்கொண்டிருந்ததில் சீனாவுக்கும் ஜப்பானுக்கும் ஒரு மாதிரி வெட்டு குத்து உறவு தான் அப்போதிருந்தது. சீனாவை ஒழித்துக்கட்டி, அப்படியே சோவியத் யூனியனின் கிழக்கு மூலைப்பகுதிகளில் கொஞ்சமாவது கைப்பற்றிக்கொள்ள வேண்டும் என்பது அப்போதைய ஜப்பான் ராணுவ அரசின் கனவு.

இப்படிசர்வாதிகாரதேசங்களெல்லாம்கம்யூனிஸ்டுசோவியத்துக்கு எதிரான மனோபாவத்தை வளர்த்துக்கொண்டிருந்த நேரத்தில், அத்தகைய தேசங்களைத் தேடிப் பொறுக்கி எடுத்து தனது வர்த்தக ஒத்துழைப்பு மூலம் சோவியத்துக்கு எதிரான அத்தேசங்களின் கோபங்களைக் கொம்பு சீவிவிடலாம் என்று கணக்குப் போட்டது அமெரிக்கா.

இது ஒரே கல்லில் ரெண்டு தேங்காய் சமாசாரம். பிசினஸுக்கு பிசினஸும் ஆச்சு. சோவியத்தைக் கொஞ்சம் அடக்கிவைக்கவேண்டும் என்கிற அமெரிக்காவின் நெடுநாள் ஆசைக்கும் ஒரு வடிகால். அதுவும் தாம் நேரடியாகச் சம்பந்தப்படாமல் ஜெர்மனியையும் ஜப்பானையும் தூண்டிவிட்டுச் செயல்படுவதால் தனக்கு நேரடியாக வில்லன் இமேஜ் வந்து சேராது!

எத்தனை உத்தமமான யோசனை பாருங்கள்.

சரிந்து கிடந்த அமெரிக்கப் பொருளாதாரம் சீர்படத் தொடங்கியது இப்போது தான். கொஞ்ச நஞ்சமல்ல. பல லட்சக்கணக்கான ராணுவத் தளவாடங்கள் ஏற்றுமதி செய்யப்பட்டன. மூலப்பொருட்களோ கப்பல் கப்பலாக அனுப்பிவைக்கப்பட்டன. உலகின் சர்வவல்லமை பொருந்திய விமானப்படை ஜெர்மனியினுடையதாகத்தான் அப்போது இருந்தது. ஜெர்மனியிடமிருந்த விமானங்களின் எண்ணிக்கைக்குக் கணக்கு வழக்கே இல்லை. அந்த அத்தனை விமானங்களையும் தயாரிக்கத் தேவையான அலுமினியம் உள்ளிட்ட மூலப்பொருட்களை ஏற்றுமதி செய்ததில் அமெரிக்காவுக்குத் தான் முதலிடம்!

மற்றொருபுறம்அமெரிக்காவும்பிரிட்டனும்சேர்ந்தேஜப்பானுக்குத் தேவையான ஆயுத உதவிகளை மறைமுகமாகச்செய்து சோவியத் யூனியன் மீதான தாக்குதலுக்கு அந்நாட்டை ஆயத்தப்படுத்தத் தொடங்கின. (இது பாம்புக்கு ஆரோக்யா பால் வார்க்கிற கதை என்பது பேர்ல் ஹார்பர் தாக்குதலின் போது தான் அமெரிக்காவுக்குத் தெரியவந்தது! பின்னால் விரிவாகப் பார்ப்போம்.)

இந்த மாதிரி சோவியத்துக்கு எதிராகப் பல தேசங்களைக் கொம்புசீவி விட்டுக்கொண்டே, தனது வர்த்தகத்தையும் அமெரிக்கா பெருக்கிக்கொள்ளத்தொடங்கியது. 1933ம் வருஷத்துக்குப் பிறகே அத்தனை ஐரோப்பிய தேசங்களும் என்னவோ நடக்கப் போகிறது, நடக்கப் போகிறது என்று எதிர்பார்த்துக்கொண்டு தான் இருந்தன. இன்னொரு உலக யுத்தம் வந்தால் ஐரோப்பா தாங்குமா என்று தெரு முனைகளில் பட்டிமண்டபங்கள் நடத்திக்கொண்டிருந்தார்கள். ஜெர்மனியும் ஜப்பானும் மிகத் தீவிரமாக யுத்தத்துக்குத் தயாராகத் தொடங்கியதும் பல தேசங்கள் தற்காப்புக்காகவேனும் ஆயுத பலத்தைப் பெருக்கிக்கொள்ளவேண்டியதன் அவசியத்தை உணர்ந்து அமெரிக்காவிடம் கையேந்தத் தொடங்கின.

கிட்டத்தட்ட அமெரிக்காவே ஒரு கொல்லன் பட்டறை மாதிரிதான் இருந்தது அப்போது. பகிரங்கமாகவும் ரகசியமாகவும் பல பில்லியன் கணக்கிலான ஆயுதங்கள் உற்பத்தி செய்யப்பட்டன. அணுவின் மீதான ஆராய்ச்சிகள் மிக விரிவாக மேற்கொள்ளப்படத் தொடங்கின. உற்பத்தி முடிந்த சூட்டோடு ஏற்றுமதி. ஏற்றுமதி ஆன கையோடு காசு. இந்த நடவடிக்கை தடையே இல்லாமல் வெண்ணெய் மாதிரி வருஷக்கணக்கில் வழுக்கிக்கொண்டு தொடர்ந்ததில் அமெரிக்க அரசின் கஜானா மீண்டும் கொழுகொழுவென்று புஷ்டியாகிவிட்டது.

ஷேர் மார்க்கெட் தொடங்கி கசாப்பு மார்க்கெட் வரைக்கும் எல்லாப் பிராந்தியங்களிலும் மிகத்தீவிரமான ஒரு ராணுவ ஒழுங்கைக் கொண்டுவந்து கொடுத்துவிட்டு, யாராவது வாலாட்டினால் வாலை மட்டும் நறுக்கினால் போதாது என்கிற ரகசிய உத்தரவையும் அளித்துவிட்டு, தனது முழுக்கவனத்தையும் ஐரோப்பாவின் மீது செலுத்தத் தொடங்கினார் ரூஸ்வெல்ட்.

உண்மையில் ஒரு உலகப்போரை அவர் உத்தேசிக்கவில்லை. விரும்பவும் இல்லை. ஆனால் சோவியத் யூனியன் மீதான

ஜெர்மனியின் தாக்குதலை மிக நெருக்கமாக எதிர்பார்த்துக் கொண்டிருந்தார்.

ஆனால் சோவியத் யூனியன் தீர்மானமாக இருந்தது. நிச்சயம் இது ஒண்டிக்கு ஒண்டியாக இருக்கப் போவதில்லை என்று அத்தேசம் முன்கூட்டியே எதிர்பார்த்துவிட்டது. காரணம் அன்று ஐரோப்பிய தேசங்களுக்கு இடையே இருந்த பங்காளிச் சண்டைகள் கொஞ்ச நஞ்சமல்ல. ஒரு வத்திக்குச்சி கிழித்தால் கூட நாலு தேசம் பற்றிக்கொள்ளும் என்று அதற்குத் தெரிந்திருந்தது. ஜெர்மனி ஒரு யுத்தத்தில் பங்கெடுக்கிறது என்றால் ஆதரவாகவும் எதிராகவும் களத்தில் குதிக்கக் குறைந்தபட்சம் ஒரு டஜன் தேசங்களாவது காத்திருந்ததை சோவியத் யூனியன் கவனித்துக் குறித்துக்கொண்டது.

ஆகவே தன்னளவில் யுத்தம் வந்தால் அதை தற்காப்புக்காகவே எதிர்கொள்ளவேண்டும் என்றும் அது தன்னைப் பொறுத்த அளவில் ஒரு தர்ம யுத்தம் தான் என்பதை அனைத்து உலக நாடுகளுக்கும் வெளிப்படையாகத் தெரிவித்துவிட வேண்டுமென்றும் தீர்மானித்தது.

இதைத் தெரிந்துகொண்ட அமெரிக்கா உள்ளிட்ட முதலாளித்துவ தேசங்கள், என்னடா இது சோதனை என்று டி.எஸ். பாலையா குரலில் அலுத்துக்கொண்டு, எங்கே இந்த சோவியத் யூனியன் ஆசியாக்கண்டத்தின் ஹீரோவாகிவிடப்போகிறதோ என்று கவலைப்படத் தொடங்கின.

ரொம்ப நாள் கவலைப்பட்டுக்கொண்டிருக்க ஜெர்மனி அவகாசம் அளிக்கவில்லை. ஹிட்லர் ஒரு லெட்டர் எழுதினார். ரஷ்யாவுக்கு இல்லை. போலந்துக்கு. “வெர்செயில்ஸ் உடன்படிக்கையின் போது போலந்துக்குக் கிடைத்த நிலப்பரப்பான டாண்ட்ஸிங்கை மரியாதையாக ஜெர்மனியிடம் கொடுத்துவிடவும். போலந்திலிருந்து பால்டிக் கடல் வரை சல்லென்று பயணம் செய்ய உதவியாக இருக்கிற அந்தக் குறுகலான இடைவழியில் ரோடு போடவும் இருப்புப் பாதை அமைக்கவும் உரிமை கொடுக்கவும்.”

நல்ல கதை இல்லை? ஆனால் இது தான் ஹிட்லரின் ஸ்டைல். நேரடியாக உன்னோடு சண்டைபோட நான் ரெடி. நீ ரெடியா? என்று கேட்டுவிடுவார் அவர். 1939ம் வருஷம், மார்ச் 21ம் தேதி மேற்படி

கடிதம் போலந்துக்குப் பறந்துபோனது. எதிர்பார்த்தது போலவே போலந்து அரசு ஹிட்லரின் மிரட்டலை நிராகரித்தது.

அதே ஆண்டு ஏப்ரல் 3ம் தேதி போலந்தின் மீதான தாக்குதலுக்கான திட்டங்களை பகிரங்கமாக வகுக்கத் தொடங்கி, போர்த் திட்டம் தீட்டத்தொடங்கியது ஜெர்மனி. ஐரோப்பாவையே ஆறு வருஷங்கள் இருட்டில் மூழ்கடித்த மாபெரும் உலக யுத்தத்தை மங்களகரமாகத் தொடங்கிவைத்த அந்தத் திட்டத்துக்கு 'வெள்ளைத்திட்டம்' என்று ஹிட்லர் பெயர் கொடுத்தது வினோதம்!

13. இரண்டாம் உலக யுத்தம்

முதல் உலகப்போருக்கான பிள்ளையார் சுழி, ஆஸ்திரிய இளவரசர் படுகொலை என்றால் இரண்டாம் உலகப்போருக்கு, போலந்து மீதான ஜெர்மனியின் நிபந்தனை மீறிய தாக்குதல். 1934ல் ஜெர்மனிக்கும் போலந்துக்கும் ஒரு சமரச உடன்பாடு கையெழுத்தாகியிருந்தது. இந்த மாதிரி, ரெண்டு பேரும் எக்காரணம் கொண்டும் முட்டிக்கொள்ளக்கூடாது; அநாவசியத்துக்குப் படையெடுக்கக்கூடாது என்று. ஆனால் எந்த உடன்படிக்கையையும் நினைத்துப் பார்க்கக் கூட ஹிட்லர் அப்போது தயாராக இல்லை.

முதல் உலகப்போரின் இறுதியில் கையெழுத்தான பதினாலு பாயிண்ட் ஒப்பந்தங்களை அமெரிக்காவே மீறுகிறது; உட்ரோ வில்சன் ஆரம்பித்துவைத்த சர்வதேச சங்கத்தில் இப்போது அமெரிக்காவே உறுப்பினராக இல்லை; நான் மட்டும் என்னத்துக்கு அமைதிப்புறா பறக்கவிட்டுக்கொண்டிருக்கவேண்டும் என்று அவர் கேட்டார். அமெரிக்காவுக்குப் பணபலம் இருக்குமானால் தனக்கு ராணுவ பலம் மிகுதி என்று கொக்கரித்தார்.

சொல்லப்போனால் இதெல்லாம் வெத்து சாக்குகள் தான். ஹிட்லருக்கு ஐரோப்பா முழுவதையும் வசப்படுத்திவிடவேண்டும் என்று ஆசை. ஜெர்மனியை உலகின் ஒரே வல்லரசாக்குகிற கனவு. எல்லா தேசங்களும் தன் காலடியில் விழுந்து கிடக்கவேண்டுமென்கிற பேராசை. அதற்கெல்லாம் முன்னால் சோவியத் யூனியனை ஒரு கொத்துபரோட்டா போட்டுப்பார்க்கவேண்டும் என்கிற வெறி.

ஹிட்லரின் முதல் இலக்கு சோவியத் யூனியன் தான். அத்தேசத்தைத் தாக்கத் தொடங்குவதற்கு முன்னால் சின்னதாக ஒரு ரஞ்சி டிராஃபி விளையாடிப் பார்க்கிற மாதிரி போலந்தின் மீது படை எடுத்தார்.

உண்மையில் அன்றைய ஜெர்மானியப் படையுடன் ஒப்பிட்டால் போலந்து ஒரு கொசு. கொசு கூட இல்லை. சித்தெறும்பு. ராணுவ பலம் குறைவு என்பது தவிர வேறு ஒரு பெரிய மைனஸ் பாயிண்டும் அந்நாட்டுக்கு இருந்தது. அது, குழப்பக் குட்டையான

அரசு நிர்வாகம். அது ஒரு நிலவுடைமை அரசு. பூர்ஷ்வாத்தனம் எக்கச்சக்கம். கொஞ்சம் மெனக்கெட்டிருந்தால் போலந்து சுலபமாக அன்று சோவியத் யூனியனின் உதவியைக் கேட்டுப் பெற்றிருக்க முடியும்.

ஆனால் என்ன நினைத்தார்கள் என்றால், எப்படியும் அமெரிக்காவும் பிரிட்டனும் ஜெர்மனிக்கு எதிராகக் களத்தில் குதிக்கும். தாம் அந்த அணியோடு கூட்டணி வைத்துக்கொண்டால் எதிர்காலத்துக்கு நல்லது என்று போலந்து அரசு கணக்குப் போட்டது. இதில் பரிதாபம், சோவியத் யூனியனுக்கு எதிராக ஜெர்மனிக்குக் கொம்பு சீவி விட்டதே அந்த இரு முதலாளித்துவ தேசங்கள் தான் என்று போலந்துக்குத் தெரியாமல் போய்விட்டது தான்!

பின்னால் நிர்ப்பந்தத்தின் பேரில் பிரிட்டனும் அமெரிக்காவும் ஜெர்மனிக்கு எதிராகப் போரில் இறங்கின என்றாலும் அவற்றின் தாக்குதல் முதலில் 'அடிப்பது மாதிரி அடிக்கிறேன்; அழுவது மாதிரி அழு' என்கிற சித்தாந்தத்தின் படிதான் இருந்தது! ஆனால் ஹிட்லருக்கு அமெரிக்கா, பிரிட்டன், சோவியத் யூனியன் எல்லாம் ஒன்றே என்கிற உண்மை வெட்டவெளிச்சமானபோது தான் அத்தேசங்கள் முழுவேகத்தில் போரைத் தீவிரப்படுத்தின. இதெல்லாம் பின்னால் வரும். இப்போது போலந்து யுத்தம்.

1939 செப்டம்பரில் போலந்து மீதான ஜெர்மனியின் தாக்குதல் தொடங்கியது. முதல் கட்டமாக ஹிட்லர் போலந்தின் மேற்கு எல்லையில் தன் படைகளைக் கொண்டு நிறுத்தினார். மொத்தம் 62 டிவிஷன்கள் கொண்ட பெரும்படை. 6000 பீரங்கிகள், 2800 ஹெவி வெயிட் டாங்குகள், 2000 போர் விமானங்கள் மற்றும் பரிபூரண ஆயுத பலம் பெற்ற 16 லட்சம் வீரர்கள்! இது தவிர கடற்பிரிவு வீரர்கள் தனி. அங்கே ஏழு நீர்மூழ்கிக் கப்பல்கள், இரண்டு விமானம் தாங்கிப் போர்க்கப்பல்கள், மூன்று க்ரூஸர் கப்பல்கள்.

தரைப்படையும் விமானப்படையும் தாக்குதலில் இறங்கவேண்டியது. கப்பல் படையின் பணி என்னவென்றால் நடுநிலை நாடுகள் எதுவும் போலந்துக்கு எந்தவித உதவியையும் செய்யாமல் பார்த்துக்கொள்ளுவது. எந்த வர்த்தகக் கப்பல் வழியில் வந்தாலும் கண்ணை மூடிக்கொண்டு சுட்டுவிடலாம் என்று ஹிட்லர் உத்தரவு கொடுத்திருந்தார்.

அந்தப் பக்கம் போலந்து ராணுவத்தில் 39 டிவிஷன் காலாட்படை வீரர்களும் 11 குதிரைப்படை வீரர்களும் கிட்டத்தட்ட 75 தேசிய பாதுகாப்பு பட்டாலியன்களும் மட்டுமே இருந்தன. சுமார் 200 பீரங்கிகள், 800 விமானங்கள் என்று பொம்மைச் சண்டை போட மட்டுமே தகுதியாக இருந்தது போலந்து.

இதை வைத்துக்கொண்டு கொஞ்சம் தாக்குப்பிடித்திருக்க முடியும் தான். ஆனால் படையெடுத்துக்கொண்டு ஜெர்மனி வந்துவிட்டது என்று தெரிந்ததுமே போலந்து ராணுவத் தளபதிகள் டென்ஷனாகிவிட்டார்கள். முதலில் அவர்களுக்கு படை 'திரட்டு'வதற்கே நேரமில்லாமல் போய்விட்டது. செப்டம்பர் 1ம்தேதி போர் தொடங்கியது என்றால் முன்னதாக ஆகஸ்டு 31ம் தேதி தான் படை திரட்டுவதற்கான உத்தரவே ஹைகமாண்டிலிருந்து வந்தது! ஆனால் அதற்குள் ஜெர்மானிய வீரர்கள் தயாராக அரை வட்ட வியூகம் வகுத்து, போலந்தின் மேற்கு எல்லையிலிருந்து முன்னேற ஆரம்பித்துவிட்டார்கள்.

இந்தப் போரில் தான் ஹிட்லர் முதல் முதலாகத் தனது பிரசித்தி பெற்ற 'மின்னல்வேகத் தாக்குதல்' என்கிற போர்த்தந்திர முறையை அறிமுகப்படுத்தினார்.

அதாவது, திடீரென்று இலக்கை நோக்கிப் பறந்துவரும் போர் விமானங்கள் சுமார் இரண்டு மணிநேரங்களுக்கு ஓயாமல் குண்டுவீசிக்கொண்டே இருக்கும். பதில் தாக்குதலுக்குக் கூட அவகாசம் தரமாட்டார்கள். எதிரி, சுதாரித்துக்கொண்டு தாக்கத் தொடங்கும்போது விமானப்படை பறந்துவிடும். மாறாக காலாட்படையும் கப்பல்படையும் தன் தாக்குதலை வேறொரு திசையிலிருந்து தொடங்கி, இன்னொரு இரண்டு மணி நேரம் ரவுண்டு கட்டும்.

இப்படி மாற்றி மாற்றித் தொடர்ந்து ஒரு முழு நாள் தாக்கினாலே பெரும்பாலான பகுதிகளை வசப்படுத்திவிடமுடியும் என்பது ஹிட்லரின் கணக்கு.

இந்த ஃபார்முலாவின் படி தான் போலந்தின் மீதான தன் முதல் தாக்குதலை செப்டம்பர் 1ம் தேதி, 1939வது வருஷம் அதிகாலை சரியாக நாலே முக்கால் மணிக்கு ஆரம்பித்தது ஜெர்மானியப்படை.

முதல் நாலே திண்டாடித் தெருவில் நின்றுவிட்டது போலந்து. அழிவு என்றால் அப்படிப்பட்ட ஒரு பேரழிவு. கடை வீதிகள், பள்ளிக்கூடங்கள், அரசுக் கட்டடங்கள், தேவாலயங்கள், குடியிருப்புப் பகுதிகள், பிரதான சாலைகள், பாலங்கள், விமானத்தளங்கள் என்று பார்த்துப் பார்த்து குண்டடித்தது ஜெர்மனின் விமானப்படை.

அடுத்தடுத்த நாட்களிலும் இந்தத் தாக்குதல் தீவிரமானதே தவிர, கொஞ்சமும் சூடு குறையவே இல்லை. ஜெர்மானிய வீரர்களின் இலக்கு, போலந்தை கிழக்கு மற்றும் தெற்குத் திசைகள் வழியே சுற்றி வளைத்து முன்னேறி மிகச்சரியாக வார்ஸாவுக்கு வெளியில் இருபுறப் படையும் ஒன்றுசேரவேண்டும் என்பது. அப்படித்தான் ஹிட்லர் நோட்ஸ் எழுதிக்கொடுத்திருந்தார். மேலும் அந்த இறுதிக்கட்டத் தாக்குதலுக்கு பன்னெண்டு நாளுக்கு மேல் அவகாசம் எடுக்கக் கூடாது என்றும் தெளிவாக உத்தரவிட்டிருந்தார்.

திட்டப்படியே போர் தொடங்கிய பன்னிரண்டாவது நாள், ஜெர்மானிய காலாட்படை போலந்துக்குள் நுழைந்து, முன்னேறி கிழக்கிலும் தெற்கிலுமாகச் சுற்றி வளைத்து, வார்ஸாவைத் தொட்டுவிட்டன.

அப்போது தான் அந்த உலகமகா கேவலம் நடந்தது. பல லட்சக்கணக்கான போலந்து மக்கள் தோற்கப் போகிறோம் என்று தெரிந்தும் ஜெர்மானியப் படைகளைத் தீரமுடன் எதிர்த்துக் கொண்டிருக்க, போலிஷ் அரசு நிர்வாகமோ ராவோடு ராவாக, குடும்பம் குட்டிகளை அழைத்துக்கொண்டு ருமேனியாவுக்குத் தப்பியோடிவிட்டது!

அரசு நிர்வாகம் என்றால் அதிபர் தொடங்கி, அட்டெண்டர் வரை!

அப்படியும் தேசபக்தி மிக்க சில ராணுவ ஜெனரல்களும் சிவிலியன்களும் போரை விடாமல் தொடர்ந்துகொண்டுதான் இருந்தார்கள். சரியாக செப்டம்பர் 12ம் தேதி போர் நடந்துகொண்டிருந்த இடத்துக்குப் பார்வையிட, விமானம் ஏறி ஹிட்லர் வந்தார்.

என்ன நடக்கிறது என்று கேட்டார். விமானப்படை தாக்குதலை கூர்ந்து கவனித்தார். எல்லாம் சரியாகத்தான் நடந்துகொண்டிருந்தன.

ஆனால் தக்குனூண்டு தேசத்தில் பன்னெண்டு நாள் யுத்தம் என்றால் அது தனக்கு அவமானமாச்சே என்று அவருக்குக் கவலை வந்துவிட்டது.

வார்சாவை கைப்பற்றிவிட்டால் எல்லாம் முடிந்துவிடும். அதற்கு விமானத்தாக்குதல் உதவாது என்று அவருக்குத் தோன்றியது. ஆகவே காலாட்படை வீரர்களை அழைத்து, ரவுண்டு கட்டி அடிப்பது குறித்து ஒரு முழு ராத்திரி க்ளாஸ் எடுத்தார்.

மறுநாள் சுமார் இரண்டாயிரம் ஜெர்மானியப் போர் விமானங்கள் வார்சாவின் மீது குண்டுமழை பொழியத்தொடங்கிய அதே வேளையில் காலாட்படை வீரர்களும் சூழ்ந்துகொண்டு முன்னேறத் தொடங்கினார்கள்.

அழிவு என்றால் கற்பனைக்கு எட்டாத அழிவு. அந்த ஒரு நாளில் மட்டும் 2000 போலிஷ் வீரர்கள் இறந்தார்கள். பதினேழாயிரம் பேர் எழுந்திருக்கவே முடியாத அளவுக்கு பலத்த காயமடைந்தார்கள். பொதுமக்களில் சுமார் அறுபதாயிரம்பேர் இடிபாடுகளில் சிக்கியே இறந்துபோனார்கள்!

அப்படியும் இழுத்துப்பிடித்து முப்பதாம் தேதி வரைக்கும் போராடிய போலிஷ் வீரர்கள் இறுதியில் தாக்குப்பிடிக்க முடியாத எல்லையைத் தொட்டு (போர் புரிய வீரர்களே இல்லாத நிலை உருவாகிவிட்டது!) வீழ்ந்தார்கள்.

ஹிட்லர் கொண்டாடிக்கொண்டிருக்கவேண்டாம் என்று தன் வீரர்களுக்கு சொல்லிவிட்டார். வார்ஸா, கேலெட்ஸ், சிலேஸியா, போமரானியா, லோட்ஸ் ஆகிய போலந்தின் மாகாணங்கள் உடனடியாக ஜெர்மனின் பகுதிகளாக அறிவிக்கப்பட்டன. மிச்சமிருந்த பகுதிகளை நம்மூர் யூனியன் பிரதேசங்கள் மாதிரி 'ஜெர்மனியின் ஜென்ரல் - கவர்னர் ஆளுகைக்கு உட்பட்ட' பிரதேசமாக ஹிட்லர் அறிவித்தார். கையோடு ஒரு கவர்னரையும் (அந்தக் கொடுங்கோல் ஆசாமியின் பேர் ஃப்ராங்க்.) உட்காரவைத்துவிட்டே ஊருக்குத் திரும்பினார்.

ஹிட்லர் ஊருக்குத் திரும்பியதும் அந்த கவர்னர் ஃப்ராங்க் ஒரு அறிவிப்பு வெளியிட்டார். தன் பணி எத்தனை கடுமையானது என்று 'விளக்குகிற' அந்த அறிவிப்பு இது:

"ஹூம். என்ன பண்ணுவது? போரில் ஜெயித்த பகுதி இது. இந்தப் பிரதேசத்தின் கலை, கலாசார, சமூக, அரசியல் எச்சங்களை இடித்துத் தள்ளிவிட்டுப் புதிய சமூகத்தை உருவாக்கும் மாபெரும் பொறுப்பு என் தலையில் விழுந்திருக்கிறது. இடிப்பது எனக்குச் சுலபம். கழிவுகளை எங்கே கொண்டு குவிப்பது?"

மறுபுறம் அங்கே வாஷிங்டனில் உட்கார்ந்துகொண்டிருந்த அமெரிக்க அதிபர் ரூஸ்வெல்ட் இந்தச் சம்பவங்களை உன்னிப்பாகப் பார்த்துக்கொண்டிருந்தார். ஹிட்லரின் படைகள் போலந்தை முதலில் தாக்கத் தொடங்கியதே அவருக்கு ஒருவிதத்தில் அதிர்ச்சி தான். அது 'செயல்திட்டத்தில்' இல்லாதது. ருஷ்யாவுக்கு எதிரான போரைத்தான் அவரும் பிரிட்டனும் பிரான்சும் இன்னபிற முதலாளித்துவ தேசங்களும் அப்போது எதிர்பார்த்துக்கொண்டிருந்தன.

ஆனால் ஐரோப்பாவையே சம்ஹாரம் பண்ணிவிடும் வெறியுடன் போலந்தை அழித்து, அதன் கிழக்கு எல்லை வழியே சோவியத் யூனியனுக்குள் நுழைய ஜெர்மானியப்படை தயாராகிக் கொண்டிருப்பதும் மறுபுறம் ஜெர்மனியின் மிச்சப்படை ஐரோப்பாவின் பிற தேசங்களின்மீது மோப்பம் பிடித்துக் கொண்டிருப்பதும் ரூஸ்வெல்டுக்கும் சர்ச்சிலுக்கும் எரிச்சலைத் தந்தன.

சொல்லிவைத்தமாதிரி போலந்து தாக்குதல் முடிந்த சில மாதங்களுக்குள்ளேயே ஹிட்லர் டென்மார்க் மீது படையெடுத்தார். ஒரே அமுக்கு. அப்படியே நார்வே. அங்கும் ருத்திர தாண்டவம். கர்ச்சிப் சைஸ் தேசங்களான நார்வே, டென்மார்க் எல்லாம் ஹிட்லரின் ராட்சஸப் படையின் முன் நிற்கவே முடியவில்லை. தோற்று நின்ற தேசங்களின் கஜானாவும் ராணுவத் தளவாடங்களும் ராவோடு ராவாக ஜெர்மனிக்குக் கடத்திப் போகப்பட்டன. இதன் மூலம் ஹிட்லரின் ராணுவ பட்ஜெட் எத்தனை எகிறினாலும் சமாளித்துவிட முடியும் என்கிற நிலைமை உண்டாகிவிட்டது. ஸ்வீடன் மீதான தாக்குதலின் விளைவாக ஹிட்லர் கற்பனையே செய்திராத அளவுக்கு அங்கே அவருக்கு இரும்புத்தாது மூலப்பொருட்கள் கிடைத்தன.

டென்மார்க், நார்வேவைத் தொடர்ந்து, பெல்ஜியத்தை விழுங்கிவிட்டு அப்படியே பிரான்ஸை வளைப்பது என்கிற

ஜெர்மனியின் திட்டம் வெளிப்படையாகத் தெரியவந்தபோது தான் அமெரிக்காவும் பிரிட்டனும் முழுதாக விழித்துக்கொண்டன.

1940ம் ஆண்டு மே மாதம் 10ம் தேதி அதிகாலை ஹிட்லர் தன் வீரர்களுக்கு ஓர் அறிக்கையை வாசித்தார். அந்த அறிக்கையின் படி பிரான்சும் பிரிட்டனும் உலக மானுட இனத்துக்கே துரோகிகள். அவர்களை ஒழிப்பதே ஜெர்மனியின் இறுதி லட்சியம். அதற்கான தாக்குதல் இன்றே தொடங்கும். இதுவே அடுத்த ஆயிரம் ஆண்டுகளுக்கு ஜெர்மனியின் தலையெழுத்தை எழுதும்.

எப்படி இருக்கிறது கதை?

அத்தனை பெரிய தொடர் யுத்தங்களை நடத்துகிற அளவுக்கு ஜெர்மனி வளர்ந்ததே அமெரிக்கா, பிரிட்டன், பிரான்சு போன்ற நாடுகளின் மறைமுக உதவிகளால் தான். சோவியத் யூனியனுக்கு எதிராக ஜெர்மனியைத் திருப்பிவிட அத்தேசங்கள் முயலப்போய், இறுதியில் தனக்கே ஆபத்து வந்து நகத்தைக் கடிக்கத் தொடங்கின.

இரண்டாம் உலகப் போரின் சூத்திரதாரி, சந்தேகமில்லாமல் ஹிட்லர் தான். அவரது நாடு பிடிக்கிற வெறி இவ்வளவு அவ்வளவு அல்ல. ஆனால் வெறி இருக்கிற எல்லாராலுமா நினைத்ததை சாதிக்க முடிகிறது? ஆனால் ஹிட்லரால் முடிந்தது. மிகப்பெரிய வெற்றிகளை அவர் குவித்தார். உலகமே தன்னைப் பார்த்து பயப்படவேண்டும் என்று நினைத்தார். அது நடந்தது. ஐரோப்பா முழுவதும் தன் காலடியில் கிடக்கவேண்டும் என்று கனவு கண்டார். முக்கால்வாசி அந்தக் கனவும் நிறைவேறியது. அமெரிக்கா, பிரிட்டன், பிரான்ஸ், சோவியத் யூனியன் போன்ற மாபெரும் இரும்புக்கோட்டைகளையே அசைத்துப் பார்க்க முடிந்தது அவரால்.

எப்படி இது சாத்தியமானது?

அமெரிக்காவின் அரசியல் வரலாறைப் பார்த்துக் கொண்டிருக்கும்போது அங்கே ஹிட்லருக்கு இடமில்லை தான். ஆனால் இப்போது அமெரிக்காவே ஐரோப்பாவுக்கு வந்திருக்கிறது. ஜெர்மனியை நெருங்கி, ஹிட்லருடன் நேரடி மோதலைத் தொடங்கவும் இருக்கிறது. ஆகையால் கொஞ்சம் ஹிட்லரைப் பற்றியும் தெரிந்துகொள்ளலாம்; தப்பில்லை.

14. ஹிட்லர்

ஹிட்லர் என்கிற ஒரு மனுஷன் உலகத்தில் தோன்றாமல் இருந்திருந்தால் இரண்டாவது உலக யுத்தம் ஏற்பட்டிருக்குமா என்பது கொஞ்சம் சந்தேகம் தான். ஐரோப்பிய தேசங்களுக்கு இடையே இருந்த பகை, நாடு பிடிக்கிற வெறி, நிச்சயமற்ற பொருளாதார நிலைமை, கம்யூனிசத்தின் எழுச்சி உருவாக்கிய அச்சம், ஆயுதப்பெருக்கம் எல்லாமே ஒரு பெரிய யுத்தத்தை நோக்கித்தான் அந்தக் கண்டத்தை நகர்த்திக்கொண்டிருந்தன என்றாலும் ஹிட்லர் என்கிற 'ஸ்டார்ட்டர்' அந்தப் பேரழிவுக்கு ரொம்ப முக்கியக் காரணமாயிருந்தார்.

சரித்திரத்தில் ஹிட்லர் அளவுக்கு 'புகழ்பெற்ற' வேறு வில்லன் கிடையாது. அவர் வாழ்ந்த காலத்தில் உலகில் வேறு எந்த ஹீரோவும் கூட அவரளவுக்குப் பேசப்படவில்லை. அமெரிக்கா என்ன, அகில உலகமே அவரைப் பார்த்துப் பயந்தது. ஹிட்லருக்கு முன் அவரைப்போல நாடு பிடிக்கிற வேட்கை மிகுந்த ஒரு சரித்திர வி.ஐ.பி. உதாரணம் சொல்லவேண்டுமென்றால் செங்கிஸ்கானைத்தான் சொல்லவேண்டும்.

செங்கிஸ்கானுக்கு முன்னால் அப்படி வேறு யாருமில்லை. ஹிட்லருக்குப் பிறகும் அப்படி யாருமில்லை. இன்றுவரைக்கும் அமெரிக்கா தன் சொந்தப் பாதுகாப்பு குறித்த விஷயங்களில் படு ஜாக்கிரதையாகவும் எப்போதும் அடுத்தவர்களைச் சந்தேகப்பட்டுக்கொண்டும் இருப்பதற்கு அன்று ஹிட்லர் கொடுத்த அதிர்ச்சி மாத்திரைகள் மிக முக்கியக் காரணம் என்கிறார்கள் சரித்திர ஆய்வாளர்கள். ஒரு குறிப்பிட்ட காலகட்டத்தில் ஒட்டுமொத்த உலகநாடுகளையும் அச்சத்தின் விளிம்பிலும் தன்னைக் குறித்த தவிர்க்கமுடியாத நினைவுகளிலுமே கட்டிவைத்திருந்த வகையில் ஹிட்லரின் 'சாதனை' இன்றுவரை முறியடிக்கப்படாத ஒன்று!

ஆனால் நம்புவதற்குக் கொஞ்சம் கஷ்டமாகத்தான் இருக்கும். இளவயது ஹிட்லரின் ஒரே விருப்பம் என்ன தெரியுமா? ஒரு சிறந்த ஓவியனாவது! தனது ஓவியத் திறமை குறித்து ரொம்பப் பெருமை அவருக்கு. ஐரோப்பாவின் தலைசிறந்த ஓவியனாகத் தான்

அடையாளம் காணப்படவேண்டும் என்பது தான் பன்னிரண்டு வயது வரை ஹிட்லரின் விருப்பம்.

ஆஸ்திரிய - ஜெர்மானிய எல்லையில் ஆஸ்திரியாவுக்கு உட்பட்ட இன் ப்ரானோ என்கிற குக்கிராமத்தில் பிறந்தவர் ஹிட்லர். எல்லை பிரிக்கும்போது சர்வேயர்கள் அந்த கிராமத்தைக் கணக்கில் எடுத்துக்கொள்ள மறந்துவிட்டபடியால் கொஞ்சகாலம் எந்த நாட்டுடனும் சம்பந்தமில்லாமல் இருந்ததாம் அந்த கிராமம்.

எல்லைப்புற கிராமங்களுக்கே உரிய அன்றாட வாழ்க்கை சார்ந்த சகல பிரச்னைகளுடனும் தான் இன் ப்ரானோவிலும் பொழுதுகள் விடியும்.

ஆஸ்திரியாவைச் சேர்ந்த பகுதி என்றாலும் அங்கே ஜெர்மானியர்கள் தான் அதிகம் வசித்தார்கள். அவர்கள் யாரும் ஆஸ்திரியாவை ஒரு தனி தேசமாகவே ஒப்புக்கொள்ளாதவர்கள். பிஸ்மார்க்கின் அகண்ட ஜெர்மனிக் கனவை மீண்டும் பயிரிட்டு மனத்துக்குள் உரம் போட்டு வளர்த்துக்கொண்டிருந்தவர்கள். பள்ளிக்கூட நிலையிலிருந்தே ஜெர்மானியர்கள் அங்கே மொழிப்பிரச்னைக்கு வலுக்கட்டாயமாக உள்ளாக்கப்பட்டார்கள். ஜெர்மானியக் கலைகள், கலாசாரம், வழிபாட்டு முறை, விளையாட்டு எல்லாவற்றுக்கும் ஆஸ்திரிய மன்னர் குடும்பம் முட்டுக்கட்டை போடப்போட, மெஜாரிடி ஜெர்மானியர்கள் மனத்தில் எதிர்ப்புணர்ச்சி வளர்ந்துகொண்டே போனது.

சின்னப்பையனாக இருந்த ஹிட்லருக்கும் இந்தவகை 'ஜெர்மானிய தேசிய உணர்ச்சி' உண்டாகிவிட்டது. தனது ஓவியத் திறமை மூலம் தேசிய உணர்ச்சியைத் தட்டியெழுப்பும்விதமான கண்காட்சிகள் பலவற்றை நடத்தவேண்டும் என்றெல்லாம் அவர் கனவு காணுவார்.

ஆனால் ஆஸ்திரிய அரசின் சுங்கவரித்துறையில் உத்தியோகம் பார்த்துக்கொண்டிருந்த ஹிட்லரின் தந்தைக்குப் பையனின் ஓவியக் கிறுக்கு அவ்வளவாகப் பிடிக்கவில்லை. உருப்படியாகப் பாடம் படித்து அவன் ஒரு அரசாங்க உத்தியோகத்தில் உட்காரவேண்டும் என்று அவர் விரும்பினார். ஹிட்லர் மசியவில்லை. நான் ஒரு கலைஞன். என்னைப் புரிந்துகொள்ளுங்கள் என்று அவர் சொன்னார்.

அரசாங்கத்து அப்பாவுக்கு அதெப்படிப் புரியும்? ஆகவே தினசரி வீட்டில் உலகயுத்தம் நடக்கத்தொடங்கியது.

அந்தச் சிறு வயதிலேயே ஹிட்லரிடம் ஒரு குணம் இருந்தது. அதன் பேர் பிடிவாதம். அவரது பதிமூன்றாம் வயதில் அவரது தந்தை இறக்கும்வரை - ஒப்புக்குக் கூட சரி, நீங்கள் சொல்கிறபடி பாடம் படிக்கிறேன் என்று அவர் ஒருதரம் கூடச் சொல்லவில்லை. தந்தை இறந்தபிறகு தாயிடம் தாஜா பண்ணி ஓவியப் பள்ளிக்குத்தான் போனார்.

துரதிருஷ்டவசமாக ஓவியப் பரிட்சையில் தோல்வியைச் சந்திக்க நேரிட, ஆசிரியர்கள் அவரை 'நீ ஓவியத்துக்கு லாயக்கில்லை; பேசாமல் சிற்பக்கல்லூரியில் போய்ச்சேர்' என்று சொன்னார்கள்.

அப்படிப் பார்த்தாலும் ஓவியனாக இல்லாவிட்டாலும் ஹிட்லர் ஒரு சிற்பியாகத் தான் ஆகியிருக்கவேண்டும். உலகம் தப்பித்திருக்க அப்போதே அந்த ஒரு வாய்ப்பு இருந்தது. ஆனால் துரதிருஷ்டம் ஹிட்லரின் தாய் திடீரென்று மரணமடைந்துவிட்டார். ரொம்ப உடம்புக்கு முடியாமல் இருந்து அவர் இறந்த சம்பவம் ஹிட்லரை மிகவும் பாதித்தது.

அப்பாவும் இல்லை. அம்மாவும் இல்லை. வயது பதினாறைக்கூடத் தாண்டவில்லை. இளைஞன் ஹிட்லரின் அப்போதைய ஒரே நெருங்கிய உறவு ஏழைமை தான். வறுமை என்றால் அப்படியொரு வறுமை. ஒரு வேளை சோற்றுக்கும் சிங்கி அடித்தாக வேண்டிய அவலம். பிழைப்புத் தேடி வியன்னா போனார். (ஆஸ்திரியாவின் தலைநகரம்.)

கூலி வேலைகளில் பொழுது நகர்த்தினார். சரித்திரமும் புவியியலும் அவரை மிகவும் ஈர்க்க, ஓய்வு நேரங்களில் நிறைய படித்தார். ஜெர்மானியர்களின் அடிமை வாழ்க்கை குறித்து சிந்தித்தார். ஏதாவது பண்ணவேண்டும், ஜெர்மனியை மாபெரும் சாம்ராஜ்ஜியமாக மீண்டும் நிமிர்த்தி உட்காரவைக்கவேண்டும் என்று அப்போதே திட்டமிடத் தொடங்கினார். திட்டமிடும் நேரம் போக மிச்சமிருந்தால், அந்த நேரத்தையும் 'உருப்படியாகப் பயன்படுத்திக்கொள்ளும்விதமாக' யூதர்களை வெறுக்க ஆரம்பித்தார்.

ஆஸ்திரியாவில் யூதர்கள் ஜாஸ்தி. அதிகார வர்க்கத்திலும் மீடியாவிலும் அவர்கள் தான் அங்கே அப்போது மெஜாரிடி.. இந்த யூதர்களை ஒட்டுமொத்தமாக ஒழித்துக்கட்டிவிட்டால் ஜெர்மானியர்கள் சுதந்தரம் பெறத் தடையில்லை என்பதுதான் அப்போது ஹிட்லருக்கு ஏற்பட்ட தீர்மானம்.

ஹிட்லர் தானே உதித்து வளர்ந்த ஒரு காட்டு மரம் மாதிரியான மனுஷன். அவரது சிந்தனைகள் சரியா, தவறா என்று எடுத்துக்காட்டித் திருத்தக்கூடச் சிறுவயதுகளில் அவருக்கு யாரும் கிடையாது. அந்தத் தனிமை தான் அவர் மனத்தை மரத்துப்போகச் செய்தது. அந்தத் தனிமை தான் அவரை நல்லதோ, கெட்டதோ, தானே தீர்மானித்து உறுதியான ஒரு முடிவை எதிலும் எடுக்கவைத்தது. அதே தனிமை தான் அவரை மனிதத்தன்மையிலிருந்து கொஞ்ச தூரம் நகர்ந்துபோய் குடியிருக்கவும் செய்தது.

Maen kampf - என் போராட்டம் - என்கிற ஹிட்லரின் சுயசரிதத்தில் (பாதி சரிதம் தான் இதில் உண்டு. இரண்டு பாகங்கள். முதல் பாகத்தை 1924ல் அவர் பவேரியா சிறையில் இருந்தபோது எழுதினார். அடுத்த பாகத்தை 1925-27ம் வருஷங்களில் எழுதினார். ஹிட்லரின் வாழ்க்கையில் மிகமுக்கியமாக நடைபெற்ற சம்பவங்கள் எல்லாமே இதற்கு அப்புறம் நடந்தவை தான். அவை எதுவும் இந்நூலில் கிடையாது.) அவர் விவரிக்கிற பல விஷயங்கள் இன்று படிப்பவர்களுக்குத் தமாஷாக இருக்கும். உலகையே நடுநடுங்கச்செய்த இந்த மனுஷன் எத்தனை பிற்போக்குவாதி என்று வியக்கத் தோன்றும்!

உதாரணமாக முதல் உலகப்போரில் ஜெர்மனி தோற்றதற்கு ஹிட்லர் சொல்லும் முக்கியக் காரணங்களுள் ஒன்று, ஜெர்மனியில் அப்போது பெருகியிருந்த விபசாரிகளின் எண்ணிக்கை!

எல்லா ஜெர்மானிய ஆண்களும் விபசாரிகளின் கட்டில்களில் விழுந்து கிடந்ததால்தான் வீரமுடன் போரிடத் தெம்பில்லாமல் போய்விட்டார்கள் என்று குற்றம் சாட்டும் ஹிட்லர், இதற்குச் சொல்லும் தீர்வு என்ன தெரியுமா?

விவரம் தெரியும் வயதுக்கு முன்னாலேயே எல்லா ஜெர்மானிய ஆண்களுக்கும் கல்யாணம் செய்து வைத்துவிடவேண்டும் என்பது

தான்! பால்ய விவாகம் செய்துகொண்டவர்களால்தான் போரில் தீரமுடன் செயல்படமுடியும் என்கிறார் ஹிட்லர். அப்போது தான் இருபது, இருபத்தைந்து வயதுக்குள் காமத்தின் மீதான ஆர்வம் மட்டுப்பட்டு தேசப்பற்று பொங்கும் என்பது ஹிட்லரின் முடிவு.

அவரது வினோதமான இன்னொரு கருத்து அரசியல் கட்சிகள் குறித்தது. ஜெர்மனிக்கு கட்சி அரசியலே கூடாது என்பது ஹிட்லரின் முக்கிய முடிவுகளில் ஒன்று. இதை அவர் சர்வாதிகாரி ஆனதும் சொல்லவில்லை. வியன்னாவில் சிங்கியடித்துக்கொண்டிருந்த காலத்திலேயே நினைத்திருக்கிறார். மன்னராட்சி தான் சரி; முடியாட்சியை மக்கள் மதித்தாலொழிய தேசம் உருப்படாது என்று சொல்லியிருக்கிறார் ஹிட்லர்.

முதல் உலகப்போரில் ஜெர்மன் கெய்சர் தோல்வியுற்று அங்கே மன்னராட்சி ஒரு முடிவுக்கு வந்து பார்லிமெண்டரி ஜனநாயகம் எட்டிப்பார்த்த சமயம் ஜெர்மனி ராணுவத்தில் ஒரு சாதாரண சிப்பாயாக இருந்த ஹிட்லர் அடைந்த வெறுப்புக்கு அளவே கிடையாது!

தமது சுயசரிதத்தில், “பொதுமக்கள் வாக்களிப்பின்மூலம் தேர்ந்தெடுக்கப்படுகிற பிரதிநிதிகளிடம் மக்கள் செல்வாக்கு தான் காணக்கிடைக்குமே தவிர ராஜதந்திரம் மிக்கவர்களாக அவர்கள் இருப்பார்கள் என்பதற்கு என்ன உத்தரவாதம்? தேசத்தை ஆள்பவருக்கு மக்கள் செல்வாக்கை விட மதியூகம் தான் முக்கியம். வாக்களிப்பின்மூலம் ஒரு மேதாவியைப் பெற்றுவிடலாம் என்று நினைப்பதைவிடப் பெரிய மடத்தனம் வேறில்லை” என்று எழுதுகிறார்.

சுமார் ஐந்நூறு சராசரிகள் பார்லிமெண்டில் உட்கார்ந்துகொண்டு நாட்டுநலத்திட்டங்கள் தீட்டுவதை ஹிட்லர் ஒரு கேலிக்கூத்தாகவே பார்த்தார்! இதனால் தான் ராஜதந்திரியான ஒரு மன்னர் தான் தேசத்தை ஆளவேண்டும் என்று அவர் கருதினார்.

ஆனால் முதல் உலகப்போருக்குப் பின் ஐரோப்பாவின் பல தேசங்களில் ஏற்பட்டிருந்த அரசியல் சூழ்நிலை மாறுதல்களை ஒட்டி, ஜெர்மனியில் மீண்டும் முடியாட்சி ஏற்பட வாய்ப்பே இல்லை என்பது ஹிட்லருக்குத் தெரிந்துவிட்டது. அதனால் தான்

வேண்டா வெறுப்பாக தாமும் ஒரு அரசியல் கட்சி தொடங்கினார். *National socialist german workers party* என்று அதற்குப் பெயர். சுருக்கமாக நாஜி. கட்சிப் பேரில் தான் சோஷலிசம் இருக்கிறதே தவிர ஹிட்லருக்கு அதெல்லாம் சுத்தமாகப் பிடிக்காத சங்கதி. ஆனால் வேறு வழி? கட்சி என்று ஆரம்பித்தால் பெயரிலேயே ஒரு பொய் இருந்தாகவேண்டியது அவசியம் என்று அவர் கருதியிருக்கலாம்!

நாஜிக்கட்சி தோன்றியபோது அதற்கு மூன்று முக்கிய நோக்கங்கள் இருந்தன. முதலாவது, கம்யூனிசத்தை ஒழிப்பது. இரண்டாவது குடியாட்சியை ஒழிப்பது. மூன்றாவது ஜெர்மனியின் பெருமையைக் குலைத்த முதலாளித்துவ தேசங்களுடனான உடன்படிக்கைகள் அனைத்தையும் கிழித்து எறிவது.

என்னடா இது, கொள்கை அளவில் கூட ஆக்கபூர்வமாக ஒரு செயல்திட்டம் இல்லையா என்று அன்றைய ஜெர்மனியின் பல தரப்பினர் ஆச்சர்யப்பட்டார்கள். ஆனால் அழிப்பது, ஒழிப்பது போன்ற விஷயங்களில் ஹிட்லர் என்றைக்குமே காம்ப்ரமைஸ் செய்துகொண்டதில்லை. 'என் நோக்கம் இது தான். நான் ஜெயித்துக்காட்டுகிறேனா இல்லையா பார்' என்று கட் அண்ட் ரைட்டாகச் சொல்லிவிட்டார்.

1923ல் ஹிட்லர் ஜெர்மனியில் ஒரு குட்டித்தலைவராக பெயர் பெற்றிருந்தார். பவேரியாவை பலாத்காரமாகக் கைப்பற்ற ஒரு சிறுபடையுடன் முயற்சி செய்து, தோற்று சிறையில் அடைக்கப்பட்டார். (13 மாதங்கள்.) மீண்டு வந்ததும் கொஞ்சம் சமர்த்து இளைஞனாகக் காட்டிக்கொண்டு ஜனநாயக விதிமுறைகளின்படி நடத்தப்பட்ட தேர்தலில் தம் கட்சியைப் போட்டியிடவைத்து, ஜெயித்தார்.

அவ்வளவுதான். அதற்குப் பிறகு ஜனநாயகமும் மண்ணாங்கட்டியும் என்னத்துக்கு? தூக்கிக் கடாசிவிட்டு, ஹிட்லர் ஸ்டைலைக் காட்டத் தொடங்கினார்!

தேசத்துக்கு ஒரு ராணுவம் என்று இருப்பதுதானே வழக்கம்? ஹிட்லர் முதல்முதலாக நாஜிக் கட்சிக்கென்று ஒரு ராணுவத்தை அமைத்துத் தந்தார். அந்த ராணுவத்தின் முக்கியவேலை என்னவென்றால் ,

நாஜிக்கட்சிக் கூட்டம் நடக்கிற இடங்களிலெல்லாம் பாதுகாப்பு தருவது; கூடவே மற்றக் கட்சிக்கூட்டங்களில் கலவரம் உண்டாக்குவது!

இதெல்லாம் அன்றைய ஜெர்மனி மக்களுக்கு மிகவும் கடுப்பைத் தந்தன. என்ன இந்த ஆசாமி இப்படிப் பண்ணுகிறானே என்று வெறுப்படைந்து 1932ம் வருஷம் ஜனாதிபதி தேர்தலில் நின்ற ஹிட்லரை வீழ்த்திவிட்டார்கள். ஆனாலும் பொதுத்தேர்தலில் நாஜிகள் நிறைய இடத்தைப் பெற்றதால் ஹிட்லர் பார்லிமெண்ட் தலைவர் ஆகிவிட்டார். அந்தப் பதவியில் சமர்த்தாக இருந்திருக்கலாம்.

ஆனால், 'நிறைய இடங்களைப் பெறுவது' என்பது ஹிட்லருக்குப் பிடிக்காத விஷயம். ஆள்வது என்று வந்துவிட்டால் அனைத்து இடமும் தன்னுடையதாகத் தான் இருக்கவேண்டும் என்பதே அவரது சித்தாந்தம்!

ஆகவே வேலை மெனக்கெட்டு மக்கள் அமைத்த பார்லிமெண்டைக் கலைத்துவிட்டு மீண்டும் ஒரு பொதுத்தேர்தல் வைத்தார். கணக்குவழக்கில்லாத தில்லுமுல்லுகளுக்கு ஏற்பாடு செய்து, பொய்களை வாரிவழங்க கோயபல்ஸ் என்கிற தனது சகாவைப் பொறுப்பாளராக்கினார். மக்களவைக்கட்டடத்தை இடித்துத் தரைமட்டமாக்கி, தீவைத்துக் கொளுத்திவிட்டு பழியை கம்யூனிஸ்டுகள் மீது போட்டு, அன்றைக்கு கோயபல்ஸ் ஆடிய மாபெரும் ஆட்டம் தான் இன்றுவரை 'கோயபல்ஸ் பிரசாரம்' என்று சரித்திரப் புகழ் பெற்று இருக்கிறது.

அன்றைக்கு அந்த சம்பவத்தால் ஜெர்மனியில் கம்யூனிஸ்டு கட்சியையே தடைபண்ணிவிட்டார்கள். மற்றபல உதிரிக் கட்சிகளையும் படாதபாடு படுத்தினார் ஹிட்லர். ஆயினும் அவர் எதிர்பார்த்த முழு வெற்றி அவருக்குக் கிடைக்கவில்லை. 1933ல் சில முற்போக்கு உதிரிகளுடன் சேர்ந்து நாஜிக்கட்சி மீண்டும் ஆட்சியமைத்தது. எல்லாம் சிலமாதங்கள் தான்.

ஹிட்லர் மீண்டும் பார்லிமெண்டைக் கலைத்துவிட்டார். அரசியல் அமைப்புச் சட்டத்தைத் தடைபண்ணிவிட்டு மீண்டும் மறுதேர்தல். என்ன காமெடி என்றால் இந்தத் தேர்தலில் வம்பே வேண்டாம் என்று நாஜிகள் மட்டும் தான் நிற்கலாம் என்று அறிவித்துவிட்டார்.

கணக்கற்ற அராஜகங்கள். கட்டற்ற கொலைகள். தானே தேர்தல் அறிவித்து, தானே நின்று, தானே ஓட்டுப் போட்டு, தானே ஜெயித்ததாக அறிவித்துக்கொண்டது ஹிட்லரின் நாஜிக்கட்சி.

இனி ஒரு பிரச்னையும் இல்லை. ஒரே ஒரு கிழட்டு ஜனாதிபதி இருக்கிறார். அவர் எப்போது மண்டையைப் போடுவார் என்று ஹிட்லர் பார்த்துக்கொண்டிருந்தார். ஒரே வருஷத்தில் அந்த முகூர்த்தமும் வந்தது. அவ்வளவுதான்.

தானே ஜனாதிபதியாகவும் பதவிப்பிரமாணம் எடுத்துக்கொண்டு, மக்களவையிடம் (அதாவது அவரது ஆதரவாளர்கள் நிறைந்த சபையிடம்!) எல்லா அதிகாரங்களையும் ஜனாதிபதிக்கே மாற்றிக் கொடுக்கச் சொல்லி உத்தரவிட்டுவிட்டு, அக்காரியம் முடிந்ததும் மக்களவையையும் கலைத்துவிட்டார்.

தேசத்தில் ஒரே ஒரு ஆதரவு ஓட்டு கூட சுயமாக விழாமலேயே தேர்தலில் நின்று, வென்று பிரதமராகி, ஜனாதிபதியாகவும் ஆன ஒரே தலைவர் - உலகத்திலேயே ஹிட்லர் ஒருத்தர் தான்!

1934ம் வருஷம் தொடங்கியது அவரது முழுமையான சர்வாதிகார ஆட்சி. குரூரமான நகைச்சுவை என்றால் அது ஹிட்லர் காலத்து ஜெர்மனியின் சரித்திரம் தான்! இது அமெரிக்க சரித்திரம் என்பதால் நாம் ரொம்பநேரம் ஹிட்லருடனேயே செலவழித்துக்கொண்டிருக்க இயலாது. ஆனால் இரண்டாம் உலகப்போருக்கு ஆதாரமான சில முக்கிய மூவ்களை அவர்தான் செய்தார் என்பதால் கொஞ்சமே கொஞ்சம் நாம் பவுண்டரி லைனைத் தாண்டிப் போய்வர வேண்டியிருக்கிறது!

15. இன்னும் கொஞ்சம் ஹிட்லர்

இன்றைக்குப் பல தேசங்களின் பிரசிடெண்டுகளுக்கு சர்வாதிகாரியாவதுதான் வாழ்நாள் லட்சியமாக இருக்கிறது. ஆனால் தனது வாழ்நாள் லட்சியத்தை அடைவதற்கு, சர்வாதிகாரியாவது தான் முதல்படி என்று நினைத்தவர் ஹிட்லர்.

ஹிட்லரின் லட்சியங்கள் என்னென்ன என்று முன்னமே பார்த்தாகிவிட்டது. ஜெர்மனியின் சர்வாதிகாரியான மறுகணமே அவர் தன் வேலைகளை ஆரம்பித்துவிட்டார். கேளிக்கைகள், கொண்டாட்டங்களிலெல்லாம் அவருக்கு அதிக ஆர்வமே கிடையாது. நேரடியாக செயல். அப்படிச் சொல்வது கூடக் கொஞ்சம் குறைச்சல் தான். நேரடியாக விளைவு! அது வெற்றிகரமாக இருக்கவேண்டும் என்பது ரொம்ப முக்கியம்!

உலகை வெல்லும் தன் திட்டத்தின் முதல் படியாக ஐரோப்பா முழுவதையும் வசப்படுத்த நினைத்தார் ஹிட்லர். ரொம்பப் பெரிய திட்டம் இல்லையா? முழுக்கவனமும் அதிலேயே இருந்தாலொழிய சாத்தியமில்லை. உள்நாட்டு அரசியல் அதற்கு ரொம்பவே ஒத்துழைக்க வேண்டும். சில்லறை அரசியல் தகராறுகள் எதாவது தொடர்ந்து வந்துகொண்டிருந்தால் சரிப்படாது. தவிர, யாராவது கேள்வி கேட்டுக்கொண்டிருந்தால் ஒரு வேலையும் நேரத்தில் நடக்காது. இதற்கு எதாவது முதலில் செய்தாகவேண்டுமே?

பார்த்தார் ஹிட்லர். நாஜியைத் தவிர ஜெர்மனியில் வேறு யாரும் கட்சியே வைத்துக்கொள்ளக்கூடாது என்று ஒரு சட்டம் கொண்டுவந்துவிட்டார். ஓரே ராத்திரியில் தேசமெங்கும் இருந்த அத்தனை அரசியல் கட்சிகளின் அலுவலகங்களும் சூறையாடப்பட்டன. அக்கட்சிகளின் சொத்துகள் பறிமுதல் செய்யப்பட்டன. கட்சித்தலைவர்களில் உயிரோடு தப்பிப்பிழைத்தவர்களே சொற்பம்! அப்படித்தப்பியவர்களுக்கும் கட்டிய கோவணம் மட்டும் தான் சொத்தாக இருந்தது!

அத்தனை கட்சிகளையும் தடை செய்த கையோடு இன்னொரு அறிவிப்பும் வெளியிடப்பட்டது. இனி ஜெர்மனியில் யாரும் புதிய கட்சி ஏதும் தொடங்கவே கூடாது!

ஆச்சா? அடுத்தபடியாக அரசுத்துறையின் அத்தனை பதவிகளிலும் நாஜிக்கட்சி ஆசாமிகளே நியமிக்கப்பட்டார்கள். தனியார்

துறை என்று தனியே ஏதும் கிடையாது அங்கே. எல்லாமே அரசுத்துறை தான்! அல்லது அரசுக்கு உதவும் துறை. கிட்டத்தட்ட ஒட்டுமொத்த ஜெர்மனியையும் நாஜிக்கட்சியின் பிரைவேட் லிமிடெட் ப்ராபர்டியாக்கிவிட்டு, நாஜிக்கட்சியைத் தன் இடுப்புச் சுருக்குப்பைக்குள் எடுத்து வைத்தார் ஹிட்லர்!

மக்களுக்கு எந்த உரிமையும் கிடையாது. பிரசிடெண்ட் ஹிட்லர் என்ன சொல்கிறாரோ, அதைக் கேட்கவேண்டியது. பத்திரிகைகள்? மூச். காலில் போட்டு நசுக்கிவிட்டார். அரசாங்கத்திலேயே செய்திப்பிரிவு ஒன்றை உருவாக்கி, அது வெளியிடும் செய்திகள் மட்டுமே பிரசுரிக்கத் தகுதியானவையென அதிகாரபூர்வமாகவே அறிவிக்கப்பட்டது!

ஹிட்லரின் இன்னொரு மங்களகரமான மக்கள் சேவை, காலனிகள் அமைத்தது. சமத்துவபுரங்களல்ல; யார்யாரெல்லாம் நாஜிக்கட்சியினரை, ஹிட்லரை பகிரங்கமாகவோ, ரகசியமாகவோ குறை சொல்கிறார்களோ அவர்களையெல்லாம் பெயர்த்து எடுத்துக்கொண்டுபோய் தனிக்காலனிகளில் குடியமர்த்துவார்கள் நாஜி ராணுவத்தினர். காலனிக்கு ஒருத்தர் குடிபோகிறார் என்றால் அவரது சொச்சவாழ்நாள் எப்படிக் கழியும் என்று விவரிக்கவே தேவையில்லை அப்போது. கிட்டத்தட்ட தெருநாய் போல ஓட ஓட விரட்டிக்கொண்டே இருப்பார்கள் சிப்பாய்கள்.

கல்வித்துறை, மருத்துவம், விஞ்ஞானம், சட்டம், ராணுவம் என அத்தனை முக்கியத் துறைகளிலும் நாஜிகளே நியமிக்கப்பட்டனர். கவனமாக திட்டமிட்டு, எந்த இடத்திலும் யூதர்களுக்கு வேலை வாய்ப்பு இல்லாமல் பார்த்துக்கொண்டார்கள். இதையெல்லாம் யாராவது உலகப்பொதுவான அமைப்பினர் கேள்வி கேட்டு விடுவார்களோ என்று நல்லபிள்ளை இமேஜ் சம்பாதிப்பதற்காக மத நிறுவனங்களையும் வளைத்துப் போடத்தொடங்கினார் ஹிட்லர்.

முதல் முதலில் பிராட்டஸ்டண்ட் மதஸ்தாபனம் நாஜிகளின் கட்டுப்பாட்டுக்குள் வந்தது. பிறகு போப்புடனும் ஒரு ஒப்பந்தம் செய்துகொண்டு கத்தோலிக்கர்கள் நாஜிகளுக்கு எதிராக நடப்பதையும் தடை செய்தார்.

இத்தனையும் போதாதென்று கட்டக்கடைசியில் இன்னொரு காரியமும் செய்தார். யாராவது அரசியல் பேசினால் சொத்துகளைப்

பறிமுதல் செய்துவிடும் வழக்கம் அரங்கேற்றப்பட்டது! (அந்த வகையில் புத்திசாலிகளான பல லட்சக்கணக்கான யூத இளைஞர்கள் சொத்து அல்ல; உயிரையே இழந்தார்கள்!)

இத்தனை காரியங்களையும் உள்நாட்டில் செய்து வைத்துவிட்டு, இனி ஒரு பயல் வாய் திறக்கமாட்டான் என்கிற நம்பிக்கை வந்ததும் தான் ஹிட்லர் தன் வேலையை ஆரம்பித்தார்.

முதல் முதலில் வெர்செயில்ஸ் ஒப்பந்தத்தை மீறுவது என்பது தான் அவரெடுத்த தீர்மானம். சர்வதேச சங்கத்திலிருந்து ஜெர்மனி விலகுவதாக அறிவித்துவிட்டு, படையெடுப்புக்கான நடவடிக்கைகளை மேற்கொள்ளத் தொடங்கினார். பால்யகால விரோதியான ஆஸ்திரியாவையும் கொசூறாக செக்கொஸ்லாவாக்கியாவையும் முதலில் ஜெயித்துவிட்டு அடுத்தபடியாகத்தான் போலந்துப் பக்கம் பார்வையைத் திருப்பினார்.

அப்போது தான் அது உலக யுத்தமாகப் பரிமாணம் பெறத்தொடங்கியது.

எப்படியென்றால், தார்மீக அடிப்படையில் போலந்துக்கு ஏதாவது உதவிசெய்யும் கட்டாயம் பிரிட்டனுக்கு இருந்தது. பிரிட்டன் உதவும் என்று நம்பித்தான் அத்தேசம் சோவியத் யூனியனுடன் கூட்டு சேராமல் இருந்தது. இத்தனைக்கும் நிலப்பரப்பு ரீதியிலும் சரி, மக்களின் சமூக, கலாசார அடிப்படையிலும் சரி. போலந்துக்கும் ரஷ்யாவுக்கும் நெருங்கிய தொடர்பு உண்டு.

ஆனாலும் போலந்து அரசு பிரிட்டனைத்தான் நம்பியது. பிரிட்டனுக்குக் கொஞ்சம் தர்ம சங்கடம் தான். ஜெர்மனி எப்போது சோவியத் யூனியனைத் தாக்கும் என்று எதிர்பார்த்துக்கொண்டிருந்தபோது அது அநாவசியத்துக்குப் போலந்தைத் தாக்கிவிட, இப்படி எடக்கு மடக்காகத் தான் போரில் குதிக்கவேண்டிவருகிறதே என்று கொஞ்சம் விசனப்பட்டது பிரிட்டன்.

வேறு வழியில்லாமல்தான் ஜெர்மனுக்கு எதிராகப் போரில் இறங்கியது. பிரிட்டன் போரில் இறங்கியதுமே அதன்நேச நாடான பிரான்சின் மீதும் போர் ஒரு கடமையாக விழுந்தது. அவர்களுக்குள்

அப்படியொரு ஒப்பந்தம். எனக்கு ஏதாவது கஷ்டம் என்றால் மட்டுமல்ல; யார் கஷ்டத்துக்கு உதவிசெய்ய நான் போனாலும் நீ எனக்குத் தோள் கொடுக்கவேண்டும் என்று சொல்லியிருந்தது பிரிட்டன். பிரான்சுக்கும் அதே உதவி திருப்பி அளிக்கப்படும் என்பது ஏற்பாடு.

ஆகவே போலந்துக்கு ஆதரவாக பிரிட்டனும் பிரான்சும் போரில் குதிக்க, அந்தப்பக்கம் ஜெர்மனிக்கு ஆதரவுக்கரம் கொடுத்தார் இத்தாலிய சர்வாதிகாரி முசோலினி. அந்த பாசிஸ்ட் ஜடாமுனி குறித்து நிறைய சொல்லவேண்டும். ஆனால் அவகாசம் இல்லை. பின்னால் சந்தர்ப்பம் கிடைத்தால் பார்க்கலாம். இப்போது பிரான்ஸ் ஒரு பிரச்னையில் மாட்டிக்கொண்டிருக்கிறது...!

1940ம் வருஷம் டென்மார்க்கையும் நார்வேயையும் கபளீகரம் பண்ணிவிட்டு வழியோடு ஹாலந்து, பெல்ஜியம் என்று சிறுபசிக்கு சாப்பிட்டுவிட்டு பிரான்சை ஒரு வழிபண்ண முடிவு செய்து முன்னேறிக்கொண்டிருந்தார் ஹிட்லர்.

பிரெஞ்சுக்காரர்களைக் காப்பாற்ற பிரிட்டனின் விமானப்படையும் காலாட்படையும் ஏராளமாக அதன் மேற்கு எல்லையில் ஏற்கெனவே குவிக்கப்பட்டிருந்தது. பிரான்சும் அப்படியொன்றும் ஏப்பசோப்பமான தேசம் இல்லை. நிறைய ராணுவபலம் மிக்க நாடு தான். ஆனால் ஹிட்லரின் படை, அடர்த்தியில் மிகப்பெரிதாக இருந்ததில் எல்லாருக்குமே கொஞ்சம் கலக்கம் இருந்தது. மேலும் தொடர்ந்து வழியெங்கும் எதிர்ப்படும் அத்தனை தேசங்களையும் அவர் ஜெயித்துக்கொண்டே வந்ததில் இயல்பான பயம் ஏற்பட்டிருந்ததையும் மறுக்கமுடியாது.

பிரான்சுக்கு உதவ பிரிட்டனின் படை தயாராகக் காத்திருப்பதை அறிந்த ஹிட்லர், உட்கார்ந்து கொஞ்ச நேரம் யோசித்தார். எப்படியும் ஜெயித்துவிடப்போகிறோம் என்பதில் அவருக்கு சந்தேகமே இல்லை. ஆனால் பிரான்சு, பிரிட்டன் என்கிற இரண்டு ஜாம்பவான்களின் கூட்டணியை முறியடிப்பது மற்ற தேசங்களை வென்றதுபோல் அத்தனை சுலபமல்ல என்பதை நிச்சயித்துக்கொண்டார்.

ஆகவே தனது போர்த்திட்டத்தில் ஒரு சிறு மாறுதல் செய்து பார்க்கலாம். அதிர்ஷ்டம் இருந்தால் வெற்றி சுலபமாகுமே என்று கணக்குப்போட்டார்.

உடனே தனது பிராண சிநேகிதரான இத்தாலியின் சர்வாதிகாரி முசோலினிக்குச் சொல்லியனுப்பி உடனடியாக ஒரு ரகசிய சந்திப்புக்கு ஏற்பாடு செய்தார்.

அந்தச் சந்திப்பில் இருவரும் என்ன பேசினார்கள் என்று வெளியே வரவில்லை. ஆனால் அந்தச் சந்திப்புக்குப் பிறகு தான் திடீரென்று ஹிட்லர், தன் முதல் எதிரி பிரிட்டன் தான் என்று அறிவித்தது.

அதாவது தாம் உடனடியாக பிரான்ஸைத் தாக்கப்போவதில்லை; தற்போது தன் கவனம் பிரிட்டன் தான் என்று அறிவித்த ஜெர்மனி, சொன்னபடி பிரிட்டனின் விமானப்படையை அழிக்கும் முகமாகத் தனது நாசகார விமானங்களையும் பிரிட்டனை நோக்கி ஏவத்தொடங்கியது.

ஆகவே திசைதிருப்பப்பட்ட பிரான்சு கொஞ்சம் ஆசுவாசப்படுத்திக் கொள்ள முடிவு செய்தபோது சற்றும் எதிர்பாராவிதமாக பிரான்சின் மீது இத்தாலி ராணுவம் தாக்குதலைத் தொடங்கியது! இதைச் சற்றும் எதிர்பாராத பிரான்சு, சுதாரித்துக்கொள்ளும்முன்பே ஏராளமான இழப்புகளைச் சந்திக்கவேண்டியதாகிவிட்டது!

மறுபுறம், பிரான்சின் பாதுகாப்புக்கு வந்திருந்த பிரிட்டிஷ் ராணுவத்தை ஹிட்லரின் சேனை நசுக்கத் தொடங்கியது. இது ஏதடா இரண்டு இடத்தில் குத்தல் என்று கவலைப்பட்ட பிரிட்டிஷ் ராணுவம் கொஞ்சம் பின்வாங்கத்தொடங்க, எதிரே பிரான்சு மிக அவலமான தோல்வியின் விளிம்பில் தன் பெரும்பாலான பலத்தை இத்தாலி ராணுவத்திடம் இழந்து தடுமாறிக்கொண்டிருந்தது.

ஒரு கட்டத்தில் சரணடைவது தவிர வேறு வழியே இல்லை என்கிற நிலைமைக்கு அது தள்ளப்பட, வேறு வழியில்லாமல் போர் நிறுத்த உடன்பாடு செய்துகொண்டது. அதன் விளைவாக வடக்கு பிரான்சு ஜெர்மனியின் ஆளுகைக்கு உட்பட்டது! வெற்றிக்கு உதவிய இத்தாலிக்கு அப்பத்தில் கொஞ்சம் கிள்ளிக்கொடுத்தது ஜெர்மனி! என்னதான் தோற்ற தேசம் என்றாலும் கௌரவமாகப் போர் நிறுத்தம் செய்தபடியால் 'மன்னித்து', விஷி என்ற இடத்தில் இருந்தபடிக்கு பிரெஞ்சு அரசாங்கம் நடைபெற்றுவர உத்தரவளித்தார் ஹிட்லர்!

மறுபுறம் பிரிட்டனுக்கு எதிரான தனது வான்வழித்தாக்குதலையும் துரிதப்படுத்தினார். இதனால் போர், எல்லைகள் கடந்து கண்டம்

கடந்து பரவத்தொடங்கிவிட்டது. பால்கன் தீபகற்பத்திலும் வடக்கு ஆப்பிரிக்காவிலும் இந்தச் சண்டையின் கிளைகள் உற்பத்தியாயின. அங்கே மறுபுறம் ருஷ்யா, நைசாக பால்டிக் நாடுகளைப் பிடித்துக்கொண்டது. அப்படியே ருமேனியாவைச் சாப்பிட முடிவு செய்து கிளம்பிய தருணம், ஹிட்லரும் ருமேனியாமீது உரிமை கொண்டாடினார். ஆனால் தனது சகாக்களின் எண்ணிக்கையை அதிகரிக்க வேண்டிய கட்டாயம் அவருக்கு இருந்ததால், ருமேனியாவை ஜெயித்து பல்கேரியாவுக்கும் ஹங்கேரிக்கும் அதை சரிபாதியாகப் பிரித்துக்கொடுத்து அந்த தேசங்களைத் தன் நட்பு நாடுகளாக்கிக்கொண்டார்!

1941ம் வருஷம் போர் மிகக்கொடூரமாகியிருந்தது. ஆப்பிரிக்காவிலிருந்து ஐரோப்பா முழுவதற்குமாகத் தனது கோர நாக்குகளை நீட்டியிருந்த யுத்தம், அந்த வருஷம் இன்னொரு பரிமாணம் பெற்றது. அப்போது தான் அஃபிஷியலாக ருஷ்யாவுடன் இருந்த அமைதி ஒப்பந்தத்தை முறித்துக்கொண்டு மாஸ்கோவை நோக்கித் தன் படைகளைச் செலுத்தத் தொடங்கியிருந்தார் ஹிட்லர்.

நியாயமாக உலகின் பார்வை மாஸ்கோவின் மீது தான் முழுமையாகக் குவிந்திருக்கவேண்டும். யாருமே எதிர்பாராமல் அப்போது ஜப்பான், பிரான்சு, பிரிட்டன், அமெரிக்கா ஆகிய நாடுகளின் காலனிகளைத் தாக்கத்தொடங்கியது.

அது, அமெரிக்காவின் வடமேற்கு மூலைப் பகுதியான பேர்ல் ஹார்பரைத் தாக்க முடிவு செய்தது தான் இரண்டாம் உலக யுத்தத்தின் இரண்டாம் பாக ஆரம்பம் !

16. பேர்ல் துறைமுகத் தாக்குதல்

முதல் உலக யுத்தம் வரை உலகில் நடைபெற்ற அனைத்து யுத்தங்களுக்குமே சொந்த விருப்பு வெறுப்புகளும் நாடு பிடிக்கிற பேராசையும் தான் காரணமாக இருந்துவந்திருக்கிறது. இருபதாம் நூற்றாண்டின் மாபெரும் யுத்தம் என்று வருணிக்கப்படுகிற இரண்டாவது உலக யுத்த காலத்தில் தான் - யுத்தங்களுக்கான காரணங்கள் தம் புதுப் பரிமாணத்தை எட்டிப்பிடித்தன.

எந்த ஒரு தேசம், எந்த இன்னொரு தேசத்தின்மீது போர் தொடுத்தாலும் அதற்குச் சொல்லப்படுகிற காரணத்துக்கு அப்பால் நிஜமான இன்னொரு காரணம் ஒளிந்துகொண்டிருப்பது கண்டுபிடிக்கப்பட்டது! அந்த நிஜமான காரணம் என்பது நூத்துக்கு இருநூறு சதவீதம் பொருளாதார, வர்த்தகக் காரணம் தான். இரண்டாவது உலக யுத்தத்தின் ஆதாரக் காரணங்கள் என்று சரித்திரப் புஸ்தகங்கள் சொல்லுகிற எல்லாமே சும்மா என்று இடது கையால் ஒதுக்கிவைத்துவிடவும் நமக்கு ஏராளமான காரணங்கள் இருக்கின்றன.

ஒரு வரியில் சொல்லுவதென்றால், பணக்கார நாடுகளின் வர்த்தக மேலாதிக்க எல்லைகளைவிஸ்தரிப்பதற்காகத்தொடங்கப்பட்டதே இரண்டாவது உலக யுத்தம். மேலோட்டமாகப் பார்த்தால் இது புரிவதற்கு ரொம்ப பேஜாரான விஷயம். நம்பவே முடியாத சிடுக்குகள் நிறைய தென்படும். என்னடா இது, அமெரிக்கா ஜெர்மனிக்கு உதவியது என்று போன அத்தியாயத்தில் தானே பார்த்தோம், இந்த அத்தியாயத்தில் அடித்துக்கொள்வதற்கு என்ன காரணம் என்று விளங்கவில்லையே என்று சிண்டைப் பிய்த்துக்கொள்ளத்தோன்றும். அதே மாதிரி, ஜப்பான் ஒரு கொசு அளவுதேசம்தானே? என்னதான்ராணுவஆட்சிஅங்கேஇருந்தாலும் அமெரிக்காவின் துறைமுகத்தைத் தாக்குகிற மடத்தனத்தை என்னத்துக்காகச் செய்யவேண்டும், ரஷ்யாவைத் தாக்குவது தானே அவர்களின் நோக்கம் என்று சொல்லப்பட்டது என்று தோன்றலாம். சரி, ஜப்பான் அமெரிக்கத் துறைமுகத்தைத் தாக்கியதும் ஜெர்மனி எதுக்காக அமெரிக்கா மீது போர் அறிவிக்கவேண்டும்? அமெரிக்கா ஏன் இத்தாலியைத் தாக்கக் கங்கணம் கட்டிக்கொள்ளவேண்டும்?

அதெல்லாம் கூடப் பரவாயில்லை. அமெரிக்கா எப்படித் தனது பரம விரோதியான ரஷ்யாவுடன் கூட்டு வைத்துக்கொண்டது? ரஷ்யா எப்படி அந்தக் கூட்டுக்குச் சம்மதித்தது? இதில் பிரிட்டனும் எப்படி சேர்ந்துகொண்டது?

அடுக்கடுக்காக நிறைய கேள்விகள் வரும். பதில் ஒன்று தான். பணம். வர்த்தகம். லாபம். வர்த்தக மேலாதிக்கம். வேறு ஒரு காரணமும் இல்லை. எந்த தேசத்துக்கும் இருபதாம் நூற்றாண்டில் வெட்டுப்பழி, குத்துப்பழி இருக்க வாய்ப்பே இல்லை - இந்த ஒரு காரணம் தவிர.

என்னிடம் பணம் இருந்தால் நான் பெரிய ஆள். உன்னிடம் பணம் இருந்தால் நீ பெரிய ஆள். இங்கே நான் பெரிய ஆளா, நீ பெரிய ஆளா என்பது மட்டும் தான் பிரச்னை. எல்லாருக்குமே பெரிய ஆளாகக் காட்டிக்கொள்கிற பேராசை இருந்தது தான் யுத்தத்தின் ஆதாரக் காரணம். வேறு எந்த சித்தாந்தப் புடலங்காயும் இங்கே சம்பந்தப்படவில்லை!

இதைப் புரிந்துகொண்டுவிட்டால் இரண்டாம் உலகப்போரில் இனி நடக்கப்போகிற பல விசித்திரங்களை உள்வாங்கிக்கொள்ள சிரமம் ஏதும் இருக்காது.

ஆச்சா? ஜெர்மனியின் எழுச்சியைப் பார்த்துக்கொண்டிருந்தோம். ஹிட்லர் அந்தப்பக்கம் ஐரோப்பா முழுக்க கபளீகரம் பண்ணுவதற்கான அத்தனை காரியங்களையும் கனஜோராகச் செய்துகொண்டிருந்தார். குட்டி தேசங்களையெல்லாம் வளைத்துப்போட்டால் அடிப்படைப் பணப்பிரச்னை இருக்காது என்பது தான் ஹிட்லரின் கணக்கு. கஜினி முகம்மது மாதிரி கொள்ளையடித்துக்கொண்டு போகிற நோக்கம் மட்டும் தான் அந்த இடங்களில் அவருக்கு இருந்ததே தவிர, ஜெர்மானிய எல்லையை விஸ்தரித்துக்கொண்டு போவது கூட இரண்டாம் பட்சமாகிவிட்டது. ஏனெனில், எல்லா பெரிய தேசங்களும் தன்னைக் குறிவைக்கும் என்பது ஹிட்லருக்குத் தெரியும். ஆட்டத்தில் இறங்கிவிட்டபிறகு மீனமேஷம் பார்த்துக்கொண்டிருக்க முடியாது இல்லையா? யுத்தத்தைத் தொடர்ந்து நடத்தப் பணம் வேண்டுமே? மேலும் இரண்டாம் உலகப்போர் ஆரம்பமாகியிருந்த அந்தத் தொடக்க வருஷங்களில் ஹிட்லருக்கு ஆதரவு தரும் தேசங்களும்

அதிகமில்லை. ஒரு இத்தாலி. ஒரு ஜப்பான். இந்தப்பக்கம் மிரட்டி அடிபணியவைத்திருந்த மற்ற சில குட்டி ஐரோப்பிய நாடுகள். அவ்வளவே. ஆகவே, பணம் நிறைய இருப்பதுதான் பிரதான பாதுகாப்பு என்று ஹிட்லர் நினைத்திருக்கலாம்.

ஆனால், அவரே கூட நினைத்துப் பார்த்திராத விஷயம், அமெரிக்கா மீதான ஜப்பானின் அந்த திடீர் தாக்குதல். பர்ல் துறைமுகத் தாக்குதல். நேற்றைக்கு அமெரிக்க வர்த்தகக் கட்டடங்களை அல் கொய்தாவின் தற்கொலைப்படை விமானங்கள் தாக்கியபோது உலகம் எப்படி அதிர்ந்தது என்பதை ஒரு கணம் நினைத்துப்பாருங்கள்!

அதே அதிர்ச்சி. சற்றும் அளவு குறையாத அதிர்ச்சி. யாருமே எதிர்பாராத தாக்குதல் அது.

ஏனெனில் அமெரிக்காவின் ராணுவ, பொருளாதார பலத்துக்கு முன்னால் ஜப்பான் அப்போது நிஜமாகவே தூசு. மேலும் ஆசியக்கண்டத்தில் சீனாவின் மேலாதிக்கத்தைத் தடுத்து நிறுத்தும்விதமாக ஜப்பான் எழுச்சியடைய அமெரிக்கா செய்து வந்திருக்கிற உதவிகள் கணக்கே இல்லாதவை. சீனாவின்மீது படையெடுத்து, மஞ்சூரியாவை ஜப்பான் அபகரித்தபோது கூட அமெரிக்கா ரகசிய கூரியரில் அட்சதை அனுப்பி வாழ்த்தியது! ஜெர்மனியுடன் நட்பு பூண்டு ரஷ்யாவுக்கு வேட்டுவைக்க அது தயாரானபோது வாரே வா என்று திண்டில் சாய்ந்துகொண்டு சேட்டு மாதிரி ரசித்து அனுபவித்தது அமெரிக்கா.

எப்படிப் பார்த்தாலும் ஜப்பானின் எழுச்சியில் அமெரிக்காவுக்குப் பெரும் பங்கு உண்டு. ராணுவ ரீதியில் அத்தேசம் அன்று பெரிய அளவில் வளர்ந்து நிற்க மறைமுகமாக நிறைய ஆயுத உதவியும் பொருளுதவியும் செய்திருந்தது. அப்படிப்பட்ட, அமெரிக்காவுக்கு ஆயுள் சந்தா விசுவாசம் காட்டவேண்டிய நிலையில் இருந்த ஜப்பான் எப்படி அமெரிக்கா மீது தாக்குதல் நிகழ்த்தியது?

சரித்திரப் புஸ்தகங்களில் இதற்கு பதில் இருக்காது. மாறாக, பொருளாதாரப் புத்தகங்களைத் தான் நாம் புரட்டியாகவேண்டும்.

1917ல் ஜப்பான் முதல்முதலாக சீனாவைத் தாக்கியபோது அமெரிக்க அரசு, அன்றைய ஜப்பானிய சர்வாதிகார அரசுக்கு ஒரு மறைமுக வாழ்த்து மடல் அனுப்பியது. அந்தத் தாக்குதலை "சீனா மீதான ஜப்பானின் சிறப்பு கவனம்" என்று வருணித்த அந்தக் கடிதத்தில் தான் அதை அங்கீகரிப்பதாகவும் குறிப்பிட்டது அமெரிக்கா.

அப்படியொரு க்ளோசப்பின் நேசப்பிணைப்பு இருந்திருக்கிறது அந்த இரு தேசங்களுக்கும். பிறகு 1928ல் ஜப்பானியத் துருப்புகள் சீனாவுக்குள் நுழைந்தபோதும் அங்கிருந்த அமெரிக்க தூதரக அதிகாரிகள் ஆரத்தித் தட்டுடன் வரவேற்றார்கள்.

ஆனால் என்ன ஆயிற்றென்றால் சீனா முழுவதிலும் தனது வர்த்தக மேலாதிக்கத்தை நிலைநிறுத்த ஜப்பான் முயற்சி செய்யத் தொடங்கியதும் அமெரிக்கா கடுப்பாகிவிட்டது.

சீனாவோடு நிறுத்திக்கொண்டிருந்தால் கூடத் தப்பித்திருக்கலாம். மாறாக, ஆசியாக்கண்டத்தில் எங்கெல்லாம் அமெரிக்க வர்த்தகக் கூடாரங்கள் பலமாக ஊன்றப்பட்டிருந்தனவோ, அங்கெல்லாம் ஜப்பான் தன் சரக்கை நுழைக்கத் தொடங்கிவிட்டது. குறிப்பாக ஜப்பான் கொண்டுவந்து இறக்கிய டின், ரப்பர், பெட்ரோலிய மூலப்பொருட்கள் தென்கிழக்கு ஆசிய நாடுகள் முழுவதிலும் நல்ல கவனம் பெறத்தொடங்கியதும் அந்தப் பகுதிகளில் அமெரிக்க வர்த்தகம் படுக்கத் தொடங்கியது. காரணம், அமெரிக்க இறக்குமதியோடு ஒப்பிட்டால் ஜப்பானுடன் வர்த்தக ஒப்பந்தம் செய்துகொள்வது அப்போது சற்று மலிவாக இருந்ததுதான்.

என்னத்துக்கு எக்கச்சக்கக் காசைக்கொட்டி அத்தனை தூர அமெரிக்காவிலிருந்து மூலப்பொருட்களைத் தருவிக்கவேண்டும்? பக்கத்தில் இருக்கிறது ஜப்பான். மேலும் விலை மலிவு. இதுவே இருந்துவிட்டுப் போகட்டுமே என்று பல ஏழை ஆசிய நாடுகள் நினைத்தன. விளைவாக, சரியாக மூன்றே ஆண்டுகளில் ஆசியநிலப்பரப்பில் அமெரிக்க வர்த்தகக் கால்கள் ஆட்டம் காணத்தொடங்கிவிட்டன. கொஞ்சம் விட்டால் இந்தப் பக்கம் அமெரிக்கா எட்டிக்கூடப் பார்க்கமுடியாதபடிக்கு ஜப்பானின் ஆக்கிரமிப்பு பெருகிவிடும் என்பது வெட்டவெளிச்சமாகத் தெரிந்தது.

ஆகவே, அமெரிக்கா மறைமுகமாகத் தன் ‘வேலை’யைக் காட்டத் தொடங்கியது. எங்கெல்லாம் ஜப்பானிய சந்தை உருவாகிறதோ அங்கெல்லாம் தனது தாற்காலிக மலிவுச் சந்தையைப் போட்டிக்குத் திறப்பது. (சரவணபவன் இருக்கும் இடங்களிலெல்லாம் வசந்தபவனும் ரத்னாபவனும் முளைப்பதுமாதிரி.) ஜப்பானிய சந்தை கொண்டுவந்து குவிக்கும் பொருட்களையெல்லாம்

தானே டம்மி ஆசாமிகளை வைத்து மொத்தமாக வாங்கிக் கொண்டுபோய்ப் புதைத்துவைத்துவிடுவது. இன்னும் கொஞ்சம் டெக்னிகலாக, ஜப்பானின் அந்நிய வர்த்தகத்தைக் குலைக்கிற சூட்சும நடவடிக்கைகளை மேற்கொள்வது. அந்நாட்டின் நாணய மதிப்பை திருட்டுத்தனமாகக் குறைக்க நடவடிக்கைகள் மேற்கொள்வது.

இதனாலெல்லாம் வெளியாருக்குத் தெரியாதவண்ணம், அமெரிக்க - ஜப்பானியப் பகை 1936க்குப் பிறகு ஜோராக வளர்ந்து இருந்தது. யாருமே வெளியே பேசமாட்டார்கள். ஆனால் பகை என்று ஒன்று உருவாகியிருப்பது இருதேசத்துப் பெருந்தலைகளுக்கு மட்டும் ரகசியமாகத் தெரியும். என்றைக்காவது இது வெடிக்கும் என்பதும் தெரியும்.

அந்த வெடிக்கும் நாளுக்குத் தான் எல்லாருமே காத்திருந்தார்கள்.

1941` டிசம்பர் 7. அமெரிக்காவின் ஆளுகைக்கு உட்பட்ட ஹவாயில் பர்ல் துறைமுகத்தின் மீதான தனது தாக்குதலைத் தொடங்கியது ஜப்பான் ராணுவம். (உலக மேப்பின் அந்தப்பக்கத்திலிருந்து பார்த்தால் அமெரிக்கா, ஜப்பானின் பக்கத்து ஊர். ஹவாய் கிட்டத்தட்ட பக்கத்து காலனி மாதிரி. ஆகவே அணிவகுத்துக்கொண்டு பேரிகை முழங்க பெரிய ஊர்வலமெல்லாம் இல்லை. ஒரே நாளில் திட்டமிட்டுத் தாக்கிவிட்டது ஜப்பான்.)

இதை எதிர்பாராத தாக்குதல் என்று அமெரிக்க அரசு அறிவித்தாலும் அரசியல் வல்லுநர்கள், ரூஸ்வெல்டுக்கு இது முன்கூட்டியே தெரியும் என்று குற்றம் சாட்டினார்கள். “அவருக்குத் தெரியும். இந்தத் தாக்குதலுக்காகத் தான் காத்திருந்தார். இதை ஒரு சாக்காக வைத்துத்தான் நேரடியாக உலகப்போரில் குதிக்க நேரம் பார்த்துக்கொண்டிருந்தார்” என்று அன்றைய அமெரிக்க அரசியல் விமர்சகர்கள் பலர் சொன்னாலும் மக்கள் அதிபரைத் தான் மலை மாதிரி நம்பினார்கள்.

அமெரிக்க ஜனநாயகத்தின்மீது விழுந்த மாபெரும் அடி என்பதாக மீடியா அந்தத் தாக்குதலைச் சித்திரிக்க, இரவோடு இரவாக ராணுவமும் உயர்மட்ட ஆலோசனைக்குழுக்களும் இண்டெலிஜென்ஸும் அழைக்கப்பட்டு தீவிரமாக

விவாதிக்கப்பட்டது. அமெரிக்க பார்லிமெண்டில் அவசர நிலைச் சட்டம் பிரகடனத்துக்காக டைப்பாகி ரெடியாக இருந்தது.

உடனடியாகத் தீர்க்கப்படவேண்டிய உள்நாட்டு விவகாரங்களை இரவோடு இரவாக முடித்துவிட்டு, யார் யாரைக் கைது செய்ய வேண்டுமோ செய்துவிட்டு, நாடெங்கும் காவல் துறையை அலெர்ட் பண்ணிவைத்துவிட்டு, ராணுவ ஹைகமாண்டுடன் ஆலோசனைக்கு உட்கார்ந்தார் அதிபர் ரூஸ்வெல்ட்.

அவரைப் பொறுத்தவரை திட்டங்கள் மிகத் தெளிவாக இருந்தன. முதலில் ஜப்பான் மீது தாக்குதல். எப்படியும் அவர்கள் சப்போர்ட்டுக்கு ஜெர்மன் வரும். இத்தாலி வரும். இன்னும் கொஞ்சம் உதவாக்கறை நாடுகளும் வரும். வெறும் பொம்மைச் சண்டை போட்டுக் கொண்டிருப்பதில் நயா பைசா பிரயோஜனமில்லை.

நயா பைசா. ஆம். அது முக்கியம். ஒரு யுத்தம் என்று ஆரம்பித்தால் எத்தனை மில்லியன் டாலர் செலவு என்று எதிர்பார்க்கவே முடியாது. செலவை ‘முதலீட்டுச் செலவாக’ச் செய்து லாபம் பார்த்தாகவேண்டும். அதைப் பார்க்கத் தெரிந்தால்தான் அது வளர்ந்த நாடு. வல்லரசாகும் தகுதி படைத்த நாடு. மேலும் இப்போதைக்கு இதைவிடப் பெரிய யுத்தம் வேறு எதுவும் சமீபத்தில் மீண்டும் வரப்போவதில்லை. முதல் உலகப்போரைக்காட்டிலும் இதன் அழிவுகளும் விளைவுகளும் அதிகமாகத்தான் இருக்கப்போகிறது. அடித்துக்கொள்ளும் அத்தனை ஐரோப்பிய தேசங்களும் மீண்டும் எழுந்திருக்கக் குறைந்தபட்சம் அரை நூற்றாண்டு காலமாவது ஆகும். அதுவரை யுத்தம் என்று பேசக்கூட முடியாது. ரஷ்யா தப்பிக்கும். பிரிட்டன் தப்பிக்கும். தாம் தப்பிப்போம். மிச்ச அத்தனை தேசங்களும் - பிரான்ஸ் உட்பட - மாட்டிக்கொண்டு அவஸ்தைப்படத்தான் போகின்றன என்பது ரூஸ்வெல்டுக்குத் தெளிவாகத் தெரிந்தது.

ஆகவே அவர் ஒரு முடிவுக்கு வந்தார். இது ஐரோப்பிய பங்காளிச்சண்டை இல்லை. தர்ம யுத்தம். உலகின் ஆக்க சக்திகளுக்கும் அழிவு சக்திகளுக்கும் இடையிலான போர் என்பதாக மீடியாமூலம் பரப்புவதற்கு சகல ஆயத்தங்களும் செய்து கொடுத்துவிட்டு பிரிட்டனுடனும் சோவியத் யூனியனுடனும்

கூட்டணிவைத்து ஜெர்மன் நாசகார சக்திகளை ஒழித்துக்கட்டுவது என்பதே அம்முடிவு.

சோவியத் யூனியனுடன் கூட்டணி! அதுவும் அமெரிக்கா! எப்படி இருக்கிறது கதை?

அதுதான் அமெரிக்கா. அமெரிக்காவால் அப்படி மட்டுமே இருக்கமுடியும். அமெரிக்காவைத்தவிர வேறு எந்தத் தேசத்தாலும் அப்படி இருக்கவும் முடியாது. அமெரிக்கா அப்படி இல்லாது போனால் தான் ஆச்சர்யம்.

அமெரிக்காவைப் புரிந்துகொள்ள இது இன்னொரு சந்தர்ப்பம்.

பர்ல் துறைமுகத்தை ஜப்பான் தாக்கியதும் மறுநாளே ஜப்பான் மீதான தனது போர் அறிவிப்பை வெளியிட்டார் அமெரிக்க அதிபர் ரூஸ்வெல்ட். உடனே ஜப்பானுக்கு ஆதரவாக அமெரிக்கப் படைகளை நசுக்குவோம் என்று குரல் கொடுத்தார் ஹிட்லர்.

இரண்டாவது உலக யுத்தம் இந்த இடத்தில் தான் முழுச்சூடு பிடிக்கத் தொடங்கியது!

17. ஜப்பான் என்றொரு சாத்தான்

ஒரு தேசத்தின் ராவடி பொறுக்காமல் அணுகுண்டு வீசி அழித்துவிடலாம் என்று முடிவு செய்கிற அளவுக்கு அமெரிக்காவை வெறுப்பேற்றிய ஒரு நாடு உண்டென்றால், அது ஜப்பான். ரஷ்யாவே பரவாயில்லை. ஜெர்மனி கூடப் பரவாயில்லை. இத்தாலியும் பரவாயில்லை. முதலில் இந்த ஜப்பான் சனியனை ஒழித்துக்கட்டிவிட்டுத்தான் மறுவேலை என்று இரண்டாம் உலக யுத்தத்தில் நுழைந்ததிலிருந்தே கங்கணம் கட்டிக்கொண்டது அமெரிக்கா.

பர்ல் துறைமுகத் தாக்குதல் என்பது சாதாரணமான ஒரு ஊடுறுவல், தாக்குதல் அல்ல. சொல்லப்போனால் அதுமாதிரியான அதிபுத்திசாலித்தனமான காரியம் வேறெதையும் ஹிட்லரின் கூட்டணியினர் வேறெப்போதும் செய்யவில்லை - உலகப்போர் சமயத்தில்.

அன்றைக்கு அமெரிக்கக் கடற்படையின் மூளை, இதயம், ஆன்மா எல்லாமே அங்கே தான் இருந்தது. பர்லில் உட்கார்ந்துகொண்டு, கிட்டத்தட்ட பசிபிக் பெருங்கடல் முழுவதையுமே ஆட்சிபுரிந்து கொண்டிருந்தது அமெரிக்கக் கடற்படை. மொத்தம் 94 கப்பல்கள். ஆயிரக்கணக்கான துணைப்படகுகள். ஒன்பது போர்க்கப்பல்கள். பத்து இழுவைப்படகுகள். இது தவிர கண்ணிவெடி வைக்கிற கப்பல்கள் ஒன்பது என்று அந்த அமெரிக்கத் துறைமுகத்தில் இருந்த அசையும் சொத்துக்களின் மொத்த மதிப்பு - யுத்தகால ரீதியில் ரொம்பப் பெரிசு.

இதுதவிர அமெரிக்க விமானப்படையின் ஒரு பிரிவும் அங்கே தான் முகாமிட்டிருந்தது அப்போது. அந்த வகையில் 394 போர் விமானங்கள். 294 விமான எதிர்ப்பு பீரங்கிகள். கிட்டத்தட்ட நாற்பத்தி மூவாயிரம் வீரர்கள்.

என்ன விசித்திரம் என்றால், எந்தக் கணமும் தான் போரில் நேரடியாக குதிக்கவேண்டிவரும் என்பது அமெரிக்காவுக்கு மிக நன்றாகத் தெரியும். நாடெங்கிலும் பல படைகளை ஆயத்தப்படுத்தியே

வைத்திருந்தார் அதிபர் ரூஸ்வெல்ட். ஆனால் துரதிருஷ்டவசமாக, பர்ல் துறைமுகத்தில் உட்கார்ந்திருந்த வீரர்களையும் உபகரணங்களையும் மட்டும் தயார் நிலைக்குப் பக்கத்தில் கூடக் கொண்டுவரவில்லை! ஏனெனில் அந்தப் பிரதேசத்தில் ஒரு தாக்குதலையோ, தற்காப்பு நடவடிக்கையோ மேற்கொள்ள வேண்டிவரும் என்று யாருமே எதிர்பார்த்திருக்கமாட்டார்கள் என்கிறார்கள் போர் சரித்திர எழுத்தாளர்கள்.

எப்படியும் ஜப்பான் அமெரிக்காவைத் தாக்கும் என்றே எதிர்பார்த்திருந்தால் கூட பர்ல் துறைமுகம் அதன் இலக்காக இருக்கும் என்று எதிர்பார்த்திருக்கமுடியாது என்கிறார்கள், அந்தச் சம்பவத்துக்குப் பின் அமெரிக்காவின் திடீர் நண்பனான ரஷ்யாவின் போர் சரித்திர ஆய்வாளர்கள்.

உண்மையில் ஜப்பான் அடைந்த வெற்றிகளுள் அது மிகவும் முக்கியமான ஒன்று என்று தான் சொல்லவேண்டும். தொலைக்காட்சியில் எப்போதாவது கேரளாவில் நடக்கிற இட்லி சாப்பிடும் போட்டியைப் பார்த்திருக்கிறீர்களா? அந்தமாதிரியான ஒரு கபளீகரத்தைப் பண்ணிவிட்டது ஜப்பான்.

அன்றைக்குத் தேதி நவம்பர் 16. 1941வது வருஷம். ஜப்பானின் குரீல் தீவுகளிலிருந்து ஒரு சிறிய விமானம்தாங்கும் கப்பல்படைதான் புறப்பட்டது முதலில். ஆறு விமானந்தாங்கிக் கப்பல்கள் (ஆறு கப்பல்களில் மொத்தம் 353 விமானங்கள்.) ரெண்டு போர்க்கப்பல்கள். மூணு க்ரூசர் கப்பல்கள். மூணு நீர்மூழ்கிகள். இவை தவிர பதினோரு நாசகாரக் கப்பல்கள். அதாவது கண்ணிவெடி வைக்கிற கப்பல்கள்.

அப்போதைய ஜப்பானிய மன்னர் ஒரு சுத்த வேஸ்ட். அவரை உருட்டி கமர்கட்டாக்கி, கடைவாயில் வைத்துக்கொண்டு ராணுவம் தான் அங்கே ஆட்சிசெய்துகொண்டிருந்தது. அந்த ராணுவத்தலைமை, மேற்படி கப்பற்படைக்குத் தெளிவான உத்தரவு கொடுத்திருந்தது. வழியில் வம்பு வழக்குகள் எதிலும் சிக்கிக்கொள்ளாமல் சைலண்டாக பசிபிக் கடலில் பயணத்தைத் தொடங்கவேண்டியது. மெதுவாக, திருப்பதி பிரம்மோற்சவக் காட்சிகள் மாதிரி படை நகர்ந்தால் போதும். டிசம்பர் ஏழாம் தேதி அதிகாலை பர்ல் துறைமுகத்தை நெருங்கிவிடவேண்டும். நெருங்கிவிட்டபிறகு நடவடிக்கைகளில் தாமதம் கூடாது. பல் குத்திக்கொண்டு யோசிக்கக்கூடாது. கிட்டே போன உடனேயே

அடிக்க ஆரம்பித்துவிடவேண்டும். எதிரி சுதாரித்துக்கொள்வதற்குள் காரியத்தை முடித்துவிட்டுத் திரும்பிவிடவேண்டும்.

திட்டப்படியே தான் எல்லாம் நடந்தது. டிசம்பர் 7ம் தேதி அதிகாலை அந்த ஜப்பானிய கடற்படை அமெரிக்காவின் பர்ல் துறைமுகத்துக்கு வடக்கே சரியாக 360 கிலோ மீட்டர் தொலைவில் மையம் கொண்டிருந்தது.

அன்றைக்குப் பார்த்து பர்ல் துறைமுகத்தில் பெரும்பாலான மாலுமிகள் குழுமியிருந்தார்கள். போர் எச்சரிக்கை ஏதும் அவர்களுக்கு வரவில்லை. சும்மா வழக்கம்போல வரலாம் என்று எல்லாரும் தற்செயலாக வந்து ஹாயாக உட்கார்ந்து அரட்டை அடித்துக்கொண்டிருந்தார்கள்.

ஆனால் பொழுது விடிந்த கொஞ்ச நேரத்திலெல்லாம் சர் சர் என்று ஜப்பானிய விமானங்கள் துறைமுகத்தை நோக்கி சீறத்தொடங்கியதும் அரண்டுபோனார்கள். அடியென்றால் உங்க வீட்டு அடி, எங்க வீட்டு அடி இல்லை. சரியான அடி. கண்ணிமைப்பதற்குள் ஜப்பானியப் போர் விமானங்கள் குண்டு மழை பொழிந்துவிட்டன. அமெரிக்கா அங்கே நிறுத்தியிருந்த ஒன்பது போர்க்கப்பல்களுள் எட்டுக்கப்பல்கள் கண்ணெதிரே நொறுங்கி மூழ்கிவிட்டன. சுமார் 270 போர் விமானங்களை நாசப்படுத்திவிட்டது ஜப்பானிய விமானப்படை. மற்ற அத்தனை அமெரிக்கக் கப்பல்களும் கணிசமான அளவு பழுதடைந்துவிட்டன.

எல்லாமே மிகச் சொற்ப நேரத்தில் நடந்தது தான்.

அமெரிக்காஇதைஎதிர்பார்க்கவில்லை. ஏன், உலகமேஎதிர்பார்க்கவில்லை. அமெரிக்காவின் படைபலத்துக்கு முன்னால் ஜப்பான் நிஜமாகவே ஒரு கொசு. ஆனால் அந்தத் தாக்குதல் உண்டாக்கிய விளைவு என்னவென்றால் கொசுவைக்கூட நம்பாதே என்கிற சித்தாந்தத்தை அமெரிக்கா கற்றுக்கொண்டது தான்!

அரண்டுபோனார் அமெரிக்க அதிபர் ரூஸ்வெல்ட். உடனடியாக பர்ல் ஹார்பர் தாக்குதல் - தோல்விக்கான காரணத்தைக் கண்டறிய ராணுவ நீதிமன்றம் ரகசியமாகக் கூடியது. மறுபுறம் பார்லிமெண்டில் ஜப்பான் மீதான அமெரிக்காவின் போர் அறிவிப்பு வெளியிடப்பட்டு, போர்க்கால நடவடிக்கைகள் மின்னல் வேகத்தில் மேற்கொள்ளப்பட்டன.

"கிளம்புங்கள் யுத்தத்துக்கு" என்று ராணுவத்தலைமைக்கு உத்தரவு கொடுக்கப்பட்ட அதேவேளை பர்ல் ஹார்பர் தாக்குதலில் அமெரிக்கா அடைந்த படுதோல்விக்கான காரணத்தை நீதிபதிகள் வெளியிட்டார்கள். அங்கே இருந்த அமெரிக்க கப்பற்படைத் தலைமைக்குப் போதிய கவனம் இல்லாதது தான் காரணம்!

அந்தப் பாவப்பட்ட கடற்படைத் தலைவர் அப்புறம் என்ன ஆனார் என்று தெரியவில்லை. ஆனால் ஒரு விஷயம் மட்டும் மிகத் தெளிவாகத் தெரிந்தது.

ஜப்பானின் அந்தத் தாக்குதல் வெற்றிகரமானது தான் என்றாலும் அனுபவக் குறைவு காரணமாக நிறைய தவறுகளும் செய்தார்கள். ஒரு யுத்தம் என்று ஆரம்பித்தால் வெற்றி மட்டும் முக்கியமில்லை. அந்த யுத்தத்தின் தொடர்ச்சியாக அடுத்து வரக்கூடிய ஆபத்துகளை அப்போதே தவிர்த்துவிட்டுத் திரும்புவது ரொம்ப முக்கியம். இது எல்லா தேசத்து ராணுவத்துக்கும் தெரியும்.

உதாரணமாக, ஒரு போரில் ஜெயித்துவிட்டுத் திரும்பும்போது போர்க்கைதிகளை படுஜாக்கிரதையாக சிறைப்படுத்திக் கொண்டு போகவேண்டும். எதிரிகளில் மிச்சம் மீதி யாராவது உண்டா என்று கவனமாகப் பார்த்துத் தீர்த்துக்கட்ட வேண்டும். போரில் நேரடியாக ஏற்படக்கூடிய தோல்வியைக் காட்டிலும் அப்படி மிச்சம் மீதி இருப்போரால் உண்டாகக்கூடிய இழப்புகள் மிக அதிகமாக இருக்கும். இன்றைக்கு ஈராக்கில் நடப்பது இதுவே. யுத்தம் முடிந்ததாக உலகமே நம்பிக்கொண்டிருந்தாலும் இன்னும் தினசரி காலை பேப்பர் வந்து விழுகிறபோதெல்லாம் அங்கே குண்டு வெடித்துக்கொண்டிருக்கிறது. யாராவது யாரையாவது தாக்கிக்கொண்டே இருக்கிறார்கள். சதாமின் அடிப்பொடிகள் சந்துபொந்துகளில் பதுங்கிக்கொண்டு தற்கொலைத் தாக்குதல்கள் நிகழ்த்திக்கொண்டே இருக்கிறார்கள் அல்லவா?

அந்த மாதிரி.

பர்ல் ஹார்பரை நாசம் செய்துவிட்டதும் மகிழ்ச்சியில் திக்குமுக்காடிப் போய்விட்டது ஜப்பானின் கப்பற்படை. சரி, இனி அமெரிக்கா அவ்வளவு தான் என்று தப்புக்கணக்குப் போட்டுவிட்டு சந்தோஷமாக ஊரைப் பார்க்கத் திரும்பிவிட்டார்கள். உண்மையில் அன்றைக்கு ஜப்பான் வென்றது பர்ல் துறைமுகத்தின் முப்பது

சதவீதத்தைக்கூட இல்லை என்பது அப்போது யாருக்குமே தெரியாது!

ஏனெனில் கண்ணுக்குத் தெரியும்படி அமெரிக்கா அங்கே நிறுத்தியிருந்த படை ஒருபக்கம் என்றால் கண்ணுக்குத்தெரியாத சொத்துக்கள் ஏராளம். (இது உலகயுத்தம் முழுக்கவே முடிந்த பின்னால் தான் தெரியவந்தது!)

உதாரணமாக அமெரிக்காவின் இரண்டு அதிமுக்கியமான போர்க்கப்பல்கள் அன்று பர்ல் துறைமுகத்துப் பக்கம்தான் நின்றுகொண்டிருந்தன. அதி முக்கியம் என்றால் அதிமுக்கியம் தான். அமெரிக்கக் கப்பற்படை முழுவதையுமே வழிநடத்திச் செல்லத்தக்க அளவுக்கு சக்திபெற்ற போர்க்கப்பல்கள் அவை. ஒன்று 'எண்டர்ப்ரைஸ்' என்று அழைக்கப்பட்டது. இன்னொன்று லெக்சிங்டோன் என்ற பெயர் உடையது. இந்த இரண்டு கப்பல்களும் பர்ல் துறைமுகத்துக்கு வெளியில் முறையே 210 மைல் தொலைவிலும் 700 மைல் தொலைவிலும் 'தேமே' என்று நின்றுகொண்டிருந்தன.

துறைமுகத்தின் வாசலில் நின்ற கப்பல்களை அழித்த ஜப்பானியப்படை இப்படியொரு சாத்தியம் இருக்கும் என்று நினைத்துப்பார்க்கத் தவறிவிட்டது. நினைத்துப்பார்த்திருந்தால் ராடார் மூலம் அந்த இரு கப்பல்களைக் கண்டுபிடித்து அப்போதே அழித்திருக்கலாம். அவை கடலுக்குள் இருந்தனவே தவிர அப்போது போருக்கு ஆயத்தமாக இல்லை.

இது ஒரு தவறு ஆச்சா? இன்னொரு தப்பு, மாபெரும் தப்பு. பர்ல் துறைமுகத்தில் அன்றைக்கு அமெரிக்கா சேமித்து வைத்திருந்த கனிம எண்ணெயின் அளவு நாலு லட்சம் டன்.

இந்த விஷயத்தை மோப்பம் பிடிக்க ஜப்பானிய ராணுவம் தவறிவிட்டது. கண்டுபிடித்து கையோடு அதை அழித்திருந்தால் அதை ஈடுகட்டவே அமெரிக்காவுக்கு ரொம்பக் காலம் பிடித்திருக்கும். ஆனால், ஜப்பான் தவறிவிட்டதால் ராவோடு ராவாக அந்தச் சேமிப்புகளை இடம் மாற்றி பத்திரப்படுத்திவிட்டது அமெரிக்கா.

உண்மையிலேயே அது ஒரு அதிர்ஷ்டம் தான் என்று எழுதுகிறார்கள் போர்க்கலை வல்லுநர்கள். நாலு லட்சம் டன் எரிபொருள் என்றால்

லேசுப்பட்ட விஷயம் அல்ல. ஒரு சிறு தீப்பொறி விழுந்திருந்தால் கூட காலியாகியிருக்கும். ஜப்பானின் அறியாமையால் அந்த எண்ணெய்க்கிடங்கு அன்று தப்பித்துவிட்டது.

இந்த பர்ல் துறைமுகத்தாக்குதல் உண்டாக்கிய மூர்க்கமான வெறி தான் கடைசிவரை ஜப்பானை விரட்டு விரட்டென்று விரட்டி அணுகுண்டு வீசி அழிக்கும் அளவுக்கு அமெரிக்காவை உசுப்பிவிட்டது. கற்பனைக்குஅப்பாற்பட்டஅந்தஉக்கிரத்தாக்குதல் அரங்கேறுவதற்கு முன்னால் வேறு பல சங்கதிகளும் நடந்தன.

உண்மையில் சொல்லப்போனால், அன்றைய தேதியில் இரண்டாவது உலகயுத்தம் போய்க்கொண்டிருந்த போக்கைப் பார்த்தால் கொஞ்ச நாளில் ஒட்டுமொத்த ஐரோப்பாவையும் ஜெர்மனியும் அதன் கூட்டணி நாடுகளும் கைப்பற்றிவிடும் என்பது போலத்தான் இருந்தது. பிரான்ஸ், பிரிட்டன் போன்ற தாதாக்களுக்கே தண்ணிகாட்டிக்கொண்டிருந்தார் ஹிட்லர். கிழக்கே ரஷ்யாவைக் கபளீகரம் செய்ய மாபெரும் திட்டம் வகுத்து, மிகப்பெரிய படையொன்றை ரஷ்யாவின் எல்லா எல்லைகளுக்கும் அனுப்பிக்கொண்டிருந்தார். தோதாக இத்தாலியின் சர்வாதிகாரியான முசோலினியும் ஆப்பிரிக்காவிலிருந்த பிரிட்டிஷ் காலனிகளைத் தாக்கித் தாக்கிச் சாப்பிட்டு பசியாறிக்கொண்டிருந்தார்.

பிரிட்டனின் கூட்டணி நாடுகள் எல்லாமே தோல்வியில் துவளத் தொடங்கியிருந்த சமயத்தில் போரில் அவர்களுக்கு ஆதரவாக இறங்கியது அமெரிக்கா.

அவ்வளவுதான். போரின் நிறம், மணம், குணம் எல்லாமே ஒரு அதிசயம் மாதிரி தலைகீழாகத்தொடங்கிவிட்டது!

18. மூன்று சக்திகள்

இரண்டாம் உலகப்போரில் அமெரிக்கா பங்குபெற நேரடியான காரணம் என்றால் அது பர்ல் துறைமுகம் மீதான ஜப்பானின் தாக்குதல். இதை ஏற்கெனவே பார்த்துவிட்டோம். ஆனால் போரில் அமெரிக்கா இறங்குகிறது என்று பாராளுமன்றத்தில் அறிவிக்கும்போது, அதிபர் ரூஸ்வெல்டுக்கு அதற்கான பல்வேறு காரணங்களைப் பட்டியலிடவேண்டிய கட்டாயம் இருந்தது. ஜப்பான் உன்னைத் தாக்கியது என்றால் நீ பதிலுக்கு ஜப்பானை மட்டும் தாக்கிவிட்டு சமர்த்தாக இருக்கவேண்டியது தானே என்று யாரும் கேட்டுவிடக்கூடாதில்லையா? அதான் விஷயம்.

அந்தக் 'காரணம்' பிடிக்கிற விஷயத்தில் ரூஸ்வெல்ட் கெட்டிக்காரத்தனமாக ஒரு காரியம் செய்தார். அமெரிக்கா, உலகின் பெரிய ஜனநாயக நாடு. இப்போது போர் நடந்துகொண்டிருப்பதோ, ஜனநாயக சக்திகளுக்கும் சர்வாதிகார சக்திகளுக்கும். எனவே உலகின் ஜனநாயகத்தையும் மக்களாட்சி முறையையும் அழிக்க அவதரித்திருக்கும் சக்திகளை ஒழித்துக்கட்டுவது சக ஜனநாயக நாடான அமெரிக்காவின் கடமையாகிறது என்று சொல்லிவிட்டார் ரூஸ்வெல்ட்.

உண்மையில் இரண்டாம் உலகப்போர் என்கிற ஆறுவருஷக் குரூரத் திருவிழாவில் அமெரிக்கா எத்தனை சம்பாதித்தது என்பதற்குக் கணக்கு வழக்கே இல்லை. போரில் ஈடுபடுவதற்கு முன்பே பிரிட்டன் ஆதரவு தேசங்களுக்கு உணவு, மருந்து, ராணுவத் தளவாடங்கள் என எக்கச்சக்கமாக உதவி செய்து நிறையவே லாபம் பார்த்துவிட்டிருந்தது அமெரிக்கா. போரில் ஈடுபடலாம் என்று முடிவு செய்தபோது ராணுவரீதியில் அமெரிக்கா மிகப்பெரிய அளவில் தன்னிறைவு படைத்த தேசமாக இருந்தது. எண்ணிப்பார்க்க முடியாத அளவுக்கு ராணுவ வீரர்கள். பட்டியலிட்டுத் தீராத அளவுக்கு ஆயுதபலம். மேலும் பணபலம். ஆராய்ச்சிபலம். உற்பத்தி பலம். தொழில்துறை பலம். ரொம்ப முக்கியம் - முப்பதுகளின் இறுதியிலேயே அமெரிக்காவில் தீவிரமடையத் தொடங்கியிருந்த அணுவின் மீதான ஆய்வுகள்

ஆயிரத்தித் தொள்ளாயிரத்தி நாற்பதாம் வருஷத்தின் இறுதியில் கிட்டத்தட்ட வெற்றியின் விளிம்பைத் தொட்டுவிட்டிருந்தது.

உலகில் வேறு எந்த தேசத்திடமும் அப்போது அணு ஆயுதங்கள் இல்லை. ரஷ்யாவிடம் ஒருவேளை இருக்கலாம் என்கிற சந்தேகம் மட்டுமே இருந்தது. (அதுவும் இல்லை என்பது யுத்தத்தின் இறுதியில் வெளிச்சமாகிவிட்டது. ஏனெனில் ஜப்பானை ஒழிப்பதில் அமெரிக்காவைக்காட்டிலும் ரஷ்யா அன்று அதிக ஆர்வம் கொண்டிருந்தது.) அமெரிக்கா கூட அணு ஆராய்ச்சிகள் செய்து கொண்டிருப்பது தெரியுமே தவிர, ஆயுதம் ரெடியா என்பது பரம ரகசியமாகவே இருந்தது.

இப்படி எல்லாவகையிலும் சகல முன்னேற்பாடுகளும் தயாராக இருந்தநிலையில்தான் உலகப்போரில் இறங்கியது அமெரிக்கா. மிக நேரடியாகவே சொன்னார் ரூஸ்வெல்ட். ஹிட்லரின் கூட்டணிக்கு எதிராகப் போரிட யார் முன்வந்தாலும் என்னவிதமான உதவி வேண்டுமானாலும் செய்யத்தயார்.

அதற்காகத்தான் காத்திருந்தது பிரிட்டன். ஏனெனில் ஹிட்லரின் தாக்குதலில் அப்போது லண்டன் நகரத்தின்மீது சரமாரியான குண்டுவீச்சு நடந்துகொண்டிருந்தது. மறுபுறம் ஆப்பிரிக்க நாடுகளில் இருந்த பிரிட்டிஷ், பிரெஞ்சு காலனிகள் மீது இத்தாலி தாக்குதல் நடத்தி, கணிசமான இழப்புகளை உண்டாக்கியிருந்தது. இன்னொருபக்கம் ரஷ்யாவை நோக்கி ஜெர்மானியப்படைகள் ஓடிக்கொண்டிருந்தன. வழியில் எதிர்ப்பட்ட துண்டு துக்கடாப்பிரதேசங்களையெல்லாம் ஹிட்லர் பன் பட்டர் ஜாம் மாதிரி பகலுக்கு ஒன்று இரவுக்கு ஒன்றென்று எடுத்துச் சாப்பிட்டுக்கொண்டே போனார்.

இதற்கு ஒரு முடிவு கட்டிவிடலாம் என்று தான் ரூஸ்வெல்டும் பிரிட்டிஷ் பிரதமர் சர்ச்சிலும் சோவியத் யூனியனின் தலைவர் ஸ்டாலினும் இணைந்து பேச்சுவார்த்தை நடத்தினார்கள். யுத்தத்தில் இணைந்து செயல்படலாம் என்று அவர்கள் முடிவு செய்ததும் மீடியா அந்தக் கூட்டணியை *Big three* என்று வருணித்தது.

கூட்டணி ஏற்பாடாகிவிட்டதே தவிர ரூஸ்வெல்டுக்கு ஸ்டாலினுடனான திடீர் நட்பு கொஞ்சம் ஸ்டார்ட்டிங் டிரபிள்

கொடுத்துக்கொண்டுதான் இருந்தது. ஏனென்றால் கம்யூனிச எதிர்ப்பு விஷயத்தில் ஹிட்லருக்குக் கொஞ்சமும் சளைத்தவர்கள் இல்லை அமெரிக்க அரசியல்வாதிகள். ஒரு தேசத்தின் நிஜமான வளர்ச்சி என்றால் அது பொருளாதார வளர்ச்சி தான்; பொருளாதாரம் சகல சௌபாக்கியங்களுடனும் வளர்ந்துகொண்டே இருக்கவேண்டுமென்றால் அது முதலாளித்துவ அரசாங்கம் இருந்தால் மட்டுமே முடியும் என்பது அமெரிக்கர்களின் கருத்து. ஆனால் இந்தக் கம்யூனிச குட்டிச்சாத்தான் முதலாளித்துவ அரசுகளை ஒழித்துக்கட்டவென்றே அவதரித்த ஒரு சங்கதி என்பதால் தான் அமெரிக்கா உள்ளிட்ட அத்தனை முதலாளித்துவ தேசங்களுக்கும் சோவியத் யூனியனை ஆரம்பம் முதலே பிடிக்காமல் போனது.

ஆனால் யுத்தம் என்று வந்துவிட்ட பிறகு சித்தாந்தச் சிக்கல்களைப் பார்த்துக்கொண்டிருக்கமுடியாது. எதிரிக்கு எதிரி நண்பனாகியே தீரவேண்டுமென்பதால் அமெரிக்கா - பிரிட்டன் - சோவியத் யூனியன் கூட்டு அப்போது சாத்தியமானது.

சும்மா சொல்வதற்கில்லை. அந்த ஏற்பாட்டின் பலனும் பிரமாதமாகத் தான் இருந்தது.

அன்றைய தேதியில் ஜெர்மன் போரில் அடைந்துவந்த வெற்றிகளுக்கு நிகராக என்று சொல்லமுடியாவிட்டாலும் - ஓரளவு நெருக்கமாக, நிறையவே வெற்றி கண்டு வந்தது ஜப்பான். நாற்பத்திரெண்டாவது வருஷம் பிப்ரவரியில் (பர்ல் ஹார்பர் தாக்குதல் வெற்றிக்குச் சரியாக அறுபது நாள் கழித்து.) ஜப்பானிய ராணுவம் சிங்கப்பூரைத் தாக்கி, வீழ்த்தி, தெற்காசியா முழுவதையுமே கேள்விக்குறியுடன் தன்பக்கம் திரும்பிப்பார்க்கச் செய்திருந்தது. ஜப்பானின் அடுத்த இலக்கு எது என்பதே அந்தக் கேள்விக்குறிக்கு அர்த்தம்.

ஜப்பானின் இந்த எழுச்சி வேறு சில பிரச்னை பூமிகளில் சாதகமாகவும் பாதகமாகவும் மிக விரிவாக அலசி ஆராயப்பட்டுக் கொண்டிருந்தது. ஒருவேளை நேச நாடுகளின் கூட்டணிப்படையை ஜப்பான் -ஜெர்மனி கூட்டு தோற்கடித்துவிட்டால் உலகமே அந்த இரு தேசங்களின் காலடியில் தானே? ஆகவே, இப்போதே ஜப்பானுடன் நட்பு பூண்டுவிடலாமா என்று பல ஆசிய நாடுகள்

யோசித்துவந்தன. முக்கியமாக இந்தியாவில் இந்தப் பேச்சு அப்போது மிக அதிகமாக இருந்தது. பிரிட்டிஷ் ஆட்சியில் இருந்த இந்தியா இயல்பாகவே நேச நாடுகளின் அணியுடன் தான் இருந்தாகவேண்டிய கட்டாயம். ஆனால் சுபாஷ் சந்திரபோஸ் போன்ற சில தீவிரவாத சுதந்தரப் போராளிகள் ஜப்பானை ஆதரித்துக்கொண்டிருந்தார்கள். ஜப்பானின் சிங்கப்பூர் மீதான வெற்றிக்குப் பிறகு ஐ.என்.ஏவின் பல தலைவர்கள் முடிவே செய்துவிட்டார்கள். ஜப்பான் ஒத்துழைப்புடன் இந்தியாவுக்குள் இந்தியதேசிய ராணுவத்தை வழிநடத்திவந்து பிரிட்டிஷ் படைகளை வெல்லும் கனவை மிக வேகமாக வளர்க்கத் தொடங்கி விட்டார்கள்.

ஆனால் அமெரிக்கா யுத்தத்தில் குதித்தபிறகு காட்சிகள் அதே வேகத்தில் மாறத்தொடங்கிவிட்டன.

ஜப்பானிய ராணுவம் எங்கெல்லாம் முகாமிட்டிருந்ததோ அங்கெல்லாம் குறிவைத்து அடிக்கத்தொடங்கிய அமெரிக்கப்படை, அடுத்தடுத்து நிறைய வெற்றிகளை மிகச் சுலபமாகப் பார்க்கத் தொடங்கியது. இதனால் "இந்திய விடுதலைக்குத் தன்னாலான எல்லா உதவிகளையும் ஜப்பான் செய்யும்" என்று ஐ.என்.ஏ.விடம் சொல்லியிருந்த ஜப்பானிய ராணுவ ஜெனரல் டோஜோவின் வாக்குறுதி வீணாகிப் போனது.

1942ம் வருஷம் ஜூன் மாதம் அது. ஜப்பானின் தோல்விக்காண்டத்தின் மிக முக்கியமான அத்தியாயம் அன்று அமெரிக்கக் கடற்படையால் மிட்வே என்னும் இடத்தில் எழுதப்பட்டது. ஜப்பானின் கடற்படைத் தலைவர் அட்மிரல் இஸோரோகூ யாமமோட்டோ அதற்குமுன் அப்படியொரு மாபெரும் தோல்வியைப் பார்த்ததில்லை. சர்வநாசம் என்கிற சொல்லுக்குச் சரியான உதாரணம் அந்தத் தோல்வி. ஜப்பானின் வலுவான கடற்பிரிவு அந்த யுத்தத்தில் அமெரிக்கக் கடற்படையால் சின்னாபின்னப்படுத்தப்பட்டது. ஜப்பானின் நான்கு விமானம் தாங்கிக்கப்பல்கள், ஒரு போர்க்கப்பல் தவிர முன்னூறுக்கும் மேற்பட்ட விமானங்களையும் அமெரிக்கக் கடற்படை அழித்துக் கபளீகரம் பண்ணிவிட்டது.

இந்தத் தோல்வி மக்களுக்குத் தெரிந்தால் எங்கே சோர்வடைந்து விடுவார்களோ என்று ஜப்பானிய ராணுவம் மிக சாமர்த்தியமாக

ராணுவத் தணிக்கை முறையில் இதை மறைத்துவிட்டது. ஆனால் எதை எத்தனை நாளுக்கு மறைத்துவைக்கமுடியும்?

1943ம் வருட ஆரம்பத்தில் ஜப்பானின் நாலு திசைகளின் எல்லையிலும் அமெரிக்கப்படை மிக வலுவாகக் காலூன்றி நின்று குறிபார்த்துக்கொண்டிருந்தது. பிப்ரவரி தொடக்கத்தில் குவாடால்கனால் என்ற இடத்தில் நடந்த யுத்தத்தில் ஜப்பானிய ராணுவத்தின் கணிசமான வீரர்களை அமெரிக்க வீரர்கள் சுட்டு வீழ்த்திவிட்டார்கள். விஷயம் தெரிந்த ஜப்பானிய மக்கள் முதல்முறையாக மாபெரும் அதிர்ச்சிக்கு உள்ளானார்கள். முந்தைய தோல்விகள் எதுவும் அவர்களுக்குச் செய்தியாகத் தரப்படாததால் இந்தத் தோல்வி அவர்களை மிகவும் பாதித்தது. தொடர்ந்து அதே ஆண்டு ஏப்ரல் 14ம் தேதி நடந்த சண்டையில் அட்மிரல் யாமமோட்டோ ஒரு அமெரிக்க விமானத்தால் சுடப்பட்டு இறந்த செய்தி வந்ததும் ஒட்டுமொத்த தேசமும் கிலியின் உச்சிக்குச் சென்றுவிட்டது.

இந்த இடத்தில் தான் முதல்முதலாக எதிரியின் ரேடியோ அலைவரிசையை திசைதிருப்பி ஒட்டுக்கேட்கிற வழக்கத்தை அறிமுகப்படுத்தியது அமெரிக்கா. ஜப்பான் ராணுவத்தின் ஒவ்வொரு அசைவையும் கூடாரத்தில் உட்கார்ந்துகொண்டே தெரிந்துகொண்டு அதற்கேற்பத் தன் திட்டங்களை வகுத்து, வென்று காட்டியது அமெரிக்க ராணுவம்.

மறுபுறம் ஐரோப்பாக்கண்டத்துக்கே தண்ணி காட்டிக்கொண்டிருந்த ஜெர்மனியை ஸ்டாலின்கிராடில் நடந்த யுத்தத்தில் ஓட ஓட விரட்டி நேச நாட்டுப்படைகளுக்கு இன்ப அதிர்ச்சி அளித்தது ரஷ்யா. அங்கே ஆப்பிரிக்காவிலும் நிலைமை சாதகமாகி இத்தாலியைத் தோற்கடித்தது அமெரிக்க ராணுவம்.

இப்படி அமெரிக்கா போரில் இறங்கியபிறகு ஹிட்லரின் கூட்டணிப்படை தொடர்ந்து தோல்வியைச் சந்திக்க வேண்டியதாகிவிட்டது.

1943ம் வருடம் நவம்பரில் ரூஸ்வெல்ட், சர்ச்சில், ஸ்டாலின் ஆகிய பெருந்தலைகளுடன் இன்னொரு பெருந்தலையும் சேர்ந்துகொண்டது. அவர் பேர் சியாங்கே ஷேக். இந்த நால்வரணி

கெய்ரோவில் ஒரு உச்சிமாநாட்டை ஏற்பாடு செய்து அங்கே போய் ஆலோசனை நடத்தினார்கள். இந்தமாதிரி, என்னென்ன ஊர்களில் ஜப்பான் ஆக்கிரமிப்பு நடத்தியிருக்கிறதோ (ஃபர்மோஸா, பெஸ்கடோர்ஸ், மஞ்சூரியா, கொரியா ஆகியவை ஜப்பான் ஆக்கிரமித்தவற்றுள் ரொம்ப முக்கியமான பிரதேசங்கள்) அத்தனை இடங்களிலிருந்தும் ஜப்பான் ராணுவத்தை விரட்டியடிப்பது தான் முதல்வேலை என்று முடிவு செய்தார்கள்.

இதே கூட்டணி கொஞ்ச நாள் இடைவெளியில் மீண்டும் டெஹ்ரானில் கூடிப் பேசியது. முதலில் ஐரோப்பாவில் யுத்தத்தை ஒரு முடிவுக்குக் கொண்டுவந்துவிடவேண்டும். அது முடிந்த மறுநாளே ஜப்பானை கவனிக்கக் கிளம்பலாம். முதலில் இந்த ஹிட்லரை ஒரு வழி பண்ணிவிடலாம் என்று தீர்மானத்தைக் கொஞ்சம் மாற்றி எழுதிக்கொண்டார்கள். ஐரோப்பிய யுத்தம் முடிந்ததும் ஜப்பான் யுத்தம். அதில் அமெரிக்கா, பிரிட்டனுடன் ரஷ்யாவும் பங்கெடுக்கும் என்பது அங்கே எடுக்கப்பட்ட முடிவு.

இந்த டெஹ்ரான் மாநாட்டுக்குப் போட்டியாக ஜப்பானிய ராணுவஜெனரல் டோஜோ, டோக்கியோவில் 'கிரேட்டர் ஈஸ்ட் ஏஷியா கான்பரன்ஸ்' என்றொரு மாநாட்டைக் கூட்டினார். ஆனால் பிசுபிசுத்துவிட்டது. ஜப்பானின் ஆக்கிரமிப்புக்கு உட்பட்டிருந்த பிரதேசங்களிலிருந்து தான் அந்தக் கூட்டத்துக்கு ஆட்கள் வந்தார்களே தவிர புதிய கூட்டணி நாட்டத்துடன் வேறு யாரும் வரவில்லை. கிழக்காசியாவில் பரவியிருந்த சுமார் இருபது லட்சம் இந்தியர்களைக் கவருவதற்காக ஒரு 'பம்பர் பரிசை'க்கூட ஜெனரல் டோஜோ அறிவித்துப்பார்த்தார்.

அப்போது அந்தமான் நிக்கோபார் தீவுகளை ஜப்பான் பிடித்து வைத்திருந்தது. அந்தத் தீவுப்பகுதியை இந்திய தேசிய ராணுவத்தின் தாற்காலிக அரசாங்கம் அமைய சௌகரியமாக அளித்துவிடவும் தயார் என்று அவர் அறிவித்தார். அப்படியாவது இந்தியர்களின் முழு ஆதரவு கிடைக்குமா என்றால் இல்லை. சுபாஷ் சந்திர போஸ் ஒருத்தரைத் தவிர, இந்தியாவுக்கு வெளியே இருந்து இந்திய சுதந்தரத்துக்குப் போராடிக்கொண்டிருந்த இந்திய விடுதலை லீக்கின் வேறெந்தத் தலைவர்களும் அந்த அறிவிப்பினால் பெரிய பலனேதும் இருக்காது என்றே நினைத்தார்கள்.

நெருக்கடி அதிகரித்துவருவதை ஐப்பானும் ஜெர்மனியும் மிக நன்றாக உணரத்தொடங்கியிருந்த தருணம் அது. அமெரிக்க - பிரிட்டிஷ் கூட்டணிப்படைகள் ஐரோப்பாவின் நடு செண்டரில் நின்றுகொண்டு இந்திரஜித் மாதிரி ஜெர்மனிக்கு எதிரான தாக்குதலை மிக உக்கிரமாகக் கட்டவிழ்த்து விடத்தொடங்கின. பிரான்சு, பெல்ஜியம், ஹாலந்து என்று ஒவ்வொன்றாக ஹிட்லர் வென்ற தேசங்களுக்கெல்லாம் படையெடுத்து, அங்கிருந்த ஜெர்மானியப் படையை துவம்சம் செய்து அந்தந்த நாடுகளை மீட்டு சுதந்தரமாக வாழ வழிசெய்துகொண்டே போனார்கள்.

மறுபுறம் மிகத் தெளிவாக, தீர்மானமாக, வலுவாகத் திட்டமிட்டு ஜெர்மனிக்குள்ளேயே நுழையத்தொடங்கியது சோவியத் படை.

அது 1945ம் வருஷத்தின் ஆரம்பம். தொடர் தோல்விகள் தந்த பதற்றத்தால் ஹிட்லர் மனத்தளவில் நிலைகுலைந்து போகத் தொடங்கியிருந்த நேரம்.

19. விழுந்தது ஜெர்மனி

ஜெர்மனியை ஒழித்துக்கட்டவேண்டும் என்பதில் மற்ற எல்லா நாடுகளைக்காட்டிலும் சோவியத் யூனியனுக்கு அன்று கொஞ்சம் கூடுதல் நியாயங்கள் இருந்தன. காரணம், இரண்டாம் உலக யுத்தத்தின் தோற்றுவாயான போலந்தின் மீதான ஜெர்மனியின் ஆக்கிரமிப்பு தொடங்கி - மாஸ்கோ வரை ஜெர்மானியப் படைகள் புகுந்து நிகழ்த்திய அட்டகாசங்கள் கொஞ்ச நஞ்சமில்லை. நேரடியாக சோவியத் யூனியனுக்கும் சோவியத் யூனியனுடன் நட்புபூண்ட பல தேசங்களுக்கும் வேட்டுவைக்கும் விதமாகத்தான் ஹிட்லர் யுத்தத்தையே ஆரம்பித்தார். ஆகவே மற்ற நேசநாட்டுப் படைகள் பெர்லினை நெருங்குமுன் தான் நெருங்கிவிடவேண்டும் என்று திட்டமிட்டுப் புறப்பட்டிருந்தது ருஷ்யப்படை.

சோவியத் படையின் நோக்கம் மிகத்தெளிவாக இருந்தது. முதலில் போலந்துக்குள் நுழைந்து அங்கே இருக்கிற ஜெர்மானிய அரசை ஒழிக்கவேண்டும். அப்படியே ஓதர் மற்றும் நெய்ஸே ஆறுகளைக்கடந்து ஜெர்மானிய எல்லையைத் தொட்டு, முன்னேறுவது. வழியில் எங்கே ஜெர்மன் கொடி பறந்தாலும் இறக்கிவிட்டுத்தான் அடுத்தவேளை சாப்பாட்டுக்கு உட்காருவது.

இப்படித் தெளிவான தீர்மானத்துடன் புறப்பட்ட ருஷ்யப்படை தன் இலக்கில் துளியும் பிசகில்லாமல் முன்னேறி, திட்டமிட்டபடி போலந்தை விடுவித்தது. அங்கிருந்து நேராக ஜெர்மானிய எல்லையை நோக்கி முன்னேறத்தொடங்கியது.

என்னதான் கூட்டணி நாடு என்றாலும் ருஷ்யாவின் இந்தத் தெளிவும் வேகமும் அமெரிக்காவுக்கும் பிரிட்டனுக்கும் கொஞ்சம் கலக்கத்தை உண்டுபண்ணியது அப்போது. திட்டமிட்டபடி ஜெர்மனியை ருஷ்யா வென்றுவிட்டது என்றால் - அந்த இரு தேசங்களுக்குமே அது தனிப்பட்ட இழப்புதான். மாபெரும் ஜெர்மானிய சாம்ராஜ்ஜியத்தை வெல்லும் கனவு அப்போது ருஷ்யா தவிர அமெரிக்காவுக்கும் பிரிட்டனுக்கும் அதிகமாகவே இருந்தது. ஹிட்லரை ஒழிப்பதற்குத் தான் கூட்டணியே தவிர, ஜெயித்தபிறகு தேசத்தை எப்படிப் பங்குபிரிப்பது என்பது

பற்றியெல்லாமுமா பேசிக்கொண்டிருப்பார்கள்? யார் யார் எத்தனை தூரத்துக்கு முன்னேறி ஜெயிக்கிறார்களோ, அந்தந்த நிலப்பரப்பு அவரவர்களுக்குச் சொந்தம் என்பது தான் இந்த மாதிரி கூட்டணி யுத்தத்தில் எழுதப்படாத ஒப்பந்தம்.

அந்த வகையில் ருஷ்யா ஜெர்மனியை நோக்கி முன்னேறிக் கொண்டிருந்ததில் அமெரிக்காவும் பிரிட்டனும் கலக்கம் அடைந்ததில் ஒரு வியப்பும் இல்லை.

ஆனால் கலங்கிக்கொண்டு சும்மா இருந்தால் ஆச்சா? இரு தேசங்களுமே தம் படைகளைத் துரிதப்படுத்தி மேற்கு மற்றும் வடக்கு எல்லைகளின் மூலமாக ஜெர்மனிக்குள் நுழைய அனுப்பிவைத்தன.

அங்கே ஹிட்லருக்கு நிலை கொள்ளவில்லை. தொடர்ந்து தோல்விகள். ஒத்தாசைக்கு வந்த நண்பர்களும் ஓய்ந்து போயிருக்கிறார்கள். இத்தாலி வீழ்ந்துவிட்டது. ஜப்பான் எந்த நிமிஷமும் காலி என்கிற அளவுக்கு அங்கே இழப்புகள் அதிகரித்துக்கொண்டே போகிறது. சொந்தப்படையாவது ஒழுங்காக இருக்கிறதா என்றால், எல்லாருமே களைப்படைந்திருக்கிறார்கள். போதாத குறைக்கு நடந்த சண்டைகளில் பல லட்சக்கணக்கில் ஆட்சேதம்.

அவருக்கு இருந்த ஒரே தைரியம், இன்னும் அப்படியே இருந்த ஆயுத பலம். (எடுத்துப் போரிட ஆள் தான் இல்லை!) 1945ம் வருஷம் ஜனவரி தொடங்கி மார்ச் முடிவதற்குள் ஜெர்மானியத் தொழில்துறை சளைக்காமல் சுமார் ஆயிரம் டாங்குகளையும் 2800 போர் விமானங்களையும் உற்பத்தி செய்து கொடுத்திருந்தது. குறைந்தபட்சம் எட்டுமில்லியன் பாவுஸ்ட் குண்டுகளும் நிறைய துப்பாக்கிகளும் இருக்கும் என்று ஹிட்லர் கணக்குப்போட்டார். வேண்டியது ஆட்கள் தான். என்ன பண்ணலாம்?

அப்போது தான் ஹிட்லர் அந்த முடிவுக்கு வந்தார். நாட்டில் யார் யாரெல்லாம் 16 வயதைத் தாண்டியிருக்கிறார்களோ, அத்தனைபேரும் ராணுவத்தில் சேர்ந்தே ஆகவேண்டும் என்று ஒரு உத்தரவு பிறப்பித்தார். பல பையன்கள் கதறக்கதற ராணுவக் கூடாரங்களுக்கு அழைத்துப் போகப்பட்டனர். மறுபுறம் சோவியத்

படை நெருங்கி வரும் திசையில் தற்காப்புப் படையாக அனுபவம் வாய்ந்த வீரர்களை மட்டும் திரட்டி நிறுத்தினார்.

மார்ச் 9ம் தேதி ஹிட்லர் ஒரு அறிவிப்பை வெளியிட்டார். "இந்தத் தேசத்தின் கடைசி மனிதனும் கடைசிக்குண்டும் மிச்சமிருக்கிறவரை யுத்தம் தொடர்ந்தாகவேண்டும்" என்கிற அந்த வீரப்பேச்சு மிகச்சில ஜெர்மானிய இளைஞர்களை மட்டுமே தூண்டின. பெரும்பாலானோர் சோர்வு கொண்டவர்களாகத்தான் இருந்தார்கள்.

ஆகவே கொஞ்சம் குள்ளநரித்தனத்துடன் இன்னொரு வழியைத் தேடினார் ஹிட்லர். தன்பக்கம் பலம் குறைவதைத் தடுக்க முடியாத பட்சத்தில் எதிரிப்பக்கத்தின் பலத்தை ரகசியமாகக் குறைத்துப் பார்க்கலாமே என்கிற நப்பாசை அது!

ஜெர்மனியை முதலில் நெருங்கப்போவது யார்? ரஷ்யாவா, அமெரிக்காவா, பிரிட்டனா என்கிற மௌனப்போட்டி அந்த மூன்று தேசங்களுக்குள் இருப்பது ஹிட்லருக்குத் தெரியும். அவரது முதன்மையான பயம் சோவியத் யூனியனின் மீது தான். பயம் மட்டுமல்ல. தோற்பதென்றாலும் வேறு யாரிடமாவது தோற்கலாம்; என்னத்துக்குப் போயும்போயும் ஒரு கம்யூனிஸ்டிடம் தோற்கவேண்டும் என்று அவர் நினைத்திருக்கலாம்!

ஆகவே ருஷ்யப்படை நெருங்கும் பாதையில் தடைகளை அதிகப்படுத்திவிட்டு, அங்கே அமெரிக்காவும் பிரிட்டனும் முன்னேறிக்கொண்டிருக்கும் வழியில் தனது படைகளின் தாக்குதலைக் குறைத்துக்கொள்ளச் சொல்லிவிட்டு ரகசியமாக பிரிட்டன் - அமெரிக்கப் படைகளுக்கு 'ஏதாவது மௌன உடன்படிக்கை' சாத்தியம் இருக்குமா என்று பார்க்க ஆள்விட்டு அனுப்பினார்.

அதுவும் பயனளிக்கவில்லை. ருஷ்யப்படை ஜெர்மனியை நெருங்கி, நுழைந்துவிட்டிருந்தது அப்போது. அறுபது கிலோமீட்டர்கள் தொலைவில் பெர்லின் என்கிற நிலைமை வந்ததும் ஹிட்லருக்கு இருந்த கடைசி நம்பிக்கையும் தகர்ந்துபோய், தாக்குதலை பேய்த்தனமாகத் துரிதப்படுத்தினார்.

எந்த நிமிஷம் என்ன ஆகுமோ என்று உலகமே பெர்லினை நோக்கிக்கொண்டிருந்தபோது அந்த அதிர்ச்சிச் சம்பவம் நிகழ்ந்தது. நிஜமாகவே யாரும் அதை அப்போது எதிர்பார்க்கவில்லை.

அன்றைக்கு ஏப்ரல் 12ம் தேதி. (1945.) அமெரிக்காவின் உதவி ஜனாதிபதி ஹாரி ட்ரூமன் வீட்டில் தொலைபேசி ஒலித்தது. ட்ரூமன் போனை எடுத்ததும் எதிர்முனையில் அமெரிக்காவின் முதல் பெண்மணி. ரூஸ்வெல்டின் மனைவி.

உடனே பணிவான குரலில் வணக்கம் சொல்லி, "நான் என்ன உதவி செய்யலாம்?" என்று கேட்டார் ட்ரூமன்.

விவரிக்க முடியாத சோகத்தில் தவித்து நின்றுகொண்டிருந்தபோதும் அந்த அற்புதப் பெண்மணி இப்படிச் சொன்னார்: "வெல் மிஸ்டர் ட்ரூமன். நீங்கள் எந்த உதவியும் செய்யத்தேவையில்லை. உங்கள் பிரசிடெண்ட் இப்போது காலமாகியிருக்கிறார். மிகுந்த சிக்கலில் இருப்பவர் நீங்கள் தான். உங்களுக்கு நாங்கள் ஏதாவது உதவி செய்யவேண்டுமானால் உடனே சொல்லுங்கள். அதற்காகத்தான் அழைத்தேன்."

அமெரிக்காவே எதிர்பாராத திடீர் மரணம் அது. நான்காவது முறையாக (கிட்டத்தட்ட வலுக்கட்டாயமாக!) அமெரிக்காவின் ஜனாதிபதியாகியிருந்த ரூஸ்வெல்ட்டின் மரணத்துக்குச் சொல்லப்பட்ட காரணம் Massive cerebral hemorrhage. பின்னே பிரஷர் என்றால் கொஞ்ச நஞ்ச பிரஷரா? பன்னெண்டு வருஷ காலம் ஒரு தேசத்தின் ஜனாதிபதியாகத் தொடர்ந்து இருப்பது - அதுவும் வெற்றிகரமாக - லேசுப்பட்ட விஷயமில்லை. அதுவும் அமெரிக்காவின் ஜனாதிபதியாக இருப்பதென்பது உண்மையிலேயே பேஜாரான காரியம். வந்தால் எல்லாம் மொத்தமாகத்தான் வரும். நல்லதானாலும் சரி. கெட்டதானாலும் சரி.

ஆனால் ரூஸ்வெல்ட் மாதிரி பிரச்னை காலத்தில் அதிபராகி, பிரச்னையுடனேயேபதவியில்வாழ்ந்து, பிரச்னைதீருமுன்னதாகவே மரணமும் அடைந்த பிரச்னைப் பரமாத்மா வேறு யாரும் கிடையாது. கடைசி வரை துணிவும் தன்னம்பிக்கையும் விடா முயற்சியும் வெற்றி வேட்கையும் கொண்டே அவர் வாழ்ந்தார். எப்படியாவது தன் காலத்தில் ஹிட்லரை ஒழித்துக்கட்டிவிட வேண்டும் என்கிற அவரது கனவு தான் நனவாகாமலேயே போய்விட்டது. தன் காலத்தில் என்பதைவிட - அமெரிக்க ராணுவம் அதைச் சாதிக்கவேண்டும் என்பது தான் அவரது முதல் விருப்பம்.

என்னதான் ரூஸ்வெல்டுக்குப் பிறகு அதிபரான ட்ரூமன் உலகப்போரில் அமெரிக்காவுக்கு இறுதி வெற்றியை அட்டகாசமான முறையில் பெற்றுத்தந்தாலும் அந்த ஒரு விஷயம் - ஜெர்மனியை வெல்வது - மட்டும் ரஷ்யாவுக்குத் தான் என்று எதிலோ எப்போதோ எழுதிவைத்தாகிவிட்டது போலிருக்கிறது.

ரூஸ்வெல்டுக்கு அஞ்சலி செலுத்திக்கொண்டிருக்கக்கூட நேரமில்லை. அங்கே ரஷ்யப்படை பெர்லினை நெருங்கி விட்டபடியால் நாம் மீண்டும் ஜெர்மனிக்குப் போயாகவேண்டும்.

ஆச்சா? ஏப்ரல் 16ம் தேதி அதிகாலை அஞ்சு மணிக்கு அந்த இறுதி யுத்தம் ஆரம்பமானது. பீரங்கித் தாக்குதல் ஒரு பக்கம். விமானத்தாக்குதல் ஒரு பக்கம். ஹிட்லர் நிறுத்தியிருந்த தற்காப்புப் படையைப் பிளந்துகொண்டு முன்னேறிவிட்டது ருஷ்யப்படை. எதிர்த்துவரும் படையை வென்றுகொண்டே முன்னேறுவது ஒருபுறமென்றால் ஜெர்மானிய நிலப்பகுதியில் கடக்கும் இடமெங்கும் ரவுண்டு கட்டி 'ருஷ்யாவின் பகுதியாக' ஆக்கிக்கொள்வது மறுபக்கம். ருஷ்யப்படை கிட்டத்தட்ட பெர்லினின் மையத்தை வந்தடைந்த அதே சமயம் வடக்குப்புறம் அமெரிக்க - பிரிட்டிஷ் படையும் கணிசமான அளவுக்கு முன்னேறி பெரும்பாலான ஜெர்மானிய நிலப்பகுதிகளை வசப்படுத்திக்கொண்டிருந்தது.

போரிடுவதற்கு வீரர்களே இல்லாத ஒரு சூழல் உண்டானதை ஹிட்லர் உணர்ந்தார். என்னதான் நெக்கியடித்து முயற்சி செய்தாலும் தனிமைப்படுத்தப்பட்ட நிலையில் மூன்று படைகளைச் சமாளிக்க முடியும் என்று அவருக்குத் தோன்றவில்லை. வேறு வழியே இல்லாத நிலையில் ஏப்ரல் 30ம் தேதி தனது ரகசிய மறைவிடத்தில் தற்கொலை செய்துகொண்டார்.

சிலிர்ப்பூட்டும் நாடகத்தன்மை கொண்ட ஹிட்லரின் இறுதி நிமிடங்களெல்லாம் வெகு சுவாரசியமானவை. தற்கொலைக்கு கொஞ்ச நேரம் முன்னதாக அவர் ஈவா ப்ரவுனைக் கல்யாணம் பண்ணிக்கொண்டது, மிஞ்சியிருந்த ஓரிருராணுவத் தளபதிகளைக் கூப்பிட்டு உத்தரவுகள் கொடுத்தது, தன் கனவுகளை விவரித்தது, அகண்ட ஜெர்மானியக் கனவு தவிடுபொடியானதைக் குறித்துக் கண்ணீர்விட்டது எல்லாம், எல்லாமே சுவாரசியமானவை தான்.

ஆனால் என்ன செய்வது? இந்தத் தொடரில் அதற்கெல்லாம் இடமில்லை.

ஒரு ராட்சஸப்புயல் மாதிரி ஐரோப்பியக் கண்டத்தையே தாக்கி அலறச்செய்த ஹிட்லர் என்கிற மனிதனின் மரணம் வேறு எந்த விதமாகவும் இருந்திருக்க முடியாது.

ஆனால் ஒரு தமாஷ் தெரியுமா? ஹிட்லர் தற்கொலை செய்துகொண்டு இறந்தார் என்று தெரிந்தால் எங்கே ஜெர்மானிய மக்கள் ஒட்டுமொத்த ராணுவ வீரர்களையும் நடுத்தெருவில் ஓடவிட்டுக் கல்லால் அடித்தே கொன்றுவிடுவார்களோ என்று அச்சப்பட்ட ஹிட்லரின் தளபதிகள், அவர் போர்முனையில் வீரமரணம் அடைந்ததாகத்தான் முதல் முதலில் ரேடியோவில் அறிவித்தார்கள். அன்றே ஹிட்லரின் வாரிசாக, டேனிட்ஸ் என்பவன் அவசரமாகத் தாற்காலிக அவசர அரசாங்கத்தை அமைத்தான்.

ஹிட்லரின் மறைவுக்குப் பிறகும் பெர்லினில் போர் நடந்து கொண்டுதான் இருந்தது.

நடுவே இன்னொரு திரிசமன் வேலையும் அரங்கேறியது! மே மாதம் முதல் தேதி ஜெர்மானியத் தளபதி ஒருவர் போர் நிறுத்தம் செய்துகொள்ளலாமா என்று கேட்டு ரஷ்யப் படைத் தலைமைக்கு ஒரு கடிதம் கொண்டுவந்து கொடுத்தார். (ஹிட்லரின் தற்கொலையை அறிவித்ததும் அந்த க்ரேப்ஸ் என்கிற தளபதி தான்.)

ரஷ்யப்படை கொஞ்சம் தடுமாறியது. ஆனால் இது நேசநாடுகளின் ஒற்றுமையைக் குலைக்கச் செய்ய ஜெர்மனி மேற்கொண்ட சதியாக இருக்கும் என்று ரஷ்யாவில் உட்கார்ந்துகொண்டிருந்த பெருந்தலைகள் சந்தேகப்பட்டதால் "போர் நிறுத்தமெல்லாம் வேணாம். நீ சரணடைகிறாயா? இல்லையா? அதைச் சொல் முதலில்" என்று கட் அண்ட் ரைட்டாகக் கேட்டுவிட்டது சோவியத் படை.

1282 ஆகாய யுத்தங்கள், மூணு லட்சம் வீரர்கள் உயிரிழப்பு. இந்த பிரும்மாண்டமான நடவடிக்கைகள் மற்றும் இழப்புக்குப் பிறகு தான் ஜெர்மனி விழுந்தது. அமெரிக்க - பிரிட்டிஷ் படைக்கும் இழப்பு கணிசம் தான். கிட்டத்தட்ட ரெண்டேமுக்கால் லட்சம் வீரர்களை அவர்கள் இழக்க வேண்டியதானது.

ஹிட்லர் இறந்து, ஜெர்மனி விழுந்ததும் உலகமே அதைக் கொண்டாடியது. அந்தக் கொண்டாட்டத்தில் அதிக ஆர்வம் செலுத்தாமல் இருந்த ஒரே தரப்பு - அந்த வெற்றியைச் சாத்தியமாக்கிய ரஷ்ய - அமெரிக்க - பிரிட்டிஷ் அதிகாரவர்க்கம் மட்டும் தான்.

காரணம், நிலப்பிரச்னை. எனக்கு எவ்ளோ? உனக்கு எவ்ளோ?

20. பிரம்மாண்டமான பேரழிவு

வெளியில் காட்டிக்கொள்ளமுடியாவிட்டாலும் ஜெர்மானிய ராணுவம் சோவியத் படையிடம் சரணடைந்ததில் அமெரிக்காவுக்கும் பிரிட்டனுக்கும் அன்றைக்கு ரொம்பவே வருத்தம் தான். சே, கொஞ்சம் பின் தங்கிவிட்டோமே என்று நினைத்து நினைத்துக் கவலைப்பட்டுக் கொண்டிருந்தார்கள். அத்தனை பெரிய யுத்தத்தை வெற்றிகரமாக வழிநடத்தி, முடிவுக்கு வரும் நிலையில் வெற்றிக்கோப்பையை - தாற்காலிக நண்பனேயானாலும் - ரஷ்யாவிடம் கொடுத்தது பற்றிய கவலை இருந்தபோதிலும் நிலப்பரப்பை எப்படிப் பிரித்துக்கொள்வது என்பது தான் அப்போது உடனே தீர்க்கவேண்டிய பிரச்னையாக இருந்தது.

1945 மே மாத இறுதியில் மூன்று படைகளும் ஜெர்மனியின் எந்தெந்தப் பகுதிகளைக் கைப்பற்றியிருந்தார்களோ அதன் அடிப்படையில் நிர்வாக அதிகாரத்தைப் பகிர்ந்துகொள்வது என்று முடிவு செய்யப்பட்டது. அதன்படி ஜெர்மனியின் கிழக்குப் பகுதி முழுவதும் சோவியத் யூனியனின் கட்டுப்பாட்டுக்குள் வந்தது. மேற்குப் பகுதி அமெரிக்க - பிரிட்டிஷ் கூட்டு நிர்வாகத்தின் வசம் போனது.

கவனமாக ஞாபகத்தில் வைத்திருக்கவேண்டிய விஷயம் இது. இப்போது அவகாசமில்லை. பின்னால் கொஞ்ச நாளில் வரப்போகிற அமெரிக்க - ரஷ்யப் பனிப்போரின் ஆரம்பம் இங்கே தான் இருக்கிறது. ஏனெனில் தன் கட்டுப்பாட்டில் வைத்திருந்த கிழக்கு ஜெர்மனியில் கம்யூனிச ஆட்சிமுறையை அமுல்படுத்தியது ரஷ்யா. அமெரிக்காவோ மேற்கு ஜெர்மனியில் தன் வழக்கமான 'ஆதிக்க ஜனநாயகத்தை' அறிமுகப்படுத்தியது.

மாபெரும் சாம்ராஜ்ஜியமான ஜெர்மனி இப்படி இரண்டாகப் பிய்க்கப்பட்ட அப்பமாகி, பின்னால் அப்பளமாகி, நொறுங்கியதெல்லாம் மாபெரும் சோக சரித்திரம். மிகச் சமீப காலத்தில் இரு ஜெர்மனிகளும் இணைந்து ஒன்றானது ஆண்ட்டி க்ளைமாக்ஸுக்குப் பிறகு திருத்தி எழுதப்பட்ட

நல்ல க்ளைமேக்ஸ்! ஆனால் அதையெல்லாம் விரிவாகப் பார்த்துக்கொண்டிருக்க சமயமில்லை. அதோ, ஜப்பானில் இறுதி யுத்தம் சூடுபிடித்திருக்கிறது. அமெரிக்காவின் புதிய அதிபர் ஹாரி ட்ரூமனைக்கூட இன்னும் நாம் சரியாக அறிமுகம் செய்துகொள்ளவில்லை. யுத்தக் களத்துக்கு ஓடியாகவேண்டும். வந்து, விஸ்தாரமாகப் பார்த்துக்கொள்ளலாம்!

ஜெர்மனி வீழ்வதற்கு முன்னாலேயே, 44ம் வருஷத்தின் இறுதியிலேயே ஜப்பான் மீதான அமெரிக்காவின் விமானத்தாக்குதல் அதன் அதிகபட்ச சூட்டை நெருங்கிப் பிடித்திருந்தது. டோக்கியோ உட்பட அத்தனை ஜப்பானிய நகரங்களின்மீதும் தினசரி பொழுது விடிந்து எழுந்து பல் தேய்த்ததும் ஒரு நாலைந்து ரவுண்டுகள் குண்டு வீசிவிட்டுத்தான் அமெரிக்க விமானப்படை அதிகாரிகள் காப்பியே சாப்பிடுவார்கள்.

எப்படியும் ஜப்பான் வீழ்ந்துவிடும் என்பது அந்நாட்டு மக்களுக்கு உள்ளுணர்வாகத் தெரிந்திருக்கவேண்டும். உலகமே எதிர்பாராத அமைதியையும் பொறுமையையும் அவர்கள் அப்போது வெளிப்படுத்தியது குறித்து சரித்திர ஆசிரியர்கள் புகழ்ந்து மாய்கிறார்கள். யுத்தகாலம் என்றாலும் சராசரி ஜப்பானியர்கள் தமது மாமூல் வாழ்க்கையில் எந்த மாறுதலையும் செய்துகொள்ளவில்லை. ஒழுங்காக வேலைக்கும் பள்ளி, கல்லூரிகளுக்கும் போய்க்கொண்டு தான் இருந்தார்கள். தவறாமல் ரேடியோ கேட்டார்கள். வழக்கப்படி தினசரி மன்னருக்குத் தம் வணக்கத்தை வீட்டிலிருந்தபடியே தெரிவிக்கவும் தவறவில்லை. (ஜப்பானியரின் ராஜவிசுவாசம் எப்படிப்பட்டது என்பது தனியே எழுதவேண்டிய ஒரு தொடர்!)

ஆனால் அமெரிக்க விமானப்படையின் தாக்குதல் நாளுக்கு நாள் தீவிரமானதே தவிர ஒரு நாளும் குறையவேயில்லை. ஜப்பானின் தொழில் - வர்த்தகப் பிரதேசங்கள், ஆயுதச் சாலைகள், ராணுவ முகாம்கள், அரசின் உயர்மட்ட அலுவலக வளாகங்கள் என, பார்த்துப் பார்த்து குண்டடித்துக்கொண்டே இருந்தார்கள். (மரியாதை கருதி மன்னரின் மாளிகையை மட்டும் கவனமாகத் தாக்காமல் தவிர்த்துவந்தார்கள்.)

அந்த ஆண்டு மார்ச் மாதத்தில் அமெரிக்காவுக்கு குறிப்பிடத்தகுந்த ஒரு வெற்றி அங்கே கிடைத்தது. இவோ ஜிமா என்கிற

ஜப்பானியத் தீவின் மீது நிகழ்த்திய தாக்குதலில் அங்கிருந்த ஜப்பானியப்படையை முற்றிலுமாக ஒழித்துவிட்டு தீவைக் கைப்பற்றிக்கொண்டது அமெரிக்க ராணுவம். அந்த வெற்றி கிடைத்த மறுகணமே ஒகினாவைத் தாக்கத் தொடங்கிவிட்டார்கள். ரொம்ப முக்கியமான இன்னொரு பகுதி அது.

ஆனால் துரதிருஷ்டவசமாக, போரின் தீவிரத்தால் மனம் குலைந்து போயிருந்த ஜப்பானிய ராணுவ ஜெனரல் கொய்ஸோ ராஜினாமா செய்துவிட்டு சொந்த ஊருக்குப் போய்விட, உடனடியாகப் புதிய போர்த்தளபதி ஒருவரை நியமிக்கவேண்டிய நெருக்கடி ஜப்பானிய சர்வாதிகாரி டோஜோவுக்கு உண்டானது.

கண்ட்ரா சுஸுகி என்கிற 77 வயதுக் கிழவரைப் பிடித்தார் அவர். கிழவர் தானே தவிர எப்பேர்ப்பட்ட சூரர் என்பதைஇன்றைக்கு நம்மூர்ச் சாலைகளில் ஓடும் பைக்குகளே கூடச் சொல்லும்! ரஷ்யாவுக்கு எதிரான யுத்தத்தின்போது மிகப்பெரிய திறமையைக் காட்டியவர் இந்த சுஸுகி.

ஆனால் அமெரிக்கத் தாக்குதலுக்கு முன்னால் அவரால்கூட நிற்கமுடியவில்லை. ஒகினா வீழ்ந்தது. ஜப்பானின் மிகப்பெருமைக்குரிய போர்க்கப்பலான யமாட்டோவும் அந்தப் போரில் அமெரிக்காவின் வசமானது. (உலகின் மிகப்பெரிய கப்பல் அதுதான்!)

மார்ச் 9ம்தேதி டோக்கியோவின் மீது அமெரிக்கா நிகழ்த்திய தாக்குதல் சரித்திரத்தில் ஒரு முக்கிய அத்தியாயம். அதற்குமுன் அப்படியொரு தாக்குதலை ஜப்பான் சந்தித்ததில்லை. நிமிர்ந்துபார்க்கக் கூட அவகாசம் தராமல் குண்டுகள் வந்து விழுந்துகொண்டே இருந்தன. எல்லாமே டோக்கியோ நகருக்கு வெளியில் இருந்த ஆயுதத் தொழிற்சாலைகளைக் குறிவைத்து வீசப்பட்ட குண்டுகள். மாங்கனீஸ், பாஸ்பரஸ் குண்டுகள். கண்ணைப்பறிக்கும் வெப்பப்பந்துகளாக அவை பாய்ந்துவருவதும் விழுந்து வெடிப்பதும் பொங்கித் தணிவதுமாக டோக்கியோ நகரமே அன்று ஒரு சொக்கப்பனையாக மாறிவிட்டது.

விதிமாதிரி அப்போது ஜப்பானிய விமானப்படையின் முக்கியமான பல பிரிவுகள் அழிந்து சர்வநாசமாகியிருந்தன. குறிப்பாக,

இரவுகளில் பறந்து குண்டுவீசக்கூடிய விமானம் ஒன்று கூட அன்று ஜப்பான் வசம் இல்லை. அதே மாதிரி இருட்டில் பறந்துவரும் விமானத்தை இனம் காட்டக்கூடிய ராடார்களும் இல்லை. இதன் விளைவு என்னவெனில், அன்றைய ஒரு ராத்திரியில் மட்டும் டோக்கியோவில் மொத்தம் சுமார் ஒன்றேகால் லட்சம் பேர் அமெரிக்கக் குண்டுவீச்சுக்கு பலியாகிப்போனார்கள்.

அடுத்தடுத்த தினங்களில் நடத்தப்பட்ட தாக்குதலில் டோக்கியோ நகரமே ஒரு குப்பைமேடு போலாகிவிட்டது. ஜப்பானிய மன்னர் தம் அரண்மனையிலிருந்து வெளியே வந்து முதல்முதலாக நகரைச் சுற்றிப்பார்த்துவிட்டுக் கண்ணீர் விட்டார். மக்கள் அப்போதும் அவரை எதிர்த்து ஒரு வார்த்தை பேசவில்லை. மன்னர் வருகிறாரா? தலை குனிந்து வணங்கவேண்டியதே மரபு. அவர்கள் அப்படித்தான் செய்தார்கள்!

அடேய் அரசா! நீ ஒரு ஆம்பளையா? இப்படி ராணுவத்தின் கைப்பொம்மையாகிவிட்டாயே? எங்களை இப்படி நடுத்தெருவுக்குக் கொண்டுவந்துவிட்டாயே. தேசத்தின் மானமே போச்சே? உன்னால் சொந்த ராணுவத்தைக்கூடக் கட்டுப்படுத்த முடியவில்லையே, உனக்கெதுக்கு தெற்காசியா முழுவதையும் வசப்படுத்தும் கனவு? - இப்படியெல்லாம் கேட்பதற்கு ஜப்பானிய மக்களுக்கு எல்லா உரிமைகளும் அன்றைக்கு இருந்தன. ஆனால் அவர்கள் பேசவில்லை. ஒரு வார்த்தை கூட! மன்னர் வந்தால் வணங்கவேண்டும். அதுதான். அவ்வளவுதான். அது வருணிக்கவே முடியாத ராஜவிசுவாசம். உலகில் வேறு எந்த நாட்டிலும் காணக்கிடைக்காதது!

அமெரிக்கப் படையினரே அன்று ஜப்பானியரின் இந்த இயல்பைக் குறித்து வியந்து வியந்து பேசினார்கள். கடிதம் எழுதினார்கள். பின்னாளில் எழுதிய வாழ்க்கை வரலாறுகளில் கூடக் குறிப்பிட்டிருக்கிறார்கள்.

என்ன எழுதி என்ன பயன்? அன்றைக்கு அங்கே ஐம்பது லட்சம் பேருக்கு வீடு இல்லாமலாகிவிட்டது. (டோக்கியோவில் மட்டும்!)

சரி, பேச்சுவார்த்தை மூலம் என்னத்தையாவது முயற்சி செய்யலாம் என்று சாத்வீகியான அன்றைய ஜப்பானிய வெளியுறவுத்துறை அமைச்சர் ஷிகிநோரி டோகோ என்பவர் ரஷ்யாவுடன் பேச

ஏதாவது வழியுண்டா என்று பார்த்தார். ஆனால் அதற்கும் வழியில்லாமல் போய்விட்டது. அந்த வருஷம் பிப்ரவரியில் நடந்த யால்டா மாநாட்டில், 'ஐரோப்பிய யுத்தம் முடிந்து சரியாக மூன்றாவது மாதம் நான் ஜப்பானைத் தாக்குவேன். இதில் எந்த மாறுதலும் இல்லை' என்று அமெரிக்காவிடமும் பிரிட்டனிடமும் வாக்குக் கொடுத்திருந்தது ரஷ்யா.

ஆனால் ரஷ்யா வராவிட்டால் கூடப் பிரச்னையில்லை என்கிற அளவுக்கு முன்னதாக அங்கே குண்டுவீசத்தொடங்கியிருந்த அமெரிக்காவுக்கு வெற்றிக்கனிகள் வந்து விழுந்தவண்ணம் இருந்தன.

1945 ஆகஸ்டு 6ம் தேதி அமெரிக்கப் போர் விமானம் ஒன்று ஹிரோஷிமா நகரின் மீது அணுகுண்டைத் தூக்கிப் போட்டது. சரியாக மூன்று நாள் கழித்து 9ம் தேதி நாகசாகியின் மீது மீண்டும் அணுகுண்டு.

உலகில் பயன்படுத்தப்பட்ட முதல் இரண்டு அணுகுண்டுகள். முழு நகரத்தையும் மிச்சம் மீதியில்லாமல் துடைத்தெடுத்துவிட்ட குட்டிச்சாத்தான்கள்.

குண்டு வீசிய அந்த அமெரிக்க விமான பைலட்டுக்கே தாம் வீசியது அணுகுண்டு என்று தெரியாது. என்னவோ ஸ்பெஷல் குண்டு என்று தான் அவர் நினைத்தார். (பின்னால் பேட்டியில் சொல்லப்பட்ட விவரங்கள் இவை.) ஆனால் ஹிரோஷிமாவின் மீது அந்தக் குண்டை வீசிவிட்டு விமானத்தை ஒரு யு டேர்ன் எடுத்துத் திருப்பி கொஞ்ச தூரம் போய், திரும்பிப் பார்த்தபோது தான் அவருக்கு விபரீதமே புரிந்திருக்கிறது.

"ஐயோ இதென்ன? இதற்குமுன் இப்படியொரு சம்பவத்தை நான் பார்த்ததில்லையே? நான் என்ன செய்துவிட்டேன்? நான் வீசியது என்ன? அது சாதாரண குண்டு இல்லை. நிச்சயம். ஐயோ, நகரம் இப்படிப் பொசுங்குகிறதே. நெருப்பு என்ன இப்படி வானத்தைத் தொடும் அளவுக்கு எழுந்து நடனம் ஆடுகிறதே! பிரளயம் இதுதானா? உலக அழிவு என்பது இப்படித்தான் இருக்குமா? ஐயோ எப்பேற்பட்ட பாதகச்செயலை நான் செய்துவிட்டேன்" என்று அந்த விமானி இறக்கும்போது கூட நினைவு தப்பிப் புலம்பிக்கொண்டிருந்ததாகத் தகவல்!

விவரிக்கவே முடியாத பிரும்மாண்டமான பேரழிவு அது. ஒரு நகரமே விநாடிப் பொழுதில் நொறுங்கி இடியும் கோரம்! ஜப்பான் மீதான அமெரிக்காவின் ஆத்திரம் எத்தகையது என்பதை உலகுக்கு வெளிச்சம் போட்டுக்காட்டிய சம்பவம் அது.

ஒரு விஷயம் கவனிக்கவேண்டும். அமெரிக்கா நினைத்திருந்தால் அதே குண்டை எப்போதோ ஜெர்மனி மீது வீசியிருக்கலாம். ஆனால் செய்யவில்லை. உண்மையில் இரண்டாம் உலகப்போரின் சூத்திரதாரியான ஜெர்மனி மீதும் ஹிட்லர் மீதும் தான் அமெரிக்காவின் கோபம் முழு அளவில் இருந்திருக்கவேண்டும்.

ஆனால் ஜெர்மனியின் சரணாகதியையே கூட ரஷ்யாவுக்கு விட்டுக்கொடுக்க முடிந்த அமெரிக்காவால் ஜப்பானை மட்டும் மன்னிக்க முடியாமல் போனதன் காரணம் என்ன?

பர்ல் துறைமுகத் தாக்குதலா? அதுதானா? அது மட்டும் தானா?

நிச்சயம் இல்லை! அந்த அளவுக்கு ஜப்பானின் தொழில் வளர்ச்சி, வர்த்தக அபிவிருத்தி அன்றைக்கு அமெரிக்காவை அச்சுறுத்தியிருந்தது தான் காரணம். ஒரு அம்பது வருஷங்களுக்காவது ஜப்பான் திரும்ப எழுந்திருக்கவே கூடாது என்று அமெரிக்கா நினைத்தது.

ஆனால் அடுத்த விநாடியிலிருந்தே சிதறிய தன் எலும்புகளைத் தேடியெடுத்துச் சேர்த்து உயிரையும் உடலையும் புதிதாகச் சம்பாதித்துக் கொண்டு எழுந்து நடக்கத்தொடங்கிய ஜப்பானின் சரித்திரம் - இன்னொரு தொடர் விஷயம்!

இப்போது உலக யுத்தத்தை ஒரு முடிவுக்குக் கொண்டு வந்துவிடலாம்.

1945ம் ஆண்டு ஆகஸ்ட் 15ம் தேதி காலை ஜப்பான் ரேடியோவில் தேசிய கீதம் கேட்டது. என்றால், மன்னர் பேசப்போகிறார் என்று அர்த்தம். எல்லாருமே எதிர்பார்க்கவிரும்பாத அந்த அறிவிப்பைக் கசப்புடன் எதிர்பார்த்துக் காத்திருந்தார்கள்.

"விசுவாசமுள்ள என் குடிமக்களே! இனியும் யுத்தத்தை நாம் தொடர்ந்தால் அது நமக்கு மட்டுமல்ல. மனித

குலத்தின்நாகரிகத்துக்கே அழிவைத் தேடித்தரக் கூடியதாக அமைந்துவிடக்கூடும். அடுத்தத் தலைமுறையின் நலனைக் கருத்தில் கொண்டு விதியின் கட்டளைப்படி சமாதானத்துக்கு வழிவகுக்கவேண்டிய கட்டாயத்தில் இப்போது இருக்கிறோம்...”

அது மன்னரின் குரல். ஆகவே மக்களிடம் மறுப்போ, முணுமுணுப்போ ஒரு துளியும் கிடையாது. மன்னர் சொன்னால் சரி. அவ்வளவுதான்.

ஆனால் ஜப்பானிய ராணுவம் அப்போதும் வெறிகொண்டுதான் அலைந்தது. எப்படியாவது சரணடையும் செய்தி உள்ள மன்னர் கையொப்பமிட்ட பத்திரத்தைக் கைப்பற்றி வழியிலேயே கிழித்தெறியக்கூட சில ஆட்கள் தலைதெரிக்க ஓடினார்கள்! அவரது ரேடியோ அறிவிப்பு டேப்பை ஒலிபரப்புக்கு முன்னால் கைப்பற்ற ஒரு முயற்சி நடந்தது. அதுவும் தோல்வி. மக்கள் அத்தனைபேரும் மன்னரின் பக்கம் இருந்தாலும் ராணுவம் கடைசிவரை போரை நடத்தவே விரும்பியது. அது முடியாது இனிமேல் என்பது தெரிந்ததும் பல ஜப்பானிய ராணுவ உயரதிகாரிகள் கைத்துப்பாக்கியால் சுட்டுக்கொண்டு இறந்துபோனார்கள். சரணடைவது என்பதை நினைத்துக்கூடப் பார்க்கமுடியவில்லை அவர்களால்!

அந்த ஆண்டு ஆகஸ்ட் 29ம் தேதிமுதல் அமெரிக்கத் துருப்புகள் ச்ாரிசாரியாக டோக்கியோவுக்குள் வரத்தொடங்கிவிட்டன. ஜப்பான் வெற்றியின் காரணகர்த்தாவான அமெரிக்க ஜெனரல் மெக் ஆர்த்தர் 30ம்தேதி காலை தனி விமானத்தில் டோக்கியோ வந்து இறங்கினார். அவரது உயிருக்கு ஆபத்து ஏற்படுமோ என்று ஏகப்பட்ட பாதுகாப்பு ஏற்பாடுகள் செய்யப்பட்டிருந்தன. ஆனால் ஜப்பான் மக்கள் அவருக்கு சகல மரியாதைகளோடும் தான் வரவேற்பு அளித்தார்கள். அது அவர்கள் பண்பாடு! போரில் வென்ற படையின் தலைவரின் பாதுகாப்புகூட தங்கள் பொறுப்புத்தான் என்று பல ஜப்பானிய வீரர்களே அணிவகுத்து நின்றது மெக் ஆர்த்தருக்கே ஆச்சர்யம் தான்.

செப்டெம்பர் மாதம் 8ம்தேதி முறைப்படி ஜப்பானின் ஆட்சி நிர்வாகத்தை அமெரிக்க அரசு சார்பில் மெக் ஆர்த்தர் எடுத்துக்கொள்ள ஆரம்பித்தார். பதினோராம் தேதி ஜப்பானின்

சர்வாதிகாரியாக இருந்து கொட்டமடித்த ஜெனரல் டோஜோவைக் கைதுசெய்ய அவர் வீட்டுக்குப் போனது அமெரிக்கப்படை. தனது கைத்துப்பாக்கியால் சுட்டுக்கொண்டு இறக்க முயற்சி செய்த டோஜோவை மருத்துவமனைக்கு எடுத்துப் போய்க் காப்பாற்றிவிட்டார்கள். மூணு வருஷம் விசாரணை நடத்தி 1948ல் அவருக்கு மரணதண்டனை விதித்தது அமெரிக்க ராணுவ நீதிமன்றம். (1948 டிசம்பர் 23 அன்று டோஜோ தூக்கிலிடப்பட்டார்.)

ஒருவழியாக இரண்டாவது உலகப்போர் ஒரு முடிவுக்கு வந்தது.

21. போரும் பொருளாதாரமும்

பரபரப்பான காட்சிகளும் திடுக்கிடும் திருப்பங்களும் நெஞ்சை உருக்கும் செண்டிமெண்ட்களும் எதிர்பாராத காதல் காட்சிகளும் கொண்ட ஒரு தமிழ்த் திரைக்காவியத்துக்குச் சற்றும் சளைக்காத இரண்டாவது உலக யுத்தம் ஏற்படுத்திய பாதிப்பு சாதாரணமானதல்ல. ஒரே வரியில் சொல்லுவதென்றால் அன்றைக்கு அமெரிக்காவையும் ரஷ்யாவையும் தவிர வேறு எந்தத் தேசமும் அந்த பாதிப்பிலிருந்து தப்பிக்கவேயில்லை. பாதிப்பு என்றால் பக்கவாதம் வந்து படுக்கையில் விழுகிற மாதிரியான பாதிப்பு. பல தேசங்கள் கோமாவுக்கே போய்விட்டன. ஆனானப்பட்ட பிரிட்டன் கூட அதிலிருந்து தப்பவில்லை. பல லட்சக்கணக்கான உயிர்ச்சேதங்கள். கணக்குவழக்கே இல்லாத அளவுக்குச் செலவு.

இதன் விளைவாக ஒட்டுமொத்த ஐரோப்பாவுமே பொருளாதார ரீதியில் அதலபாதாளத்துக்குப் போய்விட்டது. வளமான தேசங்கள் என்று பெயர் பெற்றவையெல்லாம் கூட யாராவது நிதியுதவி செய்வார்களா என்று வருஷக்கணக்கில் கையேந்தி நிற்கவேண்டிய அவல நிலைக்குத் தள்ளப்பட்டன. உற்பத்தி கடுமையாக பாதிப்படைந்ததால் கண்டம் முழுவதிலுமே வர்த்தகம் படுத்துவிட்டது.

இதெல்லாம் போதாதென்று விதவிதமான தொற்று நோய்களும் விஷக்காய்ச்சல்களும் ஊருக்கு ஒரு பெயரில் கோரத்தாண்டவம் ஆடி, போர் முடிந்தபிறகும் ஸ்கோரை ஏற்றிக்கொண்டிருந்தன.

இந்த விளைவுகள் ஒருபுறமென்றால் அரசியல் ரீதியிலான மாறுதல்களும் மிக முக்கிய இடம் பிடித்தன. ஜெர்மனியில் நாஜிக்கட்சியின் மிச்ச சொச்சங்களை முற்றிலுமாக ஒழித்துக் கட்டிவிட்டது அமெரிக்க ராணுவம். ஹிட்லர் சம்பந்தப்பட்ட எந்த விஷயத்துக்கும் குப்பைத்தொட்டியில் கூட இடம் கிடையாது எனும்படியாக ஒரு ஆசாமி அங்கே வாழ்ந்து, ஆண்டு, மறைந்த சுவடையே அழிக்கிற பணி கனஜோராக நிறைவேறியது. அதே மாதிரி ஜப்பானிலும் மன்னர் பேரரசின் அதிகாரங்கள்

குறைக்கப்பட்டு, பார்லிமெண்டுக்கு நிறைய அதிகாரங்கள் அளிக்கும்விதமான மாறுதல்களை கவனமாக, திட்டமிட்டுச் செய்தார் அமெரிக்க அதிபர் ட்ரூமன். மனிதாபிமான நோக்கில் ஜப்பான் மீண்டும் புத்துயிர் பெறுவதற்கான நிதியுதவிகளையும் தாராளமாகவே செய்தது அமெரிக்கா.

அதற்கு ஒரு நிர்ப்பந்தமும் இருந்தது. முதல்முதலாகப் பயன்படுத்தப்பட்ட அணுகுண்டுகள். ஜப்பானின் அட்டகாசத்தை அமெரிக்கா அன்று தடுத்து நிறுத்தியதைப் பாராட்டிய நாடுகள் கூட போரில் அணுகுண்டு பயன்படுத்தப்பட்டதை மிகக் கடுமையாகக் கண்டித்தன. இன்னும் ஒரு படி மேலே போய் அமெரிக்காவிடம் இன்னும் என்னென்ன அணு ஆயுதங்கள் இருக்கின்றன என்று ரகசிய ஆராய்ச்சிகளும் பல நாடுகளில் மேற்கொள்ளப்பட்டன. ஆனால் ஒரு தமாஷ் என்னவென்றால், ரஷ்யா உட்பட பல தேசங்கள் சந்தேகப்பட்டதுபோல அன்றைக்கு அமெரிக்காவிடம் வேறு எந்த அணு ஆயுதமும் இல்லை. அப்போது தான் அணு ஆயுதத் தயாரிப்பைத் தொடங்கியிருந்தது அமெரிக்கா. அந்த இரண்டு குண்டுகள் மட்டுமே அப்போது தயாரிக்கப்பட்டிருந்தன. பரிட்சார்த்த ரீதியில் அவற்றை ஹிரோஷிமாவின் மீதும் நாகசாகியின் மீதும் வீசப்போக, அமெரிக்காவுக்கே அணுவின் ஆற்றல் அப்போது தான் முதல்முதலாகத் தெரியவந்தது. அதன் பிறகு தான் அணு ஆயுதத் தயாரிப்புகளை திட்டமிட்டுச் செய்யத்தொடங்கியது அமெரிக்கா.

ஆனால் என்ன ஆயிற்று என்றால் அமெரிக்காவிடம் ஏராளமான அணு ஆயுதங்கள் இருக்கின்றன என்கிற சந்தேகத்தில், போட்டி போட்டுக்கொண்டு ரஷ்யாவும் சீனாவும் இன்னபிற தேசங்களும் அணு ஆராய்ச்சியிலும் ஆயுதத்தயாரிப்பிலும் கோடிக்கணக்கில் அப்போதே முதலீடு செய்யத்தொடங்கிவிட்டன.

இன்றைய நவீன உலகம் பார்க்கிற அத்தனை நாசகார ஆயுதங்களுமே அன்றைக்கு இரண்டாவது உலகப்போரின் விளைவாகத் தொடங்கப்பட்ட ஆராய்ச்சி விளைவுகள் தான்.

குறிப்பாக, ரஷ்யா அன்று ஆரம்பித்துவைத்த ஆயுத உற்பத்தித் திருவிழாவும் கம்யூனிசப் பரவல் உற்சவமும் அமெரிக்காவைப் பல ஆண்டுகள் தூக்கமிழக்கச் செய்தன. சாதாரண விஷயமில்லை இது.

சொல்லப்போனால், இரண்டாம் உலகப்போருக்குப் பின்னால்- அது ஏற்படுத்திய பாதிப்புகளைக் கணக்கிட்டால் இன்றுவரை உலகில் வேறு எந்தப் போருமே நடந்திருக்கக் கூடாது. எல்லா தேசங்களுமே போரின் பாதிப்பில் சுணங்கிக்கிடந்தபோது அமெரிக்காவும் ரஷ்யாவும் மட்டும் வெகு எளிதாகத் தமது சுமைகளைக் களைந்துகொண்டு நீயா, நானா போட்டியில் இறங்கிவிட்டதன் விளைவுதான் தொடர்ந்து வந்தப் பல சங்கடங்கள். ஒட்டுமொத்த உலகையே நிரந்தரக் கவலையின் விளிம்பில் நிறுத்திவைத்திருந்த அந்த இரு தேசங்களுக்கு இடையிலான பனிப்போர் தான் உலக யுத்தத்துக்குப் பிறகு அமெரிக்கா சந்தித்த மிக முக்கியமான சங்கதி.

இந்தப் பனிப்போரைப் பற்றி நமது பாடப்புஸ்தகங்கள் சொல்லுகிற விவரங்கள் எல்லாமே மிகவும் தமாஷானவை. கம்யூனிசத்தின் வளர்ச்சியைப் பார்த்து அமெரிக்கா கவலைப்பட்டது; அமெரிக்காவின் ஆயுத - பொருளாதாரப் பெருக்கத்தைப் பார்த்து ரஷ்யா வெறுப்படைந்தது; அதனால் பனிப்போர் ஏற்பட்டது என்று ஒரு வரியில் சொல்லிவிட்டுப் போய்விடுகிறார்கள்.

உண்மையில் பரோட்டா மாதிரி லேயர் லேயராக நிறைய சங்கதிகளும், காரணத்துக்குள் ஒரு காரணம், அதற்குள் இன்னொரு காரணம் என்று பூரணக்கொழுக்கட்டைகளாக உள்ளே பொதிந்து வைத்த மேட்டர்கள் மிக அதிகம்!

1944ல் ஜெர்மனியை அழித்துவிட்டுத்தான் மறுகாரியம் என்று சோவியத் யூனியன் அரசு (ஸ்டாலின் அரசு) முடிவு செய்த கணத்திலிருந்தே அமெரிக்காவுக்கு ரஷ்யா மீது நிரந்தரமாக ஒரு கண் விழுந்துவிட்டது. அதற்கு முன்னால் கொஞ்சம் தயக்கமாகத்தான் ரஷ்யாவை அது அணுகிக்கொண்டிருந்தது என்றபோதும் அந்த ஜெர்மானிய வீழ்ச்சிக்குப் பிறகு துளிசந்தேகமும் இல்லாமல் போய்விட்டது.

ஸ்டாலின் எப்பேர்ப்பட்ட ஆசாமி, அவரது நோக்கம் என்ன, அதை அடைய அவர் என்னென்ன வழிகளைக் கையாள்கிறார் என்று அமெரிக்காவுக்குப் படு துல்லியமாகத் தெரியவந்தபோது சோவியத் யூனியன் ஐரோப்பாவில் மிக ஆழமாகத் தன் வேர்களை ஊன்றிவிட்டது. அதுவும் கண்ணிமைக்கும் காலத்துக்குள். ஜெர்மானிய வெற்றிக்குப் பிறகு, சோவியத்

யூனியன் மேற்கொண்ட படையெடுப்புகளின் விளைவாக போலந்து, செக்கோஸ்லோவாக்கியா, ஹங்கேரி, பல்கேரியா, யூகோஸ்லாவியா, ருமேனியா, அல்பேனியா என்று ஐரோப்பாவின் மத்தியக் கிழக்கு தேசங்கள் பலவற்றில் கம்யூனிச அரசுகள் உண்டாகிவிட்டன. இவை தவிர கமர்கட் சைஸ் தேசங்களான லாட்வியா, லிதுவேனியா, எஸ்தோனியா போன்றவை ரைட் ராயலாக சோவியத் யூனியனுடனேயே இணைக்கப்பட்டன. ஏற்கெனவே கிழக்கு ஜெர்மனியில் கம்யூனிச அரசை ரஷ்யா அமைத்திருந்ததைப் பார்த்தோம். இவையெல்லாம் போதாது என்று இன்னும் கிழக்கே சீனா, வட கொரியா, வடக்கு வியட்நாம் போன்ற தேசங்களிலும் கம்யூனிச அரசு ஏற்படவும் வாழவும் தழைக்கவும் தன்னாலான எல்லா ஒத்தாசைகளையும் வரிந்துகட்டிக்கொண்டு செய்தது சோவியத் யூனியன்.

ஐரோப்பாவெங்கும் கிருஸ்தவமதம் என்று பெருமிதத்தோடு சொல்லிக்கொண்டிருந்த காலம் போக, கொஞ்சம் விட்டால் கண்டமே கம்யூனிசக்கண்டம் என்று சொல்லுகிற நிலைமைக்குக் கொண்டுவந்துவிடுவார்கள் போலிருந்தது. கிருஸ்தவ மிஷினரிகளின் மதப்பிரசாரத்துக்குச் சவால்விடும்படியாக அன்று அமைந்திருந்தது சோவியத் யூனியனின் கம்யூனிசப் பிரசாரம்.

உலகப்போரின் விளைவாக ஐரோப்பாவெங்கும் பரவியிருந்த தொற்று நோய்களைவிட இது ஆபத்தாச்சே என்று கவலைப்பட்டார் அமெரிக்க அதிபர் ட்ரூமன். வெறும் எண்பத்திமூன்று நாட்கள் மட்டும் உதவி ஜனாதிபதியாக இருந்துவிட்டு, எதிர்பாராதவிதமாக ரூஸ்வெல்ட் மரணமடைந்ததால் வலுக்கட்டாயமாக வெள்ளை மாளிகைக்குக் குடியேறவேண்டிய நிர்ப்பந்தத்துக்கு ஆளானவர் அவர்.

பரம சாது. சின்ன வயசிலேயே கண்பார்வைக் கோளாறு ஏற்பட்டு சரியாகப் படிப்பைத் தொடரமுடியாமல் போய், குடும்பத்தின் ஒரே சொத்தான ஒரு பண்ணையில் வேலை பார்த்துக்கொண்டிருந்தார். ஆனால் அவருக்கு ராணுவத்தில் சேருகிற ஆசை இருந்தது. ரொம்பப் போராடி மிசௌரி தேசிய பாதுகாப்பு அகடமியில் ராணுவப்படிப்புக்குச் சேர்ந்து முதல் உலகப்போர் சமயம் பிரான்சுக்குப் போன படையில் ஒரு லெஃப்டினெண்டாகக் கூடப்போனார்.

திரும்பி வந்து ஒரு துணிக்கடை ஆரம்பித்துவிட்டு, பள்ளிக்காலத்துக் காதலியான பெஸ் வாலஸைத் திருமணம் செய்துகொண்டார். துணிக்கடை அவரைக் கவிழ்த்துவிட்டது. ஆனால் காதல் திருமணம் கடைசி வரை நிலைத்திருந்தது. 1930களில் அரசியலில் தீவிரமாக ஈடுபட்டு, டெமாக்ரடிக் கட்சியின் முன்னணித் தலைவர்களுள் ஒருவராக வெகு விரைவில் முன்னேறி வந்தார். 44ம் வருஷத்துப் பொதுத்தேர்தலில் நாலாவது முறையாக மீண்டும் நிற்பது என்று ரூஸ்வெல்ட் முடிவு செய்தபோது ட்ரூமனைத்தான் அவர் தன் உதவி ஜனாதிபதி வேட்பாளராக நிறுத்த விரும்பினார். கட்சிக்கும் அதில் எந்த கருத்து வேறுபாடும் இல்லாததால் ட்ரூமன், ரூஸ்வெல்டின் உதவி ஜனாதிபதி ஆனார். அப்புறம் நடந்ததைத்தான் முன்னமேயே பார்த்துவிட்டோம்.

என்ன பிரச்னை என்றால் ரூஸ்வெல்ட் மாதிரி ஒரு சூப்பர் ஸ்டாரை அத்தனை வருஷகாலமாகப் பார்த்துவந்த அமெரிக்க மக்களுக்கு ட்ரூமனை ஆரம்பத்தில் அவ்வளவாகப் பிடிக்கவில்லை. இத்தனைக்கும் மனுஷன் மிகவும் கெட்டிக்காரர். போருக்குப் பிந்தைய அமெரிக்காவை இன்னும் நவீனமாக, இன்னும் வேகமாக, இன்னும் ஆக்கபூர்வமான துறைகளில் ஈடுபடும்விதமாக வடிவமைப்பதில் பல முதல் செங்கற்களை எடுத்து வைத்தவர் அவர். சர்வதேச விவகாரங்களைப் பொறுத்த அளவில் ரெண்டு முக்கியமான காரியங்களை அவர் செய்தார். முதலாவது, போரினால் பாதிப்படைந்த ஐரோப்பிய தேசங்கள் அனைத்துக்கும் என்ன உதவி வேண்டுமானாலும் செய்யப்படும் என்று அறிவித்துவிட்டு, சொல் மாறாமல் செய்து தந்தது. ரெண்டாவது, கம்யூனிசத்துக்கு எதிராகப் போராடும் தேசங்களுக்கு நிதி உதவி செய்யப்படும் என்று பகிரங்கமாக அறிவித்தது.

இந்த ரெண்டாவது அறிவிப்புக்கு நல்ல பலன் இருந்தது. சோவியத் யூனியனின் ராட்சச வளர்ச்சி கண்டு பயந்த மக்களாட்சி தேசங்கள் பல அன்றைக்குத் தானாக வந்து அமெரிக்காவுடன் கை குலுக்கி, நண்பர்களாயின. எல்லாருக்குமே அன்று மிகப்பெரிய குழப்பம் இருந்தது.

இந்தக் கம்யூனிசத்தில் அப்படி என்ன இருக்கிறது? எதனால் இப்படி அது ஜுரவேகத்தில் உலகமெங்கும் பரவுகிறது? அப்படியென்ன பெரிய சித்தாந்தம் அது? ஏன் எல்லாரையும் அது கவர்ந்து தொலைக்கிறது?

இந்தக் கேள்விக்கு மட்டும் பதில் கண்டுபிடித்துவிட்டால் சோவியத் யூனியனை எப்படி அடக்கிவைப்பது என்பது தெரிந்துவிடும். தனித்தனியாக யோசித்து ஒரு பிரயோஜனமும் இல்லை. அமெரிக்கா மாதிரி ஒரு பணக்கார தேசத்தின் சப்போர்ட்டுடன் கூடி உட்கார்ந்து யோசித்து ஒரு வழி கண்டுபிடிக்கவேண்டும் என்று பல தேசங்கள் முடிவு செய்து அமெரிக்காவை அணுகின. உண்மையில் பிரிட்டனுக்குக் கூட அன்றைக்கு சோவியத் பயம் மிக அதிகமாக இருந்தது. ஐரோப்பாவின் தன்னிகரற்ற பேரரசு என்கிற தனது காலம் காலமான பெருமையை சோவியத் யூனியனின் எழுச்சி என்றைக்காவது காலடியில் இட்டு நசுக்கிவிடப்போகிறது என்கிற அச்சம் பிரிட்டிஷ் பிரதமர் சர்ச்சிலுக்கே இருந்தது.

அவரும் இது குறித்து ட்ரூமனுடன் பல சுற்றுகள் பேச்சுவார்த்தை நடத்திப்பார்த்தார். முடிவாக ஒரு விஷயத்தைக் கண்டுபிடித்தார்கள்.

கம்யூனிசத்தை எந்த ஆட்சியாளர்களும் ஆதரிப்பதில்லை. பொதுமக்கள் - குறிப்பாகத் தொழிலாளிகளின் வர்க்கம் தான் அதனைமுழு மனத்துடன் ஆதரிக்கிறது. தொழிலாளர்களின் ஆதரவுடன் தான் எல்லா தேசங்களிலும் கம்யூனிசம் தழைக்கத் தொடங்குகிறது.

அதாவது ஆட்சியில் இருக்கிறவர்களுக்குச் சம்மதமில்லை; ஆனால் மக்களுக்குச் சம்மதம் என்று இதற்கு அர்த்தம்.

அப்படி ஆவதற்கு என்ன காரணம் இருக்க முடியும்?

"ஒரே காரணம் தான். ஐரோப்பாவில் ஏற்பட்டிருக்கும் பொருளாதார வீழ்ச்சி தான் மக்களைச் சலிப்புறச் செய்திருக்கிறது. சராசரி மக்களின் சகஜ வாழ்க்கை திரும்புவதற்கு கம்யூனிசம் உதவும் என்று சோவியத் யூனியன் பிரசாரம் செய்கிறது. அவர்களது பொருளாதாரப் பிரச்னைகளை நாம் தீர்த்துவிட்டால் கம்யூனிசத்தைக் கண்டுகொள்ளமாட்டார்கள்" என்று சொன்னார் ட்ரூமன்.

ட்ரூமனின் இந்தக் கண்டுபிடிப்புக்குப் பிறகு தான் எல்லா உலக நாடுகளுக்கும் அமெரிக்கா தாராளமாக நிதியுதவி செய்வது மிகத்தீவிரம் அடைந்தது. குறிப்பாக மேற்கு ஐரோப்பிய நாடுகளுக்கும் இன்னும் கம்யூனிசம் எட்டிப்பார்க்காத

மற்றபல ஏழை தேசங்களுக்கும் வள்ளல் மாதிரி வாரி வாரி வழங்கத்தொடங்கியது அமெரிக்கா. கடனுதவியாகவே தரப்பட்டாலும் திரும்பிவாராக்கடன் என்று தெரிந்தே பல பில்லியன் டாலர்கள் அள்ளி அளிக்கப்பட்டன. ஒரே நோக்கம் தான்! கம்யூனிசம் டவுன்! டவுன்!

இந்த நடவடிக்கைகளின் தொடர்ச்சியாக வட அட்லாண்டிக் உடன்படிக்கை நாடுகளின் கூட்டமைப்பும் *(NATO)* தென்கிழக்கு ஆசிய நாடுகளின் கூட்டமைப்பும் *(SEATO)* ஏற்படுத்தப்பட்டன. இந்த இரண்டு அமைப்புகளின் தலையாய நோக்கம் என்னவென்றால் கம்யூனிசம் போகிற பாதையெல்லாம் மரத்தை வெட்டிப்போடுவது!

இப்படி கம்யூனிசத்துக்கு எதிரான தேசங்களை ஒருங்கிணைக்கும் பணியில் அமெரிக்கா ஒருபக்கம் தீவிரமாக இருக்க, மறுபக்கம் ரஷ்யாதன்பங்குக்குஐரோப்பாதவிரஆசியாக்கண்டத்திலும்பிராண சிநேகிதர்களைத் தேடித்தேடிச் சேர்த்துக்கொள்ளத்தொடங்கியது.

அப்போது தான் அந்த ரெண்டு கட்சி நாடுகளின் பட்டியலை வைத்துக்கொண்டு நீ யாருக்கு நண்பன்? எனக்கா, அவனுக்கா? இந்தப் பக்கம் வரியா, அந்தப் பக்கம் போறியா போன்ற உத்தரபிரதேச சட்டசபை ஸ்டைல் நடவடிக்கைகளும் ஆரம்பமாயின.

ரொம்ப பேஜாரான காலகட்டத்துக்கு உலகத்தை அழைத்துப் போகிறோம் என்று அமெரிக்காவுக்கும் ரஷ்யாவுக்கும் வெகு நிச்சயமாகவே தெரிந்திருந்தது தான். ஆனால் இரண்டு தேசங்களாலும் அப்போது எதையுமே நிறுத்தமுடியவில்லை. தம்மையறியாமல் இரு தேசங்களுமே ஒரு பெரிய பலப்பரிட்சைக்குத் தயாராகிக் கொண்டிருந்தன!

22. பனிப்போர் ஆரம்பம்

இன்றைக்கு சோவியத் யூனியன் என்றொரு தேசம் கிடையாது. உலகின் மாபெரும் வல்லரசு எது? அமெரிக்காவா, சோவியத் யூனியனா என்கிற கேள்விக்கு இன்று அர்த்தம் இல்லை. அமெரிக்காவுக்கும் சோவியத் யூனியனுக்கும் இடையில் இருந்த பனிப்போர் குறித்த பெயரளவு ஞாபகம் தான் மக்களுக்கு இருக்கும். எந்த நிமிஷம் என்ன நடக்குமோ என்று அன்றைக்கு உலகம் தவித்த தவிப்பும் பரபரப்பும் குறித்துச் சொன்னால் 'அப்படியா?' என்று கேட்டுவிட்டு அடுத்த காரியம் பார்க்கப் போய்விடுவார்கள்.

ஆனால் ஹிட்லர் காண்டத்துக்குப் பிறகு உலகை அச்சுறுத்திய ஒரு விஷயம் உண்டென்றால் அது அந்த இரு தேசங்களுக்கிடையில் பூதாகாரமாக வளரத்தொடங்கிய போட்டி, பொறாமை, ஆக்கிரமிப்பு வேட்கை தான்.

பெர்க்லி பல்கலைக்கழகத்தின் பொருளாதாரத்துறைப் பேராசிரியர் ஒருவர் சில வருஷங்கள் முன்னால் ஒரு விஷயம் சொன்னார். சோவியத் யூனியனின் வளர்ச்சியைத் தடுப்பதற்காக, சோவியத் யூனியன் பொறாமைப்படுவதற்காக, சோவியத் யூனியன் பயப்படுவதற்காக மட்டும் அமெரிக்கா செலவழித்த பணத்தைச் சேர்த்தால் சுமார் நான்கு அல்லது ஐந்து மூன்றாம் உலக நாடுகளின் மொத்தக் கடன் சுமையை அடைத்துவிடலாம்.

ரொம்பக் காலதாமதமான கண்டுபிடிப்புதான். நயா பைசா உபயோகம் இல்லாததுதான். ஆனாலும் சிந்திக்கவேண்டிய விஷயம்.

திட்டமிட்டுத் தன்னை ஒரு வல்லரசாக உருவாக்கிக்கொண்டு வந்த அமெரிக்காவுக்கு அன்றைக்கு சோவியத் யூனியனில் எழுந்த புரட்சியும் எழுச்சியும் மலர்ச்சியும் அப்படியொரு தடைக்கல்லாக எதிரே நிற்கும் என்று யாரும் நினைத்துக்கூடப் பார்க்கவில்லை. இத்தனைக்கும் தொழில்துறையில் அமெரிக்கா அளவுக்கு அன்றைய சோவியத் யூனியன் தன்னிறைவு அடைந்த தேசம் என்று சொல்லமுடியாது. அதன் பொருளாதார பலம் முழுக்க முழுக்க விவசாயம் சார்ந்தே இருந்தது.

ஆனால் அமெரிக்காவிடம் இல்லாத ஒரு சொத்து சோவியத்திடம் இருந்தது. அது, உழைப்பில் வெறித்தனமான ஈடுபாடு கொண்ட மாபெரும் மனிதவளம். ஒரு கம்யூனிச அரசின் கெடுபிடிகள் மிக்க சட்டதிட்டங்களுடன் அயராத உழைப்பும் சேர்ந்தால் விளைவு என்ன என்றால், புரட்சிக்குப் பிறகான மிகச்சில வருடங்களிலேயே சோவியத் யூனியன், ஒரு வல்லரசு என்கிற தகுதியை நோக்கி வீறுநடை போடத்தொடங்கிவிட்டதுதான்.

குறிப்பாக இரண்டாம் உலகப்போரில் அமெரிக்காவுக்கு நிகராக அத்தேசம் அடைந்த வெற்றியும் ஏற்றங்களும் உலக நாடுகள் பலவற்றை மிகவும் சிந்திக்கவைத்தன. என்னத்துக்காக அமெரிக்காவுக்கு வால்பிடிப்பானேன்? இதோ நட்புணர்வுடன் சோவியத் கை நீட்டுகிறது. பிடித்துக்கொண்டு போகிற வழிக்குப் புண்ணியம் தேடிக்கொள்ளலாமா என்று ஏராளமான ஏழை தேசங்கள் யோசிக்க ஆரம்பித்துவிட்டன.

அமெரிக்காவுக்கு இது ஒருவித ஈகோ பிரச்னையாகிப் போய்விட்டது. வெளியே சொல்லமுடியாவிட்டாலும் சோவியத்தின் வளர்ச்சி அத்தேசத்துக்கு மிகுந்த மனப்புழுக்கத்தை அளித்துவந்தது. அமெரிக்கா என்றால் அமெரிக்க அரசு மட்டுமல்ல. இந்த விஷயத்தில் அமெரிக்க மக்களும் சேர்த்தி!

ஆகவே என்னவாவது செய்து தான் தான் பெரியவன் என்று நிரூபித்தாகவேண்டிய சுய நெருக்கடியை உருவாக்கிக்கொண்டது அமெரிக்கா.

விளைவு? இன்னார், அன்னார் என்று பார்க்காமல் கேட்கிற தேசங்களுக்கெல்லாம் பாய்ந்து பாய்ந்து உதவி செய்ய ஆரம்பித்தது அமெரிக்க அரசு.

ஒரு கணக்குத்தான். இன்றைக்குச் செய்கிற செலவுகளை எப்படியும் நாளைக்குத் திருப்பி எடுத்துவிடமுடியும் என்கிற கணக்கு. மேலும் *1940*லிருந்து *44* வரையிலான உலகப்போர் காலகட்டத்தில் மட்டும் அமெரிக்காவின் அந்நிய வர்த்தகம் *6.4* பில்லியன் டாலர் என்கிற அளவிலிருந்து *10.8* பில்லியன் டாலராக உயர்ந்ததில், போரினால் ஏற்பட்ட இழப்புகளை ஈடுகட்டுவதும் பிரமாதமான காரியமாக இல்லை.

புத்திசாலியான அதிபர் ட்ரூமன் ஒரே ஒரு முக்கியமான முடிவை மட்டும் 'பாதுகாப்பு'க்காக எடுத்தார். என்னதான் பணக்கார நாடு என்றாலும் யுத்த பாதிப்பு என்பது ஓரளவாவது இல்லாமல் போகாது. பெரும்பாலும் வரிகள் மூலம் அதைச் சமாளிப்பதே எல்லா தேசங்களுக்கும் வழக்கம்.

ஒரு மாறுதலுக்கு ட்ரூமன், யுத்த பாதிப்பு எதுவும் சராசரி உழைப்பாளி வர்க்கத்தின் வாசலுக்குப் போய் நிற்காமல் தடுத்துவிட்டு, வேறு தொழில், வர்த்தக இனங்களில் அந்தச் சுமையை இறக்கிவைக்கச் சொன்னார்.

இது சராசரி மக்களுக்கு மிகுந்த நம்பிக்கை ஏற்படுத்திவிடவே, துணிச்சலுடன் என்னவிதமான நூதன முடிவுகளை அதிபர் எடுத்தாலும் யாரும் கேள்வி கேட்கமாட்டார்கள் என்கிற நிலைமை ஏற்பட்டுவிட்டது. அதாவது, நம்பிக்கை. அந்த நம்பிக்கையையே தன் மூலதனமாக வைத்து ரஷ்யாவைக்குறித்த கவனத்தை அடித்தட்டு அமெரிக்க மக்கள் வரை விதைக்கும் பணியில் தீவிரமாக இறங்கியது ட்ரூமன் அரசு. நீ பெரியவனா, நான் பெரியவனா என்று ஒரு ஆட்டம் ஆடிப்பார்த்துவிட முடிவு செய்தது பெரிய விஷயமில்லை. அந்த ஆட்டத்தை மக்களின் முழு சப்போர்ட்டுடன் செய்யவேண்டும் என்று ட்ரூமன் நினைத்ததுதான் முக்கியம். அதுவும் உலக யுத்தம் முடிந்த சூட்டிலேயே!

இரண்டு கண்டங்கள். ஐரோப்பா மற்றும் ஆசியா. ரெண்டுமே பெரிய நிலப்பரப்பு. நிறைய தேசங்கள் உள்ள பிராந்தியம். இந்த இரண்டு கண்டங்களில் தான் கம்யூனிசத்தின் வேர்களை மிக ஆழமாக ஊன்றும் முயற்சியில் ஈடுபட்டிருந்தது சோவியத் யூனியன். ஆகவே, தான் வேலை பார்க்கவேண்டிய இடமும் இந்த இரு கண்டங்கள்தான் என்று முடிவு செய்தார் ட்ரூமன்.

அதற்குத் தோதான முதல் வாய்ப்பு அவருக்கு க்ரீஸிலிருந்து வந்தது. க்ரீஸ் தெரியுமில்லையா? அலெக்சாண்டர், ஏதன்ஸ், ஒலிம்பிக்... அந்த தேசம்தான்.

உலகப்போருக்கு முன்னால் அங்கே ஒரு வலதுசாரி முடியாட்சி நடந்துகொண்டிருந்தது. முடியாட்சி என்று சொல்லிக்கொள்ள வேண்டியதுதான். உண்மையில் அது ஒரு சர்வாதிகார ஆட்சி.

போரின் சமயம் பிரிட்டன் கிரீஸுக்குள் புகுந்து அந்த சர்வாதிகார அரசை ஒருமாதிரியாக ஒழித்துக்கட்டி ஒரு இடைக்கால அரசை உட்காரவைத்துவிட்டு வந்திருந்தது.

என்ன ஆயிற்றென்றால் உலகப்போர் முடிந்தபிறகு அங்கே ஒரு இடதுசாரி கொரில்லா தீவிரர்களின் இயக்கம் தோன்றி, ரொம்ப வேகமாக வளர்ச்சி கண்டு, அரசுக்கு கடுக்காய் கொடுக்கத் தொடங்கிவிட்டிருந்தது. கிட்டத்தட்ட பதினேழாயிரம் வீரர்கள், ஐம்பதாயிரம் ஆதரவாளர்கள், இரண்டரை லட்சம் அனுதாபிகள் என்கிற கணக்கு ரொம்ப சாதாரணமாகத் தெரியலாம். ஆனால் அன்றைக்கு க்ரீஸின் மொத்த மக்கள் தொகையே ஏழு மில்லியன் தான். அந்த கொரில்லா இயக்கத்தை ஒழித்துக்கட்டினாலொழிய க்ரீஸில் அமைதிக்கு வாய்ப்பில்லை என்று ஆனது நிலைமை. வேறென்ன? தினசரி உள்நாட்டு யுத்தம், கலவரம், கண்ணிவெடி, மண்ணாங்கட்டி.

பொறுப்பு யாருடையது? நியாயமாக பிரிட்டனுடையதுதான். இல்லையா? ஆனால் பிரிட்டன் என்ன செய்தது என்றால் அமெரிக்க அரசைக் கூப்பிட்டு, இந்தமாதிரி விவகாரம், எனக்கு இப்போதைக்கு தெம்பு பத்தாது. அந்த ஊரை நீ கொஞ்சம் கவனி என்று கேட்டுக்கொண்டது.

சரித்திரத்தில் மிக முக்கியமான கட்டம் இது. " உலகத்தையே தலைமை தாங்கும் பதவியை ஒரு மணி நேரத்தில் பிரிட்டன் அமெரிக்காவுக்குத் தாரை வார்த்துவிட்டது" என்று எல்லா சரித்திர ஆசிரியர்களும் இந்தச் சம்பவத்தை வருணிக்கிறார்கள்.

உலகப்போரில் எத்தனையோ வீர பராக்கிரமங்கள் காட்டிய பிரிட்டனால் கேவலம் ஒரு சிறிய கொரில்லாப்படையை நசுக்க முடியாதா என்பதுதான் இந்த வியப்பின் அர்த்தம். ஆனால் பிரிட்டன் அப்படி அமெரிக்காவுக்கு அந்த வாய்ப்பைத் தூக்கிக் கொடுத்ததன் காரணமே வேறு.

எந்த நிமிஷமும் கிரீஸின் உள்நாட்டு விவகாரத்தில் சோவியத் யூனியன் தலையிடக்கூடும் என்று ஐரோப்பா முழுவதும் எதிர்பார்த்துக்கொண்டிருந்த நேரம் அது. மேலும் சோவியத் யூனியன் தலையிட்டால் இடது சாரி கொரில்லாக்களை

ஒழிப்பதற்கு பதில் இடதுசாரி அரசாங்கத்தைத்தான் அங்கே உருவாக்கும்படியாகிவிடும். என்னதான் பிரிட்டனும் கம்யூனிஸ்டு ரஷ்யாஃபோபியாவில் அவதிப்பட்டுக்கொண்டிருந்தாலும், போர் பாதிப்பிலிருந்து அது அப்போது முழுதாத மீண்டு எழுந்திருக்காததால், அநாவசியமாக நேரடி மோதலை ரஷ்யாவுடன் நிகழ்த்துவதைத் தவிர்க்க விரும்பியது. அதனால்தான் தன் எதிரிக்கு எதிரியான அமெரிக்காவுக்கு அந்த வாய்ப்பை வெற்றிலை சீவல் பன்னீர்ப்புகையிலையுடன் சேர்த்து வைத்துக் கொடுத்தது.

ரொம்பப் பெரிய வாய்ப்பு அது. ட்ரூமன் படு சாமர்த்தியமாக அதைப் பயன்படுத்திக்கொண்டார். எல்லாரும் அமெரிக்கப்படை க்ரீஸுக்குப் போகப்போகிறது என்று எதிர்பார்த்துக்கொண்டிருக்க (அமெரிக்கப் படை வந்தால் தன் படையை அனுப்புவதா, வேண்டாமா, முந்திக்கொள்ள முடியுமா, முடியாதா என்று ரஷ்யாவும் பல்லைக்குத்திக்கொண்டிருந்தது!) ட்ரூமனோ, படையை அனுப்பாமல் ஒரு கப்பலில் எக்கச்சக்க ஆயுதங்களை மட்டும் சிவகாசிப் பட்டாசுக்கட்டு மாதிரி ஏற்றி அனுப்பிவிட்டு, ஒரு விமானத்தில் சில ராணுவ ஆலோசகர்களை மட்டும் ஏற்றி அனுப்பி வைத்தார். (மொத்தம் 250 ஆலோசகர்கள். ஜெனரல் ஜேம்ஸ் வேன் ஃப்ளீட் என்பவர் அந்தக் குழுவின் தலைவர்.)

ஏதென்ஸில் போய் இறங்கிய அந்த அமெரிக்கக் குழு முதல் கட்டமாக லவுட் ஸ்பீக்கர் வைத்து பொதுஜனங்களைக் கொஞ்ச நாளைக்கு வீடுகளை காலி பண்ணிக்கொண்டு பாதுகாப்பாகத் தாம் ஏற்பாடு செய்திருக்கும் இடங்களுக்குப் போகச்சொன்னது. கொரில்லாக்களை நகருக்குள்ளேயே தனிமைப்படுத்திவைக்கிற செயல் அது. மீறி யார் நகருக்குள் இருந்தாலும் உயிருக்கு உத்தரவாதமில்லை என்று சொல்லிவிட்டார்கள்.

யுத்தமே செய்யாமல் ஒரு யுத்தக்களத்தில் வெற்றி காண்பதென்றால் இதுதான். உள்நாட்டு ஆதரவாளர்கள் உதவியுடன் க்ரீஸ் முழுவதிலுமாகப் பரவியிருந்த அந்த இடதுசாரி கொரில்லாக்களை வீடு வீடாக, ரோடு ரோடாகப் போய் அள்ளிக்கொண்டு போய்விட்டது அமெரிக்க ராணுவம். கொஞ்சம் அவகாசம் பிடித்த ஜோலிதான். 1947 - 49 காலகட்டங்களில் நடந்த இந்த ஆபரேஷனின் விளைவாக க்ரீக்கில் இருந்த அத்தனை தீவிரவாதிகளையும் ஒருத்தர் விடாமல் ஒழித்துக்கட்டிவிட முடிந்தது.

காரியம் முடிந்து, தனக்குச்சாதகமான ஒரு பொம்மை அரசை அங்கே உட்காரவைத்த கையோடு நிறைய பொருளாதார உதவிகளையும் அளித்தார் ட்ரூமன். எஸ்ஸோ, டோவ் கெமிக்கல், க்ரிஸ்லர் போன்ற மிகப்பெரிய அமெரிக்கத் தொழில் நிறுவனங்களின் கிளைகளை ஏதென்ஸில் நிறுவி அங்கே தனது தொழில்துறையின் வாசலை மிக அகலமாகத் திறந்துவைத்துவிட்டது அமெரிக்க அரசு.

அமெரிக்க - ரஷ்யப் பனிப்போரின் பிள்ளையார் சுழி இதுதான். கொஞ்சம் கவனிக்கவேண்டும். இந்த ஆபரேஷனில் அமெரிக்கா நேரடியாக ரஷ்யாவுடன் மோதவில்லை. ரஷ்யாவும் மறைமுகமாகக் கூட அமெரிக்காவின் இந்த நடவடிக்கை குறித்து கருத்து ஏதும் சொல்லவில்லை. தனக்கு கிரேக்க நாட்டின் அரசியல் மீது எவ்வித அக்கறையும் என்றைக்கும் இருந்ததில்லை என்பது மாதிரி தான் ரஷ்யா அப்போது நடந்துகொண்டது. ஆனாலும் தன் வழியில் அமெரிக்கா குறுக்கிட ஆரம்பித்துவிட்டது என்பது அந்நாட்டுக்கு அப்போது வெகு நிச்சயமாகத் தெரிந்துவிட்டது.

பணபலம் மிக்க அமெரிக்கா. ராணுவபலம் மிக்க அமெரிக்கா. அணு ஆய்விலெல்லாம் என்ட்ரன்ஸ் எக்ஸாம் எழுதி, பாஸாகிவிட்ட அமெரிக்கா. மேலும், உலகை ஆளவேண்டும் என்கிற கணவை நூறு வருஷங்களாகச் சுமந்துகொண்டிருக்கிற அமெரிக்கா.

தான் நேற்று முளைத்த ராஜ்ஜியம் தான். அதாவது, சோஷலிசம் என்கிற போர்வை போர்த்திக்கொண்டு ரஷ்யா வளரத்தொடங்கி வெகுநாட்களாகவில்லை. உலகப்போரில் பெற்ற வெற்றிகள் மட்டும்தான் ஒரே நம்பிக்கை. ஆனால் இருக்கவே இருக்கிறது தன்னம்பிக்கை.

சரி, வா. ஒரு ஆட்டம் ஆடிப்பார்த்துவிடுவோம் என்று சோவியத் யூனியனும் மனத்துக்குள் தீவிரமாகக் கறுவிக்கொண்டது. அதுவரை அமெரிக்கா எட்டிப்பார்த்திராத ஆசியாக்கண்டம் முழுவதும் ஒரு புயல் மாதிரி கம்யூனிசத்தின் மகிமையைப் பரப்பத்தொடங்கியது. கூடவே அமெரிக்கா எங்கே தடுக்கிவிழும் என்றும் குழி தோண்டி வைத்துவிட்டுக் காத்திருந்தது.

அதற்கும் ஒரு சந்தர்ப்பம் வந்தது.

23. உருகத் தொடங்கும் பனி

அமெரிக்காவுக்கும் ரஷ்யாவுக்குமான பனிப்போர் செம சூடாக வேகமெடுக்கத் தொடங்கிய அதே சமயம் அமெரிக்காவில் பொதுத்தேர்தல் வந்துவிட்டது. அது 1948வது வருஷம். பனிப்போரெல்லாம் பத்துப் பதினஞ்சு வருஷங்களுக்குத் தொடர்ந்து கொண்டுதான் இருக்கும். அதற்காக, தேர்தலைத் தள்ளிப்போட முடியுமா என்ன? அது என்ன உலக யுத்தமா, அல்லது ட்ரூமன்தான் என்ன, ரூஸ்வெல்ட் மாதிரி நாலு தவணை அதிபராகிற அளவுக்கு சுப்ரீம் ஸ்டாரா?

ரெண்டுமில்லை. ஆனாலும் அந்தத் தேர்தல் அமெரிக்க சரித்திரத்திலேயே ஒரு ஆச்சர்யம்தான். எப்படியென்றால், எப்படியும் தோற்கப்போகிறோம் என்று தெரிந்தேதான் ட்ரூமன் தேர்தலில் நின்றார். என்னதான் அவர் புத்திசாலித்தனமான காரியங்கள் பல செய்துவைத்திருந்தாலும் அடித்தட்டு மக்களைக் கவரும் அளவுக்கு அவரிடம் பர்சனாலிடி இல்லை. இயல்பிலேயே ட்ரூமன் கொஞ்சம் குள்ளம் வேறு. பொதுக்கூட்டத்தில் மைக் எதிரே நின்றால், அவர் யார், மைக் எது என்று கண்டுபிடிப்பது கஷ்டம் என்று அமெரிக்காவில் ஜோக்கே அடிப்பார்கள். 'லிட்டில்மேன்' என்று வருணிக்கப்பட்ட ட்ரூமனுக்குப் பேச்சு சாதுர்யமும் போதாது. ராஜதந்திரி. நேர்மையானவர். அமெரிக்க முதலாளித்துவ அரசை எப்படித் தடைகளில்லாமல் நடத்திக்கொண்டு போவது என்கிற சூட்சுமம் தெரியும். அவ்வளவுதான்.

இதெல்லாம் ஒரு தகுதியா? மக்கள் செல்வாக்கு வேண்டாமா? அந்த விஷயத்தில் தான் ட்ரூமனுக்கே சந்தேகம். ஆனாலும் ஒரு நப்பாசையில் அடுத்த வருஷத் தேர்தலில் தானே நின்று பார்க்கலாம் என்று முடிவு செய்து, நின்றார். அப்போது அவரை எதிர்த்து நின்ற வேட்பாளர் பெயர் தாமஸ் டெவே. அவரும் அப்படியொன்றும் பெரிய ஆள் கிடையாது. ரெண்டாம்நிலை வி.ஐ.பி. என்றுதான் சொல்லவேண்டும்.

ஆனாலும் டெவேதான் ஜெயிப்பார் என்று அமெரிக்கா முழுக்கவே சொல்லிக்கொண்டிருந்தார்கள். ட்ரூமனும் அப்படித்தான் நம்பினார். சொல்லிக்கொண்டும் இருந்தார்.

தேர்தல் முடிவு அறிவிப்பதற்கு முன்னதாகவே, இதைத்தவிர வேறெந்த முடிவும் வருவதற்கு வாய்ப்பே இல்லை என்கிற தெனாவட்டில் அமெரிக்காவின் புகழ்பெற்ற நாளிதழான சிகாகோ டெய்லி டிரிப்யூன், *"Dewey Defeats Truman"* என்று முதல் பக்கம் எட்டுகாலம் நியூஸ் போட்டு கடைகளுக்கும் அனுப்பிவிட்டது.

ஆனால் நடந்தது நேரெதிர்!

அந்தத் தேர்தலில் ட்ரூமன்தான் ஜெயித்தார்! அமெரிக்காவே நம்பாத வெற்றி! ஒவ்வொருவரும் ட்ரூமன் தோற்பார் என்று வெளியில் சொல்லிக்கொண்டு ரகசியமாக அவருக்கே தன் ஓட்டைப் போட்ட விநோத சம்பவம் அது! உலகப்போரில் கிடைத்த வெற்றி, கம்யூனிஸ்டு ரஷ்யாவின் மீதான அமெரிக்க அரசு காட்டிய நிர்த்தாட்சண்யமான விரோதபாவம் ஆகியவையே ட்ரூமனின் அந்த எதிர்பாராத வெற்றிக்குக் காரணமாகச் சொல்லப்பட்டது. உண்மையில் ட்ரூமன் அரசின் தொழிலாளர் ஆதரவு நடவடிக்கைகள் தான் அவருக்கு அடித்தட்டு மக்களிடையே ரகசியமான செல்வாக்கை வளர்த்துவிட்டிருந்தது என்று எழுதுகிறார்கள் பல அமெரிக்க அரசியல் வல்லுநர்கள்.

எப்படியாயினும் தமது இரண்டாவது பதவிக்காலத்தில் தேசம் மறக்கமுடியாத சில காரியங்களையாவது செய்துமுடித்துவிட வேண்டும் என்கிற உறுதியுடன் தான் ஆரம்பித்தார் ட்ரூமன்.

அப்போதுதான் சோவியத் யூனியன் மேற்கத்திய நாடுகளுடனான தனது அத்தனை தொடர்புகளையும் துண்டித்துக்கொள்ளத் தொடங்கியிருந்தது. அங்கே இங்கிலாந்தில் உட்கார்ந்துகொண்டு அரசியலும் ஓய்ந்த பொழுதில் இலக்கியமும் பண்ணிக்கொண்டிருந்த வின்ஸ்டன் சர்ச்சில் அதை "ரஷ்யாவின் இரும்புத்திரை" என்று வருணிக்க, உலகமே அந்த வார்த்தையை ஸ்ரீராமஜெயம் மாதிரி திரும்பத்திரும்ப உச்சரித்துக்கொண்டிருந்தது. 'நீ என்ன வேணுமானாலும் சொல்லிக்கொள்; அடுத்த வல்லரசாக ஆகிக்காட்டுகிறேனா இல்லையா பார்' என்று ரஷ்யாவும் முகத்தை வேறு பக்கம் திருப்பிக்கொண்டு பெரியோர்களே, தாய்மார்களே என்று இன்னும் தீவிரமாக கம்யூனிஸ்டு பிரசாரத்தை மேற்கொள்ளத் தொடங்கியது.

ஒரு மாதிரி மப்பும் மந்தாரமுமாக இருந்தது உலக நாடுகளின் நிலைமை. வெளியே காட்டிக்கொள்ளாவிட்டாலும்

அமெரிக்காவும் ரஷ்யாவும் அடுத்தபடியாக எந்த விஷயத்தில் மோதிக்கொள்ளப்போகின்றன என்பது தான் எல்லாருடைய எதிர்பார்ப்பும். வாகாக வந்து சேர்ந்தது சீனப்பிரச்னை.

உலகப்போர் முடிந்தபோதிலிருந்தே சீனாவில் ஒரு உள்நாட்டு யுத்தம் ஆரம்பமாகியிருந்தது. கம்யூனிச சித்தாந்தத்தில் மக்கள் மனம் பறிகொடுத்திருந்ததன் விளைவாக அங்கே ஒரு செம்படை உருவாகி, சியாங்கே ஷேக்கின் அரசுக்கெதிராக ஒரு நாளைக்கு இருபத்தி நாலேகால் மணிநேரம் போராடிக்கொண்டிருந்தார்கள்.

இந்த சியாங்கே ஷேக் என்பவரைப் பற்றி இரண்டு விஷயங்கள் சொன்னால் போதும். ஒன்று, சரியான ஊழல் பேர்வழி. இரண்டாவது அமெரிக்காவின் ஆசி பெற்றவர்.

அமெரிக்கா ஏன் அவரை ஆதரித்தது என்றால் அதற்கு ஒரே காரணம், ஷேக் கம்யூனிஸ்டு இல்லை என்பது தான்! கம்யூனிசத்துக்கு எதிரான அரசை அவர் நடத்துகிறார் என்கிற காரணத்துக்காகத்தான் அமெரிக்கா அவரது அரசை ஆதரித்தது. ஆதரித்ததோடு மட்டுமல்லாமல் 1949வது வருஷம் இரண்டு பில்லியன் டாலர் உதவியும் செய்தது. என்னத்துக்காக இந்த உதவி என்றால், உள்நாட்டுப் போரால் அவதிப்படும் சீன அரசு, தனது ராணுவத்தை பலப்படுத்திக்கொள்வதற்காக!

அமெரிக்கா அப்போது சந்தித்த மாபெரும் சறுக்கல் இது. கம்யூனிச எதிர்ப்பு என்கிற கடிவாளத்தை வலுவாகக் கட்டிக்கொண்டிருந்ததால் சியாங்கே ஷேக் எப்பேற்பட்ட ஊழல் மன்னன் என்பதை கவனிக்கத் தவறிவிட்டது அமெரிக்கா. (அமெரிக்காவுக்கா தெரியாது? ஆனால் கண்டுகொள்ளாமல் விட்டுவிட்டார்கள் என்றும் சில அரசியல் விமர்சகர்கள் சொல்லியிருக்கிறார்கள்!)

இத்தனைக்கும் அமெரிக்க அரசின் இந்த மாதிரி நிதி உதவிகள் அளிப்பதற்கான திட்டக்குழுவே கட்டக்கடைசி நேரத்தில் 'இதெல்லாம் சரிப்படாது; அந்த ஆள் பெரிய ஃப்ராடு. ஊழலில் ஊறியவர்; எப்படியும் ரெண்டொரு மாசத்தில் பதவி போய்விடும்' என்று ஒரு வெள்ளை அறிக்கை கொடுத்திருந்தது.

ம்ஹூம்! நயா பைசா பிரயோஜனமில்லை! 1949 ஜனவரி மாதம். சியாங்கே ஷேக்கின் பதவி ஆட்டம் கண்டு, தலைநகர்

பீகிங்குக்குள் புரட்சியாளர்களின் படை புகுந்து வெற்றிக்கொடி கட்டத்தொடங்கிய வேளை அமெரிக்கா சியாங்கே ஷேக்கின் அரசுக்கு நிதி உதவி அளிப்பதாக அறிவித்த அபத்தமும் சேர்ந்து நடந்தது!

யானைக்கு கால் சறுக்கினால் என்ன ஆகும்? விழுந்து அடிபடும். ஆனால் அது மட்டுமல்ல. இன்னும் மூர்க்கம் தலைக்கேறும், வெறிகொண்டு தாக்கத்தொடங்கும் என்று சொல்லாமல் நிரூபித்தது அமெரிக்கா.

சீன விவகாரத்துக்குப் பிறகு அமெரிக்காவின் கம்யூனிச வெறுப்பு கற்பனைக்கு அப்பாற்பட்டதாகிவிட்டது. அதை தனக்கும் சீனாவுக்கும் இடையிலான ஒரு விஷயமாகவே அமெரிக்க அரசால் நினைக்க முடியவில்லை. தன் சறுக்கலைப் பார்த்து சோவியத் யூனியன் எப்படியெல்லாம் சிரித்திருக்கும் என்கிற சிந்தனை ஒன்றே போதும். மனத்துக்குள் குமுறிக்குமுறித் தணிந்துகொண்டிருந்தது அமெரிக்கா.

ஆத்திரத்தில் என்ன செய்கிறோம் என்றே தெரியாமல் கச்சாமுச்சாவென்று நடந்துகொள்ளத் தொடங்கினார்கள் அமெரிக்க அரசியல்வாதிகள்.

இதில் உச்சபட்ச சோகமும் அதைவிட உச்சபட்ச நகைச்சுவையும் கொண்ட ஒரு சம்பவம் 1950ம் வருஷ ஆரம்பத்தில் நடந்தது. அமெரிக்காவின் விஸ்கான்சின் பகுதி செனட்டராக அப்போது இருந்தவர் ஜோசஃப் மெக்கார்த்தி. இவர் மிகத்தீவிர கம்யூனிச விரோதி. என்ன ஆயிற்று என்றால் கம்யூனிச விரோத மனப்பான்மை என்பது ஒரு நோய் மாதிரி அவர் மனத்தையும் மூளையையும் தாக்க, விளைவாக, பார்க்கிற அத்தனைபேரையும் சோவியத் யூனியனின் உளவாளி என்று சந்தேகப்பட ஆரம்பித்தார்.

நீங்களும் நானும் சந்தேகப்பட்டால் அது நம்மோடு போச்சு. ஆனால் அதிகாரத்தில் உள்ள ஒரு ஆசாமிக்கு அந்த மாதிரி சந்தேகம் வந்தால் என்ன ஆவது?

யார் யாரையெல்லாம் மெக்கர்த்தி சந்தேகப்படுகிறாரோ, அவர்களையெல்லாம் உத்தியோகத்திலிருந்து, அரசு நலத்திட்ட சௌகரியங்களிலிருந்து, அடிப்படை வசதி வாய்ப்புகளிலிருந்தெல்லாம் கூடத் தூக்கத் தொடங்கிவிட்டார்கள்!

பலபேருக்கு அமெரிக்காவில் அன்று வேலை போனது. பலபேருக்கு பென்ஷன் கிடைப்பது தடைப்பட்டது. இன்னும் பலபேர் சிறையில் அடைக்கப்பட்டார்கள். வேறு பலபேர் என்ன ஆனார்கள் என்றே தெரியவில்லை!

இந்த அபத்தம் நாளுக்குநாள் அதிகரித்துக்கொண்டே போக, ஒரு கட்டத்தில் மெக்கார்த்தி குற்றம் சாட்டும் நபர்கள் எல்லாரும் கம்யூனிஸ்டு உளவாளிகள் தான் என்று நிரூபிக்க ஒரு ஆதாரமுமே இல்லை என்பதை மிகத் தற்செயலாகத்தான் கண்டுபிடித்தார்கள்.

காலம் வரும், நிரூபிக்கிறேன், நிரூபிக்கிறேன் என்று சொல்லியே பலபேர் வாழ்க்கையில் விளையாடிய அந்த அரசியல்வாதியைப் பார்த்து, அட எழவே என்று தலையிலடித்துக்கொண்டது அமெரிக்க சமுதாயம்.

அந்த 1950ம் வருஷம் ட்ரூமனுக்கு அத்தனை ஒன்றும் சுலபமாக இல்லை. பனிப்போரின் அடுத்தக்கட்ட நடவடிக்கையை மிகத் தீவிரப்படுத்தவேண்டிய கட்டாயத்துக்கு அவர் தள்ளப்பட்டிருந்தார் அப்போது. எங்கே பனி உருகி ஓட ஆரம்பித்து விடுமோ என்றுகூட பலபேர் சந்தேகப்பட்டார்கள்.

ஏனெனில் அந்த வருஷம் அமெரிக்கா இறங்கிய கொரிய யுத்தத்தில் மறைமுகமாக சோவியத் யூனியனும் சம்பந்தப்பட்டிருந்தது!

சரிதான், கீரி - பாம்பு ஆட்டம் நெசமாவே கிளைமேக்ஸுக்கு வந்துவிட்டது போலிருக்கிறது என்று உலகமே பதைப்புடன் அதை வேடிக்கை பார்க்கத்தொடங்கியது. ஆனால் நடந்தது வேறு!

24. கொரியா யுத்தம்

ஒலிம்பிக்கில் நிறைய தங்கம் வாங்குகிறவர்கள், ஹுண்டாய் கார் தயாரிக்கிறவர்கள். இந்த ரெண்டு விஷயம் தான் நமக்குக் கொரியாவைப் பற்றி நன்றாகத் தெரிந்தவை. கொரியர்கள் என்றால் பார்ப்பதற்கு அசப்பில் ஜப்பானியர்கள் மாதிரி இருப்பார்கள், மூக்கு மட்டும் கொஞ்சம் குண்டாக இருக்கும் என்பது இன்னும் கொஞ்சம் நுணுக்கமாக கவனித்தவர்களுக்குத் தெரிந்திருக்கலாம். மற்றபடி கொரியா நமக்கு அத்தனை நெருக்கமில்லை. ஆகவே அந்த ஊர் விவகாரங்களும் அத்தனை நெருக்கமாகத் தெரிந்திருக்க நியாயமில்லை.

ஆனால் உலகில், ஒரு காலத்தில் படாதபாடுபட்ட தேசங்களுள் கொரியாவும் ஒன்று. இரண்டாம் உலகப்போருக்குப் பிறகு ஜெர்மனி மாதிரியே இரண்டாகப் பிளக்கப்பட்ட தேசம் அது. சரியாக முப்பத்தியெட்டாவது அட்சக்கோட்டை ஒட்டி ஒரு கோடு போட்டு வட கொரியா, தென் கொரியா என்று பாகம் பிரித்துவிட்டார்கள். காரணம், போருக்கு முன்னால் கொரியா ஜப்பானின் ஆளுகைக்கு உட்பட்டிருந்த ஒரு பிராந்தியம். ஜப்பானிய சர்வாதிகார அரசு வைத்ததுதான் கொரியாவிலும் சட்டம். இன்றைய பங்களாதேஷுடன் அன்றைய கொரியாவை சுலபமாக ஒப்பிடமுடியும். வறுமை, வேலையில்லாத் திண்டாட்டம், பொருளாதாரச் சீர்கேடுகள், உற்பத்தி பாதிப்பு இன்னபிற கோரதாண்டவங்களுக்குக் குறைச்சலே இல்லாத பிரதேசமாக இருந்தது.

உலகப்போரில் ஜப்பானின் சரணாகதிக்குப் பின்னர் கொரியாவை இரண்டாகப் பிரிக்கவேண்டி வந்ததன் காரணம், அதன் ஒரு பகுதியை அப்போது ரஷ்யாவும் இன்னொரு பகுதியை அமெரிக்காவும் கைப்பற்றி வைத்துக்கொண்டிருந்ததுதான். ஏற்கெனவே பார்த்தோமில்லையா? போரில் எந்தப் படை எத்தனை தூரம் முன்னேறி ஜெயிக்கிறதோ, அந்த நிலப்பரப்பெல்லாம் அந்தந்த நாடுகளுக்குச் சொந்தம் என்பதுதான் உலகப்போர் சமயம் எழுதப்படாத விதியாக இருந்தது.

அந்த வகையில் கொரியாவின் வடக்குப் பகுதி முழுக்க சோவியத் யூனியன் படைகளாலும் தென்பகுதியெல்லாம் அமெரிக்கப் படையாலும் நிரம்பியிருந்தது அப்போது. ஆகவே, அப்படியே பாகம் பிரித்து, வட கொரியா, தென் கொரியாவாக்கிவிட்டார்கள்.

*1947*ல் தென் கொரியாவில் ஒரு தேர்தல் வைத்து ரிபப்ளிக் ஆஃப் கொரியா என்று தனி நாடாக்கிவிட்டது அமெரிக்கா. சிங் மன் ரீ என்பவர் தென்கொரியாவின் முதல் அதிபராகப் பதவியில் உட்கார்ந்தார். அதே மாதிரி வடக்குப் பக்கக் கொரியா, ரஷ்யாவின் ஆசீர்வாதத்துடன் *People's Democratic Republic of Korea* என்கிற கொஞ்சம் நீளமான பெயருடன் தனிநாடானது. அதன் அப்போதைய அதிபர் பேர் கிம் சங்.

அச்சுஅசல் ஜெர்மனியில் நடந்தது மாதிரியேதான். ஆட்சி அமைத்துக்கொடுத்துவிட்டு மேஸ்திரி உத்தியோகத்துக்குத் தகுந்த அதிகாரிகளையும் நியமித்துவிட்டு இரு தேசத்துப் படைகளும் கொரியாக்களிலிருந்து ஊரைப் பார்க்கத் திரும்பிவிட்டன. (*48*லேயே ரஷ்யப்படை விடைபெற்றுக்கொண்டு போய்விட, அதற்கும் அடுத்த வருஷம் தான் அமெரிக்கப்படை கிளம்பத்தொடங்கியது.)

என்ன ஆயிற்று என்றால் இரண்டாகப் பிரிந்த கொரிய ஆட்சியாளர்கள் ஒருத்தரை ஒருத்தர் எப்படியாவது விழுங்கிவிடவேண்டும் என்று ஆரம்பம் முதலே ஆசைப்படத் தொடங்கிவிட்டார்கள். ஒரு தேசத்தை ரெண்டாகப் பிளப்பதில் உருவாகக்கூடிய கஷ்ட நஷ்டங்கள் என்னென்ன, மனத்தளவிலான பாதிப்பு எப்படி இருக்கும் என்பதை அத்தனை சுலபமாகச் சொல்லிவிடமுடியாது. மக்களின் அவஸ்தை இப்படி என்றால் ஆட்சியாளர்களுக்கோ நிலப்பரப்பை விஸ்தரித்துக்கொண்டு போகிற பேராசை. அதற்கான அரசியல் லாபங்கள், சர்வைவல் லாபங்கள் எல்லாம் தனியே எழுதவேண்டிய விஷயங்கள். இங்கே இடமில்லை. கொரியாவைப் பற்றி இத்தனை விஸ்தாரமாகச் சொல்வதற்குக் காரணம், அங்கே நடந்த அந்த யுத்தம் தான் அமெரிக்க - ரஷ்யப் பிளவை அடுத்த பத்திருபது வருஷங்களுக்கு அப்படியே சூடு குறையாமல் கட்டிக்காத்து வந்த சங்கதி. க்ரீஸில் நடந்த சமாசாரம் ஒரு நெட் ப்ராக்டிஸ்தான் அமெரிக்காவுக்கு. உண்மையில் கொரிய யுத்தத்தின் சமயம் தான் ரஷ்யாவின் பலத்தை அமெரிக்க அரசு முழுக்கப் புரிந்துகொண்டது என்று சொல்லலாம்.

இந்த விவரம் போதும். நேரே விஷயத்துக்கு வந்துவிடலாம்.

*1949*வது வருஷம் டிசம்பரில் ஒரு சமாசாரம் நடந்தது. சீனாவில் புதிதாகப் பொறுப்பேற்றிருந்த கம்யூனிஸ்டு அரசின் தனிப்பெரும் தலைவர் மாவோ, நட்புறவு வளர்ப்பதற்காக சோவியத் யூனியனுக்கு ஒரு விசிட் அடித்தார். சும்மா இல்லை. ரெண்டுமாதகால சுற்றுப்பயணம்.

சோவியத் யூனியன் ஒரு கம்யூனிச தேசம். சீனாவோ புதிதாகப் பிறந்திருந்த கம்யூனிச தேசம். ஆகவே இரண்டு தேசங்களும் கூட்டணி வைத்து தெற்காசியாவில் கம்யூனிசத்தின் வேர்களை மிகப்பலமாக ஊன்றுவதற்காகத் திட்டம் தீட்ட ஆரம்பித்தார்கள். ஸ்டாலினுக்கு என்ன யோசனை என்றால், எங்கும் எதிலும் தான் நேரடியாக சம்பந்தப்படாமல் எதையும் சீன அரசைக்கொண்டு செயல்படுத்த முடியுமா என்று அவர் பார்க்க விரும்பினார். அதாவது ஒரு டைரக்டர் மாதிரி ஸ்கிரீனுக்குப் பின்னால் உட்கார்ந்துகொண்டு திரைக்கதை எழுதி, சீனாவைக்கொண்டு ஆக்ட் குடுக்க வைக்கிற யோசனை. பொருளாதார உதவி, ஆயுத உதவி என்ன வேண்டுமானாலும் செய்துவிடலாம். ஆனால் எதையும் முன்னின்று நடத்தவேண்டிய பொறுப்பு சீனாவுடையது.

அவருக்கு இந்த யோசனை வந்ததற்கு முக்கியக் காரணம், சீனாவின் மக்கள் தொகை. அடேயப்பா! எத்தனை பெரிசு! அத்தனை பெரிய மனிதவளம் மிக்க ஒரு தேசத்தை இன்னும் பெரிசாக்கி வளர்த்துவிட்டுத் தன் வாளாக, கேடயமாகப் பயன்படுத்திக்கொள்ள அவர் முடிவு செய்தது ஒரு வகையில் ராஜதந்திரம் தான். சீனாவுக்கும் அப்போது பல வகைகளில் ரஷ்யாவின் சப்போர்ட் வேண்டியிருந்தது. முக்கியமாக, புதிய அரசாங்கத்தை நடத்திப்போவதற்குத் தேவையான பொருளாதார ஒத்தாசைகள்.

இதையெல்லாம் உத்தேசித்துத்தான் அந்த இரண்டுமாதகால நட்புறவுச் சந்திப்பு மேளாவின் சமயம் "சீனாவை இன்னும் விஸ்தரிப்போம். இந்தியா, பர்மா, இந்தோனேஷியா, பிலிப்பைன்ஸ் மக்கள் தொகையை சீன மக்கள் தொகையுடன் இணைப்போம்" என்று உற்சாக வார்த்தைகளை உதிர்த்தார் ஸ்டாலின். உற்சாகத்தை இன்னும் அதிகப்படுத்த வியட்நாமின் ஹோசிமீனையும் அந்தச் சந்திப்பில் பங்குபெற மாஸ்கோவுக்கு வரவழைத்தார்.

அந்த உற்சாக சந்திப்புத் திருவிழாவின் சமயம் தான் ஸ்டாலினும் மாவோவும் கொரியாவைக்குறித்து ரகசியமாகப் பேச ஆரம்பித்தார்கள்.

காரணம், அப்போது சோவியத் ஆசியுடன் வடகொரியாவில் அமைந்திருந்த அரசின் அதிபர் கிம் சங், தென் கொரியாவுக்குள் ஒரு சின்ன ஊடுருவல் நடத்திப்பார்க்கலாமா என்று நாக்கைச் சப்புக்கொட்டிக்கொண்டிருந்தார். அவருக்கு ரஷ்யாவின் அனுமதி வேண்டியிருந்தது. (சொந்தமாக எதையும் செய்துவிட அனுமதி கிடையாது அவருக்கு.) ஸ்டாலினுக்கோ, முன்பே பார்த்தமாதிரி, நேரடியாக தான் சம்பந்தப்படாமல் அந்தக் காரியத்தைச் செய்துமுடிக்க வேண்டும் என்கிற ஆசை.

ஆகவே அவர் கிம் சங்கைக் கூப்பிட்டு, இந்தமாதிரி நான் நேரடியாக உனக்கு ஒத்தாசை பண்ண முடியாது. நீ நேரே பீகிங்குக்குப் போய் மாவோவிடம் உதவி கேள். அவர் ஓகே என்று சொல்லிவிட்டால் எனக்கொன்றும் ஆட்சேபணையில்லை என்று சொன்னார்.

புதிதாகப் பதவியேற்றிருந்த சீன அரசுக்கு ஒரு கௌரவம் கலந்த அங்கீகாரம் கொடுத்த மாதிரியும் ஆச்சு; தன் காரியமும் தடையில்லாமல் நடக்கும் என்பதுதான் ஸ்டாலினின் கணக்கு.

மாவோவுக்கு அப்போது வேறு ஒரு காரியம் சோவியத் யூனியனால் ஆகவேண்டியிருந்தது. சீனாவை ஒட்டி அதன் காதுப்பக்கம் துப்பறியும் சாம்பு மூக்கு மாதிரி நீட்டிக்கொண்டிருக்கிற ஃபார்மோசா என்கிற நிலப்பகுதியைக் கைப்பற்ற வேண்டிய கட்டாயம் அவருக்கு இருந்தது. இத்தனைக்கும் ஃபார்மோசா, சீனாவின் பகுதிதான். ஆனால் சீன தேசம் முழுவதும் கம்யூனிச ஆட்சி வேரூன்றிய பிறகும் அந்த ஒரு குட்டிப்பிரதேசத்தில் மட்டும் பழைய மன்னராட்சியின் மிச்சங்கள் அடங்கமாட்டாமல் ஆட்டம் காட்டிக்கொண்டிருந்தன. நைஸாக ஐக்கியநாடுகள் சபையில் போய் 'ஃபார்மோசா தான் நிஜமான சீனா' என்று அங்கீகரிக்க சொல்லி அப்ளிகேஷன் கொடுத்திருந்தது.

சோவியத் யூனியனின் உதவியுடன் அந்த இடத்தை கம்யூனிஸ்டு சீனாவுடன் இணைக்க ஒரு ஊடுருவல் நடத்த நாள், நட்சத்திரம் பார்த்துக்கொண்டிருந்தார் மாவோ. ஆகவே ரஷ்யாவுக்கு

விருப்பமான ஒரு காரியத்தை கொரியாவில் செய்துகொடுக்க அவருக்கு எந்தச் சங்கடமும் அப்போது இல்லை. மேலும் வடகொரியா, தென் கொரியாவில் ஊடுருவல் நிகழ்த்தினாலும் அமெரிக்க ராணுவம் வராது என்று கிம் சங் ஆரூடம் சொல்லியிருந்தார். ஆரூடம் மட்டுமல்ல; ஒரு உத்தரவாதமாகவே அதைத் தெரிவித்திருந்தார்.

அமெரிக்க ராணுவம் வராது; ஒரு வேளை வந்தாலும் அதற்கு ஆகக்கூடிய சமயத்துக்கு முன்னாலேயே நமது ஊடுருவலை வெற்றிகரமாக நடத்தி, தென் கொரியாவைக் கைப்பற்றிவிடலாம்; மொத்ததேசமும் நமது என்று ஆனபிறகு அமெரிக்க ராணுவம் வந்தாலும் சமாளிப்பது பிரச்னையில்லை என்பது அவரது கணக்கு. ஏனென்றால் அப்போது ஐக்கிய நாடுகள் சபை வலுப்பெறத்தொடங்கியிருந்த நேரம். எந்த ஒரு யுத்தத்துக்கும் அங்கே அனுமதி கேட்டு, பெற்று பிறகுதான் ஆரம்பிக்கவேண்டிய கட்டாயம் உருவாகியிருந்தது. அப்படியே ஐநா சம்மதத்துடன் அமெரிக்கா புறப்பட்டு வந்தாலும் ஒட்டுமொத்த கம்யூனிச தேசங்கள் அணி திரண்டு நின்றால் அமெரிக்காவால் ஒன்றும் செய்யமுடியாது என்று சொன்னார் கிம் சங்.

யோசனையெல்லாம் பிரமாதமாகத்தான் இருந்தது. மாவோ யோசித்தார். எப்படியும் ஃபார்மோசாவைப் பிடித்தாக வேண்டும். அதற்கு சோவியத் உதவி கண்டிப்பாகத் தேவை. ஆகவே கொரியாவுக்கு உதவுவது தவிர வேறு வழியில்லை என்று தீர்மானித்து கிம் சங்கிடம் தன் சம்மதத்தைச் சொல்லிவிட்டு, அதையே ஸ்டாலினுக்கும் ரகசியமாகத் தெரியப்படுத்தினார்.

எப்போது மாவோ உதவ ரெடி என்று சொல்லிவிட்டாரோ அப்போதே ஸ்டாலின் காய் நகர்த்த ஆரம்பித்துவிட்டார். சீனா மூலம் தான் ஊடுருவல் உற்சவம் என்று சொல்லிக்கொண்டிருந்தவர், என்ன காரணத்தாலோ திடீரென்று மனத்தை மாற்றிக்கொண்டு வடகொரியாவுக்கு ரஷ்யத் துருப்புகளை ராவோடு ராவாக அனுப்ப ஆரம்பித்துவிட்டார்.

மாவோவுக்கே இது ஆச்சர்யமாக இருந்தது. பிறகு, சேர்ந்தே செய்யலாம் என்ற மௌன ஒப்பந்தமும் அரங்கேறியது!

மேலே சொன்ன இத்தனை சமாசாரங்களும் நடந்தது, உலகில் ஒரு ஈ கொசுவுக்குக் கூடத் தெரியாது அப்போது. அத்தனை ரகசியமாகவே மூன்று தலைவர்களும் திட்டமிட்டு காய் நகர்த்திக்கொண்டிருந்தார்கள். 1949 டிசம்பரிலிருந்து 1950வது வருஷம் பிப்ரவரி வரை நடந்த சங்கதிகள் இவை. ஆனால் அந்த வருஷம் மார்ச்சில் அமெரிக்க உளவுத்துறையான சி.ஐ.ஏ எப்படியோ மேற்படி விஷயத்தை மோப்பம் பிடித்துவிட்டது.

சார்லஸ் வில்பை என்கிற சி.ஐ.ஏவின் தெற்காசியப் பிரிவுக்கான அதிகாரி கிட்டத்தட்ட ஆயிரத்து நூறு ரிப்போர்ட்டுகளை தென் கொரியாவுக்கான அமெரிக்க கமாண்டர் மெக் ஆர்த்தருக்கு அனுப்பிக்கொண்டே இருந்தார்.

வடகொரியாவின் எல்லையில் திடீரென்று நிறைய அணிவகுப்புகள் நடக்கின்றன. எக்கச்சக்க அந்நிய ராணுவ முகங்கள் தென்படுகின்றன. பெரிய பயிற்சிகள் அரங்கேறுகின்றன. ரொம்பப் பெரிசாக ஏதோ திட்டமிட்டுக்கொண்டிருப்பதாகத் தெரிகிறது. அமெரிக்கா சுதாரித்துக் கொள்ளாவிட்டால் ஆபத்து என்பதே அவரது ரிப்போர்ட்டுகளின் சாரம்.

நம்பமுடியாத ஆச்சர்யம் அது. மெக் ஆர்த்தர் அந்த அறிக்கைகளைப் பொருட்படுத்தவேயில்லை! அமெரிக்க அரசு ஆதரவில் இயங்கும் தென் கொரியாவில் ஊடுருவல் நடப்பதாவது? வடகொரியாவுக்கு ஏது அத்தனை தைரியம்? மேலும் ரஷ்யா இந்த மாதிரி நேருக்கு நேர் மல்லுக்கட்டலுக்கெல்லாம் வரவே வராது. சும்மா இருய்யா என்று சொல்லிவிட்டார். ஒரு ராணுவத் தளபதி செய்யவே கூடாத காரியம் அது! ஆனால் மெக் ஆர்த்தர் செய்தார்.

அத்தனை அசட்டையாக அவர் அந்த விஷயத்தை கைகழுவிய அதேவேளை அங்கே இரு கொரிய எல்லையில் மெல்ல மெல்ல கம்யூனிச ராணுவ ஊடுருவல் நடக்கத் தொடங்கியது. வடக்கிலிருந்து தெற்கு நோக்கிய ஊடுருவல்.

ஸ்டாலினுக்குப் பிரமாதமான காரணங்களே வேண்டியிருக்கவில்லை. செயற்கையாக எல்லையில் ஒரு தாக்குதல் டிராமாவை நடத்தச் சொல்லிவிட்டு, தென்கொரிய ராணுவம் தாக்குகிறது; தற்காப்புக்காகத்தான் வடகொரியப்படை

திருப்பித்தாக்கத் தொடங்கியிருக்கிறது என்று அறிவித்துவிட்டு படைகளை வேகமாக சியோல் நோக்கி முன்னேறச் சொல்லிவிட்டார்.

1950ம் வருஷத்தின் ஜூன் மாதம் அது. அமெரிக்காவை ஒரு இடைக்கால மூணுவருஷத்துச் சனி பிடித்து ஆட்டத்தொடங்கியிருந்த நேரம்.

25. யுத்தத்தின் மூன்றாவது பிறந்தநாள்

வருஷம் 1950. மாதம் ஜூன். தேதி - அமெரிக்காவில் 24; சனிக்கிழமை. கொரியாவில் 25, ஞாயிற்றுக்கிழமை. அதிகாலை சரியாக நாலுமணி பிரும்ம முகூர்த்தம் பார்த்து, தென் கொரிய எல்லைக்குள் நுழைய ஆரம்பித்தது வட கொரிய ராணுவம்.

முதல் தவணையாகத் தொண்ணூறாயிரம் வீரர்கள். சந்தேகமேயில்லாமல் அவர்கள் கையிலிருந்த அத்தனையுமே ரஷ்யத் தயாரிப்பு ஆயுதங்கள். போறாத குறைக்கு ரஷ்யாவின் பிரசித்தி பெற்ற டி-34 ரக பீரங்கிகள்.

ஊடுருவல் குறித்த எச்சரிக்கை ஏதுமில்லாததால் தென் கொரிய எல்லையில் பாதுகாப்பு ஏற்பாடுகள் ஏதும் செய்யப்பட்டிருக்கவில்லை. ஏற்கெனவே பார்த்த மெக் ஆர்த்தரின் அலட்சிய மனோபாவத்தை மீண்டும் கொஞ்சம் ஞாபகப்படுத்திக்கொள்ள வேண்டும் இங்கே.

38வது அட்சக்கோட்டில் இருந்த இரு கொரியாக்களுக்கான எல்லைக்கோட்டைக் கடந்த வடகொரிய ராணுவம், இரண்டே நாளில் வெகு வேகமாக முன்னேறி சியோலுக்கு வடக்கே சுமார் இருபத்தைந்து கிலோமீட்டர் தொலைவில் (அப்போது கிலோமீட்டர் வரவில்லை. சுமார் 20 மைல் தான்.)இருந்த யுஜாங்பு தேசிய நெடுஞ்சாலை வரை கைப்பற்றிக்கொண்டு முன்னேறிவிட்டது. அடுத்த நாள் காலை சியோலும் விழுந்தது. அதாவது ஜூன் 28ம் தேதி.

தற்காப்புக்குத் திருப்பித்தாக்குகிற அளவுக்குக் கூட அப்போது தென் கொரியா தயாராக இல்லாததால் மூன்று நாளில் ஊடுருவலாகப்பட்டது, ஒரு வெற்றியாகப் பரிமாணமடைந்ததில் பெரிய வியப்பில்லை. அந்த உடனடி வீழ்ச்சிக்கு இன்னொரு காரணமும் இருந்தது.

அந்தச்சம்பவத்துக்குச்சரியாக இருபத்தைந்து நாள் முன்னதாகத்தான் தென் கொரியாவில் தேர்தல் நடந்தது. அதிபர் சிங்மன் ரீ தோல்வியடைந்து, ஆட்சிப்பீடத்திலிருந்து இறங்கியிருந்தார்.

அடுத்த அரசு வந்து உட்கார்ந்து, ஸ்திரப்படுத்திக்கொள்வதற்குக் கூட அவகாசமில்லாமல் தான் அந்த வடகொரிய ஊடுருவல் நடந்துவிட்டது. ஒருவிதத்தில் அதுகூட திட்டமிட்ட ஏற்பாடுதான். எத்தனையோ யோசித்த ஸ்டாலின், ஊடுருவலுக்கு நாள் பார்க்கிற விஷயத்தில் மட்டும் அத்தனை அலட்சியமாகவா இருந்துவிடுவார்? பார்த்துத் தான் செய்திருந்தார். பலனும் நினைத்தபடியே கிடைத்தது.

ஆச்சா? இதுதான் கொரிய யுத்தத்தின் ஓப்பனிங் ஷாட். ஒரு எளிய ஊடுருவல். சியோலைக் கைப்பற்றுதல். அத்துடன் விஷயம் முடிந்துவிடுமா என்ன?

கொரியாவின் ஞாயிற்றுக்கிழமை அதிகாலை ஊடுருவல் ஆரம்பித்தது என்று பார்த்தோமில்லையா? அதற்கு அடுத்த நாள் - அதாவது அமெரிக்காவின் ஞாயிற்றுக்கிழமை, அதிபர் ட்ரூமன் தன் உத்தியோகத்தைப் பார்க்க ஆரம்பித்தார். அமெரிக்க விமானப்படை, கடற்படை இரண்டையும் கூப்பிட்டு, தென் கொரியாவுக்குப் போய், கம்யுனிசப் படை ஊடுருவலைத் தடுத்து நிறுத்த உத்தரவிட்டார். கையோடு ஐ.நாவின் அவசரக் கூட்டத்துக்கு அழைப்பு விடுத்து, பிரச்னையை எடுத்துச் சொல்லி, நியாயம் கேட்கச் சொன்னார்.

அப்போது ஐக்கிய நாடுகள் சபையின் பாதுகாப்பு கவுன்சிலில் ரஷ்யாவும் ஓர் உறுப்பு நாடு. மட்டுமரியாதையாக அதுவும் அந்தக் கூட்டத்துக்கு வந்திருக்க வேண்டும்.

ஆனால் ஸ்டாலின் என்ன செய்தார் என்றால், ஐ.நா., சீனாவில் ஏற்பட்டிருந்த கம்யூனிச அரசாங்கத்தை அதுவரை அங்கீகரிக்காததால் (ஏற்கெனவே பார்த்தோமல்லவா? சீனாவின் சாம்பு மூக்குப் பிரதேசமான ஃபார்மோசாவிலிருந்த மன்னர்காலத்து மிச்ச பிரகஸ்பதிகள், ஃபார்மோசா தான் சீனா என்று சொல்லி அங்கீகாரம் வாங்கப் பார்த்தனர் அப்போது!) கூட்டத்தைப் புறக்கணிப்பதாகச் சொல்லிவிட்டார்.

ஐநாவின் அந்த அவசரக்கூட்டத்தொடரின் முதல் நாளிலேயே அமெரிக்காவுக்கு ஆதரவு தருவது என்கிற முடிவை எடுத்துவிட்டார்கள். என்ன மாதிரியான ஆதரவு என்பது குறித்து அடுத்தநாள் பேசிக்கொள்ளலாம் என்று தீர்மானித்துவிட்டுக் கலைந்தார்கள்.

காரணம், அப்போது ஐ.நா. எடுக்கிற முடிவு எதுவானாலும் இரண்டு காரியங்களுக்கு உபயோகமாக அது இருந்தாகவேண்டும். ஒன்று தென் கொரியாவைக் காப்பது. இரண்டாவது, அங்கே சீனாவில் ஃபார்மோசாவில் மாவோ நிகழ்த்திக்கொண்டிருந்த ஊடுருவலையும் தடுப்பது. ஆகவே அந்த இரண்டாம் நாள் கூட்டத்தில் ஒரு தரைப்படையை அமெரிக்கா ஃபார்மோசாவுக்கு அனுப்பலாம் என்று சம்மதம் கொடுத்தது ஐ.நா.

உடனே தைவானிலிருந்து ஒரு படையை ஃபார்மோசா நோக்கிப் போகும்படி உத்தரவிட்டார் ட்ரூமன்.

சரியாகப் பதினோரு நாள் கழித்து ஐ.நாவின் மூன்றாவது கூட்டம் மீண்டும் நடந்தது. அதற்குள் கொரியாவில் நடக்கிற விஷயங்களை முழுவதுமாக உலகம் தெரிந்துகொண்டுவிட்டது. சோவியத் யூனியனும் சீனாவும் இணைந்து திட்டமிட்டு, வடகொரிய ராணுவத்தைப் பக்க பலங்களுடன் தென் கொரியாவுக்குள் அத்துமீறி ஊடுருவவைத்து, சியோலைக் கைப்பற்றியிருக்கிறது; ஸ்டாலின் சொன்னதுபோல அது ஒன்றும் தற்காப்பு நடவடிக்கை இல்லை; திட்டமிட்ட திருட்டுத்தனம் என்று வெட்டவெளிச்சமாகத் தெரிந்துவிட்டது.

ஆகவே நீதியை நிலைநாட்டியே ஆகவேண்டும்.

வேறு வழியில்லை என்று அறிவித்துவிட்டு, ஐக்கிய நாடுகள் சபை தன் படையை, அமெரிக்கப் படையின் தலைமையில் கொரியாவுக்கு அனுப்புவது என்று முடிவு செய்து அறிவித்தது. உடனே மெக் ஆர்த்தர் வரவழைக்கப்பட்டார்.

ஐ. நாவின் உறுப்பினர்களாயிருந்த பதினைந்து தேசங்களின் ராணுவத்திலிருந்து மொத்தமாக நாற்பதாயிரம் வீரர்களைப் பொறுக்கி எடுத்துக்கொள்ளவேண்டியது. அமெரிக்க ராணுவத்திலிருந்து மூன்று லட்சம் வீரர்களைப் பயன்படுத்திக்கொள்ளலாம். ஏற்கெனவே தென் கொரியாவில் இருக்கிற ஐந்து லட்சம் வீரர்களும் அமெரிக்கப் படையின் கீழ் அணிவகுக்கவேண்டியது.

இதுதான் திட்டம். இதுதான் உத்தரவு. ஜூன் 27ம் தேதி ஐநா இந்த உத்தரவை அளித்ததும் ஒரு தனி விமானம் ஏறி மெக் ஆர்த்தர்

தென் கொரியாவுக்குப் பறந்துவிட்டார். இரண்டு நாள் அங்கே நிலைமையைப் பார்த்ததில் மிகவும் அப்செட் ஆகிப்போனார்.

ஐந்து லட்சம் வீரர்கள் அங்கே இருக்கிறார்கள்; அப்படியே பயன்படுத்திக்கொள்ளலாம் என்று ஐநா சொல்லியிருந்தாலும் மெக் ஆர்த்தருக்கு அங்கே கிடைத்த வீரர்கள் மொத்தமே சுமார் பதிமூன்றாயிரம் பேர்தான்! மிச்சப் பேரெல்லாம் என்ன ஆனார்கள், எங்கே போனார்கள் என்றே தெரியவில்லை. பலபேர் சரணடைந்துவிட்டதாகவும் இன்னும் பலபேர் சிறைப்படுத்தப்பட்டு வட கொரிய மிலிட்டரி முகாம்களுக்கு இழுத்துச் செல்லப்பட்டு விட்டதாகவும் சொன்னார்கள்.

மெக் ஆர்த்தர் உட்கார்ந்து யோசித்தார். ம்ஹூம். ஒன்றும் சரிப்படாது. தற்காப்பு ஆட்டமோ, இழந்ததை மீட்கிற காரியமோ வேலைக்கு ஆகாது என்று அவருக்குத் தோன்றியது. ஒரே வழிதான். முழுமையானஒருயுத்தம்! வடக்கு, தெற்கு, அட்சரேகை-தீர்க்கரேகை விவகாரமெல்லாம் உதவாது. முழு போர்! முழு கொரியாவுக்கான போர்! மொத்த கொரிய நிலப்பரப்பையும் நாலாபுறமிருந்தும் தாக்கி, கம்யூனிச ராணுவத்தை ஒழித்துக்கட்டினால் தான் சரிப்படும் என்று அவருக்குத் திட்டவட்டமாகத் தோன்றியது.

தனக்குத் தோன்றிய கருத்தை அதிபர் ட்ரூமனுக்கும் தெரிவித்தார். ஆனால் ஏனோ ட்ரூமன் அந்தத் திட்டத்துக்கு உடனடியாக சம்மதம் சொல்லவில்லை. வடகொரியாவின் தாக்குதல் முழுமையாக நின்றபிறகு அதைப்பற்றி யோசிக்கலாம் என்று அவர் நினைத்தார்.

மெக் ஆர்த்தருக்கு இது பிடிக்கவில்லை. என்ன காரணத்தாலோ அதிபர் தயங்குகிறார்; இதை விளைவு மோசமாக இருக்குமே என்று அவருக்குக் கவலையாகிவிட்டது. தவிர, ஏற்கெனவே சி.ஐ.ஏ. எச்சரித்தும் தான் அலட்சியமாக இருந்துவிட்ட விஷயமும் அவருக்கு உறுத்தலாக இருந்தது. ஒரு பரிகாரமாக, முழுக்கொரியாவையும் ஒரு தங்க மாங்கனி மாதிரி பறித்து, அமெரிக்காவின் சொத்தாக்கிவிடவேண்டும் என்று மிகவும் விரும்பினார்.

இதற்கு இடையில் ஜூலை 19ம் தேதி அமெரிக்க காங்கிரசின் அவசரக் கூட்டத்தைக் கூட்டி, ட்ரூமன் கொரிய யுத்தத்துக்காக பத்து

பில்லியன் டாலர் செலவிட அனுமதி கேட்டார். ரேடியோவிலும் பேசினார். அவரை எது, எதனால் தடுத்தது என்றே யாருக்கும் புரியவில்லை. ஏனோ உலகப்போரில் கிடைத்த மாதிரியான ஒரு முழுமையான வெற்றியை இந்தக் கொரிய யுத்தத்தில் அமெரிக்கா பெறமுடியாது என்று ஒட்டுமொத்த அமெரிக்க சமூகமும் சொற்களில்லாமல் உணர்ந்தது. இதுதான் காரணம் என்று அடித்துச் சொல்லமுடியவில்லையே தவிர, 'ட்ரூமன் சொதப்புகிறார்' என்று மட்டும் எல்லோருமே நினைத்தார்கள்.

கொரியாவுக்குப் போயிருந்த அமெரிக்க ராணுவத்திலேயே மெக் ஆர்த்தர் கட்சி, ட்ரூமன் ஆதரவு தளபதிகளின் கட்சி என்று இரண்டு அதிகாரபூர்வமில்லாமல் உண்டாகிவிட்டது. மொத்த கொரியாவையும் மீட்டு ஒரே சுதந்தர நாடாக்கவேண்டும் என்று ஒரு சாராரும், அதெல்லாம் வேண்டாம்; பழையபடி தென் கொரியாவின் சுதந்தரத்தை மட்டும் மீட்டுக்கொடுத்து 38வது அட்சக்கோட்டின் நடுவே கிழிக்கப்பட்ட கோட்டை அப்படியே வைத்திருக்கலாம் என்று இன்னொரு சாராரும் வாதிட ஆரம்பித்தார்கள்.

ரொம்ப பேஜார் தான் இல்லையா?

சரி, என்ன நடந்தாலும் என் முடிவு இதுதான் என்று தீர்மானமாக முடிவு செய்துகொண்டு மெக் ஆர்த்தர் தன் வெறித்தனமான தாக்குதலை பூஸன் பகுதியிலிருந்து ஆரம்பித்தார். "let action determine the matter" என்பதே அப்போதைய அவரது தாரக மந்திரமாக இருந்தது.

அதிபர் ஒருமாதிரியும் ராணுவத்தளபதி இன்னொரு மாதிரியும் யோசிப்பதுமாதிரி ஒரு விவகாரம் பிடித்த விஷயம் வேறெதுவும் இருக்க முடியாது. அங்கே அமெரிக்கா முழுவதும் ட்ரூமன் எதிர்ப்பு அலை மிக பலமாகக் கிளம்பிக்கொண்டிருந்த நேரம் அது. ட்ரூமனுக்கு எப்போதுமே தொழிலாளர் வர்க்கத்தின் மீது ஒரு அனுதாபம் கலந்த அக்கறை உண்டு. நெருக்கடியான காலகட்டங்களில் கூட, வரி விதித்தே ஆகவேண்டிய கட்டாயம் இருந்தால் கூட தொழில் துறையின் தலையில் வரிச்சுமையைச் சுமத்துவாரே தவிர, அடிப்படைத் தொழிலாளர்களுக்கு வரிப்பளுவே கூடாது என்பது அவரது சித்தாந்தம்.

கொரிய யுத்தத்தில் அவர் கொஞ்சம் வேகத்தை மட்டுப்படுத்த விரும்புவதையும் இதையும் முடிச்சுப் போட்டு ட்ரூமனுக்கு கொஞ்சம் கம்யூனிச அனுதாபம் இருக்கிறது என்று கிளப்பிவிட்டார்கள் அவரது அரசியல் எதிரிகள்.

உண்மையில் ட்ரூமன் யோசித்தது இதுதான். வடகொரிய ராணுவம் என்று ஒன்று உண்மையில் கிடையாது. அது சோவியத் ராணுவத்தின் மாறுவேடம் தான். என்னதான் பனிப்போர் நடந்துகொண்டிருந்தாலும் கொரியாவில் நேரடியாக முழு வீச்சு யுத்தத்தைத் தொடங்கிவிட்டால், அது கொரியாவுடன் நிற்காது. தொடர்ச்சியாக சீனாவுடனும் ரஷ்யாவுடனும் அடுத்தடுத்த நேரடி மோதல்களுக்கு உடனடியாக ஆயத்தமாகவேண்டி வரும். கொரியா என்பது மிகக் குட்டியான ஒரு நிலப்பரப்பு. அதன் உள்ளூர் கலாட்டாவைக் கட்டுப்படுத்தப் போய் இன்னொரு உலக யுத்தத்துக்குப் பிள்ளையார் சுழியை அப்போதே போடவேண்டுமா என்பதுதான் ட்ரூமனின் எண்ணம்.

சோவியத்தின் வளர்ச்சியைத் தடுத்து நிறுத்தவேண்டும் என்பதில் அவருக்கு மாற்றுக்கருத்தே கிடையாது. ஆனால் கொரியா யுத்தத்தை சோவியத்துடனான நேரடி யுத்தமாக வலிந்து மாற்றிக்கொள்ள வேண்டாமே என்று அவர் நினைத்தார். இது அப்போது அமெரிக்காவில் யாருக்கும் புரியவில்லை. ராணுவத் தளபதிக்குக் கூடப் புரியவில்லை.

விளைவு? மெக் ஆர்த்தரை நேரில் கூப்பிட்டு லெஃப்ட் அண்ட் ரைட் வாங்கினார் ட்ரூமன். அதிபரும் தளபதியும் காரசாரமாக மோதிக்கொண்டதை மீடியா உலகெங்கும் ஒலிபரப்பி புண்ணியம் தேடிக்கொண்டது. அதைப்பார்த்து சோவியத் யூனியன் கைகொட்டிச் சிரித்தது. போதாது? ஒட்டுமொத்த அமெரிக்காவின் சோவியத் எதிர்ப்பு வெறி இன்னும் பல மடங்கு அதிகரித்துவிட்டது!

கொரிய யுத்தம் முற்றுப்பெறாமல் தனது மூன்றாவது பிறந்தநாளைக் கொண்டாடத்தொடங்கியிருந்த நேரம். ஏகப்பட்ட அழிவுகள். பொருளாதார நஷ்டம் - சம்பந்தப்பட்ட எல்லா தேசங்களுக்குமே.

1953ம் வருஷம் ஜனவரி மாதம். அமெரிக்கப் பொதுத்தேர்தல் வந்துவிட்டது. ட்ரூமன் சமர்த்தாக வெள்ளை மாளிகையை

காலிபண்ணிக்கொடுத்துவிட்டு தன் சொந்த ஊரான மிசௌரிக்குப் புறப்பட்டார். *(ஓய்வுக்குப் பின் நிறைய எழுதினார். பல்கலைக்கழகங்களில் சொற்பொழிவாற்றினார். 1972ல் மரணத்துக்குச் சற்று முன்னால்வரை கூட மிகவும் ஆக்டிவான மனிதராகவே இருந்தார் ட்ரூமன்.)* சரியாகப் புரிந்துகொள்ளப்படாத அதிபராக விடைபெற வேண்டிவந்ததில் அவருக்குக் கொஞ்சம் வருத்தம் தான்.

ஆனால் என்ன செய்வது? மக்கள் உணர்ச்சிவசப்பட்ட நிலையில் தான் இருந்தார்கள் அப்போது. "நான் ஜெயித்தால், அடுத்த கணமே கொரியாவுக்குப் போவேன். அங்கே ஒரு வெற்றிக்கனியைப் பறித்துக்கொண்டுதான் திரும்பி வருவேன்" என்று டிபிகல் அரசியல்வாதியாக ஓட்டுக்கேட்ட முன்னாள் ராணுவ ஸ்டாரான ட்வைட் டேவிட் ஐசனோவரைத் தங்கள் அடுத்த அதிபராக உட்கார்த்திவைத்தார்கள்.

ஆனால் அப்படியொன்றும் முழுக்கனி அவருக்குக் கிடைக்கவில்லை. ட்ரூமன் 'முழு யுத்தத்துக்கு' ஏன் தயங்கினார் என்பதன் காரணம் அமெரிக்க மக்களுக்கு அப்போது புரிந்தது!

26. எது அந்தத் தடுக்கும் சக்தி?

அமெரிக்காவின் முப்பத்திநாலாவது அதிபராகப் பதவி ஏற்ற ஐசனோவர், நட்சத்திர அந்தஸ்து பெற்ற அமெரிக்க அதிபர்களுள் ஒருவர். அவரது நட்சத்திர அந்தஸ்து, அதிபரான பிறகு வந்ததல்ல. முன்னால் அவர் ராணுவ அதிகாரியாக இருந்த காலத்திலேயே கிடைத்துவிட்டது. ராணுவத்திலிருந்து ரிடையரானதும் கொலம்பியா பல்கலைக்கழகத்தின் பிரசிடெண்டாகப் பதவி ஏற்றுக்கொள்ளவிருந்தவரை தேசத்தின் பிரசிடெண்ட்டாக்க முடிவு செய்து, வற்புறுத்தி அழைத்துவந்து டிக்கெட் கொடுத்து ஜெயிக்கவும் வைத்துவிட்டது ரிபப்ளிகன் கட்சி.

அந்த விஷயத்தில் ஆரம்பித்து ஐசனோவருக்கும் அமெரிக்காவின் முதல் அதிபரான ஜார்ஜ் வாஷிங்டனுக்கும் நிறைய ஒற்றுமைகள் உண்டு. இருவருமே கடைந்தெடுத்த கன்சர்வேடிவ் ஆசாமிகள். இருவருமே ராணுவ சேவை முடித்து ரிடையரானப்புறம் அமெரிக்காவின் அதிபராகத் தேர்ந்தெடுக்கப்பட்டவர்கள். இருவருக்குமே கட்சி அரசியலில் நாட்டம் கிடையாது. ஆனால் இருவருக்குமே கட்சியில் நிறைய ஆதரவாளர்கள் உண்டு. இருவருக்குமே அதிகார வர்க்கத்தை சுண்டுவிரலில் நூல்கட்டி ஆட்டுவிக்கிற பிரத்தியேக சாமர்த்தியம் உண்டு. இருவருமே அமெரிக்கர்களால் இன்றுவரை நினைக்கப்படுபவர்கள்.

கொரியாவுக்கு ஐசனோவர் புறப்படுவதற்கு முன்னால் அவரைப் பற்றிக் கொஞ்சம் வரிகள் பார்த்துவிடுவோம். முக்கியமான அதிபர் இல்லையா?

ஐசனோவர், ஜெர்மானிய - ஸ்விட்சர்லாந்து கலப்புப் பெற்றோருக்குப் பிறந்தவர். பிராட்டஸ்டண்ட் கிருத்தவ மதத்தைச் சேர்ந்த அவரது பெற்றோர் எந்த வருஷம் அமெரிக்கா வந்தார்கள் என்று சரியாகத் தெரியவில்லை. ஆனால் டெக்ஸாஸ் மாகாணத்தில் டெனிஸன் நகரில் 1890ம் வருஷம் அக்டோபர் 14ம் தேதி ஐசனோவர் பிறந்தார். "சொந்த ஊரில் நிம்மதியாகப் பிரார்த்தனை கூட செய்யமுடியாத அளவுக்குப் பிரச்னைகள் இருந்ததால் தான் என் பெற்றோர் அமெரிக்காவுக்கு வந்தார்கள்" என்று பின்னால் ஐசனோவர் சொல்லியிருக்கிறார்.

ஐசனோவருக்கு இரண்டு வயது ஆனபோது அவரது தந்தை உத்தியோக நிமித்தம் டெக்ஸாஸிலிருந்து கான்ஸாஸுக்கு இடம் மாறினார். என்ன பெரிய உத்தியோகம்! பாவம், அவர் ஒரு சாதாரண மெக்கானிக். கான்ஸாஸில் தான் அவருக்கு ஓரளவு சுமாரான சம்பளத்தில் ஒரு வேலை கிடைத்தது. தனக்குப் பெரிய படிப்பு இல்லாதபோதும் பையனை ஒழுங்காகப் படிக்கவைக்கவேண்டும் என்கிற விருப்பம் கொண்டிருந்தார் அவர்.

சமர்த்துப் பையனான ஐசனோவர் நல்லபடியாகப் படித்து முடித்து, அமெரிக்க மிலிட்டரி அகடமியில் சேர்ந்து படிக்க வெஸ்ட் பாயிண்டுக்குப் போனபோதும் சந்தோஷமாகவே வழியனுப்பி வைத்தார்.

1915ல் ஐசனோவர் படிப்பை முடித்தார். டெக்ஸாஸ் பக்கத்தில் அவருக்கு முதல் போஸ்டிங் கிடைத்தது. உத்தியோகம் பார்க்கப் போன இடத்தில் மேமி ஜெனிவா டவுட் என்கிற அழகான பெண்ணைப் பார்த்துக் கொஞ்சம் போல் காதலித்துவிட்டு விரைவில் கல்யாணமும் பண்ணிக்கொண்டுவிட்டார்.

முதல் உலகப்போர் நடந்த சமயம் ஐசனோவர் அமெரிக்க ராணுவத்தில் தான் இருந்தார். ஆனால் எந்த வெளிநாட்டுக்கும் அவர் படையுடன் போகவில்லை. மாறாக ராணுவ அறிவியலிலேயே மேற்படிப்பைத் தொடர்ந்து முதல் வகுப்பில் தேறி, தனது பிற்கால நல்வாழ்வுக்கு சொத்து சேர்த்துக்கொண்டார்.

1933ம் வருஷம் அமெரிக்க கமாண்டர் டக்ளஸ் மெக் ஆர்த்தருக்கு ஒத்தாசையாக இருக்கும்படியான ஒரு போஸ்டை அவருக்குக் கொடுத்தார்கள். ரொம்ப பெரிய பதவி. அத்தனை சீக்கிரம் ராணுவத்தளபதியின் கூடவே இருக்கும்படியான பதவி கிடைப்பது ரொம்பக் கஷ்டமும் கூட. மெக் ஆர்த்தர், காமன்வெல்தின் ராணுவத்தை பிலிப்பைன்ஸில் அமைத்துத் தருவதற்காகப் போனபோது ஐசனோவரும் அவருடன் போனார். ஒரு நாலு வருஷம் பிலிப்பைன்ஸில் வேலை பார்த்துவிட்டு அமெரிக்கா திரும்பினார்.

அப்போதிலிருந்தே ஐசனோவருக்கு அமெரிக்காவில் *'Alarmist Ike'* என்றொரு பட்டப்பெயர் உருவாகியிருந்தது. அதாவது, கூடிய

சீக்கிரம் அமெரிக்கா ஐரோப்பாவில் நடக்கும் நிறைய போர்களில் கலந்துகொள்ளவேண்டிவரும், ஐரோப்பாவை ஓவர் டேக் பண்ணிக்கொண்டு அமெரிக்கப் புகழ் உலகெங்கும் பரவும்' என்று சொல்லிக்கொண்டே இருப்பார்ஐசனோவர். ஒருராணுவஅதிகாரியின் கணிப்பு தான் என்று யாரும் அதை சட்டை செய்யாமலில்லை. உண்மையில் அன்று ஒட்டுமொத்த அமெரிக்காவின் விருப்பமும் கூட அதுதானே? ஐசனோவர் அன்று அமெரிக்காவின் மொத்தக் குரல் மாதிரி, அடிக்கடி அலாரம் அடிப்பது மாதிரி அதையே சொல்லிக்கொண்டிருந்ததால் அப்படியொரு பேர் வந்துவிட்டது.

1941ம் ஆண்டு ஐசனோவருக்கு ப்ரிகேடியர் ஜெனரலாக ப்ரமோஷன் கிடைத்தது. அப்போது அமெரிக்க ராணுவத்தின் முதன்மைத் தளபதியாக இருந்த ஜெனரல் ஜார்ஜ் மார்ஷலுக்கு ஐசனோவரின் திறமையும் புத்திசாலித்தனமும் தலைமைப் பண்பும் மிகவும் பிடித்துப்போனதன் விளைவு - வாஷிங்டனில் இருந்து இயங்கிக்கொண்டிருந்த யுத்த திட்டக்குழுவில் பணியாற்றச்சொல்லி ஐசனோவரை அனுப்பிவைத்தார். பேர்ல் ஹார்பர் தாக்குதலுக்குப் பிறகு அமெரிக்கா முழு வீச்சில் உலக யுத்தத்துக்குத் தயாராகிக்கொண்டிருந்த நேரம் அது. அந்த ப்ளான்களையெல்லாம் வகுத்துக்கொண்டிருந்த குழுவுக்குத்தான் அவரை அனுப்பினார் மார்ஷல்.

அது ஒரு எதிர்பாராத ஜாக்பாட் ப்ரமோஷன்! ஏனென்றால் அந்த சமயத்தில் ஐசனோவருக்கு மேலே சரியாக 366 சீனியர் ஆபீசர்கள் இருந்தார்கள், அமெரிக்க ராணுவத்தில்! அத்தனைபேரையும் விடுத்து அவருக்கு அந்தமாதிரி ஒரு திட்டமிடும் பொறுப்பில் பங்கு அளித்தார் மார்ஷல். உண்மையில் அது ஐசனோவரின் அதிர்ஷ்டம் என்றுதான் சொல்லவேண்டும்.

உடனே வாஷிங்டனுக்குப் போய், அலுவலகத்தில் தன் பணியைக் கேட்டுத்தெரிந்துகொண்டு, அடுத்த விமானம் பிடித்து லண்டனுக்குப் பறந்துவிட்டார் ஐசனோவர். ஐரோப்பிய யுத்தத்தை முன்னின்று நடத்தித்தரும் கூட்டு ராணுவக்குழுவுக்கு ஆலோசனை சொல்லும் ஆபீஸ் ஒன்றை அங்கே திறந்து வைத்து, திட்டம் வகுத்துக் கொடுத்ததோடு அல்லாமல் நேரடியாகக் களத்தில் இறங்கியும் கலக்க ஆரம்பித்தார். வடக்கு ஆப்ரிக்கா, சிசிலி, இத்தாலி ஆகிய இடங்களில் நடந்த படையெடுப்புகளின்போது ஐசனோவரின்

பங்கு குறிப்பிடத்தகுந்ததாக இருந்ததென யுத்த சரித்திரம் பக்கம் பக்கமாகச் சொல்கிறது.

டிசம்பர் 43ல் ஐசனோவரின் ராணுவத்தொப்பியில் இன்னொரு சிறகு சேர்ந்தது. அமெரிக்க அதிபர் ரூஸ்வெல்ட், பிரிட்டிஷ் பிரதமர் சர்ச்சிலுடன் கலந்து பேசி, நேசநாட்டுப் படையின் சுப்ரீம் கமாண்டராக ஐசனோவரை நியமித்தது அப்போதுதான். அப்புறம் அவர் கூட்டணிப்படைக்குத் தலைமை தாங்கி, ஜெர்மனிக்குள் நுழைந்தது, சாகசங்கள் நிகழ்த்தியது, உலகமே புகழ்ந்தது எல்லாம், எல்லாருக்கும் தெரிந்த விஷயங்கள் தான்.

ஆனால்உலகப்போருக்குப்பின்னால்ஐசனோவருக்குரிடையராகும் ஆசை வந்துவிட்டது. அரசிடம் சொல்லிப்பார்த்தார். ஆனால் அமெரிக்க ராணுவத்துக்கு அவரை அத்தனை சீக்கிரம் விட்டுவிட இஷ்டமில்லை. இன்னும் பெரிய பொறுப்புகள், பதவிகள் என்று தினமொன்றாகக் கொடுத்துக்கொண்டே இருந்தார்கள். 1950லாவது ஓய்வு பெற்று கொலம்பியா பல்கலைக்கழகத்துக்குப் போய்விடலாம் என்று பார்த்தார். ம்ஹூம். நேட்டோ நாடுகளின் கூட்டணிப்படைக்குத் தலைமை தாங்கவேண்டும் என்று சொல்லிவிட்டார்கள்.

அப்புறம் தான் கொரியா யுத்தம் வந்தது. ட்ரூமனை நகர்த்திவிட்டு ஐசனோவரை உட்காரவைக்க ரிபப்ளிகன் கட்சி முடிவு செய்தது. அவருக்கு நிறைய சோப்புப் போட்டு சம்மதிக்கவைத்து தேர்தலில் நிறுத்தி, கடுமையாக உழைத்தது. அத்தனை கஷ்டம் கூடப் பட்டிருக்கவேண்டாம். ஐசனோவருக்கு அமெரிக்கா முழுக்க செல்வாக்கு உண்டு. ராணுவ ஜெனரல் என்றால் சும்மாவா? மக்கள் சுலபமாக அவரை ஜெயிக்கவைத்துவிட்டார்கள்.

அந்தத் தேர்தல் பிரசாரத்தின்போதுதான் ஐசனோவர், "நான் ஜெயித்ததும் கொரியாவுக்குப் போவேன்" என்று சொன்னார்.

கொரிய யுத்தத்தில் எங்கே அமெரிக்காவுக்கு மூக்கு உடைந்துவிடுமோ என்று கவலைப்பட்டுக்கொண்டிருந்த அமெரிக்கர்களுக்கு ஐசனோவரின் அந்த நம்பிக்கை வார்த்தைகள் மிகவும் ஆறுதல் அளித்தன.

ஐசனோவரும் சொன்ன சொல் மீறாமல் தேர்தலில் வென்ற சில தினங்களுக்குள்ளாகவே ஒரு அதிபராகவும், முன்னாள்

ராணுவமேதை என்கிற முறையிலும் கொரியாவுக்குப் பயணம் மேற்கொண்டார்.

அது கொரிய யுத்தம் மிக விநோதமான அதே சமயம் மிக அபாயகரமான எல்லையை நோக்கிப் போய்க்கொண்டிருந்த நேரம். சில சமயம் சீனப்படை அட்டகாசமான வெற்றிகளை அங்கே பெற்றுக்கொண்டிருந்தது. வேறு சமயம், அமெரிக்கப் படை அடுத்தடுத்து வென்றுகொண்டிருந்தது. இரு தரப்பிலுமே நிறைய ஆட்சேதம். முடிவே இல்லாமல் ஆண்டாண்டு காலமாக இழுத்துக்கொண்டே போகும்போலிருக்கிறதே என்று உலகமே கவலைப்பட்டுக்கொண்டிருந்தது.

ஐசனோவர் வெளியே காட்டிக்கொள்ளாவிட்டாலும் ஒரு தாற்காலிக சமாதான ஒப்பந்தத்தின் மூலம் தான் அந்தப் போரை ஒரு முடிவுக்குக் கொண்டுவரமுடியும் என்று அறிந்தே இருந்தார். ஏற்கெனவே பேச்சுவார்த்தைகள் ஆரம்பமாகி நடந்துகொண்டுதான் இருந்தது. ஆனால் ஒரு பக்கம் பேச்சுவார்த்தை, மறுபக்கம் யுத்தம் என்கிற ஏற்பாடு எப்போதுமே வேலைக்கு ஆகாது. பேச்சு வார்த்தை ஒரு முடிவுக்கு வரும்போலத் தெரிந்தால், யாராவது என்னவாவது பண்ணி, சொதப்பிவிடுவதை வழக்கமாகக் கொண்டிருந்தார்கள். (யுத்தத்தில் ஐநாவில் உறுப்பினர்களாயிருந்த 15 நாடுகள் சம்பந்தப்பட்டிருந்தார்கள் என்பதை நினைவில் கொள்ளவேண்டும்.)

இதில் ஆச்சர்யம் என்னவெனில், யார் சொதப்புகிறார்கள், எதனால் முட்டுக்கட்டை போடுகிறார்கள் என்றே யாருக்கும் தெரியவில்லை. யாரோ சிலருக்குப் போரை நிறுத்துவதில் விருப்பமில்லை என்பது மட்டும்தான் தெரிந்தது. யார் அந்தச் சிலர்?

1953ம் வருஷம் மார்ச் மாதம் வரை இந்தக் கேள்விக்கு விடை கிடைக்கவில்லை. ஆக்கிரமித்திருந்த தென் கொரியப் பகுதியை விட்டுக்கொடுக்கவே முடியாது என்று வடகொரிய அரசு ஒற்றைக்காலில் நின்றது. உன்னை ஒழித்துவிட்டுத்தான் மறுவேலை என்று அமெரிக்க ராணுவம் பக்கம் பக்கமாக நின்று குண்டடித்துக்கொண்டிருந்தது. சீனப்படையும் ரஷ்யப்படையும் அமெரிக்கப் படை போகிற வழியிலெல்லாம் தடை போட்டுக்கொண்டே போனது. ஐக்கிய நாடுகள் படை சோர்வடைந்தது. இன்னும் எத்தனை காலம் யுத்தம்?

கொரியா மாதிரி ஒரு கொசு அளவு தேசத்தை மூன்று வருஷ யுத்தமெல்லாம் நார் நாராகக் கிழித்துவிடும். மக்கள் அன்றாடத் தேவைகளுக்கே கூட வழியின்றி சொந்த நாட்டிலேயே லட்சக்கணக்கில் அகதிகளாகிப் போனார்கள். வருகிற நிதி ஆதாரமெல்லாம் ராணுவத்துக்கே போய்க்கொண்டிருக்க, உணவுக்கும் குடிநீருக்கும் கூட சிங்கியடிக்க வேண்டிய சூழ்நிலை உண்டாகிவிட்டது. கம்யூனிசம் எக்கேடு கெடட்டும், அமெரிக்க ஏகாதிபத்தியம் நாசமாகப் போகட்டும், எங்களுக்கு நிம்மதி கொடுங்கள் என்று பிச்சை எடுக்கத் தொடங்கிவிட்டார்கள் கொரியர்கள்.

ஐசனோவருக்கேகூட போரை முடித்துக்கொள்ளத்தான் விருப்பம். ஆனால் அந்தத் 'தடை' விலகியாகவேண்டுமே?

1953ம் ஆண்டு மார்ச் 5ம் தேதி ஸ்டாலின் இறந்தார். அதே ஆண்டு ஜூன் 26ம் தேதி கொரிய யுத்தமும் ஒரு முடிவுக்கு வந்தது! உப்புச் சப்பில்லாத ஓர் அமைதி ஒப்பந்தம். எல்லாம் அப்படி அப்படியே பழைய மாதிரியே இருக்கவேண்டியது என்கிற முடிவு. பல லட்சக்கணக்கான உயிர்பலிக்குப் பிறகு பெரியவர்கள் கண்டெடுத்த முடிவு அது!

அமெரிக்க - ரஷ்ய பலப்பரிட்சை என்னமாதிரியான விளைவுகளை உண்டாக்கும் என்பதை ஒரு முன்னோட்டம் மாதிரி மூன்று வருஷங்கள் நடத்திக்காட்டிய சம்பவம் அது. இறுதி வெற்றி என்ற ஒன்றே இல்லாமல் இலக்கின்றி தாக்கிக்கொண்டும் அடித்துக்கொண்டும்தான் இனி காலம் தள்ளியாகவேண்டும் என்று இரு தேசங்களும் மனத்தளவில் முடிவே செய்துவிட்டன அப்போது.

அன்றைக்கு விட்ட வடகொரியாவை இன்றைக்காவது ஒரு கொத்துபரோட்டா போடமுடியுமா என்று ஆசைப்படுகிறது அமெரிக்கா. (ஈராக் யுத்தத்துக்குப் பிறகு வடகொரியாதான் என்று கொஞ்சநாள் தீவிரமாகப் பேசிக்கொண்டிருந்தது நினைவிருக்கிறதா?) இன்றைக்கு சோவியத் யூனியன் இல்லாததால் பதிலுக்கு பயமுறுத்த ஒரு விஷயம் இல்லாதது மட்டுமே ஆறுதல்!

அது நிற்க. கொரிய யுத்தத்துக்கு அப்புறம் அமெரிக்கா ரொம்பத் தீவிரமாக ஒரு விஷயத்தில் கவனம் செலுத்த ஆரம்பித்தது.

அது, அணு ஆயுத உற்பத்தி. ஏனென்றால் 1950ல் ரஷ்யாவிடம் அணு ஆயுதம் இருப்பதை அமெரிக்கா கண்டுபிடித்துவிட்டது. இனி வேறு வழியில்லை. தன் பலத்தை இன்னும் பெருக்கிக்கொள்ளவேண்டியதுதான் என்று முடிவு செய்து அப்போதே ஆயுத உற்பத்தியை அதிகரிக்கத் தொடங்கிவிட்டது அமெரிக்கா.

ஐசனோவர், அமெரிக்க ராணுவத்தில் இருந்த புராதன ஆயுதங்களைத் தூக்கிப் போட்டுவிட்டு ராணுவத்தை முழுக்க நவீனப்படுத்த முடிவு செய்த அதே காலகட்டத்தில் உலக அரங்கில் ஒரு சுலோகனையும் அறிமுகப்படுத்தினார். 'அணுவைக்கொண்டு அமைதி சமைப்போம்'

லேசான புன்னகை வரவழைக்கும் இந்தச் சொற்றொடரில் இருக்கிற அழகிய முரணைக் கொஞ்சம் சிந்தித்துக்கொண்டிருங்கள். பின்னால் வரப்போகிற வியட்நாம், லெபனான், கம்போடியா, லிபியா, ஈரான் யுத்தங்களின்போது கொஞ்சம் உபயோகப்படும்!

27. வெண்மையின் நிறம் கருமை

ரொம்ப தூரம் போய்விட்டோம். அமெரிக்காவை விட்டுப் புறப்பட்டு ஐரோப்பாவெல்லாம் சுற்றி நிறைய சண்டை போட்டுவிட்டு அப்படியே ரஷ்யா, சீனா, கொரியா என்று கிட்டத்தட்ட ஒரு உலகு தழுவிய சுற்றுப்பயணமே நடத்திவிட்டோம். அமெரிக்காவின் வெளி விவகார சங்கதிகள் தான் அதிகமும் அந்நாட்டு சரித்திரத்தை ஆக்கிரமிக்கிறது. அதனால் தான் இப்படி அடிக்கடி டூர் அடிக்கவேண்டி வருகிறது. இப்போது கூட அங்கே உள்நாட்டில் ஒரு நெருக்கடி உண்டாகியிருப்பதால் தான் மீண்டும் நாம் அமெரிக்காவின் தெற்குப் பகுதிக்கு இந்த வாரம் வந்திருக்கிறோம். நெருக்கடி என்றால் சாதாரண நெருக்கடி இல்லை. விஷயம் ரொம்பப் பெரிசு. இத்தனைக்கும் ஒரு பழைய குருடி தான் மீண்டும் கதவைத் திறந்திருக்கிறாள்.

கறுப்பர்களுக்கு விடுதலை அளித்த ஒரே காரணத்துக்காகப் பிராணனையே விட்ட ஆபிரகாம் லிங்கனுக்கு அமெரிக்கர்கள் மத்தியில் ரொம்ப மதிப்பும் மரியாதையும் எப்போதுமே உண்டு. ஆனால் அந்த மரியாதைக்கும் அமெரிக்கர்களின் நிரந்தர கறுப்பர் விரோத நடவடிக்கைகளுக்கும் எந்த சம்பந்தமும் கிடையாது!

இதென்ன கலாட்டா?

ஆமாம். அப்படித்தான். வேறு வழியே இல்லாமல் ஜீரணித்தே ஆகவேண்டிய விஷயம் இது. இருபதாம் நூற்றாண்டின் நட்டநடு செண்டர் வருஷங்களில் அமெரிக்காவில் மீண்டும் ஏற்பட்ட இனத்துவேஷ நடவடிக்கைகளும் கறுப்பர் புரட்சியும் அத்தேசத்தின் அத்தனை பளபளப்புகளுக்கும் நடுவே வைக்கப்பட்ட இன்னொரு சாணிப்பொட்டு.

டுபாய்ஸ் என்றொரு மகானுபாவன் இருந்தார். ரொம்பப் படித்த, பெரிய சிந்தனாவாதி. அவர் சொன்னார்: *"The problem of the 20th century is the problem of the color line."*

இருபதாம் நூற்றாண்டின் முக்கியமான பிரச்னையே நிறவெறிதான் என்று அவர் என்றைக்கோ சொன்னபோது ஒரு பயலும்

கண்டுகொள்ளவில்லை. அப்படிக் கண்டுகொள்ளாததன் பலனைத் தான் அமெரிக்கா 1950களில் மிகவும் அனுபவித்தது.

இத்தனைக்கும் அவ்வப்போது சட்டங்கள் போட்டு, கறுப்பர்களுக்குச் சம உரிமை, வேலை வாய்ப்பு உரிமை, கல்வி உரிமை என்று தனித்தனியாகவே ஏற்பாடுகள் செய்திருந்தார்கள். ஒவ்வொரு அதிபரும் தன்னால் இயன்ற அளவு (அல்லது தான் விரும்பிய அளவு) தேர்தல் முடிந்தபிற்பாடு கறுப்பர் இனத்துக்கென்று என்னவாவது செய்யாமலில்லை. ஆனால் இந்த ஒரு விஷயத்தில் மட்டும் அதிபர்கள் போடுகிற உத்தரவுகளையெல்லாம் மாநில அரசுகள் அப்படியே கடைபிடிக்காது அங்கே. மாநில அரசுகள் மட்டுமல்ல. மெஜாரிடி வெள்ளையர்கள் அத்தனைபேருமே நீக்ரோ விரோதிகள்தான்.

ஒரு வரியில் சொல்வதென்றால் அமெரிக்க நீக்ரோக்களுக்கு எல்லா உரிமைகளும் இருந்தன. எல்லா சுதந்தரங்களும் இருந்தன. எல்லா சௌகரியங்களும் இருந்தன. ஆனால் எல்லாம் பேப்பரில் இருந்தனவே தவிர நடைமுறையில் சாத்தியமாக இல்லை. குறிப்பாக அமெரிக்காவின் தென்மாகாணங்களில் கறுப்பர்களைப் பழையபடியே 'பன்றி'களாகக் கருதும் மனோபாவம் தொடர்ந்துகொண்டேதான் இருந்தது. ஐம்பதுகளில் இந்த மனோபாவம் ரொம்ப ஜாஸ்தியாகிவிட்டதுதான் பிரச்னை.

இது தான் அவுட்லைன். இனி சப்ஜெக்டுக்கு வந்துவிடலாம். ரெண்டு முக்கியமான சம்பவங்கள் அன்றைக்கு அமெரிக்காவில் நடந்தன.

முதலாவது சம்பவம் கான்ஸாஸ் மாகாணத்தில் நடந்தது. லிண்டா ப்ரவுன் என்று அங்கே ஒரு பள்ளிச்சிறுமி. நீக்ரோ பெண் அவள். அவளது தந்தை தன் மகளை ஒரு உயர்தர வெள்ளைக்காரப் பள்ளியில் சேர்க்க விரும்பி அணுகியிருக்கிறார். ஆனால் பள்ளிக்கூட நிர்வாகத்தினர் ஒரு நீக்ரோ பெண்ணைப் பள்ளியில் சேர்த்தால் பள்ளியின் பரிசுத்தம் கெட்டுவிடும் என்று சொல்லி, சேர்க்க மறுத்துவிட்டார்கள்.

என்னய்யா நீங்கள் சம உரிமை அளித்துக் கிழித்தீர்கள் என்று செம கடுப்பான லிண்டாவின் தந்தை நேரே கோர்ட்டுக்குப்

போய்விட்டார். கான்ஸாஸ் உயர்நீதி மன்றம் அந்த கேஸை விசாரித்தது.

கறுப்பர்கள் சம்பந்தப்பட்ட விஷயமென்பதால் நீதிமன்றத்தில் நீதி தான் வழங்கவேண்டும் என்று அவசியமில்லை என்று நீதிபதி நினைத்துவிட்டார் போலிருக்கிறது. அந்த அப்பாவித் தந்தை சற்றும் எதிர்பாராவிதமாக, பிரிவினைவாதிகளுக்குச் சாதகமான தீர்ப்பை அளித்தது நீதிமன்றம்.

அதாவது, நீக்ரோ சிறுமி லிண்டாவை முழு வெள்ளையர் பள்ளியில் சேர்க்க மறுத்ததில் ஒன்றும் தவறில்லை என்பது தீர்ப்பு.

அவ்வளவுதான். ஒட்டுமொத்த தென் மாகாண நீக்ரோ இனத்தவர்களும் கொதித்து எழுந்துவிட்டார்கள். லிண்டாவின் தந்தை அந்த விஷயத்தை அத்துடன் விட்டுவிட விரும்பவில்லை. என்னதான் ஆகிறது பார்க்கலாம் என்று கேஸை சுப்ரீம் கோர்ட்டுக்கு எடுத்துக்கொண்டு போனார்.

Linda brown Vs Board of education case என்று அமெரிக்க சரித்திரத்தில் இடம்பெற்றுவிட்ட அந்த வழக்கில் சுப்ரீம் கோர்ட் வழங்கிய தீர்ப்பும் சரித்திர முக்கியத்துவம் வாய்ந்தது.

கீழ்மட்டத்தில் இனத்துவேஷம் இன்னும் வேறோடியிருந்தாலும் அமெரிக்க நீதித்துறை சமத்துவத்துக்கு மதிப்பளிக்கிறது என்று நிரூபிக்கும்விதமான அந்தத் தீர்ப்பில் கான்ஸாஸ் ஃபெடரல் நீதிமன்றத்தீர்ப்பைக் கடுமையாக விமர்சித்திருந்தார்கள் சுப்ரீம் கோர்ட் நீதிபதிகள். அமெரிக்க அரசியல் அமைப்புச் சட்டத்தையே அந்நீதிமன்றம் அவமதித்துவிட்டதாகக் கண்டித்த நீதிபதிகள், லிண்டா தாராளமாக வெள்ளையர் பள்ளியில் படிக்கலாம் என்று தீர்ப்பளித்தார்கள்.

நாலு பேராவுக்குள் இந்தக் கதை முடிந்துவிட்டாலும் இடைப்பட்ட காலத்தில் நடந்த விஷயங்களும் எழுந்த புரட்சிகளும் கொஞ்ச நஞ்சமல்ல. வெகு நாட்களாக அடங்கிக்கிடந்த கறுப்பர் இன மக்கள் மீண்டும் வெகுண்டு எழுந்து தினசரி போராட்டங்களும் தர்ணாக்களும் நடத்த ஆரம்பித்தார்கள். அதன் விளைவாக ஏகப்பட்ட அடக்குமுறைகளையும் அவர்கள் சந்திக்க வேண்டி வந்தது. லிண்டா கேஸில் சுப்ரீம் கோர்ட் அளித்த தீர்ப்புக்கு அப்புறம் ஒன்பது நீக்ரோ

மாணவர்கள் பரீட்சார்த்தமாக அரகன்ஸாஸ் மாகாணத்திலுள்ள லிட்டில் ராக் என்கிற இடத்திலிருந்த வெள்ளையர் பள்ளிக்குப் படிக்க அனுப்பிவைக்கப்பட்டார்கள். ஆனால் சக மாணவர்களே அவர்களை ஏற்க மறுத்து வன்முறையில் இறங்க, விளைவாக ராணுவத்தையே அங்கே அனுப்பவேண்டி வந்தது!

மாநில அரசுகளிலும் மத்திய அரசிலும் கூட கறுப்பர்களுக்குப் பிரதிநிதித்துவம் அளிக்கப்பட்டிருந்த காலம் அது! அப்படியும் அமெரிக்கர்களின் மனத்தில் வேரோடியிருந்த இனத்துவேஷம் அடங்கமாட்டேன் என்று அடம்பிடித்தது அப்போது.

இது ஒரு சம்பவம் ஆச்சா? இன்னொரு சம்பவமும் சரித்திரப் பிரசித்தி பெற்றது.

அலபாமா மாகாணத்தில் மாண்ட்காமெரி என்கிற இடத்தில் ரோசா பார்க்ஸ் என்கிற பெண்மணி வசித்துவந்தார். கறுப்பரினப் பெண் இவர்.

ஒரு நாள் இவர் பேருந்தில் பயணம் செய்துகொண்டிருந்தபோது அடுத்த ஸ்டாப்பிலோ எங்கோ ஏறிய வெள்ளையருக்கு தான் எழுந்து, அவர் உட்கார இடம் கொடுக்க மறுத்த விஷயம் பெரிய விவகாரமாகிவிட்டது.

அலபாமாவில் ஒரு சட்டம். பேருந்தில் நீக்ரோ பெண்கள் பொது இடத்தில் உட்காரக்கூடாது. வீட்டு விலக்கான பெண்கள் மாதிரி ஒரு மூலையில் அவர்களுக்காக ஒதுக்கப்பட்டிருக்கும் இடத்தில் தான் உட்காரவேண்டும்.

நம்மூரில் வயதானவர்கள், ஊனமுற்றோருக்காக ஒரு சீட் ஒதுக்கிவைத்திருக்கிறார்களே, அந்த மாதிரி அங்கே நீக்ரோக்களுக்கு ஒரு சீட்!

அதெப்படி ஒரு நீக்ரோ பெண் மற்ற சீட்டில் உட்கார்ந்ததோடல்லாமல் ஒரு கலாட்டாவுக்கும் வித்திடலாம் என்று அலபாமா சிடி போலீஸ் ரோசா பார்க்ஸைக் கைது செய்துவிட்டது.

இது மாகாணம் முழுவதும் மிகப்பெரிய கொந்தளிப்புக்கு வித்திட்டது. நீக்ரோக்கள் 'நாங்கள் இனிமேலும் அமெரிக்காவில் வாழ்வதா? கூண்டோடு எரித்துக்கொண்டு சாவதா?'என்று நீதி கேட்டு நெடும்பயணம் மேற்கொண்டார்கள்.

கண்டன ஊர்வலங்களும் பொதுக்கூட்டங்களும் அல்லோலகல்லோலப்பட்டன. கொடி பிடித்தவர்களெல்லாம் தடியடிக்கு இலக்கானார்கள். அடி என்றால் மாட்டடி. காட்டடி. நீக்ரோக்களின் ஆன்மாவில் விழுந்த அடிகள் அவை! இப்படியும் ஒரு தேசத்தில் இனத்துவேஷம் காட்டாட்சி நடத்துமா என்று உலகமே கைகொட்டிச் சிரித்தது அப்போது.

மாண்ட்காமெரியில் மாபெரும் நீக்ரோ தொழிற்சங்கத் தலைவரான ஈ.டி. நிக்ஸன் தலைமையில் அழகாகத் திட்டமிடப்பட்ட மிகப்பெரிய சத்தியாகிரகம் ஒன்று ஆரம்பிக்கப்பட்டது. ஒருத்தரும் மாநகரப்பேருந்தில் ஏறக்கூடாது என்று முடிவானது! எல்லாரும் எங்கே போவதென்றாலும் நடந்து மட்டுமே போக ஆரம்பித்தார்கள்.

விளைவாக எந்த அலுவலகத்துக்கும் தொழிற்கூடத்துக்கும் எந்த ஒரு நீக்ரோவும் உரிய நேரத்தில் பணிக்குப் போக முடியவில்லை. உற்பத்தித் துறை முழுக்கவும் கறுப்பர்களின் கையிலிருந்தது அங்கே. இந்தப் போராட்டத்தின் விளைவாக, மாகாணத்தின் அனைத்து உற்பத்தியும் கணிசமாக பாதிக்கப்பட்டது.

கடுப்பான வெள்ளையர்கள் அடக்குமுறையில் ஈடுபடத் தொடங்கினார்கள். வன்முறை கட்டவிழ்த்துவிடப்பட்டது. நான்கு நீக்ரோ தேவாலயங்களில் குண்டுவெடித்தது. ஏகப்பட்ட இடங்களில் துப்பாக்கிச் சூடு.

இந்தச் சம்பவங்களின் நடுவே இன்னொரு சம்பவம் நடந்தது. ரொம்ப முக்கியமான சம்பவம் அது.

அதே மாண்ட்காமெரியில் ஒரு நாள் இரவு ஓர் இளைஞனின் வீட்டு வாசற்கதவை இயந்திரத்துப்பாக்கியால் சுட்டு உடைத்தார்கள் நிற வெறியர்கள். கதவை உடைத்ததும் வீட்டைக் கொளுத்தினார்கள். குண்டுவைத்துச் சிதைத்தார்கள். எல்லாம் சில நிமிஷங்களுக்குள்ளாக நடந்த சம்பவம் தான்.

ஒரே ராத்திரியில் வீடில்லாமல் ரோடுக்கு வந்த அந்த இளைஞனுக்கு அப்போது வயது 27. அந்த வயதிலேயே படித்து டாக்டர் பட்டம் பெற்று, ஒரு புத்திசாலியான நீக்ரோ இனத் தலைவனாக உருப்பெற்றிருந்த அந்த இளைஞன் - டாக்டர் மார்ட்டின் லூதர் கிங் ஜூனியர்.

அதுதான். அந்தச் சம்பவம் தான் ஆரம்பம். மாண்ட்காமெரியில் தொடங்கிய கறுப்பர் புரட்சி அடுத்த சில வருடங்களில் தேசம் முழுவதிலும் பற்றிக்கொண்டது. தென் மாகாணத்திலிருந்த அத்தனை வெள்ளையர்களும் ஒட்டுமொத்தமாகக் கறுப்பர்களை ஒழித்துக்கட்டும் வெறியில் அடுத்தடுத்து ஆயிரமாயிரம் அடக்குமுறைகளைக் கட்டவிழ்த்துவிட, வெகுண்டெழுந்த கறுப்பர் இனத்தவர்களை அமைதியாகப் போராடச் சொல்லி ஊக்குவித்து, பக்கபலமாக நின்று கொடிபிடித்த மார்ட்டின் லூதர் கிங்கின் வாழ்க்கை, அமெரிக்க சரித்திரத்தில் அழியாப்புகழ் பெற்றது.

ரோசா பார்க்ஸ் வழக்கை மறந்துவிட்டோமே? நல்ல வேளையாக இம்முறையும் நீதிமன்றம் நீக்ரோக்களுக்கு ஆதரவாகத் தீர்ப்பளித்ததால் கொஞ்சம் தலை நிமிர முடிந்தது அமெரிக்காவால். நகர போலீஸ் பேருந்துகளில் இட ஒதுக்கீடு செய்யக்கூடாது என்று தீர்ப்பளித்துவிட்டது அமெரிக்க சுப்ரீம் கோர்ட்.

ஆனால் நீக்ரோக்கள் கேட்டது பேருந்தில் இடம் அல்ல. மற்ற சமூகத்தவரின் மனத்தில் அவர்கள் இடம் கேட்டார்கள். சமமாக நடத்தச் சொல்லிக் கேட்டார்கள். அந்தஸ்து எப்படியிருந்தால் என்ன? ஒரு சக மனிதனாகக் கூடவா நடத்தமுடியாது? என்றுதான் அவர்கள் கேட்டார்கள்.

நியாயமான கேள்விதான். அர்த்தமுள்ள கேள்விதான். அவசியம் பரிசீலிக்கப்படவேண்டிய கேள்வியும் கூட. ஆனால் அமெரிக்கர்களின் இயல்பான நிறத்துவேஷம் அந்தக் கேள்வியைச்சட்டை செய்யவேயில்லை. அடுத்தப் பத்தாண்டுகளில் அமெரிக்காவில் நீக்ரோக்கள் நடத்திய போராட்டங்களும் பொதுக்கூட்டங்களும் கொஞ்ச நஞ்சமல்ல. மார்ட்டின் லூதர் கிங்கின் எழுச்சியூட்டும் பிரசங்கங்கள் மட்டும் தான் அப்போது அவர்களின் ஒரே பிரதான ஆயுதம்.

காந்தியின் சத்தியாகிரகத்தால் கவரப்பட்ட மார்ட்டின் லூதர் கிங், அறப்போர் தான் எந்தப் பிரச்னைக்கும் உறுதியான தீர்வைத்தரும் என்று திடமாக நம்பியவர். கொதித்துக்கொண்டிருந்த தம் இனத்தவர்களை அமைதிப்படுத்துவதும் அறவழியில் போராடச் சொல்லிக்கொடுப்பதும் பாதிக்கப்பட்டவர்களின் குரலை அமெரிக்கப் பாராளுமன்றம் முதல் அகில உலகம்

முழுவதும் பரப்புவதும் தான் தன் வாழ்நாள் பணி என்று அவர் தீர்மானித்துக்கொண்டார்.

ஒரு வெளிச்சம் அவருக்கு நிச்சயமாகத் தெரிந்தது. என்றைக்காவது ஒரு நாள் தம் மக்கள் பூரணசுதந்தரம் அடைவார்கள் என்று அவர் உறுதியாக நம்பினார். தன் நம்பிக்கையைத் தம் மக்கள் அத்தனை பேர் மனத்திலும் வேரூன்றச் செய்ய அவர் பட்ட பாடுகள் கொஞ்ச நஞ்சமல்ல.

உலக சரித்திரத்தில் காந்திக்குப் பின் அமைதி விரும்பியாகவும் அமைதிப் போராளியாகவும் தனித்துவமுடன் செயல்பட்டு மாபெரும் வெற்றிக்கதவுகளைத் திறந்தவர்களுள் மார்ட்டின் லூதர் கிங் மிக முக்கியமானவர்.

காந்திக்குக் கிடைத்த முடிவுதான் அவருக்கும் கிடைத்தது இறுதியில்.

ஒரே வித்தியாசம் என்னவென்றால், காந்தி போராடிக்கொண்டிருந்த காலத்தில் ஒட்டுமொத்த இந்தியாவும் அவருக்குப் பின்னால் இருந்தது. மார்ட்டின் லூதர் கிங் போராடிக்கொண்டிருந்த காலத்தில் ஒட்டுமொத்த அமெரிக்காவும் மர்லின் மன்ரோ மயக்கத்தில் இருந்தது!

28. மார்டின் லூதர் கிங்

எப்படி கிரிமினல்களின் மனத்தைப் புரிந்துகொள்வது கஷ்டமோ, அதே மாதிரிதான் ஒட்டுமொத்த மானுட சமூகத்தின் மீதும் கருணை பீறிட்டுத் தன்னலம் மறந்து உழைக்கிற புனிதர்களின் மனத்தையும் புரிந்துகொள்வது கஷ்டம்.

ஒரு பேச்சுக்குச் சொல்லலாம். மார்ட்டின் லூதர் கிங் என்ன பெரிதாகச் செய்தார், பாதிக்கப்பட்ட சமூகத்தில் பிறந்தவர், அதனால் அவர்களுக்காக உழைத்தார் என்று ஒரு வரியில் அடித்து நொறுக்கிவிடலாம். (அப்படிச் செய்தும் இருக்கிறார்கள்.) ஆனால் கருப்பர்கள் என்றில்லை. அவர் வாழ்ந்த காலத்தில் வேறு யார் என்ன கஷ்டப்பட்டிருந்தாலும் அவர், அவர்களுக்காகப் போராடியிருப்பார். அப்படிப்பட்ட மனது அவருக்கு.

*1929*ம் வருஷம் ஜனவரி மாதம் *15*ம் தேதி செவ்வாய்க்கிழமை மத்தியானம் அட்லாண்டாவில் பிறந்தவர் மார்ட்டின் லூதர் கிங். அவரது அப்பா பேரும் மார்ட்டின் லூதர் கிங் தான். என்னத்துக்காக அப்பா பேரையே மகனுக்கும் வைத்தார்கள் என்று தெரியவில்லை. ஒரு சௌகரியத்துக்காக அப்பா மார்ட்டினை சீனியர் என்றும் மகன் மார்ட்டினை ஜூனியர் என்றும் குறிப்பிடத்தொடங்கினார்கள் அமெரிக்காவில்.

அப்பா மார்ட்டின் ஒரு பாதிரியார். மிகவும் தெய்வபக்தி மிக்க குடும்பத்தில் வந்தவர். ஆசாரசீலர். அவரை அடியொற்றி நமது கதாநாயக மார்ட்டின் லூதர் கிங் இளம் வயதிலேயே திருச்சபை ஊழியமே தன் வாழ்க்கை என்கிற தீர்மானத்துடன் வாழ்க்கையைத் தொடங்கினார்.

ஆனபோதிலும் பள்ளிப்படிப்புக்கு ஒரு குந்தகமும் வராமல் பார்த்துக்கொண்டார். அத்தோடு மட்டுமல்ல. மற்ற மாணவர்கள் எட்டமுடியாத மதிப்பெண்களை மிகச்சுலபமாகப் பரீட்சைகளில் பெறுவதும் அவருக்கு வாடிக்கை. கற்பூர புத்தி என்பார்களே, அந்த மாதிரியொரு புத்தி அவருக்கு.

இதனால் என்ன ஆனது என்றால், தமது பதினைந்தாவது வயதில் மேல்நிலைப்பள்ளி வகுப்புக்குப் போகாமல் நேரடியாகவே கல்லூரிக்குள் நுழையத் தகுதி பெற்றார் கிங்.

1948ல் மோர்ஹவுஸ் கல்லூரியில் பி.ஏ. சோஷியாலஜி முடித்துவிட்டு, இன்னும் மேலே படிப்பதற்கு பென்சில்வேனியாவுக்குப் போனார்.

பென்சில்வேனியா பல்கலைக்கழக மாணவர் தலைவராக இருந்தபோது சும்மா கல்லூரி மேடைகளில் பேசியதுதான் கிங்கின் மேடைப்பேச்சு ஆரம்பம் என்று சொல்லவேண்டும். ஆனால் அப்போதே ஒரு முதிர்ச்சியுற்ற அறிஞர் மாதிரிதான் பேசுவார் என்று எழுதுகிறார்கள், அவரது வாழ்க்கை வரலாறை எழுதியிருக்கும் பல ஆசிரியர்கள்.

பொதுவாக இந்தமாதிரி கல்லூரி மேடை, மாணவர் தலைமை போன்ற சங்கதிகளில் ஈடுபடுவோருக்கு படிப்பு கொஞ்சம் அப்படி இப்படித்தான் இருப்பது வழக்கம். ஆனால் கிங், அந்த விஷயத்தில் மட்டுமல்ல; எந்த விஷயத்திலுமே ஒரே தரம் தான், ஒரே ரகம் தான். பல்கலைக்கழகத்தின் அவுட்ஸ்டாண்டிங் மாணவர் என்று பரீட்சைதோறும் பெயரெடுத்தவர் அவர். *Bachelor of Divinity* என்பதுதான் அங்கே அவர் படித்த சப்ஜெக்ட். மதபோதகராவது என்று தீர்மானம் செய்தவர் வேறு என்ன சப்ஜெக்டைத் தேர்வு செய்வார்? இறையியல்தான்.

அந்தப் பட்டப்படிப்பில் அவர் மிகச்சிறந்த தகுதியுடன் தேர்வானபோது கல்லூரி நிர்வாகம் அவருக்கு ஸ்காலர்ஷிப் கொடுத்து இன்னும் மேற்படிப்பு படிப்பதென்றால் எந்தப் பல்கலைக்கழகத்தில் வேண்டுமானாலும் சேர்ந்துகொள்ளலாம் என்று ஒரு ஓப்பன் டிக்கெட்டும் கொடுத்தது. கிங், பாஸ்டன் பல்கலைக்கழகத்துக்குப் போய் *Systematic Theology* என்கிற தலைப்பில் தனது டாக்டர் பட்டத்துக்கான ஆய்வை மேற்கொண்டார். முழுவதும் நம்பிக்கை பூர்வமான, உணர்வு பூர்வமான மதம் என்கிற விஷயத்தை அறிவியல் பூர்வமாக ஆராயவேண்டுமென்பது கிங்குக்கு இளவயதிலிருந்தே இருந்துவந்த ஒரு விருப்பம். அவரது குடும்பப் பின்னணி இதற்குக் காரணமாக இருந்திருக்கலாம். அவர் தம் எதிர்காலம் குறித்துத் தீர்மானித்திருந்த பாதையும் ஒரு காரணமாயிருந்திருக்கலாம்.

எப்படியோ, வெற்றிகரமாக ஆய்வை முடித்து டாக்டர் மார்ட்டின் லூதர்கிங் ஆனார் கிங் ஜூனியர். அத்தோடாவது தன் படிப்பை நிறுத்திக்கொண்டாரா என்றால் அதுதான் இல்லை! ஹார்வர்டு

பல்கலைக்கழகத்துக்குப் போய் இன்னொரு ஆராய்ச்சியும் செய்து இன்னொருமுறையும் டாக்டரானார். படிப்பில் அப்படியொரு ஆர்வம் அவருக்கு. (இதெல்லாம் போதாது என்று ஏகப்பட்ட பல்கலைக்கழகங்கள் அவருக்கு கௌரவ டாக்டர் பட்டங்கள்வேறு அளித்திருக்கின்றன. பட்டியலிட்டால் பாதி ரிப்போர்ட்டர் அளவுக்கு வரும்.)

படித்து முடித்தபிறகு மாண்ட்காமெரியில் உள்ள ஒரு பாப்டிஸ்ட் தேவாலயத்தில் அவருக்கு இறையூழியம் செய்ய அழைப்பு வந்தது. பாதிரியாக அங்கே போய்ச் சேர்ந்தார்.

மார்ட்டின் லூதர் கிங் மாண்ட்காமெரிக்குப் போய்ச் சேர்ந்தபோதுதான் அந்த ரோசா பார்க்ஸ் விவகாரம் அங்கே விஸ்வரூபம் எடுக்கத் தொடங்கியிருந்தது.

'கருப்பர்களாகப் பிறந்தது எங்கள் பாவம் என்றால் பாவியாக இருந்துவிட்டுப் போவதில் எங்களுக்கு ஒரு கஷ்டமும் இல்லை. ஆனால் சக மனிதனின் உணர்வுகளைப் புரிந்துகொள்ளமுடியாமல் இப்படித் தம் சொந்த பாவச்சுமையை ஏற்றிக்கொண்டே போகிறவர்களுக்காக நான் பரிதாபப்படுகிறேன்; பிரார்த்திக்கவும் செய்கிறேன்' என்று சொன்னார் மார்ட்டின் லூதர்.

அடங்கிப்போதல் என்கிற சிந்தனை ஒருபோதும் அவருக்கு உண்டானதில்லை. மாறாக, வன்முறையைப் பிரயோகிக்கும் வெள்ளையர்களுக்கு அதே வன்முறையில் பதில் சொல்லக்கூடாது என்பதில் அவர் தெளிவாக இருந்தார். தனது பல மேடைப்பேச்சுகளில் அவர் மகாத்மா காந்தியை மேற்கோள் காட்டியிருக்கிறார். எந்த ஒரு மக்கள் சமூகத்தின் பூரண சுதந்தரமும் வன்முறையால் கிடைத்ததில்லை என்பதை அழுத்தந்திருத்தமாகப் பலமுறை வெளிப்படுத்தியிருக்கிறார்.

கிங் ஒரு அசகாய பேச்சாளர். பேச ஆரம்பித்தால் மணிக்கணக்கில் கூட்டம் போதையில் கட்டுண்டதுபோல சொக்கிக்கிடக்கும். அவரது பல பேச்சுகள் இன்று அதிர்ஷ்டவசமாக புத்தகங்களாகவும் இணையத்தளங்களிலும் நமக்கு வாசிக்கக் கிடைக்கின்றன. நீதி போதனைகளைக்கூட எப்படி போதனை வாசனை இல்லாமல் சொல்லமுடியும் என்பதற்கு கிங்கின் பேச்சுக்கள் மிகச்சிறந்த

உதாரணம். எல்லா பேச்சுக்களையும் கிட்டத்தட்ட காலம் சென்ற நமது திருக்குறள் முனுசாமி அவர்களைப் போலத்தான் ஆரம்பிக்கிறார். ஆனால் போகப்போகப் பேச்சின் வீரியம் கூடிக்கொண்டே போய் வசனங்கள் கவிதைகளாகி, கவிதைகள் காவியமாக உருப்பெற்றுவிடுகின்றன. விடுதலை வேட்கையையும் அறம் சார்ந்த நெறி முறைகளையும் அமைதிப் போராட்டத்தின் வலிமையையும் இஞ்செக்ஷன் மாதிரி நரம்புகளில் ஏற்றிவிடுவது கிங்கின் ஸ்பெஷாலிடி.

ரோசா பார்க்ஸ் விவகாரத்தைத் தொடர்ந்து மாண்ட்காமெரியில் நடந்த புகழ்பெற்ற 381 நாள் பேருந்துப் புறக்கணிப்புப் போராட்ட'த்தை முன்னின்று வழிநடத்திப் பெருவெற்றி அடையச்செய்ததுதான் மார்ட்டின் லூதர் கிங்கின் வெற்றித்தொடக்கம். மனித உரிமைப் போராட்டங்களில் கலந்துகொண்டதற்காகக் கிட்டத்தட்ட முப்பது முறை அந்தக் காலகட்டத்தில் அவர் கைது செய்யப்பட்டிருக்கிறார். (1955-56) நடுச்சாலையில் அவரை நிற்கவைத்து கம்பாலும் இரும்புத் தடிகளாலும் சாத்து சாத்தென்று சாத்தியிருக்கிறது அமெரிக்க வெள்ளைச் சமூகம். படுகாயம் ஏற்பட்டாலும் திருப்பித் தாக்கவோ, தற்காப்புக்காக ஓடி ஒளியவோ செய்யாதவர் அவர். "போரடுவதை நான் உரிமையாக நினைப்பதுபோல் என்னை அடிப்பதை அவர்கள் உரிமையாக நினைக்கிறார்கள்" என்று வேடிக்கையாக இதை அவர் குறிப்பிட்டதும் உண்டு.

மார்ட்டின் லூதர் கிங்கின் தலைமையும் வீராவேசப் பேச்சும் அர்த்தமுள்ள போராட்டங்களும் தான் அமெரிக்காவில் கருப்பர் இனத்தவர் பட்ட கஷ்டங்கள் யாவற்றிலிருந்து பூரணமாக விடுபட உதவியது. 1957ம் வருஷம் டைம் பத்திரிகை அவரை *most outstanding personality* என்று வருணித்து கௌரவித்தது. அதே டைம் பின்னால் 63ல் ஆண்டின் சிறந்த மனிதர் என்றும் தேர்வு செய்தது. (அந்த டைம் தான் இப்போது ஐஸ்வர்யா ராயை அட்டைப்படமாகவும் பிரசுரித்தது.)

கிட்டத்தட்ட இருபத்திரண்டு மில்லியன் நீக்ரோக்கள் மார்ட்டின் லூதர் கிங் காலத்தில் அமெரிக்காவில் இருந்தார்கள். அத்தனைபேரின் ஆன்மாவாக அவரையே பார்த்தது அப்போதைய உலகம். கிங் பேசத்தொடங்கியபிறகுதான் இருபதாம் நூற்றாண்டில்

அமெரிக்க நீக்ரோக்கள் என்னென்ன கஷ்டங்கள் படுகிறார்கள் என்பதே வெளிச்சத்துக்கு வந்தது. வெறும் பேச்சோடு இல்லாமல் மனித உரிமைப் போராட்டத்தை தேசம் தழுவிய அளவில் அவர் துணிந்து வெற்றிகரமாக நடத்தி சாதித்ததை கௌரவிக்கும் விதமாக 1964ம் ஆண்டுக்கான நோபல் அமைதிப்பரிசை அவருக்கு அளித்தது ஸ்வீடிஷ் அகடமி.

நம்புவது கஷ்டம் தான். நோபல் பரிசு பெறும்போது கிங்குக்கு வயசு வெறும் 35! peace is more precious than diamonds or silver or gold என்கிற அவரது பிரசித்தி பெற்ற பொன்மொழியும் அந்த நோபல் ஏற்புரையில் வழங்கப்பட்டதுதான்.

ஒரு பாதிரியாராக வாழ்க்கையைத் தொடங்கி மாபெரும் சமூக நீதிப் போராளியாக அவர் மலர்ந்தது தற்செயல் அல்ல. திட்டமிட்ட செயலும் அல்ல. கிங்குக்கு தெய்வபக்தி மிக அதிகம். எல்லாம் இறைவன் சித்தம் என்பதில் இறுதிவரை தெளிவாக இருந்தவர் அவர். ஒரு அநியாயம் நடக்கிறபோது எதிர்க்கிற துணிவு அவசியம் வேண்டும்; ஆனால் நமது எதிர்ப்பில் அறமும் அஹிம்சையும் இருக்கவேண்டும் என்பது அவரது சித்தாந்தம். அப்படியே காந்தியின் மேற்கத்திய பதிப்பு அவர். காந்திக்கு டால்ஸ்டாய் மானசீக வாத்தியார் என்றால் கிங்குக்கு காந்திதான் வாத்தியார்.

மரணம் கூட காந்திக்கு ஏற்பட்டது மாதிரியேதான் அவருக்கும் ஏற்பட்டது. டென்னஸியில் ஒரு ஹோட்டல் பால்கனியில் நின்று கொண்டிருந்தவரை ஜேம்ஸ் ஏர்ல் ரே என்கிற வெறியன் ஒருவன் சுட்டுக்கொன்றான். (ஏப்ரல்4, 1968.)

அங்கே நடந்த ஒரு சுத்திகரிப்புத் தொழிலாளர் போராட்டத்தில் கலந்துகொண்டு, அவர்களின் சம்பள உயர்வுக்காகக் குரல்கொடுக்கப் போயிருந்தார் கிங். போராடப் போன இடத்தில் அவர் சுடப்பட்டு இறந்த செய்தி கேட்டதும் ஒட்டுமொத்த அமெரிக்க சமூகமுமே அதிர்ந்துவிட்டது - வெள்ளையர்கள் உட்பட! அமெரிக்க தேசியக்கொடி ஒரு நாள் அரைக்கம்பத்தில் பறக்க, தேசிய துக்கதினமாக அதிபர் ஜான்சனே அறிவிக்க, ஏப்ரல் 9ம்தேதி கிங்கின் இறுதிச்சடங்குகள் அட்லாண்டா எபினேசர் தேவாலயத்தில் அமைதியாக நடந்துமுடிந்தது. (சுட்டவனுக்கு 99 வருஷ சிறைத் தண்டனை.)

இந்தத் தொடரில் மார்ட்டின் லூதர் கிங் குறித்த இந்தச் சிறு குறிப்பு மட்டுமே எழுத முடியும். உண்மையில் ஏராளமான சம்பவங்களுடன் விவரிக்கவேண்டிய நிகரற்ற போராட்ட வாழ்க்கை அவருடையது. கிங் தோன்றாதிருந்தால் அமெரிக்கக் கருப்பர்களின் கதி இருபதாம் நூற்றாண்டில் எப்படியெல்லாம் ஆகியிருக்கும் என்று இணையத்தில் பல யூகங்கள் படிக்கக் கிடைக்கின்றன. அவற்றுள் ஒன்றை மட்டும் சொல்லி இந்த அத்தியாயத்தை முடித்துவிடலாம்.

சென்ற ஆண்டு கிங் நினைவு தினத்தன்று அயோவா யூனிவர்சிடி மாணவர் ஒருவர் எழுதி வெளியிட்ட ஒரு கட்டுரையில் இப்படி வருகிறது:

"இஸ்ரேல் பாலஸ்தீன் பிரச்னை சுமுகமாக முடிந்திருக்கும். அமெரிக்க அதிபரும் சதாம் உசேனும் நண்பர்களாகியிருப்பார்கள். பின்லேடன் தானே முன்வந்து சரணடைந்திருப்பான். ஃபிடல் காஸ்ட்ரோவுக்கு வெள்ளை மாளிகையில் விருந்து அளித்திருப்பார்கள். நாங்கள்தான் ஆதிவாசிகள்போல் கானகங்களில் ஒளிந்து வாழ்ந்து கொண்டிருப்போம்."

29. விண்ணில் ஒரு யுத்தம்

1950களில் அமெரிக்கா சந்தித்த அரசியல் ரீதியிலான வெற்றிகளும் தோல்விகளும் - கலாசார ரீதியிலான புதிய மாறுதல்களும் அங்கே ஏற்பட்ட மனித உரிமைப் போராட்டங்களும் அதன் வெற்றியும் மிக மிக முக்கியமானவை. இருபதாம் நூற்றாண்டின் ஆரம்பத்திலேயே 'நவீன அமெரிக்கா' என்கிற வருணிப்புக்கு ஏற்ப அத்தேசம் வளரத்தொடங்கிவிட்ட போதிலும், ஐம்பதுகளில்தான் அமெரிக்காவின் முழுமையான நவீன முகம் வெளிப்படத் தொடங்கியது.

ஒரு பக்கம் நீக்ரோக்கள் போராடிப் போராடித் தங்கள் உரிமைகளை நிலைநாட்டிக்கொண்டிருந்தபோது மறுபக்கம் டெக்னாலஜியில் அமெரிக்கர்கள் பலப்பல முன்னேற்றங்களைப் பார்த்துக்கொண்டிருந்தார்கள். குட்டிக்குட்டி வீட்டு உபயோகப் பொருட்களிலிருந்து அணு ஆராய்ச்சிவரை எல்லாவற்றிலும் மிகத்தீவிரமாக ஈடுபட்டு தினசரி ஒரு புதிய கண்டுபிடிப்பை அறிமுகப்படுத்திக்கொண்டே இருந்தார்கள். 1950ம் ஆண்டுவரை புழக்கத்தில் இருந்துவந்த ஒரு ரூம் சைஸ் பெரிய கம்ப்யூட்டர்களுக்கு ஒரே ராத்திரியில் விடைகொடுத்துவிட்டு டேபிள் சைஸ் கம்ப்யூட்டரை அமெரிக்கர்கள் கண்டுபிடித்தபோது உலகமே வாயைப் பிளந்தது.

கம்ப்யூட்டர் என்றில்லை. எல்லாவற்றிலுமே இப்படியான அதிரடி மாறுதல்களை அத்தேசம் தொடர்ந்து அறிமுகப்படுத்தத் தொடங்கியது அப்போதுதான்.

உண்மையில் கம்யூனிச எதிர்ப்பு நடவடிக்கைகளில் அரசியல்ரீதியில் அப்போது அமெரிக்கா சந்திக்க நேர்ந்த தோல்விகளை ஓரளவு ஈடுகட்டமுடிந்ததே இந்தத் தொழில்நுட்பப் புரட்சிகளால்தான். ரஷ்யாவுக்கு எதிரான நடவடிக்கைகளில் நிறையவே தடுமாறிய அமெரிக்காவைப் பார்த்து அப்போது பலபேர் சிரித்தார்கள். அதேசமயம் முற்றிலுமாக நிராகரிக்கமுடியாத தேசம் இது என்றும் நம்பவேண்டிய கட்டாயத்துக்குத் தள்ளியது அங்கே நிகழ்ந்த தொழில்நுட்பப் புரட்சிதான்.

இந்தமாதிரி 'புரட்சி'யாகக் காட்டிக்கொள்ளாமல் ரொம்ப சைலண்டாக இதே காரியத்தை அப்போது இன்னொரு தளத்தில் செய்துகொண்டிருந்தது சோவியத் யூனியன். தனது ஒட்டுமொத்த கவனத்தையும் விண்வெளி ஆராய்ச்சியில் குவித்துக்கொண்டிருந்த அந்தத் தேசத்தின் மீது அப்போது அமெரிக்காவுக்கு இருந்த பயத்தை விவரிக்கவே முடியாது. வெளியே சொல்லிக்கொள்ள முடியாவிட்டாலும் அமெரிக்க - ரஷ்யப் பனிப்போரின் அடுத்த அத்தியாயம் தரையில் அல்ல; விண்வெளியில்தான் நடக்கப் போகிறது என்று இரு தரப்புக்குமே மிக நன்றாகத் தெரிந்திருந்தது.

ஆகவே யார் எத்தனை தூரம் தமது ஆராய்ச்சிகளில் முன்னேறியிருக்கிறார்கள் என்று அறிந்துகொள்ள இரு தேசங்களுமே மிகவும் விரும்பின.

அத்தனை சுலபத்தில் தெரிந்துகொள்ளக்கூடிய விஷயமா இது? ஆகவே இரு தேசங்களும் இதற்காகப் பிரத்தியேகமாக க்ளாஸெல்லாம் எடுத்து ஒற்றர்களைத் தயார் செய்து ரகசியமாக அனுப்பிவைக்கத் தொடங்கின.

விவகாரமே இங்கேதான் ஆரம்பிக்கிறது. எல்லா தேசங்களுக்குமே ஒற்றர்கள் உண்டு. ஒற்றாடல் என்பது அங்கீகரிக்கப்பட்ட ராஜதந்திர நடவடிக்கைகளில் ஒன்று. என்ன பிரச்னை என்றால், மாட்டிக் கொண்டால் கதை கந்தலாகிவிடும். சம்பந்தப்பட்ட ஒற்றர்களின் கதியும் அதோகதியாகிவிடும்; சம்பந்தப்பட்ட தேசத்தின் பேரும் ரிப்பேராகிவிடும். மிக மிக ஜாக்கிரதையாகச் செய்யவேண்டிய காரியம் அது.

விசிட்டிங் கார்டு இல்லாமல் செய்தாகவேண்டிய ஒரே ஜோலி ஒற்றறிதல் தான்.

ஆகவே இரு தேசங்களும் தமது ஒற்றர்களை சொந்த தேசத்திலிருந்து அனுப்பாமல் அந்தந்த நாட்டிலேயே 'உருவாக்க' ஆரம்பித்தார்கள். அதாவது மாஸ்கோவில் இருக்கிற ரஷ்ய அதிகாரிகளில் சிலர் அமெரிக்க ஒற்றர்களாக இருப்பார்கள். அமெரிக்காவில் இருக்கிற அமெரிக்க அதிகாரிகளிலேயே சிலர் சோவியத் யூனியனின் உளவாளிகளாக இருப்பார்கள்.

இன்றைக்கு உலகெங்கும் மிக சகஜமாக நடந்துகொண்டிருக்கிற இந்த ஏற்பாடு, அன்றைக்கு ரொம்பப் புதுசு. அதாவது

'அப்போதுதான் கண்டுபிடிக்கப்பட்ட' விஷயம் இது. இதை முதல்முதலில் நடைமுறைப்படுத்தியது அமெரிக்க அரசு தான் என்று பல தேசத்து ராணுவ, அரசியல் வல்லுநர்கள் சொல்லியிருக்கிறார்கள். (உலகப்போருக்குப் பிந்தைய ஜெர்மனியில் வசித்துவந்த பல ராணுவ ஜெனரல்கள் தம் வாழ்க்கை வரலாறுகளில் இதுகுறித்து மிக விரிவாக எழுதியிருக்கிறார்கள். அதே மாதிரி பிரிட்டன், சோவியத், சீனா, ஜப்பான் ஆகிய நாடுகளைச் சேர்ந்த ராஜதந்திரிகள் பலரும் வெளிப்படையாகவும் மறைமுகமாகவும் குறிப்பிட்டிருக்கிறார்கள்.)

அமெரிக்கா 'கண்டுபிடித்தாலும்' அதை வெற்றிகரமாகக் கையாண்ட தென்னவோ சோவியத் யூனியன் தான்.

ஏற்கெனவே, பார்க்கிற அத்தனை பேரையும் சோவியத் உளவாளி என்று சந்தேகப்பட்டு வாழ்கையையே அழித்த அமெரிக்க அரசியல்வாதி ஜோசஃப் மெக்கார்த்தி குறித்துப் பார்த்திருக்கிறோமல்லவா?

அந்த மெக்கார்த்தி விவகாரத்தின் விளைவாக, பேரை மேலும் கெடுத்துக்கொள்ள விரும்பாமல் ஒற்றர்கள் விஷயத்தில் கொஞ்சம் அடக்கிவாசிக்க ஆரம்பித்திருந்தது ஐசனோவர் தலைமையிலான அமெரிக்க அரசு.

அதான் சாக்கு என்று சமயம் பார்த்துத் தமது ஒற்றர்களை அமெரிக்காவெங்கும் என்னவோ ஓட்டல் கிளை திறக்கிற மாதிரி ஆங்காங்கே சந்தடி சாக்கில் நியமித்துவிட்டது சோவியத் யூனியன்.

இரு தேசங்களுமே தமது ஒற்றர்களுக்கு மூன்று கட்டளைகளைத் தான் அப்போது முக்கியமாக விதித்திருந்தது. ஒன்று, மேல்மட்ட அரசியல் அரங்கில் அடுத்தபடியாக என்ன நடக்கப் போகிறது என்று அறிந்து சொல்வது. ரெண்டாவது, விண்வெளி ஆராய்ச்சி எந்த நிலையில் இருக்கிறது என்று வாராந்திர ரிப்போர்ட் கொடுப்பது. மூணாவது புதிதாக அணு ஆயுதம் ஏதும் தயாரிக்கப்பட்டிருக்கிறதா என்று கண்டுபிடித்துத் தகவல் தருவது.

மற்ற அனைத்துமே சொத்தை விஷயங்கள். இந்த மூன்று சங்கதிகளில் முழு விவரம் தெரிந்தால் போதும் என்று நினைத்தன அமெரிக்காவும் ரஷ்யாவும்.

எப்படியும் அடுத்த சில வருடங்களில் இரு தேசங்களுமே விண்வெளி ஆராய்ச்சியில் ஒரு புதுப்பரிமாணம் காட்டியே தீரும் என்று உலகமே எதிர்பார்த்துக்கொண்டிருந்த சமயத்தில், அமெரிக்கா சற்றும் எதிர்பாராதவிதமாக 1957ல் ஸ்புட்னிக் என்கிற செயற்கைக்கோளை விண்வெளிக்கு அனுப்பிவிட்டது சோவியத் யூனியன். (ஸ்டாலினுக்குப் பிறகு உறுதியான அடுத்த தலைவராக அப்போது சோவியத் யூனியனைத் தன் சுண்டுவிரல் நுனியில் வைத்து ஆண்டுகொண்டிருந்தவர் நிகிதா குருட்ஷேவ். அவரது அதிபுத்திசாலித்தனமான நடவடிக்கைகளால்தான் ரஷ்யாவின் பல துறைகளில் ரகசியமாக ஊடுருவ முடிந்த அமெரிக்க ஒற்றர்களால் விண்வெளி ஆய்வுத் துறையின் வாசலைக்கூட நெருங்கமுடியவில்லை என்பார்கள்.)

அவ்வளவுதான். வெலவெலத்துப் போய்விட்டது அமெரிக்க அரசு. இதைவிடப் பெரிய அவமானம் வேறில்லை என்று நினைத்துவிட்டார்கள் அமெரிக்க மக்கள். இனி எதற்கு வாழவேண்டும் என்றே வெறுத்துப் போனார்கள் அமெரிக்க விண்வெளி ஆராய்ச்சியாளர்கள்.

அதுவரை அரசியல் ரீதியிலான வன்மம் மட்டுமே இரு தேசங்களுக்கிடையில் இருந்துவந்தது. ஸ்புட்னிக் விண்வெளிக்கு வெற்றிகரமாகப் போய்ச் சேர்ந்தபிறகு காரணமே வேண்டாம், வாழ்நாள் உள்ளவரை நீ என் எதிரிதான் என்று தீர்மானமே செய்துவிட்டது அமெரிக்கா. (இந்த முடிவுக்கு அப்போது ஆரம்பித்திருந்த வியட்நாம் யுத்த விளைவுகளும் ஓரெல்லை வரை மிக முக்கியக் காரணம். இந்த விவரம் விரிவாக அடுத்த இதழில் வரும்.)

ஐசனோவர் நிதானமாக யோசித்தார். பதற்றத்துடன் செயல்படும் போது எல்லாமே சொதப்பலாகத்தான் முடிகின்றன என்பதைக் கண்டார். அவரது மிக நீண்ட ராணுவத் தலைமை வருட அனுபவங்கள் அப்போது கைகொடுத்தன. அமெரிக்க விண்வெளி ஆராய்ச்சியாளர்களை முதலில் அமைதிப்படுத்தி, ஒருங்கிணைத்து, நம்பிக்கை கொடுத்து, ஒரு குடையின் கீழ் பணியாற்றவைக்கிற காரியத்தை திட்டமிட்டு ஆரம்பித்தார்.

1958ல் National Aeronautics and Space Administration என்கிற அமைப்பு அமெரிக்காவில் உருவாக்கப்பட்டது. 'நாஸா' என்று சொன்னால்

சுலபமாகப் புரியும். கேட்பது அல்ல; என்னத்தையாவது நினைத்தால் கூட அது உடனே கிடைத்துவிடும் என்கிற அளவுக்கு அங்கே ஆராய்ச்சியாளர்களுக்கு அரசு தன்னாலான அத்தனை சௌகரியங்களையும் செய்து தந்தது. பணத்தைக் பில்லியன் கணக்கில் வாரிக்கொட்டியது. கற்பனைக்கு எட்டாத தொழில்நுட்ப சௌகரியங்கள். கணக்கே இல்லாத பண உதவி. இதைவிட வேறென்ன வேண்டும்?

நம்பிக்கையும் வெறியும் கொண்டு தீவிரமாக உழைக்க ஆரம்பித்தார்கள் அமெரிக்க விஞ்ஞானிகள். முன்னதாக 1950ம் வருஷத்திலிருந்தே விண்வெளி ஆராய்ச்சியில் அமெரிக்கர்களுக்கு கணக்கு வழக்கில்லாத தோல்விகள் ஏற்பட்டிருந்ததால், நிறைய பாடங்களை அவர்கள் (நிறைய விலை கொடுத்து) ஏற்கெனவே படித்திருந்தார்கள். இனி மேற்கொள்ளும் எந்த முயற்சியும் சொதப்பக்கூடாது என்பது மட்டுமே அவர்களின் ஒரே சிந்தனையாக இருந்தது.

ஸ்புட்னிக்கைச் செலுத்திய இருவருடங்களுக்குள்ளாகவே நிலவுக்கு செயற்கைக்கோளை அனுப்புவது, நாயை அனுப்பிப் பரீட்சை செய்து பார்ப்பது என்று அடுத்தக்கட்டப்பணியில் கணிசமான வெற்றிகாணத்தொடங்கியிருந்தது ரஷ்யா. ஆனால் இப்போது அமெரிக்கா பதற்றமே படவில்லை. விண்வெளி விஷயத்தில் மிக சைலண்டாகவே நடந்துகொள்ளத்தொடங்கியது. 'நீ குரங்கை அனுப்புகிறாயா, அனுப்பு. குதிரையை அனுப்புகிறாயா, மகராசனாக அனுப்பு' என்று கையைக் கட்டிக்கொண்டு வேடிக்கை மட்டும் பார்க்கத் தொடங்கியது.

ஒருவகையில் ரஷ்யாவுக்கே அமெரிக்காவின் இந்த மௌனம் ஆச்சர்யமளித்தது என்று தான் சொல்லவேண்டும். என்னவோ ரகசியமாக, ரொம்பப் பெருசாகப் பண்ணிக்கொண்டிருக்கிறார்கள் என்கிற சந்தேகம் மட்டும் பலமாக இருந்தது. ஆனால் என்ன செய்கிறார்கள் என்பதை மட்டும் அப்போது கண்டுபிடிக்க முடியவில்லை அவர்களால்.

காரணம் மிகச்சுலபம். ஐசனோவர், விண்வெளி ஆய்வுத்துறையில் யாருமே 'தேசத்துரோகி' ஆகமுடியாதபடி தலைமை மட்டத்திலிருந்து பாத்ரூம் சுத்தம் செய்கிறவர்கள் வரை அத்தனை

பேரையும் அப்படி அடைகாத்துவைக்க ஏற்பாடுசெய்திருந்தது தான்!

1961ல் அமெரிக்க விஞ்ஞானி ஆலன் ஷெப்பர்ட் முதல்முதலாக ஒரு விண்கலத்தில் ஏறிப்பறந்து உலகை வலம் வந்தது நெட் ப்ராக்டிஸ் மாதிரிதான் என்று ரஷ்யாவுக்குத் தெரிந்தே இருந்தது. எட்டு வருஷம் கழித்து 1969ல் அந்த 'நிஜமான' டெஸ்ட் மேட்சைப் பார்த்தபோதுதான் அமெரிக்கா ஏன் அப்படிப் பதுங்கியது என்பதன் காரணமே புரிந்தது!

அப்போலோ விண்கலமும் ஆம்ஸ்ட்ராங் அத்தியாயமும் பின்னால் வரும். அதற்குமுன்னால் *"We will bury you!"* என்று குருட்ஷேவ் அமெரிக்காவை நோக்கி விரல் நீட்டி எச்சரிக்குமளவுக்கு முற்றிப்போயிருந்த பனிப்போரின் அடுத்த அத்தியாயங்களைப் பார்த்தாகவேண்டும்.

அதோ ஹோசிமீன் கூப்பிடுகிறார். வியட்நாம் கிளம்பத் தயாராக இருங்கள்!

30. வியட்நாம்: ஒரு சுண்டைக்காயின் சவால்

நாநூறு வருஷ அமெரிக்க சரித்திரத்தில், அத்தேசம் சந்தித்த மிக மோசமான தோல்வி என்று ஒன்று உண்டானால் அது வியட்நாம் விவகாரத்தில் ஏற்பட்டதுதான்.

கண்மூடித்தனமான கம்யூனிச எதிர்ப்பு, வியட்நாம் விவகாரத்தில் அமெரிக்காவை எப்படி கொத்து பரோட்டா போட்டது என்பது மிக மிக சுவாரசியமான கதை. கிட்டத்தட்ட இருபத்தியொரு வருஷ விவகாரம் அது. ரொம்ப நீளமான கதை. அமெரிக்க - ரஷ்யப் பனிப்போரின் நீளத்துக்கே சற்றேறக்குறைய நிகரானது என்றால் பார்த்துக்கொள்ளுங்கள்.

கொரிய யுத்தத்தில் உடைந்த மூக்குக்குப் போட்ட பிளாஸ்திரியைக்கூட அப்போது அமெரிக்கா பிய்த்திருக்கவில்லை. அதற்குள் வெடித்து விட்டது வியட்நாம் விவகாரம்.

நியாயமாக கொரிய யுத்தத்துக்குப் பின் கிழக்காசிய விவகாரங்களில் அமெரிக்கா அத்தனை தீவிரமாக இனி தலையிடாது என்றுதான் பல உலக நாடுகள் எதிர்பார்த்தன. காரணம் வெகு சுலபமானது. என்னதான் சக்திமிக்க தேசம் என்றாலும் புவியியல் ரீதியில் கிழக்காசியாவிலிருந்து வெகுதூரம் தள்ளியிருக்கும் தேசம் அது. அமெரிக்கா தள்ளியிருக்கிறது என்பதைவிட ரஷ்யா பக்கத்திலிருக்கிறது என்பது இன்னும் முக்கியமான காரணம். தவிர ரஷ்யாவின் ஆசீர்வாதத்துடன் இன்னொரு குட்டி சக்திமிக்க கம்யூனிச தேசமான சீனாவும் அந்தப் பிராந்தியத்தில் தன் சிறகை அகலவிரித்து அடைகாக்கத்தொடங்கியிருந்தது. இத்தகைய காரணங்களால், குறைந்தது ஒரு நாலைந்து வருஷங்களுக்காவது அமெரிக்கா அந்தப் பக்கம் வராது என்றுதான் எல்லாரும் நினைத்தார்கள்.

ஆனால் அமெரிக்கா வேறுமாதிரி நினைத்தது. தள்ளியிருக்கிற ஒரே காரணத்தால் ஆசியாவை கவனிக்காமல் விட்டுவிட்டால் சோவியத் யூனியன் அந்தக் கண்டத்தையே கம்யூனிசமயமாக்கிவிடுமே என்பது அதன் கவலை. ஆசியாவில் இந்தியாவைத்தவிர எல்லா

தேசங்களுமே பரப்பளவில் ஒரு பிளே கிரவுண்டு சைஸ்தான். ஒரு பிரச்னை என்று வந்தால் சோவியத் யூனியனும் சீனாவும் ஆக்கிரமிக்க வெகு சுலபமான தேசங்கள் எல்லாமே. தான் ஒதுங்கியிருந்தால் மெஜாரிடி தேசங்கள் கம்யூனிச மயமாகிவிடும்; பிறகு வாலைப்பிடித்துக்கொண்டு மூக்கு சிந்த வேண்டிவருமோ என்று கவலைப்பட்டது அமெரிக்கா. அதனால்தான் வியட்நாம் பிரச்னையில் தலையிட ஆரம்பித்தது.

வியட்நாமில் என்ன பிரச்னை?

அது ஒரு நூறுவருஷத்துப் பிரச்னை! அதாவது உலகப்போருக்கெல்லாம் ரொம்ப காலத்துக்கு முன்னாலிருந்தே வியட்நாம் ஒரு பிரெஞ்சு காலனி. நம்ம பாண்டிச்சேரி இல்லை? அந்த மாதிரி.

வியட்நாமின் மண்வாசனைக் கலாசாரம் என்னவென்பதே அந்த நாட்டின் இருபதாம் நூற்றாண்டுத் தலைமுறையினருக்கு மறந்துபோகிற அளவுக்கு அங்கே பிரெஞ்சு கலாசாரம் மிக ஆழமாகக் காலூன்றி கிட்டத்தட்ட நூறு வருஷங்கள் ஆகியிருந்தன அப்போது. *(1860ல் பிரான்ஸ் வியட்நாமைப் பிடித்தது. 1883ல் முழு வியட்நாமும் பிரெஞ்சு காலனியாக அறிவிக்கப்பட்டது.)* பிரெஞ்சு காலனி என்றபோதும் கிட்டத்தட்ட ஜெயிலில் இருப்பதுமாதிரியான வாழ்க்கைதான் வியட்நாம் மக்களுக்கு. ஒரு மாவட்டத்தில் இருப்பவர் பக்கத்து மாவட்டத்துக்குப் போவதேகூட மிகப்பெரிய பிரச்னை. தேசம் விட்டு தேசம் போக விசா வேண்டும் என்பது மாதிரி அங்கே மாவட்டம் தாண்டவே ஒரு குட்டி விசா வேண்டும். அரசுக்கு எதிராக ஒருத்தர் ஒரு வார்த்தை பேசமுடியாது. பத்திரிகை நடத்த முடியாது. மைக் செட் வைத்து நூத்தி முப்பத்தேழாம் வட்டத்தின் சார்பில் கூட்டம் நடத்தமுடியாது. ஊர்வலம், உண்ணாவிரதம் என்று என்னவிதமான நடவடிக்கைக்கும் சாத்தியமே இல்லை. பிரெஞ்சு அரசாங்கம் என்ன சொல்கிறதோ, அதை அப்படியே ஏற்றுக்கொண்டு வாழ்ந்து தீர்க்கவேண்டியதுதான்.

இதைவிடக் கொடுமை, கல்வித்துறையை அங்கே அரசு கண்டுகொள்ளவேயில்லை என்பது. தேசத்தின் மெஜாரிடி மக்கள் கல்வியறிவே இல்லாதவர்களாக இருந்தார்கள். தவிர

பெரும்பாலான விளை நிலங்கள் குறிப்பிட்ட சில பிரெஞ்சு ஜமீந்தார்கள்வசமே இருந்தன. வியட்னாம் மக்கள் கூலி வேலை மட்டுமே செய்ய அனுமதிக்கப்பட்டார்கள். ஒரு வியட்நாம்வாசி கர்ச்சிப் சைஸ் நிலத்துக்கு சொந்தக்காரனாக இருப்பது ரொம்பப் பெரிய விஷயமாக இருந்தது அப்போது!

ஆனால் இரண்டாம் உலகப்போரும் அதன் விளைவுகளும் ஏற்படுத்திய தாக்கத்தால் வியட்நாமில் கொஞ்சம் விழிப்புணர்ச்சி உண்டாகத் தொடங்கி, வெகு சீக்கிரமே அங்கே பிரெஞ்சு எதிர்ப்பு அலையொன்று மிகத்தீவிரமாக உருவாகத்தொடங்கிவிட்டது. இதற்கு அந்தப் பிராந்தியத்தில் பரவத்தொடங்கியிருந்த கம்யூனிசத்தாக்கமும் ஒரு காரணம். ஒரு காரணமென்ன? ரொம்ப முக்கியமான காரணமே அதுதான்.

1946வாக்கிலேயே பிரெஞ்சு ஏகாதிபத்தியத்துக்கெதிரான வியட்நாம் கம்யூனிசப்படையின் போராட்டம் மிகத்தீவிரமடைந்திருந்தது. ஒருங்கிணைந்த பிரெஞ்சு எதிர்ப்பு என்பது ஒட்டுமொத்த வியட்நாம் மக்களின் சுவாசத்திலேயே கலந்திருந்தது. நிறைய குட்டி யுத்தங்கள், ஆக்கிரமிப்புகள், அரசுக்கு எதிரான நாசகார வேலைகள் என அவரவர் தம்மால் இயன்ற அளவுக்கு ஆத்ம சுத்தியுடன் வியட்நாமை சுதந்தரமடையச் செய்ய மூயற்சி பண்ணிக்கொண்டிருந்தார்கள்.

கிட்டத்தட்ட அதே சமயம் இங்கிலாந்துக் காலனிகளாக இருந்த பல தேசங்கள் சுதந்தரமடைந்துவந்த நேரமல்லவா அது? தமக்கும் அப்படியொரு தருணம் வந்துவிடும் என்று வியட்நாம் மக்கள் மிகவும் நம்பிக்கையுடன் போராடிக்கொண்டிருந்தார்கள். தோதாக, இருபதாம் நூற்றாண்டில் எந்த நாடும் இன்னொரு தேசத்தைத் தன் காலனியாகத் தொடர்ந்து வைத்துக்கொள்ள முடியாத சர்வதேச அரசியல் நெருக்கடிகளும் உண்டாகத்தொடங்கியிருந்தது.

1954ம் வருஷம் ஆரம்பத்திலிருந்தே வியட்நாமில் அரசுக்கெதிரான யுத்தம் மிகக் கடுமையாக நடக்கத்தொடங்கி, வியட்நாம் விடுதலை வீரர்கள் கணிசமாக வெற்றியடையத்தொடங்கியிருந்தார்கள். இனி தாக்குப்பிடிக்க முடியாது என்கிற சூழலில் பிரான்ஸ், வியட்நாமை விட்டுவிட மனத்தளவில் தயாராகிவிட்டது. கௌரவமாக ஒரு அமைதிப்பேச்சுவார்த்தை நடத்த ஜெனிவாவில் மாநாடு கூட்டினார்கள்.

பேச ஆரம்பித்தால் மட்டும் அமைதி வந்துவிடுமா? விவகாரங்கள் இருக்கிறதே! வியட்நாம் சுதந்தரப்போரில் கம்யூனிஸ்டுப் படைதான் நிறைய சாதித்திருந்தது. இப்போது சுதந்தரமடைந்தால் அங்கே கம்யூனிச ஆட்சி அமைவது மிக இயற்கையான விஷயமாக இருக்கும். ஆனால் கம்யூனிச விரோத பிரெஞ்சு அரசும் அதன் நெருக்கமான சகாவான அமெரிக்காவும் அதை அனுமதிக்குமா? அல்லது சும்மா வேடிக்கைதான் பார்த்துக்கொண்டிருக்குமா?

சோவியத் யூனியனும் சீனாவும் இது குறித்துக் கலந்து ஆலோசித்தன. நிச்சயம் வியட்நாமில் ஒரு கம்யூனிச அரசு அமைந்தால் உடனடியாகப் பெரிய பிரச்னை வரும். அமெரிக்கா சும்மா இருக்காது. என்னவாவது வம்பு செய்தே தீரும் என்று யோசித்தது. மேலும் அப்போதுதான் கொரிய யுத்தம் முடிவடைந்திருந்த நிலையில் உடனடியாக இன்னொரு கலாட்டாவுக்கு எதற்குத் தாமே அஸ்திவாரம் போடுவது என்று நினைத்தார்கள்.

ஆகவே ஜெனிவா அமைதி ஒப்பந்தத்துக்குப் போயிருந்த வியட்நாம் தலைவர்களை ரகசியமாக அழைத்து ஆலோசனை நடத்தியது சோவியத் யூனியன். 'ஒரு தாற்காலிக ஏற்பாடாக வியட்நாமை இரண்டாகப் பிரித்து ஆட்சியமைக்க ஒப்புக்கொள்ளுங்கள். 17வது அட்சக்கோட்டில் கோடு கிழித்து வைக்கலாம். வடக்கு வியட்நாமில் நாம் நமது கம்யூனிச அரசை அமைப்போம். தெற்கே அவர்கள் என்னவாவது பண்ணிக்கொள்ளட்டும். தவிர, ஒரு ஒழுக்கமுள்ள கம்யூனிச அரசாக வடக்கே அமைகிற பட்சத்தில் நாம் யுத்தமே செய்யாமல், அரசியல் ரீதியிலேயே தெற்குப் பகுதியையும் நிதானமாக இணைத்துக்கொண்டுவிட முடியும். நமக்கு மக்கள் சப்போர்ட் இருக்கிறது' என்று சொல்லி அனுப்பினார் குருட்ஷேவ்.

ஒட்டுமொத்த தெற்கு வியட்நாம் மக்களும் கம்யூனிச அனுதாபிகளாகவே இருக்கிற பட்சத்தில் அங்கே நடக்கிற தேர்தலில் சுலபமாக வென்று கம்யூனிச ஆட்சியை அங்கும் அமைத்துவிடலாம்; பிறகு ஒரே தேசத்தில் என்னத்துக்கு ரெண்டு கம்யூனிச ஆட்சி என்று சொல்லி, ஒன்றாக்கிவிடலாம் என்பது சோவியத்தின் கணக்கு.

இவ்வாறாக திட்டம்தீட்டிக்கொடுத்து, வியட்நாம் பிரதிநிதிகளை ஜெனிவாவுக்கு அனுப்பிவைத்தது சோவியத் யூனியன்.

இந்த ஆலோசனைகளை மௌனமாக ஒரு ஆசாமி மேற்கே உட்கார்ந்து பார்த்துக்கொண்டிருந்தார். அவர் பேர் ஐசனோவர். அமெரிக்க அதிபர். அட, அட, அட, அட! என்ன ஒரு மாஸ்டர் ப்ளான்! வைக்கிறேன், சோவியத் யூனியனுக்கு ஒரு வேட்டு என்று அவர் மனத்துக்குள் ஒரு திட்டம் உருவானது.

இதற்கிடையில் ஜெனிவா அமைதிப்பேச்சுவார்த்தையில் 1956ல் வியட்நாமில் தேர்தல் நடத்தவேண்டும் என்று முடிவாகியிருந்தது. அந்த முடிவை ஒட்டி, வியட்நாமின் தெற்குப் பகுதியில் கம்யூனிச வாசனை கூட எட்டிப்பார்க்கமுடியாத ஒரு அரசாங்கத்தை அமைத்துக்கொடுக்க வரிந்துகட்டிக்கொண்டு வேலை செய்ய ஆரம்பித்தது அமெரிக்க அரசு.

ஙோ டின் டெய்ம் (Ngo Dinh Diem) என்றொரு கம்யூனிச விரோத வியட்நாம் தலைவரைப் பிடித்தார் ஐசனோவர். 'உன்னை நான் தெற்கு வியட்நாமின் அதிபராக்குகிறேன். ஒழுங்குமரியாதையாக அங்கே நான் சொல்வதைக் கேட்டு ஆட்சி செய்' என்று சொல்லிவிட்டுத் தேர்தலில் நிறுத்தினார்.

ஙோ டின் டெய்ம் வியட்நாமில் ஒரு நட்சத்திரப் பிரமுகர்தான். ஆனால் அத்தனைபெரிய சாமர்த்தியசாலி என்று சொல்லமுடியாது. மேலும் ஒட்டுமொத்த வியட்நாமிலும் கம்யூனிச அலை மிகத்தீவிரமாக அடித்துக்கொண்டிருந்தபோது ஒரு கம்யூனிச எதிர்ப்பாளர் அதிபராவதில் இருந்த இருப்பியல் சிக்கல்களை அவர் நிறையவே எதிர்கொள்ளவேண்டியிருந்தது.

சோவியத் யூனியனும் சீனாவும் மிகத்தெளிவாக இருந்தன. தேர்தல் மட்டும் ஒழுங்காக நடந்தால் சந்தேகமே இல்லாமல் தெற்கிலும் கம்யூனிஸ்டு அரசுதான் அமையும் என்று அவர்களுக்கு வெகு நிச்சயமாகத் தெரிந்திருந்தது. ஒரு தாற்காலிக ஏற்பாடாக தேசத்தின் குறுக்கே கிழித்த கோட்டை மிகச் சுலபமாக அழித்தெறிந்துவிட முடியும் என்று அத்தேசங்கள் நம்பின.

இரண்டு கம்யூனிஸ்டு ஜாம்பவான்களும் இப்படி கணக்குப் போட்டுக்கொண்டிருப்பது அமெரிக்காவுக்கா தெரியாது? 'சரி, தேர்தல் ஒழுங்காக நடந்தால்தானே' என்று இன்னொரு கணக்குப் போட்டது அமெரிக்கா.

ஏகப்பட்ட தில்லுமுல்லுகள். எக்கச்சக்க தகிடுதத்தங்கள். கணக்கு வழக்கே இல்லாமல் செலவு செய்து, படாதபாடுபட்டு ஙோ டி டெய்மை அதிபராக்கிவிட்டது அமெரிக்கா. தெற்கு வியட்நாம் மக்களுக்கே ஆச்சர்யம். யாருமே மனமுவந்து ஓட்டுப்போடாமல் ஒரு ஆசாமி எப்படி அதிபராக முடியும்? எனில், விழுந்திருக்கும் ஓட்டுகளெல்லாம் யார் போட்டவை?

நம்மூர் ஓட்டுச்சாவடியில் விழும் கள்ள ஓட்டுகளெல்லாம் அமெரிக்க அரசின் இந்த நடவடிக்கையோடு ஒப்பிட்டால் கால்தூசு பெறாது. கள்ள ஓட்டு மட்டுமல்ல. ஒரு தேர்தலில் செய்யப்படக்கூடிய அத்தனைவிதத் தகிடுதத்தங்களையும் முழு ஆத்மசுத்தியுடன் செய்துகொடுத்து ஒரு கம்யூச எதிர்ப்பாளரை அதிபராக்கி அழகு பார்த்தது அமெரிக்கா.

ஆச்சா? இது முதல்கட்டம். அடுத்தக்கட்டம் இன்னும் வினோதமானது.

ஆட்சியில் அமர்ந்தாரே ஙோ டின் டெய்ம்? அவரால் தனது முதல் மாதத்தைக்கூட பிரச்னையில்லாமல் ஓட்டமுடியாமல் போனது அங்கே! வலுவான எதிர்க்கட்சியான கம்யூனிஸ்டு கட்சி அடுத்தடுத்து எழுப்பிய பிரச்னைகளும் நடத்திய போராட்டங்களும் அவரை நிலைகுலைந்து போகச் செய்தன. பதவிக்கு வந்த சூட்டிலேயே ஊழல் விவகாரங்கள் தலையெடுக்கத்தொடங்கின. எல்லாவற்றுக்கும் கம்யூனிஸ்டுகளிடம் ஆதாரம் இருந்தது. அவர்கள் மிகத்தெளிவாக இருந்தார்கள். தில்லுமுல்லு பண்ணி ஆட்சிக்கு வந்த அதிபரை ஆறு மாதங்களுக்குள் ஓட ஓட விரட்ட வரிந்துகட்டிக்கொண்டிருந்தார்கள்.

பார்த்தார் ஙோ. தாக்குப்பிடிக்க முடியாது என்று தோன்றிவிட்டது அவருக்கு. உடனே அமெரிக்காவின் உதவியை நாடிவிட்டார். இந்தமாதிரி விஷயம். இவர்களை சமாளிக்க முடியாது போலிருக்கிறது. ராணுவ நடவடிக்கை எடுத்தால்தான் சரிப்படும். வடக்கு வியட்நாம் கம்யூனிஸ்டுகள் தாக்குதல் நடத்துகிறார்கள் என்று சொல்லி, திருப்பித் தாக்குவதுபோல நாம் தாக்கத் தொடங்கவேண்டும். முழு வியட்நாமையும் கம்யூனிஸ்டுகள் பிடியிலிருந்து விடுவிக்காவிட்டால் இங்கே சமாளிப்பது ரொம்பக் கஷ்டம் என்று சொன்னார்.

ஐசனோவர் அதற்கு சம்மதித்தார்.

அவ்வளவுதான். வியட்நாமில் யுத்தகாண்டம் ஆரம்பமானது.

ஙோ இரண்டு காரியங்கள் செய்தார். 1957 இறுதியில் வடக்கு வியட்நாமைத் தாக்க ஆரம்பித்தது ஒரு காரியம். இன்னொன்று, அமெரிக்க உளவு அமைப்பான சி.ஐ.ஏவின் ஒத்தாசையுடன் தேசத்தில் யார் யாரெல்லாம் கம்யூனிஸ்டுகள் என்று அடையாளம் காட்டப்பட்டு, உடனடியாகக் கைது செய்தது.

இந்தக் கைது நடவடிக்கையை அவர் ரகசியமாகவெல்லாம் செய்யவில்லை. ரைட் ராயலாக பாராளுமன்றத்தில் ஒரு சட்டமே கொண்டுவந்தார். கம்யூனிஸ்டாக இருப்பது ஒரு தேசியக் குற்றம். யார் யாரெல்லாம் கம்யூனிஸ்டு என்று கைதாகிறார்களோ அவர்களை விசாரணையே இல்லாமல் சிறையில் தள்ளி அடைத்துவைக்க அனுமதி உண்டு.

பொடா மாதிரியான சட்டம் தான் அது! ஆனால் கைதானது ஒருத்தர் இரண்டுபேரல்ல. பல்லாயிரக்கணக்கான கம்யூனிஸ்டுகள், கம்யூனிசமும் தெரியாத, கேபிடலிசமும் தெரியாத இன்னும் பல்லாயிரக்கணக்கான சாதாரணப் பொதுஜனங்கள்!

இதுதான் அங்கே பெரிய பிரச்னையாகிவிட்டது. அயோக்கிய சிகாமணியான அதிபரை ஒழித்துக்கட்டியே தீருவது என்று தெற்கு வியட்நாம் மக்கள் அத்தனைபேரும் போராளிகளாகிவிட்டார்கள். மாணவர்கள், பேராசிரியர்கள், அரசு ஊழியர்கள் தொடங்கி புத்தபிட்சுக்கள் கூட கம்யூனிஸ்டுகளானார்கள் அங்கே.

அரசியல் தெரிந்து கம்யூனிஸ்டானவர்கள் ஒருபுறமென்றால், அரசியலே தெரியாதபோதிலும் அதிபரை ஒழிக்கவேண்டுமென்றால் கம்யூனிஸ்டானால்தான் முடியும் என்று நினைத்து கம்யூனிஸ்டுகளானவர்கள் இன்னொரு பக்கம். ஒரு அரசியல் கட்சியாக அல்ல; மக்கள் இயக்கமாகவே வியட்நாமில் கம்யூனிசம் வேரூன்ற ஆரம்பித்தது அப்போதுதான்.

தலையில் அடித்துக்கொண்டார் ஙோ டின் டெய்ம். என்னடா இது பிள்ளையார் பிடிக்கப்போய் பூதமாகிவிட்டதே என்று அவருக்குக் கவலை. எங்கே அமெரிக்கா கோபித்துக்கொண்டு பூமராங்காகி, கம்யூனிஸ்டுகளோடு சேர்த்துத் தன்னையும் ஒரு வழி

பண்ணிவிடப்போகிறதோ என்கிற பீதி வேறு. செய்வதறியாமல் திண்டாடித் தெருவுக்கு வந்தார்.

நல்லவேளையாக அமெரிக்கா அவரை ஒன்றும் சொல்லவில்லை. மாறாக வடக்கு வியட்நாமைத் தாக்கும் அவரது முயற்சிக்கு முழு ஆசீர்வாதம்செய்து உரிய ஆயுத பலங்களையும் சேர்த்துக்கொடுத்து, தனது ராணுவ மூளைகளையும் ஒத்தாசைக்கு அனுப்பிவைத்தது.

இதுதான் வியட்நாம் யுத்தத்தின் எஸ்டாப்ளிஷ்மெண்ட் ஷாட். இது வருஷம் *1961.* இன்னும் பதினைந்து வருடங்களுக்கு அது தொடரப்போகிறது என்பதால் நிதானமாக அவ்வப்போது சண்டைக்காட்சிகளைப் பார்த்துக்கொள்ளலாம்.

இப்போது அமெரிக்க அதிபர் ஐசனோவரின் இரண்டாவது பதவிக்காலம் ஒரு முடிவுக்கு வந்திருக்கிறது. எட்டு வருஷகாலமும் சோவியத் எதிர்ப்பு, மனித உரிமைப் போராட்டம் என்கிற இரண்டு விஷயங்களோடே அவர் பிரதானமாக மல்லுக்கட்ட வேண்டியிருந்தது.

ஓய்வுக்குப் பிறகு இந்தச் சள்ளை எதிலும் பட்டுக்கொள்ளாமல் தன் பண்ணைவீட்டுக்குப் போய்விட அவர் உத்தேசித்து மூட்டை கட்ட ஆரம்பித்திருந்தார். ஆனால் அமெரிக்க காங்கிரஸோ, அவர் மீண்டும் ராணுவத்துக்கு எந்த வகையிலாவது ஒத்தாசை செய்யும் பதவி எதிலாவது நீடித்துக்கொண்டே இருக்கவேண்டும் என்று வற்புறுத்தியது.

ஐசனோவருக்கு அதில் விருப்பமில்லை. போதும் என்று முடிவு செய்துவிட்டு வெள்ளை மாளிகையை காலி பண்ணிவிட்டு தன் சொந்த ஊருக்குப் போய்விட்டார். வியட்நாம் விஷயம் இப்படி முடியாமல் நீள்கிறதே என்கிற கவலை மட்டும்தான் அவருக்கு. சரி, அதற்காக என்ன செய்யமுடியும்? அடுத்து வருபவர் பார்த்துக்கொள்ளவேண்டியதுதான்!

அப்போது வந்தார் அந்த ‘அடுத்தவர்’.

அவர் பேர் கென்னடி. ஜான் எஃப். கென்னடி. இருபதாம் நூற்றாண்டில் அவரளவு உலகப்புகழ் பெற்ற அமெரிக்கத் தலைவர்கள் வேறு யாரும் கிடையாது. அரசியல் ரீதியில்

மட்டுமல்ல. தன் இளமையாலும் அழகாலும் வசீகரம் மிக்க தோற்றத்தாலும் பேச்சாலும் இன்னும் பலவற்றாலும் பல அமெரிக்கர்களின் மனத்தைக் கவர்ந்தவர். இத்தனைக்கும் அவர் பதவியில் இருந்தது மூன்றே ஆண்டுகள்!

உள்ளூர் மனித உரிமைப் போராட்டங்கள் ஒருபக்கம், வெளியே வியட்நாமில் நடந்துகொண்டிருந்த யுத்தம் ஒரு பக்கம். மற்றொரு இடியாக க்யூபாவுடன் முட்டிக்கொண்ட மாபெரும் விவகாரம் வேறொரு பக்கம். இத்தனைக்கும் இடையில் மூன்றே வருஷங்களில் அந்த மனுஷன் சாதித்தவை எக்கச்சக்கம்!

31. கென்னடி காலம்

சமீபத்தில் ராபர்ட் டாலக் என்கிற பாஸ்டன் பல்கலைக்கழகத்தின் பேராசிரியர் ஒருத்தர் எழுதி, பெங்குயின் நிறுவனம் ஒரு புத்தகம் வெளியிட்டிருக்கிறது. *"John F. Kennedy: An Unfinished Life 1917-1963"* என்பது அந்தப் புத்தகத்தின் பேர். இந்த மாதிரி ஒரு வாழ்க்கை வரலாறை இந்தியாவில் எழுத முடியுமா என்று தெரியவில்லை. 'கடா' என்று புதிதாக என்னவாவது சட்டம் கொண்டுவந்து பிடித்து உள்ளே போட்டுவிடக்கூடும்.

இருபதாம் நூற்றாண்டில் அமெரிக்க மக்கள் மிகவும் ஆராதித்த ஒரு மிகப்பெரிய தலைவரின் வாழ்க்கையில் நடந்த நல்லது கெட்டதுகளை (கவனிக்கவும். கெட்டதுகளையும்.) அப்படி அப்படியேஅச்சுமாறாமல்முழுஆதாரங்களுடன்எழுதியிருக்கிறார் டாலக். அடடே, என்று ஆர்வம் குன்றாமல் படித்து மாய்கிறார்கள் அமெரிக்க மக்கள்.

வெறும் நாற்பத்தாறே வயதில் அந்த மனிதர் ஏறிய உயரங்கள், சறுக்கிய பள்ளங்கள், சாதித்த செயல்கள், சந்தித்த வேதனைகள், செய்த காதல்கள், துரோகங்கள் எல்லாம், எல்லாமே ஒரு த்ரில்லர் சுவாரசியத்தில் கூடிவந்திருக்கின்றன.

சிக்கல்மிக்க வெளியுறவுக் கொள்கைகளை வகுத்துக்கொண்டு அமெரிக்கா முழி பிதுங்கிக்கொண்டிருந்த நேரத்தில் அதிபரானவர் கென்னடி. ரிபப்ளிகன் கட்சியைச் சேர்ந்த ஐசனோவர் வீட்டுக்குப் போனதும் அவரது துணை ஜனாதிபதியாக அப்போது இருந்த ரிச்சர்ட் நிக்ஸன் ஜனாதிபதி பதவிக்கு வேட்பாளராக நிற்க, அவரை எதிர்த்து டெமாக்ரடிக் கட்சி நிறுத்திய வேட்பாளர்தான் கென்னடி. பார்டர் பாஸில் தான் ஜெயித்து ஜனாதிபதியானார், மொத்தமே ஆயிரம் நாட்கள்தான் வெள்ளை மாளிகையில் இருந்தார் என்றபோதும் அவரளவுக்கு அப்போது வேறு யாரும் அத்தனை புகழ் பெறவில்லை - எந்த தேசத்திலும். அமெரிக்காவில் மிக இளம் வயதில் ஜனாதிபதியானவரும் மிக இளம்வயதில் மரணமடைந்த ஜனாதிபதியும் அவர்தான். அமெரிக்க ஜனாதிபதிகள் எல்லாருமே ப்ராட்டஸ்டண்ட் கிருத்தவர்கள். கென்னடிதான் முதல் கத்தோலிக்கர்.

மே *29,1917*ல் ப்ரூக்ளினில் பிறந்த கென்னடியின் முன்னோர்கள் ஐரிஷ்காரர்கள். ஓரளவு சௌகரியமான குடும்பப்பின்னணி இருந்ததால் வாலிப வயதுகளில் கென்னடி பிரமாதமான கஷ்டம் எதுவும் பட்டிருக்கவில்லை. ஹார்வர்டு பல்கலைக்கழகத்தில் ஒரு பட்டம் வாங்கிக்கொண்டு நேரே அமெரிக்கக் கடற்படையில் பணியாற்ற அவர் போய்ச் சேர்ந்தபோது உலகயுத்தம் ஜோராக நடந்துகொண்டிருந்தது. *1943*ல் அவரும் ஒரு சிறுபடையும் பயணம் செய்துகொண்டிருந்த ஒரு சிறு கப்பலை ஜப்பானிய நாசகாரிக்கப்பல் ஒன்று துவம்சம் பண்ணிவிட்டது. கென்னடிக்கு பலத்த அடி. பிழைப்பதே பெரும்பாடு என்கிற அளவுக்கு மோசமான காயங்கள் இருந்தபோதும் தீரத்துடன் போராடி, பல வீரர்களை அவர் மீட்டுக் கரை சேர்த்த சம்பவம் இப்போது அமெரிக்க யுத்த சரித்திரத்தில் இடம்பெற்றுவிட்டது.

அந்தச் சம்பவம் தான் வெறும் கென்னடியை மாவீரன் கென்னடி என்று அடையாளம் காட்டியது முதல்முதலாக.

யுத்தத்துக்குப் பிறகு அவர் பாஸ்டன் பகுதி டெமாக்ரடிக் கட்சியின் தீவிர அங்கத்தினராகி, முழு நேர அரசியலில் இறங்கிவிட்டார். ஒரு செனட்டராகத் தம் பொது வாழ்க்கையை அவர் தொடங்கியபோது, அதிபராவோம் என்றெல்லாம் நினைத்துப் பார்த்திருக்க முடியாது. ஆனால் இயல்பிலேயே அவருக்குப் பேச்சாற்றலும் எழுத்தாற்றலும் இருந்ததால், நூத்திப் பதினெட்டாம் வட்டத்தின் சார்பில் பேசுகிற நேரம் போக நிறைய எழுதவும் செய்தார். புத்திசாலி. ஹார்வர்டில் படித்தவர். வரலாறில் மிகுந்த ஆர்வம் உள்ளவர். கேட்கவேண்டுமா?

*1955*ல் அவர் எழுதிய *Profiles in Courage* என்கிற யுத்த சரித்திர நூலுக்கு புலிட்சர் பரிசு கிடைத்துவிட்டது. ஆகவே மிகவும் பாப்புலராகிப்போனார் கென்னடி.

அரசியல் இல்லாதுபோயிருந்தாலும் அவர் எழுதியேகூடப் பிழைத்திருக்கக் கூடும். ஆனால் டெமாக்ரடிக் கட்சி அப்படிப்பட்ட புகழ்பெற்ற ஒரு எழுத்தாளரை வைத்துக்கொண்டு வீணடிக்க விரும்பவில்லை. அடுத்த வருஷத் தேர்தலிலேயே கென்னடியைத் தனது துணை ஜனாதிபதி வேட்பாளராக்கிவிட்டது. அடுத்த நாலு வருஷம் கழித்து வந்த தேர்தலில் யோசிக்காமல் ஜனாதிபதி வேட்பாளராகவே நிறுத்தியது.

அப்போதுதான் நிக்ஸன் அவரை எதிர்த்து நின்றதும், நூலிழை வெற்றியில் கென்னடி வெள்ளைமாளிகைக்குள் நுழைந்ததும் நடந்தன.

கென்னடி அந்தத் தேர்தலில் ஜெயித்ததற்கு மிக முக்கியமான காரணம், தேர்தல் விவாதங்களில் அவர் பேசிய விதம். டிபேட் என்பார்கள். நம்மூரிலெல்லாம் ஒரே மேடையில் இரண்டு கட்சிக்காரர்கள் சந்திக்க நேர்ந்தால் என்ன ஆகும் என்று விவரிக்கவே வேண்டாம். ஆனால் அமெரிக்க ஜனநாயகத்தில் அந்த 'டிபேட்' மிக முக்கியமான ஒரு அம்சம். வேட்பாளர்கள் தம் கருத்தை, வாதத்தை எப்படித் திறமையாக எடுத்து முன்வைக்கிறார்கள் என்பதைப் பார்த்துத் தான் அங்கத்திய மக்கள் ஓட்டுப் போடலாமா,வேணாமா என்று முடிவு பண்ணுவார்கள்.

அப்படிப்பட்ட விவாதங்களில் தமது புத்திசாலித்தனமான பேச்சால் மக்கள் மனத்தைக் கவர்ந்தவர் கென்னடி. பேச்சு. அதுதான் அவரது மிகப்பெரிய சொத்து. கவிதை மாதிரி பேசக்கூடியவர் அவர். கேட்பவர்கள் காதில் தேனாக வந்து சொரியக்கூடிய பேச்சு அவருடையது. "நாடு உனக்கு என்ன செய்தது என்று கேட்காதே. நாட்டுக்கு நீ என்ன செய்தாய் என்று உன்னையே கேட்டுக்கொள்" என்கிற உலகப்பிரசித்தி பெற்ற டயலாக் கென்னடியுடையதுதான். அவர் ஜெயித்து அதிபரானதும் பேசிய முதல் பேச்சில் சொன்னது.

சரி, பேசினால் ஆச்சா? செய்வதற்கும் நிறைய காரியங்கள் அவருக்குக் காத்திருந்தன. உள்நாட்டில் இரண்டு பெரிய பிரச்னைகள். முதலாவது ஏற்கெனவே பார்த்த மனித உரிமைப் போராட்டங்களுக்கான ஒரு நிரந்தரத் தீர்வு. கருப்பர்களுக்கு சம உரிமை அளிக்கிற விஷயம். இரண்டாவது ஏழைமை ஒழிப்பு. அமெரிக்காவில் அப்போது கிட்டத்தட்ட இருபது லட்சம் பேருக்கு மேல் பரம தரித்திரர்களாக இருந்தார்கள். நியூயார்க் நகரில் மட்டும் நாற்பதாயிரம் பேர் பிச்சைக்காரர்களாக இருந்தார்கள் என்று ஒரு கணக்கு இருக்கிறது.

என்னடா இது பணக்கார நாடு என்று உலகெல்லாம் புகழ்கிறது; உள்ளூரில் இப்படியொரு கப்படிக்கிறதே என்று கென்னடிக்கு அதுதான் தலையாய பிரச்னையாகத் தோன்றியது. புதிய வேலை வாய்ப்பு உருவாக்கத்துக்காக என்னசெய்யலாம் என்றுதான் முதல் முதலில் அவர் தம் அதிகாரிகளுடன் பேசினார்.

இன்னொரு பக்கம் வியட்நாமில் யுத்தம் செம சூடாக நடந்து கொண்டிருந்தது. லட்சக்கணக்கான அமெரிக்க வீரர்கள் அங்கே எதற்காகச் சண்டை இட்டுக்கொண்டிருக்கிறோம் என்பதே மறந்து தினசரி ஜெயித்துக்கொண்டும் தோற்றுக்கொண்டும் இருந்தார்கள். வெற்றியின் அளவைவிட இழப்பின் அளவு கணிசமாகிக்கொண்டே இருந்தது.

வேறொரு பக்கம் அமெரிக்காவுக்கும் தென்னமெரிக்காவுக்கும் நடுவில் ஒரு கொசு மாதிரி இருந்த க்யூபாவில் கம்யூனிசம் வந்து உட்கார்ந்துவிடும் போலொரு நிலைமை உருவாகியிருந்தது. அங்கே ஒரு மாபெரும் மக்கள் தலைவராக உருவாகிக்கொண்டிருந்த ஃபிடல் காஸ்ட்ரோவை என்னவாவது செய்து தடுத்து நிறுத்தாவிட்டால் பெரிய பேஜாராகிவிடும் என்று நினைத்து க்யூபாவில் ஒரு செயற்கையான உள்நாட்டுப் புரட்சி நடத்த ஆட்களை ஏற்பாடு செய்து அனுப்பவேண்டிய கட்டாயமும் இருந்தது கென்னடிக்கு. *(இந்த விவரங்கள் விரிவாகப் பிறகு.)*

இத்தனைக்கும் நடுவில் தான் அவர் தம் காதல் மனைவியுடன் ஜாலி டூர்களுக்கும் அடிக்கடி போனார். மூன்று குழந்தைகள் அவருக்குப் பிறந்தன. கரோலின் என்கிற மகளும் ஜான் என்கிற மகனும். மூன்றாவதாகப் பிறந்த குழந்தை இரண்டே தினங்களில் இறந்துவிட்ட சோகம் வேறு.

எப்போதும் மன அழுத்தங்களுடனேயே வாழ்ந்தாகவேண்டிய காலக்கட்டாயத்தில் இருந்த கென்னடிக்கு நிறைய உடம்புப் பிரச்னைகள் வேறு இருந்தன. இளவயதிலிருந்தே முதுகுவலி உண்டு அவருக்கு. ரெண்டு முறை ஆப்பரேஷன் செய்துகொண்டும் தீராத வலி. தவிரவும் அட்ரினல் சுரப்பிக் கோளாறு, மர்ம உறுப்பில் வலி, அடி வயிற்று வலி, யூரினரி இன்ஃபெக்ஷன் என்று ஏகப்பட்ட கம்ப்ளைண்டுகள். அவரது மெடிக்கல் ஹிஸ்டரியைப் பார்த்தால் பயந்தே போய்விடுவோம். அத்தனை கோளாறுகள், சிகிச்சைகள்.

"தம் மனைவியைத் தவிரவும் அவருக்கு நிறைய பெண்களுடன் தொடர்பு இருந்தது தான் பல கோளாறுகளுக்குக் காரணம். மனைவியின் சிநேகிதிகள், திரைப்பட நடிகைகள், வெள்ளைமாளிகை பெண் ஊழியர்கள் தவிர பல கால் கேர்ல்களுடனும் தொடர்பு வைத்துக்கொண்டிருந்தார்" என்று

எழுதுகிறார் பேராசிரியர் ராபர்ட் டாலக். (கென்னடிக்கும் மர்லின் மன்றோவுக்கும் ஒரு இது என்று சொல்லிக்கொண்டே இருந்தார்கள். கென்னடியின் ஒரு பிறந்தநாள் விழாவில் மர்லின் மன்ரோ கலந்துகொண்டு ஹேப்பி பர்த்டே பாடியபோது அந்த வதந்தியை அநேகமாக 'உண்மை வதந்தி'யாக்கிவிட்டது அமெரிக்க சமூகம்.)

எல்லாவற்றுக்குமாகச் சாப்பிட்ட மருந்து, மாத்திரைகள், எடுத்துக்கொண்ட ட்ரீட்மெண்ட் எல்லாம் கணக்கு வழக்கே இல்லாதவை! பலமுறை ரகசியமாக மருத்துவமனைகளிலேயே வாரக்கணக்கில் தங்கி, சிகிச்சை பெற்றதற்கான ஆதாரங்களும் ஏகப்பட்டது கிடைக்கின்றன.

இதில் ஆச்சர்யம் என்னவெனில், தமது அதிபரின் பொதுவாழ்க்கை சுத்தம் போலவே தனிவாழ்க்கை சுத்தம் குறித்தும் அதிக அக்கறை காட்டும் அமெரிக்க மக்கள், கென்னடி விஷயத்தில் மட்டும் கிருஷ்ணபரமாத்மாவின் லீலைகள் போலவே ரசித்துக்கொண்டு போய்விட்டதுதான்!

அரசியலிலும் சமூக விஷயங்களிலும் அவர் செலுத்திய கவனமும் அக்கறையும் அப்படிப்பட்டது. எதையும் மறக்கடிக்கச் செய்கிற அளவுக்கான அக்கறை! குறிப்பாக வியட்நாம் விஷயத்தில்.

ஐசனோவர் காலத்தில் ஆரம்பித்த யுத்தம் அது. கென்னடி அதிபரானபோது முழு வீச்சில் நடைபெறத்தொடங்கியிருந்தது.

ஒரு பக்கம், தெற்கு வியட்நாம் படைகளும் அதற்குத் தோதாக வந்திறங்கியிருந்த அமெரிக்கப் படையும். எதிர்ப்பக்கம், வடக்கு வியட்நாமைச் சேர்ந்த கம்யூனிசப் படைகளும் அவர்களுக்கு ஆதரவான சீனப்படைகளும். (ரஷ்யாவின் ஆசீர்வாதமும் ஆயுத சப்போர்ட்டும் பின்னிணைப்பு.)

என்ன பிரச்னை என்றால் அமெரிக்கப் படை வழக்கமான போர்த்தந்திரங்களைப் பிரயோகித்துக்கொண்டிருக்க, எதிர்ப்புறத்து கம்யூனிசப்படையோ, அமெரிக்கர்கள் அறியாத நம் சத்திரபதி சிவாஜி ஸ்டைல் கெரில்லா தாக்குதலை அப்போது ஆரம்பித்திருந்தார்கள்.

கென்னடி கொஞ்சம் புத்திசாலித்தனமாக ஒரு விஷயம் சொல்லியிருந்தார். தெற்கு வியட்நாம் அரசுக்கு ஆதரவாக

அமெரிக்கா போரில் இறங்கவில்லை; அது ஃப்ரெஞ்சு காலனி. ஆகவே அமெரிக்காவின் தோழமை நாடான பிரான்சுக்கு ஒரு ஆபத்து என்பதால்தான் அமெரிக்கப்படை அங்கே வந்திருக்கிறது என்று திரும்பத்திரும்பப் பலமுறை, பலவிதமான ஜோடனைகளுடன் வெளிப்படுத்தியிருந்தார்.

நாளைக்கே பிரச்னை பூதாகாரமானால் தனிப்பட்ட இரு தேசங்களுக்கு இடையிலான விவகாரம் என்று பார்க்காமல் அமெரிக்காவின் அனைத்துத் தோழமை நாடுகளும் ஒத்தாசைக்கு வந்தாகவேண்டும் என்பதே இதன் அர்த்தம். அதற்கான அவசியமும் காரணமும் பலமாகவே இருந்தது அமெரிக்க அரசுக்கு.

கென்னடி ஆட்சிக்கு வந்த சமயத்தில் வியட்நாமில் மொத்தம் ஐந்து லட்சம் அமெரிக்க வீரர்கள் சண்டை போட்டுக்கொண்டிருந்தார்கள். உலகப்போர் சமயம் ஜெர்மனியில் வெடித்த குண்டுகளைக்காட்டிலும் அதிக குண்டுகள் வியட்நாமில் வெடித்துக்கொண்டிருந்தன. ஆனால் யார் கை ஓங்குகிறது என்று வெளியே தெரியவில்லை. அதாவது தகவல் தொடர்பு சைபராக இருந்தது அங்கே. சரியான விவரங்கள் சொல்லப்படாவிட்டால் மக்களுக்கு நம்பிக்கை போய்விடும் என்பதால் உள்ளூரில் கென்னடி தம் அற்புதமான சொற்பொழிவுகள் மூலம் விடாமல் ஆதரவு திரட்டிக்கொண்டிருந்தார்.

வியட்நாம் யுத்தம் தொடர்பாக அமெரிக்காவில் எழுந்த எதிர்ப்பு அலையெல்லாம் அப்புறம் வந்ததுதான். உண்மையில் கென்னடியின் பேச்சாற்றலால் பெரும்பாலான அமெரிக்க மக்கள் வியட்நாமுக்கு சண்டை போடப் போன வீரர்களின் மீது மாபெரும் மரியாதையும் வியட்நாம் விடுதலை குறித்த மிகப்பெரிய எதிர்பார்ப்பும்தான் கொண்டிருந்தார்கள்.

ஆகவே பதவிக்கு வந்தவுடன் தெற்கு வியட்நாமின் சுதந்தரத்தைக் காப்பாற்ற உறுதி கொள்வதாக டிக்ளேர் செய்தார் கென்னடி. ஆனால் தொடர்ந்து அமெரிக்கப்படை புறப்பட்டுப் போய்க்கொண்டே இருந்தபோதும் அங்கே தெற்கு வியட்நாமில் இருந்த அரசுக்கு யுத்தத்தை ஒழுங்காக நடத்தத் தெரியவில்லை. கம்யூனிசப்படையைக் கட்டுப்படுத்தவும் முடியவில்லை.

போதாத குறைக்கு, பல பவுத்தத் துறவிகள் அரசின் சர்வாதிகாரப்

போக்கை எதிர்க்கும் விதமாகத் தமக்குத்தாமே தீவைத்துக் கொளுத்திக்கொள்ளத் தொடங்கினார்கள்.

இது சாதாரண மக்களிடையே மிகப்பெரிய அதிர்ச்சி அலையை ஏற்படுத்தி, ஒட்டுமொத்த தேசமே அமெரிக்க ஆதரவு தெற்கு வியட்நாம் அரசை ஒழித்துக்கட்ட வரிந்துகட்டிக்கொண்டு களத்தில் இறங்கிவிட்டது.

உண்மையில், ரஷ்யாவே எதிர்பாராத அதிரடித் திருப்பம் அது. வியட்நாம் மக்கள் அனைவரும் கம்யூனிஸ்டு அனுதாபிகள்தான் என்பது சோவியத் யூனியனுக்குத் தெரியும். அந்த தைரியத்தில்தான் துணிந்து அங்கே யுத்தத்தைத் தன் சுண்டுவிரல் நுனியில் நடத்திக்கொண்டிருந்தது. ஆனால் புத்த பிட்சுக்கள் அளித்த ஆதரவு என்பது அவர்கள் சற்றும் எதிர்பாராதது. ஏராளமான புத்தபிட்சுக்கள் அமெரிக்கப்படையையும் தெற்கு வியட்நாம் அரசையும் எதிர்த்து தீக்குளிப்புப் போராட்டம் நடத்தியதில், கம்யூனிஸ்டுகளின் கை மிகவும் ஓங்கிவிட்டது.

வெளியில் காட்டிக்கொள்ளாவிட்டாலும் கென்னடிக்கு வியட்னாம் மாபெரும் தலைவலியாகத்தான் இருந்தது. பதவிக்கு வந்த முதல் வருஷம் மிகவும் ஆர்வமாக அதில் கவனம் செலுத்தினார் என்றபோதும், அடுத்து வந்த நாட்களில் அவருக்கு உண்மை புரிந்துவிட்டது.

வியட்நாம் விவகாரம் என்பது அந்நாட்டின் சுதந்தரப்போர் என்பதைக்காட்டிலும் சோவியத் யூனியன் - அமெரிக்கா பனிப்போரின் இன்னொரு பெரிய காண்டம் என்பதுதான் உண்மை. இந்த நோக்கில் மட்டுமே அமெரிக்கா அதுவரை ஈடுபட்டு வந்ததால், வியட்நாம் மக்களின் நிஜமான விருப்பம் என்ன என்பது குறித்து அக்கறை கொள்ளவேயில்லை. அமெரிக்க மக்கள் ஆதரிக்கிறார்களா, யுத்தத்தில் நிறைய வெற்றிகள் கிடைக்கிறதா, ராணுவத்துக்குப் போதிய அளவு ஆள்பலம் இருக்கிறதா, ஆயுதங்கள் தடையின்றி சப்ளை ஆகிறதா, ரஷ்யாவுக்கு எங்கேயாவது மூக்கு உடைகிறதா என்று மட்டுமே அமெரிக்கா பார்த்துவந்ததன் விளைவு -

மோசம், மிக மோசம்!

தம்மாத்தூண்டு தேசம் தானே என்று அலட்சியமாக இருந்துவிட்டபடியால் அமெரிக்கா அந்த யுத்தத்தில் ஏகப்பட்ட விலை கொடுக்கவேண்டிவந்தது. உலகையே அச்சுறுத்திய அமெரிக்காவை அந்த சுண்டைக்காய் தேசத்து மக்கள் கண்ணில் விரல் கொடுத்து ஆட்டிவிட்டார்கள்.

எப்படி இது சாத்தியம்? எதனால் வியட்நாமில் அமெரிக்காவுக்குத் தோல்வி மேல் தோல்வியாக வந்துகொண்டே இருக்கிறது?

சிண்டைப் பிய்த்துக்கொண்டார் கென்னடி. வியட்நாம் போராளிகளின் ஒருங்கிணைந்த தாக்குதல் திட்டத்தின் மூளை எது என்பது யுத்தம் ஆரம்பித்த ரொம்ப நாளைக்கு அப்புறம் கூட சஸ்பென்ஸாகவே இருந்தது. ரஷ்ய உதவி, சீன உதவி, கெரில்லா தாக்குதல்.... எல்லாம்சரி. எது மூளை?

ஒரு கட்டத்தில் வியட்நாமிலிருந்த அமெரிக்கப் படைகளைத் திரும்ப அழைத்துக்கொண்டுவிடலாமா என்றே கென்னடி யோசிக்க ஆரம்பிக்கிற அளவுக்கு அங்கே தோல்வி ஒரு தொடர்கதையாகிக்கொண்டிருந்தது அப்போது.

அதற்கு மூல காரணம், வியட்நாமியர்களின் விடுதலை வேட்கை. ஆதிமூல காரணம் - அப்படியொரு வேட்கை அவர்களுக்கு உருவாகப் படாதபாடு பட்டுக்கொண்டிருந்த ஒரு போராளி.

அவர் பேர் ஹோசிமீன். அசப்பில் கார்ட்டூன் மாதிரி இருந்தாலும் ஆசாமி ஒரு அணுகுண்டு.

32. ஹோசிமீன்

ங்வென் டாட் தன் *(Nguyen Tat Thanh)* என்பது அந்த இளைஞனின் பெயர். மத்திய வியட்நாமில் கிம்லீன் என்கிற கிராமத்தில் ஒரு ஸ்கூல் வாத்தியாருக்கு மகனாகப் பிறந்தவர். அங்கேயே பக்கத்தில் ஒரு பள்ளிக்கூடத்தில் ஓரளவுக்குப் படித்துவிட்டு ஒரு பிரெஞ்சுகப்பலில் சமையல்காரனாக உத்தியோகம் பார்த்துக்கொண்டிருந்தார். கப்பல் உத்தியோகம் என்பதால் ஜாலியாக உலகம் முழுக்க சுத்திவருகிற வாய்ப்பு அவருக்கு சர்வசாதாரணமாகக் கிடைத்தது. இங்கிலாந்து, இத்தாலி, பிரான்ஸ் என்று முதல் உலகப்போர் சமயத்திலேயே ஜோராகப் பல நாடுகளைப் பார்த்துத் திரும்பினார் ங்வென். பொதுவாக வியட்நாம்காரர்கள் பக்கத்து ஊருக்குப் போவதற்கே பிரும்ம பிரயத்தனப்படவேண்டிய காலகட்டம் அது. (ஏற்கெனவே பார்த்தோமல்லவா? அது பிரெஞ்சு காலனி. ஒரு மினி விசா இல்லாமல் ஊரெல்லை தாண்டமுடியாது.) ஆனால் நமது கதாநாயகர் ங்வென்னுக்கோ அதிர்ஷ்டம் கப்பல் வழியாக வந்து சேர்ந்தது.

ஊர் சுற்றுவதென்றால் சும்மா ஜாலிக்காகவும் சுற்றலாம். அறிவுத் தேடலுடனும் சுற்றலாம் இல்லையா? இவர் ரெண்டாவது ஜாதி. ஓய்வு கிடைக்கும்போதெல்லாம் பிரெஞ்சு நூல்கள் நிறைய படிப்பார். இலக்கியம், அரசியல், தத்துவம் இன்னபிற. பொது அறிவு வளர, வளர, தனது சுய சிந்தனை பெரும்பாலும் கம்யூசத் தத்துவங்களுடன் இயல்பாகப் பலவகையிலும் ஒத்துப் போவதை உணர்ந்தார். உலகை உய்விப்பதென்றால் அது கம்யூனிசத்தால் மட்டும்தான் முடியும் என்று ஒரு கட்டத்தில் அவருக்குத் தோன்றியது. உலகப்போரின் விளைவுகளையும் ரஷ்யப்புரட்சியையும் நுணுக்கமாக கவனித்தபிறகு தீவிரமாக என்னவாவது செய்யவேண்டும் என்று முடிவு செய்து பிரெஞ்சு கம்யூனிஸ்டுக் கட்சியில் சேர்ந்து உழைக்க ஆரம்பித்தார். கப்பல் சமையல்காரன் உத்தியோகத்துக்கு டாட்டா சொல்லிவிட்டு, தம் சொந்ததேசத்து மக்களைக்குறித்து சிந்திக்கவும் ஆரம்பித்தார்.

1923லேயே சோவியத் யூனியனுக்கு கம்யூனிசம் படிக்கப் போய், இயக்கத்தின் தீவிர அங்கத்தினனாகத் தன்னைப் பதிவு

செய்துகொண்டார். ஒரே வருஷம் தான். அந்த இளைஞரின் செயலாற்றல் கம்யூனிஸ்டுத் தலைவர்களுக்கு மிகவும் பிடித்துப் போனதால் சீனாவுக்குப் போய்க்கொண்டிருந்த பயிற்சிக்குழுவில் ஒரு வாத்தியாராக அவரை நியமித்து அனுப்பிவைத்தது.

சீனாவில் ஆரம்பக்காலத்தில் கம்யூனிசத்தை வளர்த்தவர்களுள் ங்வென் ரொம்ப முக்கியமான ஒரு ஆசாமி. வேலை நேரம் போக பார்ட் டைமாக அங்கே ஒரு சீனப்பெண்ணைக் காதலித்து அவர் கல்யாணமும் பண்ணிக்கொண்டதாக ஒரு வதந்தி உண்டு. இன்றைக்கு வரைக்கும் அது பாதி உண்மைதான் என்று சொல்பவர்களும் உண்டு. அது முக்கியமல்ல.

சீனாவில் சியாங்கேஷேக்கால் கம்யூனிஸ்டுகளுக்கு ஏகப்பட்ட பிரச்னைகள் முளைத்துக்கொண்டிருந்தபோது, அதற்கெல்லாம் ஒரு முடிவு கட்ட ஆலோசனை நடத்துவதற்காக ரகசியமாக மீண்டும் ங்வென் சோவியத் யூனியனுக்குப் பயணம் செய்யவேண்டிவந்தது. ஒரு ஏழெட்டு வருஷகாலம் ஐரோப்பா முழுவதும் சுற்றிவந்து, மீண்டும் ரகசியமாக சீனா வந்து, அங்கிருந்து தாய்லாந்து போய் கொஞ்சநாள் புத்தபிட்சுவாகவெல்லாம் வேஷம் போட்டு உலவி, ஹாங்காங் வந்து சேர்ந்து, அங்கே முதல்முதலாக வியட்நாம் கம்யூனிஸ்டு கட்சியை ஆரம்பித்தார்.

பெரும்பாலும்தலைமறைவாகவே இருந்தாகவேண்டிய வாழ்க்கை. அடையாளத்தை நிமிஷத்துக்கொரு தரம் மாற்றிக்கொண்டே இருக்கவேண்டிய கட்டாயம். ஏனென்றால், அந்தக் காலகட்டத்தில் கம்யூனிஸ்டாக இருப்பது ஒரு மகா பாபகாரியம். அவரது சொந்த தேசமான வியட்நாமிலோ பிரெஞ்சு அரசாங்கம். அவர் அப்போது இருந்த தாய்லாந்திலோ பிரிட்டிஷ் உளவாளிகள் எக்கச்சக்கம். சீனாவிலோ என்றால் கேட்கவே வேண்டாம். அமெரிக்க ஆதரவுடன் சியாங்கே ஷேக் ராஜ்ஜியம் கொடிகட்டிப் பறந்துகொண்டிருந்தது.

மனுஷன் என்னதான் செய்வான்?

ஆகவே அவர் தினசரி ஒரு புனைபெயரில் உலாவ ஆரம்பித்தார். வேஷங்களும் மாறிக்கொண்டே இருக்கும். இருப்பிடமும் மாறிக்கொண்டே இருக்கும். தாய்லாந்தில் உட்கார்ந்துகொண்டு வியட்நாம் கம்யூனிஸ்டுகளை ஒருங்கிணைக்கும் பணியில் முழு மூச்சாக இருந்த ங்வென்னை எப்படியோ 1931ம் வருஷம்

பிரிட்டிஷ் போலீஸ் கைது செய்துவிட்டது. இரண்டு வருஷம் அவர் சிறையில் இருந்தபோது நிறைய எழுதினார். பின்னாளில் அதெல்லாம் கிழக்காசிய கம்யூனிஸ்டுகளின் வேதமாகப் போகிறது என்றெல்லாம் அப்போது அவருக்குத் தெரியாது.

*1933*ல் அவர் விடுதலையாகி வெளியே வந்ததும் ஒரு சீன வியாபாரியாக வேஷம் போட்டு மீண்டும் நைஸாக சோவியத் யூனியனுக்குத் தப்பிப்போனார். ஏற்கெனவே அவரை பிரிட்டிஷ் போலீஸ் கைது செய்திருந்தபோதே பிரெஞ்சு போலீஸும் அவருக்கு மரணதண்டனை விதித்திருந்தது. எப்போது பிரிட்டிஷ் காவலிலிருந்து வெளியே வருவார்; பிடித்து ஒரு கொத்துபரோட்டா போடலாம் என்று பிரெஞ்சு அரசாங்கம் காத்திருந்தது.

ஆகவே தாம் சிறையிலிருந்து வெளியே வருவது இயக்கத் தோழர்களுக்குக் கூட அவ்வளவாகத் தெரியாதவிதமாகப் பார்த்துக் கொண்டு ஜெயிலிலிருந்து நேரே நைஸாக சோவியத் யூனியனுக்குத் தப்பிப்போனார் ங்வென்.

மீண்டும் அங்கிருந்து சீனா, சீனாவிலிருந்து வியட்நாம் என்று அவர் ஒரு ரவுண்டு முடிக்கும்போது அவருக்கு அநேகமாக ஐம்பது வயதாகிவிட்டிருந்தது.

சீனாவிலிருந்து வியட்நாம் திரும்புவதற்கு முன் மீண்டும் அவர் ஒருமுறை சிறைப்படவேண்டியிருந்தது. சீனச் சிறையில் அந்த மனிதரைப் படாதபாடு படுத்தி எடுத்துவிட்டார்கள். பற்கள், தலைமுடி உட்பட இழப்புகள் மிக அதிகம்!

“என் உடம்பைத்தான் இவர்களால் வருத்தமுடியும். மனத்தை என்ன செய்யமுடியும்?” என்று அப்போது அவர் எழுதிய கவிதை இன்றைக்குவரை வியட்நாம் கம்யூனிஸ்டுகளின் தேசியகீதமாக இருக்கிறது.

சீனா - வியட்நாம் எல்லையை ரகசியமாகக் கடக்கும்போதுதான் அவர் வழியில் ஒரு பிச்சைக்காரனை சந்தித்தார். தற்செயலாக அவன் தன் பேர் ஹோசீமின் என்று சொல்லப்போக, அதையே தன் அன்றைய புனைபெயராக வைத்துக்கொண்டு எல்லையைக் கடந்தார்.

ஆனால் அதுவே அவரது நிரந்தரப் பெயராகிவிட்டது. ஹோசிமீன். வாழ்நாள் முழுவதும் ஒரு போராளியாகவே வாழ்ந்தவர் அவர். வியட்நாம் விடுதலை இயக்கம் அத்தனை தீவிரமாக நடைபெற

இந்த ஒரு மனிதனின் இருப்பும் உழைப்பும் தான் மூலக்காரணம் என்றால் தப்பில்லை. தமது சொந்த சுகதுக்கங்கள் எதையும் ஒரு போதும் அவர் நினைத்துப் பார்த்ததே கிடையாது. சீனாவில் யாரோ ஒரு பெண்ணை அவர் கல்யாணம் பண்ணிக்கொண்டதாக ஒரு வதந்தி உண்டு என்று பார்த்தோமல்லவா? ஹோசிமீனின் வாழ்க்கைத் திரைக்கதையில் அந்தப் பெண்ணுக்கு அப்புறம் ஓரிடம் கூட இல்லை. இதனாலேயே அதை நம்புவது கஷ்டமாகவும் இருக்கிறது.

உலகப்போருக்குப் பின், ஜப்பான் சரணடைந்ததைத் தொடர்ந்து கொஞ்சம் அமைதி பார்க்கலாம் என்று உலகமே ஆசுவாசப்படுத்திக் கொண்டிருந்தபோது உண்ணவும் உறங்கவும் கூட நேரமில்லாமல் சுதந்தரப் போராட்டத்தை நடத்தத் தொடங்கியது வியட்நாம். பிரெஞ்சு காலனி ஆதிக்கத்துக்கு எதிரான சுதந்தரப் போராட்டம்.

அந்தப் போராட்டத்தின் மூளை, இதயம் எல்லாமே ஹோசிமீன் தான். அப்போது மட்டுமல்ல. ஜெனிவாவில் அமைதி ஒப்பந்தம் ஆகி, பதினேழாவது அட்சக்கோட்டில் கோடு கிழித்து வடக்கு - தெற்கு என்று பிரித்தபோது தெற்கே அமெரிக்க ஆதரவு டுபாகூர் அரசு ஒன்று அமைந்ததாகப் பார்த்தோமே, அதை எதிர்த்துப் போராடவும் அங்கே ஹோசிமீன் தான் இருந்தாகவேண்டியிருந்தது.

அப்போது வடக்கு வியட்நாமின் தன்னிகரற்ற தலைவராக ஆட்சிப்பீடத்தில் அமர்ந்திருந்தார் ஹோசிமீன். அந்த வார்த்தையே அவருக்கு ஆகாது. அதென்ன வடக்கு வியட்நாம்? தெற்கு வியட்நாம்? வியட்நாம் ஒன்றுதான். வியட்நாமியர் எல்லாரும் ஒரே குடும்பத்தைச் சேர்ந்தவர்கள்தான். இங்கே எல்லாருமே கம்யூனிஸ்டுகள்தான். வேலையத்த அமெரிக்காதான் வந்து வம்பு பண்ணிக்கொண்டிருக்கிறது என்று செம கடுப்பானார் ஹோசிமீன்.

அப்போது அமெரிக்க ஆதரவு தெற்கு வியட்நாம் அரசை எதிர்த்துப் போரிட்டுக்கொண்டிருந்தது ஹோசிமீனின் ராணுவம் மட்டுமல்ல. ஒட்டுமொத்த வியட்நாம் சமூகமே திரண்டு எழுந்து *People's Liberation Armed Forces (PLAF)* என்கிற பெயரில் போராடிக்கொண்டிருந்தது. ஹோசிமீன் தன் ராணுவத் தளபதிகளுடன் கலந்து ஆலோசித்து உருவாக்கித் தந்த நூதனமான போர்த்தந்திர முறைகளை ஒட்டுமொத்த தேசமும் பயிற்சி செய்து களத்தில் பிரயோகித்தனர். ஒரு அடையாளத்துக்கு கெரில்லாத்

தாக்குதல் என்று சொல்லிக்கொள்ளலாமே தவிர அன்றைக்கு வியட்நாமில் நடந்த யுத்தத்தில் கையாளப்பட்ட போர்த்தந்திர முறைகளை எந்த இலக்கணத்துக்கும் உட்படுத்த முடியாது என்று எழுதுகிறார்கள் போர்க்கலை நிபுணர்கள்.

'பின்னாலிருந்து தாக்குவது, ஒளிந்திருந்து அடிப்பதெல்லாம் இல்லை. எல்லாமே திட்டமிட்ட நேருக்கு நேர் தாக்குதல் தான். ஆனால் எந்தவிதமான தாக்குதல் எப்போதுவரும் என்று அமெரிக்க வீரர்களால் இறுதிவரை ஒருபோதும் கணிக்கவே முடியாததால் அதை கெரில்லா தாக்குதல் என்று சொல்லிவிட்டார்கள்' என்று எழுதுகிறார் யா ஹிங் சூ என்கிற முன்னாள் சீன ராணுவ அதிகாரி ஒருவர்.

அடிப்படையில் கம்யூனிஸ்டு என்றாலும் ஹோசிமீனின் மனம் ஒரு சரியான ஜனநாயக மனம். 1959ல் தன்னால் இனிமேல் அத்தனை பொறுப்புகளையும் ஒண்டியாளாகச் செய்யமுடியாதோ என்கிற சந்தேகம் அவருக்கு வந்தபோது (உடம்புக்கு சரியில்லாமல் போனது. இதயப் பிரச்னை. ஹோ ஒரு செயின் ஸ்மோக்கர்.) கம்யூனிஸ்டு கட்சியின் செகரட்ரி ஜென்ரல் பொறுப்பிலிருந்தே ராஜினாமா செய்துவிட்டு இளைஞர்களுக்கு இடம் கொடுத்து, வழிகாட்டியாக மட்டும் இருக்க முடிவு செய்தார் அவர்.

போரைக்கூட தனியொரு தளபதியாகத் தானே திட்டம் வகுத்து நடத்தாமல் திறமை மிக்க ராணுவ வீரர்களைக் கொண்ட ஒரு ஆலோசனைக் குழுவை அமைத்து ஒட்டுமொத்த முடிவுகளை மட்டுமே செயல்படுத்துவார். "தனி மனிதர்கள் அகங்காரம் கொள்வதற்கு ஒரு நியாயமும் இல்லை. ஒரு தேசத்தின் சுதந்தரப் போராட்டம் என்பது அதன் சொந்தக்காலில்தான் நிற்கவேண்டும்." என்பார் ஹோ.

ஐசனோவர் காலத்தில் ஆரம்பமான வியட்நாம் யுத்தம் கென்னடி மறைவுக்குப் பிறகும் தொடர்ந்து, லிண்டன் ஜான்சன் காலத்திலும் ஜோராகவே நடந்துகொண்டிருந்தபோது ஜான்சனுக்குத் தாங்க முடியாத சலிப்பு உண்டாகிவிட்டது. ஜெயிக்கவே முடியாதோ என்கிற பயம் தந்த சலிப்பு.

ஒரு கட்டத்தில் ஜான்சன் ஹோசிமீனுக்கே ஒரு லெட்டர் எழுதினார். எப்படியாவது வியட்நாம் பிரச்னையை ஒரு முடிவுக்குக் கொண்டுவர உதவுங்கள் என்று கேட்டு.

ஹோசிமீன் எழுதிய பதில் கடிதத்தில் இப்படி இருந்தது: "வியட்நாம் மக்கள் தாக்குதலுக்கு அடிபணியமாட்டார்கள். மிரட்டலுக்கெல்லாம் பயப்படமாட்டார்கள். ஒருபக்கம் குண்டுகளை வெடித்துக்கொண்டு இன்னொரு பக்கம் பேச்சுவார்த்தை நடத்துவதை சகித்துக்கொள்ளவே மாட்டார்கள். இதிலிருந்து என்ன செய்தால் அமைதி சாத்தியம் என்பது உங்களுக்கே புரியவேண்டும்."

இது நடந்தது 1967ல். அப்போது ஜான்சன் இருந்த நிலைமையில் போரை திடீரென்று நிறுத்தவெல்லாம் முடியாத சூழல். ஏனென்றால் ஏகப்பட்ட பொருள் இழப்பு, எக்கச்சக்க உயிர்ச்சேதம். ஒட்டுமொத்த அமெரிக்காவும் வியட்நாமில் நடந்துகொண்டிருந்த யுத்தம் குறித்து மிகவும் கவலைப்பட்டுக்கொண்டிருந்தது. இத்தனை இழப்புக்குப் பிறகாவது ஒரு வெற்றி கிடைத்துவிடாதா என்கிற எதிர்பார்ப்பு எல்லாருக்கும் இருந்தது.

அப்படியொரு 'வெற்றி' அங்கே நிச்சயம் என்று சொல்லித்தான் எல்லாரும் அங்கே அரசியல் பண்ணிக்கொண்டிருந்தார்கள். (காஷ்மீரைப் பிடிப்போம் என்று சொல்லி பாகிஸ்தான் அரசியல்வாதிகள் பிழைப்பை ஓட்டிக்கொண்டிருப்பது போல.)

ஆனால் ஜான்சன் என்றல்ல; அவருக்கு முன்னால் இருந்த கென்னடி காலத்திலேயே வியட்நாமில் அமெரிக்காவுக்கு வெற்றி கிடைக்கப் போவதில்லை என்பது உறுதியாகிவிட்டது. போராளிகளிடையே அங்கே ஒரு நல்ல ஒருங்கிணைப்பு இருந்தது. அமெரிக்க வீரர்களும் சரி, தெற்கு வியட்நாம் அரசின் ராணுவமும் சரி, அந்த ஒருங்கிணைப்புக்கு எதிரே கொசுவாகவே இருந்தார்கள். என்னதான் ஆயுதபலம் பிரமாதமாக இருந்தாலும் அமெரிக்கப் படையிடம் நம்பிக்கை போய்விட்டதால் போரில் அவர்களால் பிரமாதமாக எதையுமே சாதிக்கமுடியாமல் போய்விட்டது என்று எழுதுகிறார்கள் வியட்நாம் போர்க்கலை வல்லுநர்கள்.

ஒரு வீம்புக்காகத்தான் வியட்நாமில் விடாமல் குண்டு வெடித்துக்கொண்டிருந்தது அமெரிக்கா. இது ஹோசிமீனுக்கும் தெரியும். ஆனால் அவர்களாக முன்வந்து போரை நிறுத்திவிட்டு அமைதிப் பேச்சு நடத்தாதவரை தாம் பணியப்போவதில்லை என்பதில் அவரும் அவரது வீரர்களும் மிக உறுதியாக இருந்தார்கள்.

67ல் ஜான்சனுக்கு லெட்டர் எழுதியபிறகு இரண்டு வருஷங்கள்தான் ஹோசிமீன் உயிருடன் இருந்தார். 1969ம் வருடத் தொடக்கத்திலிருந்தே அவரது உடல்நிலை மிக மோசமாகிக்கொண்டிருந்தது. ஓயாத பயணங்கள், பணிகள். இதயம் மிகவும் பலகீனமாகிவிட்டது. அந்த ஆண்டு செப்டம்பர் மூன்றாம்தேதி முற்றிலுமாக அது செயலிழந்து, ஹோசிமீன் மரணமடைந்தார்.

இறப்பதற்கு சற்று நேரம்முன் அவர், "வாழ்நாள் முழுவதும் என் தேசத்துக்காகவும் மக்களுக்காகவும் தேசத்தின் சுதந்தரத்துக்காகவும் உழைத்தேன். இப்போது இறக்கப் போகிறேன். இன்னும் கொஞ்சநாள் போராட முடியாமல் போகிற ஒரு வருத்தம் தவிர வேறேதும் எனக்கில்லை. ஒரே ஒரு வேண்டுகோள் எனக்கு உண்டு. சற்று நேரத்தில் நான் இறந்துவிட்டால் பெரிய இறுதி ஊர்வலமெல்லாம் நடத்தி என் மக்கள் நேரத்தை வீணாக்கவேண்டாம் என்பதே அது" என்று எழுதிவைத்துவிட்டுத் தான் இறந்தார்.

ஹோசிமீன் மறைவுக்கு ஆறு வருஷம் கழித்துத்தான் வியட்நாம் விடுதலைப்போர் ஒரு முடிவுக்கு வந்தது. அமெரிக்காவின் வீம்பு அத்தனை காலம் நீடித்துக்கொண்டுதானிருந்தது!

எண்ணிக்கைக்கே அடங்காத உயிரிழப்புக்கும் பொருள் இழப்புக்கும் பிறகு 1975ல் அமெரிக்கப் படை வியட்நாமிலிருந்து வாபஸ் ஆகத்தொடங்கியது. சுதந்தரமடைந்த வியட்நாமியர் செய்த முதல் காரியம் செய்கன் நகரின் பெயரை ஹோசிமீன் சிட்டி என்று மாற்றியதுதான்! அடுத்தவருஷமே வியட்நாம் மீண்டும் ஒரே தேசமாகிவிட்டது.

சோவியத் யூனியன் சிதறியபோது பல கம்யூனிஸ்டுத் தலைவர்களின் வெளிவராத உண்மைகள் பல அம்பலமானது. எத்தனைபேர் என்னென்ன செய்தார்கள், எதையெதை மறைத்தார்கள், யார் யாரைக் காதலித்தார்கள், எத்தனை குழந்தைகள் என்றெல்லாம் தினசரி ஒரு தகவல் ரஷ்யாவில் வெளியாகிக்கொண்டே இருந்தது. எல்லா கம்யூனிசத் தலைவர்களின் ரகசிய ஃபைல்களையும் நோண்டிக்கொண்டே இருந்தார்கள். பலபேரைப் பற்றி பலவிதமான தகவல்கள் கிடைத்தன.

ஹோசிமீனைப் பற்றி அப்படி ஏதாவது கிடைக்குமா என்று தேடியவர்களுக்கு ஏமாற்றமே மிச்சம்.

வில்லியம் ஜே. டூக்கர் என்பவர் எழுதிய ஹோசிமீனின் பயக்ரஃபியில் மட்டும் அவர் இருமுறை திருமணம் செய்துகொண்டிருப்பதாகவும் ஹனாயில் அவருக்கு ஒரு குழந்தைகூட உண்டு என்றும் ஒரு குறிப்பு கிடைக்கிறது.

ஆனால் எதற்கும் ஆதாரம் இல்லை. வியட்நாமியர்களைக் கேட்டால் அதை மறுப்பதில்லை. “ஆமாம். ஹோ வியட்நாமைத்தான் கல்யாணம் பண்ணிக்கொண்டார். எங்கள் சுதந்தரம் அவர் பெற்றுத்தந்த குழந்தைதான்” என்பார்கள்.

33. மேலும் சில யுத்தங்கள்

ஆயிரத்தி தொள்ளாயிரத்தி ஐம்பதாம் வருஷம் அமெரிக்க அரசு நாற்பது பில்லியன் டாலருக்கு ஆண்டு பட்ஜெட் போட்டது. அதில் பன்னெண்டு பில்லியன் டாலர் மிலிட்டரிக்கு ஒதுக்கப்பட்டது. ஐம்பத்தைந்தாம் வருஷ பட்ஜெட்டில் நாற்பது பில்லியன் டாலர் மிலிட்டரிக்கு. அந்த வருஷத்தின் மொத்த பட்ஜெட் 62 பில்லியன் டாலர். இன்னும் அஞ்சு வருஷம் கழித்து, அதாவது 1960ல் அமெரிக்க அரசு வெளியிட்ட பட்ஜெட்டில் ராணுவத்துக்கு ஒதுக்கிய தொகை 45.8 பில்லியன்.

வளர்ச்சி விகிதம் புரிகிறதா? அந்தளவுக்கு அமெரிக்காவின் ராணுவ நடவடிக்கைகள் அதிகமாகிவிட்டிருந்தன அப்போது. கென்னடி ஆட்சிக்கு வந்ததும் செய்த முதல் காரியம் ராணுவத்துக்கு ஒதுக்கிய தொகையை இன்னும் அதிகப்படுத்தியதுதான்.

பதினாலே மாதங்களில் மேலும் ஒன்பது பில்லியன் டாலர்களை அவர் பாதுகாப்புத் துறையின் பேரில் ராணுவத்துக்கு அளித்தபோது உலகமே வாய்பிளந்தது. அப்படி என்னதான் செலவு?

உண்மையில் அந்த ராணுவ முதலீடெல்லாம் வெறும் பயத்தினால் செய்யப்பட்ட முதலீடுகள்தான் என்கிறார்கள் எல்லா அமெரிக்கப் பொருளாதாரத்துறை அறிஞர்களுமே.

1962ம் ஆண்டு சோவியத் யூனியனின் ராணுவபலம், அமெரிக்க ராணுவபலத்துக்கு மிக நெருக்கமாக வந்துவிட்டது என்றொரு வதந்தி மிக வேகமாகப் பரவிக்கொண்டிருந்தது. சாதாரண ஆயுதங்கள் தவிர, தொலைதூரம் பாய்ந்து தாக்கக் கூடிய ஏவுகணைகள், அணுகுண்டுகள், பீரங்கி தாங்கிக் கப்பல்கள், ரசாயன ஆயுதங்களின் உற்பத்தியில் ரஷ்யா தன்னிறைவு அடைந்துவிட்டதாக ஒரு (வேண்டாத) வதந்தியை உலகெங்கும் பரப்பிக்கொண்டிருந்தார்கள் சிலபேர். யார் அந்த சிலபேர் என்று கேட்டால் துல்லியமான பதில் கிடைப்பது கஷ்டம். அமெரிக்க உளவுத்துறையான சி.ஐ.ஏ.தான் பரப்புகிறது என்று ஒரு சாராரும் ரஷ்ய உளவு நிறுவனங்களே வேண்டுமென்றே அப்படியொரு கதையைக் கட்டிவிடுகின்றன என்று இன்னும் சிலபேரும் சொன்னார்கள்.

எது உண்மை என்று யாருக்கும் தெரியவில்லை. ஆனால் அமெரிக்கா இந்த வதந்தியை முற்றிலுமாக நம்பி, தனது ராணுவபலத்தை ராட்சஸ பலமாகப் பெருக்க முடிவு செய்தது அப்போது. அதனால்தான் அப்படி சகட்டுமேனிக்கு ராணுவத்துக்கு நிதி ஒதுக்கிக்கொண்டிருந்தார்கள்.

முதல்கட்டமாக, ஹிரோஷிமாவை அழித்த அணுகுண்டின் சைஸில், அதே சக்திமிக்க 1500 அணுகுண்டுகள் அமெரிக்காவில் தயாரிக்கப்பட்டன. ஒரு வரியில் புரியவேண்டுமானால் அத்தனை குண்டுகளையும் ஒரே சமயத்தில் வெடித்தால் உலகிலுள்ள அத்தனை நாடுகளிலுமுள்ள அனைத்து முக்கிய நகரங்களையும் அழித்துவிடலாம்.

இவைதவிர புதிதாக ஐம்பது அதிநவீன ஏவுகணைகளையும் எண்பது நியூக்ளியர் ஏவுகணைகளையும் அமெரிக்காவுக்கு வெளியே இருந்து செயல்படக்கூடியவிதமான 90 ரிமோட் ஏவுகணைகளையும்கூட கொசுறாகத் தயாரித்துவைத்தார்கள்.

இத்தனையும் போதாதென்று சோவியத் யூனியனை மட்டுமே குறிவைத்து, அமெரிக்காவிலிருந்து ஏவிவிட்டால் நேரே மாஸ்கோவில் போய் விழுந்து வெடிக்கக்கூடியவிதத்தில் சுமார் 1700 ஸ்பெஷல் ராக்கெட்டுகளும் தயாரிக்கப்பட்டன.

எல்லாமே ஒரு பயத்தில் செய்யப்பட்ட காரியங்கள்! ஆனால் இதில் வினோதம் என்னவென்றால் அமெரிக்கா பயந்த அளவு அப்போது சோவியத் யூனியன் அப்படியொன்றும் ஆயுத உற்பத்தியில் தன்னிறைவு கொண்டிருக்கவில்லை. மிகக் குறைந்தபட்சம் 42 சதவீதமாவது அமெரிக்காவின் ஆயுதபலத்தைவிடக் குறைந்த அளவே அத்தேசம் அப்போது பெற்றிருந்ததாகப் பல அமெரிக்க வல்லுநர்களே எழுதியிருக்கிறார்கள்.

இது ஒருபுறம் இருக்க, இந்தமாதிரி ராணுவத்துக்கு நிறைய நிதி தேவைப்படுவதால் அதைத் தடையில்லாமல் அந்நிய வர்த்தகம் மூலம் பெற்றுக்கொண்டே இருக்க, நூற்றுக்கணக்கான சிறு தேசங்களுக்கு நிதி உதவி செய்து நட்பு நாடாக்கிக்கொள்ளும் பணியிலும் தீவிரமாக ஈடுபட்டுக்கொண்டிருந்தது அமெரிக்கா. இரண்டாம் உலகப்போருக்குப் பிறகே ஆரம்பித்துவிட்ட வேலைதான் இது என்றபோதும் கென்னடி ஆட்சிக்கு வந்தபோது

குட்டி நாடுகளை வளைத்துப்போடும் காரியம் மிக வேகமாக நடக்கத் தொடங்கியது. அப்படி வளைக்க முடியாத தேசங்களில் என்னவாவது கலகம் உண்டாக்கி, ஆட்சியைக் கலைத்து, தனது பொம்மை ஆட்சி ஒன்றை நிறுவிவைக்கிற பணியையும் ஆத்ம சுத்தியுடன் செய்யத்தொடங்கினார்கள்.

1953லேயே இந்தவேலை ஆரம்பமாகிவிட்டது. அப்போதைய ஈரான் அரசு எண்ணெய் உற்பத்தியை தேசியமயமாக்கியது அமெரிக்காவுக்குப் பிடிக்கவில்லை. பல தனியார் நிறுவனங்களை ஈரானில் எண்ணெய் உற்பத்தி செய்ய நியமித்து அதன்மூலம் ஏகப்பட்ட காசு பார்த்துவந்தது அமெரிக்கா. திடீரென்று உற்பத்தி முழுவதும் தேசியமயம் என்றால் என்ன ஆவது? ஆகவே சிஐஏவின் உதவியுடன் சாமர்த்தியமாகக் காய் நகர்த்தி ஈரானில் இயங்கிய அரசை ஒழித்துக்கட்டி, தனக்கு சாதகமானதொரு பொம்மை அரசை அமைத்துக்கொண்டது அமெரிக்க அரசு.

1954லிலும் இதேமாதிரி இன்னொரு காரியம் செய்தார்கள். கௌதமாலாவில் கம்ப்ளீட் மெஜாரிடியுடன் மக்களால் அமைக்கப்பட்ட ஒருஆட்சியை ஒழித்தார்கள். அதுவும் எப்படி? அந்த நாட்டிலிருந்தே ஒரு வேலையில்லாத இளைஞர் படையைத்திரட்டி, புரட்சிப்படை என்று நாமகரணம் சூட்டி ஹோண்டுராஸுக்கும் நிகரகுவாவுக்கும் அழைத்துக்கொண்டுபோய் ஆயுதப்பயிற்சி அளித்தது அமெரிக்க உளவுப்படையான சிஐஏ.

பயிற்சி கொடுத்த கையோடு நாலு அமெரிக்கப் போர்விமானங்களில் அவர்களை ஏற்றி கௌதமாலாவுக்குள் அழைத்துக்கொண்டுபோய் ஒரு புரட்சியை நடத்தவைத்து, ஆட்சியிலிருந்த மக்கள் தலைவர் ஜேக்கப் அர்பென்ஸை ஒழித்துக்கட்டினார்கள். கான்ஸாஸில் அமெரிக்காவிடம் ராணுவப்பயிற்சி பெற்ற கர்னல் காலோஸ் காஸ்டில்லோ ஆர்மாஸ் என்கிற அடிப்பொடியை அங்கே அதிபராக உட்காரவைத்தார்கள்.

இதற்கு என்ன காரணமென்றால் கௌதமாலாவின் அதிபராக மக்களால் தேர்ந்தெடுக்கப்பட்டிருந்த ஜேக்கப் அர்பென்ஸ் ஒரு சோஷலிஸ்டு. இடதுசாரி ஆசாமி. அவர் ஆட்சிக்கு வந்ததுமே உழுபவனுக்கு நிலம் சொந்தம் என்கிற கொள்கையை அமுல்படுத்தி, தேசத்தில் இருந்த அத்தனை விளை நிலங்களையும் சரிசமமாகப் பிரித்து விவசாயிகளுக்குக் கொடுத்துவிட்டார்.

இதில் அமெரிக்காவுக்கு என்ன வருத்தம்?

இருக்கிறது! கௌதமாலாவில் சுமார் 2, 34,000 ஏக்கர் பரப்பளவு நிலத்தை யுனைடட் ஃப்ரூட்ஸ் என்கிற அமெரிக்க நிறுவனம் வளைத்துவைத்துக்கொண்டு உற்பத்தி பண்ணிக்கொண்டிருந்தது. ஒரு சட்டம் என்றால் எல்லாருக்கும் பொதுவானதுதானே? அமெரிக்க நிறுவனம் என்பதால் விட்டுவிடவா முடியும்? அதுவும் அவ்ளோ பெரிய நிலம்!

இத்தனைக்கும் அதிபர் அர்பென்ஸ், அந்த நிலத்தைக் கையகப்படுத்துவதற்காக ஒரு நஷ்ட ஈட்டுத்தொகையும் தரத் தயாராகவே இருந்தார். ஆனால் யுனைடட் ஃப்ரூட்ஸ் அதை ஏற்கமறுத்துவிட்டது.

விளைவு? ஒரு செயற்கையான புரட்சி. அதிபரை அகற்றிவிட்டுத் தன் கைப்பொம்மையான ஆசாமி ஒருத்தரை அங்கே உட்காரவைப்பது. யுனைடட் ஃப்ரூட்ஸ் மீண்டும் ஜோராக இனிக்கத் தொடங்கியது!

1958ல் ஐசனோவர் தலைமையிலான அமெரிக்க அரசு லெபனானுக்கு ஆயிரக்கணக்கில் கடற்படை வீரர்களை அனுப்பி அணுவகுக்கச் செய்ததும் இதேமாதிரியான காரணத்துக்காகத்தான்.

லெபனானில் அப்போது ஓர் அமெரிக்க ஆதரவு அரசுதான் இயங்கிக்கொண்டிருந்தது. ஆனால் உள்நாட்டில் எந்த நிமிடமும் என்னவாவது புரட்சி வெடித்துவிடும் என்றொரு அச்சம் இருந்தது. அப்படி ஒரு புரட்சி நடந்து, அமெரிக்க ஆதரவு அரசு கவிழ்ந்துவிட்டால் லெபனானிலிருந்து அமெரிக்கா உற்பத்தி செய்துகொண்டும் விற்றுக்கொண்டும் இருந்த எண்ணெய் வரத்து நின்றுவிடுமே என்கிற அச்சத்தால்தான் கடற்படையை முன்கூட்டியே அனுப்பி, லெபனானில் ஒரு செயற்கையான போர் அச்சுறுத்தலை ஏற்படுத்தியது.

யோசித்துப் பார்த்தால் மேற்சொன்ன இந்த நடவடிக்கைகள் அத்தனையுமே ஒரு நெட் ப்ராக்டிஸ் மாதிரிதான். உண்மையில் அமெரிக்காவின் 'சிறுதேச அச்சுறுத்தல்' திருப்பணியின் முழுப்பரிமாணம் வெளிப்பட்டது க்யூபா விவகாரத்தின் போதுதான். உலகம் மறக்கவே முடியாத மிக முக்கியமான சம்பவம் அது. உலகம் மறந்தாலும் அமெரிக்கா மறக்காது. அமெரிக்கர்கள்

மறக்கமாட்டார்கள்! சாதாரணத் தழும்பா அது? கொஞ்சம் விரிவாகவே பார்க்கலாம். ரொம்ப முக்கியமான விஷயம்.

க்யூபா, அமெரிக்காவுக்குக் கீழே, அதன் ஃப்ளோரிடா மாகாணத்திலிருந்து வெறும் தொண்ணூறு மைல் தொலைவில் இருக்கிற ஒரு குட்டி தேசம். குட்டி தேசம் என்றால் நிஜமாகவே ரொம்பக் குட்டி தேசம் தான். மொத்தமே சுமார் ஒருலட்சம் சதுரகிலோமீட்டர் பரப்பளவுதான். நானூறு வருஷ காலமாக அங்கே ஸ்பெயின் ஆதிக்கம் இருந்தது. 1898ல் அங்கே ஸ்பானிஷ் ஆட்சியை ஒழித்து சுதந்தர க்யூபா உருவாக அமெரிக்காதான் உதவி செய்தது. சுதந்தர க்யூபாவுக்காக உதவுகிறேன் என்று அமெரிக்கா சொன்னதே தவிர அப்போதே ஸ்பெயினை ஒழித்தகையோடு அமெரிக்க ஆட்சிதான் அங்கே நடக்கத் தொடங்கியது. 1902வரை அமெரிக்க ராணுவ ஆட்சி ஆச்சா? அதன் பின் மீண்டும் 1930களில் ஜென்ரல் பாடிஸ்டா என்பவரின் சர்வாதிகார ஆட்சி.

இந்த பாடிஸ்டாவும் அமெரிக்காவின் ஆள்தான். அதாவது அமெரிக்காவின் ஆசீர்வாதம் பெற்ற வலதுசாரி சர்வாதிகாரி.

சின்ன தேசம் தான் என்றாலும் க்யூபாவின் மண் அசாத்தியமானது. சருகைப் போட்டால் கூட முளைத்துவிடும் என்று கொஞ்சம் மிகைப்படுத்திச் சொல்லுவார்கள். அப்படியொரு இயற்கை வளம் பொருந்திய தேசம். சிட்ரஸ் பழங்கள், காப்பி, புகையிலை, கரும்பு ஆகியவை ரொம்ப ஜோராக விளைகிற மண். குறிப்பாகக் கரும்பு. உலகில் க்யூபா அளவுக்கு வேறெந்த தேசமும் அத்தனை சர்க்கரை உற்பத்தி செய்வதில்லை - இன்றுவரை. அமெரிக்கா க்யூபாவின் மீது கண் வைத்ததே அந்தக் கரும்பு உற்பத்திக்காகத்தான்.

என்ன ஆயிற்று என்றால், 1950களின் ஆரம்பத்திலிருந்தே க்யூப சர்வாதிகாரி ஃபுல்ஜென்ஸியோ பாடிஸ்டாவை எதிர்த்து அந்நாட்டில் புரட்சிகர இயக்கங்கள் தோன்ற ஆரம்பித்தன. எல்லாமே இடதுசாரி இயக்கங்கள். அந்த இயக்கங்களை ஒருங்கிணைத்து, ஒரே குடையின் கீழ் கொண்டுவந்து முழுமூச்சுடன் போராட்டத்தை முடுக்கிவிடும் சக்தியாக ஒரு தலைவரும் அங்கே உதித்தார். அவர் பேர் ஃபிடல் காஸ்ட்ரோ.

வீரம் மிக்க காஸ்ட்ரோ, 1953ல் தன் முதல் புரட்சியைச் செய்தார். சர்வாதிகார அரசை ஒழித்துக்கட்டும் புரட்சி. ஆனால்

துரதிருஷ்டவசமாக, சரியான ஒருங்கிணைப்பு இல்லாததால் அந்தப் புரட்சி தோல்வியில் முடிந்தது. ஃபிடல், சிறைப்பிடிக்கப்பட்டார்.

பிறகு படாதபாடுபட்டு, அவர் சிறையிலிருந்து வெளியேறி மெக்சிகோவுக்குத் தப்பிச் சென்றார்.

அங்கே அவருக்கு அர்ஜெண்டைனாவைச் சேர்ந்த புரட்சியாளர் சே குவேராவின் நட்பு கிடைத்தது. சே குவேரா ஒரு விசித்திரமான புரட்சியாளர். ஒரு குறிப்பிட்ட தேசம் என்றில்லாமல் ஒட்டுமொத்த மானுடகுலத்துக்காகவும்பாடுபடும்உயர்ந்தசிந்தனைகொண்டவர். எங்கெல்லாம் மக்கள் சர்வாதிகார ஆட்சியால் அவதிப்பட்டு, அவரை உதவிக்கு அழைக்கிறார்களோ, அங்கெல்லாம் போய் இருக்கிற படை அல்லது கிடைக்கிற படைக்குத் தலைமை ஏற்று, போர் நடத்தி, வெற்றிபெற்றுக்கொடுத்துவிட்டு, அடுத்த தேசத்துக்கு மோட்டார் சைக்கிள் ஏறிப் போய்விடுவார். ஜெயித்துக்கொடுத்த தேசத்தில் ஒரு மந்திரி பதவியோ, வாரியத்தலைமையோ கொடுத்தால் கூட ஏற்கமாட்டார். என் கடன் போரிடுவது மட்டுமே என்று சொல்லிவிட்டுக் கிளம்பிவிடுவார். (சேவின் வாழ்க்கை தனியே எழுதப்படவேண்டிய ஒரு விஷயம். இங்கே அதை விவரித்துக்கொண்டிருக்க முடியாது.)

அப்படிப் பட்ட சேகுவேராவின் நட்பு கிடைத்ததும், ஃபிடல் காஸ்ட்ரோ, அவரை க்யூபாவுக்கு வரமுடியுமா என்று கேட்டார். இந்தமாதிரி பிரச்னை, சர்வாதிகார ஆட்சியில் தேசமே அவஸ்தைப்பட்டுக்கொண்டிருக்கிறது, சில ஆயிரம் போராளிகள் இருக்கிறார்கள். ஆனால் அரசுக்கு அமெரிக்கா பலத்த ஆதரவு தருகிறது. இந்த அரசை எதிர்ப்பது என்றால், அமெரிக்காவை எதிர்ப்பதாகத்தான் அர்த்தம்; அதற்காக பயந்துகொண்டு சும்மா இருந்துவிட முடியாது என்று விளக்கிச் சொன்னார்.

க்யூப மக்கள் பாடிஸ்டாவின் சர்வாதிகார ஆட்சியில் படும் கஷ்டங்களை ஏற்கெனவே கேள்விப்பட்டிருந்த சேகுவேரா, காஸ்ட்ரோவுடன் க்யூபாவுக்கு வர ஒப்புக்கொண்டார்.

இரண்டுபேரும் 1956ம் ஆண்டு ரகசியமாக மீண்டும் க்யூபாவுக்குள் நுழைந்து, நேரே மலைப்பாங்கான அடர்ந்த கானகத்துக்குள் சென்று வசிக்கத் தொடங்கினார்கள். அங்கிருந்தே புரட்சியாளர்களைத் திரட்டி, போர்ப்பயிற்சி கொடுக்கவும் தொடங்கினார்கள்.

சேகுவேரா எப்பேர்ப்பட்ட போர்க்கலை நிபுணர் என்று சில வரிகளில் விவரிக்கவே முடியாது. உலகில் என்னென்னவிதமான போர்த்தந்திரங்கள் இருக்கமுடியுமோ, அத்தனையும் அவருக்கு அத்துபடி. ஒளிந்திருந்து அம்பு எய்வதில் தொடங்கி, கனரக பீரங்கியை இயக்குவதுவரை அவருக்குத் தெரியும். குறிபார்த்துச் சுடுவதில் மகா சாமர்த்தியசாலி. கண்ணிவெடி எக்ஸ்பர்ட்.

தனக்குத் தெரிந்த அத்தனை வித்தைகளையும் அவர் க்யூப புரட்சியாளர்களுக்கு வஞ்சனை இல்லாமல் கற்றுக்கொடுத்தார். மறுபுறம் காஸ்ட்ரோ வீரம் மிக்க இளைஞர்களை ஒருங்கிணைத்து, அவர்களிடையே தேசப்பற்றைக் கொழுந்துவிட்டு எரியச்செய்யும் விதமான ஆக்ரோஷமான சொற்பொழிவுகளை நிகழ்த்தி, கெரில்லாத் தாக்குதல் முறையில் பயிற்சியளித்தார்.

ஓரளவு படை தயார் என்று ஆனதும் கானகங்களில் ஒளிந்திருந்து, திடீர் திடீரென்று வெளிப்பட்டு க்யூப அரசின் ராணுவத்தைத் தாக்க ஆரம்பித்தார்கள்.

கொஞ்சகாலம் இப்படி காடுகளில் இருந்துகொண்டு தாக்குதல் நடத்திக்கொண்டிருந்தவர்களுக்கு ஓரிரு வருடங்களில் முழுமையான மக்கள் ஆதரவு கிடைத்தது. இவர்கள் வெத்துவேட்டுகள் அல்லர்; நிஜமாகவே மக்களுக்காகப் பாடுபடுகிறார்கள் என்று தெரிந்துகொண்ட க்யூப மக்கள் சே குவேராவையும் ஃபிடல் காஸ்ட்ரோவையும் தம் குடும்பத்தில் ஒருவராகவே கருதி ஒத்தாசை பண்ண ஆரம்பித்ததும் அவர்கள் பகிரங்கமாக நகரிலேயே தங்கி, ரைட் ராயலாக ஆபீஸ் போட்டே வேலையைத் தொடங்கினார்கள்.

கடும் போராட்டத்துக்குப் பிறகு 1959ம் வருஷம் ஜனவரி முதல்தேதி தலைநகர் ஹவானாவை ஃபிடல் காஸ்ட்ரோ பிடித்தார். சர்வாதிகாரி பாடிஸ்டா ஓட்டம் பிடித்தார்.

எத்தனையோ கவனமாக இருந்தும் இப்படியாகிவிட்டதே என்று அப்போதே அமெரிக்காவுக்கு செம கடுப்பு. ஒரு ஆசாமி போனான், இன்னொருத்தன் வந்தான் என்று விட்டுவிடமுடியுமா? புதிதாக வந்தவன் அமெரிக்காவை ஆதரிக்கிறவனாக இருக்கவேண்டுமே?

யார் இந்த ஃபிடல் காஸ்ட்ரோ என்று அப்போதுதான் அமெரிக்கா ஆராயத்தொடங்கியது. ஒரு விவரமும் கிடைக்கவில்லை.

ஒட்டுமொத்த க்யூபமக்களின் கண்கண்ட கடவுளாகவே வலம்வரும் இந்த மனிதனின் பின்னணி என்ன? எப்படி இப்படி திடீரென்று முளைத்து க்யூபாவில் ஆட்சியைக் கவிழ்த்தான்? அவனுக்கு எப்படி லத்தீன் அமெரிக்கப் போராளி சேகுவேராவின் சப்போர்ட் கிடைத்தது? எல்லாம் சரி, ஃபிடல் காஸ்ட்ரோவின் அரசியல் சித்தாந்தம் தான் என்ன? முதலாளித்துவ மனோபாவம் கொண்டவரா? சாது சோஷலிசவாதியா? தீவிர கம்யூனிஸ்டா? வேறேதாவதா? அல்லது எந்த சித்தாந்தத்தை ஏற்றுக்கொள்வது என்று இனிமேல் தான் முடிவு செய்யப் போகிறவரா? சித்தாந்தமே வேண்டாம், ஆட்சி போதும் என்று நினைப்பவரா?

ஒரு விவரமும் தெரியாமல் சிண்டைப் பிய்த்துக்கொண்டது அமெரிக்கா. 'நீஎக்கேடாவது கெட்டுப்போ. அமெரிக்காவிஷயத்தில் உன் நிலை என்ன? அதை மட்டுமாவது சொல்லித்தொலை' என்று மன்றாடுகிற அளவுக்கு மோசமானது அமெரிக்க அதிபரின் நிலை.

க்யூபாவில் இருந்த பாடிஸ்டா, அமெரிக்க ஆதரவு பெற்ற, அமெரிக்க அரசின் அடிப்பொடி அதிபர். அது வேறு விஷயம். உள்நாட்டில் ஒரு கலவரம் நடந்து, புரட்சி ஏற்பட்டு அதிபரைத் தூக்குகிறார்கள் என்றால் அதற்கு வேறுபல காரணங்களும் இருக்கலாம். அவர் அமெரிக்க ஆதரவாளரா, இல்லையா என்பதெல்லாம் புரட்சியாளர்களுக்கு ஒரு பொருட்டே இல்லை. அந்த வகையில் புரட்சி ஏற்பட்டு ஆட்சி மாறியதுகூடச் சரி என்றே வைத்துக்கொள்ளலாம். ஆனால் புதிய ஆட்சியாளரான தாடிக்கார ஃபிடல் காஸ்ட்ரோவே, இப்போதாவது சொல்! அமெரிக்கா விஷயத்தில் உன் நிலை என்ன? நீ எனக்கு நண்பனா, பகைவனா? என்று கேட்டது அமெரிக்கா.

காஸ்ட்ரோ பதில் சொல்லவில்லை. சிரித்தார். அந்தச் சிரிப்புதான் அமெரிக்காவின் அடிவயிற்றைக் கலக்கியது.

34. ஃபிடல் என்றொரு புரட்சியாளர்

சாதாரணமாக, புரட்சியாளர்களின் பின்னணியைப் பார்த்தீர்களானால் எல்லாருமே அடித்தட்டு வர்க்கத்திலிருந்து எழுந்து வந்தவர்களாக இருப்பார்கள். படிப்பு, சாப்பாடு, உத்தியோகம் என எல்லா அம்சங்களிலும் கஷ்டப்படுகிற குடும்பத்தைச் சேர்ந்தவர்களாக இருப்பார்கள். தன் கஷ்டத்தைவிட, தம் சமூகம் படுகிற கஷ்டம் அப்போதுதான் அவர்களுக்குத் தெள்ளத்தெளிவாகத் தெரியும். கஷ்டப்படுகிற மக்களின் அவலத்தைத் துடைப்பதற்காகக் கத்தியோ, துப்பாக்கியோ ஏந்திப் புரட்சியில் ஈடுபடுவார்கள்.

ஆனால், கொழுத்த பணக்காரக் குடும்பத்தைச் சேர்ந்த யாராவது சொத்து சுகங்களைத் துறந்து, காட்டில் வசித்துக்கொண்டு மக்களுக்காகப் போராடியகதை கேட்டிருக்கிறீர்களா? பிடல் காஸ்ட்ரோ அப்படிப்பட்டவர்தான். பிறவிப் பணக்காரர்.

1926, ஆகஸ்டு பதிமூன்றாம்தேதி காஸ்ட்ரோ பிறந்தபோது (26 இல்லை; 1927ம் வருஷம்தான் என்றும் சிலர் சொல்கிறார்கள். சரியான ரெக்கார்டு கிடைக்கவில்லை.) அவரது தந்தையிடம் சுமார் 23,000 ஏக்கர் நிலம் இருந்தது. அத்தனையும் கரும்பு வயல். க்யூபாவின் விரல் விட்டு எண்ணக்கூடிய பெரும்பணக்காரர்களுள் அவர் ஒருவர். இத்தனைக்கும் ஸ்பெயினிலிருந்து ஒரு விவசாயக்கூலியாக க்யூபாவுக்கு வந்தவர் அவர். தம் சொந்த முயற்சியால் முன்னேறி, பண்ணையார் ஆனவர்.

ஃபிடல் ஒரு பணக்காரரின் பிள்ளையாகப் பிறந்தபோதும் அவரது தந்தை, அவரைப் பணக்காரக் குழந்தையாக வளர்க்கவில்லை. மாறாக, மிகச்சிறு வயதிலேயே கரும்புத்தோட்டத்தில் ஒரு எடுபிடி வேலையாளாகப் போக உத்தரவிட்டார். அதாவது அஞ்சு வயதில். பையன் படிக்கவேண்டும் என்றெல்லாம் அவர் நினைக்கவில்லை. வேலை செய்யப் பழகவேண்டும். உழைப்புக்கு அஞ்சக்கூடாது. தோட்டத்தைப் பராமரிக்கத்தெரிந்தால் போதும். அவ்வளவுதான்.

ஆனால் ஆறு, ஏழு வயதில் ஃபிடலுக்குப் படிப்பில் நாட்டம் ஏற்பட்டது. தானே தந்தையிடம் நச்சரித்து ஒரு உள்ளூர்ப்பள்ளியில் சேர்ந்து பார்ட் டைமாகப் படிக்கத் தொடங்கினார்.

ஒருபக்கம் வயல் வேலை. மறுபக்கம் படிப்பு. இரண்டிலுமே அவர் சூரராக இருந்ததால் பையனின் படிப்பை அப்பா தடுக்கவில்லை. ஆகவே ஃபிடல் மெல்ல மெல்ல பள்ளிக்கல்வியை முடித்து ஹவானா யூனிவர்சிடியில் சட்டம் படிக்கப் போனார். சட்டக்கல்லூரியில் இருக்கும்போதே அவருக்கு அரசியல் ஆர்வம் ஏற்பட்டுவிட்டது. க்யூபாவின் புராதன ஆர்த்தடாக்ஸ் கட்சி ஒன்றில் உறுப்பினராகி, ஏழை மக்களுக்காக இலவசமாக சட்ட உதவிகள் செய்யத்தொடங்கினார்.

ஏற்கெனவே பார்த்தோமல்லவா? அப்போது க்யூபாவின் சர்வாதிகாரியாக இருந்தவர், ஃபுல்ஜென்ஸியோ பாடிஸ்டா. சரியான வலதுசாரி. அமெரிக்காவின் கையாள். ஃபிடலுக்கு அவரையும் அவரது ஆட்சியையும் பிடிக்கவில்லை. அவருக்கு மட்டுமென்ன? ஒட்டுமொத்த க்யூபாவுக்குமே பிடிக்கவில்லை. தலையெழுத்தே என்று தான் சகித்துக்கொண்டிருந்தார்கள்.

1952ம் வருஷம் க்யூபாவில் ஒரு பொதுத்தேர்தல் நடந்தது. கார்லோஸ் புயோ சாக்ராஸ் என்பவர் மக்களால் தேர்ந்தெடுக்கப்பட்ட அதிபராகப் பதவி ஏற்றார். அந்தத் தேர்தல் சமயம் தான் அதிபரைத் தூக்கிக் கடாசிவிட்டு ராணுவப்புரட்சி மூலம் பிரசிடெண்ட் ஆனார் பாடிஸ்டா. அவருக்கு அமெரிக்கா ஆதரவளிக்கத் தொடங்கியதும் அப்போதுதான்.

அந்த ஆரம்பக் காலத்திலேயே அந்த ராணுவப்புரட்சி அநியாயகரமானது என்று சொல்லி சுப்ரீம் கோர்ட்டில் வழக்குத் தொடர்ந்து வாதாடியவர் காஸ்ட்ரோ. ஆனால் ராணுவ ஆட்சி நடக்கிற தேசத்தில் நீதிமன்றம் என்ன செய்துவிடமுடியும்? ஃபிடலின் வழக்கைத் தூக்கிக் குப்பைத்தொட்டியில் போட்டுவிட்டார்கள்.

அந்தக் கடுப்பில்தான் கறுப்புக் கோட்டைக் கழட்டிக் கடாசிவிட்டு, துப்பாக்கி ஏந்தினார் ஃபிடல் காஸ்ட்ரோ. சுமார் 165 இளைஞர்களின் துணையுடன் பிரசிடெண்ட் பாடிஸ்டாவை எதிர்த்து ஒரு திடீர்த் தாக்குதலை ஆரம்பித்தார்.

துரதிருஷ்டவசமாக 165 பேரில் பேர்பாதி இளைஞர்கள் ராணுவத்தால் சுட்டுக்கொல்லப்பட்டார்கள். பிடலும் அவரது

தம்பியும் கைது செய்யப்பட்டு பதினைந்து வருஷ சிறைத்தண்டனை விதிக்கப்பட்டார்கள். பிறகு என்ன நினைத்தார்களோ? ரெண்டு வருஷத்தில் அவருக்குப் பொதுமன்னிப்பு வழங்கி 1955ல் விடுதலை செய்துவிட்டார்கள்.

அதற்கப்புறம் அவர் மெக்ஸிகோ போனது, சே குவேராவை சந்தித்தது, புத்துணர்ச்சியுடன் திரும்பிவந்து காட்டில் வசித்துக்கொண்டு நாட்டில் தாக்குதல் நடத்தியது, பாடிஸ்டாவை வீழ்த்தி, வெற்றி கண்டது எல்லாவற்றையும்தான் போன இதழில் பார்த்தோம்.

காஸ்ட்ரோ க்யூபாவின் அதிபராகப் பொறுப்பேற்றுக் கொண்டபோது தேசம் குட்டிச்சுவரைவிட மட்டிச்சுவராக இருந்தது. எந்தத் துறையை எடுத்தாலும் பொருளாதாரச் சீர்கேடுகள் சகட்டுமேனிக்கு இருந்தன. ஏகப்பட்ட நிதிக் களவாடல்கள், சுரண்டல்கள் என்று பாடிஸ்டா விளையாடி இருந்தார். ஒருபக்கம் எக்கச் சக்கப் பணக்காரர்களும் இன்னொரு பக்கம் காசையே பார்த்திராத ஏழைகளும் சரிசமமாக இருந்ததைத்தான் ஃபிடல் முதலில் கவனித்தார். தேச சீரமைப்பு என்பது பொருளாதார சீரமைப்புத்தான் என்று அவருக்குத் தோன்றியது. விவசாய நாடான க்யூபாவின் முழுப்பொருளாதாரமும் கரும்பு உற்பத்தியிலும் சர்க்கரை ஏற்றுமதியிலும் தான் இருந்தது. ஆகவே ஃபிடல் ஒரு முடிவு செய்தார்.

நாட்டில் ஒரு விவசாயியும் நிலமில்லாமல் சும்மா இருக்கக்கூடாது!

அவர் செய்த முதல் காரியம், க்யூபா முழுவதுமிருந்த விளை நிலங்களையெல்லாம் அரசுடைமையாக்கி, அத்தனை மக்களுக்கும் சரிசமமாகப் பிரித்துத் தரத்தொடங்கியதுதான்.

இங்கே தான் பிரச்னை ஆரம்பித்தது. கௌதமாலாவில் யுனைடட் ஃப்ரூட்ஸ் என்கிற அமெரிக்க நிறுவனத்தின் விளைநிலத்தால் ஏற்பட்ட பிரச்னை குறித்து ஏற்கெனவே பார்த்தோமல்லவா? அதனால்தான் அந்த நாட்டில் ஆட்சியே மாற அமெரிக்கா நரிவேலை பார்த்தது.

அதே யுனைடெட் ஃப்ரூட்ஸ் நிறுவனம் க்யூபாவிலும் எக்கச்சக்க நிலத்தை வளைத்துப் போட்டுக்கொண்டு பிசினஸ்

பண்ணிக்கொண்டிருந்தது. ஃபிடல் காஸ்ட்ரோ அவர்களிடம் மரியாதையாக நிலத்தை அரசுக்குக் கொடுத்துவிட்டு ஊரைப்பார்க்கப் போய்ச்சேர் என்று சொன்னார். ஒரு ஏக்கரா? ரெண்டு ஏக்கரா? மில்லியன் கணக்கில் பரந்திருந்த நிலப்பரப்பு அது!

யுனைடட்ஃப்ரூட்ஸ்மறுக்கவே, 'முறைப்படி' செய்யவேண்டியதை ஃபிடல் செய்ய ஆரம்பித்ததும் தான் அமெரிக்கா அலறிக்கொண்டு யார் இந்த காஸ்ட்ரோ என்று துருவ ஆரம்பித்தது.

ஃபிடல் பதவிக்கு வந்தபோது தமது சித்தாந்தம் என்ன என்பதை வெளிப்படையாக அறிவிக்கவில்லை. சித்தாந்தமெல்லாம் ஒரு பக்கம் இருக்கட்டும்; முதலில் மக்களை கவனித்துவிட்டு வருகிறேன் என்று அவர் சொன்னார். அட,எழவே, சொல்லித்தொலைத்துவிட்டு நீ உன் வேலையைப் பார்த்தால்தான் என்ன என்று கேட்டது அமெரிக்கா.

உண்மையில் ஃபிடல் அப்போது அமெரிக்காவைத் தன் எதிரியாகவெல்லாம் நினைக்கவில்லை. க்யூபாவின் பல நலத்திட்டங்களுக்கு அமெரிக்காவின் பொருளாதார உதவிகள் எத்தனை அவசியம் என்பதை அவர் நன்றாகவே அறிந்திருந்தார். அப்படி உதவி கேட்கப்போகத்தான் அமெரிக்கா, நீ யார், உன் ஜாதகம் என்ன, அதைச் சொல் முதலில் என்று சொன்னது.

ஃபிடல் ஒரு பக்கா மார்க்ஸிய - லெனினியவாதி. தொழில்துறை, விவசாயத்துறை இரண்டையும் தேசியமயமாக்குவதுதான் அவரது முதல் திட்டம். அப்படியே சோவியத் ஸ்டைல்.

அப்படிப்பட்ட ஆசாமிக்கு அமெரிக்கா உதவுமா? ஆகவே மறுத்துவிட்டது. வேறு வழியின்றி ஐ.எம்.எஃப்பிடம் கடன் கேட்டார் காஸ்ட்ரோ. அந்த ராட்சஸ நிதிநிறுவனத்தின் பின்புலமாக அமெரிக்கா இருந்ததால் அதுவும் கடன் தர மறுத்துவிட்டது. சரி, வேறு வழியே இல்லை என்றுதான் சோவியத் யூனியனிடம் உதவி கேட்டார் ஃபிடல்.

உண்மையில், அமெரிக்காவின் பக்கத்து நாடாக இருந்துகொண்டு சோவியத் யூனியனிடம் உதவி பெறுவதன் மூலம் வரக்கூடிய இருப்பியல் பிரச்னைகளை அவர் முன் கூட்டியே யோசித்திருந்தார்.

தனக்கு வேறு வழியில்லை என்பதால்தான் அப்படிச் செய்தாரே தவிர, அமெரிக்க - சோவியத் பனிப்போரில் துரும்பாகக் கூட தாம் சம்பந்தப்பட வேண்டாம் என்றுதான் அவர் நினைத்தார். அவருக்கு சொந்த நாட்டுப் பிரச்னைகளே தலைக்கு மேலே இருந்தன.

ஆனால் எப்போது க்யூபா, சோவியத் யூனியனிடம் உதவி கேட்டுப் போனதோ அப்போதே அமெரிக்கா முடிவு செய்துவிட்டது. இது காலைச் சுற்றிய பாம்பு!

சோவியத் யூனியனிலிருந்து பெட்ரோலியக் கச்சா எண்ணெயைக் கொண்டுவரும் ஜம்போ சைஸ் திட்டத்தில்தான் முதல் முதலில் கையெழுத்திட்டார் ஃபிடல். ஆனால் என்ன ஆனது என்றால் க்யூபாவில் இருந்த அமெரிக்க எண்ணெய் சுத்திகரிப்பு நிறுவனங்கள், அந்த எண்ணெயை சுத்திகரிக்க மறுத்துவிட்டன.

பார்த்தார் காஸ்ட்ரோ. இவர்களிடமெல்லாம் அன்பாகப் பேசி ஒரு புண்ணியமும் இல்லை என்று தெரிந்துவிட்டது. உடனே க்யூபாவிலிருந்த அத்தனை அமெரிக்க நிறுவனங்களுக்கும் அளிக்கப்பட்டிருந்த லைசென்ஸ்களை ரத்து செய்து, கம்பெனிகளை இழுத்துப் பூட்டி சீல் வைக்க உத்தரவிட்டார். சரி, நீயாச்சு, நானாச்சு பார்க்கலாம் என்று அவர் முதல்முதலில் பொங்கி எழுந்தது அப்போதுதான். தனது செயல்கள் அத்தனையிலும் இருந்த நியாயம் ஒன்றுதான் அவரை அத்தனை கம்பீரமாக அமெரிக்காவுக்கு எதிராக எழுந்து நிற்கவைத்தது. ஒட்டுமொத்த க்யூபாவும் தனது நியாயங்களைப் புரிந்துகொள்ளும் என்று அவர் திடமாக நம்பினார். அப்படித்தான் நடந்தது!

ஃபிடலின் இந்த நடவடிக்கைகளால் சீண்டப்பட்ட அமெரிக்கா உடனடியாக க்யூபாவிலிருந்து தான் வாங்கிக் கொண்டிருந்த சர்க்கரையை முற்றிலுமாக நிறுத்தியது. அது மிகப்பெரிய அடி! ஏனெனில், க்யூபாவின் பிரதான சர்க்கரை ஏற்றுமதிக் கேந்திரம் அமெரிக்காதான். வருஷத்துக்குக் கிட்டத்தட்ட ஏழு லட்சம் டன் சர்க்கரையை அமெரிக்காவுக்கு விற்றுக்கொண்டிருந்தார்கள் அப்போது. அத்தனையும் இனி இல்லை என்றால் என்ன ஆவது?

சரி, அதனாலென்ன என்று தன் பார்வையை இந்தப் பக்கம் திருப்பினார் ஃபிடல். உடனே அதே ஏழு லட்சம் டன்

சர்க்கரையைத் தான் வாங்கிக்கொள்வதாக அறிவித்தது சோவியத் யூனியன். விருப்பமில்லாவிட்டாலும் அமெரிக்க - ரஷ்ய கோலி விளையாட்டில் தானும் ஒரு குழியாவது தவிர வேறு வழியில்லை என்று அவருக்குத் தெரிந்துவிட்டது. முழுக்க நனைந்தபின்னால் முக்காடு எதற்கு என்று பகிரங்கமாக அமெரிக்காவுக்கு சவால் விட்டார்.

ஆமாம், நான் மார்க்சியவாதிதான்! கம்யூனிஸ்டுதான். க்யூபாவில் நடப்பது சோஷலிச அரசுதான். என்ன அதனால்? உன்னால் என்ன செய்துவிடமுடியும்? முடிந்ததைச் செய்துகொள் என்று சொல்லிவிட்டார்.

1960ம் வருஷத்து வசந்தகாலத்தில் அமெரிக்க அதிபராக இருந்த ஐசனோவர் இதுவிஷயம் குறித்து ரொம்பக் கவலைப்பட்டு சி.ஐ.ஏ.வை அழைத்து ரகசியமாக விவாதித்தார். காஸ்ட்ரோவை வளரவிட்டால் ரொம்ப ஆபத்து என்பதால் எப்படியாவது அங்கே ஒரு புரட்சியை உண்டுபண்ணி, அரசைக் கவிழ்த்து, ஃபிடலைத் தீர்த்துக்கட்டிவிடவேண்டும் என்பதுதான் அந்த விவாதத்தின் சாரம்.

அமெரிக்க உளவுத் துறையான சி.ஐ.ஏ.வுக்கு இந்த மாதிரி காரியங்களெல்லாம் திருநெல்வேலி அல்வா சாப்பிடுவதுமாதிரி என்பதால் ஆத்ம சுத்தியுடன் ஏற்பாடுகள் செய்ய ஆரம்பித்தார்கள்.

க்யூபாவிலிருந்து கௌதமாலாவுக்குக் குடிபெயர்ந்த காஸ்ட்ரோ விரோத இளைஞர்கள் சிலரை (மொத்தம் 1400 பேர் என்று கணக்கு) தேடிப்பிடித்து, ஒருங்கிணைத்து ஆயுதப் பயிற்சி தரத்தொடங்கினார்கள். அதற்குள் பொதுத்தேர்தல் வந்து ஐசனோவர் பதவி விலகி, கென்னடி அதிபரானதால் முழுத்திட்டத்தையும் அவருக்கு விளக்கிச் சொல்லி ஆலோசனை கேட்டது சி.ஐ.ஏ.

கென்னடிக்கும் காஸ்ட்ரோ பயம் இருந்தது. மிகப்பக்கத்தில் இருக்கிற ஒரு தேசத்தில் கம்யூனிச ஆட்சி நடப்பது அமெரிக்காவுக்கு எப்போதுமே ஆபத்துதான் என்று அவர் நினைத்தார். பேச்சு வார்த்தை பூசி மெழுகலுக்கெல்லாம் ஃபிடல் சரிப்படமாட்டார் என்பதும் அவருக்குத் தெரிந்திருந்ததால் அந்த ரகசியத் தாக்குதல் திட்டத்துக்கு மௌனமாகத் தன் சம்மதத்தைத் தெரிவித்து 'ரொம்ப ஜாக்கிரதையாகச் செய்யுங்கள்' என்று சிஐஏ அதிகாரிகளிடம் எச்சரித்து அனுப்பிவைத்தார். ஜாக்கிரதை என்கிற சொல்லுக்கு ரகசியமாக என்று அர்த்தம்.

வெளிவிவகார விஷயங்களில் அமெரிக்காவின் பேர் ரிப்பேராகத் தொடங்கியிருந்த நேரம் அது. எல்லா நாடுகளிலும் என்னவாவது வம்பு பண்ணிக்கொண்டே இருக்கிறார்களே என்று எல்லாருமே பேசத்தொடங்கியிருந்தார்கள். ஆகவே தாம் அதிபராகப் பொறுப்பேற்றிருந்த சமயத்தில் எந்த அசம்பாவிதமும் பகிரங்கமாக நடக்கக் கூடாது என்று கென்னடி நினைத்தார். ஆனால் ரகசியமாக நடக்கலாம்!

ஏப்ரல் 17, 1961. ஆயிரத்தி நானூறு புரட்சியாளர்கள். நாலைந்து அமெரிக்க விமானங்களில் அமெரிக்கப் பைலட்டுகள் உதவியுடன் கௌதமாலாவிலிருந்து புறப்பட்டு க்யூபாவின் கடற்கரையோரம் ஊடுருவத்தொடங்கினார்கள்.

பரம ரகசியமாக சிஐஏ கட்டிக்காத்த இவ்விஷயம் சரியாக நாலு நாள் முன்னதாக எப்படியோ லீக் ஆகிவிட்டதால் பத்திரிகையாளர்கள் கென்னடியை மொய்த்துக்கொண்டுவிட்டார்கள். கென்னடி திட்டவட்டமாகச்சொன்னார்: "க்யூபாவில்என்னநடக்கப்போகிறது என்று எனக்குத் தெரியாது. ஆனால் நிச்சயமாக அமெரிக்க வீரர்கள் யாரும் அங்கே அரசுக்கு எதிராகத் தாக்குதல் நடத்தமாட்டார்கள்"

ஒரு வகையில் இது உண்மைதான். அமெரிக்க பைலட்டுகளைத்தான் கென்னடி அளித்திருந்தாரே தவிர அமெரிக்க வீரர்களை அல்ல. அங்கே புரட்சி வெற்றியடைந்தாலும் தோற்றாலும் க்யூப மக்களே சாதித்துக்கொண்டது என்பதாகச் சொல்லிவிடலாம். அமெரிக்காவுக்கு ஒரு சம்பந்தமும் இல்லை என்று சொல்லிவிடலாம். ஆனால் எப்படியும் புரட்சி வெற்றியடையும் என்றே கென்னடி நம்பினார். சிஐஏவின் டிரெய்னிங்கில் அவருக்கிருந்த நம்பிக்கை அப்படிப்பட்டது.

ஆனால் நடந்தது வேறு. காஸ்ட்ரோவின் முழுத் திறமை என்ன என்பதைக் கணிக்கத் தவறிவிட்டது சிஐஏ. அவரது மக்கள் செல்வாக்கு எப்படிப்பட்டது என்பதையும் அவர்கள் கவனிக்கவில்லை. புரட்சி மூலம் ஆட்சிக்கு வந்தவர்தானே, மக்கள் எங்கிருந்து சப்போர்ட் பண்ணப்போகிறார்கள் என்று நினைத்துவிட்டார்கள்.

விளைவு?

க்யூப எல்லைக்குள் நுழைந்த புரட்சியாளர்களை ஓட ஓட விரட்டியது ஃபிடலின் ராணுவம். க்யூபாவின் ஒரு குடிமகன் கூட புரட்சியாளர்களுக்கு உதவ முன்வரவில்லை. மாறாக, புரட்சியாளர்களைச் சுட்டு வீழ்த்துவதில் ராணுவத்துக்குப் பொதுமக்களே மனமுவந்து உதவ முன்வந்தார்கள்.

ஒரு புரட்சியாக வேண்டியது, வெறும் தெருக்கலவரம் மாதிரி உயர்ந்து அடங்கிப்போய்விட்டது! 1400 பேரில் ஒருத்தர் கூடத் தப்பமுடியவில்லை. அந்த நான்கு அமெரிக்க விமானங்களை ஓட்டிவந்த அமெரிக்க பைலட்டுகளும் சுட்டு வீழ்த்தப்பட்டார்கள். (க்யூபாவுக்கு அமெரிக்கர்கள் யாருமே போகவில்லை என்று கென்னடி திட்டவட்டமாகச் சொல்லியிருந்ததால், அந்த நான்கு பைலட்டுகள் என்ன ஆனார்கள் என்றே தெரியவில்லை என்று சொல்லிவிட்டார்கள். காணாமல் போய்விட்டோர் பட்டியலில் அவர்கள் பேரைச் சேர்த்துவிட்டு, அவரவர் குடும்பத்தாரிடம் அவர்கள் இறந்ததையே சொல்லாமல் மறைத்துவிட்டார்கள்!)

இது பெரிய பிரச்னையாகிவிட்டது. அமெரிக்க மீடியா விழித்துக்கொண்டு க்யூபாவுக்கு உண்மை நிலவரம் அறிய நிருபர்களை அனுப்பத் தொடங்கிவிட்டது. உடனே வெள்ளை மாளிகையிலிருந்து மீடியாவின் வாயைக்கட்ட ஏற்பாடுகள் நடக்கத் தொடங்கின. சில பத்திரிகைகள் வீழ்ந்தன. சில அப்படியும் விடாமல் கௌதமாலாவில் க்யூப அகதிகளைக் கொண்டு சிஐஏ நடத்திய ஆயுதப் பயிற்சி கேம்ப் பற்றி விவரம் சேகரித்து அங்கிருந்து வால் பிடித்துக்கொண்டு, க்யூபாவில் நடந்த புரட்சி வரைக்கும் விசாரித்துத் தகவல் தேற்றிவிட்டன. படாதபாடுபட்டுப் பல பத்திரிகைகளில் செய்தி வராமலிருக்கத் தன்னாலான அத்தனை ஏற்பாடுகளையும் செய்தது சிஐஏ. நியூயார்க் டைம்ஸே, அச்சேறவிருந்த நேரத்தில் செய்தியை நிறுத்தியது என்றால் பார்த்துக்கொள்ளுங்கள்!

“அந்தச் செய்தியை வெளியிடாதிருப்பது ஒருவித தேசசேவையே ஆகும். தேசத்தின் மானத்தைக் காப்பாற்ற மீடியா உதவவேண்டும்” என்று வெள்ளை மாளிகையிலிருந்தே ரகசியச் செய்தி போனதால்தான் வெளியாகவில்லை என்று பின்னர் அரசல் புரசலாக வெளியே வந்தது.

எப்படியானாலும் க்யூபா விவகாரத்தில் அமெரிக்கா தன் மூக்கை உடைத்துக்கொண்டது, உடைத்துக்கொண்டதுதான். கேஸ்ட்ரோ

என்கிற தனிமனிதனின் மக்கள் செல்வாக்கு எத்தகையது என்று சரியாகக் கணிக்கத் தெரியாததற்கு அத்தேசம் கொடுத்த விலை மிக அதிகம். அதற்குப் பழிதீர்க்கும் விதமாகத்தான் இன்றைக்கு வரைக்கும் க்யூபாவுக்குப் பல பொருளாதாரத் தடைகள் விதித்திருப்பது.

இன்றைக்கு வரைக்குமே அங்கே கேஸ்ட்ரோதான் அதிபர். எத்தனையோ அமெரிக்க அதிபர்கள் மாறிவிட்டார்கள். ஆனால் கேஸ்ட்ரோ மாறவில்லை. அவரது கொள்கைகள் மாறவில்லை. க்யூப மக்கள் அவர் மேல் கொண்ட நம்பிக்கை மாறவில்லை. சோவியத் யூனியனிலெயே கம்யூனிசம் வீழ்ந்தபோதிலும் இரும்புத்தூண்மாதிரி இன்றைக்கு வரைக்கும் அதைக் கட்டிக் காப்பாற்றிக்கொண்டிருக்கிறார் ஃபிடல். எப்படி அவரால் அது முடிந்தது என்பது மிகப்பெரிய கதை. அமெரிக்க சரித்திரத்தில் அதற்கு இடமில்லையாதலால் நாம் இப்போது கேஸ்ட்ரோவிடமிருந்து விடைபெற்று கென்னடியிடம் போயாகவேண்டும்.

35. அதிரடி தேசத்தின் அமைதிப்படைகள்

கென்னடி அதிபரான சூட்டிலேயே வியட்நாம் யுத்தம், க்யூப கலாட்டா என்று இரண்டு பக்கங்களில் உதை சாப்பிட வேண்டியிருந்ததைப் பார்த்தோம். வேறு யாராவதாக இருந்தால் இந்த இரண்டு விவகாரங்களுடன் முட்டிக்கொள்வதிலேயே பதவிக்காலத்தைக் கழித்துவிட்டு அக்கடாவென்று ஊரைப் பார்க்கப் போய்ச் சேர்ந்திருப்பார்கள். ஏனென்றால் வியட்நாம் யுத்தமும் சரி, க்யூபாவில் உண்டான நெருக்கடியும் சரி - அந்த இரு தேசங்களுடன் அமெரிக்காவின் உறவை பாதித்தது என்பதை மீறி இன்னொரு பரிமாணத்தையும் கொண்டவை. ரஷ்யாவுடனான பனிப்போரின் மறைமுக வெளிப்பாடுகள் அவை. அமெரிக்கா மாதிரி ஒரு பணக்கார, தெனாவெட்டு தேசத்துக்கு அங்கே கிடைத்த தோல்விகளும் ஏமாற்றங்களும் எத்தனை வெறி ஏற்படுத்தியிருக்கும் என்பதை விவரிக்கவே முடியாது. முரட்டுத்தனம், மேலும் முரட்டுத்தனம், மேலும் மேலும் முரட்டுத்தனம் என்று அக்மார்க் அயோக்கியத்தனங்களைத் தொடர்ந்து செய்யத் தொடங்கியிருக்கும் அத்தேசம்.

ஆனால் கென்னடி கெட்டிக்காரர். அயலுறவு விவகாரங்களில் சறுக்கல் ஏற்படுகிறதா? உள்நாட்டில் சில நல்ல காரியங்களை உடனே செய்து அதை சமன் செய்துவிடு என்பதுதான் அவர் தம் அதிகாரிகளுக்கு அளித்திருந்த முதல் கட்டளை. இதன் அர்த்தம் என்னவென்றால், சொந்த தேசத்து மக்களை எப்போதும் சந்தோஷத்தில் வைத்திருப்பதன் மூலம் வெளிதேசங்களில் என்ன ஆட்டம் ஆடினாலும் உள்ளூர் சப்போர்ட்டைத் தொடர்ந்து தக்கவைத்துக்கொள்ளமுடியும் என்பதுதான்.

அதன்படி பதவிக்கு வந்த சூட்டிலேயே அவர் சில உருப்படியான திட்டங்களை வகுத்துக்கொடுத்தார். நாட்டில் அறுபது வயதுக்கு மேற்பட்ட யாராக இருந்தாலும் அவர்களுக்கான மருத்துவ உதவிகள் எதுவானாலும் அரசு முன்னின்று சுலபமாகச் செய்துதரும் என்பது அவற்றுள் மிக முக்கியமானது. வெறும் மெடிக்கல் கேம்ப் போடுகிற விஷயம் இல்லை இது. பனிக்காலத்தில் ஜலப் பிடிப்பதில் தொடங்கி இதயப் பிரச்னை, மூளைப் பிரச்னை,

சிறுநீரகப் பிரச்னை, இன்னும் என்னென்ன பணம் பிடுங்கும் பிரச்னைகள் வந்தாலும் சரி. மூத்த குடிமகனா? உடனே முதல் மரியாதை. எளிய ஃபார்மாலிடிஸ். மிகச்சிறந்த தரத்திலான மருத்துவ உதவிகள். நம்பமுடியாத அளவுக்குக் குறைந்த செலவு. யாரும் க்யூவில் நிற்கவேண்டாம். கவர்மெண்ட் ஆசுபத்திரிதானே என்று கேவலமாக நினைக்கவும் வேண்டாம். எல்லாமே சர்வதேசத் தரம். ஆசுபத்திரிமுதல் அங்கே அளிக்கப்படும் சிகிச்சை வரை.

தவிர இன்ஷூரன்ஸ் துறையிலும் முதியோருக்கு அதி அற்புதமான திட்டங்கள் பலவற்றைக் கென்னடி வகுத்துத் தந்ததன் மூலம் அன்றைக்கு அமெரிக்காவில் இருந்த அத்தனை பெரிசுகள் மத்தியிலும் அவர் ஒரு தேவதூதனாகவே கருதப்பட்டார்.

கல்வித்துறைக்கு நிறைய பணம் ஒதுக்கி, எக்கச்சக்க மானியங்களும் அளித்து பள்ளிக்கல்வி தொடங்கி பல்கலைக்கழகக் கல்வி வரை எல்லாமே மிகச் சிறந்த தரத்தில் அமைய வழிவகுத்தது இன்னொரு சாதனை. அமெரிக்கா அதற்கு முன் பார்த்திராத அளவுக்கு கல்வித்துறை அங்கே கென்னடி காலத்தில் ஜோராகச் செழித்தது. ரொம்ப முக்கியம், பாடத்திட்டங்களில் அவர் வற்புறுத்திப் புகுத்திய பல மாற்றங்கள். வாழ்க்கைக்கு உதவாத எதுவும் பாடங்களில் இருக்கக் கூடாது என்பதில் கென்னடி மிகக் கறாராக இருந்தார். அதைவிட முக்கியம், யார் என்ன படிக்க விரும்பினாலும் உடனே அதற்கான வாய்ப்பு, ஸ்காலர்ஷிப்புடன் சேர்த்தே கிடைத்தது. இட ஒதுக்கீடு விவகாரங்களெல்லாம் கிடையாது. எல்லாருக்கும் பள்ளிக் கல்வி. ஒழுங்காகப் படித்தால் மேலே படிக்கப் பணத்துடன் சேர்த்து கல்வி. சிம்பிள் பாலிசி!

இந்தத் திட்டத்துடன் சேர்த்து அவர் செய்த இன்னொரு உருப்படியான காரியம், அங்கிருந்த நீக்ரோ இனத்தவருக்கும் இதே சலுகைகள் கிடைக்கச் செய்தது. பழைய கசப்புகளையெல்லாம் மனத்திலிருந்து துடைத்து எறியுங்கள்; இதோ ஒரு பெருங்கதவு திறந்திருக்கிறது! வந்து அறிவுச் செல்வத்தை அள்ளிக்கொள்ளுங்கள் என்று கவித்துவம் ததும்ப சொற்பொழிவாற்றியதுடன் அவர் நின்றுவிடவில்லை. சொன்னதைச் செய்தும் காட்டினார்.

சொல்லப்போனால், அமெரிக்கக் கருப்பர்களின் கல்வித்தரம் மேம்படத்தொடங்கியதே கென்னடி காலத்தில்தான்.

இந்தமாதிரி உள்ளூரில் அவர் செய்த உருப்படியான காரியங்கள் மூலம், ‘வெளியே’ என்ன செய்தாலும் மக்கள் கேள்வி கேட்கமாட்டார்கள் என்கிற நிலை அவர் பதவிக்கு வந்த மிகச்சில மாதங்களுக்குள்ளேயே உண்டாகிவிட்டது.

எப்படியும்வியட்நாம்யுத்தத்தைத்தன்காலத்துக்குள்ஒருமுடிவுக்குக் கொண்டுவரமுடியும் என்கிற நம்பிக்கை ஆரம்பத்திலிருந்தே கென்னடிக்கு இல்லை. ஒரு ஒப்புக்குத்தான் அங்கே போரை நடத்திக்கொண்டிருந்தார். ஆனால், லத்தீன் அமெரிக்க நாடுகளுடன் நல்லுறவு ஏற்படுத்திக்கொள்கிற விஷயத்தில் அவர் செலுத்திய தீவிரம் மிக ஆச்சர்யகரமானது.

க்யூபாவில் ஏற்பட்ட நெருக்கடி ஒருவேளை இதற்குக் காரணமாயிருக்கலாம். தூர தேசங்களில் கால் ஊன்ற மெனக்கெடும் வேளையில் தன் காலடியில் யாரும் குழி பறித்துக்கொண்டிருக்க விடக்கூடாது என்கிற ஜாக்கிரதை உணர்வும் காரணமாயிருக்கலாம். ‘அமெரிக்காவா? அடாவடி சண்டைபோட மட்டும்தான் வரும்’ என்கிற உணர்வை உலக மக்களிடமிருந்து நீக்கவேண்டும் என்கிற முனைப்பும் மிக முக்கியக் காரணமாயிருக்கலாம்.

அவர் ஒரு காரியம் செய்தார். உள்ளூரில் இளைஞர்களைப் பொறுக்கி ஒரு பெரும் அமைதிப்படையை உருவாக்கினார். ஒருத்தரிடமும் ஆயுதம் கூடாது. அமைதி மட்டுமே ஆயுதம். அவர்களின் பணி என்னவென்றால் அதிபர் சுட்டிக்காட்டும் தேசங்களுக்கெல்லாம் போகவேண்டும். அமெரிக்காவின் நட்பை அங்கே எடுத்துச் சொல்லும்விதமாக உருப்படியான களப்பணிகள் ஆற்றவேண்டும். வளரும் நாடுகளின் துரித வளர்ச்சிக்கு பிரதிபலன் எதிர்பாராமல் உதவிசெய்துவிட்டு வரவேண்டும். ஏழை நாடுகளின் மேம்பாட்டுக்கு என்னென்ன செய்யலாமோ அத்தனையும் செய்துதரவேண்டும்.

மேலோட்டமாகப் பார்த்தால் தமிழ் சினிமா லாஜிக் மாதிரி இருந்தாலும் கென்னடி இதை மிக வெற்றிகரமாக நடத்திக்காட்டினார். உள்நாட்டு யுத்தங்களாலும் பஞ்சத்தாலும் வறட்சியாலும் மிகவும் பாதிக்கப்பட்டிருந்த பல தென்னமெரிக்க தேசங்களுக்கு கென்னடி அனுப்பிய இந்த அமைதிப்படைகள் பல உருப்படியான உதவிகள் செய்து கொடுத்திருக்கின்றன. எல்லாமே

'நாளைக்குத் திரும்பவரும்' என்கிற கணக்கின் அடிப்படையில் செய்யப்பட்ட உதவிகள்தான் என்றாலும் அந்தச் சமயத்தில் அந்த உதவிகள் அத்தேசங்களுக்கு மிக அவசியமாக இருந்தன என்று எழுதுகிறார்கள் அரசியல் சரித்திர வல்லுநர்கள்.

இந்தக் காரியங்களை வெற்றிகரமாகச் செய்துகொண்டிருந்த அதே சமயம் இன்னொரு மிக முக்கியமான காயையும் நகர்த்தினார் கென்னடி. அது - அமெரிக்காவில் வளர்ந்துகொண்டிருந்த கம்யூனிஸ்டுக் கட்சியையும் தொழிற்சங்கங்களையும் தட்டிவைப்பது. இன்றைக்கு வரை அமெரிக்காவின் சூப்பர் ஸ்டார் அதிபர் என்று அவர் புகழப்படுவதற்கு மிக முக்கியக் காரணம் இதுதான்.

கம்யூனிஸ்ட் கட்சிகளின் ஒரே பலம் தொழிலாளர் சமூகம் தான். ஆகவே அமெரிக்கத் தொழிலாளர்களின் அத்தனை எதிர்பார்ப்புகளையும் அரசே தீர்த்துவைத்துவிடும்பட்சத்தில் அவர்களை இயக்கத்திலிருந்து விலக்கிவைப்பது சுலபம் என்று கணக்குப் போட்டார் கென்னடி.

அதன்படி, தொழில்துறையின் அடிமட்ட ஊழியர்களிலிருந்து ஆரம்பித்து யூனியன் லீடர்கள் வரை ஒருத்தர்விடாமல் விசாரித்து, தேவைகளை உடனுக்குடன் தீர்த்துவைக்கத் தனியே ஒரு டிப்பார்ட்மெண்டே அமைத்தார் கென்னடி. போராடுவதற்கு இனி இங்கே விஷயமே இல்லை என்கிற நிலை உருவாகும் அளவுக்கு, தொழிலாளர்கள் போதும் போதும் என்று சொல்கிற அளவுக்குச் சம்பளங்களையும் சலுகைகளையும் வாரிக்கொடுத்தது அரசு.

விளைவு? யூனியன் லீடர்களின் வாலைச் சுருட்டிப் பரணில் போட்டார்கள். கம்யூனிஸ்டுகள் வாயே திறக்கமுடியாதபடி செய்து அப்படியே ஓரம் கட்டி ஒரு மூலையில் உட்காரச்செய்துவிட்டார்கள்.

அன்று தொடங்கி இன்றுவரைக்குமே அமெரிக்காவில் கம்யூனிசம் பேரளவுக்குக் கூடத் தழைக்காததற்கு கென்னடி அன்று செய்த இந்தக் காரியம் தான் மிக முக்கியமான காரணம். கென்னடிக்கு அடுத்துவந்த அத்தனை அதிபர்களுக்குமே இந்த சூட்சுமம் சரியாகப் புரிந்திருந்ததால் யாருக்கு என்ன கஷ்டம் வந்தாலும் தொழிலாளர்களுக்கு எந்தக் கஷ்டமும் இல்லாதபடி

பார்த்துக்கொள்ள ஆரம்பித்துவிட்டார்கள். அதுவும் அமெரிக்கத் தொழிலாளர் சமூகம் என்பது மற்ற தேசங்களுடன் ஒப்பிட்டால் மிகவும் சின்னது. அங்கே மண்ணின் மைந்தர்களைக் காட்டிலும் வெளிநாட்டினர்தான் அதிகம் உத்தியோகம் பார்க்கிறவர்கள். ஆகவே மைனாரிடிகளான உள்ளூர்த் தொழிலாளர்களின் நலனில் தீவிர கவனம் செலுத்துவது அரசுக்குப் பிரமாதமான காரியமும் அல்ல.

அதைச் சரியாக அவர்கள் செய்ததால் யாரும் யூனியன் ஆபீஸ்களில் உட்கார்ந்து டீ குடித்துக்கொண்டு புரட்சி குறித்து யோசித்துக்கொண்டிராமல் ஒழுங்கு மரியாதையாக வேலை பார்த்து, கூலி வாங்கிக்கொண்டு போக ஆரம்பித்துவிட்டார்கள்.

இந்த ஒரு காரியத்தைச் சாதித்ததற்காக கென்னடி நியாயமாக மிகவும் பெருமைப் பட்டிருக்கவேண்டும். பதவிக்கு வந்த முதல் ஆண்டிலேயே அவர் செய்துமுடித்த வேலை இது. ஆனால் வெற்றிவிழா கொண்டாடிக்கொண்டிருக்கவெல்லாம் அவருக்கு அவகாசமே இல்லாமல் போய்விட்டது - ரஷ்யா செய்த ஒரு காரியத்தால்.

அது 1962ம் வருஷம். அக்டோபர் மாதம். க்யூபாவில் அமெரிக்கா முன்னின்று நடத்திய ரகசியப் புரட்சியின் தோல்வியும் அதைத் தொடர்ந்த கலாட்டாக்களும் மீடியா அமெரிக்க அரசைப் பிடித்து நார் நாராகக் கிழித்ததுமெல்லாம் கொஞ்சம் அடங்கியிருந்த நேரம். திடீரென்று சோவியத் யூனியன் தனது பிரும்மாண்டமான ஏவுகணைத் தளமொன்றை க்யூபாவில் கொண்டுபோய் நிறுவத்தொடங்கியது.

இதைவிடப் பெரிய மிரட்டல் ஏதும் அமெரிக்காவுக்குச் செய்துவிடமுடியாது! அத்தேசத்திலிருந்து சரியாகத் தொண்ணூறு மைல் தொலைவில் ஒரு ரஷ்ய ஏவுகணைத்தளம்! என்னத்துக்கு அங்கே கொண்டு வைப்பானேன்? சும்மா பொம்மை ராக்கெட் விட்டுப் பார்க்கவா? அல்லது கடலுக்குள் ஏவுகணை செலுத்தி தங்கப்புதையல் எடுக்கவா? அ, நல்ல கதை!

பதறிப்போனார் கென்னடி. அவரது கோபம் எல்லை கடந்துபோனது அந்த ஒரு சந்தர்ப்பத்தில் தான். கொஞ்சநாள் முன்னால்தான்

சோவியத் பிரசிடெண்ட் குருட்ஷேவ் 'அமெரிக்காவை நசுக்குவோம், அமுக்குவோம், அடக்குவோம், ஒடுக்குவோம்' என்றெல்லாம் வீரம் பேசியிருந்தார். அதற்கு இப்படியொரு அர்த்தம் இருக்கும் என்று யாருமே நினைத்துப் பார்த்திராத சமயம் அது. அதெப்படி கரெக்டாக க்யூபாவில் கொண்டுபோய் ரஷ்ய ஏவுகணைத்தளம்? இது வீண் வம்புதானே?

கென்னடி யோசித்தார். ஒரு முடிவு கண்டே ஆகவேண்டும் என்று அவருக்குத் தோன்றியது. உடனே ஒரு பெரிய கப்பல் நிறைய ராணுவத்தையும் ஆயுதங்களையும் ஏற்றி க்யூபாவுக்கு ரைட் ராயலாக அனுப்பினார். 'தபார். வெட்டிப் பேச்சு பேசிக்கொண்டிருக்க நான் தயாராக இல்லை. மரியாதையாக இந்தக் கடையை மூடிக்கொண்டு ஊரைப் பார்க்கப் போகிறாயா? அல்லது ஒரே ராத்திரியில் க்யூபாவை அழித்துவிடவா?' என்று பகிரங்கமாகக் கேட்டார்.

அணுகுண்டு பயம் அத்தனை தேசங்களுக்கும் மிகத் தீவிரமாக இருந்தது அப்போது. அமெரிக்காவின் சோவியத் கோபம் அணுகுண்டு ரூபத்தில் வெடிக்குமானால் அது நிச்சயம் இன்னொரு உலக யுத்தத்துக்கு வழிவகுக்கும் என்பதை க்யூபா உட்பட அத்தனை தேசங்களுமே மிக நன்றாக அறிந்திருந்தன. மேலும் அமெரிக்கா, ரஷ்யா, பிரிட்டன் தவிர வேறெந்த தேசத்திலும் அப்போது அணுகுண்டு இல்லை என்பதும் பதற்றத்தை அதிகரித்த காரணிகளுள் ஒன்று.

கென்னடியின் எச்சரிக்கையை முதலில் சோவியத் யூனியன் பொருட்படுத்தவில்லை. ஒருமாதிரி யுத்தமேகம் சூழத்தொடங்கிவிட்டிருந்தது. ஆனால் குருட்ஷேவ் என்ன நினைத்தாரோ, இறுதியில் தன் முடிவை மாற்றிக்கொண்டு, க்யூபாவிலிருந்த தன் ஏவுகணையைப் பிரித்து மூட்டைகட்டிக்கொண்டு திருப்பி அனுப்ப ஒப்புக்கொண்டுவிட்டார்.

பனிப்போர் காலத்தில் அமெரிக்காவுக்குக் கிடைத்த மாபெரும் வெற்றி இது. ஆனால் கென்னடி அந்த வெற்றியைக் கொண்டாட விரும்பவில்லை. மாறாக, சோவியத் யூனியனுடன் நல்லுறவை ஏற்படுத்த, அப்புறம் அதை மேம்படுத்தக் கொஞ்சம் மெனக்கெட ஆரம்பித்தார். காரணங்கள் ஏதுமில்லாமல் வீம்புக்குச் சண்டை

போட்டுக்கொண்டிருப்பதில் ஒரு அர்த்தமும் இல்லை என்பது கென்னடியின் சித்தாந்தம். பொதுவாக அமெரிக்க அதிபர்களின் சித்தாந்தம் - சோவியத் விஷயத்தில் இதுவல்ல. நிச்சயம் அல்ல. ஆனால் கென்னடி முதல்முதலாக சோவியத் யூனியனுடன் நல்லுறவு வேண்டும் என்று சொன்னார். அவரது இடைவிடாத முயற்சியின் விளைவாகத்தான் 1963ம் வருடம் ஆகஸ்டில் சோவியத் யூனியன், பிரிட்டன் ஆகிய இரு தேசங்களுடன் அணு ஆயுதப் பரிசோதனைகளை நிறுத்திக்கொள்ளும் ஒப்பந்தம் சாத்தியமானது.

ஒட்டுமொத்த உலகமும் கென்னடியைக் கொண்டாடியது இந்தக் காரணத்தால்தான். அதற்குமுன் இருந்த எந்த ஒரு அமெரிக்க அதிபராலும் சாதிக்கமுடியாத மிகப்பெரிய செயல் இது. ஒரு ஹலோ கூட சொல்லிக்கொள்ளாத இரண்டு தேசத் தலைவர்களும் சேர்ந்து பேசியதும் கைகுலுக்கியதும் அமைதி ஒப்பந்தம் கண்டதும் - சந்தேகமில்லாமல் கென்னடியின் சாதனையே.

அந்த வருஷம் ஆகஸ்டில் அந்த அமைதி ஒப்பந்தத் திருவிழா நல்லபடியாக நடந்து முடிந்ததும் கென்னடி தீவிரமாக இனி உள்நாட்டு அபிவிருத்தித் திட்டங்களில் கவனம் செலுத்தவேண்டும் என்று முடிவு செய்துகொண்டு தேசம் தழுவிய சுற்றுப்பயணத்திட்டம் ஒன்றை வகுத்துக்கொண்டார். அதன் முதல் கட்டமாக நவம்பர் 1963ல் டெக்ஸாஸில் தனது சூறாவளி சுற்றுப்பயணத்தை ஆரம்பித்தார். போகிற இடங்களிலெல்லாம் ஆரவாரம். புத்துணர்ச்சி ஊட்டுகிற அதிபரின் சொற்பொழிவுகள். மக்கள் வெள்ளம். மாலை, மரியாதைகள். தனிப்பட்ட முறையில் மர்லின் மன்ரோவுடனும் மற்ற பல பெண்களுடனும் இணைத்து வெளியான கிசுகிசுக்களால் அவருக்கு ஏற்பட்டிருந்த கெட்டபெயரையும் துடைத்து ஒரு முழுநேர மக்கள் சேவகனாகத் தன்னை அடையாளப்படுத்திக்கொள்ளவேண்டிய கட்டாயமும் அப்போது அவருக்கு இருந்தது.

யாருமே எதிர்பார்க்கவில்லை. அந்தச் சுற்றுப்பயணம்தான் அவரது இறுதிப்பயணத்தின் ஆரம்பமாகிவிட்டது. நவம்பர் 22ம்தேதி பயணத்தில் இருந்தவரை லீ ஹார்வி ஆஸ்வல்ட் என்பவன் சுட்டுக்கொன்றான்.

ஸ்தம்பித்துவிட்டது அமெரிக்கா. பேச்சற்றுப் போனது உலகம். யார்? யாரவன்? எதற்காகக் கென்னடியைக் கொன்றான்? எதற்காக? எதற்காக? எதற்காக?

எல்லாத் தரப்பிலிருந்தும் அதே கேள்விதான். பதில் கிடைக்கக் கொஞ்சம் தாமதமானது. கிடைத்தபதில்: லீ ஹார்வி ஒரு மனநோயாளி. ஆகவே அவன் ஏன் கொன்றான் என்று தெரியவில்லை. காரணமே இல்லாமல்தான் கொன்றான்!

அதெல்லாம் இல்லை; இது சோவியத் சதி, ஃபிடல் காஸ்ட்ரோ செய்த ஏற்பாடு, கம்யூனிஸ்டுகளின் வஞ்சம் தீர்க்கும் படலம் என்று ஆளுக்கு ஆள் ஆயிரம் காரணங்களைச் சொன்னார்கள். அமெரிக்க உளவுத்துறையான சிஐஏவே திட்டமிட்டுச் செய்த படுகொலை என்று குற்றம் சாட்டியவர்களும் உண்டு. கென்னடியின் அரசியல் விரோதிகளிடம் சிஐஏ விலைபோய்விட்டது என்று பேசினார்கள்.

எதற்குமே ஆதாரம் இல்லை. கென்னடி குண்டுபாய்ந்து இறந்துவிட்டார். அவ்வளவுதான்!

அமெரிக்காவே கதறிவிட்டது அந்தச் சம்பவத்தின்போது. அமெரிக்கர்கள் ஒவ்வொருவரும் மனதார விரும்பிய அதிபரல்லவா? சொந்த வாழ்க்கையில் ஆயிரம் குளறுபடிகள் வைத்துக்கொண்டிருந்தபோதும் கென்னடி தம் பொதுவாழ்க்கையை மிக சுத்தமாகவே வைத்திருந்தார். ஒரு குற்றச்சாட்டு கிடையாது. கசமுசா கிடையாது. அவரது காலத்தில் ஊழல் என்ற பேச்சுக்கே நாட்டில் இடமிருக்கவில்லை. எல்லாவற்றைவிட முக்கியம், அமெரிக்கத் தொழிலாளர் வர்க்கத்தின் கண்கண்ட கடவுளாகவே அவர் ஆகிப்போயிருந்தார்.

அதனால்தான் அமெரிக்கர்கள் அப்படி அழுதார்கள்.

'இனி யார் வந்து அவர் இடத்தை நிரப்பப் போகிறார்கள்?' அத்தனைபேர் மனத்திலும் அந்த ஒரு கேள்விதான் இருந்தது.

36. வீம்புக்காக ஒரு யுத்தம்

சர்க்கஸில் புலிகளைக் கட்டி மேய்க்கவேண்டியவர் எப்படியோ தவறிப்போய் அமெரிக்க அதிபராகிவிட்டார் என்று தமாஷாகச் சொல்லுவார்கள். கென்னடியின் மறைவுக்குப் பின் அமெரிக்காவை ஆளும் பொறுப்பேற்ற லிண்டன் ஜான்சன் அப்படியொரு நெஞ்சுரம் படைத்த ஆசாமி. தனது அதிரடியான நடவடிக்கைகள் மூலம் அமெரிக்கர்களின் தீராத வியப்புக்கு உள்ளான அதிபர். கென்னடி மாதிரி பெரிய கிளாமரெல்லாம் கிடையாதுதான். ஆனால் வெட்டு ஒன்று என்றால் துண்டு ரெண்டானால் போதாது; குறைந்தபட்சம் மூன்று அல்லது நாலாக இருக்கவேண்டும் என்று நினைக்கக்கூடிய விசித்திரப்பிறவி அவர்.

நியாயமாக டெமாக்ரடிக் கட்சியில் அவர் கென்னடிக்கு சீனியர். அவர்தான் அப்போதே அதிபராகியிருக்கவேண்டும். ஆனால் கென்னடியின் மக்கள் செல்வாக்கு அவரை முன்னுக்குத் தள்ளிவிட, வேண்டாவெறுப்பாகத்தான் அவரது துணை ஜனாதிபதியாகப் பொறுப்பேற்றார் ஜான்சன். அரசியல்ல இதெல்லாம் சகஜமப்பா என்கிற கவுண்டமணி சித்தாந்தம் ஜான்சனுக்கும் மிகவும் உவப்பானது என்பதால் துணை ஜனாதிபதியாக இருந்த காலத்தில் மிகப் பொறுமையுடன் தன் பணிகளை ஆற்றிக்கொண்டிருந்தார். யாருமே எதிர்பாராமல் பதவிக்கு வந்த மூன்றே ஆண்டுகளில் கென்னடி சுடப்பட்டு இறந்ததால் ஜான்சனுக்கு வெள்ளைமாளிகை தன் வாசலைத் திறந்துவைத்தது.

யாரும் அத்தனை சுலபத்தில் நெருங்கிப் பேசமுடியாத அதிபர் அவர். கொஞ்சம் முசுடு என்பார்கள். ஆனால் வேலையில் வெறிபிடித்தவர். எந்தக் காரியத்தை எடுத்தாலும் அவருக்கு உடனே அது முடிந்தாகவேண்டும். ஆர அமர யோசிப்பது என்பதெல்லாம் அவர் சரித்திரத்திலேயே கிடையாது. மின்னல் மாதிரி முடிவு எடுப்பார். மின்சார வேகத்தில் செய்து முடித்துவிடுவார்.

பதவிக்கு வந்தவுடன் அவர் முனைப்புக் காட்டிய முதல் விஷயம், கென்னடி ஆரம்பித்துவைத்த அந்த முதியோர் மருத்துவத் திட்டம்தான். அதோடு கூட கருப்பர் உரிமைப் பிரச்னைகளுக்கான

நிரந்தரத் தீர்வுத் திட்டங்கள், ஏழைமை ஒழிப்பு போன்ற காரியங்களை முழு ஆத்ம சுத்தியுடன் செய்தவர் ஜான்சன். இதனால் 1964ம் வருஷத்துப் பொதுத்தேர்தலில் பிரச்னை ஏதுமில்லாமல் அவரால் மீண்டும் வென்று ஆட்சியைத் தக்கவைத்துக்கொள்ள முடிந்தது. சொல்லப்போனால் கென்னடியின் மறைவுக்குப் பின் அடுத்த ஆட்சி ரிபப்ளிகன் கட்சியிடம் போய்விடுமோ என்று டெமாக்ரடிக் பிரகஸ்பதிகள் மிகவும் பயந்துகொண்டிருந்த காலம் அது. ஒரு இடைக்கால அதிபராகத்தான் ஜான்சனை அவரது சொந்தக் கட்சியினரே பார்த்தார்கள். ஆனால், சர்வ வல்லமை படைத்த அமெரிக்க அதிபர் நினைத்தால் என்னென்ன காரியங்களை உருப்படியாகச் செய்யலாம் என்று தினசரி ஒன்றாகச் செய்துகாட்டிக்கொண்டே இருந்தார் ஜான்சன். அதனால்தான் அவரால் அந்தத் தேர்தலில் சுலபமாக ஜெயிக்கமுடிந்தது. முழுசாக ஒரு நாலு வருஷம்!

ஆனால் அந்தக் காலகட்டம் அவருக்கொன்றும் அத்தனை சுலபமாக இல்லை. அதுவரை ஒருமாதிரி முடிவே இல்லாத யுத்தமாகத் தொடர்ந்துகொண்டிருந்த வியட்நாம் விவகாரம் ஜான்சன் பதவிக்கு வந்ததும் தன் முழுவேகத்தை எட்டிப் பிடித்திருந்தது.

நிஜமாக நடந்ததா, செட்டப்பா என்று சரியாகத் தெரியவில்லை. வியட்நாம் கடற்பகுதிக்குச் சற்று வெளியே அமெரிக்கக் ரோந்துக் கப்பல் ஒன்று தாக்குதலுக்கு உள்ளானது. அது தவிர சில வர்த்தகக் கப்பல்களும் தாக்கப்பட்டதாகச் செய்தி வந்தது. எல்லாமே கம்யூனிஸ்டு வடக்கு வியட்நாம் போராளிகளின் கைங்கர்யம் தான் என்று சூடம் அணைத்து சத்தியம் செய்தது சி.ஐ.ஏ.

இழுத்துக்கொண்டே போகும் இந்த விவகாரத்தை ஒரு முடிவுக்குக் கொண்டுவந்தே தீரவேண்டும் என்று நினைத்தார் ஜான்சன். இந்தச் சம்பவத்தை ஒரு சாக்காகவைத்து வியட்நாம் மீது முழு அளவில் தாக்குதல் நடத்தப் போவதாக அறிவித்துவிட்டார்.

அமெரிக்கப் பாதுகாப்புத்துறைச் செயலாளர் ராபர்ட் மெக்னமாராதான் விஷயத்தை மக்களுக்கு விளக்கினார். இந்தமாதிரி, நமது ரோந்துக் கப்பல் மேடாக்ஸ் சமர்த்தாகக் சர்வதேசக் கடற்பகுதியில் ரோந்து போய்க்கொண்டிருந்தது; திடீரென்று தாக்குதல் நடத்தி அதை அழித்தது வடக்கு வியட்நாம்

போராளிகள்தான். இதைச் சும்மா விடுவதற்கில்லை என்று ராணுவபாஷையில் சொன்னார். அதாவது, வியட்நாம் கடல் எல்லைக்கு வெளியே சர்வதேச நீர்ப்பரப்பில்தான் தங்கள் கப்பல் போய்க்கொண்டிருந்ததாகவும் வம்புச்சண்டைக்கு வருவது போலத்தான் வந்து அழித்ததாகவும் சொன்னார்.

அமெரிக்க மக்களுக்கு எந்த விளக்கமுமே அப்போது வேண்டியிருக்கவில்லை. என்னவாவது செய்யுங்கள்; எப்படியாவது வியட்நாமை ஜெயித்தோம் என்று சொல்லிவிட்டு வாருங்கள் என்று தான் இருந்தார்கள். அப்படியொரு அலுப்பு வந்துவிட்டிருந்தது. சும்மாவா? மூன்று அதிபர்கள் மாறியபிறகும் ஒரு யுத்தம் தொடர்ந்துகொண்டே இருக்குமென்றால் இழப்புகளுக்கு யார் பொறுப்பு?

ஜான்சன் யோசித்தார். பேச்சுவார்த்தைக்கு முகூர்த்தம் ஒன்றும் கூடிவரவில்லை. சாதா யுத்தமும் சரிப்படமாட்டேனென்கிறது. ரவுண்டுகட்டி ஒரு ஃபுல் அடித்தால்தான் சரிப்படும் என்று அவருக்குத் தோன்றிவிட்டது. ஒரு யோசனை தோன்றியபின் அதை ஆராய்ந்துகொண்டிருக்கிற வழக்கம்தான் அவருக்குக் கிடையாதே! உடனே உத்தரவு கொடுத்துவிட்டார்.

அவ்வளவுதான். வியட்நாம் பற்றிக்கொண்டது!

1965ம் வருடத் தொடக்கத்தில் இன்னும் இரண்டுலட்சம் அமெரிக்க வீரர்களை ஏற்றிக்கொண்டு போர்க்கப்பல்கள் வியட்நாமைச் சென்று சேர்ந்தன. இடைவிடாமல் குண்டுகளைப் பொழிய ஆரம்பித்தன அமெரிக்கப் போர்விமானங்கள். நிற்க நேரமில்லை. மூச்சுவிட அவகாசம் கிடையாது. விநாடி நேரத்தில் கிராமங்களும் நிமிட நேரத்தில் நகரங்களும் சர்வநாசமாகத் தொடங்கின. ஒருபக்கம் குண்டுமழை. இன்னொரு பக்கம் வியட்நாம் காடுகளில் ரசாயன திரவ மழை. ஒரு புல் பூண்டு கூட மீண்டும் அங்கே முளைக்கக் கூடாது என்று சொல்லியிருந்தார்கள்.

அடுத்த வருடம் இன்னொரு இரண்டு லட்சம் வீரர்கள், அதற்கடுத்த வருடம் மேலும் ஒரு லட்சம் வீரர்கள் என்று ஆட்களை அள்ளி அள்ளி அனுப்பிக்கொண்டே இருந்தார் ஜான்சன். ஒரு வெறியோடுதான் அவர் இதைச் செய்தார். எப்படியாவது வியட்நாமில் ஒரு விடை கண்டுபிடித்தே தீரவேண்டும்.

எதையும் யோசிக்காதீர்கள். யார் முகத்தையும் பார்க்காதீர்கள். தாக்குதல் ஒன்றே குறி. - இதுதான் அங்கே அமெரிக்க வீரர்களுக்கு அப்போது அளிக்கப்பட்டிருந்த உத்தரவு.

தெற்கு வியட்நாமில் மையம் கொண்டிருந்த அமெரிக்க ராணுவம் அந்தப் பகுதியை நிரந்தர அவசர நிலைப் பிரதேசமாக அறிவித்திருந்தது. ரோடில் யார் நடந்தாலும் சுடப்படுவார்கள். சில குறிப்பிட்ட கிராமங்களை சுட்டிக்காட்டி 'அழிக்கவேண்டிய பகுதிகள்' என்று மேப்பில் குறித்தார்கள். அங்கெல்லாம் வியட்காங்கிரஸ் போராளிகள் இருப்பதாகச் சொன்னார்கள். தினசரி நூற்றுக்கணக்கான நோயாளிகள், முதியோர், பெண்கள், ஊனமுற்றோர் குண்டடி பட்டு விழுந்துகொண்டே இருந்தார்கள். ஏராளமான கிராமங்கள் 'சந்தேகத்தின் பேரில்' முற்றிலுமாக நிர்மூலமாக்கப்பட்டன.

சிஐயே அந்தத் தாக்குதலுக்கு 'ஆப்பரேஷன் ஃபீனிக்ஸ்' என்று பெயரிட்டிருந்தது. தெற்கு வியட்நாமில் ஊடுருவியிருந்த வியட்நாம் கம்யூனிஸ்டு போராளிகள் என்று சந்தேகப்பட்ட சுமார் இருபதாயிரம் பேரை நிர்த்தாட்சண்யமாகச் சுட்டு வீழ்த்தினார்கள். "அதில் சில கம்யூனிஸ்டுகளும் உண்டுதான். ஆனால் பெரும்பாலானவர்கள் அப்பாவிப் பொதுஜனங்கள்" என்று எழுதியது *Foreign Affairs* என்கிற ஒரு அமெரிக்கப் பத்திரிகை.

பல்லாயிரக்கணக்கான அப்பாவிப் பொதுஜனங்கள் சிறைப்பிடிக்கப்பட்டு விசாரணை முகாம்களுக்கு அனுப்பப்பட்டனர். அந்த முகாம்கள் எல்லாம் ஹிட்லர் காலத்து ஜெர்மானிய யூதர்கள் அடைத்துவைக்கப்பட்டிருந்த இருள் முகாம்களைப் போலிருந்தன என்று எழுதுகிறார்கள் யுத்த விமர்சகர்கள். பசியாலும் பஞ்சத்தாலும் பட்டினியாலும் நோய்களாலும் லட்சக்கணக்கானோர் அவதிப்பட்டார்கள். பல்லாயிரம் பேர் அடையாளமின்றி அழுகி இறந்தார்கள்.

சர்வதேச செஞ்சிலுவைச் சங்கம் ஓர் அறிக்கை அளித்தது. அதன்படி அரசியல் சம்பந்தமே இல்லாத சுமார் எழுபதாயிரம் அப்பாவிப் பொதுமக்கள் தொடர்ந்து ஆண்டுக்கணக்கில் அமெரிக்க முகாம்களில் சித்திரவதைக்கு உள்ளானதாகவும் கணக்கு வழக்கே இல்லாத மக்கள் இறந்துபோனதாகவும்

சொல்லியிருந்தது! கிட்டத்தட்ட இருபது மில்லியன் குண்டுகளை வியட்நாமில் அமெரிக்க ராணுவம் வீசியிருந்தது. இரண்டாம் உலகயுத்த காலத்தில் ஐரோப்பாவிலும் ஆசியாவிலும் வீசப்பட்ட குண்டுகளின் எண்ணிக்கையைவிட இருமடங்கு அதிகம் இது!

ஒருபக்கம் இப்படியான அட்டகாசங்களைச் செய்து கொண்டிருந்தாலும் இன்னொருபக்கம் பேச்சுவார்த்தைத் தீர்வுக்கான சாத்தியம் ஏதும் இருக்கிறதா என்றும் பார்த்துக் கொண்டிருந்தார் ஜான்சன். காரணம், என்னவிதமான அழிவை ஏற்படுத்தினாலும் வியட்நாம் போராளிகளின் ஒருங்கிணைவை அவர்களால் குலைக்கமுடியவே இல்லை என்பதுதான்! கிராமங்களையும் நகரங்களையும் வீடு வாசல்களையும் அழித்தால் அவர்கள் காடுகளில் தங்கி யுத்தம் செய்தார்கள். கானகங்களில் ரசாயன எரிவாயுவைப் பரப்பி செடி, கொடிகளைக் கருகச் செய்தால் மலைப்பகுதிகளிலிருந்து போரிட்டார்கள். விமானங்களிலிருந்து குண்டு மழை பொழிந்தால் அவர்கள் கடலிலிருந்து திருப்பித்தாக்கினார்கள். கடற்படைத் தாக்குதலை முடுக்கிவிட்டால் அவர்கள் நீர்மூழ்கிகளைப் பயன்படுத்தி பதிலடி கொடுத்தார்கள்.

1968ம் வருஷம் வியட்நாம் யுத்தம் அதன் அதிகபட்ச வீரியத்தை உலகுக்கு வெளிச்சம்போட்டுக் காட்டியது. சுமார் நாற்பதாயிரம் அமெரிக்க வீரர்கள் மொத்தமாக இறந்த செய்தி வெளிவந்து அமெரிக்கா நிலைகுலைந்து போனது. ஒருக்காலும் இந்த யுத்தத்தில் அமெரிக்கா ஜெயிக்கப்போவதில்லை என்பது அமெரிக்க பாலர் பள்ளிகளில் படித்துக்கொண்டிருந்த குழந்தைகளுக்குக் கூடத் தெரிந்துவிட்டது. ஆயிரம் கிராமங்களை அழித்தோம், நூறு நகரங்களை அழித்தோம் என்று அமெரிக்க ராணுவம் சொல்லுகிற கணக்கையெல்லாம் மக்கள் முற்றிலுமாக நிராகரித்தார்கள். தம் சுற்றமும் நட்பும் அங்கே கண்காணாத தூரத்தில் தினசரி செத்து மடிந்துகொண்டிருப்பதற்கு ஒரு முடிவே இல்லையோ என்று அவர்களுக்கு பயம் வந்துவிட்டது.

விளைவு? அதிபர் ஜான்சனை ஒட்டுமொத்த அமெரிக்கர்களும் மனதார வெறுக்க ஆரம்பித்தார்கள். அவர் செய்த எந்த ஒரு நல்ல காரியத்துக்கும் அர்த்தமே இல்லை. வியட்நாமில் ஜெயித்துவிட்டு வர வக்கில்லாமல் உள்ளூரில் இவரென்ன மூட்டைபூச்சி

பிடித்துக்கொண்டிருக்கிறார்? என்று காட்டமாகக் கேட்டார்கள். *"LBJ, LBJ, how many kids did you kill today?"* (*lbj* என்றால் லிண்டன் பி ஜான்சன்) என்று ராகம்போட்டுப் பாடியபடி தேசம் முழுவதும் ஊர்வலம் போக ஆரம்பித்தார்கள்.

ஜான்சன் மிகவும் மனம் வெறுத்துப் போனார். எப்படியாவது ஜெயித்துவிடலாம் என்று அவர் கட்டிய கோட்டைக் கனவு கலைந்துவிட்டதைக் கண்முன்னால் கண்டார். அமைதிப்பேச்சுக்கு ஹோசிமீனுக்குத் தூது விட்டுப் பார்த்தார். அவரோ, 'நீ முதலில் ராணுவத்தை வாபஸ் வாங்கு. அப்புறம் யோசிக்கலாம்' என்று சொல்லிவிட்டார். தாங்கமுடியாத தோல்வியின் அவலச்சுவையை அவர் முழுக்க அனுபவிக்கவேண்டியதானது. எதுக்காக அதிபரானோம் என்று சுயசோகத்தில் மனம் வெதும்பும் அளவுக்கு அவரது நிலைமை மோசமானது.

நாலு வருஷம் தான். அதற்குள் நார்நாராகிவிட்டிருந்தது அவர் கதை. அமெரிக்காவில் ஒருத்தர் என்றால் ஒருத்தர்கூட அதிபர் செய்வது சரிதான் என்று சொல்லுவதற்கு ஆளில்லை. வியட்நாம் யுத்தம் ஒரு வீம்புக்காக நடத்தப்பட்டதுதான். ஜான்சன் அந்த யுத்தச் சங்கிலியில் ஒரு கண்ணி மாத்திரமே. ஆனாலும் அவரளவுக்கு அதிகம் பாதிக்கப்பட்ட அமெரிக்க அதிபர் வேறு யாரும் இல்லை.

சரி, இனி அவ்வளவுதான் என்று அவர் முடிவு செய்தார். அடுத்த எலெக்ஷனில் நிற்கப்போவதில்லை என்று முடிவு செய்து அறிவித்தார். நின்றால் டெபாசிட் கூடத் தேறாது என்று அவருக்குத் தெரிந்தே இருந்தது!

1968ம் வருஷத்தின் மழைக்காலம். அமெரிக்காவில் மீண்டும் தேர்தல் பிரசாரம் சூடுபிடித்திருந்தது. இம்முறை ரிபப்ளிகன் கட்சி எப்படியும் ஆட்சியைப் பிடித்துவிடும் வெறியுடன் வேலை பார்த்துக்கொண்டிருந்தது. தனது அதிபர் வேட்பாளராக அக்கட்சி அப்போது நிறுத்தியிருந்தவரின் பேர் ரிச்சர்ட் நிக்ஸன்.

பின்னாளில் வாட்டர்கேட் ஊழல் விவகாரத்தில் சிக்கி பதவியை ராஜினாமா செய்யப்போகிறாரே, அதே நிக்சன் தான்.

நிக்ஸன் தன் தேர்தல் பிரசாரத்தில் வியட்நாமைத்தான் முதல் விஷயமாக வைத்திருந்தார். "பதவிக்கு வந்தால் நான்

செய்யக்கூடிய முதல் காரியம் வியட்நாமிலிருந்து அமெரிக்க வீரர்களைத் திரும்ப அழைத்துக்கொள்வதாகத்தான் இருக்கும். என் மக்கள் எத்தனை காலம்தான் தன் சொந்தங்களை தூரதேசத்துக்கு அனுப்பிவிட்டு அவதிப்பட்டுக்கொண்டிருப்பார்கள்?" என்று படு செண்டிமெண்டாகப் பேசி அவர் ஓட்டு சேகரித்துக்கொண்டிருந்தார்.

உண்மையிலேயே அமெரிக்க மக்கள் அதைத்தான் எதிர்பார்த்துக் கொண்டும் இருந்தார்கள். தம் குடும்பத்தினர் உயிரோடு திரும்புவார்களா என்பதுதான் அவர்களின் அப்போதைய முதல் கவலை. அமெரிக்காவின் ஆயுதபலம், ராணுவபலம், விமான, கப்பல் பலங்கள் எல்லாம், எல்லாமே வியட்நாம் போராளிகளின் சாதுர்யமான போர்க்கலை நிபுணத்துவத்தின்முன்னால் தூள்தூளாகிக்கொண்டிருந்தது அப்போது. வெறுப்பில் அமெரிக்க ராணுவத்தினர் அப்பாவி மக்களைச் சாகடிப்பதிலும் ஆளில்லாத கிராமங்களில் புகுந்து வீடுகளையும் கோயில்களையும் பவுத்த விகாரங்களையும் இடித்துவிட்டுத் திரும்புவதையும் வழக்கமாகக் கொண்டிருந்தனர்.

இது இப்படியே தொடர்ந்தால், திரும்பி வரும் அமெரிக்க ராணுவர்கள் கூடப் பைத்தியமாகித்தான் வரப்போகிறார்கள் என்றொரு வதந்தியும் அப்போது மிக வேகமாகப் பரவிக்கொண்டிருந்தது. அதாவது பல அமெரிக்க வீரர்களுக்கு மனநிலைக் கோளாறு ஏற்பட்டுவிட்டதாக கிழக்காசியாவில் பரவலான பேச்சு இருந்தது.

இதனாலெல்லாம் கவலையுற்ற அமெரிக்க மக்கள் - குறிப்பாகப் பெண்கள், எப்படியாவது வீரர்களைத் திரும்ப அழைத்துக்கொள்வதாகச் சொன்ன நிக்ஸனே அடுத்தபடியாகப் பதவிக்கு வரவேண்டும் என்று விரும்பினார்கள்.

பெண்கள் விரும்பும் ஒரு விஷயம் நடக்காமல் போகுமா என்ன? நிக்ஸன் தான் அந்தத் தேர்தலில் ஜெயித்தார். ஆனால் தன் வெற்றிக்காக நிக்ஸன் சொன்ன அந்த 'படை வாபஸ் விஷயம்' ஒரு பொய் என்பது அப்போது அமெரிக்கர்களுக்குத் தெரியாது.

அப்போதென்ன, ஆட்சியில் இருந்த காலத்தில் அவர் சொன்ன பொய்களைத் தொகுத்தால் ஒரு பெரிய வால்யூம் புஸ்தகமே எழுதலாம்.

சாதனைகள் புரிந்து சரித்திரத்தில் இடம்பெறுவோர் ஒரு வகை என்றால் கெட்டபெயர் சம்பாதித்தும் சரித்திரத்தில் இடம்பெற்றவர்கள் உண்டு. நிக்ஸன் அந்த ஜாதி. அமெரிக்க சரித்திரத்தில், பதவியில் இருக்கும்போது வழக்கில் சிக்கி ராஜிநாமா செய்யவேண்டிய நெருக்கடிக்கு உள்ளான ஒரே அதிபர் நிக்ஸன் தான். இன்றுவரை அவரை அமெரிக்கர்கள் மறக்கவில்லை. அவரது திருவிளையாடல்கள் அத்தனை சுலபத்தில் மறக்கக்கூடியவையும் அல்ல.

37. Tricky Dick

மிகப்பெரிய புத்திசாலியாக இருக்கிறவர்களுள் இரண்டு வெரைட்டி உண்டு. ஒரு சாரார் தம் புத்திசாலித்தனத்தை ஆக்கபூர்வமாகவே தொடர்ந்து பயன்படுத்துவார்கள். இன்னொரு சாராரின் மூளை நேர்ப்பாதையில் சிந்திக்கும் அதே வேளையில் பைபாஸ் ரோடுகளையும் போட்டுக்கொண்டே போகும். அமெரிக்காவின் முப்பத்தி ஏழாவது அதிபராகப் பொறுப்பேற்ற ரிச்சர்ட் மில்ஹௌஸ் நிக்ஸன் இந்த ரெண்டாவது கேடகரியைச் சேர்ந்தவர்.

பெரிய படிப்பாளி. சட்ட வல்லுநர். சாகசங்கள் பல நிகழ்த்திய கடற்படை வீரரும் கூட. ஆயிரம் சொதப்பல்கள் நிகழ்த்திய பிறகும் அமெரிக்காவின் அதிபராகும் அளவுக்குத் திறமையும் செல்வாக்கும் பெற்றவர். அதிபராக இருந்த காலத்தில் சில முக்கியமான காரியங்களையும் சிறப்பாகச் செய்தவர். ஆனாலும் கொஞ்சம் டேஞ்சரஸ் ஆசாமி. உலகுக்குத் தெரிந்த வாட்டர்கேட் பிரச்னை தவிரவும் நிக்ஸனின் திருவிளையாடல்கள் பல உண்டு. அவருக்கு நிகரான திருவிளையாடல் நிகழ்த்திய அரசியல்வாதிகள் அமெரிக்காவில் கிடையாது. இந்தியாவில் வேண்டுமானால் நிறைய உதாரணங்கள் சொல்லலாம். அது இப்போது வேண்டாம்.

1913ம் வருஷம் ஜனவரி மாதம் கலிபோர்னியா மாகாணத்தில் யோர்பாலிண்டா என்கிற இடத்தில் பிறந்தவர் நிக்ஸன். டியூக் பல்கலைக்கழகத்தில் அவர் சட்டப்படிப்பை முடிக்கிறவரைக்கும் புத்திசாலியான, சிறந்த மாணவர் என்பது தவிர வேறு பேர் இல்லை. பிறகு அமெரிக்கக் கடற்படையில் சேர்ந்து பணியாற்றியபோதும் சமர்த்தாகத்தான் இருந்திருக்கிறார் என்று அவரது ஹிஸ்டரி சொல்லுகிறது. நிக்ஸனின் புத்தியில் சாத்தான் புகத்தொடங்கியது 1946ம் ஆண்டு அவர் அரசியலில் நுழையத்தொடங்கியபோதுதான்.

புகழ், பணம், பிரபலம். இந்த மூன்றும் ஜாக்பாட்டாகக் கிடைக்கக்கூடிய ஒரே இடம் அரசியல்தான் என்று யோசித்து முடிவுசெய்தே அரசியல்வாதி ஆனவர் அவர். பிரமாதமான மக்கள் சேவகர் என்றெல்லாம் அவரை யாரும் சொன்னது கிடையாது.

(அவரும் அப்படி இருந்ததில்லை.) ஆனால் தனக்குக் கிடைத்த வாய்ப்புகளைப் பயன்படுத்தி சில பொதுக்காரியங்களையும் அவர் செய்திருக்கிறார்.

முதல்முதலில் அமெரிக்க அரசின் மக்கள் சபைப் பிரதிநிதித் தேர்தலில் தான் நிக்ஸன் நின்றார். திடீரென்று அரசியலில் குதித்தவர் என்ன சொல்லி ஓட்டுக் கேட்பார்? நிக்ஸனுக்கு இருந்த ஒரே வழி, தனக்கு எதிராகக் களத்தில் இருந்தவர் ஒரு கம்யூனிஸ்டு அனுதாபி என்று சொல்லுவதுதான்.

அவரை அப்போது எதிர்த்து நின்ற உள்ளூர் அரசியல்வாதி யாரோ, எவரோ, கம்யூனிஸ்டோ, வேறெவரோ, யார் கண்டது? ஆனால் நிக்ஸன் மீட்டிங் தோறும் தன் போட்டியாளர் ஒரு கம்யூனிஸ்டு ஆதரவாளர் என்று மட்டுமே சொல்லிக்கொண்டிருந்தார். ஏற்கெனவே பார்த்திருக்கிறோமில்லையா? அமெரிக்காவில் கம்யூனிஸ்டு என்று சொன்னால் அது நம்மூரில் ஹிஸ்புல் முஜாகிதீன் போராளி என்று சொல்லுவதற்குச் சமம்.

ஆகவே மக்கள் மத்தியில் தன் போட்டியாளர்மீது ஒரு சந்தேகமும் அவநம்பிக்கையும் வரவழைத்து, தீர்ப்பைத் தனக்குச் சாதகமாக்கிக்கொண்டார் நிக்ஸன். மற்றபடி, தன் கன்னி முயற்சியில் கூட மக்களுக்கு என்ன செய்ய உத்தேசம் என்றெல்லாம் அநாவசியப் பேச்சு எதையும் அவர் பேசவேயில்லை!

மக்கள் சபையில் நிக்ஸன் ஒரு அதிரடி ஆசாமி. குறைவில்லாத கலாட்டாக்களும் ஆக்ரோஷமான பேச்சுகளும் அவரது ஸ்டைல். தமது புத்திசாலித்தனத்தையெல்லாம் மறைத்துக்கொண்டு, மக்கள் பேசும் கொச்சையில் அதிரடியாகக் குற்றச்சாட்டுகளை முன்வைப்பார். நம்ம லாலு மாதிரி என்று வையுங்கள்.

சக உறுப்பினர்கள் மீது அவர் சொல்லும் குற்றச்சாட்டுகளெல்லாம் உண்மையா இல்லையா என்பதே முக்கியமல்ல. நிக்ஸன் தனது தினசரி செயல்திட்டத்தில் யாராவது ஒருவரைத் திட்டுவதே தன் பிறவிக்கடன் என்று அமைத்துக்கொண்டதால் தினசரி செய்தித்தாள்களில் இடம்பெற ஆரம்பித்து, ரொம்ப சீக்கிரம் பாப்புலர் ஆகிவிட்டார். ஆகவே 1952ம் வருஷத்துப் பொதுத்தேர்தல் சமயம் ரிபப்ளிகன் கட்சி, தனது உதவி ஜனாதிபதி வேட்பாளராக

நிக்ஸனை அறிவித்தது. (அப்போது ஜனாதிபதியானவர் ஐசனோவர்.)

எப்பேர்ப்பட்ட வாய்ப்பு! நிக்ஸன் கனவில் கூட நினைத்துப் பார்க்கமுடியாத வாய்ப்பு அது. கட்சியில் அவரைவிட சீனியர்கள் நிறையப்பேர் இருந்தநேரம் அது. ஆனபோதும் தனக்குக் கிடைத்த வாய்ப்பின் அருமையை நிக்ஸன் 'வேறுவிதமாக'வே பயன்படுத்திக்கொள்ள முடிவு செய்தார்.

தேர்தல் செலவுக்காக அளிக்கப்பட்ட பணத்தில் நிக்ஸன் லட்சக்கணக்கில் ஊழல் செய்துவிட்டார் என்று திடீரென்று ஒரு குற்றச்சாட்டு கிளம்பியது. பதறிவிட்டது ரிபப்ளிகன் கட்சி. நோண்டு நோண்டென்று நோண்டிப்பார்த்தாலும் நிக்ஸன் ஊழல் செய்யவில்லை என்பதற்கு எந்த ஆதாரமும் கிடைக்கவில்லை. தேர்தல் நாள் நெருங்கும் சமயத்தில் என்ன செய்வது என்று எல்லாரும் சிண்டைப் பிய்த்துக்கொண்டு நிக்ஸனைச் சபித்துக்கொண்டிருந்தபோது, நிக்ஸன் ஒரு காரியம் செய்தார்.

தன்மீது சுமத்தப்பட்ட குற்றச்சாட்டு எத்தனை பொய் என்று விளக்கும்விதமாக டெலிவிஷனில் ஒரு சொற்பொழிவாற்றினார். கெட்டிக்கார நிக்ஸனின் உருக்கமான பேச்சுக்குக் கேட்கவா வேண்டும்? அப்படியே மக்களை வாரிச் சுருட்டித் தன் கோட் பாக்கெட்டில் திணித்துக்கொள்ளும்விதமான அதி அற்புதப் பேச்சு அது. மக்கள் அந்த ஊழல் குற்றச் சாட்டையே மறந்து மந்திரித்துவிட்டவர்கள் போல நிக்சனுக்கே ஓட்டுப் போட்டுவிட்டு வந்தார்கள் என்றால் பார்த்துக்கொள்ளலாம்!

நிக்ஸனுக்கு அப்போதுதான் புரிந்தது. என்ன வேண்டுமானாலும் செய்யலாம். ஆனால் மக்களை வசியப்படுத்தி வைத்துக் கொண்டுவிடவேண்டும்!

அரசியலில் அவர் படித்த பாலபாடம் இதுவே.

உதவி ஜனாதிபதியாக அவர் இருந்த காலத்தில் சில உருப்படியான காரியங்களைச் செய்யவும் தவறவில்லை. முக்கியமாக, கருப்பர் இனச் சம உரிமைத் திட்டங்களை முழுமைப்படுத்தும் பணியில் நிக்சன் ஆற்றிய பங்கு குறிப்பிடப்படவேண்டியது. ஐசனோவர் பெயரில் வெளியான திட்டங்கள் என்றாலும் அவற்றுக்கெல்லாம்

உருவம் கொடுத்தது நிக்ஸன் தான். இதை எல்லா சரித்திர ஆராய்ச்சியாளர்களும் தவறாமல் குறிப்பிடுகிறார்கள். அதேமாதிரி வெனிசுலாவில் அமெரிக்கர்களுக்கு எதிரான கலகம், புரட்சி உண்டானபோது, அந்நாட்டின் அமெரிக்க விரோத மனப்பான்மையைமாற்றும்விதமானதிட்டங்களைவகுத்து,அங்கே சிறுபான்மையினரான அமெரிக்கர்களுக்குப் பிரச்னையில்லாமல் வாழ வழிசெய்ததும் நிக்ஸந்தான். உள்நாட்டில் கம்யூனிஸ்டுகளை வளரவிடாமல் தொடர்நடவடிக்கைகள் எடுத்தது, குருட்ஷேவுடன் பேச்சுவார்த்தை நடத்தி, ரஷ்ய - அமெரிக்கச் சூட்டைத் தணிக்க முயற்சி செய்தது என்று இன்னும் கூடச் சொல்லலாம்.

ஆனபோதும் அடுத்தமுறை அதிபர் தேர்தல் வந்தபோது ஆட்சி, கென்னடிக்குத் தான் போனது. நிக்ஸனுக்கு செம கடுப்பான விஷயம் இது. அதிபர் நாற்காலி என்பது அப்போது அவரது தீராத பெருங்கனவாகவே ஆகியிருந்தது. எத்தனை நாளைக்குத்தான் உதவி ஜனாதிபதியாக்வே குப்பை கொட்டுவது? அந்த வெள்ளை மாளிகை சுகங்கள்தான் என்ன என்று பார்த்துவிட மிகவும் ஆசைப்பட்டார். ஆனால் என்ன செய்ய? துரதிருஷ்டவசமாக, வியட்நாம் யுத்த விவகாரத்தால் ஐசனோவர் அரசும் ரிபப்ளிகன் கட்சியின் செல்வாக்கும் சரியநேர்ந்ததால் கென்னடி ஆட்சிக்கு வந்துவிட்டார். அவர் மூன்றே வருஷங்களில் இறந்துவிட்டதால் அப்புறம் லிண்டன் ஜான்ஸன் வந்து கென்னடி அனுதாபத்திலேயே அவருக்கு இன்னொரு நாலுவருஷம் கிடைத்துவிட மொத்தம் எட்டு வருஷங்கள் காத்திருந்தார் நிக்ஸன்.

சொல்லப்போனால் கென்னடி பதவிக்கு வந்த சில நாட்களிலேயே அமெரிக்காவில் ‘இனி நிக்ஸனின் அரசியல் எதிர்காலம் காலி’ என்று சொல்லிவிட்டார்கள். ஆனாலும் அவர் பொறுமை காத்தார். இடைப்பட்ட காலத்தில் ஒருமுறை கலிபோர்னியாவின் கவர்னர் பதவிக்கு நின்று தோற்கவேறு செய்தார். அவரது ராசி, எங்கே போனாலும் ஏதாவது ஒரு ஊழல் குற்றச்சாட்டில் சிக்கிக்கொள்ளவேண்டிவந்தது. யாரோடாவது துவந்த யுத்தம் செய்யவேண்டி வந்தது. நடுவில் நிறைய சொத்து சேர்த்துவிட்டார்; கள்ள மார்க்கெட் ஆசாமிகள் தொடர்பு வைத்திருக்கிறார் என்றெல்லாம் எக்கச்சக்க குற்றச்சாட்டுகள்.

பார்த்தார் நிக்ஸன். மீண்டும் தன் புத்திசாலித்தனத்தைப் பயன்படுத்தி 1968ம் வருஷம் வரை வாலைச் சுருட்டிவைத்துவிட்டு,

வாயை மட்டும் மூடாமலேயே இருந்தார். அதாவது, நெஞ்சை உருக்கும் சொற்பொழிவுகளுக்காகவே அவதாரம் எடுத்தவர் மாதிரி தேசமெங்கும் போய்ப்போய் பேசிக்கொண்டே இருந்தார். சங்கீதத்துக்கு மயங்காத தஞ்சாவூர்க்காரர்கள் இல்லை என்பதுபோல் பேச்சுக்கு மயங்காத அமெரிக்கர்களும் இல்லை.

அந்த வருஷம் படாதபாடு பட்டுத்தான் நிக்ஸன் தன்னை ஒரு வேட்பாளராக நிறுத்த கட்சியை சம்மதிக்கச் செய்யவேண்டிவந்தது. (இந்த 'முயற்சி'க்குக்கூட நிறைய செலவழித்தார் என்று குற்றச்சாட்டு உண்டு.) அந்தத் தேர்தலில் நிக்ஸனை எதிர்த்து நின்றவர் ஹுபர்ட் ஹம்ப்ரி. ஹம்ப்ரி ஒரு பெரிய ஃபிகர் இல்லாத காரணத்தாலும் நிக்ஸனின் சாதுர்யமான தேர்தல் பிரசாரங்களினாலும் நிக்ஸனே ஜெயித்தார். பிரசாரத்தில் அவர் கையாண்ட பிரதான வாக்குறுதி: "வியட்நாம் பிரச்னையை முடிவுக்குக் கொண்டுவர நானொரு ரகசியத் திட்டம் வைத்திருக்கிறேன்" என்பதாகும். ஆனால் ஒரு புடலங்காய்த் திட்டமும் அப்போது அவ்ரிடம் கிடையாது. சும்மா அடித்துவிட்டார். நம்பிய மக்களும் ஓட்டுப்போட்டுவிட்டதால் நிக்ஸனின் எட்டாண்டுகாலத் தவம் ஒரு முடிவுக்கு வந்தது. வெள்ளை மாளிகை அவருக்கு வாசல் திறந்தது.

பதவிக்கு வந்த சில காலத்துக்குள்ளேயே மக்களுக்குப் புரிந்து விட்டது. வியட்நாம் விஷயத்தில் நிக்ஸன் தானாகச் செய்யக்கூடியது எதுவுமில்லை! அடடா, இப்படி ஏமாற்றி ஜெயித்துவிட்டாரே என்றுதான் அவருக்கு *Tricky Dick'* என்றொரு பட்டப்பேர் வைத்தார்கள்.

பதவிக்கு வந்த உடனேயே நிக்ஸன் செய்த முதல் காரியம், தன்னைப்பற்றிய எந்தத் தகவலும் வெளியே இனி வராமல் இருக்கும்படி பார்த்துக்கொண்டது. நம் ஜெயலலிதா மாதிரி, ரஜினிகாந்த் மாதிரி பேட்டியே கொடுக்காதவராக ஆகிப்போனார். பத்திரிகை அலுவலகங்களுக்கு அதிபர் மாளிகையிலிருந்து வரும் தகவல்களெல்லாம் வெறும் வறட்டிகளாக இருந்தன. சுவாரசியமான ஒரு நியூஸ் கூட இல்லை; என்னய்யா ஆள் இவர் என்று வெளிப்படையாகவே எல்லாரும் அலுத்துக்கொள்ள ஆரம்பித்தார்கள்.

அதே சமயம் அரசுத்துறை செலவினங்களைகணிசமாகக் குறைக்கும் திட்டம் ஒன்றை நிக்ஸன் கொண்டுவந்தபோது அத்தனை பேரும்

மூக்கில் விரல் வைத்தார்கள். அடடே, இந்த சுயநலவாதி கூட தேசத்துக்கு உதவும்படியான ஒரு காரியத்தைச் செய்துவிட்டாரே என்று அப்போது பாராட்டாதவர்களே கிடையாது.

உண்மையில் அரசுத்துறை செலவுக் குறைப்புத்திட்டம் தவிரவும் வேறு சில நல்ல திட்டங்களை நிக்ஸன் அறிமுகப்படுத்தவே செய்தார். அமெரிக்காவில் அப்போது கிரிமினல் சட்டங்கள் செம குழப்படியாக இருந்தன. யார் எந்தக் குற்றம் செய்திருந்தாலும் தப்பிக்கச் சில கதவுகள் உண்டு என்று வெளிப்படையாகவே சொல்லுவார்கள் அப்போது. நிக்ஸன் அந்தச் சட்டங்களில் இருந்த ஓட்டைகளை முதலில் அடைத்து, சட்டங்களைக் கடுமையாக்கி, தண்டனைகளையும் பயமுறுத்தும்விதமாகக் கொஞ்சம் மாற்றிவைத்ததால், நிக்ஸன் காலத்தில் கிரிமினல் குற்றங்கள் அமெரிக்காவில் மிகவும் குறைந்தன. (சேர்த்துவைத்துத்தான் பின்னால் அவரே செய்யப்போகிறார்!) இதுதவிர சிவில் உரிமைகள், கல்வித்துறை போன்ற இனங்களிலும் சில முக்கியமான சீர்திருத்தங்கள் நிக்ஸன் காலத்தில் நடந்திருக்கின்றன.

என்ன செய்தாலும் மக்கள் திருப்தியடையவில்லை. வியட்நாம் யுத்தத்துக்கு ஒரு விடை கிடைக்காமல் எதையும் ஏற்க அவர்கள் தயாராயில்லை. ரொம்ப யோசனைக்குப் பிறகுதான் நிக்ஸன் அந்த முடிவுக்கு வந்தார்.

Vietnamization என்றொரு பதத்தைக் கண்டுபிடித்தார். அதாவது வியட்நாம், முழுவதும் வியட்நாமியர்களின் தேசமாகவேண்டும். அமெரிக்கா கொஞ்சம் கொஞ்சமாகத் தன் படைகளை வாபஸ் வாங்கிக்கொள்ளும். இதற்கு மேலும் அங்கே தோல்வியைத் தாங்கும் தெம்பில்லாததால்தான் இந்த முடிவுக்கு வந்தார் என்பது ஒருபக்கம் இருந்தாலும் நிக்ஸனின் இந்த முடிவால் அமெரிக்க மக்கள் பெரிய நிம்மதிப் பெருமூச்சு விட்டார்கள்.

நல்லவேளை, சொன்னதோடு விட்டுவிடாமல் நிக்ஸன் இந்த விஷயத்தில் சற்று காலதாமதமாக்வேனும் படைகளை வாபஸ் பெற உத்தரவிட்டார் என்பது ரொம்ப முக்கியமான நிகழ்ச்சி. வியட்நாமில் குண்டுவெடிப்புகள் குறைந்தது; நின்றது; அமைதிப்பேச்சுவார்த்தை, பொதுத்தேர்தல் போன்ற விஷயங்களெல்லாம் ஏற்கெனவே நாம் பார்த்துவிட்டோம்.

அங்கே போர் நிறுத்தத்துக்குப் பின் அமெரிக்காவின் இழப்பு எத்தனை என்று அப்புறம் விஸ்தாரமாக உட்கார்ந்து ஒரு கணக்குப் போட்டார்கள். யாராலுமே நம்பமுடியவில்லை. இரண்டாம் உலகப்போரில் அமெரிக்கா செலவழித்ததற்குச் சர்றேரக்குறைய சமமாக இருந்தது அது!

இந்தக் கணக்கு நிச்சயம் பெரிய அரசியல் குழப்பங்களுக்கு வழிவகுக்கும் என்று நினைத்தார் நிக்ஸன். நடந்து முடிந்ததைக் கிளறிக்கொண்டிருப்பதைக்காட்டிலும் புதிதாக, உருப்படியாக ஏதாவ்து செய்வதன்மூலம் அரசின்மீது அதிருப்தி ஏற்படாதிருக்க என்னவாவது செய்யலாம் என்று அவருக்குத் தோன்றியது. அப்போது அவர் கையில் எடுத்த ஆயுதம் தான் 'அமைதி'!

நம்புவது கொஞ்சம் கஷ்டம் தான். ஆனால் முதல்முறையாக சோவியத் யூனியனுடனும் சீனாவுடனும் நட்புபூண்டு முழுநீளப் பேச்சுவார்த்தைகள் நடத்தும் திட்டத்தை வெற்றிகரமாக நடத்திக்காட்டினார் நிக்ஸன். அதுநாள்வரை அமெரிக்கா அங்கீகரிக்காத ஒரு தேசமாக இருந்த சீனாவை முதல்முறையாக அங்கீகரித்ததோடல்லாமல் சீனாவுக்கு அதிகாரபூர்வமாக ஒரு சுற்றுப்பயணமும் செய்தார் நிக்ஸன். *(1972)* 'கம்யூனிசம் அமெரிக்காவுக்கு ஒத்துக்கொள்ளாத ஒரு கொள்கைதான் என்றாலும் கம்யூனிச நாடுகளுடன் தொடர்பு வைத்துக்கொள்வது பலவிதங்களில் அவசியமானதே' என்று சொன்னார் நிக்ஸன். வர்த்தக ரீதியில் இந்தத் தொடர்புகள் வலுப்படவேண்டும் என்பது அவர் கணக்கு. (ஆனால் அது ஒர்க் அவுட் ஆகவில்லை.)

இவ்வாறெல்லாம் நல்லகாரியங்கள் செய்தாலும் நிக்ஸனுக்கு அடிமனத்தில் ஓர் அவநம்பிக்கை இருந்தது. அடுத்த எலக்ஷன் என்று வந்தால் தான் ஜெயிக்கமுடியாதோ என்பதே அது!

பெரும்பாலான அமெரிக்க அதிபர்களின் தனிவாழ்க்கை திறந்த புத்தகமாகவே இருந்து, படித்துப் பழகியவர்கள் அமெரிக்கர்கள். சற்று மாறுதலான அதிபரான நிக்ஸனோ, தன்னைப்பற்றிய எந்தத் தகவலையும் பொதுவில் வைத்ததில்லை. மேலும் இருக்கவே இருக்கிறது, வண்டிவண்டியாகக் கெட்டபெயர். ஆகவே, என்னதான் வியட்நாம் யுத்தத்தை முடித்தாலும், கம்யூனிஸ்டு சீனாவை அங்கீகரித்தாலும், மனித உரிமைத்திட்டங்களுக்கு

செயல்வடிவம் கொடுத்தாலும் மக்கள் ஆதரவு கிடைக்குமா என்கிற சந்தேகம் அவருக்கு பலமாகவே இருந்தது.

மக்கள் ஒரு பக்கம் இருக்க, எதிர்க்கட்சிக்காரர்களைக் காட்டிலும் தன் கட்சிக்காரர்களே எங்கே தனக்குக் குழிபறித்துக்கொண்டிருக்கிறார்களோ என்கிற சந்தேகமும் அவருக்கு இருந்தது. எதையும், யாரையும், எப்போதும் சந்தேகப்படும் இயல்புள்ள நிக்ஸன் இதற்காக சிஐயே மாதிரியான உளவு அமைப்புகள் தவிர தனக்கென பிரத்தியேகமான சில உளவாளிகளையும் வைத்திருந்ததாகச் சொல்லுவார்கள். தன்னைத்தவிர, மற்ற அத்தனைபேரையும் ஒற்றறிந்து வந்து தகவல் தந்துகொண்டே இருக்கவேண்டும் அவருக்கு. நின்றான், நடந்தான், உட்கார்ந்தான், பாத்ரூம் போனான் என்கிற தகவல்களாயிருந்தாலும் சரி. தினசரி தன் அரசியல் எதிரிகளைப் பற்றி அவருக்கு ஏதாவது தகவல் கிடைத்தாகவேண்டும். அது அவரது இயல்பு.

இந்த இயல்புதான் அவரை சரித்திரப்பிரசித்திபெற்ற ஒரு வழக்கில் சிக்கிவிட்டது. இதுவேதான் அவரைப் பதவிவிலகவும் செய்தது.

38. வெடிக்கிறது வாட்டர் கேட்

அமெரிக்காவின் முப்பத்தியேழாவது அதிபரான நிக்ஸன் பதவி விலகலுக்குக் காரணமாயிருந்த வாட்டர்கேட் விவகாரம் ரொம்பப் பெரிசு. முழுக்க எழுதுவது என்றால், இந்தத் தொடர் இதுநாள்வரை வந்திருக்கும் அத்தியாயங்கள் அளவுக்கு அந்த ஒரு விவகாரம் மட்டுமே வரும். ஒரு சாதாரண 'கதவு உடைத்துத் திருட்டு' கேஸாகத்தான் ஆரம்பமானது அது. தோண்டத்தோண்ட, அரசுத்துறையின் உயர்மட்டங்களில் எத்தனை எத்தனை ஊழல்கள், சதி வேலைகள், அட்டகாசங்கள், அட்டூழியங்கள், அநியாயங்கள் நடந்துள்ளன / நடந்துகொண்டுள்ளன என்று அனுமார் வால் மாதிரி உருவி உருவிப் போட்டுக்கொண்டே இருந்தது அது. ஓர் அமெரிக்க அதிபரே பதவி விலக வேண்டிய அளவுக்கு அங்கே ஊழல் நாற்றம் எப்படி ஊரைக் கவ்வியிருந்தது என்று உலகுக்கே வெளிச்சம் போட்டுக்காட்டிய விவகாரம் அது. ஹாலிவுட் சினிமா மாதிரி சம்பந்தமில்லாத ஒரு சிறு சம்பவத்தில் தொடங்கி, தேசத்தையே குலுக்கிய அந்த விஷயத்தைப் பற்றிக் கொஞ்சமாவது விரிவாகப் பார்த்துவிடவேண்டியது முக்கியம்.

வாட்டர் கேட் என்பது ஒரு ஹோட்டலின் பெயர். கொஞ்சம் பணக்கார ஓட்டல். ரெஸ்டாரண்ட், தங்கும் அறைகள் மட்டுமின்றி, சில அலுவலகங்களும் அந்த ஓட்டல் வளாகத்திலேயே இயங்கிக்கொண்டிருந்தன. அவற்றில் ஒன்று, டெமாக்ரடிக் கட்சியின் அலுவலகம். அப்போது அமெரிக்க அரசியலின் பிரதான எதிர்க்கட்சி, இந்த டெமாக்ரடிக் கட்சிதான்.

அன்றைக்கு ஜூன் 16ம் தேதி. 1972ம் வருஷம். வெள்ளிக்கிழமை. முகூர்த்த நேரமெல்லாம் பகலோடு முடிந்துவிட்டிருந்தாலும் ஒரு ஐந்துபேர் கொண்ட திருட்டு கோஷ்டி நட்டநடு ராத்திரி ஒரு முகூர்த்தத்தைத் தேர்ந்தெடுத்து, வாட்டர்கேட் ஓட்டலுக்குள் திருட்டுத்தனமாக நுழைந்து, டெமாக்ரடிக் கட்சி அலுவலகத்தின் கதவை உடைத்துக்கொண்டு உள்ளே போனார்கள். யாருமில்லாத ராத்திரி வேளைதான் அவர்கள் வந்த காரியத்தை முடிக்க சௌகரியம். காரியம் ரொம்ப முக்கியமானது. சில ரகசிய, ஒட்டுக்கேட்கும் கருவிகளை அவர்கள் அந்த அலுவலகத்தின்

பல்வேறு இடங்களில் பொருத்தவேண்டியிருந்தது. எங்கிருந்து யார் ஒட்டுக்கேட்கப்போகிறார்கள்; என்னத்துக்கு இந்த ஒட்டுக்கேட்கிற விவகாரம்; ஒரு கட்சி அலுவலகத்தில் ஒட்டுக்கேட்டு என்ன செய்யப்போகிறார்கள் என்கிற கேள்வியெல்லாம் அப்போது இல்லை. அவர்களுக்கு இடப்பட்டிருந்த கட்டளை வெகு எளிமையானது. கருவிகளை ரகசியமாகப் பொருத்து. கவனமாகத் தப்பித்துக்கொண்டு வெளியே வந்து, எங்காவது காணாமல் போய்விடு. அவ்வளவுதான். கட்டளையிட்டவர்கள் யார் என்பதும் அப்போது தெரியாது.

உத்தரவுப்படி அந்த ஐந்துபேரும் காரியத்தில் முனைந்திருந்தபோது நேரம் நடுராத்திரியைக் கடந்து அதிகாலையைத் தொடவிருந்தது. ரொம்ப கவனமாகச் செய்யவேண்டியவேலை என்பதால் அவசர கோலத்தில் செய்துவிட்டு ஓடவும் முடியாது.

என்ன பிரச்னையாகிவிட்டது என்றால், அந்தக் குளிர் நடுக்கும் நடுராத்திரி நேரத்தில் ஒரு ரோந்துக்காவலர் அவர்களுக்கு எமனாக வந்து சேர்ந்துவிட்டார். என்னடா இது, நட்ட நடு ராத்திரி அஞ்சு பேருக்குக் கட்சி அலுவலகத்தில் என்ன வேலை என்று சந்தேகப்பட்டு அவர் விசாரிக்க, அவர்கள் ஐவரும் தாம் ப்ளம்பர்கள் என்று முதலில் சொன்னார்கள். ஆனால் ப்ளம்பர்கள் கையில் என்னத்துக்கு ஒயர்கள்? எலக்ட்ரானிக் சமாசாரங்கள் வேறு வைத்துக்கொண்டிருக்கிறார்களே? குழாய் ரிப்பேருக்கு இதெல்லாம் அனாவசியமாச்சே என்று காவலருக்கு சந்தேகம் வந்து, அவர்களைக் கைதுசெய்தார்.

இது நடந்தபோது நேரம் அதிகாலை மணி இரண்டரை இருக்கும். அப்போது அந்த ஐந்துபேருக்கும் அந்தக் காவலருக்கும் இன்னும் ஓரிரு போலீஸ் காரர்களுக்கும் மட்டுமே விஷயம் தெரியும். கட்சி அலுவலகத்தில் திருட வந்தவர்கள் என்பதுதான் ஒன்லைன். இது பெரிய நியூஸ் அல்ல என்பதால் மற்ற பத்திரிகை ஆபீஸ்களில் இதை அசட்டை பண்ணிவிட்டார்களோ, அல்லது விஷயமே தெரியாதோ. வாஷிங்டன் போஸ்ட் இதழின் சிட்டி எடிட்டருக்கு மட்டும் மூளைக்குள் என்னவோ ஒரு மின்னல் வெட்டியிருக்கிறது. ஒரு ஒன்பது மணி வாக்கில் உட்வர்ட் என்கிற தமது பத்திரிகை நிருபர் ஒருவருக்கு போன் செய்து, இந்த மாதிரி விஷயம். நீ உடனே போடோமாக் நதிக்கரையோரம் இருக்கும் டவுண்டவுன் வாட்டர்கேட் ஓட்டலுக்கு ஓடு என்று உத்தரவிட்டார்.

உட்வர்டுக்கு அப்போது 28 வயசுதான். வாஷிங்டன் போஸ்டில் அவர் சேர்ந்தே ஒன்பது மாதங்கள்தான் ஆகியிருந்தன. என்னவாவது சவாலான அசைன்மெண்ட் கிடைக்காதா என்று வந்த நாளாகக் காத்துக்கொண்டிருப்பவர்தான். அதுவும் சனி, ஞாயிறு அசைன்மெண்டகள் என்றால் நிருபர்களுக்குக் கொண்டாட்டம். ஏனென்றால் மக்கள் விஸ்தாரமாக உட்கார்ந்து படிக்க நேரம் இருக்கும். விவகாரமான மேட்டர் என்றால் கவனம் முழுவதும் செய்தியில் இருக்கும். அதிர்ஷ்டம் இருந்தால், எழுதியவரையும் நினைவுகூர்ந்து பாராட்டுவார்கள். பெரிய அதிர்ஷ்டம் என்றால் பாப்புலராவது கூட சுலபம்.

ஆனால் இதென்ன, ஒரு சாதாரண கதவுடைப்பு விஷயமல்லவா இன்று கிடைத்திருக்கிறது என்று அலுத்துக்கொண்டார் உட்வர்ட். இருப்பினும் படுக்கையிலிருந்து எழுந்து விரைவாகத் தன் ரூமைவிட்டுக் கிளம்பி ஆபீஸுக்குப் போனார். சிட்டி எடிட்டரை சந்தித்து விஷயத்தை மீண்டும் ஒருமுறை கேட்டுக்கொண்டு, ஓட்டலுக்குப் புறப்பட்டார்.

வாட்டர்கேட் வளாகத்தில் டெமாக்ரடிக் அலுவலகம் தான் இருக்கிறதே தவிர, கட்சியின் முக்கியஸ்தர்கள் யாரும் அங்கே அதிகம் தென்படமாட்டார்கள். இரண்டாம் கட்ட, அதற்கும் அடுத்தக்கட்டத் தலைவர்கள் மட்டும்தான் எப்போதும் உட்கார்ந்து அரட்டை அடித்துக்கொண்டிருப்பார்கள். அந்தக் கட்சி அலுவலகம் தவிர, வேறு சில முக்கியஸ்தர்களும் அங்கே தனி ஆபீஸ் வைத்துக்கொண்டிருந்தார்கள். அவர்களில் ஒருவர் அமெரிக்க அரசின் முன்னாள் அட்டர்னி ஜெனரலாக இருந்த ஜான் மிட்செல். இன்னொருவர் முன்னாள் வர்த்தகத் துறைச் செயலாளர் மௌரிஸ் ஸ்டான்ஸ். கான்ஸாஸ் மாகாணத்து செனட்டர் ஒருத்தரும் - பேர் ராபர்ட் டோல் - அங்கே தான் ஆபீஸ் வைத்துக்கொண்டிருந்தார். இவர்கள் தவிர நிக்ஸன் அரசின் உயர்மட்டத்து ஆபீஸர்கள் இன்னும் சிலபேரும் அங்கே உட்கார்ந்துகொண்டுதான் அரசியல் பண்ணிக்கொண்டிருந்தார்கள். சொல்லப்போனால் அங்கே தென்படுவோரில் டெமாக்ரடிக் ஆசாமிகளைக்காட்டிலும் நிக்ஸனின் ரிபப்ளிகன் பிரகஸ்பதிகள் தான் ஜாஸ்தி.

இதையெல்லாம் நினைவுகூர்ந்தபடியே வாட்டர்கேட்டுக்குப் போய்ச் சேர்ந்தார் உட்வர்ட். அங்கே போனப்புறம் தான் அவருக்கு

இன்னொரு விஷயம் தெரிந்தது. நல்ல தூக்கத்திலிருந்து தன்னை எழுப்பித் துரத்திய கையோடு, எடிட்டர் சக ரிப்போர்ட்டரான பென்ஸ்டெயின் என்பவரையும் அதே வேலைக்கு அனுப்பியிருந்தார். உட்வர்டுக்கு ஒன்றும் புரியவில்லை. ஒரு சாதாரண கதவுடைப்பு சம்பவத்துக்கு என்னத்துக்கு ரெண்டு நிருபர்கள்?

நேரம் ஆக ஆகத்தான் அவருக்கு இதில் என்னவோ இருக்கிறது என்கிற மேட்டரே உறைத்தது. ஏனென்றால் அந்த இரண்டுபேர் அசைன்மெண்ட் வாங்கிக்கொண்டு, ஓட்டல் வளாகத்துக்கு வந்து சேர்ந்தபோது பொழுது விடியத்தொடங்கியிருந்தது. அந்தநேரத்தில் கடைக்கு வந்துவிட்டிருந்த அன்றைய வாஷிங்டன் போஸ்டில் முதல் தகவல் அறிக்கையை வேறொரு சீனியர் நிருபர் எழுதியிருந்தார். அவர் பேர் ஆல்ஃப்ரட் லூயிஸ். ரொம்பப் பெரிய ஆசாமி. ஒரு வரி கூடத் தன் கையால் எழுதமாட்டார். செய்தியை அவர் சொல்ல, வேறு யாராவதுதான் எழுதுவார்கள்.

அவர் அன்றைக்கு அளித்திருந்த செய்தி இதுதான்: "வாட்டர்கேட் ஓட்டல் வளாகத்தில் உள்ள டெமாக்ரடிக் கட்சி அலுவலகத்தில் அதிகாலை இரண்டு முப்பது மணிக்கு ஐந்துபேர் கைது செய்யப்பட்டார்கள். ஐந்துபேரும் நல்ல, நேர்த்தியான சூட் அணிந்திருந்தார்கள். ஐவர் கைகளிலும் தோலால் ஆன க்ளவுஸ் இருந்தன. அவர்களிடமிருந்து ஒரு வாக்கி டாக்கி, நாற்பது ரோல் பிலிம் சுருள்கள், 35 எம்.எம். கேமராக்கள் இரண்டு, ஒரு கதவுடைக்கும் கருவி, கையடக்கமான கண்ணீர்ப்புகை பரப்பும் துப்பாக்கி ஒன்று, சில ஒட்டுக்கேட்கும் எலக்ட்ரானிக் கருவிகள் ஆகியவை கைப்பற்றப்பட்டன. அந்தக் கருவிகளுள் ஒன்றை ஒரு டெலிபோனின் அடியில் பொருத்திக்கொண்டிருந்தபோது ஐவரும் பிடிபட்டார்கள். பிடிபட்டவர்களைப் பரிசோதித்தபோது ஒவ்வொருவரிடமும் தலா 814, 800, 215, 234, 230 டாலர் பணம் இருந்தது. எல்லாமே நூறு டாலர் நோட்டுகள். பிடிபட்ட ஐந்துபேரில் ஒருவருக்கு அந்த ஓட்டல் வளாகத்தின் எல்லா இடங்களும் அத்துபடியாக இருந்திருக்கவேண்டும். சம்பவ தினத்துக்குச் சில நாட்கள் முன்பு அவர்கள் அதே வாட்டர்கேட் ஓட்டலின் இரண்டாம் தளத்திலும் மூன்றாம் தளத்திலும் அறையெடுத்துத் தங்கியிருந்ததையும் போலீசார் கண்டுபிடித்திருக்கிறார்கள்.

சம்பவ தினத்தன்று முன்னிரவு ஐவரும் ஓட்டலில் உள்ள பிரதான ரெஸ்டாரண்டில் நன்றாக சாப்பிட்டுவிட்டுக் கிளம்பியிருக்கிறார்கள்...''

இந்த ரிப்போர்ட்டைப் படித்துவிட்டு உட்வர்ட் நேரே சீனியரான அந்த லூயிஸைப் பார்க்கப்போனார். மேல் விவரங்கள் ஏதாவது கிடைக்குமா என்று அவர் கேட்டபோது "இப்போதைக்கு ஒரே விவரம் தான். இன்றைக்கு மத்தியானம் அவர்களை கோர்ட்டுக்கு அழைத்துவரப்போகிறார்கள்'' என்று சொன்னார் லூயிஸ்.

சரி, கோர்ட்டுக்குப் போகலாம் என்று முடிவு செய்து கொஞ்சம் முன்னதாகவே புறப்பட்டுப் போனார் உட்வர்ட். நீதிமன்றம் பல விசித்திரமான வழக்குகளை எப்போதும், எல்லா ஊர்களிலும் சந்திப்பது தான் என்றபோதும் அன்றைக்கு ஒன்றும் விசேஷமில்லை. வழக்கமான விபசார வழக்குகள்தான் நிறைய காத்திருந்தன. நீதிபதியாகப்பட்டவர் ஒவ்வொன்றாக விசாரித்து, விரைவாக பைசல் பண்ணிக்கொண்டிருந்தார். உட்வர்டுக்கு எப்போது இந்த வழக்கு விசாரணைக்கு வரும் என்றிருந்தது.

எதிர்பார்த்ததைவிடச் சற்றுத் தாமதமாகவே விசாரணைக்கு அந்த வழக்கு எடுத்துக்கொள்ளப்பட்டது.

உட்வர்ட், குற்றம் சாட்டப்பட்டிருந்த அந்த ஐந்துபேரையும் பார்த்தார். அஞ்சு பேரில் ஒருத்தன் தான் அமெரிக்கனாட்டம் இருந்தான். மீதி நாலு பேர் முகத்திலும் ஒரு அந்நிய தேசத்து சாயல் இருந்தது. எந்த ஊர்க்காரர்களாயிருப்பார்கள்?

பார்வையாளர்கள் வரிசையில் தனக்குப் பக்கத்தில் உட்கார்ந்திருந்த ஓர் இளைஞனிடம் பேச்சுக்கொடுக்க ஆரம்பித்தார். ஆனால் தன் பேர் டக்ளஸ் கேடி (தப்பாக நினைக்கவேண்டாம். caddy என்பது ஸ்பெல்லிங்.) என்று மட்டும் சொன்ன அந்த இளைஞன், மேற்கொண்டு எதுவும் பேசத் தன்னை வற்புறுத்தவேண்டாம் என்று கேட்டுக்கொண்டான். உட்வர்டுக்கு எங்கோ உதைத்தது. ஆகவே தன் வழக்கமான பத்திரிகையாள அணுகுமுறையை உபயோகித்து, கோர்ட் காவலர்களிடம் விசாரித்து அந்த ஆசாமிகளைப் பற்றிய விவரங்களைக் கேட்டுக் குறித்துக்கொண்டார். அவர்களில் நாலுபேர் க்யூபா அகதிகள். கம்யூனிஸ விரோதிகள்.

இதற்கிடையில் அந்த வழக்கின் விசாரணை ஆரம்பமாகியிருந்தது. பப்ளிக் ப்ராசிக்யூட்டராகப்பட்ட ஏர்ல் சில்பர்ட் என்பவர் அந்த ஐந்துபேருக்கும் ஜாமீனெல்லாம் வழங்கக்கூடாது; இது சாதாரண கதவுடைப்பு கேஸாகத் தெரியவில்லை என்று வாதாடிக்கொண்டிருந்தார். அதற்கு அவர் சொன்ன மூன்று முக்கியக் காரணங்கள்: 1. பிடிபட்டபோது தவறான பெயர்களைத் தந்தார்கள். 2. ஐவரிடமும் நிறையப் பணம் இருப்பது கண்டுபிடிக்கப்பட்டிருக்கிறது. 3. வெளிநாட்டுக்குத் தப்பிப்போவதற்கான முன்னேற்பாடுகளுடன்இருந்திருக்கிறார்கள்.

ஜேம்ஸ் பெல்சன் என்கிற அந்த நீதிபதி அந்த ஐந்து குற்றவாளிகளை நேரடியாக விசாரிக்க ஆரம்பித்தார். ஒருத்தன் மட்டும்தான் பேசினான். தன் பெயர் ஜேம்ஸ் W. மெக்கார்ட் என்று சொன்ன அவன், பனைமரத்தில் பாதி உயரம் இருந்தான். கூர்மையான கண்கள். நீண்ட மூக்கு. சதுர வடிவ மோவாய். ஆஜானுபாகுவாக இந்தி சினிமா வில்லனாட்டம் இருந்தான் அவன்.

"நீ என்ன செய்துகொண்டிருந்தாய்? உன் உத்தியோகம் என்ன?" என்றார் நீதிபதி. அவர்கள் பிறவி கொள்ளையர்களாக மட்டும் இருக்கமுடியாது என்று அவருக்குத் தோன்றியதால் அந்தக் கேள்வி வந்தது.

"நான் ஒரு முன்னாள் செக்யூரிடி கன்சல்டண்ட்" என்று அவன் பதில் சொன்னபோது நீதிமன்றம் அதிர்ந்தது.

அவன் ஒரு க்யூப அகதி. கம்யூனிஸ்டு காஸ்ட்ரோவுக்கு எதிரானவன். அமெரிக்காவுக்குத் தப்பிவந்து பிழைப்பை நடத்துபவன். என்னடா பிழைப்பு என்றால் செக்யூரிடி கன்சல்டண்ட் என்கிறான். யாருக்கு கன்சல்டண்ட்? எங்கே உத்தியோகம் பார்த்தான்? வாஷிங்டன் போஸ்ட் நிருபர் உட்வர்டுக்கு ஆர்வம் பீறிட, எழுந்து வந்து முன் வரிசையில் அமர்ந்துகொண்டு எழுத்துவிடாமல் பேசுவதை அப்படியே குறித்துக்கொள்ள ஆரம்பித்தார்.

அவன் எத்தனை காலமாக அமெரிக்காவில் இருக்கிறான், எங்கே தங்கியிருக்கிறான், பின்னணி, முன்னணி விவரங்கள் என்னென்ன என்று பலவற்றைக் கேட்ட நீதிபதி, "அப்பனே, நீ செக்யூரிடி கன்சல்டன்ட் என்று சொன்னாய். ஆனால் யாருக்கு?" என்று கேட்டார்.

“தனி நபர் யாருக்குமல்ல. அமெரிக்க அரசின் ஒரு டிபார்ட்மெண்டுக்கு நான் கன்சல்டண்ண்டாக இருந்தேன்” என்று சொன்னான் அவன்.

அடேங்கப்பா. அமெரிக்க அரசின் ஒரு துறைக்கு க்யூப அகதி ஒருத்தன் செக்யூரிடி கன்சல்டண்டாக இருந்திருக்கிறான்! சந்தேகமேயில்லை. இது விசித்திரமான வழக்குத்தான் என்று நீதிபதிக்கும் உட்வர்டுக்கும் தோன்றிவிட்டது.

“அதுசரி. எந்த டிப்பார்ட்மெண்ட்?”

அவன் சற்றும் தயங்கவில்லை. தெளிவாக, முழுப்பிரக்ஞையுடன், திட்டவட்டமாகவே சொன்னான்: “சி.ஐ.ஏ.”

ஆடிப்போனார் நீதிபதி. ஹேமநாத பாகவதர் முன்னிலையில் சிவாஜி கணேசன் பாடியபோது உலகம் ஒருமுறை நின்று சுழன்றதே. அப்படி ஒருகணம் அந்த நீதிமன்றம் ஸ்தம்பித்துவிட்டு மீண்டும் சுதாரித்துக்கொண்டது.

அதன்பின் உட்வர்ட் ஒரு கணம் கூடத் தாமதிக்கவில்லை. உடனே வெளியே பாய்ந்து ஒரு டாக்ஸியைப் பிடித்தார். அடுத்த பத்தாவது நிமிடம் அவர் தம் சிட்டி எடிட்டரின் அறைக்குள் இருந்தார். மூச்சு வாங்க விவரத்தைச் சொல்லிவிட்டு மேட்டரை எழுதிக்கொடுத்துவிட்டு முகத்தைத் துடைத்துக்கொண்டார்.

வழக்கு இப்படியொரு பரிமாணம் எடுக்கும் என்று அவர் சத்தியமாக எதிர்பார்க்கவில்லை. நல்லவேளையாக இந்த வழக்கைத் தொடர்ந்து வேறு எந்தப் பத்திரிகையின் நிருபரும் கோர்ட்டுக்கு வரவில்லை. ஆகவே நாளைக்குத் தங்கள் பத்திரிகையில் மட்டும்தான் இந்தச் செய்தி வரப்போகிறது என்கிற பரவசம் அவரை ஆட்கொண்டிருந்தது.

வாஷிங்டன் போஸ்டின் சிடி எடிட்டர் முழு கட்டுரையையும் தீர்க்கமாகப் படித்துப்பார்த்தார். உடனே ஒரு எட்டு நிருபர்களைத் தேர்ந்தெடுத்து ஒரு குழுவாக்கினார். இந்த விவகாரத்தை முழுக்க் நோண்டி எடுக்கும்வரை அவர்களுக்கு வேறு வேலை கிடையாது என்று சொன்னார். கையோடு பத்திரிகையின் மேனேஜிங் எடிட்டர் ஹோவர்ட் சிமன்ஸுக்கு போன் செய்து விஷயத்தை விளக்கி, ரொம்ப அவசரம் என்று சிக்னல் கொடுத்தார்.

உடனே அலுவலகத்துக்கு விரைந்துவந்த மேனேஜிங் எடிட்டர், செய்தியைப் படித்துவிட்டு, முதல் தகவல் அறிக்கை அளித்த

ஆல்ஃப்ரட் லூயிஸ் உடனும் உட்வர்ட் மற்றும் இந்த வழக்கு மேட்டரில் பணியாற்றப்பணிக்கப்பட்டிருக்கும் மற்ற ஆறு நிருபர்களிடமும் பேசினார். என்ன செய்யலாம், எப்படிச் செய்யலாம் என்று ரகசிய ஆலோசனை நடத்திவிட்டு, அந்தச் செய்தியை மறுநாள் முதல் பக்கத்தில் வெளியிட உத்தரவிட்டார்.

அந்த மறுநாளின் முதல்பக்கச் செய்தி இப்படித் தொடங்கியது:

"அமெரிக்க உளவுத்துறையின் முன்னாள் செக்யூரிடி கன்சல்டண்ட் உட்பட ஐந்துபேர் நேற்று அதிகாலை கைது செய்யப்பட்டார்கள். ஐவரும் வாட்டர்கேட் ஓட்டல் வளாகத்திலிருந்த டெமாக்ரடிக் கட்சி அலுவலகக் கதவை உடைத்துக்கொண்டு உள்ளே போய் ஒட்டுக்கேட்கும் கருவிகளைப் பொருத்திக்கொண்டிருந்தபோது கைது நடவடிக்கை மேற்கொள்ளப்பட்டது.."

இந்த இரண்டு வரிகளுக்கு அப்பால் மிகப்பல பூகம்பங்கள் ஒளிந்துகொண்டிருந்தன. ஏனெனில் அது 1972ம் வருஷம். அமெரிக்காவில் தேர்தல் நேரம். நிக்ஸன் தேர்தலில் மீண்டும் ஜெயிப்பாரா, மாட்டாரா என்று எல்லாரும் சந்தேகப்பட்டுக் கொண்டிருந்த காலம். அவரது நேரடி கட்டுப்பாட்டுக்குள் இருந்த உளவுத்துறையின் ஆசாமி ஒருத்தன் எதிர்க்கட்சி அலுவலகத்தில் நுழைந்து ஒட்டுக்கேட்கும் கருவிகளைப் பொருத்தியிருக்கிறான் என்பது சாதாரண விஷயமல்ல.

அந்தச் செய்தி வெளியானதுதான் தாமதம். ஒட்டுமொத்த அமெரிக்கர்களும் அதிர்ந்து போனார்கள். அன்றைக்கு மிகத்தாமதமாகப் படுக்கையை விட்டு எழுந்த நிக்சன், வாஷிங்டன் போஸ்டில் இந்தச் செய்தியைப் படித்தபோது அடிவயிற்றைக் கலக்குவது போல் உணர்ந்தார். அவரளவில் அது ஒரு பெரிய சம்பவமில்லைதான். ஆனால் பல பெரிய விஷயங்களின் சாவி ஒருவேளை அந்த ஒரு கைதுக்குள் ஒளிந்திருக்குமோ என்று அவருக்குச் சந்தேகமாக இருந்தது.

சேச்சே. அப்படியெல்லாம் பயப்படவேண்டாம் என்று தன்னைத்தானே அவர் அப்போது தேற்றிக்கொண்டிருக்கவேண்டும். ஆனால் விதி யாரை விட்டது? அந்தச் சம்பவம் மிக விரைவில் ஒரு அலாவுதீன் பூதமாகத் தொடங்கியது.

39. அழிக்க முடியாத கறை

அந்த வாஷிங்டன் போஸ்ட் நிருபர் பாப் உட்வர்ட் நோண்ட ஆரம்பித்தபிறகுதான் வாட்டர்கேட் விவகாரம் அதன் மேற்பூச்சுகளைக் களைந்து தன் நிஜமுகத்தைக் காட்ட ஆரம்பித்தது. இந்த விவகாரத்தில் அவரோடு இணைந்து பணியாற்றிய கார்ல் பெர்ன்ஸ்டெயின் அவருக்கு சரியான சகாவாக இருந்து உதவ, இரண்டு இளைஞர்களும் இந்த ஊழலைத் துப்பறிந்து எழுதியதைப் பாராட்டி அவர்களுக்குப் பின்னால் புலிட்சர் விருது கூடக் கொடுத்தார்கள். அதுவெல்லாம் கூட அத்தனை முக்கியமில்லை. அவர்கள் எதை அப்படி துப்பறிந்தார்கள் என்பதுதான் பிரதானமானது.

வாட்டர்கேட் முதலில் ஒரு கதவுடைப்பு - திருட்டு கேஸாகத்தான் ஆரம்பித்தது. ஆரம்பித்த ஜோரிலேயே இது வெறும் திருட்டு விஷயமல்ல. என்னவோ எலக்ட்ரானிக் ஒட்டுக்கேட்கும் கருவிகளை டெமாக்ரடிக் கட்சி அலுவலகத்தில் பொருத்த வந்திருக்கிறார்கள் என்பது தெரிந்துவிட்டது. பிடிபட்ட அந்த ஐந்துபேரிடமிருந்தும் நிறையப் பணம் கைப்பற்றப்பட்டதைத் தொடர்ந்து, இதில் பிடிபட்டதைக் காட்டிலும் எக்கச்சக்கப் பணம் விளையாடியிருக்குமோ என்கிற சந்தேகம் வந்தது. ஆகவே மேலும் தோண்டித் துருவ ஆரம்பித்தார்கள்.

பிடிபட்ட அந்த ஐந்து க்யூப அகதிகளும் கார்டன் லிட்டி என்கிற ஒரு முன்னாள் எஃப்.பி.ஐ. உளவுத்துறை அதிகாரியின் சிஷ்யப்பிள்ளைகள் என்பதை 'உரியமுறையில்' விசாரித்து முதலில் கண்டுபிடித்தார்கள். அஞ்சுபேரில் ஒருத்தனான ஜேம்ஸ் மெக்கார்ட் ஏற்கெனவே கோர்ட்டில் தான் ஒரு சி.ஐ.ஏ. செக்யூரிடி கன்சல்டண்ட் என்று சொல்லியிருந்தான். 'என்னடா இது? சி.ஐ.ஏ.வுக்கும் எஃப். பி.ஐக்கும் தான் ஏழாம் பொருத்தமாச்சே, எப்படி இந்த சி.ஐ.ஏ.ஆள் எஃப்.பி.ஐ ஆசாமியின் சிஷ்யகோடிகளுள் ஒருவனாக இருந்து ஒரு காரியம் பார்த்திருக்கமுடியும்?' என்று போலீஸ் சிண்டைப் பிய்த்துக்கொண்டது. (சி.ஐ.ஏ., எஃப்.பி.ஐ. இரண்டுமே அமெரிக்க உளவு நிறுவனங்கள்தான். ஆனால் இரு நிறுவனங்களுக்கும் அவ்வளவாக ஒத்துப்போகாது. நீ பெரியவனா, நான் பெரியவனா

போட்டி எப்போதும் உண்டு. ஒருத்தரோடு ஒருத்தர் அதிகம் பேசிக்கொள்ளக்கூட மாட்டார்கள்.)

சரி, எப்படியோ ஒத்துப்போயிருக்கிறது; என்ன விஷயமாக இவர்களை கார்டன் லிட்டி பயன்படுத்தியிருக்கமுடியும்? இதை ஆராயும்போதுதான் அந்த மகானுபாவர் அப்போது நிக்ஸனை மறுபடியும் தேர்தலில் ஜெயிக்கவைப்பதற்கென அமைக்கப்பட்டிருந்த உயர்மட்ட கமிட்டியின் நிதி கவுன்சிலில் முக்கியப்பணி ஆற்றிக்கொண்டிருந்த விஷயம் தற்செயலாகத் தெரியவந்தது.

அதாவது ஒரு முன்னாள் உளவுத்துறை அதிகாரி, அதிபரின் தேர்தல் திட்டக்குழுவில் பங்குவகிக்கிறார். இது தேர்தல் நேரம். வாட்டர்கேட்டில் பிடிபட்ட ஐந்துபேரும் அந்த அதிகாரியின் சிஷ்யர்களாயிருக்கிறார்கள். ஆகவே ஒண்ணும் ஒண்ணும் ரெண்டாக மட்டுமே இருக்கமுடியும்!

இன்னும் விசாரித்ததில், தேர்தல் தொடர்பான ஒற்றறியும் பணிக்கென்று கார்டன் லிட்டி ஒருமில்லியன் டாலர் செலவாகும் என்று மேலிடத்தில் கேட்டிருப்பதாகத் தெரிந்தது. விபசாரிகளை விலைக்குவாங்கி, ஒற்று வேலைக்குப் பயன்படுத்துவது, வாட்டர்கேட்டில் நடந்தமாதிரி பல இடங்களில் ஒட்டுக்கேட்கும் கருவிகளை நிறுவுவது, தேவைப்பட்ட சிலரைக் கடத்திக்கொண்டுபோய் கண்காணாத இடங்களில் பதுக்கிவைப்பது ஆகியவை அவரது செயல்திட்டங்களில் இருந்ததை காவல்துறை கண்டுபிடித்தது. அதைவிட ஆச்சர்யம், அவர் கேட்டது ஒரு மில்லியன் டாலர் என்றாலும் கிடைத்தபணமோ ரெண்டரை மில்லியன் டாலர்! எப்படி, யார் கொடுத்தார்கள்? அதுதான் மர்மமாக இருந்தது.

அவரது முக்கிய உதவியாளராக இருந்த ஹோவர்ட் ஹண்ட் என்பவர் முன்னாள் சி.ஐ.ஏ. உளவாளி என்பதையும் கென்னடி காலத்தில் க்யூபாவில் ஒரு புரட்சி நடத்த அனுப்பப்பட்டு, தோல்வியடைந்து திரும்பிய குழுவில் முக்கிய உறுப்பினராக இருந்தவர் என்பதையும் கவனித்துக் குறித்துக்கொண்டு, இப்போது பிடிபட்டிருக்கும் ஐந்துபேரில் நால்வர் க்யூபாவைச் சேர்ந்தவர்கள் என்பதை இணைத்து யோசித்தது காவல்துறை.

இதற்குமேல் விவரம் வேண்டியிருக்கவில்லை. புலனாய்வுத்துறை அதிகாரிகள் சுறுசுறுப்பாகச் செயல்பட்டு, பிடிபட்ட ஐவரும் நிக்ஸனை மறுபடி அதிபராக்க அமைக்கப்பட்டிருந்த குழுவுடன் நெருக்கமான தொடர்பு கொண்டவர்கள் என்பதை இன்னும் சில ஆதாரங்களுடன்நிரூபித்துவிட்டார்கள். அவற்றுள்மிக முக்கியமான ஆதாரம், அந்த அஞ்சு பேரில் ஒருத்தனின் வங்கிக்கணக்கில் எங்கோ மெக்சிகோவில் இருக்கிற ஒரு வங்கிமூலம் 89000 டாலர் பணம் டெபாசிட் செய்யப்பட்டிருந்தது!

இந்தப் புலன்விசாரணைகள் நடந்துகொண்டிருந்த காலத்தில் தினசரி வெள்ளைமாளிகையிலிருந்தும் முன்னாள் அட்டர்னி ஜெனரல் ஜான் மிட்செல் அலுவலகத்திலிருந்தும் இதையெல்லாம் மறுத்து அறிக்கைகள் வந்துகொண்டே இருந்தன. நிக்ஸன், "எனக்கு இதெல்லாம் சத்தியமாகத் தெரியாது. நான் இதில் சம்பந்தப்படவும் இல்லை; இப்படியெல்லாம் நடக்கிறது என்பது என் கவனத்துக்கும் வரவில்லை. நான் இதை அங்கீகரிக்கவும் இல்லை; ஆதரிக்கவும் இல்லை. இதுதான் உண்மை" என்று தன் பிரத்தியேக அடுக்குமொழி பாணியில் ஓர் அறிக்கை விட்டார்.

ஆனால் அது உண்மையல்ல.

வாட்டர்கேட் விவகாரம் வெடித்து சரியாக ஆறாவது நாள். நிக்ஸன் அரசின் மிக மூத்த அதிகாரிகளுள் ஒருவரான ஹால்டுமேன் என்பவர் அதிபரைச் சந்தித்து ஒரு அவசரப் பேச்சுவார்த்தை நடத்தினார். "உடனடியாக இந்த விவகாரத்தை விசாரித்துக்கொண்டிருந்த எஃப்.பி.ஐயின் செயல்பாட்டை எப்படியாவது முடக்கி, நிறுத்திவிடுங்கள். நாம் சி.ஐ.ஏ.மூலம் வேறு சில ஜோலிகள் பார்த்துக்கொண்டிருக்கிறோம். இவர்களின் பணி அதற்குப் பெரிய இடைஞ்சல்" என்று ஹால்டுமேன் பேசிய ரகசியப்பேச்சு எப்படியோ அம்பலத்துக்கு வந்துவிட்டது. இது அமெரிக்காவின் கடைசித்தட்டுக் குடிமகன் வரைக்கும் தெரிந்துவிட்டதால் தேசம் முழுவதுமே இந்த விவகாரத்தில் மிகுந்த ஆர்வம் செலுத்தத்தொடங்கிவிட்டது.

நிக்ஸன் எப்படி மாட்டிக்கொள்ளப்போகிறார் என்பதுதான் அப்போது அங்கே ஒரே பேச்சு. எப்படித் தப்பிக்கப்போகிறார் என்கிற பேச்சுக்கே இடமில்லை என்று எல்லாருமே நினைத்தார்கள்.

தோண்டத்தோண்டப் புறப்படும் பூதம் மாதிரி, நிக்ஸன் அரசின் தேர்தல் தில்லுமுல்லுகள் ஒவ்வொன்றாக வெளிவரத்தொடங்கின. எதிர்க்கட்சி ஆசாமிகளுக்கு 200 டாலர் மதிப்புள்ள பீட்ஸா வாங்கிக்கொடுத்து, சேம் சைட் கோல்போடத் தூண்டிவிட்டிருந்தது தொடங்கி பல லட்சக்கணக்கான லஞ்ச லாவண்யங்கள் வரை காலை தினசரிகளுக்கு ஒரு நியூஸ், மாலை தினசரிகளுக்கு வேறொரு நியூஸ் என்று கூரையைப் பிய்த்துக்கொண்டு கொட்டத்தொடங்கியது.

நிக்ஸன் அத்தனை பயந்திருக்கவேவேண்டாம். வாட்டர்கேட் விவகாரம் அப்போதுதான் வெடித்திருந்தபடியால் மிகப்பெரிய இமேஜ் சரிவு அவருக்கு நேரடியாக ஏற்பட்டிருக்கவில்லை. மேலும் வழக்கு விசாரணை நடந்துகொண்டி ருக்கும்போது மக்கள் உணர்ச்சிவசப்பட்டு முடிவெடுக்கமாட்டார்கள் அங்கே.

அந்தத் தேர்தலில் நிக்ஸன் சுலபமாகவே ஜெயித்தார். செய்த தகிடுதத்தங்கள் காரணமா, நியாயமாகவே ஓட்டுகள் விழுந்தனவா என்று தெரியவில்லை. ஆனாலும் தேர்தல் முடிவுகள் வரும்போது வாட்டர்கேட் விசுவரூபம் எடுத்துவிட்டபடியால் ஏண்டா இந்த மனுஷன் ஜெயித்தான் என்று ஒட்டுமொத்த தேசமுமே வருந்தியது உண்மை.

1973, ஜனவரிமாதம் வாட்டர்கேட் ஊழல் விவகாரத்தின் முதல்கட்டத் தீர்ப்பு வெளிவந்தது. ஹுபர்ட் ஹண்ட் மற்றும் அந்த ஐந்து க்யூபர்கள் குற்றவாளிகள்தான் என்று மாவட்ட நீதிமன்றம் அறிவித்தது. கார்டன் லிட்டி மற்றும் மெக்கார்டும் குற்றவாளிகள்தான் என்று நீதிபதி அறிவித்தார்.

இப்போது வெள்ளைமாளிகையின் அஸ்தியில் ஜுரம் கண்டது. மாட்டிக்கொண்ட குற்றவாளிகள் உளற ஆரம்பித்தால் என்ன ஆவது?

ஹோவர்ட் ஹண்ட், நிக்ஸனின் நம்பகமான அதிகாரிகளுள் ஒருவரான ஜான் டீன் என்பவரிடம் “கொஞ்சம் செலவாகும்” என்று சூசகமாகச் சொன்னார். மார்ச் 21ம்தேதி, காலை ஜான் டீன் இந்த விஷயத்துடன் வெள்ளை மாளிகைக்குச் சென்று நிக்ஸனிடம் ஹண்ட் இப்படிச் சொல்கிறார். என்ன செய்வது என்று கேட்டார். தவிர, விவகாரத்தில் அதுவரை அடிபட்டிருந்த ஆசாமிகள்தவிர வேறுபல வெள்ளைமாளிகை அதிகாரிகளும் சிக்கிக்கொள்ளும்

வாய்ப்பு இருக்கிறது; பிடிபட்டவர்கள் பேசாமலிருப்பது முக்கியம் என்பதையும் சூசகமாகத் தெரிவித்தார்.

நிக்ஸன் யோசிக்கவேயில்லை. " எவ்வளவு வேண்டும்?" என்று கேட்டார்.

"இரண்டு வருட காலத்துக்குள் ஒருமில்லியன் டாலர் - பகுதிபகுதியாக வேண்டும் என்று ஹண்ட் கேட்கிறார்" என்றார் ஜான் டீன்.

"சரி. கிடைக்கும். ஒரு மில்லியன் டாலரும் நெட் கேஷாகவே கிடைக்கும். நான் ஏற்பாடு செய்கிறேன். எங்கிருந்து, யார்மூலம் அதுவரும் என்பதையும் சொல்கிறேன்" என்றார் நிக்ஸன்.

இதற்கிடையில் வாட்டர்கேட் விவகாரம் குறித்து கவலைகொண்ட செனட், தன்பங்குக்கு ஒரு துப்பறியும் வேலையைத் தொடங்கியிருந்தது. எப்படியும் நிக்ஸன் அசிங்கப்பட்டு நிற்கப்போகிறார் என்பதை உணர்ந்த செனட் உறுப்பினர்கள், ஒழுங்குமரியாதையாக அவர் பதவிவிலகவேண்டியதன் அவசியத்தை எடுத்துச்சொல்லி, ஜான் டீனிடம் சொல்லி அனுப்பினார்கள். கடுப்பான நிக்ஸன், நான் என்னத்துக்குப் பதவி விலகவேண்டும் என்று கொக்கரித்து, தனது முதன்மை அதிகாரிகள் சிலரை (வழக்கில் சந்தேக லிஸ்டில் இருந்தவர்கள்) பதவி நீக்கம் செய்து தான் புனிதர் என்பதுபோலக் காட்டிக்கொள்ளப்பார்த்தார்.

அப்போதுதான் அந்த சம்பவம் நடந்தது. அலெக்சாண்டர் பட்டர்பீல்டு என்கிற நிக்ஸனின் நிகழ்ச்சி ஒருங்கிணைப்பு அலுவலர், விசாரணைக்கு அழைக்கப்பட்டிருந்தார் அப்போது. அப்பாவியான அந்த ஆசாமி தன்னிடம் கேட்கப்பட்ட அத்தனை கேள்விகளுக்கும் எந்த மூடுமந்திரமும் இல்லாமல் உண்மையை அப்படியே சொல்லிவிடுவது என்று முடிவு செய்தே வந்திருந்தார். அவரது வாக்குமூலத்தில் ஒரு முக்கியமான விஷயம் அகப்பட்டது.

அது, அதிபர் மாளிகையில் நாலு பிரதான இடங்களில் யார் என்ன பேசினாலும் ஆட்டமேட்டிக்காக அது ரெக்கார்ட் ஆகிவிடும். அது ஒரு நிரந்தர ஏற்பாடு என்று அவர் சொன்னார். (அந்த நாலு இடங்கள் - ஓவல் ஆபீஸ் என்று அழைக்கப்படும் அதிபரின் அலுவலகம், கேபினட் அறை, பெட்ரூம், மற்றும் கேம்ப்டேவிட் ப்ரெசிடென்ஷியல் கேபின் என்கிற ஒரு பந்தா பிரதேசம்.)

ஆஹா என்று சிலிர்த்துக்கொண்டு எழுந்த புலனாய்வு அதிகாரிகள் உடனே நிக்ஸனுக்கு ஒரு சம்மன் அனுப்பினார்கள். வெள்ளைமாளிகையில் ரெக்கார்ட் செய்யப்பட்ட உரையாடல் கேசட்டுகள் வேண்டும்.

கோபத்தில் வெலவெலத்துப்போனார் நிக்ஸன். அதெப்படி என்னிடம் அதைக் கேட்கலாம்; அதிபரையே சந்தேகப்படுகிறீர்களா என்று புத்தியிழந்து இன்னும் பலபேரை வேலை நீக்கம் செய்வதும் வேறுபலபேரைக் கூப்பிட்டு ஃபயர் பண்ணுவதுமாக, தான் நிலைகுலைந்துபோனதைத் தானே வெளி உலகுக்குக் காட்ட ஆரம்பித்தார்.

ஆனால் விசாரணை அதிகாரிகள் கோர்ட் மூலம் வேண்டுகோள் விடுத்து, அதிக ப்ரெஷர் கொடுத்ததால் வேறு வழியே இல்லாமல் அந்த கேசட்டுகளை அவர் தரவேண்டி இருந்தது.

அதுதான் நிக்ஸனின் விதியை எழுதியது!

அவர் எஃப்.பி.ஐயின் விசாரணையை முடக்க ஹால்டுமேனுடன் பேச்சுவார்த்தை நடத்தியது, ஒருமில்லியன் டாலர் டிரான்ஸாக்ஷனுக்கு ஏற்பாடு செய்வதாகச் சொன்னது உள்ளிட்ட அத்தனை வண்டவாளங்களும் அந்த கேசட்டுகளில் பதிவாகியிருந்தன.

அந்த கேசட்டுகளைக் கொடுக்கும்போதே நிக்ஸன் சொன்னார்:" எனக்குத் தெரியும். நான் தந்திருக்கும் இந்தக் கூடுதல் மெட்டீரியல் எவிடென்ஸ்கள் என் பேரை இன்னும் ரிப்பேராக்கப்போகின்றன."

அவர் சொல்லவே வேண்டாம். அது அப்படித்தான் ஆனது!

தேசம் முழுவதும் எழுந்து கூக்குரல் இட்டது. "ஒழுங்குமரியாதையாகப் பதவி விலகிவிடு!" நிலைமை கட்டுமீறிப்போகத்தொடங்கியதும் ரிபப்ளிகன் கட்சியின் மூன்று மூத்த உறுப்பினர்கள் அவசரமாக வெள்ளை மாளிகைக்கு விரைந்தார்கள். நிக்ஸன் பதவி விலகவேண்டியதன் அவசியத்தை எடுத்துச் சொல்லிவிட்டுத் திரும்பினார்கள்.

ஆகஸ்ட் 8ம்தேதி அவரிடமிருந்து முறைப்படி அந்த அறிவிப்பு வந்தது. "நான் வெளியேற்றப்பட்டவனாக இருக்கமாட்டேன். ஓர்

அதிபராக, தேச நலனைக் கருதி நானாக ராஜினாமா செய்கிறேன். நாளை மத்தியானத்துடன் நான் விலகிக்கொள்கிறேன்" என்று சொன்னார்.

நிக்ஸனின் அந்தப் புகழ்பெற்ற டிவி பேச்சு இன்றளவும் அமெரிக்காவில் புகழ்வாய்ந்ததொரு இறுதி சொற்பொழிவாகக் கருதப்படுகிறது. (பதவி ஏற்றபோது மேக்கப் போட்டுக்கொண்டதுபோல, இந்த விலகல் அறிவிப்பின்போதும் மறக்காமல் மேக் அப் போட்டுக்கொண்டே டிவி முன்னால் வந்து உட்கார்ந்தார் நிக்ஸன்!)

மக்களுக்கு அறிவிக்குமுன் தன் ராஜினாமாவை எழுதி, தலைமைச் செயலாளர் ஹென்றி கிஸ்ஸிங்கருக்கு அனுப்பிவிட்டே வந்தார். அதுவும் எத்தனாம்பெரிய ராஜினாமாக் கடிதம்? சரியாக ஒரே ஒரு வரி. *"I hereby resign the Office of President of the United States."* அவ்ளோதான்!

வாட்டர்கேட் விசாரணை அதற்கப்புறம் அத்தனை ஜோராக நடக்கவில்லை. திருடன் பிடிபட்டபிறகு சினிமாவில் யாருக்கு இன்ட்ரஸ்ட் இருக்கும்?

அமெரிக்க சரித்திரத்தில் இப்படி அசிங்கப்பட்டுப் பதவி விலகிய ஒரே ஆசாமி நிக்ஸன்தான். ஒவ்வொரு அமெரிக்கனும் அவரது இந்தக் கேவல நடவடிக்கையால் அவமானத்தில் புழுங்கிப்போனார்கள். ஆனால் அவருக்கு அப்புறம் அதிபரான ஃபோர்டு, போனால் போகிறதென்று நிக்ஸனுக்குப் பொதுமன்னிப்பு அளித்து வழக்கை க்ளோஸ் பண்ணிவிட்டார். (ரொம்பத் துருவினால் இன்னும் கப்படிக்கப்போகிறதே என்கிற பயமும் காரணம்!) நிக்ஸன் பதவி விலகியதுமே ஹாயாக பொட்டி படுக்கைகளை எடுத்துக்கொண்டு தன் சொந்த ஊருக்கு ஹெலிகாப்டரில் போய் இறங்கி, ஆதரவாளர்களுக்குக் கையசைத்ததோடே சேர்த்துத் தம் பொதுவாழ்க்கைக்கும் கையசைத்துவிட்டார். நிறையப்பணம் இருந்தது அவரிடம். பெரிய பங்களா, பண்ணை, சைடு பிசினஸ்கள். போதாது? அவமானமெல்லாம் மற்ற அமெரிக்கர்களுக்குத்தான். நிக்ஸன் பொருட்படுத்தவேயில்லை.

1994 ஏப்ரல் 22ம்தேதி நிக்ஸன் இறந்தார். அதையும் யாரும் அத்தனை பெரிதாகப் பொருட்படுத்தவில்லை!

40. கண்ணுக்குத் தெரிந்த காசுச் சுரங்கம்

நிக்ஸனின் பதவி விலகல் ஒரு தேசிய அவமானமானத் தழும்பாக நிலைத்துவிட்டபோதும் எப்படி அந்த மனுஷனின் பேர் இன்றைக்கு வரைக்கும் பாப்புலராகவே இருக்கிறது என்று ஒரு சிறு சந்தேகம் வரலாம். நெகடிவ் ஹீரோக்களின் பேரும் சரித்திரத்தில் இடம்பெறத்தானே செய்யும் என்று சமாதானமும் தோன்றலாம். உண்மையில், நிக்ஸன் பேர் நிலைத்ததற்கு வாட்டர்கேட் ஊழல் தவிரவும் வேறொரு காரணம் இருக்கிறது. அவர் காலத்தில் தான் ஆம்ஸ்ட்ராங் நிலவுக்கு ஒரு விசிட் அடித்துவிட்டு வந்த சம்பவம் நடந்தது.

உலகை வியப்பின் எல்லைக்கு இட்டுச் சென்ற அந்தச் சம்பவம், வாட்டர்கேட் விவகாரத்துக்குக் கொஞ்ச நாள் முன்னால்தான் நடந்தது என்பதால் ஆம்ஸ்ட்ராங் புண்ணியத்தில் நிக்ஸன் கொஞ்சம் நல்லபேர் சம்பாதித்துக்கொண்டதை அவசியம் குறிப்பிட்டாகவேண்டும்.

*1957*ல் சோவியத் யூனியன் விண்வெளிக்கு 'ஸ்புட்னிக்'கை அனுப்பியதிலிருந்தே அமெரிக்க விண்வெளி ஆய்வுத் துறைக்கு ஜுரம் பிடித்துவிட்டிருந்தது. பனிப்போர் காலத்தில் இரு தேசங்களும் தொடர்ந்து வெற்றிகளையும் தோல்விகளையும் அடுத்தடுத்து பார்த்துவந்தாலும் யாராவது ஒரு கூடுதல் வெற்றி கண்டுவிட்டால் அடுத்தவருக்கு ஒத்துக்கொள்ளாது; அவசியம் பதிலுக்கு என்னவாவது செய்தே தீருவார்கள் என்பது எழுதப்படாத விதியாக இருந்தது.

ஆனால் துரதிருஷ்டவசமாக அமெரிக்க விண்வெளி ஆய்வின் விளைவுகள் அனைத்துமே ஐம்பதுகளில் எதிர்பார்த்த பலனைத் தராமல் போனதால், இந்த விஷயத்தில் அவசரப்படாமல், நிதானமாக அடியெடுத்துவைத்து, மிகப் பெரிதாக ஏதாவது செய்யவேண்டும் என்று முடிவு செய்துகொண்டு, அப்படியே பின்வாங்கிப் பதுங்கியது நாஸா.

ஸ்புட்னிக்கை சோவியத் யூனியன் அனுப்பி சரியாகப் பன்னிரண்டு வருஷகாலம் கழித்துத்தான் தன் தவத்திலிருந்து வெளியே வந்தது

அமெரிக்கா. அது 1969ம் வருஷம். ஜூலை 20ம் தேதி. அப்போலோ 11 என்கிற விண்கலம் நிலவைத் தொட்டு, கதவு திறந்து ஆம்ஸ்ட்ராங் மிதந்து இறங்கி, நிலவில் கால் பதித்ததையும் கொடி நாட்டியதையும் உலகம் பார்த்தது.

ராக்கெட்டாகச் சீறி, விமானமாகத் தரையிறங்குகிற அமெரிக்காவின் ஸ்பேஸ் ஷட்டில் எனப்படுகிற விண்வெளி ஓடங்களின்பால் உலகின் கவனம் குவிந்தது. எத்தனையோ கோடி டாலர்கள் செலவில் தூக்கமில்லாத ஆயிரம் ஆயிரம் இரவுகளின் உழைப்பில் அமெரிக்கா நிகழ்த்திய இந்த சாதனை தான் மனிதனின் ஆற்றலுக்கு எல்லை வகுப்பது கடினம் என்கிற எண்ணத்தை மிகப் பலமாக ஊன்றியது.

இன்னொன்றையும் சேர்த்தே இது உணர்த்தியது. ஆயிரம்தான் தேசியக் குளறுபடிகள் இருந்தாலும் எந்த ஒரு அமெரிக்க அதிபரும் தன் நாட்டின் அறிவியல் வளர்ச்சியாகப்பட்டது - அரசியல் காரணங்களால் எவ்விதத்தடையும்காணக்கூடாது என்பதில் மிகவும் உறுதியாக இருந்தார்கள். நாஸா அமெரிக்க அரசு நிறுவனமானாலும் கிட்டத்தட்ட தன்னாட்சி அந்தஸ்து கொண்ட மாநிலம் மாதிரியான ஒரு அமைப்பு. முடிவெடுப்பதிலோ, செயல்படுத்துவதிலோ அதை ஒரு பயல் கேள்வி கேட்க மாட்டார்கள் அங்கே. உதவி செய்ய மட்டுமே அரசு என்கிற கொள்கையை இன்றைக்கு வரைக்கும் அமெரிக்கா நாசா விஷயத்தில் கடைபிடித்துவருவதைச் சொல்லவேண்டும். அதனால்தான் சாட்டிலைட் யுகத்தில் அமெரிக்க விண்வெளி நிபுணர்கள் அடுத்தடுத்து தினமொன்றாகச் சாதனைகள் புரிய முடிகிறது.

நடுவில் கொஞ்சகாலம் சூடு தணிந்திருந்த அமெரிக்க - ரஷ்யப் பனிப்போர், அப்போலோ11ன் வெற்றிப்பயணத்துக்குப் பிறகு மீண்டும் எழுபதுகளின் தொடக்கத்தில் சூடு பிடிக்கத் தொடங்கியது தற்செயலானது அல்ல. நிலவில் தங்கம் இருக்குமா, வைரம் இருக்குமா, பெட்ரோல் இருக்குமா என்று ஆராய்ச்சி பண்ணிக்கொண்டிருக்க எக்கச்சக்க காசு வேண்டியிருந்தது ஒரு காரணமா யிருந்திருக்குமோ என்னவோ. ‘கண்ணுக்குத் தெரிந்த’ ஒரு காசுச் சுரங்கத்தின்பால் இரு தேசங்களுமே மிகத் தீவிரமாக ஆர்வம் செலுத்தத் தொடங்கியது அப்போதுதான்.

மத்தியக் கிழக்கு நாடுகள் என்று பொதுவாகச் சொல்லப்படுகிற எண்ணெய் வள தேசங்கள்.

அமெரிக்காவின் சரித்திரத்தில், அதன் மத்திய கிழக்கு நாடுகள் மீதான கவனமும் ஆர்வமும், அங்கே செய்த தில்லாலங்கடி காரியங்களும், நிகழ்த்திய யுத்தங்களும் மிக, மிக முக்கியமானவை. பழைய ஹாலிவுட் படங்களில் தங்க வேட்டைக்குப் போகிற வட்டத்தொப்பி போட்ட குதிரை வீரர்களைப் பார்த்திருக்கிறீர்களா? அவர்கள் கண்களில் மின்னுகிற புதையல் வெறியை கவனித்திருக்கிறீர்களா? கிட்டத்தட்ட அதே மாதிரியான ஆர்வமும் அணுகுமுறையும்தான் அமெரிக்காவுக்கு - அரேபிய தேசங்களின் எண்ணெய் வளத்தின் மீது இருந்தது.

மத்தியக் கிழக்கு மண்ணில் ஏதாவது ஒரு இடத்தில் காலை ஊன்றிக்கொண்டு, வேலையை ஆரம்பிக்க வெகுகாலமாகவே அமெரிக்கா திட்டமிட்டுக்கொண்டிருந்தது. ஆனால் எகிப்தின் தன்னிகரற்ற பெருந்தலைவராக அறுபதுகளில் திகழ்ந்த நாசரின் பதவிக்காலம் வரை இஸ்லாமிய தேசங்களின் ஒற்றுமையைக் குலைக்கவோ, குறுக்கே புகுந்து குட்டையைக் குழப்பவோ முடியவில்லை. அந்நாளின் புகழ்பெற்ற குத்துச் சண்டை வீரர் முகம்மது அலியின் உடல்வலுவுடன் நாசரின் மனவலுவை ஒப்பிட்டுப் பேசுவார்கள். கெய்ரோவில் உட்கார்ந்துகொண்டு கிட்டத்தட்ட, மத்தியகிழக்கு நாடுகள் அனைத்தின்மீதும் செல்வாக்கு செலுத்திக்கொண்டிருந்தார் அவர்.

இத்தனைக்கும் மற்ற அரேபிய தேசங்களுடன் ஒப்பிட்டால் எகிப்தின் வளம் அப்படியொன்றும் பிரமாதமில்லை. ஆனால் நிதிக்கொள்கைகளையும் வர்த்தகத்தையும் நாசர் நவீனமயமாக்கி, அரேபிய நாடுகளுக்கிடையிலான அரசியல் ரீதியிலான தொடர்புகளை பலப்படுத்தி, ஒரு சரியான, வலுவான நெட் ஒர்க்கை உண்டாக்கி வைத்திருந்தார். அவர் இறந்தபின், நாசர் என்கிற தனிநபர் செல்வாக்கு கொண்டிருந்த அரேபிய மண்ணில் எண்ணெய் என்கிற ஜடப்பொருள் மட்டுமே செல்வாக்கு படைத்தது என்று ஆனது.

தோதாக எல்லா இஸ்லாமிய தேசங்களிலும் குட்டிக்குட்டியாக ராணுவப் புரட்சிகள், உள் கலகங்கள், பொருளாதாரத் தடுமாற்றம் ஆகியவையும் உண்டாகத் தொடங்கின. பாலஸ்தீனத்துடன்

முட்டிமோதிக்கொண்டிருந்த இஸ்ரேல் கடும் நிதி நெருக்கடிக்கு ஆளாகி, தள்ளாடிக்கொண்டிருந்தது. சிரியாவிலும் ஈராக்கிலும் ஆட்சி மாற்றங்கள் நடந்தது. சிரியாவில் ஹஃபேஸ் அல் அஸத் ஆட்சியைப் பிடித்தார். ஈராக்கில் சதாம் உசேன் வந்து உட்கார்ந்தார். இந்த இரு தலைவர்களும் புதையல் காக்கும் பூதங்களாகத் தம்மை நியமித்துக்கொண்டு, மத்திய கிழக்கு நாடுகளின் எண்ணெய் வளத்தில் வேறு யாரும் உரிமை கொண்டாட வந்துவிடக்கூடாது என்று விழிப்புணர்வுடன் செயல்பட ஆரம்பித்தார்கள்.

மறுபக்கம் எல்லா இஸ்லாமிய தேசத்து ஆட்சியாளர்களுமே நாசர் மாதிரி தாம் ஒரு சுப்ரீம் பவர் ஆகவேண்டும் என்கிற கனவுடன் தம்மால் இயன்ற அளவுக்கு லோக்கல் பாலிடிக்ஸையும் பலமாகப் பண்ண ஆரம்பித்தார்கள். விளைவாக பிராந்தியமெங்கும் இனக்குழு மோதல்கள் வெடித்தன. லெபனானில் உள்நாட்டு யுத்தம் கோரமான அரங்கேற்றத்தைக் கண்டது.

அறுபதுகளின் இறுதிவரை சவுதி அரேபியா உட்பட வளைகுடா நாடுகளின் பல பகுதிகளில் வலுவான தளம் கொண்டிருந்த பிரிட்டன், இந்த களேபரங்கள் பொறுக்கமாட்டாமல் மத்திய கிழக்கு நாடுகளின் விவகாரங்களிலிருந்து தன்னைத் துண்டித்துக்கொண்டது.

இதுதான் சந்தர்ப்பம், இப்போது விட்டால் பிறகு எப்போதும் வாய்ப்புக் கிடைக்காது என்று கணக்குப் போட்டு, களத்தில் இறங்கியது அமெரிக்கா.

எதற்கும் ஒரு ஓப்பனிங் வேண்டுமில்லையா? அமெரிக்கா, இஸ்ரேல் விவகாரத்தைத் தன் துருப்புச் சீட்டாக எடுத்துக்கொண்டது. பாலஸ்தீனத்து அரேபியர்களின் தாக்குதலில் துவண்டு, தள்ளாடிக்கொண்டிருந்த இஸ்ரேலுக்குத் தன் ஆதரவைத் தெரிவித்ததோடல்லாமல், ஏகப்பட்ட பொருளாதாரஉதவிகளையும் செய்து, அந்நாட்டுக்கு முதற்கண் ஆக்ஸிஜன் அளித்தது. கொஞ்சம் ஆசுவாசப்படுத்தி, ஆயுத உதவிகள், போர்ப்பயிற்சி உதவிகள் செய்தது. இஸ்ரேலில் சில அமெரிக்க நிறுவனங்களின் கிளைகளை நிறுவி, அங்கே வேலை வாய்ப்புக்கு வழி செய்தது. 'நீ உட்கார்ந்து ரெஸ்ட் எடு. உன்னை நான் காவல் காக்கிறேன்' என்று உலக உத்தம அவதாரம் எடுத்தது.

இந்த இடத்தில் இஸ்ரேல் - பாலஸ்தீன் பிரச்னை என்ன என்பது குறித்து பத்துவரியாவது சொல்லிவிட்டால்தான் மேற்கொண்டு நடக்கப்போகிற விவகாரங்களை சிரமமில்லாமல் புரிந்துகொள்ள முடியும்.

இஸ்ரேலுக்கும் பாலஸ்தீனத்துக்கும் உள்ள பொதுவான பிரச்னை, ஜெருசலேம்.

ஜெருசலேம் இஸ்ரேல் நாட்டுக்குள் இருக்கிற ஒரு நகரம். இயேசு நாதர் பிறந்த பூமி என்றாலும் இஸ்லாமியர்களுக்கும் யூதர்களுக்கும் கூட அது ஒரு புனித நகரம். ஜெருசலேத்தில் உள்ள ஒரு குன்றின்மேல் முகம்மது நபியின் கால்தடம் பதிந்திருக்கிறது என்கிற வகையில் அது இஸ்லாமியர்களுக்குப் புனிதத்தலம். அந்த இடத்தில் அவர்கள் ஒரு மசூதி கட்டியிருக்கிறார்கள்.

அந்த மசூதி இருக்கிற அதே இடத்தில் - மசூதி கட்டப்படுவதற்கு முன்னால் - யூதர்களின் தேவாலயம் ஒன்று இருந்திருக்கிறது. அதன் அடையாளமாக இப்போதும் அந்த ஆலயத்தின் சுவர் ஒன்று மிச்சம் இருக்கிறது. ஆகவே இடம் எங்களுடையது என்பது யூதர்களின் வாதம். நம்ம ஊர் பாபர் மசூதி விவகாரம் மாதிரிதான். ஆனால் பாபர் என்கிற மன்னர் எழுப்பிய மசூதிக்கும் முகம்மது நபி என்கிற இறைத்தூதரின் கால் தடங்கள் பதிந்த இடத்துக்கும் வித்தியாசம் இருக்கிறதில்லையா?

அதனால்தான் பாலஸ்தீனத்து அரேபியர்கள் எப்படியாவது ஜெருசலேமைக் கைப்பற்றத் துடிக்கிறார்கள். இஸ்ரேலும் வரிந்துகட்டிக்கொண்டு குஸ்தி போட்டுக்கொண்டிருக்கிறது.

மேலும் உலகமெங்கும் ஓட ஓட விரட்டப்பட்ட யூத இனம் ஒருவழியாகத் தம் தேசம் என்று ஓரிடத்தைக் கண்டு வந்து செட்டில் ஆன பகுதி இஸ்ரேல். (அது ரொம்பப் பெரிய கதை. இங்கே அதற்கு இடமில்லை.) வந்து சேர்ந்த இடத்தையும் அரேபியர்கள் கைப்பற்றத் துடிக்கிறார்களே என்பது அவர்களின் கோபத்துக்குக் காரணம்.

இந்தக் கோபத்தைத் தான் தனக்குச் சாதகமாகப் பயன்படுத்திக்கொள்ள முடிவு செய்தது அமெரிக்கா. விளைவு? பாலஸ்தீனத்துக்கு எதிராக இஸ்ரேலைக் கொம்பு சீவி விட்டு

அந்தப் பிராந்தியத்தில் ஒரு நிரந்தரப் பதற்றத்தை உண்டாக்கும் கைங்கர்யத்தை ஆத்ம சுத்தியுடன் ஆரம்பித்துவைத்தது.

சொன்னால் ஆச்சர்யப்படுவீர்கள்! இரண்டாம் உலகப்போருக்குச் சற்று முன்னர்வரை, உலக பெட்ரோலிய உற்பத்தியில் மத்திய கிழக்கு நாடுகளின் பங்கு பொருட்படுத்தும் அளவுக்குக் கூடக் கிடையாது. மொத்த உற்பத்தியில் ஐந்து சதவீதத்துக்கும் குறைவாகவே வளைகுடா நாடுகள் உற்பத்தி செய்துகொண்டிருந்தன. அதிலும் பெரும் பகுதி ஈரானிலும் ஈராக்கிலும் மட்டுமே உற்பத்தியானது. மற்ற தேசங்களிலெல்லாம் எண்ணெய் என்றால் கடலெண்ணை, விளக்கெண்ணை தான்.

1949ல் குவைத்தும் சவுதி அரேபியாவும் என்னவோ பட்சி ஜோசியம் சொல்லி, தோண்டிப் பார்க்க ஆரம்பித்தபோதுதான் அந்தப் பிராந்தியமே ஒரு பொன்விளையும் பூமி என்பது புலனானது. ஐந்து வருஷத்தில் வளைகுடா நாடுகளின் பெட்ரோலிய உற்பத்தி பன்னிரண்டு சதவீதமாகவும் பன்னிரண்டு வருஷத்தில் உலகின் மொத்த உற்பத்தியில் இருபத்தைந்து சதவீதமாகவும் ராட்சஸ வளர்ச்சி காணத்தொடங்கியது. இப்போது அமெரிக்கா கால் வைத்திருக்கும் அத்தியாயம் நடக்கும் எழுபதுகளின் ஆரம்ப வருஷங்களில் வளைகுடா தேசங்களின் மொத்த பெட்ரோலிய உற்பத்தி, உலக உற்பத்தியில் சரியாக ஐம்பது சதவீதமாக வளர்ச்சி கண்டிருந்தது!

எப்படி எந்தப் பிரச்னையும் எழாமல் இவர்கள் எண்ணெய் எடுப்பதும் சம்பாதிப்பதுமாக சொகுசு வாழ்க்கை வாழ்கிறார்கள் என்று அமெரிக்காவுக்குப் புரியவில்லை. எந்த ஒரு பிசினஸ் ஆனாலும் தொழில் செய்கிறவர்களுக்கு ஏதாவது ஒரு கட்டத்தில் அரசு பிரச்னை கொடுக்கவேண்டி வரும். அல்லது வர்த்தகச் சட்டங்கள் பிரச்னை கொடுக்கும். அதுவுமில்லாவிட்டால், வாங்குகிறவர்கள் தரப்பில் என்னவாவது முட்டுக்கட்டை எழும். அண்ணன் தம்பியே ஆனாலும் என்னவாவது விவகாரம் எப்போதாவது வந்தே தீரும்.

ஆனால் ஒரு துளி தடை கூட இல்லாமல் வளைகுடா தேசங்களின் எண்ணெய் பிசினஸ் வழுக்கிக்கொண்டே ஓடுவது அமெரிக்காவுக்கு ஆச்சர்யமாக இருந்தது. இங்கே மட்டும் நமக்கொரு ஹோல்ட்

கிடைத்தால் எத்தனை கோடிகள் சம்பாதிக்கலாம் என்று கனவுகளை மிக அகலமாக விரிய வைத்தது.

வளைகுடா தேசங்களின் அப்போதைய எண்ணெய் சூட்சுமம் இதுதான். யார் வேண்டுமானாலும் எண்ணெய்க்கிணறு திறக்கலாம். வருகிற லாபத்தில் சரியாக ஐம்பது சதவீதம் அரசுக்குக் கொடுத்துவிட வேண்டியது. மிச்சத்தை சாப்பிட்டுக்கொண்டு சந்தோஷப்பட்டுக் கொள்ள ஒரு தடையும் இல்லை!

இது அனைத்து வளைகுடா தேசங்களிலுமே ஐம்பதுகளின் தொடக்கத்திலிருந்தே இருந்துவந்த நடைமுறை. 50 - 50 லாபம் என்பது கொஞ்சம் டூமச் என்று தோன்றினாலும் தொடர்ந்த, நீடித்த, நல்லுறவுக்கும் பிசினஸ் மேம்பாட்டுக்கும் இதைவிடச் சிறந்த உபாயம் இல்லை என்று ஷேக்குகள் முடிவு செய்ததால், ஒழுங்கு மரியாதையாக வருஷம் தோறும் லாபத்தில் 50 சதவீதத்தை அரசுக்குக் கப்பமாகச் செலுத்திவிடுவார்கள். ஆகவே அரசுத்தரப்பில் பூரண ஒத்துழைப்பு கிடைத்ததால் வர்த்தகம் எவ்விதப் பிரச்னையும் இல்லாமல் ஜோராக நடக்கத் தொடங்கியது.

இதை மோப்பம் பிடித்த அமெரிக்கா, ‘ஓஹோ, அப்படியா விஷயம்’ என்று தானொரு கணக்குப் போட்டு, உற்பத்தியாளரின் ஐம்பது பர்செண்ட் ஷேரில் தன்னை ஒரு பார்ட்னராகச் சேர்த்துக்கொள்ள பல தேசங்களில் முயற்சி செய்ய ஆரம்பித்தது. சில இடங்களில் வெற்றியும் கிடைத்தது. குறிப்பாக குவைத்தில் பல அமெரிக்க நிறுவனங்கள் கிணறு தோண்டும் லைசென்ஸ் பெற்றன. இன்னும் சில தேசங்களிலும் காலூன்ற முடியும் என்று தோன்றினாலும் மெஜாரிடி லாபம் கிடைக்கக் கூடிய ஈரானிலும் ஈராக்கிலும் தன் கைவரிசையைக் காட்ட சந்தர்ப்பம் கிடைக்காத கடுப்பு அமெரிக்காவுக்கு.

வளைகுடாப் பிரச்னைகளின் பிள்ளையார் சுழி இங்கே தான் தொடங்குகிறது.

ஈரானிலும் சரி, ஈராக்கிலும் சரி. சுதேசிப்பற்று ரொம்ப ஜாஸ்தி. எண்ணெய் அவர்களுக்கு பணப்பெட்டி மட்டுமல்ல. அவர்களின் கண்கண்ட கடவுளும் அதுவே. மேலும் ராணுவப் புரட்சி மூலம் ஆட்சியைப் பிடித்தவர்கள் ஆளும் அத்தேசங்களில் அமெரிக்காவை அத்தனை சுலபத்தில் உள்ளே நுழையவிட்டுவிடுவார்களா?

சதாம் உசேன் தான் முதல் முதலில் திருவாய் மலர்ந்தார். அமெரிக்கா உள்ளே நுழைந்தால் காலை வெட்டிவிடுவேன் என்கிற அவரது கர்ஜனை அப்போது அமெரிக்காவுக்கு ரொம்பப் புதுசு. ஒரு துக்கடா தேசத்து அதிபர் தனக்கு செக் வைப்பதாவது என்று அதன் ஈகோ உதைத்தது.

அன்றைக்குப் பிடித்ததுதான் அஷ்டமத்துச் சனி.

41. வளைகுடா அரசியல்

சென்ற அத்தியாயத்தில் அமெரிக்காவின் வளைகுடாக்காதல் குறித்து ஆரம்பித்தோம். ஆரம்பித்த ஜோரில் சர்ரென்று சதாம் உசேன் சகாப்தத் தொடக்கம் வரை வந்துவிட்டோம். நடுவில் நடந்த சங்கதிகளையெல்லாம் நிறுத்தி நிதானமாகச் சொல்லுவதற்கு அந்த விரிவான அவுட்லைன் அவசியமாகி இருந்தபடியால்தான் அப்படி. ஏனென்றால், அமெரிக்காவுக்கும் சரி. ரஷ்யாவுக்கும் சரி. வளைகுடா நாடுகளின்மீது செல்வாக்கு செலுத்தவேண்டும் என்கிற லட்சியம் ஐம்பதுகளின் தொடக்கத்திலிருந்தே உண்டு. அதற்கான முயற்சிகளையும் அப்போதிலிருந்தே மெல்ல மெல்ல ஆரம்பித்திருந்தார்கள். காலம் கனியத் தொடங்கியிருந்தது, எழுபதுகளின் தொடக்கத்தில்தான். அதற்குள்ளாக வளைகுடா நாடுகளில் நேர்ந்த அரசியல் குழப்பங்கள் எக்கச்சக்கமாகி விட்டபடியால், குழம்பிய குட்டையில் மீன் பிடிக்க அமெரிக்காவுக்கு சௌகரியமாகப் போய்விட்டது.

இந்த வளைகுடா தேசங்களின் அரசியல் குழப்பங்கள் என்பது ரொம்பப் பெரிய சப்ஜெக்ட். ஆதௌ கீர்த்தனாரம்பத்திலிருந்து பார்க்கத் தொடங்கினால் இது டாலர் தேசமாக இருக்காது. தினார், திஹ்ரம் தேசங்களின் கதையாகிவிடும். ஆனால் கொஞ்சம் அவுட்லைன் தெரிந்துகொண்டால்தான் அமெரிக்காவின் மத்தியகிழக்கு நாடுகளின் மீதான ஆர்வமும் முயற்சிகளும் வெற்றி - தோல்விகளும் புரியும்.

வளைகுடா தேசங்களில் தொண்ணுத்தொம்பதே முக்கால் சதவீதம் இஸ்லாமியர்கள்தான். எல்லா நாடுகளிலும் ஏதாவது ஒரு இஸ்லாமியப் பிரிவின் (ஷியா அல்லது சன்னி) அரசு தான் ஆண்டுகொண்டிருந்தது. அரேபியர்கள் மெஜாரிடி. அந்த மிச்ச கால் சதவீதம் (உண்மையில் காலுக்கும் கொஞ்சம் குறைவு. கணுக்கால் சைஸ் என்று சொல்லலாம்.)தான் பிரச்னைகளின் ஆரம்பம். இஸ்ரேல். யூதர்களின் தேசமான இஸ்ரேல், நாலாபக்கமும் இஸ்லாமிய தேசங்கள் சூழ, நடுவில் பிழைத்திருக்க வேண்டியிருந்தது தான் விவகாரம்.

நமக்கு அறிமுகமானது, இஸ்ரேலுக்கும் பாலஸ்தீனத்துக்கும் உள்ள பிரச்னைதான். அதுவும் இன்றைக்குவரை தொடருவதால் அது குறித்துக் கொஞ்சம் தெரிந்திருக்கிறது. உண்மையில் இஸ்ரேலுக்கும் எகிப்துக்கும் இருந்த பிரச்னை, இஸ்ரேலுக்கும் சிரியாவுக்கும் இருந்த பிரச்னை, இஸ்ரேலுக்கும் ஜோர்டனுக்கும் இருந்த பிரச்னை, இஸ்ரேலுக்கும் சவுதி அரேபியாவுக்கும் இருந்த பிரச்னை - இதெல்லாம் சிந்துபாத் கதை மாதிரி ரொம்ப நீளமானது. ஒரு வரியில் சொல்லுவதென்றால், இஸ்ரேலுக்கும் எந்த தேசத்துக்கும்தான் பிரச்னை இல்லை? என்று கேட்டுவிடலாம்.

பதில் - இஸ்ரேலுக்கும் அமெரிக்காவுக்கும் பிரச்னை இல்லை என்பதுதான்! காரணத்தை முன்பே பார்த்தோம். இஸ்ரேலுக்கு உதவுவதன்மூலம் வளைகுடாப்பகுதியில் ஒரு கூடாரம் அடித்துத் தங்கி, எண்ணெய் பிசினஸில் எதாவது காசு பண்ணமுடியுமா என்று அமெரிக்கா நோட்டம் பார்த்து, இறங்க விரும்பியது.

அமெரிக்காவுக்கு ஒரு இஸ்ரேல் என்றால், அங்கே சோவியத் யூனியன் சும்மா இருக்குமா? அமெரிக்காவைவிடப் பல மடங்கு அரபு நாடுகளுடன் நல்லுறவு வளர்த்துக்கொண்டு, எகிப்து தொடங்கி சவுதி வரை பற்பல பிராந்தியங்களில் சோவியத் யூனியனும் தன் திருமடங்களைத் திறந்துவைத்திருந்தது. யார் நிறையக் காசு அள்ளப்போகிறார்கள், எத்தனை காலத்துக்குள் எத்தனை சம்பாதிக்கப்போகிறார்கள் என்பது தான் மேட்டர். பச்சையாகச் சொல்லுவதென்றால், அமெரிக்காவும் ரஷ்யாவும் எப்படியாவது அரபு நாடுகளில் தம் வர்த்தகக் காலனிகளை நிறுவ, எந்த எல்லைக்கும் போய்விடத் தயாராக இருந்த சமயம் அது.

வளைகுடா தேசங்களுக்கிடையே ஒற்றுமை இல்லாததால் தான் இப்படி அந்நிய நுழைவுகளுக்கு அனுமதி கொடுத்துக் கொண்டிருக்கவேண்டியிருந்தது. ஈரானுக்கு ஈராக்கைப் பிடிக்காது. ஈராக்குக்கு குவைத்தைப் பிடிக்காது. சவுதிக்கு ஈராக் ஆகாது. ஜோர்டனுக்கு லெபனான் உதவாது. எகிப்துக்கு இஸ்ரேல் ஆகாது. இஸ்ரேலுக்கு எதுவுமே ஆகாது.

இந்தமாதிரியான இசகுபிசகான அரசியல் சினாரியோ இருந்ததால்தான் அமெரிக்காவும் ரஷ்யாவும் மிகச்சுலபமாகத் தமது ராணுவ பலத்தை முன்வைத்து இந்தக் குட்டிக்குட்டி எண்ணெய் தேசங்களை வளைத்துப்போடப் பார்த்தன. 1970ல் எகிப்தின் அதிபர்

நாசர் இறந்தபிறகுதான் இந்த விவகாரமெல்லாம் வீரியம் கொள்ளத் தொடங்கின.

கிட்டத்தட்டப் பதினாறு ஆண்டுகாலம் எகிப்தை ஆண்டுகொண்டிருந்த நாசர் அந்தப் பிராந்தியத்தில் ஒரு சூப்பர் ஸ்டார் என்று ஏற்கெனவே பார்த்தோம். ஆனால் சூப்பர் ஸ்டார்களுக்கும் வயசாகும் இல்லையா? 1969ல் மொராக்கோவில் நடந்த ஒரு அரபு தேசிய இயக்கங்களின் மாநாட்டுக்குக் கலந்துகொள்ளப் போகுமுன் தன் அரசியல் சிஷ்யரான அன்வர் சதத் என்பவரை எகிப்தின் வைஸ் பிரசிடெண்டாக நியமித்துவிட்டு, ஆட்சி அதிகாரங்களைதாற்காலிகமாக அவர் பார்த்துக்கொள்ளுவார் என்று சொல்லிவிட்டுப் போனார் நாசர்.

சிஷ்யர் என்று பேர் தானே தவிர அன்வர் சதத்தும் ஒரு கிழவனார்தான். நாசரின் சமவயதுக்காரர் தான். நாசரைப் போலவே அடிமட்டத்திலிருந்து புறப்பட்டு அரபு அரசியலின் மேல்மாடத்துக்கு உலாவ வந்தவர்தான். எகிப்து அரசின் நம்பர் டூ என்று நாசராலேயே நியமிக்கப்பட்டவர்தான். ஆனபோதும் நாசர் அளவுக்கு அவருக்கு மக்கள் செல்வாக்கு கிடையாது. அதுதான் போகட்டும் என்றால் எகிப்து நியூஸ் பேப்பர்களுக்கு அன்வர் சதத் தான் பிரதானமான கார்ட்டூன் பர்சனாலிடி. என்னவாவது அவரைப் பற்றி ஜோக் போட்டுக்கொண்டிருக்காவிட்டால் அங்கே யாருக்கும் பொழுதே விடியாது. மொத்தத்தில் அன்வர் சதத் ஒரு வேஸ்ட் என்பது எகிப்தின் கருத்து. ஆனால் என்ன செய்ய? அவர்தான் நாசருக்கு அப்புறம் அங்கே ஆள வந்தார்.

ஆட்சிக்கு வந்தபிறகு இன்னும் மக்கள் நாசர் பேரையே சொல்லிக்கொண்டிருப்பது அவருக்குப் பிடிக்கவில்லை. தன்னை முன்வைத்துத் தான் எகிப்தின் அரசியல் நடக்கவேண்டும் என்று விரும்பினார். என்ன பண்ணலாம் என்று யோசித்தவருக்கு இஸ்ரேல் தான் முதலில் கண்ணில் பட்டது.

அப்போது, எகிப்தின் வடகிழக்கு எல்லைப் பகுதியான சினாய் பிராந்தியத்தை இஸ்ரேல் ராணுவம் பிடித்துவைத்துக் கொண்டிருந்தது. இதற்காக ஒரு உச்சி மாநாடெல்லாம் போட்டு, அங்கிருந்து இஸ்ரேலைக் கிளப்பவேண்டும் என்று பேசியிருந்தாலும் இஸ்ரேல் நகராமல் அப்படியே இருந்தது. (உலக மேப்பை ஒரு தரம் உற்றுப்பாருங்கள். எகிப்தின் வடகிழக்கு

எல்லைக்கும் ஜோர்டனின் தென் மேற்கு எல்லைக்கும் நடுவில் ஒரு கொண்டை ஊசி சொருகினமாதிரிதான் இஸ்ரேல் முளைத்திருக்கும்.) இஸ்ரேலை அங்கிருந்து கிளம்பிப் போகச் சொல்லவேண்டிய அமெரிக்காவும் கண்டுகொள்ளாமல் சும்மா இருந்தது.

நீ ஒழுங்கு மரியாதையாக சினாயிலிருந்து கிளம்பிப்போனால், சர்வதேச வர்த்தகத்துக்கு ஒத்தாசை செய்யும் விதமாக சூயஸ்கால்வாயை நான் திறக்கிறேன் என்று சொல்லிப்பார்த்தார் அன்வர் சதத். ம்ஹூம். இஸ்ரேல் அதையெல்லாம் காதிலேயே போட்டுக்கொள்ளவில்லை!

சரி, ஒரு சண்டை போட்டுப்பார்க்கலாம் என்று முடிவு செய்தார் அன்வர் சதத்.

அப்போது எகிப்தின் ஆஸ்தான அரசியல் உறவினராக இருந்தது சோவியத்யூனியன். நாசர்காலத்திலிருந்து தொடர்ந்து வந்த நல்லுறவு அது. எகிப்தின் ராணுவத் தேவைகள் அனைத்தையும் சோவியத் யூனியன் தான் அப்போது தீர்த்துவைத்துக்கொண்டிருந்தது. விதவிதமான நவீன ஆயுதங்களும் ஆயுதந்தாங்கிக் கப்பல்களும் ராக்கெட் லாஞ்சர்களும் எகிப்துக்கு சோவியத்தின் சீர்வரிசைகளாகக் கிடைத்துக்கொண்டிருந்தன.

ஆனால் இப்போது இஸ்ரேலைத் தாக்குவதற்கென்று சோவியத்திடம் ஆயுதம் கேட்டபோது என்ன காரணத்தாலோ சுப்ரீம் சோவியத் அந்த வேண்டுகோளை நிராகரித்துவிட்டது.

ஏன் நிராகரித்தார்கள் என்று அன்வர் சதத்துக்குப் புரியவில்லை. இத்தனைக்கும் அப்போதைய சோவியத் அதிபர் ப்ரஷ்னேவ், அவருக்கு நல்ல தோஸ்து தான். எத்தனையோ உபகாரங்கள் செய்திருப்பவர்தான். என்ன காரணமாக இருக்கமுடியும்?

உண்மையில், சோவியத் அப்போது எகிப்துக்கு ஆயுதம் தர மறுத்ததற்கு மிக முக்கியமான காரணம் ஒன்று இருந்தது. ஒரு மூணு நாலு வருஷம் முன்னால்தான் இஸ்ரேலுடன் ஒரு யுத்தம் நடந்திருந்தது. அமெரிக்கா, தன் சக்திக்கு மீறி அத்தேசத்துக்கு உதவத் தயாராகிவிட்டதை உலகம் பார்த்தது. சுற்று வட்டார அரபு தேசங்கள் எதிலுமே ஒரு அரசியல் ஸ்திரத்தன்மை

இல்லாதிருந்த நிலையில் சும்மா சும்மா யுத்தம் என்று இறங்குவது வெறும் பைத்தியக்காரத்தனம் என்று சோவியத் நினைத்தது. வந்தோமா, எதாவது சம்பாதிக்க முடிகிறதா என்று பார்த்தோமா, ஊரைப்பார்க்கப் போய்ச்சேர்ந்தோமா என்றிருக்க நினைத்தது அது.

ஆனால் அன்வர் சதத்துக்கு இந்த நிராகரிப்பு அவமானமாகப் போய்விட்டது. ஏற்கெனவே உள்ளூரில் அவரை ஒரு ஜோக்கராகத் தான் மக்கள் நினைத்தார்கள். இப்படி, நட்பு தேசமான சோவியத்தே சேம் சைட் கோல் போட்டால் தொடர்ந்து எப்படி அரசியல் பண்ணமுடியும்?

செம கடுப்பான அவர், புத்திகெட்டுப் போய் ஒரு காரியம் செய்தார். எகிப்திலிருந்த சுமார் 15,000 சோவியத் துருப்புகளை உடனே நாட்டைவிட்டு வெளியேறும்படி அறிவித்தார் சதத்.

பிரஷ்நேவுக்கு இது பிடிக்கவில்லை. மகனே, நெசமாத்தான் சொல்லுறியா? பின் விளைவுகளை யோசிச்சிப் பார்த்தியா? என்று எச்சரிக்கை கலந்த இறுதி வாய்ப்பையும் அவர் எகிப்துக்குத் தரத் தவறவில்லை. அதற்கென்ன பண்ணமுடியும்? எகிப்துக்கு அப்போது ஏழரை நாட்டுச் சனி. சர்தாம்போடா என்று சொல்லிவிட்டார் அன்வர் சதத்.

சோவியத்துக்கு இதனால் எந்த நஷ்டமும் இல்லை. ஆனால் எகிப்துக்குத் தான் மிகப்பெரிய நஷ்டம். பக்கத்து தேசமான இஸ்ரேலில் அமெரிக்கப் படைகள் மலை மலையாகக் குவிந்திருக்கிறது. இஸ்ரேலுக்கு தினசரி ஃபேரக்ஸும் காம்ப்ளானும் ஊட்டி வளர்த்துக்கொண்டிருக்கிறது. இதுநாள்வரை சோவியத் சப்போர்ட் இருந்ததால்தான் எகிப்துக்கு அமெரிக்க ராணுவத்தால் எந்த ஆபத்தும் இல்லாதிருந்தது - என்பதையெல்லாம் அன்வர் சதத் மறந்து போனார்.

'எனக்கு எந்த அந்நிய சக்திகளின் ஒத்தாசையும் வேண்டாம். சக அரபு நாடுகளின் ஒற்றுமையை மீண்டும் வளர்த்தெடுப்பேன்' என்று ஒரு வீர சபதம் பண்ணிவிட்டு காரியத்தில் இறங்கினார். கவனிக்கவும். அன்வர் சதத்தின் ஒரே நோக்கம் - எகிப்தில் தனக்கு எனத் தனியே ஒரு செல்வாக்கை உருவாக்கிக்கொண்டு, அந்த ஜோக்கர் இமேஜைக் களைவது மட்டுமே.

இந்த சொந்த லாப, சுயநல நோக்கத்துடன் அவர் இஸ்ரேலுக்கு எதிராகப் போரிட அணி திரட்டத் தொடங்கிய வருஷம் 1972. சதத்தின் நோக்கம், எப்படியாவது சிரியாவைத் தன் ராணுவ சப்போர்ட்டராகவும் சவுதி அரேபியாவை நிதி சப்போர்ட்டராகவும் அமைத்துக்கொண்டுவிடுவது.

சவுதி அரேபியாவுக்கும் இஸ்ரேலுக்கும் நேரடி எல்லைப்புறத் தொல்லைகள் அப்படியொன்றும் பிரமாதமாக இல்லை என்றபோதும் சிரியாவுக்கு அங்கே கொஞ்சம் பஞ்சாயத்துகள் இருக்கவே செய்தது. சிரியாவின் ஒரு சிறு நிலப்பரப்பும் அப்போது இஸ்ரேல் வசம் போயிருந்ததால் அதை மீட்டெடுக்கும் ஆசை அத்தேசத்துக்கு இருந்தது. அதைத்தான் அன்வர் சதத் தனக்கு சாதகமாகப் பயன்படுத்திக்கொள்ளப் பார்த்தார்.

நிறைய பேரங்கள் நடத்தி, வேறு யார் யாரெல்லாம் கூட்டணியில் சேரத்தயாராக இருப்பார்கள் என்று ரகசியத் தூதுகள் விட்டுப் பார்த்து இறுதியில் முதல் திட்டமான சிரியா - சவுதி கூட்டணி மட்டுமே உறுதியாக இருந்ததால், சரி போதும் என்று ஆக்ஷனில் இறங்கினார் சதத்.

1973ம் வருஷத்தின் கோடைகாலம் அது. (அக்டோபர் மாதம் 6ம் தேதி.) இஸ்ரேலின் மீதான தன் திடீர் தாக்குதலை நள்ளிரவில் ஆரம்பித்தது எகிப்து. சதத் செய்த ஒரே புத்திசாலித்தனமான காரியம், அப்படியொரு திடீர் யுத்தத்துக்கான சாத்தியம் அப்போது இருப்பதாகக் கூட அவர் காட்டிக்கொள்ளாததுதான். படு ரகசியமாக, அமெரிக்காவின் கண்ணிலேயே மண்ணைத் தூவிவிட்டு, கிட்டத்தட்ட கெரில்லாத் தாக்குதல் ஸ்டைலில் யுத்தத்தை ஆரம்பித்துவிட்டார்.

இருபத்திநாலு மணிநேரத்துக்குள் 90,000 வீரர்களையும் 850 டாங்குகளையும் சூயஸ் கால்வாயின் குறுக்கே பரேடு நடத்தவைத்து இஸ்ரேல் அங்கே இங்கே நகரமுடியாதபடி வளைத்துவிட்டார். படு கோரமான யுத்தம். தயாராக இல்லாத இஸ்ரேல், அந்த ஒரு நாளிலேயே தனது 350 டாங்குகளை இழக்கவேண்டியதானது. உயிரிழப்பும் கொஞ்சம் அதிகமாகவே இருந்தது. அவர்கள் சுதாரித்துக்கொள்வதற்குள் மற்ற அரபு தேசங்கள் சுதாரித்துவிட்டன.

அடடே, இஸ்ரேல் உதை சாப்பிடுகிறதே என்கிற குஷியில் வலிந்து வந்து இப்போது யுத்தத்தில் பங்குபெற ஆரம்பித்தன. ஜோர்டன் தனது இரண்டு முக்கியமான படைப்பிரிவுகளை சிரியாவுக்கு அனுப்பியது. ஈராக் மூன்று படைகளை அனுப்பியது. (அந்த யுத்தத்தில் அதிக நாசமானது ஈராக்கின் இந்தப் படைகள் தான்.) சவுதி அரேபியாவோ சற்று மாறுதலான முறையில் பெட்ரோல் குண்டுகளாக மட்டுமே வீசித் தன் தாக்குதல் ஒத்துழைப்பைச் சேர்த்து வழங்கியது.

முதல் நாள் யுத்தத்தில் இஸ்ரேல் விழுந்தது உண்மையே என்றாலும் அத்தேசம் உடனே சுதாரித்து எழுந்து சிலிர்த்துக்கொண்டது. இஸ்ரேல் ராணுவத்தின் மிகப்பெரிய பலம் (இன்றைக்கு வரை!) அதன் விமானப்படைப்பிரிவு. அனுமாருக்கு அவர் பலத்தை அடுத்தவர் எடுத்துச் சொன்னதுமாதிரி இந்த நெருக்கடியான நேரத்தில் இஸ்ரேலின் விமானப்பிரிவு பலத்தை நினைவூட்டி, அதை முழு வீச்சில் பயன்படுத்த யோசனை கொடுத்தது வாஷிங்டன். ‘முதலில் சிரியாவை நீ அடி. அடுத்து நீ என்னென்ன செய்ய வேண்டும் என்று நான் முடிவு செய்து அனுப்பிவைக்கிறேன்’ என்று அங்கிருந்து சிக்னல் கொடுத்தது சி.ஐ.ஏ.

யுத்தம் ஆரம்பித்த ஆறாவது நாள் அது. யுத்தத்தை எப்படி வகுத்து நடத்துவது என்கிற அவசர/ரகசியச் செயல்திட்டமொன்று இஸ்ரேல் ராணுவத் தளபதிக்கு அமெரிக்க ராணுவத்தலைமையகத்திலிருந்து வந்து சேர்ந்தது. முன்னதாகத் தானே வரைந்துவைத்திருந்த செயல்திட்டத்துடன் அதை ஒப்புநோக்கிப் பார்த்த இஸ்ரேல் தளபதியின் உதடுகளில் சிறு முறுவல் ஒன்று எழுந்தது. அச்சு அசல் அமெரிக்கா மாதிரியே சிந்தித்திருந்த அந்தத் தளபதியின் பேர் ஏரியல் ஷெரோன். இன்றைக்கு அவர் தான் இஸ்ரேலின் பிரதமர்.

இன்றைக்கும் அமெரிக்காவுக்கு அவர் ரொம்ப pet.

42. வளைகுடாவில் வலதுகால் வைத்தல்

அன்றைக்கு எகிப்து இருந்த நிலைமையில் எந்தக் கேனயனும் சோவியத் யூனியனின் நட்புறவை முறித்துக்கொள்ள விரும்பியிருக்கமாட்டான். நாசருக்குப் பின் ஏற்பட்ட நிச்சயமில்லாத அரசியல் நிலைமையை சமாளிக்க சோவியத் மாதிரி ஒரு இரும்புத்தூணின் உதவி அத்தேசத்துக்கு அவசியம் தேவையாக இருந்தது. ஆனாலும் அன்வர் சதத், சோவியத் உறவை முறித்துக்கொண்டு இஸ்ரேலுடன் என்னத்துக்காக அப்படியொரு யுத்தத்தை ஆரம்பித்தார்?

இதை முதலில் பார்த்துவிட்டு, பிறகு யுத்த களத்துக்கு மீண்டும் போகலாம்.

அன்வர் சதத்துக்கு தீர்க்கதரிசனம் தான் கிடையாதே தவிர, உடனடி பலன்கள் குறித்த அனுமானங்கள் கொஞ்சம் ஸ்டிராங்காக அவருக்கு எழும். அவர் கணக்கு என்னவென்றால், எங்கெங்கெல்லாம் சோவியத்துக்கு எதிரான முடிவுகள் எடுக்கப்படுகின்றனவோ, அங்கேயெல்லாம் அமெரிக்கா தன் ஆதரவுக்கரங்களை நீட்டிக்கொண்டிருக்கிறது. அந்த வகையில் நாம் இப்போது சோவியத்தின் உறவைத் துண்டித்துக்கொண்டால் அமெரிக்காவின் சப்போர்ட் தமக்கும் கிடைக்கும் என்று நினைத்தார்.

எதற்காக இப்படி தேசிய ஜனநாயகக் கூட்டணியிலிருந்து விலகி காங்கிரஸுடன் புதிய கூட்டணிக்கு தி.மு.க. மாதிரி அன்வர் முயற்சி செய்திருக்கவேண்டும்?

விஷயம் இருக்கிறது. எகிப்தின் பக்கத்து நாடான இஸ்ரேலுக்கு ராணுவ உதவிகளை மட்டும் அமெரிக்கா செய்யவில்லை. மாறாக, அத்தேசத்தின் தொழில் வளர்ச்சிக்கு, நவீன விவசாய உத்திகளுக்கு, வர்த்தக மேம்பாட்டுக்கு - இன்னும் பலவற்றுக்குத் தன்னாலான சகல ஒத்துழைப்புகளையும் தாராளமாகத் தந்துகொண்டிருந்தது. இன்றைக்கெல்லாம் இருந்தால், சோமாலியா மாதிரி படு அவஸ்தை பட்டிருக்கவேண்டிய சோட்டா தேசம் அது. ஆனால் அமெரிக்காவின் கடைக்கண் பார்வை பட்டதும் சொர்க்க பூமி மாதிரி

ஆகிவிட்டதோடல்லாமல், யார் எதிர்த்தாலும் திருப்பி அடிக்கிற திமிரும் தெனாவெட்டும் எக்கச்சக்கமாக வளர்ந்துவிட்டது. என்ன கலாட்டா பண்ணினாலும் சப்போர்ட்டுக்கு அமெரிக்கா இருக்கிறது என்கிற தைரியம் இஸ்ரேலுக்குத் தீவிரமாக இருந்ததையும் சதத் கவனித்தார்.

ஆனால் எத்தனையோ வருஷங்களாக சோவியத் யூனியனுடன் நட்புறவு கொண்டும் அத்தேசம் ஒரு சங்கராச்சாரியார் மாதிரி வெறுமனே ஆசீர்வாதம் மட்டும் பண்ணிக்கொண்டிருப்பது அவருக்குப் பிடிக்கவில்லை. மேலும் ஒரு யுத்தத்துக்காக உதவி கேட்டபோது அது உதவாத கடுப்பும் அதிகமாக இருந்தது. இதனால்தான், சோவியத்தின் உறவைத் துண்டித்துக்கொண்டால், அமெரிக்கா சப்போர்ட் பண்ணும்; அப்போது இஸ்ரேலுடனான பிரச்னைகளையும் அமெரிக்காவைக் கொண்டே சுமுகமாகத் தீர்த்துக்கொள்ளலாம் என்று நினைத்தார் அவர்.

ஆனால் அமெரிக்க சப்போர்ட்டை உத்தேசித்து, அமெரிக்காவின் நட்பு நாடான இஸ்ரேலுடனேயே மோதுவது என்கிற அவரது முடிவு தான் கொஞ்சம் பேஜாரானது. அதிலிருந்த அபாயங்களை அவர் உணர்ந்தே இருந்தார். அமெரிக்கா இதன்மூலம் கோபம் கொண்டாலும், தனது திடீர் சோவியத் எதிர்ப்பு நடவடிக்கையைச் சுட்டிக்காட்டி அதன் கோபத்தைக் கொஞ்சம் தணிக்கலாம் என்றும் அவர் கணக்குப் போட்டார்.

ஆக, இதெல்லாம்தான் அந்த இஸ்ரேல் தாக்குதலுக்கான அல்ஜீப்ராக்கள். இனி யுத்தகளத்துக்குப் போகலாம்.

யுத்தம் ஆரம்பித்த ஆறாவதுநாள். இஸ்ரேலிய ராணுவத்தளபதியாக அப்போதிருந்த ஏரியல் ஷரோன், அமெரிக்காவிடமிருந்து கோனார் நோட்ஸ் வருவதற்கு முன்னரே ஒரு திட்டம் வகுத்துவைத்திருந்தார் என்று பார்த்தோமல்லவா? அந்தத் திட்டத்தின்படி, எகிப்தைக் காட்டிலும் முதலில் சிரியாவை ஒரு வழி பண்ணிவிடுவது என்று அவர் முடிவு செய்திருந்தார். ஏனெனில் எகிப்துப் படை அப்போது சும்மா இருந்த இடத்திலிருந்து ராக்கெட் தான் விட்டுக்கொண்டிருந்தது. சிரியாவோ, இஸ்ரேலின் எல்லையில் வந்து உட்கார்ந்துகொண்டு எந்தக் கணமும் உள்ளே நுழைந்துவிடும் அபாயத்தை உண்டாக்கிக்கொண்டிருந்தது.

ஆகவே தன் விமானப்படையின் ஒத்துழைப்பு மூலம் சிரிய ராணுவத்தை ஊருக்குள் விரட்டிக்கொண்டு, உள்ளேயும் நுழைந்து டெமாஸ்கஸுக்குக் கொஞ்சம் வெளியேவரை துரத்திவிட்டுவரலாம் என்று முடிவு செய்தார் ஏரியல் ஷரோன். இதிலும் ஒரு அபாயம் இருந்தது. சிரியாவுக்கும் அப்போது சோவியத் சகவாசம் இருந்தது. அத்துமீறி சிரியாவுக்குள் இஸ்ரேலிய ராணுவம் விரட்டிக்கொண்டு நுழைந்தால் சோவியத் தன்படைகளை அனுப்ப ஆரம்பித்துவிடும் அபாயம் அது. கொஞ்சம் பேஜார்தான்.

ஆனாலும் சோவியத் கோபம் கொள்ளுவதற்கு ஒரு செண்டிமீட்டர் தூரம் முன்னாலுடன் தன் விரட்டலை முடித்துக்கொண்டு திரும்பிவிடலாம் என்று முடிவு செய்து தாக்குதலை ஆரம்பித்தார் இஸ்ரேலிய தளபதி.

இஸ்ரேலிய விமானப்படையின் வல்லமை என்ன என்பது குறித்து வெறும் சொற்களால் விவரிக்க முடியாது. யூதக்கடவுள் அந்நாட்டின் பைலட்டுகளுக்கு அப்படியொரு திறமை அளித்திருந்தார். (இன்றைக்கும் இஸ்ரேலிய விமானிகளுக்கு சர்வதேச அளவில் பெரிய மரியாதை உண்டு.) எதிரி விமானங்களோ, டாங்குகளோ எத்தனை தீவிரமாகத் தாக்கினாலும் ஒரு வைக்கோல் இழை இடைவெளிகளில் தப்பிக்கும் சாமர்த்தியத்தை அவர்கள் இயல்பிலேயே பெற்றிருந்தார்கள். பறக்க ஆரம்பித்துவிட்ட ஒரு இஸ்ரேலியப் போர் விமானம், தானாக விரும்பினாலொழிய வேறு யாரும் தரை இறக்கவோ, அடித்து வீழ்த்தவோ முடியாது என்று அமெரிக்கா - சோவியத் யூனியன் இரு தேசங்களுமே சர்டிபிகேட் கொடுத்திருக்கின்றன. அப்படியொரு சாதுர்யம் மிக்க விமானிகள் அவர்கள்.

ஆகவே, இஸ்ரேல் - சிரிய எல்லையில் அணி வகுத்திருந்த சிரிய ராணுவத்தினரை இஸ்ரேலியப்படை தாக்கித் துரத்த ஆரம்பித்தபோது, சிரியாவால் அந்தத் தாக்குதலை சமாளிக்க முடியாமல் போனதில் வியப்பே இல்லை. ஒரே நாள் தான். டெமாஸ்கஸிலிருந்து சரியாக முப்பது கிலோமீட்டர் தொலைவு வரைக்கும் சிரியா ராணுவத்தைத் துரத்தியடித்துவிட்டு வெற்றிக் களிப்புடன் திரும்பிவந்தது இஸ்ரேலியப்படை.

அது திரும்பி வருவதற்குள் அமெரிக்காவிலிருந்து எக்கச்சக்கமான அதிநவீன ஆயுதங்களும் பீரங்கிகளும் வந்து டெல் - அவிவில்

இறங்கியிருந்தன. பளபளபளவென ஜொலித்த அந்த இயந்திரத் துப்பாக்கிகளின் வடிவைப் பார்த்து சொக்கிப் போனார் ஏரியல் ஷரோன். இதற்காகவே இன்னும் நாலு தேசங்கள் சண்டைக்கு வராதா என்று ஏங்கியது அவர் மனம். (மிகையல்ல. ஒரு பேட்டியில் அவரே சொல்லியிருக்கிறார் அன்றைக்கு!)

அத்தனை நாசகார ஆயுதங்களையும் தூக்கிக்கொண்டு முழு மூச்சாக எகிப்தின் பக்கம் திரும்பியது இஸ்ரேலியப்படை.

என்னதான் எகிப்து தன் ராணுவ உதவிகளை ஒதுக்கி வைத்திருந்தாலும் அந்நேரத்தில் மனிதாபிமானத்துடன் உதவ முன்வந்தது சோவியத் யூனியன். ஒரே காரணம், இஸ்ரேலின் பின்னால் அமெரிக்கா இருந்ததுதான். 'நம் சண்டையை அப்புறம் வைத்துக்கொள்ளலாம்; முதலில் நீ போரில் ஜெயிக்கிற வழியைப் பார்' என்று சொல்லிவிட்டு ஒரு விமானத்தில் நிறைய ஆயுதங்களை ஏற்றிக் கொண்டுவந்து எகிப்தில் இறக்கியது சோவியத்.

இது ஏதடா, பிள்ளையார் பிடிக்கப்போய், அனுமார் வருகிறாரே என்று அன்வர் சதத்துக்குக் கொஞ்சம் உதறல் எடுத்தாலும் அந்த நேரத்தில் சோவியத்தின் ஆயுதங்களை ஏற்கமறுத்துத் திருப்பி அனுப்பவும் மனசு வரவில்லை. காரணம் சினாயில் சூழ்ந்திருந்த எகிப்து ராணுவத்தை சிதறடித்து நகரை வளைத்துவிட்டிருந்தது இஸ்ரேலியப்படை. அது மட்டுமல்லாமல், தடுத்த சக்திகள் அனைத்தையும் தவிடு பொடியாக்கிக்கொண்டே கொஞ்சம் கொஞ்சமாக எகிப்தின் எல்லைகளைக் கடந்து, கெய்ரோவுக்கு ஐம்பது மைல் தொலைவுக்கு வந்துவிட்டிருந்தார்கள். ஒரு ராத்திரி கழிந்தால் கெய்ரோவை இஸ்ரேலியப்படை பிடித்துவிடும் என்கிற அளவுக்கு நிலைமை அப்படியே ரிவர்ஸ் அடித்து இஸ்ரேலியர் காட்டில் அதிர்ஷ்ட மழை பொழியத்தொடங்கிவிட்டிருந்தது.

ம்ஹூம். இதுதான் லிமிட் என்று சோவியத்தின் அதிபர் ப்ரஷ்னேவ் நினைத்தார். ஆமாம், அது சரிதான்; இங்கே ஒரு தடை போட்டே ஆகவேண்டும்; உற்சாக மிகுதியில் இஸ்ரேலிய வீரர்கள் எகிப்தை முழுக்கக் கைப்பற்றிவிட்டால் பெரிய ஆபத்து; தொடர்ந்து பிரச்னைகள் பெரிதாகிவிடும் என்று அமெரிக்க அதிபரும் நினைத்தார். (இந்த இஸ்ரேலிய - எகிப்து யுத்தம் நடந்த காலத்தில் நிக்ஸன் தான் அமெரிக்காவின் அதிபராக இருந்தார். உள்ளூரில்

வாட்டர்கேட்டையும் வெளியே இந்த விவகாரத்தையும் ஒரே சமயத்தில் டீல் பண்ணிக்கொண்டிருந்தார்.)

ஆகவே அவசர அவசரமாக ஐநாவின் செக்யூரிடி கவுன்சிலின் மூலம் ஒரு போர் நிறுத்த ஒப்பந்தத்தை வரைந்தது அமெரிக்காவும் சோவியத் யூனியனும். *(22 அக்டோபர் 1973)* என்னடா இது, எகிப்துக்கும் இஸ்ரேலுக்கும் நடக்கிற யுத்தத்தை நிறுத்த அமெரிக்காவும் சோவியத் யூனியனும் ஒப்பந்தம் போடுகிறதே என்றெல்லாம் கேட்கக் கூடாது. அதுதான். அப்படித்தான். எகிப்து, இஸ்ரேல், சிரியாவெல்லாம் பொம்மலாட்ட பொம்மைகள். நூலைப் பிடித்துக்கொண்டிருந்தவர்கள் மேற்படி பரமாத்மாக்கள்தான்.

அவர்கள் ஆரம்பி என்று சொன்னால் ஆரம்பித்துவிடுவார்கள். நிறுத்து என்றால் நிறுத்தியாகவேண்டும். எகிப்தும் இஸ்ரேலும் ஒப்பந்தமானதும் உடனே போரை நிறுத்திவிட, இருபத்திநாலு மணிநேரம் வாய்தா கேட்டுக்கொண்டு மறுநாள் போரை நிறுத்தியது சிரியா.

நான்காவது அரேபிய - இஸ்ரேலிய யுத்தம் என்று சரித்திரத்தில் இடம்பெற்றுவிட்ட இந்தப் போரில் இஸ்ரேல் அடைந்த பிரமிக்கத்தக்கவெற்றி அத்தேசத்துக்கு மிகப்பெரிய மானசீக பலத்தை அளித்தது. ஆரம்பத்தில் இஸ்ரேல் கொஞ்சம் தடுமாறினாலும் விரைவில் சுதாரித்துக்கொண்டு ரவுண்டு கட்டி அடித்து ஜெயித்ததை உலகமே கண்டு வாய்பிளந்தது அப்போது. அதே சமயம் யுத்தத்தால் அத்தேசத்துக்கு ஏற்பட்ட இழப்புகளும் மிக அதிகமாயிருந்தது.

2,521 இஸ்ரேலிய வீரர்கள் போரில் இறந்தார்கள். சுமார் *7100* பேர் மீளவே முடியாத படு காயத்துக்கு உட்பட்டார்கள். மேலும் பல நூறு டாங்குகளையும் ஒரு சில விமானங்களையும் இழந்தார்கள். இதெல்லாம் ஒரு நம்பரா என்று கேட்கலாம். ஆனால் இஸ்ரேல் மாதிரியான ஒரு கொசு சைஸ் தேசத்தில் மொத்த மக்கள் தொகையே அன்றைக்கு சுமார் ஐந்து மில்லியன் தான். அதனோடு ஒப்பிட்டால் இந்த இழப்பு மிக அதிகம் - ராணுவ ரீதியில்.

அரேபியர் தரப்பு இழப்புகள் இதைக்காட்டிலும் பல மடங்கு அதிகம் என்றாலும் அவர்களின் மக்கள் தொகையுடன் ஒப்பிட்டால் - ஈக்குவேஷன் பிரகாரம் அது ரொம்பக் கம்மி.

இது ஒருபுறமிருக்க, மேற்படி யுத்தம் முடிந்த உடனேயே இஸ்ரேல் விஷயத்தில் தன் கவனத்தை மிகத் தீவிரமாகக் குவிக்கத் தொடங்கிவிட்டது அமெரிக்கா. யார் எதிர்த்தாலும் அத்தேசம் திருப்பித்தாக்குமளவு ராணுவ ரீதியில் தன்னிறைவு அடையும்விதமாக இஸ்ரேலுக்கு ஏகப்பட்ட ஆயுதத் தளவாட உதவிகளை உடனேயே வழங்கத் தொடங்கிவிட்டது. அதுதவிர, இஸ்ரேலிலிருந்து தேர்ந்தெடுக்கப்பட்ட சில ஆயிரம் ராணுவ வீரர்களை அமெரிக்காவுக்கு அழைத்துப்போய் அட்வான்ஸ்டு யுத்த டெக்னிக்குகளை போதிக்கும் பணியையும் சிஐயே ஆரம்பித்தது.

மறுபக்கம் எகிப்தில் அதிபர் அன்வர் சதத்தின் செல்வாக்கு சுத்தமாகக் குலைந்துபோக, அவர் ஒரு முழு நேர காமெடியன் மாதிரி, யுத்தத்தில் தனக்குத்தான் வெற்றி என்று தினசரி ஒரு பொதுக்கூட்டத்தில் பேசிக்கொண்டிருந்தார். படாதபாடு பட்டு, அமெரிக்காவுடன் பேச்சுவார்த்தைகள் நடத்தி ஏழாண்டுகளுக்கு முன்னால் உடைந்துபோன உறவை ஒட்டவைத்து, இனி நீதான் என் கடவுள் என்று சாஷ்டாங்கமாக விழுந்து தன்னை ஏற்றுக்கொள்ளவும் செய்துவிட்டார்.

அன்வர் சதத்துக்கு அது ஒரு தனிப்பட்ட வெற்றிதான். அமெரிக்க அரசின் அயலுறவு விஷயங்களை அப்போது கவனித்துக்கொண்டிருந்த ஹென்றி கிஸ்ஸிங்கர் அவருக்கு நல்ல நண்பராகிவிட்டார். அவரது ஒத்தாசையினால், சூயஸ் கால்வாயின் கிழக்குக் கரையில் அப்போது நிறுத்தப்பட்டிருந்த இஸ்ரேலியப்படையை வாபஸ் பெறவைக்க முடிந்தது. சினாயிலும் இஸ்ரேலியப்படையின் அட்டகாசங்களுக்கு ஒரு தாற்காலிக முடிவு கிடைத்தது. இன்னும் சில ஆக்கிரமிப்புப் பகுதிகளிலிருந்து இஸ்ரேல் தன் படைகளை வாபஸ் பெற்றுக்கொண்டது.

என்னடா இந்த எகிப்துச் சனியன் இப்படி அமெரிக்காவின் அடிப்பொடி ஆகிவிட்டதே என்று செம கடுப்பானது சோவியத் யூனியன். போதாத குறைக்கு அமெரிக்கா மத்திய கிழக்கில் நல்லதொரு தளம் அமைத்துக்கொள்வதற்கான அத்தனை கதவுகளையும் இதன்மூலம் திறந்துகொடுத்தாகிவிட்டது! எப்பேர்ப்பட்ட உலகசேவை!

எகிப்தின்மீது சோவியத் கொண்ட கடுப்புக்கு சற்றும் சளைத்ததல்ல அதன் சக அரேபிய நாடுகள் கொண்ட கடுப்பு. கிட்டத்தட்ட

அந்நாட்டையே தனிமைப்படுத்திவிடும் விதமாக அத்தனை அரேபிய தேசங்களும் - அந்த ஒரு விஷயத்தில் மட்டும் - சேர்ந்து இயங்க ஆரம்பித்தன. வேறு வழியே இல்லாமல் அமெரிக்காவின் காலடியில் சுருண்டு படுத்தாகவேண்டிய காலக்கட்டாயம் எகிப்தின்மீது விழுந்தது. ஒன்றும் எதிர்பாராததல்ல; சதத் இதற்காகத்தானே அத்தனை பாடுபட்டார் என்று தோன்றலாம்!

உண்மையில், இவ்விஷயத்தில் அமெரிக்காவுக்குத் தான் அதிக லாபமாகிப்போனது. எகிப்தைத் தன் நட்பு நாடுகளின் பட்டியலில் அது சேர்த்துக்கொண்டபோதும் பிரமாதமாக ஒன்றும் வாரி வழங்கிவிடவில்லை. கட்சி மாறும் நம்மூர் அரசியல்வாதிகளுக்கு மாற்றுக்கட்சியில் கிடைக்கிற கௌரவம் தான் அப்போது எகிப்துக்குக் கிடைத்தது. தவிர, சொந்தச் சகோதரர்கள் அத்தனைபேரும் முறைத்துக்கொண்டதால் ஏற்பட்ட பாதுகாப்பின்மை உணர்வையும் அத்தேசம் வென்றெடுக்கவேண்டியிருந்தது.

ஆனால் அது முடியவில்லை. அடுத்தப் பத்திருபது வருஷங்களுக்கு அரேபிய தேசங்கள் எதுவும் எகிப்தை எந்த ஒரு அரசியல் ஆலோசனையிலும் கலந்துகொண்டதில்லை. நீ யாரோ, நான் யாரோ என்று தான் நடுக்காட்டில் விட்டார்கள். கெய்ரோ பெரிய கலாசார நகரம் தான். சுற்றுலா சொர்க்கம் தான். எகிப்தின் வரலாறும் பாரம்பரியமும் மிகப்பெரிதுதான். ஆனாலும் அரேபியர்கள் அத்தேசத்தை முற்றிலும் வெறுத்து நிராகரித்துவிட்டார்கள். ஒரே காரணம் - அமெரிக்காவுக்கு வால்பிடித்ததுதான். அதுவும் இஸ்ரேலுடன் பார்ட் டைம் நட்பு! எந்த அரபி இதை ஒப்புக்கொள்ளுவார்?

மத்திய கிழக்கு நாடுகளில் அமெரிக்கா மேற்கொண்ட எத்தனையோ பல முயற்சிகளுள் இது மிக முக்கியமானது. சாமர்த்தியமாக எகிப்தைத் தனிமைப்படுத்தியது. அதுகாறும் இஸ்ரேல் என்கிற யூத தேசம் ஒன்றுதான் அந்தப் பிராந்தியத்தில் அமெரிக்காவின் கூடாரமாக இருந்தது. எகிப்து - இஸ்ரேல் யுத்தத்துக்குப் பிறகு எகிப்தும் அமெரிக்காவின் மாபெரும் கூடாரமாகிப்போனது.

இதுபோதும். இங்கே கால் ஊன்றிக்கொண்டு இனி ஆட்டத்தை ஆரம்பிக்கலாம் என்று முடிவு செய்தது அமெரிக்கா.

43. ஓட்டைகளுடன் உறவுப் பாலம்

மத்தியக் கிழக்கு நாடுகளில் அமெரிக்கா கால் ஊன்ற முயற்சி பண்ணிக்கொண்டிருந்த காலத்தில் அங்கே உள்நாட்டில் அரசியல் ஸ்திரத்தன்மை அடிவாங்கிக்கொண்டிருந்தது. வேலை மெனக்கெட்டு நிக்ஸனுக்கு ரெண்டாவது முறையும் ஓட்டுப்போட்டு வாய்ப்புக் கொடுத்த அமெரிக்கர்கள், அவரது திருவிளையாடல்களைக் கண்டு மனம் புழுங்கித் தவித்துக்கொண்டிருந்தார்கள். நிக்ஸன் இரண்டாவது முறை அதிபராகத் தேர்வாகி சரியாக ஒரு வருஷம் தான் ஆகியிருந்தது. அதற்குள் அவர் பதவி விலகவேண்டி வந்ததால் முழுசாக இன்னும் மிச்சமிருந்த மூன்று வருஷங்கள் குறித்த பயம் தான் மக்களுக்குப் பிரதானமாக இருந்தது.

அமெரிக்க ஜனநாயகத்தில் இது ஒரு விசேஷம். பதவியில் இருக்கும்போது அதிபருக்கு என்னவாவது ஒன்று ஆகி, ஆள் மாறவேண்டிய சூழல் வந்தால் மீண்டும் எலெக்ஷனெல்லாம் வைக்க மாட்டார்கள். உதவி ஜனாதிபதிக்கு உடனே அதிபர் நாற்காலி கிடைத்துவிடும். கிட்டத்தட்ட நியமன அதிபர் மாதிரி அது. அவர், தனக்கு சகாயமான இன்னொரு உதவி ஜனாதிபதியைத் தானே தேர்ந்தெடுத்துக்கொண்டுவிடுவார். எப்போது அந்த நாலு வருஷ டேர்ம் முடிகிறதோ, அப்போதுதான் மீண்டும் எலெக்ஷன் வரும். தேர்தல் முடிந்த மறுநாளே ஆனாலும் சரி; மூணே முக்கால் வருஷம் கழித்து அதிபர் மாறவேண்டி வந்தாலும் சரி. இதான் ரூல். இதில் மாறுதலே கிடையாது.

ஆகவே 1974ல் வாட்டர்கேட் விவகாரத்தால் நிக்ஸன் பதவி விலகியபோது, அவரது உதவி ஜனாதிபதியாக இருந்த ஜெரால்டு ஃபோர்டு என்பவர் குருட்டு அதிர்ஷ்டத்தில் அதிபராகிவிட்டார். கஷ்டப்படாமல், எலெக்ஷனைச் சந்திக்காமல் நேரே வெள்ளை மாளிகை வாசம். அதுவும் மூன்று முழு வருஷங்களுக்கு!

அமெரிக்காவில் ஃபோர்டு என்கிற பெயர் ரொம்பப் பிரபலம் தான். கார்களின் பரமபிதா ஃபோர்டு. அவர் ஹென்றி ஃபோர்டு. இந்த ஜெரால்டு ஃபோர்டுக்கும் அந்த ஹென்றி ஃபோர்டுக்கும் யாதொரு

சம்பந்தமும் இல்லை. இவருக்கு காரில் பயணம் செய்யமட்டுமே தெரியும். அரசியல் கூட ஃபோர்டுக்கு அத்தனை நெருக்கமான விஷயம் இல்லை. அவர் ஒரு அரசியல்வாதியாக அத்தனை பிரபலமும் இல்லை. ஒரு காலத்தில் பெரிய ஃபுட்பால் ப்ளேயர் என்பார்கள். மைதானத்திலிருந்து யார் உதைத்து அனுப்பினார்களோ, நேரே அமெரிக்க பாலிடிக்ஸுக்கு வந்துவிட்டவர். மிச்சிகன் பல்கலைக்கழகத்தில் சாதா டிகிரியும் யேல் பல்கலையில் சட்ட டிகிரியும் படித்தபோதுகூட வகுப்பறையில் இருந்த நேரத்தைவிட ஃபுட்பால் கிரவுண்டில் தான் அதிக நேரம் இருந்திருக்கிறார்.

அப்படிப்பட்டவர் அரசியலுக்கு வந்தபோது சுமார் பத்துப்பதினைந்து ஆண்டுகாலம் பல தளங்களில் நியமன உறுப்பினராகவே பொழுதைக் கழித்தார். என்னவோ அவருக்கு அப்படியொரு ராசி. அதிபர் நாற்காலியும் அதே ஸ்டைலில் கிடைத்தது ஃபோர்டுக்கு!

தனக்குப் பதவி கிடைக்க உதவியாக, ஊழல் பண்ணிவிட்டு வூட்டுக்குப் போன நிக்ஸனுக்குப் பொதுமன்னிப்பு அளித்ததுதான் ஃபோர்ட் அதிபரானதும் செய்த முதல் புண்ணியகாரியம். இதனாலேயே அமெரிக்க மக்களுக்கு, சொச்சகாலம் குறித்த பயம் பெரிய அளவில் உருவாகிவிட்டது. சோதனையாக அமெரிக்காவில் எப்போதும் இல்லாத அதிசயமாக அந்த எழுபதுகளின் தொடக்கத்தில் வேலைவாய்ப்புப் பிரச்னை கொஞ்சம் பெரிய அளவில் விசுவரூபம் எடுக்கத் தொடங்கியிருந்தது. இன்றைக்கு சந்துக்கு நூறு சாஃப்ட்வேர் கம்பெனிகள் முளைத்திருப்பது மாதிரியெல்லாம் அப்போது இல்லை. இண்டஸ்ட்ரி என்றால் மோட்டார் இண்டஸ்ட்ரிதான் அங்கே அப்போது நம்பர் ஒன். அப்புறம் எலக்ட்ரானிக்ஸ் துறையில் ஓரளவு உத்தியோக வாய்ப்புகள் இருந்தன. மற்றபடி எல்லாம் கன்வென்ஷனல் தொழில்கள்தான். கம்ப்யூட்டர் வளரத்தொடங்கியிருந்தாலும் இத்தனை சாத்தியங்கள் அதற்குள் இருக்கக்கூடும் என்கிற யூகங்கள் கூட உருவாக ஆரம்பித்திருக்கவில்லை.

அதுமட்டுமில்லாமல் வாட்டர்கேட்டைத் தொடர்ந்து வேறு எங்கெங்கே யார் யார் திருவிளையாடல்கள் நிகழ்த்தியிருக்கிறார்கள் என்று உளவுத்துறை ஆராயத்தொடங்கியதில் ஏராளமான நிக்ஸனின் ஊழியர்கள் சிக்கிக்கொண்டு சாரி சாரியாகப் பதவி

விலகவும் ஆரம்பித்திருந்தார்கள். உருப்படியான மக்கள் நலத்திட்டங்களை வகுப்பதைவிட அவசியம், முதலில் அரசு இயந்திரத்தின் துருப்பிடித்த பகுதிகளைக் கண்டறிந்து முழுவதுமாக சுத்தம் செய்யவேண்டியதாகத்தான் இருந்தது.

ஃபோர்ட் அதைத்தான் முதலில் செய்திருக்கவேண்டும். ஆனால் எப்போது அவர் நிக்ஸனுக்குப் பொதுமன்னிப்பு அளித்தாரோ, அப்போதே அவர் பேரும் ரிப்பேராகிவிட்டது, தேசமெங்கும். இத்தனைக்கும் ரஷ்யாவுடன் ஏற்பட்டிருந்த பனிப்பதற்றத்தைத் தவிர்க்க அவர் தம்மாலான அனைத்து முயற்சிகளையும் எடுத்திருந்தார். பிரஷ்னேவுடன் பேச்சுவார்த்தைகளெல்லாம் நடத்தினார். சர்வதேச அரசியலில் இரு தேசங்களுக்கும் இருந்த முக்கியத்துவத்தை ஆக்கபூர்வமாகப் பயன்படுத்த என்னென்ன சுலப சாத்தியங்கள் உண்டு என்று கணக்குப்போட்டு வழி தேடினார். ஆனால் அவரது எந்த ஒரு முயற்சியும் மக்கள் ஆதரவு பெறவில்லை. பிடிக்காதென்றால் பிடிக்காதுதான்! கடவுளே வந்து ஃபோர்டு நல்லவர் என்று சர்டிபிகேட் கொடுத்திருந்தால் கூட ஏற்கும் மனநிலையில் அப்போது அமெரிக்க மக்கள் இல்லை.

1976ம் வருஷப் பொதுத்தேர்தலில் ரிபப்ளிகன் கட்சியே ஃபோர்டைத் தன் வேட்பாளராக அறிவிக்கத் தயங்கியது. ரொனால்ட் ரீகனைத்தான் அநேகமாக நிறுத்துவார்கள் என்று தேசமே எதிர்பார்த்துக்கொண்டிருந்தபோது, கடுமையாகப் போராடி, இல்லாத பைபாஸ் ரூட் வேலைகளையெல்லாம் பார்த்து, எப்படியோ தன்னையே மீண்டும் கட்சி தேர்தலில் நிறுத்தும்படி செய்துகொண்டார்.

ஆனால் நயாபைசா பிரயோஜனமில்லாமல் போய்விட்டது. அந்தத் தேர்தல் டெமாக்ரடிக் கட்சிக்குத் தான் சாதகமான முடிவைத் தந்தது. ஒருவகையில் நிக்ஸனால் ஏற்பட்ட நாசங்களிலிருந்து விமோசனம் பெற அந்தத் தேர்தல் இயல்பாகவே பேருதவி புரிந்தது என்று சொல்லலாம். அந்த முறை அமெரிக்காவின் அதிபரானவர் ஜிம்மி கார்ட்டர்.

கார்ட்டரின் முழுப்பெயர் ஜேம்ஸ் ஏர்ல் கார்ட்டர் என்பது. ஜிம்மி என்பது செல்லப்பெயர். (அவரது அரசியல் எதிரிகள் தான் முதல் முதலாக இந்தப் பேரை நாய்களுக்கு வைக்கிற

வழக்கத்தை ஆரம்பித்துவைத்தார்கள். இன்றளவும் உலகில் பல லட்சக்கணக்கான நாய்கள் இப்பேர் சூடி வலம் வருவது ஒரு வகையில் அயோக்கியத்தனமே. உண்மையில் கார்ட்டர், அமெரிக்காவின் அரசியல் சிற்பிகளுள் ஒருவர்.)

*1924*ம் வருஷம் அக்டோபர் முதல் தேதி ஜார்ஜியா மாகாணத்தில் பிறந்த கார்ட்டர், அமெரிக்கக் கடற்படைக் கல்லூரியில் சேர்ந்து பட்டம் பெற்றவர். கொஞ்சகாலம் கடற்படையில் பணியாற்றிவிட்டு ஊருக்குத் திரும்பிவந்து தம் குடும்ப பிசினஸான விவசாயத்தில் முழு மூச்சாக ஈடுபடத் தொடங்கினார். பட்டாணி உற்பத்தியில் நவீன அறிவியல் உத்திகளைப் புகுத்தி, விளைச்சலைப் பெருக்கி, பேப்பரில் பேர் வருகிற அளவுக்கு சாதித்தவர் கார்ட்டர். இயல்பான சமூக அக்கறையினால் அரசியலுக்கு ஈர்க்கப்பட்டு டெமாக்ரடிக் கட்சியில் உறுப்பினராகச் சேர்ந்தார். *1962*ம் வருஷம் ஜார்ஜியா மாகாண செனட்டில் உறுப்பினராகத் தேர்வாகி, சட்டமன்றத்துக்குள் நுழைந்ததுதான் அவரது அஃபிஷியலான அரசியல் எண்ட்ரி. *70*ல் கவர்னர் பதவிக்கு நின்று தோற்று, அடுத்தவருஷம் தோற்றதை வென்றதிலிருந்து அவரது அரசியல் வாழ்க்கை ஏறுமுகமாகத் தொடங்கியது.

அரசியலுக்கும் சரி, டெமாக்ரடிக் கட்சிக்கும் சரி. கார்ட்டர் மிகவும் புதியவர் என்றபோதும் கவர்னரான உடனேயே, தனது அடுத்த படி அதிபராவதுதான் என்று முடிவு செய்தவர் அவர். அவர் இதை வெளிப்படையாகப் பலரிடம் சொன்னபோது யாரும் அதை சட்டைசெய்யவேயில்லை. ஆனால் நம்பகமான சில நண்பர்களின் துணையுடன்தன்ஒவ்வொருஅடியையும்கவனமாகஎடுத்துவைத்து, மிகக் குறுகிய காலத்தில் தேசம் முழுவதும் தெரிந்த பெயரானார். அமெரிக்காவில் ஒரு வழக்கம் என்னவென்றால், மக்களுக்கு நன்கு அறிமுகமான நபர் என்றால் எந்தக் கட்சியும் தயங்காமல் சீட் கொடுக்கும். சீனியாரிடியெல்லாம் ரெண்டாம்பட்சம் தான். இதை மனத்தில் வைத்துக்கொண்டுதான், கட்சியில் முக்கியத்துவம் பெறுவதில் அதிக கவனம் எடுத்துக்கொள்ளாமல், நேரடியாக அவர் ஊர் ஊராகப் போய்ப் பேசி, மக்கள் மத்தியில் நல்ல பேர் சம்பாதிக்கத் தொடங்கினார்.

1976 எலெக்ஷனில் கார்ட்டர் வென்றதற்குக் காரணம் இரண்டு விஷயங்கள். முதலாவது, இயல்பாகவே அவர் நேர்மையானவர்

என்பது. அடுத்தது, வெளிப்படையான அரசாங்கம் அமைப்பேன் என்று உத்தரவாதம் கொடுத்தது.

பதவி ஏற்றதுமே மின்னல் வேகத்தில் சீர்திருத்தங்களை அமுல்படுத்த ஆரம்பித்தார். மனித உரிமை தொடர்பான சட்டங்களில் இருந்த சிக்கல்களை உடனுக்குடன் தீர்த்தது, கருப்பர்களுக்கான அத்தனை முன்னேற்ற வாசல்களையும் நிபந்தனையின்றித் திறப்பது, சீனாவுடன் முழு அளவில் அரசியல் உறவு உண்டாக்கிக்கொண்டது, சோவியத் யூனியனுடன் அமைதிப்பேச்சுவார்த்தைகளை வெற்றிகரமாக நடத்தியது என அடுத்தடுத்து அவர் செய்த பல காரியங்கள் மிக முக்கியமானவை என்றபோதும் வேலையில்லாத் திண்டாட்டத்துக்கு கார்ட்டரால் சரியான ஒரு தீர்வை உடனடியாகத் தரமுடியவில்லை. இதையே சாக்காக வைத்து ரிபப்ளிகன் கட்சியினரும் டெமாக்ரடிக் கட்சியிலேயே கார்ட்டர் மீது அதிருப்தி கொண்ட ஒரு சாராரும் மறைமுகமாக இணைந்து, கார்ட்டருக்கு எதிரான பிரசாரங்களைத் துரிதகதியில் முடுக்கிவிட ஆரம்பித்தார்கள்.

அவர் செம கடுப்பாகிப்போனார். பல நல்ல திட்டங்களை காங்கிரஸ் பாஸ் பண்ணமுடியாமல் சபையில் கலாட்டாக்கள் செய்த சகாக்களை என்ன செய்து வாயடைப்பது என்று யோசித்தார். 'கார்ட்டருக்கு அனுபவமில்லை. அவரது செகரெட்ரியேட்டிலேயே அவருக்கு யாரும் ஒத்துழைக்க மறுக்கிறார்கள்' என்று எதிரிகள் ஊர் ஊராக மைக் வைத்துப் பேச ஆரம்பித்தார்கள். போதாதகுறைக்கு அப்போது அமெரிக்காவில் பணவீக்கம் வேறு நம்மூர் சங்கதிமாதிரி கொஞ்சம் பேஜாராகிப் போனதாலும் ஷேர் மார்க்கெட் கச்சாமுச்சாவென்று ஏறி இறங்கத் தொடங்கியதாலும் முழுப்பழியும் கார்ட்டர்மீது வந்து விழுந்துவிட்டது.

ஆனால் இதெல்லாமே தன்னால் சரியாகிவிடக்கூடிய பிரச்னைகள்தான் என்று கார்ட்டர் உறுதியாக நம்பினார். அந்தத் தருணத்தில் அமெரிக்காவின் முழுக்கவனமும் மத்தியகிழக்கு நாடுகளின்மீது மட்டும் குவிந்தால்தான் பிற்காலத்தில் பல சௌகரியங்களைத் தடையின்றிப் பெறலாம் என்று அவர் திரும்பத்திரும்பத் தன் சகாக்களிடம் சொல்லிக்கொண்டிருந்தாலும் யாரும் நம்பத் தயாராக இல்லை.

கார்ட்டரின் கணக்கு என்னவெனில், மத்திய கிழக்கு நாடுகளின்மீது அமெரிக்கா செல்வாக்கு கொள்வதுதான், ஆசியாக்கண்டத்தில் சோவியத் யூனியனின் கை ஓங்காமல் பார்த்துக்கொள்ள ஒரே வழி என்பது. ஏனெனில், அப்போது சோவியத் மயக்கம் அநேகமாக அனைத்துக் கீழை நாடுகளிலும் ஒரு போதை மாதிரி ஊறிப்போயிருந்தது. ஸ்டாலின் காலத்து உள்நாட்டு அக்கிரமங்கள் பல வெளியே வந்துகொண்டிருந்தபோதும் அடுத்தடுத்த சோவியத் அதிபர்களின் திறமை மிக்க ஆட்சியினால் அத்தேசத்தின் செல்வாக்கு துளியும் சரியாமல் கம்பீரம் கூடிக்கொண்டே இருந்தது. மேலும் கம்யூனிஸ்டுகள் என்ன செய்தாலும் அதில் ஒருதுளி சுயநலமும் இருக்காது என்கிற பிரசாரம், கீழை நாடுகள் அனைத்திலும் மிகத் தீவிரமாக மேற்கொள்ளப்பட்டிருந்தது. கிழக்கு ஐரோப்பாவிலும் ஆசியா முழுவதிலும் பரிபூரண அமைதி ஏற்படுத்தி, சீரான பொருளாதாரம் அமையவேண்டுமென்றால் சோவியத் யூனியன் காட்டுகிற பாதையில் நடந்தால்தான் சரி என்று அநேகமாக அத்தனை குட்டி தேசங்களும் நினைக்கத் தொடங்கியிருந்தன. மேலும் மத்திய கிழக்கு தேசங்களின்மீது சோவியத் அப்போது காட்டிய அக்கறை, நிச்சயம் அத்தேசங்களின் எண்ணெய் வளத்தினால் உண்டானதல்ல என்றும் சொன்னார்கள். அதற்குக் காரணம், பெட்ரோலிய விஷயத்தில் சோவியத்தே தன்னிறைவு கண்ட தேசம் என்பதை எடுத்துக்காட்டினார்கள்.

ஆக, சோவியத் யூனியன் ஒரு பொதுநலவாதி. மத்தியகிழக்கில் கால் ஊன்றப்பார்க்கும் அமெரிக்கா ஒரு பக்கா சுயநலவாதி. இந்தப் பிரசாரம் கீழை நாடுகளெங்கும் ஜோராகப் பரவத் தொடங்கியிருந்த நேரம் அது. கார்ட்டரின் கவலைக்கு இதுவே காரணம். ஏதாவது நல்லது செய்து அந்தப் பிராந்தியத்தில் நல்லபேர் எடுக்காவிட்டால், பின்னால் அங்கே காலம் தள்ளுவது ரொம்பக் கஷ்டம் என்று அவர் நினைத்தார்.

அவரது பெருமுயற்சியால்தான் எகிப்து அதிபர் அன்வர் சதத்துக்கும் இஸ்ரேலியப் பிரதமர் மெனாச்செம் பெகினுக்கும் இடையிலான நல்லிணக்க ஒப்பந்தம் சாத்தியமானது.

எப்படியாவது சோவியத் யூனியனின் மறைமுகக் குழிபறிப்பு ஜோலிகளைத் தடுத்து நிறுத்திவிட்டால் போதும். இரு தேசங்களும் அவரவர் பாதையில் கிடைத்ததை சாப்பிட்டுக்கொண்டு காலத்தை

ஓட்டலாம் என்று கார்ட்டர் நினைத்தார். பனிப்போரைத் தொடருவதில் அவருக்கு இஷ்டமே இல்லை. வீம்புக்கு சண்டை போட்டுக்கொண்டு எனர்ஜி முழுவதையும் வெளிதேசங்களிலேயே செலவழித்துக்கொண்டிருக்கவேண்டியிருக்கிறதே என்று கவலைப்பட்டார். பிரஷ்னேவும் அதற்கு ஒப்புக்கொள்ளுவார் என்பது மாதிரிதான் இருந்தது.

அதுமட்டும் வெற்றிகரமாக நடந்துவிட்டால் உள்நாட்டில் எதிரிகள் நிகழ்த்திக்கொண்டிருந்த பொய்ப்பிரசாரங்களையும் தவிடுபொடியாக்கி, அடுத்த எலெக்ஷனிலும் ஜெயித்துவிடமுடியும் என்று நினைத்தார் கார்ட்டர்.

அது 1979வது வருஷம். ஜிம்மி கார்ட்டர் பதவிக்கு வந்து சரியாக மூன்று வருஷங்கள் முடிந்திருந்தன. ஒரு புரட்சி மாதிரி உள்நாட்டில் பல சீர்திருத்தங்களை அடுத்தப் புத்தாண்டில் செய்வதற்கு யோசித்துவைத்துக்கொண்டிருந்தவருக்கு பேரிடியாக அந்தச் செய்தி வந்து சேர்ந்தது.

அமெரிக்க - சோவியத் உறவை என்னெல்லாம் பாடுபட்டு ஒட்டவைக்க அவர் முயற்சிகள் மேற்கொண்டாரோ, அதையெல்லாம் உடைத்து சுக்குநூறாக்கும்விதமானதொரு காரியத்தை சோவியத் யூனியன் பரம ரகசியமாகத் திட்டமிட்டு அப்போது செய்தது.

அது நவம்பர் 79. ஆப்கனிஸ்தானின் அடர்ந்த, கரடுமுரடான மலைகளைக் கடந்து சோவியத் யூனியனின் பிரும்மாண்டமான ராணுவம் ஊடுருவிக்கொண்டிருந்தது. பனியெல்லாம் உருகி, நெருப்பு ஆறாக இனி ஓடப்போகிறது என்பதை டமாரம் அடித்துச் சொல்லும்விதமானதொரு நடவடிக்கை அது. கார்ட்டர் இடிந்துபோனார்.

விதி மாதிரி எதிர்பாராத பல்வேறு பொருளாதாரத் தள்ளாட்டங்களுக்கும் அமெரிக்கா அப்போது ஆட்படத் தொடங்கியது. உள்நாட்டை கவனிப்பதா, ஆப்கனில் ஊடுருவத் தொடங்கியிருக்கும் சோவியத் யூனியனை கவனிப்பதா என்று அவருக்குப் புரியவில்லை.

கையாலாகாத அதிபர் என்று அமெரிக்காவே எழுந்துநின்று அவரை சபித்தது. சோவியத்தின் அந்தக் குள்ளநரித்தனத்தை கார்ட்டரால்

ஜீரணிக்கவே முடியவில்லை. அவர் சற்றும் எதிர்பாராததொரு 'பெரியகாரியம்' அது. அமைதிப் பேச்சுக்கு வந்தபோதெல்லாம் எத்தனை குழைவாக நடந்துகொண்டார் பிரஷ்னேவ்; இப்படிக் கவிழ்த்துவிட்டாரே என்று அவர் மனம் குமைந்தது.

இனி தான் செய்யக்கூடியது எதுவுமில்லை என்பதும் புரிந்தது. எதிர்வரும் தேர்தலில் தோற்றுவிடுவோம் என்று அவர் உணர்ந்தே இருந்தார்.

தோற்றுத்தான் போனார். ஒரு முன்னாள் நடிகர் அப்போது அமெரிக்காவின் அதிபராகப் பொறுப்புக்கு வந்தார். அவரை நாம் சந்திப்பதற்கு முன்னால் அங்கே ஆப்கனிஸ்தானுக்கு ஒரு நடை போய்வரவேண்டும். விஷயம் மிகவும் விவகாரமானது.

பாகம் 3

போர்களும் புதிர்களும்

1. நாற்பது வருஷ கர்ப்பம்

இரண்டாம் உலகப்போர் முடிவடைந்த மிகச்சில வருடங்களிலேயே - அதாகப்பட்டது ஆயிரத்தித் தொள்ளாயிரத்து நாற்பதுகளின் இறுதி வருடங்களிலேயே - ஆரம்பித்துவிட்ட அமெரிக்க, ரஷ்ய லடாயானது சுமார் நாற்பது வருஷ காலம் கர்ப்பத்தில் இருந்த ஒரு சங்கதி. அடிக்கடி வெளியே வந்து கொஞ்சம்போல் உரசிப் பார்த்துக்கொண்டு மீண்டும் கர்ப்பத்துக்குள்ளேயே போய்க்கொண்டிருந்த விசித்திர வீரியக் குழந்தை அது. இரண்டு தேசங்களுமே அன்றைக்கு சம பலம் படைத்த அரசியல் தாதாக்களாக இருந்ததால் வெற்றி - தோல்விகள் மாறி மாறித்தான் ஏற்பட்டுக்கொண்டிருந்தன. என்ன ஒரே வித்தியாசம் என்றால், அமெரிக்காவில் ஜனநாயக அரசு இருந்ததால் அதிபர்கள் நாலுவருஷம் அல்லது எட்டுவருஷத்துக்கு ஒருமுறை மாறிக்கொண்டே இருந்தார்கள். அந்தந்தக் காலகட்டத்து அதிபரின் அமைதி விருப்பத்துக்கேற்ப அமெரிக்காவின் பனிப்போர் முயற்சிகளில் சிறு மாறுதல்களும் தேக்கங்களும் வீரியமும் கூடியும் குறைந்தும் இருந்துகொண்டிருந்தது. ரஷ்யாவில் இந்தப் பிரச்னை இல்லை. அது கம்யூனிஸ்டு தேசம். ஸ்டாலின் உயிரோடு இருந்தவரைக்கும் ஸ்டாலின் தான் அங்கே ராஜா. அவருக்குப் பிறகு வந்தவர்களும் போரடிக்கிற அளவுக்கு, திகட்டிப்போகிற அளவுக்கு ஆட்சியில் இருந்தவர்கள்தான். ஆகவே குருஷேவும் சரி, ப்ரஷ்னேவும் சரி இன்னபிற ஷேவ்களும் சரி. அமெரிக்காவுக்கு எதிரான மறைமுக யுத்தத்தை அதன் வீரியம் குறையாமல் திறம்பட நடத்திக்கொண்டிருந்தார்கள். மேலும் ஒரு விஷயத்தைக் கொள்கை அளவில் அங்கீகரித்த பிறபாடு, அதை மாற்றிக்கொண்டிருக்கிற வழக்கம் சோவியத் யூனியனுக்குக் கிடையாது. பிற்காலத்தில் கோர்பசேவ் வந்து, பெரித்ராய்ஸ்காவெல்லாம் வந்தபிறகு, ரஷ்யாவின் சோவியத் யூனியன் என்கிற பிரும்மாண்டமான 'கோட்டைக்கொள்கை'யில் ஒரு மாறுதல் உண்டானது. தேசங்கள் பிரிந்தன. வல்லரசு என்கிற பதவியிலிருந்து ரஷ்யா தானே முன்வந்து இறங்கிக்கொண்டது. இன்றுவரைக்கும் அந்தக் கொள்கை அங்கே உயிருடன் இருக்கிறதல்லவா? அதே மாதிரிதான். அன்றைக்கு வல்லரசாக நீடிக்கிற கொள்கை, கோர்பசேவ்

பதவிக்கு வருகிற முதல் நாள்வரை அதன் முழு வீரியத்துடனேயே இருந்தது. அதனால் பனிப்போரையும் அதன் வீரியம் குறையாமல் நடத்திக்கொண்டிருந்தது.

இந்த விஷயத்தை இப்போது மீண்டும் நினைவுபடுத்துவதற்குக் காரணம், ஆப்கனிஸ்தான் யுத்தம். ஜிம்மி கார்ட்டரின் கட்டக்கடைசிக் காலத்தில் ஆப்கனில் சோவியத் படைகள் நுழைந்த சம்பவத்தைச் சென்ற அத்தியாயத்தில் பார்த்தோமல்லவா? என்னவோ இந்தி சினிமா கிளைமாக்ஸில் போலீஸ் நுழைகிற மாதிரியான விஷயமல்ல அது. அமெரிக்கா மற்றும் ரஷ்யாவின் வரலாற்றில் ஆப்கனிஸ்தான் அத்தியாயம் மிக மிக முக்கியமான ஒன்று. இரு தேசங்களுக்கும் ஆப்கனுடன் மிக நெருக்கமான அரசியல் உறவு உண்டு. ஆனால் அந்த உறவுகளின் நோக்கமும் காரணமும் முற்றிலும் வேறு வேறானவை. சொல்லப்போனால் அமெரிக்காவுக்கு வளைகுடா நாடுகளின் எண்ணெய் மீதான காதல் முழுவதுமாகக் கனியவேண்டுமானால் ஆப்கனிஸ்தான் என்கிற மலை தேசத்தில் அமெரிக்காவுக்குச் சரியாகக் காலூன்ற இடம் கிடைத்தாகவேண்டிய நெருக்கடி ஒன்று இருந்தது. ஆப்கனிஸ்தானில் அமெரிக்காவுக்கு செல்வாக்கு உண்டாகாவிட்டால் அத்தேசம் என்னதான் வளைகுடாவில் குழிதோண்டி எண்ணெய் எடுத்தாலும் அதை உபயோகித்துக் காசு பார்க்க வழி கிடையாது. கொஞ்சம் குழப்புகிறதல்லவா? பின்னால் விரிவாகப் பார்க்கலாம்.

சோவியத் யூனியனைப் பொறுத்தவரை, ஆப்கனுடனான அதன் அரசியல் உறவுக்கு மிக நீண்ட வரலாற்றுத் தொடர்ச்சி உண்டு. சோவியத் யூனியனில் புரட்சி உண்டாகி, அங்கே மன்னராட்சி நீக்கப்பட்டு, கம்யூனிஸ்டுகளின் புதிய அரசை லெனின் ஸ்தாபித்தபோது, அதை முதல்முதலில் அங்கீகரித்து, ஆதரவுக்குரல் கொடுத்த தேசம் ஆப்கனிஸ்தான் தான். தம்மாத்தூண்டு தேசம் என்றாலும், தமது புரட்சியை முதலில் ஆதரித்தது என்கிற வகையில் சோவியத் கம்யூனிஸ்டுகளுக்கு ஆப்கன் மீது ஒரு பாசம் உண்டு. சாதாரணப் பாசம் இல்லை அது. கிட்டத்தட்ட தாய்க்கும் குழந்தைகளுக்கும் இடையிலான பாசத்துக்கு நிகரானது அது. இந்த வருணிப்பு ஜாஸ்தியே அல்ல. உண்மையிலேயே ஆப்கனிஸ்தான் விஷயத்தில் சோவியத் யூனியன் கொண்ட அக்கறையும் காட்டிய

பரிவும் சரித்திரத்தில் வேறெந்த தேசத்தின்மீதும் இன்னொரு தேசம் காட்டியதில்லை.

இத்தனைக்கும் 1839ம் வருஷத்திலிருந்தே யுத்தபூமியாக இருந்த தேசம் ஆப்கன். அப்போதைய அரசியல் தாதாவான பிரிட்டன், ஆப்கன் மீது படையெடுக்க, தமது சுதந்தரத்தைக் காப்பாற்றிக்கொள்ள முழு வீச்சில் யுத்தத்தில் இறங்கியது ஆப்கன். அன்று தொடங்கி சராசரியாக மூன்று வருஷங்களுக்கு ஒரு யுத்தம் என்று களம்கண்டு வந்திருக்கிறது அத்தேசம். நேற்றைக்கு அமெரிக்கா ஆசியுடன் அமீத் கர்சாய் வந்து உட்காருகிற வரைக்கும் தொடர்ந்துகொண்டிருந்த யுத்தம் அது.

பிரிட்டனிடமிருந்து சுதந்தரம் பெற்றபிறகும் ஆப்கனில் மன்னராட்சி தான் தொடர்ந்துகொண்டிருந்தது. 1919 தொடங்கி ஒரு பத்தாண்டுக்காலம் அமீர் அமானுல்லாகான் என்கிற சுல்தான் அங்கே ஆட்சி புரிந்துகொண்டிருந்தார். ஆப்கன் சரித்திரத்தில் அவரது காலத்தைத் தான் பொற்காலம் என்பார்கள். கொஞ்சம் நல்ல சுல்தான் போலிருக்கிறது. ஓரளவுக்கு உருப்படியான ஆட்சியை அவர் அங்கே தந்தார். ஆனால் 1933ல் அவரை அடித்து, நாட்டைவிட்டுத் துரத்திவிட்டு முகம்மது ஜாகிர்ஷா என்பவர் ஆட்சிக்கு வந்துவிட்டார்.

இருபதாம் நூற்றாண்டு பிறந்தபிறகு ஃபுல்டைம் மன்னர்களுக்கு அத்தனை மவுசு இல்லாதுபோய்விட்டபடியால் மேற்படி ஜாகிர்ஷாவாகப்பட்டவர் தன்னையொரு செமி சுல்தானாகவும் செமி சர்வாதிகாரியாகவும் தானே நியமித்துக்கொண்டு அங்கே ஆத்மசுத்தியுடன் ஒரு கொடுங்கோல் ஆட்சியை ஆரம்பித்தார்.

ஒழுங்காக இருந்த ஆப்கனிஸ்தான் உருப்படாமல் போகத் தொடங்கியது அதன்பிறகுதான்.

ஜாகிர்ஷாவின் காலத்தில் ஆப்கனில் நிறைய புரட்சி இயக்கங்கள் தோன்ற ஆரம்பித்தன. நாலுபேர் ஒரு சந்துமுனையில் கூடிப் பேசினால், நாளைக்கு ராத்திரி ஒரு புரட்சி பண்ணி, மன்னரைக் கவிழ்க்கலாமா என்பதாகவே இருந்தது எல்லா பேச்சுகளும். ஆனால் ஜாகிர்ஷா படு கெட்டியான அரசியல்வாதி. எதிர்ப்புக்குரல் கொடுக்கிற, அல்லது கொடுக்க நினைக்கிற யாரையும்

அடையாளம் தெரியாமல் அழித்துவிடுவதைத் திறமையாகத் தொடர்ந்து செய்துகொண்டிருந்தார். ஆப்கன் மக்கள் யாருமே விரும்பாதபோதும் அவரால் சுமார் முப்பத்தைந்து வருஷகாலம் ஆட்சியில்இருக்கமுடிந்ததற்குக்காரணம்அதுதான். மேற்படி புரட்சி இயக்கங்களில் சில கொஞ்சம் கொஞ்சமாக அரசியல் கட்சிகளாக உருக்கொண்டு லெட்டர்பேடும் கலர் கலர் கொடிகளும் கொண்டு ஆபீஸ் திறந்தபிறகும் அவரை ஒன்றுமே செய்யமுடியவில்லை. காரணம், அவரது அரசுக்கு அப்போது சோவியத் யூனியன் தன் முழுமையான ஆதரவை வழங்கியிருந்தது. ஆதரவு என்றால் பண உதவி தொடங்கி, சகலவிதமான தந்திரோபாயங்களையும் தடையின்றித் தந்துகொண்டிருந்தார்கள். ஒரே காரணம் - சோவியத் புரட்சியை முதல்முதலில் ஆதரித்த பிரகஸ்பதி என்பதுதான்.

1973வது வருஷம் ஜாகிர்ஷாவின் ஒன்றுவிட்ட தம்பி என்று ஒருத்தர் திடீரென்று முளைத்தார். அவர் பேர் முகம்மது தாவூத். அவர் ஒரு ராணுவப் புரட்சி நடத்தி ஜாகிர்ஷாவைத் துரத்திவிட்டு ஆட்சியைப் பிடித்தார். இப்போதுதான் ஆப்கனை வழக்கத்தைவிடச் சற்றுக் கூர்மையாக கவனிக்கத் தொடங்கியது சோவியத் யூனியன்.

வல்லரசுகளுக்கு எப்போதுமே ஒரு குணம் உண்டு. ஒரு ஏழை நாட்டுக்கு சப்போர்ட் பண்ணுகிற வல்லரசு பொதுவாக அங்கே நடக்கிற ஆட்சி மாற்றங்களை மிகவும் அக்கறையுடன் கவனிக்கும். புரட்சி ஏற்பட்டு ஆட்சி மாற்றம் நடந்தால் கொஞ்சம் கூடுதல் அமைதியுடன் கவனிக்கும். புதிய ஆட்சியாளர்களுக்கு மக்களின் ஆதரவு எப்படி இருக்கிறது என்பதை சர்வே எடுக்காத குறையாக அலசி ஆராயும். நிஜமாகவே புதுப் புரட்சியாளர்களுக்கு மக்கள் சப்போர்ட் இருக்கிறது என்பது தெரிந்தால், அந்த ஆட்சிக்கு எந்த வல்லரசும் குந்தகம் செய்யாது. மாறாக, மேற்படி புதியவர் தன்னுடனான உறவில் என்ன நிலை எடுக்கிறார் என்று பார்க்கும்.

முகம்மது தாவூத் விஷயத்தில், அவர் சோவியத்தின் உறவை முன்னிருந்த மாதிரி அப்படியே தான் தொடர்ந்துகொண்டிருக்க விரும்பினார் - நல்லபிள்ளையாக. ஏனென்றால், ஆப்கனிஸ்தானின் பரம தரித்திரப் பொருளாதாரம், அங்கே மக்கள் மூன்று வேளை ஒழுங்காகச் சாப்பிட்டுக்கொண்டிருக்கக் கூட இடம் தரவில்லை. ஏதோ சோவியத் தயவில்தான் அவர்களுக்கு ரொட்டியும் சப்ஜியுமாவது கிடைத்துக்கொண்டிருந்தது. இதை உத்தேசித்தாவது

சோவியத் உறவு கெடாமல் பார்த்துக்கொள்ளவேண்டிய கடமை தாவூதுக்கு இருந்தது.

ஆனால் என்ன ஆயிற்று என்றால், பழமைவாத முஸ்லிம் தேசமான ஆப்கனில் இருந்த மதப்பெரியவர்களுக்கு சோவியத்துடன் தம் தேசம் குலாவிக்கொண்டிருந்தது பிடிக்கவில்லை. காரணம், கம்யூனிஸ்டுகள் எல்லாரும் நாஸ்திகர்கள் என்பதுதான். ஒரு நாஸ்திகன் படியளந்து, இறைநம்பிக்கைவாதிகளான ஆப்கன் முஸ்லிம்கள் சாப்பிடவேண்டுமா? இது வெட்கக்கேடு என்று சொல்லிக்கொண்டிருந்தார்கள் அவர்கள். இதைவிட, கிருத்தவதேசமாயினும் இறைநம்பிக்கை உள்ள அமெரிக்காவின் சப்போர்ட்டுடன் வாழலாமே என்று அவர்கள் சொன்னார்கள். அப்போதுகூட யாராவது சப்போர்ட் பண்ணித்தான் ஆகவேண்டும்; சொந்தக்காலில் நிற்கிற யோசனை அவர்களுக்குத் துளியும் இல்லை.

அமெரிக்காவுக்கு இது போதாது? உடனே ஆப்கனில் 'பூமி பூஜை'க்கு நாள் பார்க்க ஆரம்பித்துவிட்டது. இதெல்லாம் ஜிம்மி கார்ட்டர் பதவிக்கு வந்த ஆரம்பக் காலத்திலேயே நிகழ்ந்தவை.

ஆனால் சோவியத் சப்போர்ட் அங்கே பலமாக இருந்ததால் வெளிப்படையாக அத்தேசத்தால் எதுவும் செய்ய முடியாமலிருந்தது. அந்தச் சமயத்தில்தான் ஆப்கனில் மதவாதிகள் ஒன்றிணைந்து சோவியத்துக்கு எதிராகப் பேசஆரம்பித்திருந்தார்கள். அவர்களை வளைத்துப்போட்டு, ஆயுதப்பயிற்சியும் அரசியல் சாணக்கிய வகுப்புகளும் எடுக்க ஆரம்பித்தது சி.ஐ.ஏ.

அமெரிக்கா இப்படி தனி டிராக்கில் ஆப்கனில் அரசியல் மாற்றத்துக்கு வேலை செய்துகொண்டிருந்தபோது வேறொரு டிராக்கில், 1978ம் வருஷம் ஆப்கன் மக்கள் ஜனநாயகக் கட்சி என்கிற அரசியல் இயக்கம் அங்கே ஒரு ராணுவப் புரட்சி செய்து, தாவூதின் ஐந்து வருஷ ஆட்சியை ஒழித்துக்கட்டி, தான் பதவிக்கு வந்தது. என்னடா இது, ஜனநாயகக் கட்சி எப்படி ராணுவப் புரட்சி மூலம் ஆட்சிக்கு வரும் என்றெல்லாம் கேட்கக் கூடாது. ஆப்கனிஸ்தானின் அரசியல் அந்தமாதிரி. அதை முழுக்க முச்சூடும் விவரித்துக்கொண்டிருக்க இங்கே இடமில்லை.

என்ன ஆயிற்று என்றால் மேற்படி ஜனநாயகக் கட்சி ஆட்சிக்கு வந்தபோது, ஜனநாயகம் என்றால் என்னவென்றே தெரியாத ஆப்கனிஸ்தானுக்கு அது என்னவோ ஒரு பூச்சாண்டி மாதிரி

தோற்றம் கொடுத்தது. பார்லிமெண்ட் என்கிற சித்தாந்தத்தை அழகாக உருட்டி கோலி விளையாடத் தொடங்கினார்கள். எல்லாரும் இந்நாட்டு மன்னர் என்றால் சும்மாவா பின்னே? ஆளாளுக்கு ஜாலியாக சுருட்டத் தொடங்கிவிட்டார்கள்.

மேலும் எக்கச்சக்கமான இனக்குழுக்கள் உள்ள தேசமான ஆப்கனிஸ்தானில் சரியான விகிதாசாரப் பிரதிநிதித்துவம் தரமுடியாமல் போக, அதனாலும் பெரும்பாலானவர்கள் ஜனநாயக அரசின்மேல் அவநம்பிக்கை கொண்டு, அதையும் ஒழித்துக்கட்ட விரும்பினார்கள். உறுதியான பொருளாதாரத்துக்கு என்ன வழி என்று யோசித்து, சரியாக ஒன்றும் புலப்படாமல் நிலங்களைக் கையகப்படுத்தி, அரசே விவசாயத்தை நடத்தலாமா என்று பார்க்க ஒரு நிலச்சீர்திருத்தச் சட்டம் கொண்டுவந்தார்கள்.

இதில் பல லட்சக்கணக்கான ஆப்கனியர்கள் நிலமிழந்து, கொதித்து எழுந்துவிட்டார்கள். பல்லாயிரக்கணக்கானோர் ஆயுதம் ஏந்தி, ஃபுல்டைம் போராளிகளாகிப்போனார்கள். போராடிக் கொண்டிருக்க நேரமில்லாதவர்கள் எல்லாரும் அதே ஆயுதங்களை ஏந்தி, வழிப்பறிக்கொள்ளைக்காரர்களாக முற்றிலும் மாறுபட்ட இன்னொரு அவதாரம் எடுத்தார்கள்.

இப்போதுதான் அமெரிக்கா ஆப்கன் விஷயத்தில் சுறுசுறுப்படைந்தது. சரசரவென்று புரட்சியாளர்களையெல்லாம் ஒருங்கிணைத்து, தீவிர ஆயுதப் பயிற்சி அளிக்கத் தொடங்கியது சி.ஐ.ஏ. குறுகிய காலத்தில் ஒரு தெளிவான புரட்சிக்கான அத்தனை ஏற்பாடுகளையும் அழகாகத் திட்டமிட்டுச் செய்தார்கள். எப்படியும் ஆப்கன் அரசுக்கு உதவ சோவியத் யுனியன் வரும் என்பது அமெரிக்காவுக்குத் தெரியும். தன் முகத்தைக் காட்டிக்கொள்ளாமல், ஆப்கன் புரட்சியாளர்களை வைத்தே சோவியத் படைகளையும் அடிக்கலாம் என்று கணக்குப் போட்டார்கள்.

அப்படியேதான் ஆனது. அமெரிக்காவின் தூண்டுதலால் ஆப்கன் பழமைவாதிகள் ஒருங்கிணைந்து அரசுக்கு எதிரான கலகத்தில் இறங்கினார்கள். ஆப்கனை அப்போது ஆண்டுகொண்டிருந்த ஜனநாயக அரசு உடனே கதறிக்கொண்டு சோவியத் யூனியனிடம் உதவிகேட்டு ஓடியது.

அதை தூர இருந்து பார்த்துச் சிரித்தார் அமெரிக்க அதிபர். அப்போதுதான் அதிபராகியிருந்த அவர் ஒரு முன்னாள் சினிமா

நடிகர். பெயர் ரொனால்ட் ரீகன். கார்ட்டருக்குப் பின்னால் அவர்தான் அமெரிக்காவின் அதிபரானவர்.

ரீகன் சிரித்ததற்கு ஒரு காரணம் இருந்தது. ஆப்கனில் மீண்டும் யுத்தம் என்று ஒன்று வந்தால் அதில் நிச்சயம் வேறுபல இஸ்லாமிய நாடுகளின் பங்களிப்பும் அவசியம் இருக்கும் என்று அவர் கணக்குப் போட்டார். ஏனென்றால், இஸ்லாமிய தேசியம் என்கிற கான்செப்டை முன்வைத்துத்தான் அப்போது ஆப்கனில் புரட்சிக்கு முஸ்தீபுகள் நடந்துகொண்டிருந்தன. கம்யூனிஸ்டு, நாஸ்திக ரஷ்யாவின் மேலாதிக்க ஆசீர்வாதத்துடன் ஆளும் அரசைத்தானே புரட்சியாளர்கள் எதிர்க்கிறார்கள்? இது நிச்சயம் சக இஸ்லாமிய தேசத்து இளைஞர்களைக் கவரும், கொஞ்சம் ஊதிவிட்டால் அவரவர் தம் குடிபடைகளுடன் ஆப்கனுக்கு வந்து யுத்தத்தில் பங்குபெறுவார்கள்; பலம் அதிகரிக்கும் என்பது அவர் கணக்கு.

அந்தக் கணக்குப் பொய்க்கவில்லை. ஆனாலும் எல்லா இஸ்லாமிய தேசத்துப் புரட்சியாளர்களையும் ஆப்கன் ஈர்க்காவிட்டாலும் ஒரே ஒரு சவுதி அரேபியா ஆசாமியை ஆப்கன் ஈர்த்தது. அந்த ஒரே ஒரு ஆசாமி, ஒட்டுமொத்த உலகத் தீவிரவாதிகளின் மொத்தபலத்தையும் சேர்த்தாலும் ஒருபடி கூடுதல் பலம் படைத்தவர் என்பதெல்லாம் அப்போது அமெரிக்காவுக்கே தெரியாது.

அவர் பேர் பின் லேடன். ஒசாமா பின் லேடன்.

ஆப்கனில் நடந்த புரட்சியை அடக்கி, அங்கே இருந்த ஜனநாயக அரசைக் காப்பாற்றுவதற்காக ரஷ்யா தன் படைகளை அனுப்பியதையும் அதுமுடியாமல் போய் அங்கே ரத்த ஆறு ஓடத்தொடங்கியதையும் ஒசாமா பின்லேடன் கோபம் கொண்டு ஆப்கனில் மையம் கொள்ளத் தொடங்கியதையும் அவரது பின்னணி முன்னணி விவகாரங்களையும் பார்ப்பதற்கு முன்னால் - இந்த அத்தியாயத்தைப் படித்துக்கொண்டு வரும்போதே நியாயமாக ஒரு பெரிய சந்தேகம் வந்திருக்கவேண்டும்.

கால்காசுக்குப் பிரயோஜனமில்லாத ஆப்கனிஸ்தான் என்கிற பரமதரித்திர தேசத்தின்மேல் அமெரிக்காவுக்கு அப்படியென்ன ஈர்ப்பு? என்பதே அது.

இதை முதலில் தெரிந்துகொண்டபின் மற்ற விஷயங்களுக்குப் போவதுதான் சரியாக இருக்கும்.

2. ஆப்கனும் அமெரிக்காவும்

சி.ஐ.ஏ. என்கிற உளவு நிறுவனத்தின் அசகாய யுக்திகளின் ஒத்தாசையுடன் அமெரிக்க வெளியுறவுத் துறை எடுக்கிற சில முடிவுகளும் செயல்படுத்துகிற விஷயங்களும் மேலோட்டமான பார்வையில் அப்படியொன்றும் சுலபத்தில் புரிந்துகொள்ளக்கூடியவை அல்ல. தமது வெளிதேச உறவு விஷயங்களில் அமெரிக்கா இன்று வரைக்கும் காட்டுகிற கவனத்தையும் அக்கறையையும் உள்நாட்டு விவகாரங்களிலும் ஒரு மாத்து குறையாமல் காட்டியிருக்குமானால் இன்றைய வல்லரசு நிலையைக்காட்டிலும் பல மடங்கு சக்தி பெற்ற தேசமாக உருவாகியிருக்கும். அப்படியொரு புத்திசாலித்தனத்தை குயுக்தியான வடிவங்களிலேயே தொடர்ந்து பயன்படுத்தித் தனது அயலுறவுத் துறையின் மூளையையே கிரிமினல் மூளையாக வடிவமைத்துப் பாதுகாத்து வந்திருக்கிறார்கள் அமெரிக்க அதிபர்கள்.

குறிப்பாக மத்திய கிழக்கு நாடுகள் விஷயத்திலும் அதன் தொடர்ச்சியாக ஆப்கன் விவகாரத்திலும் அமெரிக்கா நடந்துகொண்ட விதம் - அதன் அயோக்கியத்தனத்தையெல்லாம் மீறியும் வியப்படையச் செய்யக்கூடியது. உலகில் வேறெந்த ஒரு தேசமும் அத்தனை தீர்க்கதரிசனத்துடன் இன்று வரை நடந்துகொண்டதில்லை. எண்ணெய் தேசங்களைப் பொறுத்தவரை அமெரிக்காவின் நிலை மிக வெளிப்படையானது. தீர்மானமானது. 'தனது சொந்த நலன்' என்பதுதான் அது. அதற்கு மேல் இம்மி கூட அது நகரவில்லை. தனது சுயநலனுக்காக இஸ்லாமிய தேசங்களை எந்த எல்லைக்கும் அடித்து விரட்டி, பிடித்துக் கறக்கலாம் என்பதே அமெரிக்காவின் செயல்திட்டம்.

ஐம்பதுகளின் தொடக்கத்திலிருந்தே அமெரிக்க அதிபர்கள் இதுவிஷயத்தில் எந்த விதக் குற்ற உணர்வும் இல்லாமல், முழு ஆத்ம சுத்தியுடன் தான் செயலாற்றி வந்திருக்கிறார்கள் என்பது அமெரிக்க அரசியல் சரித்திரப் பக்கங்களை 'புக் கிரிக்கெட்' விளையாடுவது மாதிரி அங்கொன்றும் இங்கொன்றுமாகப் புரட்டினாலே புரிந்துவிடுகிறது.

ஆப்கன் விஷயத்துக்கு வரலாம். ஆப்கனிஸ்தான் ஒரு ஏழை நாடு. ஏழை நாடு என்றால் பரம தரித்திர நாடு. அங்கே பெட்ரோல் எல்லாம் கிடையாது. விவசாயம் தான் பிரதான தொழில். அதுவே நலிந்துபோய், அடிப்படை உணவுப்பொருட்களுக்கே அயல் நாடுகளிடம் கையேந்தவேண்டிய சூழ்நிலையில் இருக்கிற நாடு. ஏனெனில் ஆப்கனின் பிரதானமான விளைநிலங்களிலெல்லாம் கூட்டுப்பண்ணைத் திட்ட ஸ்டைலில் கஞ்சாவும் அபினும் தான் பயிரிடப்படுகின்றன. அதனை ஏற்றுமதி செய்து கிடைக்கிற காசுதான் அந்நாட்டின் பொருளாதார ஆதாரங்களுள் முக்கியமானது. ஜாகிர்ஷா காலத்திலேயே அங்கே உதிக்கத் தொடங்கிய தீவிரவாதக் குழுக்கள் தம் வருமானத்துக்காக ஆரம்பித்த தொழில் அது. கணிசமான பங்கு கிடைப்பதால் தொடர்ந்து எந்த அரசு அங்கே ஆட்சிக்கு வந்தாலும் கஞ்சா விவசாயத்தைக் கண்டுகொள்கிற வழக்கம் கிடையாது.

இந்த நிலையில், எவ்வித லாபத்துக்கும் லாயக்கில்லாத ஆப்கன்மீது அமெரிக்காவுக்கு என்ன அக்கறை என்று தோன்றலாம். விஷயம் மிகத் தீவிரமானது.

சதாம் உசேன் வெள்ளித்திரைக்கு வருவதற்கு முன்னால் ஈராக்கிலிருந்து தினசரி 1.73 மில்லியன் பேரல்கள் எண்ணெய் எடுத்துக்கொண்டிருந்தன அமெரிக்க நிறுவனங்கள். எல்லாம் அண்டர் கிரவுண்டு அரசியல் ஒப்பந்தங்கள் மூலமாக. அதிகாரபூர்வமாக எடுக்கப்பட்ட எண்ணெயின் அளவு இதற்குச் சற்றுக் குறைவு என்று வைத்துக்கொள்ளலாம். (இதன் புள்ளிவிவரம் சரியாகத் தெரியவில்லை.) அதே மாதிரிதான் ஈரானிலும் கொமேனி ஆட்சிக்கு வருவதற்கு முன்னால் எண்ணெய் விளைச்சலில் எக்கச்சக்கமாகக் காசு கண்டுவந்தது அமெரிக்கா. ஈரான், ஈராக் மட்டுமல்லாமல் எல்லா மத்திய கிழக்கு நாடுகளிலும் முடிந்தால் அதிகாரபூர்வமாக - முடியாவிட்டால் திருட்டுத்தனமான ஏற்பாடுகளின் மூலம் பல லட்சக்கணக்கான மில்லியன் பேரல்கள் எண்ணெய் எடுத்து சொந்த ஊருக்கும் சுற்று வட்டார ஊர்களுக்கும் அனுப்பிக்கொண்டிருந்தது அமெரிக்கா. இந்தக் காசு சாதாரணமானதல்ல.

ஆனால் இதனோடு திருப்தியடைந்துவிடமுடியவில்லை. ஏனெனில் எதிரி தேசமான சோவியத் யூனியனின் எண்ணெய்

வர்த்தகம் இதைவிட அதிகமாக இருந்தது அப்போது. சோவியத்துடன் இணைந்திருந்த பல குட்டி தேசங்களில் இயற்கையிலேயே எண்ணெய் வளமும் இயற்கை எரிவாயு வளமும் இருந்தது. துர்க்மெனிஸ்தான், கசகஸ்தான், கிர்கிஸ்தான் போன்ற சோவியத்துடன் ஒட்டியிருந்த பகுதிகளின் எண்ணெய் வளமும் சோவியத்தின் வரவுக்கணக்கிலேயே இருந்தது. அது நீங்கலாக, அரபு நாடுகளுடன் கொண்டிருந்த அரசியல் உறவு காரணமாக சோவியத் யூனியன் பல்வேறு இடங்களில் எண்ணெய் எடுத்து ஏற்றுமதி செய்கிற லைசென்ஸ் பெற்றிருந்தது. அமெரிக்காவுக்கு இது ஒத்துக்கொள்ளுமா?

ஆகவேதான் அரபு தேசங்களின் எண்ணெய் வளத்தைப் பூரணமாகத் தன் ஆதிக்கத்தின்கீழ் கொண்டுவந்துவிட்டால், அதன் மூலம் சோவியத்தின் எண்ணெய் வருமானத்தைக் குறைப்பது முதல் கீழை நாடுகளின் எண்ணெய் வர்த்தகத்தையும் கொஞ்சம் கொஞ்சமாகத் தன் முழுக்கட்டுப்பாட்டின்கீழ் கொண்டுவந்துவிடலாம் என்று நினைத்தது அமெரிக்கா.

அதற்கு முன்னால் வரை பல ஆசிய நாடுகளின் எண்ணெய்த் தேவையை சோவியத் தான் தீர்த்துவந்திருக்கிறது என்பது இதில் மிக முக்கியமான அம்சமாகும்.

இன்றைக்கு மத்திய கிழக்கு நாடுகளிலிருந்தும் துர்க்மெனிஸ் தானிலிருந்தும் ஆப்கனிஸ்தான் வழியாக அரபிக்கடல் ரூட்டில் எண்ணெய்க் குழாய்த் திட்டம் ஒன்றை அமெரிக்கா மேற்கொள்ள முயற்சி செய்துவருவது குறித்து உள்ளூர் கொருக்குப்பேட்டை டைம்ஸ் பத்திரிகை வரை பேசியாகிவிட்டது. ஆனால், இந்த விவகாரம் நடந்துகொண்டிருக்கிற எழுபதுகளின் இறுதி மாதங்களில் இப்படியெல்லாம் யாரும் யோசித்துப் பார்த்திருக்கக் கூட முடியாது.

எண்பதுகளின் தொடக்கத்தில் அமெரிக்க அதிபரான ரொனால்டு ரீகனுக்குக் கூட இப்படியொரு திட்டவட்டமான யோசனை கிடையாது. ஆனால், தூரக்கிழக்கு தேசங்களுக்கு அமெரிக்க நிறுவனங்கள் எண்ணெய் சப்ளை செய்யவேண்டுமென்றால், அரபு நாடுகளுக்கும் தூரக் கிழக்கு தேசங்களுக்கும் நடுவில் ஒரு கணவாய் மாதிரி இருக்கிற ஆப்கனைத் தன் முழுக்கட்டுப்பாட்டுக்குள்

கொண்டுவந்து வைத்துக்கொண்டுவிட வேண்டும் என்று அவர் தீவிரமாக நினைத்தார். மிகப்பெரிய தீர்க்கதரிசனம் இது.

ஏனெனில், ஏற்கெனவே பார்த்தபடி, கிழக்காசிய நாடுகளின் பிரதானமான எண்ணெய் ஏஜண்டாக அன்றைக்கு விளங்கியது சோவியத் யூனியன். ஆசிய நாடுகளை ரஷ்யாவின் செல்வாக்கிலிருந்து பிடுங்கி எடுக்கவும், அமெரிக்காவின் எண்ணெய் வர்த்தகத்தை அதிகரிப்பதன்மூலம் உள்நாட்டில் எண்ணெய் விலையைக் கணிசமாகக் குறைக்கவும், செல்வம் கொழிக்கும் அரபு தேசங்களின்மீது உறுதியான செல்வாக்கு செலுத்துவதன்மூலம் ஆசியக்கண்டத்தில் சோவியத்தின் வேர்களை வீழ்த்தவும் - இதுமாதிரி இன்னும் பல நோக்கங்களுக்காகவும்தான் அன்றைக்கு அமெரிக்கா ஆப்கனைக் கைப்பற்ற முடிவு செய்தது. மேற்கே இஸ்ரேலில் ஒரு தளம் அமைத்துக்கொண்டதுமாதிரி கிழக்கே ஆப்கனிலும் ஒரு தளம் தனக்கு நிச்சயம் தேவை என்று முதல் முதலில் அழுத்தந்திருத்தமாக எடுத்துச் சொன்ன அமெரிக்க அதிபர் ரொனால்ட் ரீகன் தான்.

சென்ற அத்தியாயத்திலேயே அவர் பதவிக்கு வந்துவிட்டார். இன்னும் அவரைப் பற்றி நாலுவரி கூட நாம் பார்க்கவில்லை. அது அத்தனை நியாயமும் இல்லை அல்லவா? ஆகவே இந்த இடத்தில் கொஞ்சம் ரீகனை கவனித்துவிட்டு மேற்கொண்டு ஆப்கானிஸ்தானைச் சுற்றிவரலாம்.

அமெரிக்காவின் இல்லினாய்ஸ் மாகாணத்தில் டேம்பிகோ என்கிற இடத்தில் 1911ம் வருஷம் பிறந்தவர் ரீகன். பெரும்பாலான அமெரிக்க அதிபர்களெல்லாம் ராணுவக் கல்லூரியில் படித்துவிட்டு கடற்படையிலும் விமானப்படையிலும் உத்தியோகம் பார்த்தவர்களாயிருக்க, ரீகன் ஒரு மாறுதலுக்கு வானொலி அறிவிப்பாளராகத் தன் வாழ்க்கையைத் தொடங்கியவர்.

தற்செயலாக 1937ல் ஒரு ஹாலிவுட் நட்சத்திர ஏஜெண்ட்டின் கண்ணில் ரீகன் பட்டார். அடடே, இந்த இளைஞன் பார்ப்பதற்கு லட்சணமாக இருக்கிறானே என்று லபக்கென்று பிடித்து எடுத்துக்கொண்டுபோய் ஹாலிவுட்டில் போட்டார் அந்த ஏஜெண்ட். சுமார் ஐம்பது திரைப்படங்களில் நடித்தார் ரீகன். ரொம்பப் பிரமாதமான நடிகர் என்றெல்லாம் யாரும்

சொன்னதில்லை. ஆனாலும் நிறைய வெற்றிப்படங்கள் கொடுத்திருக்கிறார் போலிருக்கிறது. ஹாலிவுட்டில் செல்வாக்கு மிக்க நடிகர்களுள் ஒருவராகத் தான் கடைசி வரை இருந்திருக்கிறார்.

கிட்டத்தட்ட நமது தமிழகத்து அரசியல்வாதிகளின் ஸ்டைலில், சினிமாவில் நடித்துக்கொண்டிருந்த காலத்திலேயே அவர் தீவிரமான அரசியல் ஈடுபாடும் கொண்டிருந்திருக்கிறார். டெமாக்ரடிக் கட்சியில் சேர்ந்து தீவிரமாகப் பொதுக்கூட்டங்களில் பேசிக்கொண்டும் ஒரு டிரேட் யூனியனின் தலைமைப் பொறுப்பை ஏற்று நடத்திக்கொண்டும் (யூனியன் லீடராக இருந்து அதிபரான ஒரே அமெரிக்கர் ரீகன் தான்!) ஹாலிவுட்டில் கம்யூனிஸ்டுகள் நிறைய புகுந்துவிட்டதில் கவலை கொண்டு எஃப்.பி.ஐ. அதிகாரிகள் ஒத்துழைப்புடன் அவர்களைக் களையெடுக்கிற ஜோலியைப் பார்த்துக்கொண்டும் ஒருமாதிரி பிசியாகத் தான் தன் இளமைப் பருவத்தைக் கழித்திருக்கிறார்.

பிறகு என்ன தோன்றியதோ தெரியவில்லை. டெமாக்ரடிக் கட்சியிலிருந்து ரிபப்ளிகன் கட்சிக்கு மாறிவிட்டார். (கட்சி மாறிய ஒரே அமெரிக்க அதிபரும் இவர்தான்.) அரசியலில் கட்சி மாறிய அதே காலகட்டத்தில் தனிவாழ்விலும் ஒருதடவை கட்சி மாறினார். ஜேன் வைமன் என்கிற நடிகையைக் காதலித்துத் திருமணம் செய்துகொண்ட ரீகன், அவரை விவாகரத்து செய்துவிட்டு, நான்ஸி டேவிஸ் என்கிற இன்னொரு நடிகையை 1952ம் வருஷம் கல்யாணம் பண்ணிக்கொண்டார்.

சினிமா, அரசியல் என்று ரெண்டு சைக்கிளில் பயணம் செய்துகொண்டிருந்த ரீகன் 1966ல் சில பிசினஸ் சக்கரவர்த்திகளின் தூண்டுதலாலும் பக்கபலத்தாலும் கலிபோர்னியா மாகாணத்தின் கவர்னர் பதவிக்குத் தேர்தலில் நின்றார். அந்தத் தேர்தலில் அவருக்குக் கிடைத்த வெற்றி யாருமே எதிர்பாராத அப்படியொரு பிரும்மாண்டமான வெற்றி.

அங்கிருந்துதான் ரீகனின் நிஜமான பொதுவாழ்க்கை ஆரம்பித்தது என்று சொல்லவேண்டும். ரீகன் பிரமாதமான பேச்சாளர் இல்லை. பெரிய செயல்வீரரும் இல்லை. ஆனால் மக்கள் மத்தியில் ஆத்மார்த்தமாகப் பேசிப் பழகக்கூடியவர் என்கிற பெயர் அவருக்கு இருந்தது. நம்மூரில் ஒரு மூதாட்டியை எம்.

ஜி.ஆர் அணைத்துக்கொண்டு நலன் விசாரிப்பது போன்ற ஒரு புகைப்படம் ரொம்ப ஃபேமஸ் இல்லையா? அதுமாதிரி ரீகன் அங்கே எக்கச்சக்கக் கிழவிகளுடன் கை குலுக்குவதும் சுத்திகரிப்புத் தொழிலாளிகளுடன் தோளில் கைபோட்டுப் பேசுவதும் போன்ற போட்டோக்கள் ரொம்ப ஃபேமஸ். தவிரவும் அவர் ஒரு டிரேட் யூனியன் லீடராக இருந்தவர் என்பதால் அடிமட்டத் தொழிலாளிகளின் அன்பை இயற்கையாகவே பெற்றிருந்தார்.

கலிபோர்னியா கவர்னராகப் பதவி வகித்த காலத்தில் ரீகன் செய்த சில வரிச் சீர்திருத்தங்கள் மிக முக்கியமானவை. அவரை தேசிய அரசியலில் மிகப்பெரிய சக்தியாக உருவாக்கியது அந்தச் சீர்திருத்தங்கள்தான். ஒரே நாளில் மக்களின் வரிச்சுமையை நான்கு மில்லியன் டாலர் குறைத்து அதே சமயம் அரசுத்தரப்புச் செலவை அதற்குச் சற்றேரக்குறையச் சமமாகக் குறைத்தும் அவர் செய்த புரட்சி, அவரை ஓவர் நைட்டில் மாபெரும் மக்கள் தலைவராக்கிவிட்டது.

1968லிருந்தே ரிபப்ளிகன் கட்சியின் ஜனாதிபதி வேட்பாளர் பெயர் அவருடையதாகத்தான் இருந்தது. ஆனால் ரீகனுக்கு நேரம் கூடிவந்தது 1981ல்தான்.

ஜிம்மி கார்ட்டர் திறமைசாலியாக இருந்தும் சோவியத் யூனியனுடன் வேண்டாத நெருக்கத்தை வளர்க்கும் முயற்சியில் மூக்கு உடைந்துபோன கடுப்பில் இருந்த அமெரிக்க மக்கள், ரீகனிடம் அப்போது எதிர்பார்த்தது, ஒரு போர்வீரனின் மனோபாவத்தைத் தான். சும்மா சவால் விட்டுக்கொண்டிருக்காமல், ரஷ்யாவை ஏதாவது ஒரு விஷயத்தில் மண்கவ்வச் செய்யவைக்க வேண்டும் என்று அவர்கள் மிகவும் விரும்பினார்கள்.

ரீகன், மக்களின் விருப்பத்தை நன்கு அறிந்திருந்தது மட்டுமல்ல; அவரே சோவியத் யூனியன் விஷயத்தில் ஜிம்மி கார்ட்டருக்கு நேரெதிரான மனோபாவம் கொண்டவராகத் தான் இருந்தார். நல்லுறவு வேண்டுமென்றாலும் அவர்கள்தான் முதல் கரம் நீட்டவேண்டுமே தவிர, அமெரிக்கா எதற்குப் போய் முன்னால் நிற்கவேண்டும்? நமக்கப்புறம்தான் சோவியத் யூனியன் என்று பகிரங்கமாகச் சொன்னவர் அவர்.

இந்தமாதிரி மனோபாவம் கொண்ட ரீகன் அதிபராவதற்கும் ஆப்கனிஸ்தானில் உள்நாட்டுக் குழப்பம் விளைந்து,

அரசைக்காப்பாற்ற சோவியத் யூனியன் தன் படைகளை அனுப்புவதற்கும் சரியாக இருந்தது.

ஆப்கனிஸ்தானைவிதி, கொத்துபரோட்டாபோட்டுக்கொண்டிருந்த காலகட்டம் அது.

*1978*ம் வருஷம் அங்கே ஆட்சி புரிந்துகொண்டிருந்த முகம்மது தாவூத் என்பவரைத் தூக்கிக் கடாசிவிட்டு ஆப்கன் மக்கள் ஜனநாயகக் கட்சி ஆட்சியைப் பிடித்ததைப் பார்த்தோமல்லவா? அந்த ஆட்சியை நடத்தியவர் பேர் நூர் முகம்மது தராக்கி. அப்போதுதான் அங்கே ஜனநாயகம் கேலிக்கூத்தாகி, ஆளாளுக்குத் தீவிரவாதிகளாகவும் வழிப்பறிக்கொள்ளையர்களாகவும் ஆனார்கள். ரொம்ப நாள் தாங்கவில்லை. ஒரே வருஷம். *1979*லேயே ஹஃபிசுல்லா அமீன் என்கிற ராணுவத்தளபதி, பிரதமர் நூர் முகம்மது தராக்கியைக் கொலை செய்து நடு ரோடில் தொங்கவிட்டுவிட்டு ஆட்சியைப் பிடித்துக்கொண்டார். இதன் தொடர்ச்சியாகத்தான் ஆப்கனில் அமைதியை நிலைநிறுத்துவதற்கு சோவியத் யூனியன் தன் படைகளை அனுப்பியது.

ஆனால் அங்கே அமைதி வேலைக்கு ஆகவில்லை. ரத்தம். மேலும் ரத்தம். மேலும் மேலும் ரத்தம். ஆப்கனிஸ்தான் என்கிற தக்குனூண்டு தேசத்தில் கால்வைக்கிற இடங்களெல்லாம் ரத்தக்குளங்களாயிருந்தன. யுத்தமென்றால் அப்படியொரு கோரயுத்தம் அது.

காரணம், இரண்டு தரப்பு மட்டும் அங்கே யுத்தம் செய்யவில்லை. மூன்று தரப்பு! இன்னும் சொல்லப்போனால் நான்கு தரப்பு! ஹஃபிசுல்லா அமீன் அரசுக்கு எதிரான சோவியத் படையெடுப்பு ஒருபுறம். அமீனுக்கு எதிரான புரட்சிப்படையினரின் தாக்குதல் ஒருபுறம். சோவியத்துக்கு எதிரான வலதுசாரித் தாக்குதல் ஒருபுறம். எல்லாவற்றும் எதிரான அமெரிக்காவின் மறைமுகத் தாக்குதல் இன்னொருபுறம்!

மகாபாரதப் போரின் சூத்திரதாரியாக இருந்த சகுனியின் சொந்த ஊர் அது. காந்தாரதேசம் என்பார்கள் அந்தக் காலத்தில். இருபதாம் நூற்றாண்டின் இறுதி வருஷங்கள் வரைக்கும் அங்கே தொடர்ந்து சகுனிகள் உதித்துக்கொண்டே இருந்ததுதான் விசித்திரம்.

3. ஆரம்பமானது ஆப்கன் யுத்தம்

சோவியத் யூனியனுக்கும் ஆப்கனிஸ்தானுக்கும் ரொம்ப நாளாகவே க்ளோசப்பின் நேசப்பிணைப்பு உண்டு என்று ஏற்கெனவே பார்த்திருக்கிறோமல்லவா? அந்த நேசப்பிணைப்பின் லேட்டஸ்ட் வெளியீடாக 1978ம் வருஷம் டிசம்பரில் புதிதாக ஓர் ஒப்பந்தம் கையெழுத்தாகியிருந்தது. அதற்கு ஏழெட்டு மாதங்கள் முன்னால்தான் அங்கே ஒரு ராணுவப் புரட்சி நடந்து முகம்மது தாவூத்தைத் தூக்கிக் கடாசிவிட்டு நூர் முகம்மது தராக்கி ஆட்சிக்கு வந்திருந்தார். இந்தத் தராக்கிக்கும் அப்போதைய சோவியத் அரசுக்கும் இடையில் தான் அந்த ஒப்பந்தம் கையெழுத்தாகியிருந்தது.

அதாகப்பட்டது, ஏற்கெனவே அளிக்கப்பட்டிருந்த சோவியத் உதவிகளுடன், கூடுதலாக தேவைப்படும்போது ராணுவ ஒத்தாசைகள் தாராளமாகவும் பிரதிபலன் இல்லாமலும் வழங்கப்படும்.

இந்தஒப்பந்தம்கையெழுத்தானதற்குஒருகாரணம்இருந்தது.தராக்கி ஆப்கனின் ஆட்சிப்பீடத்தில் அமர்ந்தபோது தேசத்தில் சுமார் நூறு சிறு புரட்சிகர இயக்கங்கள் தோன்றியிருந்தன. 1968லிருந்து மத்திய கிழக்கு நாடுகளில் தீவிரமாகச் செயல்படத் தொடங்கியிருந்த பல்வேறு தீவிரவாத இஸ்லாமியக் குழுக்கள், ஆப்கன் தீவிரவாதக் குழுக்களுடன் தொடர்புகொள்ளவும் நெட் ஒர்க்கை விரிவு படுத்தவும் தீவிரமாக முயற்சி செய்துகொண்டிருந்தன. இந்தக் குட்டிக் குழுக்களையெல்லாம் ஒருங்கிணைத்து என்னவாவது உபயோகமான கபடி ஆட்டம் ஆடமுடியுமா என்று அமெரிக்க உளவுத்துறையான சிஐஏ ஒரு நாளைக்கு இருபத்தி நாலேகால் மணிநேரம் உட்கார்ந்து யோசித்துக்கொண்டும் களத்தில் இறங்கிப் பணியாற்றிக்கொண்டும் இருந்தது.

ஆகவே எந்த நேரமும் தனக்குப் பிரச்னை பெரிதாக வரலாம் என்று கணக்குப் போட்டே தராக்கி, சோவியத்துடன் புதிதாக அப்படியொரு பாதுகாப்பு ஒப்பந்தம் செய்துகொண்டார்.

ஆனபோதும் அவரால் ஒரு வருஷத்துக்கு மேல் தாக்குப்பிடிக்க முடியாமல் போய்விட்டது. ராணுவத்தளபதியான ஹஃபிசுல்லா அமீன் அவரைக் கொன்றுவீசிவிட்டு ஆட்சியைப் பிடித்துக் கொண்டார்.

அமீன் ஆட்சிக்கு வந்த முதல் ஓரிரு மாதங்களிலேயே அமெரிக்க உளவுத் துறையான சிஐஏவும் ரஷ்ய உளவு அமைப்பான கேஜிபியும் அவரது ஜாதகத்தை எடுத்துவைத்துக்கொண்டு தீவிரமாக ஆராயத் தொடங்கின. இந்த ஆசாமி யார் பக்கம் நிற்கக் கூடியவர், எத்தனைநாள் தாக்குப் பிடிக்கக் கூடியவர், கொஞ்சமாவது ஆள்வதற்குத் தகுதி உள்ளவர் தானா, அவரது பின்னணி என்ன, மக்களில் எத்தனை சதவீதம் பேர் அவருக்கு சப்போர்ட் பண்ணுகிறார்கள் என்பதுபோன்ற விவரங்கள் இருநாட்டு உளவு அமைப்புகளுக்கும் மிக அவசியமாக இருந்தன.

அமீனைப் பற்றிய முழு விவரங்களை முதலில் கைப்பற்றியது சிஐஏ தான். அப்போது ஆப்கனில் இருந்த சிஐஏ உளவாளி ஒருவர், தம் தலைமையகத்துக்கு அனுப்பிய ரகசிய அறிக்கை ஒன்றில் இப்படிச் சொல்லுகிறார்: "இந்த மனிதரின் ஆயுட்காலம் அதிகபட்சம் இன்னும் பத்து மாதங்கள். ஒன்று, இவரை ரஷ்யா கொன்றுவிடும். அல்லது இவரது உறவினர் யாராவது கொன்றுவிடுவார். அதுவும் இல்லாவிட்டாலும் ராணுவத்திலேயே வேறு யாராவது கொன்றுவிடுவார்கள். அல்லது அவரே தற்கொலை செய்துகொண்டுவிடக்கூடிய சாத்தியங்களும் உண்டு. உடல்வலு இல்லாதவர். நுரையீரலில் கோளாறுகள் இருக்கின்றன. அரசியல் தெரியாது. நிறையப் பணம் சம்பாதிக்கும் வெறி அதிகம். இத்தனை நாள் சோவியத் யூனியன் செய்திருக்கும் உதவிகள் குறித்த எந்தப் பிரக்ஞையும் இவருக்கு இல்லை. விரைவில் சோவியத் யூனியனின் முழுக்கோபத்துக்கு ஆளாகிவிடுவார். அதுவரை நாம் பொறுத்திருக்கலாம்."

அந்த உளவாளியின் பெயர் தெரியவராமல் போனது ஒருவகையில் துரதிருஷ்டம் தான். இதைவிடத் துல்லியமாக எந்த ஒரு ஜோசியரும் ஆரூடம் கணித்துக் கூறியிருக்கமுடியாது. அவர் சிஐஏவின் மாபெரும் 'சயிண்டிஃபிக் ஜோசியர்' போலிருக்கிறது!

அக்டோபர் 1979ல் அமீனுக்கும் சோவியத் யூனியனுக்கும் முட்டிக்கொண்டது. எப்படி உள்நாட்டில் பதற்றத்தைத் தணிப்பது,

ஆட்சியை ஸ்திரப்படுத்திக்கொள்வது என்று கழுதையாகக் கத்தி சொல்லிக்கொடுத்த சோவியத்தின் பாடங்களை அமீன் காது கொடுத்தே கேட்கவில்லை.

'டேய் மகனே, இப்போதுதான் ஆட்சிக்கு வந்த ஒரு அரசை ஒழித்துவிட்டு நீ உடனே ஒரு கலகம் செய்து உள்ளே வந்திருக்கிறாய். சரி, ஒழிந்துபோ என்று தொடர்ந்து ஆதரவளித்து வந்தாலும் சொன்ன பேச்சைக் கேட்க மறுக்கிறாய். உள்நாட்டில் பெரிய புரட்சிக்கான அறிகுறிகள் தீவிரமாகிக்கொண்டிருக்கின்றன. நடுவில் புகுந்து குளிர்காய அமெரிக்கா தயாராக வட்டமிட்டுக்கொண்டிருக்கிறது; மரியாதையாக வழிக்கு வருகிறாயா இல்லையா?' என்று நேரடியாகவே எச்சரிக்கை விடுத்தது ரஷ்ய உளவுத்துறை.

அமீனுக்கு அதெல்லாம் சுத்தமாகப் புரியவில்லை. ஒரு ஏழெட்டு மாதகாலம் இன்னும் ஆட்சியில் இருந்தால் ஓரளவு பணம் திரட்டிவிடமுடியும். அதை எடுத்துக்கொண்டு எங்காவது சவுதி அரேபியாவுக்குப் போய் சொகுசு வாழ்க்கை வாழலாம் என்று அவர் திட்டமிட்டிருந்ததாகச் சில தகவல்கள் தெரிவிக்கின்றன. ஆனால் சரியான ஆதாரம் இல்லை இதற்கு. எப்படியாயினும் தன்னைச் சுற்றியிருந்த சிக்கல்களின் முடிச்சை மேலும் அவர் அதிகரித்துக்கொண்டே போனது மட்டும் நிச்சயம்.

1979 டிசம்பரில் நிலைமை மிகவும் முற்றிப்போனது. எப்படியும் அமீனை புரட்சிப்படைகள் கொன்றுவிடும், ஆப்கனில் மாபெரும் கலகம் மூளும் என்று சோவியத் யூனியன் எதிர்பார்த்தது. ஆகவே வேறு வழியின்றித் தன் படைகளை வரிசையாக ஆப்கனுக்கு அனுப்பத் தொடங்கிவிட்டது.

டிசம்பர் 24ம் தேதி நூற்றுக்கணக்கான ரஷ்யப் போர் விமானங்கள் அணிவகுத்து வந்து காபூலில் இறங்கின. முதலில் விமான நிலையங்களில் சில்லறைக் குண்டுகள் வெடித்து, விமானத் தள வளாகங்களைக் கைப்பற்றிக்கொண்டு, போர் விமானங்களை அணுவகுக்கச் செய்தார்கள். பின்னாலேயே வந்த தரைப்படையினரை காபூலுக்கு வெளியே அரைவட்டமாகச் சுற்றி நிற்கவைத்துவிட்டு டெஸ்ட் ரன் மாதிரி நாலு விமானங்களை முதலில் பறக்கவிட்டு காபூலில் நாலு திசைகளிலும் தலா நூறு குண்டுகள் போட்டார்கள்.

இந்த ஆரம்ப ஏற்பாடுகள் வெற்றிகரமாக நிறைவேறியதும் மாஸ்கோவுக்குத் தகவல் பறக்க, பல்லாயிரக்கணக்கான வீரர்களைக்கொண்ட சோவியத் படை, ஆப்கனின் மலை முகடுகளைக் கடந்து, தேசத்தின் நாலாபுறமும் பரவி அணிவகுத்து நிற்கத் தொடங்கினார்கள். இதன் அர்த்தம் என்னவென்றால் வெகுவிரைவில் ஆப்கன் சோவியத்தின் வசம் வீழ்ந்துவிடும் என்பதுதான். அப்புறம் அமீனாவது? அமீனாவாவது? ஏற்கெனவே சோவியத்துடன் இணைந்திருந்த வேறு பல தேசங்களைப் போல ஆப்கனும் சோவியத் யூனியனின் ஆளுகைக்கு உட்பட்ட ஒரு நிலப்பரப்பாகிவிடும். சோவியத் அதிபர் பெரிய மனது பண்ணினால் மட்டுமே ஆப்கன் தொடர்ந்து ஒரு தனி நாடாக நீடிக்க முடியும். அப்போதுகூட நியமன அதிபர் தான் சாத்தியம். அதாவது சோவியத் நியமிக்கும் அதிபர்! ஒரு கவர்னர் மாதிரிதான் அவர் செயல்பட முடியும்.

இது நடந்திருந்தால் கூட ஒருவேளை ஆப்கன் உருப்பட்டிருக்கும். ஆனால் விதி அத்தேசத்தை உருட்டி உருட்டி விளையாடியே தீர்ப்பது என்று முடிவு செய்துவிட்டபடியால் என்னென்னவோ களேபரங்கள் அங்கே அரங்கேறிவிட்டன.

காபூல் நகருக்குள் சோவியத் படை நுழைந்தபோது அதனைத் தடுத்து நிறுத்த அல்ல - எதிரே வரக்கூட ஆப்கன் ராணுவத்தினரால் முடியவில்லை. காரணம், சோவியத்தின் தானியங்கி பீரங்கிகள் ஆள் இருந்தாலும் இல்லாவிட்டாலும் சுட்டுக்கொண்டே தான் முன்னேறின. அதனைத் தொடர்ந்து பின்னால் போன காலாட்படையினரோ, வீடு வீடாக நுழைந்து சல்லடை போட்டுக்கொண்டே போனார்கள். இந்த பீரங்கி மற்றும் காலாட்படைக்குப் பாதுகாப்பாக, மேலே வெறும் ஆயிரம் அடி உயரத்தில் போர் விமானங்களும் கர்ணம் அடித்துக்கொண்டு கூடவே வந்தன.

ஆப்கனுக்கென்று சுதேசி ஆயுதங்கள் ஏதும் கிடையாது. எல்லாம் சோவியத் போட்டிருந்த பிச்சைதான். ஆகவே ஆப்கன் ராணுவத்திடம் இருக்கிற ஆயுதங்களின் எண்ணிக்கை, தரம், உபயோக நேர்த்தி அனைத்தும் சோவியத் வீரர்களுக்கு ஏற்கெனவே அத்துபடி. மேலும் நவீன ஆயுதங்கள் எதுவும் அதுகாறும் ஆப்கனுக்குள் நுழைந்திருக்கவில்லை என்பதால் சோவியத்

வீரர்களின் முற்றுகையை ஆப்கன் ராணுவத்தால் ஒன்றுமே செய்யமுடியவில்லை.

24ம் தேதி முற்றுகை ஆரம்பித்து, முன்னேறத் தொடங்கினார்களா? சரியாக நாற்பத்தெட்டு மணிநேரம். மறைவிடத்தில் பதுங்கியிருந்த ஹஃபிசுல்லா அமீனின் சிண்டைப் பிடித்து இழுத்துவந்து நிற்கவைத்துச் சுட்டு வீழ்த்தியது சோவியத் படை. அவரது அமைச்சரவை சகாக்கள், தளபதிகள், அரசியல் ஆலோசகர்கள், நெருங்கிய உறவினர்கள், நண்பர் வட்டம் ஒன்று பாக்கி வைக்கவில்லை. ஒட்டுமொத்தமாக சூர சம்ஹாரம் பண்ணிவிட்டு, கையோடு அழைத்து வந்திருந்த பாப்ரக் கர்மால் என்கிற முன்னாள் ஆப்கன் தலைவர் ஒருவரை (இவர் ஆப்கனைவிட்டு வெளியேறி முந்தைய ஆட்சிக்காலத்தில் சோவியத்தில் அடைக்கலமாகியிருந்தவர்.) பிரதமர் என்று நாமகரணம் சூட்டி, நாற்காலி போட்டு உட்காரவைத்துவிட்டது சோவியத் படை.

அமெரிக்க அதிபர் ஜிம்மி கார்ட்டருக்கு அது பதவியின் கட்டக் கடைசி வருஷம். சோவியத்தின் இந்த ஆப்கன் படையெடுப்பு அவரது மனத்தை வெகுவாக பாதித்தது பற்றி ஏற்கெனவே பார்த்தோம். அதனால்தான் அவரால் தொடர்ந்து அதிபர் பதவியிலும் நீடிக்க முடியாமல் போய் ரீகனுக்கு ஆட்சியைத் தாரைவார்க்கவேண்டி வந்தது.

ஜிம்மி கார்ட்டரை எப்படி ஆப்கன் மீதான சோவியத்தின் படையெடுப்பு பாதித்ததோ, அதற்குச் சற்றும் சளைக்காத பாதிப்பு ஒசாமா பின் லேடனுக்கும் ஏற்பட்டது.

ஒரு விஷயத்தை கவனமாக மனத்தில் இருத்திக்கொள்ளவேண்டும். இந்தச் சம்பவங்கள் நடைபெறும் 1979ம் வருஷத்தில் அல் கொய்தா என்கிற அமைப்பு கிடையாது. ஒசாமா பின் லேடன் என்றொரு முழுநேரத் தீவிரவாதி உருவாகியிருக்கவில்லை. உலகம் முழுவதும் கிளைகளும் பல்லாயிரக்கணக்கான சீடர்களும் அவருக்கு அப்போது கிடையாது. ஒசாமா ஒரு தனி மனிதர். கொஞ்சம் சாதுவும் கூட. பார்ப்பதற்கு மன்மதன் மாதிரி இருந்தபடியால் சவுதி அரேபியாவின் பல பணக்கார ஷேக்குப் பெண்களுக்கு அவரை ரொம்பப் பிடிக்கும். படித்த, அழகான வாலிபர். மேலும் பெரிய கோடீஸ்வரனின் மகன். கட்டட கான்ட்ராக்ட் பிசினஸில் கொட்டிக்

கொழிக்கிற குடும்பம். ஏகப்பட்ட தம்பி, தங்கைகளும் எக்கச்சக்க அப்பாவின் மனைவிகளும் கொண்ட பிரும்மாண்டமான குடும்பம் அவருடையது என்றபோதும் பெரும்பாலான நேரம் தனிமையில் கழிப்பவர். மிகுந்த மதப்பற்றும் இறையச்சமும் கொண்டவர். தினசரி ஐந்துவேளை தொழுகிற வழக்கத்தை ஒரு நாளும் மீறாதவர். எல்லாவற்றைவிட முக்கியமாக, அத்தனை பணம் இருந்தும் ஒரு கெட்ட பழக்கமும் இல்லாத இளைஞர்.

இத்தனை தகுதிகளைக் கொண்ட ஒசாமாவுக்குப் பெண் கொடுக்க எக்கச்சக்கமான பணக்காரக் குடும்பங்கள் போட்டிபோட்டுக்கொண்டு முன்வந்தன அப்போது. சில பணக்கார விதவைகளும் அவருக்கு அப்ளிகேஷன் அனுப்பிக்கொண்டிருந்தார்கள்.

அவர்கள் யாருக்குமே தெரியாத ஒரு விஷயம் இருந்தது. ஒசாமாவின் ‘ஒன்றுபட்ட அகண்ட இஸ்லாமிய பூமி’க் கனவுதான் அது.

இன்றைக்கு வரை மீடியா விடாமல் சொல்லிக்கொண்டிருப்பதுபோல ஒசாமா இஞ்சினீரிங் படித்தவரெல்லாம் இல்லை. அவருக்குப் பொறியியலில் ஆர்வம் கூடக் கிடையாது என்று அடித்துச் சொல்கிறார் அல் கொய்தா நெட் ஒர்க் குறித்த விரிவான ஆய்வுகளை நிகழ்த்தியிருக்கிற ரோஹன் குணரத்ன என்கிற சர்வதேச தீவிரவாத ஆராய்ச்சியாளர். ஒசாமா தன் பட்டப்படிப்பைக் கூட முழுசாக முடித்தவரல்லர். அவர் ஸ்வீடனுக்கு 1971ல் போனார்; இங்கிலாந்தில் ஆக்ஸ்போர்டு நகரில் உள்ள ஒரு ஃப்ளையின் ஸ்கூலில் விமானம் ஓட்டக் கற்றுக்கொண்டார் என்று தொடர்ந்து அவரைப் பற்றிக் கூறப்படும் எந்தத் தகவலுமே உண்மை இல்லை.

பொருளாதாரம் மற்றும் நிர்வாகவியலில் ஒரு பட்டப்படிப்புக்காக அவர் சவுதியிலுள்ள அப்துல்லஜிஸ் பல்கலைக்கழகத்தில் சேர்ந்தது மட்டுமே உண்மை. ஆனால் கல்லூரியில் மூன்றாம் வருடம் படித்துக்கொண்டிருந்தபோதே மதப்பாடங்களில் அவரது ஆர்வம் தீவிரமாகி, வகுப்புகளுக்குப் போவதை அடியோடு நிறுத்திவிட்டு, தனிப்பட்ட முறையில் சில இஸ்லாமியப் பெரியவர்களிடம் மதத்தொடர்பான பிரைவேட் வகுப்புகளுக்குப் போகத் தொடங்கிவிட்டார். ‘இஸ்லாமிய சகோதரத்துவம்’ என்பது தான்

ஒசாமா பின் லேடனின் மொத்த சித்தாந்தத்தின் சுருக்கம். இனப் பிரச்னைகளாலும் அரசியல் பிரச்னைகளாலும் பிளவுபட்டுக்கிடந்த அத்தனை இஸ்லாமிய தேசங்களையும் ஒன்றிணைத்து அகண்ட இஸ்லாமிய சாம்ராஜ்யத்தை உருவாக்கும் கனவு அவருக்கு இருபது வயதிலேயே உருவாகியிருந்தது.

இந்த எண்ணம் வலுப்படத் தொடங்கியபோது அப்போது சவுதியில் இருந்த சில இஸ்லாமியத் தீவிரவாதத் தலைவர்களுடனான அவரது தொடர்பும் வலுப்பெறத் தொடங்கியது. தன்னை இறைவன் படைத்ததே, இஸ்லாமிய சமூகத்துக்குச் சேவையாற்றுவதற்குத்தான் என்று உளமாற நம்பிய ஒசாமா, பொதுவாழ்வில் குதிக்க முகூர்த்தம் பார்த்துக்கொண்டிருந்தபோதுதான் ஆப்கன் மீதான ரஷ்ய ஊடுருவல் நிகழ்ந்தது.

அமெரிக்காவில் ஆட்சி மாற்றம் நடந்து, ஜிம்மி கார்ட்டர் பதவி விலகி, ரீகன் வெள்ளை மாளிகைக்குள் நுழைவதற்குள்ளாகவே ஒசாமா சவுதியிலிருந்து ரகசிய விமானம் ஏறி ஆப்கனிஸ்தானுக்குப் பறந்துவிட்டார்.

ஆனால் அவர் ஆப்கனை அடைந்தபோது புரட்சித் தலைவர்கள் யாரும் உள்ளூரில் இல்லை. காபூலுக்குள் ரஷ்யப்படைகள் நுழைந்த வேளையில் ஆப்கன் அடிப்படைவாதத் தலைவர்கள் அத்தனைபேரும் பாகிஸ்தானில் போய் உட்கார்ந்துகொண்டிருந்தார்கள். அதாவது, அவர்கள் அங்கே இருந்துகொண்டு ஆப்கனில் கலகத்தை நடத்துவதுதான் நல்லது என்று வழிகாட்டி சிஐஏ அவர்களைப் பாதுகாப்பாக பெஷாவருக்கு அழைத்துச் சென்று ஒரு ரகசிய இடத்தில் மொத்தமாகத் தங்கவைத்திருந்தது.

டிசம்பர் 26ம்தேதி, ஆப்கன் தலைநகரில் ரஷ்யப்படை வீரர்களால் ஹஃபிசுல்லா அமீன் கொலை செய்யப்பட்டார். அதே தினத்தில் ஒசாமா பின்லேடன் மீண்டும் ரகசியமாக ஆப்கன் எல்லையைக் கடந்து பாகிஸ்தானுக்குள் நுழைந்து பெஷாவரை அடைந்தார்.

வெளியே பார்ப்பதற்கு ஒரு முனியாண்டி விலாஸ் ஓட்டல் மாதிரியும் பின்புறம் கூவம் போன்றதொரு சாக்கடை நதி ஓடிக்கொண்டுமிருந்த பலகாரக் கடை வாசலில் நின்று ஒசாமா உள்ளே பார்த்துக் குரல்

கொடுத்தார். ஜன்னல் திறந்து யாரோ எட்டிப்பார்த்து, அடையாள விவரங்களை உறுதிப்படுத்திக்கொண்டு ஓசாமாவை உள்ளே அழைத்தார்கள்.

நாலைந்து கட்டுகளாக நீண்ட அந்த ஓட்டலின் உட்புறம் சிறு மரப்படிகள் கொண்ட ஒரு மாடி இருந்தது. ஏறிப்போய்க் கதவைத் திறந்ததும் ஒரு சிறு ஹால். தரைவிரிப்பின்மீது சில புரட்சியாளர்கள் உட்கார்ந்து கவலைப்பட்டுக்கொண்டிருந்தார்கள். அவர்களுள் சிலரை ஓசாமாவுக்கு முன்பே தெரியும். ஒருத்தர் பேர் புர்ஹானுத்தீன் ரப்பானி. இன்னொருத்தர், அப்துல் ரப் ரசூல் சைஃப். இவர்களை ஓசாமா முன்பொருதரம் அவர் மெக்காவுக்குப் புனித யாத்திரை போனபோது சந்தித்திருக்கிறார்.

ரப்பானி, இறையியல் பேராசிரியராக உத்தியோகம் பார்த்தவர். ஆப்கனில் ஜமாத் -ஏ- இஸ்லாமி அமைப்பின் நிறுவனத் தலைவர். சைஃப் என்கிற அந்த இன்னொருவர், இட்டேஹர் - ஏ - இஸ்லாமி என்கிற இன்னொரு அடிப்படைவாத இயக்கத்தின் தலைவர். அவர்களைத் தவிர இன்னும் ஐந்தாறுபேர் அந்த சிறு அறையில் கூடியிருந்தார்கள்.

அத்தனைபேரும் வேறு வேறு அமைப்புகளின் தலைவர்கள். ஆனால் அவர்களுக்கு ஒரு பொதுவான நோக்கம் இருந்தது. ஆப்கனிலிருந்து சோவியத் யூனியனை அடித்து விரட்ட வேண்டும். அந்த நாஸ்திக தேசத்துப் படையினரை ஒருத்தர் விடாமல் கழுவில் ஏற்ற வேண்டும்.

இந்த எண்ணத்துக்கு நீரூற்றி, உரமிட்டு வளர்க்கிற காரியத்தைத் தான் சிஐஏ செய்துகொண்டிருந்தது.

முன்னின்று அவர்களுக்கு உதவும் காரியத்தை அமெரிக்க உளவுத்துறை செய்தாலும் பின்னணியில் பிரிட்டன், சௌதி அரேபியா, பாகிஸ்தான் போன்ற வேறு சில தேசங்களும் இது விஷயத்தில் அக்கறை கொண்டிருந்தன.

சொல்லப்போனால் அன்றைக்குத் தனிமனிதனான ஓசாமா பின்லேடன் நினைத்த மாத்திரத்தில் சர்ரென்று புறப்பட்டு ஆப்கன் வந்து, அங்கிருந்து பெஷாவரை அடைந்து ரைட் ராயலாக இந்தப் புரட்சி வீரர்கள் தங்கியிருந்த முகாமுக்குள் நுழைவதற்குக் காரணமாக இருந்து உதவியதே சவுதி அரேபிய அரசுதான்.

குழம்புகிறதா? ஒசாமா என்கிற தனிமனிதனின் தனி விருப்பத்துக்கு ஒரு அரசு எப்படி உதவும்? எந்த நம்பிக்கையில் அவரது கோரிக்கைக்கு இணங்கியிருக்கும்? அதுவும் நினைத்த மாத்திரத்தில் நாடுவிட்டு நாடு போவதற்கு? மேலும் அவரொன்றும் வாஜ்பாய் மாதிரி நல்லுறவு விஜயம் செய்யவில்லை. எல்லாமே அண்டர்கிரவுண்டு காரியங்கள். எப்படி சாத்தியமானது?

ஒசாமாவின் கதை, ரொம்பப் பெரிய கதை. அமெரிக்க அரசியலில் சிஐஏ - ஒசாமா பின் லேடன் விளையாட்டு மிக, மிக முக்கியமான விஷயம். இன்றைக்கு வரைக்கும் தீராத விளையாட்டு அது. கொஞ்சம் விரிவாகத் தான் அதைப் பார்த்தாகவேண்டும்.

4. பின்லேடன் கதை

சதாம் உசேன் கூட பிடிபட்டுவிட்ட நிலையில் இன்றைக்கு அமெரிக்காவின் நம்பர் 1 எதிரி யார் என்று கேட்டால் குழந்தை கூட ஒசாமா பின் லேடன் பெயரைச் சொல்லிவிடும். இன்னொரு கேள்வியும் கேட்கலாம். அமெரிக்காவின் அரசியல் வரலாறில், அத்தேசம் மிக அதிகம் செலவழித்து உருவாக்கி வளர்த்துவிட்ட அமைப்பு அல்லது நிறுவனம் எது?

சிஐஏ என்று சிலர் சொல்லுவார்கள். நாஸா தான் என்பவர்களும் உண்டு. கொஞ்சம் விவரமறிந்தவர்கள் பாகிஸ்தானின் உளவு அமைப்பான ஐஎஸ்ஐயின் பேரைச் சொல்லக்கூடும். ஆனால் உண்மையில் அமெரிக்கா தண்ணீராகப் பணத்தைச் செலவிட்டு உருவாக்கி, வளர்த்துவிட்ட அமைப்பின் பேர் அல் கொய்தா. பின் லேடன் என்கிற இன்றைய அமெரிக்காவின் எதிரி, அன்றைக்கு அமெரிக்காவின் வளர்ப்பு மகன். கல்யாணம் ஒன்றுதான் பண்ணிவைக்கவில்லை. மற்றபடி ஒசாமாபின்லேடனின்இன்றைய ஹைடெக் ஜிகாதுக்கான அத்தனை அடிப்படை வசதிகளையும் எண்பதுகளின் தொடக்கத்தில் செய்துகொடுத்ததோடல்லாமல், ஊர் ஊராக என்னவோ தடுப்பூசி முகாம் நடத்துவதுபோல் பின் லேடனின் ஆட்களுக்கு ஆயுதப் பயிற்சி முகாம்கள் நடத்த அமெரிக்க உளவுத்துறை தன்னாலான எல்லா கைங்கர்யங்களையும் சந்தோஷமாகச் செய்திருக்கிறது. பின்லேடனின் ஆரம்பக்கால குட்டிக்குட்டித் தாக்குதல்களுக்கும் வெற்றிகளுக்கும் மிகப்பெரிய அளவில் பாராட்டுவிழாக்கள் நடத்தியிருக்கிறது. பணத்தைக் கோடி கோடியாக அள்ளிக்கொடுத்திருக்கிறது.

பின் லேடன் என்கிற ஒரு நபரை வைத்து சோவியத் யூனியன் என்கிற மிகப்பெரிய எதிரியை வேரோடு ஒழித்துவிட முடியும் என்று ஒரு காலத்தில் அமெரிக்கா நினைத்தது. சோவியத் யூனியன் மட்டுமல்ல. அதன் நேச நாடுகளிலும் அச்சுறுத்தல் உண்டாக்கி, அத்தனைபேரையும் தன் வலைக்குள் விழச்செய்யவும் மிக விரிவான திட்டங்கள் தீட்டப்பட்டிருக்கிறது.

அப்படியொரு அசகாய நம்பிக்கை பின் லேடன் மீது அமெரிக்காவுக்கு ஏற்பட என்ன காரணம்? இதற்கு ஒசாமாவின்

பின்னணியைத் தெளிவாகப் புரிந்துகொள்ளவேண்டியது ரொம்ப முக்கியம்.

*1957*ம் வருஷம், ஜூலை மாதம் *30*ம் தேதி சவுதி அரேபியாவில் உள்ள ரியாத் நகரில் பிறந்தவர் ஒசாமா பின் முகம்மது பின் லேடன். முகம்மது பின் லேடன் என்பது ஒசாமாவின் அப்பா பெயர். ஒசாமா என்பதுதான் ஒரிஜினல் பெயர். 'பின்' என்பது இன்னாரது மகன் என்று சொல்லப்படுவது மாதிரி. *son of.* அவ்வளவுதான்.

ஒசாமாவின் தந்தையான முகம்மது பின் லேடன், ஏமன் நாட்டைச் சேர்ந்தவர். அங்கிருந்து சவுதிக்கு வந்து வாழ ஆரம்பித்தவர். தாயார், சிரியாவில் டெமாஸ்கஸில் பிறந்து வளர்ந்தவர்.

ஒசாமாவின்தந்தைக்கு மொத்தம் ஐம்பத்திரண்டு குழந்தைகள். தமது பிரும்மாண்டமான கட்டுமானத் தொழிலுக்கு எவ்விதக் குந்தகமும் வராமல் வருஷம் ஒரு குழந்தையையும் அவரால் தொடர்ந்து பெற்றுக்கொண்டே இருக்க முடிந்திருக்கிறது. அதிகாரபூர்வமாக நான்கு மனைவிகளும் ஏழு அல்லது எட்டு தொடுப்புகளும் அவருக்கு உண்டு. இவர்கள்தவிர இன்னும் சிலரைத் திருமணம் புரிந்துகொண்டு, ஓரிரு குழந்தைகளுக்குப் பிறகு விவாகரத்தும் செய்திருக்கிறார். ஆனால் வஞ்சனையில்லாமல் சவுதி அரேபியா முழுவதிலும் தன் மனைவி மக்களுக்காக நிறைய வீடுகளைத் தானே முன்னின்று லே அவுட் போட்டுக் கட்டிக்கொடுத்து வாழவைத்தவர் அவர். பெரிய பரோபகாரி போலிருக்கிறது.

ஒசாமாவின் தாய்க்கு அவர் ஒரே மகன். வேறு மகன்கள் கிடையாது. ஆனால் அவருக்குச் சில தங்கைகள் பிறந்திருக்கிறார்கள். எத்தனைபேர், இப்போது எங்கே இருக்கிறார்கள் என்கிற விவரம் தெரியவில்லை. ஆனால் ஒசாமாவின் தாயார் ஹமிதா இன்னும் உயிருடன்இருக்கிறார். வேறு ஒருவரைத்திருமணம்செய்துகொண்டு சவுதியில் தான் தொடர்ந்து வசித்துக்கொண்டிருக்கிறார். *2001*ம் வருஷம் மே அல்லது ஜூனில் அவர் ஒசாமாவை ஒருதடவை சந்தித்தார் என்று அமெரிக்க உளவுத்துறை அறிக்கை ஒன்று சொல்லுகிறது. அதற்கப்புறம் தாயும் மகனும் சந்தித்த விவரங்கள் கிடைக்கவில்லை.

ஒசாமாவின் தந்தையான முகம்மது பின் லேடன் ஒரு கடும் உழைப்பாளி. அவர் ஏமனிலிருந்து சவுதிக்கு வந்தபோது

ஜெட்டா துறைமுகத்தில் ஒரு கூலித்தொழிலாளியாகத் தான் தன் வாழ்வைத் தொடங்கியிருக்கிறார். பிறகு படிப்படியாக கட்டுமானத் துறையில் கூலி வேலைக்குப் போய், மேஸ்திரியாகி, குட்டி முதலாளியாகி, பெரிய முதலாளியாகி, ரொம்பப் பெரிய முதலாளியாகி, ஒரு கட்டத்தில் சவுதி மன்னருக்கு நிகரான பணபலம் படைத்தவராகிவிட்டார். *Saudi Bin Laden Group* என்பது இன்றும் சவுதி அரேபியாவில் நம்பர் 1 கட்டுமான நிறுவனம். நம்மூர் லார்சன் அண்ட் ட்யூப்ரோ மாதிரி. கட்டுமானம் என்றால் வீடு கட்டுகிற காண்ட்ராக்டர் அல்ல அவர். மிகப்பெரிய திட்டங்களை அரசு அவரது நிறுவனத்துக்குத்தான் கொடுக்கும். எண்ணெய்க் கிணறுகள் தோண்டுவது மாதிரியான ப்ராஜெக்டுகள். மெக்காவிலும் மெதினாவிலுமுள்ள புனித மசூதிகளின் புனரமைப்புப் பணிகளைச் செய்துகொடுத்தவர் ஒசாமாவின் தந்தைதான். ஜெருசலேத்திலுள்ள பிரச்னைக்குரிய அல் - அக்ஸா மசூதியையும் சீரமைத்து புனருத்தாரணம் செய்தது பின்லேடன் கம்பெனிதான்.

ஒசாமாவின் தந்தை மூலம் உருவான மொத்த குடும்பங்கள் முன்னூறு என்று ஒரு கணக்கு சொல்லுகிறார்கள். அந்த முன்னூறு குடும்பங்களுக்கும் சவுதி ராயல் ஃபேமிலியுடன் மிக நெருக்கமான தொடர்பு உண்டு. சவுதியின் ராஜகுடும்பத்தின் மதிப்புக்குரிய நண்பராக விளங்கியவர் ஒசாமாவின் தந்தை.

ஒசாமா, மெதினாவில் தன் பள்ளிப்படிப்பை ஆரம்பித்தார். பிறகு ஹிஜாஸில் கொஞ்சம் மேல் படிப்பு. அவர் சரியான அம்மா செல்லம். அப்பாவை எப்பவாவது மாசத்துக்கு ஒரு முறைதான் பார்க்கமுடியும் என்பதால் ஒசாமா சிறுவயதில் முற்றிலும் தன் தாயைச் சார்ந்தே வளர ஆரம்பித்தார்.

மேல்நிலைப் பள்ளிப்படிப்பு முடிந்ததும் தாயின் உறவுக்காரப் பெண் ஒருத்தியைத் தான் முதலில் மணந்துகொண்டார். கல்யாணம் முடித்துவிட்டு நேரே மன்னர் அப்துல்லஜிஸ் பல்கலைக்கழகத்தில் மேனேஜ்மெண்ட் படிப்பதற்குப் போய்விட்டார். அப்போது அவரது ஒரே லட்சியம், ஓரளவு ஒழுங்காகப் படித்துத் தேறிவிட்டால் அப்பாவின் கட்டுமான பிசினஸில் ஏதாவது ஓரிடத்தில் சரியாகப் பொருந்திக்கொண்டுவிடலாம் என்பது. படிப்பைத் தவிர அவருக்கு அப்போது வேறு கவனம் இல்லை என்றபோதும் மார்க்குகள்

சுமாராகத்தான் வரும். ‘ஆவரேஜ் மாணவன்’ என்றுதான் பல்கலைக்கழகம் ஒசாமாவுக்கு சர்டிபிகேட் கொடுத்திருக்கிறது.

பிறகு அவர் ஜெட்டா பல்கலைக்கழகத்துக்குப் படிக்கப்போன போதுதான் மதப்பாடங்களில் ஆர்வம் ஏற்படத் தொடங்கியது. அப்துல்லா ஆஸம், சையத் கதப், அவரது சகோதரரான அப்துல்லா கதப் ஆகியோரிடம் ஒசாமா பாடம் கேட்டார். இந்த வாத்தியார்கள் எல்லாருமே இஸ்லாமிய சகோதரத்துவம் என்கிற சித்தாந்தத்தைப் பரப்புவதில் ரொம்பத் தீவிரமாக இயங்கிக்கொண்டிருந்தவர்கள். இவர்களைத்தான் ஒசாமாவை முதல் முதலில் மிக ஆழமாக பாதித்த சிந்தனையாளர்கள் என்று சொல்லவேண்டும்.

ஒசாமா இந்த மாதிரி மதப்பாடங்களில் மனத்தைப் பறிகொடுத்துக் கொண்டிருந்தபோது ஒரு நாள் அவரது தந்தை ஹெலிகாப்டர் விபத்தில் இறந்துபோனார். அவரது 52 குழந்தைகள், 4 மனைவிகள், மற்ற தொடர்புப் பெண்கள் அனைவரைவிட அந்த மரணத்தால் பெரிதும் அதிர்ச்சியடைந்தவர், சவுதி மன்னர் ஃபைசல் - இபன் - அப்துல் அஜிஸ். இது நடந்தது 1968வது வருஷம். மன்னருக்கு முகம்மது பின் லேடனுடன் இருந்த உறவு எத்தகையது என்பது அந்த இறுதிச் சடங்கின்போது தெரிந்தது. சுமார் பத்தாயிரம் பேர் கலந்துகொண்ட அந்தச் சடங்கில் சவுதி மன்னரும் கலந்துகொண்டார். இறந்த கோடீஸ்வரருக்கு ராஜ மரியாதையுடன் சடங்குகள் நடத்தப்பட்டன.

துக்க தினங்கள் கழிந்ததும் மன்னர் ஒசாமாவையும் பிற சகோதரர்களையும் அரண்மனைக்கு வரச்சொல்லி நாலு வார்த்தை ஆறுதல் சொல்லிவிட்டு விஷயத்துக்கு வந்தார். பிரும்மாண்டமான பின் லேடன் நிறுவனம், அதன் தலைவரை இழந்ததால் நிலைகுலைந்து விடக் கூடாது; சொத்துகளை நிர்வகிப்பதில் பிரச்னை ஏதும் வந்து அசிங்கமாகிவிடக் கூடாது; ஆகவே மன்னரே ஒரு கமிட்டி அமைத்து பின் லேடன் குடும்பத்து சொத்துகளை நிர்வகிக்க ஏற்பாடு செய்வார் என்று அந்தக் கூட்டத்தில் அறிவிக்கப்பட்டது.

யாருக்குக் கிடைக்கும் இப்படியொரு பாதுகாப்பு? ஆனால் அலி என்கிற ஒசாமாவின் ஒன்று அல்லது இரண்டு அல்லது மூன்று விட்ட சகோதரர் ஒருத்தருக்கு மட்டும் இந்த ஏற்பாடு

பிடிக்கவில்லை. ஆகவே சவுதி மன்னர் அவருக்குச் சேரவேண்டிய ஷேர்களை மட்டும் சரியாகப் பிரித்துக்கொடுத்து அனுப்பிவிட்டு மற்ற சொத்துகளை மன்னர் நியமித்த கமிட்டி மூலம் நிர்வகிக்க வழி செய்து கொடுத்து, ஒசாமா குடும்பத்தினரை அனுப்பிவைத்தார். *(இச்சம்பவம் நடந்தபோது ஒசாமாவின் சகோதரரான அந்த அலிக்கு வயது 21. இவர் இப்போதும் லெபனானில் வசித்துவருகிறார். அடிக்கடி பிரான்ஸுக்குப் போய் அங்கும் கொஞ்சநாள் வசிக்கக் கூடியவர். ஒசாமா குறித்த தகவல்களை ஆரம்பகாலத்தில் சிஐஏ இவரிடமிருந்துதான் அதிகபட்சம் திரட்டியதாகச் சொல்லுவார்கள்.)*

ஒசாமாவின் தந்தைக்கு, தன் குழந்தைகள் மன்னரின் மேற்பார்வையில் என்னவாவது உயர் பதவிகள் கிடைத்தால் அந்த வாய்ப்பை நழுவவிடக்கூடாது என்பது எண்ணம். அவர் எப்போதுமே, தன் குழந்தைகள் அரசியலில் அதிக ஆர்வம் செலுத்தவேண்டும் என்று சொல்லிக்கொண்டிருந்தார். அவரது சொல்படி பெரும்பாலான அவரது மகன்கள் அரசியல் ஆர்வம் வளர்த்துக்கொண்டபோதும் ஒசாமாவுக்கு மட்டும் ஆரம்பத்திலிருந்தே அரசியல் பிடித்தமானதாக இல்லை. அவருக்கு மதம் தான் முக்கியமாக இருந்தது. குடும்ப பிசினஸில் கவனம் செலுத்திய நேரம் போக மிச்சமிருக்கிற நேரமெல்லாம் இஸ்லாத்தின் வளர்ச்சி குறித்தும் இஸ்லாமிய நாடுகளின் ஒற்றுமை குறித்துமே அவர் சிந்தித்து வந்திருக்கிறார். குறிப்பாக தெற்கு ஏமனில் சவுதியைச் சேர்ந்த இஸ்லாமியர்கள் கம்யூனிஸ்டுகளுக்கு எதிராகப் போராடிக்கொண்டிருந்தபோது ஒசாமா அவர்களுக்கு உதவுவது தன் மதக்கடமை என்று நினைத்து செயல்பட்டதாகச் சில ஆராய்ச்சியாளர்கள் தெரிவிக்கிறார்கள்.

பிறப்பிலிருந்தே மிகப்பெரிய பணக்காரக் குடும்பத்தைச் சேர்ந்தவரென்பதால் போராளிகளுக்கு உதவுவதெல்லாம் அவருக்குப் பெரியவிஷயமே இல்லை. அதுவும் பண உதவி என்பதை அவர் ஒரு முக்கிய விஷயமாக என்றுமே நினைத்ததில்லை. 'உதவி என்பது பணம் அல்ல. அதற்கு அப்பால் நாம் என்ன செய்கிறோம் என்பதுதான் அது' என்று ஒசாமா ஒருமுறை சொல்லியிருப்பதாக அவரது அரைகுறை வாழ்க்கைக் குறிப்புகளில் காணக்கிடைக்கிறது.

தெற்கு ஏமன் போராளிகளுக்கு மட்டுமல்லாமல் மத்திய ஆசிய நாடுகளில் எங்கெல்லாம் இஸ்லாமியச் சகோதரர்கள் துன்பப்

படுவதாகச் செய்தி வருகிறதோ, அங்கெல்லாம் தம்மாலியன்ற உதவிகளை அவர் தாராளமாகச் செய்துகொண்டிருந்தார். ஆனாலும் அப்போதெல்லாம் அவர் அதிகம் அறியப்பட்டவராக இல்லை. பேப்பரில் போட்டோவெல்லாம் வந்ததில்லை. 1979ல் ஆப்கன் மீதான சோவியத் படையெடுப்புச் சமயம் ஒசாமா ஆப்கனுக்கும் பாகிஸ்தானுக்கும் விசிட் அடித்து, நிலவரத்தை நேரில் பார்வையிட்டு, புரட்சித் தலைவர்களுடன் தொடர்பு ஏற்படுத்திக்கொண்டு மீண்டும் சவுதி திரும்புகிற வரைக்கும் கூட அவர் கூட்டத்தில் ஒருவர் தான்.

பெஷாவரில் அவர் ஆப்கன் புரட்சித் தலைவர்களைச் சந்தித்து நிலவரம் குறித்துப் பேசிக்கொண்டிருந்தபோது அவர்களது அதிமுக்கியமான பிரச்னை என்ன என்று ஒரு கேள்வி கேட்டார். அதாவது சோவியத் படையை ஆப்கனிலிருந்து விரட்டுகிற முயற்சியில் ஏன் அவர்களால் இருந்த இடத்திலிருந்து ஓரங்குலம் கூட நகரமுடியவில்லை? எத்தனை நாளைக்கு இந்தமாதிரி ரகசிய முனியாண்டி விலாஸ் மாடியில் கூடிக்கூடி பேசிக்கொண்டிருக்க மட்டும் போகிறார்கள்? செயல்படுவதை எது தடுக்கிறது? இவைதான் ஒசாமாவின் கேள்விக்கான அர்த்தம்.

ஹிஸ்ப் - ஏ - இஸ்லாமி என்கிற அடிப்படைவாத இயக்கத் தலைவராக அப்போதிருந்த குல்புத்தீன் ஹெக்மதியார் என்பவர் தான் அந்தக் காரணத்தைச் சரியாகச் சொன்னார்.

“சோவியத்தை ஒழித்துக்கட்ட வேண்டும் என்கிற ஆசை எல்லாருக்கும் இருக்கிறது. ஆனால் நம்மிடம் பயிற்சிபெற்ற போராளிகள் மிகவும் குறைவு. சல்லடை போட்டுத் தேடினாலும் நூறு சிறந்த வீரர்களுக்கு மேல் தேறமாட்டார்கள். ஆயிரக்கணக்கானோர் இயக்கத் தெரியாமல் ஆயுதங்களைக் கையாண்டு வீணாக்கிக்கொண்டிருக்கிறார்கள். நூறு பேருக்குத்தான் முறையான போர்ப்பயிற்சி இருக்கிறது. இதனால்தான் நம்மால் சோவியத் படைகளை ஒன்றும் செய்யமுடியாமல் இருக்கிறது” என்றார் அவர்.

ஒசாமா சற்று யோசித்து ஒரு முடிவுக்கு வந்தார். “சரி, நான் கிளம்புகிறேன். சிறிது நாட்களில் மீண்டும் சந்திக்கலாம்” என்று சொல்லிவிட்டு சவுதிக்குத் திரும்பியவர், அங்கிருந்து, ஜோர்டானில் வசித்துக்கொண்டிருந்த பாலஸ்தீனத்துப் போராளித் தலைவரான டாக்டர் அப்துல்லா அசம் என்பவரைத் தொடர்பு கொண்டார்.

இந்த அப்துல்லா அசம் ரொம்பப் பெரிய ஆள். பண்டிதருக்குப் பண்டிதர். போர் வீரனுக்குப் போர் வீரன். ராஜதந்திரிக்கு ராஜதந்திரி. மனிதனுக்கு மனிதன். இஸ்லாமாபாத் சர்வதேச இஸ்லாமியப் பல்கலைக்கழகத்தில் பேராசிரியராக வேலை பார்த்தவர். 'இஸ்லாமிய சகோதரத்துவம்' என்கிற சித்தாந்தத்தை ஜோர்டன் இஸ்லாமியர்களிடையே உருவாக்கப் பாடுபட்டுக்கொண்டிருந்தவர். தற்செயலாக இவரது அறிமுகத்தைப் பெற்றதிலிருந்து ஒசாமாவுக்கு ஒரு ஞானத்தந்தை மாதிரி ஆகியிருந்தார் அப்துல்லா அசம். (யாசர் அராஃபத்துக்கும் இவருக்கும் அவ்வளவாக ஆகாது. அதனால்தான் பாலஸ்தீன விடுதலை இயக்கத்திலிருந்து வெளியேறி, ஜோர்டனுக்குச் சென்று தனியே தன் சாம்ராஜ்ஜியத்தை உருவாக்கிக்கொண்டிருந்தார் அப்துல்லா அசம்.)

ஆப்கன் போராளிகளுக்கு உதவுவதற்காக ஒசாமா டாக்டர் அப்துல்லா அசமின் உதவியைக் கேட்டபோது அவர், ஒசாமாவைத் தன்னை நேரில் வந்து பார்க்கச் சொன்னார். அதன்படி 81ம் வருஷத்தின் இறுதியிலோ, அல்லது 82 பிப்ரவரி அல்லது மார்ச்சிலோ ஒசாமா லெபனானுக்குப் போனதாக சிஐஏவின் குறிப்புகள் தெரிவிக்கின்றன. இரண்டுபேரும் அங்கே என்ன பேசினார்கள் என்கிற விவரங்கள் தெளிவாக நமக்குக் கிடைக்கவில்லை. ஆனால் 1984ம் ஆண்டு *Afgan service Bureau* என்கிற அமைப்பு திடீரென்று ஒரு நாள் உருவான செய்தி வந்தபோது அதன் பின்னணியில் ஒசாமாவும் டாக்டர் அப்துல்லாவும் இருந்தது வெட்டவெளிச்சமானது.

ஓர் இயக்கமாக மலர்ந்த இந்தக்குழுவினர் மிகக் குறுகிய காலத்தில் ஆப்கனில் ரஷ்யப்படைக்கு எதிராகப் போராடக்கூடிய இளைஞர்களைத் தேடிப்பிடித்து தீவிரமாகப் போர்ப்பயிற்சி தர ஆரம்பித்தது. குழுவின் இரண்டாம் கட்டத் தலைவர்களான - நாம் முன்னர் பார்த்த போராளித்தலைவர்கள் இந்தப் பயிற்சியை அளித்துக்கொண்டிருக்க, ஒசாமா மத்திய ஆசிய நாடுகள் முழுவதிலும் பேய்மாதிரி அலைந்து திரிந்து பல்வேறு தேசங்களிலிருந்து போராட்ட நாட்டம் உள்ள இளைஞர்களைச் சந்தித்து ஆப்கன் பிரச்னையை எடுத்துச் சொல்லி, அங்கே சுதந்தர இஸ்லாமிய அரசு அமைப்பதற்கு உதவ வரவேண்டும் என்று நேரடியாகக் கேட்டுக்கொண்டார். இந்தப் பயணங்களின்போது, இளைஞர்களிடையே மத உணர்வுடன் கலந்த போராட்ட உணர்வை

எழுச்சி மிக்கப் பிரசங்கங்கள் மூலம் திணிக்கும் பொறுப்பை டாக்டர் அப்துல்லா ஏற்றுக்கொண்டார்.

நம்புவது கொஞ்சம் கஷ்டம் தான். மேற்கே அமெரிக்கா தொடங்கி கிழக்கே பிலிப்பைன்ஸ் வரை இதற்காக ரகசியப் பயணம் மேற்கொண்ட ஒசாமா, கிட்டத்தட்ட ஆறுமாத காலத்துக்குள் பல்லாயிரக்கணக்கான இளைஞர்களைத் தன்னுடன் ஆப்கனுக்கு அழைத்து வந்துவிட்டார். அத்தனைபேருமே அரபு முஸ்லிம் இளைஞர்கள். அமெரிக்காவிலும் பிரிட்டனிலும் மத்திய ஆசிய நாடுகளிலும் இதற்காக ஒசாமா செலவிட்ட தொகை சுமார் இருநூறு மில்லியன் டாலர்கள் என்று புள்ளிவிவரங்கள் இருக்கின்றன. இந்தத் தொகையில் சரிபாதி, நன்கொடையாகத் திரட்டப்பட்டது. மீதி ஒசாமாவின் சொந்தப்பணம் என்று சொல்லுகிறது சிஐஏ.

1984 - 86ம் வருஷங்களை இந்தப் பூர்வாங்க ஏற்பாடுகளில் கழித்த ஒசாமா, 86ம் ஆண்டு பாகிஸ்தானுக்குச் சென்று பெஷாவரில் ஓர் இரண்டடுக்குக் கட்டடத்தை விலைக்கு வாங்கி அங்கே தன் அதிகாரபூர்வமான ஆபீஸைத் திறந்தார்.

அதே சமயத்தில் ஒசாமாவும் டாக்டர் அப்துல்லாவும் ஆப்கனில் முதல் பிரைவேட் ராணுவ கேம்ப்பையும் திறந்துவைத்தார்கள். ஆப்கனின் பக்டியா பகுதியில் ஜாஜி என்கிற இடத்தில் திறந்துவைக்கப்பட்ட அந்தத் தனியார் ராணுவ அலுவலகத்துக்கு ஒசாமா அல் - அன்சார் என்று பெயரிட்டார்.

அதுவரை படு மௌனமாக அவரது நடவடிக்கைகளை கவனித்துக் கொண்டிருந்த சிஐஏ, அப்போதுதான் 'சபாஷ், சரியான போட்டி' என்று தட்டிக்கொண்டு துள்ளி எழுந்தது.

இனி சோவியத் யூனியனைக் கொத்துபரோட்டா போடுகிற வேலையில் தான் அதிகம் மெனக்கெட்டுக் கொண்டிருக்கவேண்டாம் என்று மனத்துக்குள் முடிவு செய்து கொண்டார் அமெரிக்க அதிபர் ரீகன். 'அடுத்து என்ன செய்வது?' என்று சிஐஏவின் மூத்த தலைவர்கள் அவரிடம் ரகசியமாகக் கேட்டபோது 'நீங்கள் ஒன்றும் செய்யவேண்டாம். ஒசாமாவுக்கு உதவுங்கள், மிச்சத்தை அவர் பார்த்துக்கொள்ளுவார்' என்று சொன்னாராம்.

அன்று தொடங்கி, சிஐஏ, பின் லேடனின் எடுபிடி மாதிரி ஆகிப்போனது. ஒசாமா இஸ்லாமிய இளைஞர் சமூகத்தினரிடையே ஒரு கண்கண்ட மீட்பராகிப்போனார்.

5. அமெரிக்காவும் அல்கொய்தாவும்

தனியொரு தீவிரவாதியையோ, அல்லது ஏதாவது அமைப்பையோ அமெரிக்கா ஆதரிக்கிறது என்றால், அதற்கு முதல் அத்தாட்சியாக அந்த நபரைத் தன் விருந்தாளியாக அழைப்பது அமெரிக்கன் ஸ்டைல். அந்த வகையில் ஆப்கன் முஜாகிதீன்களை ஆதரிப்பது என்று கொள்கையளவில் அமெரிக்க அதிபர் ரொனால்ட் ரீகன் முடிவெடுத்துவிட்டபிறகு டாக்டர் அப்துல்லா அசமையும் ஒசாமா பின் லேடனையும் அமெரிக்காவுக்கு வரும்படி ரகசிய அழைப்பு ஒன்று அனுப்பப்பட்டது.

ஆப்கனில் சோவியத்துக்கு எதிரான யுத்தத்துக்குப் படைகளைத் தயார் பண்ணிக்கொண்டிருந்த ஒசாமாவால் உடனடியாக அந்த அழைப்பை ஏற்கமுடியவில்லை. அவரது ரோல் மாடலும் நெருங்கிய சகாவுமான டாக்டர் அப்துல்லா அசமுடன் கலந்துபேசி, முதல் கட்டமாக அவரை அமெரிக்காவுக்கு அனுப்புவது என்று முடிவு செய்தார் ஒசாமா. (இது ஒசாமாவின் முடிவல்ல. அமெரிக்காவின் முடிவுதான் என்போரும் உண்டு.)

அதன்படி 1980ம் வருஷம் பிப்ரவரியிலிருந்து ஏப்ரலுக்குள் ஏதோ ஒரு மாதம், ஏதோ ஒரு தேதியில் டாக்டர் அப்துல்லா, சிஐஏவின் பாதுகாப்பில் ரகசியமாக அமெரிக்காவுக்குப் பறந்துசென்றார். அவருக்கு அங்கே சில பிரத்தியேகமான சுதந்தரங்கள் அளிக்கப்பட்டன. டாக்டர் அப்துல்லா, அமெரிக்காவில் எங்கு வேண்டுமானாலும் சுற்றுப்பயணம் செய்யலாம் என்பது முதலாவது. சோவியத்துக்கு எதிரான முஜாகிதின்களின் போர் நடவடிக்கைகளை வலுப்படுத்த நிதி ஆதாரங்களை சேகரிப்பது, ஆட்களைத் தேர்ந்தெடுப்பது போன்ற காரியங்களைத் தயங்காமல் மேற்கொள்ளலாம் என்பது இரண்டாவது. மூன்றாவதும் முக்கியமானதுமான லைசென்ஸ், அமெரிக்க நகரங்களில் ஆப்கன் போராளிக்குழுவின் ஆபீஸ்களைத் திறக்கலாம் என்பது.

இது போதாது?

நியூயார்க் நகரின் அரபுப்பிரதேசம் என்று வருணிக்கப்படும் ப்ரூக்ளினில் முதல்முதலில் தமது அஃபிஷியலான

அலுவலகத்தைத் திறந்தார் டாக்டர் அப்துல்லா. (நம்பர் 566, அட்லாண்டிக் அவென்யு, ப்ரூக்ளின் என்பது முகவரி.) ஆபீஸ் தொடங்கிய சூட்டில் அமெரிக்காவின் 26 மாகாணங்களுக்கு ஒரு சூறாவளி சுற்றுப்பிரயாணமும் மேற்கொண்டார். அமெரிக்காவில் வசிக்கிற சிறுபான்மை முஸ்லிம் சமூகத்தினரிடையே 'இஸ்லாமிய சகோதரத்துவ' உணர்வை ஊட்டும்விதமான தமது சொற்பொழிவுகளை - சராசரியாக ஒரு நாளைக்கு நான்கு இடங்கள் வீதத்தில் - மிகத்தீவிரமாக நிகழ்த்த ஆரம்பித்தார். கூடவே வட அமெரிக்கக் கண்டம் முழுவதிலுமாக மொத்தம் 30 கிளை அலுவலகங்களையும் திறந்துவைத்து, அந்தந்தப் பிராந்தியத்திலிருந்தே பொறுப்பாளர்களையும் நியமித்தார். (இந்த ஏற்பாட்டைப் பின்னால் டாக்டர் அப்துல்லா வேறு பல தேசங்களிலும் செய்தார். ஆனால் ஒசாமாவின் ஸ்டைல் வேறு. ஒவ்வொரு ஊரிலும் வேறு தேசத்தைச் சேர்ந்த பொறுப்பாளர்கள்தான் நியமிக்கப்படவேண்டும் என்பது அவர் பாலிஸி. அப்துல்லா அசமுடன் கருத்து வேறுபாடு உண்டாகி, பின்னால் அவரைக் கொலை செய்தபிறகு அமெரிக்காவில் அவர் திறந்துவைத்த அலுவலகங்களிலெல்லாம் லெபனானிலிருந்தும் சவுதியிலிருந்தும் தேர்ந்தெடுக்கப்பட்ட இளம் போராளிகளைப் பொறுப்பாளர்களாக நியமித்தார் ஒசாமா.)

இவ்வாறாக, அல்கொய்தா என்கிற பெயர் கொண்ட அமைப்பு உருவாகத் தொடங்குமுன்னரே அதற்கு நீரூற்றி, ஆர்வமுடன் வளர்க்க ஆரம்பித்தது அமெரிக்கா. ஒரே நோக்கம், சோவியத் யூனியனைப் பழிவாங்குவதுதான். அமெரிக்காவின் இந்தக் கண்மூடித்தனமான நடவடிக்கைக்கு ஆரம்பத்தில் ஓரளவு நல்ல பலன் கிடைத்தது என்றே சொல்லவேண்டும்.

ஒரு புறம் டாக்டர் அப்துல்லா அமெரிக்காவிலும் இங்கிலாந்து மற்றும் பல ஐரோப்பிய தேசங்களிலும் உள்ள இஸ்லாமிய இளைஞர்களை மூளைச் சலவை செய்து புனிதப்போர் போராளிகளாக்கி ஆப்கனுக்கு அனுப்பிக்கொண்டிருக்க, மறுபுறம் பாகிஸ்தானின் பெஷாவர் நகரில் உட்கார்ந்துகொண்டு ஒசாமா பின் லேடன் தீவிரமான போர்ப்பயிற்சிகள் அளிப்பது, அமைப்பின் சட்ட திட்டங்களை உருவாக்குவது, நெட் ஒர்க்கை வலுப்படுத்துவது போன்ற காரியங்களைத் தொடர்ந்துகொண்டிருந்தார்.

குறிப்பாக, அல் கொய்தா அமைப்பின் உள்கட்டுமானங்கள் மீதான ஓசாமாவின் திட்டங்கள் மிகவும் பிரமிப்பூட்டுபவையாக இருந்தன. சுலபத்தில் அடையாளம் கண்டுகொள்ள முடியாதபடி ஒரு செட் அப். எத்தனைபேர் உறுப்பினர்கள், எங்கே இருக்கிறார்கள், எங்கெல்லாம் கிளைகள் உண்டு, யார் யார் முக்கியஸ்தர்கள் என்கிற துல்லியமான புள்ளிவிவரங்கள் - அந்த அமைப்பைச் சேர்ந்தவர்களுக்கே தெரியாது என்பதுதான் இதில் மிக முக்கியமாக கவனிக்கவேண்டிய விஷயம்.

அல்கொய்தா என்பது ஒரு தனிக்குழு அல்ல. அதே சமயம் பல குழுக்கள் சேர்ந்த ஒரு அமைப்பும் அல்ல. ஆனால் பல்வேறு போராளிக்குழுக்களின் உறுப்பினர்கள் அல்கொய்தா ஆட்களாகவும் இருப்பார்கள். அது அந்தந்தக் குழுக்களைச் சேர்ந்த மற்ற உறுப்பினர்களுக்குத் தெரிய வாய்ப்பில்லை.

குழப்புகிறது அல்லவா? குழப்பவேண்டும் என்பதுதான் ஓசாமாவின் ஆதாரத் திட்டம்.

டாக்டர் அப்துல்லா மூலம் நேரடியாக ரெக்ரூட் செய்யப்பட்ட இளைஞர்கள் தவிர, பல்வேறு தீவிரவாதக் குழுக்களிலிருந்தும் தனக்கான ஆள்பலத்தைச் சேகரித்துவைத்திருந்தார் ஓசாமா. அல்கொய்தாவின் உறுப்பினர்கள் எல்லாருமே சன்னி முஸ்லிம்கள்தான் என்றபோதும் ஒரு அவசர ஆத்திரத்துக்கு ஷியா முஸ்லிம்களின் உதவியையும் பெறுவதில் தவறில்லை என்பது பின் லேடன் பாலிஸி. தஜிகிஸ்தான், உஸ்பெகிஸ்தான், ஜெர்மனி, இங்கிலாந்து போன்ற தேசங்களில் அல்கொய்தாவின் உறுப்பினர்களாக இருப்போரில் சிலர் ஷியா முஸ்லிம்கள் என்று தெரிவித்திருக்கிறது அமெரிக்காவின் இன்னொரு உளவு அமைப்பான எஃப்.பி.ஐ.

பின் லேடனின் குழுவில் நிறையத் தலைவர்கள் உண்டு. முதல்கட்ட, ரெண்டாம் கட்ட, மூன்றாம் கட்ட, நாலாம் கட்டத் தலைவர்கள்வரை அணுகுவது ரொம்பக் கஷ்டம். ஐந்தாம் கட்டத்தில்தான் கமாண்டர்கள் என்று சொல்லப்படும் தளபதிகள் வருகிறார்கள். வீரர்கள் அவர்களுடன் மட்டும்தான் நேரடியாகப் பேசமுடியும். *Vertical leadership* என்று இதைச் சொல்லுவார்கள். தமது உடனடி சுப்பீரியரைத் தாண்டி மற்ற யாருடனும் வேறு

யாரும் கருத்துப் பரிமாற்றம் செய்துகொள்வது முடியாது. எதுவானாலும் 'த்ரூ ப்ராப்பர் சேனல்' தான் சாத்தியம். கவர்மெண்ட் ஆபீஸ் ஸ்டைல் என்று மேலோட்டமாகத் தோன்றலாம். ஆனால் எந்த கவர்மெண்ட் ஆபீஸிலும் அல்கொய்தா அளவுக்கு இந்தச் சித்தாந்தம் அத்தனை நேர்த்தியாகவும் திறமையாகவும் உபயோகப்படுத்தப்பட்டதில்லை.

டாக்டர் அப்துல்லா அசம் உயிரோடு இருந்தவரை *(1989)* அவரும் ஒசாமாவும் தான் இயக்கத்தை நிர்வகித்துவந்தார்கள். அப்துல்லாவை ஒசாமா கொலை செய்தபிறபாடு முழு கண்ட்ரோலையும் ஒசாமா தானே எடுத்துக்கொண்டார். ஆனால் அதற்கு முன்னாலேயே அல் கொய்தா அமைப்பின் முழுச் சட்டதிட்டங்களும் வழிமுறைகளும் நிர்வாக அமைப்பும் ஒசாமாவால் வரைந்துமுடிக்கப்பட்டுவிட்டிருந்தது.

அல்கொய்தா என்கிற அமைப்பின் சூத்திரதாரி ஒசாமா பின்லேடன். இது குழந்தைக்குக் கூடத் தெரியும். அவருக்கு அடுத்தக் கட்டத் தலைவராகப்பொறுப்பேற்றவர்பேர்அபூஅயூப்அல்இராக்கி.(இந்த அல் - இராக்கி என்கிற பின்னிணைப்பு, அவர் ஈராக்கைச் சேர்ந்தவர் என்பதைச் சுட்டும்.) அபூவின் சகோதரரான யாசின் என்பவர் அதற்கடுத்த கிரேடு. (இவர்தான் முதல்முதலில் 'சோவியத்தை வெல்வதுடன் நாம் நின்றுவிடக்கூடாது; உலகெங்கும் முஸ்லிம் சமூகத்தினரின் விடுதலைக்காகப் பாடுபடவேண்டும்' என்கிற கருத்தை ஒசாமாவிடம் வலியுறுத்தியவர்.)

இந்த மூவருக்கு அடுத்த நிலையில் ஒரு அறிவாளிகள் குழு இருந்தது. டாக்டர் அப்துல் மோஸ் என்கிற அல் - ஜவஹரி (எகிப்துக்காரர்), டாக்டர் ஃபதல் எல் மஸ்ரி (இவரும் எகிப்து நாட்டைச் சேர்ந்தவர். நிஜமாகவே எம்பிபிஎஸ் டாக்டர்.), அபு உபைதியா அல் - பன்ஷிரி (எகிப்தின் முன்னாள் போலீஸ் ஆபீசர்), முஹம்மது அடஃப் (தேசம் தெரியவில்லை), ஜமால் அகமது அல் - ஃபதல் (சூடான் நாட்டைச் சேர்ந்த இவர் அமெரிக்கவாசி), அபு ஃபராஜ் (ஏமன்), அபு முசாப் (சவுதி அரேபியா) ஆகியோர் இந்த அறிவாளிக்குழு உறுப்பினர்கள். இக்குழுவில் இன்னும் ஓரிரு ஆப்கன் விடுதலைப் போராட்ட இயக்கத் தலைவர்களும் உண்டு என்று சொல்லுவார்கள். ஆனால் விவரங்கள் கிடைப்பதில்லை.

இந்த மூன்று கட்ட மூலவர்களுக்கு அப்புறம் ஆப்பரேஷனல் எக்ஸ்பர்ட்ஸ் என்று சொல்லப்படும் செயல்வீரர் குழு ஒன்று இருக்கும். அவர்களுக்குக் கீழே கமாண்டர்கள். அப்புறம் போராளிகள். இது தவிர, ஒற்றர்கள், நிர்வாகிகள், மருத்துவர்கள், சிவில் சப்ளை அலுவலர்கள், டிராவல் ஏஜென்சி ஆபீசர்கள், கொள்முதல் அதிகாரிகள் (வெடிமருந்துகள், நிஜ மருந்துகள் ஆகியவற்றைப் பல்வேறு நாடுகளிலிருந்து கொள்முதல் செய்கிற அலுவலர்கள்) என புரட்சியுடன் மறைமுகமாக மட்டும் சம்பந்தப்படும் பல்வேறு பிரிவினர்கள் உண்டு.

டாக்டர் அப்துல்லா மூலம் அனுப்பப்படும் இளம் இஸ்லாமிய மாணவர்கள் தவிர, இரண்டாம் கட்டத் தலைவரான அபூ அயூப் மூலமும் நேரடியாக இளைஞர்கள் அல்கொய்தாவில் சேர்க்கப்பட்டார்கள். சேருவோரின் விருப்பத்துக்கு முதல் மரியாதை. அதன்பின் அமைப்பின் நோக்கத்துடன் முழுவதுமாக உடன்படுகிறாரா என்கிற விசாரணை. பிறகு தெய்வ சாட்சியாக ரகசியக் காப்பு ஒப்பந்தம். (இந்த ஒப்பந்த வைபவம் நடைபெறும்போது மேற்சொன்ன மூன்றாம் நிலை அறிவாளிகள் குழுவினர் கூடியிருப்பார்கள்.) பிறகு பயிற்சிகள்.

இப்படியொரு தெளிவான திட்டமுடன் அல்கொய்தாவுக்கு ஓசாமா வடிவம் கொடுக்கப் பேருதவி புரிந்தது சிஐஏ தான். உலகெங்கிலுமுள்ள தீவிரவாத, பிரிவினைவாதக் குழுக்களின் பட்டியலையும் அவர்களின் செயல்பாடுகளையும் நிர்வாக அமைப்பையும் அமெரிக்க உளவுத்துறைதான் முதலில் ஓசாமாவிடம் அளித்தது என்று சொல்லப்படுகிறது. எந்த ஒரு அமைப்பும் கடைபிடிக்காத நூதன வழியில் அல்கொய்தாவை வழிநடத்திச் செல்லுவது என்கிற தீர்மானத்துக்கு ஓசாமா வருவதற்கு இது பேருதவியாக இருந்திருக்கிறது.

ஓசாமா தனது தாக்குதல் திட்டங்களை மூன்றுவிதமாக வரையறுத்துக்கொண்டார். திட்டமிடுவது - தாக்குதலின் சாத்தியங்களை அலசி ஆராய்ந்து சம்பந்தப்பட்ட இடத்தில் உரிய ஏற்பாடுகளைச் செய்வது - போய்த் தாக்கிவிட்டுத் திரும்ப வருவது. (தற்கொலைப்படை என்றால் திரும்பிவருவது கிடையாது!)

இதில் திட்டமிடுவது என்பது ஓசாமா மட்டுமே. திட்டத்தை முழுவதுமாக அவர் வரையறுத்து வழிகளை மனத்துக்குள் ஒரு

'தரிசனம்' மாதிரி கண்டு தெளிந்தபிற்பாடு, தன் உடனடி சகாவான அபூவிடம் விவரித்துவிடுவார். அத்துடன் அவர் வேலை முடிந்தது.

பிறகு ஆப்பரேஷன் செல்லிலிருந்து சம்பந்தப்பட்ட தாக்குதலுக்குத் தகுதியான ஆட்களைப் பொறுக்கியெடுத்து, முன் பணிக்கு - இறுதிப்பணிக்கு எனப் பிரித்து அளிப்பது அறிவாளிகள் குழுவின் வேலை.

இந்த முன் பணிக்காரர்கள், எங்கே தாக்குதல் நடத்தவேண்டுமோ, அங்கே முன்னாலேயே போய்த் தங்கி, வேண்டிய இட வசதி, வாகன வசதி, வெடிபொருள் வசதிகள் செய்துவிட்டு, பாதுகாப்பு ஏற்பாடுகள் பற்றிய அறிக்கை தயார் செய்து அளித்துவிட்டுத் திரும்பிவிடுவார்கள். தாக்குதலுக்கு நிச்சயிக்கப்பட்ட நாள், கட்டக்கடைசியில் ஒசாமாவால் அறிவிக்கப்படும். அன்று இறுதிப்பணி வீரர்கள் சௌக்கியமாகச் சென்று ஜோலியை முடித்துவிட்டுத் திரும்பிவிடுவார்கள். (இதன் விரிவான விளக்கம் பின்னால் செப்டம்பர் 11 சம்பவத்தின்போது வரும்.)

இந்தமாதிரியொரு அபாரமான திட்ட வரைவைச் செய்துகொண்ட பிற்பாடே சோவியத் மீதான தன் தாக்குதலை ஆரம்பித்தார் ஒசாமா.

ஒசாமாவின் தலைமையில் ஆப்கன் முஜாகிதின்கள் சோவியத் படைமீது தாக்குதல் தொடுக்க ஆரம்பித்தபோது, ரஷ்யாவிலும் நிலைமை அத்தனை சரியாக இல்லை. பிரஷ்னேவ் மீது மக்களுக்கும் சோவியத் கம்யூனிஸ்ட் கட்சியினருக்கும் பலவிதங்களில் அதிருப்தி மேலோங்கியிருந்தது. ஆப்கன் படையெடுப்புக்குப் பிறகு அமெரிக்க அதிபரான ரீகன் ஒரு ஒப்புக்குக் கூட சோவியத்துடன் நல்லுறவு கொள்ளக்கூடியவராக இல்லை. அத்தேசத்தை 'சாத்தான் தேசம்' என்று வருணித்திருந்தார் ரீகன். ஆப்கன் யுத்தத்தில் ஒரு வெற்றியைப் பெற முடிந்தால்மட்டுமே அமெரிக்கா விஷயத்தில் சோவியத் மக்களின் நல்லபிப்பிராயத்தைப் பெறமுடியும் என்கிற நிலையில் இருந்தார் பிரஷ்னேவ்.

ஆனால் ஆப்கனிலோ, யுத்தம் வெகு கோரமான கட்டத்தைத் தொட்டிருந்தது. தினசரி போர்க்களத்தில் இறந்துவிழும் சோவியத் வீரர்களின்உடல்கள்பெட்டிகளில்எடுத்துவரப்படும்போதெல்லாம் பிரஷ்னேவுக்கு எதிரான கலகக் குரல்கள் அங்கே மிக அதிகம்

மேலோங்கி ஒலிக்கத் தொடங்கியிருந்தது. என்னடா இது, கம்யூனிஸ்டு தேசத்தில் மக்கள் கூடக் குரல் கொடுக்கிறார்களே, பதிலுக்குத் தம்மால் ஒன்றும் செய்ய முடியாதபடிக்கு கட்சியிலும் ஆதரவாளர் எண்ணிக்கை வெகுவாகக் குறைந்துவிட்டதே என்று அவர் கவலைப்படத் தொடங்கினார்.

கவலைப்பட்டால் உடம்பு கெட்டுப்போகுமில்லையா? அப்படித்தான் ஆனது பிரஷ்னேவுக்கு. போதாதகுறைக்கு சோவியத்தின் உற்ற தோழனாக ஆரம்பத்திலிருந்து இருந்துவந்த சீனாவும் அமெரிக்காவின் பக்கம் மிக பலமாகச் சாய்ந்து கிட்டத்தட்ட அமெரிக்காவின் ஆசிய ஏஜெண்ட் மாதிரியே நடந்துகொள்ளத் தொடங்கியதிலும் அவருக்கு வருத்தம். (சீனா எப்படி, எதனால், ஏன் அமெரிக்க ஆதரவு தேசமானது என்பது மிகப் பெரிய கதை. இந்தத் தொடரில் அதை எழுத ஆரம்பித்தால் சிந்துபாத் ஆகிவிடும். இந்த விஷயங்கள் நடைபெறும் காலத்தில் சீனா அமெரிக்க ஆதரவு தேசம் என்கிற தகவல் மட்டும் இப்போது போதும்!)

இந்தமாதிரி நிறைய பொதுக்கவலைகளால் உடம்புக்கு சொஸ்தமில்லாமல் போன பிரஷ்னேவ் கடைசியில் நவம்பர் 1982ம் வருஷம் இறந்துபோனார். ஆப்கனில் ஒசாமா பின் லேடன் தலைமையிலான போராளிக்குழுவினரின் தாக்குதல் அதன் உச்சகட்டத்தை எட்டியிருந்த நேரம் அது.

அடுத்தடுத்த சிறு வெற்றிகளால் போராளிகள் எப்படியும் சோவியத்தை ஒழித்துவிட முடியும் என்கிற தீர்மானத்தில் இருந்தார்கள். போதாக்குறைக்கு வெள்ளமாகப் பணத்தைவேறு அமெரிக்கா அள்ளிக்கொடுத்துக்கொண்டிருந்தது. அமெரிக்கா மட்டுமல்லாமல், சோவியத் விரோத தேசங்களான இங்கிலாந்தும் சவுதி அரேபியாவும் கூட ஆப்கன் முஜாகிதீன்களுக்கு எக்கச்சக்கமாக உதவிகள் செய்ய ஆரம்பித்தார்கள்.

அந்தச் சமயத்தில் சோவியத் கம்யூனிஸ்ட் கட்சியின் புதிய ஜென்ரல் செகரட்டரியாகப் பொறுப்பேற்க வந்தார் யூரி ஆந்த்ரபோவ். ஸ்டாலின் காலத்து ஆசாமி. இவர் பதவிக்கு வந்த புதிதில் யுத்தத்தில் நிச்சயம் சோவியத் யூனியன் தோற்றுவிடும் என்கிற அளவுக்கு நிலைமை மிக வேகமாக மோசமாகத் தொடங்கியது.

சொல்லப்போனால் ஒசாமாவின் வீரதீர பராக்கிரமங்கள் முழுவதுமாக அமெரிக்காவுக்குத் தெரியத்தொடங்கியதே இந்தக் காலகட்டத்தில்தான்.

6. முதல் கொலை

1979 வாக்கில் சாவகாசமாக ஆரம்பிக்கப்பட்ட ஆப்கன் யுத்தம் நான் ஸ்டாப்பாக அடுத்தப் பத்து வருஷங்கள் அந்த தேசத்தை பஜ்ஜி பண்ணிவிட்டது. சீன் பை சீன் விவரித்துக்கொண்டே போவதென்றால் கன்னித்தீவு கதையாகிவிடும். அமெரிக்காவும் சோவியத் யூனியனும் முட்டிக்கொண்டன; இந்தத்தடவை சோவியத் யூனியன் தோற்றது என்று ஒரு வரியில் சொன்னாலும் தருமமில்லை. கொஞ்சம் அவுட்லைன் பார்த்துவிட்டு, இந்த யுத்தத்தைத் தொடர்ந்து அமெரிக்காவுக்குள் நுழைந்த இஸ்லாமியத் தீவிரவாத இயக்கங்களை நாம் கவனித்தாகவேண்டும். சரியா?

ஏற்கெனவே டாக்டர் அப்துல்லா அசம் அமெரிக்காவுக்கு ஒரு சுற்றுப்பயணம் மேற்கொண்ட கதையைப் பார்த்தோம். பின்லேடன் பாகிஸ்தானில் உட்கார்ந்து தர்பார் நடத்தத் தொடங்கியபோது டாக்டர் அப்துல்லாவின் அமெரிக்க விஜயம் நிகழ்ந்தது.

சுற்றுப்பயணம் என்றால் சும்மா ஊர் சுற்றிப்பார்க்கிற சங்கதி இல்லை. தமது அமைப்பின் கிளைகளை அமெரிக்காவெங்கும் திறந்தது, நிதி வசூல் செய்தது, ஆப்கன் யுத்தத்துக்கு ஆள் திரட்டியதோடு மட்டுமல்லாமல், கொஞ்சம் அங்கே கால் ஊன்றிக்கொண்டதும் இன்னும் சில காரியங்களையும் ஆரம்பித்தார் டாக்டர் அப்துல்லா.

அடிப்படையில் அவருக்குக் கிருத்தவர்களைப் பிடிக்காது. யூதர்களை அறவே பிடிக்காது. ஆனால் கிருத்தவ நாடான அமெரிக்காவை விட்டால் தன் காரியங்கள் தடையில்லாம் நடக்க உதவக்கூடியவர்கள் வேறு அதிகம்பேர் தேறமாட்டார்கள் என்று அவர் நினைத்ததால்தான், அவர் அமெரிக்காவில் இருந்த காலங்களில் தமது வழக்கமான கிருத்தவ விரோத சொற்பொழிவுகளை நிறுத்திக்கொண்டு, வெறும் இஸ்லாமிய சகோதரத்துவ வகுப்புகள் மட்டும் எடுக்க ஆரம்பித்தார்.

அமெரிக்காவுக்கு இந்த முல்லாவைப்பற்றி மிக நன்றாகத் தெரியும். அவரது கிருத்தவ விரோத மனப்பான்மை உட்பட. ஆனால்

பொது எதிரியான சோவியத் யூனியனை ஒழிப்பதற்கு இந்த இஸ்லாமியத் தீவிரவாதிகளின் உதவி அத்தியாவசியம் என்று அதிபர் ரீகன் அப்போது நினைத்தார். அதனால்தான் அப்துல்லா பாய் தடையில்லாமல் தன் ஜோலிகளை அங்கே பார்த்துக்கொள்ள முடிந்தது. குறிப்பாக, பிற இஸ்லாமியத் தீவிரவாத இயக்கத் தலைவர்களுடன் தொடர்பு கொள்ளவும் அமெரிக்காவில் அவர்களுடைய ஆபீஸ்களைத் திறக்கவும் ஊக்கப்படுத்தி அழைத்துவர ஆரம்பித்தார் அப்துல்லா.

இதையும் அமெரிக்க அதிபர் தடைசெய்யவில்லை. சும்மா ஆபீஸ் திறந்து, பொதுக்கூட்டங்கள்தானே போடப்போகிறார்கள், தாராளமாகச் செய்யட்டும் என்று கண்டுகொள்ளாமல் இருந்துவிட்டார்.

அங்கே ஆப்கனில் யுத்தம் மிகத்தீவிரமாக நடக்கத் தொடங்கிவிட்ட எண்பதுகளின் மத்தியில் இங்கே அமெரிக்காவில் டாக்டர் சாகிப் தன் நெருங்கிய சகாவான, பாலஸ்தீனத்தைச் சேர்ந்த தமீம் அல் அத்னானி என்பவரை அமெரிக்கா வரவழைத்து, இரண்டுபேருமாக மிகத்தீவிரமாக வட அமெரிக்கக் கண்டம் முழுவதும் ராட்சஸ சுற்றுப்பயணம் மேற்கொண்டார்கள்.

பல அமெரிக்க முஸ்லிம் இளைஞர்கள் ஆர்வமுடன் டாக்டர் அப்துல்லாவின் தலைமையின்கீழ் இஸ்லாமிய விடுதலை இயக்கத்தில் இணையத் தயாராயிருந்தபோதும் பிராந்தியவாரியாக அவர்களிடம் ஒரு ஒருங்கிணைப்பை ஏற்படுத்த இயலாததை அவர் கவனித்தார்.

என்ன செய்யலாம் என்று யோசித்தவருக்கு உடனே தோன்றிய யோசனை, ஒரு பத்திரிகை. அல்-ஜிஹாத் என்றொரு பிரசாரப் பத்திரிகையை ஆரம்பித்தார் டாக்டர் அப்துல்லா. இந்தப் பத்திரிகைக்கு அப்துல்லாதான் ஆசிரியர், பதிப்பாளர் எல்லாம். ஆனால் நிதி உதவி செய்தது முழுக்க ஒசாமா பின் லேடன். நம்மூரில் என்.ஆர்.ஐ. முதலீடுகள் அதிகம் நடக்கிறதல்லவா? அந்தமாதிரி அன்றைக்கு அமெரிக்காவுக்கு வெளியே பல்லாயிரம் கிலோ மீட்டர்கள் தொலைவில் உட்கார்ந்துகொண்டு, அமெரிக்காவுக்குள் ஒரு இஸ்லாமியப் பத்திரிகை தொடங்குவதற்கு ஃபைனான்ஸ் செய்ய ஆரம்பித்தார் ஒசாமா.

அப்துல்லா- ஓசாமாகூட்டணியின் 'புனிதயுத்த' நடவடிக்கைகளுக்கு சூறாவளி சுற்றுப்பயணங்களைவிட இந்தப் பத்திரிகை அன்று *(1985ல்)* மிகவும் கைகொடுத்தது. இந்தப் பத்திரிகையின் வெளிதேசத்து சந்தாதாரர்களின் உதவியுடன் டாக்டர் அப்துல்லா பிரிட்டன், பிரான்ஸ், ஜெர்மனி, ஸ்வீடன், நார்வே போன்ற பல ஐரோப்பிய நாடுகளிலும் தன் கிளை அலுவலகங்களை வெகு விரைவில் திறக்க முடிந்தது.

ஏற்கெனவே ஆப்கன் மீதான சோவியத்தின் படையெடுப்பில் கடுப்படைந்திருந்த இந்த ஐரோப்பிய நாடுகள் நேரடியாகவும் மறைமுகமாகவும் இந்தத் தீவிரவாத இயக்கங்களுக்குத் தத்தம் தேசங்களில் சகல சௌபாக்கியங்களுடனும் கூடாரம் அமைத்துக்கொள்ள புறம்போக்கு நிலத்தை தானமளித்தன. நிலம் கொடுத்ததோடு மட்டுமல்லாமல் நிறைய பணமும் கொடுத்தன. குறிப்பாக, பிரிட்டன்.

அன்றைக்குத் தொடங்கியதுதான் இந்த வழக்கம். அமெரிக்கா என்னவெல்லாம் செய்கிறதோ, அதை அப்படியே போட்டோகாப்பி எடுத்தது பிரிட்டன். எந்த தேசத்தை இரண்டு நூற்றாண்டுகள் முன்னால் அடிமைப்படுத்தி வைத்திருந்ததோ, அதே தேசத்தின் கௌரவ அடிமையாக இனி பிழைப்பை நடத்துவது என்று பிரிட்டன் முடிவு செய்தது துரதிருஷ்டம் தான். ஆனால் இதற்கான காரணங்கள் மிகப்பல. இந்தத் தொடருடன் அது சம்பந்தமில்லாதது என்பதால் நாம் மீண்டும் விஷயத்துக்கு வருவோம்.

டாக்டர் அப்துல்லா ஆரம்பித்த அல்-ஜிஹாத் பத்திரிகை அன்றைக்குச் சரியாக ஐம்பதாயிரம் பிரதிகள் விற்றன. இதில் சுமார் முப்பதாயிரம் பிரதிகள் வட அமெரிக்காவில் மட்டுமே விற்றன. மிச்சப்பிரதிகளை கடல்வழியே மேற்சொன்ன ஐரோப்பிய தேசங்களுக்கு அனுப்பினார்கள்.

இந்தப் பத்திரிகை அமெரிக்க இஸ்லாமியர்களிடையே மிகப்பெரிய தாக்கத்தை உண்டாக்கியது. அட்லாண்டா, பாஸ்டன், சிகாகோ, ப்ரூக்ளின், ஜெர்ஸி சிட்டி, பிட்ஸ்பர்க், டக்சன் போன்ற பகுதிகளில் இருந்த மசூதி வளாகங்களெல்லாம் வரிசையாக டாக்டர் அப்துல்லாவின் பயிற்சி வகுப்புக் களங்களாக மாறின. வகுப்புக்கு வருகிற அத்தனைபேர் கரங்களிலும் இந்த 'ஆல் கலர்

- ஆஃப்செட் பிரிண்டட் - அரபி மேகசின்' கட்டாயம் இருந்தது. உலகெங்குமுள்ள இஸ்லாமிய சமூகத்தினர் பற்றிய செய்திகளைத் தாங்கி வந்த பத்திரிகையாயினும் பிரதானமாக ஆப்கன் யுத்த விவரங்களே அதில் அதிகம் ஆக்கிரமித்தன. அட்டகாசமான பிரத்தியேகப் படங்களும் போர்முனை சிறப்புக்கட்டுரைகளும். தவிரவும் இஸ்லாமியச் சிந்தனையாளர்களின் உலகில் முடிசூடா மன்னர்கள் என்று அறியப்பட்ட அத்தனை முல்லாக்களும் அல் - ஜிஹாதில் கட்டுரைகள் எழுதினார்கள். எல்லாக் கட்டுரைகளும் இஸ்லாத்துக்கு எதிராக மேற்கத்திய நாடுகளில் இழைக்கப்படும் அநீதிகள் பற்றிய விரிவான விவரங்கள் இருந்தன.

இப்போதாவது ரீகன் சுதாரித்திருக்கலாம். செய்யவில்லை. எத்தனைதூரம் போகிறார்கள் பார்க்கலாம் என்று அப்போதும் அவர் சும்மாதான் இருந்தார்.

ஆரம்பித்த ஆறேழு மாதங்களுக்குள்ளேயே "இஸ்லாத்துக்கு எதிராக நடந்துகொள்வோர் யாராயிருந்தாலும் சுட்டுத்தள்ள ஒட்டுமொத்த இஸ்லாமிய சமூகமும் துப்பாக்கி ஏந்தவேண்டும்" என்கிற அறைகூவல் அந்தப் பத்திரிகையில் வெளியானது. இதையும் அமெரிக்க அதிபர் கண்டுகொள்ளவில்லை.

மாறாக டாக்டர் அப்துல்லாவின் அமெரிக்க வருகைக்குப் பிறகு துணிச்சலடைந்து அமெரிக்காவில் கால்வைத்த ஹமாஸ் உள்ளிட்ட பல்வேறு பயங்கரவாத இயக்கங்களுக்கும் அமெரிக்கா தொடர்ந்து அடைக்கலம் தரத்தொடங்கியது.

மறுபுறம் பாலஸ்தீனத்து காஸா பகுதியில் வேர்கொண்ட ஹமாஸின் தலைமையகத்துக்கு வெடிகுண்டுகளையும் டைம் பாம்களையும் கண்ணிவெடிகளையும் இன்னபிற அதிபயங்கர ஆயுதங்களையும் அமெரிக்க - தனியார் ஆயுத உற்பத்தியாளர்களிடம் வாங்கி, கடல்வழியே அனுப்பத் தொடங்கியிருந்தார்கள், அப்துல்லாவின் சிஷ்யகோடிகள். இதையும் கண்டும் காணாமல் விட்டுவிடத் தயாராக இருந்தது அமெரிக்கா.

பாம்புக்கு ஒரு கிளாஸ் பால் அல்ல; ஒரு பால் பண்ணையையே வார்த்துக்கொண்டிருக்கிறோம் என்று அப்போது அமெரிக்க அரசுக்குத் தெரியவில்லை. சோவியத் என்கிற மாபெரும் பூதம் அதன் கண்ணை அப்படி மறைத்துவைத்திருந்தது.

ஆப்கனில் சோவியத்தை முழுத்தோல்வி அடையச் செய்துவிட்டால், இங்கே இருக்கிற அத்தனை தீவிரவாத அமைப்புகளையும் திரட்டிக்கொண்டுபோய் ஆப்கனிஸ்தானில் தன் எல்லைக்காவல் ஐயனார் மாதிரி உட்கார்த்திவைத்துவிடலாம் என்பது அமெரிக்காவின் கணக்கு. அப்படி எல்லா தீவிரவாத அமைப்புகளின் ஹெட் குவார்ட்டர்ஸ் மாதிரி ஆப்கனிஸ்தான் ஆகிவிட்டால், கிழக்கே சோவியத்தோ, வேறு எந்த ஒரு தேசமோ தன் தயவின்றி எதுவும் செய்துவிடமுடியாது என்பதுதான் அந்தக் கணக்கின் அடிப்படை ஃபார்முலா. மேலும் தன்னிடம் உதவிபெறும் தீவிரவாத இஸ்லாமிய அமைப்புகளை வைத்தே மத்தியக்கிழக்கு தேசங்களின் எண்ணெய் வர்த்தகம் முழுவதையும் தன் கட்டுப்பாட்டுக்குள் கொண்டுவந்துவிடமுடியும் என்று நினைத்தார்கள். ஒன்றுக்குள் ஒன்றாக இந்தமாதிரி கோடி கணக்குகளைப் போட்டுத்தான் அப்படியொரு விபரீத முடிவெடுத்தது அமெரிக்கா.

அதனால்தான் டாக்டர் அப்துல்லாவின் காரியங்களும் எந்தத் தடையுமின்றி ஜோராக நடந்துகொண்டிருந்தன.

ஆச்சா? பணம் கொட்டத்தொடங்கிவிட்டது. படைபலம் அதிகரிக்கத் தொடங்கிவிட்டது. நெட் ஒர்க் பலப்படத் தொடங்கிவிட்டது. ஆதரவாளர்கள், ஃபைனான்ஸியர்கள், உளவு சொல்கிறவர்கள், ஊர் சுற்றிக்காட்டுகிறவர்கள் என்று வேண்டிய அத்தனை சௌகரியங்களையும் அமெரிக்காவுக்குள்ளேயே பெற்றுவிட முடிந்துவிட்டது.

அப்புறமென்ன?

விஷயம், இங்கே தான் விவகாரமாகத் தொடங்கியது. என்னதான் அமெரிக்காவில் உட்கார்ந்துகொண்டு டாக்டர் அப்துல்லா காரியங்கள் ஆற்றிக்கொண்டிருந்தாலும் அங்கே யுத்த களத்தில் படைகளை வழிநடத்தி, சோவியத்தை தினசரி ஒரு தோல்விக்கு ஆளாக்கிக்கொண்டிருந்த ஒசாமா தான் உண்மையான ஹீரோ.

ஆனால் இது யாருக்குத் தெரியும்? மக்கள் மத்தியில் அப்துல்லாதான் பிரபலம். பிரபலம் என்றால் சாதாரணப் பிரபலமல்ல. உலகெங்கும் இருந்த அத்தனை இஸ்லாமியர்களுக்கும் அவரைத்

தெரியும். அப்துல்லா சாஹேப் போட்டோக்களுக்கு போஸ் கொடுக்கமாட்டார். பத்திரிகைகளுக்கு பேட்டி கொடுக்கமாட்டார். எல்லாம் அறிக்கைகள்தான். தன் கருத்துகளைத் தன் பத்திரிகையில் தான் பிரதானமாக எழுதுவார். ஆனால் பொதுக்கூட்டங்கள் அவரது பிரதானமான ஆயுதங்களாக விளங்கின. மேடை ஏறிவிட்டால் மனுஷன் மழை மாதிரி பொழிந்துகொண்டே இருப்பார், மணிக்கணக்கில். கேட்கிற எல்லாருக்கும் ரத்தம் சூடேறிவிடுவது நிச்சயம். இந்தப் பிரத்தியேகத் திறமையை வைத்துக்கொண்டிருந்ததால் அவர் இஸ்லாமிய சமூகத்தினரின் 'கண்காணாத' மீட்பர் ஆனார்.

ஒசாமாவுக்கு இது பிடிக்கவில்லை. அப்துல்லா, தன் சுய பப்ளிசிடியில் தான் கவனம் செலுத்துகிறார்; ஜிகாத் அவருக்கு ரெண்டாம் பட்சம் தான் என்று அவர் சொல்ல ஆரம்பித்தார். இன்றைக்கு இருப்பதுமாதிரி எண்பதுகளில் தகவல் தொடர்பு அத்தனை வளர்ச்சியடையாததால் ஈமெயில் மூலமோ, ஏர்மெயில் மூலமோ ஒசாமாவின் இந்தக் கமெண்ட் அப்துல்லாவை - நல்லகாலமாக - உடனே போய்ச் சேரவில்லை. ஆனாலும் இருவருக்கும் என்னவோ கசமுசா இருக்கிறது என்பது மட்டும் அரசல் புரசலாக வெளியே தெரியத் தொடங்கிவிட்டது. அடுத்த ரெண்டு மூணு வருஷங்களில் இந்த 'கருத்து வேறுபாடு' ரொம்பப் பெரிதாகவும் ஆகிவிட்டதாகப் பலபேர் பேசிக்கொண்டார்கள்.

சேச்சே, அதெல்லாம் இல்லையே? என்று அப்துல்லாசாப் அமெரிக்காவிலிருந்து ஒரு பேட்டியில் சொன்னார். ஒசாமாவிடம் கருத்துக் கேட்கவெல்லாம் முடியாது. அவர் எங்கே இருக்கிறார் என்றே யாருக்கும் தெரியாது. ஆகவே அப்துல்லா சொன்னதையே இறுதித் தீர்ப்பாக மீடியா எடுத்துக்கொண்டது.

இந்த விஷயத்தில் ஒசாமாவின் 'கருத்து வேறுபாடு' எத்தனை தூரத்துக்குப் புறையோடிப் போயிருந்தது என்பது பின்னால் *1989*ம் வருஷம் தான் தெரிந்தது. ஒரு திட்டமிட்ட, குறிதப்பாத குண்டுவெடிப்பில் டாக்டர் அப்துல்லா அசம் உயிரிழந்தார். வழக்கமான ஒசாமா ஸ்டைலில் முதலில் மறுப்பும் பிறகு தன்னால் தகவலும் வெளிவந்தன.

தனக்கு நண்பராகவும் வழிகாட்டியாகவும் இருந்த அப்துல்லாவைக் கொடூரமாகக் கொன்றதன்மூலம் ஒசாமா தன் முதல் 'பிரபலப் படுகொலை' வைபவத்தை உலகுக்கு அடையாளம் காட்டினார்.

அமெரிக்காவுக்கே போகாமல் ஆப்கனில் இருந்தபடியே, அமெரிக்காவிலிருந்த இஸ்லாமியப் பயிற்சிப் 'பட்டறை'களின் நிர்வாகத்தைத் தனது நேரடி கட்டுப்பாட்டுக்குள் கொண்டுவந்தார். (ஒசாமாவின் முதல்நிலை லெஃப்டினெண்ட் என்று அறியப்படுகிற அப்துல் மோஸ் அல் ஜவாஹரி இரண்டுமுறை இக்காரியமாக அமெரிக்காவுக்குச் சென்று வந்திருப்பதாகத் தெரிகிறது.)

அதே சமயத்தில் அல்கொய்தா தவிர குறைந்தபட்சம் எட்டு அல்லது ஒன்பது இஸ்லாமியத் தீவிரவாத இயக்கங்கள் வட அமெரிக்காவில் மையம் கொண்டு, ஆழமாக நங்கூரம் பாய்ச்சியிருந்தன!

7. வேர்கள் பரவுகின்றன

எண்பதுகளில் அமெரிக்காவில் இஸ்லாமியத் தீவிரவாத இயக்கங்கள் வேர் கொள்ளத் தொடங்கிய விஷயம், அந்நாட்டின் சரித்திரத்தில் மிக முக்கியமானதொரு அம்சம். இந்தியாவில் இல்லையா, பாகிஸ்தானில் இல்லையா, இஸ்தான்புல்லில் இல்லையா என்று கேட்கலாம்.

எல்லா ஊரிலும் தீவிரவாத இயக்கங்கள் உண்டுதான். ஆனால் அமெரிக்காவில் கால் ஊன்றுவதற்கும் காரியம் பார்ப்பதற்கும் இந்த இயக்கங்களுக்குக் கிடைத்த வாய்ப்புத்தான் இன்றைக்கு சர்வதேச அளவில் அத்தனை தீவிரவாத இயக்கங்களும் வலுவான நெட் ஒர்க் ஒன்றை உருவாக்கிக்கொண்டு, அமெரிக்காவில் இருந்தபடிக்கே அமெரிக்காவுக்கு சவால் விடக்கூடிய அளவுக்கு வளர்ந்திருக்கின்றன. அன்றைக்கு ஆரம்பத்திலேயே இந்த இயக்கங்களின் வால்களை அமெரிக்கா ஒட்ட நறுக்கியிருக்குமானால் இப்போது 'தீவிரவாதத்துக்கு எதிரான யுத்தம்' என்று புதுசாக ஒரு கொடி பிடித்துக்கொண்டு ஊர் ஊராக தீர்த்தயாத்திரை போய்க்கொண்டிருக்கவேண்டியிராது.

சென்ற இதழில், அல்கொய்தா தவிர மேலும் எட்டு ஒன்பது தீவிரவாத இயக்கங்கங்கள் அமெரிக்காவில் வலுவாகக் கால் ஊன்றியிருப்பதாகப் பார்த்தோம். அவற்றில் மிக முக்கியமான இரண்டு அமைப்பைப் பற்றி அவசியம் தெரிந்துகொள்ளவேண்டும். ஒன்று ஹமாஸ். இன்னொன்று பாலஸ்தீனியன் இஸ்லாமிக் ஜிகாத் என்கிற அமைப்பு. இந்த இரண்டு அமைப்புகளும், அல்-கொய்தா பாப்புலராவதற்கு முன்னாலிருந்தே அமெரிக்காவில் தம் திருப்பணிகளை ஆரம்பித்துவிட்டன.

திருப்பணி என்றால் மூன்று காரியங்கள். முதலாவது, நிதி திரட்டுவது. இரண்டாவது ஆள் சேர்ப்பது. மூன்றாவது ஆயுதக்கடத்தல்.

இதில் முதல் இரண்டு விஷயங்களை மிக வெளிப்படையாகவே செய்தார்கள். ஆயுதக்கடத்தல் மட்டும் ரகசியமாக நடந்தது. அதாவது அமெரிக்க அரசுக்குத் தெரியாமல்.

அப்போது அமெரிக்க அரசுக்கும் இந்தத் தீவிரவாத இயக்கங்களுக்கும் இருந்த எழுதப்படாத ஒப்பந்தம் அப்படிப்பட்டது. கிழக்கு நாடுகளில் புரட்சிகள் செய்ய, குழப்பங்கள் விளைவிக்க, தன் காரியங்கள் தடையின்றி நடைபெற இந்தக் குழுக்களின் வளர்ச்சி அவசியம் என்று அமெரிக்கா நினைத்தது. அதாவது தனது அடியாள் மாதிரி இவர்களை வைத்துக் கொள்ளலாம் என்று நினைத்தார்கள்.

தீவிரவாதக் குழுக்களுக்கோ, அமெரிக்காவில் ஆபீஸ் போட்டு உட்கார்ந்தால்தான் தமது சொந்தத் தேவைகளைத் தடையின்றித் தீர்த்துக்கொள்ள முடியும் என்பதால் அமெரிக்க அரசின் சட்ட திட்டங்களுக்குக் கட்டுப்பட்டு நடப்பதுபோல மேல்வேஷம் போட்டுக்கொண்டு, அண்டர் கிரவுண்டில் ஆயுதம் கடத்த ஆரம்பித்தார்கள்.

உண்மையில் எந்த ஒரு இஸ்லாமியத் தீவிரவாதக் குழுவுக்கும் அமெரிக்காவின் மேல் நல்லபிப்பிராயம் கிடையாது. இப்போதல்ல; எப்போதுமே. அமெரிக்காவின் அடாவடித் தனங்களை, அத்தேசத்திலிருந்தே உதவிகள் பெற்று அடக்கவேண்டும் என்பதுதான் தீவிரவாதக் குழுக்களின் நோக்கம். டாக்டர் அப்துல்லா அசம் நடத்திய பத்திரிகை இந்தச் செய்தியைத்தான் மறைமுகமாகத் தொடர்ந்து வலியுறுத்திவந்தது. அது, உலக இஸ்லாமிய சமூகத்தினருக்குப் புரிந்ததே தவிர அமெரிக்க அரசுக்கோ, அதன் உளவு அமைப்புகளுக்கோ ஆரம்பத்தில் புரியவில்லை. தத்தியாகத்தான் இருந்திருக்கிறார்கள்.

எண்பதுகளின் மத்தியில் தான் முதல் முறையாக ப்ரூக்ளின் நகரில் அல்-ஃபரூக் மசூதியில் எஃப்.பி.ஐ கொஞ்சம் ஆயுதங்களைக் கண்டுபிடித்து,அதிர்ந்தது. அந்த மசூதி தீவிரவாதிகளின்அதிகாரபூர்வ ஆபீஸ் மாதிரியே அங்கே அப்போது செயல்பட்டுவந்தது. சும்மா பேப்பர்கள், பத்திரிகைகள், கொடிகள் கிடைக்கலாம் என்று நினைத்த உளவுத்துறையினருக்கு பளபளவென்று துப்பாக்கிகளும் வெடிபொருட்களும் அகப்பட்டபோதுதான் முதல்முறையாக அமெரிக்க அரசு விழித்துக்கொண்டது.

ஆனால் அவர்களுக்கு அமெரிக்காவில் எந்த சதித்திட்ட நோக்கமும் இல்லை என்று அமெரிக்க நீதிமன்றம் சொல்லிவிட்டதால் மேற்கொண்டு அதைத் தோண்டித் துருவமுடியவில்லை.

அதிகாரபூர்வமாக ஆராயமுடியாததால், எஃப்.பி.ஐ. ரகசியமாக அந்த மசூதியை நோட்டமிடத் தொடங்கியது.

சில காலத்துக்குள்ளேயே அங்கே என்னென்ன நடக்கிறது என்கிற விவரங்கள் சாரிசாரியாக வந்து குவியத் தொடங்கின.

1. பத்திலிருந்து பத்தாயிரம் டாலர்கள் வரை சலிக்காமல் நிதிவசூல்.

2. மத்தியக் கிழக்கு தேசங்களில் மிகத் தீவிரமாக இயங்கிவந்த ஹமாஸ் இயக்கத்துக்கு திருட்டுக் கப்பல்களில் ஆயுத சப்ளை.

3. தன்னார்வ இஸ்லாமிய இளைஞர்கள் அமெரிக்காவுக்கு வந்து பயிற்சிபெறத் தோதாக பாஸ்போர்ட் தில்லுமுல்லுகள்.

4. இரண்டு தலைமுறைகளாக அமெரிக்காவிலேயே வசிக்கிற அராபிய சமூகத்திலிருந்து இளைஞர்களைப் பொறுக்கியெடுத்து 'ஜிகாத்'தில் பங்குபெற மூளைச் சலவை.

5. அப்படி பங்குபெற்று, பயிற்சியும் பெற்ற இளைஞர்களை ரகசியமாக ஆப்கனிஸ்தான், போஸ்னியா, பிலிப்பைன்ஸ், எகிப்து, அல்ஜீரியா, பாலஸ்தீன் மற்றும் இந்தியாவில் காஷ்மீர் - ஆகிய இடங்களுக்கு அனுப்புதல்.

இந்த ஐந்து காரியங்கள் அந்த அல்-ஃபருக் மசூதி வளாகத்திலிருந்து தொடர்ந்தும் தீவிரமாகவும் செயல்படுத்தப்பட்டன.

இதில் நிதிவசூலுக்கு அவர்கள் கையாண்ட உத்திதான் அமெரிக்க உளவுத் துறையை மூக்குமேல் விரல் வைக்கச் செய்தது.

சாதுவாக ஒரு பொதுக்கூட்டம் ஏற்பாடு செய்வார்கள். யாராவது உள்ளூர் பிரமுகர்களின் தலைமையில் சில இஸ்லாமியப் பெரியவர்கள் முதலில் மதம் சார்ந்த விஷயங்களை மட்டும் பேசுவார்கள். கூட்டத்தின் இறுதிப்பேச்சாளர் மட்டும் தீவிரவாத இயக்கத் தொடர்பு கொண்டவராக இருப்பார். ரத்தம், நரம்பெல்லாம் சூடேறும் விதத்தில் பேசக்கூடிய திறமை பெற்றவராக இருக்கவேண்டும் என்பது முக்கியம்.

அவர் தன் பேச்சில், உலகெங்கும் இஸ்லாமிய சமூகத்துக்கு எதிராக நடக்கிற யுத்தங்களால் எத்தனை அப்பாவிப் பெண்கள் விதவைகளாகியிருக்கிறார்கள் என்று ஊர் வாரியாகப் பட்டியல் வாசிப்பார். அதற்கான ஆதாரங்களையும் மேடையிலேயே காட்டுவார். மைக் முன்னால் நின்றபடிக்குக் கதறி அழுவார்.

கண்ணீர் சிந்துவார். உடனே சீறியும் எழுவார். உணர்ச்சி மயமான ஒரு ஓரங்க நாடகமே நடக்கும்.

அந்த அப்பாவி விதவைப் பெண்களின் மறுவாழ்வுக்காக நிதி கொடுங்கள் என்று ஆண்டவன் பெயரால் கேட்பார். உடனே துணியேந்தி கூட்டத்தில் பலபேர் வலம் வருவார்கள். குறைந்தபட்சம் ஒரு டாலர் நோட்டு. அதிகபட்சம் கத்தை கத்தையாகவும் விழும்.

மேற்சொன்ன ஓரங்க நாடகப் பேச்சாளர்களுக்கு சிறப்புப் பயிற்சி கொடுத்து பழக்கப்படுத்தியிருந்தது அல்-ஃபருக் மசூதி நிர்வாகக் குழு.

அவர்கள் பேச்சில் பொய் இல்லை என்பதை கவனியுங்கள். உலகெங்கும் பல இஸ்லாமியப் பெண்கள் அப்போது விதவைகளாகிக் கொண்டுதானிருந்தார்கள். ஆனால் எந்தப் பெண்கள்?

தீவிரவாதக் குழுக்களில் சேர்ந்து யுத்தத்தில் இறந்தவர்களின் மனைவிகள்தான் அவர்கள்!

ஆனால் இதைமட்டும் பேச்சாளர் தவறியும் சொல்லமாட்டார். யாரோ இரண்டு தரப்பு அடித்துக்கொண்டதில் நடுவில் இறந்த இஸ்லாமியரின் மனைவி என்பது போலத்தான் பேச்சு இருக்கும்.

இது விளையாட்டல்ல! மிகத்தீவிரமாக இதே பேச்சு 1980லிருந்து ஆரம்பித்து 1986வரை அமெரிக்காவின் சுமார் 15 மாகாணங்களில் மாதத்துக்குக் குறைந்தது பத்துக் கூட்டங்களிலாவது பேசப் பட்டிருக்கிறது. எக்கச்சக்கமாக நிதி வசூலும் நடந்திருக்கிறது.

ஆனால் மிரட்டியோ, பயமுறுத்தியோ யாரிடமும் நிதி வசூலிக்கப்பட்டதில்லை. கட்டாய நிதிவசூல் அறவே இல்லை. பெரிய தொழிலதிபர்களுடன் பல சுற்றுப் பேச்சுவார்த்தைகள் நடத்தியாவது பைசா கறந்திருக்கிறார்களேதவிர, மிரட்டல் மூலம் ஒரு பைசா கூட எந்த இயக்கமும் அப்போது பெறவில்லை என்பது ஆச்சர்யமான உண்மை. மேலும் நிதியளிப்பவர்கள் அத்தனைபேருமே இஸ்லாமியர்கள் தான் என்பதால் - நிதியைத் தவிரவும் வேறு பல உபகாரங்கள் அவர்களுக்கு பொதுமக்களிடமிருந்து வேண்டியிருந்ததால் - இந்த விஷயத்தில் மிகவும் 'ஒழுக்கமாகவே' நடந்துகொண்டார்கள்.

அடுத்தது ஆள் எடுத்தல். இதை இரண்டு பிரிவாகப் பிரித்துக்கொண்டன, தீவிரவாத இயக்கங்கள். நேரடியாக ஜிகாத்தில் ஈடுபட முன்வந்து, பயிற்சி பெற்று வெளிநாடுகளுக்குப் போக ஒப்புக்கொள்ளும் இளைஞர்கள் ஒருவகை.

இரண்டாவது வகையினர், எந்த யுத்தத்துக்கும் போக விருப்பமில்லை; ஆனால் அமெரிக்காவில் - இருக்கிற இடத்திலிருந்தபடியே என்ன ஒத்தாசை வேண்டுமானாலும் செய்யத் தயார் என்று சொல்லுகிறவர்கள்.

இந்த இரண்டாவது ரகத்தைச் சேர்ந்த 'ஆதரவாளர்கள்' அமெரிக்காவில் மிக அதிகம் பெருகிவிட்டதுதான் அத்தேசத்தின் மாபெரும் பிரச்னையாகப் பின்னால் ஆகிப்போனது.

இந்த அமெரிக்கவாழ் தீவிரவாத இயக்க அனுதாபிகளுக்குப் போர்க்களம் போகவேண்டிய அவசியமில்லை. அவர்களிடம் அமெரிக்க பாஸ்போர்ட் இருப்பது ஒன்றுதான் அவர்களின் மிகப்பெரிய தகுதி.

அதை வைத்துக்கொண்டு உள்நாட்டில் அவர்களால் சுலபமாக எந்த இடத்துக்கும் போய்வரமுடியும். யாரும் சந்தேகப்படமாட்டார்கள். தகவல் தொடர்புக்கு, சரக்கு ஏற்றுமதி, இறக்குமதிக்கு, வெளிநாட்டு 'விருந்தாளி'களை வரவேற்று, பாதுகாப்பளிப்பதற்கு என்று அவர்களால் ஆகக்கூடிய காரியங்கள் மிக அதிகம். சொல்லப்போனால் தீவிரவாதிகளுக்கிடையே அவர்கள் ஒரு *First class citizen!* மதிப்பும் மரியாதையும் பலமாக இருக்கும்! (பின்னாளில் அமெரிக்காவில் நிகழ்ந்த தீவிரவாதத் தாக்குதல்கள் பலவற்றை வெற்றிகரமாகச் செய்து முடித்தவர்கள் இந்த அமெரிக்க பாஸ்போர்ட் வைத்திருந்த அரபு இஸ்லாமியர்கள்தான். கட்டக்கடைசியாக ட்வின் டவர்ஸ் தாக்குதல் வரை இவர்களின் பங்களிப்பு பிரதானமாக இருந்திருக்கிறது. இந்த விவரங்கள் பின்னால் வரும்.)

இவ்வாறாக ஹமாஸும் பாலஸ்தீனியன் இஸ்லாமிக் ஜிகாத் அமைப்பும் அமெரிக்க மண்ணில் கால் ஊன்றிக்கொண்டு தீவிரவாதம் வளர்க்க பாதைபோட்டுவைத்த நாளில்தான் அல்-கொய்தா அமெரிக்காவுக்குள் காலெடுத்து வைக்கிறது. அப்போதெல்லாம் அமெரிக்க உளவுத்துறைக்கு பின்லேடனின்

பேர்தான் தெரியும். ஆப்கன் யுத்தத்தில் அவரது பராக்கிரமங்களைப் பார்த்துத் தெரிந்துகொண்டது. 'கொஞ்சம் பெரிய ஆள்' என்கிற அளவுக்குத்தான் அதுவும் தெரியும். ஒசாமாவின் முழுப்பரிமாணங்கள் எதுவுமே அப்போது அமெரிக்காவுக்குத் தெரியாது.

ஆனால் ஒசாமாவுக்கு அமெரிக்காவைத் தெரியும். மிக நன்றாகத் தெரியும். அத்தேசத்தை ஆள்பவர்களின் நல்ல குணங்கள், குள்ளநரித்தனங்கள், அமெரிக்க உளவு அமைப்புகளின் திறமை, எங்கே சொதப்புவார்கள், எப்படி பிளேட்டைத் திருப்புவார்கள், என்ன செய்தால் சீறுவார்கள், எங்கே தொட்டால் அலறுவார்கள் என்று எல்லாமே தெரியும்.

அமெரிக்காவைப் பற்றித் தனக்கு முழுக்கத் தெரிந்ததுபோல தன்னைப் பற்றி அவர்களுக்கு முழுக்க ஏதும் தெரியக்கூடாது என்பதில் ஒசாமா மிகத் தெளிவாக இருந்தார். அதனால்தான் எத்தனையோ அழைப்புகள், கெஞ்சல்கள், வேண்டுதல்கள் வந்தபோதும் தான் நேரடியாக அமெரிக்காவுக்குப் போகாமல் தன் லெஃப்டினண்டுகளை மட்டும் அனுப்பி அங்கே தன் ஆபீஸ்களைத் திறக்கவைத்தார். தன்னுடைய ஒரு போட்டோ கூட வெளியுலகுக்குக் கிடைத்துவிடக் கூடாது என்று மிகக் கவனமாக இருந்தார்.

ஆப்கன் யுத்தம் நடந்த காலத்தில் எடுக்கப்பட்ட ஒசாமாவின் போட்டோ ஒன்றே ஒன்றுதான். குதிரைமீது அவர் பயணம் செய்யும் ஒரு படம். அதுவும் கொஞ்சம் மிட்-ஷாட் படம். ரொம்ப நெருக்கமாகப் பார்க்க முடியாது. அந்தப் படம் கூட எடுக்கப்பட்ட தினத்துக்கு வெகு காலத்துக்குப் பின்னால்தான் வெளியேவந்தது.

அந்தப் படம் வெளியே வந்தபோது ஆப்கன் யுத்தமெல்லாம் முடிந்து, ஒசாமா அமெரிக்காவுக்குத் தண்ணிகாட்ட ஆரம்பித்துவிட்டிருந்தார்.

'தேனிலவு முடிந்தது; குடும்ப வாழ்க்கை ஆரம்பித்திருக்கிறோம்' என்று சொல்லமுடியாமல் நேரடியாக குடும்ப நல கோர்ட்டில் விவாகரத்துக்குப் போகிற நிலைமையில் இருந்தது அமெரிக்கா!

8. வளைகுடா யுத்தம்: தொடக்கமும் துயரங்களும்

நாலைந்து அத்தியாயங்களாக நாம் ஆப்கனிஸ்தானிலேயே முகாம் போட்டு ஒசாமா பின் லேடனின் தாடியை உருவிக்கொண்டிருந்துவிட்டோம். இன்னும் அங்கே ரஷ்யப் படையெடுப்பு ஒரு முடிவுக்கு வராமல் இழுத்தடிக்கிறபடியால் கொஞ்சம் சானல் மாற்றி மீண்டும் வளைகுடாப் பகுதிக்கு இப்போது வரலாம். எண்பதுகளின் தொடக்கமல்லவா? வளைகுடா யுத்தத்துக்கான முஸ்தீபுகள் அங்கே படு ஜோராக ஆரம்பமாகிவிட்டன. மத்தியக் கிழக்கு நாடுகள் எல்லாம் வெட்டுப்பழி, குத்துப்பழி கொண்டு ஒருத்தரை ஒருத்தர் அடித்துக்கொள்ளத்தொடங்கிய இந்தச் சமயத்தில்தான் சத்தமில்லாமல் அமெரிக்கா அங்கே நிறைய காசு அறுவடை செய்தது. வளைகுடா நாடுகளின் பங்காளிச் சண்டை வெறியில் இந்த மூன்றாவது கையின் களவாடல் ரொம்ப நாள் வரைக்கும் வெளியே தெரியாமலேயே போய்விட்டது ஒரு பெரிய சோகம் தான்.

விஷயம் எப்போது ஆரம்பித்ததென்றால், ஈரான் மன்னர் ஷாவை விரட்டிவிட்டு அங்கே அயதுல்லா கோமேனி ஆட்சிக்கு வந்தபோது. ஈராக்கின் மன்னராக இருந்த ஷா, அங்கே 2500 ஆண்டுகளுக்கு மேலாகத் தொடர்ந்த பெர்சிய முடியாட்சியின் கட்டக்கடைசிக் கொழுந்து. அவர் ஆட்சியில் இருந்தவரை ஈரான் தான் அமெரிக்காவின் பிரதானமான மத்தியக்கிழக்கு பிசினஸ் கோட்டையாக இருந்தது. அவருக்கு அமெரிக்க அரசுடன் எப்போதுமே ஒரு நல்லுறவு இருந்துவந்தது. (இதற்காகப் பல தனிப்பட்ட சலுகைகளையும் சௌகரியங்களையும் ஷா பெற்றுவந்தார்.)

எழுபதுகளின் இறுதியிலேயே ஈரானின் எண்ணெய்வளம் பிற அத்தனை வளைகுடா தேசங்களின் வளத்தைக்காட்டிலும் பல மடங்கு ஜாஸ்தியாகிவிட்டிருந்தது. திகட்டிப் போகிற அளவுக்குப் பணச்செழிப்பு மிக்க தேசமான ஈரானுடன் நல்லதொரு நட்புறவு கொண்டிருந்ததால், நூற்றுக்கணக்கான பிசினஸ் காண்ட்ராக்டுகளின்மூலம் அமெரிக்கா பரம சௌக்கியமாக சம்பாதித்துக்கொண்டிருந்தது.

ஆனால் எண்பதுகளின் தொடக்கத்தில் அங்கே நிலைமை மாறத்தொடங்கிவிட்டது. மன்னர் ஷாவுக்கு எதிரான கட்சிகள் அனைத்தும் ஒன்றுதிரண்டு ஒரு கூட்டணி அமைத்தன. கூட்டணி என்றால் நம்மூர் தேர்தல் கூட்டணி மாதிரி இல்லை. நிஜமாகவே வலுவான, ஒரே நோக்கமுள்ள, ஒத்த சிந்தனையுள்ளவர்களின் இரும்புக் கூட்டணி.

இந்தக் கூட்டணியின் தலைவர் பேர் அயதுல்லா கோமேனி. என்ன விசித்திரம் என்றால் அப்போது கோமேனி ஈரானில் இல்லை. ஈரானில் இருந்தால் அவர் உயிருக்கு ஆபத்து என்கிற நிலையில் ஈராக்கில் அரசியல் தஞ்சம் போயிருந்த அவரை அப்போது ஈராக்கிலும் நிகழ்ந்த ஆட்சி மாற்றத்தின் (சதாம் உசேன்) விளைவு பிரான்ஸுக்கு விரட்டியிருந்தது.

ஈராக்கில் புதிதாக ஆட்சிக்கு வந்திருந்த சதாம், என்னத்துக்கு வந்த புதுசிலேயே ஈரான் மன்னர் ஷாவுடன் உரசவேண்டும் என்றுதான் கோமேனியை ஈராக்கினுள் அனுமதிக்க முடியாது என்று சொல்லியிருந்தார்.

ஆகவே பிரான்ஸில் அகதியாக இருந்துகொண்டபடியே ஈரானில் அரசியல் பண்ணிக்கொண்டிருந்தார் அயதுல்லா கோமேனி. என்ன, வாலிப வயசு என்றா நினைக்கிறீர்கள்? சரியான அரசியல்தாத்தா - அப்போதே அவருக்கு 76 வயசு. தாடியெல்லாம் நரைத்துத் தள்ளாடுகிற தேகம். ஆனாலும் ஈரானில் ஆட்சி மாற்றம் நிகழ்ந்தே ஆகவேண்டும் என்பதில் ஸ்டெடியாக இருந்தார் கொமேனி.

பாரிஸில் தங்கியிருந்தபடி ஈரானில் தன் சகாக்களுக்கு உத்தரவுகள் பிறப்பித்து, அங்கே நாளொரு பேரணியையும் பொழுதொரு புரட்சியையும் நடத்திக்கொண்டிருந்தார்.

கரைக்கிறபடி கரைத்தால் காங்க்ரீட்டும் கரைந்துதானே ஆகவேண்டும்? இரானியர்களுக்கும் ஒரு கட்டத்தில் மன்னர் ஷாவின் ஆட்சி போரடித்து, கொமேனியை ஆதரிக்கலாம் என்று முடிவு பண்ணீனார்கள். இந்த மனமாற்றத்தை விழிப்புணர்வுடன் கவனித்துக் குறித்துக்கொண்ட மறுகணமே பிரான்ஸிலிருந்து கிளம்பிவிட்டார் கொமேனி.

எப்படியும் இனி தன்னால் ஈரானில் தாக்குப்பிடிக்க முடியாது என்பதைத் தெரிந்துகொண்ட மன்னர் ஷா, தன் மகாராணியுடன்

புறப்பட்டு ஒரே ராத்திரியில் காணாமல் போனார். (உண்மையில் விடுமுறைக்காக மேலை நாடுகளுக்குப் போவதாகச் சொல்லிவிட்டுத்தான் புறப்பட்டார் ஷா. ஆனால் மீண்டும் அவர் ஈரான் திரும்பவேயில்லை.) அவருக்கு என்ன வருத்தமென்றால், இந்த பாழாய்ப்போன அமெரிக்காவுக்கு எத்தனை ஒத்தாசை பண்ணியிருக்கிறோம்; இப்படி கஷ்டம் வரும் நேரத்தில் கண்டுகொள்ளாமல் இருந்துவிட்டார்களே என்பதுதான்.

உண்மையில் அமெரிக்காவால் அப்போது ஒன்றுமே செய்ய முடியாத சூழ்நிலை. ஏற்கெனவே பார்த்திருக்கிறோமல்லவா? மக்கள் ஆதரவுடன் ஒரு தேசத்தில் ஒரு புரட்சி நடக்கிறதென்றால், அப்போது மூன்றாம் நாட்டின் தலையீடு எடுபடவே படாது. அப்படியே நசுக்கி, பஜ்ஜி பண்ணிவிடும் மக்கள் கூட்டம்.

இவ்வாறாக, மன்னர் ஷா காணாமல் போனபிறகு ஈரானின் ஆட்சிப்பீடத்துக்கு வந்து அமர்ந்தார் முல்லா அயதுல்லா கோமேனி. ஷாவை நீக்கிவிட்டு கொமேனி ஆட்சிக்கு வந்ததை உலக சரித்திரம் ரஷ்யப் புரட்சியுடனும் பழைய பிரெஞ்சுப் புரட்சியுடனும் ஒப்பிட்டு வியக்கிறது. அப்படியொரு ஸ்வீப்பிங் மெஜாரிடி மக்கள் சப்போர்ட் அவருக்கு அங்கே இருந்திருக்கிறது!

கொமேனியைப் பற்றி விரிவாகப் பார்க்கவெல்லாம் இங்கே இடமில்லை. ஆனால் தெரிந்துகொள்ளவேண்டிய ஒரு விஷயத்தை மட்டும் ஒருவரி சொல்லிவிடலாம்.

அவர் ஒரு சரியான அமெரிக்க விரோதி. அவ்வளவுதான். இதை விளக்கவேறு வேண்டுமா என்ன? இஸ்லாமிய நாடுகள், மேலை நாடுகளுக்கு வால்பிடிப்பதை அறவே வெறுப்பவர் கொமேனி. வளைகுடா தேசங்களின் எண்ணெய் வளத்தை அமெரிக்க கம்பெனிகள் காலம் காலமாகக் கொள்ளை அடித்துவருவது கண்டு கொத்தவர். இந்த ஒரு காரணத்துக்காகவே ஷா மன்னரை விரட்டியடிக்கவேண்டும் என்று பிரான்ஸிலிருந்து ஸ்டேட்மெண்ட் விட்டவர். "நமக்கு மேலை நாடுகள் உறவும் வேண்டாம், கீழை நாடுகள் ஒட்டும் வேண்டாம். வளைகுடா தேசங்கள் அனைத்தும் ஒற்றுமையாக இருந்தால் நாமொரு தனி சாம்ராஜ்ஜியம் அமைத்து வல்லரசுகளையே மிரட்டமுடியும்" என்று முதல் முதலில் குரல் கொடுத்த முல்லா கொமேனிதான்.

அமெரிக்காவை 'மாபெரும் சாத்தான்' என்று வருணித்தவர் கொமேனி. (அமெரிக்கா, ரஷ்யாவை சாத்தான் என்று சொன்னது நினைவிருக்கலாம்.) ஈரானின் அரசமைப்பில் பெருமளவு கலந்திருந்த அமெரிக்கன் ஸ்டைல் செட்டப்களை உடைத்து நொறுக்கி, இடத்தை பினாயில் ஊற்றிக் கழுவியதுதான் கோமேனி பதவிக்கு வந்ததும் செய்த முதல் மங்களகாரியம். ஈரானில் முழுமையான இஸ்லாமியச் சட்டங்களை அமுலுக்குக் கொண்டுவந்து, தனது ஆட்சியையே 'இஸ்லாமிய சட்டங்களின் அடியொற்றி நடக்கிற ஆட்சி' என்று அறிவித்தார்.

அவரது ஆட்சியில் ஈரானில் அதிபர், பிரதமர், பார்லிமெண்ட் உறுப்பினர்கள் என அத்தனை ஜனநாயகப் பிரதிநிதிகளும் உண்டு. ஆனால் அதிகாரம் முழுவதும் அவர் கையில் தான் இருந்தது. மன்னர் ஷாவின் அரசில் பதவிவகித்த பல நூறு பேர்களை ஈவு இறக்கமில்லாமல் மரணதண்டனை விதித்துப் பரலோகத்துக்கு அனுப்பிவிட்டுத் தன் வேலையை ஆரம்பித்தார் கொமேனி.

முதல் காரியமாக அமெரிக்காவுக்கு வேட்டு.

கொமேனி பதவிக்கு வந்த மிகச் சில தினங்களுக்குள்ளாகவே ஈரானில் எண்ணெய் எடுத்துக்கொண்டும் ஏற்றுமதி செய்துகொண்டும் இருந்த அமெரிக்க நிறுவனங்களுக்குச் சனிபிடித்தது. எண்ணெய் தவிர, அமெரிக்காவுடன் கொண்டிருந்த பல்வேறு வர்த்தக, பொருளாதார உறவுகளுக்கும் ஃப்ளூ ஜுரம் பிடித்தது.

இதை கவனமாகப் பார்த்துக்கொண்டிருந்த பல குட்டி அரபு தேசங்கள், ஒருவேளை கொமேனி செய்வதுதான் சரியோ என்று நினைக்கத் தொடங்கின. எதற்கும் இருக்கட்டும் என்று அடிக்கடி அவருக்கு சலாம் போட்டுக்கொண்டிருந்தன. ஆனால் ஈராக் மட்டும் கொமேனி கொண்டுவந்த சீர்திருத்த நடவடிக்கைகளைக் கண்டுகொள்ளவோ, கருத்து சொல்லவோ இல்லை. அதாவது ஈரானில் என்ன நடந்தாலும் அது அந்த ஒரு தேசத்தை மட்டுமே பாதிக்கும் அல்லது பாதிக்காது என்கிற ரீதியில் வலிந்து ஒரு அலட்சிய பாவம் காட்ட ஆரம்பித்தார் சதாம் உசேன். மேலும் சதாமுக்கு அடிப்படையிலேயே ஈரானியர்களைப் பிடிக்காது. ஈரானுக்கும் ஈராக்குக்குமான நூற்றாண்டுகாலப் பகை வேறு

குறுக்கே இருந்தது. இதெல்லாவற்றைவிட முக்கியமான காரணம், எப்படி கொமேனி தன்னை வளைகுடா நாடுகளின் ஏகச்சக்ராதிபதியாக ஆக்கிக்கொள்ள நினைத்திருந்தாரோ, அதேமாதிரி சதாம் உசேனுக்கும் ஒரு சூப்பர் ஸ்டார் ஆகிற கனவு இருந்தது.

அப்புறம் எப்படி ஒட்டும்?

கொமேனி ஒரு யோசனை செய்தார். தனது ராணுவ பலத்தையும் கூடவே நிரூபித்தால் பிராந்தியத்தில் இன்னும் கொஞ்சம் செல்வாக்குக் கூடுமே என்பது அவர் கணக்கு. பொழுதுபோகாத ஒரு சமயத்தில் ஈராக்கைத் தாக்கலாமா என்று யோசித்தார். சரி, ஒரு ஃபீலர் விட்டுப் பார்க்கலாம் என்று டெஹ்ரான் வானொலியில் ஒரு அறிவிப்பு வெளியிட ஏற்பாடு செய்தார்.

இந்தமாதிரி, ஈராக்கில் நடப்பது பேயாட்சி. அந்நாட்டு மக்கள் திரண்டெழுந்து சதாமைப் பதவி நீக்கவேண்டும் என்கிற பகிரங்கமான அறிவிப்பு அது.

இது போதாது சதாம் உசேனுக்கு? ஈரான் படையெடுப்பதற்கு முன்னால் தான் முந்திக்கொள்ளலாம் என்று சதாம்பாய் முடிவு செய்தார். என்னதான் ஈராக்கைவிட மும்மடங்கு மக்கள்தொகை உள்ள மிகப்பெரியதேசமாக ஈரான் இருந்தபோதும், வெற்றிகரமான புரட்சிக்குப் பின்னால்தான் கொமேனி அங்கே ஆட்சிக்கு வந்திருந்தபோதும் தான் தாக்க ஆரம்பித்தால் ஈரானை வீழ்த்துவது சுலபம் என்று சதாம் நினைத்தார். ஒரு தாற்காலிக ஏற்பாடாகவாவது - ஈரான் மீதான அமெரிக்கக் கோபத்தைத் தனக்கு சாதகமாகப் பயன்படுத்திக்கொள்ள முடியுமா என்று பார்த்தார். (சதாமுக்கும் அமெரிக்காவைப் பிடிக்காட் என்பது வேறு விஷயம்!)

ஒரு முகூர்த்தம் பார்த்து யுத்தத்தை ஆரம்பித்துவிட அவர் நினைத்திருந்தபோது பம்பர் பரிசு மாதிரி, கொமேனியால் விரட்டப்பட்ட பழைய ஷா மன்னர் காலத்து இரானிய அதிகாரிகள் சதாமுக்கு உதவ முன்வந்தார்கள்.

"எப்படியாவது கொமேனியை ஒழித்துகட்டி, இரானில் பழைய பொற்காலம் மீண்டும் திரும்ப நீங்கள் உதவுங்கள். இதன்மூலம் ஈரான் - ஈராக் இடையே இருந்துவந்த பல்லாண்டுகாலப் பகை

ஒழியும். ஈரானில் புதிய அரசு அமைந்தால், அது எப்போதும் உங்களுக்கு நன்றியுடன் நடந்துகொள்ளும்" என்று அவர்கள் சொன்னார்கள்.

அடடே, இப்படியொரு சாத்தியம் இருக்கிறதா! ஒருவேளை ஈரானை இப்போதைய யுத்தத்தில் ஜெயித்தால், பிராந்தியத்தில் தாந்தான் பிரதானமான அதிகாரமையமாவோம் என்கிற நினைப்பே சதாமின் நாக்கில் தேன் சொட்டச் செய்தது.

அதற்கென்ன, பேஷாகச் செய்யலாம் என்று சொல்லிவிட்டு, 1980, செப்டம்பர் 17ம்தேதி தன் திருப்பணிகளை ஆரம்பித்தார். முதல் காரியமாக 1975ம் ஆண்டு ஷா மன்னருடன் போட்டிருந்த அமைதி ஒப்பந்தத்தை ரத்து செய்துவிட்டு ஈரான் எல்லைக்குள் தன் படைகள் நுழைய உத்தரவிட்டார்.

ஈரானின் முன்னாள் அரசு அதிகாரிகள், தேசத்தில் மிச்சமிருந்த தமது ரகசியத் தொடர்புகளின் உதவியுடன் ஈராக் படைகள் பல திசைகளிலிருந்தும் ரகசியமாக உள்ளே நுழையவும் சிறு கிராமங்களை முதலில் ஆக்கிரமித்துக்கொண்டு கூடாரம் அமைத்துக்கொள்ளவும் கொமேனியின் ராணுவ முகாம்களை அடையாளம் காட்டவும் ஆயுத பலங்கள் குறித்த புள்ளிவிவரங்களைத் திருடிவந்து தரவும் ஏற்பாடுகள் செய்திருந்தார்கள்.

எப்படியும் அமெரிக்காவை விரோதம் பண்ணிக்கொண்டுவிட்ட ஈரான் அரசால் இந்தத் தாக்குதலைச் சமாளிக்க முடியாது என்றுதான் ஷா மன்னர்காலத்து அதிகாரிகள் நினைத்தார்கள். அமெரிக்கா நிச்சயம் ஈரானுக்கு எதிரான குள்ளநரிக் காரியங்களைச் செய்ய ஆரம்பித்துவிடும் என்று நம்பினார்கள்.

ஆனால் சற்றும் எதிர்பாராவிதமாக, ஆரம்பத்தில் மறைமுகமாகக் கூட அமெரிக்கா இந்த யுத்த முஸ்தீபுகளில் பங்கெடுக்கவில்லை. ஒதுங்கியிருந்து வேடிக்கை பார்க்க மட்டுமே முடிவு செய்தார்கள் அமெரிக்கர்கள். எப்படியும் ஈரானின் ஆயுதபலம் கம்மி, இருக்கிற சரக்கு தீர்ந்ததும் திண்டாடி, தானே தெருவுக்கு வருவார்கள் என்று எதிர்பார்த்தார்கள். தன்னைப் பகைத்துக்கொண்டதற்கான விலையை அப்போது ஈரான் தரும் என்பதே அமெரிக்காவின் கணக்கு.

ஆனால் இந்தக் கணக்குக்கெல்லாம் மேல் பெரிதாக இன்னொரு கணக்கை அங்கே ஆண்டவன் போட்டிருந்தான். அன்றைக்கு ஆரம்பித்த யுத்தம் அடுத்த எட்டு வருஷ காலத்துக்கு வளைகுடா தேசங்களைப் பிடித்து ஆட்டு ஆட்டென்று ஆட்டியெடுத்துவிட்டது. ஒற்றுமை இல்லாத ஒரே காரணத்துக்காக அத்தேசங்கள் அன்றைக்குக் கொடுத்த விலை மிக அதிகம்.

9. சதாம் நம் பக்கம்

வளைகுடா யுத்தம். இன்றைக்குப் பெயரளவில் நினைவிருக்கும் இந்த எட்டுவருஷ கலாட்டா, எண்பதுகளில் ஒட்டுமொத்த உலக நாடுகளையும் கொஞ்சமாவது பாதிக்காமல் இல்லை. குறிப்பாக, எண்ணெய் வளமில்லாமல், அனைத்துப் பெட்ரோலியத் தேவைகளுக்கும் வளைகுடா தேசங்களை மட்டுமே நம்பியிருந்த தேசங்கள் பலவற்றில் இந்த யுத்தம் உண்டாக்கிய பாதிப்பு மிக அதிகம். பெட்ரோல், டீசல் விலையெல்லாம் அந்தக் காலத்தில் நம்மூரில் கூட கச்சாமுச்சாவென்று எகிறியது நினைவிருக்கலாம்.

இந்த யுத்தம் முடிந்து இன்றைக்குச் சுமார் பதினைந்து வருஷங்கள் ஆகிவிட்ட நிலையில் திரும்பிப் பார்க்கும்போது சில விஷயங்கள் பளிச்சென்று மனத்தில் தைக்கின்றன. வளைகுடா யுத்தத்தில் அமெரிக்கா மட்டும் ஈராக்கை *(பகுதியளவு!)* ஆதரிக்காதிருந்திருந்தால் அது எட்டு வருஷ காலத்துக்கு நடந்திருக்காது. குறிப்பாக அமெரிக்கா அத்தேசத்துக்குச் செய்த ஆயுத உதவி மிக அதிகம். சதாம் உசேன் அத்தனை கம்பீரமாக அன்றைக்கு எழுந்துநின்று கொக்கரித்ததற்கு இந்த ஆயுத பலம் மிக முக்கியக் காரணம்.

வளைகுடா யுத்தகாலத்தில் அமெரிக்கா ஈராக்கின் பக்கம் இருந்ததாலேயே மற்ற பல தேசங்களும் மறைமுகமாக சதாம் உசேனுக்கு ஆதரவளித்ததையும் கவனிக்க வேண்டும். ஆப்கனில் சோவியத் யூனியன் தொடர்ந்து தோல்வியைச் சந்தித்துவந்த காலம் அது. சின்னச் சின்ன வெற்றிகள், சின்னச்சின்ன தோல்விகள் என்று தொடர்ந்து வந்த அமெரிக்க - சோவியத் பனிப்போர் ஆப்கன் யுத்தத்துடன் ஒரு முடிவுக்கு வந்துவிடும் என்று எல்லாருமே எதிர்பார்த்துவந்த நிலையில், ஆப்கனில் சோவியத் வீழ்ந்தபிறகு அமெரிக்கா மட்டும்தான் ஒரே ஒரு சுப்ரீம் பவராக இருக்கமுடியும் என்கிற கருத்து வலுவாகப் பரவத் தொடங்கியிருந்த சமயம் அது.

ஆப்கன் யுத்தத்துக்குச் சற்றேரக்குறைய சமகாலத்தில் தனது முழுக்கவனத்தையும் அமெரிக்கா வளைகுடா தேசங்களின்மீது திருப்பியிருந்தபடியால், வளைகுடாப்பகுதியிலிருந்த சிறு

தேசங்கள் பலவும் அமெரிக்காவுக்கு 'எதற்கும் இருக்கட்டும்' என்று சலாம் போடத் தொடங்கியிருந்தன.

மேலும் இஸ்ரேல் - பாலஸ்தீன விவகாரத்தில், தொடர்ந்து அமெரிக்கா இஸ்ரேலுக்கு ஆதரவாக எடுத்துவந்த நடவடிக்கைகள் ஒட்டுமொத்த அரபு தேசங்களுக்கும் பெருத்த கவலை அளித்தன. இஸ்ரேலின் அபரிமிதமான வளர்ச்சி தந்த கவலை அது. பகைத்துக்கொள்ளவே முடியாத தேசம் அமெரிக்கா என்று சைகலாஜிகலாக அனைத்து வளைகுடா தேசங்களுக்கும் தோன்றிவிட்டது. ஆகவே வெளிப்படையாக அமெரிக்காவை ஆதரிக்காவிட்டாலும் மறைமுகமாகக் கூட எதிர்ப்பு சொல்லாமல் இருப்பது நல்லது என்று நினைத்தார்கள்.

அப்படி அமெரிக்காவுடனான உறவை விலக்கிக்கொண்டதற்கான விலையைத்தான் ஈரான் அந்த வளைகுடா யுத்த சமயத்தில் அளித்துக் கொண்டிருப்பதாகவும் நம்பினார்கள்.

இந்தச் சமயத்தில் ஈராக் அதிபர் சதாம் உசேன் ஒரு நூதனமான பிரசாரத்தைச் செய்ய ஆரம்பித்திருந்தார். அதாகப்பட்டது, "யுத்தத்தை நாங்கள் உண்மையில் விரும்பவில்லை. ஈராக்கின் வசமுள்ள ஈரானின் நிலப்பரப்பு சிலவற்றைத் திருப்பித்தரத் தயாராகவே இருக்கிறோம்" என்று அவர் பேசினார்.

ஆஹா, இந்த மனுஷன் எப்பேர்ப்பட்ட உத்தமபுத்திரன் என்று எல்லாரும் நினைத்தார்கள். அதே சமயம், "எங்களுக்கு நீ எந்த நிலப்பரப்பையும் திருப்பித்தரவேண்டாம். உன்னை ஒழித்துக் கட்டுவதுதான் ஒரே நோக்கம்" என்கிற ஈரானின் பதிலடி அத்தேசத்தை அப்போது ஒரு வில்லனாகப் பார்க்கச் செய்தது.

எவ்விதமான அமைதி ஒப்பந்தத்துக்கும் சாத்தியமில்லை என்பதைத் தெரிந்துகொண்டுதான் சதாம் அப்படிச் சொன்னார். உண்மையில் அவருக்கு சமரச உடன்படிக்கைகள் எதிலும் நம்பிக்கையே கிடையாது. மருந்துக்குக் கூடக் கிடையாது. இருந்திருந்தால் போரை அவர் முதலில் ஆரம்பித்திருக்க மாட்டாரல்லவா?

ஈரானுக்கும் ஈராக்குக்கும் என்னென்ன பிரச்னைகள் என்று பட்டியலிட்டால் அது தனித்தொடராகிவிடக்கூடிய அளவுக்குப் பெரிய மேட்டர். இங்கே அதெல்லாம் வேண்டாம். சதாமை

ஒழிப்பது என்று கொமேனி முடிவு செய்ததும் யுத்தத்தை சதாம் தான் முதலில் ஆரம்பித்தார் என்பதும் மட்டும் போதும்.

போர் தொடங்கியபோது சதாமின் கைதான் முதலில் மேலோங்கியிருந்தது. சரசரவென்று ஈராக் வீரர்கள் ஈரானின் எல்லைப்புறங்களில் பல இடங்களைக் கைப்பற்றி முன்னேறி வந்துகொண்டே இருந்தார்கள். எதிர்பார்த்ததைவிட ஈரான் மக்களின் எதிர்ப்பு அதிகமாகவே இருந்தது. ஒவ்வொரு சிறு கிராமத்தைப் பிடிப்பதற்குக் கூட ஈராக் வீரர்கள் அதிகநாட்கள் செலவிட வேண்டிவந்தது. ஆனபோதும் போதுமான ஆயுதபலம் இல்லாத ஈரானால் ஈராக்கின் தொடர் தாக்குதலுக்கு முதலில் ஈடுகொடுக்க முடியவில்லை.

அமெரிக்காவைப் பகைத்துக்கொண்டுவிட்டபிறகு ஆயுதவரத்து சுத்தமாக நின்றுவிட்டபடியால் வேறு வழியில் தன் பலத்தை அதிகரித்துக்கொள்ளவிரும்பினார் ஈரான் அதிபர் அயதுல்லா கொமேனி. இரண்டு உத்திகள் அவருக்குத் தோன்றின. அன்றைக்கு அமெரிக்காவை வெளிப்படையாக எதிர்த்துக்கொண்டிருந்த வட கொரியாவிடம் உதவி கேட்பது என்பது முதலாவது. (சோவியத், சீனா போன்ற கம்யூனிச தேசங்களின் ஒத்தாசையால் வட கொரியா அப்போது ஆயுத உற்பத்தியில் தன்னிறைவு கொண்ட தேசமாக இருந்தது.) இரண்டாவது உத்தி வெகு சுத்தமானது. எந்த தேசத்திடமும் ஆயுதங்களுக்காகக் கையேந்தாமல் நேரடியாகக் கள்ள ஆயுதவியாபாரிகளிடம் பிசினஸ் வைத்துக்கொள்ளுவது!

இந்த வகையில் எந்த தேசத்து வியாபாரி என்றெல்லாம் பார்த்துக் கொண்டிருக்கவேண்டிய அவசியமே இல்லை. அமெரிக்காவிலும் கள்ள மார்க்கெட் உண்டு. சோவியத் யூனியனிலும் உண்டு. ஏனைய ஐரோப்பிய நாடுகள் எல்லாவற்றிலும் உண்டு. ஒரு நடை 'ஷாப்பிங்' போய், வேண்டியதைப் பார்வையிட்டு வாங்கிவந்துவிடலாம். அல்லது இருந்த இடத்திலிருந்தே ஆர்டர் கொடுத்தாலும் கொண்டுவந்து டோர் டெலிவரி பண்ணிவிடுவார்கள். என்ன, கொஞ்சம் செலவு ஜாஸ்தி. அவ்வளவுதான். மேலும் ஆயுத சப்ளை செய்வதற்காக ஆதரவு ஓட்டு கேட்கமாட்டார்கள். காசுக்கேற்ற பணியாரம் என்பதோடு காரியம் முடிந்துவிடும்.

இந்த யோசனை உதித்து, கள்ள ஆயுதவியாபாரிகளைத் தொடர்பு கொண்டு சப்ளைக்கு ஏற்பாடு செய்து, முதல் தவணை ஆயுதங்கள்

டெஹ்ரான் வந்தடைவதற்கு ஒரு வருஷம் ஆனது கொமேனிக்கு. அதுவரை ஈராக் படைகள் ஈரானுக்குள் ஊடுருவுவதையும் பல்வேறு பகுதிகளைப் பிடித்துக்கொள்ளுவதையும் அவரால் தடைசெய்யவே முடியவில்லை. ஆனால் ஆயுதங்கள் வந்து சேர்ந்தபிறகு கொஞ்சம் கொஞ்சமாக ஈரானின் கை ஓங்க ஆரம்பித்தது.

ஈரான் வீரர்களிடையே ஒரு ஒழுங்குமுறை இருந்தது. (ஈராக் படையிடம் அது சுத்தமாகக் கிடையாது.) திட்டமிட்டுத் தாக்குவதில் வல்லவர்களாக இருந்தார்கள். ஆக்ரோஷம் மட்டுமே இருந்து, புத்திசாலித்தனம் இல்லாத ஈராக் வீரர்களை அவர்கள் அழகாக வளைத்து, அடித்து, துரத்த ஆரம்பித்தார்கள். யுத்தம் ஆரம்பித்த இரண்டாவது வருஷ ஆரம்பத்திலேயே ஈராக் கைப்பற்றியிருந்த பெரும்பாலான நிலப்பகுதிகளை ஈரானால் மீட்டுவிட முடிந்தது.

இதைப் பார்த்த அமெரிக்கா தலையில் அடித்துக்கொண்டது. எத்தனை உதவிகள் செய்தாலும் இந்த ஈராக் வீரர்களால் ஒழுங்காகப் போரை நடத்தமுடியவில்லையே என்று எரிச்சலடைந்தது. ஆகவே ரகசியமாக ஏனைய வளைகுடா நாடுகள் பலவற்றை இந்தப் போரில் பங்குகொண்டு ஈராக்குக்கு ஆதரவாக நிற்க வற்புறுத்த ஆரம்பித்தது.

இதற்கு ஓரளவு பலன் கிடைத்தது. சவுதி அரேபியா, குவைத், பஹ்ரைன், ஓமன், ஐக்கிய அரபு எமிரேட்ஸ் ஆகிய தேசங்கள் ஈராக்குக்குத் தம் ஆதரவைத் தெரிவித்தன. ஆதரவு என்றால் பண உதவிகள் மற்றும் வேண்டிய சிவில் சப்ளை உதவி . கொஞ்சநாள் கழித்து எகிப்தும் ஜோர்டனும் இன்னும் வெளிப்படையாக, தீவிரமாகவே ஈராக்கை ஆதரிக்கத் தொடங்கின. ஜோர்டனின் 'அகாபா' என்கிற துறைமுகம் ஈராக் கப்பல்களுக்கு அதிகாரபூர்வமான சுங்குவார் சத்திரமாகவே ஆகிப்போனது. எகிப்து, சலிக்காமல் துப்பாக்கிகள் உற்பத்திசெய்து அளித்துக்கொண்டே இருந்தது.

எதிர்ப்பக்கம், சிரியா ஈரானுக்குத் தன் ஆதரவைத் தெரிவித்தது. பிள்ளையார்சுழி போடுவது மாதிரி, சிரிய நிலப்பரப்புகளின்வழியே சென்ற ஈராக்கின் எண்ணெய்க் குழாய்களுக்கு மூடிபோட்டு, சீல் வைத்தது. அரசியல்ரீதியாக மட்டுமின்றி ஷியா - சன்னி பிரிவுகளின் அடிப்படையிலும் இந்த யுத்தத்தில் யாரை சப்போர்ட் பண்ணுவது

என்கிற விஷயம் விவாதிக்கப்பட்டு கந்தரகோலமாக, விளைவு யுத்தம் மிகக் கோரமான அவதாரம் எடுத்தது.

சல், சல் என்று ராக்கெட்டுகள் பறந்தபடிக்கு இருந்தன. வீடுகள் பற்றியெறிந்தன. தொழிற்சாலைகள் வெடித்தன. எண்ணெய்க் கிணறுகள் தீப்பற்றிப் பனைமர உயரங்களுக்கு போகி காட்டின.

முதலில் இந்தத்தாக்குதல்கள் எண்ணெய்க் கிணறுகளின்மீது நிகழ்த்தப்படவில்லை. அந்த மண்ணுக்கே சோறுபோடும் எண்ணெய்க் கிணறுகளை அழிக்கிற உத்தேசம் இருதரப்புக்குமே இல்லை. ஆனால் ஈராக்கின் 'ஃபா' பகுதியை ஈரான் ஆக்கிரமித்த பிறகு ஈராக் வீரர்களுக்கு வெறி தலைக்குமேல் ஏறிவிட்டது. என்ன செய்வது என்று தெரியாமல் பைத்தியம் பிடித்து அலைய ஆரம்பித்தார்கள். தொடந்து ஈராக்கின் பஸ்ரா பகுதியில் ஈரான் தாக்குதல் அதிகரித்து, அந்த இடம் வீழ்ந்துவிடுமோ என்கிற அச்சம் ஏற்படத் தொடங்கியதும் தான் ஈரானின் எண்ணெய்க் கிணறுகளைக் குறிவைத்து ராக்கெட் வீச ஆரம்பித்தது ஈராக்.

இதை கவனித்த அமெரிக்க உளவுத்துறை, சதாமை எச்சரித்தது. தாக்குதல் எண்ணெய் வயல்களுக்குப் போகுமானால் ஈராக்கும் அதற்கான விலையைக் கொடுக்கவேண்டிவரும் என்று எடுத்துச் சொன்னது. ஆனால் எதுவுமே சதாமின் காதுகளில் விழவில்லை.

இரு தரப்பிலும் ஏராளமான சேதங்கள். ஈரானுக்கு எதிராக அமெரிக்கா நேரடியாகவே முழு அளவில் கடற்படைத் தாக்குதல்களை மேற்கொண்டது. இன்னும் நிலைமை மோசமானதைத் தவிர வேறு லாபமில்லை.

தமிழ் சினிமா போலீஸ் மாதிரி இறுதியில் 1987 ஜூலையில் ஐ.நா. போர் நிறுத்தத்துக்கான இறுதி எச்சரிக்கை அறிவித்து உத்தரவிட்டது. சதாம் ஒப்புக்கொண்டார். கொமேனி மறுத்தார். ஆனபோதும் தீவிரம் கொஞ்சம் மட்டுப்பட்டது. இதான் சாக்கு என்று அமெரிக்கா, ஈராக்குக்கு ஒரு யோசனை சொன்னது. இழந்த 'ஃபா' பகுதியை மட்டுமாவது மீட்டுவிடவேண்டியது அவசியம் என்பதே அது.

அதன்படி சதாம் மீண்டும் ஒரு தாக்குதல் தொடங்கி, ராக்கெட் விட்டு, குண்டு வெடித்து அந்தப் பகுதியைக் கைப்பற்றிக்கொண்டார். அப்புறம் சமாதானப்புறாவைப் பறக்கவிட்டார்.

வளைகுடா யுத்தம் ஏற்படுத்திய விளைவுகள் சாதாரணமானதல்ல. ஒரு யுத்தத்தில் ஏதாவது ஒரு பக்கத்தில் அமெரிக்கா உதவி செய்ய நின்றால் அதன் விளைவு எப்படியிருக்கும் என்று மிகத்தெளிவாக வெளிச்சமிட்டுக் காட்டிய சம்பவம் அது. அதுவும் எண்பதுகளின் மத்தியில் அமெரிக்காவின் ஆயுத பலமும் ராணுவ மூளையும் எந்தளவுக்கு முன்னேறியிருந்தன என்பது கற்பனை செய்யமுடியாத விஷயம். தனது முழு சக்தியையும் அத்தேசம் ஏதாவது ஒரு விஷயத்தில் செலுத்துமானால் அதன் விளைவு என்னவாயிருக்கும் என்பதை உலகுக்குத் தெள்ளத்தெளிவாக எடுத்துச் சொன்ன யுத்தம் அது.

என்னதான் ஈராக்குக்கு ஏனைய வளைகுடா நாடுகள் உதவி செய்தாலும் வளைகுடா யுத்தத்தைப் பொறுத்தவரை அமெரிக்காவின் பங்களிப்பு இல்லாதிருந்தால் ஈராக் வென்றிருக்கவே முடியாது என்று எழுதுகிறார்கள் போர்க்கலை வல்லுநர்கள். சதாம் உசேன் பெற்ற ஆயுத பலங்களில் எழுபத்தைந்து சதவீதம் அன்றைக்கு அமெரிக்கா அளித்ததுதான். இதை அமெரிக்கா ஏன் செய்தது என்பது வெளிப்படையானது. ஈரான் - ஈராக் என்கிற இரு தேசங்கள்தான் அனைத்து வளைகுடா தேசங்களிலுமே அதிகபட்ச எண்ணெய் வளம் கொண்டவை. இந்தக் காரணம் தான் பிரதானம். ஈரானுடனான உறவு முறிந்ததில் அமெரிக்காவுக்கு இழப்புகள் அதிகம். அதை காம்பன்ஸேட் பண்ணவேண்டுமானால் தனது காலை ஈராக்கில் வலுவாக ஊன்றிக்கொண்டால்தான் முடியும். ஈராக்கின் எண்ணெய் வளத்தைப் பெருமளவு - தொடர்ந்து சாப்பிடவேண்டுமானால் அந்த யுத்தத்தில் நியாயம் பாராமல் ஈராக்கை ஆதரிப்பதுதான் ஒரே வழி. ஈரான், ஈராக் பங்காளிச் சண்டையை அமெரிக்கா தனக்குச் சாதகமாகப் பயன்படுத்திக்கொள்ள முடிவு செய்தது என்பதுதான் அப்பட்டமான உண்மை. ஆனால் துரதிருஷ்டவசமாக, அது இரு தேசங்களுக்கிடையிலான சண்டையாக நிற்காமல் ஒட்டுமொத்த வளைகுடா நாடுகளும் பங்குபெறும் மாபெரும் யுத்தமாகிப் போனது.

இந்தப் போரில் ஈராக் அடைந்த மாபெரும் வெற்றிதான் சதாம் உசேனைத் தலைகால் புரியாமல் குதிக்கவைத்தது. தனக்கு மிஞ்சி யாரும் இல்லை என்று இருமாப்புக் கொள்ளச் செய்தது.

அந்தத் தெனாவட்டில்தான் அவர் அமெரிக்காவின் கண்ணில் கட்டைவிரல் விட்டு ஆட்டவும் முடிவு செய்தார். அதிக அவகாசமே எடுத்துக்கொள்ளவில்லை. ரெண்டே வருஷம். அங்கே ஆப்கனில் உட்கார்ந்துகொண்டு அமெரிக்காவுக்கு எதிரான காரியங்களை ஒசாமா செய்ய ஆரம்பித்த அதே வேளையில் ஈராக்கில் சதாமும் தன் திருவிளையாடல்களை மங்களகரமாக ஆரம்பித்துவிட்டார்.

தன்னால் உதவி பெற்றவர்களால்தான் தனக்குத் தலைவலி என்பது அமெரிக்காவின் ராசி. சதாம், ஒசாமா விஷயத்தில் அது திருகுவலியாகப் பரிமாணம் பெற்றது என்பது தான் இதில் விசேஷம்.

10. முடிகிறது பனிப்போர்

ரொனால்டு ரீகன் என்கிற சினிமாக்கார அதிபர் காலத்தில், அமெரிக்காவின் அயலுறவு விஷயங்களில் மிகப்பெரிய மாற்றங்களும் வளர்ச்சிகளும் வீழ்ச்சிகளும் ஏற்பட்டன. இருமுறை அதிபராக இருந்தவர் ரீகன். ஜிம்மி கார்ட்டருக்குப் பிறகு அவர் அதிபரானபோது, அது சாதாரண வெற்றிதான். ஆனால் 1984ல் வால்டர் மண்டேல் என்கிற டெமாக்ரடிக் வேட்பாளருக்கு எதிராக, பொதுத்தேர்தலில் அவர் பெற்ற வெற்றி, அமெரிக்கா அதற்கு முன் பார்த்திராத ஒரு வெற்றி. வேறெந்த ஒரு அமெரிக்க அதிபரும் அதற்குமுன் அத்தனைபெரிய ஓட்டு வித்தியாசம் காட்டியதில்லை.

மத்தியக் கிழக்கு நாடுகள் விவகாரத்தில் அமெரிக்கா காட்டிய ஈடுபாடும் கிடைத்த வெற்றிகளும் லாபங்களும்தான் ரீகனுக்கு அந்த செகண்ட் இன்னிங்ஸை வெற்றிகரமாகச் சாத்தியமாக்கிக் கொடுத்தன. தனது கவனத்தை முக்காலே மூணு சதவீதம் வளைகுடா விவகாரத்திலேயே செலுத்திய ரீகன், உள்நாட்டுப் பிரச்னைகளில் கொஞ்சம்தான் ஆர்வம் செலுத்தினார். கூடுமானவரை எல்லா துறைகளிலும் அப்போது அமெரிக்கா தன்னிறைவு அடைந்துவிட்டிருந்ததால் அந்தக் கொஞ்ச கவனமே அப்போது போதுமானதாக இருந்தது.

ரீகன் தன் பதவிக்காலத்தில் செய்த உருப்படியான காரியங்கள் என்ன? சுருக்கமாக அவற்றை இப்படி வரிசைப்படுத்தலாம்: முதலாவது, அரசுத்துறை செலவினங்களைக் குறைத்தார். இதுவே பெரிய காரியம் என்பதால் தொடக்கத்திலேயே அவருக்கு மக்கள் மத்தியில் நல்ல பேர்கிடைத்துவிட்டது. அடுத்தபடியாக, வரிகளைக் குறைத்தார். குறிப்பாக வர்த்தகத் துறையில் இருந்துவந்த பல கெடுபிடி வரிகளை சுத்தமாக நீக்கி, பிசினஸை வழுக்கிக்கொண்டு ஓடச் செய்தார். மூன்றாவதாக, எல்லாத் துறைகளிலும் ஃபார்மாலிடிஸை நீக்கினார். அதாவது, எந்த டிப்பார்ட்மெண்டிலும் எந்த ஒரு ஃபைலும் எக்காரணம் கொண்டும் தேங்காதபடிக்கு உடனுக்குடன் பைசல் செய்வதற்கேற்ப விதிகளைத் தளர்த்தி, பொதுமக்களுக்கு சௌகரியங்கள் செய்துகொடுத்தது.

உதாரணத்துக்கு இப்படிப் பார்க்கலாம். நம்மூரில் ஒரு டெலிபோன் கனெக்ஷன் பெறுவதற்கு எத்தனை ஃபார்மாலிடிஸ் இருந்தன? இப்போது தனியார் மயமானதும் ஒரு நாளில் போன் கிடைக்கிறதல்லவா? வங்கிகளில் ஒரு அக்கவுண்ட் தொடங்க எத்தனை அவஸ்தைகள் இருந்துவந்தன? தனியார் வங்கிகள் வந்தபின் நிமிஷ நேரத்தில் காரியம் முடிகிறதல்லவா?

இத்தனை வருஷம் கழித்து, தனியார் துறை வளர்ந்தபிறகு நமக்குக் கிடைக்கிற இந்த சௌகரியங்களெல்லாம் எண்பதுகளில் அமெரிக்காவில் அரசுத்துறையிலேயே சாத்தியமானதற்கு ரீகன் கொண்டுவந்த சீர்திருத்தங்கள்தான் காரணம்.

'மக்கள் காத்திருக்கக் கூடாது' என்பதுதான் ரீகனின் தாரகமந்திரமாக இருந்தது. உண்மையிலேயே அவர் இந்த விஷயத்தில் மிகத் தீவிரமாகவும் இருந்திருக்கிறார். இதனால்தான் இரண்டாவது முறையும் அமெரிக்க மக்கள் ரீகனுக்கே ஆட்சி செய்ய வாய்ப்பளித்தார்கள்.

கொஞ்சம் விவகாரம் இல்லாமல் இல்லை. எண்பதுகளில் அபார்ஷனை சட்டபூர்வமாக்க அமெரிக்க மகளிர் அமைப்புகள் போராடிவந்தன. அபார்ஷன் செய்துகொள்வது பெண்களின் உரிமை என்கிற குரலுக்கு ரீகன் காதுகொடுக்கவில்லை. இதனால் அல்ட்ரா மாடர்ன் பெண்கள் சமூகத்துக்கு அங்கே ரீகனைப் பிடிக்காமல் போனது. அதேமாதிரி, அவர் தம் மனைவியை சுப்ரீம் கோர்ட்டில் நீதிபதியாக அமர்த்தியதும் கொஞ்சம் பிரச்னையானது.

ரீகன் காலத்தில் அமெரிக்காவில் பணவீக்கம் கொஞ்சம் ஜாஸ்தி என்றுதான் சொல்லவேண்டும். ஆனாலும் மத்தியதர வர்க்கத்திடம் நிறைய பணப்புழக்கம் இருந்தபடியால் யாரும் பெரிதாகக் கேள்வி கேட்டுக்கொண்டிருக்கவில்லை. அதேமாதிரி, நிறைய வரிகளை அவர் குறைத்ததற்கு மாற்றாக எந்த ஏற்பாடும் செய்யமுடியாதபடியால், வருஷாந்திர பட்ஜெட்டில் நிறையத் துண்டு விழ ஆரம்பித்தது. அவரது நிதித்துறை ஆலோசகர்கள் சொன்ன யோசனைகளெல்லாம் பேப்பர்களில் அழகாக இருந்தனவே தவிர, நடைமுறைக்கு ஒத்துவரக்கூடியதாக இல்லை.

ரீகனுக்கும் பொருளாதார விவகாரங்களில் பெரிய அனுபவம் கிடையாதென்பதால் இதுவிஷயத்தில் கொஞ்சம் திண்டாடவே

செய்தார். ஆனபோதிலும், அரசு திண்டாடினாலும் மக்கள் திட்டாதபடிக்கு சௌகரியங்கள் செய்துகொடுத்திருந்தபடியால் தன் பதவிக்கு எப்போதும் பிரச்னை வராது என்கிற தெளிவு அவருக்கு இருந்தது!

ரீகன் காலத்தில் எண்ணெய் நாடுகள் தவிர, மற்ற பல இடங்களிலும் அமெரிக்கா 'தாதா' வேலை பார்க்க இறங்கியது. பெரும்பாலும் தோல்விதான். குறிப்பாக லெபனான் உள்நாட்டுப் புரட்சியில் பங்கெடுக்கப்போய் மூக்கை உடைத்துக்கொண்டது அமெரிக்கா. கரிபியன் பகுதிக் குட்டி நாடான கிரெனடாவில் அரசு மாற்ற விவகாரம் ஒன்றில் தலையை நீட்டி பேரைக் கெடுத்துக்கொண்டது. கம்யூனிஸ்டு தேசமான நிகரகுவாவில் அரசுக்கு எதிராகப் புரட்சியாளர்களைத் தூண்டிவிட்டு, பண உதவியும் ஆயுத உதவிகளும் அளித்து உலக அரங்கில் சாபம் வாங்கிக்கொண்டது.

ரீகனின் இத்தகைய நடவடிக்கைகள் விமர்சனத்துக்கு உள்ளானபோதும் தனிப்பட்ட முறையில் அவரது பெருமைக்கு அமெரிக்காவில் எந்த பங்கமும் ஏற்படவில்லை.

அவர் இரண்டாவது முறையும் அமெரிக்க அதிபராகத் தேர்வானபோது சோவியத் யூனியனிலும் ஒரு ஆட்சி மாற்றம் ஏற்பட்டு மிகைல் கோர்பசேவ் பதவிக்கு வந்திருந்தார். அதுநாள்வரை, சோவியத் யூனியன் பேரைக் கேட்டாலே கச்சடா பாஷையில் கத்தித்தீர்த்துக்கொண்டிருந்த ரீகன், சட்டென்று மனம் மாறி, கோர்பசேவுடன் பல சுற்றுப் பேச்சுவார்த்தைகள் நடத்த ஆரம்பித்தது ஒரு எதிர்பாராத திருப்பம்.

உண்மையில் இரு தேசங்களுக்குமே அப்போது அமைதிக்குத் திரும்பவேண்டிய நெருக்கடி இருந்தது. அமெரிக்காவின் கவனம் முழுவதுமாக உற்பத்திக்குத் திரும்பவேண்டியிருந்ததும் சோவியத் யூனியனின் கவனம், தேசப் புனரமைப்பில் திரும்பவேண்டியிருந்ததும்தான் பிரதானமான காரணங்கள்.

கோர்பசேவ் பதவிக்கு வரும்போதே ஒரு முடிவுடன் தான் வந்தார். இரும்புக்கோட்டை மாதிரி கம்யூனிசத்தை வைத்துக்கொண்டு உள்ளே காலம் காலமாக நாறிக்கொண்டிருப்பதை அவர் சுத்தமாக வெறுத்தார். என்னத்துக்கு இந்த கம்யூனிசத்தைக் கட்டிக்கொண்டு அழவேண்டும் என்பதல்ல; கெட்டபெயரிலிருந்து கம்யூனிசத்தைக்

காப்பாற்றவேண்டும் என்பதற்காகவே அவர் சில சீர்திருத்த யோசனைகளை எழுதி எடுத்துக்கொண்டு ஆட்சிக்கு வந்தார்.

சோவியத் யூனியன் சிதறியதற்கு கம்யூனிசம் காரணமல்ல. ஸ்டாலின் காலத்துக் கம்யூனிஸ்டுகள் நிகழ்த்திய திருவிளையாடல்களின் எதிரொலிதான் அது. கோர்பசேவ் வராதுபோயிருந்தாலும் அது நடந்தே தீர்ந்திருக்கும். ஆனால் கௌரவமாக அல்ல; நிறைய ரத்த விரயத்துக்குப் பிறகு.

சோவியத்தின் வீழ்ச்சி என்பது தனியே, விரிவாகப் பார்க்கப்படவேண்டிய விஷயம். இங்கே அதற்கு இடமில்லை. சொல்லவந்த விஷயம், அதற்கு முன்னில்லாத அளவுக்கு அமெரிக்க - ரஷ்யப் பேச்சுவார்த்தைகள் கோர்ப்பசேவ் பதவிக்கு வந்தபிறகு நடைபெற ஆரம்பித்தன என்பதுதான். முக்கியமாக அணு ஆயுத உற்பத்திக் குறைப்பு விஷயத்தில் இருவரும் கணிசமான அளவுக்கு உருப்படியான பேச்சுவார்த்தைகள் நிகழ்த்தி, சாதகமான விளைவுகள் உண்டாகக் காரணமாக இருந்தார்கள்.

தொடர் யுத்தங்களாலும் ராணுவ விஸ்தரிப்பு நடவடிக்கைகளாலும் அமெரிக்கா ஏகப்பட்ட செலவு செய்துகொண்டிருந்த காலம் அது. கொஞ்சம் இடைவெளிவிட்டு, உற்பத்தியிலும் பொருளாதார அபிவிருத்தியிலும் கவனம் செலுத்திக்கொண்டு மீண்டும் வேலையை ஆரம்பிக்கலாம் என்று ரீகன் நினைத்தார். சோவியத்தில் நிகழ்ந்த ஆட்சி மாற்றம் அதற்கு சாதகமாக அமைந்ததால் ரீகனுக்கு சௌகரியமாகப் போய்விட்டது.

ஆனாலும் தனது பதவியின் இறுதிக்காலத்தில் அவர் அத்தனை நிம்மதியாக இருந்தார் என்று சொல்லமுடியாது. தேசத்தில் பல பகுதிகளில் டெமாக்ரடிக் கட்சிக்காரர்களின் செல்வாக்கு அப்போது மிகவும் வளர்ந்துகொண்டிருந்தது. 86,87ம் வருஷங்களில் ஆங்காங்கே நடைபெற்ற சிறு சிறு தேர்தல்களில் அவர்களே அதிக வெற்றிகளைப் பெற்றார்கள். அந்த வருஷங்களில் அமெரிக்கப் பார்லிமெண்டிலும் டெமாக்ரடிக் கட்சியினரின் தலைகள் அதிகரித்திருந்தன.

போதாக்குறைக்கு ஈரான் யுத்தத்தின்போது சில அமெரிக்க அதிகாரிகளே திருட்டுத்தனமாக ஈரானுக்கு ஆயுதங்கள் விற்பனை செய்தார்கள் என்றொரு பூகம்பம் வெடித்து, பேரைரிப்பேராக்கியது.

இதனாலெல்லாம் மக்களுக்கு ரீகன் மீதிருந்த நல்லபிப்பிராயம் கொஞ்சம் கொஞ்சமாகக் குறைய ஆரம்பித்தது. ஒருவேளை அப்படி நடந்திருந்தால் அது தனக்குத் தெரியாமல் நடந்தது என்ற அவரது அறிக்கை, அவருக்கு ஒரு பொறுப்பற்ற அதிபர் என்ற புதிய பேரைக் கொண்டுவந்து சேர்த்தது.

சோவியத் பேச்சுவார்த்தைகளில் ஏதாவது கணிசமான வெற்றி கண்டாலொழிய, தான் வீட்டுக்குப் போகும்போது நல்லபடியாகப் போய்ச்சேர முடியாது என்று நினைத்தார் ரீகன். அதனால்தான், எந்த சோவியத் யூனியனை சாத்தான் என்று வருணித்தாரோ, அதே சோவியத் யூனியனை 'நட்புடன் பேச வாருங்கள்' என்றும் அழைத்து, தானே முன்னின்று அதற்கு ஏற்பாடுகளும் செய்து படு பவ்யமாகப் பேச்சுவார்த்தைகளிலும் கலந்துகொண்டார்.

தவிரவும், இனிமேல் சோவியத்தால் பிரமாதமான பிரச்னைகள் ஏதும் வரப்போவதில்லை என்பதும் ஆப்கன் யுத்தம் போய்க்கொண்டிருந்த போக்கு தெளிவாகச் சுட்டிக்காட்டிக்கொண்டிருந்தது அப்போது. சோவியத் அரசு மட்டுமல்ல. வீரர்களே கூட பனிப்போரை வெறுக்க ஆரம்பித்திருந்தார்கள். என்னத்துக்கு வீண் சண்டைகள் போட்டுக்கொண்டு எப்பப்பார் வெளி தேசங்களில் பொழுதைக் கழித்துக்கொண்டிருக்கிறோம் என்று வெளிப்படையாகவே சலித்துக்கொள்ள ஆரம்பித்திருந்தார்கள். இழப்புகளும் அங்கே மிக அதிகமாக இருந்ததால் அவர்களின் மன உறுதி கணிசமாகக் குறையத்தொடங்கியிருந்தது.

அதைவிட முக்கியக் காரணம், அதுநாள்வரை 'சோவியத் வீரர்கள்' என்கிற பொதுவான அடையாளத்தை மனமுவந்து ஏற்றிருந்தவர்கள், எண்பதுகளின் மத்தியில், 'நான் உக்ரேனியன், அவன் எஸ்தோனியன், நீ கசகஸ்தான்காரன்' என்று மிக விரைவில் துண்டாடப்படப்போவதன் அறிகுறிகளைத் தம் படைகளுக்குள்ளேயே காட்ட ஆரம்பித்தார்கள். மற்ற தளங்களில் இது சரியோ என்னவோ, ராணுவத்தில் இப்படிப்பட்ட பிரிவினை உணர்வுகள் உண்டானால் கதை கந்தலாவதைத் தவிர்க்கவே முடியாது என்பதற்கு ஆப்கனில் சோவியத் படைகள் அடைந்த படுதோல்வி மிகச்சிறந்த உதாரணம்.

*1989*ல் ரீகனின் பதவிக்காலம் முடிந்தது. அந்த வருஷம் தான் ஆப்கன் யுத்தமும் முழுக்க நின்று, சோவியத் படைகளை கோர்பசேவ்

வாபஸ் பெற்றுக்கொண்டார். தோல்விதான். அதுவும் சாதாரணத் தோல்வியா? ஒன்பதாண்டுகால ரத்த இழப்புகளுக்குப் பிறகு கிடைத்த மகத்தான, மாபெரும் தோல்வி. முடிவே இல்லாமல் நீண்டுகொண்டு போன யுத்தத்தை ஏதாவது ஒரு கட்டத்தில் நிறுத்திய பிறகுதான் சோவியத் யூனியனுக்குள் ஏற்பட்டிருந்த பிரச்னைகளின்பக்கம் கவனம் செலுத்தமுடியும் என்று கோர்பசேவ் நினைத்தார்.

அவர் சரியான ராஜதந்திரி மற்றும் தீர்க்கதரிசி. அவர் நினைத்தபடிதான் ஆனது. ஆப்கன் யுத்தத்தின் முடிவும் சோவியத் படைகள் தேசம் திரும்பிய சம்பவமும் ரஷ்யாவில் மிகப்பெரிய தாக்கத்தை உண்டாக்கியது. அரசுக்கு எதிரான கண்டனக் குரல்கள் அனைத்துத் தரப்பிலிருந்தும் கல்லடியாக வந்து விழுந்தன. அதுநாள் வரை அடக்கிவைக்கப்பட்டிருந்த உணர்ச்சிகளின் ஆக்ரோஷ வெளிப்பாடு அது.

எல்லாரும் பேசட்டும், வெறி தணியும்வரை பேசித் தீர்க்கட்டும் என்று கோர்ப்பசேவ் சும்மாவே இருந்தார். அத்தனைபேர் மனங்களிலும் இருந்த சுதந்தர வேட்கையின் கட்டுக்கடங்காத வெளிப்பாட்டைக் கண்முன்னால் கண்டார். நாமெல்லாம் கற்பனை கூடச் செய்துபார்க்கமுடியாத சுதந்தர தாகம் அது. அந்நியர் ஆதிக்கத்துக்கு உட்பட்டிருப்பது ஒரு விதமான வேதனை என்றால் சொந்த நாட்டில், சொந்த அரசினாலேயே சுதந்தரம் பறிக்கப்பட்டு பொம்மைகளாக உலாவர வேண்டிய அவலத்தை அவர்கள் அப்போது அனுபவித்துக்கொண்டிருப்பதாக உணர்ந்தார்கள். அதனால்தான் அத்தனை தீவிரமாக சோவியத் யூனியன் என்கிற மாபெரும் சாம்ராஜ்ஜியத்தையே துண்டாட மனமுவந்து போராட ஆரம்பித்தார்கள்.

கோர்பசேவ் இதை எதிர்பார்த்துத்தான் பதவிக்கு வந்தார். அதற்கான திட்டங்களுடன் தான் வந்தார். ஆப்கன் யுத்தத்திலிருந்து சோவியத் படைகளை வாபஸ் பெறுவதுதான் அவரது திட்டத்தின் முதல் படி. அமெரிக்க - ரஷ்யப் பனிப்போரில் அமெரிக்காவுக்குக் கிடைத்த இறுதி வெற்றியும் அதுதான்.

உண்மையில் அமெரிக்கர்கள் அந்த வெற்றியைப் பட்டாசு வெடித்துக் கொண்டாடியிருக்கவேண்டும். ஆனால் தொடர்ச்சியாக

சோவியத் யூனியனில் நடந்த சம்பவங்களும் அந்த மாபெரும் நிலப்பரப்பு கர்ச்சிப், கர்ச்சிப்பாகத் துண்டாடப்பட்டதும் அவர்களை வெகுவாக உருக்கிவிட்டது.

இதைச் சொன்னால் நம்புவது கஷ்டம். உண்மையில் சோவியத்தின் வீழ்ச்சி கண்டு அதிகம் கண்ணீர் விட்டவர்கள் மற்ற கம்யூனிஸ்டு தேசத்தவர்கள் இல்லை. முதலாளித்துவ தேசமான அமெரிக்காவில் வசித்த மக்கள்தான்.

நம்பர் 1 என்கிற இடத்துக்கு இனி போட்டி இல்லை என்பது தெரிந்ததுமே அமெரிக்காவின் செயல்பாடுகளில் கணிசமான மாறுதல்கள் உண்டாக ஆரம்பித்துவிட்டன. திடீரென்று ரொம்ப சமத்து தேசமாக அது மாறிவிட்டதுபோல ஒரு தோற்றம் எண்பதுகளின் இறுதியிலிருந்தே உண்டாகத் தொடங்கியது. தோதாக வளைகுடா யுத்தமும் அப்போது ஒரு முடிவுக்கு வந்திருந்தது. இனி கொஞ்ச காலத்துக்கு யுத்தகாண்டம் இருக்காது என்றுதான் எல்லாரும் நினைத்தார்கள்.

ஆனால் நடந்தது வேறு. என்ன செய்வது? அமெரிக்காவின் ராசி அப்படிப்பட்டது. சோவியத் என்கிற எதிரி இல்லாதுபோனால் என்ன, அதைவிட நூறு மடங்கு பெரியவன் நான் என்று கிழக்கிலிருந்து ஒரு கொக்கரிப்புக் குரல் கேட்டது.

வேறு யார்? சாட்சாத் சதாம் உசேன் அவர்களேதான்!

11. கூப்பிடுகிறது குவைத்

சதாம் உசேன் என்கிற சர்வாதிகாரி யார், அவர் குலம், கோத்திரம் என்ன, எத்தனை பெண்டாட்டி, பிள்ளை குட்டிகள் உண்டு, சொத்து எத்தனை, சுகம் எப்படிப்பட்டது உள்ளிட்ட சகலமான விவரங்களும் சமீபத்தில் அவரை அமெரிக்கப் படையினர் கைது செய்ததாக அறிவித்த தினம் தொடங்கி சுமார் ஒரு வார காலத்தில் நிறைய கேள்விப்பட்டாகிவிட்டது. போரடிக்கிற அளவுக்கு சதாம் கதை பேசியாகிவிட்டது. ஆகவே மீண்டும் இந்த அத்தியாயத்தில் சதாமின் ப்ரொஃபைலைப் பார்த்துக்கொண்டிராமல் நேரடியாக அவரது அதிரடி நடவடிக்கைகளின் பக்கம் கவனம் செலுத்த ஆரம்பித்துவிடலாம்.

வளைகுடா யுத்தம் முடிந்து, உலகமே சோவியத் யூனியனில் அடுத்து என்ன நடக்கப்போகிறது என்று ஆர்வமும் பதற்றமுமாகப் பார்த்துக்கொண்டிருந்தபோது மீண்டும் அத்தனைபேர் கவனத்தையும் தன்பக்கம் இழுத்தவர் சதாம் உசேன். அத்தனாம்பெரிய யுத்தத்தை நடத்தி முடித்த களைப்பு அவருக்கு அப்போது சுத்தமாக இல்லை. தினவெடுத்த காளை மாதிரி, அடுத்து யாரை அடிக்கலாம் என்று நோட்டமிட ஆரம்பித்தார். இத்தனைக்கும் போரில் ஜெயித்திருந்தாலும் இழப்பு என்னவோ சதாமுக்கு ஜாஸ்திதான். ஈராக்கின் எண்ணெய்ப் பொருளாதாரம் முழுவதும் போரினால் அடிவாங்கியிருந்த நிலையில், கொஞ்சம் சுதாரித்துக்கொள்ளாவிட்டால் டமாரென்று ஏழை நாடுகளின் லிஸ்டில் ஈராக்கும் சேர்ந்துவிடக்கூடிய அபாயம் இருந்தது.

இது சதாமுக்கும் தெரியும் என்றபோதும் வளைகுடா யுத்தத்தை வெற்றிகரமாக முடித்த கையுடன் பிராந்தியம் முழுவதிலும் தன் செல்வாக்கு மேலோங்கியிருப்பதை உடனடியாக நிலைநாட்டினாலொழிய, நடத்திய யுத்தத்தால் பெரிய பலனில்லாமல் போய்விடும் என்று அவர் நினைத்தார். அதைவிட முக்கியக் காரணம், எங்கே இந்த யுத்தத்தின் தொடர்ச்சியாக, அமெரிக்காவுக்கு வளைகுடாவெங்கும் செல்வாக்கு உண்டாகி விடப்போகிறதோ என்கிற அச்சம்.

என்ன பண்ணலாம் என்று கொஞ்சநாள் உட்கார்ந்து யோசித்தார். யோசிப்பது என்றால் சும்மா பல் குத்திக்கொண்டு யோசிக்கிற ரகம் இல்லை அவர். ஒரு பக்கம் யோசித்துக்கொண்டே, மறுபக்கம் தன் ராணுவத்தைவிஸ்தரிக்கவும்தொடங்கினார். 1989ம்வருஷம்டிசம்பர் மாசக் கணக்கெடுப்பின்படி சதாமின் ராணுவத்தில் மொத்தம் ஒரு மில்லியன் வீரர்கள் இருந்திருப்பதாகத் தெரியவருகிறது. பத்து வீரர்களுக்கு உண்டான ஆயுதங்கள், அங்கே ஒரு வீரருக்கு உண்டு. அத்தனையும் அதிநவீன ஆயுதங்கள். அத்தனையும் அமெரிக்கா அளித்தது. தவிர, சதாம் தன் சொந்த முயற்சியாலும் ஓரளவு கணிசமாகவே உள்நாட்டு ஆயுத உற்பத்தியைப் பெருக்கியிருந்தார்.

என்னத்துக்காக இந்த மனுஷன் இப்படி வெறி பிடித்து ஆயுதம் சேர்க்கிறார் என்று எல்லா அரபு தேசங்களுமே மனத்துக்குள் கவலைப்படாமல்இல்லை. ஆனால்பெரும்பாலானஅரபுதேசங்கள் அன்றைக்கு ஈராக்கின் தோழமை தேசங்களாக இருந்ததால், உடனடி ஆபத்து யாருக்கும் இருக்கமுடியாது என்றுதான் நம்பினார்கள். அப்படி நேரடியாக ஈராக்குடன் தோழமை கொண்டிராத தேசங்கள் கூட அமெரிக்காவுடன் தோழமை கொண்டிருந்ததால், ஈராக்கால் அச்சுறுத்தல் ஏதும் இருக்காது என்றுதான் நினைத்தார்கள்.

நாம் நினைப்பதுமாதிரியெல்லாம் சதாம் நடந்துகொள்வாரா என்ன?

1990ம் வருஷத்தின் ஆகஸ்டு மாதம் ஒரு நல்ல நாள் பார்த்து குவைத்தின் மீது போர் அறிவித்தார் சதாம் உசேன். இதற்கெல்லாம் ஒரு காரணம் வேண்டுமா என்ன? கால் காசு பெறாமல் என்னவோ, எண்ணெய் விலை குறைந்ததற்கு குவைத் எடுத்த சில நடவடிக்கைகள்தான் காரணம் என்றும் வளைகுடாப்பகுதியெங்கும் செல்லுகிற ஈராக்கின் எண்ணெய்க் குழாய்களில் குவைத் பார்டரை ஒட்டிச் செல்லும் குழாய்களுக்கு அந்நாட்டு அரசு வேட்டுவைக்கிறது என்றும் இதுமாதிரி இன்னும் சில டுபாகூர் காரணங்களைச் சொல்லி, போருக்கு அறிவிப்பு வெளியிட்டார் சதாம்.

அப்போது அமெரிக்காவில் ஆட்சி மாற்றம் நடந்து ஜார்ஜ் புஷ் அதிபராகியிருந்தார். இப்போது இருக்கிற ஜார்ஜ் புஷ்ஷின் அப்பா புஷ் இவர். முழுப்பேர் ஜார்ஜ் வாக்கர் புஷ். பின்னால் சந்தர்ப்பம்

கிடைக்குமோ என்னவோ? இப்போதே அவரைப் பற்றிச் சில வரிகள் பார்த்துவிடுவோமா? ஒன்றும் பிரச்னையில்லை. சதாம் உசேன் கொஞ்சம் காத்திருப்பார்.

ஜார்ஜ் ஹெர்பர்ட் வாக்கர் புஷ் என்கிற ஜார்ஜ் புஷ் என்கிற புஷ், அமெரிக்காவின் 41வது அதிபராகப் பதவி ஏற்றபோது அவரால் என்ன சாதிக்கமுடியும் என்று அமெரிக்க மக்களுக்கு உண்மையிலேயே நிறைய சந்தேகம் இருந்தது. முன்னதாக மற்றவர்களைப் போல் அவரொன்றும் பிரமாதமாக சாதித்து நட்சத்திர அந்தெஸ்தெல்லாம் பெற்றிருக்கவில்லை என்பதுதான் காரணம்.

வட அமெரிக்காவின் நியூ இங்கிலாந்துப் பகுதியைச் சேர்ந்தவரான புஷ், டெக்ஸாஸ் மாகாணத்தில் தன் அரசியல் பயணத்தை ஆரம்பித்தவர். அவரது அப்பா, ஒரு முன்னாள் செனட்டர்.

ஃபிலிப் அண்டோவர் அகடமியில் தனது கல்லூரிப்படிப்பை முடித்துவிட்டு கப்பல்படையில் சேர்ந்தார் புஷ். இரண்டாம் உலகப்போரில்ஏதோகொஞ்சம்சாகசமெல்லாம்நிகழ்த்தி,ஓரிரண்டு மெடல்கள் கூட குத்திக்கொண்டிருக்கிறார். யுத்தம் முடிந்தபிறகு அமெரிக்காவின் பிரபல 'மெக்கால்ஸ் மேகசின்' பதிப்பாளரின் மகள் பார்பரா பியர்ஸைக் கல்யாணம் பண்ணிக்கொண்டு, மேற்படிப்புக்காக யேல் பல்கலைக்கழகத்துக்குப் போனார். பொருளாதாரத்தில் ஒரு மாஸ்டர் டிகிரியை வாங்கிக்கொண்டு நேரே புதுப்பெண்டாட்டியுடன் டெக்ஸாஸுக்கு வந்து குடியேறிவிட்டார்.

அப்போது அவருக்கு அரசியல் அத்தனை நெருக்கமாக இல்லை. ஆயில் பிசினஸில் தான் ஆர்வம் இருந்தது. பெட்ரோல் மாதிரி காசு கொடுக்கிற தொழில் வேறு கிடையாது. கஞ்சா கூட அப்புறம் தான் என்பார்கள். புஷ்ஷுக்குப் பெட்ரோல் தொழில் தான் முதல் காதலாக இருந்தது.

1950ல் ஸபாடா பெட்ரோலியம் (Zapata petroleum Co.,) என்கிற நிறுவனத்தைத் தனது நண்பர்கள் சிலருடன் சேர்ந்து ஆரம்பித்தார் புஷ். அந்த நிறுவனத்தின் சேர்மன், பிரசிடெண்ட் எல்லாம் அவர்தான்.

பிசினஸ் தடையில்லாமல் நடைபெறுவதற்காகச் சில அரசியல்வாதிகளின் சகவாசத்தை வளர்த்துக்கொண்டு ரிபப்ளிகன் கட்சியுடன் நெருக்கமான புஷ், கொஞ்சம் கொஞ்சமாக அரசியலிலும் ஆர்வம் செலுத்த ஆரம்பித்தார். 1960ல் அந்த ஆர்வம் அவரைச் சாப்பிட ஆரம்பித்தது. பிசினஸ் பிரச்னையில்லாமல் போகிறது; பணத்துக்கு இனி பிரச்னையில்லை; கொஞ்சம் அரசியல் ஆட்டம் ஆடிப்பார்த்தால்தான் என்ன என்று நினைத்தார்.

உடனே உள்ளூர் ரிபப்ளிகன் கட்சியில் உறுப்பினராகி, என்னவோ ஒரு குட்டித் தேர்தலில் (மாவட்டச் செயலாளர் மாதிரி என்று வைத்துக்கொள்ளுங்கள்.) ஜெயித்துவிட்டார்.

1964ம் வருஷம் செனட்டர் தேர்தலில் நின்று தோற்று, 66ம் வருஷம் நேரடியாகஅமெரிக்கமக்களவைத்தேர்தலில்நின்றுஉறுப்பினராகத் தேர்வானார். 68ம் வருஷமும் ஜெயித்தார். நிக்ஸன், ஃபோர்டு ஆட்சிக்காலங்களில் நிறைய சிறப்புப்பதவிகள் வகித்திருக்கிறார் புஷ். ஐ.நாவுக்கான அமெரிக்காவின் தூதராக, சீனாவுக்கான சிறப்புப் பிரதிநிதியாக, அமெரிக்க உளவு அமைப்பான சி.ஐ.ஏ.வின் இயக்குநராக, இன்னும் பல பொறுப்புகளில் இருந்திருக்கிறார்.

1980ம் வருஷமே புஷ் ரிபப்ளிகன் கட்சியின் அதிபர் வேட்பாளராகியிருக்கவேண்டும். ஏனோ முடியாமல் போய்விட்டபடியால் ரீகனுக்கு அந்த லாட்டரி அடித்தது. ஆனபோதிலும் ரீகன் மனமுவந்து புஷ்ஷைத் தன் துணை ஜனாதிபதியாக வர அழைத்ததால், ஒப்புக்கொண்டு உடன் சென்றார் புஷ். 84 எலக்ஷனிலும் ரீகனே ஜெயிக்க, புஷ்ஷே துணை ஜனாதிபதியாகவும் இருந்தார்.

88ம் வருஷத்துப் பொதுத்தேர்தலில் ரீகன் நிற்கவில்லை. புஷ்ஷைத்தான் கட்சி தன் வேட்பாளராக்கியது. என்னதான் ரீகனின் பதவிக்காலத்தின் இறுதியில் சில சொதப்பல்கள் நடந்தாலும் பெரும்பாலான மக்களுக்கு அவரைப் பிடித்துத்தான் இருந்தது. எனினும் ஒரு பாதுகாப்பு கருதியே புஷ்ஷை அந்தத் தேர்தலில் நிறுத்தியது ரிபப்ளிகன் கட்சி. அந்தச் சமயம் ரிபப்ளிகன் கட்சியின்மீது மக்களுக்குப் பிரமாதமான அதிருப்தி ஏதும் இல்லாதபடியால் புஷ் தேர்தலில் ஜெயிப்பதில் பெரிய பிரச்னை ஏதுமில்லை.

ஆனால் முன்பே சொன்னபடி, இந்த மனுஷன் என்ன சாதிப்பார் என்கிற சந்தேகம் மட்டும் எல்லாருக்கும் இருந்தது. அந்தச் சந்தேகத்தைத் தீர்த்துவைக்கும்படியான ஒரு சம்பவமும் உடனே எதிர்வந்தது.

அது 1989ம் வருடம். டிசம்பர் மாதம். அமெரிக்க நீதிமன்றத்தில் ஒரு போதைக் கடத்தல் வழக்குத் தொடர்பாக பக்கத்து தேசமான பனாமாவின் அதிபர் மானுவேல் நொரீகா என்பவரை விசாரிக்க வேண்டியிருந்தது. பனாமாவில் இருந்த அமெரிக்க அதிகாரிகள் சிலரை மிரட்டியது தொடர்பாகவும் ஒரு அமெரிக்க ஆபீசரை பனாமா ராணுவத்தினர் கொலை செய்தது தொடர்பாகவும் அவர்மீது குற்றச்சாட்டுகள் இருந்தன.

என்னவோ ஒரு மூணாம் கிரேடு கிரிமினலை நீதிமன்றத்துக்கு இழுத்துவருவது மாதிரியான கதையா இது? குற்றச்சாட்டு பெரிதென்றாலும் மானுவேல் நொரீகா, ஒரு தேசத்தின் அதிபர் அல்லவா? அவரை எப்படி இன்னொரு தேசத்தின் நீதிமன்றத்துக்கு அழைத்துவர முடியும்? இதுவிஷயத்தில் புஷ் என்ன செய்யப்போகிறார் என்பதைப் பொறுத்துத்தான் அவரை மதிப்பிடமுடியும் என்று அமெரிக்க டீக்கடைகளில் பேசிக்கொண்டார்கள்.

ப்பூ, இவ்வளவுதானே என்று நினைத்துக்கொண்டார் புஷ். உடனே சி.ஐ.ஏ. ஆபீசர்களைக் கூப்பிட்டு சில ரவுண்டு பேச்சுவார்த்தைகள் நிகழ்த்தினார். ரகசியமாக எதையும் செய்யவேண்டாம் என்று முடிவு செய்து, ரைட் ராயலாக ஒரு குட்டிப்படையைத் தயார் செய்து பனாமாவுக்குள் ஊடுருவ அனுப்பினார்.

பனாமா என்கிற தேசம் பனாமா சிகரெட் பாக்கெட் அளவே ஆனது. பிரமாதமான பாதுகாப்பு வளையங்களெல்லாம் ஒன்றுமில்லை அங்கே. அதுவும் அமெரிக்கப் படைக்கு முன்னால் அது ஒரு கொசு கூட இல்லை. சித்தெறும்பு. ஊதினால் காலி. ஆகவே, மானுவேல் நொரீகாவைப் பிடிக்கப்போன அமெரிக்க வீரர்களுக்கு அங்கே பெரிய வீரமெல்லாம் காட்ட அவசியமே ஏற்படவில்லை. சரியாக நாற்பத்தெட்டு மணி நேரத்தில் பனாமாவைக் கைப்பற்றிவிட்டார்கள். நொரீகாவை கோழி அமுக்குவது மாதிரி அமுக்கிப் பிடித்து விமானத்தில் ஏற்றி அமெரிக்காவுக்குக் கொண்டுவந்துவிட்டார்கள்.

அமெரிக்காவின் இந்தச் செயலைப் பல உலக நாடுகள் கண்டித்தபோதிலும் உள்ளூரில் அதிபர் புஷ்ஷின் செல்வாக்கு இதனால் பல மடங்கு அதிகரித்துவிட்டதை மறுக்க முடியாது. இது ஒரு அத்துமீறல் என்று தெரிந்தேதான் அவர் செய்தார். தனது செல்வாக்கை உறுதிப்படுத்திக் கொள்வதற்காகவே செய்தார். ஆதிக்க வெறிபிடித்தவர் என்று அலறுவார்கள் என்பதை உணர்ந்தே செய்தார். அந்தத் தெனாவட்டு வேறு யாருக்குப் பிடிக்காமல் போனாலும் அமெரிக்கர்களுக்குப் பிடிக்கும் என்பதால் அதைச் செய்தார்!

ஒரு பரீட்சையில் தேறிவிட்டோம், இனி பிரச்னையில்லை என்றுதான் அப்போது புஷ் நினைத்தார். ஆனால் அவருக்கான நிஜமான பரீட்சை அப்போது தான் ஆரம்பித்திருந்தது. ஏற்கெனவே ஆரம்பித்த, குவைத் மீதான ஈராக்கின் போர் அறிவிப்பு.

புஷ்ஷுக்கு சதாம் உசேனை நன்றாகத் தெரியும். அவரது ஜாதகம் முச்சூடும் ஆதியோடந்தமாக அவருக்கு அத்துபடி. வளைகுடா யுத்த சமயத்திலேயே, சதாமை ரொம்ப நம்பவேண்டாம் என்று ரீகனுக்கு எச்சரிக்கை கொடுத்தவர் புஷ். 'நான் எங்கே நம்புகிறேன்?' என்று ரீகன் கேட்டதற்கு, 'நம்பாவிட்டால் பரவாயில்லை. ரொம்ப இழையாமல் இருப்பதும் அவசியம்' என்று சொன்னாராம்.

அது ஒரு பக்கம் இருக்க, நாம் ஏற்கெனவே பார்த்தபடி, குவைத் ஒரு மிகச்சிறிய தேசம். எண்ணெய் வளம் உண்டு. பணக்கார தேசம் தான். இந்தத் தகுதிகளையெல்லாம் விட அத்தேசத்துக்கு இருந்த முக்கியமான தகுதி, அமெரிக்காவிடம் தீராத விசுவாசம் கொண்ட தேசம் அது. ஒட்டுமொத்த வளைகுடா தேசங்களிலேயே, அன்றுதொடங்கி இன்றுவரை அமெரிக்க ஆதரவை ஒரு விரதம் மாதிரி கடைபிடித்துவரும் தேசம் குவைத்.

அப்படிப்பட்ட குவைத், ஆதிமூலமே என்று அலறும்போது பார்த்துக்கொண்டு சும்மா இருக்கமுடியுமா? அதுவும் எப்பேர்ப்பட்ட ஆக்கிரமிப்பு அது! அமெரிக்க வீரர்கள் எப்படி நாற்பத்தெட்டு மணிநேரத்தில் பனாமாவை சாப்பிட்டு, அதன் அதிபரைத் தூக்கிக்கொண்டு வந்தார்களோ, அதேமாதிரி மிகக்குறுகிய கால அவகாசத்தில் ஒட்டுமொத்த குவைத்தையும் கைப்பற்றிக்கொண்டு அத்தேசத்தின் அமீரை சவுதி அரேபியாவுக்குத்

தப்பி ஓடச் செய்தது ஈராக் ராணுவம். கண் இமைக்கிற நேரத்தில் குவைத் நாடு ஈராக் வசம் விழுந்துவிட்டது. துளி அவகாசம் கூடக் கொடுக்காமல் குவைத்தை ஈராக்கின் பத்தொன்பதாவது மாநிலம் என்று படு தெனாவட்டாக அறிவித்தார் சதாம் உசேன்.

இனி பொறுப்பதில்லை தம்பீ, எரிதழல் கொண்டுவா என்று இங்கிலீஷில் பாரதியார் பாட்டைப் பாடிக்கொண்டு களத்தில் குதித்தார் புஷ்.

அடேங்கப்பா. சாதாரண யுத்தமா அது! வானில் வைர மழை மாதிரியல்லவா பொழிந்தன ராக்கெட்டுகள்!

12. பிசினஸ் கலந்த அரசியல் யுத்தம்

குவைத் மீதான ஈராக்கின் தாக்குதல் என்பது யானையொன்று தன் தும்பிக்கையால் கொசுவை அடித்துக்கொல்லுவது மாதிரியான விஷயம்தான். ஆனால், அதன் பின்விளைவாக ஈராக் சந்திக்க நேர்ந்த மாபெரும் நெருக்கடிக்கு உவமையே சொல்லமுடியாது.

குவைத்தை எப்போது ஈராக் ஆக்கிரமித்ததோ, அடுத்தக் கணமே ஐ.நா பொங்கி எழுந்துவிட்டது. அதன் பாதுகாப்பு கவுன்சில் உடனடியாக ஈராக்குக்கு அளிக்கப்பட்டுவந்த ஐ.நாவின் உதவிகள் அனைத்துக்கும் தடா போட்டது. ஈராக்கின் வெளிதேசத்து வர்த்தம் மொத்தமும் முடக்கப்பட்டது. உலகவங்கி தொடங்கி, எந்தெந்த வெளிதேசங்களில் ஈராக் அரசாங்கம் வங்கிக்கணக்கு வைத்துக்கொண்டிருந்ததோ, அத்தனை கணக்குகளையும் இழுத்துப் பூட்டி சீல் வைக்க உத்தரவிடப்பட்டது. (இதை சொத்து முடக்கம் என்பார்கள்.)

ஐ.நா. ஒருபக்கம் இப்படி கெடுபிடிகளை அதிகரித்துக்கொண்டே போன நிலையில் அமெரிக்கா உடனே தன் தோழமை நாடான சவுதி அரேபியாவைக் கூப்பிட்டு, உடனே ஈராக் எல்லைக்குப் படைகளை அனுப்பச் சொல்லிக் கேட்டது. இந்த விஷயத்தில் புஷ் நடந்துகொண்டவிதத்தை பிரமிப்புடன் விவரிக்கிறார்கள் போர் வல்லுநர்கள்.

“நீங்கள் முதலில் எல்லையை உங்கள் வீரர்களால் நிரப்புங்கள். பின்னாலேயே வேறு சில பெரும்படைகள் வரும்” என்றுதான் முதலில் புஷ் சொன்னார். அவர் சொன்னதை முழுவதும் உள்வாங்கிக்கொண்டு சவுதி அரேபிய அரசு தன் படைகளைத் திரட்டி எல்லைக்கு அனுப்பத் தொடங்கியபோதே ஐ.நாவின் உறுப்பு நாடுகளான ஐம்பத்திநான்கு தேசங்களும் தம்மாலியன்ற படை உதவிகளைச் செய்து அனுப்பிவைக்க, இன்னொரு புறம் அமெரிக்காவும் பிரிட்டனும் பிரான்சும் வரிந்துகட்டிக்கொண்டு தன் முழுப்படைபலத்தையும் ஈராக்கை நோக்கிப் பரேடு நடத்தவைத்தன.

சுருக்கமாகச் சொல்லுவதென்றால் அன்றைக்கு ஒட்டுமொத்த உலகநாடுகளும் திரண்டு ஈராக்குக்கு எதிராக ஓரணியில் நின்றன. அமெரிக்கா அதற்குத் தலைமை தாங்கியது. எதிர்ப்பக்கம் சதாம் உசேன் என்கிற ஒரு ஆசாமி வரிந்துகட்டிக்கொண்டு சுருட்டு பிடித்துக்கொண்டு நின்றார். வளைகுடா யுத்தத்தில் தனது வெற்றியை உறுதிப்படுத்திக்கொடுத்த அமெரிக்கா, இப்போது பாண்டவர் படைத்தளபதியாக நிற்பதை சதாம் ஒரு கணம் நினைத்துப் பார்த்தார். எல்லாம் காலத்தின் விபரீத விளையாட்டு என்று அவர் எண்ணிச் சிரித்திருக்கவேண்டும். ஆனால் ஒருபோதும் முன்வைத்த காலைப் பின்வைக்கிற வழக்கம் அவருக்குக் கிடையாது. சரி, ஒரு ஆட்டம் ஆடிப்பார்த்துவிடலாம் என்று புறப்பட்டார்.

சதாம் இம்முறை முதலில் தாக்கத் தொடங்கியது சவுதி அரேபியாவின் எல்லையோர எண்ணெய்க் கிணறுகளை. அலறிவிட்டது சவுதி அரசாங்கம். ஏனெனில் சவுதியின் எண்ணெய் வளம் மிகப்பெரிது. தாக்குதல் என்று ஆரம்பித்துவிட்டால் இழப்பு சாதாரணமாக இருக்காது. எத்தனையோ பாதுகாப்பு ஏற்பாடுகளை அந்த அரசு செய்துவைத்திருந்த போதிலும் சதாமின் ராக்கெட்டுகள் குறிபார்த்து கில்லியடிப்பதுமாதிரி நேரே சவுதி அரேபியக் கிணறுகளின் மீதுதான் போய் விழத்தொடங்கின.

உடனே அமெரிக்காவைத் தனக்கு ஒத்தாசை பண்ண அழைத்தது சவுதி அரேபியா.

ஆரம்பத்தில் கொஞ்சம் இழப்பு இருக்கவே செய்தது என்றபோதிலும் உடனடியாக அமெரிக்கா தன் கூட்டணிப்படைகளுடன் சவுதி அரேபியாவுக்கு உதவ வந்துவிட்டதால் அப்போது பெரிய விபரீதங்கள் தவிர்க்கப்பட்டுவிட்டன. மொத்தம் சுமார் ஆறு லட்சம் வீரர்களைப் பணியில் ஈடுபடுத்தியிருந்தது அமெரிக்கக் கூட்டு ராணுவம். அதிநவீன ஆயுதங்களுடன் கப்பல் படைகள் ஒருபுறம், ஏவுகணை அழிப்பு விமானங்களுடன் விமானப்படை மறுபுறம்.

அமெரிக்காவுக்கு இந்த யுத்தத்தின் சமயம் ஒரு பெரிய பிரச்னை இருந்தது. எண்பதுகளின் மத்தியிலிருந்தே அத்தேசத்தை ஒரு இஸ்லாமிய விரோத தேசமாக அனைத்து இஸ்லாமிய நாடுகளும் குற்றம் சாட்டத் தொடங்கியிருந்தன. என்னதான் ஈராக் விஷயத்தில்

அமெரிக்கா என்றில்லை; அத்தனை தேசங்களுக்குமே தாக்குதல் புரிய நியாயங்கள் இருந்தபோதும், இந்தக் குறிப்பிட்ட விஷயத்தில் அமெரிக்கா தன் இஸ்லாமிய விரோத நடவடிக்கையாக மட்டுமே யுத்தத்தை அணுகுவதாக ஈராக் பிரசாரம் செய்ய ஆரம்பித்துவிட்டது.

தற்செயலாக இந்த யுத்தத்தின்போது எகிப்து, சிரியா முதல் பாகிஸ்தான், பங்களாதேஷ் வரை அமெரிக்காவின் பக்கம் தூண் மாதிரி நின்றதால், உலக அரங்கில் அமெரிக்காவின் இமேஜ் கொஞ்சம் உயர்ந்ததே தவிர சதாம் எதிர்பார்த்தமாதிரி சரியவில்லை. இது மிக முக்கியமானதொரு விஷயம்.

அதே சமயம் இதர சில வளைகுடா நாடுகள் கருத்து சொல்ல முடியாமல், கால்வைக்கவும் முடியாமல் திணறி நின்றதையும் குறிப்பிடவேண்டும். குறிப்பாக ஜோர்டன், லிபியா, சூடான் போன்ற சில தேசங்களும் பாலஸ்தீன விடுதலை இயக்கமான யாசர் அராபத்தின் பி.எல்.ஓ.வும் குவைத் மீதான ஈராக்கின் ஆக்கிரமிப்பைக் கண்டித்தாலும் ஈராக் மீதான மேலை தேசங்களின் தாக்குதலை முழு மனத்துடன் ஏற்க முடியாமல் பல்லைக் கடித்துக்கொண்டிருந்தன. இந்தத் தேசங்களுக்கெல்லாம் சதாம் உசேன் மீது அப்போது கொஞ்சம் அனுதாபம் கூட இருந்தது!

ஆகவே ‘மேற்கத்தியத் தாக்குதல்களால் இஸ்லாத்துக்கு ஆபத்து’ என்கிற கருத்தை முன்வைத்து இவர்கள் லேசாகப் பிரசாரம் செய்ய ஆரம்பித்தார்கள். ஜோர்டன் மன்னரான ஃபைசலும் யாசர் அரஃபத்தும் ‘அரபுப் பிரச்னைக்கான தீர்வு’ எனப் பெயரிட்டுக் கூடிப்பேச மற்ற அரபு தேசத்தலைவர்களை அழைக்க ஆரம்பித்தார்கள். கூடவே வளைகுடா தேசமெங்கும் மக்களிடையே என்னவிதமான உணர்வு மேலோங்கியிருக்கிறது என்பதை அறிய ரகசியமாகவும் சில இடங்களில் பகிரங்கமாகவும் கருத்துக் கணிப்புகள் நடத்தப்பட்டன.

வியப்பூட்டும்விதமான விடைகளைத் தந்தது அந்தக் கருத்துக் கணிப்புகள். பல தேசங்களில் மக்கள் சதாமை அப்போது ஒரு சூப்பர் ஹீரோவாகவே பார்த்தார்கள். மேலை தேசங்களுக்கு - குறிப்பாக அமெரிக்காவுக்கு சவால்விடக்கூடிய ஒரு ஆசாமியாவது நம் ஏரியாவில் இருக்கிறாரே என்று பெரும்பான்மையானவர்கள் புளகாங்கிதமடைந்து போயிருந்தது தெரியவந்தது. குறிப்பாக ஜோர்டனிலும் இஸ்ரேலின் ஆளுகைக்கு உட்பட்டிருந்த

அரபு நிலவாழ் மக்களிடையேயும் இந்த உணர்வு தறிகெட்டுப் பரவியிருந்ததைக் கண்டறிந்தார்கள்.

மக்கள்மத்தியில் இப்படியான உணர்வு மேலோங்கியிருக்கும்போது அரபு தேசங்கள் விதியே என்று அமெரிக்கக் கூட்டு ராணுவத்தை ஆதரிப்பதால் ஏதாவது விபரீத விளைவுகள் உண்டாகுமோ என்று தலைவர்கள் கவலைப்படத் தொடங்கினார்கள்.

இதனாலெல்லாம் துளியும் பாதிக்கப்படாமல் தன் கடன் போர் செய்து கிடப்பதே என்று கர்மசிரத்தையாக ராக்கெட் விட்டுக்கொண்டிருந்தார் சதாம். அரபு நாடுகளுக்கு வெளியே தனக்கு ஆதரவு எவ்வளவு இருக்கிறது என்று அறிய மட்டும் ஒரு குழுவை ஏற்பாடு செய்து ஃபீலர் அனுப்பிப்பார்த்தார். ம்ஹூம். ஒன்றும் தேறவில்லை. சதாமுக்கு உதவக்கூடியவர்கள் மிகச் சிலராகவும் அவருக்கு எதிராகப் பெரும்படையும் திரண்டு நிற்பதைக் கண்டவருக்குக் கோபம் எல்லைமீறிப்போனது.

என்ன ஆனாலும் இறுதிவரை ஓய்வதில்லை என்று முடிவு செய்த சதாம், தன்னாலான அதிகபட்சத் தாக்குதல் நடவடிக்கைகளை மேற்கொள்ளத் தொடங்கினார்.

ஆனால் ஆயுத பலமும் போர்த்தந்திரங்களும் மிகுந்த அமெரிக்கக் கூட்டு ராணுவப் படையின் முன்னால் சதாமின் ராணுவத்தால் அதிகம் சாதிக்க முடியவில்லை. அவர்கள் ஆந்த்ராக்ஸ் என்கிற நுண்ணுயிர்க் கிருமித் தாக்குதல்களையும் சில ரசாயன ஆயுதத் தாக்குதல்களையும் மேற்கொள்ள ஆரம்பித்தார்கள்.

பிரிட்டன் படைகளுக்கு ஏற்கெனவே இந்த ரசாயன - உயிரியல் ஆயுதத் தாக்குதல்களைச் சமாளிப்பது குறித்த தெளிவான, திட்டவட்டமான வழிமுறைகள் நன்கு தெரிந்திருந்ததால், அந்தத் தாக்குதலும் பயனற்றுப் போனது. அதே சமயம் ஒரு யுத்தம் என்று வந்துவிட்டால், சதாம் என்னென்னவெல்லாம் செய்யக்கூடியவர் என்பது முதல்முறையாக அப்போது வெட்டவெளிச்சமானதால், ஐநா படைவீரர்கள், ஈராக்கின் ரசாயன, உயிர்க்கொல்லி ஆயுதங்களை முழுவதுமாகத் தேடிப்பிடித்து அழிக்காதவரை ஊர் திரும்புவதில்லை என்று வீரசபதம் செய்துவிட்டுக் களத்தில் இறங்கினர். (அப்போது இந்த முயற்சியில் சுமார் 95% வெற்றியும் அவர்களுக்குக் கிடைத்தது.)

சதாம் தன் ராணுவத்தின்மீது அபரிமிதமான நம்பிக்கை கொண்டிருந்தார். எதிரிப்படையை அவர் மிகவும் குறைத்து மதிப்பிட்டார். ஆயிரம் அமெரிக்காக்கள் திரண்டு வந்தாலும் நாங்கள் ஜெயிப்போம் என்று முழங்கிய அவரது தன்னம்பிக்கையைப் பாராட்டலாம் என்று பார்த்தால், அந்த யுத்தத்தில் அவரது வீரர்கள் செய்த சொதப்பல்கள் மிக அதிகமாகவே இருந்ததுதான் துருத்திக்கொண்டு முதலில் ஞாபகத்துக்கு வருகிறது. போர்க்கலை நிபுணர்களின் கருத்துப்படி, அந்த யுத்தத்தில் ஈராக் வீரர்கள் எந்த ஒரு முறையான நடவடிக்கையையும் எந்தக் கட்டத்திலும் மேற்கொள்ளவில்லை. காட்டுத்தனமான தாக்குதல் என்பார்களே, அப்படியொரு யுத்தத்தைத்தான் அவர்கள் செய்தார்கள். இந்தக் 'காட்டுத்தாக்குதலை'ப் புரிந்துகொள்ளக் கொஞ்சம் கஷ்டப்பட்டதால்தான் அமெரிக்கக் கூட்டு ராணுவம் யுத்தத்தை சீக்கிரம் முடிக்க முடியாமல் கொஞ்சம் அவஸ்தைப்படவும் செய்தது.

புஷ்ஷுக்குப் பொறுமை போய்விட்டது. ஜனவரி 15 வரை டயம் தருகிறேன். அதற்குள் மரியாதையாக நீ குவைத்தை காலி பண்ணிவிட்டுக் கிளம்பாவிட்டால் அப்புறம் நடப்பதற்கு நான் பொறுப்பில்லை என்பது மாதிரி ஒரு மிரட்டல் அறிக்கை வெளிவிட்டார். இதன் அர்த்தம், முழு அளவிலான தாக்குதல் மேற்கொள்ளப்படும் என்பது. முழு அளவு என்றால் அது அணுகுண்டுத்தாக்குதலாகக் கூட இருக்கலாம் என்பது இதன் உள்ளர்த்தம்!

சுமார் ஒன்றரை மாதங்கள் 'உளுளுவாக்காட்டி' யுத்தம் நடத்திக்கொண்டிருந்த அமெரிக்கா, மேற்சொன்ன அந்த ஜனவரி 15க்குப் பிறகு வேட்டியை வரிந்துகட்டிக்கொண்டு தனது இறுதிக்கட்ட நடவடிக்கையை ஆரம்பித்தது. குவைத்தில் நிலைகொண்டிருந்த ஈராக்கின் சுமார் நாற்பது டிவிஷன் படைகளின் மீதும் நேரடி, தரைத்தாக்குதலைத் தொடங்கியது. இதன் விளைவாக ஈராக் வீரர்கள் நிகழ்த்திய பதில் தாக்குதலில் குவைத்தின் எண்ணெய்க் கிணறுகள் பற்றி எரியத் தொடங்கின. பதிலுக்கு பதிலாக அமெரிக்கா நிகழ்த்திய ராக்கெட் தாக்குதல்களில் வானும் மண்ணும் சேர்ந்து சிவந்தன.

தாக்குப்பிடிக்க முடியாத சூழ்நிலைக்கு சதாம் தள்ளப்பட்டார். வலுக்கட்டாயமான போர் நிறுத்தத்துக்கு அவர் இழுத்துவரப்பட்டு,

குவைத்திலிருந்து முழு அளவில் தன் ராணுவத்தை வாபஸ் பெறவைத்ததெல்லாம் இதன் தொடர்ச்சியாக நடைபெற்றதுதான். இதற்குப் பிரதியாக, நிறுத்திவைத்த உதவிகள் சிலவற்றைத் திரும்ப அளிக்க ஐக்கியநாடுகள் சபை ஒப்புக்கொண்டது.

இதெல்லாம் ஒரு பக்கம் நடந்துகொண்டிருந்தபோதே ஈராக்கின் தலைநகரான பாக்தாத் தொடங்கி அந்தத் தேசத்தின் எல்லையோர குட்டி கிராமங்கள் வரை ரசாயன ஆயுதங்களுக்கான தேடுதல் வேட்டையிலும்கூட்டுராணுவப்படை ஈடுபட்டுக்கொண்டிருந்தது. வேறு வழியில்லாமல் சதாம் அதற்கு அனுமதிக்க வேண்டியிருந்தது.

யோசித்துப் பார்த்தால் அன்றைக்கே தீர்ந்திருக்கவேண்டியதுதான் இந்த ஈராக் விவகாரம். இந்த *2004* வரை பிரச்னையை இழுத்து, சதாம் அத்தனாம்பெரிய தாடி வளர்க்கிற வரைக்கும் விட்டுவிட்டு அப்புறம் எங்கேயோ ஒரு பொந்திலிருந்து செத்த எலியைப் பிடித்ததுபோலப் பிடித்து இழுத்து வந்திருக்க வேண்டிய அவசியமே இல்லை.

ஒரு வாய்ப்பு. மிக வசமான வாய்ப்பு அது. அந்த கூட்டுராணுவத் தாக்குதலின் இறுதியிலேயே ஈராக்கின் அத்தனை ஆயுத பலங்களையும் பரிசோதித்து அழித்து, மேற்கொண்டு ரசாயன ஆயுதங்கள் ஏதும் தயாரிக்க முடியாதபடிக்குச் செய்துவைத்துவிட்டு, சதாம் தலையிலும் நாலு தட்டு தட்டி உட்காரவைத்துவிட்டு வந்திருக்கலாம். ஆனால் ‘குவைத்திலிருந்து ஈராக்கை வெளியேற்றுவது மட்டும்தான் தன் நோக்கம்’ என்று அறிவித்துவிட்டு போரைத் தொடங்கிய புஷ், அந்தக் காரியம் முடிந்ததும் என்னவோ ரொம்ப சமர்த்துப் பையனாட்டம் ஊரைப்பார்க்கத் திரும்பிவிட்டதில்தான் வந்தது வினை. அப்படி உடனே திரும்பாமல், இருந்து ஈராக்கை சல்லடைபோட்டு சலித்தெடுத்துவிட்டு வந்திருந்தால், சதாம் மீண்டும் துளிர்த்து எழுந்திருக்கவே முடிந்திருக்காது என்கிறார்கள் பல மத்தியக்கிழக்கு தேச அரசியல் வல்லுநர்கள்.

அமெரிக்கா அப்படித் திரும்பியதற்கு இன்னொரு காரணமும் இருந்தது. எண்ணெய்வள தேசங்களில் தனது பிசினஸ் தடையற்று நடைபெற மக்கள் சப்போர்ட் கொஞ்சமாவது வேண்டும் என்று அத்தேசம் கருதியது. குறிப்பாக, அமெரிக்க அதிபராக

அப்போது ஆகியிருந்த ஜார்ஜ் வாக்கர் புஷ்ஷே ஒரு எண்ணெய் வியாபாரி. அவரே அமெரிக்காவில் மிகப்பெரிய பெட்ரோலிய கம்பெனி ஒன்று நடத்திக்கொண்டிருந்தார். ஆகவே தனது சுய லாபத்தையும் பார்த்தாகவேண்டிய கட்டாயம் அவருக்கு இருந்தது. 'ஆயுதப்பரிசோதனை' என்கிற பெயரில் ஈராக்கில் புதைபொருள் ஆராய்ச்சி நடத்தப்போய், ஒட்டுமொத்த ஈராக்கியர்களின் கெட்ட அபிப்பிராயத்துக்கு நிரந்தரமாக ஆளானால் எங்கே தன் பிசினஸ் படுத்துவிடுமோ என்று அவர் அச்சப்பட்டதும் ஒரு காரணம் என்று சிலர் சொல்லுகிறார்கள். மீண்டும் நாம் 'மகான்' கவுண்டமணியின் சித்தாந்தத்தைத்தான் நினைவு படுத்திக்கொள்ளவேண்டியிருக்கிறது.

'அரசியல்ல இதெல்லாம் சகஜமப்பா...'

13. கண்ணில் விரல்

வளைகுடா யுத்தத்தைத் தொடர்ந்து குவைத்துக்காக ஈராக் மீது நிகழ்த்தப்பட்ட தாக்குதல், அங்கே மேற்கு எல்லையில் இஸ்ரேலுக்காகத் தொடர்ந்து செய்துகொண்டிருந்த பஞ்சாயத்துகள், நடுவில் சவுதி அரேபிய அரசுடன் ஏற்படுத்திக்கொண்ட ராஜதந்திர உறவு, ராணுவ ரீதியிலான நெருக்கங்கள், ஈரானில் கொமேனியுடன் உண்டாக்கிக்கொண்ட பெரும்பகை உள்ளிட்ட பல்வேறு காரணங்களால், தொண்ணூறுகளின் தொடக்கத்தில் அமெரிக்காவின் மீது இஸ்லாமிய அடிப்படைவாத இயக்கங்கள் கொண்ட வெறுப்பு கொஞ்சநஞ்சமல்ல. எங்கிருந்தோ வந்து இவன் யார் நமக்கு சட்டாம்பிள்ளை ஜோலி பார்ப்பதற்கு என்று செம கடுப்பில் இருந்தார்கள். ஏதாவது செய்து அமெரிக்காவை நிலைகுலைய வைத்துவிடமாட்டோமா என்று எல்லா இஸ்லாமியத் தீவிரவாத இயக்கங்களுமே ராப்பகலாக உட்கார்ந்து யோசித்துக்கொண்டிருந்தன அப்போது.

இந்த இயக்கங்களிலேயே அதிக சக்தியும் வீரியமும் கொண்டது அல் - கொய்தா. அமெரிக்காவின்மீது மிக அதிகமான வெறுப்பைக் கொண்டிருந்த இயக்கமும் அதுதான். (பாலஸ்தீனத் தீவிரவாத இயக்கமான ஹமாஸ் கூட அடுத்தபடியாகத்தான்!) இஸ்லாமிய தேசங்களின்மீதான அமெரிக்க மேலாதிக்கமும் அமெரிக்காவின் தொடர் இஸ்லாமிய விரோத நடவடிக்கைகளும் பின்லேடனுக்கு மிகவும் எரிச்சலளித்தன. என்னதான் ஆப்கன் மீதான ரஷ்யப்படையெடுப்பின்போது அமெரிக்காவின் உதவி இல்லாமல் பின்லேடன் அண்ட் கோவால் ஜெயித்திருக்க முடியாது என்றாலும், தொண்ணூறுகளின் தொடக்கத்தில் அல்-கொய்தா அடைந்திருந்த வளர்ச்சியை மிக விழிப்புணர்வுடன் கண்காணித்துவந்த பின்லேடனுக்கு, அமெரிக்காவுடன் ஒண்டிக்கு ஒண்டி மோதுவதில் பெரிய சிரமம் இருக்கக்கூடும் என்று தோன்றவில்லை.

முதலில் செய்யவேண்டியது, அமெரிக்காவில் தனது நெட் ஒர்க்கை பலப்படுத்துவதுதான் என்று அவர் முடிவு செய்துகொண்டார்.

ஏற்கெனவே அப்துல்லா அசம் அமெரிக்காவெங்கும் சுற்றுப்பயணம் செய்து அல்கொய்தா அங்கே தழைப்பதற்குத்

தன்னாலான அத்தனை அடிப்படைச் சௌகரியங்களையும் செய்துவைத்திருந்தபடியால் அதில் பெரிய கஷ்டம் ஏதும் இராது என்பதும் பின்லேடனுக்குத் தெரியும். வேண்டியதெல்லாம், இருக்கிற நெட் ஒர்க்கை இன்னும் வலுப்படுத்தி, இன்னும் ஹைடெக்காக்குவது மட்டும்தான்.

அப்துல்லா அசமை சொந்தப் பகையின் காரணமாக அப்போது பின்லேடன் கொலை செய்திருந்தார். அமெரிக்க நெட் ஒர்க் முழுவதையும் தனது நேரடி கண்காணிப்பின் கீழும் கொண்டுவந்திருந்தார். எதற்கும் இருக்கட்டும் என்று இப்போது ஒருமுறை அமெரிக்க விசாவுக்கும் அப்ளை செய்து வைத்தார். (ஆனால் அதன்பின் அந்த விண்ணப்பம் என்ன ஆனது என்று தெரியவில்லை.)

ஆனால் ஃபுல்டைமாகத் தமக்கு அமெரிக்காவில் இருந்து உதவ அவருக்கு ஒரு ஆள் தேவைப்பட்டது. அதாவது, மதிமந்திரி மாதிரி. அதற்காக ஒசாமா தேடிப்பிடித்த ஆசாமியின் பேர், ஷேக் உமர் அப்துல் ரஹ்மான்.

இந்த ஷேக் உமர் அப்துல் ரஹ்மானை 'குருட்டு ஷேக்' என்று அழைப்பார்கள். *(Blind Sheikh).* *1938*ம் வருஷம் எகிப்தில் பிறந்த இந்த இஸ்லாமியப் பேரறிஞருக்கு சர்க்கரை வியாதி காரணமாகக் கண்பார்வை இல்லாதுபோய்விட்டது. அதுவும் மிகச்சிறிய வயதிலேயே. ஆனாலும் தனது விடாமுயற்சியால், ப்ரெய்லி முறையிலேயே முழுக் குர் ஆனையும் ஓதிப் பயின்று எக்ஸ்பர்ட் ஆனவர். அந்தக் காலகட்டத்தில் உலகிலிருந்த அனைத்து இஸ்லாமிய மார்க்க அறிஞர்களிலேயே இவர்தான் தலைசிறந்தவர் என்று சொல்லுவார்கள். என்ன, கொஞ்சம் தீவிரவாத ரத்தம் அவருடையது. *1970*ம் ஆண்டு எகிப்தில், மக்கள் மத்தியில் கலகத்தை விதைக்க முயற்சி செய்கிறார் என்று சொல்லி எகிப்து அரசாங்கம் அவரை சிறையில் வைத்தது. பிறகொரு பத்து வருஷம் கழித்து மீண்டும் ஒரு முறை கைது, மீண்டும் எண்பதுகளின் இறுதியில் ஒருமுறை வீட்டுச்சிறை என்று நிறையவே பார்த்தவர் அவர்.

அந்த வீட்டுச்சிறை சம்பவத்தின்போது சீக்கிரமே அவர் விடுதலை அடைய முடிந்தாலும் தொடர்ந்து எகிப்தில் காலம் தள்ளுவது கஷ்டம் என்கிற சூழ்நிலை இருந்ததால், ரகசியமாகத் தப்பித்து

சூடானுக்குப் போய்விட்டார். அங்கேதான் அவருக்கு அமெரிக்க விசா கிடைத்தது. அமெரிக்காவில் அப்போது வசித்துவந்த - இதேமாதிரி தீவிரவாத இயக்க விசுவாசமுள்ள நபரான முஸ்தஃபா சலாபி என்கிற அன்பர் இதற்கு ஏற்பாடு செய்து கொடுத்தார். சலாபியும் எகிப்து நாட்டைச் சேர்ந்தவர்தான் என்பதால் ஏற்கெனவே நமது 'குருட்டு ஷேக்'குக்கு அறிமுகமானவர்.

சலாபியின் ஒத்துழைப்பால், அமெரிக்காவுக்கு வந்துசேர்ந்த ஷேக், செய்நன்றியை மறக்காமல் அடுத்த வருஷமே சலாபியைக் கொன்றுபோட்டார். இந்தத் தீவிரவாத இயக்கங்களில் ஒருத்தர் இன்னொருவரைக் கொல்லுவதற்குப் பிரமாதமான காரணங்களெல்லாம் வேண்டாம். இயக்கத் துரோகி, மதத்துரோகி என்று என்னவாவது ஒரு டாக்டரேட் பட்டம் கொடுத்து ஆளைத்தீர்த்துவிடுவார்கள். செய்நன்றி, பழகிய தோஷம், நட்பு, உறவு - இதெல்லாமே இவர்கள் அகராதியில் கெட்ட வார்த்தைகள் என்பதறிக.

இந்த ஷேக் ஏற்கெனவே *Jewish Defence League* என்கிற அமைப்பின் ஸ்தாபகரான 'ராபிமேயின் கானே' என்பவரைத் தீர்த்துக்கட்டியவர். இந்தக் கொலையில் இவருடன் பார்ட்னராக இருந்து செயல்பட்டவரும் உமர் அப்துல் ரஹ்மானின் பிரதான சிஷ்யருமான அல் சயீத் நாசர் என்பவரை நிரபராதி என்று நீதிமன்றம் சொல்லிவிட்டாலும் நமது கதாநாயகரான குருட்டு ஷேக்கின்மீது குற்றச்சாட்டும் வழக்கும் தண்டனையும் அப்படியேதான் இருந்தது.

ஆமாம், என்ன பெரிய வழக்கு, தண்டனை? ஷேக் சாஹிப்புக்கு அமெரிக்கா என்றில்லை. இன்னும் பல நாடுகளிலும் வலுவான நட்புகள் இருந்தன. ஒரு குரல் கொடுத்தால் ஓடிவந்து உதவ பல்லாயிரக்கணக்கான அடிப்பொடிகளை அவர் சம்பாதித்துவைத்திருந்தார். மிக வலுவான பாதுகாப்பு வளையத்தில் இருந்தபடியால் அவரை எந்த போலீஸும் நெருங்கக்கூட முடியவில்லை.

அது ஆச்சா? தொண்ணூறுகளின் தொடக்கத்தில் அமெரிக்காவில் வலுவாகக் காலூன்றிக்கொண்ட அந்த 'குருட்டு ஷேக்'கைத்தான் பின்லேடன் தன் நெட் ஒர்க்கில் இணைத்துக்கொண்டு அமெரிக்காவுக்கு ஆட்டம் காட்ட விரும்பினார்.

ஷேக் ஒப்புக்கொண்டால் முதல் கட்டமாக, சற்றே பெரிய அளவில் ஒரு 'நாடு தழுவிய தீபாவளி' நடத்தலாம் என்று முடிவு செய்தார்.

இஸ்லாம் விரோத தேசம் என்று அமெரிக்காவை எப்போதும் நினைக்கிற குருட்டுஷேக்குக்கு இதென்ன கசக்கவா செய்யும்? 'தலைவா, நீ கோடு போடு, நான் ஜிஎஸ்டி ரோடு போட்டுவிடுகிறேன்' என்று சிக்னல் கொடுத்துவிட்டார். அவருக்கும் அப்போது பின்லேடன் மாதிரி ஒரு பெரிய கையின் வலுவான சப்போர்ட் வேண்டியிருந்தது. ஆகவே, அமெரிக்காவுக்குள் என்னவிதமான நாசகாரியங்கள் செய்யவேண்டுமானாலும் மொத்தமாகவும் சில்லறையாகவும் தான் செவ்வனே முடித்துத்தருவதாக உத்தரவாதம் கொடுத்தார்.

ரஹ்மான்பாய் அப்போது 'அமெரிக்காவின் அரபுதேசம்' என்று வருணிக்கப்பட்ட ப்ரூக்ளின் நகரில் தான் ஜாகை எடுத்துத் தங்கியிருந்தார். பிராந்தியத்தில் ஒன்றுவிடாமல் எல்லா மசூதிகளையும் வளைத்துப்போட்டு தன் ப்ராஞ்ச் ஆபீஸ்களாக்கிக் கொண்டு, சௌக்கியமாக வெளியே குர் ஆன் ஓதிக்கொண்டு உள்ளுக்குள் கெட்டகாரியங்கள் பண்ணிக்கொண்டிருந்தார். அதாவது, ஆயுதப்பதுக்கல், வெடிகுண்டு தயாரிப்பு, பிட் நோட்டீஸ் அச்சாக்கம் ஆகியவை.

ஆகவே பின்லேடன் என்னவிதமான உத்தரவிட்டாலும் செய்துதருவதில் அவருக்கு எவ்வித சங்கடமும் இருக்கவில்லை.

1989ம் வருஷக் கடைசியிலேயே பின்லேடனிடமிருந்து ரஹ்மான்பாய்க்கு - அவர் எதிர்பார்த்துக்கொண்டிருந்த ஓலை வந்துவிட்டது. என்னென்ன செய்யவேண்டும், எங்கே செய்யவேண்டும் என்பதை விளக்குகிற படு பக்காவான தாக்குதல் உத்தரவு.

1. உலகவர்த்தக மையக் கட்டடத்தின்மீது தாக்குதல்.

2. ஐக்கிய நாடுகள் சபை கட்டடத்தில் ஒரு ஆர்டிஎக்ஸ் தாக்குதல்.

3. நியூயார்க் நகரிலுள்ள சுரங்கச் சாலைகளில் குண்டு.

4. இரண்டு ஆற்றுப்பாலங்களைத் தகர்ப்பது

5. எஃப்.பி.ஐ. உளவு அமைப்பின் தலைமை அலுவலகத்தை உடைத்து அழிப்பது.

6. அமெரிக்க அயலுறவுத்துறை அமைச்சர் அலுவலகம், மற்றும் சில அலுவலகங்கள் மீது தாக்குதல்

7. இஸ்ரேலின் நடவடிக்கைகளை ஆதரித்துப் பாராளுமன்றத்தில் தொடர்ந்து பேசிக்கொண்டிருக்கிற அமெரிக்க பார்லிமெண்ட் உறுப்பினர்களின் வீடுகளை குண்டுவைத்துத் தகர்ப்பது; சில பார்லிமெண்ட் உறுப்பினர்களைச் சுட்டுக் கொல்லுவது.

இப்படியான ஒரு ஏழு அம்சத் திட்டத்தை வகுத்து அனுப்பியதோடு மட்டுமல்லாமல், இந்தத் திட்டத்தை வெற்றிகரமாகச் செயல்படுத்துவதற்கு டெக்னிகல் ஆலோசகராக இமாத் மக்னியே என்றொரு பாம் எக்ஸ்பர்ட்டையும் ஒத்தாசைக்கு ஏற்பாடு செய்தார். இந்த மக்னியே எப்பேர்ப்பட்ட ஆசாமி என்றால், எண்பதுகளில் உலகின் தலைசிறந்த பாம் எக்ஸ்பர்ட் என்று சர்வதேசத் தீவிரவாத இயக்கங்கள் மத்தியில் பேசப்பட்டவர். எந்த ஒரு தனிப்பட்ட குழுவைச் சேர்ந்தவரும் இல்லை. ஆனால் காண்ட்ராக்ட் அடிப்படையில் கூப்பிடுகிற யாருக்கு வேண்டுமானாலும் போய் உபகாரம் பண்ணிக்கொடுத்துவிட்டு, பொன்முடிப்புடன் ஊரைப்பார்க்கப் போய்ச் சேர்ந்துவிடுவார். 1983ல் பெய்ரூத்தில் பிரெஞ்சு பாராட்ரூப்பர் ஹெட் குவார்ட்டர்ஸைத் தகர்த்ததும் யு.எஸ். மெரைன் பாரெக்ஸ் தாக்குதலை வெற்றிகரமாக நடத்தியதும் அவரது பயோடேட்டாவில் சிறப்புச் சாதனைகளாகக் குறிப்பிடப்படுபவை.

இப்படி, இதனை இதனால் இவன் முடிப்பான் என்றாய்ந்து, அதனை அவன்கண் விட்டபிற்பாடும் ஒசாமா சும்மா இருக்கவில்லை. அமெரிக்காவின் மீதான தாக்குதல் என்பதை ஒரு பெரிய ப்ராஜக்டாக வைத்துக்கொண்டு பல கட்டங்களில், பலவிதங்களில் அதைத் தொடர்ந்து செய்ய திட்டமிட்டிருந்தார் அவர். ஒருவேளை தனக்கு ஏதாவது நேர்ந்தாலும் புனிதப்போர் தடைபடாமல் தொடருவதற்காக, பல்வேறு இஸ்லாமிய தேசங்களில் உள்ள தமது இயக்கத்தின் மூத்த தலைவர்களை ஒரு நடை தான் அப்போது வசித்துவந்த பாகிஸ்தானுக்கு வரவழைத்து, அடுத்தப் பத்து வருஷங்களில் யார் யார் எந்தெந்த விதமான தாக்குதலுக்குத் தம் பிரிவைத் தயார் படுத்தி வைக்க வேண்டும் என்று திட்டமிட்டுக் கொடுத்தார். எப்போது தாக்குதல் என்பது மட்டும் திட்டமிட்ட தேதிக்குக் கொஞ்சம் முன்னதாக

அறிவிக்கப்படும். ஆனால், எப்போது உத்தரவிட்டாலும் உடனடியாகச் செய்துமுடிக்கும்விதமாக எல்லாரும் அவரவர் பிராஞ்ச் போராளிகளைத் தயார் நிலையில் வைத்திருக்கவேண்டும்.

இப்படியொரு முன்னேற்பாட்டை அதிகவனமாகச் செய்துமுடித்த பிற்பாடே அந்த முதல் கட்டத் தாக்குதல் நடவடிக்கைக்கு முகூர்த்தம் பார்க்க ஆரம்பித்தார் ஒசாமா.

சொல்லப்போனால் அந்தக் காலகட்டத்தில் ஒசாமாவுக்கு வேறொரு மிகப்பெரிய பிரச்னை இருந்தது. அவரை, அவரது தாய்நாடான சவுதி அரேபியா தேசத்தைவிட்டே விரட்டியிருந்தது. குவைத் மீதான ஈராக்கின் தாக்குதலைத் தொடர்ந்து, ஈராக்கால் சவுதிக்கு அபாயம் வந்தபோது, அமெரிக்காவை அத்தேசம் ஒத்தாசைக்கு அழைத்த கதையைப் பார்த்தோமல்லவா?

அப்போது பின்லேடன் சவுதி மன்னருக்குப் பணிவாக ஒரு வேண்டுகோள் விடுத்திருந்தார். இந்தமாதிரி, என்னத்துக்குப் போயும்போயும் ஒரு இஸ்லாமிய துரோகியை உதவிக்கு அழைக்கிறீர்கள்? ஒரு வார்த்தை சொல்லுங்கள், நான் ஐயாயிரம் போராளிகளுடன் களத்தில் இறங்கி, சதாம் உசேனை சட்னி பண்ணிவிடுகிறேன் என்று கேட்டார்.

சவுதி மன்னர் குடும்பத்துக்கு அப்போது ஏனோ ஒசாமாவின் மீது முழு நம்பிக்கை இல்லை. ஆகவே அவர் கேட்டதைப் பொருட்படுத்தாமல் சவுதி மண்ணில் அமெரிக்கப் படை வருவதற்கு சிவப்புக் கம்பளம் விரித்துவைத்தார்கள்.

இதில் கடுப்பான ஒசாமா, பகிரங்கமாக சவுதி அரசின் இந்த நடவடிக்கை பற்றிப் பேச ஆரம்பிக்கவே, அவருக்கும் மன்னர் குடும்பத்துக்குமான உறவு இற்றுப்போகத் தொடங்கியது. தொடர்ந்து ஒசாமா, அமெரிக்காவை சகட்டுமேனிக்கு விமரிசித்துக்கொண்டிருந்ததால், ஒரு கட்டத்தில் ஒசாமாவை ஒரு 'ஆபத்தான அராபியன்' என்று சொல்லி நாடுகடத்தவேண்டிய நெருக்கடி சவுதி அரசுக்கு ஏற்பட்டுவிட்டது.

தாய்நாட்டில் வாழமுடியாத துக்கத்துடந்தான் - ஒரு தாற்காலிக ஏற்பாடாக - பாகிஸ்தானுக்கு வந்திருந்தார் ஒசாமா. (ஆப்கனிலும் வாழமுடியாதே! அங்கே அமெரிக்கப் படைகள்

நிலைகொண்டிருந்தன அல்லவா?) கொஞ்சம் ஏற்பாடுகள் பண்ணிக்கொண்டு சூடானுக்குப் போய் செட்டில் ஆகிவிடலாம் என்பதுதான் அவரது திட்டம். சூடானில் அவருக்குச் சில நல்ல தொடர்புகள் இருந்தன. குறிப்பாக சூடான் அரசின் மேல்மட்ட அதிகாரிகள் பலருடன் நெருக்கமான தொடர்பே உண்டு. அப்படிப் போவதற்குமுன்னால் சில காரியங்களை முடித்துவிடும் யோசனையுடந்தான் அவர் பாகிஸ்தானில் அப்போது குடிவந்திருந்தார்.

இந்த நெருக்கடிகளையெல்லாம் பொருட்படுத்தாமல்தான் அமெரிக்க மண்ணில் தாக்குதல் நடத்த, திட்டங்களும் வகுத்துக்கொண்டிருந்தார்.

தொண்ணூறுகளின் தொடக்கத்திலிருந்தே அமெரிக்காவின் நிரந்தர எதிரியாகிவிட்டார் ஒசாமா. திட்டமிட்ட அந்தத் தாக்குதல்கல்களுக்கான முயற்சிகள் ஆரம்பித்தபோதே இருதரப்புப் பகையும் அதன் அதிகபட்ச சூட்டை அடைந்துவிட்டன.

பல தேசங்களுக்கு எதிரான தனது மேலாதிக்க முயற்சிகளில் பெருவெற்றி கண்ட அமெரிக்கா, ஒசாமா விஷயத்தில் என்ன செய்வதென்றே புரியாமல் திண்டாடித் தெருவில் நிற்கவேண்டியதானது. பச்சையாகச் சொல்லுவதென்றால் அமெரிக்காவின் கண்ணில் விரல்விட்டு ஆட்ட ஆரம்பித்துவிட்டிருந்தார் ஒசாமா.

14. உலக வர்த்தகமையத் தாக்குதல் - 1.

அமெரிக்கா மீதான இஸ்லாமியத் தீவிரவாத இயக்கங்களின் முழுவேகத் தாக்குதல் நடவடிக்கைகள் *1993*ம் ஆண்டு ஆரம்பித்தன. திட்டங்களின் சூத்திரதாரிகள் எல்லாரும் சர்வ ஜாக்கிரதையாக தம்மைச்சுற்றி நெருப்புச் சுவர் எழுப்பிக்கொண்டு உள்ளே மட்டும் ஏசி போட்டுக்கொண்டு உட்கார்ந்து தீவிரமாக - மிகத்தீவிரமாக ஒவ்வொரு படியாக அலசி ஆராய்ந்து கட்டளைகள் கொடுத்துக்கொண்டிருக்க, வெளியே தொண்டரடிப்பொடிகள் களப்பணியில் படு ரகசியமாக இறங்கி வேலைபார்க்க ஆரம்பித்தார்கள்.

அவர்களின் முதல் இலக்கு, அந்த உலக வர்த்தக மையக் கட்டடம். ஏற்கெனவே பார்த்தோமில்லையா? பின்லேடன் அண்ட் கோவுக்கு ஆரம்பத்திலிருந்தே அந்த ரெட்டைக் கோபுரங்களின் மீது ஒரு கண் இருந்திருக்கிறது. அதை அமெரிக்கா அன்று தன் கௌரவச் சின்னமாகப் பார்த்ததோ என்னவோ, கண்டிப்பாக லேடன் அப்படித்தான் பார்த்தார். அத்தனாம்பெரிய கட்டடத்தில் ஒரு ரகளை பண்ணிவிட்டால் நிச்சயம் அது அமெரிக்க அரசின் தன்மானத்தை பாதிக்கும்; ஆத்திரத்தில் கச்சாமுச்சாவென்று நிறைய தப்பு பண்ணுவார்கள்; தொடர்ந்து அடிக்க சௌகரியமாக இருக்கும் என்று கணக்குப் போட்டது அமெரிக்காவில் உட்கார்ந்துகொண்டிருந்த தீவிரவாதிகளின் கூட்டமைப்பு.

கவனிக்கவும். இந்த முதல் உலக வர்த்தக மையத் தாக்குதலில் பின்லேடன் நேரடியாகச் சம்பந்தமில்லாதபடிக்குக் காட்டிக் கொண்டார். அவரது அப்போதைய அமெரிக்கப் பிரதிநிதியாக இருந்து காரியமாற்றிய குருட்டு ஷேக்கும் ‘தனக்கும் இதற்கும் சம்பந்தமில்லாத’படிதான் நடந்துகொண்டார். தன்னையொரு இஸ்லாமிய அரசியல்வாதியாக மட்டுமே அவர் தீவிரமாக அப்போது வெளிப்படுத்திக்கொண்டிருந்தார். அதாவது, ஜனநாயக முறையில் மட்டுமே தமக்கான உரிமைகளைப் பெறப் பாடுபடும் ஒரு தலைவராக.

இப்படி, பெருந்தலைகளெல்லாம் ‘சமத்துப் பையன்’ அவதாரம் எடுத்து ஒதுங்கிநின்று கொண்டாலும் திட்டமிட்டபடி வேலைகள்

மட்டும் ஜரூராக நடந்துகொண்டுதான் இருந்தது. எங்கிருந்து கட்டளை வருகிறது என்று ஆராய்ச்சி பண்ணிக்கொண்டிராமல், வந்த கட்டளையை உடனடியாக நிறைவேற்றக்கூடிய நூற்றுக்கணக்கான தீவிரத் தொண்டர்களை அப்போது அமெரிக்காவில் பெற்றிருந்தார்கள், இஸ்லாமியத் தீவிரவாத இயக்கத் தலைவர்கள்.

பிப்ரவரி 26, 1993. சரியாக நண்பகல் மணி 12.15. அமெரிக்காவில் அது கொழுத்த ராகுகாலமாக இருக்கவேண்டும். அந்த உலக வர்த்தக மையக் கட்டடங்களான இரட்டைக் கோபுரங்களின் ஒன்றின் பேஸ்மெண்ட்டில் சக்தி மிக்க குண்டு ஒன்று வெடித்தது. கீழ்த்தளத்தில் இருந்த ஒரு சிறு உணவு விடுதியில் சாப்பிட்டுக்கொண்டிருந்த ஆறுபேர் அந்தக்கணமே அமரர் ஆனார்கள். சுமார் ஆயிரம் பேர் காயமடைந்தோர் லிஸ்டில் சேர்ந்தார்கள். என்ன நடந்தது என்று யாரும் உணருவதற்கு முன்னால் அழியவேண்டியதெல்லாம் அழிந்துபோனது. அக்கம்பக்கத்தில் இருந்த வாகனங்களுக்கெல்லாம் கனத்த சேதம். பளபளப்பும் பணச்செழுமையும் கம்பீரமும் கொண்ட அந்த பிரும்மாண்டமான கட்டடத்தின் கீழ்த்தளம் சர்வநாசமானது. குண்டுவெடித்ததும் பலபேர் லிஃப்ட் மூலமும் மாடிப்படி மூலமும் மேலே ஓடினார்கள். நெரிசலிலும் பலபேர் சிக்கி ஆசுபத்திரிக்கு எடுத்துப்போகப்பட்டார்கள்.

மிரண்டுபோனார் அதிபர் புஷ். உடனே உளவு அமைப்புகள் முடுக்கிவிடப்பட்டன. உடனே உடனே அந்தச் சம்பவத்துக்குக் காரணமான தீவிரவாத அமைப்பைக் கண்டுபிடித்துவிடுவோம் என்று அதிபர் மக்களுக்கு நம்பிக்கை சொன்னார். கண்டுபிடித்து என்ன செய்யப்போகிறோம் என்றெல்லாம் அப்போது தீர்மானிக்கவில்லை. செப்டம்பர் 11 சம்பவம் நடந்தபோது, உடனே தீவிரவாதத்துக்கு எதிராக மகன்புஷ் யுத்தம் அறிவித்தமாதிரி அப்பாபுஷ் செய்யவில்லை.

அவருக்கு பலத்த சந்தேகம் இருந்தது. அமெரிக்க மண்ணில் பல இஸ்லாமிய அமைப்புகள் தழைக்கத் தொடங்கிவிட்டது அவருக்கு நன்றாகத் தெரியும். வளர்த்துவிட்டது தாங்கள்தான் என்பதும் தெரியும். திடீரென்று திரும்பிநின்று அடிப்பதில் ஏதாவது பெருத்த சிக்கல் வருமா என்று கொஞ்சம் அவர் யோசித்தார். யோசனை

என்ன, அதன் சரியான பேர் தயக்கம். ஆனால், அதற்காகக் கண்டுகொள்ளாமல் விட்டுவிடமுடியுமா என்ன?

எதை வேண்டுமானாலும் பொறுத்துக்கொள்ளக்கூடிய அமெரிக்க மக்கள், தம் தன்மானத்துக்கும் சுதந்தரத்துக்கும் பங்கம் வந்தால் மட்டும் சகிக்கவே மாட்டார்கள். அது அவர்கள் ரத்தத்தில் கலந்த உணர்வு. அந்த உணர்வுக்கு ஆட்சியாளர்கள் மதிப்புக் கொடுக்காவிட்டால் அங்கே தொடர்ந்து அரசியல் நடத்திக்கொண்டிருக்க முடியாது. என்னதான் பாகிஸ்தான் தீவிரவாதிகள் காஷ்மீரில் தொடர்ந்து தாக்குதல் நடத்திக்கொண்டிருந்தாலும் நாம் அமைதி காத்துக்கொண்டிருக்கிறோமே, அந்த உளுத்தம்பருப்பு, பயத்தம் பருப்பெல்லாம் அமெரிக்காவில் வேகாது. அடிக்கு அடி. தலைக்குத் தலை. அதுதான் அந்த மக்களின் ஆதிவிருப்பம்.

சும்மா சொல்லக்கூடாது. அந்தச் சம்பவம் நடந்த மறுகணமே சுறுசுறுப்பாக வேலையை ஆரம்பித்த அமெரிக்க உளவுத்துறை நம்பமுடியாத வேகத்தில் ரூட்டைப் பிடித்து, இலக்கை நெருங்கிக் கொண்டிருந்தார்கள்.

விவசாயப் பணிகளுக்குப் பயன்படும் யூரியா நைட்ரேட்டைத்தான் தீவிரவாதிகள் வெடிபொருளாகக் கொண்டிருந்தார்கள். மொத்தம் 1200 பவுண்டு வெடிபொருள். அதனை மூன்று டேங்குகளில் நிரப்பப்பட்ட (திணிக்கப்பட்ட என்றுதான் சொல்லவேண்டும்! அத்தனை அழுத்தமூட்டியிருந்தார்கள்!) ஹைட்ரஜனுடன் இணைத்து வெடிக்கச் செய்திருந்தார்கள். குண்டுவெடித்த இடத்தின் மையப்புள்ளியைக் கண்டுபிடித்த காவல்துறை, அந்த இடத்திலிருந்து வெடித்துச் சிதறிய ஒரு ஃபோர்ட் 350 வேனின் உதிரி பாகங்களைப் பொறுக்கியெடுத்தார்கள். ஆகவே, குண்டு வேனில் வந்திருக்கிறது! உடைந்து சிதறியிருந்த அந்த வேனின் நம்பர் பிளேட்டைத் தேடி ஒட்டிப் பார்த்து, எந்த எண்ணை ஃபோர்ஜரி செய்து மாற்றியிருக்கிறார்கள் என்று ஆராய்ந்து அது ஒரு நியூஜெர்சி நகரத்து வண்டி என்று கண்டுபிடித்தார்கள்.

அப்படியே நூல் பிடித்துக்கொண்டு வேட்டையைத் தீவிரப்படுத்தியதில் அந்த வண்டி ஒரு டிராவல் ஏஜென்சியினுடையது என்பதும் முந்தைய தினம்தான் அதை

முகம்மது சலாமி என்கிற நியூஜெர்சிக்காரர் ஒருத்தர் வாடகைக்கு எடுத்திருக்கிறார் என்பதும் தெரியவந்தது. அதற்காக அவர் 400 டாலர் அட்வான்ஸும் கொடுத்திருந்தார். அதை விட காமெடி, வாடகைக்கு எடுத்த வண்டி திருடுபோய்விட்டதாக ஒரு பொய்ப்புகாரையும் நியூஜெர்சி காவல் நிலையத்தில் அவர் பதிவு செய்திருந்தார். இத்தனை புத்திசாலித்தனமான ஏற்பாடுகளைக் கண்டு அமெரிக்கப் புலனாய்வுத்துறை மூக்குமேல் விரல் வைத்தாலும் அவர்களின் கோபமும் ஆங்காரமும் எல்லை மீறிக்கொண்டிருந்தது. பிடித்து பாயா போட்டுவிடுகிற வெறி அது!

நம்மூரில் மூலைக்கு மூலை பெட்ரோல் பங்குகள் இருப்பதுமாதிரி அமெரிக்காவில் வாயு நிரப்புவதற்கென்றே தனி பங்குகள் அப்போது நிறைய இருந்தன. வாயு என்றால் எரிவாயு. அப்படி வாயுபங்க்களில் வேட்டையாடியதில் மூன்று பானை ஹைட்ரஜன் வாயு நிரப்பிய பிரகஸ்பதி யார் என்பதையும் சீக்கிரம் கண்டுபிடித்தார்கள். அந்த கேஸ் ஸ்டேஷனில் வந்தது ஒருவரல்ல, இரண்டு பேர் என்பதும் இருவருமே அமெரிக்கர்கள் இல்லை; மத்தியக் கிழக்கு நாடுகள் ஏதோ ஒன்றைச் சேர்ந்தவர்கள் என்பதும் தெரியவந்தது.

உளவுத்துறை மீண்டும் அந்த டிராவல் ஏஜென்சிக்குப் போனபோது அவர்களுக்கு அங்கே ஒரு ஜாக்பாட் அடித்தது. 400 டாலர் அட்வான்ஸ் கொடுத்து வேனை வாடகைக்கு எடுத்துப்போன முகம்மது சலாமி அன்றைக்குப் பார்த்து அங்கே மீண்டும் வந்து ‘நான் உன் வேனை உபயோகப்படுத்தவேயில்லை. மருவாதியாகப் பணத்தைத் திருப்பிக்கொடு’ என்று சண்டைபிடித்துக்கொண்டிருந்தார்.

ஆஹாவென்றெழுந்ததுபார் யுகப்புரட்சி என்று பாய்ந்து கப்பென்று அவரைப் பிடித்துக்கொண்டார்கள் உளவுத்துறையினர்.

அந்த கேஸ் ஸ்டேஷனில் இன்னொரு உபயோகமான தகவலும் அவர்களுக்குக் கிடைத்திருந்தது. அதாகப்பட்டது, வேனுக்கு வாயு நிரப்பும்போதே, வேனுக்குள் இருந்தவர்கள், தமக்குப் பின்னால் நின்றிருந்த இன்னொரு ‘லிங்கன்’ காருக்கும் எரிபொருள் நிரப்பும்படி சொல்லியிருக்கிறார்கள்.

அது யார் அது, பின்னால் நின்றவர்கள்?

தேடியதில், நியுஜெர்சி நகரத்திலேயே அந்த லிங்கன் காரின் ஓனரையும் கண்டுபிடித்தார்கள். அவர் பேர் மம்மூத் அபோஹலிமா. அந்த ஆசாமியைப் பிடித்துத் துருவியதில் அவர் ஒரு முன்னாள்

ஆப்கன் போராளி என்பது தெரிந்தது. அதாவது சோவியத்துக்கு எதிரான ஆப்கன் யுத்தத்தில் பங்குபெற்று வீரத்தழும்புகள் வாங்கியவர்!

அந்த காரில் அவருடன் ரம்ஸி அஹமத் யூசுப் என்பவர் இருந்ததாகவும் அவர் பாகிஸ்தானைச் சேர்ந்தவர் என்பதும் ஆறு மாதங்களுக்கு முன்னர்தான் அரசியல் தஞ்சம் கேட்டு அமெரிக்காவுக்கு வந்தவர் என்பதும் அடுத்தடுத்துத் தெரியவர, ஒண்ணும் ஒண்ணும் ரெண்டு என்று கணக்குப் போட அமெரிக்க உளவுத்துறைக்கு ரொம்ப நேரம் ஆகவில்லை.

அதே சமயம், நியூஜெர்சி குழுவினரையே சேர்ந்த நிதால் ஏ. அயத் என்கிற இருபத்தைந்து வயசுப் பையன் ஒருத்தனும் இதுவிஷயமாகக் கைதுசெய்யப்பட்டிருந்தான். அவன் தான் ஒரு உரக்கம்பெனியுடன் பேசி, 1200 பவுண்டு பாம் செய்வதற்குப் போதுமான யூரியா வாங்கியவன்.

தீவிரவாதிகளின் திட்டமெல்லாம் பக்காவாக இருந்தபோதும் ஒரே ஒரு விஷயத்தில் அவர்கள் அலட்சியமாக இருந்துவிட்டதுதான் பிரச்னையாகிப்போனது அவர்களுக்கு. அதாவது, எந்தக் கட்டத்திலும் கற்பனைப்பெயர்களைத் தராமல், எல்லா இடங்களிலும் ஒரிஜினல் பெயர்களையே அவர்கள் பயன்படுத்தியிருந்தார்கள். அதுதான் கடைசியில் எமனானது.

இப்படி ஒவ்வொருவராக, அந்த வெடிகுண்டு வழக்கில் சம்பந்தமுடையவர்களைத் துரத்திப் பிடித்து, அழகாக, வரிசையாக நீதிமன்றத்தில் கொண்டு நிறுத்தி, குற்றப்பத்திரிகை தாக்கல் செய்ய, அமெரிக்கக் காவல் துறைக்குக் கிட்டத்தட்ட ஒரு வருடகாலம் பிடித்தது. 207 சாட்சிகள். 1003 சாட்சிப்பொருட்கள் நீதிமன்றத்தில் சமர்ப்பிக்கப்பட்டன. மொத்தம் பத்தாயிரம் பக்கக் குற்றப்பத்திரிகை. அதை எழுதிய போலீஸ் ரைட்டருக்கு யாரும் விருது கொடுக்காவிட்டாலும் குற்றவாளிகளுக்கு நீதிமன்றம் 240 வருஷச் சிறை தண்டனை விதித்துத் தீர்ப்புச் சொன்னது.

இந்த வழக்கின்போதுதான் முதல்முதலாக உலகளாவிய இஸ்லாமியத் தீவிரவாத நெட் ஒர்க் எப்படிச் செயல்படுகிறது, எங்கெங்கே அதன் கிளைகள் உண்டு,

யார் யார்சம்பந்தப்பட்டிருக்கிறார்கள் போன்ற விவரங்கள் வரத்தொடங்கின. ஒன்றல்ல; நூற்றுக்கணக்கான பின் லேடன்களும் குருட்டு ஷேக்குகளும் உலகெங்கும் பரவி நின்று அமெரிக்காவுக்கு எதிராகக் குறிபார்த்துக்கொண்டிருக்கிற விஷயம் அம்பலமானது. அமெரிக்க மண்ணில் வேரோடிவிட்டிருக்கும் தீவிரவாத இயக்கங்களை அடையாளம் கண்டு அழிக்காவிட்டால் இனி, அங்கே யாருமே நிம்மதியாக வாழமுடியாது என்பதையும் அப்போதுதான் அமெரிக்க அரசு முழுப்பிரக்ஞையுடன் உணர்ந்தது. தான் அதுநாள்வரை ஒரு பாம்புக்கல்ல; ஒரு பாம்புப்படைக்கே பால் வார்த்திருப்பதை எண்ணி மனத்துக்குள் அழுதுதீர்த்தது.

இது இவ்வாறிருக்க, மேற்படி வழக்கு நடந்துகொண்டிருந்த காலகட்டத்திலேயே, அமெரிக்கப் புலனாய்வுத்துறையான எஃப்.பி.ஐ. ரகசியமாக, தனியாக, இன்னொரு காரியம் பார்த்துக்கொண்டிருந்தது. வர்த்தக மைய குண்டுவெடிப்பு வழக்கில் பல இஸ்லாமியத் தீவிரவாதிகள் சம்பந்தப்பட்டிருப்பதைக் கண்டுபிடிக்க முடிந்தாலும் குருட்டு ஷேக் எந்த ஒரு இடத்திலும் ஸ்கிரீனுக்கு வராதது எஃப்.பி.ஐ. அதிகாரிகள் பலருக்கு மண்டை குடையும் விஷயமாக இருந்தது. அதெப்படி சாத்தியம்? தலை ஒன்று இருக்கும்போது வெறும் வால்கள் மட்டும் தனித்து ஆடாதே என்பது அவர்களின் குழப்பத்துக்குக் காரணம்.

ஆதாரம் தான் கிடைக்கவில்லையே தவிர ஷேக்கின் சம்பந்தம் இல்லாமல் இந்தமாதிரி காரியங்கள் ஏதும் அமெரிக்க மண்ணில் நடந்திருக்கவே வாய்ப்பில்லை என்று மிக நிச்சயமாக நம்பினார்கள் எஃப்.பி.ஐ. அதிகாரிகள்.

என்ன செய்யலாம்? எப்படித் தோண்டித் துருவலாம்?

பலவிதமாக யோசித்துக் குழம்பியவர்களுக்கு இறுதியில் மிக அபாயகரமான ஒரு யோசனை உண்டானது. அது ஒன்றுதான் சரியாக வேலை செய்யும் என்றும் தோன்றியது.

15. குருட்டு ஷேக்கின் மிரட்டும் திட்டங்கள்

உலக வர்த்தக மையக்கட்டட வளாகத்தில் முதல் முதலாக குண்டு வெடித்தது பிப்ரவரி *26, 1993*. இதை ஏற்கெனவே பார்த்துவிட்டோம். சற்றேறக்குறைய இதற்குச் சமகாலத்தில்தான் அமெரிக்க உளவுத்துறை நமது கதாநாயக வில்லர் குருட்டு ஷேக் என்கிற ஷேக் உமர் அப்துர் ரஹ்மான் அவர்களின்மீது தன் கழுகுப்பார்வையைச் செலுத்தத் தொடங்கியிருந்தது. அப்துல் ரகுமான் சாஹிபுக்கு அப்போது *57* வயசு. கண் தெரியாது. ஷுகர் பேஷண்ட். வயதானகுறை வேறு. ஆனாலும் அவரது நடவடிக்கைகள் எல்லாம் என்னவோ நேற்று சாயங்காலம் தான் நேரே குருக்ஷேத்திரப் போர்க்களத்திலிருந்து வீடு திரும்பிய வீரனுடையவை மாதிரி இருந்தன. என்ன செய்து இந்த மனுஷனின் நடவடிக்கைகளை ஆதாரபூர்வமாகப் பிடிக்கலாம் என்று மண்டையை உடைத்துக்கொண்ட எஃப்.பி.ஐக்கு, ஒரு உபாயம் தோன்றியது.

நிச்சயம் தம்மால் அவரது கோட்டைக்குள் நுழையமுடியாது. ஒரு ஒற்றனை அனுப்பக்கூட முடியாது. ஆகவே அவரது பேட்டையிலிருந்தே யாரையாவது விலைக்கு வாங்கினால்தான் உண்டு!

இது மிகவும் ஆபத்தான காரியம் என்பது அவர்களுக்குத் தெரியும். தவிர, ஜிகாதிகளின் இயக்க விசுவாசம், நாமெல்லாம் கற்பனைகூடச் செய்யமுடியாத சங்கதி. இயக்கத்துக்காக, கொள்கைக்காக உயிரைக் கொடுப்பது, எடுப்பது எல்லாம் அவர்களுக்கு ச.சாதாரணமான விஷயம். அப்படிப்பட்ட ஓரிடத்தில் ஒரு ப்ரூட்டஸைப் பிடிக்கவேண்டும்!

முடியுமா? அது மட்டும் முடிந்தால் பாய்சாபின் அத்தனை வண்டவாளங்களையும் எடுத்து தண்டவாளத்தில் போட்டு விடலாம்.

மிகத்தீவிரமாக, தனது அத்தனை சக்தியையும் இந்த ஒரு காரியத்துக்குச் செலவுசெய்ய ஆரம்பித்தது எஃப்.பி.ஐ. படாதபாடு பட்டபிறகுதான் வெற்றி கிடைத்தது. அதுவும், ரஹ்மான்

பாயின் ஆட்களுள் ஒருவனை அவர்களால் 'விலைக்கு வாங்க' முடியவில்லை. வேறொரு இஸ்லாமிய இளைஞனைத் தயார் செய்து தீவிரவாதிகளுள் தீவிரவாதியாகக் கலந்து செயல்பட அனுப்பமட்டுமே முடிந்தது. (குருதிப்புனல் படத்தில் கமலஹாசனும் அர்ஜுனும் இரண்டு இளைஞர்களை அப்படித் தயாரித்து அனுப்புவார்களே, நினைவிருக்கிறதா?)

அவன் பேர் இமத் சலேம். குருட்டு ஷேக்கும் அவரது ஆதரவாளர்களும் அப்போது மையம் கொண்டிருந்த நியூஜெர்சி மசூதித் தெருவிலேயே வசிக்கிற இளைஞன். 'ஏதாவது பண்ணு. என்னத்தையாவது கொண்டுவா' என்பதுதான் அவனுக்கு எஃப்.பி.ஐ. அளித்த கட்டளை. பதிலுக்கு என்னென்ன அவர்கள் செய்தார்கள் என்பது பற்றிய தகவல் இல்லை என்றாலும் இட்ட கட்டளையை அந்த இமத் சலேம் சிறப்பாகத்தான் நிறைவேற்றினான்.

அவன் எஃப்.பி.ஐக்கு ஆற்றிய உதவிகளுள் மிக முக்கியமானது, ரஹ்மான் தங்கியிருந்த மசூதி வளாகத்திலும் அவரது ரகசிய ஆலோசனைகள் நடக்கிற வீட்டிலும் வேறு சில இடங்களிலும் மைக்ரோபோன்களைப் பொருத்தியது.

அதன்பின் எஃப்.பி.ஐக்கு ரஹ்மானைப் பற்றிய பல தகவல்கள் மடைதிறந்த கிருஷ்ணா நதி மாதிரி வந்து கொட்டத்தொடங்கியது. ஒரே ஒரு கடுகு சைஸ் வீடியோ கேமராவையும் அவன் அந்த மசூதி வளாகத்தினுள் பொருத்தியிருந்தான். ஆகவே, ரஹ்மான் யார் யாரைச் சந்திக்கிறார், ஒவ்வொருவருடனும் எத்தனை நேரம் பேசுகிறார், என்னென்ன விஷயங்கள் விவாதிக்கப்படுகின்றன போன்ற விவரங்களை உட்கார்ந்த இடத்திலிருந்தே உளவுத்துறை பெறத்தொடங்கியது.

அப்படி, விவரங்கள் கிடைக்க ஆரம்பித்த முதல் நாளிலிருந்தே தினசரி குறைந்தது பத்து முறையாவது அமெரிக்க உளவுத்துறையை அதிர்ச்சியடையச் செய்துகொண்டிருந்தார் ரஹ்மான்.

சாதாரணத் திட்டங்களையா அவர் போட்டுவைத்திருந்தார்! அடேங்கப்பா. ஒவ்வொன்றும் அமெரிக்காவின் அடிவயிற்றில் அடிக்கக்கூடிய திட்டங்கள்!

ஐக்கியநாடுகள் சபை இயங்கும் கட்டடம், லிங்கன் சுரங்கப்பாதை, ஹாலண்ட் சுரங்கப்பாதை, ஜார்ஜ் வாஷிங்டன் மேம்பாலம் மற்றும்

26 அரசு அலுவலகங்களை குண்டுவைத்துத் தகர்க்கும் பணியில்தான் அப்போது ரஹ்மான் மும்முரமாக இருந்தார்.

இமத் சலேம் பொருத்திய மைக்ரோ போன்களின் உதவியால் இந்தத் திட்டங்களைப் பற்றியும், இவற்றை ரஹ்மான் எப்படி, யார்மூலம் செய்ய உத்தேசித்திருக்கிறார் என்பது பற்றியும் தெளிவாக அறிந்துகொண்ட எஃப்.பி.ஐ., அதற்குமேல் பொறுத்திருக்க வேண்டாம் என்று தீர்மானித்தது.

ரஹ்மானைக் கைதுசெய்துவிட அவர்கள் முடிவு செய்த அதேவேளை, அவரது பதிவு செய்யப்பட்ட பேச்சுகளிலிருந்து அகப்பட்ட வேறு சில முக்கியமான தகவல்களையும் ஆராய விரும்பினார்கள். உடனே, உடனே கைது செய்தால் அந்த விவரங்கள் கிடைப்பது கஷ்டமாகிவிடும்.

முக்கியமாக, அவர்கள் அழிவுகாரியத்துக்குப் பயன்படுத்தவிருந்த பெட்ரோல் குண்டுகளை எங்கே தயாரிக்கிறார்கள், மூலப்பொருட்கள் எங்கிருந்து வருகின்றன, யூரியா உரத்தைக்கொண்டு வெடிபொருள் எப்படி செய்கிறார்கள், யார் செய்கிறார்கள், எங்கே செய்கிறார்கள் போன்ற தகவல்கள். அடுத்தபடியாக, அவர்களது அமெரிக்க நெட் ஒர்க் பற்றிய முழுமையான விவரம். ஏற்கெனவே அமெரிக்க உளவுத்துறையின்வசம், தீவிரவாதிகளின் ரோட் மேப் ஒன்று அகப்பட்டிருந்தது. முழு அமெரிக்க வரைபடம் அது. எங்கெங்கே தமது ஆதரவாளர்கள் இருக்கிறார்கள், யாரை எப்போது, எங்கே அணுகலாம், என்னென்ன உதவிகளை யார் மூலம் பெறலாம் என்பதுபோன்ற நகர் வாரியான விவரங்கள் அடங்கிய வரைபடம் அது. ஆனால் உளவுத்துறையால் அந்த வரைபடத்தை முழுமையாகப் புரிந்துகொள்ள முடியவில்லை. காரணம், அது சங்கேத மொழியில் எழுதப்பட்டிருந்ததுதான்!

இந்தச் சந்தர்ப்பத்தில் இன்னும் கொஞ்சநாள் ரஹ்மான் பாயைக் கண்காணித்தால் அதுகுறித்த விவரங்களும் கிடைக்கலாமே என்று நினைத்தார்கள் உளவு அதிகாரிகள். அதே சமயம், ஒரு நாள் தாமதித்தாலும் உண்டாகக்கூடிய இழப்புகள் குறித்தும் அவர்கள் அறிந்தே இருந்தார்கள். நியூஜெர்சி நகரைச் சுற்றி மிக பலத்த பாதுகாப்பு போட்டுவிட்டு ரஹ்மான் குழுவினரை இரவு பகலாக விழித்துக் கண்காணிப்பது என்று முடிவு செய்தார்கள்.

உலக வர்த்தக மையக் கட்டடத் தகர்ப்பு முயற்சி நடைபெற்றதற்குச் சரியாக நான்கு மாதங்கள் கழித்து, பலத்த பாதுகாப்பு ஏற்பாடுகளுடன் ஒருநாள் நியூஜெர்சி நகரை முற்றுகையிட்டு ரஹ்மான் மற்றும் அவரது ஒன்பது அடிப்பொடிகளைக் கோழி அமுக்குவது மாதிரி அமுக்கிப் பிடித்தது அமெரிக்க போலீஸ். ஏகப்பட்ட தஸ்தாவேஜுகள், கேசட்டுகள், வரைபடங்கள், ஆயுதங்கள் கைப்பற்றப்பட்டன.

எல்லாவற்றைவிட முக்கியம், ரஹ்மானுக்கு அடுத்தபடியாக அந்த கோஷ்டியில் அதி ஆபத்து நபராக அறியப்பட்ட எல் சயீதும் பிடிபட்டதுதான்! எல் சயீது நொசேர் என்ற முழுப்பெயர் கொண்ட சயீது, ஏற்கெனவே ஒரு கொலை வழக்கில் கைதாகி சிறைகண்டவர். என்னென்னவோ தகிடுதத்தங்கள் செய்து வெளியே வந்து, இன்னும் தீவிரத் தீவிரவாதியானவர். முன்னதாக சிறையில் இருந்தபோதே, வர்த்தக மையக் கட்டடத் தாக்குதலில் சம்பந்தப்பட்ட பலருடன் நெருங்கிய தொடர்பு கொண்டிருந்ததாக சிறை அதிகாரிகள் தந்த குறிப்புகளின்மூலம் அறிந்துகொள்ள முடிந்தது. அதுமட்டுமில்லாமல் உளவாளி சலேம் கொண்டுவந்த மைக்ரோபோன் தகவல்களிலிருந்தும் சயீதின் புதிய திட்டங்களை அறியமுடிந்தது. ரஹ்மான் போட்டுவைத்திருந்த தாக்குதல் திட்டங்கள் பலவற்றில் சயீதின் தொடர்பும் பணியும் பலமாக இருந்தது.

அமெரிக்காவில் உட்கார்ந்துகொண்டு ரஹ்மானும் சயீதும் ஆப்கனிலும் பாகிஸ்தானிலும் பலருடன் ஐ.எஸ்.டி. கால் பேசியதும் அவர்களது கீழை நாட்டு தோஸ்துகளின் ஜாதகமும் இன்னபிறவும் அந்த மைக்ரோபோன் உபயத்தில் எஃப்.பி.ஐக்குக் கிடைத்திருந்தது.

என்ன ஆச்சர்யம் என்றால், இத்தனை தகவல்கள் பெற முடிந்தவர்களால் கடைசிவரை ரஹ்மான் பாயை வர்த்தகமையக் கட்டடத் தாக்குதலுடன் தொடர்பு படுத்தி சார்ஜ்ஷீட் போடவே முடியவில்லை. ஆதாரங்கள் எதுவுமே இல்லாமல் அப்படியொரு பக்காவான நடவடிக்கையாக இருந்திருக்கிறது அது! குறிப்பிட்ட ஒரு முக்கியமான தாக்குதல் குறித்து ரஹ்மான் தமது தோழர்களுடன் டேப்பில் பேசியிருந்தால்கூட, அது இந்தக் குறிப்பிட்ட *WTC* தாக்குதல்தான் என்கிற முடிவுக்கு வரமுடியவில்லை.

ஆனபோதும் அதிபயங்கரச் சதித்திட்டங்களுடன் அவர்கள் நியூஜெர்சி நகரில் மையம் கொண்டிருந்தது சந்தேகத்துக்கு இடமின்றி நிரூபணமாகிவிட்டபடியால் அப்படியே லபக்கென்று அள்ளிச் சிறையில் போட்டது அமெரிக்க நீதிமன்றம்.

இது சர்வதேச அளவில் தீவிரவாத இயக்கங்களுக்கு மிகப்பெரிய பாதிப்பை உண்டாக்கிவிட்டது. ரஹ்மான் மாட்டிக்கொண்டார் என்கிற செய்தியையே அவர்களால் நம்பமுடியவில்லை. ஏனெனில் தனிப்பட்ட ஒரு குழுவுக்காக என்றில்லாமல், அமெரிக்காவை அசைத்துப்பார்க்க வேண்டும் என்கிற வெறியுடன் களமிறங்கும் எந்தக் குழுவுக்கும் அமெரிக்க மண்ணில் உதவக்கூடியவராக அவர் இருந்தார். ஒரு ஏஜென்சி மாதிரி. அவரோடு கூட, எல்லா இயக்கங்களைச் சேர்ந்த ஆட்களும் இருப்பார்கள். அவருக்கென்றும் தனிப்படை உண்டு. டிரேட் மார்க் ரிஜிஸ்டிரேஷனுடன் அவர் போர்டு மாட்டவில்லையே தவிர, மற்றபடி அமெரிக்க மண்ணில் எந்த ஒரு தீவிரவாத நடவடிக்கை எழுந்தாலும் அதன் பின்னணியில் ரஹ்மான் உண்டு என்பது எல்லாருக்குமே தெரிந்த விஷயம்.

ரஹ்மான் மாட்டிக்கொண்டதும் முதலில் பாதிக்கப்பட்டவர் பின்லேடன் தான். ஏனெனில் அப்போது ரஹ்மான் கையிலிருந்த அனைத்து ப்ராஜக்டுகளுமே பின் லேடனுடையவை. திட்டங்கள் தீட்டி, உபகரணங்கள் அளித்து, தெளிவான வழிமுறைகளைச் சொல்லி, ஒத்தாசைக்கும் ஆட்கள் அனுப்பி - நிறையவே செலவழித்திருந்தார் ஒசாமா. திடுதிப்பென்று ரஹ்மான் பாய் மாட்டிக்கொண்டதில் அவரது திட்டங்கள் அனைத்துமே அப்படி அப்படியே தேங்கிப்போயின.

இதனிடையில் அத்தனை இஸ்லாமிய தீவிரவாத இயக்கங்களுக்கும் தொல்லையில்லாத ஒரு தெளிவான நெட் ஒர்க் வேண்டும்; குறிப்பாக அமெரிக்காவில் மிக வலுவான நெட் ஒர்க்காக அது அமையவேண்டும் என்கிற கருத்து எல்லா தீவிரத் தலைவர்களுக்கும் உண்டாகி, ஒருத்தரை ஒருத்தர் அழைத்துப் பேச்சுவார்த்தைகள் நடத்த ஆரம்பித்தார்கள். மாநிலத்தில் சுயாட்சி, மத்தியில் கூட்டாட்சி என்பது மாதிரியான ஒரு சங்கதி அது!

அவரவர் அவரவர் பேட்டையில் என்ன வேண்டுமானாலும் செய்துகொள்ளலாம்; ஆனால் அமெரிக்காவில் எந்தஒரு தாக்குதல் நடவடிக்கையை மேற்கொள்வதானாலும் எல்லாரும்

ஒருங்கிணைந்துதான் செய்யவேண்டும் என்கிற முடிவுக்குக் கிட்டத்தட்ட எல்லா தீவிரவாத இயக்கத் தலைவர்களுமே வந்திருந்த நேரம் அது. தமது அந்தக் கனவை நனவாக்க ரஹ்மான் மிகவும் ஒத்தாசையாக இருப்பார் என்று எல்லாருமே மிகவும் நம்பிக் கொண்டிருந்த வேளையில்தான் அந்தக் கைது சம்பவம் நடந்தது.

எனவே உடனடியாக தனது அமெரிக்க ஆப்பரேஷனுக்கு ஒரு சரியான மாற்றுப்பிரதிநிதியை நியமிக்க நினைத்தார் ஒசாமா.

அப்போது அவருக்கு அகப்பட்டவர்தான் அலி முகம்மது.

இந்த அலிமுகம்மது ஒரு சுவாரசியமான ஆசாமி. அடிப்படையில் அவர் எகிப்து நாட்டைச்சேர்ந்தவர். 1985ம் வருஷம் அமெரிக்கா வந்து செட்டில் ஆகி, குடியுரிமை பெற்று, அங்கே ராணுவப்பள்ளியில் படித்து, 'நம்பகமான நபர்தான்' என்று சர்டிபிகேட் வாங்கிக்கொண்டு வடக்கு கரோலினா மாகாணத்தில் போஸ்டிங் பெற்று உத்தியோகம் பார்க்கப் போனவர்.

ஒரு பாதுகாப்புக்கு ராணுவ உத்தியோகத்தை வைத்துக்கொண்டு, அண்டர்கிரவுண்டில் இஸ்லாமியத் தீவிரவாதம் வளர்த்துக் கொண்டிருந்தவர்அவர். ஆப்கனிஸ்தானில் சோவியத் படைகளுக்கு எதிராக, முஜாகிதின்களுடன் இணைந்து அமெரிக்க வீரர்கள் மறைமுக யுத்தம் நிகழ்த்திக்கொண்டிருந்தார்கள் அல்லவா? அப்போதுதான் போராளிகளின் வீர வாழ்க்கையால் கவரப்பட்டார் அலி முகம்மது.

போர் முடிந்து அமெரிக்கா திரும்பியதும் நியூஜெர்சி தீவிரவாதிகளுடன் தொடர்பு ஏற்படுத்திக்கொண்டு அவர்களுக்குத் தம்மால் முடிந்த ஒத்தாசைகளையும் செய்யத் தொடங்கினார்.

ரஹ்மான் உள்ளிட்ட ஒன்பதுபேர் எஃப்.பி.ஐ நடவடிக்கைகளைத் தொடர்ந்து கைது செய்யப்பட்டபோது, ஒரு குறிப்பிட்ட இஸ்லாமியத் தீவிரவாதியின் அறையிலிருந்து கைப்பற்றப்பட்ட தஸ்தாவேஜ்களில் பல, வட கரோலினா ராணுவ முகாமில் தயாரிக்கப்பட்டவையாக இருந்ததை போலீஸ் கவனித்தது.

கொஞ்சம் மண்டையை உடைத்துக்கொண்டபோதும் விவரம் அப்போது புரியவில்லை. ஒரு தீவிரவாதியின் அறையில்

எப்படி ராணுவ தஸ்தாவேஜ்கள் இருக்கமுடியும்? ஒருவேளை திருடி வந்திருப்பார்கள் என்றுதான் முதலில் நினைத்தார்கள். இதுவிஷயத்தில் அமெரிக்க உளவுத்துறையும் சரி; போலீஸூம் சரி; கொஞ்சம் தத்தியாகத்தான் நடந்துகொண்டிருக்கிறார்கள்!

வட கரோலினா ராணுவ முகாமில் 1989வரை பணியிலிருந்த ஒரே ஒரு முஸ்லிம், அவன் பேர் அலி முகம்மது, பணியிலிருந்து விலகியதும் அவன் என்ன ஆனான், எங்கே போனான் என்று கொஞ்சமாவது நோண்டிப்பார்த்திருக்க வேண்டாமா? ம்ஹூம். எப்படியோ கோட்டைவிட்டுவிட்டார்கள்.

பணியிலிருந்து ஓய்வு பெற்றதும் அலிமுகம்மது கலிபோர்னியாவுக்குப் போய் செட்டில் ஆவதுமாதிரி காட்டிக்கொண்டார். கொஞ்சநாள் அந்தப் பிராந்தியத்தில்தான் இருந்தார். பிறகு பலரும் அவரை கவனிப்பது குறைந்ததும் நைஸாகப் புறப்பட்டு ஆப்கனிஸ்தானுக்கும் பாகிஸ்தானுக்கும் போனார். அங்கே ஒசாமா பின்லேடன் உள்ளிட்ட பல தீவிரவாத இயக்கத் தலைவர்களைச் சந்தித்துப் பேசி, அமெரிக்காவில் அவர்களுக்கு உதவத் தான் இருப்பதாக வாக்குறுதி கொடுத்து, சிநேகமாக்கிக்கொண்டுதான் மீண்டும் ஊர் திரும்பினார்.

பாகிஸ்தானில் அவர் ஒசாமாவைச் சந்தித்தபோது, அவர்தான் அலி முகம்மதை நியூஜெர்சியிலுள்ள ரஹ்மானுக்கு வேண்டிய உதவிகள் செய்யும்படி சொல்லி அனுப்பியது.

இந்த விவரங்களெல்லாம் இஸ்லாமியத் தீவிரவாதிகளின் சரித்திரத்தில்தான் இருக்கிறதே தவிர, அமெரிக்க ராணுவ சரித்திரத்திலோ, உளவு/காவல்துறை சரித்திரத்திலோ இல்லை! அதாவது, பணியிலிருந்து விலகியபின் அலி முகம்மது என்ன ஆனார் என்று கவனிக்க அமெரிக்க ராணுவமும் உளவுத்துறையும் தவறிவிட்டது!

அதைத்தான் தமக்கு சாதகமாக்கிக்கொண்டார் ஒசாமா. கூப்பிடு, அலிமுகம்மதை என்று தாடியை உருவிக்கொண்டு எழுந்து நின்றார். ரஹ்மான் விட்ட 'புனிதப்பணி'யை அலி முகம்மதை வைத்துத் தொடர்ந்து நடத்த அவர் அப்போது தீர்மானித்திருந்தார்!

16. ஹமாஸ் - ஓர் அறிமுகம்

தொண்ணூறுகளில் அமெரிக்கா சந்தித்த அதிதீவிரப் பிரச்னை, இஸ்லாமிய பயங்கரவாதம். இதில் சந்தேகமேயில்லை. இதனை ஆராயும் வழியில் தான் நாம் பின் லேடனையும் அவரது அடிப்பொடிகளையும் வரிசையாகப் பார்த்துக்கொண்டு வருகிறோம். பின்லேடனும் அலி முகம்மதும் கூட்டணி வைத்து அமெரிக்காவில் என்னென்ன காரியங்கள் செய்தார்கள் என்று பார்ப்பதற்கு முன்னால் இன்னொரு மிக முக்கியமான அமைப்பைப் பற்றிய அறிமுகம் அவசியமாக இருக்கிறது. சொல்லப்போனால், அல் கொய்தாவைக் காட்டிலும் அமெரிக்கப் புலனாய்வுத் துறைக்கு ஆரம்பக் காலத்தில் மிக மோசமான நெருக்கடிகள் கொடுத்த இயக்கம் அது. பேரை மட்டும் முன்பே பார்த்திருக்கிறோம். ஹமாஸ். குட்டியாக, அழகாக இருக்கிறதல்லவா இந்தப் பெயர்?

ஆனால் இந்த இயக்கத்தைச் சேர்ந்தவர்கள் அத்தனை சாதாரணமானவர்கள் இல்லை. ஹமாஸில் அன்றைக்கு உறுப்பினர்களாக இருந்தவர்களுள் பெரும்பாலானோர் மிகப்பெரிய படிப்புகள் படித்தவர்கள். நூற்றுக்கணக்கான பி.எச்டிக்களும் ஆயிரக்கணக்கான இஞ்சினியர்களும் வழக்கறிஞர்களும் தொழில்நுட்ப வல்லுநர்களும் டாக்டர்களும் நிறைந்த அமைப்பு. அத்தனைபேருக்கும் உள்ள பொதுத்தன்மை ஒன்றுதான். எல்லாருமே தீவிரவாதிகள். எல்லாருமே அமெரிக்காவை அடிமனத்திலிருந்து வெறுப்பவர்கள். எல்லாருமே இஸ்ரேல் என்கிற தேசத்தை ஒழித்து, பாலஸ்தீன அரேபியர்களின் தாயகத்தை மீட்டுக்கொடுக்கிற வேட்கை உள்ளவர்கள்.

மிகவும் படித்தவர்கள் நிறைந்த தீவிரவாத அமைப்பு என்பதால் ஹமாஸின் செயல்பாடுகள் அனைத்திலுமே ஒரு ப்ரொஃபஷனல் டச் இருக்கும். 1987ல் தோற்றுவிக்கப்பட்ட இயக்கம் இது. தொடங்கிய சூட்டிலேயே, தம் இயக்கம் தழைக்க வேண்டுமென்றால் அமெரிக்காவைத் தன் பிரதான நிலைக்களனாகக் கொண்டு இயங்கினால்தான் முடியும் என்று உணர்ந்து, திட்டமிட்டு பேட்ச் பேட்சாக அமெரிக்காவுக்கு ஆட்களைப் பார்சல் பண்ணி அனுப்பினார்கள். முன்பே பார்த்தபடி அப்போது அமெரிக்காவில்

செல்வாக்குடன் இருந்த அப்துல்லா அசமின் ஒத்தாசையில், சரியாகக் கால் ஊன்றிக்கொண்டு, வெட்டவெட்ட முளைக்கும் கார்த்தவீர்யார்ச்சுனன் மாதிரி ஒரு பிரும்மாண்டமான ராட்சஸ அவதாரம் எடுத்துவிட்டிருந்தது இந்த அமைப்பு.

அல்கொய்தா மாதிரி ஹமாஸில் ஏகப்பட்ட பிரிவுகள் எல்லாம் கிடையாது. ரெண்டேரெண்டு டிவிஷன்தான். ஒன்று, அரசியல்பிரிவு. இன்னொன்று பாம் ஸ்குவார்ட். அவ்வளவே. கார் குண்டுகள்தான் ஹமாஸின் டிரேட் மார்க். வேறு தாக்குதல் உத்திகள் எதிலுமே அவர்களுக்கு நம்பிக்கை கிடையாது. கார்குண்டு. அவ்வளவுதான். ஒன்று, வெடி மருந்து நிரப்பப்பட்ட காரை வேண்டிய இடத்தில் நிறுத்திவைத்து, இருநூறு மீட்டர் தள்ளியிருந்து ரிமோட் மூலம் வெடிக்கச் செய்வார்கள். அல்லது, அதே வெடி மருந்து நிரப்பப்பட்ட காரை ஒரு ஆசாமி ஓட்டிவந்து உரிய இலக்கின்மீது மோதி அழிப்பார். தன் உயிர் போவது பற்றியெல்லாம் ஹமாஸில் கவலைப்படக்கூடியவர்கள் யாருமில்லை. 'தற்கொலைப்படை'த் தாக்குதல் என்று இன்றைக்கு மிகப் பிரபலமாகிவிட்ட தாக்குதல் உத்தியை முதல் முதலில் நடைமுறைக்குக் கொண்டுவந்த தீவிரவாத இயக்கம், ஹமாஸ்தான்.

அமெரிக்காவில் பல்வேறு சமயங்களில் பல்வேறு அல்கொய்தா தீவிரவாதிகள் கைதாகியிருக்கிறார்கள். கைது செய்யப்பட்ட அனைவரும் தவறாமல் மரணதண்டனை பெற்றிருக்கிறார்கள். (மாட்டிய ஒருத்தரும் தப்பித்ததில்லை.) ஆனால் அமெரிக்கப் புலனாய்வுத்துறை இதுவரை கைது செய்த, அல்லது அழித்த ஹமாஸ் இயக்கத்தவர்களை விரல் விட்டு எண்ணிவிடலாம். அமெரிக்காவில் அவர்களது முகாம்கள் எங்கே இருக்கின்றன; நெட் ஒர்க் எப்படி இயங்குகிறது; யார் யார் சம்பந்தப்பட்டிருக்கிறார்கள்; என்னென்ன திட்டங்கள் வைத்திருக்கிறார்கள் என்று ஒருபோதும் முன்கூட்டிக் கண்டறியப்பட்டதே இல்லை. ஒரு கார் குண்டு வெடித்தால்தான் அந்த ஏரியாவுக்கு ஹமாஸ்காரர்கள் வந்து நமாஸ் பண்ணிவிட்டுப் போயிருக்கிறார்கள் என்பதே தெரியும். அதுவும் எப்படி? ஒருத்தர்தான் காரில் வருவார். குண்டுடன் சேர்த்து அவரே வெடிப்பார். உடலை எடுத்துக்கொண்டுபோய் அமெரிக்கப் போலீஸால் என்ன செய்ய முடியும்? நல்லடக்கம் செய்வதைத் தவிர வேறு வழியே இல்லை.

அப்படியொரு பக்காவான இயக்கம் அது. தவறிக்கூடத் தம் விசிட்டிங் கார்டை அமெரிக்க போலீஸ் / உளவுத்துறை பெற்றுவிடாதபடி விழிப்புணர்வுடன் கவனித்துக்கொண்டு 88ம் ஆண்டிலிருந்து அமெரிக்காவில் குடித்தனம் நடத்திக்கொண்டு, அமெரிக்க அரசுக்குத் தண்ணிகாட்டிக்கொண்டிருக்கும் ஒரு பேரியக்கம்.

அல்கொய்தாவுக்கு அமெரிக்காவின் மீது வெறுப்பு ஏற்படப் பல காரணங்கள் உண்டு. மத்திய கிழக்கு நாடுகளில் அமெரிக்கா செய்த கட்டைப்பஞ்சாயத்துகள், அரபு தேசங்களின் எண்ணெய் வளத்தைக் கொள்ளை அடிக்கச் செய்த வேலைகள், சவுதி அரேபிய மண்ணில் - குறிப்பாக மெக்காவிலும் மெதினாவிலும் அமெரிக்கத் துருப்புகள் ஊடுருவி ஆட்டம் போட்டது, தனிப்பட்ட முறையில் பின் லேடனுக்கு அமெரிக்க அதிபர்களைப் பிடிக்காமல் போனது என அடுக்கிக்கொண்டே போகலாம்.

ஆனால் ஹமாஸுக்கு அமெரிக்க விரோதம் உண்டாக ஒரே காரணம் தான். இஸ்ரேலுக்கு அத்தேசம் ஆதரவுக்கரம் நீட்டி, அரபு பூமியில் யூதர்களைக் காலூன்றவைத்தது. அவர்களை பாலஸ்தீன அரேபியர்களுக்கு எதிராகப் போரிடவைத்து, உதவிகள் செய்து பாலைவன மண்ணில் ரத்த நதி பெருகச் செய்தது. இது சாதாரணக் கோபம் அல்ல. அமெரிக்காவில் ஒரு புல் பூண்டு கூட முளைக்க முடியாதபடிக்கு அத்தேசத்தையே அழித்து, சர்வநாசப்படுத்திவிட்டுத்தான் மறுகாரியம் என்று கங்கணம் கட்டிக்கொண்டு களம் இறங்கியிருந்தது ஹமாஸ்.

பாலஸ்தீனத்திலிருந்து இவர்கள் எப்படி ஆட்களைத் தேர்ந்தெடுத்து, பயிற்சியளித்து அமெரிக்காவுக்கு அனுப்புகிறார்கள் என்பதே மிக சுவாரசியமான விஷயம்.

ஜெருசலேமிலிருந்துதான் இவர்கள் தமது இயக்கத்துக்கான விதைகளைத் தேர்ந்தெடுப்பார்கள். அல்கொய்தா மாதிரி அனைத்து அரபுதேசங்களிலும் எம்ப்ளாய்மெண்ட் எக்ஸ்சேஞ்ச் திறக்கிற வழக்கம் ஹமாஸுக்குக் கிடையாது.

ஜெருசலேமில் உள்ள கல்லூரிகளில் முதலாண்டு சேருகிற இளைஞர்களை கவனிப்பதிலிருந்து இவர்களின் பணி

தொடங்கிவிடும். எந்தப் பையன் கல்லூரிக்குப் போகிற நேரம் நீங்கலாக, ஓய்வு நேரத்தில் மதப்பாட வகுப்புகள் நடக்கும் தனிப்பள்ளிகளுக்குப் போகிறார்கள் என்று கவனிப்பார்கள். மதரஸாக்களுக்குப் போகிறவர்கள், இஸ்லாமிய சமயப்பெரியவர்கள் நிகழ்த்தும் சொற்பொழிவுகளுக்குப் போகிறவர்களை கவனித்துக் குறித்துக்கொண்டு, தனியே அழைத்துப் பேசுவார்கள். இஸ்ரேல் மீது அவர்களுக்கு உண்மையிலேயே வெறுப்பும் விரோதமும் இருக்கிறதா என்று முதலில் கவனிப்பார்கள். அப்படி இருப்பது தெரிந்தால், அன்புடன் அழைத்துவந்து சித்தாந்த ரீதியில் அவர்களுக்கு சோப்புப் போடுவார்கள். ஹமாஸ் போடுகிற அந்த ஹமாம் சோப் மிகவும் சக்தி வாய்ந்தது. ஏற்கெனவே பார்த்தோமில்லையா? அந்த இயக்கத்தில் இருக்கிற யாருமே அரைகுறைகள் கிடையாது. எல்லாருமே மெத்தப்படித்த பண்டிதர்கள். ஆகவே, பேசுகிற ஒவ்வொரு வார்த்தையும் அர்த்தம் பொதிந்ததாக, ஆழமான சிந்தனையைத் தூண்டும்விதமாக மட்டுமே இருக்கும். உணர்ச்சியைத் தூண்டும் விதமாக அல்லாமல், அறிவுபூர்வமான சிந்தனையைத் தூண்டும் விதமாக மட்டுமே அந்தப் பேச்சுகள் இருக்கும்.

அதாவது ஹமாஸில் சேருகிற யாரும் உணர்ச்சிவசப்பட்ட நிலையில் சேர்ந்தவர்களாக இருக்கக்கூடாது. சிந்தித்து, முழு விருப்பத்துடன், ஒரு புனிதப்பணியில் தாம் ஈடுபடுகிறோம் என்று உளமாற நம்பக்கூடியவர்களுக்கு மட்டுமே அந்த இயக்கத்தில் அனுமதி உண்டு.

அப்படிச் சேர்க்கப்படுகிற இளைஞர்களுக்கு முதலில் சித்தாந்தப் பாடங்கள் எடுத்துவிட்டு, ஒரு வாரம் அல்லது பத்து நாட்களுக்கு அடிப்படை ஆயுதப்பயிற்சிகளை ஜெருசலேத்திலேயே தருவார்கள். துப்பாக்கியைப் பார்ப்பது, குண்டுகளைப் பார்ப்பது, சில தாக்குதல் நிகழ்ச்சிகளின் வீடியோ க்ளிப்பிங்களைப் பார்ப்பது போன்ற காட்சிப்பாடங்கள் முதலில் இருக்கும். அதன்பின், துப்பாக்கியில் குறிபார்க்க மட்டும் சொல்லிக்கொடுத்துவிட்டு ஒரு நல்ல நாள் பார்த்து அமெரிக்காவுக்கு அனுப்பிவிடுவார்கள்.

அமெரிக்காவுக்கு எப்படி அனுப்புவார்கள், சரியான விசாவா, போலிவிசாவா என்றெல்லாம் யாருக்கும் தெரியாது. அங்கே போகிற பையன்களுக்கே கூடத் தெரியாது. பெரியவர்கள் என்ன

சொல்கிறார்களோ, அதைக் கேட்டு நடந்துகொள்ள மட்டுமே அவர்களுக்கு உத்தரவு. பலசமயம் கடல் வழியாகவும் மிகச் சில சமயம் விமானம் மூலமும் எப்போதாவது தலையைச் சுற்றி மூக்கைத் தொடுவதுபோல, ஐரோப்பிய தேசங்களின்வழியே எங்கெங்கோ சுற்றி, கனடா வழியே அமெரிக்காவுக்கு இறங்கும் விதமாகவும் கூட இருக்கும்.

லெபனானிலும் சிரியாவிலும் ஹமாஸுக்கு நிறையப் பயிற்சிக்கூடங்கள் உண்டு என்றாலும் இயக்கத்தில் புதிதாகச் சேருவோருக்கு மட்டும் எப்போதும் அமெரிக்க மண்ணிலேயே பயிற்சி அளிப்பது அந்த இயக்கத்தின் வழக்கம். எப்போதாவது ரொம்பப் பிரச்னையான காலம் என்றால் மட்டும்தான் லெபனானுக்கு ஒரு டூம் போகும். மற்றபடி, தேர்ச்சிபெற்ற வீரர்கள் மட்டும்தான் சிரியாவிலும் லெபனானிலும் 'மேல்படிப்பு' படிப்பார்கள்.

அமெரிக்காவின் கான்ஸாஸ், வடக்கு கரோலினா மாகாணங்களில் ஹமாஸுக்கு கிளைகள் உண்டு. புதிய பையன்கள் இங்கே வந்து சேர்ந்ததும் யாராவது ஒரு இஸ்லாமியப் பெரியவர் வீட்டில் சில நாட்கள் தங்கவேண்டியிருக்கும். திடீரென்று ஒருநாள் யாராவது ஒரு லாரி டிரைவரோ, மளிகைக்கடைக்காரரோ, செருப்புத் தைப்பவரோ, பெரிய தொழிலதிபரோ வந்து அவர்களை எங்காவது அழைத்துப்போவார்கள். போகிற இடம் அநேகமாக சிகாகோவாக இருக்கும்.

அங்கே வேறுபல பாலஸ்தீன இளைஞர்களும் வேறுவேறு இடங்களிலிருந்து வந்து சேர்ந்திருப்பார்கள். ஜெருசலேம் பள்ளி, கல்லூரிகளில் நண்பர்களாக இருந்தவர்கள் எதிர்பாராவிதமாக அங்கே சந்தித்து வியப்பதுண்டு. அவர்களுக்கு அங்கேதான் அடிப்படைப் பயிற்சிகள் ஆரம்பமாகும். தியரி வகுப்பு ஒரு வேளை. ப்ராக்டிகல் வகுப்பு ஒரு வேளை. தியரி என்றால் இஸ்லாமியப் பாடங்கள். ப்ராக்டிகல் என்றால் கார்குண்டு தயாரிப்பு மற்றும் இயக்கம்.

சார்ட்டுகள், வரைபடங்கள், ஸ்லைடு ஷோக்கள் மூலம் குண்டுகளை எப்படி கார்களில் பொருத்துவது, எப்படி வெடிக்கச் செய்வது என்பதை போதிப்பதுதான் ஹமாஸ் இயக்கப் பாடங்களுள்

பிரதானமானது. கார் குண்டு விஷயத்தில் ஒரு முறைகூடத் தோல்வி ஏற்படக் கூடாது என்பது அங்கே மிகக் கட்டாயமான போதனை.

இந்தப் பயிற்சிகள் முடிவுறுவதற்குக் கிட்டத்தட்ட ஏழு மாதங்கள் ஆகும். பயிற்சி முடிந்ததும் ஏதாவது ஓரிடத்தில் மாநில மாநாடு மாதிரி ஒரு விசேஷக் கூட்டம் ஏற்பாடு செய்யப்படும். அதுதான். அங்கேதான், ஹமாஸ் தன் மாணவர்களை முழுமையான தீவிரவாதிகளாக ஞானஸ்நானம் செய்யும்!

அதுநாள்வரை இயக்கத்தின் பெருந்தலைவர்களின் பேரைமட்டுமே கேட்டுக்கேட்டு மனத்துக்குள் பெரியதொரு பிம்பம் உருவாக்கிக் கொண்டிருக்கும் இளைஞர்களுக்கு அன்றைய தினம் ஜாக்பாட் அடித்தமாதிரி, அத்தனை பெருந்தலைவர்களும் நேரில் காட்சி தருவார்கள். அதுவும் மேடையில் அல்ல. ஒவ்வொரு மாணவரிடமும் தனித்தனியே வந்து, பெயரைச் சொல்லி விசாரித்து, ஆசீர்வதித்து, பயிற்சி காலத்தில் கற்றுக்கொண்ட விஷயங்கள் பற்றி நட்புமுறையில் விவாதித்து, மிக அந்நியோன்னியமாக நடந்துகொள்ளும் தலைவர்களின் மீது தெய்வ விசுவாசம் உண்டாகிவிடும் அவர்களுக்கு.

அநேகமாக மூன்று தினங்கள் நடைபெறும் இந்த 'நேர்காணல்' நிகழ்ச்சியின் இறுதியில் ஒரு 'பொதுக்கூட்டமும்' இருக்கும். தலைவர்கள்பேசுவார்கள். பயிற்சி பெற்ற மாணவத்தீவிரவாதிகளும் தம் அனுபவங்களையும் அராபியர்களுக்கு எதிரான சக்திகளை அழிக்கத் தான் மேற்கொண்டிருக்கிற விரதங்களையும் பற்றி உணர்ச்சிகரமாகப் பேச சந்தர்ப்பம் வழங்கப்படும்.

இந்தக் கூட்டத்துக்குப் பிறகு பயிற்சிபெற்ற மாணவர்களை மொத்தமாக நிறுத்திவைத்து, சிறு சிறு குழுக்களாகப் பிரிப்பார்கள். ஒவ்வொரு குழுவையும் வேறு வேறு இடங்களுக்கு அனுப்பிவிடுவார்கள். அந்த வேறு வேறு இடம் என்பது அமெரிக்காவுக்குள் மட்டும்தான் இருக்கவேண்டும் என்பதில்லை. உலகம் முழுக்கவே அவர்களுக்கு சொந்தவீடு மாதிரிதான். அதில் அமெரிக்காவும் இஸ்ரேலும் மட்டும் கொஞ்சம் ஸ்பெஷல். சின்னவீடு மாதிரி என்று வைத்துக்கொள்ளுங்கள்.

ஹமாஸுக்கும் அல்கொய்தாவுக்கும் பல அடிப்படை வித்தியாசங்கள் உண்டு. இன்றைக்கு நமக்கெல்லாம் அல்கொய்தா என்றால் அறிமுகமே தேவையில்லை. மிகவும் பாப்புலரான ஒரு

பெயர் அது. பின்லேடனும் அவரது கருகருதாடியும் நமக்கு மிக நெருக்கமான சங்கதிகள் மாதிரி ஆகிவிட்டன. ஆனால் ஹமாஸ் பற்றிய அடிப்படைத் தகவல்கள் கூட நமக்குக் கிடைக்காதது ஏன்? நமக்கு என்றில்லை. உலகின் எந்த ஒரு தேசத்திலுமே இந்த இயக்கம் பற்றிய விவரங்கள் மிகச் சொற்பமாகத்தான் கிடைக்கும். யார் இதன் தலைவர்கள், அவர்களின் போட்டோக்கள் ஏதாவது இருக்கிறதா? ம்ஹூம். வாய்ப்பே இல்லை. ஹமாஸின் எந்த ஒரு தலைவரும் எந்த சந்தர்ப்பத்திலும் தன் முகத்தையோ, குரலையோ வெளிக்காட்டியதே இல்லை. அவர்களுக்கு இயக்கம் தான் முக்கியம். செயல்தான் முக்கியம். வேறு எதுவுமே அவர்களுக்கு முக்கியமில்லை! அப்படியொரு 'அற்பணிப்புணர்வுள்ள தீவிரவாத இயக்கம்' அது.

ஹாமாஸுக்கென்று ஒரு அரசியல் பிரிவு உண்டென்றாலும் அறிக்கைகள் வருமே தவிர ஆசாமிகள் யார் ஒருத்தரின் பெயரிலும் வராது. இயக்கத்தின் பேரில்தான் வரும். ரொம்பநாள் வரைக்கும் அபு மர்ஸூக் என்கிற ஹமாஸ் தலைவர் ஒருவரைத்தான் ஹமாஸின் ஆதி தலைவராக எல்லாரும் நினைத்துக்கொண்டிருந்தார்கள். அமெரிக்கப் புலனாய்வுத் துறை கூட அதைத்தான் நம்பியது. ஆனால் அபு மர்ஸூக், ஹமாஸின் பல மூத்த தலைவர்களுள் ஒருவர்தானே தவிர மூலவர் அவர் இல்லை என்கிற விவரம் தெரியவரவே பல ஆண்டுகள் ஆயின.

அல்கொய்தாவுக்கும் ஹமாஸுக்கும் உள்ள இன்னொரு முக்கிய வித்தியாசம், அவர்களின் தாக்குதல் முறை சம்பந்தப்பட்டது. வர்த்தக மையக்கட்டடம், கென்யா - தான்சானியாவிலுள்ள அமெரிக்கத் தூதரகங்கள், பெண்டகன் அலுவலகம் என்று ஞாபகத்தைவிட்டு மறையமுடியாத சின்னங்களைத் தாக்குவதுதான் அல்கொய்தாவின் நோக்கம் - எப்போதும். ஆனால் ஹமாஸ் ஒருபோதும் இந்தமாதிரி கட்டடத் தாக்குதல்களில் ஆர்வம் செலுத்தியதே இல்லை. இஸ்லாமிய சமூகத்துக்கு எதிராக ஒரு காரியம் நடக்கிறதென்றால், அது ஒரு குறிப்பிட்ட மூளையிலிருந்து உதித்த திட்டம். அல்லது பல மூளைகள் ஒருங்கிணைந்து தீட்டிய திட்டம். அந்த மூளைகளுக்குச் சொந்தக்காரர்களை அழிப்பதைவிட்டுவிட்டு வெறும் கட்டடங்களைத் தாக்குவதில் பிரயோஜனமில்லை என்பது ஹமாஸின் சித்தாந்தம்.

அமெரிக்க மண்ணில் ஹமாஸ் இயக்கத்தவர்கள் கார் குண்டுகள் மூலம் தீர்த்துக்கட்டிய உயரதிகாரிகள் மிகப்பலர். அமெரிக்காவில் மட்டுமில்லை. இஸ்ரேலில் ஹமாஸ் என்கிற பெயரைக் கேட்டால் அந்த பூமியே கிடுகிடுக்கும். அப்படியொரு ஆபத்துப் பிறவிகள்.

ஆக, தொண்ணூறுகளில் அமெரிக்காவின் பிரதான தலைவலிகளுள் ஹமாஸும் ஒன்று என்று புரிகிறதல்லவா? பலத்தில் அல்கொய்தாவுக்கு நிகரான ஹமாஸ் ஒருபக்கம், அரசின் முக்கிய மூளைகளை சம்ஹாரம் பண்ண முடிவெடுத்து காய் நகர்த்திக்கொண்டிருக்க, இன்னொரு புறம் பின்லேடன் அமெரிக்காவின் அடையாளச்சின்னங்களையெல்லாம் அழித்தொழிக்க சபதம் போட்டு அலி முகம்மதுக்கு ஆர்டர் கொடுத்துக்கொண்டிருக்க, என்னவாவது செய்து அமெரிக்க மண்ணிலிருந்து அனைத்து இஸ்லாமிய முகாம்களையும் தூக்கிக் கடாசிவிட முடிந்தால் எத்தனை நன்றாக இருக்கும் என்று அங்கலாய்த்தது அமெரிக்கப் புலனாய்வுத்துறை.

அத்தனை சுலபமான காரியம் இல்லை அது. இரண்டு மாபெரும் தீவிரவாத இயக்கங்கள் வேர்கொண்டிருந்தன என்றாலும் அவர்களுக்கு எல்லாவகையிலும் உதவுவதற்கு ஒன்பது சிவில் அமைப்புகளும் அப்போது அமெரிக்காவில் ஏற்பட்டிருந்தன! சுருக்கமாகச் சொல்லுவதென்றால் அமெரிக்க மண்ணில் ஒரு குட்டி அரேபியாவே உதித்திருந்தது அப்போது.

17. தலைவலிகளும் திருகுவலிகளும்

அமெரிக்காவில் எக்கச்சக்க இஸ்லாமிய அமைப்புகள் இருக்கின்றன. எல்லாம் அமெரிக்க சட்டதிட்டங்களுக்குக் கட்டுப்பட்டு, சமர்த்தாக, ஒழுங்கு மரியாதையாக டேக்ஸ் கட்டிக்கொண்டு இயங்கும் சமூக நிறுவனங்கள். பல சாரிடபிள் டிரஸ்டுகளும் உண்டு. அதே சட்டபூர்வமான வருமானவரி விலக்குகளைப் பெற்றுக்கொண்டு அமெரிக்க மண்ணில் இஸ்லாமியர்களின் நலனுக்காக ஏதோ தம்மாலான காரியங்களைச் செய்துகொண்டிருக்கும் நிறுவனங்கள். இந்த ரெண்டு கேடகரிகளிலும் அடங்காத - ஆனால் இந்த ரெண்டு கேடகரிகளுக்குள் ஏதோ ஒன்றின் முகமூடியை அணிந்து, தீவிரவாதிகளுக்கு ஒத்தாசை பண்ணுவதற்கென்றே சில நிறுவனங்கள் அங்கே உண்டு. அவற்றுள் ஒன்பது நிறுவனங்கள் கொஞ்சம் டேஞ்சரானவை என்று அமெரிக்கப் புலனாய்வுத்துறை கருதியது.

ஏனெனில் தொண்ணூறுகளின் தொடக்க வருஷங்களில் அமெரிக்காவில் அழிக்கமுடியாத சக்தியாக எழுந்து நின்ற ஹமாஸ் மற்றும் அல்கொய்தா ஆகிய இரு தீவிரவாத அமைப்புகளுக்கும் இந்த நிறுவனங்கள் ஏகப்பட்ட கரசேவைகள் செய்திருக்கின்றன. வட அமெரிக்காவில் எந்த ஒரு தீவிரவாதச் செயலை எந்த ஒரு இஸ்லாமியத் தீவிரவாத அமைப்பு செய்ய முன்வந்தாலும் கண்ணை மூடிக்கொண்டு இந்த 'சமூக' அமைப்புகள் உதவிகள் செய்யும். உதவி என்றால், பொருள் உதவி. கூரியர் சர்வீஸ் உதவி. தகவல் பரிமாற்ற உதவி. உணவு, ஒளிவிட உதவிகள். சில்லறை உதவிகளிலிருந்து நோட்டு உதவிகள் வரை, இந்த ஒன்பது நிறுவனங்களுமே தம் சக்திக்கு உட்பட்ட அனைத்தையும் தவறாமல் செய்தது அப்போது.

ஆகவே மேலோட்டமாகவாவது இந்த அமைப்புகளைப் பற்றிக் கொஞ்சம் தெரிந்துகொள்ளுவது நல்லது.

மாயா என்றொரு அமைப்பு. *Muslim Arab Youth Association* என்பதன் சுருக்கம் தான் மாயா. அரேபிய இளைஞர் சங்கம்.

1977லிருந்து செயல்பட்டுக்கொண்டிருந்த இந்த அமைப்புக்குத் தொண்ணூறுகளில் அமெரிக்க முஸ்லிம்களிடையே மிகுந்த செல்வாக்கு இருந்தது. மாயாவின் மாநாடுகள் மிக விசேஷமானவை. ஏசி ஹாலில் கூட்டம் நடத்துகிறவர்கள் இல்லை இவர்கள். நட்ட நடு ரோடில் தகர டின்களைக் கவிழ்த்துப் போட்டு மேலே ஏறிப் பேசுகிற மாயாவின் முக்கியஸ்தர்களுக்கு அமெரிக்க அரேபியர்களிடையே மிகப்பெரிய செல்வாக்கு உண்டு. "எங்கள் எதிரி அமெரிக்கா என்பது இரண்டாம்பட்சம். முதலில் அமெரிக்கா தன் நிஜ எதிரியை அடையாளம் கண்டுகொள்ளட்டும். அமெரிக்காவின் எமன் யூதர்கள் நிரம்பிய இஸ்ரேல்தான்" என்று பிட் நோட்டீஸ் அடித்து கோடிக்கணக்கில் விநியோகித்துப் பரபரப்பேற்படுத்தியவர்கள் இவர்கள்.

என்னமோ பொழுது போகாமல் மீட்டிங் போடுகிறார்கள் என்றுதான் சும்மா இருந்தது அமெரிக்க உளவுத்துறை. ஆனால், அண்டர்கிரவுண்டில் பல இஸ்லாமிய ஜிகாத் அமைப்புகளுடன் மிக நெருங்கிய தொடர்பு கொண்டிருந்தது மாயா. டுனீஷியாவைச் சேர்ந்த பிரபல தீவிரவாத இயக்கத் தலைவர் ரஷித் கனுஷி தொடங்கி ஹமாஸின் அபு மர்ஸூக் முதல் அல்கொய்தாவின் அலி முகம்மது வரைக்கும் பலபேரைக் கூப்பிட்டு பிரியாணி விருந்தளித்து கௌரவித்தவர்கள் இவர்கள்.

மனத்துக்குள் கொஞ்சம் ரீவைண்ட் பண்ணி, இந்தக் கட்டுரைத்தொடரின் முதல் அத்தியாயத்தைக் கொஞ்சம் நினைவுகூர்ந்து பாருங்கள். ஒக்லஹாமா நகரில் ஒரு மசூதித் தெருவில், ஒரு அமெரிக்கப் பத்திரிகையாளர் என்னவோ ஒரு இஸ்லாமிய அமைப்பின் ரகசிய மாநாட்டு அரங்கில் நுழைந்து அதிர்ந்த சம்பவம் நினைவுக்கு வருகிறதா? ஹமாஸின் தலைவர்கள், லஷ்கர் இ தொய்பாவின் பிரதிநிதிகள், அல்கொய்தாப் பிரதிநிதி என்று மேடையெங்கும் தீவிரபுருஷர்கள் ஆக்கிரமித்திருக்க, அனைத்து இயக்கங்களும் இணைந்து செயல்படவேண்டியதன் அவசியம் அங்கே வலியுறுத்தப்பட்டதைக் கேட்டு நிருபர் அதிர்ந்து திரும்பிய காட்சி கண்முன் வருகிறதா?

அந்தக் குறிப்பிட்ட கூட்டத்தை நடத்தியது இந்த மாயா அமைப்புத்தான்!

அமெரிக்காவில் இருந்து செயல்படும் இஸ்லாமியத் தீவிரவாத இயக்கங்கள் செயல்பாட்டு அளவில் ஒருங்கிணைந்தே இயங்கவேண்டும் என்று வலியுறுத்தி, அவற்றின் தலைவர்களை அடிக்கடிக் கூப்பிட்டு மீட்டிங் போடுகிற அமைப்பு இது. டிரெய்னிங் நிமித்தம் பாலஸ்தீனத்திலிருந்தும் ஆப்கனிலிருந்தும் லிபியாவிலிருந்தும் செசன்யாவிலிருந்தும் அமெரிக்காவுக்கு ரகசியமாக அனுப்பப்படும் பல தீவிரவாத மாணவர்களுக்கு அமெரிக்க மண்ணில் முதல் வரவேற்பும் அடைக்கலமும் தருகிறவர்கள் அநேகமாக மாயா மச்சீந்த்ராக்கள்தான்!

அடுத்த முக்கியமான அமைப்பு American Muslim Council. AMC என்று சுருக்கமாக அழைக்கப்படும் இந்த அமைப்பு, 1990 ஜூலையில் வருமானவரி விலக்குடன் தொடங்கப்பட்ட ஒரு சமூக நல இயக்கம். சமூக நலனுக்காக நிதி சேர்த்து, அதற்கு வருமான வரி விலக்கும் பெற்றுக்கொண்டு இவர்கள் செய்த காரியம் என்னவென்றால் - ஒன்றல்ல; பல இஸ்லாமியத் தீவிரவாத இயக்கங்களுக்குப் பொருளுதவி செய்தது. முக்கியமாக, யூதர்களைக் கொல்லுவதற்கு யார் யாரெல்லாம் முன்வருகிறார்களோ, அவர்களுக்கெல்லாம் தலைக்கு இத்தனை என்று ரெமுனரேஷன் தரக்கூடிய அமைப்பு இது! கொசோவாவிலும் பாலஸ்தீனத்திலும் செசன்யாவிலும் வேறு பல மத்தியக் கிழக்கு தேசங்களிலும் இருந்து செயல்படக்கூடிய பல குட்டித் தீவிரவாத அமைப்புகளுக்காக நிதிதிரட்டி அளிப்பதே ஏ.எம்.சி.யின் முக்கியப்பணி. ஆனால், மேலுக்கு சமூக சேவகர்களாகச் செய்யவேண்டிய காரியங்களைக் குறைவில்லாமல் செய்துவிடுவார்கள்.

ஒரு முறை சந்தேகத்தின்பேரில் எஃப்.பி.ஐ. அதிகாரிகள் ஏ.எம். சியின் முக்கியத் தலைவர் ஒருவரிடம் ‘உங்களுக்கு எங்கிருந்து நிதி வருகிறது?’ என்று கேட்டபோது ‘அதுதான் எங்களுக்கும் தெரியவில்லை. யார் யாரோ அனுப்புகிறார்கள். எந்தெந்த நாடுகளிலிருந்து எத்தனையெத்தனை வருகிறது என்று கணக்கு வைத்துக்கொள்ள முடிவதில்லை’ என்று செல்லமாக அலுத்துக்கொண்டாராம்!

இஸ்லாமிக் கல்சுரல் ஒர்க்ஷாப் (ICW) என்று இன்னொரு அமைப்பு. இந்தப் பணிமனையில் மேற்கொள்ளப்பட்ட பிரதான ‘பணி’ ஒரு இஸ்லாமிய சிற்றிதழ் வெளியிட்டது. கலிபோர்னியாவிலிருந்து

வெளிவந்த இந்த இதழுக்கு அட்டகாசமாக *'Khalif'ornia'* என்று பேரிட்டிருந்தார்கள். காலிஃபா என்கிற அரபுச் சொல்லுக்கு இஸ்லாமிய பூமி அல்லது தேசம் என்று அர்த்தம். அமெரிக்க மண்ணில் உட்கார்ந்துகொண்டு, இஸ்லாமிய தேசம் கட்டிக்கொண்டிருந்த இந்த அமைப்பில் இருந்த எல்லாருமே எக்கச்சக்கமாகப் படித்தவர்கள். புத்திதான் இவர்களின் ஆயுதம்.

அமெரிக்காவில் எங்கெல்லாம் இஸ்லாமிய மாநாடுகள், ரகசிய மாநாடுகள், வீதிக்கூட்டங்கள், பள்ளிவாசல் கூட்டங்கள் நடைபெறுகிறதோ, அங்கெல்லாம் தமது பத்திரிகையையும் தீவிரவாதத்தைத் தூண்டக்கூடிய பல்வேறு சிறு புத்தகங்களையும் பிட் நோட்டீஸ்களையும் கடைவிரிப்பதே இவர்களின்பிரதான செயல்பாடு.

இந்த கல்சுரல் ஒர்க்ஷாப் அமைப்பு வெளியிட்ட புஸ்தகங்களிலேயே ஹாட்கேக் என்றால் அது *'The Islamic rule on Hijacking Aeroplanes'* என்கிற புத்தகம்தான். இஸ்லாமிய விரோத தேசங்களின் விமானங்களைக் கடத்துவது மத ரீதியிலேயே சரியான காரியம் தான் என்று வாதிடுகிற இப்புத்தகம் இன்றைக்கு யாருக்கும் படிக்கக் கிடைக்காது. ஆனால் இந்நூல் வெளியானபோது எத்தனை லட்சம் பிரதிகள் விற்றன என்று சொல்லித்தீராது. செப்டம்பர் *11* சம்பவத்தைத் திட்டமிடுமுன் தற்செயலாக ஒசாமா பின்லேடன் இந்தப் புத்தகத்தைத் தான் புரட்டிக்கொண்டிருந்தார் என்றொரு தகவல் உண்டு. ஆனால் ஊர்ஜிதமாகாத தகவல் அது.

The Council on American - Islamic Relations - CAIR என்கிற அமைப்பு சற்று வித்தியாசமானது. வெளிப்படையாக இவர்கள் எந்த ஒரு தீவிரவாத இயக்கத்துக்கும் ஆதரவு தெரிவித்தோ, அடைக்கலம் கொடுத்தோ, நிதியுதவி செய்தோ ரெக்கார்ட் இல்லை. வர்த்தக மையக் கட்டடத் தாக்குதலை அல்கொய்தா நடத்தி முடித்தபோது வாஷிங்டன் போஸ்டில் அந்தச் சம்பவத்துக்குத் தன் வருத்தத்தைத் தெரிவித்து, அமெரிக்க - இஸ்லாமிய உறவு இதனால் கெடக்கூடாது; நாங்கள் அமெரிக்காவின் ஆதரவாளர்கள்தான் என்று முழுப்பக்க விளம்பரமே கொடுத்த அமைப்பு இது. அதாவது கொஞ்சம் பயந்த சுபாவம் கொண்டவர்கள்.

ஆனால் அடி மனத்தில் ஹமாஸின் ஆதரவாளர்கள். ஆப்கன் விஷயத்தில் தாலிபன்களை கண்ணை மூடிக்கொண்டு

ஆதரித்தவர்கள். இயக்க ரீதியில் எந்த ஒரு தீவிரவாத அமைப்புடனும் இதற்குத் தொடர்பில்லையே தவிர, CAIRன் பல முக்கியஸ்தர்களுக்கு ஹமாஸ் தலைவர்களுடன் நெருக்கமான தொடர்பு உண்டு என்று சந்தேகப்படுகிறது அமெரிக்கப் புலனாய்வுத்துறை.

American Muslim Alliance, Islamic society of North America, Muslim public affairs council, Islamic Circle of North America, American Islamic Group என இன்னும் இத்தகைய சில அமைப்புகளும் அமெரிக்காவில் உண்டு.

அடிப்படையில் இவர்கள் அனைவருமே அமெரிக்காவில் மட்டுமே தம்மால் பிழைப்பை ஓட்ட முடியும் என்கிற விஷயத்தில் மிகத் தெளிவாக இருப்பவர்கள். ஆனால் ஒருபோதும் இவர்களால் அமெரிக்கா ஒரு இஸ்லாமிய விரோத தேசம் என்கிற எண்ணத்தை மாற்றிக்கொள்ள முடியாது. அதனால் மேலுக்கு அமெரிக்கக் குடிமக்களாகக் காட்டிக்கொண்டு, அண்டர்கிரவுண்டில் இஸ்லாமியத் தீவிரவாதம் வளர்த்துக்கொண்டிருந்தார்கள்.

அமெரிக்கா எப்படி இவர்களுக்கு எதிரியோ, அதே மாதிரிதான் இஸ்ரேலும். அமெரிக்காவை மன்னித்தாலும் மன்னிப்பார்களே தவிர இஸ்ரேலை மட்டும் இவர்களால் மன்னிக்கவே முடியாது.

என்ன பிரச்னை என்றால் அமெரிக்காவின் மக்கள் தொகையிலேயே இரண்டு சதவீதம் பேர் யூதர்கள்தான். அதாவது கிட்டத்தட்ட ஆறு மில்லியன் பேர். மிகவும் மைனாரிடிகளான இந்த யூதர்களை ஆபத்தில்லாமல் கட்டிக்காப்பாற்ற வேண்டிய பொறுப்பும் அப்போது அமெரிக்க அரசுக்கு இருந்தது.

வெளிப்படையாகச் சொல்லுவதென்றால், அமெரிக்காவின் உதவியும் ஒத்துழைப்பும் இல்லாதிருந்தால் இந்த *2004* மார்ச் மாதம் வரையிலும் கூட யூதர்களுக்கு ஒதுங்க ஒரு தேசம் என்பது சாத்தியமில்லாமலேயேதான் இருந்திருக்கும். யூதர்களுக்கு இஸ்ரேலை உருவாக்கிக் கொடுத்து, அவர்களை பாலஸ்தீனியர்களுக்கு எதிராகக் கொம்பு சீவி விட்டு, அடிக்கடி போர்களை உருவாக்கி, இரு தரப்பிலும் கணிசமான இழப்புகள் ஏற்பட்டதற்கு மூல முதல் காரணம் யார் என்று கேட்டால் கண்ணை மூடிக்கொண்டு அமெரிக்காவைச் சொல்லிவிடலாம்.

அமெரிக்காவுக்கு யூதர்களின்மீது அப்படியென்ன பற்று, பாசம் என்றெல்லாம் கேட்கக்கூடாது. அமெரிக்காவின் சர்வதேச அரசியல்

விளையாட்டுகளில் விளைவுகள் மட்டும்தான் உண்டே தவிர, கேள்விகளுக்கு இடமே கிடையாது!

மேற்சொன்ன இஸ்லாமிய அமைப்புகளின் தீவிரவாத இயக்க ஆதரவும் அனுசரணையும் அப்போது அமெரிக்காவில் வசித்துவந்த அந்த ஆறு மில்லியன் யூதர்களுக்கும் ராப்பகலாக வயிற்றில் புளி, உப்பு, அமிலம் எல்லாவற்றையும் சேர்த்துக் கரைத்துக்கொண்டிருந்தது. 'ஒரு யூதனைக் கொன்றால் உனக்கு மோட்சசாம்ராஜ்ஜியம் உறுதி' என்று இங்கிருந்தே அவர்கள் மாநாடு கூட்டி மோட்சத்துக்கு ஓப்பன் டிக்கெட் விநியோகித்ததைக் கண்டு பயப்படாமல் இருக்கமுடியுமா?

என்ன பிரச்னை என்றால் இன்றைக்கு இப்படி வெளிப்படையாகத் தெரிந்துவிட்ட இந்தச் சங்கதிகளெல்லாம் அன்றைக்கு மிக பூடகமாக மட்டுமே நடந்துவந்தன. ஒரு இஸ்லாமிய அமைப்புக்கு, ஏதாவது ஒரு தீவிரவாத இயக்கத்துடன் தொடர்பு இருக்கிறதா என்று அமெரிக்கப் புலனாய்வு அமைப்புகள் தோண்டித் துருவி, ஆராய்ந்து ஒரு அறிக்கை தயார் பண்ணி முடிப்பதற்குள் அவர்கள் தாம் ஆரம்பித்த ஜோலியை முடித்துவிட்டு, அமைப்பைக் கலைத்துவிட்டு, வேறு ஏதாவது பெயரில் மாறி, மறைந்துகொண்டுவிடுவார்கள். மீண்டும் புதுப்பொலிவுடன் வேறொரு பிரகடனம், வேறொரு நோக்கம், வேறொரு இயக்க ஈடுபாடு, உதவி-ஒத்தாசைகள்.

எல்லா அமைப்புகளுமே இப்படித்தான் என்றில்லை. சில இஸ்லாமிய அமைப்புகள் மிக யோக்கியமாக மக்கள் இயக்கமாக மட்டுமே செயல்பட்டுவந்திருக்கின்றன. சொல்லப் போனால் ஏதாவது தீவிரவாத இயக்கத்தின் நாசகாரியம் நடக்கும்போதெல்லாம் அமெரிக்காவில் பல இஸ்லாமிய சமூக நல அமைப்புகள் தாமாகவே முன்வந்து அரசுக்குத் தம்மாலான உதவிகளையும் ஒத்துழைப்பையும் வழங்குவதுண்டு. அவர்கள் மைனாரிடிகளுள் மைனாரிடிகள்! இன்னும் சில அமைப்புகளும் உண்டு. அவர்கள் உதவமாட்டார்களே தவிர, அவர்களால் உபத்திரவமும் ஏதும் இருக்காது.

ஆனால் வெளித்தோற்றத்தில் யோக்கியமாமணிகளாகவும் உள்ளுக்குள் அயோக்கியசிகாமணிகளாகவும் இருக்கிறவர்களால் தான் எப்போதும் பிரச்னை.

அல்கொய்தா கூட தன் பணிகளுக்கு வெளிநாடுகளிலிருந்து தான் ஆட்களை அழைத்து வரும். ஆனால் ஹமாஸ் உள்ளிட்ட பல்வேறு தீவிரவாத இயக்கங்கள் அமெரிக்காவில் இருந்த மேற்சொன்ன அமைப்புகளின் உதவிகளைத்தான் கணிசமாகப் பெற்றுத் தம் ஜோலிகளைப் பார்த்துக்கொண்டிருக்கிறார்கள். இந்த அமைப்புகளின் நோக்கம், செயல்பாடுகள் வேறு வேறாக இருந்தாலும் - இவர்களது ஒத்துழைப்புகள் பல்வேறு தீவிரவாத அமைப்புகளுக்குக் கிடைத்துக்கொண்டிருந்தாலும் - அடிப்படையில் எல்லா அமைப்பினரிடையேயும் ஒரு தெளிவான, தீர்மானமான அண்டர்ஸ்டாண்டிங்கும் உள்நெட் ஒர்க்கும் இருந்தது. தீவிரவாத இயக்கங்களின் நெட் ஒர்க்கைவிட பலம்பொருந்திய நெட் ஒர்க் இவர்களுடையது. சொல்லப்போனால் பல தீவிரவாத இயக்கங்கள் தம்மால் உடனடியாகச் சாதிக்கமுடியாத தகவல் பரிமாற்றங்களை சங்கேத மொழியில் இந்த அமைப்புகளைச் சேர்ந்தவர்களிடம் சேர்ப்பித்து, உரியவர்களுக்குக் கொண்டு சேர்க்கச் சொல்லுவது வழக்கம். இதைத்தான் முன்பே 'கூரியர் சர்வீஸ்' என்று பார்த்தோம். வட அமெரிக்கக் கண்டத்துக்குள் - அமெரிக்காதான் என்றில்லை; மெக்சிகோவிலும் கனடாவிலும் பனாமாவிலும் - எல்லா இடங்களிலும் - இவர்களால் வெகு சுலபமாகத்தகவல்களைக் கொண்டு சேர்க்கவும் கொடுத்த ஜோலியைக் குறைவின்றிச் செய்து முடிக்கவும் முடியும்!

அமெரிக்காவின் தலைவலி ஹமாஸூம் அல்கொய்தாவும் என்றால், மேற்சொன்ன அமைப்புகள்தான் அப்போது தீராத திருகுவலிகளாக இருந்தன!

18. இடமாறு தோற்றப்பிழை

அமெரிக்காவில் அல் கொய்தாவுக்கு மிகுந்த ஒத்தாசைகள் செய்துகொண்டிருந்த குருட்டு ஷேக்கைப் பிடித்து இருட்டு ஜெயிலுக்குள் தள்ளிவிட்ட கதையைச் சில அத்தியாயங்களுக்கு முன்பு பார்த்தோம். அதற்குப் பிறகு பின்லேடனின் திட்டங்களுக்குச் செயல்வடிவம் கொடுக்க அமெரிக்க மண்ணில் சரியான ஆட்கள் கிடைக்கவில்லை. ஒரு வழியாக லேடன், அலி முகம்மதைப் பிடித்து தன் அமெரிக்க ஏஜண்ட் மாதிரி ஆக்கிக்கொண்டார் அல்லவா? அப்படி ஒரு ஆளைப் பிடித்து அப்பாயிண்ட்மெண்ட் ஆர்டர் கொடுத்தபிறகும் தாம் நினைத்த காரியங்களை அவரால் உடனடியாகச் செய்யமுடியாமல் இருந்தது. காரணம், அப்போது அமெரிக்க உளவுத்துறையும் சரி; காவல் துறையும் சரி. ஓரளவு நன்றாகவே சுதாரித்துக்கொண்டு, முழுத்திறமை காட்டி தேசப்பாதுகாப்பில் ஈடுபடத் தொடங்கிவிட்டிருந்தன.

பின்லேடன் என்றில்லை. அமெரிக்க மண்ணில் எந்த ஒரு தீவிரவாத இயக்கம், என்ன ஒரு திட்டம் தீட்டினாலும் எப்படியாவது மோப்பம் பிடித்து, நியூஸ்கூட வெளியே வராமல் முளையிலேயே கிள்ளிவிடத் தொடங்கியிருந்தார்கள். இதனைச் சில சில்லறைத் தீவிரவாத நடவடிக்கைகள் நடந்தபோது (அல்கொய்தா செய்ததல்ல, எதுவும்) கவனித்த பின்லேடன், கொஞ்சம் விட்டுப் பிடிக்கலாம் என்று முடிவு செய்தார்.

முதல் வர்த்தகமையக் கட்டடத் தாக்குதல் நடந்த காலகட்டத்துக்குப் பிறகு அமெரிக்காவில் பின் லேடன் செய்த ஒரே ஒரு உருப்படியான காரியம் - ஒரு சாட்டிலைட் டெலிபோனை வாங்கியதுதான். அதையே படாதபாடு பட்டுத்தான் அவரால் பெற முடிந்தது. போலீஸோ, ராணுவமோ, உளவுத்துறையோ, வேறு யாரோ ஒட்டுக்கேட்கவெல்லாம் முடியாத ஹைடெக் தொலைபேசி அது. பயங்கர காஸ்ட்லியான பொருள். அந்த டெலிபோனை அமெரிக்காவிலிருந்து தருவித்த அதே சமயம், தனது கிழக்கத்திய நாடுகளின் ஏஜெண்டுகள் மூலம் இந்தோனேஷியாவிலிருந்து மொத்தமாகக் கொஞ்சம் லேப்டாப்களும் வாங்கினார். எல்லாம் ஜப்பானிய இறக்குமதிக் கணினிகள்.

*1993*லிருந்து செப்டம்பர் *11, 2001* வரை தனது நடவடிக்கைகள் அனைத்தையும் தொழில்நுட்பம் சார்ந்த பாதுகாப்புடன் மட்டுமே கட்டமைத்துக்கொண்ட பின்லேடன், அதன்பிறகு ஆப்கன் மீதான அமெரிக்கத் தாக்குதல் தொடங்கியதும்தான் தனது ஹைடெக் கருவிகள் அனைத்தையும் தூக்கிப் பரணில் போட்டதாகச் சொல்லப்படுகிறது. அதுவே கூட என்கிரிப்ட் செய்யப்பட்ட தகவல்களைக் கூட அமெரிக்கத் தொழில்நுட்பம் 'டீகோட்' செய்வதில் கைதேர்ந்த பிறகு மேற்கொள்ளப்பட்ட நடவடிக்கைதான்.

இதையெல்லாம் பின்னால் பார்க்கலாம். இந்த அத்தியாயத்துக்கான சம்பவங்கள் நடந்துகொண்டிருந்த காலகட்டத்தில் பாகிஸ்தானில் மையம் கொண்டிருந்த பின் லேடனுக்கு, ஒரு நெருக்கடி ஏற்பட்டிருக்கிறது. அதை முதலில் தீர்த்துவிட வேண்டும்.

வளைகுடா யுத்தத்துக்குப் பிறகு - இன்னும் குறிப்பாகச் சொல்லுவதென்றால், குவைத் மீதான ஈராக்கின் ஆக்கிரமிப்பைத் தொடர்ந்து அமெரிக்கா ஈராக்கின்மீது போர் தொடுத்தபிறகு, பின்லேடனால் பாகிஸ்தானில் தொடர்ந்து குப்பை கொட்ட முடியாத சூழ்நிலை உண்டானது. காரணம், இஸ்லாமிய தேசங்களின் உறவுநிலையில் - அமெரிக்காவை முன்வைத்து - நிகழ்ந்திருந்த சில மாற்றங்கள்.

குவைத் யுத்தம் நடந்துகொண்டிருந்த காலத்தில் பின்லேடனின் தாய்நாடான சவுதி அரேபியா அமெரிக்காவின் அடிப்பொடியான கதையைப் பார்த்தோமல்லவா? அதே மாதிரியே பாகிஸ்தானும் அமெரிக்காவுடனான தனது உறவை பலப்படுத்திக்கொள்ளும் முயற்சியில் மிகத் தீவிரமாக ஈடுபட்டிருந்தது அப்போது. சவுதிக்கு பின் லேடன் எதிரி. அமெரிக்காவுக்கு பின் லேடன் எதிரி. ஆனால் இரு தேசங்களுடனும் நட்புறவு கொண்ட பாகிஸ்தான் மட்டும் அவருக்கு அடைக்கலம் கொடுத்துக்கொண்டிருந்தது அதுநாள்வரை.

இது நீடிக்காது என்று ஒசாமாவுக்குத் தெரியும். அதேசமயம், என்றைக்கு இருந்தாலும் பாகிஸ்தானும் ஆப்கனும் தனக்கு மறுதாய்வீடு மாதிரி இருக்கப்போகிற தேசங்கள்தான் என்பதிலும் அவருக்கு அசைக்கமுடியாத நம்பிக்கை இருந்தது. தற்சமயம் பாகிஸ்தான் தர்மசங்கடத்துக்கு உள்ளாகாமல் தான் வேறெங்காவது

போய்விட்டால், பின்னால் தேவைப்பட்டபோது மீண்டும் உதவிகோரிப் பெற சௌகரியமாக இருக்குமே என்று நினைத்தார் அவர்.

ஆனால் 'வேறெங்காவது போவது' என்பது பின்லேடனைப் பொறுத்தவரை அப்போது அத்தனை சுலப சாத்தியமில்லை. ஏனெனில் அன்றைய தேதியில் ராட்சஸ வளர்ச்சி கண்டிருந்த அல்கொய்தாவின் பாகிஸ்தான் முகாம்களில் மட்டும் மொத்தமாக சுமார் *1,500* போராளிகள் இருந்தார்கள். ஏழெட்டு இடங்களில் ரைட் ராயலாகக் கட்டடங்கள் கட்டி, ஆபீஸ் வைத்து நடத்திக்கொண்டிருந்தார்கள். ஆயுத கொடோன்கள் வைத்திருந்தார்கள். தமது ராணுவத்துக்குத் தேவையான பொருட்களை சப்ளை செய்கிற 'தனி சிவில் சப்ளைஸ்' அலுவலகம் ஒன்றையும் ஒசாமா அப்போது பாகிஸ்தானின் தென் மேற்கு எல்லைப்புற கிராமம் ஒன்றில் திறந்திருந்தார்.

தவிர, தனது பாகிஸ்தான் எல்லையோர முகாம்களிலிருந்து ஒரு ராத்திரிக்குள் சென்று சேரும்விதமாக ஆப்கனின் எல்லைப்புற மலைப்பகுதிகளிலும் ஆறு கிளை அலுவலகங்கள் திறந்திருந்தார். அங்கும் ஏராளமான (சுமார் *800* என்று ஒரு புள்ளிவிவரம் கிடைக்கிறது. ஆனால் ஊர்ஜிதமாகவில்லை.) வீரர்களுக்கு டிரெய்னிங் கேம்ப்கள் நடந்துகொண்டிருந்தன.

இடம் மாறிப் போவது என்று முடிவானால், இத்தனைபேரையும் அழைத்துக்கொண்டுதான் போகவேண்டும். இத்தனைபேருக்கான ஆயுதங்கள், பிற உபயோகப்பொருட்கள் தொடங்கி பிட் நோட்டீஸ், கர்ச்சிப் வரை பொறுக்கி எடுத்துக்கொண்டு சுத்தமாகக் கழுவிவிட்டே கிளம்பவேண்டும். இருந்த சுவடு கூடத் தெரியக்கூடாது.

மிகப்பெரிய காரியம் அல்லவா இது? ஆனால் செய்தே ஆகவேண்டும். அப்படி இடம் மாறிப் போகிற ஊர் எதுவானாலும் குறைந்தபட்சம் அடுத்த ஏழெட்டு வருஷங்களுக்காவது பிரச்னையில்லாமல் உட்கார்ந்து ஜோலி பார்க்க பிரச்னையேதும் தராத இடமாக இருக்கவேண்டும். எங்கே போகலாம்?

பின்லேடனுக்குப் பணம் ஒரு பிரச்னையில்லை. அவரே பெருங்கோடீஸ்வரர். தவிரவும் பல்வேறு மத்திய கிழக்கு

நாடுகளிலிருந்து அவருக்கு ஏராளமான நன்கொடைகள் வந்துகொண்டிருந்த சமயம் அது. ஆனால் சில காரியங்கள் பணத்தால் மட்டும் நடந்துவிடுவதில்லை. என்ன செய்யலாம் என்று அவர் யோசித்துக்கொண்டிருந்தபோதுதான், அதிர்ஷ்டம் ஒரு தேர்தல் ரூபத்தில் வந்தது.

சூடானில் நடந்த ஆட்சிமாற்றம். சூடான் ஓர் இஸ்லாமிய தேசம். ஆனால் அங்கே இஸ்லாமியர்கள் அளவுக்குக் கிருத்தவர்களும் மிகுதியாக வாழ்கிறார்கள். இரண்டு கட்சிகள்தான் பிரதானம். ஒன்று, தேசிய இஸ்லாமிய முன்னணி *(National Islamic Front)*. இன்னொன்று, *Christian Sudan People's Liberation Army (SPLA)* என்கிற கிருத்தவக் கட்சி. கட்சி என்று பேர்தான். இரண்டு அமைப்புகளுமே செயல்முறையில் தீவிரவாத மனோபாவம் சார்ந்தவை. மாற்றி மாற்றி அடித்துக்கொண்டு, மாற்றி மாற்றி ஆட்சிக்கு வருவார்கள்.

ஆனால் *1989*ல் அங்கே தேசிய இஸ்லாமிய முன்னணி ஆட்சிக்கு வந்தபிறகு ஓரளவு ஸ்திரமாக நாலு வருஷங்களுக்கு மேலாக அவர்களால் ஆட்சியைத் தொடர முடிந்தது. அதே சமயம் அந்த ஆரம்ப நாலு வருஷகாலத்தில் *SPLA* தீவிரவாதிகளால் ஆட்சியாளர்களுக்கு ஏற்பட்ட பாடுகள் கொஞ்சநஞ்சமல்ல.

இஸ்லாமிய முன்னணியின் 'ஆன்மிகப் பெருந்தலைவரும்' அப்போதைய சூடானின் அதிபருமான டாக்டர் ஹஸன் அல் துராபி, என்னவாவது செய்து தமது ராணுவத்தை பலப்படுத்த மிகவும் விரும்பினார். சூடானின் ராணுவத்துக்கு மிக உயர்ந்த பயிற்சியளிக்கக் கூடியவர்கள் யாராக இருந்தாலும், எப்பாடுபட்டாவது அவர்களை சூடானுக்கு வரவழைக்க மிகவும் விரும்பினார். அன்று அவர் கண்ணில்பட்டது பின்லேடன் தான்!

ஆப்கன் யுத்தத்திலும் தொடர்ந்து அமெரிக்காவுக்கு சவால் விட்டு, அவர் ஆற்றிக்கொண்டிருந்த காரியங்களிலும் மனம் பறிகொடுத்து, கிட்டத்தட்ட பின்லேடன் மீது காதலாகிக் கசிந்துருகி நின்ற துராபி, ஒரு தூதுக்குழுவையே பிரத்தியேகமாக நியமித்து, பாகிஸ்தானுக்கு அனுப்பி, பின்லேடனை சூடானுக்கு வரமுடியுமா என்று கேட்கச் சொன்னார்.

*1998 - 2000*க்கு இடைப்பட்ட காலகட்டத்துக்குள் அமெரிக்க மண்ணில் சில முக்கியமான காரியங்களைச் செய்துமுடிக்கத்

திட்டமிட்டு, அதற்காக ஓர் ஐந்தாண்டுத் திட்டமே வரைந்து செயல்பட்டுக்கொண்டிருந்த ஒசாமாவுக்கு இந்த அழைப்பு மிகவும் சாதகமாகிப் போனது. அமெரிக்க மண்ணில் மட்டுமல்லாமல், அயல்நாடுகளிலுள்ள சில அமெரிக்கத் தூதரகங்களைத் தாக்கித் தகர்ப்பது, அமெரிக்காவின் அணு ஆயுத ரகசியங்களை எப்பாடுபட்டாவது பெறுவது என்று பல கிளைத் திட்டங்களையும் வைத்திருந்தார் ஒசாமா. நேரமெடுத்துப் பொறுமையாகச் சிந்தித்து, படிப்படியாகத் திட்டம் தீட்டி, பக்காவாகச் செய்துமுடிக்க வேண்டிய காரியங்கள் அவை. வசிப்பதற்குப் பிரச்னையில்லாத ஒரு ஊர் கிடைத்தால்தான் அது சாத்தியம் என்று எண்ணிக்கொண்டிருந்தவருக்கு, சூடானின் பிரசிடெண்ட் அனுப்பிய அழைப்பு ஒரு வரப்பிரசாதம் மாதிரி ஆகிவிட்டது.

ஆனால் தனக்குப் புழக்கத்திலுள்ள வழக்கமான ராணுவ டிரெய்னிங் தரச் சாத்தியமில்லை என்றும் வேண்டுமானால் கெரில்லா போர்முறைப் பயிற்சி தரமுடியுமென்றும் அவர் சூடான் தூதர்களிடம் தெரிவித்தார். சூடான் உடனடியாக அதற்கு ஒப்புக்கொண்டது. மூன்றுபேர் கொண்ட அந்த தூதுக்குழுவில் இருந்தவர்கள், ஒசாமாவைத் தங்கள் தேசத்துக்கு அழைத்துப் போய்விடவிருப்பதாகவும், அவரும் அவரது வீரர்களும் கிளம்பிச் செல்லுவதற்கு உதவி செய்யும்படியும் பாகிஸ்தான் அரசை ரகசியமாகக் கேட்டுக்கொண்டது.

கசக்குமா பாகிஸ்தானுக்கு? எந்தப் பிரச்னையும் இல்லாமல் ஒசாமா கிளம்ப முடியும் என்றும், எப்போதும் பாகிஸ்தான் அவருக்கும் அவரது இயக்கத்துக்கும் நண்பந்தான் என்றும் சொல்லி நல்லுறவை உறுதிப்படுத்திக்கொண்டது. ஒசாமாவின் வீரர்கள் பேட்ச் பேட்சாக பாகிஸ்தானைவிட்டுப் புறப்படுவதற்கு அத்தனை உதவிகளையும் செய்துகொடுத்தது பாகிஸ்தானின் உளவுத்துறையான ஐ.பி. (ஐ.எஸ்.ஐ. அல்ல. - காரணம், அப்போதைய பாகிஸ்தான் பிரதமரான பேனசிர் புட்டோவுக்கு ஐ.எஸ்.ஐ. என்றால் ஆகாது. அந்த அமைப்பை மட்டம் தட்டி, ஐ.பி.யின் கரங்களை வலுப்படுத்த விரும்பிச் சில காரியங்கள் செய்துகொண்டிருந்தார் பேனசிர். இதன்காரணமாகவே பின்னால் பேனசிரைக் கவிழ்க்க வீரசபதம் மேற்கொண்டு, வெற்றியும் கண்டது ஐ.எஸ்.ஐ.)

காலத்தின் கட்டாயத்தால் கிளம்பவேண்டி வந்தாலும் உண்மையில் பாகிஸ்தானைவிட்டுப் போவதில் ஒசாமாவுக்கு விருப்பமில்லை

என்றுதான் சொல்லவேண்டும். தாய்லந்து, இந்தோனேஷியா உள்ளிட்ட சில கிழக்காசிய தேசங்களில் அப்போதுதான் அல்கொய்தாவுக்கு வலுவான நெட் ஒர்க் உருவாகியிருந்தது. மேலும் அல்கொய்தாவின் மூளைகள் என்று சொல்லப்படும் பல அறிஞர் பெருமக்கள் அப்போது இந்தோனேஷியாவில்தான் மையம் கொண்டிருந்தார்கள். சூடான் மாதிரி ஒரு தொலைதூர தேசத்துக்குப் போய்விட்டால் - என்னதான் தொலைத்தொடர்பு சௌகரியங்கள் இருந்தாலும் நேரடிக் கண்காணிப்பு இல்லாதுபோய்விடுமே என்பது அவரது வருத்தம்.

ஆனால் வேறு வழியில்லை. முதல் கட்டமாகத் தனது வலது கரங்களாக இருந்த நான்கு கமாண்டர்களை அழைத்து சூடானுக்குப் போய் அங்கத்திய நிலைமையைப் பரிசோதிக்கச் சொல்லி அனுப்பினார் ஒசாமா. அபு ஹமம் அல் சவுதி, மம்மூத் சலிம் என்கிற அபு ஹஜீர் அல் இராக்கி, அபு ஹஸன் அல் சூடானி, அபு ரிதா அல் சூரி என்ற அந்த நால்வரணி சூடானுக்குப் போய் டாக்டர் ஹஸன் அல் துராபியையும் அவரது சீனியர் அமைச்சர் சகாக்களையும் சந்தித்துப் பேச்சுவார்த்தை நடத்தினார்கள்.

ஒளிவு மறைவே இல்லை. ஒரே டீல்தான். துராபியின் விருப்பத்துக்கு இணங்க, ஒசாமா தன் படைகளுடன் சூடான் வந்து, ராணுவ வீரர்களுக்கு கெரில்லா போர்ப்பயிற்சி அளிப்பார். அதே சமயம் அமெரிக்காவுக்கு எதிரான அவரது யுத்தத்துக்கான வேலைகளையும் ஜரூராக நடத்துவார். சூடான் அரசுத் தரப்பில் அதற்கான அத்தனை உதவிகளையும் செய்யவேண்டும். பாதுகாப்பு விஷயத்தில் துளி பிரச்னையும் வரக்கூடாது. சூடானின் அனைத்து மூலை முடுக்குகளையும் ஒசாமாவுக்குத் திறந்துவிடவேண்டும். எந்தவிதக் கட்டுப்பாடுகளும் நிபந்தனைகளும் எக்காலத்திலும் கூடாது. வேறு யாருடைய நிர்ப்பந்தத்துக்கும் சூடான் அரசு ஒருபோதும் பணியக்கூடாது. ஒசாமா வருகிறார் என்றால் பரிபூரணமாக அவரைத் தான் நம்பவேண்டும். அவரது அமெரிக்கா மீதான யுத்தத்துக்கு மறைமுகமாக அனைத்து உதவிகளையும் செய்துதரவேண்டும்.

துராபி இந்த நிபந்தனைக்கு முழு மனத்துடன் ஒப்புக்கொண்டார். அவர் ஒப்புக்கொண்ட செய்தி ஒசாமாவை வந்தடைந்ததும் அவர் பாகிஸ்தானிலிருந்து தனது அணியை அனுப்ப

ஆயத்தமானார். ஒரு தீர்மானம் அவரிடம் அப்போது இருந்தது. சூடானில் முழுநேரத்தீவிரவாதம் செய்வதில்லை. பகுதிநேரத் தீவிரவாதியாகத்தான் செயல்படவேண்டும். முழுநேர பிசினஸ்மேனாகத்தான் அந்த நாட்டில் கால்வைக்கவேண்டும்.

ஆகவே முன்னதாக ஒரு குழுவை அனுப்பி, தமது பிசினஸ் கேந்திரத்தை சூடானில் உருவாக்கும் முகமாக இடங்களை வாங்கிப்போடவும் பண்ணை வீடுகளை நீண்டநாள் குத்தகைக்கு எடுக்கவும் உத்தரவிட்டார்.

இதற்கிடையில் துராபி, ஐரோப்பாவில் நீண்டநாள் வசித்தவர்; பிரிட்டிஷ் கல்லூரிகளில் படித்த இஸ்லாமியர்; அவரது ரத்தத்தில் பகுதியளவாவது மேற்கத்திய மனோபாவம் கலந்திருக்கும்; அவரைப் போய் நம்புகிறீர்களே என்று ஒசாமாவின் நெருங்கிய சகாக்கள் சிலர் சந்தேகப்பட்டு கவலை தெரிவித்தார்கள். அவர்களுக்கு நம்பிக்கை சொல்லி, முதலில் வீரர்களை அனுப்பி நோட்டம் பார்த்தபிறகே தான் புறப்படவிருப்பதாகச் சொன்னார் ஒசாமா.

பெரும்பாலான ஆப்கன் - பாகிஸ்தான் வீரர்களை சூடானுக்கு பார்சல் பண்ணி முதலில் அனுப்பிய ஒசாமா, திருமணமாகி, பாகிஸ்தானிலும் ஆப்கன் எல்லையிலும் செட்டிலாகிவிட்ட சில நூறுபேர்களை மட்டும் அங்கங்கேயே தங்கியிருந்து 'சமூகசேவை' ஆற்றும்படி உத்தரவிட்டுவிட்டு, ஒரு நல்ல நாள் பார்த்துத் தானும் சூடானுக்கு விமானம் ஏறினார்.

ஒசாமா விஷயத்தில் மிகவும் விழிப்புணர்வுடன் கண்காணித்துவந்த அமெரிக்க உளவுத்துறை, எப்படியோ அவரது இந்த இடமாறுதலைமட்டும் உடனே கவனிக்கத் தவறிவிட்டது. அதற்கான விலையையும் அவர்கள் கணிசமாகவே கொடுக்க நேர்ந்தது!

19. சூடானில் பின்லேடன்

சூடானுக்குப் போய்ச்சேர்ந்த மறுநாளே ஒசாமா பின்லேடன் செய்த காரியத்தைக் கண்டு மூக்கு மேல் விரல்வைத்தார் அந்நாட்டின் அதிபரான துராபி. பொதுவாக ஒரு விருந்தாளி வீட்டுக்குப் போனால் ஏதாவது பரிசுப்பொருள் வாங்கிப்போவது எல்லாருக்குமே வழக்கம்தான். குறைந்தபட்சம் ஒரு பிஸ்கட் பாக்கெட்டாவது.

ஆனால் தனது வருகையின் முக்கியத்துவத்தை சூடான் அரசுக்கு உணர்த்தும்விதமாக ஒசாமா அளித்த பரிசின் மதிப்பு ஐம்பது மில்லியன் டாலர்கள்! பிரசிடெண்ட்டுக்கு ரொம்ப 'வேண்டியபட்ட' ஒரு வங்கியில் தனது முதல் முதலீடாக அந்தத் தொகையைச் செலுத்திவிட்டுத்தான் அதிபரைச் சந்திக்கவே போனார் ஒசாமா. ஐம்பது மில்லியன் டாலர் முதலீடு என்பது அதுநாள்வரை சூடான் அரசு கேள்விப்பட்டிராத ஒரு விஷயம். சொல்லப்போனால் அந்த நாட்டில் எந்த ஒரு தொழிலுமே அந்தளவு முதலீட்டில் அதுவரை தொடங்கப்பட்டதேயில்லை.

மிரட்சியும் மகிழ்ச்சியும் ஒருங்கே அடைந்த சூடான் அரசு, ஒசாமாவுக்கு திட்டமிட்டிருந்ததைவிடக் கூடுதலான ராயல் வரவேற்பு அளித்து கௌரவித்தது. சூடானின் புலனாய்வுத் துறைத் தலைவரைக் கூப்பிட்டு, ஒசாமாவுக்கு வேண்டிய அத்தனை வசதிகளையும் செய்துதரும்படி சொன்னார் துராபி. மட்டுமல்லாமல், ஒசாமாவின் 'தொழில்' சம்பந்தப்பட்ட விஷயங்களில் அரசு ஏதாவது வகையில் சம்பந்தப்படவோ, உதவி செய்யவோ வேண்டுமென்றால் அவர்கள் ஒரு நாள் கூடக் காத்திராமல் காரியம் முடிக்க அத்தனை ஏற்பாட்டையும் அவரே கவனிக்கவேண்டும் என்றும் உத்தரவிடப்பட்டது.

ஒரு நல்ல நாளாகப் பார்த்து தனது வர்த்தக நிறுவனங்களின் கிளைகளை சூடானில் தொடங்கினார் ஒசாமா. இப்போதுதான் விஷயம் அமெரிக்காவை எட்டியது. அதுநாள்வரை ஒசாமா பாகிஸ்தானில் இருப்பதாகவே எண்ணிக்கொண்டிருந்த அமெரிக்கப் புலனாய்வுத்துறை, அவர் எப்போது

பாகிஸ்தானைவிட்டுக் கிளம்பினார் என்று கவனிக்காமல் விட்டதை நினைத்துத் தலையில் அடித்துக்கொண்டது. (பல புலனாய்வுத்துறை அதிகாரிகளை இதன்பொருட்டு நிற்கவைத்து லெஃப்ட் அண்ட் ரைட் வாங்கிவிட்டார் அதிபர் புஷ்.)

கார்ட்டொம் நகரில் 'எல் மெக்நிமர்' என்கிற தெருவில் முதல் முதலாகத் தனது ஒன்பது அறை அலுவலகத்தைத் திறந்து வேலையை ஆரம்பித்தார் ஒசாமா. இரண்டு கம்பெனிகள். டாபா இன்வெஸ்ட்மெண்ட்ஸ் என்றொரு கம்பெனி. லேடன் இண்டர்நேஷனல் என்றொரு கம்பெனி. முந்தையது, நிதி நிறுவனம். பிந்தையது, கட்டுமான நிறுவனம். இரண்டுமே மிகப்பெரிய அளவில் ஆரம்பிக்கப்பட்ட நிறுவனங்கள். சூடானின் பல நகரங்களில் உடனடியாகக் கிளைகளும் திறக்கப்பட்டன. கையோடு சூடானில் படித்த இளைஞர்கள் அத்தனை பேருக்கும் வேலைவாய்ப்பு என்று விளம்பரமும் செய்யப்பட்டது.

ஏழை நாடான சூடானில் வாழ்க்கைத்தரம் என்பது மிகவும் சாதாரணமானது. ஒரு சாதாரண அல்கொய்தா வீரனுக்கு ஒரு நாளைக்குச் செலவிடப்படுகிற தொகையில் ஒரு சூடானியக் குடும்பம் ஒருமாதம் சாப்பிடும் என்கிற கணக்கை நிறுவனம் தொடங்கிய ஒரே வாரத்தில் கண்டுகொண்டார் ஒசாமா. ஆகவே, அமெரிக்காவுக்கு எதிரான தனது புனிதப்போருக்கு விசுவாசமுள்ள வீரர்களைத் தேர்ந்தெடுக்க சூடானில் நல்ல வாய்ப்பு என்று அவர் கணக்கிட்டார்.

முதல் கட்டமாக, லேடன் க்ரூப் நிறுவனங்களில் வேலைக்குச் சேரும் இளைஞர்களுக்கு அவர்கள் கற்பனை செய்யமுடியாத அளவுக்கு சம்பளம் நிர்ணயிக்கப்பட்டது. ஒரே ஆள் இரண்டு கம்பெனிகளிலும் கூடப் பணியாற்றலாம். அவசியம் இரண்டு சம்பளங்கள் வழங்கப்படும் - திறமையைக் காட்டினால் பலன் உண்டு என்று சொன்னதோடு மட்டுமல்லாமல் செயலிலும் காட்டினார் ஒசாமா.

உதாரணத்துக்கு ஜமால் முகம்மது அல் ஃபடல் என்ற இளைஞர், ஒசாமாவின் கன்ஸ்டிரக்ஷன் கம்பெனியில் வேலைக்குச் சேர்ந்தார். மிகக்குறுகிய காலத்துக்குள் சிறப்பாகப் பணியாற்றிய அவர், தம்மால் ஒசாமாவின் இரண்டு நிறுவனங்களுக்கும் இரண்டு

ஷிப்டில் பணியாற்ற முடியும் என்று சொன்னார். உடனே அவரை ஒசாமாவின் நிதி நிறுவன அட்டண்டன்ஸிலும் கையெழுத்துப் போட்டுவிட்டு வேலை பார்க்கச் சொன்னார்கள். அடுத்தமாதம் அவர் 200+200 ஆகமொத்தம் 400 டாலர்கள் சம்பளம் பெற்றார்.

ஒசாமாவின் நம்பிக்கைக்கும் அன்புக்கும் பாத்திரமாகி, விரைவில் அல்கொய்தா அமைப்பிலும் உறுப்பினரான இந்த ஜமால் முகம்மதுக்கு உடனடியாக ஊக்க போனஸாக மேலும் 200 டாலர்கள் சேர்த்து, மாதம் 600 டாலர்கள் சம்பளம் வழங்கப்பட்டது.

சூடானில் அறுநூறு டாலர் ஒருத்தரிடம் மொத்தமாகக் கிடைத்தால் அதை வைத்துக்கொண்டு ஒரு வருஷம் சமர்த்தாகச் சாப்பிட்டுக்கொண்டிருக்க முடியும்.

இந்த விஷயம் வெளியே தெரியவர, பலபேர் ஆர்வமுடன் பின்லேடன் நிறுவனங்களில் பணியாற்ற முன்வந்து, அர்ப்பணிப்புணர்வுடன் வேலை பார்த்து எப்படியாவது இரண்டு நிறுவனங்களிலும் சம்பளம் வாங்கமாட்டோமா என்று ஏங்க ஆரம்பித்தார்கள். மேலும் பலர் நேரடியாக அல்கொய்தாவில் சேர முன்வந்து, ஓய்வு நேரத்தில் நிறுவனங்களி பணியாற்றுகிறோம் என்று பிள்ளையார் ஞானப்பழம் பெற்ற வழியில் முயற்சி செய்தார்கள்.

சூடான் அரசுக்கோ, ஒரு கவலை விட்டது என்று மகா நிம்மதி உண்டானது. ஏனெனில் அந்நாட்டில் வேலைவாய்ப்பு என்பது மிகப்பெரியதொரு பிரச்னையாக அப்போது இருந்தது. இளைஞர்கள் பலர் தீவிரவாதிகளானதற்கு அதுதான் முக்கியக் காரணமாக இருந்தது. ஆனால் ஒரு தீவிரவாத இயக்கமே இரண்டு கம்பெனிகள் திறந்து, வேலை வாய்ப்புக்கு வழி செய்து கொடுத்தது அவர்களுக்கு ஆச்சர்யமாக மட்டுமல்ல; ஆறுதலாகவும் இருந்தது! ஒசாமா கட்டளையிட்டால் அரசு என்ன வேண்டுமானாலும் செய்யும் என்கிற நிலைமை மிகச் சீக்கிரமே உண்டானது.

வர்த்தக நிறுவனங்களை ஆரம்பித்து நடக்கவிட்டதும் ஒசாமா, தனது அமெரிக்கப் பொறுப்பாளரான அலிமுகம்மதுவை சூடானுக்கு வரச் சொன்னார். எகிப்தில் பிறந்து, அமெரிக்க ராணுவத்தில் பணியாற்றி, ருஷ்ய யுத்தத்தின்போது ஆப்கன் முஜாகிதீன்களால் கவரப்பட்டு, பின்னாளில் ஒசாமாவின் நம்பிக்கைக்குரிய

தளபதியாக மாறி, அவரது அமெரிக்க ஏஜெண்டாகவே பணியாற்றியவர் அலிமுகம்மது. அமெரிக்காவில் அல்கொய்தா முன்னின்று நடத்திய அத்தனை காரியங்களுக்கும் பின்னாளில் சூத்திரதாரியாக இருக்கப்போகிறவர் இவர்தான்.

அப்படிப்பட்ட அலிமுகம்மதுவை கொஞ்சநாள் டெபுடேஷனில் ஆப்கன் போய்வரச் சொன்னார் ஒசாமா. எதற்காக?

ஏற்கெனவே பார்த்தபடி ஆப்கனிலும் பாகிஸ்தானிலுமாக சிலநூறு வீரர்களை விட்டுவிட்டுத்தான் சூடானுக்கு வந்திருந்தார் ஒசாமா. அவர்கள் அத்தனைபேரும் பயிற்சி நிலையில் இருக்கிறவர்கள். அதாவது ஒரு முழுமையான போர்வீரராக இன்னும் ஒசாமாவால் அங்கீகரிக்கப்படாதவர்கள்.

ஆப்கனில் ஒசாமாவுடன் இருந்த முதல்கட்டத் தளபதிகள் அத்தனைபேருமே சூடானுக்கு வந்துவிட்டதால், அங்கே பயிற்சியில் இருந்த வீரர்களுக்குச் சரியான வாத்தியார்கள் இல்லை என்பது ஒசாமாவுக்கு ஒரு உறுத்தலாகவே இருந்தது. மேலும் கிழக்காசியாவில் இருந்த அல்கொய்தாவின் பல கிளைகளுடன் தொடர்பு கொண்டு அவ்வப்போதைய நிலவரங்களைக் கேட்டறியவும் ஒரு நம்பகமான நபர் அவருக்கு அங்கே வேண்டியிருந்தது. எப்படியும் சூடானில் வலுவாகக் கால் ஊன்றிக்கொண்டு அமெரிக்காவின்மீது மீண்டும் தாக்குதல் தொடங்க சுமார் ஒன்றரை வருஷங்களாவது ஆகும் என்று அவர் கணக்கிட்டார். அதுவரை ஆப்கனில் அலி முகம்மது இருப்பது பல வகையிலும் தனக்கு நன்மை என்று கருதினார்.

மேலும் ஒரு முக்கியமான முடிவையும் அவர் எடுத்திருந்தார். குறுகியகாலத் தாக்குதல் திட்டங்களுக்கு இனி ஒருபோதும் சீனியர் கமாண்டர்களைப் பயன்படுத்துவதில்லை என்பதே அது. வர்த்தக மையத் தாக்குதல் சம்பவத்தின்போது கைதானவர்களுள் பலர் ஒசாமாவுடன் மிக நீண்டநாள் தொடர்புடையவர்கள். ஒட்டுமொத்தமாக அத்தனைபேரும் - குருட்டு ஷேக் உட்பட அமெரிக்கச் சிறைகளில் அடைக்கப்பட்டு நூறு வருஷம், நூற்றுப்பத்து வருஷம் கடுங்காவல் தண்டனையெல்லாம் பெற்றதில் மிகவும் கடுப்பாகிப்போயிருந்தார் ஒசாமா.

ஆகவே அடுத்த சில காலத்துக்காவது சீனியர்களை எந்த ஒரு தாக்குதல் திட்டத்திலும் நேரடியாகச் சம்பந்தப்படுத்தாமல் புதிய, இளம் வீரர்களை மட்டுமே அனுப்புவது என்று அவர் முடிவு செய்திருந்தார். இதற்கு இரண்டு காரணங்கள் சொல்லப்படுகின்றன.

முதலாவது, இளைஞர்களுக்கு வேகம், புத்துணர்ச்சி, சாகச உணர்ச்சி அதிகம் இருக்கும். ஆகவே எளிதில் மாட்டிக்கொள்ளமாட்டார்கள் என்பது முதலாவது. இரண்டாவது, அப்படியே மாட்டிக்கொண்டாலும் இயக்கத்துக்குப் பெரிய இழப்பிருக்காது என்பது. இந்த இரண்டாவது காரணம் தான் பிரதானமானது என்று சொல்லப்பட்டபோதும் ஒசாமா அதைக் கடுமையாக மறுக்கிறார்.

புதியவர்கள், சீனியர்கள் என்றெல்லாம் எங்களுக்குள்ளே பேதமில்லை; அனைவரும் ஆண்டவனின் குழந்தைகள் மட்டுமே என்று ஒரு சமயம் அவர் சொல்லியிருக்கிறார்.

அது ஒரு பக்கம் இருக்க, கார்ட்டொம் பகுதியிலுள்ள ரியாத் நகரில் அல்கொய்தாவுக்கென்று ஒரு கெஸ்ட் ஹவுஸ் கட்டி முடித்துத் தன் பணியை ஆரம்பித்தது லேடன் இண்டர்நேஷனல் நிறுவனம். மூன்றடுக்குக் கட்டடமான அதில், ஒசாமாவுக்கென்று ஒரு பெரிய அறை - சகல சௌகரியங்களுடன் இருந்தது. ஏற்கெனவே தமது அத்தனை நடவடிக்கைகளையும் கணினி மயமாக்கிவிட்டிருந்தவர், சூடானுக்கு வந்தபிறகு அந்தவிஷயத்தில் இன்னும் சிறப்பான பரிமாணங்களைக் காணவேண்டும் என்று விரும்பி வேலை பார்க்க ஆரம்பித்தார். எட்டு பாதுகாவலர்கள் மட்டும்தான் அங்கே அவருடன் இருந்தார்கள். மிக எளிய வாழ்க்கை. தொழவும், சிலசமயம் சேர்ந்து சாப்பிடவும் மட்டுமே அவர் தமது சக அலுவலர்கள் / நண்பர்கள் / தளபதிகளுடன் வருவார். மற்றபடி பெரும்பாலான நேரம் தனிமையிலேயே இருந்தார். கூடியவரை நகரில் அதிகம் உலவாதிருக்கவேண்டும் என்பதே ஒசாமா சூடானுக்கு வந்ததும் எடுத்துக்கொண்ட உறுதி. தவிர்க்கவே முடியாமல் போனாலொழிய தானாக யாரையும் போய்ப் பார்க்கக் கூடாது என்பதை ஒரு விரதமாகவெ வைத்துக்கொண்டார்.

சூடானில் அவரது பிசினஸ் கொழிக்கத் தொடங்கியது. சுமார் ஆயிரத்தித் தொள்ளாயிரம் கிலோமீட்டர் உள்ள சூடானின் தேசிய நெடுஞ்சாலை ஒன்றை ஒசாமா மனமுவந்து 'அன்பளிப்பாகவே' அத்தேசத்துக்குப் போட்டுக்கொடுக்குமளவு அங்கே அவருக்கும்

லாபம், சூடான் அரசுக்கும் லாபம் ஏற்பட்டது. இது, ஒசாமாவின் தாய்நாடான சவுதிக்கு மிகவும் கடுப்பு ஏற்படுத்தியது. ஒசாமாவை மன்னித்து, மீண்டும் சவுதிக்கு வரும்படி அழைப்பு அனுப்பியது.

இது ஏதடா புதுக்கதை என்று ஒசாமாவுக்கு முதலில் கொஞ்சம் வியப்பு ஏற்பட்டாலும், விரைவில் சவுதியிலிருந்த அவரது நெருங்கிய சகாக்கள் சிலர் மூலம் உண்மை தெரியவந்தது.

'ஒசாமாவை மன்னித்து, மீண்டும் சவுதிக்கு வரும்படி முதலில் அழைப்பு அனுப்பவேண்டும். அப்படி அழைப்பை ஏற்று வந்தால் சவுதியில் தொழில் தொடங்க வேண்டிய அனைத்து உதவிகளையும் அரசே செய்துகொடுக்கும் என்று அறிவிக்க வேண்டும். பழைய கசப்புகளை மனத்தில் வைத்துக்கொள்ளாமல் ஒசாமா சவுதிக்கு மீண்டும் வந்துவிட்டால் சவுதி அரசு மிகவும் மகிழும் என்று செண்டிமெண்டாகத் தொடவேண்டும்' - இப்படியொரு குயுக்தியான யோசனையை சவுதி அரசாங்கத்துக்குச் சொன்னது அமெரிக்க உளவுத்துறை.

ஒசாமா சூடானில் இருக்கும்வரை அவரை ஒன்றுமே செய்ய முடியாது. சூடான் அரசு அவரை அப்படி அடைகாத்துக்கொண்டிருந்தது. ஆகவே, ஒசாமாவைப் பிடிக்கவேண்டுமென்றால், தனக்குச் சாதகமான அரசு உள்ள ஒரு தேசத்தில்தான் அது சாத்தியம் என்று அமெரிக்கா கருதியது. ஆகவேதான், தனது அடிப்பொடியான சவுதி அரேபிய அரசாங்கத்தைவிட்டு இப்படியொரு அழைப்பை அனுப்ப முடிவு செய்திருந்தது அமெரிக்கா!

இந்த விஷயத்தை மோப்பம் பிடித்த சவுதி வாழ் ஒசாமாவின் நண்பர்கள் சிலர், ஒசாமாவைத் தெளிவாக எச்சரித்தார்கள். மனமிறங்கி, சவுதி அரசின் வேண்டுகோளை ஏற்றுக்கொண்டு விடாதீர்கள் என்று நம்பகமான சில ஆப்கன் முஜாகிதீன்கள் மூலம் சூடானுக்கு செய்தி அனுப்பினார்கள்.

ஒசாமாவுக்கு, சவுதி அரசுக்குச் செவி சாய்க்கும் எண்ணம் துளிக்கூட இல்லை. அமெரிக்காவின் தூண்டுதலின்பேரில்தான் அப்படியொரு அழைப்பு வருகிறது என்று தெரியாமலேயே போயிருந்தால்கூட அவர் சவுதிக்கு வரச் சம்மதித்திருக்கமாட்டார்.

ஆனால் எப்போது சவுதி அரசு இப்படியொரு குள்ளநரித்தனத்துக்கு உடந்தையாக இருக்கிறது என்று தெரிந்ததோ, அப்போதே ஒசாமா முடிவு செய்துவிட்டார். அமெரிக்கா மட்டும் என் எதிரியல்ல. சாத்தான் தேசமான அமெரிக்காவுக்கு உதவக்கூடிய அத்தனை பேருமே எதிரிகள்தான். அது தாய்நாடாகவே இருந்தாலும் சரி.

ஒசாமாவின் பிரசித்தி பெற்ற இந்த அறிவிப்பு வெளியாவதற்கு முதல்நாள், சூடானில் அவரது அலுவலகத்தில் ஒரு கணக்கெடுப்பு நடத்தப்பட்டது. எத்தனைபேர் அதுவரை சூடானில் அல்கொய்தாவில் இணைந்திருக்கிறார்கள்?

தலை எண்ணி, ஒவ்வொருத்தரின் ஃபைல்களையும் தனித்தனியே ஆராய்ந்து, ஒசாமாவின் நேரடி மேற்பார்வையில் ஒரு 'போராளி' என்று சர்டிபிகேட் அளிக்கப்பட்ட சூடானியர்கள் அதுவரை மொத்தம் 1000 பேர் தேறியிருந்தார்கள்.

ஏற்கெனவே சூடானுக்கு வெளியே சுமார் 2500 போராளிகள் அல்கொய்தாவுக்கு இருந்தார்கள். சரி, போதும் என்று முடிவு செய்தார் ஒசாமா.

'இனி என்ன, தாக்குதல்தான்' என்று அவரது உள்மனம் உத்தரவு கொடுத்தது. தோதாக, ஆப்கனில் இருந்த ஆரம்பக்கட்டப் போராளிகளுக்குப் பயிற்சியளிக்கப் போயிருந்த அலி முகம்மதும் அங்கிருந்து ஒரு என்கிரிப்டட் ஈமெயில் அனுப்பியிருந்தார். 'இவ்விடம் எல்லாம் சரியாக இருக்கிறது. 250 இளைஞர்கள் முழு போர்ப்பயிற்சி பெற்றுவிட்டார்கள். சூடானுக்கு சில சாம்பிள்கள் அனுப்பவா?' என்று அக்கடிதத்தில் கேட்டிருந்தார்.

சற்றுப் பொறுத்திருக்கும்படி உத்தரவு கொடுத்துவிட்டு ஒசாமா முதலில் சவுதி அரசாங்கத்தின் நிஜமுகத்தைப் பார்த்துவிடும் வேட்கையுடன் ஒரு தகவல் சொல்லி அனுப்பினார்.

"உங்கள் அழைப்புக்கு நன்றி. ஆனால் வருகிற உத்தேசம் இல்லை"

சவுதி அரேபியாவைவிட, அமெரிக்க உளவுத்துறை சற்றும் எதிர்பாராத தகவல் அது.

20. நெருக்கடியில் நிகரகுவா

ஆக, பின்லேடன் சூடானில் செட்டில் ஆகிவிட்டார். நைச்சியமாகப் பேசி அவரையும் அவரது தொண்டரடிப் பொடியார்களையும் சவுதி அரேபியாவுக்கு வரவழைக்க மேற்கொள்ளப்பட்ட முயற்சியும் பணாலாகிவிட்டது. சூடான் மாதிரியொரு பரம தரித்திர தேசத்தில் பின் லேடன் மாதிரியொரு பெரும்பணக்காரத் தொழிலதிபர், தொழில் தொடங்கும் போர்வையில் வேர்கொள்ளுவதை ஒருக்காலும் அவர்கள் மறுக்கவோ, வேண்டாம் என்று சொல்லவோ போவதில்லை. ஏற்கெனவே சூடானிய அதிபர் பின்லேடன் அண்ட் கோவுக்கு சகல சௌபாக்கியங்களுடனும் அங்கே தங்கி, தீவிரவாதம் வளர்க்க வேண்டிய ஒத்தாசைகள் செய்ய ஆரம்பித்துவிட்டார்.

இந்நிலையில் அமெரிக்கா வழக்கமாக என்ன செய்யும்?

செப்டெம்பர் 11 சம்பவத்துக்குப் பிறகு ஓசாமாவை ஒப்படைக்கக் கேட்டு, ஆப்கனை ஆண்டுகொண்டிருந்த தாலிபன்கள் மறுத்தபோது என்ன செய்தது? மிரட்டி, பணியவைக்கப் பார்த்ததல்லவா? அது நடக்காதபோது போர் அறிவித்து, ஆப்கனில் ஒரு மயானகொள்ளை பேட்டைத்திருவிழா நடத்தியதல்லவா? அந்தமாதிரி ஒரு கலாட்டாவை சூடானிலும் நிகழ்த்தியிருக்கலாம் என்று தானே நினைக்கிறீர்கள்?

அதுதான் இல்லை.

தொண்ணூறுகளின் தொடக்க வருஷங்கள் அமெரிக்காவுக்கு அத்தனை சாதகமாக இல்லை என்றுதான் சொல்லவேண்டும். எண்ணெய் அரசியலை மையமாக வைத்து ஈராக் மீது நிகழ்த்திய தாக்குதல் ஒருபுறம் என்றால் பல்வேறு காரணங்களுக்காக வேறு பல தேசங்களின் உள்நாட்டு விவகாரங்களில் தலையிட்டு, குழப்பங்கள் விளைவித்து சர்வதேச அரங்கில் மிகப்பெரிய அவப்பெயரைத் தேடிக்கொண்டிருந்தது அப்போது. அவற்றுள் மிக முக்கியமானது, நிகரகுவாவின் மீது கட்டவிழ்த்து விடப்பட்ட வன்முறை வெறியாட்டங்கள்.

மேப்பில் பார்த்தீர்களானால், அமெரிக்காவின் காலுக்குக் கீழே இருக்கிற தேசங்களுள் ஒன்றாக இருக்கும், நிகரகுவா. உண்மையாகவும், அத்தேசத்தைத் தன் காலடியில் இட்டு நசுக்கி, தன் மேலாதிக்கத்தின்கீழாக வைத்துக்கொள்ள விரும்பியது அமெரிக்கா. இதனால் *1980-81*ம் வருஷங்களிலேயே தனது உளவுத்துறையை ஏவிவிட்டு நிகரகுவாவில் இல்லாத திருவிளையாடல்களையெல்லாம் செய்துபார்க்க ஆரம்பித்து விட்டது அமெரிக்க அரசு.

ஸ்பானியத் தாக்கம் மிக்க தேசமான நிகரகுவா, மத்திய அமெரிக்க நாடுகளிலேயே பரப்பளவில் மிகப்பெரிது. காப்பி மற்றும் பருத்தி உற்பத்தியில் பெரிய தாதா. நம்மால் அவ்வளவாகப் புரிந்துகொள்ளமுடியாத, ஒருமாதிரி சர்வாதிகார ஃபேர் அண்ட் லவ்லி பூசிய ஜனநாயகம் அங்கே உண்டு. ஆனாலும் மக்கள் சௌக்கியமாகத் தான் இருந்தார்கள். அதுதான் அமெரிக்காவுக்குப் பிடிக்கவில்லை.

நிகரகுவா அரசுக்கு எதிராக அப்போது கிளர்ச்சி பண்ணிக் கொண்டிருந்த புரட்சியாளர்களுக்கு சி.ஐ.ஏ.வின் ஆசீர்வாதம் கிடைத்தது. எப்படியாவது அங்கே அப்போது இயங்கிக் கொண்டிருந்த அரசைக் கவிழ்த்துவிட்டு, தனக்குச் சாதகமான ஒரு ஆசாமியை அங்கே அதிபராக்கவேண்டும் என்று நினைத்தது அமெரிக்கா. ஏற்கெனவே க்யூபா, கௌதமாலா போன்ற தேசங்களில் இதேமாதிரியான முயற்சிகளை அமெரிக்கா மேற்கொண்டதை முன்னர் பார்த்திருக்கிறோம் அல்லவா? ஆனால் க்யூபாவிடம் மட்டும்தான் அமெரிக்கப் பருப்பு வேகாமல் போய்விட்டது. மற்ற அனைத்து தேசங்களும் ஏதோ ஓரளவில் தோல்வியுற்று, கொஞ்சநாளாவது அமெரிக்காவின் மேஸ்திரி போஸ்டுக்கு ஒத்துழைக்க வேண்டித்தான் இருந்தது.

அப்படியொரு நெருக்கடியில்தான் நிகரகுவாவும் சிக்கியது.

நான்கு கட்டத் தாக்குதலை நிகரகுவாவின்மீது நிகழ்த்தத் திட்டமிட்டது அமெரிக்கா. முதல்கட்டம், எண்பதுகளின் தொடக்கத்திலேயே நடந்த - நேரடித் தாக்குதல். இது ரொம்ப நாளைக்கு நடந்துகொண்டிருந்தது. ஆனால் ஒன்றும் வேலைக்கு ஆகவில்லை. அந்நாட்டின் சமநிலையை அந்தத் தாக்குதல்களால்

குலைக்கமுடியவில்லை. பிறகு இரண்டாவது கட்டமாக சி.ஐ.ஏ.வை ஏவிவிட்டு ஏகப்பட்ட நாசகாரியங்கள் செய்யப்பட்டன. எக்கச்சக்க குண்டுவெடிப்புகள், கலவரங்கள் - குறிப்பாக இனக்கலவரம், கடத்தல் போன்ற வேலைகள். இது எண்பதுகளின் மத்திய வருஷங்களில் நடந்தது. இதனாலும் ஒன்றும் பெரிய பாதிப்பை அந்நாடு அடையவில்லை. அதற்கப்புறம், மூன்றாவது கட்டமாக கோண்ட்ரா இன ஆக்கிரமிப்பாளர்களின் துணையுடன் நிகரகுவாவின் வடக்கு-தெற்காக எக்கச்சக்கக் கண்ணிவெடிகளைப் புதைக்கச்செய்து பேரழிவுக்கு வித்திட்டார்கள். இத்தனையும் போதாதென்று பக்கத்து நாடுகளான கௌதமாலா, ஹோண்டுராஸ் ஆகிய தேசங்களை நிலைக்களனாகக் கொண்டு செயல்பட்டுக்கொண்டிருந்த பல தீவிரவாத இயக்கங்களைத் தூண்டிவிட்டு, நிகரகுவாவில் எக்கச்சக்க உள்நாட்டுப் பிரச்னைகளை உண்டாக்கி, எப்படியாவது ஆட்சியைக் கவிழ்க்க பல்வேறு தகிடுதத்த முயற்சிகளும் ஆத்மசுத்தியுடன் மேற்கொள்ளப்பட்டன.

இதில் மிகப்பெரிய விசித்திரம் என்னவென்றால், மேற்சொன்ன காரியங்கள் அனைத்தையும் அமெரிக்காதான் செய்கிறது என்பது அன்று உலகம் முழுவதற்கும் தெரியும். எல்லாருக்கும் தெரியும் என்பது அமெரிக்காவுக்கும் தெரியும். ஆனாலும் அமெரிக்கா எப்படித் தன் நடவடிக்கைகளை நிகரகுவாவில் நிறுத்திக்கொள்ளவில்லையோ, அதேமாதிரி, நிகரகுவா அரசும் அமெரிக்காவைத் திருப்பித்தாக்கவே இல்லை!

வியப்பான இந்த விவகாரத்துக்கு இரண்டு காரணங்கள் உண்டு. ஒன்று, அமெரிக்காவைத் தாக்குவது என்று ஆரம்பித்துவிட்டால் அதற்கு ஒரு முடிவே இல்லாமல் போய்விடும்; அல்லது உடனே முடிந்தும்போய்விடும். எப்படியாயினும் நிகரகுவா, யுத்தத்தில் தோல்வியடைந்தே தீரவேண்டிவரும். எதற்கு வீணாக ஒரு சண்டைபோட்டு அழிவைச் சம்பாதித்துக்கொள்ள வேண்டும் என்கிற புத்திசாலித்தனம் - முதல் காரணம்.

இரண்டாவது காரணம், இன்னும் வினோதமானது. நிகரகுவா என்றில்லை. அன்றைக்கு அமெரிக்காவால் பாதிக்கப்பட்ட பல ஏழை நாடுகள் எப்படியாவது அமெரிக்காவை வசமாகச் சிக்கவைக்க என்னவாவது ஒரு காரணம் கிடைக்காதா என்று எதிர்பார்த்துக்கொண்டிருந்தன. தம்மால் திருப்பித் தாக்க முடியாத

நிலையில் வேறு யாராவது ஒரு 'தாதா' தாமாக முன்வந்து அமெரிக்காவின் கொட்டத்தை அடக்கமாட்டார்களா என்கிற எதிர்பார்ப்பு.

நிகரகுவாவுக்கு அமெரிக்காவின் இந்தத் தொடர்தாக்குதல்கள் அதற்கொரு சரியான வாய்ப்பாகப் போய்விட்டது. அத்தேசத்தின் அதிபர் மிகவும் சமர்த்துக் குழந்தை மாதிரி அமெரிக்காவின் இந்த அட்டூழிய நடவடிக்கைகளை விவரித்து, சர்வதேச நீதிமன்றத்தில் வழக்குத் தொடர்ந்துவிட்டார். தான் ஒருபோதும் இதன்பொருட்டு அமெரிக்காவைத் திருப்பித் தாக்கவில்லை என்பதை முக்கிய ஆதாரமாக முன்வைத்து, அமெரிக்காவைக் கடுமையாகத் தண்டிக்கக் கேட்டுக்கொண்டார்.

இது யாருமே எதிர்பாராத ஒரு சூப்பர் நடவடிக்கை! அதுவரை அமெரிக்காவுக்கு எதிரான ஒரு வழக்கை சர்வதேச நீதிமன்றத்தில் பதிவு செய்வது என்பது யாருமே நினைத்துக்கூடப் பார்த்திராத ஒன்று.

சர்வதேச நீதிமன்றத்தில் என்ன ஒரு சௌகரியம் என்றால் பிரச்னைக்குரிய இரு தேசங்கள் வழக்குக்கு வந்தால் சம்பந்தமேயில்லாத மூன்றாவது, நாலாவது தேசங்களின் நீதிபதிகள்தான் விசாரிப்பார்கள். எந்தச் சார்பும் எடுக்க நியாயமில்லாத அந்த நீதிபதிகள் நிச்சயம் நியாயப்படியான தீர்ப்பு மட்டுமே வழங்குவார்கள் என்று எதிர்பார்க்கப்பட்டது.

அதன்படியே, நிகரகுவா தொடுத்த வழக்கிலும் அமெரிக்காவைக் கடுமையாகக் கண்டிக்கும் தீர்ப்பே வெளியானது. சந்தேகத்துக்கு இடமில்லாதவகையில் நிகரகுவாவில் அமெரிக்கா தன் உளவுத்துறை மூலம் நிகழ்த்திய அராஜகங்கள் அங்கே நிரூபணமாயின. அமெரிக்காவின் நடவடிக்கைகள் அனைத்துமே சட்டவிரோதம் என்று சர்வதேச நீதிமன்றம் கருதியது.

ஆகவே, நிகரகுவாவில் அமெரிக்கா மேற்கொண்டிருந்த போர் நடவடிக்கைகள் அனைத்தையும் உடனே நிறுத்தியாக வேண்டும் என்றும் பத்து வருஷ காலமாக அந்நாடு இதன்பொருட்டு பட்ட கஷ்டங்கள் அனைத்துக்குமாகச் சேர்த்து இழப்பீட்டுத் தொகை வழங்கவேண்டும் என்றும் இனி ஒருபோதும் அமெரிக்கா

நிகரகுவாவின் உள்நாட்டு விவகாரங்களில் தலையிடக்கூடாது என்றும் நீதிமன்றம் தீர்ப்பளித்தது.

உலகையே வாய்பிளக்கச் செய்த இந்தத் தீர்ப்பை அப்போது அமெரிக்கா மதிக்கவில்லை. மிகப்பெரிய ஜனநாயக நாடாக இருந்தாலும் தானொரு மிகப்பெரிய தாதாவும் கூட என்று அந்த நீதிமன்றத்துக்கு மட்டுமல்ல; உலகுக்கே எடுத்துக்காட்டும் விதமாக, அதே நிகரகுவாவில் ரைட் ராயலாக இன்னும் தீவிரமான போர் நடவடிக்கைகளை மேற்கொள்ள ஆரம்பித்தது. நெருக்கடி அதிகமாகி, தாக்குப்பிடிக்க முடியாத நிலைக்குத் தள்ளப்பட்டது நிகரகுவா. ஏனெனில், அமெரிக்காவை எதிர்த்துப் போர் செய்வதில்லை; அமைதி வழியில் மட்டுமே தீர்வு காண்பது என்று கொள்கையளவில் அத்தேசம் அப்போது முடிவு செய்திருந்தது. அந்த ஒரு காரணத்தினால்தான் சர்வதேச நீதிமன்றத்தின் கருணைப்பார்வைபரிபூரணமாகஅத்தேசத்துக்குக்கிடைத்திருந்தது. இந்த நிலையில், இப்போது அமெரிக்கா தன் தாக்குதல்களை அதிகப்படுத்தியிருக்கும்போது, இன்னும் எத்தனைநாளைக்கு சும்மா பார்த்துக்கொண்டிருக்க முடியும்? குறைந்தபட்சம் தற்காப்பு யுத்தம் கூடச் செய்யாமல் உப்பு சத்தியாகிரகப் போராளி மாதிரி துப்பாக்கி முனையில் நின்றுகொண்டிருக்க முடியுமா என்ன?

எந்த வினாடியும் அந்நாட்டின் அதிகார மையங்களை அமெரிக்க ராணுவம் அழித்துவிடும் என்பதுபோல ஒரு நெருக்கடி உண்டானது. ஆகவே இறுதி முயற்சியாக, ஐக்கிய நாடுகள் சபையில் புகார் செய்தது நிகரகுவா.

'சர்வதேச நீதிமன்றத்தின் தீர்ப்புக்குக் கட்டுப்பட்டு நடந்துகொள்ளச் சொல்லுங்கள். அல்லது எங்களுக்கு வேறு ஏதாவது ஒரு வழியைக் காட்டுங்கள். எதிர்த்துப் போர் செய்யாமல் அறவழியில் தீர்வு காண விரும்பும் ஒரு தேசத்துக்கு ஐ.நா.கூடப் பாதுகாப்பு தரமுடியாவிட்டால் நாங்கள் யாரை நம்புவது?' என்று கேட்டார் நிகரகுவாவின் அதிபர்.

சம்பந்தப்பட்ட விஷயத்தில் நிகரகுவாவின் தரப்பில் எந்தத் தவறும் இல்லை என்பது உலகுக்கே தெரியும்போது ஐநா மட்டும் எப்படி மாற்றி நினைக்கும்? ஆகவே, 'எந்த நாடானாலும் சர்வதேசச் சட்டங்களை மதித்து நடந்தே ஆகவேண்டும்' என்று ஒரு தீர்மானம் நிறைவேற்றியது.

செம கடுப்பான அமெரிக்கா, ஐ.நாவில் இருந்த தனது வீட்டோ அதிகாரத்தைப் பயன்படுத்தி, அந்தத் தீர்மானத்தை உடைப்பில் போட்டது. இதனாலெல்லாம் ஏற்பட்ட கெட்ட பெயர், தொண்ணூறுகளின் தொடக்க வருஷத்தில் ஒரு கரும்பூதமாக அமெரிக்காவைத் தழுவிக்கொண்டிருந்தது.

மேற்கொண்டு என்னவாவது விவகாரத்தில் இறங்கினால் எல்லாரும் சேர்ந்து பஜ்ஜி பண்ணிவிடுவார்கள் என்கிற அச்சமும் ஓரளவுக்கு இருந்ததாகத்தான் சொல்லவேண்டும். கொஞ்சநாளைக்கு தர்மத்தின் தலைவன் அவதாரம் எடுத்துக்கொண்டிருக்கலாம் என்று அமெரிக்கா முடிவு செய்திருந்த நேரம் அது. அதனால்தான் சூடானில் வேரூன்றிக்கொண்டு சவுதி அரேபியாவுக்கு அல்வா கொடுத்த பின் லேடன் விஷயத்தில் என்ன செய்வதென்று புரியாமல் வெறுமனே பல்லைக்கடித்துக்கொண்டிருந்தார் அமெரிக்க அதிபர்.

அதுவும் முதல்முறை வர்த்தக மையக்கட்டடத்தின்மீது தீவிரவாதிகள் தாக்குதல் நடத்தியபிறகு என்னவாவது உருப்படியான நடவடிக்கை எடுத்தாலொழிய அமெரிக்காவின்மீது பிற உலகநாடுகளுக்குக் குளிர்விட்டுப்போய்விடும் என்கிற கவலையும் அவர்களுக்கு இருந்தது.

என்ன செய்யலாம்?

அமெரிக்கா யோசித்துக்கொண்டிருந்த அதே ரூட்டில் நேரெதிராக அப்போது பின்லேடனும் யோசித்துக்கொண்டிருந்தார். 'என்ன செய்யலாம்?'

21. அழைக்கிறது ஆப்கனிஸ்தான்

நிரந்தரமாகவே சூடானில் தங்கிக்கொண்டு அமெரிக்காவிலும் அதன் அடிமை தேசங்களிலும் தீவிரவாதம் வளர்க்கலாம் என்று முடிவு செய்துகொண்டுதான் ஒசாமா பின் லேடன் சூடானுக்கு வந்தார். தமது பணிகளுக்கு சூடானில் எந்தப் பிரச்னையும் வரக்கூடாது என்கிற முன் ஜாக்கிரதை உணர்வால்தான் அவர் சூடானில் ஒரு பிசினஸ்மேனாகத் தனது இருப்பை நிலை நாட்டிக்கொண்டார் என்பதையும் பார்த்தோம். ஆரம்பத்தில் சிறிய அளவில் இரண்டு நிறுவனங்களை மட்டுமே அவர் சூடானில் தொடங்கினார் என்றாலும் ஒரே ஆண்டில் மிகப்பெரியதொரு பிசினஸ் சாம்ராஜ்ஜியத்தை அவர் அங்கே உருவாக்கிவிட்டிருந்தார்.

ஆட்டுத்தோல் பதப்படுத்தும் நிறுவனம் ஒன்று, ஒரு தனியார் வங்கி, ஒரு சூரியகாந்தி எண்ணெய் தயாரிப்பு நிறுவனம் (கிலோமீட்டர் கணக்கில் பரவிய சூரியகாந்தித் தோட்டம் ஒன்றை அங்கே பின்லேடன் வைத்திருந்தார்!) இவை தவிர ஒரு ஏற்றுமதி - இறக்குமதி நிறுவனத்தையும் ஆரம்பித்தார்.

சூடானின் ராணுவத்தை ஒரு பார்ட்னராகச் சேர்த்துக்கொண்டு (குழப்பம் நேர்ந்தால் அதற்கு நாம் பொறுப்பல்ல! சூடானில் ராணுவம் என்பதே ஒரு பிரைவேட் லிமிடெட் கம்பெனி மாதிரிதான் இயங்குகிற வழக்கம்!) 'எல்-ஹிஜ்ரா கன்ஸ்டிரக்ஷன் அண்ட் டெவலப்மெண்ட் லிமிடெட்' என்றொரு கட்டுமான நிறுவனத்தையும் ஆரம்பித்தார் பின்லேடன். இந்தக் கூட்டணி நிறுவனம் போர்ட் சூடானில் ஒரு விமான நிலையத்தைக் கட்டியது. கூடவே கார்ட்டூம் நகரையும் போர்ட் சூடானையும் இணைக்கும்விதத்தில் 1200 கிலோமீட்டர் நீளத்துக்கு ஒரு தேசிய நெடுஞ்சாலையையும் போட்டுக்கொடுத்தது.

இதையெல்லாம் பின்லேடன் என்ன, சமூகசேவையாகவா செய்தார்? நிச்சயம் இல்லை. அவருக்குச் சில தெளிவான திட்டங்கள் இருந்தன. அது 1994ம் வருஷக்கடைசி. அடுத்த வருஷத்துக்கான அவரது திட்டங்களுள் மூன்று பெரிய காரியங்கள் இருந்தன. முதலாவது, பாகிஸ்தானிலுள்ள எகிப்து தூதரகத்தைத்

தாக்கித் தகர்ப்பது. இரண்டாவது, சவுதி அரேபியாவிலுள்ள ரியாத் நகரில் தங்கியிருந்த அமெரிக்க ராணுவத்தினரைக் கொல்லுவது. மூன்றாவதும் மிக முக்கியமானதுமான திட்டம், ஜனவரி 1995ல் பிலிப்பைன்ஸுக்குச் செல்லவிருந்த போப்பாண்டவர் இரண்டாம் ஜான்பாலை வெடிவைத்துக் கொல்லவிருந்தது.

இந்த மூன்று செயல்களையுமே அமெரிக்காவுக்கு எதிராக மிக விரைவில் தான் அதிகாரபூர்வமாக அறிவிக்கவிருந்த 'யுத்த'த்துக்கான டிரெய்லராகச் செய்துகாட்ட அவர் விரும்பியிருந்தார். இதற்கெல்லாம் சூடான் அரசினால் எந்தப் பிரச்னையும் வந்துவிடக்கூடாது என்றுதான் அவர் அந்நாட்டு வளர்ச்சிப்பணிகளுக்குத் தன்னாலான எல்லா உதவிகளையும் செய்துகொண்டிருந்தார்.

ஆனால் என்ன பிரச்னை ஆகிவிட்டது என்றால், சூடான் பொருளாதார ரீதியில் மேலை நாடுகளை அண்டியே பிழைக்கவேண்டிய ஒரு அரசியல் நிர்ப்பந்தம் மெல்ல மெல்ல அப்போது ஏற்பட்டுக்கொண்டிருந்தது. சூடான் அரசின் தீவிரவாத ஊக்குவிப்பு நடவடிக்கைகளால் அனைத்து மேலை தேசங்களுமே கடுப்படைந்திருந்தபடியால், என்னவாவது செய்து, அந்நாட்டுக்கான எல்லா அரசியல் - பொருளாதார உதவிகளையும் முடக்கிவைக்க மிக வேகமான நடவடிக்கைகள் மேற்கொள்ளப்பட்டு வந்தன. இதற்கெல்லாம் அமெரிக்கா பின்னணியில் இருந்தது மிக வெளிப்படையான விஷயம்.

பின்லேடன் என்கிற ஒரு தனி நபருக்காக ஒட்டுமொத்த உலக நாடுகளின் வெறுப்பையும் சம்பாதித்துக்கொள்ள வேண்டுமா என்று இப்போது சிந்திக்க ஆரம்பித்துவிட்டார் சூடான் அதிபர் துராபி. மேலும் பின்லேடன் சூடான் ராணுவத்துக்கு அளித்து வந்த கெரில்லா போர்ப்பயிற்சியும் அப்போது கிட்டத்தட்ட முடிவடையும் தருவாயில் இருந்தது. நைஸாகக் கழட்டிவிட்டுவிட்டால் தமக்கு நல்லதாச்சே என்று நினைத்தார் சூடான் அதிபர். அதே சமயம் லேடனைப் பகைத்துக்கொள்ளவும் அவரால் முடியாது. என்னவாவது செய்து, சில குண்டுகளை சூடானிலேயே அவர் வெடிக்கச் செய்துவிட்டால் கூடத் தீர்ந்தது விஷயம். தவிரவும், சூடான் ராணுவம் என்ன முயன்றாலும் பின்லேடனின் ஆயிரம் பேர் கொண்ட சிறுபடையின் வல்லமைக்கு முன்னால் வெறும் தூசுதான் என்பதும் அவருக்குத் தெரிந்திருந்தது.

ஆகவே மிக சாமர்த்தியமாகச் செயல்பட முடிவு செய்து, ஒரு நாள் பின் லேடனை விருந்துக்கு அழைத்தார். விருந்து சாப்பிட வந்த ஷேக்கிடம் அழமாட்டாத குறையாகப் புலம்பி, அமெரிக்காவால் தமது அரசுக்கு நெருங்கிவரும் அபாயங்களை எடுத்துச் சொல்லி, தாற்காலிகமாகவாவது அவர் வேறு எங்காவது போயிருக்க முடியுமானால் சாஷ்டாங்க நமஸ்காரம் செய்கிறேன் என்று வேண்டி விரும்பிக் கேட்டுக்கொண்டார்.

பின்லேடனுக்கு ஒரு நல்ல குணம் உண்டு. நண்பர் என்று விரும்பி ஏற்றுக்கொண்டபிறகு ஒருத்தருக்குத் தன்னால் எந்தப் பிரச்னையும் எந்தக் காலத்திலும் வந்துவிடக்கூடாது என்பதில் மிக கவனமாக இருப்பார். ஆகவே தனக்கு அடைக்கலம் கொடுத்த சூடானின் அதிபருக்கு இப்போது ஒரு நெருக்கடி என்று வந்திருப்பதால், அதைப் புரிந்துகொண்டு தான் வேறெங்காவது போவதுதான் சரி என்று அவருக்கும் தோன்றியது.

ஆனால் ஒரு விஷயம் பெரிய இடைஞ்சலாக இருந்தது. அப்போதுதான் அவர் சூடானில் எக்கச்சக்கப் பணத்தைக் கொட்டி ஒரு பெரிய ரசாயன ஆயுத உற்பத்தித் தொழிற்சாலை ஒன்றைத் திறந்திருந்தார். லேடனின் தகப்பனார் காலத்திலிருந்தே அவரது குடும்பத்துக்கு நெருங்கியவர்களான சில ஈராக்கியப் பணமுதலைகளின் ஒத்துழைப்புடனும் பங்களிப்புடனும் அவர் ஆரம்பித்திருந்த அந்த நிறுவனத்தின் பெயர் 'அல் - ஷிஃபா.' மேலுக்கு பார்மசூடிகல் நிறுவனம் என்று போர்டு இருக்கும். உள்ளே தயாரிக்கப்படுவதெல்லாம் கெட்ட சமாசாரம். நரம்புகளை நேரடியாகத் தாக்கிச் செயலிழக்கச் செய்யும் விஷ வாயு உற்பத்தியில் தான் அந்த நிறுவனம் அதிக கவனம் செலுத்தி வந்ததாகப் பின்னாளில் அமெரிக்க உளவுத்துறை கண்டறிந்து சொன்னது. (அந்த நிறுவனம் இயங்கிய இடத்திலிருந்து மண் சாம்பிள் எடுத்து பரிசோதனை செய்து பார்த்து இதனை உறுதி செய்தார்கள்.)

பல கோடி முதலீட்டில் ஆரம்பித்த அந்த நிறுவனத்தை என்ன செய்வது என்பதுதான் அப்போது பின்லேடனின் முதல் கவலையாக இருந்தது. சூடான் அதிபர் அவருக்கு நம்பிக்கை வார்த்தை சொல்லி, 'உங்களது எந்த நிறுவனமும் எக்காலத்திலும் இங்கே முடங்கிப்போகாது. நீங்கள் மட்டும் தயவுசெய்து வேறெங்காவது போனால் போதும்' என்று கேட்டுக்கொண்டார்.

ஒப்புக்கொண்டு திரும்பி வந்த பின்லேடன் உட்கார்ந்து யோசிக்க ஆரம்பித்தார். எங்கே போவது?

அன்றைய தேதியில் அல்கொய்தாவின் ராணுவ பலம் 3700 வீரர்கள் என்று ஒரு புள்ளிவிவரம் இருக்கிறது. இந்த எண்ணிக்கை ஒரு குறிப்பிட்ட இடத்தில் இருக்கும் வீரர்களுடையதல்ல. உலகெங்கும் அவர்கள் பரவி இருந்தார்கள். சுமார் எட்டு அரபு தேசங்களிலிருந்து தேர்ந்தெடுக்கப்பட்டு, பயிற்சியளிக்கப்பட்ட வீரர்கள் அவர்கள். உலகெங்கும் பரவியிருந்த அல்கொய்தாவின் கிளை முகாம்களில் பணியாற்றிக்கொண்டிருந்தார்கள். சுமார் 1500 பேர் மட்டும் சூடானில் பின்லேடனுடனேயே தங்கியிருந்தார்கள். அவர்களிலும் பாதிபேர் சூடானைச் சேர்ந்தவர்களே. இப்போது இடம் மாறுவதென்றால் அத்தனை பெரிய பட்டாளத்தையும் மீண்டும் உடன் அழைத்துச் சென்றாக வேண்டும்.

அது சரி, எங்கே போவது?

தனது தீவிரவாத வாழ்க்கையில் பின்லேடன் தொடர்ந்து சந்தித்த ஒரே பெரிய பிரச்னை இதுதான். எந்த ஒரு இடத்திலும் அவரால் நிரந்தரமாக இருக்க முடிந்ததே இல்லை. ஹமாஸ் போன்ற மற்றபல பெரிய தீவிரவாத இயக்கங்களின் தலைவர்கள், ஏதாவது ஒரு ஊரில் மடம் மாதிரியே கட்டிக்கொண்டு தங்கி வாழ்நாள் பூராவும் உட்கார்ந்து உத்தியோகம் பார்த்துக்கொண்டிருந்த நிலையில் பின் லேடனுக்கு மட்டும் எப்போதும் காலில் சக்கரம் கட்டிக்கொண்டே இருக்கவேண்டியதாகிவிட்டது. அவர் செய்த காரியங்கள் அப்படி. நாமென்ன செய்யமுடியும்?

அதுசரி, இப்போது எங்கே போவது?

எங்கு சுற்றினாலும் அவர் மனமெங்கும் இந்தக் கேள்விதான் இருந்தது. பாகிஸ்தானுக்குப் போகமுடியாது. ஆப்கனுக்கும் போகமுடியாது. சவுதி அரேபியாவைப் பகைத்துக் கொண்டாகிவிட்டது. சூடானோ, கிளம்பு என்கிறது. பேசாமல் அமெரிக்காவுக்கே போய்விடலாமா?

அதற்கும் ஒருமுறை அவர் முயற்சி செய்ததாகத்தான் தெரிகிறது. தனது நம்பிக்கைக்குரிய பிரதம தளபதி அல் ஜவஹரியை அனுப்பி அமெரிக்காவில் நோட்டம் பார்த்து வரச் சொன்னார். ஆனால்,

அமெரிக்கா, அவர் தங்குவதற்கு ஏற்ற ஊர் இல்லை என்று சொல்லிவிட்டார் ஜவஹரி. ஹமாஸ் பெரும்புள்ளிகள் எல்லாம் அப்போது அமெரிக்காவில்தான் மையம் கொண்டிருந்தன. தவிரவும் பல சிறு இஸ்லாமியத் தீவிரவாதக் குழுக்களும் ஹமாஸின் நிழலில் அங்கே ஆயுதம் வளர்த்துக்கொண்டிருந்தன. பின்லேடன் மாதிரி ஒரு நட்சத்திரத் தீவிரர் அந்தக் கூட்டத்துக்கு இடையே போய் கடை விரித்தால் எத்தனையோ பிரச்னைகள் வரலாம்; மேலும் அமெரிக்க உளவுத்துறையையும் ராணுவத்தையும் அத்தனை மட்டமாக எடை போடவேண்டாம் என்றும் சொன்னார் ஜவஹரி.

ஆகவே வேறு ஏதாவது ஓரிடத்துக்குத்தான் போய் ஆகவேண்டும். எங்கே போவது?

அப்போதுதான் ஆப்கனில் மீண்டும் ஒரு புரட்சிக்கான வித்து ஊன்றப்பட்டுக்கொண்டிருந்தது. ஆப்கனிஸ்தானின் மக்கள் தொகையில் 40 சதவீதத்துக்கு அதிகமானவர்களும் சரித்திரத்தில் முன்னூறு ஆண்டுகளுக்கு மேலாக ஆப்கனை ஆண்டு கொண்டிருந்தவர்களும் வெகு சமீபகாலமாக மட்டுமே ஆட்சி அதிகாரத்தை மற்றபல இனக்குழுக்களிடம் இழந்தவர்களுமான பஷ்டூன்கள் மீண்டும் ஒரு புரட்சி கண்டு, ஆப்கனின் அதிகாரத்தைக் கைப்பற்ற முடிவு செய்து, அதற்கான வேலைகளைச் செய்து கொண்டிருந்தார்கள். ஏற்கெனவே சோவியத்துக்கு எதிரான யுத்தத்தில் மிகப்பெரும் பங்காற்றியவர்கள் அவர்கள். ஆனபோதும் அரசு அங்கீகார வகையில் எந்த ஒரு லாபமும் அவர்களுக்குக் கிடைக்கவில்லை. அவர்களிடம் வீரம் இருந்தது. கடுமையான பிற்போக்குவாதிகள். ஒழுக்க விஷயத்தில் துளிகூடப் பிசகாதவர்களாகவும் இருந்தார்கள். தங்களைக் 'கவுளின் குழந்தைகள்' என்று அழைத்துக்கொண்டார்கள் அவர்கள். 'கடவுளின் குழந்தை' என்கிற தமிழ்ச்சொல் புரிவதற்கு சிரமமாக இருந்தாலும் 'தாலிபன்' என்கிற பஷ்டூன் மொழிச்சொல் புரிவதில் சிக்கல் இருக்காது அல்லவா?

ஆம். தாலிபன்கள். ஆப்கனிஸ்தானின் சரித்திரத்தில் அவர்கள் ஆண்ட மிகக்குறுகிய காலத்துக்குள் நிகழ்ந்த எந்த ஒரு சம்பவமும் யாராலும் மறக்கமுடியாது! கல்லுக்குக் கல், பல்லுக்குப் பல் என்கிற புராதன தண்டனை முறையைத் தமது ஆயுதமாகப் பயன்படுத்திய தாலிபன்களின் அட்டகாசமெல்லாம் பின்னால் வரும். இப்போது அவர்களின் எழுச்சிக்காண்டம்.

இப்படிப் பார்க்கலாம் இதை: ஆப்கனில் தாலிபன்கள் ஆட்சிக்கு வரமுடிந்ததால் மட்டுமே பின்லேடனால் ஆப்கனுக்குள் நுழைய முடிந்தது. பின்லேடனுக்கும் தாலிபன்களுக்கும் மிகச் சரியான அண்டர்ஸ்டாண்டிங் இருந்ததால் மட்டுமே அவ்ரால் ஆப்கனில் நிலைகொண்டு அமெரிக்காவுக்கு எதிரான யுத்தத்தை அறிவிக்க முடிந்தது. பின்லேடனுக்கு தாலிபன்கள் இறுதிவரை அடைக்கலம் கொடுத்ததனால் மட்டுமே அமெரிக்காவின் கோபம் எல்லைமீறி ஆப்கன் மீது குண்டுமழை பொழிந்தது. அன்றைக்கு தாலிபன்கள் பின்லேடனுக்குச் செய்துகொடுத்த பாதுகாப்பு ஏற்பாடுகள் கற்பனைக்கு அப்பாற்பட்ட பலம் பொருந்தியதாக இருந்ததனால் மட்டுமே பின்லேடனால் இன்று வரை ஆப்கனிலேயே மறைந்து வாழ்ந்துகொண்டிருக்க முடிகிறது!

வீரப்பனுக்கு ஒரு சத்தியமங்கலம் காடு என்றால் பின்லேடனுக்கு ஆப்கன் மலைத்தொடர்கள். வீரப்பனாவது வெட்டவெளியில் சுற்றி வருபவன். பின் லேடனோ, மலைப்பாறைகளைக் குடைந்து குகைகளாக்கி, அல்லது இருக்கும் குகைகளையே ஹைடெக்காக்கி, உள்ளே சாட்டிலைட் போன், லேப்டாப், ஃபேக்ஸ், இண்டர்நெட் சௌகரியங்களுடன் தீவிரவாதம் வளர்த்துக்கொண்டிருக்கிறார்.

அது நிற்க. 1994ம் ஆண்டு ஆப்கனுக்கு மீண்டும் அஷ்டமத்தில் சனி பிடித்ததை முதலில் பார்த்துவிடுவோம். அதுவரை காந்தஹார் நகரை மட்டுமே பிடித்துக்கொண்டு முழு தேசத்துக்காகவும் யுத்தம் பண்ணிக்கொண்டிருந்த தாலிபன்கள், பல்வேறு ஆதிவாசி இனக்குழுவினரின் ஒத்துழைப்பையும் பெற்று தலைநகர் காபூலை நோக்கி முன்னேறிக்கொண்டிருந்தார்கள் அப்போது. ஆப்கனின் வடமேற்குப் பகுதி மாகாணங்களின் தன்னிகரற்ற தலைவராக அப்போதிருந்தவர் ரபானி. புல்ஹாருத்தீன் ரப்பானி. அவருக்கும் தாலிபன்களுக்கும் தான் நேரடி யுத்தம். அந்த யுத்தம் எங்கே, எதனால், எப்போது ஆரம்பித்தது என்பதெல்லாம் அமெரிக்க சரித்திரத்துடன் நேரடி சம்பந்தமில்லாதது; தேவையில்லாதது. 1994 இறுதியில் தாலிபன்கள் எழுச்சிபெற்று காபூலை நோக்கிப் படை நகர்த்தி, வென்று, ரப்பானியை அடித்துத் துரத்தியதிலிருந்து நாம் ஆரம்பித்தால் போதும்.

தாலிபன்கள் காபூலைக் கைப்பற்றிய தினத்தை அத்தனை சீக்கிரம் மறந்திருக்க மாட்டீர்கள். ஆட்சிக்கு வந்த முதல் நாளே

பெண்கள் முழு பர்தா அணியவேண்டும், ஆண்கள் கட்டாய தாடி வளர்க்கவேண்டும், டிவி, சினிமாக்கள் கூடாது; மதுக்கடைகளுக்குத் தடை, கால்பந்து உள்ளிட்ட எந்த விளையாட்டும் இனி ஆப்கனில் கிடையாது என்றெல்லாம் அவர்கள் வெளியிட்ட அதிரடிச் சட்டங்கள்தான் நமக்கு உடனடியாகத் தெரிந்தன.

ஆனால் இந்தச் சட்டங்களையெல்லாம் அறிவிப்பதற்கு முன்னாலேயே - அதாவது பதவி ஏற்பு நடந்து முடிந்த இருபதாவது நிமிடத்திலேயே தாலிபன் அரசு ஒரு காரியம் செய்தது. அது யாருக்கும் தெரியாது!

சூடானில் அப்போது தொடர்ந்து வசிக்க முடியாத நெருக்கடிக்கு உள்ளாகியிருந்த பின்லேடனுக்கு தாலிபன் தலைமையிடமிருந்து ஒரு கடிதம் பறந்துபோனது. 'எப்போது வேண்டுமானாலும் நீங்கள் ஆப்கன் வரலாம். இப்போதே வந்தாலும் சரி. நீங்கள் வரவேண்டும் என்பதே எங்கள் விருப்பம். இங்கே ஒரு புதிய அரசு உங்களை வரவேற்க ஆவலுடன் காத்திருக்கிறது.' - இதுதான் அந்தக் கடிதத்தின் சாராம்சம்.

சோவியத் யுத்த காலத்திலிருந்தே பின்லேடனுக்குத் தாலிபன்களுடன் மிக நெருங்கிய தொடர்பு உண்டு. அவர்களின் வீரத்துக்கு அவர் ரசிகர். தவிரவும் விசுவாசம் என்கிற சொல்லுக்கான முழு அர்த்தத்தைத் தரக்கூடியவர்கள் தாலிபன்கள் என்பதும் லேடனுக்குத் தெரியும். தாம் மீண்டும் ஆப்கனுக்குப் போனால்தான் திட்டமிட்டபடி அமெரிக்கா மீதான போர் அறிவிப்பை விரைவில் செய்யமுடியும் என்று நினைத்தார்.

ஒரு நல்ல நாள் பார்த்து, சூடானில் இருந்த தமது கெமிக்கல் தொழிற்சாலையை மட்டும் நம்பகமான சிலரின் பொறுப்பில் விட்டுவிட்டு, மற்ற அனைத்து பிசினஸ்களையும் 'அதன்போக்கில்' நடக்கும்படி ஏற்பாடு செய்துவிட்டு ஆப்கன் புறப்பட்டார்.

இந்த முறையும் அவர் சூடானிலிருந்து புறப்பட்டதை கவனிக்கத் தவறிவிட்டது சி.ஐ.ஏ.

22. வந்தார் க்ளிண்டன்

1992ல், வளைகுடா யுத்தத்தின் விளைவு அமெரிக்காவை மிகவுமே அவஸ்தைகளுக்கு உள்ளாக்கியது. சர்வதேச அரங்கில் எக்கச்சக்கக் கெட்டபெயர் உண்டானது ஒரு முக்கியமான விஷயம் என்றால், இந்தப் போர்களின் விளைவாக உள்நாட்டு விவகாரங்களில் அதிபர் புஷ்ஷினால் போதிய கவனம் செலுத்த முடியாமல் போய் பல சங்கடங்கள் ஏற்பட்டன. வேலையில்லாத் திண்டாட்டம் அவற்றுள் மிக முக்கியமானது. இன்னொரு கவனிக்கப்படவேண்டிய அம்சம் உண்டு. ரஷ்யாவுடன் தலைமுறை தலைமுறையாக நடந்துவந்த பனிப்போர் ஒரு முடிவுக்கு வந்திருந்த அந்தச் சமயத்தை லாபகரமாக்கிக்கொள்ளக் கிடைத்த வாய்ப்புகளை புஷ் தவறவிட்டார் என்றொரு குற்றச்சாட்டு எழுந்தது.

அதாவது, சோவியத் யூனியனில் கம்யூனிசம் வீழ்ந்து, அந்தத் தேசம் பல துண்டுகளாகச் சிதறுவதற்கான அறிகுறிகள் மிகத் தெளிவாக இருந்தசந்தர்ப்பத்தில்,அந்தப்புதுக்குட்டி தேசங்களுடன்உறுதியான தொழில் மற்றும் வர்த்தக ஒப்பந்தங்கள் உண்டாக்குவதற்கு இருந்த வாய்ப்புகளை புஷ் தவறவிட்டார். அப்படியான வாய்ப்புகள் ஏதும் இல்லை என்று அரசுத்தரப்பில் சொல்லப்பட்டாலும் புஷ் நிர்வாகம் அதற்கு எந்த முயற்சியும் எடுக்கவில்லை என்பதே உண்மை என்று பல அமெரிக்கப் பொருளாதார வல்லுநர்கள் சொன்னார்கள்.

போதாக்குறைக்கு அமெரிக்காவெங்கும் வைரஸ் மாதிரி இஸ்லாமியத் தீவிரவாத இயக்கங்களின் கிளை அலுவலகங்கள் தோன்றி, அழிக்கவே முடியாத அளவுக்கு பல்கிப் பெருகிவிட்டிருந்ததும் மக்கள் மத்தியில் பெருத்த கவலையாக உருப்பெற்று நின்றது. இந்தப் பக்கம் ஹமாஸ், அந்தப் பக்கம் அல் கொய்தா என்று இரண்டு மாபெரும் பயங்கரவாத இயக்கங்கள் எந்தக் கணமும் அமெரிக்காவை சட்னி பண்ணத் தயாராகக் காத்திருக்க, எந்தவிதமான உருப்படியான தடுப்பு நடவடிக்கைகளையும் புஷ் அரசாங்கத்தால் எடுக்க முடியாததும் பெரும்பான்மையானவர்களுக்குக் கடுப்பு ஏற்படுத்தியது.

இதன்விளைவாக 1993ல் புஷ் வீட்டுக்குப் போகவேண்டியதானது. 92 இறுதியில் நடந்த பொதுத் தேர்தலில் அவர் பில் க்ளிண்டனிடம்

ஆட்சியைப் பறிகொடுத்தார். அந்தத் தேர்தல் புஷ்ஷுக்கு ஒரு சிறிய நம்பிக்கையைக் கொடுத்தது. என்னதான் தோல்வி என்றாலும் அது 'மாபெரும் தோல்வி' இல்லை. கொஞ்சம் கௌரவமான தோல்விதான். க்ளிண்டனால் பார்டர் பாஸில் தான் அதிபர் நாற்காலியைப் பெற முடிந்திருந்தது. ஆகவே, மக்களுக்குத் தன் ஆட்சி மீதான முழு நம்பிக்கையும் போய்விடவில்லை; ஓரளவு மரியாதை வைத்திருக்கவே செய்தார்கள் என்பது புஷ்ஷுக்குப் புரிந்தது.

ஆகவே, எதற்கும் இருக்கட்டும் என்று அப்போதே தன் மகனைத் தயார்படுத்த ஆரம்பித்தார். வாரிசு அரசியல் என்பது நமது மண்ணுக்கு மட்டுமே உரிமையான விஷயமில்லை. அமெரிக்க அதிபர் புஷ் அந்த விஷயத்தில் நமது தலைவர்களைக் காட்டிலும் படு தீவிரமாகவே காய் நகர்த்தத் தொடங்கினார். அந்த விவரங்களை அறிய இன்னும் கொஞ்சம் கால அவகாசம் இருக்கிறது. இப்போது நாம் க்ளிண்டனைக் கொஞ்சம் கவனிக்க வேண்டும்.

க்ளிண்டனின் நிஜப்பெயர், க்ளிண்டன் இல்லை. அவரது சர்டிபிகேட் பெயர், வில்லியம் ஜெஃபர்சன் ப்ளைத் என்பது. அவர் பிறந்த சில நாட்களிலேயே அவரது தந்தை ஒரு சாலை விபத்தில் இறந்துவிடவே, தாயார் இன்னொருத்தரை இரண்டாந்தாரமாகக் கல்யாணம் பண்ணிக்கொண்டார். அந்த செகண்ட் இன்னிங்ஸ் கணவரின் குடும்பப்பெயர்தான் க்ளிண்டன் என்பது. ஆகவே வில்லியம் ஜெஃபர்சன் ப்ளைத்தும் தன் பெயரை வில்லியம் ஜெஃபர்சன் க்ளிண்டன் என்று மாற்றிக்கொள்ளவேண்டியதானது. (அதாவது, மாற்றப்பட்டது. அப்போது க்ளிண்டனுக்கு வயது நாலு.)

அமெரிக்க சரித்திரத்தில், இரண்டாம் உலகப்போருக்குப் பிறகு வந்த தலைமுறையிலிருந்து அதிபரான முதல் நபர் க்ளிண்டன் தான். க்ளிண்டன், அரகன்ஸாஸ் மாகாணத்தைச் சேர்ந்தவர். 1946, ஆகஸ்டு 19ம் தேதி அவர் பிறந்தபோதே அவரது கை விரல்கள் பொதுக்கூட்ட மைக்கைப் பிடித்திருப்பதுபோலத்தான் மூடியிருந்தன என்று தமாஷாகச் சொல்லுவார்கள். உண்மையில் மிகச்சிறு வயதிலிருந்தே க்ளிண்டனுக்கு அப்படியொரு அரசியல் ஆர்வம். உயர்நிலைப் பள்ளிப்பாடங்களிலேயே அவர் அரசியலை சிறப்புப் பாடமாக எடுத்துப் படித்தவர். வாஷிங்டன் நகரில் ஜார்ஜ்டவுன் பல்கலைக்கழகத்தில் பின்னாளில் அவர் படிக்கப்போனபோது தேர்ந்தெடுத்த சப்ஜெக்ட், சர்வதேச அரசியல்.

இத்தனை ஆர்வம் அரசியலில் இருந்தபோதும் மற்ற அனைத்து அமெரிக்க அதிபர்களுக்கு இருந்த ராணுவ ஆர்வம் மட்டும் ஏனோ க்ளிண்டனுக்கு இல்லை. அவர் தமது கல்லூரிப்படிப்பை முடித்துவிட்டு, 69-70ம் வருஷங்களில் இங்கிலாந்துக்குப் போய் ஆக்ஸ்போர்டு யூனிவர்சிடியின் ரோட்ஸ் பள்ளியில் மேல்படிப்புக்குச் சேர்ந்ததையே பின்னாளில் வேறுவிதமாகத்தான் அமெரிக்கர்கள் விமரிசித்தார்கள். வியட்நாம் யுத்தத்துக்குப் போகவேண்டிய தேசியக் கடமையிலிருந்து தப்பிக்கத்தான் க்ளிண்டன் நைஸாக அப்போது படிப்பை சாக்காக வைத்து இங்கிலாந்துக்குப் போய்விட்டார் என்று எதிர்க்கட்சிக்காரர்கள் மேடைகளில் பிரசாரம் செய்தார்கள்.

சொல்லிவைத்தமாதிரி வியட்நாம் விவகாரம் ஒரு முடிவுக்கு வந்தபோது க்ளிண்டனும் இங்கிலாந்திலிருந்து திரும்பிவிட்டார். நேரே யேல் பல்கலைக்கழகத்துக்குப் போய் சட்டப்படிப்பை மேற்கொண்டார். ஒரு பக்கம் சட்டம். இன்னொரு பக்கம் காதல். ஹிலாரி அப்போது அங்கேதான் படித்துக்கொண்டிருந்தார். பிறவிக் காதலராகிய க்ளிண்டனுக்கு இரண்டையும் சமாளிப்பதில் பெரிய பிரச்னை ஏதும் உண்டாகவில்லை. (இரண்டு காதல்களைச் சமாளிப்பதிலேயே அவருக்கு எந்தப் பிரச்னையும் வரவில்லை என்பது வேறு விஷயம்!) ஆகவே 73ல் அழகாக சட்டம் முடித்து பட்டம் பெற்றுக்கொண்டார். 75ம் வருஷம் ஹிலாரி ரோத்மனைத் திருமணம் செய்துகொண்டார். கையோடு டெமாக்ரடிக் கட்சியிலும் உறுப்பினராகி, தீவிரமாக அரசியல் பணிகளையும் மேற்கொள்ளத் தொடங்கினார்.

அரசியல் ஆர்வமும் கட்சி விசுவாசப்பணிகளும் க்ளிண்டனுக்கு அப்போதே ஒரு தனிப்பட்ட அடையாளத்தைக் கொடுத்திருந்த போதும், திருமணத்துக்குப் பின் அவர் அரகன்ஸாஸ் திரும்பியபோது அந்த ஊர்ப் பல்கலைக்கழகத்தின் சட்டப்பள்ளிக்கூடம் அவரைக் கூப்பிட்டு வாத்தியார் வேலை கொடுத்தது. 'நைன் டு ஃபைவ் ஆசிரியர் உத்தியொகம் பார். அப்புறம் அரசியலை கவனி' என்று சொல்லிவிட்டார்கள்.

க்ளிண்டன், சட்டம் போதிக்கிற பேராசிரியராகத்தன் தனி வாழ்க்கையைத் தொடங்கிய கையோடு டெமாக்ரடிக் கட்சியின் அட்டர்னி ஜெனரல் பதவிக்காக அப்போது நடந்த தேர்தலில்

போட்டியிட்டு வென்று பொதுவாழ்க்கையையும் தொடங்கினார். அதற்கப்புறம் அவர் நிற்கவேயில்லை. அரகன்ஸாஸ் மாகாண கவர்னர் தேர்தலில் 79ல் பெற்ற வெற்றியிலிருந்தே வேகம் பிடித்துவிட்டது. மூன்று முறை தொடர்ந்து கவர்னராக இருந்து கவனம் பெற்றவர் க்ளிண்டன். அந்தக் காலகட்டத்தில் அமெரிக்காவில் அப்படி மூன்றுமுறை கவர்னராகத் தேர்வானவர்களெல்லாம் யாரும் கிடையாது.

சரிதான், இந்த ஆசாமியிடம் என்னவோ சக்தி இருக்கிறது. மக்களை மயக்கிவிடுகிறார் என்று முடிவு செய்த டெமாக்ரடிக் கட்சி, 92 நவம்பரில் நடந்த பொதுத்தேர்தலில் க்ளிண்டனையே தனது ஜனாதிபதி வேட்பாளராக நிறுத்தியது. முன்பே பார்த்தபடி பார்டர் பாஸில் ஜெயித்துவிட்டார் க்ளிண்டன்.

93ம் வருஷம் ஜனவரியில் க்ளிண்டன் முதல்முதலாக வெள்ளை மாளிகைக்குள் காலடி எடுத்து வைத்தார்.

அழகான மனைவியுடன் அதிபராகியிருக்கும் கவர்ச்சியான, இளமையான அதிபர். எப்படிப்பட்டவர் இவர்? ஜாலி டைப்பா? சிடுமூஞ்சியா? புத்திசாலியா? சொதப்பல் திலகமா? தேசம் சில முக்கியமான பிரச்னைகளை எதிர்நோக்கியிருக்கும் சமயம் வேறு. வேலைவாய்ப்புப் பிரச்னை அதில் தலையாயது. ராணுவத்தில் கூட ஒரு பிரச்னை உண்டாகியிருக்கிறது. அமெரிக்க ராணுவத்தில் ஒரு பாலினச் சேர்க்கையாளர்கள் இருக்கலாமா கூடாதா என்று சாலமன் பாப்பையாஇல்லாமல் ஒருபட்டிமன்றம் நடந்துகொண்டிருக்கிறது. தமாஷாக ஏதும் சொல்லிவிடமுடியாது. ரொம்ப சென்சிடிவான விஷயம். புதிய அதிபர் எப்படி இதனைத் தீர்க்கப்போகிறார்?

வெள்ளை மாளிகை அதிகாரிகள் ரொம்ப ஆர்வமாகக் காத்திருந்தார்கள்.

க்ளிண்டன் வந்தார். தமது முதல் நடவடிக்கையாக அந்த ராணுவக் கசமுசாவைத்தான் கையில் எடுத்தார். என்ன பிரச்னை? ஒருபாலினச் சேர்க்கையாளர்களாக இருப்பவர்கள் (ஹோமோ செக்ஸுவல்ஸ்) ராணுவப்பணியில் ஈடுபடலாமா? கூடாதா?

அமெரிக்காவில் அதுவரை இலைமறைகாயாகத்தான் ஹோமோக்கள் வாழ்ந்து வந்தார்கள். அந்த வருஷம் சில

விஞ்ஞானிகள் விலங்குகளிலும் ஒருபாலினச் சேர்க்கை வழக்கம் உண்டு என்று கண்டறிந்து சொன்னபிறகு, 'ஹோமோ' என்பது ஒரு வியாதியல்ல; மனநோயல்ல; கிறுக்குப் பிடித்தவர்கள் செய்யும் காரியமும் அல்ல; விபரீதக் காமமும் அல்ல; சாதாரணப் பாலுணர்வு போலவேதான் அது. படைக்கப்பட்ட உயிரினங்கள் அனைத்துக்கும் பொதுவான, இயல்பான விஷயமே என்கிற கருத்து அமெரிக்காவெங்கும் பரவலாக வலுப்பெறத் தொடங்கியது. மனித குலத்தில் ஒருபாலினச் சேர்க்கையாளர்களும் இயல்பான படைப்புகளே என்று விஞ்ஞானிகள் சொன்னார்கள். 'உங்களுக்கு ஹோமோக்களைக் கண்டால் அருவருப்பு உண்டாகுமென்றால், அதே அருவருப்பு, ஆணும் பெண்ணுமாகக் கூடுபவர்களைக் கண்டால் அவர்களுக்கும் ஏற்படத்தான் செய்யும்' என்று சில ப்ரொபசர்கள் எடுத்துச் சொன்னார்கள்.

இதனாலெல்லாம் நம்பிக்கை பெற்ற ஹோமோக்கள் துணிந்து வெளியே வந்து, 'நானொரு ஹோமோ' என்று பகிரங்கமாக சொல்ல ஆரம்பித்தார்கள். சனாதனவாதிகளிடையே இது கடும் எதிர்ப்பை உண்டாக்கினாலும் புதிய விஷயங்களை எப்போதும் ஆமோதித்து அங்கீகரிக்கும் பெரும்பான்மை அமெரிக்க சமூகத்தினரிடையே ஹோமோக்களின் குரலுக்கு ஆதரவு இருந்ததை க்ளிண்டன் கவனித்தார்.

இவர்களுக்குச் சாதகமாக எதையாவது செய்வதன்மூலம் ஒட்டுமொத்த மக்களின் கவனத்தைக் கவருவது சுலபமென்று கணக்குப் போட்டார். அதன் விளைவுதான் ராணுவத்தில் ஹோமோக்களுக்கும் இடம் உண்டு என்று பகிரங்கமாக அறிவித்து, சட்டம் கொண்டுவந்தது.

க்ளிண்டன் பதவிக்கு வந்த சூட்டில் செய்யப்பட்ட இந்த அறிவிப்பு, அவர் போட்ட கணக்குக்கு டோட்டலாக அல்வா கொடுத்துவிட்டது. ஒரு பேச்சுக்கு 'ஹோமோக்களுக்கு அங்கீகாரம்' என்கிற வாதத்தை அமெரிக்கர்கள் ஏற்றாலும் ராணுவத்தில் 'ஹோமோ' என்கிற அடையாளத்துடன் வீரர்கள் இருப்பதை அவர்களால் ஜீரணிக்க முடியவில்லை. 'ராணுவம் என்றால் வீரர்கள் என்கிற ஒரு பிரிவினராகத்தான் இருக்கவேண்டும். எப்போதும் செக்ஸ் சிந்தனையுடன் ராணுவத்தில் இருப்பவர்களைப் பிரித்துப் பார்ப்பதென்றால் தேசத்தின் மானமே கப்பலேறிவிடும்' என்று ஆளாளுக்குக் கொடிபிடிக்க ஆரம்பித்தார்கள்.

இந்த விவகாரம், மிகக்குறுகிய காலத்துக்குள் ஒரு பூதமாக உருப்பெற்று, க்ளிண்டன் பதவியேற்ற மிகக்குறுகிய காலத்துக்குள்ளாகவே அவர் நாற்காலியைக் கொஞ்சம் அசைத்துப் பார்க்க ஆரம்பித்துவிட்டது.

பயந்துபோன காதல் மன்னன், உடனடியாக அந்தச் சட்டத்தை வாபஸ் பெற்றுக்கொண்டார். அப்போதைக்கு அவரது பதவி தப்பித்தாலும் பின்னால் அடிக்கடி இந்தமாதிரி ஒரு அதிரடிக் காரியம் செய்வதும் எதிர்ப்பு வந்ததும் வாபஸ் பெறுவதும் அவரது வழக்கமாகிவிட்டது.

பல முக்கியமான பெரிய போஸ்டுகளுக்கு ஆட்களை நாமிநேட் செய்வார். சம்பந்தப்பட்ட ஆசாமியின்மீது யாராவது ஒரு குற்றச்சாட்டு வைத்துவிட்டால் போதும். மறுகணமே வாபஸ்!

என்னடா இது, இந்தப் புது அதிபர் இப்படியொரு பயந்தாங்கொள்ளியாக இருக்கிறாரே என்று வெள்ளை மாளிகை ஆபீசர்களுக்குக் கவலை உண்டாகத் தொடங்கியது.

மறுபுறம், காங்கிரஸில் க்ளிண்டனின் டெமாக்ரடிக் கட்சியினருக்கு மெஜாரிடி இல்லாமல் இருந்தது. அதிபராக க்ளிண்டன் தன் தனிப்பட்ட செல்வாக்கால் தேர்வாகியிருந்தாலும் பாராளுமன்றத்தில் அவரது கட்சியின் அங்கத்தினர்கள் குறைவானவர்களாகவே இருந்தார்கள். அவ்வப்போது நடந்த இடைத்தேர்தல்களிலும் எதிர்க்கட்சியான ரிபப்ளிகன் ஆசாமிகளே ஜெயித்து வந்ததால், அவையில் க்ளிண்டனின் ஆதரவாளர்கள் எண்ணிக்கை குறைவாக இருந்தது. (ஏற்கெனவே மார்ஜின் வெற்றிதான் பெற்றிருந்தார்கள்.) இதனால் என்ன ஆயிற்று என்றால், க்ளிண்டன் கொண்டுவரும் எந்தச் சட்டமும் படாதபாடு பட்டுத்தான் அமுலாகமுடியும் என்பது போலொரு நிலை ஏற்பட்டது.

பல விவகாரங்க்ளில் க்ளிண்டன் மிகவும் தயங்கினார். கோடி முறை யோசித்தே ஒவ்வொரு அடியையும் எடுத்துவைத்தார். ஒரு அதிபர் என்பவர் எல்லா அதிகாரங்களையும் பெற்றவர். சோப்ளாங்கியாக இருந்தாலே கூட அமெரிக்க அதிபர் என்றால் என்ன அட்டகாசம் வேண்டுமானாலும் செய்யமுடியும் அங்கே. எதிர்ப்புகள்

வரும். ஆர்ப்பாட்டங்கள் நடத்துவார்கள். போராட்டங்கள், ஊர்வலம் எல்லாம் நடக்கும்தான். ஆனாலும் அதிபரை ஒன்றும் செய்யமுடியாது! அல்லது, செய்யவிடமாட்டார்கள்.

ஆனபோதிலும் க்ளிண்டன் ஏன் எல்லாவற்றுக்கும் தயங்குகிறார்? காங்கிரஸில் உறுப்பினர் பலம் கொஞ்சம் குறைச்சலாகத்தான் இருந்தால் என்ன? அதற்காக இப்படியா ஒருத்தர் தயங்கித் தயங்கிக் காரியங்கள் ஆற்றுவார்? இதற்கு என்ன காரணம்? எங்கே பிரச்னை? க்ளிண்டன் ஏன் இப்படி எல்லாவற்றுக்கும் பயப்படுகிறார்?

அப்போதுதான் அமெரிக்க மீடியா அவரைப் பற்றி, தோண்டித் துருவ ஆரம்பித்தது. ஏதாவது குருவிவெடி அவசியம் வெடிக்கும் என்றுதான் எல்லாரும் எதிர்பார்த்தார்கள். ஆனால் குருவி வெடி அல்ல; ஒரு ஆர்டிஎக்ஸே வெடித்தது.

23. காதல் மன்னன்

இந்த, கெட்ட பொம்பளை சமாசாரம் என்பது மூடி வைக்கவே முடியாத விஷயம். என்னதான் கார்க் போட்டு இறுக்கி மூடினாலும் ஏதாவது ஒரு மூலையில் சற்று கசிந்து, கப்படித்துக் காட்டிக்கொடுத்துவிடும். முதலில் கிசுகிசுவாக வரும். அப்புறம் கொஞ்சம் பெரிய சைஸ் கிசுகிசுவாகி, மிக சீக்கிரம் செய்தியாகி, உரிய காலத்தில் தலைப்புச் செய்தியாகவும் ஆகிவிடும். சாதாரண சினிமா நடிகைகள் விஷயத்திலேயே மேற்சொன்ன நான்கு 'பருவ' மாறுதல்கள் எந்தத் தப்பும் பண்ணாமல் கரெக்டாக ஒர்க் அவுட் ஆகிக்கொண்டிருக்கிற நிலையில், ஒரு தேசத்தின் அதிபர் விஷயத்தில்போய் சொதப்புமா?

க்ளிண்டன் அப்படிப்பட்டதொரு சிக்கலில்தான் மாட்டினார். ஒரு சிக்கலா! ம்ஹூம். ஓராயிரம் சிக்கல்கள். நமக்கெல்லாம் நன்கு அறிமுகமான மாதர் குல மாணிக்கமாம் மோனிகா லாவின்ஸ்கி அம்மையார் அவரது வாழ்வில் நுழைவதற்கு முன்னரே எக்கச்சக்கப் பெண்கள் அவர் மனத்திலும் படுக்கை அறைக்குள்ளும் வந்து போயிருக்கிறார்கள் என்று தீவிரமாக ஆராய்ச்சி செய்து கண்டுபிடித்தது அமெரிக்க மீடியா. அர்கன்ஸாஸ் மாகாணத்தின் கவர்னராக மூன்று முறை இருந்த காலத் தொடக்கத்திலிருந்தே க்ளிண்டனின் இந்த நடவடிக்கைகள் கொஞ்சம் கொஞ்சமாக ஆரம்பித்திருக்கிறது. படு சாமர்த்தியமாக வீட்டாருக்கும் நண்பர்களுக்கும் அதெல்லாம் தெரியாமல் பார்த்துக்கொண்ட க்ளிண்டனால் வெள்ளை மாளிகைக்கு வந்த பிறகு மட்டும் அத்தனை சாமர்த்தியம் காட்ட முடியவில்லை. அங்கே செக்யூரிடி அப்படி. அதிபரின் கக்கூஸில் கூட ரகசிய கேமரா உண்டு என்றால் பார்த்துக்கொள்ளுங்கள். (ஏற்கெனவே நிக்ஸன் விவகாரத்தின்போது இதனைக் கொஞ்சம் பார்த்திருக்கிறோம்!)

அதிபரின் முக்கியச் செயலாளர்கள் சிலர் இது விஷயமாக ரொம்பக் கவலைப்பட்டு வந்து சொன்னார்கள். 'கொஞ்சம் ஜாக்கிரதையாக இருங்கள் சார். எதிர்க்கட்சிக்காரர்கள் உங்கள் ஜாதகத்தில் சனி பகவான் இருக்கிற இடத்தை மாற்றி வைக்க முயற்சி செய்துகொண்டிருக்கிறார்கள்' என்று நல்லபடியாகத்தான் சொன்னார்கள்.

ஆனால் ஜாக்கிரதை என்றால் என்ன? மேற்கொண்டு தப்புதண்டா ஏதும் செய்யாமல் இருப்பதல்லவா. ஆனால் இன்னும் மறைத்துச் செய்வதுதான் ஜாக்கிரதை என்று அர்த்தம் செய்துகொண்டார் க்ளிண்டன். அதே சமயம் செயலாளர்கள் எச்சரிக்குமளவுக்கு விஷயம் பரவிவிட்டதென்றால் நிச்சயம் எதிர்க்கட்சிக்காரர்களுக்குத் தெரியாமலிருக்காது; ஆகவே அவர்களுடன் கூடியவரை எந்த விஷயத்திலும் முட்டிக்கொள்ளாமலிருக்கவேண்டும் என்றும் முடிவு செய்தார்!

அதாவது ஏதாவது பொதுப்பிரச்னை தொடர்பான விவாதம் எழுந்தால் கூட எதிர்க்கட்சிக்காரர்களை மறுத்துப் பேசமாட்டார் க்ளிண்டன். என்னவாவது பேசப்போய், ஏதாவது ஓரிடத்தில் 'நீ ரொம்ப யோக்கியமா? உன் பொம்பளை சகவாசம் எனக்குத் தெரியாதா?' என்று யாராவது கேட்டுவிடப்போகிறார்களோ என்கிற பயம்!

ஒரு மாபெரும் தேசத்தின் அதிபருக்கு இதெல்லாம் அடுக்குமா? ஆனால் க்ளிண்டன் அப்படித்தான் இருந்தார்! கோட்டு சூட்டணிந்து ஹாயாக விமானத்திலிருந்து கையசைத்தபடி இறங்கும் க்ளிண்டனின் புகைப்படங்களைப் பார்த்து நாம் வளர்த்துக்கொண்டிருக்கும் பிம்பம் முற்றிலும் பொய்யானது. நிஜமான க்ளிண்டன் ஒரு பயந்தசுபாவி. தப்பு செய்ய அவர் பயந்ததே இல்லை. ஆனால் செய்த தப்பை யாராவது கண்டுபிடித்துவிடுவார்களோ என்பதற்குத்தான் பயப்படுவார்!

ஒரு கட்டத்தில் க்ளிண்டனின் மனைவி ஹிலாரிக்குத் தன் கணவரின் திருவிளையாடல்கள் அனைத்தும் தெரியவந்தன. (இதுவும் மோனிகா லாவின்ஸ்கி விவகாரத்துக்கு முன்பே.) வேறு எந்த ஒரு அமெரிக்கப் பெண்ணாக இருந்தாலும் அடுத்தக் கணமே விவாகரத்து வாங்கிக்கொண்டு போயிருப்பாள்! ஏனெனில் தவறு செய்கிற கணவர்களைவிட கோழையாக இருக்கிற புருஷன்களை அமெரிக்கப் பெண்கள் முற்றிலும் புறக்கணித்துவிடுவார்கள்.

ஆனால் சற்றே வித்தியாசமான ஹிலாரி, தன் கணவரை அந்தக் கணம் முதல் அடைகாப்பது என்று முடிவு செய்தார். ஆயிரம் குறைகள் இருந்தாலும் அதிபராகிற அளவுக்குத் திறமையும் செல்வாக்கும் படைத்தவர் க்ளிண்டன். சொந்தப் பிரச்னைகள்

காரணமாக அவரது ஆட்சியில் சிக்கல்கள் ஏதும் வந்துவிடக்கூடாது என்று முடிவு செய்து, ஒரே நாளில் துப்புரவாக நிர்வாகப் பணிகள் அனைத்தையும் தான் இழுத்துப் போட்டுக்கொண்டார் ஹிலாரி. செயலாளர்கள் அனைவரும் இனி திருமதி க்ளிண்டனிடம் தான் பேசவேண்டும். ஆலோசனைக் கூட்டங்களிலும் ஹிலாரி அவசியம் இருப்பார். எந்த ஒரு முக்கிய முடிவு எடுப்பதானாலும் மேடம் சம்மதித்தால்தான் உண்டு. இதை விமரிசிக்கிறீர்களா, செய்யுங்கள். திட்டுகிறீர்களா? ஜோராகத் திட்டுங்கள். பொம்பள தர்பார் என்று கிண்டல் செய்கிறீர்களா, அப்படியே ஆகட்டும். எனக்கு வேண்டியது, என் கணவரின் ஆட்சி பிழைக்கவேண்டுமென்பது. அதற்காக எந்தக் கெட்ட பெயர் வேண்டுமானாலும் எனக்கு வந்துவிட்டுப் போகட்டும்!

இப்படியொரு முடிவெடுத்தார் ஹிலாரி. அமெரிக்க அதிபர்களின் சரித்திரத்தில் தன் கணவர் மீது இத்தனை காதல் கொண்ட முதல் பெண்மணி வேறு யாருமே கிடையாது என்று சொல்லிவிடலாம். அதுவும் கடைந்தெடுத்த காதல் மன்னனாக பற்பல பெண்களுடன் தொடர்பு கொண்டவர் க்ளிண்டன் என்பது நன்கு தெரிந்தபிறகும் ஹிலாரியால் எப்படி இப்படி பொறுமையாக இருந்து, திறமையாக அந்த அரசையும் வழி நடத்த முடிந்தது என்பது வியப்புக்குரிய விஷயமே.

உண்மையில் ஹிலாரி இப்படி அதிகாரங்களை எடுத்துத் தன் தலையில் அட்சதையாகத் தானே போட்டுக்கொண்ட விஷயம் ரொம்ப நாள் வரைக்கும் வெளியே தெரியவில்லை. பின்னால் க்ளிண்டனின் லீலைகள் மேலும் கூடி, மோனிகா விவகாரம் வெடித்தபோதும், அதன்பொருட்டு க்ளிண்டன் குற்றவாளியாகக் கருதப்பட்டு காங்கிரஸின் விசாரணைக்கு நிற்கவேண்டி நேர்ந்தபோதும் ஆட்சி தடையற்று நடந்ததைக் கண்டுதான் மீடியா விஷயத்தை முழுவதுமாகப் புரிந்துகொண்டது.

சட்டம் படித்த ஹிலாரி க்ளிண்டன் ஓர் அசாதாரணப் பெண்மணி. க்ளிண்டன் மீது இருந்த காதல் ஒன்றினால்தான் அவர் எல்லாவற்றையும் சகித்துக்கொண்டார். இல்லாது போயிருந்தால் க்ளிண்டன் கவர்னராக இருந்த காலத்திலேயே அவரைத் தூக்கிக் கடாசிவிட்டுப் போயிருக்கக்கூடும். அமெரிக்க அதிபர்களின் சரித்திரத்தில் கென்னடி, ட்ரூமன், ஹாரிஸன் போன்றவர்களின்

காலகட்டங்களில் கூட சமையலறை கேபினட் நடந்ததாகச் சொல்லப்படுவதுண்டு. ஆனால் அந்த அதிபர்களின் மனைவிகள் அரசு இயந்திரத்தைக் கூடியவரை மக்கர் பண்ணத்தான் வைத்தார்களே தவிர, உருப்படியான சாதனைகள் ஏதும் செய்ததில்லை.

ஹிலாரி அப்படியென்ன சாதித்துவிட்டார்?

ஒரு முறையல்ல. அத்தனை அவமானங்களுக்குப் பிறகு இரண்டாவது முறை அதிபர் தேர்தலிலும் க்ளிண்டன் வென்று மீண்டும் அதிபராக முடிந்ததே, அது ஹிலாரியின் சாதனை மட்டுமேயாகும். ஒரு பிரிட்டிஷ் பத்திரிகையாளர் ஒருமுறை ஹிலாரியிடம் *'நீங்களே ஏன் அமெரிக்க அதிபர் தேர்தலில் நிற்கக்கூடாது?'* என்று கேட்டார்.

அதற்கு ஹிலாரியின் பதில்: 'நிற்கலாம் தான். ஆனால் எனக்கு அப்படியொரு ஆசை இல்லையே.'

க்ளிண்டன் அமெரிக்காவின் அதிபரானதற்கு சற்றேரக்குறைய சமகாலத்தில்தான் அங்கே ஆப்கனிஸ்தானில் புரட்சியும் ஆட்சி மாற்றமும் நடந்து, தாலிபன்கள் காபூலை வென்றிருந்தார்கள். ஆட்சியில் அமர்ந்த உடனேயே சூடானில் இருந்த ஒசாமா பின்லேடனுக்கு அழைப்பு அனுப்பி, மீண்டும் ஆப்கனுக்கே வந்துவிடும்படிக் கேட்டுக்கொண்டிருந்தார்கள்.

நியாயமாக அப்போதே க்ளிண்டன் தன் முழுக்கவனத்தையும் ஆப்கன் மீது செலுத்தியிருக்க வேண்டும். ஆனால் அது முடியாமல் போய்விட்டது அவரால். காரணம், வேறொரு பெரும்பிரச்னை.

அவர் கவர்னராக இருந்த காலத்தில் அரகன்ஸாஸ் மாகாணத்தில் நடந்ததாகச் சொல்லி ஒரு பெரும் ஊழல் விவகாரம் அப்போது வெடித்தது. ஞாபகமிருக்கிறதா? ஒயிட் வாட்டர் விவகாரம் என்று நம்மூர் பேப்பர்களிலெல்லாம் கூட சீப்பட்டதே!

ஒரு ரியல் எஸ்டேட் சம்பந்தப்பட்ட விஷயத்திலும் வங்கிக்கணக்கு ஒன்று சம்பந்தமாகவும் மேற்கொள்ளப்பட்ட விசாரணைகளில் பல பூதங்கள் கிளம்பி, கோடிக்கணக்கான ஊழல் நடந்திருப்பதாகவும் அதில் க்ளிண்டனுக்குச் சம்பந்தம் உண்டென்றும் பேசப்பட்டு அமெரிக்காவே அல்லோலகல்லோலப்பட்டுக்கொண்டிருந்தது.

ஏற்கெனவே பொம்பளை விஷயத்தில் வீக்கான அதிபர் என்கிற ரொம்ப நல்ல பெயர் க்ளிண்டனுக்கு. பாராளுமன்றத்தில் எதிர்க்கட்சிக்காரர்களைக்கண்டாலே பெட்டிப்பாம்பாக அடங்கிப் போகிறார் என்று இன்னொரு உபரி நல்ல பெயர். இத்துடன் ஊழல் விவகாரம் வேறு. பதவிக்கு வந்த மிகச்சில காலத்துக்குள்ளேயே அவர் பேர் அங்கே ரிப்பேராகிவிட்டது. ஆனபோதும் முன்பே பார்த்தபடி உள்நாட்டு விவகாரங்களில் குறிப்பாக அடித்தட்டு மக்களுக்கான நலத்திட்ட விஷயங்களிலும், அப்போது அமெரிக்காவை ஆட்டிப் படைத்துக்கொண்டிருந்த வேலைவாய்ப்பு இன்மைப் பிரச்னையிலும் ஹிலாரி காட்டிய தீவிர கவனம் காரணமாக கணிசமான முன்னேற்றம் ஏற்பட்டிருந்தது. சாஃப்ட்வேர் துறையில் இருந்த சில்லறை வரிச் சிக்கல்கள் பலவற்றை அவர் துணிந்து தீர்த்துவைத்ததால் நிறையப்பேர் புதிய தொழில் தொடங்க முன்வரவே, ஏராளமான வேலைவாய்ப்புகள் உருவாயின. இந்த ஒரே ஒரு காரணத்தால்தான் அடுத்த பொதுத் தேர்தலில் க்ளிண்டனால் மீண்டும் ஜெயிக்க முடிந்தது.

இந்த முறையும் பார்டர் பாஸ்தான்.

இந்த இரண்டாவது முறை தேர்தல் வெற்றிக்குப் பிறகுதான் க்ளிண்டனின் கவனம் முதல்முறையாக அரபு தேசங்களின் எண்ணெய் பிசினஸ் பக்கம் திரும்பியது. அரபு தேசங்களில் இருந்த அமெரிக்க (குத்தகை) எண்ணெய்க் கிணறுகளிலிருந்து பெறப்படும் கச்சா எண்ணெயை கீழை நாடுகளுக்கு எடுத்துப் போக, ஆப்கனிஸ்தான் வழியாக ஒரு பைப்லைன் போடலாம் என்று அமெரிக்க அதிகாரிகள் திட்டமொன்று தீட்டி வைத்திருந்தார்கள். அது இரண்டு பில்லியன் டாலர் செலவு பிடிக்கக் கூடிய திட்டம் என்று சிலரும் இருபது பில்லியன் டாலர் திட்டம் என்று சிலரும் சொல்லுகிறார்கள். இரண்டா, இருபதா, எது சரி என்பதற்கு இன்றுவரை சரியான ஆதாரங்கள் ஏதும் கிடைக்கவில்லை. ஏனென்றால் இன்றுவரை அந்தத் திட்டம் நடந்தபாடில்லை.

ஆனபோதிலும் மேற்படித் திட்டத்தை ஆராய்ந்த க்ளிண்டன், செய்யலாமே, நல்ல லாபம் இருக்குமே என்று நினைத்தார். அதுசரி, ஆப்கனிஸ்தானில் இப்போது என்ன நிலைமை என்று அப்போதுதான் கொஞ்சம் விழித்துக்கொண்டு திரும்பிப் பார்க்கவும் செய்தார்.

அப்படியொன்றும் அவர் சிலாகிக்கக் கூடிய விதமாக இல்லை ஆப்கனிஸ்தான். முன்னதாக கடவுளின் குழந்தைகள் என்று தம்மை வருணித்துக்கொண்ட தாலிபன்கள், தமது தலைநகரமான கந்தஹாரிலிருந்து புறப்பட்டு ஒட்டுமொத்த ஆப்கனையும் கபளீகரம் செய்து, தலைநகர் காபூலிலும் காலடி எடுத்து வைத்து ஸ்திரமாக ஊன்றிக்கொண்டிருந்தார்கள்.

வந்த சூட்டிலேயே அவர்கள் எப்பேர்ப்பட்ட பழமைவாதிகள் என்பது உலகுக்குத் தெரிந்துவிட்டது. கொஞ்சம் முரடர்கள் போலிருக்கிறது என்று நினைத்துக்கொண்டார் க்ளிண்டன்.

அதனாலென்ன. எல்லா நாடுகளிலும் எல்லா சந்தர்ப்பங்களிலும் ஒரே மாதிரியான ஆட்சியாளர்கள் அமைந்துவிடுவதில்லை. ஆனால் யார் வந்தாலும் என்ன செய்தாலும் அமெரிக்க உறவு விஷயத்தில் சிக்கல் ஏதும் ஏற்படாமல் பார்த்துக்கொள்கிற வரைக்கும் அவர்களைக் கண்ணைமூடிக்கொண்டு ஆதரிப்பதில் அமெரிக்கா ஒரு போதும் தயக்கம் காட்டியதே கிடையாது.

அமெரிக்க உறவு என்றால் என்ன?

அமெரிக்கா என்ன சொன்னாலும் பதில் பேசாமல் கேட்டுக்கொள்ளுவது. அவர்கள் வேண்டுகிற உபகாரங்களைச் செய்துகொடுப்பது. பதிலுக்கு எத்தனை பில்லியன் டாலர்கள் வேண்டுமோ அதைக் கேட்டுப் பெற்றுக்கொள்ளத் தடையேதும் இல்லை. இந்த ஒரு சமாசாரம் சிக்கல் இல்லாமல் நடக்குமானால் சம்பந்தப்பட்ட நாடுகளின் உள்நாட்டு விஷயத்தில் அமெரிக்கா ஒரு போதும் தலையிடாது - ஏதும் பெரிதாக சர்வதேசப் பிரச்னையாக உண்டாகாதவரைக்கும்.

அமெரிக்காவின் 'அயலுறவுக் கொள்கை' என்பது மேற்சொன்ன நாலு வரிக் கொள்கைதான். கடந்த ஐம்பது ஆண்டுகளாக இந்த நாலுவரிக் கொள்கையை அவர்கள் மாற்றாமலேயேதான் வைத்துக்கொண்டிருக்கிறார்கள். பல இடங்களில் இது சாதகமான பலன்களையே தந்துவந்திருக்கிறது என்றபோதும் சில இடங்களில் எப்படியோ பிரச்னைக்கு உள்ளாகிவிடுகிறது.

அப்படி பிரச்னைக்கு உள்ளான இடங்களுள் ஆப்கனிஸ்தான் மிக முக்கியமானது. தாலிபன்கள் அந்தச் சமயத்தில் ஆட்சிக்கு

வராதிருந்தால் அமெரிக்கா தன்பாட்டுக்கு சமர்த்தாக நல்லுறவு பைப்லைன் போட்டுக்கொண்டு போயிருக்கும். என்ன செய்வது? அதுதான் விதி.

அங்கே தாலிபன்கள் ஆட்சியில் நுழைந்தார்கள். இங்கே மோனிகா லாவின்ஸ்கி க்ளிண்டனின் வாழ்க்கையில் நுழைந்தார்.

ஒரே சமயத்தில் இரண்டு சனி பிடிக்குமா? பிடித்தது, க்ளிண்டனுக்கு!

24. முல்லா கொடுத்த அல்வா

க்ளிண்டனின் ஆட்சி சரிதத்தில் மோனிகா லாவின்ஸ்கி தனியொரு அத்தியாயமே எனினும் அதை இன்னும் சில அத்தியாயங்கள் கழித்தே நாம் பார்க்கலாம். அவசரமேயில்லை. ஆனால் 1995ம் ஆண்டின் தொடக்கத்திலேயே ஆப்கனில் மற்றொரு புரட்சிக்கான வித்து ஊன்றப்பட்டதைத் தொடர்ந்து நாம் முதலில் அந்த பைப்லைன் விவகாரத்தைத் தீரப் புரிந்துகொண்டுவிடவேண்டும். ஏனெனில் ஆசிய நாடுகளின்பால் அமெரிக்கா கொண்டுள்ள அக்கறை எத்தகையது என்பதை அறிவதற்கு அதைக்காட்டிலும் தலைசிறந்த உதாரணம் வேறு இருக்க முடியாது.

ஆப்கனிஸ்தான் வழியாக ஓர் எண்ணெய்க் குழாய் போடுகிற திட்டமொன்று அமெரிக்காவுக்கு இருந்தது என்பதை ஏற்கெனவே மிக மேலோட்டமாகக் கொஞ்சம் பார்த்திருக்கிறோம். ஒரு டிரெய்லர் மாதிரி. உண்மையில் அமெரிக்க - ஆசிய நாடுகளின் உறவு விஷயத்தில் அந்த பைப்லைன் திட்டம் மிகப்பெரியதொரு குறியீடு. ஓரிடத்திலிருந்து எண்ணெயைக் கொண்டு போவது, வேறு தேசங்களில் விற்பது என்பதை ஓரிரு வரிகளிலும் சொல்லலாம். ஒரு முழுநீளப் புத்தகமும் எழுதலாம். அச்சமூட்டக்கூடிய அளவுக்குப் பணம் விளையாடக்கூடிய சங்கதி அது. மேலும் சுலபத்தில் புரிந்துகொள்ள முடியாத முடிச்சுகள் நிறைந்த மர்மக்கதையும் கூட.

அமெரிக்காவுக்கு அப்படியொரு திட்டம் தோன்றிய காலகட்டத்தில் ஆசியாக் கண்டத்தின் எண்ணெய் பிசினஸ் பெரும்பாலும் சோவியத் யூனியனிலிருந்து சிதறிய குட்டி தேசங்களையே மேலதிகம் சார்ந்திருந்தது. அந்த மார்க்கெட்டை முழுவதுமாகப் பிடிக்க வேண்டுமானால், மத்தியக் கிழக்கு தேசங்களிலிருந்து எடுக்கப்படுகிற எண்ணெயை சிந்தாமல் சிதறாமல் அனைத்துக் கீழை தேசங்களுக்கும் - பிரச்னை துளியுமின்றி எடுத்துப் போவதன்மூலமே முடியும். மேலும் பணபலம் படைத்த அமெரிக்காவால் மட்டுமே அப்படியொரு திட்டத்தை மேற்கொள்ளவும் முடியும்.

இதனை மனத்தில் கொண்டுதான் ஆப்கன் வழியாக ஒரு பைப்லைன் என்கிற திட்ட முன்வரைவைக் கையில் எடுத்தது அமெரிக்கா.

க்ளிண்டனின் முதலாவது தவணை ஆட்சிக்காலத்தில் இந்தத் திட்டத்தின் சாதகபாதகங்கள் துப்புறவாக அலசி ஆராயப்பட்டு, இதற்கான நிதி ஒதுக்கீடு வரையிலும் கூட செய்யப்பட்டுவிட்டது. 'பூமிபூஜை' போட வேண்டியதுதான் பாக்கி என்கிற நிலையில்தான் ஆப்கனிஸ்தானில் உள்நாட்டுக் கலகம், போர், புரட்சி ஏற்பட்டு தாலிபன்கள் எழுச்சியடைந்து காபூலை வென்று ஆட்சியில் அமர்ந்தார்கள். அச்சம்பவம் நடைபெறுவதற்கு மிகச் சில மாதங்களுக்கு முன்னர்தான் அமெரிக்கா, ஆப்கனில் தனக்கு ஆதரவானதொரு பொம்மை அரசை அமர்த்தமுடியுமா என்று பார்ப்பதற்காக சிஐஏவை ஏவிவிட்டிருந்தது.

ஆனால் ஆப்கன் நிலைமையை ஆராய்ந்த சிஐஏ, காலம் கடந்துவிட்டதை உணர்ந்து, உடனடியாக மாற்று ஏற்பாட்டுக்கு வழி தேடத்தொடங்கியது. ஏனெனில் தாலிபன் என்கிற அடிப்படைவாதிகள் எந்த விஷயத்தில் என்னமாதிரி நடந்துகொள்ளுவார்கள் என்பதை முற்றிலுமாக உணரமுடியாமலிருந்த காலகட்டம் அது. திடீரென்று பாமியானில் புத்தர் சிலைகளை வெடிகுண்டு வீசித் தகர்ப்பார்கள். கையோடு 'அமெரிக்காவை நாங்கள் மதிக்கிறோம்' என்றும் சொல்லுவார்கள். 'பின்லேடன் எங்கள் விருந்தினர்' என்று சொன்ன வாயாலேயே 'நாங்கள் தீவிரவாதம் வளர்க்கிறவர்கள் இல்லை' என்றும் சொல்லுவார்கள்.

இதனாலெல்லாம் குழம்பிய சிஐஏ, மாற்று உபாயம் ஏதாவது செய்தால்தான் சரி என்று முடிவு செய்தது. முதல்கட்டமாக, கொஞ்சம் ஆழம் பார்க்கலாம் என்று முடிவு செய்து, முறைப்படி லைசென்ஸ் வாங்கி, அமெரிக்க எண்ணெய் நிறுவனமான யுனோகால் என்கிற ராட்சஸ கம்பெனியின் கிளையை காந்தஹாரில் திறந்தார்கள். அது நடந்தது *1996* செப்டம்பரில்.

யுனோகால் என்னத்துக்காக ஆப்கனில் பிராஞ்ச் அலுவலகம் திறந்தது என்கிற கேள்விக்கு அப்போது விடை கிடையாது. என்னவோ நல்லுறவு வளர்க்கிற திட்டங்களின் ஓரங்கம் என்பது போலத்தான் அது அமைந்தது. ஏனெனில் ஆப்கனில் உட்கார்ந்துகொண்டு எண்ணெயெல்லாம் எடுக்க முடியாது. வேண்டுமானால் ஓபியம் பயிர் செய்யலாம். அபின் எடுக்கலாம். அவ்வளவுதான் அங்கே முடியும்.

ஆனாலும் உலகமே எதிர்த்த தாலிபன்களின் ஆட்சி அபகரிப்பு வைபவத்தை அன்றைக்கு அமெரிக்கா சைலண்டாக வேடிக்கை பார்த்துக்கொண்டிருந்ததோடு மட்டுமல்லாமல் யுனோகாலின் கிளையையும் ஆப்கனில் திறந்து, தாலிபன்களின் பிரதிநிதிகளை அமெரிக்க விருந்தினர்களாக வந்துபோகும்படி அழைப்பும் அனுப்பியது! இந்த அழைப்பு, அரசுத்தரப்பிலிருந்து அனுப்பப்படவில்லை. யுனோகால் நிறுவனத்தின் உயரதிகாரிகள்தான் முல்லா முஹம்மது ஓமரைச் சந்தித்து அமெரிக்காவுக்கு நல்லெண்ண விஜயம் செய்ய அழைத்தார். அப்படிச் செய்வதன்மூலம், தாலிபன் அரசுக்கு அமெரிக்க அரசின் அங்கீகாரம் கிடைக்கும் என்றும் சொல்லப்பட்டது.

இந்த முல்லா முகம்மது ஓமர் என்கிற நபரை இதுகாறும் யாரும் பார்த்ததில்லை. ஒற்றைக் கண் மட்டுமே உள்ளவர் என்கிற ஒரு தகவலும் அவரது மகளை ஒசாமா பின் லேடனுக்கு நாலாவது மனைவியாகத் திருமணம் செய்து கொடுத்திருக்கிறார் என்கிற தகவலும் பதிலுக்கு ஒசாமாவின் சகோதரியையோ அல்லது வேறு ஏதோ ஒரு நெருங்கிய உறவுக்காரப் பெண்ணையோ அவர் திருமணம் செய்துகொண்டிருக்கிறார் என்கிற செய்தியும் தான் இதுவரை அவரைப் பற்றி வெளிவந்தவை. அவுட் ஆஃப் ஃபோகஸில் படு லாங் ஷாட்டில் ஒரு போட்டோ மட்டும் வெளிவந்தது. ‘அதோ தெரிகிறாரே அவர்தான் முல்லா முகம்மது ஓமர்’ என்று குழந்தைக்கு நிலாவைக் காட்டுவதுமாதிரி மீடியா அதைக் காட்டியது.

ஆப்கன் யுத்தத்தில் முல்லா கொல்லப்பட்டுவிட்டார் என்றுகூட சமீபத்தில் கொஞ்ச நாள் முன்பு ஒரு வதந்தி எழுந்தது. அதெல்லாம் இல்லை; அவர் பத்திரமாக இருக்கிறார் என்று தாலிபன்களின் செய்தித்தொடர்பாளர் சொன்னதும் அதனை நிரூபிக்கிற விதமாக முல்லாவின் ஒரு ஆடியோ கேசட்டை அல் ஜஸீரா தொலைக்காட்சி ஒலிபரப்பியதும் அத்தனை சீக்கிரம் மறந்திருக்காது.

அப்பேர்ப்பட்ட முல்லா முகம்மது ஓமர், அன்றைக்கு ஒரு காரியம் செய்தார். ஆப்கனில் அமெரிக்க நிறுவனமான யுனோகால் தன் கிளையைத் திறக்க அனுமதித்த அதே ஓமர்தான், அமெரிக்கா வருமாறு அனுப்பப்பட்ட அழைப்பை ஏற்காமல் காலம் கடத்திவந்தார்.

அவருக்கு ஒரு பிரச்னை இருந்தது. தாலிபன்கள் அப்போது அமெரிக்கா விஷயத்தில் எந்த ஒரு நிலைபாட்டையும் எடுத்திருக்கவில்லை. அதை அத்தனை சீரியஸான விஷயமாகவும் அவர்கள் நினைக்கவில்லை. நண்பனா, பகைவனா என்கிற சிந்தனையே எழவில்லை என்றால் பார்த்துக்கொள்ளுங்கள்.

ஆனால், ஒரு விஷயத்தில் அவர்கள் மிகத்தெளிவாக இருந்தார்கள். யார் நண்பனானாலும் சரி; பகைவனானாலும் சரி. ஒசாமாபின் லேடன் தனக்கு முதல் நண்பன். தாலிபன் - ஒசாமா உறவுக்குப் பிரச்னை ஏற்படுத்தாமல் வேறு யார் வேண்டுமானாலும் வந்து நட்புரிமை பாராட்டலாம். ஆப்கனில் எண்ணெய்க் கடையொ, புண்ணாக்குக் கடையோ திறக்கலாம். சம்பாதிக்க முடியுமானால் சம்பாதிக்கலாம். தமக்கும் ஏதாவது ஒத்தாசை செய்து நல்லுறவு வளர்க்கலாம்.

இந்த முடிவில் தாலிபன் அரசு மிகவும் தீர்மானமாக இருந்தபடியால்தான் யுனோகால் நிறுவனம் விடுத்த அழைப்பை ஏற்கிற விஷயத்தில் கொஞ்சம் யோசித்தார் முல்லா. அமெரிக்காவை ஆதரிப்பது அல்லது அமெரிக்காவின் அடிப்பொடியாக இருப்பது என்பதைக் காட்டிலும் ஒசாமாவின் விருப்பத்துக்கு முரணாக நடந்துகொண்டுவிடக்கூடாது என்பதில் தான் அவர்களின் கவனம் இருந்தது.

ஆகவே இதுவிஷயம் பற்றி ஒசாமாவிடம் கலந்தாலோசித்தார் முல்லா.

ஒசாமாவுக்கு அமெரிக்காவைத் தெரியும். அதன் அத்தனை தகிடுதத்தங்களும் தெரியும். பைப்லைன் போடுகிற மாதிரிதான் வருவார்கள். இறுதியில் குழாய் புதைக்கத் தோண்டுகிற குழியில் உங்களைப் புதைத்துவிடுவார்கள்! எதற்கு வம்பு? பேசாமல் எண்ணெய்பிசினஸை வேறு யாரோடாவது வைத்துக்கொள்ளுங்கள் என்று சொல்லிவிட்டார்.

ஆகவே அமெரிக்க உறவு என்கிற திட்டத்தைத் தூக்கிக் கிடப்பில் போட்டுவிட்டு, தமது எண்ணெய் ஒப்பந்தங்களை அர்ஜெண்டைனாவைச் சேர்ந்த 'ப்ரிடாஸ்' *(Bridas)* என்கிற நிறுவனத்துடன் செய்துகொண்டது தாலிபன் அரசு.

இது அமெரிக்காவுக்கு மிகப்பெரிய அதிர்ச்சியளித்தது. 'நீங்கள் என்ன செய்கிறீர்கள் என்று தெரியுமா? இதன் விளைவுகளை யோசித்தீர்களா?' என்று மிக நேரடியாகவே முல்லா ஓமருக்குத் தன் கண்டனத்தைக் கடிதமாக அனுப்பியது அமெரிக்கா.

இதன் விளைவு ஆப்கனுக்கு எப்படி இருக்கும் என்பதைக் காட்டிலும் அமெரிக்காவுக்குமே கூட அத்தனை சிலாக்கியமானதாக இருக்காது என்பது தான் அப்போதைய பேருண்மை!

ஏனெனில் பல பில்லியன் டாலர் மதிப்பில் அமெரிக்கா தீட்டியிருந்த அந்த பைப்லைன் திட்டம் சரிவர நிறைவேறுமானால் அமெரிக்காவின் வருடாந்தர எண்ணெய் வருமானத்தின் 49 சதவீதத்தை அந்தக் குழாய் கொண்டுவந்து சேர்த்திருக்கும்!

எப்படி?

அமெரிக்காவின் திட்டம், மத்தியக்கிழக்கு தேசங்களின் எண்ணெயை மட்டும் எடுத்துப்போவதில்லை. அது ஒரு ஆரம்பம் தான். திட்டம் சூடுபிடித்த கையோடு வேறு சில தேசங்களிலும் தனது பிசினஸ் கேந்திரங்களைத் திறக்கும் உத்தேசத்தில் இருந்தது அமெரிக்கா. கஜகஸ்தான், துருக்மெனிஸ்தான், அஜர்பைஜன் போன்ற ஆப்கனைச் சுற்றியிருக்கும் தேசங்களும் நிலத்துக்கடியில் எக்கச்சக்கப் புதையல்களை ஒளித்துவைத்திருந்தன. எல்லாமே இயற்கைப் புதையல்கள். இந்தத் தேசங்களின் நிலத்தடிப் புதையல்களின் தோராய மொத்த மதிப்பீடு சுமார் 67 லட்சம் கோடி கனமீட்டர் எரிவாயு என்பதாக மதிப்பிடப்படுகிறது.

இந்த எண்ணெய் வளத்தை ஐரோப்பிய தேசங்களுக்கு எடுத்துச் செல்லுவதென்றால் அதற்கு இரண்டு வழிகள்தான் உண்டு. ஒன்று, ரஷ்யா வழியாக எடுத்துப் போகவேண்டும். அல்லது ஈரான் - துருக்கி ரூட்டில் போகவேண்டும்.

ரஷ்யா வழியாக தனது பைப்லைன் போவது அமெரிக்காவுக்குப் பிடிக்கவில்லை. ஈரான், துருக்கி ரூட் சரிவரும் என்றாலும் அந்த இரு தேசங்களுக்கும் நெருக்கம் உண்டாகிவிட இதனால் வாய்ப்பு உண்டு. ஆசியத் தேசங்கள் பிரிந்து இருக்கும் வரைதான் தன்னால் அங்கே நிம்மதியாக பிசினஸ் செய்யமுடியும் என்பதில் அமெரிக்காவுக்கு என்றைக்குமே மாற்றுக்கருத்து இருந்ததில்லை.

ஆகவே எந்த வகையில் பார்த்தாலும் ஆப்கன் தன் வசப்படுவதால் மட்டுமே தனது எண்ணெய் பிசினஸ் வளம்பெறும் என்கிற தீர்மானமுடந்தான் யுனோகாலை அங்கே அனுப்பியது அமெரிக்கா.

ஆனால் முல்லா அதற்கு அல்வா கொடுத்தார். சாதாரண அல்வா இல்லை. ஒரிஜினல் இருட்டுக்கடை திருநெல்வேலி அல்வா. எங்கோ தொலைவில் இருந்த அர்ஜண்டைனாவுடன் அவர் எண்ணெய் ஒப்பந்தத்தைச் செய்துகொண்டு, அமெரிக்கா என்றொரு பிரகஸ்பதி காத்திருப்பதையே கவனிக்காதவர் மாதிரி தாடியை உருவிக்கொண்டு தன்பாட்டில் போனது அமெரிக்காவுக்கு மிகுந்த எரிச்சலை ஏற்படுத்தியது. அந்த எரிச்சலை அதிகப்படுத்தும் விதமாகத்தான் ஆப்கனுக்கு ஒசாமா பின்லேடன் தன் பரிவாரங்களுடன் மீண்டும் வந்து முகாமிட்ட சம்பவமும் நடைபெற்றது.

சரி, வேறு வழியில்லை. இந்த தாலிபன்களின் ஆட்சியை ஒழித்துவிட வேண்டியதுதான் என்று அமெரிக்கா முடிவு செய்தது. அப்படி ஒழித்துவிட்டுத் தனக்குச் சாதகமான ஒரு பொம்மை அரசை உட்கார வைத்துவிட முடியுமானால் எண்ணெய் மட்டுமல்ல; இன்னும் சில இனங்களிலும் கணிசமான லாபம் பார்க்கலாம் என்று கணக்குப் போட்டது. அந்த இன்னும் சில இனங்கள் - 1. கஜகஸ்தானில் கிடைத்த ஏராளமான யுரேனியம் 2. தஜிகிஸ்தானில் கிடைத்த வெள்ளி 3. உஸ்பெகிஸ்தானில் இருந்த தங்கச்சுரங்கங்கள்!

ஆசியாக்கண்டத்தில் இன்னொரு போட்டி வல்லரசு இப்போதைக்கு இல்லை என்பதுதான் இது விஷயத்தில் அமெரிக்காவுக்கு அப்போதிருந்த ஒரே ஒரு ஆறுதல்.

ஆனால் ஒரு வல்லரசுக்கு நிகராக ஒசாமா என்கிற தனிமனிதர் அப்போது பலம் பெற்றிருந்தார் என்பதை அமெரிக்கா யோசிக்கத் தவறியிருந்தது.

25. தற்காப்பு நடவடிக்கைகள்

1996ம் வருடம் அமெரிக்காவில் நடந்த பொதுத்தேர்தலில் க்ளிண்டன் மீண்டும் அதிபராகத் தேர்ந்தெடுக்கப்பட்டது பற்றியும் அந்தத் தேர்தலிலும் அவர் பார்டர் பாஸிலேயே ஜெயித்தது பற்றியும் ஏற்கெனவே பார்த்தோம். ஆனால், முதல் முறை பதவி ஏற்றதும் அவருக்கு இருந்த தயக்கங்களும் தடுமாற்றங்களும் இரண்டாவது முறை இல்லை. தமது தனிப்பட்ட லீலைகள் விஷயத்தில் அவர் எவ்விதமான சமரசங்களையும் செய்துகொள்ளவில்லை என்றபோதும் ஓர் அதிபராகப் பல உறுதியான முடிவுகளை அவர் இந்தச் சந்தர்ப்பத்தில் எடுத்ததைச் சொல்லவேண்டும்.

அவற்றுள் மிக முக்கியமானது, ஒரு பயங்கரவாதத் தடுப்பு நடவடிக்கைச் சட்டம் கொண்டுவந்தது. *Anti-terrorism and Effective Death Penalty Act* என்று அழைக்கப்பட்ட அந்தச் சட்டம் நம்மூர் தடா, பொடாவுக்கெல்லாம் தாத்தா வகையைச் சேர்ந்தது.

பின்லேடன் ஆப்கனில் நன்றாகக் கால் ஊன்றிக்கொண்டுவிட்டதை இனிமேல் ஒன்றுமே செய்யமுடியாது என்பதைப் புரிந்துகொண்ட க்ளிண்டன் அரசு, உடனடியாக மேற்கொண்ட தற்காப்பு நடவடிக்கைகளுள் முக்கியமானது இது. ஏனெனில் பின்லேடன் ஆப்கனில் குடிபெயர்ந்து செட்டில் ஆன சூட்டிலேயே தமது மேற்கத்திய நாடுகளின் பிரதிநிதிகள் அனைவரையும் அழைத்து ஒரு ரகசிய மாநாடு நடத்தியதாக அப்போது ஒரு வதந்தி எழுந்தது. அமெரிக்காவுக்கு வெளி தேசத்திலிருந்து இனி ஆட்களை அனுப்புவதைக் கணிசமாகக் குறைத்துக்கொள்ளுவதாகவும், அமெரிக்கக் குடிமகன் அந்தஸ்து உள்ள இஸ்லாமியர்களை மட்டுமே கொண்டு அங்கே 'ஆகவேண்டிய' காரியங்களைப் பார்க்க ஒசாமா முடிவு செய்திருப்பதாகவும் புலனாய்வுத்துறை செய்தி அனுப்பியது.

ஒசாமா பின்லேடனின் குணத்தை நன்கறிந்த அமெரிக்க அரசு எதற்கும் இருக்கட்டும் என்றுதான் மேற்சொன்ன சட்டத்தைக் கொண்டுவந்தது. அந்தச் சட்டத்தின்படி, வெளிநாடுகளிலிருந்து அமெரிக்கா வந்து செட்டில் ஆனவர்களுள் யாராயிருந்தாலும் சரி

- ஒரே ஒரு கிரிமினல் கேஸ் அவர்கள் மீது இருக்குமானால்கூட உடனடியாக அவர்கள் நாடுகடத்தப்படுவார்கள்! அவர்கள் அமெரிக்கா வந்து செட்டில் ஆகி, எத்தனை வருஷங்கள், எத்தனை தலைமுறைகள் ஆகியிருந்தாலும் சரி. எவ்வித மாறுதலும் கிடையாது. ஒரே ஒரு கிரிமினல் கேஸ் கூட இருக்கக்கூடாது! அமெரிக்காவிலேயே பிறந்தவர்களைத் திருமணம் செய்து பிள்ளை குட்டிகள் பெற்றவர்களானாலும் சரி. ஒரே சட்டம் தான்!

New government for a new century என்கிற அறிவிப்புடன் தமது இரண்டாவது இன்னிங்ஸைத் தொடங்கிய க்ளிண்டனின் இந்த முதல் அதிரடி நடவடிக்கையால் நூற்றுக்கணக்கானவர்கள் உடனடியாகக் கைது செய்யப்பட்டார்கள். பெரும்பாலும் முஸ்லிம்கள். இன்னும் பெரும்பாலும் ஒக்லஹாமா பகுதியைச் சேர்ந்தவர்கள். ப்ரூக்ளினைச் சேர்ந்தவர்கள். இஸ்லாமியர்கள் அதிகமாக வாழும் வேறு பல பகுதிகளைச் சேர்ந்தவர்கள்.

யாரைப் பார்த்தாலும் சந்தேகம், எதைக்கண்டாலும் சந்தேகம் என்று கிட்டத்தட்ட ஒசாமா ஜுரமே பிடித்துவிட்டிருந்தது க்ளிண்டன் அரசுக்கு. தீவிரவாதத் தடுப்புச் சட்டம் தொடர்பாக எழுந்த எந்த ஒரு விமரிசனத்தையும் அதிபர் பொருட்படுத்தத் தயாராயில்லை. 'இது பாதுகாப்பு பற்றிய பிரச்னை. என் கவலைக்கு மதிப்பளியுங்கள்' என்று அவர் சொன்னார்.

இதனைத் தொடர்ந்து *1996-97* காலகட்டத்தில் அமெரிக்க விசா வாங்குவதில் எல்லா தரப்பினருக்குமே பல்வேறு விதமான சிக்கல்கள் உண்டாயின. குடியுரிமை தொடர்பான சட்டங்களில் பல நுணுக்கமான திருத்தங்கள் செய்யப்பட்டன. 'எப்போதும் எல்லாருக்கும் திறந்து இருந்தே பழக்கப்பட்ட அமெரிக்கக் கதவுகள் மூடத்தொடங்கியிருக்கின்றன. இது ஒரு ஒத்திகைதான்' என்று எழுதியது வாஷிங்டன் போஸ்ட் பத்திரிகை.

உண்மையில் க்ளிண்டன், இஸ்லாமியத் தீவிரவாதிகளால் அமெரிக்காவுக்கு மிகப்பெரிய ஆபத்து வரும் என்று வெகு நாட்கள் முன்பிருந்தே எதிர்பார்த்திருந்தார். உலகின் மாபெரும் ஜனநாயக தேசம் என்று பெயர் பெற்றிருக்கும் அமெரிக்கா தவறிக்கூட ஜனநாயக விரோதமான சட்டம் ஏதும் கொண்டுவந்துவிட முடியாதென்பதால் பார்த்துப் பார்த்து சட்டங்களை வடிவமைக்கத்

தொடங்கினார்கள். தீவிரவாதத் தடுப்புச் சட்டங்கள் எதுவும் சர்வாதிகார வாசனை கொண்டிருக்கக் கூடாது; அதே சமயம் இரும்புக்கரம் கொண்டு ஒடுக்கும் முயற்சிகளுக்கு எவ்விதக் குந்தகமும் விளையக்கூடாது. - இதுதான் அதிபர் வகுத்தளித்திருந்த வரைபடம். இதனை அடிப்படையாகக் கொண்டுதான் அப்போது தீவிரவாதத் தடுப்புச் சட்டங்கள் வகுக்கப்பட்டன.

ஒசாமா என்கிற தனிநபரால் அமெரிக்காவுக்கு ஏற்பட்ட அச்சுறுத்தல், அங்கிருந்த பல்லாயிரக்கணக்கான அப்பாவி இஸ்லாமியர்களுக்குப் பெரும் பிரச்னைகளை உண்டுபண்ணியது. எந்தவித வம்பு தும்புக்கும் போகாத அமெரிக்க முஸ்லிம்கள் பலர் வெளியே நடமாடுவதற்கே தயங்கினார்கள். விசாரணை, கைது என்று இழுத்துப்போவார்களோ என்பதல்ல காரணம். இஸ்லாமியர் அல்லாத மற்ற சமூகத்தினர் அனைவரும் தம்மை ஒருமாதிரி பார்ப்பதாக அவர்கள் கருத ஆரம்பித்தார்கள். இந்தச் சந்தர்ப்பத்தில்தான் 'இஸ்லாமியத் தீவிரவாதம்' என்கிற சொற்றொடரைப் பயன்படுத்துவது தவறு; தீவிரவாதத்தில் மதத்துக்குப் பங்கில்லை. தீவிரவாதம் என்பதே தனிமதம்; இஸ்லாத்தின் பெயருக்கு இப்படிக் களங்கம் விளைவிக்காதீர்கள்' என்கிற கோஷம் ஒரு கோரிக்கையாக எழ ஆரம்பித்தது.

ஆனால் துரதிருஷ்டவசமாக இதுவிஷயத்தில் அப்போது அமெரிக்க அரசு எதுவும் செய்யக்கூடிய நிலையில் இல்லை. உளவுத்துறையினர் அனுப்பியிருந்த ரிப்போர்ட்டுகள் அப்படி. நிச்சயம் மிகக்குறுகிய காலத்துக்குள் மிகப்பெரிய தாக்குதல்களுக்கான சாத்தியங்கள் இருக்கின்றன என்று வாரம் ஒரு ரிப்போர்ட்டாவது வந்துகொண்டே இருந்தது. நம்மூர் ஜோசியர்களின் வாரபலன் கணிப்புகள் மாதிரியும் வானிலை அறிக்கைகள் மாதிரியும் ஒன்றுக்கொன்று எக்கச்சக்க முரண்பாடுகளைக் கொண்டிருந்தாலும் எல்லா ரிப்போர்ட்டுகளும் அந்த ஒரு விஷயத்தை மட்டும் அழுத்தந்திருத்தமாகச் சொல்லின. ஆபத்து. ஆபத்து. ஆபத்து. என்ன ஆபத்து? எப்போது ஆபத்து? எந்த விதத்தில் அது வரும்?

அதுதான் அப்போதிருந்த கேள்வி. ஒரு விஷயத்தை ஒப்புக்கொள்ள வேண்டும். இந்த பயம் பிடித்து ஆட்டியதன் விளைவாக க்ளிண்டன் அரசு மேற்கொண்ட தற்காப்பு நடவடிக்கைகளின் விளைவாகத்தான் அவரது ஆட்சிக்காலத்தில் அமெரிக்காவுக்குள் அல்-கொய்தாவின்

எந்த ஒரு தாக்குதல் நடவடிக்கையும் இல்லாதிருந்தது. சுமார் மூன்றிலிருந்து ஐந்து திட்டங்களை அந்தக் காலகட்டத்தில் ஒசாமா தீட்டியிருந்ததாகவும் அனைத்துமே ஆரம்பக் கட்டத்திலேயே கண்டுபிடிக்கப்பட்டு முறியடிக்கப்பட்டதாகவும் நம்பத்தகுந்த பல தரப்புகள் சொல்லுகின்றன. அத்தனையுமே வெடிகுண்டுத் தாக்குதல்கள்தான்.

இதில் குறிப்பிட வேண்டிய இன்னொரு அம்சமும் உண்டு. அமெரிக்காவின் மீதான தனது யுத்தத்தை ஒசாமா தொடங்கிவிட்டார் என்பது தெரிந்ததுமே அமெரிக்காவில் மையம் கொண்டிருந்த பிற இஸ்லாமியத் தீவிரவாத அமைப்புகள் தமது திட்டங்களை ஒத்திவைத்துவிட்டன. குறிப்பாக க்ளிண்டன் காலத்தில் ஹமாஸின் பெருந்தலைவர்கள் யாரும் அமெரிக்காவிலேயே இல்லை. எல்லாருமே பாலஸ்தீனத்துக்கும் லெபனானுக்கும் போய்விட்டிருந்தார்கள். அனைவருமே இந்தியா - பாகிஸ்தான் கிரிக்கெட் மேட்ச் பார்ப்பதுபோன்ற உற்சாகத்துடன் வேறு எங்கெங்கோ போய் உட்கார்ந்துகொண்டு ஒசாமா - அமெரிக்கா யுத்தம் எப்போது வெளிப்படையாகத் தொடங்கும் என்று வேடிக்கை பார்க்க ஆரம்பித்துவிட்டார்கள்.

இதனாலும் க்ளிண்டன் ஆட்சிக்காலத்தில் அமெரிக்கா ஓர் அமைதிப்பூங்காவாகவே இருந்தது! தமது காலத்தில் தீவிரவாதத் தடுப்பு நடவடிக்கைகளை மிக ஆணித்தரமாக எடுத்தவர் என்கிற மிக நல்லபெயருடன் க்ளிண்டன் வீட்டுக்குப் போயிருக்கலாம். வருஷத்துக்கு 250 பில்லியன் டாலர்களை அவர் ராணுவ மேம்பாட்டுக்கு ஒதுக்குகிறார் என்கிற குற்றச்சாட்டு கூட அப்போது கணிசமாக அடங்கியிருந்தது. கிடைத்த 'அமைதி'யை அவர் 'வேறு' விதமாகப் பயன்படுத்திக்கொண்டதால்தான் வந்தது வினை.

மோனிகா லாவின்ஸ்கி.

அவரைப் பேரழகி என்று சொல்லிவிடமுடியாது. பார்ப்பதற்கு பப்ளிமாஸ் மாதிரி இருந்ததாலோ என்னவோ, அதிபர் கொஞ்சம் மயங்கிப்போனார். இத்தனைக்கும் பெரிய இடத்துப் பெண்ணெல்லாம் இல்லை. மிகச் சாதாரண அரசு ஊழியர். அவரது சமூக அந்தஸ்துக்கு வெள்ளை மாளிகையின் காம்பவுண்டு சுவர் வரைதான் போய் நிற்க முடியும். 'சுத்திப்பாக்க வந்தியா? போபோ'

என்று வாட்ச்மேன் விரட்டினாலும் ஒன்றும் செய்யமுடியாத சராசரிக் குடிமகள். ஆனால் ஏதோ ஒரு இசகுபிசகான சந்தர்ப்பத்தில் அதிபரின் மனத்தைக் கொள்ளை கொண்டுவிட்டதால், அடிக்கடி வெள்ளை மாளிகைக்கு உள்ளே வந்து போக ஆரம்பித்திருந்தாள். பெரும்பாலும் ராத்திரி வேளைகளில்.

முதலில், அதிபருக்குத் 'தெரிந்த பெண்; சீக்கிரம் செகரெட்டரி ஆகிவிடுவாள் போலிருக்கிறது' என்று தான் எல்லாரும் நினைத்தார்கள். தவறாக நினைக்கவெல்லாம் ஆரம்பத்தில் யாருக்கும் சந்தர்ப்பமே கிடைக்கவில்லை.

பின்னே, ரைட் ராயலாக வெள்ளை மாளிகைக்கே வரவழைத்து அதிபர் பேசுகிறார் என்றால் அதைப்போய் யாரும் தவறாக எண்ணிவிடமுடியுமா என்ன? இதில் ஆச்சர்யம், ஹிலாரியே கூட ஆரம்பத்தில் மோனிகாவைப் பற்றி தவறாக எதுவுமே நினைக்கவில்லை. ஒரு தேசத்தின் அதிபர் என்றால் எல்லாத் தரப்பு ஊழியர்களிடமும் நெருக்கம் இருக்கத் தான் செய்யும். யாரை வைத்து என்னென்ன வேலைகள் செய்வார்கள் என்று யாருக்குத் தெரியும்? அமெரிக்காவில் மிகச் சாதாரண அரசு ஊழியர்கள் கூட பார்ட் டைமாக சி.ஐ.ஏ.வுக்கு ஒத்தாசைகள் செய்வது வழக்கம். அந்த வகையில் அந்தப் பெண் ஏதாவது முக்கிய ஜோலி பார்க்கிறவளாகக் கூட இருக்கலாம். எல்லாவற்றையுமா சந்தேகப்பட முடியும்?

அதிபருக்கும் மோனிகாவுக்கும் எத்தனை காலமாகப் பழக்கம் உண்டு, எத்தனை காலமாக நெருக்கம் உண்டு என்றெல்லாம் யாரும் சிந்தித்துக்கூடப் பார்த்ததில்லை அப்போது. இத்தனைக்கும் அவர் இரண்டாவது முறை அதிபரான பிறகுதான் வெள்ளை மாளிகைக்கு மோனிகா வருவதும் போவதும் அதிகரித்திருந்தது. அதற்கு முன்னரே பழக்கம் உண்டா என்பதெல்லாம் பின்னால் விவகாரம் வெடித்த பிறகுதான் ஆராயப்பட்டது.

1998ம் ஆண்டு அது வெடித்தது.

ஒரு குண்டல்ல. மூன்று குண்டுகள். ஒன்று, கென்யாவில் இருந்த அமெரிக்க தூதரகத்தில் வெடித்தது. இன்னொன்று, தான்ஸானியாவில் இருந்த அமெரிக்கத் தூதரகத்தில் வெடித்தது. இந்த இரண்டும் தயாரிக்கப்பட்ட ஆர்.டி.எக்ஸ் குண்டுகள். ஒசாமா பின்லேடன் வைத்தது. மூன்றாவது குண்டு தானே தயாரானது.

பேர் மோனிகா லாவின்ஸ்கி. க்ளிண்டன், தனக்குத் தானே வைத்துக்கொண்ட வெடிகுண்டு அது.

எந்த ஒசாமாவால் அமெரிக்காவுக்கு ஆபத்து என்று க்ளிண்டன் பார்த்துப் பார்த்து உள்நாட்டுப் பாதுகாப்பில் கவனம் செலுத்தினாரோ, அதே ஒசாமா அவருக்கு அல்வா கொடுத்துவிட்டு, அயல்தேசத்து தூதரகங்களில் குண்டு வைத்துத் தன் யுத்தத்தை அப்போது ஆரம்பித்தார்.

மறுபுறம் எந்த மோனிகாவைத் தனது ரகசிய சிநேகிதியாக நினைத்து பாசத்தையும் பணத்தையும் க்ளிண்டன் பொழிந்தாரோ, அதே மோனிகா, தன் நண்பர் ஒருவர் மூலம் தனக்கும் க்ளிண்டனுக்கும் நடந்த தொலைபேசி உரையாடலை ரெக்கார்ட் செய்து மீடியாவுக்கு அளித்து, தன் கணக்கைத் தொடங்கினார். ஒரே கசமுசா உரையாடல் அது.

அன்றைக்குத்தான் க்ளிண்டனுக்குச் சனி பிடித்தது. பதற்றத்தில் என்ன செய்வதென்று தெரியாமல் ஒரு மாபெரும் தவறு செய்தார். கென்யா மற்றும் தான்சானியா தூதரகங்களில் ஒசாமா வெடி வைத்ததற்கு பதிலடியாக, உடனடியாக 'தீவிரவாதத் தலைமையக'மாகக் கருதப்பட்ட ஆப்கனிலும் ஒசாமா முன்னர் தங்கியிருந்த சூடானிலும் பதில் குண்டு வீச உத்தரவிட்டார்.

இதில் அந்த சூடான் குண்டுவீச்சுதான் பிரச்னை உண்டாக்கிவிட்டது. பின்லேடனின் கெமிக்கல் ஆயுதத் தொழிற்சாலையை அழிக்கிறேன் பேர்வழி என்று குண்டு வீச்சை நிகழ்த்தியது அமெரிக்கா. உண்மையில் அழித்தபிறகு பார்த்தால் அது வெறும் மருந்து கம்பெனி!

மருந்து கம்பெனி போர்வையில் ஒசாமா சூடானில் ஒரு ரசாயன ஆயுதத் தொழிற்சாலை நடத்திவந்ததை நாம் ஏற்கெனவே பார்த்திருக்கிறோம். அவர் அங்கே ஒரு ரசாயன ஆயுதத் தொழிற்சாலை நடத்தியது உண்மைதான். ஆனால் *1997*ம் ஆண்டே அந்தக் கடையை ஏறக்கட்டிவிட்டு மொத்த ஆயுதங்களையும் ஆப்கனுக்குக் கொண்டுவந்துவிட்டிருந்தார். அது தெரியாமல்தான் அமெரிக்கா அன்றைக்கு சூடானில் குண்டுவீச்சுத் தாக்குதல் நடத்தி, சர்வதேச அளவில் கெட்ட பெயரைச் சம்பாதித்துக்கொண்டது.

உள்நாட்டில் மோனிகா வீசிய குண்டு வேறு மிகப்பெரிய சேதம் விளைவித்திருந்தது. ஒசாமாவின் இந்த புத்திசாலித்தனமான

தூதரகத் தாக்குதல் நடவடிக்கையும் அதன் விளைவான அமெரிக்க அதிபரின் கோபம் சூடானில் வெடித்து சொதப்பியதும் - ஆகமொத்தம் எல்லாமுமாகச் சேர்ந்து க்ளிண்டனை அன்றைக்கு சட்னி பண்ணிவிட்டன.

ஏற்கெனவே பார்டர் பாஸில் அதிபரானவர் அவர். இப்படி ஒரே சமயத்தில் தனி வாழ்வில் கறை, அரசியல் வாழ்விலும் அவமானம் என்றால் எப்படி இருக்கும்?

க்ளிண்டனின் வாழ்விலும் சரி. அமெரிக்காவின் சரித்திரத்திலும் சரி. அதிமுக்கியமான பல சம்பவங்கள் அடுத்தடுத்து நடைபெற்ற காலகட்டம் அது.

26. முற்றி வெடித்த மோனிகா விவகாரம்

மோனிகாலாவின்ஸ்கி. இன்றைக்கெல்லாம் இந்தப் பெண்ணுக்கு முப்பது வயசு தான் முடிந்திருக்கிறது. 1973 ஜூலை 23ம் தேதி தான் பிறந்திருக்கிறார். கணக்குப்படி இவர் க்ளிண்டனுடன் நிகழ்த்திய திருவிளையாடல்களின்போது வயசு இருபத்திரண்டு அல்லது இருபத்திமூன்றுதான். க்ளிண்டனுக்கு அப்போதே பாதி தாத்தா வயசு. அவர் 1946ல் பிறந்தவர் இல்லையா? ஆனால் காதலுக்கு கண்ணே கிடையாது என்கிறபோது வயசு இருக்குமா என்ன? அதுவும்தான் கிடையாது. ஆகவே இரண்டுபேரும் ஆரம்பத்தில் மிக அன்னியோன்னியமாகத்தான் பழக ஆரம்பித்திருந்தார்கள். க்ளிண்டனைப் பொறுத்தவரை அந்த உறவுக்குப் பெயரே கிடையாது. எத்தனையோ பார்த்தவர் அவர். ஆனால் மோனிகாவுக்கு அது புது அனுபவம். ஆனாலும் அதைக் காதல் என்று அவரால் அறுதியிட்டு நினைக்க முடியவில்லை. ஃபிக்ஸட் டெப்பாசிட்டில் பணம் போட்டு வைக்கிறமாதிரி 'பிற்கால நல்வாழ்வுக்கு உதவும்' என்று நினைத்திருப்பார் போலிருக்கிறது.

மோனிகா, இளமையான, அழகான, துடிப்பான பெண். அரசு உத்தியோக வேட்டையில் அவருக்கு பம்பர் பரிசு மாதிரிதான் அந்த தாற்காலிகப் பணி கிடைத்திருந்தது. முதலில் ஏதோ ஒரு ஆபீஸில் இருந்தவர், எப்படியோ விதி வசத்தால் வெள்ளை மாளிகையிலேயே பணியாற்ற வரும்படி ஆயிற்று. வெள்ளை மாளிகை என்பது அதிபரின் வீடு மட்டுமில்லை. அவரது ஆபீஸூம் அதுதான். அதிபர் ஆபீஸ் என்றால் ஒரே ஒரு சின்ன அலுவலகம் அல்ல. எக்கச்சக்க பிரிவுகள் கொண்ட மாபெரும் கடல் அது. நமது தலைமைச் செயலகத்தை நினைத்துக்கொள்ளுங்கள். அந்த மாதிரி ஒரு நூறு மடங்கு பெரிய ஆபீஸ் அங்கே இருக்கிறது.

அந்தக் கடலில் கரைக்கப்பட்ட பெருங்காயமாகத்தான் நியாயத்துக்கு மோனிகா ஆகியிருக்கவேண்டும். ஆனால் அவர் க்ளிண்டனின் கண்களில் பட்டுவிட்டார். அடடே, இந்தப் பெண் இத்தனை க்யூட்டாக இருக்கிறாளே என்று விளையாட்டாகத்தான் அவர் ஆரம்பித்தார். கொஞ்சம் கொஞ்சமாகப் பேச்சுக் கொடுத்து, பழகி, சிரித்து, சிரிக்க வைத்து, டீ குடிக்க வரச்சொல்லி, சேர்ந்து

உணவருந்தி, சேர்ந்து வாக்கிங் போகத் தொடங்கி, சேர்ந்து பேசி இறுதியில் சேர்ந்து படுக்கிற வரைக்கும் அந்த உறவு வளர்ந்துவிட்டது.

இதெல்லாம் க்ளிண்டனின் முதல் பதவிக்காலத்திலேயே நடந்தவை. அதாவது 1996லேயே. அதற்கு ஒரு வருஷம் முன்னர்தான் மோனிகா, க்ளார்க் கல்லூரியில் தனது சைக்காலஜி பட்டப்படிப்பை முடித்திருந்தார்.

சைக்காலஜி படித்த சூட்டோடு, அதிபர் சைக்காலஜியைத் தெரிந்து கொள்ள அவருக்குக் கிடைத்த அந்த வாய்ப்பை முழுக்கப் பயன்படுத்திக்கொண்டார். க்ளிண்டன் விரும்பியபடியெல்லாம் நடந்துகொள்வதுடன், அவருக்கு நம்பிக்கை அளிக்கும் விதத்திலும் தன் செயல்பாடுகள் இருக்கும்படி மிக கவனமாகப் பார்த்துக் கொண்டார்.

உண்மையில் மோனிகாவால் தனக்குப் பிரச்னை வரும் என்று க்ளிண்டன் நினைத்துப் பார்த்திருக்கக் கூட முடியாது. ஒரு சரியான ரகசிய சிநேகிதி எப்படி இருக்க வேண்டுமோ அப்படித்தான் இருந்தார் அவர்.

ஆனால் என்ன ஆயிற்றோ தெரியவில்லை. க்ளிண்டன் இரண்டாம் முறை தேர்தலில் ஜெயித்து அதிபரானதுமே மோனிகா தன் வேலையை ஆரம்பித்துவிட்டார்.

வாஷிங்டன் டிசியில் தான் உத்தியோகம் பார்த்த அரசு அலுவலகத்தில் தன்னுடன் பணியாற்றிய லிண்டா டிரிப் என்கிற பெண்மணியிடம், தனக்கும் க்ளிண்டனுக்கும் இடையே உள்ள உறவு பற்றிக் கதைகள் சொல்ல ஆரம்பித்துவிட்டார். இத்தனைக்கும் இந்த லிண்டா டிரிப், மோனிகாவின் சமவயதுத் தோழி அல்ல. சொல்லப்போனால் அவருக்கும் கிட்டத்தட்ட க்ளிண்டனின் வயசுதான். பாதிக் கிழவி.

மோனிகா சொன்னதையெல்லாம் கேட்டு அதிர்ச்சியும் வியப்பும் ஒருங்கே அடைந்த லிண்டாவுக்கு ஏனோ அந்த விஷயத்தை வைத்துக் கொஞ்சம் பரபரப்பு செய்யலாமே என்று தோன்றியது.

அன்று தொடங்கி, அவர் ஒவ்வொரு முறை மோனிகா போன் செய்தபோதும் அந்தத் தொலைபேசி அழைப்புகளை டேப்

செய்ய ஆரம்பித்தார். வலிந்து அவரிடம் க்ளிண்டன் பற்றிக் கேட்டுக்கேட்டு வாயைக் கிளறி, விஷயங்களை வாங்கினார். அதோடு மட்டுமல்லாமல், ‘மோனிகா, நீ சின்னப்பெண். இந்த விஷயத்தின் முழு மதிப்பு உனக்குத் தெரியாது. நான் சொல்கிறபடி செய். அதிபருக்கும் உனக்கும் உறவு உள்ளது உண்மையானால் அதற்கான ஆதாரங்களை நீ சேகரித்து பாதுகாத்து வைக்க வேண்டும். என்றாவது அவை தேவைப்படலாம்’ என்றும் சொன்னார்.

அதன்படியே மோனிகா, அதிபருக்கும் தனக்கும் உறவு இருந்ததற்கான ஆதாரங்களை சேகரித்து வைக்கத் தொடங்கினார். உண்மையில் இந்த விஷயத்தைக் கொண்டு கொஞ்சம் சம்பாதிக்கலாம் என்றுதான் இருவரும் நினைத்திருக்க வேண்டும். அதற்கு ஒரு முகாந்தரம் இருந்தது அப்போது.

ஏற்கெனவே க்ளிண்டன் அரகன்ஸாஸ் மாகாண கவர்னராக இருந்தபோது இதே மாதிரி பவுலா ஜோன்ஸ் என்கிற பெண்ணுடன் பலவந்த உறவு கொண்டார் என்றொரு வழக்கு வந்து, சம்பந்தப்பட்ட பெண்ணுக்கு அவர் நஷ்ட ஈட்டுத்தொகையாக எட்டு லட்சத்து ஐம்பதாயிரம் டாலர்கள் கொடுத்திருந்தார். தானும் ஏன் அப்படியொரு ஜாக்பாட் பெறக்கூடாது என்று மோனிகா நினைத்திருக்கலாம். அல்லது அப்படியொரு ஆசையை அவருக்கு உருவாக்க லிண்டா மெனக்கெட்டு உழைத்திருக்கலாம். எப்படியோ, விவகாரம் வீதிக்கு வந்துவிட்டது.

முதல்முதலில் மோனிகாவுடன் தொலைபேசியபோது பதிவு செய்த டேப்களை எடுத்துக்கொண்டு லிண்டா டிரிப் நேரே நீதி கேட்டு நெடும்பயணம் மேற்கொண்டார். இண்டிபெண்டண்ட் கவுன்சில் என்று அழைக்கப்படும் அமெரிக்க வழக்குறைஞர் மன்றம் மேற்படி டேப்பைப் போட்டுக்கேட்டு ஸ்தம்பித்துப் போனது. இந்தப் பெண் எப்படிப்பட்ட குண்டைத் தூக்கிப் போடுகிறாள்! க்ளிண்டன் இனி அவ்வளவுதான் என்று பேசிக்கொண்டார்கள்.

கென்னத் ஸ்டார் என்கிற பிரசித்தி பெற்ற வழக்கறிஞர் அந்த வழக்கை எடுத்துச் செல்வது என்று முடிவானது. இவர் ஏற்கெனவே க்ளிண்டன் சம்பந்தப்பட்டிருந்த ஒயிட் வாட்டர் விவகாரத்தை கவனித்துக்கொண்டிருந்தவர். அந்த வழக்கில் க்ளிண்டனின் லீலைகளை அக்குவேறு ஆணிவேறாக உருவி எடுத்துக் காயப்

போட்டுக்கொண்டிருந்தார். அப்படிப்பட்டவர்தான் இந்த வழக்குக்கும் சரி என்று நினைத்தார்கள் பிற வழக்கறிஞர்கள்.

வழக்கு என்று ஆனதும் முதலில் மோனிகா மிகவும் பயந்துபோனார். தனக்கு என்னவாவது ஆகிவிடுமோ என்கிற பயம். ஆனால் லிண்டாவும் பிற வழக்கறிஞர்களும் அவருக்கு நம்பிக்கை அளித்து, வழக்கில் ஒத்துழைக்கும்படி கேட்டுக்கொண்டார்கள்.

வழக்கு நீதிமன்றத்துக்கு வந்தது.

அவ்வளவுதான். மீடியா பற்றிக்கொண்டு எரியத் தொடங்கியது. எத்தனை விதமான யூகங்கள்! என்னென்ன சந்தேகங்கள்! எத்தனை எத்தனை புலனாய்வுக் கட்டுரைகள்! மோனிகாவை கண்ணகி ரேஞ்சில் முன்னிறுத்தி ஒரு சாரார் க்ளிண்டனை வில்லனாகச் சித்திரித்து, 'அபலைப்பெண்ணைக் கெடுத்த பாவி' என்று எழுதினார்கள். இன்னொரு சாரார் 'இந்தப் பெண்களுக்கு இதே வேலை; பிரபலங்களுக்கு வலை வீசி வீழ்த்தி, காசு பிடுங்க இப்படியொரு உத்தியைக் கையாள்கிறார்கள்' என்றார்கள்.

க்ளிண்டன் தன் மீது சுமத்தப்பட்ட குற்றச் சாட்டை முதலில் மிகக்கடுமையாக மறுத்தார். தமக்கு எதுவுமே தெரியாது என்று சொன்னார். (வாட்டர்கேட் விவகாரத்தின்போது நிக்ஸனும் இப்படியே தான் சொன்னார்.) பிறகு மோனிகா, தனக்கும் க்ளிண்டனுக்கும் வாய்வழிப் புணர்ச்சி (oral sex) மட்டுமே இருந்தது என்று சொன்னபோது க்ளிண்டன் அதனைப் பிடித்துக்கொண்டு, 'உடலுறவு இல்லை. ஓரல் செக்ஸ் மட்டும்தான்' என்று புதுப்பாட்டுப் பாடத் தொடங்கினார். வெள்ளை மாளிகையில் பத்திரிகையாளர்களைக் கூட்டி, *"I did not have sexual relations with that woman, Miss Lewinsky."* என்று அவர் சொன்ன வசனம் உலகெங்கும் தலைப்புச் செய்தியானது.

'உடலுறவு கொள்ளவில்லை' என்று க்ளிண்டன் அடித்துச் சொன்னதற்கு ஒரு காரணம் உண்டு. அமெரிக்காவில் இந்தமாதிரி விவகாரம் வரும்போது ஓரல் செக்ஸையெல்லாம் மாபெரும் குற்றமாகக் கருதமாட்டார்கள். வற்புறுத்தி உடலுறவு கொண்டதாக விவகாரம் வந்தால்தான் நிலைமை கவலைக்கிடம் ஆகும்.

மோனிகாவே வாய்ப்புணர்ச்சிதான் உண்டு என்று சொன்னதால், அதையே பிடித்துக்கொண்டு தொடர்ந்து சொல்ல ஆரம்பித்தார்

க்ளிண்டன். ஆனால் எங்கே தன்னை மாட்டவைத்துவிட்டு க்ளிண்டன் தப்பித்துவிடப் போகிறாரோ என்கிற கவலைக்கு உள்ளான மோனிகா தமது பிரும்மாஸ்திரமாக பொத்திப் பொத்தி பாதுகாத்து வந்த ஒரு பாவாடையை இறுதியில் வெளியே எடுத்தார்.

அது ஒரு நீல கலர் உள் பாவாடை. அந்தப் பாவாடைதான் தனது ஒரே சாட்சி என்றும் அதில் க்ளிண்டனின் விந்து படிந்திருப்பதாகவும் சொல்லி, கோர்ட்டார் முன் சமர்ப்பித்தார்.

அமெரிக்காவே அரண்டுபோன சம்பவம் அது! க்ளிண்டன் அமெரிக்க மக்களை ஏமாற்றிவிட்டார் என்று மீடியா ஓவென்று அலறியது. வேறு வழியே இல்லாமல் க்ளிண்டன் மன்னிப்புக் கேட்டார். ஆனாலும் தங்களுக்குள் உடலுறவு இருந்ததில்லை என்பதை மட்டும் அழுத்தந்திருத்தமாக மீண்டும் மீண்டும் சொன்னார்.

அந்த நீலப்பாவாடை மரபணு பரிசோதனைக்குப் போனது. அதில் படிந்திருந்த விந்துக்கறை க்ளிண்டனுடையதுதான் என்பது உறுதியானது. உடலுறவோ, இல்லையோ - ஒரு கசமுசா நடந்தது உண்மைதான் என்பது தெரிந்துவிட்டது.

ஆகவே க்ளிண்டன் செனட்டின் நீதி விசாரணைக் கூண்டுக்கு அழைத்து வரப்பட்டார்.

அது அவமானம். மிகப்பெரிய அவமானம். தேசத்தின் அதிபர், செனட்டின் முன்னால் குற்றவாளிக்கூண்டில் நின்று, கேட்கிற கேள்விகளுக்கு பதில் சொல்ல வேண்டி நேருவது பின் வேறென்ன? இந்த மாதிரி விவகாரங்கள் வந்து, அதிபர் இனிமேல் பதவியில் நீடிக்க லாயக்கில்லை என்று செனட் உறுப்பினர்கள் ஓட்டுப்போட்டுவிட்டால் அவர் வீட்டுக்குப் போவதைத் தவிர வேறு வழியே இல்லை. *Impeachment* என்பார்கள் இதனை. அமெரிக்கா, இங்கிலாந்து, அயர்லாந்து போன்ற தேசங்களில் 18ம் நூற்றாண்டிலிருந்து இருந்துவரும் ஒரு நடைமுறை இது. மக்களால் தேர்ந்தெடுக்கப்படும் அதிபரேயானாலும் சரி. முறை தவறி நடந்துகொள்ளுவாரேயானால் செனட் அவரைப் பதவிநீக்கம் செய்துவிட முடியும். செனட்டில் உள்ள அங்கத்தினர்கள் எப்படி ஓட்டுப் போடுகிறார்கள் என்பதைப் பொறுத்த விஷயம் அது.

க்ளிண்டன் விஷயத்தில் அதிர்ஷ்டம் அவர்பக்கம் இருந்தது என்றுதான் சொல்லவேண்டும். செனட் அவரைக் கடுமையாக எச்சரித்துக் காரி துப்பியதே தவிர வீட்டுக்கு அனுப்பவில்லை. லீலைகளையெல்லாம் விட்டுவிட்டு ஒழுங்கு மரியாதையாக வேலையைப் பார் என்று சொல்லிவிட்டார்கள்.

தோதாக, நடந்த சம்பவங்களை உன்னிப்பாகக் கவனித்து வந்த அமெரிக்க மக்கள், க்ளிண்டனே எதிர்பாராவிதமாக அவர்மீது அனுதாபம் கொண்டிருந்தார்கள். க்ளிண்டன் தவறு செய்தார் என்பதைக் காட்டிலும் அவரை வைத்து மோனிகா புகழும் பணமும் சம்பாதிக்கப் பார்த்தார் என்பதாகக் கருதி மோனிகாவைத்தான் வெறுக்கத் தலைப்பட்டார்கள்.

சொல்லப்போனால், இரண்டுமுறை பதவி ஏற்றபோதெல்லாம் இல்லாத மக்கள்செல்வாக்கு, இந்த மோனிகாலாவின்ஸ்கி விவகாரம் வெடித்தபோது க்ளிண்டனுக்கு மிகவும் அதிகரித்திருந்ததை அப்போது நடைபெற்ற பல கருத்துக் கணிப்புகள் தெரிவிக்கின்றன. 'லெவின்ஸ்கி' என்கிற பெயரை அன்றுமுதல் அமெரிக்கர்கள் வாய்வழிப் புணர்ச்சிக்கு ஒரு அடையாளப்பெயராகவே சொல்ல ஆரம்பித்துவிட்டார்கள்.

மோனிகா இந்த அவமானத்தை எதிர்பார்க்கவில்லை. தன்னை ஒரு செக்ஸ் சிம்பலாகவும் கேலிப் பொருளாகவும் தேசமே கருதத் தொடங்கிவிட்டதில் மிகவும் மனம் உடைந்து போனார். இணையத்தில் எக்கச்சக்கமான விடலைகள் மோனிகாவின் பெயரில் இணையத்தளம் அமைத்து நிறைய கவர்ச்சிப் படங்களும் ஆபாச ஜோக்குகளையும் வெளியிடத் தொடங்கினார்கள். மனம் வெறுத்துப் போன மோனிகா கொஞ்சநாள் யார் கண்ணிலும் படாமல் எங்கோ கண் காணாத தூரத்தில் போய் இருந்தார். அப்புறம் திரும்பி வந்து தனக்கும் க்ளிண்டனுக்கும் இடையில் இருந்த உறவைக் குறித்து ஒரு புத்தகம் எழுதி கொஞ்சம் காசு பார்த்தார். பிறகு கைப்பைகள் தயாரிக்கும் நிறுவனம் ஒன்றை ஆரம்பித்து நடத்தத் தொடங்கினார்.

கூடவே மீடியாவுக்கு 'மிகவும் வேண்டப்பட்டவரா'கிவிட்டதைப் பயன்படுத்தி பல தொலைக்காட்சி நிகழ்ச்சிகளிலும் கலந்துகொள்ள ஆரம்பித்தார். அழகிப் போட்டிகளுக்கு சிறப்பு அழைப்பாளராகப்

போய்வந்தார். கடைசியில் அமெரிக்கத் தொலைக்காட்சிகளின் இன்றைய பாப்புலர் அம்சமான ரியாலிடி ஷோக்களை நடத்துவதில் உள்ள பணத்தை உத்தேசித்து, மிஸ்டர் பர்ஸனாலிடி என்றொரு பிரும்மாண்டமான ரியாலிடி ஷோவை நடத்திக்கொண்டிருக்கிறார். அதுவும் கூட என்ன? டேட்டிங் போகிற அனுபவங்களை அப்படி அப்படியே படம் பிடித்து ஒளிபரப்புகிற நிகழ்ச்சி!

நானூறு வருஷப் பாரம்பரியம் உள்ள அமெரிக்க சரித்திரத்தை எழுதிக்கொண்டிருக்கும்போது இப்படியொரு பாலியல் வழக்குத் தொடர்பான சங்கதிகளைத் தனியொரு அத்தியாயமாக எழுத வேண்டியது துரதிருஷ்டவசமானதுதான். ஆனால் என்ன செய்துவிட முடியும்? பாலியல் வழக்கு தொடர்பாக செனட் விசாரணைக்கு உட்பட நேர்ந்த ஒரே அமெரிக்க அதிபர் க்ள்ண்டன் தான்! 1998ல் அமெரிக்காவுக்கும் இஸ்ரேலுக்கும் எதிராக ஒசாமா பின்லேடன் போர் அறிவிப்பு செய்தது எத்தனை முக்கியமானதோ, அதே அளவு முக்கியத்துவம் இந்த மோனிகா லெவின்ஸ்கி வழக்குக்கும் உண்டு.

க்ளிண்டனின் தனிவாழ்க்கை அமைதியைத் தடம்புரட்டிப் போட்ட விஷயம் அது. அரசியல் ரீதியில் அவரால் உறுதியான முடிவுகள் எதையும் அந்தக் காலகட்டத்தில் எடுக்க முடியவில்லை. ஹிலாரி மட்டும் இரும்பு மனத்துடன் அனைத்தையும் சகித்துக்கொண்டு, ‘எனக்கு என் கணவரைத் தெரியும். மற்றவர்கள் அவருக்காக முதலைக் கண்ணீர் வடிக்கவேண்டாம், முதுகில் குத்தவும் வேண்டாம்’ என்று சொல்லியிராவிட்டால் அன்றைக்கே அவர் காணாமல் போயிருப்பார்.

ஒரு நல்ல கணவராக அவர் இல்லாது போனாலும் ஹிலாரி ஒரு சிறந்த மனைவியாக அவருக்கு அமைந்தார். க்ளிண்டனுக்கே அது அப்போதுதான் உறைத்திருக்க வேண்டும். அதன்பிறகு அவர் மிகவுமே சமர்த்தாகிவிட்டதாகக் கேள்வி.

27. பின்லேடனின் ஃபத்வா

அமெரிக்கா சந்தித்த மிகக் கஷ்டமான வருஷங்களில் ஒன்று, 1998. சர்வதேச அரங்கில் அதிபர் க்ளிண்டனின் பாலியல் வழக்கு உண்டாக்கிய அதிர்வும் அதன் விளைவான கேலி கிண்டல்களும் ஒரு புறம் அத்தேசத்தின் இமேஜைக் கணிசமாகச் சரியச் செய்தது என்றால், மறுபுறம் அந்த வருடம் தான் அமெரிக்காவுக்கு எதிரான தனது முழுவேக யுத்தத்தை ஆரம்பித்தார் ஒசாமா பின் லேடன்.

அமெரிக்கா என்பது ஒரு தேசம். ஒசாமா என்பவர் ஒரு தனிமனிதர். இதெப்படி சாத்தியம் என்கிற கேள்வி இன்றுவரை பலருக்கு உண்டு. இதற்கு ஒரே வரியில் விடை சொல்லவேண்டுமானால் - ஒசாமா என்கிற தனிநபரின் நெட் ஒர்க், அமெரிக்கா என்கிற தேசத்தின் பரப்பளவை விடப் பெரிது. எப்படி அவர் தன் நெட் ஒர்க்கை விரிவு படுத்தினார், எந்தெந்த நாடுகள் அவரை ஆதரித்தன என்பதையெல்லாம் ஏற்கெனவே பார்த்திருக்கிறோம். இது, ஒசாமா செயலில் இறங்கும் நேரம். அதை முதலில் கவனிக்க வேண்டும்.

1997-98ம் வருடங்களில் அமெரிக்காவுக்கு எதிரான தனது யுத்தத்துக்கு ஆதரவு திரட்டும் முயற்சியில் மிகத்தீவிரமாக ஈடுபட்டிருந்தார் ஒசாமா. உலகெங்கும் இருந்த நூற்றுக்கணக்கான இஸ்லாமிய தீவிரவாத இயக்கங்களுக்கும் அந்தத் தீவிரவாத இயக்கங்களை ஆதரிக்கக்கூடிய அரசுகளுக்கும் தொடர்ந்து கடிதங்களையும் தன் பிரதிநிதிகளையும் அனுப்பிக் கொண்டே இருந்தார். தம்மையும் தம் யுத்தத்தையும் ஆதரிக்கக்கூடிய அனைத்து அமைப்புகளின் பிரதிநிதிகளையும் ஒரு ரகசிய மாநாட்டில் கலந்துகொள்ள ஆப்கன் வரும்படி அவர் சொல்லி அனுப்பியிருந்தார்.

ஆப்கன் மலைக்காடுகளில் தங்குமிடங்கள் ஏற்பாடு செய்து, வந்தவர்களை உபசரித்து, தாலிபன்களின் தலைமையகமான காந்தஹாருக்குக் கிழக்கே ஒதுக்குப்புறமான ஒரு மலைக்கிராமத்தில் கல்யாண மண்டபம் மாதிரியானதொரு இடத்தில் அந்த மாநாடு கூடியது. இது நடந்தது 1997 நவம்பர் அல்லது டிசம்பரில். தேதி விவரம் அத்தனை துல்லியமாகக் கிடைக்கவில்லை. அந்தக் கூட்டத்தில்தான் ஒசாமா முதல்முதலாக அமெரிக்காவுக்கு எதிரான

தமது 'ஃபத்வா'வை வாசித்தார். ஃபத்வா என்றால் 'தீர்ப்பு' என்று தான் அர்த்தம். ஆனால் ஒசாமா அதனைச் சொல்லும்போது - அதுவும் அமெரிக்காவுக்கு எதிராகச் சொல்லும்போது 'தீர்ப்பு' என்கிற சொல் 'தாக்கு' என்பதாக கனபரிமாணம் பெற்றுவிடுகிறது. ஒசாமா அளித்த அந்த 'ஃபத்வா' இதுவே:

"இறைவனால் படைக்கப்பட்ட அரேபிய நிலப்பகுதி இதற்கு முன் இப்படிப்பட்ட ஆக்கிரமிப்பாளர்களைத் தன்னுள் ஊடுருவ விட்டதில்லை. அரேபியாவின் வளங்களை அவர்கள் அபகரித்து விட்டார்கள். வேண்டிய அளவு திருடித் தின்றுகொண்டும் இருக்கிறார்கள். சகோதர இஸ்லாமியர்கள் ஒரு பிடி உணவுக்காக அலைந்து திரிந்துகொண்டிருக்கிற சமயம் பார்த்து அந்தக் கொள்ளையர்கள் இந்தக் காரியத்தைச் செய்துவிட்டார்கள். ஆதரவாளர்கள் அதிகமில்லாத நாம், இணைந்து இதுபற்றி விவாதித்து ஒரு முடிவுக்கு வரவேண்டியது உடனடித் தேவையாகிறது. மூன்று காரணங்கள் நமக்கு மிக உறுதியாக இருப்பதை நினைவூட்ட விரும்புகிறேன்.

முதல் காரணம், அரேபியாவில் உள்ள இஸ்லாமியத் திருத்தலங்களில் அமெரிக்கப் படை புகுந்து, ஆக்கிரமித்து ஏழு ஆண்டுகளாக அட்டூழியம் செய்து வருகிறது. நமது மண்ணில் கால் வைக்க அவர்களுக்கு எந்த நியாயமும் இல்லை. அப்பாவி மக்களை அவர்கள் அடித்தும் கொன்றும் அவதிக்கு உள்ளாக்கி வருகிறார்கள். அரேபிய தேசங்களுக்கு இடையிலான ஒற்றுமையைக் குலைக்கும் வண்ணம் செயலாற்றி வருகிறார்கள்.

இரண்டாவது விஷயமாக, ஈராக்கில் நடந்த கொடுமைகளை நினைவூட்ட விரும்புகிறேன். பல்லாயிரக்கணக்கான ஈராக்கியர்களைக் கொன்றுபோட அமெரிக்காவுக்கு யார் அனுமதி கொடுத்தது? யுத்தத்தில் இறந்த அரேபியர்களின் மொத்த எண்ணிக்கை ஒரு மில்லியன் என்று தெரிகிறது. வீரர்கள் தவிர ஏராளமான சிவிலியன்களும் பாதிக்கப்பட்டிருக்கிறார்கள். ஆயிரமாயிரம் முஸ்லிம் பெண்கள் தம் கணவன்மார்களையும் சகோதரர்களையும் தந்தையரையும் இழந்து நடுத்தெருவுக்கு வந்திருக்கிறார்கள். தேடித்தேடி இஸ்லாமியர்களை அவதிக்குள்ளாக்குகிற இந்த அமெரிக்க - இஸ்ரேலியக் கூட்டணியை முறியடிக்க வேண்டியது நமது கடமையாகிறது.

மூன்றாவது.... மேற்சொன்ன காரியங்களை அமெரிக்கா மேற்கொள்ளுவதற்கு மத ரீதியிலான காரணங்களும் பொருளாதார ரீதியிலான காரணங்களும் சொல்லப்படுகின்றன. இன்னொரு காரணத்தை நான் சொல்லுகிறேன். ஜெருசலேமை யூதர்கள் அபகரித்திருக்கிறார்கள். அங்கே ஏராளமான படுகொலைகளுக்கு அமெரிக்காவின் செல்லப்பிள்ளையான இஸ்ரேல் காரணமாயிருக்கிறது. சர்வதேச அரங்கில் அதுபற்றிய பேச்சு எழாமல் கவனத்தை திசைதிருப்புவதற்காகவே அமெரிக்கா, அரேபிய மண்ணின்மீது தனக்குள்ள அக்கறையை வெளிப்படுத்துவதாக நாடகமாடுகிறது.

அமெரிக்காவின் இந்தக் குற்றச் செயல்களும் பாவச் செயல்களும் மிகத்தெளிவாக நமக்கு ஒன்றைச் சுட்டிக்காட்டுகின்றன. அவர்கள் நமது கடவுளின்மீதும் அவரது முதன்மைத் தூதரான நபிகள் நாயகம் அவர்களின்மீதும் உலக இஸ்லாமிய மக்களின்மீதும் யுத்தம் அறிவித்திருக்கிறார்கள். இஸ்லாமிய சரித்திரத்தைத் துப்புரவாகப் படித்து அலசியபின் நாம் ஒரு முடிவுக்கு வந்திருக்கிறோம். இத்தகைய பாவிகளின்மீது புனிதப்போர் (ஜிகாத்) தொடுப்பது ஒவ்வொரு இஸ்லாமியனின் கடமையாகும். போர் தொடுப்பது மட்டுமல்ல. இஸ்லாமிய விரோத தேசங்களை அழிப்பதும் நமது கடமையே. அவர்களின் ராணுவத்தை அழியுங்கள். சிவிலியன்களையும் கொல்லுங்கள். மீண்டும் எழமுடியாத வண்ணம் செய்யுங்கள்.''

அப்போதுதான் முதல்முறையாக அமெரிக்காவை 'சாத்தான்களின் அரசன்' என்று சொன்னார் ஒசாமா. அந்த ஃபத்வா அறிவிப்புக்குப் பிறகு, அமெரிக்காவுக்கு எதிராக அல்கொய்தா மேற்கொள்ளும் எந்தவிதமான நடவடிக்கைக்கும் கண்ணை மூடிக்கொண்டு ஆதரவு தெரிவிப்பதாகச் சில தேசங்கள் வாக்குறுதி கொடுத்தன. சூடான், ஈராக், ஈரான், ஆப்கனிஸ்தான் ஆகியவை அவற்றுள் மிக முக்கியமான தேசங்கள். மொத்தம் இருபத்திநான்கு தேசங்கள் இதுவிஷயத்தில் நேரடியாகவும் மறைமுகமாகவும் அல்கொய்தாவை அப்போது ஆதரித்ததாகத் தெரிகிறது. நேரடியாகத் தமது ஆதரவைத் தெரிவிக்க இயலாத தேசங்கள் பல, தன் நாட்டில் இருந்து செயல்படும் இஸ்லாமியத் தீவிரவாத இயக்கங்களை அல்கொய்தாவுக்கு ஆதரவாக நடந்துகொள்ளும்படி கேட்டுக்கொண்டன.

1998 பிப்ரவரி *23*ம் தேதி ஒசாமா பின்லேடன் அமெரிக்காவுக்கு எதிரான தனது கூட்டணி பற்றி பகிரங்கமாக அறிவித்தார். 'அமெரிக்க - யூத இனத்தவருக்கு எதிரான சர்வதேச இஸ்லாமியப் புனிதப்போராளிகள் முன்னணி' என்கிற மிக நீளமான பெயர் கொண்டிருந்தது அந்தக் கூட்டணி. *(World Islamic Front for the Jihad Against the Jews and the Crusaders)* மேற்சொன்ன ஒசாமாவின் ஃபத்வா எழுதப்பட்ட ஒரு பத்திரத்தில் ஒசாமாவைத்தவிர வேறு பலரும் கையெழுத்திட்டிருந்தார்கள். பின்லேடனின் வலது கரமாக விளங்கிய எகிப்தியன் இஸ்லாமிக் ஜிகாத் அமைப்பின் தலைவர் அல் ஜவஹரி, இன்னொரு எகிப்து இஸ்லாமிய போராளிக்குழுவின் தலைவர் தாஹா, ஜமாத் ஏ உலமா பாகிஸ்தான் என்கிற அமைப்பின் தலைவர் ஷேக் மிர் ஹம்ஸா, பங்களாதேஷ் போராளிக்குழுத் தலைவர் ஃபஸ்லுர் ரஹ்மான் ஆகியோர் அந்தப் பத்திரத்தில் கையெழுத்திட்டவர்களுள் முக்கியமானவர்கள்.

அமெரிக்காவுக்கு எதிரான ஒசாமாவின் இந்த யுத்த அறிவிப்பில் மனமுவந்து ஈடுபட்ட வேறு பல போராளிக்குழுவினரின் அடையாளத்தை வெளிப்படுத்த வேண்டாம் என்று ஒசாமா விரும்பினார். காரணம், சிறிய குழுக்கள் தம்மை வெளிப்படுத்திக்கொண்டால், அது அவர்களுக்குப் பெரிய பிரச்னைகளை உண்டுபண்ணும்; புலனாய்வு அமைப்புகளுக்கு நாமே வலிந்து காட்டிக்கொடுத்துவிட்ட மாதிரி இருக்கும் என்று நினைத்தார். ஆகவே, பலபேரை அவரே கையெழுத்துப் போடவேண்டாம் என்று கேட்டுக்கொண்டதாகவும் தெரிகிறது. 'யுத்தத்தில் உங்கள் பங்களிப்பு மிகவும் முக்கியமானது. ஆகவே உங்கள் பாதுகாப்பு எனக்கு மிகவும் முக்கியம்' என்று சொன்னார் ஒசாமா.

"கடவுளுக்கு எதிரான அமெரிக்காவையும் அதன் கூட்டணி நாடுகளையும் தாக்கத் தொடங்குங்கள். எங்கெல்லாம் அவர்கள் பரவியிருக்கிறார்களோ, அங்கெல்லாம் தாக்குங்கள். ராணுவம், சிவிலியன் என்கிற பேதமில்லை. எல்லாரையும் தாக்குங்கள். அவர்களைக் கொன்று அழிப்பது ஒவ்வொரு முஸ்லிமின் கடமை" என்று மீண்டும் அவர் வற்புறுத்தினார்.

தனது உத்தரவை அனைத்துப் போராளிக்குழுக்களுக்கும் செயல்முறை விளக்கமாக அறிவிக்கத் தான் அவர் கென்யாவிலும்

தான்ஸானியாவிலும் இருந்த அமெரிக்கத் தூதரகங்களின்மீது முதல் தாக்குதலை மேற்கொள்ள முடிவு செய்தார்.

1998, ஆகஸ்டு 7ம் தேதி. சவுதி அரேபியாவுக்கு அமெரிக்க ராணுவம் வந்ததன் எட்டாவது ஆண்டு நிறைவு தினம் அது. அதனை நினைவு கூர்ந்துதான் தமது தாக்குதலுக்கு அந்தத் தினத்தைத் தேர்ந்தெடுத்திருந்தார் ஒசாமா.

அந்த தூதரகத் தாக்குதலில் ஒசாமா எதிர்பார்த்ததைவிட மடிந்த அமெரிக்கர்களின் எண்ணிக்கை குறைவுதான். மாறாக, இந்த விவகாரத்தில் துளியும் சம்பந்தப்படாத பல அப்பாவி ஆப்பிரிக்கர்கள்தான் அதிகம் பலியானார்கள்.

1998 மே மாதம் 26ம் தேதி ஒசாமா ஒரு பத்திரிகையாளர் சந்திப்பைக் கூட்டினார். ஆப்கனின் அல் பதர் நகரில் நடைபெற்ற அந்தச் சந்திப்பில், முதல்முறையாகத் தமது புனிதப் போர் பற்றி ஒசாமா வெளிப்படையாகப் பேசினார். அந்தக் கூட்டத்தில் ஒசாமாவுடன் அல் ஜவஹரி மற்றும் குருட்டு ஷேக்கின் மகன் முகம்மது அடஃப், அசதுல்லா அசிம் ஆகியோரும் கலந்து கொண்டார்கள்.

அந்தக் கூட்டத்தில் ஒசாமா "கிருத்தவர்களின் தேசங்களைத் துண்டாடுங்கள். அவர்களது பொருளாதாரத்தை சீர்குலையுங்கள். அவர்களது நிறுவனங்களைத் தீ வைத்துக் கொளுத்துங்கள். சொத்துகளை நாசம் செய்யுங்கள். கப்பல்களை மூழ்கடியுங்கள். நிலம், நீர், ஆகாயம் என மூன்று தளங்களிலும் கிருத்துவர்களைக் கொன்று வீசுங்கள்" என்று முழங்கினார்.

இதன்பிறகுதான் அமெரிக்க அதிபர் க்ளிண்டன் முழுவதுமாக விழித்துக்கொண்டார். இதற்குமேல் ஒசாமாவை விட்டுவைத்தால் ஆபத்து என்று நினைத்தார். ஆகவே, பின்லேடனைக் கொல்லுதல் என்று தனியே ஒரு 'ப்ராஜெக்ட்' தயார் செய்யச்சொல்லி உளவுத்துறைக்கு உத்தரவிட்டார்.

1998 ஆகஸ்ட் 20ம் தேதி ஆப்கனில் இருந்த அல்கொய்தா முகாம்களின்மீது முதல்முதலாக அமெரிக்கப் போர் விமானங்கள் குண்டு வீசின. பின் லேடனின் தூதரகத் தாக்குதல்கள், எண்ணெய்க் குழாய் விஷயத்தில் ஆப்கன் அரசு அடித்த பல்டி, அல்கொய்தா பிற தீவிரவாத அமைப்புகளுடன் இணைந்து யுத்த அறிவிப்பு செய்தது என அடக்கிவைத்த அத்தனை காரணங்களும் அன்றைக்கு வெடித்துவிட்டன. ஒருபுறம் ஆப்கனில் அல்கொய்தா

முகாம்களைத் தேடி குண்டு வீசத் தொடங்கியபோதே மறுபுறம் சூடானில் இருந்த அந்த கெமிக்கல் ஆலையையும் குறிவைத்து குண்டுகள் வீசப்பட்டன.

அமெரிக்காவின் அந்தத் தாக்குதல் நடவடிக்கைகள் பிரமாதமான சேதங்களை பின்லேடனுக்கு ஏற்படுத்தவில்லை. மாறாக, அமெரிக்க அதிபர் க்ளிண்டன் மீதுதான் நூற்றுக்கணக்கான விமரிசனங்கள் உண்டாக வழி வகுத்தன. தமது சொந்தப் பிரச்னையால் ஏற்பட்டிருந்த அவமானத்தை மறைக்கத்தான் அவர் இப்படி மூன்றாம் உலக நாடுகளின்மீது தாக்குதல் நடத்துகிறார் என்று பேச ஆரம்பித்தார்கள். க்ளிண்டனுக்கு அவமானத்தால் வெறி பிடித்துவிட்டது என்று பேசினார்கள். அவரது ராணுவ நடவடிக்கைகளைப் பார்த்துக்கொண்டு சும்மா இருக்க முடியாது என்று பல இஸ்லாமிய தேசங்கள் எச்சரிக்கை செய்தன.

ஆகவே அப்போதைக்கு அவர் தமது ராணுவ நடவடிக்கைகளை நிறுத்திக்கொள்ள வேண்டியதானது. ஆனால் ஆப்கனிலும் சூடானிலும் முனைந்து பல மாதகாலம் தேடித்துருவி ஆராய்ந்த அமெரிக்க உளவுப் படையான சிஐஏ இறுதியில் தனது அறிக்கையை அதிபரிடம் அளித்தது.

''பின்லேடன் என்கிற நபரைக் கொன்றால் ஒழிய அவர் மூலமாக நமக்கு ஏற்படக்கூடிய அழிவுகளைத் தடுத்து நிறுத்த முடியாது. ராணுவ நடவடிக்கை மேற்கொள்ளுவதில் சிரமம் என்றால் வேறு ஏதாவது உபாயம் மேற்கொண்டே ஆகவேண்டியதுதான்'' என்று அடித்துச் சொன்னது அந்த அறிக்கை.

அந்த அறிக்கையைத் தீர ஆலோசித்துவிட்டு இறுதியில் க்ளிண்டன் ஒரு முடிவுக்கு வந்து பேனாவை எடுத்தார். பின்லேடனைக் கொல்லுவதற்கு சிஐஏவுக்கு முழு அதிகாரம் அளிக்கும் உத்தரவைத் தன் கைப்படவே எழுதி, கையெழுத்திட்டார்.

ராணுவம் உள்ளிட்ட அனைத்துத் துறைகளையும் சிஐஏ இது விஷயத்தில் தேவைப்படும்போது, தேவைப்படும் விதத்தில் பயன்படுத்திக்கொள்ளலாம் என்றும் அந்த உத்தரவில் குறிப்பிடப்பட்டிருந்தது. ஒரு வரியில் சொல்லுவதென்றால், க்ளிண்டன் தமது உளவுத்துறைக்கு அன்று முதல்முறையாக வானளாவிய அதிகாரம் அளித்திருந்தார்.

28. அதிகாரம், ஆகாயமளவு

ஓசாமா பின் லேடனைக் கொல்லுவதற்கு, சி.ஐ.ஏ.வுக்கு முழு அதிகாரம் அளித்தார் அமெரிக்க அதிபர் பில் க்ளிண்டன். என்ன வேண்டுமானாலும் செய்யலாம். எப்படி வேண்டுமானாலும் கொல்லலாம். பிடித்துக்கொடுப்பவருக்குப் பரிசு அளிக்கலாம். தாமே பிடித்தாலும் வெகுமதிகள் உண்டு. முழு லைசென்ஸ்!

ஆனால் இது எப்படி இருந்தது என்றால், மொப்பெட் ஓட்டத் தெரியாதவனுக்கு லாரி ஓட்டுவதற்கு லைசென்ஸ் வழங்கியமாதிரி இருந்தது!

சி.ஐ.ஏ., மிகப்பெரிய அமைப்புதான். புத்திசாலிகளை மட்டுமே தேர்ந்தெடுத்துப் பணியாற்றவைத்திருந்தார்கள்தான். கோடிக்கணக்கான டாலர்கள் அதற்காகவே வருஷம்தோறும் ஒதுக்கிக்கொண்டிருந்தது அமெரிக்க அரசு. அந்த அமைப்பினர் கேட்டவுடனேஅல்ல; நினைத்தவுடனேயே எதுவேண்டுமானாலும் கிடைத்துவிடும். அப்படியொரு சலுகை உண்டு அதற்கு. மேலும் போலீஸ், ராணுவம் என்கிற இரு அமைப்புகளும் சிஐஏவுக்கு ஆதரவாகச் செயல்படவேண்டும் என்றொரு எழுதப்படாத உத்தரவும் அப்போது அமெரிக்காவில் இருந்தது. சி.ஐ.ஏவைவிடப் பலமடங்கு சிறப்புகள் வாய்ந்த இன்னொரு உளவு அமைப்பான எஃப்.பி.ஐக்குக் கூட இத்தனை சலுகை இல்லை அப்போது.

எத்தனையோ பல விஷயங்களில் சிஐஏ குறிப்பிடத் தகுந்த சாதனைகள் புரிந்திருந்ததற்கான பரிசுகள் அவை.

ஆனால் ஓசாமா பின்லேடன் விஷயத்தில் மட்டும் தமது புலனாய்வில் ஓரடி கூட அவர்களால் அப்போது முன்னேற முடியவில்லை என்பது தான் உண்மை. ஓசாமா முதல் முதலில் சவுதி அரேபியாவிலிருந்து புறப்பட்டு பாகிஸ்தானுக்கு ரகசியப்பயணம் மேற்கொண்ட தினத்திலிருந்துதான் அவர்களும் அவரைப் பிந்தொடர்ந்துகொண்டிருந்தார்கள். ஆனால் பத்து வருடங்களில் உருப்படியாக ஒரு தகவலைக்கூட அவர்களால் ஓசாமா குறித்துச் சேகரிக்க முடியவில்லை. அவரது அடுத்த 'மூவ்'

இன்னதுதான் என்று அறுதியிட்டுச் சொல்ல முடிந்ததேயில்லை. ஒசாமாவின் படைபலம், ஒவ்வொரு நாட்டிலும் அவருக்கு இருந்த ஆதரவாளர்களின் எண்ணிக்கை, நிதியுதவி வருகிற பாதைகள், ஆயுதங்கள் போகிற பாதைகள், ஹைடெக் எலக்ட்ரானிக் உபகரணங்கள் கிடைக்கிற வழிகள், சாட்டிலைட் தொலைத் தொடர்பு வசதிகள், புதிய திட்டங்கள் என்று எதுவுமே - எதுவுமே சிஐஏவுக்குத் தெரியாமலேயே இருந்தது அதுவரை.

ஐந்து வருஷங்களுக்கு முந்தைய சிஐஏவின் - ஒசாமாவின் மீதான கணிப்புகளும் அதே காலகட்டத்தில் ஒசாமா சம்பந்தப்பட்ட உண்மை நிலவரங்களும் அதிர்ஷ்டவசமாக இன்று அப்படி அப்படியே இணையத்தில் கிடைக்கின்றன. இரண்டையும் ஒப்பிட்டு நோக்கினால் சிரிப்புத்தான் பொத்துக்கொண்டு வரும்! இதற்கான காரணமும் வெட்டவெளிச்சமானது. கொஞ்சம் பரிதாபகரமானதும் கூட.

தொண்ணூறுகளின் இறுதியிலேயே தகவல் தொழில்நுட்ப விஷயங்களில் தன்னிறைவுக்கு மேலான தரத்தை எட்டிப்பிடித்திருந்தது அமெரிக்கா. ஒசாமா என்றில்லை. கடவுளே கூட எங்கே இருக்கிறார் என்று உட்கார்ந்த இடத்திலிருந்து கண்டுபிடித்துவிட முடியும் என்பது அவர்களின் அசைக்க முடியாத நம்பிக்கை. காரணம், செயற்கைக்கோள்கள் விஷயத்தில் அமெரிக்கா அடைந்திருந்த பிரமிக்கத் தகுந்த வளர்ச்சி.

செயற்கைக்கோள்கள் மட்டுமல்ல. எதிரிகளின் தொழில்நுட்ப நெட் ஒர்க்கை உடைத்து உள்ளே போய்ப் பார்க்கிற டெக்னாலஜியில் அமெரிக்கர்கள் அப்போது சூரர்களாக இருந்தார்கள். ரேடியோ, தொலைபேசி, மின்னஞ்சல், இணையத்தளங்கள் என எந்த அலைவரிசையில் யார் இயங்கிக்கொண்டிருந்தாலும் எவ்வித சிரமமும் இல்லாமல் வழியில் குறுக்கே புகுந்து செய்தியை அவர்களால் சுலபமாக ஊடுருவ முடிந்தது.

பொதுவாக தீவிரவாத இயக்கங்கள் தமக்குள் கருத்துப் பரிமாற்றம் செய்துகொள்ள இணையத்தில் ரகசிய இடம் ஏற்படுத்தி, கடும் பாதுகாப்பு வளையங்களுக்குப் பின்னால் இருந்துகொண்டு பேசுவார்கள். ஒரு சாதாரண ஈமெயில் அனுப்பவே யூசர்நேம் , பாஸ்வேர்டு வேண்டும். இணையம் எத்தனைக்கெத்தனை

சுதந்தரமான தளமோ, அத்தனைக்கத்தனை அணுகமுடியாத தளமாகவும் கூட அதனைப் பயன்படுத்த முடியும். அப்படிப்பட்ட பாதுகாப்பு வளையங்களைக் கூட உடைத்து உள்ளே போய் தகவல் பெறத்தக்க வகையில் வளர்ச்சியுற்றிருந்தது அமெரிக்க தொழில்நுட்பத்துறை. என்கிரிப்ட் செய்யப்பட்ட தகவல்களை உடைத்துப் பெறும் தொழில்நுட்பத்தில் ராட்சஸ வளர்ச்சி கண்டிருந்தார்கள்.

இந்த பலம்தான் அமெரிக்காவின் மிகப்பெரிய பலவீனமும் கூட. குறிப்பாக ஒசாமா விஷயத்தில்!

ஒசாமா பின்லேடனைப் பற்றிய விஷயங்களை அறியவும் அவரது நடவடிக்கைகளைக் கண்காணிக்கவும் சிஐஏ மேற்சொன்ன தொழில்நுட்பங்களை அதன் முழு அளவில் அன்றைக்குப் பயன்படுத்திக்கொண்டிருந்தது. அதன்மூலம் கிடைக்கிற தகவல்களைத் தான் வேதமாகவும் நினைத்து, அதனடிப்படையிலேயே ரிப்போர்ட்டுகளும் அனுப்பிக்கொண்டிருந்தது, அரசுக்கு.

அவர்கள் செய்யத்தவறியது ஒன்றே ஒன்று! ஒசாமா சம்பந்தப்பட்ட விஷயங்களைத் தர, உரிய ஒற்றர்களை ஏற்பாடு செய்யாமல் விட்டது! தொழில்நுட்பத்தைவிட இதுவிஷயத்தில் சில மனிதர்கள்தான் நம்பகமான தகவல்களைத் தரமுடியும் என்று அவர்களுக்குத் தோன்றவேயில்லை. அதுதான் ஒசாமாவுக்கு மிகப்பெரிய பலமாகிவிட்டது!

ஒசாமா பின்லேடன் ஒரு பெரிய டெக்னீஷியன் இல்லை. ஆனால் மிகத் தேர்ந்த பல தொழில்நுட்ப வல்லுநர்களை அவர் தமக்கு ஆலோசகர்களாக வைத்திருந்தார். அமெரிக்க அரசு, டெக்னாலஜியைப் பயன்படுத்தித்தான் தமது திட்டங்களை அறிந்துகொள்ள முயற்சி செய்கிறது என்பது தெரிந்தவுடனேயே, தமது தகவல் தொடர்பு விஷயங்களை ஆப்கன் மலைப்பகுதிகளில் ஆடு, மாடு, கழுதை மேய்க்கும் பையன்களைக் கொண்டே அவர் செய்ய ஆரம்பித்தார். தமது சாட்டிலைட் தொலைபேசியையும் இணைய உரையாடல்களையும் சும்மா நலன் விசாரிக்கும் காரியங்களுக்காக மட்டுமே பயன்படுத்த ஆரம்பித்தார். இந்த விஷயம் வெகுநாட்களுக்கு அமெரிக்காவுக்குத் தெரியாமலேயே

இருந்தது. சமீபத்தில் ஆப்கன் மீது போர் தொடுக்கிறவரையிலும் கூட ஒசாமாவின் சாடிலைட் தொலைபேசி உரையாடல்கள் பற்றி கச்சாமுச்சாவென்று என்னென்னவோ தகவல்கள் வந்துகொண்டே இருந்தது.

உண்மையில் ஒசாமா, தமது சாடிலைட் தொலைபேசியையெல்லாம் உறைபோட்டு மூடிவைத்து ஆறு வருடங்கள் ஆகிவிட்டன. என்கிரிப்டட் ஈமெயில்கள் அனுப்புவதை அவர் நிறுத்தி ஐந்து வருடங்கள் ஆகிவிட்டதாகச் சொல்லுகிறார்கள். அல்கொய்தாவைச் சேர்ந்த யாரும் ஈமெயில் மூலம் தகவல் அனுப்புவதை முற்றிலுமாக நிறுத்தியே கூடப் பல ஆண்டுகள் ஆகிவிட்டன என்கிறது, அந்த நெட் ஒர்க்கின் இயல்பு அறிந்த வட்டாரம்.

இவையெல்லாம் ஒரு புறம் இருக்க, கென்யாவிலும் தான்ஸானியாவிலும் அமெரிக்கதூதரகங்களில் குண்டுவைத்தபிறகு ஒசாமாவுக்கு உடல்நலன் கொஞ்சம் சீர்கெடத் தொடங்கியிருந்தது. அதாவது, அவரைக் கொல்லுவதற்கு சிஐஏவுக்கு முழு அதிகாரம் கிடைத்த தினத்துக்கு மிகச் சில நாட்களில் கண்டறியப்பட்ட உண்மை இது.

திடீர் திடீரென்று அடி வயிற்றில் சுரீரென்று ஏற்பட்ட வலியால் அவர் மிகவும் அவதிப்பட்டுக்கொண்டிருந்தார். சிறுநீரகத்திலும் ஏதோ கோளாறு இருக்கவேண்டும் என்று அவருக்குத் தோன்றியது. ஒசாமாவின் வலது கரமான அல் ஜவஹரி, எகிப்திலிருந்து சில தேர்ந்த டாக்டர்களை ஆப்கன் வரவழைத்து, ஒரு கம்ப்ளீட் மாஸ்டர் செக் அப்புக்கு ஏற்பாடு செய்தார்.

பரிசோதனையின் முடிவில் ஒசாமாவுக்கு மிகத்தீவிரமான சில உபாதைகள் இருப்பது கண்டறியப்பட்டது. அவையாவன:

1. சிறுநீரகக் கோளாறு. ஒரு சிறுநீரகம் முக்கால் வாசி பழுதடைந்திருந்தது.

2. வயிற்றில் கற்கள் மற்றும் கட்டி.

3. குறைந்த ரத்த அழுத்த நோய்.

4. தண்டுவடத்தில் டிஸ்க் கொலாப்ஸ் ஆகியிருந்த காரணத்தால் ஏற்பட்ட தீவிரமான முதுகுவலி.

இதில் வயிற்றில் இருந்த கட்டி மட்டுமே சுலபத்தில் குணப்படுத்தக்கூடிய விஷயம் என்று எகிப்து டாக்டர்கள் சொன்னார்கள். தண்டுவட பிரச்னைக்கு ஒரு ஆபரேஷன் அவசியம். சிறுநீரகக் கோளாறுக்கு டயாலிசிஸ் முக்கியம். லோ ப்ளட் பிரஷர் என்பது சாதாரணமாக எல்லாருக்கும் வருவது. அதனைச் சில மாத்திரைகளின்மூலம் குணப்படுத்திவிடலாம். ஆனால் பரிபூரண ஓய்வு மிகவும் அவசியம்.

ஓய்வா? ஒசாமா சிரித்தார். "நான் ஓரிரு வருடங்களுக்குள் அமெரிக்காவை முற்றிலுமாக அழித்துவிட உத்தேசித்திருக்கிறேன். அதற்குள் நான் தேறி எழுந்தாகவேண்டும். அதற்கு என்ன செய்யலாம் என்று சொல்லுங்கள்" என்று சொன்னார்.

முதலில் டயாலிஸிஸ் செய்துகொள்ளவேண்டும் என்று டாக்டர்கள் சொன்னார்கள். ஒசாமா என்ன ஆசுபத்திரிக்குப் போய் அட்மிட் ஆகியா டிரீட்மெண்ட் எடுத்துக்கொள்ள முடியும்? மேலும் அன்றைக்கு ஆப்கனிஸ்தானில் இருந்த எந்த மருத்துவமனையிலும் ரத்த சுத்திகரிப்புக் கருவி கிடையாது. போவதென்றாலும் ஏதாவது வெளிநாட்டுக்குத்தான் போகவேண்டும். இதெல்லாம் நடக்கிற கதையில்லை அல்லவா?

ஆகவே, ஒசாமா ஓர் உத்தரவிட்டார். அமெரிக்காவிலிருந்து இரண்டு டயாலிசிஸ் கருவிகள் வாங்குவது! ஒன்று அவரது சொந்த உபயோகத்துக்கு. இன்னொன்று ஆப்கனிலுள்ள முக்கியமானதொரு மருத்துவமனைக்கு - நன்கொடையாக!

இது தொடர்பாக அவர் அமெரிக்காவிலுள்ள தமது இயக்கத்தைச் சேர்ந்த யாருடனும் தொலைபேசியில் பேசவில்லை. ஏர்மெயிலில் கடுதாசி அனுப்பவில்லை. ஈமெயில் ஏதும் அனுப்பவில்லை. மெசஞ்சரில் பேசவில்லை. இணையத்தைச் சுத்தமாகவே பயன்படுத்தவில்லை. ஆப்கனிலிருந்து யாரையாவது அமெரிக்காவுக்கு அனுப்பினாரா, அக்கம்பக்கத்து தேசத்திலிருந்து யாரையாவது அனுப்பினாரா என்றால் அதுவுமில்லை.

ஆனாலும் சரியாக 34 தினங்களில் ஒசாமா இருந்த மலைக்குகைக்கு இரண்டு டயாலிசிஸ் கருவிகள் வந்து சேர்ந்தன! அமெரிக்காவிலிருந்துதான் அவை வந்தன. எப்படி இது சாத்தியம்?

அவரைஇரவுபகலாகக்கண்காணிப்பதாகச்சொல்லிக்கொண்டிருந்த சிஐஏவின் கண்ணைக் கட்டிவிட்டு எப்படி அவரால் இது முடிந்தது? அதுதான் ஒசாமாவின் பலம். அதுதான் அவரது பிரத்தியேகத் தொழில்நுட்பம்! “ஒசாமா டெக்னாலஜியை முழுவதுமாகப் பயன்படுத்தக் கூடியவர்தான். ஆனால் அவர் டெக்னாலஜியைவிட மனிதர்களை மேலதிகம் நம்புகிறவர். மனிதர்களைக் காட்டிலும் கடவுளை நம்புகிறவர். இது சிஐஏவுக்குப் புரியாது” என்று வெகுநாட்கள் கழித்து இதுபற்றிச் சொன்னார் அல் ஜவஹரி.

‘ரிலே’ ஓட்டம் மாதிரி ஒருவர் மாற்றி ஒருவராகவே கிராமம் கிராமமாக, நகரம் நகரமாக, நாடு நாடாகத் தகவலை நகர்த்தி, உரிய இடத்தில் தேவை குறித்த செய்தியைக் கொண்டு சேர்த்து, ரகசியப் பாதையில் வேண்டியதை விரும்பிய இடத்துக்குக் கொண்டுவந்து சேர்க்கும் ஒரு தனி கூரியர் சர்வீஸை ஒசாமா நடத்திக்கொண்டிருந்த விஷயம் அப்போதுதான் வெளியே தெரிந்தது!

தலையில் அடித்துக்கொண்டு உட்கார்ந்து மூக்கு சிந்தியது சிஐஏ. இதில் மிகப்பெரியதொரு ‘க்ளைமாக்ஸ் காமெடி’ ஒன்றும் இருக்கிறது.

ஆப்கனில், தாலிபன்களுக்கு எதிரான வடக்குக் கூட்டணிப்படை அரசு ஒன்று இருந்ததல்லவா அப்போது? அந்த நிர்வாகத்திடம் ஒரு நல்ல புலனாய்வுத் துறை உண்டு. மேற்கத்திய பாதிப்பு ஏதுமில்லாமல் மண்ணின் மணத்தோடே புலனாய்வு பயின்று தேர்ந்தவர்கள் அவர்கள். அவர்களை வளைத்து, ஒசாமாவைப் பற்றிய தகவல்களைக் கறக்கப் பார்த்தது சிஐஏ.

ஒசாமா உடல்நலம் பாதிக்கப்பட்டிருப்பதையும் டயாலிசிஸ் கருவிகள் இறக்குமதி செய்யப்பட்டிருப்பதையும் கரெக்டாக மோப்பம் பிடித்துச் சொன்ன அந்தப் புலனாய்வுத்துறை அதிகாரிகள், இன்னொன்றையும் சொன்னார்கள்.

“நீங்கள் அதிகம் சிரமப்படவே வேண்டாம். வெறும் டயாலிசிஸ் கருவி வந்துவிட்டதாலேயே ஒசாமா பிழைத்துவிட முடியாது. இப்போது அவர் இருக்கிற நிலைமையில், இன்னும் நாலைந்து மாதங்கள் கூட உயிர் தரிக்க வாய்ப்பில்லை. இரண்டு சிறுநீரகங்களும் முற்றிலுமாகச் செயல்படாமல் போய்விட்டது. கொஞ்சநாள் பொறுத்திருங்கள். ஒசாமா இறந்துவிட்டார் என்று

தானாகவே வரப்போகிற செய்தியுடன் ஊர் போய்ச் சேருங்கள்'' என்று சொன்னார்கள்.

மிகவும் நம்பத்தகுந்த செய்திதான் இது என்று இன்னும்பல தரப்பில் விசாரித்து ஊர்ஜிதப்படுத்திக்கொண்டது சிஐஏ. ஆகவே மேற்கொண்டிருந்த கொஞ்சநஞ்ச முயற்சிகளையும் தூக்கிக் கிடப்பில் போட்டுவிட்டு ஜாலியாக இருந்தார்கள்.

அவர்களுக்கு ஒசாமா யார் என்று தெரியாதது மட்டுமல்ல. அவரது வலதுகரமான அல் ஜவஹரி யார் என்பதும் அப்போது தெரியவில்லை. இரண்டு மாத காலத்தில் அந்த நபர் ஒரு குட்டிச் சாத்தான் வேலையே செய்தார்!

மரணத்தின் வாசல்படியைத் தொட்டுவிட்டிருந்த பின்லேடனை இழுத்துப் பிடித்து மீட்டுக் கொண்டுவந்த ஜவஹரியின் வேலையை ஒரு சில வார்த்தைகளில் விவரித்துவிட முடியாது.

உண்மையில் அந்த 'மறுபிறவி'க்குப் பிறகுதான் செப்டம்பர் *11* தாக்குதலுக்கான திட்டங்களை முழு வேகத்தில் தீட்டி, எல்லா ஏற்பாடுகளையும் பக்காவாகச் செய்து முடித்து, ஒரு 'டிரையலும்' பார்த்தார் ஒசாமா.

அந்தப் 'பரிசோதனை' முயற்சியில் ஒரு தலை விழுந்தது. அமெரிக்காவுக்கு மிகவும் வேண்டப்பட்ட தலை அது. அப்போதேகூட சிஐஏ விழித்துக்கொண்டு என்னவாவது செய்திருக்கலாம். அழகாகக் கோட்டை விட்டார்கள்.

29. ஏமன் மாப்பிள்ளை

ஒரு வயிற்றுவலி. ஒரு முதுகுவலி. ஒரு சிறுநீரகக் கோளாறு. கொஞ்சம் குறைந்த ரத்த அழுத்தம். இத்தனைக்கும் பிறகு என்னவாவது வேண்டியிருக்குமா ஒரு மனுஷனுக்கு?

ஒசாமா பின்லேடனுக்கே முதலில் கொஞ்சம் அவநம்பிக்கையாகத் தான் இருந்தது. ஒருவேளை தனக்கு ஏதாவது நேர்ந்தால் இயக்கத்தைக் கட்டிக்காத்து, வழிநடத்திச் செல்லுவது பற்றி, படுக்கையில் இருந்தபடிக்கே ஜவஹரியுடன் நிறைய விவாதித்திருப்பதாகவும் தெரிகிறது. ஆனால், பாரம்பரிய எகிப்து நாட்டு மருத்துவத்திலும் நவீன ஆங்கில மருத்துவத்திலும் ஒருங்கே தேர்ச்சிபெற்ற அரை டாக்டரான (அதாவது படித்தார்; பட்டம் பெறவில்லை) ஜவஹரி, தனது நேரடி மேற்பார்வையில் உலகின் தலைசிறந்த மருத்துவர்களுள் சிலரை ரகசியமாக ஆப்கனுக்கு வரவழைத்து ஒசாமாவுக்கு சிகிச்சை அளிக்க ஆரம்பித்தார். ஒரு குறிப்பிட்ட காலகட்டத்தில் எந்தவிதமான வெளியுலகத் தகவல்களும் அவர் காதுகளுக்குச் செல்லாவண்ணம் ஃபில்டர் செய்து, உடல்நலன் தேறி எழுந்திருப்பது பற்றிய சிந்தனையை மட்டுமே கொள்ளுமாறு செய்து, சைகலாஜிகலாகவும் ஒசாமாவைத் தூண்டிக்கொண்டே இருந்தார்.

சுமார் ஆறு மாத காலம் என்று சிலரும் மூன்றரையிலிருந்து நான்கு மாதகாலம் என்று சிலரும் சொல்லுகிறார்கள். துல்லியமான தகவல் கிடைக்கவில்லை. ஆனால் ஒசாமா பிழைத்து எழுந்துவிட்டார். தொடர்ந்து போதிய இடைவெளியில் டயாலிஸிஸ் மட்டும் செய்துகொண்டே இருக்கவேண்டும் என்று டாக்டர்கள் சொல்லிவிட்டு ஃபீஸ் வாங்கிக்கொண்டு கிளம்பிப் போனார்கள். வயிற்றிலிருந்த கற்கள் முற்றிலுமாகக் கரைக்கப்பட்டுவிட்டன. முதுத்தண்டு வலியும் தீர்ந்துபோயிருந்தது. இனி ஏதாவது பிரச்னை என்றால் அது சிறுநீரகத்தில் மட்டும்தான் வரும்; அப்படியே வருவதென்றாலும் ஒழுங்காக டயாலிஸிஸ் பண்ணிக்கொண்டிருக்கிற வரை வாய்ப்பே இல்லை என்று தெரிந்தது. வேளைக்கு ஒழுங்காகச் சாப்பிட்டு, ஒழுங்காகத் தூங்கி, சமூகக் கவலைகள் படுவதைக் கொஞ்சம் குறைத்துக்கொண்டாலே குறைந்த ரத்த அழுத்தத்திலிருந்து நிவாரணம் பெற்றுவிடமுடியுமே.

ஆகவே ஒசாமாவுக்கு இனி ஒன்றுமில்லை; பொறுப்புகளை நாம் முன்வந்து ஏற்று, கவனித்துக்கொண்டு அவரைக் கொஞ்சம் அமைதிகாக்க விட்டாலே போதும் என்று அல் ஜவஹரி தீர்மானித்தார். உட்கார்ந்து சில ரவுண்டுகள் பேச்சுவார்த்தை நடத்தி, கொஞ்சநாள் பொதுவாழ்க்கையிலிருந்து ஒதுங்கி இருக்க ஒசாமாவைச் சம்மதிக்கவும் வைத்தார்.

ஒரு அறிவிக்கப்படாத யுத்த நிறுத்தத்தை அப்போது ஒசாமா மேற்கொண்டார் என்று சொல்லலாம். ஆனாலும் அவர் சும்மா இல்லை. புத்துணர்ச்சியுடன் மீண்டும் பெரிய அளவில் தொடங்கவிருக்கும் யுத்தத்துக்கான முக்கியமான காய்களை அந்த ஓய்வுக்காலத்தில்தான் நகர்த்தவும் செய்தார்! அவற்றுள் மிக முக்கியமானது, ஒரு திருமணம்.

புதிய நூற்றாண்டு பிறந்த சமயம் உலகமே அதைக் கொண்டாடித் தீர்த்த தருணம் நினைவிருக்கிறதா? ஒசாமா அப்போது தம் பரிவாரங்களுடன் காந்தஹார் நகரில் மையம் கொண்டிருந்தார். அதுவரை காந்தஹாரை அடுத்த மலைப்பகுதிகளில் எப்போதும் தங்கும் மலைக்குகைகளில் வசித்துவந்தவர், 2000 ஆண்டு ஜனவரி பிறந்தபோது நகருக்குள் நுழைந்து ஒரு பெரிய பங்களாவில் வசிக்கத் தொடங்கினார். வசிப்பது என்றால் தாம் மட்டுமல்ல. மூன்று மனைவிகள், (துல்லியமாக எண்ணிக்கை தெரியாத) குழந்தைகளுடன். ஒசாமாவின் மூத்த மகனுக்கு அப்போது பதினாறோ, பதினேழோ வயது நிறைவடைந்திருந்தது. வீட்டில் அவனுக்கு ஒரு கல்யாணத்தைச் செய்துவைத்துவிடலாம் என்று திருமதிகள் பேச ஆரம்பித்தார்கள்.

ஒருபுறம், மகனுக்கு வரன் பார்க்க, சவுதியிலிருந்து தன் தாயை ஆப்கன் வரச்சொல்லி ஏற்பாடு செய்துவிட்டு, இன்னொரு புறம் ஒசாமா தனக்கும் நாலாவதாக ஒரு வரன் தேடத் தொடங்கினார். (ஒரு இடைச்செருகல்: பின்லேடனுக்கும் அவரது குடும்பத்தினருக்கும் பல ஆண்டுகாலமாகத் தொடர்பு ஏதுமில்லை; அவரது தாய், சகோதர சகோதரிகளை அவர் சந்தித்தே பன்னிரண்டு வருடங்கள் ஆகின்றன என்று அமெரிக்கப் புலனாய்வுத்துறை தொடர்ந்து சொல்லிக்கொண்டிருந்தது. ஆனால் உண்மையில் அவர் சூடானில் இருந்தபோதே ஒசாமாவின் தாயார் ஒருமுறை சூடான் சென்று கொஞ்சநாள் மகனுடன் தங்கிவந்திருக்கிறார்.

மீண்டும் அவர் ஆப்கனில் தன் மகனுக்குத் திருமண ஏற்பாடுகள் செய்ய ஆரம்பித்தபோதும் ஆப்கன் வந்து சிலமாத காலம் உடன் தங்கியிருக்கிறார். இவை ஆதாரபூர்வமான தகவல்கள். அமெரிக்க உளவுத்துறை இந்த இரு சந்திப்புகளையும் கவனிக்கத் தவறிவிட்டதை மறைக்கத்தான் அவர்கள் சந்தித்ததேயில்லை என்று தொடர்ந்து சொல்லிக்கொண்டிருந்தது.)

தமது நான்காவது திருமணத்தை ஒசாமா நிச்சயித்தது, பல்வேறு அரசியல் காரணங்களுக்காக. அவரது ஒரே நோக்கம் அமெரிக்காவை வேறோரு அழித்து நிர்மூலமாக்குவது. அடுத்த ஓரிரு வருடங்களில் அந்தக் காரியத்தைச் செய்து முடித்துவிட உத்தேசித்திருந்தவர், அதற்காகத்தான் பல்வேறு நாடுகளில் தனது ஆதரவாளர்களைப் பெருக்கும் நடவடிக்கையில் மிகத்தீவிரமாக இருந்தார். அமெரிக்காவால் பாதிக்கப்பட்டவர்கள், அல்லது அமெரிக்காவை வெறுப்பவர்கள், அல்லது அமெரிக்கா எக்கேடு கெட்டாலும் தனக்கு அதனால் ஒன்றுமில்லை என்று நினைக்கக்கூடியவர்கள் அத்தனைபேரையும் தமது படையுடன் இணைத்துக்கொண்டுவிடவேண்டும் என்பதே ஒசாமாவின் திட்டம்.

அந்தத் திட்டத்தின் ஒரு பகுதியாகத்தான் ஏமன் நாட்டில் இருந்த ஒரு மிகப்பழங்காலத்து ஆதிவாசி வம்சத்திலிருந்து ஒரு பெண்ணைத் தேர்ந்தெடுத்துத் தமது நான்காவது மனைவியாக ஆக்கிக்கொள்ள முடிவு செய்தார்.

தெற்கு ஏமனில் இருந்த ‘ஏதன் அப்யான் இஸ்லாமியப் படை’ *(Islamic Army of Aden Abyan)* என்கிற தனியார் ராணுவத்துடன் ஏற்கெனவே ஒசாமாவுக்கு நெருங்கிய உறவு உண்டு. ஒசாமாவின் பல தாக்குதல் நடவடிக்கைகளுக்கு ஆள் உதவியும் பொருளுதவியும் மிக முக்கியமாக, தகவல் தொடர்பு உதவியும் செய்த தீவிரவாத அமைப்பு இது. ஆனால் அதே ஏடனின் வடக்குப் பகுதியில் இந்த ஏடன் அப்யானுக்கு நிகரான இன்னொரு தீவிரவாத அமைப்பு ஒன்று இருந்தது. அதன் பெயர் அல் - இஸ்லா. *(Al-Islah)* இது வெறும் தீவிரவாத அமைப்பு மட்டுமில்லை. அரசியல் அமைப்பும் கூட. ஷேக் அப்துல்லா அல் அஹ்மர் என்கிற இதன் தலைவருக்கு, ஒசாமா தன்னை விட்டுவிட்டு ஏதன் அப்யானுடன் நெருங்கிய உறவு வைத்துக்கொண்டாரே என்று ரொம்ப நாளாகவே வருத்தம்.

மேலும் ஒசாமா பின்லேடனின் அல் கொய்தாவுடன் தொடர்பு உருவாக்கிக்கொள்ளுவதன் மூலம் ஏடனுக்குள்ளே ஏதன் அப்யான் அமைப்புடனும் கூட தான் நல்லுறவு பேணி, ஒருங்கிணைந்து செயல்பட முடியுமே என்று நினைத்திருந்தார்.

இதனை பலகாலமாக கவனித்துவந்த ஒசாமா, அமெரிக்கா மீதான தனது தாக்குதல் திட்டங்களுக்கு ஏடனிலிருந்து ஏகப்பட்ட உதவிகள் கிடைக்கக்கூடிய சாத்தியங்களை உத்தேசித்து, அல் இஸ்லா கட்சியை மகிழ்விக்கும்படியான ஒரு காரியம் செய்ய முடிவு செய்தார். அதன் அடிப்படையில்தான் வடக்கு ஏமனில் இருந்த ஆதிவாசி இனத்திலிருந்து ஒரு பெண்ணைத்தேர்ந்தெடுக்கச் சொல்லி, அந்த இனத்தின் தலைவரைக் கேட்டுக்கொண்டார்.

ஏடன் ஆதிவாசி இனத்தவருக்கு எப்போதுமே ஒரு வழக்கம் உண்டு. திருமண உறவு ஒன்றின்மூலம் தான் அவர்கள் யாராயிருந்தாலும் உதவ முன்வருவார்கள். முன்னேற்றம் காணாத தம் இனத்தை, பல்வேறு பெரிய மனிதர்களுடனான திருமண உறவுகள் மூலம் முன்னேற்றுவது என்பது அவர்களின் செயல்திட்டம். அதனடிப்படையில் ஒசாமா பின்லேடன் தம் இனத்திலிருந்து பெண் எடுக்கிறார் என்பது தெரிந்ததும் அவர்கள் புளகாங்கிதமடைந்தார்கள். அவர்கள் சற்றும் எதிர்பாராத இன்ப அதிர்ச்சி அது!

2000 ஆண்டுத் தொடக்கத்திலேயே ஒசாமாவின் இந்தத் திருமணம் ஆப்கனின் அடர்ந்த மலைக்காட்டுப் பகுதி ஒன்றில் எளிமையாக நிறைவேறியது. அன்றே ஏடனில் இருந்த மேற்சொன்ன இரு தீவிர அமைப்புகளும் ஒருங்கிணைந்து ஒசாமாவுக்கு உதவுவது என்று சபதம் மேற்கொண்டன. மேலும் ஒசாமா பெண்ணெடுத்த ஆதிவாசி கிராமத்தைச் சேர்ந்த சுமார் அறுநூறு ஆண்களும் அல் கொய்தாவுக்குத் தம்மாலான அத்தனை உதவி, ஒத்தாசைகளையும் எக்காலத்திலும் செய்வது என்று கடவுள் சாட்சியாக வாக்குறுதி அளித்தார்கள்.

இந்தச்சம்பவம் நடந்ததெல்லாம் ஆப்கனிஸ்தானின் ஆடுமேய்க்கிற பையன்களுக்குக் கூடத் தெரியும். கல்யாண முகூர்த்தம் எப்போது என்பதிலிருந்து தம்பதிகள் ஹனிமூனுக்கு எந்தக் காட்டுக்குப் போகிறார்கள் என்பதுவரை தெரியாதவர்களே அங்கே கிடையாது. ஆனால், இதுபற்றிய குறைந்த பட்சத் தகவல்களைக் கூட சம்பவம்

நடந்தபோது சிஐஏவால் பெற முடியவில்லை. மாறாக, அமெரிக்கா மீதான தமது தாக்குதல் திட்டங்களின் ஒரு பகுதியாக ஒசாமா பின்லேடன் சூடானை நிலைக்களனாகக் கொண்டு நிறைய ரசாயன ஆயுதங்களை உற்பத்தி செய்துகொண்டிருக்கிறார் என்று ஒரே ரெக்கார்டைத் திரும்பத் திரும்பப் போட்டுக்கொண்டிருந்தார்கள். சூடானில் இருந்த அந்த மருந்துத் தொழிற்சாலையை குண்டுவீசி நிர்மூலமாக்கிய பிறகும்கூட இந்தப் புலம்பலை சிஐஏ நிறுத்தவில்லை. உண்மையில் ஒசாமா அப்போது ரசாயன ஆயுதங்கள் விஷயத்தில் ஓரளவு தன்னிறைவு கண்டு, தயாரிப்பை முற்றிலுமாக நிறுத்தியிருந்தார். நரம்புகளை பாதித்து உடனடி மரணம் ஏற்படுத்தக்கூடிய விஷவாயு ஒன்றை அவர்களது சூடான் பிரிவு ஆய்வுச்சாலை வேண்டிய அளவுக்கு உற்பத்தி செய்து பக்காவாக பார்சல் பண்ணி ஆப்கனுக்கு அனுப்பிவிட்டிருந்தது. 'இப்போதைக்கு இதுபோதும், உற்பத்தியைத் தொடரவேண்டாம்' என்றே ஒசாமா அவர்களுக்கு உத்தரவிட்டதாகத் தெரிகிறது.

அவரது கவனம் முழுமையாகத் தாக்குதல் நடவடிக்கைகளின் தொடக்கம் எப்போது என்பதில்தான் இருந்தது. 2000 ஜனவரி 3ம் தேதியே ஒசாமாவின் அல்கொய்தா வீரர்கள் அமெரிக்கா மீதான தமது முழுவேகத் தாக்குதல்களை ஆரம்பித்துவிட்டார்கள். துரதிருஷ்டவசமாக அவர்களது முதல் நடவடிக்கை தோல்வியில் முடிந்தது. அமெரிக்கப் போர்க்கப்பல் ஒன்றைக் குறிவைத்து அவர்கள் அனுப்பிய தற்கொலைப் படகுப் படை, இலக்கை அடைவதற்கு முன்பாகவே வெடித்துவிட்டதில் ஒசாமா அனுப்பிய தீவிரவாதிகள் அத்தனைபேரும் இறந்துபோனார்கள். அமெரிக்கக் கப்பல், ஒரு சிறு கீறல் கூட விழாமல் தப்பித்துவிட்டது.

தன் முயற்சியில் சற்றும் சோர்வுறாத ஒசாமா, 'சரி, பார்த்துக்கொள்ளலாம்' என்று முடிவு செய்து கவனத்தைச் சட்டென்று திசைதிருப்பி, தனது 055 பட்டாலியனை வலுப்படுத்தும் முயற்சியில் முழு வேகத்தோடு இறங்கினார். அந்தப் படையை ஒசாமா, ஆப்கனில் தாலிபன்களுக்கு எதிராக அப்போது போரிட்டுக்கொண்டிருந்த வடக்குக் கூட்டணிப்படையை முறியடிப்பதற்காகவே தயாரித்துவந்தார். இந்த வடக்குக் கூட்டணிப்படை என்பது சிஐஏவின் தொண்டரடிப்பொடியார்களுள் ஒரு பகுதி. ஒசாமா தொடர்பான தகவல்களை சிஐஏவுக்குச் சொல்லுவதை முழுநேரப் பணியாகவும் ஆப்கனின் வடக்குப்

பகுதியில் போட்டி அரசு நடத்துவதைப் பகுதிநேரப் பணியாகவும் செய்து வந்தவர்கள். இந்தப் படையின் கமாண்டரான அஹமது ஷா மசூதை ஒசாமாவுக்குத் துளியும் பிடிக்காது. ஒரு இஸ்லாமியனாகப் பிறந்துவிட்டு இப்படி இந்த ஆள் அமெரிக்காவுக்கு எடுபிடியாக இருக்கிறானே என்கிற கடுப்பு பலமாக உண்டு அவருக்கு. எப்படியாவது வடக்குக் கூட்டணிப்படையை முற்றிலுமாக நிர்மூலமாக்குவது என்பது ஒரு வகையில் அமெரிக்காவுக்கு எதிராக மேற்கொள்ளும் நடவடிக்கையே என்று அவர் நம்பினார். மேலும் அது தாலிபன்களுக்கும் உதவியாக இருக்கும். அவர்களின் அன்பையும் கொஞ்சம் கூடுதலாகப் பெறமுடியும்!

இப்படியெல்லாம் கணக்குப் போட்டு தனது தரைப்படையை (055 பட்டாலியன்) வலுப்படுத்திய ஒசாமா, 2000 ஆண்டு மத்தியில் வடக்குக் கூட்டணிப் படையினருடன் முழுவேக மோதலுக்கான ஏற்பாடுகளைச் செய்து முடித்துவிட்டு, நேரடி அமெரிக்க இலக்கு ஒன்றின் மீதான தமது இரண்டாவது தாக்குதல் முயற்சியையும் ஆரம்பித்தார்.

இம்முறை குறிதப்பவில்லை!

ஏடன் துறைமுகத்தை ஒட்டிய கடற்பகுதிக்கு வந்துகொண்டிருந்த அமெரிக்கக் கப்பல் USS Cole-ஐ, அல் கொய்தா வீரர்கள் குண்டுவீசித் தாக்கினார்கள். சர்வநாசம்! கப்பலில் இருந்த 17 அமெரிக்க மாலுமிகளும் உருத்தெரியாமல் அழிந்துபோனார்கள்.

செய்தி கேள்விப்பட்ட ஒசாமாவுக்கு சந்தோஷம் மிதமிஞ்சிப் போனது. தமது முயற்சிகள் இனி எந்தத் தடையுமின்றி வெற்றியடையும் என்று உறுதியாகத் தோன்றிவிட்டது. உடனே தமது வீரர்களையும் குடும்பத்தினரையும் ஒருங்கே அழைத்து விருந்தளித்து அந்த சந்தோஷத்தைக் கொண்டாடினார். அன்றைக்கே தம் மூத்த மகனின் திருமணம் பற்றிய அறிவிப்பையும் வெளியிட்டார்.

ஒசாமாவின் இந்த சந்தோஷமும் எழுச்சியும் மற்ற அனைவரைவிடவும் அல் ஜவஹரிக்கு மிகுந்த நிம்மதியளித்தது. இனி உடல் சார்ந்த உபாதைகள் எதுவும் அவரைக் கட்டுப்படுத்தாது என்று அவருக்குத் தோன்றியது. அனைவரும் விருந்துக் கேளிக்கைகளில் மூழ்கியிருந்தபோது ஜவஹரி, ஒசாமாவை அணுகி, அடுத்தது என்ன என்று கேட்டார்.

ஒசாமா தமது திட்டத்தை நான்கு பாயிண்டுகளாக அப்போது விவரித்ததாகத் தெரிகிறது.

1. மகனின் திருமணம் - உடனடியாக. *2.* ஆப்கனுக்கான சர்வதேச உதவிகளை அமெரிக்கா தடுத்ததற்கு பதிலடி தருகிறமுகமாக பாமியானில்உள்ளபுத்தர்சிலைகளைஉடைத்துசர்வதேசகவனத்தை ஈர்க்க தாலிபன்களைத் தூண்டுவது. *3.* வடக்குக் கூட்டணிப்படை கமாண்டர் அஹமத் ஷா மசூதுக்கு மரணதண்டனை விதித்து, நிறைவேற்றுவதன் மூலம் அமெரிக்காவுக்கு நேரடி எச்சரிக்கை விடுவது. *4.* உலக வர்த்தக மையக் கட்டடங்களைத் தகர்ப்பது.

"கடவுளின் திட்டம் இது. செய்துமுடிக்க நம்மைப் பணியாட்களாக அவர் தேர்ந்தெடுத்திருக்கிறார்" என்று சொன்னார் ஒசாமா.

நான்கு வேறு வேறு காரியங்கள் அடங்கிய ஒசாமாவின் இந்த மூன்றாவது திட்டம் ஒரு பிசிறு கூட இல்லாமல் அடுத்தடுத்து நிறைவேறத் தொடங்கியது. ஒசாமாவின் முழு பலத்தை உலகம் முற்றிலுமாக உணரத்தொடங்கிய சமயமும் இதுதான்.

30. புத்தர் தவித்தார்

ஒரு தேசத்தின் சரித்திரப் பக்கங்களை ஒரு தீவிரவாதக்குழு கணிசமாக அபகரித்துக் கொள்ளுவதென்பது மிகவும் துரதிருஷ்டவசமானது. இது விஷயத்தில், அமெரிக்கா - அல் கொய்தா யுத்தங்களுக்கு நிகராக இன்னொரு தேசத்தையும் இன்னொரு தீவிரவாத இயக்கத்தையும் உதாரணத்துக்குக் கூட எடுத்துக் காட்ட முடியாது.

ஏன், இலங்கை அரசுக்கும் விடுதலைப் புலிகளுக்கும் இடையில் யுத்தம் நடக்கவில்லையா, இஸ்ரேலுக்கும் ஹமாஸுக்கும் பகையில்லையா, நேபாள அரசுக்கும் மாவோ தீவிரர்களுக்கும் சண்டையில்லையா என்று வரிசையாக இன்னும் கூட நாலைந்து உதாரணங்கள் தோன்றலாம். ஆனால் இவை எதுவுமே அமெரிக்கா - அல்கொய்தா யுத்தத்துடன் ஒப்பிடமுடியாதவை.

மற்ற அனைத்து தேசங்களிலும் அரசுக்கு எதிராகப் போராடும் தீவிரவாத இயக்கங்களுக்கு இருக்கக்கூடிய நோக்கம் பொதுவானது. அதாவது, ஒரு விடுதலை வேட்கை சம்பந்தப்பட்டது அதெல்லாம். இலங்கையில் தமிழர்களின் சுதந்தரத்தை முன்வைத்து விடுதலைப்புலிகள் சண்டை போடுகிறார்கள். இஸ்ரேல் ஆக்கிரமித்திருக்கும் பாலஸ்தீன நிலப்பரப்பை மீட்பது தொடர்பான யுத்தம்தான் ஹமாஸின் அஜெண்டாவில் பிரதானமானது. நேபாளத்தில் மன்னர் ஆட்சி முறை அருவருப்பாக இருக்கிறது என்பதுதான் அங்குள்ள தீவிரவாதிகளின் கோபம். செசன்யா, ஆப்கனிஸ்தான் போன்ற மற்ற பல தேசங்களிலும் இந்தியாவில் காஷ்மீரை முன்வைத்து செய்யப்படும் தீவிரவாத நடவடிக்கைகளிலும் கூட மேற்சொன்ன நிலவியல் காரணங்கள்தான் பிரதானமானது.

ஆனால் அமெரிக்கா - அல்கொய்தா யுத்தம் ஒன்றுதான் தனிப்பகை தொடர்பானது. அமெரிக்காவை ஒட்டுமொத்த இஸ்லாமிய உலகுக்கும் எதிரியாக பின்லேடன் அறிவித்ததற்கும் யுத்தம் தொடர்ந்ததற்கும் கூட அரசியல்தான் காரணம். ஆனால் இது சற்று வேறுவிதமான அரசியல்.

எந்தச் சார்பும் இல்லாத கண்ணுடன் பார்க்க முடியுமானால் இந்த விஷயத்தை இப்படிப் பார்க்கலாம்:

அமெரிக்காவுக்கு இஸ்லாமிய தேசங்கள் மீது எந்தவிதத் தனிப்பகையும் கிடையாது. மாறாக, எண்ணெய் வளம் கொழிக்கும் அரபு தேசங்கள்தான் அமெரிக்காவின் சொத்து மதிப்பைக் கணிசமாக உயர்த்தி வந்திருக்கின்றன. அச்சத்தின் காரணத்தால் சில தேசங்களும், நட்பு அடிப்படையில் சில தேசங்களும் ஆக்கிரமிப்பு காரணமாகச் சில தேசங்களும் கடந்த முப்பது ஆண்டுகளுக்கு மேலாக அமெரிக்கா தம் செல்வத்தை எடுத்தாண்டுகொள்ள அனுமதித்து வந்திருக்கின்றன. பதிலுக்கு, அமெரிக்காவிடமிருந்தும் பல உதவிகள் பெற்றிருக்கின்றன. குறிப்பாகப் பொருளாதார, வர்த்தக, ராணுவ உதவிகள்.

இது இஸ்லாமிய தேசங்களில் மட்டும் நடந்த சங்கதியல்ல. அமெரிக்கா, எந்த ஒரு நாட்டின்மீது யுத்தம் தொடுத்தாலும் அல்லது உறவு வளர்த்தாலும் அதற்கு மேற்சொன்னப் பொருளாதாரக் காரணம் அவசியம் உண்டு. ‘தன் நலன்’ என்பது தவிர அத்தேசத்துக்கு வேறு எந்தவிதமானதொரு சிறப்புக் காரணமும் எப்போதும் இருந்ததில்லை. அத்தேசத்தின் நானூறு ஆண்டு கால சரித்திரம் சொல்லும் உண்மை இதுவேயாகும். அதிபர்கள் மாறலாம், ஆட்சி மாறலாம். ஆனால் அமெரிக்க வெளியுறவுக் கொள்கை மட்டும் எந்தக் காலத்திலும் மாறியதில்லை. தனக்கு லாபம் உண்டென்றால் அத்தேசம் இஸ்லாமிய நாடு என்றோ, வேறு மதங்களின் அடிப்படையில் ஆட்சி நடக்கும் நாடு என்றோ பார்ப்பதேயில்லை.

சொல்லப்போனால் க்யூபாவுக்குத் தராத குடைச்சலை அமெரிக்கா வேறு எந்த ஒரு இஸ்லாமிய தேசத்துக்கும் அளித்ததில்லை. க்யூபா என்ன இஸ்லாமிய நாடா? அட, ஒரு வியட்நாமை எடுத்துக்கொள்ளுங்கள்! எத்தனை வருஷங்கள் நீண்ட யுத்தம்! எத்தனை ஆயிரம் பேர் மாண்டுபோனார்கள்! இத்தனைக்கும் வியட்நாம் ஒரு ஏழை நாடு. மெக்ஸிகோ, ருவாண்டா, ஈக்வடார், ஸ்பெயின், என்று தொடங்கி அமெரிக்கா தன் ‘முத்திரை’ பதிக்காத தேசமே இல்லை. இதுவிஷயத்தில் அமெரிக்காவுக்கு இஸ்லாமிய தேசம், கம்யூனிச தேசம், இன்னொரு தேசம் என்றெல்லாம் பாகுபாடுகள் கிடையாது. தனது சௌக்கியத்துக்காக மட்டுமே அமெரிக்கா இதுகாறும் யுத்தங்கள் செய்துவந்திருக்கிறது.

ஆனால் இஸ்லாமிய சமூகத்தின் பிரதிநிதியாகத் தன்னைத்தானே அறிவித்துக்கொண்டு ஒசாமா பின்லேடன் அமெரிக்காவின்மீது யுத்தம் அறிவித்தது மாதிரி வேறு யாரும் செய்யவில்லை என்பதால்தான் அமெரிக்கா ஒரு இஸ்லாமிய விரோத நாடு என்பதான கருத்தாக்கம் மிகவும் வலுப்பெற்றது. உண்மையில் இதுவிஷயத்தில் அமெரிக்கா, இஸ்லாமிய விரோத தேசம் அல்ல. அமெரிக்கா நீங்கலான ஒட்டுமொத்த மானுட குலத்துக்கே விரோதமான நடவடிக்கைகளைத் தான் தொடர்ந்து அத்தேசம் எடுத்து வந்திருக்கிறது.

இருபத்தோறாம் நூற்றாண்டின் தொடக்கம் வரையிலான அமெரிக்க சரித்திரத்தை இதுவரை ஆராய்ந்து வந்ததில் நாம் பெறக்கூடிய விடை இதுவாகத்தான் இருக்கிறது.

இதையெல்லாம் ஒரு வல்லரசு, தொடர்ந்து வல்லரசாக நீடிப்பதற்காக மேற்கொள்ளும் சாதாரண நடவடிக்கைகள் என்றும் சொல்லலாம். ஆனால் இன்றைக்கு தீவிரவாதிகளால் உலகுக்கே அச்சுறுத்தல் என்று சொல்லி, தீவிரவாத ஒழிப்பு இயக்கத்தை முன்னின்று நடத்திக்கொண்டிருக்கும் தேசமும் அதுவே. அமெரிக்காவின் இந்நடவடிக்கையை ஒரு ஜம்போ சைஸ் 'சமூகநீதி'ப் போராட்டமாகப் பார்க்கிறவர்களும் உண்டு.

அதைக்கூட, தனக்கொரு ஆபத்து என்று வந்தபிறகுதான் அத்தேசம் மேற்கொண்டது என்பதை நினைவில் கொள்ளவேண்டும். உலக வர்த்தக மையத் தாக்குதல் என்பது வெறும் ஒரு கட்டடத்தை இடித்த விஷயமல்ல. அமெரிக்கா என்கிற மிகப் பிரும்மாண்டமான தேசத்தின் ஆன்மாவையே அசைத்துப் பார்த்த சம்பவம். உலகெங்கும் இருக்கும் தீவிரவாத இயக்கங்கள் மிச்சம் மீதி இருந்த துளி அச்சத்தையும் தயக்கத்தையும் உதறித்தள்ள வைத்த சம்பவம் அது. துணிந்து இறங்கினால் எப்பேர்ப்பட்ட கொம்பனையும் ஒரு ஆட்டு ஆட்டிப்பார்த்துவிட முடியும் என்கிற நம்பிக்கையை அவர்களுக்கு அழுத்தந்திருத்தமாக ஏற்படுத்திய சம்பவம்.

அந்த செப்டம்பர் 11ம் தேதி சம்பவத்துக்குப் பிறகு அமெரிக்கா, ஆப்கன் மீது போர் தொடுத்ததும் தொடர்ந்து தாலிபன்கள் துண்டைக்காணோம், துணியைக் காணோம் என்று கண் காணாமல் ஓடி மறைந்ததும் ஒசாமா மறைவிடத்துக்குப் போனதும் - எல்லாம்

ஒரு பொதுப்பார்வையில் நமக்குச்சொல்லுவது - இனி இஸ்லாமியத் தீவிரவாதிகளின் கொட்டம் அடங்கிவிடும் என்பது. ஆனால் உண்மை அதுவல்ல. முன்னைவிடப் பல மடங்கு வீரியத்துடன் தாக்குதல் நடவடிக்கைகள் மேற்கொள்ளப்படவிருக்கிறது என்பதற்கான மறைமுக அறிகுறியே இது. இதனை உறுதிப்படுத்தும்விதமாக, உலகெங்கும் உள்ள பல முக்கியமான தீவிரவாத இயக்கங்களுக்கு இடையில் மிக நெருக்கமான ஒருங்கிணைப்பு ஏற்பட்டிருப்பதாக அமெரிக்கப் புலனாய்வுத் துறையே சொல்லுவதை நாம் கணக்கில் எடுத்துக் கொண்டாக வேண்டும்.

சந்தேகத்துக்கு இடமின்றி இதெல்லாம் துரதிருஷ்டவசமானவை தான். நிம்மதியைக் குலைக்கிற விஷயங்கள்தான். ஆனால் இதெல்லாம் 'புதிய நூற்றாண்டு' என்று கோலாகலமாக வரவேற்கப்பட்ட 2000வது வருஷம் பிறந்தபோது நிச்சயிக்கப்பட்டவையே. சென்ற அத்தியாயத்தில் பார்த்தோமல்லவா? ஒசாமாவின் நான்கு அம்ச செயல்திட்டம்? அதன் தொடர்ச்சிதான்!

படு மோசமான விளைவுகளை ஏற்படுத்தப்போகிற தனது செயல்திட்டங்களை ஒரு மங்களகரமான காரியத்துடன் ஆரம்பிக்க நினைத்துத்தான் ஒசாமா தன் மகனின் திருமணத்தைத் தன் செயல்திட்டத்தின் முதல் பாயிண்டாக வைத்திருக்கவேண்டும். உண்மையில் ஒரு கல்யாணக்கச்சேரி பண்ணிப்பார்க்கிற விதமான நிலையிலெல்லாம் அப்போது ஆப்கன் இல்லை. அதுவும் ஒசாமா மகனின் திருமணம்!

ஆனாலும் அது நடந்தது. சவுதி அரேபியாவிலிருந்து ஒசாமாவின் தாயார் ரகசியமாக ஆப்கனுக்கு அழைத்துவரப்பட்டு, அவரது முன்னிலையில் அத்திருமணம் நடந்தது. ஒசாமாவின் மூன்று பழைய மனைவிகளும் லேட்டஸ்ட் அடிஷனான ஏமன் புதுமனைவியும் அபூர்வமாக அருகருகே நின்று ஆசீர்வதிக்க, ஒரு நல்ல தகப்பனாக இறைவனைப் பிரார்த்தித்து, தன் மகனுக்குத் திருமணம் செய்துவைத்தார் ஒசாமா. திருமணப்பரிசாக ஒரு கவிதை வேறு எழுதி வாசித்து அளித்ததாகத் தெரிகிறது. (ஏமன் துறைமுகத்தை ஒட்டிய பகுதியில் அமெரிக்கப் போர்க்கப்பலைத் தாக்கி வீழ்த்திய சம்பவத்தைக் குறிப்பிட்டு, எதிரிகள் இனி

காணாமல் போய்விடுவார்கள், நமது ஒளிமயமான எதிர்காலம் வெகு பக்கத்தில்தான் இருக்கிறது; நீ ஹனிமூனை முடித்துவிட்டு சீக்கிரம் வந்தால் நான் உனக்கு அதைக் காட்டுகிறேன் என்கிற அர்த்தத்தில் வருகிறது அக்கவிதை. மூல அரபியிலிருந்து ஆங்கிலத்தில் அர்த்தம் மட்டும்தான் கொடுக்கப்படுகிறதே தவிர கவிதை வரிகளாகக் கிடைக்காத காரணத்தால் சரியான மொழிபெயர்ப்பு சாத்தியமாக இல்லை.)

இங்கே ஒசாமாவின் மகன் திருமணம் நடந்த அதே சமயம் அமெரிக்காவிலும் ஒரு கல்யாணம் நடந்தது. அத்தேசம் தனது 43வது அதிபராக ஜார்ஜ் புஷ்ஷைத் தேர்ந்தெடுத்து வெள்ளை மாளிகைக்கு அனுப்பியது. முன்னதாக, விட்டால் போதுமடா சாமி என்று பில் க்ளிண்டன் தன் மூட்டை முடிச்சுகளைக் கட்டிக்கொண்டு வீட்டுக்குப் போய்விட்டிருந்தார். அதிபராக அவர் இருந்த எட்டு வருஷ காலத்தில் ஒரு நாள் கூட அவரால் நிம்மதியாகத் தூங்க முடியவில்லை. எத்தனை வழக்குகள்! எத்தனை விசாரணைகள்! எத்தனை அவமானங்கள்! எத்தனை பித்தலாட்டங்கள்!

தேசமே தீவிரவாத அச்சுறுத்தலில் பயந்து நடுங்கிக்கொண்டிருந்த வேளையில் பெண்கள் விவகாரத்தை முன்னிட்டு ஓர் அதிபர் காங்கிரசின் நீதி விசாரணைக்கு உட்பட நேர்ந்தது - ஆயிரம் சொன்னாலும் அமெரிக்க சரித்திரத்தில் அழிக்கமுடியாதபடிக்கு ஏற்பட்ட கறைதான். பின்னால் அல்கொய்தாவின் முழுநீளத் திருவிளையாடல்கள் ஆரம்பமானபோது, க்ளிண்டன் ஆட்சிக்காலத்தில் உரிய பாதுகாப்பு நடவடிக்கைகள் மேற்கொள்ளப்படவில்லை, புலனாய்வுத்துறை பல்குத்திக்கொண்டிருந்தது என்றெல்லாம் ஆளாளுக்கு சகட்டு மேனிக்கு விமரிசனம் செய்தார்கள்.

உண்மையில் க்ளிண்டன், உள்நாட்டுப் பாதுகாப்பு விஷயத்தில் எந்தக் குறையும் வைக்கவில்லை. அவரது காலத்தில் அமெரிக்காவுக்குள் எந்தவிதமான அசம்பாவிதமும் நடக்கவில்லை - அவரே செய்தது தவிர! தவிரவும் அல்கொய்தா நீங்கலான இஸ்லாமியத் தீவிரவாத இயக்கங்கள் பலவற்றின் முகாம்கள் வட அமெரிக்கக் கண்டத்திலிருந்து கணிசமாகத் தூக்கியடிக்கப்பட்டதும் க்ளிண்டன் காலத்தில் நடந்தவைதான். மத்திய ஐரோப்பிய நாடுகள் சிலவற்றிலிருந்து ஹமாஸுக்கு வந்துகொண்டிருந்த நிதி

உதவிகளைத் தடுத்து நிறுத்தியது, சாரிடபிள் டிரஸ்டுகளின் பேரில் அமெரிக்காவில் நிதி வசூல் செய்து தீவிரவாத இயக்கங்களுக்கு அளித்து வந்தவர்களைக் கோழி அமுக்குவது மாதிரி அமுக்கி, அடக்கி வைத்தது, ஆசிய நாடுகளுடன் கணிசமான நல்லுறவு முன்னேற்றம் கண்டது போன்ற அனைத்தும் க்ளிண்டன் ஆட்சியில் நடைபெற்றவையே. இதையெல்லாம் க்ளிண்டன் செய்தாரா, அவர் பேரில் வேறு யாராவது செய்தார்களா என்பதெல்லாம் முக்கியமில்லை. ஆனால் அவரது ஆட்சிக்காலத்தில் நடந்தவை. ஆகவே அதையும் நாம் கணக்கில் எடுத்துக்கொண்டாக வேண்டும். எல்லாவற்றையும்விட அமெரிக்காவில் வேலையில்லாத் திண்டாட்டம் பெருகியிருந்த காலகட்டம் அது. ஹிலாரியின் சில புத்திசாலித்தனமான ஆலோசனைகளை அமுல்படுத்தி, பல வெளிநாட்டு மென்பொருள் நிறுவனங்கள் அமெரிக்காவில் கடைதிறக்க ஏற்பாடு செய்து, பிரச்னையைக் கணிசமாகத் தீர்த்தவர் க்ளிண்டன். இதன்மூலம் பல லட்சக்கணக்கான அமெரிக்கப் பட்டதாரிகளுக்கு வேலை கிடைத்தது அங்கே.

க்ளிண்டன் இருந்தவரை அமெரிக்காவில் எந்தவிதமான நாசவேலையையும் செய்யாமல் அமைதிகாத்த பின்லேடனுக்கு, அங்கே நடந்த ஆட்சி மாற்றமும் ஒரு விதத்தில் தனக்களிக்கப்பட்ட 'சிக்னலாக'த் தெரியத் தொடங்கியது. வந்திருப்பவர் புஷ். தமது பழைய பகையாளி சீனியர் புஷ்ஷின் திருக்குமாரர். கொஞ்சம் மக்குதான் என்று பரவலாக எல்லாராலும் கணிக்கப்படுபவர். கண்ணில் மண்ணைத் தூவுவது சுலபம் என்று எல்லாருமே சொல்லுகிறார்கள். அதிகம் காத்திருக்கவேண்டிய அவசியமில்லை. உடனே ஆரம்பித்துவிடலாம் என்று அவருக்குத் தோன்றியது. புத்தரிலிருந்து தொடங்கலாம் என்று முடிவு செய்தார். பாமியானில் தவமிருந்த புத்தர்.

ஆப்கனுக்குக் கிடைத்துவந்த பல்வேறு சர்வதேச நிதியுதவிகள் அப்போது கணிசமாகத் தடைப்பட்டிருந்தன. அனைத்துக்கும் அமெரிக்க நிர்ப்பந்தங்கள் மூலக் காரணமாக இருந்தது. தாலிபன்களின் அடிப்படைவாத, அராஜக அரசை விமரித்துத் தொடர்ந்து அமெரிக்கா விடுத்துவந்த அறிக்கைகளும் ஆப்கனுக்குச் செய்துவந்த உதவிகளை நிறுத்தும்படி அதுதன் தோழமை நாடுகளைக் கேட்டுக்கொண்டதும் ஐநாவை இதுவிஷயத்தில்

தொடர்ந்து வற்புறுத்தி வந்ததும் பின்லேடனுக்கு மிகுந்த எரிச்சலைத் தந்தன.

அமெரிக்காவின் இந்நடவடிக்கைக்குத் தம் எதிர்ப்பை ஆப்கன் அரசு காட்டியே தீரவேண்டும்; அந்த எதிர்ப்பு நடவடிக்கை சர்வதேச கவனத்தைக் கவரும்விதமாகவும் இருக்கவேண்டும் என்று அவர் நினைத்தார். நன்கு யோசித்து, தீர்க்கமாக முடிவெடுத்தே பாமியான் மலைப்பகுதி புத்தர் சிலைகளைத் தம் இலக்காகத் தேர்ந்தெடுத்தார். தாலிபன் தலைவர் முல்லா ஓமரும் அதற்கு சம்மதித்தார்.

31. புஷ் - 2

அமெரிக்காவின் *43*வது அதிபராக ஜார்ஜ் புஷ் தேர்தெடுக்கப்பட்டதாக அறிவிக்கப்பட்டபோது, அமெரிக்க மக்கள் அதனை ஒரே ஒரு வார்த்தையில்தான் குறிப்பிட்டார்கள். 'அதிர்ஷ்டம்.'

சந்தேகமில்லாமல் அது அதிர்ஷ்டம் தான். ஒரு பத்துப் பதினைந்து வருஷம் சீனியர் புஷ் திட்டமிட்டுத் தன் மகனை தேசிய அரசியலில் பயிற்சியளித்து வளர்த்தார். உட்காருவது எப்படி, நடப்பது எப்படி, சிரிப்பது எப்படி என்று அழகிப்போட்டிப் பெண்களுக்குக் கொடுக்கிற மாதிரியான பயிற்சிகள் அவருக்குக் கொடுக்கப்பட்டன. சுலபத்தில் கிடைக்காத பல பெரியமனிதத் தொடர்புகள் புஷ்ஷுக்கு கவனமாக ஏற்படுத்தித்தரப்பட்டன. அரசு ஊழியர் தரப்பு, என்.ஜி.ஓக்கள் தரப்பு, தனியார் துறையினர், பெண்கள் அமைப்புகள், மாணவர்கள் என்று டிபார்ட்மெண்ட் டிபார்ட்மெண்டாக முக்கியஸ்தர்களுடன் அவருக்குத் தொடர்புகள் ஏற்படுத்தித் தரப்பட்டன.

இதெல்லாம் சீனியர் புஷ், ரீகனின் துணை அதிபராகப் பதவி வகித்த காலத்திலிருந்தே நடந்துவந்தவை. என்ன பிரச்னை என்றால் இந்த ஜூனியர் புஷ்ஷுக்கு ஏனோ ஆரம்பத்திலிருந்தே மக்களைக் கவரும் சக்தி அத்தனை போதுமானதாக இல்லை. அவருக்கு, அவரது குடும்ப பிசினஸான பெட்ரோலிய உற்பத்தியில் கிடைக்கிற காசே போதுமென்று தோன்றிக்கொண்டிருந்தது. அமெரிக்காவின் முன்னணி பெட் ரோலிய நிறுவனங்களுள் ஒன்று புஷ் குடும்பத்தினுடையது. முன்பே நாம் பார்த்தபடி, சீனியர் புஷ் தன் ரத்தத்தையும் வியர்வையையும் முதலீடு செய்து வளர்த்த பிசினஸ் அது.

அப்பா சம்பாதித்த பெரிய பெயர். நல்ல பிசினஸ். ஜம்மென்று கோட்டு சூட் போட்டுக்கொண்டு அதனை கவனித்தபடிக்கு காலத்தை ஓட்டிவிடலாம் என்றுதான் முதலில் புஷ் நினைத்தார். தனக்கு அரசியலெல்லாம் ஒத்துவராது என்பது *1978*லேயே அவருக்கு ஒரு மாதிரி புரிந்துவிட்டிருந்தது. அந்த வருஷம் அவர்

மக்கள் சபைத் தேர்தலுக்கு நின்று பார்க்கலாமே என்று முயற்சி செய்து படுதோல்வி கண்டிருந்தார். மாறாக, டெக்ஸாஸ் மாகாண பேஸ்பால் க்ளப் முதலாளிகள் சங்கத்தில் இணைந்து, அதில் நிறைய ஷேர் வாங்கி, நிறைய காசும் பார்த்தார். அரசியலைக்காட்டிலும் மற்றவற்றில் தன்னால் நிறைய சாதிக்க முடியும் என்பதுதான் புஷ்ஷின் அந்தக்கால சித்தாந்தமாக இருந்தது.

ஆனால் 1992ம் வருஷம் சீனியர் புஷ் தோல்விகண்டு அரசியல் துறவறம் மேற்கொள்ள நேர்ந்தபோது வலுக்கட்டாயமாகத் தன் மகனைத் தீவிர அரசியலுக்குள் திணிக்க முற்பட்டார். அதெப்படி, ஒரு குடும்பத்தில் ஒருத்தர் மட்டும் அதிபராக இருந்தால் போதுமா என்ன? எதற்கு தண்டத்துக்கு ஒரு மகனைப் பெற்றுவைத்திருப்பது?

திட்டமிட்டு, கவனமாகப் பயிற்சிகள் அளித்து, மனத்தில் நாற்காலி வெறி ஏற்படுத்தி, இனி உன் பாதை அரசியல்தான் என்று தெளிவாகப் பாதைகாட்டித்தான் சீனியர் புஷ் தன் மகனை அப்போது டெக்ஸாஸ் மாகாணத்தின் கவர்னர் பதவிக்கு நிறுத்தினார். 1994ம் வருஷம் நடந்த விஷயம் இது.

மிகச்சில வாக்குகள் வித்தியாசத்தில்தான் அப்போதே ஜார்ஜ் புஷ்ஷால் அந்த கவர்னர் பதவியைப் பெற முடிந்தது. ஆனால் ஒரு நாலு வருஷம் பதவியில் இருக்க முடிந்ததால் புஷ்ஷுக்கு அரசியல் கொஞ்சம் புரிந்தது. அதன் நெளிவு சுளிவுகள். சாலாக்குகள். தகிடுதத்தங்கள். எங்கே தட்டினால் என்ன விழும் என்கிற சூட்சுமம். ஆகவே 98ம் வருஷம் மீண்டும் கவர்னராவதில் அவருக்கு சிரமம் ஏதும் இருக்கவில்லை. இம்முறை கொஞ்சம் கௌரவமான வெற்றியே அவருக்குக் கிடைத்தது என்று சொல்லவேண்டும்.

ஆனால் புஷ்ஷுக்கு அப்போதே பேசத் தெரியவில்லை. அதாவது, அதிபர்கள் வழக்கமாக அங்கே பேசக்கூடிய நாகரிக இங்கிலீஷ் அவருக்கு வரவில்லை. படு கொச்சையாக, இலக்கணப் பிழைகளுடந்தான் அவரால் ஆங்கிலம் பேசமுடிந்தது. இதனை அநேகமாக அமெரிக்கப் பிச்சைக்காரர்கள் சமூகம் வரைக்கும் கிண்டலடித்துக்கொண்டுதான் இருந்தது. (இன்றுவரை இது தொடர்கிறது!) தவிரவும், அடித்தட்டு மக்களைக் கவரக்கூடிய எந்த ஒரு அம்சமும் புஷ்ஷிடம் இல்லை. அவரது ஒரே தகுதி, சீனியர் புஷ்ஷின் மகன். அவ்வளவுதான். வாரிசு அரசியல் வளர்க்கவந்த வம்சக் கொழுந்து.

டெக்ஸாஸின் கவர்னர் என்றால் அத்தனையொன்றும் முக்கியத்துவம் வாய்ந்த பதவியல்ல அங்கே. ஒருமாதிரி ரொம்பக் கஷ்டப்பட்டுத்தான் புஷ் தன் எதிர்கால நலனுக்கான சமூக சேவைகளை அங்கே புரிந்துகொண்டிருந்தார். எதிர்க்கட்சியான டெமாக்ரடிக்தலைவர் வேறு அப்போது அங்கே மிகுந்த செல்வாக்கு படைத்தவராயிருந்தார். சீனியர் புஷ்ஷின் அரசியல் செல்வாக்குதான் மகன் புஷ்ஷுக்கு இப்போதும் உதவி செய்துகொண்டிருந்தது.

அதே செல்வாக்குதான் 2000ம் வருஷப் பொதுத்தேர்தலுக்கான ரிபப்ளிகன் கட்சி வேட்பாளராக அவரை நிறுத்தவும் உதவி புரிந்தது. அப்போது அவரைத் தேர்தலில் எதிர்த்து நின்றவர் அல்பர்ட் கோர் என்கிற அல்கோர். க்ளிண்டனின் அரசில் துணை ஜனாதிபதியாக இருந்தவர். அற்புதமான திறமைகள் படைத்த அரசியல்வாதி. மகா சாமர்த்தியசாலி, மக்கள் மனம் புரிந்தவர், செல்வாக்கு விஷயத்தில் எந்தப் பிரச்னையும் வராதவர் என்று நம்பப்பட்டவர். மேலும் கவிதை மாதிரி இங்கிலீஷ் பேசுபவர். சந்தேகமில்லாமல் புஷ் உதைபடப்போகிறார் என்றுதான் எல்லாருமே நம்பினார்கள்.

அதற்கு ஏற்றமாதிரி, தேர்தலுக்கு முன் நடந்த டிபேட்களில் அல்கோரின் பேச்சுத்திறமைதான் வெகுவாக சிலாகிக்கப்பட்டது. தொலைக்காட்சியில் அந்த நேருக்கு நேர் வாதங்களைப் பார்த்த அமெரிக்க மக்கள் புஷ்ஷின் ஆங்கிலப் 'புலமை' கண்டு சிரித்தார்கள். மேலும் பிரச்னைகளை அவர் எப்படிக் கையாளுவார் என்பதே புரிந்துகொள்ள முடியாத வண்ணம் இருந்தது. ஒரு விஷயம் மட்டும் தான் எல்லாருக்கும் புரிந்தது. புஷ் தன் பிரசாரத்தில் வரிகள் கணிசமாகக் குறைக்கப்படும் என்று வாக்களித்திருந்தார். அது ஒரு நல்ல காரியம் என்று எல்லாரும் நினைத்தார்கள். ஆனால் அதற்காக மட்டுமே ஒருவரை அதிபராக்கிவிடமுடியுமா என்ன?

தேர்தல் முடிவுகள் வரத்தொடங்கியதினம் அமெரிக்காவே பரபரப்புக்குள்ளானது. அதற்குமுன் அத்தனை நெருக்கமாக ஓட்டுகள் வந்ததில்லை. ஒன்று அல்லது இரண்டு. இரண்டு அல்லது மூன்று. இத்தனை நெருக்கமான வாக்குகள் வித்தியாசத்தில்தான் இரண்டு பேருக்குமே ஓட்டுகள் வந்திருப்பதாக எண்ணிக் கொண்டிருந்த இடங்களிலிருந்து செய்திகள் வந்துகொண்டிருந்தன.

கோர் தான் ஜெயிக்கப்போகிறார் என்று அமெரிக்காவெங்கும் பேச ஆரம்பித்துவிட்டார்கள். ஏனெனில் நிறைய ஓட்டுகள் உள்ள பெரிய

பகுதியான ஃப்ளோரிடாவில் அல்பர்ட் கோர்தான் ஜெயிக்கிறார் என்று எக்ஸிட் போல் முடிவுகள் சொல்லிவிட்டன. மறுநாள் காலை அந்த வதந்தியும் உண்மையானது. எண்ணப்படாத சில ஓட்டுகள் தவிர மிச்சமுள்ள அனைத்து எண்ணீ முடிக்கப்பட்ட ஓட்டுகளின் அடிப்படையிலும் அல்கோர் தான் முன்னணியில் இருந்தார். இன்னும் மிச்சமிருந்தது 'எலக்டொரல் காலேஜ்' ஓட்டுகள் மட்டுமே.

அதென்ன எலக்டொரல் காலேஜ்?

அமெரிக்காவில் ஜனாதிபதியைத் தேர்ந்தெடுக்கிற விஷயத்தில் எக்கச்சக்க விதிமுறைகள் உண்டு. நேரடியாக விழுகிற ஓட்டுகள், தபால் ஓட்டுகள், ராணுவத்தினர் ஓட்டு என்று இங்கே நம்மூரில் இருக்கிற பல்வேறு விதமான ஓட்டுகள் மாதிரி அங்கேயும் உண்டு. கூடுதலாக ஒன்று, எலக்டொரல் ஓட்டு. இது என்னவெனில், ஒவ்வொரு அரசியல் கட்சியும் தமது கௌரவப் பிரதிநிதியாகச் சிலரைத் தேர்ந்தெடுப்பார்கள். அந்தந்தத் தொகுதியிலிருந்து மக்கள் சபைக்குப் போகிற பிரதிநிதிகளின் எண்ணிக்கையைப் பொறுத்து இந்த 'கௌரவப் பிரதிநிதி'களின் எண்ணிக்கையில் கூடுதல் குறைச்சல் இருக்கும். தேர்தல் முடிவுகள் கொஞ்சம் முன்னப்பின்ன ஆகும்போது, இந்த கௌரவப் பிரதிநிதிகளின் ஓட்டு, வெற்றி பெறுபவரைத் தீர்மானிக்கும் சக்தியாக விளங்கும். பாப்புலர் ஓட்டுகளில் தோற்றால் கூட இந்த எலக்டொரல் ஓட்டுகளின்மூலம் ஜெயித்துவிட முடியும்.

தற்கால அமெரிக்கர்களுக்கு இந்த விஷயத்தில் அத்தனை பரிச்சயம் கிடையாது. ஏனெனில்கடந்தநூறு வருஷங்களில்நடந்தஅமெரிக்கத் தேர்தல்களில் இந்த கௌரவ ஓட்டுகளுக்கு அப்படியொன்றும் முக்கியத்துவம் ஏற்படட்டதில்லை. கட்டக்கடைசியாக 1888ல் நடந்த பொதுத்தேர்தலில் (க்ரோவர் க்ளீவ்லண்டும் பெஞ்சமின் ஹாரிசனும் மோதினார்கள் அப்போது. ஹாரிசன் வென்றார்.) எலக்டொரல் ஓட்டு அதிபரைத் தீர்மானித்திருந்தது. அதன்பின் ஏதுமில்லை.

இது நவம்பர்2000. ஃப்ளோரிடாவில் ஒரே ஒரு ஓட்டு வித்தியாசத்தில் புஷ் முன்னணியில் இருந்தாலும் ஒட்டுமொத்த 25 எலக்டொரல் ஓட்டுகளும் அவருக்குப் போய்விடும். அதே ஒரு ஓட்டில் அல்கோர்

முன்னணியில் இருந்தாரானால் அதே 25 எலக்டொரல் காலேஜ் ஓட்டுகளும் அவருக்குப் போய்விடும்!

இந்த இக்கட்டான சூழலின்போதுதான் ஃப்ளோரிடா தேர்தலில் நிறைய முறைகேடுகள் நடந்திருப்பதாகக் கசமுசாக்கள் எழுந்தன. கள்ள ஓட்டு விவகாரங்கள். பலபேர் ஓட்டுப்போடவில்லை என்கிற தகவல்கள். போட்டதெல்லாம் யாரோ என்கிற குற்றச் சாட்டுகள். மறு வாக்கெடுப்பு முறையீடுகள். ரீகவுண்ட் விண்ணப்பங்கள்.

புஷ்ஷுக்கு ஃப்லோரிடாவில் பாப்புலர் ஓட்டுகளில் முன்னணி கிடைத்திருந்ததாக அறிவிக்கப்பட்டது. கொதித்தெழுந்த அல்கோரின் வழக்கறிஞர்கள், நீதிமன்றத்துக்குப் போனார்கள். தேர்தல் முறைகேடுகள் பற்றிய குற்றச்சாட்டு பதிவு செய்யப்பட்டது. சுப்ரீம் கோர்ட்டுக்குத்தான் முதலில் வழக்கு போனது. ஆனால் நீதிபதிகள் கேஸை ஃப்ளோரிடா உயர்நீதிமன்றமே விசாரிக்கலாம் என்று திருப்பி அனுப்பினார்கள்.

இடையில் என்னென்னவோ கச்சடா கசமுசாக்கள் நடந்ததாக அமெரிக்க மீடியா பலநாள் கழுதையாகக் கத்திக்கொண்டிருந்தது நினைவிருக்கலாம். எந்த ஊராக இருந்தால் என்ன? ஜனநாயகம் என்றும் தேர்தல் என்றும் வந்துவிட்டபிறகு இதெல்லாம் சகஜமாகிவிட்ட விஷயங்கள். அவ்வளவுதான்.

பலரும் ஆவலுடன் எதிர்பார்த்த அல்கோரின் வெற்றிக்கனவு கலைந்தது. ஃப்ளோரிடாவில் புஷ் வெற்றி பெற்றதாக நீதிமன்றம் அறிவித்தது. மயிரிழையில்தான் அவர் அமெரிக்க அதிபரானார்.

இந்த கலாட்டாக்களால்தான் 2000ம் ஆண்டு இறுதியில் நடந்த தேர்தலில் ஜெயித்த புஷ் அடுத்த ஜனவரியில் அதிபராகப் பொறுப்பேற்றுக்கொள்ள நேர்ந்தது. ஆரம்பமே களைகட்டிவிட்டது என்றுதான் சொல்லவேண்டும். மக்கள் மத்தியில் அப்போது எழுந்த சலசலப்பு அத்தனை சீக்கிரம் அடங்குவதாகத் தெரியவில்லை. புஷ்ஷை அவர்கள் ஒரு சந்தேகக்கண்ணுடனேயே பார்க்கத் தொடங்கினார்கள். மீடியா சுத்தமாக அவரை ஆதரிக்க மறுத்தது. அதிபர் மாளிகை அறிக்கைகளுக்கு ஏனோதானோவென்றுதான் பத்திரிகைகள் வேண்டாவெறுப்பாக இடம் கொடுத்தன. வழக்கமாக, ஒரு புதிய அதிபர் பதவி ஏற்றதும் இருக்கக்கூடிய

பரபரப்புகள் ஏதுமில்லை. அதிபர் மாளிகை நிருபர்கள் பெரும்பாலான நேரம் கேண்டீனிலேயே இருந்தார்கள். சந்தேகமில்லாமல் இவர் சீக்கிரமே வீட்டுக்குப் போய்விடுவார் என்று வெளிப்படையாகவே பேசத்தொடங்கினார்கள். அதிபரின் ப்ரஸ் மீட்டுகளுக்கு எப்போதும் கூடும் நிருபர் கூட்டத்தில் பாதி கூடக் கூடுவதில்லை என்றானது.

பார்த்தார் புஷ். என்னவாவது செய்து கொஞ்சமேனும் நல்ல பெயர் தேடிக்கொள்ளாவிட்டால் பிழைப்பது கஷ்டம் என்பது அவருக்குப் புரிந்தது. என்ன செய்யலாம்?

தான் வாக்களித்தபடி வரிகளைக் குறைக்கிற விஷயத்தையே முதலில் கையில் எடுத்தார். அது ஒரு நல்ல முயற்சி என்றுதான் சொல்லவேண்டும். சராசரி மக்களை பாதிக்கக்கூடிய பல்வேறு வரியினங்களில் புஷ் கணிசமான மாறுதல்களைச் செய்தார். பல வரிகளை நீக்கியதும் சிலவற்றைக் கணிசமாகக் குறைத்ததும் அவர் பதவிக்கு வந்ததும் செய்த நல்ல காரியம் என்று சொல்லவேண்டும்.

ஆனால் இதனாலெல்லாம் யாரும் அங்கே திருப்தியடைவதாகத் தெரியவில்லை. ஒரு முழு பதவிக்காலத்தைக் கூட அவர் தாண்டுவது கஷ்டம் என்றுதான் எல்லாருமே சொன்னார்கள். ஏழெட்டு மாதங்களை ஒருவாறு புஷ் 'ஓட்டினார்' என்றுதான் சொல்லவேண்டும்.

அவரது அதிபர் நாற்காலி பிழைத்ததற்கு மூலமுதற்காரணம் ஒசாமா பின்லேடன். அமெரிக்கா மீதான தனது இறுதித் தாக்குதலுக்கு அவர் அப்போது செப்டம்பர் 11ம் தேதியை முகூர்த்த தினமாக நிச்சயித்திருந்தார்.

32. அப்பாயின்மெண்ட் பெற்று ஒரு படுகொலை

மீண்டும் இந்த அத்தியாயத்தில் நாம் ஒசாமா பின்லேடன் இருப்பிடத்துக்குத் திரும்புகிறோம். பாமியான். புத்தர்.

ஆப்கனிஸ்தான், பாமியான் மலைப்பகுதியிலுள்ள புத்தர் சிலைகளின் சரித்திரம் மிகப்பெரிது. கி.பி. நாலு அல்லது ஐந்தாம் நூற்றாண்டில் அவை உருவாக்கப்பட்ட தாகத் தெரிகிறது. மலைப்பாறைகளாலும் மண்ணாலும் உருவாக்கப்பட்ட பிரும்மாண்டமான புத்தர் சிலைகள். ஒரு புத்தர் 54 மீட்டர் உயரம் உள்ளவர். இன்னொருவர் 34.5 மீட்டர் உயரம் கொண்டவர். எப்பேர்ப்பட்ட பிரும்மாண்டமான கற்பனையும் கட்டுமானத் தேர்ச்சியும் பக்தியும் இருந்தால் அப்படிப்பட்ட சிலைகளை வடிவமைத்திருக்கமுடியும்!

ஆப்கனிஸ்தான் என்கிற தேசம் உருவாவதற்கெல்லாம் பல காலம் முன்னமே அந்த மலைப்பகுதியில் கோயில்கொண்டுவிட்டார் புத்தர். உலகெங்கும் உள்ள பவுத்த சமயத்தவர்களுக்கு புத்தர் சிலைகள் உள்ள பாமியான் மலைப்பகுதியும் ஒரு புண்ணியத்தலம் தான். இதனை மனத்தில் கொண்டுதான், ஆப்கனுக்கு உரிய நிதி உதவிகளைத் தடை செய்த அமெரிக்கா மீதான தம் எதிர்ப்பை வெளிக்காட்ட, அந்தச் சிலைகளைக் குறிவைத்தார் பின் லேடன். இதன்மூலம் இரண்டு பலன்கள் கிடைக்கின்றன.

ஒன்று, அமெரிக்காவுக்கு நேரடி மிரட்டல். இரண்டாவது, சர்வதேச அளவில் கவனத்தைக் கவருதல்.

கொஞ்சம் டேஞ்சரான காரியம் தான். ஆனால் செய்யாமலிருக்க முடியாது என்று பின் லேடன் நினைத்தார். முல்லா முகம்மது ஓமருடன் உட்கார்ந்து பேசி, திட்டத்துக்கு ஒரு வடிவம் கொடுத்தார். அதன்படி, எந்தக் கட்டத்திலும் இதில் பின்லேடன் சம்பந்தப்பட்டதாக வெளியே தெரியக்கூடாது என்று முடிவானது. இஸ்லாமிய அடிப்படைவாத அரசான தாலிபன்கள் சுய விருப்பமுடன், நன்கு யோசித்து, திட்டமிட்டுச் செய்த காரியமாகவே இருக்கவேண்டும் என்பதாகவும் தீர்மானித்தார்கள்.

2000ம் ஆண்டு மார்ச்சில் அந்தக் காரியம் நடந்தேறியது. தாலிபன் வீரர்கள் பாமியான் மலைப்பகுதியில் உள்ள புத்தர் சிலைகளின்மீது வெடிகுண்டுகளை வீசினார்கள். பீரங்கியும் பயன்படுத்தப்பட்டது. வெறுப்பை வெளிக்காட்டும் விதமாகச் சிலர் கடப்பாறையாலும் சம்மட்டியாலும் கூட சிலையின் பாதப்பகுதிகளைத் தாக்கினார்கள். உடைந்து விழுந்த சிலைகளின் பாகங்களை மீண்டும் குண்டு வீசி நொறுக்கினார்கள்.

உலகமெங்கிலுமிருந்து இதற்குக் கண்டனங்கள் வந்தன. மனித குலமே இதனை எதிர்த்தது என்றால் மிகையில்லை. உண்மையில் அந்தச் சிலைகளுக்கு நேர்ந்த கதி ஓர் அடையாளம்தான் என்பதை மிக உடனே கண்டுகொண்டது அமெரிக்கா. ஒரு கணமும் தாமதிக்காமல் ஆப்கன் அரசுக்கு எதிரான கண்டனக்கணைகளை அனுப்பினார் அமெரிக்க அதிபர் புஷ். ஆனால் தாலிபன்கள் எந்த ஒரு கண்டனத்தையும் காதில் போட்டுக்கொள்ளக்கூடியவர்களாக இல்லை. காதை மறைத்த அவர்களின் தலைப்பாகையைத் தாண்டி எந்த ஒரு வசவுச் சொல்லும் உள்ளே போகவேயில்லை. தாலிபன் அரசின் வெளியுறவுத்துறை அமைச்சர் முத்தவகீல் ஒரு நல்ல நாள் பார்த்துத் தமது புத்தர் சிலை உடைப்பு நடவடிக்கைக்கு விளக்கம் கொடுக்க ஒரு பத்திரிகையாளர் சந்திப்பைக் கூட்டினார்.

அந்தக் கூட்டத்தில் அவர் சொன்ன கருத்துகள் இவை:

“புத்தர்சிலைகளைகலைச்சின்னமாகவோ, கலாசாரச்சின்னமாகவோ நாங்கள் பார்க்கவில்லை. அது ஒரு பிரச்னையே இல்லை. எல்லாம் வல்ல இறைவன் ஒருவன் தான் வணங்கத் தகுதியானவன். அவனுக்கு உருவம் கிடையாது என்பது எங்கள் நம்பிக்கை. ஆகவே மனிதனால் நிறுவப்பட்ட சிலையை வணங்குவதை நாங்கள் எதிர்க்கிறோம். அதனால் அதனை இடித்தோம். எந்த மதத்தையும் நாங்கள் குறிப்பிட்டுத் தாக்கவில்லை. அது எங்கள் நோக்கமும் இல்லை. ஆப்கனிலுள்ள பிற மதத்தவர்கள் தத்தம் மதத்தைப் பின்பற்றுவதையும் நாங்கள் தடுக்கவில்லை. ஆப்கன் இறையாண்மையுள்ள ஓர் இஸ்லாமிய நாடு. அதனடிப்படையில் எங்கள் சட்டப்படி நடக்க எங்களுக்குப் பூரண உரிமை உண்டு.”

இந்த அடாவடிப் பேச்சைக் கேட்ட சில தேசங்கள் (அவற்றுள் ஈரான் போன்ற இஸ்லாமிய தேசங்களும் அடக்கம்!) ‘சரி, இடித்ததுதான்

இடித்தீர்கள். சிலைகளை எங்களிடம் கொடுத்து விடுங்கள்' என்றும் கேட்டுப்பார்த்தார்கள்.

'எங்களுக்கு வேண்டாம் என்று விலக்கியதை இன்னொருத்தர் தலையில் கட்ட விரும்பவில்லை' என்று சொல்லிவிட்டார் முல்லா ஓமர்.

சர்வதேச அளவில் மிகப்பெரிய அதிர்வை உண்டாக்கிய இந்தச் சம்பவம் நடந்த மிகச் சில நாட்களுக்குள்ளேயே ஒசாமா தன் அடுத்தக் காயை நகர்த்தத் தொடங்கினார்.

ஆப்கனில் இருந்துகொண்டே அப்போது அமெரிக்காவுக்கு எடுபிடி மாதிரி ஒத்தாசைகள் பண்ணிக்கொண்டிருந்தவர் அகமது ஷா மசூத் என்பவர். இவர் தாலிபன்களின் ஜென்ம எதிரியான வடக்குக் கூட்டணிப் படைகளின் கமாண்டர். 1994லிருந்தே இவருக்கும் தாலிபன் தலைவர் முல்லா ஓமருக்கும் ஆகாது. ஆகாது என்றால் வெட்டுப்பழி குத்துப்பழி உறவு. இந்த மசூத்தை ஒழித்துக் கட்டினால்அது அமெரிக்காவுக்கு-ஆப்கன்விஷயத்தில்மிகப்பெரிய பின்னடைவாக இருக்கும் என்று நினைத்தார் ஒசாமா. தவிரவும் தாலிபன்களின் நட்பை மேலும் வலுப்படுத்திக்கொள்ளவும் உதவக்கூடிய செயலாக அது அமையும்.

இந்த இரு காரணங்கள் தவிர இன்னொரு முக்கியக் காரணமும் ஒசாமாவுக்கு இருந்தது. அவர் அமெரிக்கா மீதான தனது நேரடித் தாக்குதலுக்கு நாள் குறித்துவிட்டிருந்தார். செப்டம்பர் 11, 2001. அந்தக் காரியம் நல்லபடியாக நடக்க ஒரு ஒத்திகை மாதிரி இந்த மசூத் கொலையைப் பயன்படுத்திப் பார்க்கலாம் என்பதே அவரது யோசனை. மிக அழகாக திட்டம் வகுத்தார் ஒசாமா பின் லேடன்.

இரண்டு அல்கொய்தா தீவிரவாதிகளை முதலில் இதற்காகத் தேர்ந்தெடுத்தார். இருவருமே குண்டுவீச்சில், துப்பாக்கிச் சுடுவதில் மிகவும் தேர்ந்தவர்கள். அல்கொய்தாவின் தற்கொலைப் படைப்பிரிவின் இரண்டாம் நிலை கமாண்டர்கள். இருவருக்கும் தொலைக்காட்சி நிருபர் வேஷம் கட்டி பயிற்சி அளித்தார்கள் முதலில். எப்படி தலைவர்களை அணுகுவது, பேட்டி எடுப்பது போன்ற விஷயங்களில் சில மாதகாலம் நன்கு பயிற்சி பெற்றார்கள் அவர்கள். பிறகு இருவருக்கும் பெல்ஜியம் பாஸ்போர்ட்

பெறப்பட்டது. அதாவது , மசூத்தைச் சந்திப்பதற்காக வேலை மெனக்கெட்டு பெல்ஜியத்திலிருந்து அவர்கள் புறப்பட்டு வருகிறார்கள் என்பது மாதிரி ஒரு செட்டப். அப்படி வருபவர்கள் சும்மா வரவில்லை. லண்டனிலுள்ள *Islamic observation centre* என்கிற புகழ்பெற்ற அமைப்பிடமிருந்து அறிமுகக் கடிதம் பெற்று வந்தார்கள். (அதுவும் ஒரு செட்டப் தான் என்பதைச் சொல்லவேண்டாமல்லவா?)

முறைப்படி மசூதைச் சந்திக்க அப்பாயிண்ட்மெண்ட் கேட்கப்பட்டது. அன்றைக்கு செப்டம்பர் 9.

நாற்பத்தெட்டு மணிநேரத்தில் அமெரிக்காவில் ஒரு மிகப்பெரிய பட்டாசுத் திருவிழாவுக்கான முன்னேற்பாடுகள் ஒருபக்கம் நடந்துகொண்டிருக்க, இங்கே யானைக்கு முன்னால் மணியோசை மாதிரி ஒரு கொலைக்கான ஒத்திகை தயாரானது.

டிவி நிருபர் வேஷம் கட்டிய இரண்டு தீவிரவாதிகளும் மசூதை அவரது ரகசிய இடத்தில் சந்தித்து பேட்டியைத் தொடங்கினார்கள். தாலிபன்களுடனான அவர்களது யுத்தம் எந்தக் கட்டத்தில் இருக்கிறது? தாலிபன்களை வீழ்த்திவிடுவாரா அவர்? தாலிபன்களுக்கு ஒசாமாவின் சப்போர்ட் இருக்கிறதே? என்றெல்லாம் வழக்கமான கேள்விகள். மசூத் மிகவும் எழுச்சியுடன் தன் பதில்களைக் கோத்து, கூடவே அமெரிக்க அரசு தனக்கு ஆதரவாக இருப்பதையும் பெருமையுடன் குறிப்பிட்டுப் பேசிக்கொண்டிருந்தபோது, நிருபர்களுள் ஒருவர், தன் பாக்கெட்டிலிருந்து கேமராவுக்கான பேட்டரியை எடுப்பது மாதிரி குனிந்து தன்னுடன் மறைத்து எடுத்து வந்திருந்த வெடி குண்டின் ஒயர்களை இணைத்து உரசினார்.

ஒரு ‘பம்’ சத்தம் தான் கேட்டது. என்ன நடக்கிறது என்பதே புரியாத அளவுக்கு உடனே புகை மண்டலம் சூழ்ந்துவிட்டது. அந்த இடத்திலேயே மசூத் குத்துயிரும் குலையுயிருமாக ரத்த வெள்ளத்தில் வீழ்ந்தார். உடல் உறுப்புகள் மூலைக்கொன்றாகப் போய் விழுந்தன. அவரருகே அமர்ந்து உதவி செய்துகொண்டிருந்த அவரது மொழிபெயர்ப்பாளர் முகம்மது அசம் மற்றும் அசீம் சோஹைல் என்கிற மீடியா தொடர்பாளர் இருவரும் கூட உடனே இறந்தார்கள். ஆப்கனின் வடக்குக் கூட்டணி அரசுக்கான இந்தியத்

தூதர் மசூத் கலீல், ஃபகிம் தஸ்தி என்கிற பத்திரிகையாளர் ஒருவர் என அந்த வெடிகுண்டுத் தாக்குதலில் படுகாயமடைந்தவர்கள் தனி.

தாலிபன்களுக்கே இந்தத் தாக்குதல் சம்பவம் முதலில் வியப்புக் கலந்த அதிர்ச்சிதான். யார், எதற்காகச்செய்தார்கள் என்று உடனே அவர்களால் யூகிக்க முடியவில்லை. ஆனால் மறுநாளே அல்கொய்தா தலைமையிடத்திலிருந்து 'தாலிபன்களுக்கு நாங்கள் அளித்த அன்புப் பரிசு அது' என்கிற தகவல் வந்ததும் தான் மகிழ்ச்சியில் ஆழ்ந்தார்கள்.

மசூத் கொலையை அமெரிக்கா உண்மையில் எதிர்பார்க்கவே இல்லை. உபயோகம் இருக்கிறதோ இல்லையோ, தாலிபன் அரசைக் குறித்தும் அல்கொய்தா இயக்கத்தவரின் நடமாட்டம் குறித்தும் அவர்களுக்கு அவ்வப்போது தகவல்கள் அளித்துக்கொண்டிருந்தவர் மசூத் தான். எப்படியாவது ஆப்கனில் தாலிபன்களை ஒழித்துக்கட்டி, அமெரிக்காவின் உதவியுடன் ஆட்சி அமைக்கலாம் என்பதே அவரது ரகசியக் கனவாக இருந்தது. சற்றும் எதிர்பாராவிதமாக அவர் கொலையான செய்தி வந்ததும் மிகவும் அதிர்ந்துவிட்டது சிஐஏ.

ஒசாமா விஷயத்தில் அன்று வரையிலுமே கூட உருப்படியான எந்த ஒரு தகவலையும் பெறமுடியாமல்தான் சி.ஐ.ஏ. அவதிப்பட்டு வந்தது. புதிய அதிபர் வேறு வந்திருக்கிறார். எப்படியும் லெஃப்ட் அண்ட் ரைட் நிச்சயம் என்று எதிர்பார்த்தார்கள். ஆனால் மசூத் என்கிற ஒரு தனிநபரின் மரணம் அத்தனை பெரிய விளைவுகளை ஏற்படுத்தாது என்று கொஞ்சம் நம்பிக்கையும் இல்லாமல் இல்லை, அவர்களுக்கு.

மேலும் பெரிதாக ஏதோ திட்டமிட்டுக்கொண்டிருக்கிறார் என்று எதிர்பார்க்கப்பட்டவரான பின்லேடன் இப்படி ஒரு உள்ளூர்க் கொலையுடன் தன் காரியத்தை 'முடித்து'க்கொண்டதிலும் அவர்களுக்கு நிம்மதி. ஏனெனில் ஒரு பெரிய ஆபரேஷன் முடிந்த கொஞ்சநாளைக்கு அல்கொய்தாவினர் வேறு எந்த ஒரு பெரிய காரியத்தையும் உடனே செய்ததில்லை என்பது சரித்திரம்.

ஆனால் நிஜமாகவே ஒரு 'பெரிய காரியத்துக்கான' ஒத்திகைதான் அது என்கிற ரீதியில் சி.ஐ.ஏ. யோசிக்கத் தவறிவிட்டது தான்

பரிதாபம். அதுவும் வெறும் நாற்பத்தெட்டு மணிநேரத்தில் திட்டமிடப்பட்டிருந்த காரியம்.

சொல்லப்போனால் அல்கொய்தாவுக்குள்ளேயே அந்த விஷயம் பலருக்குத் தெரியாது. குறிப்பாக ஆப்கனில் இருந்த அல்கொய்தா பெருந்தலைகளுக்கு அறவே தெரியாது என்கிறார்கள். ஏதோ ஒரு மிகப்பெரிய திட்டம் இருக்கிறது என்கிற அளவில்தான் சீனியர் தலைவர்கள் அறிந்திருந்தார்களே தவிர அது நாளை மறுநாள் நடக்கவிருக்கிறது என்பதையோ, அமெரிக்கத் தலைநகரின் நட்டநடு செண்டரில் நடத்தப்படவிருக்கிறது என்பதையோ, யார் யார் சம்பந்தப்படுகிறார்கள் என்பதையோ அவர்கள் அறிந்திருக்கவில்லை.

ஏமனில் இருந்த அல்கொய்தா நிர்வாகிகள் சிலர். அமெரிக்காவில் இருந்த பின்லேடனின் ஏஜெண்டுகள் மிகச்சிலர். ஜவஹிரி. அவ்வளவுதான். அவர்களுக்கு மட்டும்தான் திட்டத்தின் முழு வரைபடமும் முன்னதாக வழங்கப்பட்டிருந்தது. எந்த ஒரு குறிப்பிட்ட பகுதி ஆட்களையும் மொத்தமாக திட்டத்தில் ஈடுபடுத்தாமல் பரவலாக வேறு வேறு பிராந்தியங்களிலிருந்தே ஆபரேஷனுக்கான வீரர்களைத் தேர்வு செய்திருந்தார்கள். அதாவது சுமார் ஓராண்டுக் காலம் முன்பிருந்தே தேர்வாகி, பயிற்சியில் இருந்தவர்கள் அவர்கள்!

ஏதோ ஒரு பெரிய காரியத்துக்காகத் தமக்குச் சிறப்புப் பயிற்சிகள் வழங்கப்படுகின்றன என்பது மட்டும்தான் அவர்களுக்குத் தெரியுமே தவிர, என்ன காரியம், எங்கே நடக்கப்போகிறது, என்றைக்கு என்பதெல்லாம் சுத்தமாகத் தெரியாது! ஆனால் தொடர்ந்து பல முகாம்களில் இருந்தும் அல்கொய்தா வீரர்கள் விமானப் பயிற்சிக்கு அனுப்பப்படுவதும் சிலர் பாதியிலேயே திரும்ப அழைக்கப்படுவதும் மட்டும் நடந்துவருவதைக் கண்ட மிகச்சில பெருந்தலைகளுக்கு மட்டும் லேசான சந்தேகம் இருந்தது. மேலும் விமானம் ஓட்டும் பயிற்சிக்கு அனுப்பப்பட்ட சில வீரர்கள், ஒசாமாவின் தனி விமானத்தில் அவரை ஏற்றிக்கொண்டு ஒரு ரவுண்டு அல்லது இரண்டு ரவுண்டு அடித்துவிட்டுத் திரும்புவதும் அவ்வப்போது நடைபெற்றிருப்பதாகத் தெரிகிறது. ஆனால் செப்டம்பர் 11 சம்பவத்தில் பங்குபெற்ற அல்கொய்தா தீவிரவாதிகள் அவர்கள் தானா என்பது பற்றியெல்லாம் தகவல்

ஏதுமில்லை. ஏனெனில் , சம்பவத்தில் தொடர்புடையவர்களாகப் பின்னால் அமெரிக்காவால் அடையாளம் காட்டப்பட்ட யாரும் ஆப்கனுக்கு வந்து தங்கியிருந்ததாகவோ, அல்லது ஒரு நாளாவது வந்து போனதாகவோ நம்பத்தகுந்த தகவல்கள் எங்கும் இல்லை. அந்தக் காலகட்டத்தில் ஒசாமா பின் லேடனும் ஆப்கனுக்கு வெளியே எங்குமே போனதுமில்லை! ஏன், ஆப்கனிலேயே அவர் கந்தஹார் மலைப்பகுதியை விட்டு வெளிவரவே இல்லை என்றும் சொல்லுகிறார்கள்.

எப்படியானாலும் திட்டம் தயார். மிச்சமிருப்பது இருபத்திநாலு மணிநேரங்கள் மட்டுமே. அந்த அவகாசத்தில் கூட அமெரிக்கா சுதாரித்துக்கொள்ளமுடியாமல்தான் கவனத்தை திசைதிருப்பும் விதமாக மசூத்தைக் குண்டுவெடித்துக் கொன்றிருந்தார்கள். திட்டம் என்றால் அது திட்டம். அதுதான் திட்டம்!

அந்தத் திங்கட்கிழமை இரவு ஒசாமா உறங்கவில்லை. முழு இரவும் உட்கார்ந்து பிரார்த்தனை செய்துகொண்டே இருந்ததாகத் தெரிகிறது. அமெரிக்காவின் நியூயார்க் நகரில் திங்கள் இரவு தொடங்கியபோது அவரது செவ்வாய்க் காலை விடிந்தது. (அமெரிக்கா - காபூல் இடையே எட்டரை மணிநேர வித்தியாசம்.) அப்போதும் அவர் பிரார்த்தனையை நிறுத்தவில்லை. சில அவசரச் செய்திகள் பல்வேறு நாடுகளிலிருந்து வந்த வண்ணம் இருந்தன. அனைத்தையும் ஜவஹிரியே கவனித்துக்கொண்டார். புதிதாக எந்தக் கட்டளையும் யாருக்கும் இடப்படக் கூடாது என்று ஒசாமா உத்தரவிட்டிருந்தார். ஒரே திட்டம் தான். எந்த மாறுதலும் கிடையாது. யாருக்கும் குழப்பம் வரக்கூடாது.

ஒரே ஒரு விஷயத்தை மட்டும் அவர்கள் உரிய இடங்களில் கேட்டு உறுதிப்படுத்திக்கொண்டார்கள்.

“அந்தப் பயணிகள் விமானங்கள் உரிய நேரத்தில் புறப்படுகின்றனவா? விமானங்கள் கிளம்புவதில் எந்தத் தாமதமும் இருக்காதே?”

இருக்காது என்றுதான் பதில் வந்தது. திருப்தியுடன் அவர் மீண்டும் பிரார்த்தனையில் ஆழ்ந்தார்.

33. செப்டம்பர் 11

ஓர் இலக்கை அழிக்கவேண்டும் என்று முடிவு செய்தால் குண்டு வைக்கலாம். ராக்கெட் தாக்குதல் நடத்தலாம். புல்டோசர் கொண்டுபோய் அழிக்கலாம். பீரங்கியால் சுட்டு உடைக்கலாம். ஆனால் விமானத்தால் மோதி உடைக்கலாம் என்கிற யோசனை உலகில் பின்லேடன் ஒருத்தருக்குத் தான் தோன்றமுடியும். மேல் தோற்றத்தில் 'அட, எத்தனை எளிய வழி' என்று தோன்றலாம். ஆனால் சற்றும் பிசகு உண்டாக முடியாத இப்படியொரு எளிய வழியைக் கண்டடைவதற்கு அந்த மனிதர் எத்தனை நாள் சிந்தித்திருப்பார் என்று சற்று எண்ணிப் பார்க்கவேண்டும். இந்தளவு புத்திக்கூர்மை ஓர் ஆக்கபூர்வமான காரியத்துக்குப் பயன்பட்டிருக்குமானால் எத்தனை எத்தனை அற்புதங்கள் நிகழ்ந்திருக்கலாம்!

ம்ஹூம். அவர் பின் லேடன். அவரது ஆக்கபூர்வம் என்பது அழிவின்பாற்பட்டது மட்டுமே. விஷயத்துக்கு வரலாம்.

அன்றைக்குச் செவ்வாய்க்கிழமை. செப்டம்பர் 11ம் தேதி. 2001ம் வருஷம். காலை 9 - 10.30 எமகண்டம். ஆனபோதிலும் அல்கொய்தா போராளிகளுக்கு அந்த நேரம் தான் மங்களகரமான நேரம் என்பதாக அறிவுறுத்தப்பட்டிருந்தது. செய்ய வேண்டியதென்ன? நான்கு விமானங்களை முதலில் கடத்த வேண்டும். அரை மணி நேர வித்தியாசத்தில் பாஸ்டனிலிருந்து புறப்பட்டு லாஸ் ஏஞ்சலீஸ் போகிற விமானங்கள் இரண்டு. டல்லஸிலிருந்து புறப்பட்டு லாஸ் ஏஞ்சலீஸ் போகிற விமானம் ஒன்று. நியூ யார்க்கிலிருந்து சான்பிரான்ஸிஸ்கோ புறப்பட்ட விமானம் ஒன்று. நான்குமே அமெரிக்க உள்நாட்டுப் பயணிகள் விமானங்கள். தினசரி டிரிப் அடிப்பவை.

இந்த நான்கு விமானங்களைக் கடத்துவதற்காகவும் கடத்திய விமானத்தைத் தாங்கள் ஏற்கெனவே திட்டமிட்டிருந்த இலக்குகளை நோக்கி ஓட்டிச் செல்லுவதற்காகவும் அவர்களுக்குப் பல மாதங்கள் பயிற்சியளிக்கப்பட்டிருந்தது. குறிப்பாக விமானம் ஓட்டுவதற்கான பயிற்சியை அந்த அராபியர்கள் ரைட்

ராயலாக அமெரிக்காவிலேயே விமானப்பள்ளிகளில் சேர்ந்து பெற்றதெல்லாம் பின்னால் தெரியவந்தது!

அல்கொய்தாக்காரர்களின் இலக்கு மொத்தம் நான்கு. அமெரிக்க வர்த்தக மையக் கட்டடங்கள் இரண்டை அழிக்க இரண்டு விமானங்கள். அமெரிக்க ராணுவத் தலைமையகமான பெண்டகனை உடைத்து நொறுக்க ஒரு விமானம். நாலாவது விமானம் வெள்ளை மாளிகையைக் குறிவைத்து அனுப்பப்பட்டது என்று அமெரிக்கத் தரப்பு சொல்லுகிறது. அதிர்ஷ்டவசமாக அந்த விமானம் இலக்கை அடைவதற்கு முன்னமேயே விழுந்து வெடித்துவிட்டதால் வெள்ளை மாளிகை தப்பியது; அல்லது அந்த விமானத்தின் உண்மையான இலக்கு எது என்பது தெரியாமலேயே போய்விட்டது.

நாம் முதல் விமானத்திலிருந்து ஆரம்பிப்போம். அப்போது காலை மணி எட்டே முக்கால். வர்த்தக மையக்கட்டடத்தில் நூற்றுக்கும் மேலே தளங்கள் உண்டு. அத்தனை ஃப்ளோர்களுமே அந்த நேரத்தில் மிகவும் பிசியாக இருக்கும். எத்தனையோ மாநாடுகள் நடக்கும். என்னென்னவோ பிசினஸ் நடக்கும். பங்குச் சந்தையின் அன்றைய தலைவிதி தீர்மானிக்கப்படும். மக்கள் போனபடியும் வந்தபடியும் இருப்பார்கள். எழுபதாவது மாடியிலிருந்து நூற்று ஆறாவது மாடிக்கு ஓடுவார்கள். அங்கிருந்து நாலாவது மாடிக்கு இறங்கி வந்து கேர்ல் ஃப்ரெண்டுக்கு ஒரு முத்தம் கொடுத்துவிட்டு மீண்டும் அறுபத்தெட்டாவது மாடியில் நடக்கும் போர்டு மீட்டிங்குக்குப் போவார்கள். வழியில் நாற்பதாவது ஃப்ளோரில் ஒரு நிமிடம் இறங்கி ஒரு காப்பி சாப்பிடுவார்கள். அம்பத்தேழில் கொஞ்சம் அரட்டை.

அது ஒரு மினி நகரம் என்று வைத்துக்கொள்ளுங்கள். அகலத்தில் அல்ல. உயரத்தில்.

தாக்குதல் தொடங்குவதற்கு மிகச் சில நிமிடங்கள் முன்னர்தான் அமெரிக்க உளவுத்துறையான எஃப்.பி.ஐக்கு ஒரு செய்தி வந்திருந்தது. இந்தமாதிரி, பாஸ்டனிலிருந்து லாஸ் ஏஞ்சலீஸ் புறப்பட்ட விமானத்திலிருந்து சரியான சிக்னல்கள் வரக்காணோம்; யாரோ கடத்தியிருப்பார்கள் என்று சந்தேகமாக இருக்கிறது என்று. என்னடா இது, விடிந்த பொழுதில் இப்படியொரு குண்டு என்று அதிகாரிகள் நிமிர்ந்து உட்கார்ந்த கணத்திலேயே அங்கே நியுயார்க்

நகர மையத்தில் இருந்த உலக வர்த்தக மையக் கட்டடங்கள் இரண்டில், ஒன்றின் மீது அந்த விமானம் சீறி வந்து மோதிவிட்டது.

அந்தச் சத்தத்தைக் கேட்டவர்கள் அத்தனை பேரும் நிலைகுலைந்து போனார்கள். உலகம் அழியப்போவதன் முதல் அறிகுறி இப்படித்தான் இருக்கும் என்று தோன்றியது என்று பயத்துடன் பின்னால் பேட்டியளித்தார்கள். ஃபுல் டேங்க் எரிபொருள் நிரப்பப்பட்ட விமானம் அது. 92 பயணிகளை ஏற்றிக்கொண்டு லாஸ் ஏஞ்சலீஸுக்குப் புறப்பட்டது. வழியில் துப்பாக்கி முனையில் கடத்தப்பட்டு, வெடிகுண்டுகள் காட்டி மிரட்டப்பட்டு விமானியை கேபினிலிருந்து வெளியேற்றிவிட்டனர் தீவிரவாதிகள். அவர்களது தாக்குதலின் முதல் இலக்கு வடக்கு கோபுரம்.

அந்நேரத்தில் அங்கே அமெரிக்க தீவிரவாதத் தடுப்புத் துறையின் உயரதிகாரிகள் சிலரும் ஒரு மீட்டிங்குக்காக வந்திருந்தார்கள். அவர்களுள் முக்கியமானவர், துறைத்தலைவர் டேல் வாட்சன். ஒரு விமானம் கட்டடத்தின் மீது மோதினால் என்ன ஆகும் என்பதை நேரில் பார்த்தாலன்றி, வருணித்துவிட முடியாது.

பொடிப்பொடியான காங்கிரீட். உடனே உருகத் தொடங்கிவிட்ட இரும்புச் சன்னல்கள், கதவுகள், சீலிங். ஷார்ட் சர்க்யுட் ஆகி கச்சாமுச்சாவென்று பீய்ச்சியடித்த மின்சாரம். என்ன நடக்கிறது என்றே புரிந்துகொள்ள முடியாமல் மக்கள் கூட்டம் கூட்டமாக ஓடத் தொடங்கினார்கள். எத்தனை ஆயிரம் பேர்! நெரிசலில் பலபேர் பலியானார்கள். அதிர்ச்சியில் என்ன செய்வதென்று தெரியாமல் எழுபதாவது மாடியிலிருந்தும் நூறாவது மாடியிலிருந்தும் ஜன்னல் வழியே வெளியே குதித்தும் சிலர் இறந்துபோனார்கள். கட்டடம் முதலில் ஆடத் தொடங்கி, பிறகு இடியத் தொடங்கியதில் மேலும் பலர் இறந்தார்கள். ஒரு வினாடி முன்னர்வரை கோட்டும் சூட்டும் அணிந்து உற்சாகமாக ஓடிக்கொண்டிருந்த எத்தனையோ பேர் தளம் தளமாக இறந்து விழுந்துகொண்டே இருந்தார்கள். அவர்களின்மீது ஒவ்வொரு தளமும் உடைந்து விழுந்துகொண்டே இருந்தது.

தீவிரவாதிகள் வெறுமனே விமானத்தை மோதியதோடு விடவில்லை. உள்ளே அவர்கள் வெடிகுண்டுகளும் வைத்திருந்தார்கள். ஆகவே, நாசம் என்றால் வருணிக்க முடியாத அளவுக்கு நாசம் உடனே நேர்ந்தது. எழுந்த கரும்புகையில் என்ன நடக்கிறது என்றே புரிவதற்குள் எல்லாமே முடிந்துவிட்டது!

விபத்து! எத்தனை கோரமான விபத்து! என்று பார்த்தவர்களெல்லாம் புலம்பினார்கள். உடனே ஆம்புலன்ஸுக்கும் தீயணைப்புத் துறைக்கும் தகவல் தரப்பட்டது. அதிர்ச்சியிலிருந்து மீளாத பலபேர் ஈமெயில் மூலமும் தொலைபேசி மூலமும் தேசமெங்கும் இருக்கும் தமக்குத் தெரிந்தவர்களுக்கும் உறவினர்களுக்கும் தகவல் தரத் தொடங்கினார்கள்.

நியூயார்க் நகரின் பல சாலைகளில் போக்குவரத்து நிறுத்தப்பட்டு வர்த்தக மையக் கட்டடம் உள்ள வழியே போகமுடியாது; அங்கே மிகப்பெரிய விபத்தொன்று ஏற்பட்டிருக்கிறது என்று மட்டுமே முதலில் தகவல் சொல்லப்பட்டது. என்ன நடந்தது என்று யாரும் வருணிக்குமுன்னர் வானளாவ எழுந்த கரும்புகை மண்டலம் அதனைச் சொல்லிவிட்டது.

விமானம் மோதியதா! ஐயோ! இதென்ன சோதனை! எப்பேர்ப்பட்ட விபத்து! என்று தான் முதலில் எல்லாருமே கதிகலங்கி வருத்தப்பட்டார்கள்.

ஆனால் முதல் விமானம் மோதி சரியாக இருபத்திரண்டு நிமிடங்களில் அடுத்த விமானம் தெற்கு கோபுரத்தைக் குறிவைத்துப் பாய்ந்து வந்ததைப் பார்த்தபோதுதான் 'ஓ, இது விபத்தல்ல. தீவிரவாதிகளின் வேலை!' என்பது புரிந்தது.

இம்முறை 65 பேர் பயணம் செய்துகொண்டிருந்த போயிங் விமானம். முன்னர் வந்து மோதிய விமானத்தைக் காட்டிலும் இதன் வேகம் பலமடங்கு அதிகமாக இருந்தது. பேய் மாதிரி வந்து பம் என்று அது மோதிய கணத்தில் அந்த இரண்டாவது கோபுரம் நொறுங்கத் தொடங்கியது. ஏற்கெனவே முதல் கோபுரம் நொறுங்கியதைக் கண்டு இங்கிருந்து பலர் அவசரமாக வெளியே வந்துவிட்டிருந்ததால் தெற்கு கோபுரத்தினுள்ளே இருந்தோரில் இறந்தவர்கள் எண்ணிக்கை - ஒப்பீட்டளவில் குறைவுதான். ஆனாலும் இழப்பு, இழப்பு தானே? ஒரு திரைப்படத்தில் அனிமேட் செய்து பார்க்கும்போதே நெஞ்சு பதறக்கூடிய அக்காட்சி நேரில் அங்கே அரங்கேறியது.

அமெரிக்காவின் கம்பீரச் சின்னங்களாக விளங்கிய இரட்டைக் கோபுரங்கள். எட்டாண்டுகால உழைப்பின் விளைவாக எழுந்து நின்ற கோபுரங்கள். லட்சம் கூடக் கிடையாது; அங்கே பேசப்படும் பிசினஸெல்லாம் மில்லியன்கள்; பில்லியன்களில்தான் நடக்கும்.

அமெரிக்க ஷேர் மார்க்கெட்டின் இதயத்துடிப்பு அங்கே தான் காலம் காலமாக இருந்துவந்தது.

விமானங்கள் இரண்டும் மோதிய கணத்திலிருந்து சரியாக அரைமணி நேரத்துக்குள் தூள் தூளாக உடைந்து நொறுங்கி, பிரதேசத்தையே மண்ணாலும் காங்கிரீட் கழிவுகளாலும் வெப்பத்தாலும் ரத்தத்தாலும் மூடியது. ஒரு பூதம் மாதிரி எழுந்த கரும்புகை நியூயார்க் நகரத்தையே தழுவி அச்சுறுத்தியது!

இந்தக் களேபரங்களில் ஒட்டுமொத்த தேசமும் நிலைகுலைந்து நின்றுவிட்டபோதும் அந்த மூன்றாவது விமானத்தைக் கடத்திய தீவிரவாதிகள் எந்த சலனமும் இல்லாமல் தமக்கு அளிக்கப்பட்டிருந்த இலக்கை நோக்கிப் போய்க்கொண்டிருந்தார்கள். அது டல்லஸிலிருந்து புறப்பட்ட போயிங் விமானம். 64 பயணிகள் இருந்தார்கள். அதே வழிமுறை. அதே மிரட்டல். அதே, விமானியை நகர்த்தல். தாம் அமர்ந்து விமானத்தைச் செலுத்தல். அவர்களின் இலக்கு, அமெரிக்க ராணுவத் தலைமையகமான பெண்டகன்.

இது நியூயார்க்கில் அல்ல. வாஷிங்டனில் இருக்கிறது. தலைநகரம். படு பக்காவான பாதுகாப்பு ஏற்பாடுகள் மிக்க நகரம். அப்படியொன்றும் விமானங்கள் லேசில் பெண்டகன் வட்டாரத்தில் பறந்துவிடமுடியாது. அனுமதி பெற்றுத்தான் ஆகாய மார்க்கமானாலும் போகமுடியும்.

ஆனாலும் சாவுக்குத் துணிந்த தீவிரவாதிகளிடம் சட்டம் குறித்த சிந்தனை எட்டிப்பார்க்குமா என்ன? இரண்டு கோபுரங்கள் அடுத்தடுத்துத் தாக்கப்பட்டதுமே இது விபத்தல்ல; தீவிரவாதிகளின் வேலைதான் என்று ராணுவமும் காவல் துறையும் புலனாய்வு அமைப்புகளும் முடிவு செய்து அலெர்ட் பண்ணிக்கொண்டிருந்த கணத்திலேயே அந்த மூன்றாவது விமானம் வாஷிங்டன் எல்லையை நெருங்கிப் பறந்து வந்து பெண்டகன் கட்டடத்தின் மீது சரிந்து, மோதிச் சிதறிவிட்டது. இங்கும் நாசம். சர்வநாசம். பலிகளை விட்டுவிடலாம். அமெரிக்க ராணுவத்தின் உயிர்நாடியே அந்தக் கட்டடம்தான். ஆயிரக்கணக்கான ரகசியங்கள் புதைந்திருக்கும் பிரதேசம் அது. ஆவணங்களாக. கேசட்டுகளாக, சிடிக்களாக, சிப்களாக, மைக்ரோஃபிலிம்களாக இன்னும்பலவாக எத்தனையோ ஆயிரக்கணக்கான தகவல்கள். நூற்றாண்டுகால

ரகசியங்கள், எல்லாமே அதிமுக்கியமானவை. அமெரிக்க ராணுவத்தின் மூளையாகவும் இதயமாகவும் விளங்கும் பல மதிப்புமிக்க அதிகாரிகள் கூடும் இடம் அது.

ஆறு நிமிடங்களில் பெண்டகன் கட்டடத்தின் பெரும்பகுதி சர்வநாசமாகிப் போனது. எழுந்த கரும்புகை வாஷிங்டனையும் ஒரு பூதமாகக் கவ்விக்கொண்டது.

அப்போது தான் அந்தத் தொலைபேசி வந்தது. நான்காவதாகவும் ஒரு விமானம் சில மணித்துளிகள் முன்பு கடத்தப்பட்டிருக்கிறது. சான்பிரான்ஸிஸ்கோவுக்குப் புறப்பட்ட விமானம். என்ன ஆனதென்று தெரியவில்லை.

எல்லாருடைய மனத்திலும் அந்த விமானத்தின் இலக்கு வெள்ளை மாளிகைதான் என்று சந்தேகமில்லாமல் தோன்றியது.

34. அதிர்ந்தது அமெரிக்கா

உலக வர்த்தக மையக் கட்டடங்களும் ராணுவத் தலைமையகமான பெண்டகனும் தாக்கப்பட்ட நேரத்தில் புஷ் அரசின் முதன்மை மூளை என்று வருணிக்கப்படும் உள்துறைச் செயலாளர் காலின் பாவல், பெரு தேசத்தின் தலைநகரான லீமாவில் இருந்தார். அந்த நாட்டில் அப்போதுதான் புதிய அதிபர் ஒருவர் பொறுப்பேற்றிருந்தார். அவர் பேர் அலெக்சாண்ட்ரோ டொலடோ. சும்மா கொஞ்சம் நல்லுறவு வளர்ப்பதற்காக அங்கே பலதேச உச்சி மாநாடு ஒன்று கூட்டப்பட்டு அதில் பங்கேற்பதற்காக பாவல் போயிருந்தார். க்யூபா தவிர, பிராந்தியத்திலிருந்த 34 நாடுகளின் பிரதிநிதிகள் பங்கேற்றிருந்தார்கள். காலை நேரமல்லவா? டிபன் சாப்பிடுவதற்கென்று பாவல் கையலம்பிக்கொண்டு உட்கார்ந்ததும் அந்தச் செய்திப்பேய் வந்துவிட்டது. அவரது எக்ஸிக்யுட்டிவ் அசிஸ்டெண்ட் க்ரெக் கெல்லி, (அமெரிக்கப் பதவிகள் பேரெல்லாம் கொஞ்சம் தமாஷாக இருக்கிறதல்லவா? அமைச்சர்களை செகரட்ரியாகவும் செகரெட்டரிகளை அசிஸ்டெண்டுகள் என்றும் அழைப்பது அந்த ஊர் ஸ்டைல்.) அறைக்கதவைப் பிளந்துகொண்டு பாய்ந்து வந்து சேதி சொன்னார்.

அவர் சொன்ன நேரத்தில் பெண்டகன் தாக்கப்பட்டிருக்கவில்லை. இரண்டு விமானங்கள் மோதி வர்த்தகமையக்கட்டடங்கள் தகர்க்கப்பட்ட செய்தி மட்டும்தான். காதில் விழுந்த மாத்திரத்திலேயே பாவல் அது விபத்தல்ல என்று உடனே இடைமறித்துச் சொன்னார். "ஒன்று மோதினால் விபத்து. இரண்டு என்றால் தீவிரவாதம்"

நாற்காலியைவிட்டு அப்போதே அவர் எழுந்துவிட்டிருந்தார். உடனடியாக உச்சிமாநாட்டில் தொடர்ந்து தாம் கலந்துகொள்ள முடியாத சூழலை சுருக்கமாக பெருவின் பிரசிடெண்டுக்கு விளக்கிவிட்டு விமான நிலையத்துக்கு விரைந்தார். அங்கிருந்து ஏழு மணிநேரப் பயணம், அமெரிக்காவுக்கு. இருக்கையில் அமர்ந்ததுமே வெள்ளை மாளிகையைத் தொலைபேசியில் தொடர்பு கொள்ள முயன்றார். ம்ஹூம். பாதுகாப்பு நிமித்தம் சகல வெளிதேசத்துத் தொலைத்தொடர்புகளையும் அமெரிக்கா

அப்போது நிறுத்தியிருந்தது. ஈமெயில் அனுப்பவாவது முடியுமா என்றால் அதுகூட முடியவில்லை. ஒரு தேசம் சுத்தமாகத் தன் கதவுகளை மூடிக்கொள்ளுவது என்றால் அதுதான். பஸ், ரயில், விமானங்களைப் போகவிடாமல் நிறுத்துவது சுலபம். ஆனால் ஒட்டுமொத்தத் தொலைத்தொடர்பு சௌகரியங்களையும் கம்ப்ளீட்டாக உடனடியாக நிறுத்தி, உலகிலிருந்து ஒரு தேசம் தன்னைத் துண்டித்துக்கொள்ளுவதென்பது கற்பனை கூடச் செய்துபார்க்கமுடியாத விஷயம். ஆனால் அப்போது அமெரிக்கா அதைச் செய்தது!

என்னவாவது செய்து உள்நாட்டில் யாருடனாவது உடனே பேசியாகவேண்டும். ஏழுமணிநேரம் விமானத்தில் வெட்டியாக நகம் கடித்துக்கொண்டு உட்கார்ந்திருக்க அவரால் முடியாது. என்ன செய்யலாம்?

அதிபுத்திசாலியான பாவெலுக்கு உடனே ஒரு யோசனை வந்தது. விமானங்களில் ரேடியோ மூலம் தகவல் பறிமாறும் வசதி உண்டு. அதாவது பாதுகாப்பு வளைய சௌகரியமெல்லாம் இல்லாத திறந்த அலைவரிசை ரேடியோ தொலைத்தொடர்பு. இதில் ரகசியமெல்லாம் பேசக்கூடாது. என்னவாவது ஆபத்து என்றால் மட்டும் அபயக்குரல் எழுப்பப் பயன்படுத்துவார்கள்.

அதனைப் பயன்படுத்தி, தனது டெபுடி செகரெட்டரி ரிச்சர்ட் ஆர்மிட்டேஜை ஒரு வழியாகப் பிடித்தார் பாவெல். நடந்தது என்ன என்பது பற்றி மிக விரிவாக, முழுமையாகக் கேட்டு மனத்தில் பதித்துக்கொண்டார். ஆர்மிடேஜ்தான் பெண்டகனும் தாக்கப்பட்டுவிட்ட தகவலை பாவெலுக்குச் சொன்னது. வானில் பறக்கிற எல்லா விமானங்களையும் இப்போது சந்தேகிக்க வேண்டிய சூழ்நிலை ஏற்பட்டிருப்பதாக அவர் சொன்னதன் முழு அர்த்தம் புரிய பாவெலுக்கு வெகுநேரம் ஆகவில்லை. ரீகன் காலத்திலிருந்தே பாதுகாப்பு விஷயத்தில் அமெரிக்க அரசின் கில்லாடிகளின் பட்டியலில் முதல் இடத்தில் இருக்கிற 64 வயதுக்காரர் அவர்.

அமைதியாக உட்கார்ந்து யோசித்தார். என்னென்ன செய்யவேண்டும், எப்படிச் செய்யவேண்டும், யார் யாரிடம் விவாதிக்கவேண்டும், உலகுக்கு இதனை எப்படி எடுத்துச் சொல்லவேண்டும் - என்பதுதான் அவரது சிந்தனையின் சாரம்.

பாவெலுக்குத் தகவல் கிடைத்த அதே நிமிஷத்தில்தான் அதிபர் புஷ்ஷுக்கும் செய்தி போனது. அவரும் அப்போது தலைநகரில் இல்லை. ஃப்ளோரிடா மாகாணத்தில் சரஸொட்டா என்கிற ஊரில் ஒரு எலிமெண்டரி ஸ்கூலில் என்னமோ லெக்சர் கொடுக்கப் போயிருந்தார். செய்தி கேள்விப்பட்டதும் புஷ் சொன்ன வார்த்தை "பைலட்டுக்கு ஹார்ட் அட்டாக் வந்திருக்குமோ என்னவோ"

ஒரு விமானமல்ல; இரண்டு என்று எடுத்துச் சொன்னபிறகுதான் அவர் புத்தியில் பல்பு எரியத் தொடங்கியது. முகம் இருண்டு, வியர்த்தும் விட்டது. சற்றே ஆசுவாசப் படுத்திக்கொண்டு பிறகு மெல்லிய குரலில் சொன்னார்: "அவர்கள் யுத்தம் தொடங்கிவிட்டார்கள். நாமும் தயாராகவேண்டியதுதான்."

அவசர அவசரமாக ஒரு பத்துப் பன்னிரண்டு வரிகளில் நாட்டு மக்களுக்கு ஒரு செய்தி எழுதப்பட்டது. அந்தப் பள்ளியின் ஆடிட்டோரியத்துக்கே தொலைக்காட்சிக்காரர்களை உடனே வரவழைத்து, அங்கேயே புஷ் பேசினார். சந்தேகமில்லாமல் தீவிரவாதிகளின் தாக்குதல். அதைத்தான் அவர் முதலில் சொன்னார். அந்தச் சில வரிகளைப் படித்து முடிப்பதற்குள்ளாக நிறைய இடங்களில் தடுமாறினார். பல சொற்கள் அர்த்தம் மாறிப் பொருள் தரக்கூடியவையாக இருந்தன. பதற்றம் காரணம் என்று சொன்னார்கள். இப்படியொரு நெருக்கடி நேரத்தில் அதிபருக்கு இத்தனை பதற்றம் ஆகாது என்றும் சொன்னார்கள்.

டிவிக்காரர்கள் கிளம்பிய சூட்டிலேயே அதிபரும் விமான நிலையத்துக்குக் கிளம்பிவிட்டார். விமானம் ஏறுமுன் வாஷிண்டனைத் தொலைபேசியில் அழைத்து அவர் அளித்த உத்தரவு: "என் மனைவியும் மகள்களும் பாதுகாப்பான இடத்துக்கு உடனே போகவேண்டும். அவர்களது பாதுகாப்பில் சிறு பிசகும் நேரக்கூடாது!"

உடனே வெள்ளை மாளிகையில் இருந்த லாரா புஷ்ஷுக்கும் அவரது இரட்டைப் பெண் குழந்தைகளுக்கும் தகவல் தரப்பட்டது. அவர்கள் வாஷிங்டன் நகரின் அதிபயங்கரமான போக்குவரத்து நெரிசலில் 45 நிமிடங்கள் நீந்தி, ரகசியப் பாதுகாப்புப் படையின் தலைமையகத்துக்கு அழைத்துச் செல்லப்பட்டார்கள். அங்கே அவர்களுக்கு சங்கேத வார்த்தைகள் வழங்கப்பட்டு உடனடியாக ஆளுக்கொரு ரகசிய இடத்துக்கு அனுப்பிவைக்கப்பட்டார்கள்.

இதெல்லாம் அன்றுகாலை 9.39க்கு பெண்டகன் மீது விமானம் மோதியதிலிருந்து சரியாக ஒரு மணிநேரத்துக்குள் நடந்தவை. 9.50க்கெல்லாம் புஷ் வாஷிங்டன் கிளம்பிவிட்டார். கிளம்பும்போதே தமது உதவி ஜனாதிபதி டிக் செனியைத் தொலைபேசியில் அழைத்தார். "நாம் யுத்தக்களத்தில் இருக்கிறோம். உடனே காங்கிரஸைக் கூட்டி, சுருக்கமாக விஷயத்தை விளக்கிவிட்டு வந்து சேர்" என்று உத்தரவிட்டுவிட்டு, பெருவிலிருந்து காலின் பாவெல் புறப்பட்டுவிட்டாரா என்று கேட்டு விசாரித்து உறுதிப்படுத்திக்கொண்டார். அப்போதுதான் போனை வைத்த டிக்செனி உடனே மீண்டும் புஷ்ஷை அழைத்து "அவசரமாக ஒரு உத்தரவிட வேண்டும். சந்தேகத்துக்கு இடமான எந்த கமர்ஷியல் விமானம் பறந்தாலும் அமெரிக்க ராணுவ விமானம் அதனை சுட்டு வீழ்த்த அனுமதி வேண்டும்" என்று கேட்டார்.

கேட்டுக்கொண்டும் கொடுத்துக்கொண்டும் இருக்கிற நேரமா அது! "என்ன வேண்டுமோ செய்துகொள்" என்றார் புஷ்.

தலைநகரின் அதிகார மையங்களில் செய்திகள் வந்து குவிந்தவண்ணம் இருந்தன. நான்காவதாகக் கடத்தப்பட்ட விமானம் என்ன ஆனது, எங்கே போனது என்று இன்னும் தெரிந்திருக்கவில்லை. கடத்தல்காரர்களின் இலக்கு வெறும் கட்டடங்களாக மட்டும் இருக்கமுடியாது; தாக்குதல் வேறு வடிவத்திலும் திடீரென்று தொடங்கலாம் என்பதாகப் புலனாய்வு அதிகாரிகள் சந்தேகப்பட்டார்கள். அதாவது அமெரிக்க அரசின் மிக உயர்ந்த பதவிகளில் இருப்போர் அனைவருக்குமே ஆபத்து என்பதாகச் சொல்லப்பட்டது.

இத்தகவலை ஏழெட்டுத் தரப்பிலிருந்து அடுத்தடுத்துக் கேட்க நேர்ந்த டிக்செனிக்கு உடனே கவலை வந்து, மீண்டும் புஷ்ஷை போனில் அழைத்தார். "தயவுசெய்து நீங்கள் வாஷிங்டன் வரவேண்டாம்" என்று சொன்னார். முதலில் அதைக் கடுமையாக மறுத்தாலும் கொஞ்சம் யோசித்தால் அவர் சொல்லுவதுதான் சரி என்று புஷ்ஷுக்கும் தோன்றியது. ஆகவே புறப்பட்ட விமானத்தை திசை திருப்பி, லூசியானாவிலுள்ள பார்க்ஸ்டேல் விமானப்படை தளத்துக்குப் போகச் சொன்னார். பத்தேமுக்காம் மணி சுமாருக்கு லூசியானாவில் இறங்கியதும் புஷ் செய்த முதல் காரியம், ரகசிய இடத்துக்குப் போன தன் மனைவி பத்திரமாக இருக்கிறாரா என்று போன் செய்து விசாரித்ததுதான்.

அன்று பிற்பகல் சுமார் இரண்டு மணி வரை புஷ்ஷால் அந்த விமானப்படைத் தளத்தைவிட்டு வேறெங்குமே போகமுடியவில்லை. செக்யுரிடி அதிகாரிகள் அவர் பாத்ரூமுக்குப் போவதைப் பார்த்தால் கூட பயந்து நடுங்கினார்கள். எப்படியும் இரண்டு மூன்று பெருந்தலைகளாவது இன்றைக்கு டிக்கெட் வாங்கவேண்டியிருக்கும் என்று சொல்லிவைத்த மாதிரி எல்லாருமே அஞ்சினார்கள்.

நாடே பதறிக்கொண்டிருந்தபோது இப்படி உயிருக்கு பயந்து எங்கோ வந்து ஒளிந்துகொண்டிருக்கவேண்டியிருக்கிறதே என்று புஷ்ஷுக்குக் கொஞ்சம் குற்ற உணர்ச்சி இல்லாமலில்லை. ஆனால் அந்த நேரத்தில் அவரால் எந்த ஒரு முடிவையும் உடனே எடுக்க முடியவில்லை என்பதுதான் உண்மை. அங்கிருந்தபடிக்கே போன் போட்டு தேசிய பாதுகாப்பு கவுன்சில் தலைவர் டொனால்டு ரம்ஸ்பீல்டுடன் பேசினார். என்ன நடக்கிறது என்று கேட்டறிந்தார். அழிவின் பாதிப்புகள் குறித்து விசாரித்தார். உயிர்பிழைத்தோருக்கு மருத்துவ சிகிச்சை எங்கெங்கே, யார் யாரால் தரப்படுகிறது என்று கேட்டுக்கொண்டார். மேயர் சம்பவ இடத்திலேயே இருப்பதில் தாம் திருப்தி கொண்டிருப்பதாகச் சொல்லச் சொன்னார். மேலும் பிற்பகல் 3.30க்கு தேசிய பாதுகாப்பு கவுன்சிலின் அவசரக் கூட்டத்தைக் கூட்டச்சொல்லிக் கேட்டுக்கொண்டார். எப்படியும் தான் வந்து கலந்துகொள்வேன் என்று உறுதியளித்தார்.

அந்த 3.30 மணிக் கூட்டத்தில்தான் முதல்முதலாக அல்கொய்தா என்கிற சொல் உபயோகிக்கப்பட்டது. தாக்குதலை திட்டமிட்டு நடத்தியவர் பின்லேடன் தான் என்று உறுதிபடத் தீர்மானிக்கப்பட்டது. தாக்குதலுக்குப் பயன்படுத்தப்பட்ட விமானங்களில் பயணம் செய்தோரின் விவரங்களை அலசிப் பார்த்ததில், பெண்டகன் கட்டடத்தின்மீது மோதிய பயணிகள் விமானம் போயிங்77ல் இருந்த மூன்றுபேரின் முகங்கள் அமெரிக்க உளவுத்துறைக்கு மிகவும் பரிச்சயமானவை. அல்கொய்தா இயக்கத்தவர்கள்தான் அவர்கள் என்று சூடம் அணைத்து சத்தியம் செய்தது அமெரிக்கப் புலனாய்வுத் துறை. அதில் ஒரு ஆள் மிகவுமே பழக்கமானவர். அவர் பெயர் காலித் அல் மிதார். மலேசியாவில் உள்ள சிஐஏவின் கிளை அலுவலகத்தினரால் முந்தைய வருடம் தான் கண்காணிக்கப்பட்டவர். ஒரு அல்கொய்தா ரகசிய மாநாட்டில்

சிஐஏவின் கூலி ஏஜெண்ட் ஒருத்தனால் அடையாளம் காட்டப்பட்ட போராளி.

காலித் அல்மிதாரின் அடையாளங்களை, அவனைப் பற்றிய விவரங்களைச் சேகரித்துக்கொண்ட மலேசிய சிஐஏ அதிகாரிகள், அதனை இன்னொரு அமெரிக்கப் புலனாய்வு அமைப்பான எஃப். பி.ஐக்கு அனுப்பி, 'இந்த ஆளை கவனியுங்கள்' என்று ஒரு வருடம் முன்னர்தான் சொல்லியிருந்தார்கள்.

எஃப்.பி.ஐ. அதிகாரிகள் தமது 'கவனிக்கப்படவேண்டியவர்கள்' பட்டியலில் காலிதின் பெயரைச் சேர்த்து, அவனைத் தொடர்ந்து இரவு பகலாகக் கண்காணித்துக்கொண்டிருந்தார்கள். அவன் தொடர்ந்து அமெரிக்காவிலேயேதான் அந்த ஆண்டு முழுவதும் இருந்திருக்கிறான். ஆகவே அவனது முகத்தை அடையாளம் காணுவதில் அவர்களுக்கு எந்தப் பிரச்னையும் இருக்கவில்லை.

மேலும், இந்தமாதிரியொரு பிரும்மாண்டமான தாக்குதல் திட்டத்தை அல்கொய்தா தவிர வேறெந்த ஒரு தீவிரவாத அமைப்பும் செய்யமுடியாது என்று தக்க ஆதாரங்களுடன் எடுத்துச் சொன்னார் ரம்ஸ்பீல்டு.

ஆனால் எஃப்.பி.ஐயின் இயக்குநரான ராபர்ட் முல்லருக்கு ஒரு சந்தேகம் தீராமல் இருந்தது. எத்தனையோ பாதுகாப்பு ஏற்பாடுகளை மீறி அதெப்படி நான்கு விமானங்களை ஒரே சமயத்தில் கடத்திவிட முடியும்? எனில் இதில் உள் கை சம்பந்தப்படாமலிருக்குமா?

புஷ்ஷால் இந்தச் சந்தேகத்தைக் காதுகொடுத்துக் கேட்கவே முடியவில்லை. அவருக்கு மட்டுமல்ல. அங்கே கூடியிருந்த அத்தனை பேருக்குமே அடிமனத்தில் அந்தக் கேள்வி இருக்கத்தான் செய்தது! ஆனால் வாய்விட்டுச் சொல்லத்தான் யாருக்கும் முடியவில்லை. ஒருவாரம் முன்னதாகத்தான் ராபர்ட் முல்லர் இயக்குநராகியிருந்தார். ஆகவே பளிச்சென்று கேட்டுவிட்டார்.

எப்படியாவது சீக்கிரம் விமானங்களை மீண்டும் இயக்கவேண்டும் என்று புஷ் விரும்பினார். தீவிரவாதிகளுக்கு பயந்து விமான சர்வீஸை நிறுத்திவைத்திருந்ததை மிகவும் அவமானகரமானதொரு விஷயமாகவே அவரால் பார்க்க முடிந்தது. பாதுகாப்புக் காரணங்கள் சொல்லப்பட்டாலும் 'அவர்கள் சிரிக்க ஒரு வாய்ப்பு' என்பதாகவே புஷ் அதனைப் பார்த்தார்.

“மீண்டும் ஒரிரு தினங்களில் இயக்கலாம். அதில் பிரச்னையில்லை. ஆனால் தீவிரவாதிகளைக் குறைத்து மதிப்பிடவேண்டாம். அவர்கள் எப்போதும் மீண்டும் தாக்கலாம். இது ஒரு ஆரம்பம்தான் என்று நினைக்கிறேன்” என்றார் ரம்ஸ்பீல்டு.

ஆனால் அன்றைய தினத்தில் இனிமேல் வேறு தாக்குதல் நடவடிக்கைகள் நிகழ வாய்ப்பில்லை என்று எல்லாருமே நினைத்தார்கள். எப்போது பத்து மணிக்கு முன்னதாக அடுத்தடுத்து மூன்று இலக்குகளை வீழ்த்தி, ஒரு முயற்சியில் தோல்வி கண்டார்களோ, இனி அடுத்தது நடக்கக் குறைந்தது 24 மணிநேரமாவது ஆகும் என்று சொன்னார்கள். அந்த நான்காவது விமானம் எதனை நோக்கிச் செலுத்தப்பட்டது என்பதே இறுதிவரை தெரியவில்லை. பாதி வழியிலேயே விழுந்து நொறுங்கிவிட்டது. விமானத்துக்குள்ளேயே தீவிரவாதிகளை எதிர்த்து பயணிகள் சண்டையிட்டிருக்கலாம், ஆகவே துப்பாக்கிச் சூடு நிகழ்ந்து விமானம் நிலைகுலைந்திருக்கலாம் என்று நினைத்தார்கள்.

சரி, மிச்சத்தை நாளை பார்ப்போம் என்று புஷ் எழுந்துகொண்டார். மனைவியைத் தொலைபேசியில் அழைத்து வெள்ளை மாளிகைக்கு வந்துவிடு என்று சொன்னார். நாலரைக்குத் தான் அங்கே வந்துவிடுவதாகவும் சொன்னார். உண்மையில் அவர் மிகவும் அதிர்ச்சியடைந்து, களைப்புற்றிருந்தார். கொஞ்சநேரம் படுத்துத் தூங்கலாம் என்பதே அவர் விருப்பமாக இருந்தது அப்போது.

ஆனால் அன்றைக்கு அமெரிக்காவில் யாருக்குமே தூக்கம் வரவில்லை. நேற்றுவரை விண்ணைத் தொட்டுக்கொண்டிருந்த இரு கோபுரங்கள் இன்று இல்லை என்கிற உணர்வு ஒரு பூதம் மாதிரி எல்லார் மனத்தையும் கவ்வி அலைக்கழித்துக்கொண்டிருந்தது.

35. பணிந்தார் முஷாரஃப்

செப்டம்பர் 11, 2001. அன்று காலை அமெரிக்காவில் அல்கொய்தாவினர் நிகழ்த்திய கோரத்தாக்குதல்களைத் தொடர்ந்து , அன்று இரவு வரை அமெரிக்க அமைச்சர்களும் அதிகாரிகளும் உளவுத்துறையினரும் எத்தனை முறை எங்கெங்கே சந்தித்துப் பேசினார்கள் என்பதற்குக் கணக்கே இல்லை என்று சொல்லுகிறார்கள். குட்டி குட்டியாக நூறு மீட்டிங்குகள் அந்த ஒரு நாளுக்குள் போடப்பட்டிருக்கின்றன. நடுவில் ஒருமுறை வர்த்தக மையக் கட்டட இடிபாடுகளைச் சென்று சுற்றிப்பார்த்துவிட்டு (மனைவியுடன்), பாதிக்கப்பட்டவர்களுக்கு ஆறுதல் சொன்னது, சுமார் நாற்பது நிமிட நேரம் ஓய்வு எடுப்பதற்காக வெள்ளை மாளிகைக்குப் போனது தவிர புஷ்ஷும் அனைத்துக் கூட்டங்களிலும் கலந்துகொண்டார். கூட்டத்துக்கு நடுவே தண்ணீர் கொண்டுவரும் ப்யூன்கள் சொன்ன கருத்து கூட கவனத்தில் எடுத்துக்கொண்டு அலசி ஆராயப்பட்டது என்கிறார்கள்.

அமெரிக்காவின் பதில் நடவடிக்கை என்ன என்பதுதான் அந்தச் சந்திப்புகளின் ஆதாரக்கரு. அல்கொய்தாவுக்கு எதிரான தீவிர வேட்டையைத் தொடங்கலாம், அல்கொய்தாவுக்கு ஆதரவளித்த, அளித்துக்கொண்டிருக்கிற அத்தனை சக்திகளையும் கபளீகரம் செய்யலாம், பின்லேடன் தலைக்கு நிறைய விலை வைக்கலாம், அமெரிக்காவிலிருக்கும் அத்தனை இஸ்லாமிய அமைப்புகளுக்கும் தடை விதிக்கலாம் என்பது தொடங்கி ஏராளமான யோசனைகள் முன்வைக்கப்பட்டு, பரிசீலிக்கப்பட்டன.

ஆனால் செயலுக்கு வந்தது, காலின்பாவெல் சொன்ன யோசனைதான். அவர் ஒருவர் தான் அந்த யோசனையை அழுத்தந்திருத்தமாகச் சொன்னவர்.

“இது அல்கொய்தாவுக்கு எதிரான போராக மட்டும் இருக்கக்கூடாது. தீவிரவாத இயக்கங்கள் அனைத்தையும் வேரோடு அழிக்கும் முழுமையான யுத்தத்தை அமெரிக்கா தொடங்கவேண்டும். சர்வதேச அளவில் அப்போதுதான் நமக்கு முழு உதவிகள் கிடைக்கும்” என்று சொன்னார் பாவெல்.

உடனடியாக அங்கீகரிக்கப்பட்ட இந்த யோசனையை அமுல்படுத்துவது தொடர்பான வழிமுறைகள் உடனே அலசப்பட்டன.

பாவெல் தீர்மானமாகச் சொன்னார்: "இது ஒட்டுமொத்தத் தீவிரவாத இயக்கங்களுக்கு எதிரான யுத்தம் தான். ஆனாலும் நாம் அல்கொய்தாவிலிருந்து தான் தொடங்குகிறோம். எனில், முதலில் பாகிஸ்தான் அரசின் முழு ஆதரவு இதற்கு கோரிப் பெறப்படவேண்டும். அவர்கள் மறுத்தால் மிரட்டலாம். தவறே இல்லை"

நன்றாக கவனியுங்கள். பாவெல், ஆப்கன் அரசின் ஆதரவு பற்றிப் பேசவேயில்லை. பாகிஸ்தானைத்தான் முதல் இலக்காகச் சொல்லுகிறார்!

இதன் காரணம் மிகவும் நுட்பமானது. 1999ல் கத்தியின்றி, ரத்தமின்றி, மிகச் சுலபமாக ஒரு ராணுவப் புரட்சி செய்து அங்கே முஷாரஃப் ஆட்சியைப் பிடித்திருந்தார். இன்றைக்கு இருப்பதுபோல அமெரிக்க - பாகிஸ்தான் உறவு அன்றைக்கு அத்தனையொன்றும் சிலாக்கியமாக இல்லை. இன்னும் குறிப்பாகச் சொல்லுவதென்றால் புஷ்ஷுக்கும் சரி, காலின்பாவெலுக்கும் சரி, முஷாரஃப் அங்கே அந்த ஸ்டண்ட் அடித்து, ஆட்சிக்கு வந்ததில் துளி விருப்பமும் இல்லை. மேலும் ஆட்சிக்கு வந்த புதிதில் முஷாரஃப் பேசிய சில பேச்சுகளும் தாலிபன்கள் விஷயத்தில் அவர் வெளிப்படையாக அளித்த சில சலுகைகளும் அமெரிக்காவுக்கு அவரை ஒரு அடிப்படைவாத முஸ்லீம் தலைவராகத்தான் காட்டின. பாகிஸ்தானை இன்னொரு ஆப்கனாக்கிவிடக்கூடியவர் என்று ஏற்கெனவே சில புலனாய்வு அறிக்கைகள் அமெரிக்க அரசுக்குப் போயிருந்தன. இத்தனைக்கும் முஷாரஃப் பெரிய மதவாதி இல்லை. முஸ்லிமாகப் பிறந்தவர் என்றாலும் இறைநம்பிக்கை விஷயத்தில் அப்படியொன்றும் பெரிய பக்திமான் இல்லை. ஒரு எண்பது சதவீத நாத்திகர் என்றே கூடச் சொல்லலாம். ஆனாலும் தாலிபன்களின் மத அடிப்படைவாத அரசுடன் அவர் கொஞ்சிக் குலாவும் போக்கு நாளுக்கு நாள் அதிகரித்துக்கொண்டே தான் போனது.

மேலும் அன்றைக்கு ஆப்கனின் உடனடி மற்றும் நேரடி உதவிகளுக்கு பாகிஸ்தான் மட்டும்தான் ரெடியாக இருந்தது.

பொருளாதார உதவிகள் தொடங்கி, தார்மிக ஆதரவு வரை பல இனங்களில் தாலிபன்களுக்கு முஷாரஃப் அரசு இணக்கமாகவே இருந்துவந்தது.

இதனைக் குறிப்பிட்ட பாவெல், "இது நமக்கொரு சந்தர்ப்பம். பாகிஸ்தானையும் நாம் கண்காணிக்கத்தான் வேண்டுமா என்கிற சந்தேகத்தையும் இதன்மூலம் தீர்த்துவிடலாம்" என்று சொன்னார்.

"சரி, என்ன செய்யலாம்?" என்று கேட்டார் புஷ்.

உடனடியாக ஏழு அம்ச நிபந்தனைப் பட்டியல் ஒன்று தயாரிக்கப்பட்டது. அம்சமான அந்தப் பட்டியல் இது:

1. உடனடியாக பாக். எல்லைப்பகுதியில் அல்கொய்தாவின் இயக்கத்தை முடக்கிவிடவேண்டும். ஆயுதக்கடத்தல் உட்பட பின்லேடன் தொடர்புடைய எந்த ஒரு விஷயமும் பாகிஸ்தான் மண்ணை எட்டிப்பார்க்க முடியாதபடி கதவை இழுத்து மூடவேண்டும்.

2. அமெரிக்க விமானங்கள் பாகிஸ்தான் தளங்களை உபயோகிக்கும். பாகிஸ்தானின் வான் எல்லையை நிபந்தனை இன்றி அமெரிக்க ராணுவத்துக்குத் திறந்துவிட்டாக வேண்டும். அதே சமயம் பாகிஸ்தானிலிருந்து ஆப்கனுக்கு எவ்வித வான் தொடர்புகளும் கூடாது.

3. பாகிஸ்தானின் துறைமுகங்கள், விமான நிலையங்கள், எல்லைகளை அமெரிக்க ராணுவம் முழுமையாகப் பயன்படுத்தவிருக்கிறது. கேள்வி கேட்காமல் ஒதுங்கிக்கொள்ளவும்.

4. பாகிஸ்தானின் புலனாய்வு மற்றும் குடியேற்ற அதிகாரிகள் பரிபூரண ஒத்துழைப்புத் தரவேண்டும். கேட்கிற அத்தனை கேள்விகளுக்கும் ஒழுங்கு மரியாதையாக பதில் சொல்லவேண்டும்.

5. நடந்த தாக்குதல் சம்பவத்தை பாகிஸ்தான் அரசு கடுமையாகக் கண்டிக்கவேண்டும். கூட்டாளியானாலும் நண்பனானாலும் கண்டனம் படு ஸ்டிராங்காக இருக்கவேண்டும்.

6. தாலிபன் அரசுக்கு அளித்துவந்த எரிபொருள் உதவிகளை பாகிஸ்தான் அரசு முற்றிலுமாக நிறுத்தியாக வேண்டும். பாகிஸ்தான் மதரஸாக்களில் பயிற்சிபெற்று தாலிபன் ராணுவத்துக்குப் போய்க் கொண்டிருந்த இளைஞர்கள் இனி எல்லை தாண்டக்கூடாது.

7. கிடைத்த ஆதாரங்கள் அனைத்தும், தாக்குதலை பின்லேடன் தான் செய்திருக்கிறார் என்பதை உறுதிப்படுத்துகின்றன. தாலிபன் அரசின் ஆதரவு பெற்ற பின்லேடன். ஆகவே பாகிஸ்தான் அரசு ஆப்கனுடனான ராஜரீதி உறவுகளை முற்றிலுமாகத் துண்டித்துக்கொள்ளுவதாக பகிரங்கமாக அறிவிக்க வேண்டும். அப்படி அறிவித்த கையோடு பின்லேடனைத் தேடிப்பிடிக்கவும் தாலிபன்களை அழித்து ஒழிக்கவும் வருகிற அமெரிக்க ராணுவத்துக்கு முழு ஒத்துழைப்புத் தரவேண்டும். தீவிரவாதத்துக்கு எதிரான அமெரிக்காவின் யுத்தத்தில் தன்னை ஒரு முதன்மை உறுப்பினராகப் பதிவு செய்துகொண்டு உடனடியாகச் செயலிலும் இறங்கவேண்டும்.

கொஞ்சம் ஆற அமர யோசித்துப் பாருங்கள். இப்படிப்பட்ட நிபந்தனைகளை ஒரு தீவிரவாத இயக்கம் வேண்டுமானால் விதிக்கலாம். ஒரு தேசம் இன்னொரு தேசத்துக்கு விதிக்க முடியுமா?

ஆனால் அன்றைக்கு அமெரிக்கா இந்த ஏழு நிபந்தனைகளைத்தான் பாகிஸ்தான் அரசுக்கு விதித்தது!

பாவெலுக்குத் தீர்மானமாக ஒரு விஷயம் தோன்றியது. பயத்தின் அடிப்படையில் முதல் ஆறு நிபந்தனைகளை ஒப்புக்கொண்டாலும் ஏழாவது நிபந்தனையை முஷாரஃப் கண்டிப்பாக ஒப்புக்கொள்ள முடியாது என்பதே அது! ஏனெனில் இது பாகிஸ்தான் - ஆப்கன் சம்பந்தப்பட்ட விஷயமாக மட்டும் இருக்க முடியாது.

ஆப்கன் ஓர் இஸ்லாமிய நாடு. பாகிஸ்தானும் இஸ்லாமிய நாடு. என்னதான் தீவிரவாதப் பயிர் வளர்த்தாலும் ஆப்கனுக்கு ஒரு நெருக்கடி என்னும்போது கிருத்தவ தேசமான அமெரிக்காவுக்கு ஆதரவாக பாகிஸ்தான் செயல்பட்டால் அது வரலாற்றில் இடம்பெற்று, வாழ்நாள் முழுவதும் இதர இஸ்லாமிய தேசங்களிடையே கசப்புணர்ச்சியைப் பசுமையாகத் தழைக்கச் செய்தபடியே இருக்கும். மேலும் ஆப்கனுக்கு எதிரான யுத்தத்தில் பாகிஸ்தான் பங்குபெறுமானால் பாகிஸ்தானின் யோக்கியதை என்ன என்பது பற்றியும் விமரிசிக்கப்படும். ஆப்கனிஸ்தானிலாவது ஒரு ஒசாமா பின்லேடன் தான் இருக்கிறார். பாகிஸ்தானில் எத்தனை தீவிரவாத இயக்கங்கள்! எத்தனை கொடுங்கோல் பயங்கரவாதிகள்! ஐம்பது வருட பாகிஸ்தான் சரித்திரத்தைப் புரட்டிக்கொண்டு

வந்தால் காஷ்மீர் எல்லையிலும் ஆப்கனை ஒட்டிய வடமேற்கு எல்லையிலும் அந்நாட்டில் நிலைகொண்டு தீவிரவாதம் வளர்த்து ஏராளமான உயிர்ப்பலி கொண்ட இயக்கங்களுக்கு எண்ணிக்கையே இல்லை. ஆயுதக் கடத்தல், மற்றும் தீவிரவாத சாம்ராஜ்ஜியத்தின் குட்டித் தலைநகரமாகவே பாகிஸ்தான் உருக்கொண்டுவிட்ட நிலையில் ஆப்கனில் தீவிரவாத அரசுக்கு எதிரான யுத்தத்தில் பங்கெடுக்க என்ன யோக்கியதை இருக்கமுடியும் பாகிஸ்தானுக்கு?

அப்படியொரு முடிவை பாகிஸ்தான் எடுக்குமானால் மத்தியகிழக்கு அரபு நாடுகள் பல பாகிஸ்தானைக் கடுமையாகக் கண்டிக்கும், ஒட்டுமொத்த உறவைத் துண்டிக்கும் என்று கணக்குப் போட்டார் காலின்பாவெல். சுருக்கமாகச் சொல்லுவதென்றால் பாகிஸ்தான் ஒரே ராத்திரிக்குள் தனிமைப்படுத்தப்படும்.

காஷ்மீர் உள்ளிட்ட அந்நாட்டின் புராதனமான பிரச்னைகளில் அதன்பின் தார்மிக ஆதரவு தரக்கூட யாரும் முன்வரமாட்டார்கள். ஆயுள் சந்தா கட்டி அமெரிக்காவுக்கு நிரந்தர விசுவாசியாகிவிட வேண்டிய நிர்ப்பந்தம் இயல்பாக உண்டாகிவிடும். அதன்பின் தெற்கு ஆசியாவில் அமெரிக்காவின் கால் ஊன்றல் வலுப்பட பாகிஸ்தானை ஒரு சரியான களமாக எப்போதும் பயன்படுத்திக்கொள்ளலாம்.

இத்தனை நெருக்கடி இருப்பதால் அந்த ஏழாவது கண்டிஷனுக்கு முஷாரஃப் நிச்சயம் சம்மதிக்கமாட்டார் என்று காலின்பாவெல் சொன்னார்.

"அவர் சம்மதிக்காவிட்டால் என்ன செய்வது?" என்றார் ஆர்மிடேஜ்.

"சுலபம். நமது எதிரி அப்போது ஒருவர் அல்லர். இருவர் என்று எடுத்துக்கொண்டு வேலையை ஆரம்பிக்க வேண்டியதுதான்" என்றார் பாவெல். பாவெல் மிகத் தீர்மானமாக இருந்தார். இந்த யுத்தத்தைப் பொறுத்தவரை இரண்டே கட்சிகள் தான் இருக்கமுடியும்; இருக்க வேண்டும். ஒன்று அமெரிக்காவை ஆதரிக்கிற கட்சி. அப்படி ஆதரிக்காத அனைவரையும் எதிர்க்கட்சியாக மட்டுமே கருதுவது. ஏனெனில் நாம் அறிவிப்பது, பின்லேடனுக்கு எதிரான யுத்தமல்ல. சர்வதேச பயங்கரவாதத்துக்கு எதிரான யுத்தம். நீங்கள் பயங்கரவாதத்துக்கு எதிரான யுத்தத்தில்

பங்குபெறுகிறீர்களா? அல்லது பயங்கரவாதிகளுடன் உங்களை அடையாளப்படுத்திக் காட்டிக்கொள்ள விரும்புகிறீர்களா? இதுதான் கேள்வி. இந்த ஒரு கேள்வியை மட்டும்தான் முன்வைத்து நாம் யுத்தத்தை ஆரம்பிக்கிறோம் என்று அடித்துச் சொன்னார் பாவெல்.

அன்று மத்தியானம் சாப்பாட்டுக்குப் பிறகு ரிச்சர்ட் ஆர்மிடேஜ் , பாகிஸ்தான் புலனாய்வுத்துறைத் தலைவர் ஜெனரல் மஹ்மூதுக்கு போன் செய்தார். மஹ்மூத் அப்போது அமெரிக்கா வந்திருந்தார். உடனடியாக நேரில் வந்து சந்திக்கக் கேட்டுக்கொண்டார்.

மஹ்மூத் வந்ததும் அவரிடம் ஒரே பக்கத்தில் சுத்தமாக டைப் செய்யப்பட்டிருந்த அந்த ஏழு நிபந்தனைகள் அடங்கிய தாளைக் கொடுத்தார். "நீங்கள் ஆராயவோ, விவாதிக்கவோ இதில் இடமில்லை. ஒப்புக்கொள்ளுவது ஒன்றுதான் உங்களிடம் எதிர்பார்க்கப்படுகிறது" - இதுதான் ஆர்மிடேஜ் சொன்னது.

அதே சமயம் (பிற்பகல் 1.30 மணி) காலின்பாவெல் தானே பாக். அதிபர் முஷாரஃபைத் தொலைபேசியில் அழைத்து விஷயத்தைச் சொன்னார். ஏழு கட்டளைகள். குரலில் எந்த ஒரு சிநேகபாவமும் காட்டாமல் "நீங்கள் மறுபேச்சில்லாமல் இதனை ஒப்புக்கொள்ளவேண்டும் என்று அமெரிக்கா எதிர்பார்க்கிறது" என்று சொன்னார். "இந்த விஷயத்தில் பாகிஸ்தான் அமெரிக்காவை ஆதரிக்கவில்லை என்பதாக எங்கள் மக்கள் புரிந்துகொண்டுவிடக்கூடாது. உங்கள் பதிலை மிகத்தெளிவாக எதிர்பார்க்கிறோம்."

எப்படியும் அந்த ஏழாவது நிபந்தனையை முஷாரஃப் இழுத்தடிப்பார் என்று பாவெல் உறுதியாக நினைத்தார். ஆனால் நடந்தது வேறு.

ஒரு வினாடி கூட முஷாரஃப் தாமதிக்கவில்லை. துளி தயக்கம் காட்டவில்லை. தீர்மானமாகச் சொன்னார்: "பயங்கரவாதத்துக்கு எதிராக நீங்கள் யுத்தம் தொடங்குகிறீர்கள். அதனை முழுமையாக ஆதரிப்பது எங்கள் கடமை. ஏழு நிபந்தனைகளையும் அப்படியே ஏற்கிறேன். இதோ, நடந்த சம்பவத்துக்கு என் கண்டனம் சில நிமிடங்களில் வரும்" என்று சொல்லி போனை வைத்தார்!

காலின் பாவெலால் நம்பவே முடியவில்லை! என்னடா இந்த ஆசாமி இப்படி ஒரே திருப்பாக பிளேட்டைத் திருப்பிவிட்டாரே என்று வாயைப் பிளந்தார்.

புஷ்ஷால் கூட அதை அத்தனை சுலபத்தில் நம்ப முடியவில்லை. எனினும், 'இனி என்ன?' என்று கேட்டார்.

"ஆரம்பித்துவிடவேண்டியதுதான்" என்றார் பாவெல்.

36. கேம்ப் டேவிட் ரகசியக் கூட்டம்

அல்கொய்தா தாக்குதல் நடந்த மறு விநாடி தொடங்கியே ஆப்கன் மீதான யுத்தத்துக்கு அமெரிக்கா தயாராகிவிட்டதாக இன்றுவரை உலகம் நம்பிக்கொண்டிருக்கிறது. உண்மையில் அந்தச் சம்பவம் நடந்து ஐந்து நாட்கள் கழித்துத்தான் யுத்தம் குறித்த முடிவுக்கே அமெரிக்க அதிபர் வந்து சேர்ந்தார். ஏதாவது செய்து அல்கொய்தாவினரை ஒட்டுமொத்தமாக அழித்துவிட வேண்டும் என்று நினைக்கவும் பேசவும் செய்தார்கள்தான் என்றாலும் ஒரு நேரடி யுத்தத்தை அவர்கள் தீர்மானித்தது செப்டம்பர் 16ம் தேதிதான்.

கேம்ப் டேவிட் என்கிற இடத்தில் முதலில் ஒரு ரகசியக்கூட்டம் கூட்டப்பட்டது. முன்னதாக அமெரிக்க உயர்மட்ட அதிகாரிகள் அத்தனைபேரும் அவரவர் துறை அதிகாரிகளுடன் ஆலோசித்து ஆளுக்கொரு திட்டம் தயாரித்துவைத்திருந்தனர். என்ன செய்வது , எப்படிச் செய்வது, என்ன செலவாகும், எத்தனை நாட்கள் பிடிக்கும் - அவரவர் திட்டங்களுடன் இந்த நான்கு கேள்விகளுக்கும் விடை எழுதிக்கொண்டு வரும்படி அதிபர் புஷ் உத்தரவிட்டிருந்தார்.

தேர்ந்தெடுக்கப்பட்ட மிகச்சில அதிகாரிகள் மட்டுமே அந்தக் கூட்டத்துக்கு அழைக்கப்பட்டிருந்தனர். அதிபர் புஷ், உள்துறைச் செயலர் காலின் பாவெல், ராணுவச் செயலாளர் டொனால்ட் ரம்ஸ்பீல்டு, உதவி ஜனாதிபதி டிக் செனி, சி.ஐ.ஏ.வின் இயக்குநர் டெனட், எஃப்.பி.ஐ. இயக்குநர் ராபர்ட் முல்லர், அமெரிக்க நிதித்துறைச் செயலாளர் - இவர்கள் தவிர குறிப்புகள் எடுக்க இரண்டு அஸிஸ்டெண்டுகள்.

யுத்தம்தான். அல்கொய்தாவை ஒழிப்பதுதான் ஒரே நோக்கம். ஆனாலும்அது அமெரிக்க-அல்கொய்தா யுத்தமாக மட்டும் இருக்கக் கூடாது. நல்ல சக்திக்கும் தீய சக்திக்கும் இடையிலான யுத்தமாக மட்டுமே கருதப்பட வேண்டும். அதற்கான யோசனைகளை முதலில் தீர்மானித்துவிட்டுப் பிறகு வேலையில் இறங்கலாம் என்று புஷ் கருதினார். கவனிக்க. இந்த இடத்தில்கூட அமெரிக்கா மட்டும் நேரடியாகக் களத்தில் இறங்குகிற உத்தேசத்தில்தான் புஷ்

இருந்தார். இங்கிலாந்து உள்ளிட்ட பிற கூட்டணி தேசங்களை உதவிக்கு அழைக்கிற யோசனை அவருக்கு அப்போது இல்லை. இந்த ஆபரேஷனுக்கு சி.ஐ.ஏ. மட்டுமே போதுமானது என்பதுதான் அவரது தீர்மானம். ஏனெனில், பல்லாண்டுகளாக அல்கொய்தா பற்றிய ஆராய்ச்சியிலும் பின் தொடர்தலிலும் களையெடுப்பு நடவடிக்கைகளிலும் ஊறி, ஊறி, சி.ஐ.ஏவின் அனைத்து ஆபீசர்களுமே கிட்டத்தட்ட அரை அல்கொய்தாவினர் ஆகியிருந்தார்கள் அப்போது. அதாவது, அல்கொய்தாவினரின் இயல்புகள் அனைத்துமே அவர்களுக்கு அத்துபடியாகியிருந்தது. நிகரற்ற சுதந்தரமுடன் ஒரு பெரிய வாய்ப்பு அளித்தால் மந்திரித்து விடப்பட்டவர்கள் மாதிரி போய் மோதி அழித்துவிடுவது இம்முறை அவர்களுக்குச் சிரமமாக இராது என்று புஷ் நினைத்தார்.

அது ஓரளவு உண்மையும் கூட. ஆனால் அனைத்து சாத்தியங்களையும் ஆராயாமல் ஓரடி கூட எடுத்துவைக்கக் கூடாது என்று காலின் பாவெல் கருதினார். அங்கு கூடியிருந்தவர்களுக்கு ஓர் ஆரோக்கியமான தடைச் சக்தியாக அவர்தான் விளங்கினார். ஏனெனில் உணர்ச்சி வசப்பட்டிருந்த நிலையில் இருந்த புஷ் என்னவாவது விவகாரமான முடிவுகளை எடுத்துவிட்டால் அது என்றென்றைக்கும் அமெரிக்காவின் அழிக்க முடியாத கறையாகிவிடும் அபாயம் உண்டு. செய்யப்போவது கொலை. கொலைகள். ஆப்கனை சட்னியாக்கிவிடுவது என்று முடிவாகிவிட்டது. அல்கொய்தாவை இருக்குமிடம் தெரியாமல் வேரறுத்துவிடுவது. இது ஒழுங்காக நடப்பதும் நடக்காததும் அமெரிக்கப் படைகளின் கையில் இருக்கிறது. ஆனால், ஆப்கன் தாக்குதல் காரணமாக அமெரிக்காவுக்கு எந்தக் கெட்டபெயரும் வரக்கூடாது என்றால் அது அங்கே கூடியிருந்த பெரும்புள்ளிகள் எடுக்கும் தீர்மானங்களில் தான் இருக்கிறது. யாருமே குறைசொல்ல முடியாதபடிக்கு ஒரு போர்த்திட்டம் தயாரிக்க வேண்டும் என்று நினைத்தார் பாவெல்.

அதனால்தான் அவர், அமெரிக்கா மட்டும் நேரடியாக மோதாமல் கூட்டணி நாடுகளை உடன் இணைத்துக்கொண்டு போரைத் தொடங்கவேண்டும் என்று சொன்னார். முன்னதாகச் சுமார் எண்பது நாட்டு அதிபர்களுடனும் பிரதமர்களுடனும் அவர் தாமே நேரடியாகத் தொலைபேசியில் பேசி, விவாதித்து

அமெரிக்காவின் ஆப்கன் நடவடிக்கைகள் குறித்து ஓரளவு விளக்கி ஆதரவு கேட்டிருந்தார். உள்நாட்டில் போதிய மக்கள் ஆதரவில்லாமல், மீண்டும் ஒரு புரட்சிக்கான வெளிப்படையான சாத்தியங்களுடன் கலவரம் கொண்டிருந்த பாகிஸ்தான் அதிபர் ஜெனரல் பர்வேஸ் முஷாரஃபின் ஆதரவு இவ்விஷயத்தில் மிக முக்கியமானதென்று எடுத்துச் சொன்னார். ஆப்கனைச் சுற்றியுள்ள துர்க்மெனிஸ்தான், தஜிகிஸ்தான் ஆகிய தேசங்கள் விரும்பியோ, நிர்ப்பந்தத்தின்பேரிலோ யுத்தம் ஆரம்பித்த சூட்டில் தம் எல்லைகளை மூடிவிடவேண்டும் என்று அவர் நினைத்தார். ஆப்கனிலிருந்து ஒரு கொசு கூட வெளியே தப்பிப் போகக் கூடாது என்பதே அவர் திட்டம்.

எப்படியும் எக்கச்சக்கப் பணம் செலவிடவேண்டிவரும் என்று நினைத்தார் சி.ஐ.ஏ. இயக்குநர் டெனட். அவரது முக்கியக் குறி , ஆப்கனின் வடக்குக் கூட்டணிப் படை. வேண்டிய அளவு பணம், ஆயுதபலம், உளவுத்துறை ஒத்துழைப்பு. இந்த மூன்றையும் வெள்ளமாக வழங்கும்பட்சத்தில் தாலிபன் அரசுக்கு எதிரான யுத்தத்தை வடக்குக் கூட்டணிப்படையைக் கொண்டே தொடங்கி, முடித்துவிட முடியும் என்று சொன்னார் அவர்.

மறுபுறம் எஃப்.பி.ஐ. இயக்குநர் முல்லர், அமெரிக்காவிலுள்ள ஆப்கானியர்கள்களைக் கண்காணிக்க வேண்டிய அவசியத்தை எடுத்துச் சொன்னார். ஏனெனில் அன்றைய தேதியில் அமெரிக்காவெங்கும் தாலிபன்கள், அல்கொய்தாவினர், வடக்குக் கூட்டணிப்படையினர் என்கிற முத்தரப்பினரின் அனுதாபிகளும் அமெரிக்காவில் வசித்து வந்தனர். தாக்குதல் சம்பவமே இவர்களது ஒத்துழைப்பில்லாமல் நடந்திருக்க முடியாது என்னும் நிலையில், ஒரு முழு நீள யுத்தம் என்று வரும்போது உள்நாட்டுப் பாதுகாப்பு மிகவும் இன்றியமையாததாகிறது.

இதையெல்லாம் பேசிக்கொண்டிருந்தபோது ராணுவச் செயலாளர் ரம்ஸ்ஃபீல்டுக்குக் கவலை வந்துவிட்டது. இதென்ன, குவைத் யுத்தத்தின்போது சதாம் உசேன் விஷயத்தில் நடந்துகொண்ட மாதிரி அல்லவா இருக்கிறது? ஒரு தனிநபருக்கு எதிரான அமெரிக்காவின் யுத்தமாகவா நாம் திட்டமிடுகிறோம்? தீவிரவாதத்தை முழுவதுமாக ஒழிப்பது என்றால் பின்லேடனை அழிப்பது மட்டுமா? சர்வதேச அளவில் தீவிரவாதத்தை ஒழிப்பது என்பதுதான் அமெரிக்காவின்

முடிவு. அதற்கான பரந்துபட்ட திட்டமாக இவையெல்லாம் இல்லையே என்று அவர் சொன்னார்.

சுமார் நாலரை மணிநேரம் இடைவிடாமல் நடந்த ஆலோசனைக்குப் பிறகு பாயிண்ட் பாயிண்டாகத் தீர்மானங்கள் வரையறுக்கப்பட்டன. அவை, இவை:

1. இது அமெரிக்காவுக்கும் அல்கொய்தாவுக்கும் இடையில் நடக்கப் போகிற யுத்தம் இல்லை. பயங்கரவாதத்துக்கும் நல்ல சக்திகளுக்கும் இடையிலான தர்ம யுத்தம். அப்படித்தான் சொல்லவேண்டும். அதற்கான முயற்சிகளை முதலில் எடுக்கவேண்டும்.

2. இங்கிலாந்து உள்ளிட்ட கூட்டணி நாடுகளின் ஆதரவை கோரிப் பெறுவது. யுத்தத்தில் அவர்களின் பங்கை மிகவும் மதிப்பது.

3. ஆப்கனிலுள்ள வடக்குக் கூட்டணிப்படையை ஒரு மாற்று அரசாக முன்வைத்து, அவர்களுக்கு வேண்டிய அத்தனை உதவிகளையும் செய்து, போர்க்களத்தில் அவர்களை முன்னால் போக விடுவது.

4. செலவைப் பொருட்படுத்தாமல் அல்ஜீரியா, ஜோர்டன், எகிப்து போன்ற தேசங்களின் அரசு மற்றும் தனியார் உளவு அமைப்புகளின் ஒத்துழைப்பைக் கோரிப் பெறுவது. அல்கொய்தாவினரின் நடவடிக்கைகளுடன் மிகுந்த பரிச்சயம் உள்ள அவர்களின் அனுபவத்தை விலை கொடுத்துப் பெறுவது.

5. அமெரிக்காவின் சார்பில் சி.ஐ.ஏவே தலைமை ஏற்று யுத்தத்தை நடத்தும். முழு அளவிலான பொருளாதார, ராணுவ உதவிகள் வழங்கப்படும். நெருக்கடி சந்தர்ப்பங்களில் மேலிட உத்தரவுகளுக்காக எப்போதும் காத்திருக்காமல் சுதந்தரமாகச் செயல்பட்டு எவ்விதமான முடிவையும் சி.ஐ.ஏ. எடுக்கலாம். கேள்வி கேட்கப்பட மாட்டாது.

6. பாகிஸ்தான் அதிபர் முஷாரஃப் தம் ஆதரவைத் தெரிவித்திருப்பதற்கு பதிலாக அந்நாட்டுக்கு அணு ஆயுத உதவிகள் செய்ய அமெரிக்கா தயார் என்று வாக்களிப்பது. அதனைக்கொண்டே யுத்தத்தில் பாகிஸ்தானின் பங்களிப்பை அதிகரிக்கச் செய்வது.

7. உள்நாட்டுப் பாதுகாப்பு நடவடிக்கைகளை எஃப்.பி.ஐ. கவனித்துத் தீர்மானித்துச் சொல்லவேண்டும்.

8. ஆப்கனுக்கு எவ்வகையிலும் ஈராக் உதவ விடக்கூடாது. சதாம் உசேனைத்தனியேகண்காணிக்கவேண்டும். ஈராக்குடனானஆப்கன் தொடர்புகள் அனைத்துக்கும் முதலில் தடை உண்டாக்கவேண்டும். தவிரவும் சுமார் எண்பது தேசங்களில் பரவியுள்ள அல்கொய்தாவின் நெட் ஒர்க்கைச் செயலிழக்கச் செய்யவேண்டும். இதை சி.ஐ.ஏவே முதலில் செய்தாக வேண்டும்.

9. சர்வதேச பயங்கரவாதத்துக்கு எதிரான யுத்தம் என்று சொல்லி விட்டதால் ஆப்கன் தாக்குதலுக்கான திட்டத்தை மட்டும் எடுத்துக்கொண்டு கூட்டணி நாடுகளுடன் பேசப் போகமுடியாது. உடனடியாகப் பிற தீவிரவாத இயக்கங்களின் ஜாதகங்கள், பலங்கள் குறித்த முழுமையான அறிக்கை தயார் செய்ய வேண்டும். ஏனோதானோ என்றில்லாமல் உண்மையிலேயே உருப்படியான அறிக்கையாக அது அமைந்தாக வேண்டும்.

10. இந்த ஆப்கன் தாக்குதலுக்கான முழுச் செலவுத்திட்டம், பயங்கரவாத ஒழிப்பு நடவடிக்கைக்காக அமெரிக்கா முதலீடு செய்யும் முதல்கட்டத் தொகை பற்றிய விரிவான நிதியறிக்கை தயாராகவேண்டும்.

அந்தக் கூட்டத்தில் எடுக்கப்பட்ட தீர்மானங்களுள் விவரம் தெரியவந்தவை மேற்சொன்ன பத்து பாயிண்டுகள்தான். ஆனால் ரகசியமாக மேலும் ஏழு அல்லது எட்டுத் தீர்மானங்கள் எடுக்கப்பட்டிருப்பதாகத் தெரிகிறது. மேல் விவரம் இல்லை.

தீர்மானமும் தெளிவான திட்ட வரைபடமும் தயாரானதும் தாலிபன் அரசுக்கு நாற்பத்தெட்டு மணிநேர அவகாசம் கொடுத்து, பின் லேடனை ஒப்படைக்கும்படிச் சொன்னார் அதிபர் புஷ். இதெல்லாம் ஒரு ஃபார்மாலிடிதான் என்று முல்லா ஓமருக்கும் தெரியும், ஜார்ஜ் புஷ்ஷுக்கும் தெரியும். ஆனாலும் இதனையெல்லாம் செய்யாமல் இருக்க முடியாதே.

தாலிபன்களின் தலைவர் முல்லா ஓமர், மிகத் தெளிவாகச் சொன்னார். "என் பார்வையில் ஒசாமா பின்லேடன் எந்தத் தவறும் செய்யவில்லை. செப்டம்பர் 11ம் தேதி தாக்குதல் சம்பவத்துடன் அவருக்கு எந்தத் தொடர்பும் கிடையாது. ஒருவேளை அவர் விசாரிக்கப்பட்டே ஆகவேண்டும் என்றால் முதலில் அவர் குற்றவாளி என்பதற்கான ஆதாரங்களை

அமெரிக்கா வெளியிடவேண்டும். அவை சரியான ஆதாரங்களாக இருக்கும்பட்சத்தில் இரு தேசங்களுக்கும் பொதுவானதொரு மூன்றாவது தேசத்திடம் அவரை ஒப்படைக்கிறோம். அமெரிக்காவிடம் ஒப்படைக்க ஒருபோதும் சம்மதிக்கமாட்டோம். பின்லேடன் எங்கள் மதிப்புக்குரிய விருந்தாளி!"

கொஞ்சம் ஊன்றி கவனிக்கவேண்டும். முல்லா, பின்லேடனை சர்வதேச நீதிமன்றத்திடம் கூட ஒப்படைப்பதாகச் சொல்லவில்லை. வேறு ஏதாவது ஒரு தேசத்திடம் ஒப்படைப்பதாகவே சொன்னார். இதன் காரணம் எளிதில் ஊகிக்கக்கூடியது. அமெரிக்கா தொடர்பாக சர்வதேச நீதி மன்றத்துக்கு ஏதாவது வழக்குப் போனால் அதன் கதி என்ன ஆகும் என்பதை ஏற்கெனவே நிகரகுவா விஷயத்தில் நாம் பார்த்திருக்கிறோம் அல்லவா? சர்வதேச நீதிமன்றத் தீர்ப்பை அமெரிக்கா மதிக்கிற வழக்கம் கிடையாது என்பதுதான் மூன்றாம் உலக நாடுகளின் ஒட்டுமொத்த அபிப்பிராயம். அதனால்தான் சம்பந்தப்பட்ட விஷயத்தில் நடுநிலைமை பேணக்கூடிய அமெரிக்கா அல்லாத, அதன் கூட்டணியைச் சேராத வேறு ஏதாவது ஒரு தேசத்திடம் பின் லேடனை ஒப்படைப்பதாக முல்லா ஓமர் தெரிவித்தார்.

ஆனால் புஷ் அந்தக் கருத்தை முற்றிலுமாக நிராகரித்தார். வேறு வழியில்லை. யுத்தம் செய்ய வருகிறோம், தயாராக இருங்கள் என்று வெளிப்படையாக அறிவித்தார்.

37. இன்னொரு ஆப்கன் யுத்தம்

ஆப்கன் மீதான படையெடுப்புக்கான அத்தனை பூர்வாங்க வேலைகளையும் செய்து முடித்து, ஆதரவு நாடுகளைக் கலந்து பேசி, யாருக்கு என்ன வேலை என்று வகுத்துக்கொண்டபிறகு அமெரிக்க அதிபர் காங்கிரஸைக் கூட்டி, யுத்தத்துக்கான தோராய செலவு விவரங்கள் பற்றிப் பேசினார். சுமார் இரண்டு, இரண்டரை மணி நேரம் செலவு பற்றி ஒப்புக்கு விவாதித்துவிட்டு நாற்பது பில்லியன் டாலர்கள் வரை செலவிடலாம் என்று முடிவு செய்தார்கள்.

முன்னதாக, நாலாயிரம் உளவாளிகளும் அவர்களுக்கு உதவி செய்ய மூவாயிரத்தி இருநூறு அஸிஸ்டெண்டுகளும் செப்டம்பர் 11 சம்பவம் நடந்த அன்றிலிருந்தே பணியில் இறங்கி, தேடிக்கண்டுபிடித்துக் கொண்டு வந்த ஆதாரங்களை முன்வைத்து காங்கிரஸுக்குத் தெளிவாக விளக்கப்பட்டது. எதற்காக இந்த யுத்தம்? பின்லேடன் தான் காரணம் என்கிற முடிவுக்கு அமெரிக்க அரசு எப்படி வந்தது? இது ஆப்கன் மீதான யுத்தம் அல்ல; மாறாக சர்வதேச பயங்கரவாதத்துக்கு எதிரான யுத்தமாக எப்படி பரிமாணம் பெறப்போகிறது பொன்ற அனைத்து விஷயங்களும் விளக்கிச் சொல்லப்பட்டன.

அந்த உளவுத்துறையின் ரிப்போர்ட்டுகள்தான் மிகவுமே திகிலாக இருந்தன. ஒரே ஒரு உதாரணம் பார்க்கலாம்.

விமானத்தைக் கடத்தியவர்கள், விமான நிலையத்துக்குப் போகப் பயன்படுத்திய வாடகை டாக்ஸியிலிருந்து உளவுத்துறையினர் ஒரு 'பாஸை'க் கண்டெடுத்திருக்கிறார்கள். அது ஒரு விஐபி பாஸ். விமான நிலையங்களில் யாருடைய கட்டுப்பாடும் இல்லாமல், பரிசோதனைகளுக்கு உட்படாமல், விமானங்கள் நிறுத்திவைக்கப்பட்டிருக்கிற இடத்துக்கு (பார்க்கிங் ஏரியா) போவதற்கு மட்டுமே அந்த பாஸ் உபயோகப்படும். ஏதாவது எமர்ஜென்ஸி வந்து உயரதிகாரிகள், அமைச்சர்கள், அதிபர் போன்றோரும் விமான நிலையப் பாதுகாவலர்களும் மட்டுமே அந்த பாஸைப் பயன்படுத்தமுடியும். அதுவும் எமர்ஜென்ஸி என்றால்தான். மற்றபடி, சும்மா நிறுத்திவைக்கப்பட்டிருக்கும் விமானத்துக்குப் போய்வரவெல்லாம் யாராலும் முடியாது அங்கே.

அப்படிப்பட்ட பாஸை, தீவிரவாதிகள் எப்படி வைத்திருந்தார்கள்? அவர்களுக்கு அந்த பாஸ் எப்படிக் கிடைத்தது? இது யாருக்குமே புரியாத புதிராக இருந்தது.

மேலும் விமானக்கடத்தல் மற்றும் தாக்குதலில் ஈடுபட்ட தீவிரவாதிகள் நாலைந்துபேர் இருப்பார்கள் என்று முதலில் சொல்லப்பட்டது உண்மையல்ல. மொத்தம் அவர்கள் ஐம்பதுபேர் கொண்ட குழு என்றும் அமெரிக்க உளவுத்துறை கண்டறிந்து சொன்னது. அத்தனைபேருமே குறைந்தபட்சம் ஓராண்டுகாலமாவது அமெரிக்காவிலேயே தங்கியிருந்து விமானம் ஓட்டப் பயிற்சி பெற்றிருக்கிறார்கள்.

அட, ஐம்பது பேர் வேண்டாம். ஒரு பத்திருபதுபேர் ஒரு குறிப்பிட்ட காலத்தில் பைலட் பயிற்சிக்கு வருகிறார்கள், அத்தனை பேருமே அந்நியர்கள், அரேபியர்கள் என்னும்போது கூடவா அமெரிக்க விமானப்பயிற்சி அதிகாரிகளுக்கு சந்தேகம் வராதிருந்திருக்கும்? என்னதான் அவர்கள் வேறு வேறு இடங்களில் பயிற்சி பெற்றார்கள் என்றே வைத்துக்கொள்ளலாம். ஒருத்தருக்குக் கூடவா சந்தேகம் வந்திருக்க முடியாது?

இந்தப் பாதையில் யோசித்து யோசித்து, தேடித்தேடி சின்னச் சின்னதாகவும் பெரிசு பெரிசாகவும் பல்லாயிரக்கணக்கான விவரங்களைச் சேகரித்தது அமெரிக்க உளவுத்துறை. அவற்றின் அடிப்படையில் தீர்மானிக்கப்பட்டதுதான் அந்த யுத்தம்.

செப்டெம்பர் 11ம் தேதி மாலையே யுத்தத்தை மனத்தளவில் தீர்மானித்துவிட்டார் புஷ். அது செயல்வடிவம் கொண்டது அக்டோபர் 7ம் தேதி. இருபத்தாறு தினங்களுக்குள் ஒரு முழு நீள யுத்தத்துக்கான ஆயத்தங்களை முழுவதுமாகச் செய்துமுடிக்கும் வல்லமை அமெரிக்காவிடம் இருந்தது. அதுவும் அமெரிக்கா ஒண்டியாளாகப் பங்குபெறும் யுத்தம் இல்லை அது. இங்கிலாந்து தொடங்கி ஆஸ்திரேலியா வரை பெரும்பாலான உலக நாடுகள் அனைத்துமே அந்த யுத்தத்தில் அமெரிக்காவை ஆதரித்தன. பயங்கரவாதத்துக்கு எதிரான யுத்தமல்லவா? அப்படித்தானே அமெரிக்கா சொல்லியிருந்தது? அதான் காரணம்.

அக்டோபர் 7ம் தேதி. ஞாயிற்றுக்கிழமை. ஆப்கன் நேரம் இரவு சரியாக 9.01 மணி.அங்கே புஷ், யுத்தம் தொடங்கியதை உலகுக்கு

அறிவித்தார்: "என் கட்டளைப்படி ஆப்கனிஸ்தானிலுள்ள தீவிரவாதிகளின் முகாம்களின்மீதும் தாலிபன் ராணுவத்தினர் மீதும் அமெரிக்கப் படை தாக்குதலைத் தொடங்கிவிட்டது."

அவர் அறிவித்ததற்குச் சரியாக 24 வினாடிகளுக்கு முன்பாக காபூல் நகரின் மத்தியில் முதல் குண்டு வந்து விழுந்து, வெடித்தது. எழுந்த தீப்பிழம்புகளைப் பார்த்த காபூல் நகரவாசிகள் வீடுகளை விட்டு வெளியே வந்து தலைதெரிக்க ஓட ஆரம்பித்தார்கள்.

உடனடியாக காபூலில் மின்சாரம் தடைபட்டது. புராதனமான அந்நகரம் இருளில் மூழ்கத் தொடங்கிய அதே நேரம் கந்தஹாரில் குண்டு வெடித்தது. கந்தஹாரில் யுத்த அறிவிப்பு குண்டு வெடிப்பு மூலம் செய்யப்பட்டவுடன் ஜலாலாபாத்தில் முதல் குண்டு விழுந்தது. மூன்று நகரங்களிலும் முதல் குண்டு விழுந்து வெற்றிகரமாக வெடித்துவிட்டதை உறுதிப்படுத்திக்கொண்ட அமெரிக்கப் படை தொடர்ந்து நிறுத்தாமல் ஆப்கன் முழுவதும் விமானங்களிலிருந்து குண்டு வீச ஆரம்பித்தது.

அமெரிக்காவும் பிரிட்டனும் கூட்டாகத் தம் படைகளை ஆப்கனுக்கு அனுப்பியிருந்தன. முன்னதாக அமெரிக்க சாட்டிலைட்டுகளும் பிரிட்டன் உளவு விமானங்களும் படமெடுத்து அனுப்பியிருந்த அல்கொய்தா முகாம்களின் இருப்பிடங்கள் குறித்த வரைபடங்கள் ஒவ்வொரு போர் விமானத்தின் பைலட்டிடமும் அளிக்கப்பட்டிருந்தது. கூட்டு ராணுவப்படையின் முதல் இலக்கு அல்கொய்தா முகாம்கள் தான் என்று வலியுறுத்திச் சொல்லப்பட்டிருந்தாலும் போர்க்களத்தில் அந்தக் கட்டளையையெல்லாம் கடைபிடிக்க முடியவில்லை. களத்தில் இருந்த கூட்டு ராணுவப் படையின் தளபதிகள், முதலில் ஆப்கனிலுள்ள விமானத் தளங்களை அழிப்பது அல்லது கைப்பற்றுவது என்று முடிவு செய்து, அதன்படியே காபூல் விமான நிலையத்தின் மீது முதல் தாக்குதலைத் தொடங்கினார்கள்.

எந்த ஒரு யுத்தத்திலுமே முதலில் தாக்கப்படுகிற இடம் விமான நிலையமாகத்தான் இருக்கும். பிறகு, துறைமுகம் இருந்தால், துறைமுகம். அதன்பின்தகவல்தொடர்புத்தளங்களைஅழிப்பார்கள். உணவு மற்றும் ஆயுதச் சேமிப்புக் கிடங்குகள் மூன்றாவதாகத் தாக்கப்படும். அதன்பிறகுதான் கிடைத்ததையெல்லாம் தாக்கி

அழிப்பது என்பது வழக்கம். அதாவது, எதிரி எந்த வகையிலும் தப்பிக்க முடியாமல் தடை செய்து நடுரோடில் நிறுத்தித் தாக்குவது என்று அர்த்தம்.

ஆப்கன் யுத்தத்தைப் பொறுத்தவரை, கூட்டு ராணுவப்படையின் முதல் இலக்கு அல்கொய்தா முகாமாகத்தான் இருக்கும் என்று உலகமே எதிர்பார்த்தது. அதைத்தான் அமெரிக்காவும் தன் போர்த்திட்டத்தின் முதல் பாயிண்டாகச் சொன்னது. தீவிரவாதத்துக்கு எதிரான யுத்தம் என்று அறிவித்துவிட்டு வழமையான யுத்த முறைப்படி செயல்பட நேர்ந்தது பற்றியெல்லாம் அவர்கள் கவலைப்பட்டுக்கொண்டிருக்கவில்லை. அமெரிக்க பைலட்டுகளைப் பொறுத்தவரை அப்போது ஆப்கனில் இருக்கிற எல்லாருமே தீவிரவாதிகள்தான்!

காபூல் விமான நிலையத்தின் ராடார் டவரை உடைத்து நொறுக்கிய அமெரிக்க விமானப்படை அடுத்தபடியாக மஸார் இ ஷரீப், ஷாரஞ்ச், பாரா ஆகிய நகரங்களில் இருந்த தாலிபன்களின் ராணுவத் தளங்களைத் தாக்கத் தொடங்கின.

இந்த இடத்தில் நாம் தாலிபன்களின் ராணுவம் குறித்தும் கொஞ்சம் பார்க்கவேண்டும். தாலிபன் அரசிடம் ஒரு சிறிய ராணுவம் இருந்தது. பயிற்சி பெற்ற வீரர்கள் தான். ஆனாலும் அவர்களிடம் விமான எதிர்ப்புப் படையோ, அதிநவீன தொழில்நுட்ப உபகரணங்களோ இல்லை. மேலும் இரவில் தாக்குதல் நடத்தும் அமெரிக்க விமானங்களை அடையாளம் கண்டு சுட்டு வீழ்த்த உதவும் புற ஊதாக்கதிர் பைனாக்குலர்களும் ஆப்கனிடம் இல்லை.

இதனை முன்கூட்டியே அறிந்ததால்தான் அமெரிக்கப்படைகள் பகலில் அந்தப் பக்கம் கூட எட்டிப்பாராமல், ராத்திரி ஆனதும் தாக்குதலைத் தொடங்கியது. முதல் நாள் மட்டுமல்ல. அடுத்தடுத்த தினங்களிலும் இரவுத் தாக்குதல்களை மட்டுமே அமெரிக்க - பிரிட்டன் கூட்டுராணுவப்படை மேற்கொண்டது.

மூன்று தினங்கள் தொடர்ந்து இரவுகளில் நடந்த தாக்குதலில் ஆப்கனின் முக்கால்வாசி ராணுவபலம் நிர்மூலமாகிப்போனது. காபூல், கந்தஹார், மஷார் இ ஷரீப் போன்ற முக்கிய நகரங்கள் அனைத்தும் மயான பூமி மாதிரி ஆகிவிட்டன. ஒரு முறை கூடத் திருப்பித் தாக்கவே முடியாத காரணத்தால் தொடர்ந்து

அழிவுகளையே தாலிபன்கள் சந்திக்க வேண்டியிருந்தது. ஏதாவது மாற்று உபாயம் செய்தாலொழிய அடுத்த ஓரிரு தினங்களில் ஒட்டுமொத்த ஆப்கனும் அழிந்துவிடும் என்னும்படி ஆனது.

என்ன செய்யலாம்?

அவர்கள் மறைவிடத்தில் கூடி யோசித்துக்கொண்டிருந்த சமயத்தில் கல்ஃப் நியுஸ் பத்திரிகை ஒரு திடுக்கிடும் செய்தியை வெளியிட்டது. தாலிபன்களின் தலைவர் முல்லா முகம்மது ஓமரும் ஒஸமா பின்லேடனும் இரு சிறு விமானங்களின்மூலம் ஆப்கனைவிட்டுத் தப்பியோடி விட்டார்கள் என்பதே அது!

ஒட்டுமொத்த ஆப்கன் மக்களையும் நிலைகுலைய வைத்தது இந்தச் செய்தி. முல்லாவும் ஒசாமாவும் தப்பியோடுவது அவர்களுக்கு சந்தோஷம் தான். ஆனால் சரித்திரம் சொல்லுவது வேறு. இந்தமாதிரி வதந்தியை அவர்கள் தாமாகவே கிளப்பிவிட்டுவிட்டு ஏதாவது நாசகாரியம்செய்வது என்பது தாலிபன் தலைவரின் இயல்பு என்பதை அவர்கள் அறிவார்கள். யுத்தம் நடக்கிற தினங்களில் எதிர்த்துப் போரிடுவதைக் காட்டிலும் அப்படியென்ன பெரிய நாசகாரியம் செய்துவிட முடியும்?

அதுதான் யாருக்கும் புரியவில்லை.

இது ஒரு திசைதிருப்பும் முயற்சி; ஆப்கன் வான் எல்லைகளை நாங்கள் துப்புறவாகக் கண்காணித்துக்கொண்டிருக்கிறோம். எங்களுக்குத் தெரியாமல் ஒரு காக்காய் கூட இங்கிருந்து எல்லை கடக்கமுடியாது என்று சொன்னார் டொனால்ட் ரம்ஸ்பீல்டு.

அப்படியே காந்தஹாரை விட்டு அவர்கள் தப்பியிருந்தாலும் வடமேற்கு எல்லைப்புற மலைப்பகுதிகளில்தான் எங்காவது பதுங்கியிருக்க முடியுமே தவிர எல்லையைத் தாண்டவே முடியாது என்று அடித்துச் சொன்னது சி.ஐ.ஏ. ஏனெனில் ஏற்கெனவே நாம் பார்த்தபடி ஆப்கனின் மேற்கு, வடக்கு, வடமேற்கு எல்லைப்புற நாடுகளின் ராணுவத்தின் ஒத்துழைப்பை முழு அளவில் பெற்று எல்லைக்காவலில் வரலாறு காணாத அளவு ஆட்களை ஈடுபடுத்தியிருந்தது அமெரிக்கப் படை.

ஈரானுக்கு தாலிபன்களின்மீது கொஞ்சம் அனுதாபம் இருந்தது அது. ஆனாலும் அந்தச் சந்தர்ப்பத்தில் அமெரிக்காவைப்

பகைத்துக்கொள்ளும் விதமாக ஏதும் அவர்கள் செய்யமாட்டார்கள் என்று நினைத்தார் அதிபர் புஷ்.

முதல் மூன்றுநாள் தாக்குதலில் மொத்தமாகச் சுமார் 150 ஆப்கானியர்கள் பலியானார்கள். பல நகரங்கள் சர்வநாசமடைந்துபோயின. நான்காவது தினத்திலிருந்து தாக்குதல் மேலும் தீவிரம் கொண்டது. அரபிக்கடலில் மையம் கொண்டிருந்த அமெரிக்கப் போர்க்கப்பல் கார்ல் வின்ஸனிலிருந்தும் இந்துமகா சமுத்திரத்தில் காத்திருந்த இன்னொரு கப்பலான எண்டர்பிரைசஸிலிருந்தும் டெமாஹக், க்ரூஸ் என்னும் இருவித ஏவுகணைகள் நூற்றுக்கணக்கில் ஆப்கனை நோக்கிச் செலுத்தப்பட்டன.

அந்த டெமாஹக் என்கிற ஏவுகணைதான் ஆப்கன் யுத்தத்தில் அமெரிக்கா பயன்படுத்திய துருப்புச் சீட்டு. காங்கிரீட் கட்டடங்களைக்கூடத் துளைத்துச் சென்று குறிப்பிட்ட இலக்கைத் தாக்கும் வல்லமை படைத்த ஏவுகணை அது. புறப்பட்டுவிட்டால் தடையே செய்யமுடியாது அதை. மிகவும் நூதனமான தொழில்நுட்பத்தின்படி தயாரிக்கப்பட்ட அந்த ஏவுகணை ஆப்கன் மலைப்பகுதிகளில் அல்கொய்தா முகாம்களைத் தேடி அழிக்கப் பேருதவி செய்யும் என்று அமெரிக்கா நினைத்தது.

ஓரளவு நகர்ப்புறங்களைத் தாக்கி நிர்மூலமாக்கிவிட்டபிறகு தன் கவனத்தை மலைப்பகுதிகளுக்குத் திருப்பினார்கள் அமெரிக்க வீரர்கள்.

இதற்குள் ஆப்கனில் அமெரிக்கா அராஜகம் செய்கிறது என்றும் பல்லாயிரக்கணக்கான அப்பாவிகளை குண்டுவீசிக் கொன்று கொண்டிருக்கிறார்கள் என்றும் பாகிஸ்தானில் இருந்து செயல்பட்டுக்கொண்டிருந்த தாலிபன்களின் பாக்.தூதர் சலாம் சயீப் பத்திரிகையாளர்களைக் கூட்டிப் புலம்பினார். அதேசமயம் அமெரிக்க மீடியா, போர் விமானங்களிலிருந்து மக்கள் வசிக்கும் பகுதிகளில் வீசப்படும் உணவுப் பொட்டலங்களை வீடியோ எடுத்துக் காட்டத் தொடங்கியது.

எக்காரணம் கொண்டும் பொதுமக்களைத் தாக்கக் கூடாது என்று திட்டவட்டமாக உத்தரவிடப்பட்டிருந்தும் காபூலிலும் கந்தஹாரிலும் நூற்றுக்கணக்கான மக்கள் குண்டுவீச்சில் பலியானது உண்மையே. மக்களைப் பாதுகாப்பான இடங்களுக்குப்

போகச்சொல்லியோ, அத்தகைய பாதுகாப்பு இடங்களை ஏற்படுத்திக் கொடுத்தோ தாலிபன் அரசு உதவவில்லை, அவர்கள் முன்னேற்பாடு ஏதும் செய்யவில்லை என்று பிரிட்டிஷ் மீடியா சொன்னது. 1980களில் நடந்த ரஷ்ய - ஆப்கன் யுத்தத்தின்போது அங்கே கிராம மக்கள் தம் சொந்தத் தயாரிப்பாக நிறைய நிலவறைகளை வெட்டி வைத்திருந்தார்கள். மண்மூடியிருந்த அந்த நிலவரைகளை மீண்டும் தோண்டி அதனுள் பதுங்கிக்கொண்டு இப்போது உயிர் பிழைக்கப் பார்த்தார்கள்.

எத்தனை பேர்தான் நிலவரையில் வசிக்க முடியும்? ஆகவே பல்லாயிரக்கணக்கான மக்கள் அகதிகளாக பாகிஸ்தான் எல்லையை நோக்கி ஓடத் தொடங்கினார்கள். ஏற்கெனவே அமெரிக்க நிர்ப்பந்தத்தால் பாகிஸ்தான் தன் எல்லையை அங்கே மூடிவிட்டிருந்த படியால் பசியாலும் பட்டினியாலும் பஞ்சத்தாலும் உயிர் பயத்தாலுமே பலபெர் வழியில் உயிரிழந்தார்கள்.

அதேசமயம் ஆப்கனின் தெற்குப் பகுதி மக்கள் ஈரானின் எல்லையில் முற்றுகையிட்டு அகதியாக ஏற்று உயிர்ப்பிச்சை தருமாறு கோரிக்கை வைத்தபோது ஈரான் அவர்களுக்கு உதவ முன்வந்தது.

சர்வதேச அளவில் பரிதாப உணர்ச்சியைத் தூண்டிக் கண்ணீர் சிந்தவைத்த இந்த சொந்தநாட்டு அகதிகளின் நிலைமை மிகவும் மோசமாகிக் கொண்டிருந்த அதே நேரத்தில் இரண்டு அதிமுக்கியமான சம்பவங்கள் நடந்தன.

1. அமெரிக்காவைத் திருப்பித் தாக்க ரசாயன ஆயுதங்களைப் பயன்படுத்துவது என்று பின்லேடனும் முல்லா முகம்மது ஓமரும் முடிவு செய்துவிட்டதாகத் தெரியவந்தது.

2. தாக்குதலில் தப்பி ஓடிய அல்கொய்தா போராளிகளின் முகாம் ஒன்றிலிருந்து சில எதிர்பாராத அதிர்ச்சித் தகவல்களை அமெரிக்க ராணுவம் பெற நேர்ந்தது.

38. மலைக்குப் போகிறார் பின்லேடன்

சாட்டிலைட் படங்கள் என்றால் உங்களுக்கு உடனே என்ன ஞாபகத்துக்கு வரும்? மப்பும் மந்தாரமுமாக ஒரு போட்டோவைக் காட்டி தொலைக்காட்சிகளில் படிக்கப்படும் வானிலை அறிக்கை. சரிதானே?

வானிலை மட்டுமல்ல. புவிநிலையையும் சாட்டிலைட் படங்கள் மூலம் துல்லியமாக அறியமுடியும்.

ஆப்கன் யுத்தத்தின்போது அமெரிக்கா தன் மூன்று செயற்கைக் கோள்களை உளவுப் பணிகளுக்குப் பயன்படுத்தியிருப்பதாகத் தெரிகிறது. எதிரிகளின் மறைவிடங்களை அறியவும், நிலப்பரப்பில் கண்ணிவெடிகள் இருக்கிற இடங்களை அடையாளம் காட்டவும் மலைப்பாங்கான பகுதிகளில் பாதை கண்டுபிடிக்கவும் திசை அறியவும் இன்ன பிற காரணங்களுக்காகவும் இந்த செயற்கைக்கோள் புகைப்படங்கள் போர்க்காலங்களில் பயன்படுத்தப்படும்.

அப்படி ஆப்கன் யுத்தம் நடந்துகொண்டிருந்த சமயத்தில் கிடைத்த ஒரு அமெரிக்க செயற்கைக்கோள் புகைப்படம் வழக்கத்துக்கு மாறான காட்சிகளைக் கொண்டிருந்தன. ஜலாலாபாத் நகருக்கு வெளியே உள்ள அல்கொய்தா முகாம் ஒன்றைப் படமெடுத்து அனுப்பியிருந்தது அந்த சேட்டிலைட். ஆனால் முகாமைச் சுற்றி ஏராளமான காட்டெருமைகளும் குதிரைகளும் நாய் போன்ற சிறு மிருகங்களும் இறந்துகிடக்கக் கண்ட அமெரிக்க ராணுவத்துக்கு முதலில் ஒன்றும் புரியவில்லை. கொஞ்சம் ஆராய்ந்தபோதுதான் அவர்களை அதிர்ச்சி கவ்விக்கொண்டது.

தாலிபன்கள் அந்த யுத்தத்தில் ரசாயன ஆயுதங்களைப் பயன்படுத்த முடிவு செய்து, அவற்றை மிருகங்களின்மீது பிரயோகித்து, பரீட்சை செய்து பார்த்திருக்கிறார்கள். அதனால்தான் அந்த மறைவிடத்தில் அத்தனை நூற்றுக்கணக்கான மிருகங்கள் இறந்து கிடந்தன. வல்லூறுகள் வட்டமிட்டுக்கொண்டிருந்த அந்தப் புகைப்படத்தைப் பார்த்ததுமே அமெரிக்க அரசு உடனடியாக ரஷ்யாவை உதவிக்குக் கூப்பிட்டுவிட்டது.

ஏனெனில் ரசாயன ஆயுத விஷயத்தில் அமெரிக்காவைக் காட்டிலும் ரஷ்யாவே அனுபவமும் வல்லமையும் வாய்ந்த தேசம். அணு ஆயுதங்கள் விளைவிக்கும் ஆபத்து ஒரு பயங்கரம் என்றால் ரசாயன ஆயுதங்களின் விளைவு இன்னொரு விதமான பயங்கரம். இது ஒரு மாபெரும் மக்கள் சமூகத்தை வளைத்துக் கொல்லுவதோடு தலைமுறை தலைமுறையாகத் தன் பாதிப்பை விட்டுச் செல்லும் வகையைச் சேர்ந்தது. சரியான பாதுகாப்பு ஏற்பாடுகள் செய்துகொள்ளாமல் இந்தரக ஆயுதங்களை எதிர்கொள்ளவே முடியாது.

ஆப்கனிடம் என்னென்னவிதமான ரசாயன ஆயுதங்கள் இருக்கின்றன? இந்தக் கேள்விதான் அமெரிக்காவுக்கு முதலில் எழுந்தது. ரசாயன ஆயுதங்களில் மொத்தம் நாலு வகை உண்டு. *Blister Agent, Choking Agent, Blood Agent, Nerve Agent* என்று அவற்றுக்குப் பெயர். பெயர்களும் தன்மையும் தான் வேறுவேறே தவிர இவற்றின் அடிப்படை குணம் ஒன்றே. பிரயோகித்தால், கொன்றுவிடும். அவ்வளவுதான்.

Blister agent வகையைச் சார்ந்த ஆயுதங்கள், வீசப்பட்டதும் வெடித்துப் புகைந்து, பகுதியில் இருக்கும் அத்தனை உயிரினங்களும் சுவாசித்ததும் மரணமடையச் செய்யும். *Choking agent* என்பவை மூச்சடைப்பை உண்டாக்கி, இதயத்தைச் செயல்படாமல் அடித்துவிடும். *Blood agent* என்பது சுவாசித்ததும் உள்ளேபோய் ரத்தத்தை பால்கோவா மாதிரி சுண்டச்செய்து உருட்டி எடுத்துவிடும். ரத்த ஓட்டம் இல்லாமல் உடனே உயிர் போகும். நாலாவது வகை எப்படிப்பட்டது என்பது பெயரிலேயே புரியும். *Nerve agent* வகை ரசாயனங்கள் நரம்பு மண்டலத்தைத் தாக்கி சிவலோகப் பிராப்தியளிக்கும்.

வேதியல் ஆய்வகங்களில் பயன்படுத்தப்படும் மிகச் சாதாரண ரசாயனங்களைக் கொண்டுதான் இவற்றைத் தயாரிக்கிறார்கள். சில மேற்கத்திய தேசங்களில் செயல்படும் ரசாயனத் தொழிற்சாலைகளில் திருட்டுத்தனமாக இந்த ரசாயனங்கள் கள்ள மார்க்கெட்டுக்கு விற்கப்படுகின்றன. ரசாயன ஆயுதங்களைப் பொருத்தவரை, கள்ளமார்க்கெட் மூலப்பொருட்களை மொத்தமாகவும் சில்லறையாகவும் *85* சதவீதம் வாங்கி உற்பத்தியில் கொடிகட்டிப் பறக்கிற தேசம் சூடான். "அணு

ஆயுதங்கள் தயாரித்து பாதுகாப்பை பலப்படுத்திக்கொள்ள முடியாத தேசங்கள் வேறு வழியில்லாமல் ரசாயன ஆயுதங்களிடம் சரணடையவேண்டியிருக்கிறது'' என்று சூடான் அதிகாரிகள் வெளிப்படையாகவே சொல்லுவார்கள்.

இது ஒருபுறமிருக்க, ஆப்கனிடம் என்னென்ன ரசாயன ஆயுதங்கள் இருக்கின்றன என்று சிண்டைப் பிய்த்துக்கொண்டு தேடிய அமெரிக்க ராணுவத்துக்கு ஜாக்பாட் மாதிரி ஒரு புதையல், காபூலுக்கு வெளியே *15* கிலோமீட்டர் தொலைவில் இயங்கிக்கொண்டிருந்த ஒரு அல்கொய்தா முகாமில் கிடைத்தது. ரிஷ்கோர் என்கிற அந்த இடத்தில் தாலிபன்களின் ராணுவ முகாம் ஒன்றும் இருந்தது.

அது ஒரு சிறு கையேடு. கோனார் நோட்ஸ் மாதிரி என்று வைத்துக்கொள்ளுங்கள். அரபு மொழியில் எழுதப்பட்ட பாடங்களும் கையால் வரையப்பட்டு ப்ளாக் எடுத்து அச்சிடப்பட்ட படங்களும் கொண்ட கையேடு. அமெரிக்கத் தாக்குதலில் அங்கிருந்த தீவிரவாதிகள் தப்பியோடியபிறகு உள்ளே புகுந்து தேடிய படைக்கு அகப்பட்டது அந்த நோட்ஸ். தீவிரவாதப் பயிற்சிக்கு வரும் இளைஞர்களுக்கு அந்த இடத்தில் வகுப்புகள் நடந்திருக்கின்றன. பாகிஸ்தானில் இருந்தும் ஆப்கனிலிருந்தும் பல மூத்த தீவிரவாதிகள் வந்து வகுப்பெடுத்திருக்கிறார்கள். அந்த மாதிரி சுமார் இருபத்தைந்து தீவிரவாதப் பயிற்சிப் பள்ளிகள் ஆப்கன் முழுவதிலும் உண்டு என்று சொன்னது சி.ஐ.ஏ. சுமார் பதினொராயிரம் பேர் அந்தப் பள்ளிகளில் படித்திருப்பதாகவும் தெரியவந்தது.

அமெரிக்க ராணுவத்தின் தோழமைப் படையான ஆப்கனின் வடக்குக் கூட்டணிக் காரர்களின் ஒத்துழைப்புடன் அந்த அரபுமொழிக் கையேட்டில் எழுதப்பட்டிருந்தவற்றைப் படித்துப் பார்த்த அமெரிக்க அதிகாரிகள் அதிர்ச்சியின் எல்லைக்கே போனார்கள். குண்டு வைப்பது எப்படி, தனி நபரைக் கொல்லுவது எப்படி, விமானங்களைக் கடத்துவது எப்படி, விமானத்தை ஆயுதமாக்குவது எப்படி, மனித வெடிகுண்டாகச் செயல்படுவோர் கடைபிடிக்க வேண்டிய விதிமுறைகள் யாவை என்பதில் தொடங்கி, ஒரு தீவிரவாத இயக்கம் செய்யக்கூடிய அத்தனை நாசகாரியங்களையும் புனிதப் பணியாகச் சித்திரித்து, மிகத்தெளிவான வரைபடங்களுடன் பாடங்களாக அதில் எழுதப்பட்டிருந்தன!

கிடைக்கிற எளிய பொருட்களைக் கொண்டு எப்படி சக்திவாய்ந்த வெடிகுண்டுகளைச் செய்வது என்று அதிலொரு பாடம். கட்டடங்களைத் தகர்ப்பது பற்றித் தனியே ஒரு பாடம். ஒரு நபரை அல்லது ஒரு குழுவை காரில் துரத்திச் சென்று கொல்லுவது எப்படி என்று இன்னொரு பாடம். குண்டு தயாரிப்பது தனிப்பாடம். அதை வெடிக்கச் செய்வது எப்படி என்பது இன்னொரு தனிப்பாடம். போர்க்கப்பல்கள், நீர்மூழ்கிக் கப்பல்கள் போன்றவற்றைத் தகர்ப்பது பற்றியும் படங்களுடன் பாடங்கள் இருந்தது அந்தக் கையேட்டில்.

கொஞ்சம் கூர்ந்து கவனித்தால் ஓர் உண்மை புரியும். அல்கொய்தாவின் மூத்த போராளிகள் தாங்கள் சம்பந்தப்பட்ட தாக்குதல்திட்டங்களின்அடிப்படையிலேயேஅந்தக்கையேட்டைத் தயாரித்திருந்தார்கள். உதாரணமாக, போர்க்கப்பல் தகர்ப்பு பற்றி அந்தக் கையேட்டில் இருந்த விவரங்கள் அனைத்தும் ஏடன் துறைமுகப்பகுதியில் அமெரிக்கப் போர்க்கப்பலை அல்கொய்தா தாக்கித் தகர்த்த அதே வழிமுறையில் எழுதப்பட்டிருந்தது. விமானங்களைக் கடத்தும் பாடம், கட்டடங்களை மோதும் பாடம் ஆகியவை செப்டம்பர் 11 சம்பவத்தில் கையாளப்பட்ட உத்தியின்படியே இருந்தது. பிளாஸ்டிக் குண்டுகளை மறைத்து எடுத்துச் சென்று வெடிக்க வைப்பது தொடர்பான பகுதிகள், வடக்குக் கூட்டணிப்படை கமாண்டர் மசூத்தைக் கொல்ல இரண்டு டிவி நிருபர்கள் போல வேடமிட்டுப் போய் செய்த காரியத்தை அப்படியே ஒத்திருந்தது!

இது சுட்டிக்காட்டுவது என்ன?

செப்டம்பர் 11 தாக்குதல் சம்பவம் நிகழ்ந்ததும் அமெரிக்கா ஆப்கன் மீது போர் தொடுப்பதற்கான வேலைகளை ஆரம்பித்துவிட்டது. அமெரிக்கா எத்தனை சுறுசுறுப்பாக வேலையைத் தொடங்கியதோ, அதற்குச் சற்றும் சளைக்காத வேகத்தில் பின்லேடனும் வேலையை ஆரம்பித்திருக்கிறார். அவசர அவசரமாகத் தம் வீரர்களுக்கு சிறப்பு வகுப்புகள் நடத்தியிருக்கிறார். அவர்களுக்கு உதவக்கூடிய கையேடு ஒன்று எழுதி, தயாரிக்கப்பட்டு பாடமாக நடத்தப்பட்டிருக்கிறது!

அதில்தான் ரசாயன உயிர்க்கொல்லி ஆயுதங்கள் பற்றிய சில தகவல்களும் கிடைத்தன. ரசாயன ஆயுதங்களைத் தயாரிப்பது

பற்றிய தகவல்கள் ஏதுமில்லாவிட்டாலும் அவற்றை எப்படிப் பாதுகாக்கவேண்டும், எப்படிக் கையாளவேண்டும், எப்படி இலக்கை நோக்கிப் பிரயோகிக்கும்போது தற்காப்பு நடவடிக்கைகள் மேற்கொள்ளப்படவேண்டும் என்பது போன்ற பல தகவல்களுடன் ஆப்கனில் இருக்கக்கூடிய சில ரசாயன ஆயுதங்கள் எவை என்கிற விவரமும் தெரியவந்தது!

காற்றிலும் தண்ணீரிலும் கலந்து பரவவிடப்படும் VX எனப்படும் ரசாயனம், Mustard gas எனப்படும் விஷவாயு, உயர்ந்த வெப்ப அழுத்தத்தில் செயல்படக்கூடிய Sarin எனப்படும் சூடான் தயாரிப்பு ரசாயனம் ஆகியவை அவை. இதுதவிர பாக்டீரியாக்களையும் கொடிய வைரஸ்களையும் கொண்டு தயாரிக்கப்படும் உயிரியல் ஆயுதங்கள் சிலவற்றையும் ஆப்கன் வைத்திருக்கலாம் என்று அமெரிக்கா சந்தேகித்தது.

நிச்சயம் ஆப்கனில் விமானம் மூலம் தாக்குதல் நடத்தும் அமெரிக்க ராணுவத்தை இந்த ரசாயன - உயிரி ஆயுதங்களைக் கொண்டு ஒன்றும் செய்ய முடியாது. அதற்கு பீரங்கிகளும் வெடிகுண்டுகளும் துப்பாக்கிகளும்தான் வேண்டும். ஆனால் ஆப்கனில் திருப்பி அடிக்க முடியாத கோபத்தை மேற்சொன்ன ஆயுதங்களைக் கொண்டு அமெரிக்க மண்ணில் தாலிபன்கள் வெளிக்காட்டிவிட்டால் என்னசெய்வது?

இதுதான் அமெரிக்காவின் கவலை. தோதாக, அமெரிக்காவுக்கு எதிராக உலக முஸ்லிம் சமூகத்தினர் மொத்தமாகத் திரண்டு எழுந்து தம்மாலான பங்களிப்பைத் தரவேண்டும் என்று தாலிபன்களின் பாகிஸ்தான் தூதர் அப்போது கேட்டுக்கொண்டிருந்தார். பங்களிப்பு என்று அவர் மறைமுகமாகக் குறிப்பிட்டது ஆயுத - நிதி உதவிகள் மட்டுமல்ல. தன்னார்வத் தொண்டர்களாக ஆப்கன் வந்து யுத்தத்தில் கலந்துகொள்ளவேண்டும் என்பதுதான் அது. எப்படி ரஷ்ய யுத்தம் நடந்தபோது சௌதியிலிருந்து பின்லேடன் தன் ஆட்களை அழைத்துவந்து ஆப்கனுக்குத் தோள் கொடுத்தாரோ, அந்தமாதிரி 'உண்மையான இஸ்லாமியர்கள்' அனைவரும் இப்போது ஆப்கனுக்குத் தோள்கொடுக்கவேண்டியது ஒரு மதக்கடமை என்பதாக ஒரு பிரசார இயக்கமும் முடுக்கிவிடப்பட்டது. பின்லேடனும் முல்லா ஓமரும் ஆப்கனில்தான் இருக்கிறார்கள்; யாரும் அச்சப்படவேண்டாம் என்றும் கேசட் மூலம் அறிவிக்கப்பட்டது. அதற்கு அர்த்தம், அச்சப்படுங்கள் என்பதுதான்!

இந்த இடத்தில் அமெரிக்காவுக்கு சம்பந்தமில்லாத ஒரு தகவலைத் தவிர்க்க முடியாமல் சொல்லவேண்டியிருக்கிறது. ரிஷ்கோர் முகாமில் கண்டெடுக்கப்பட்ட கையேடு குறித்துப் பார்த்தோமல்லவா? அந்தக் கையேட்டில் இந்தியா பற்றிய சில குறிப்புகளும் இருக்கின்றன.

காரி முகம்மது இர்பான் என்கிற ஒரு பாகிஸ்தானியர் அதில் ஒரு கட்டுரை எழுதியிருக்கிறார். அதில் இஸ்லாமிய சமூகத்தின் எதிரிகளின் பட்டியலில் தீவிர ஹிந்து அமைப்புகள் பற்றிய குறிப்புகள் பல வருகின்றன. ஆர்.எஸ்.எஸ் உள்ளிட்ட சங்கப்பரிவார அமைப்புகள், சுதேசி ஜாக்ரண் மஞ்ச், பாரதிய மஸ்தூர் சங்கம், சிவசேனா போன்ற இந்தியக் கட்சிகள், அமைப்புகளைப் பற்றிய விவரங்களுடன் கூடிய அக்கட்டுரை மேற்சொன்ன அனைத்து அமைப்புகளையும் தாதா கட்சிகள் என்று வருணிக்கின்றன. இஸ்லாத்துக்கு எதிரான தேசங்கள் அனைத்துமே நமது எதிரிகள் என்று கூக்குரலிடும் அக்கட்டுரை, 'நமது தாக்குதல் வரிசையில் இந்தியா எப்போதும் இருக்கிறது' என்று முடிகிறது.

இதன் தொடர்ச்சியாகத்தான் ஆப்கன் யுத்தம் நடந்துகொண்டிருந்த காலத்தில் இந்தியாவுக்குள் அல்கொய்தா தீவிரவாதிகள் ஊடுருவியிருக்கிறார்கள் என்கிற சந்தேகம் பலமாக எழுந்ததும் காஷ்மீரில் பாதுகாப்பு ஏற்பாடுகள் அதிகரிக்கப்பட்டதும் நடந்தது.

அப்போதுதான் அமெரிக்கா முதல்முறையாக 'தொடர்ந்து தீவிரவாதச் செயல்களால் பாதிக்கப்பட்டுக்கொண்டிருக்கும் இந்தியா உள்ளிட்ட அனைத்து தேசங்களையும் நாங்கள் கவனித்துக்கொண்டிருக்கிறோம். சகிக்கமுடியாத இந்தக் கொடுஞ்செயல்கள் தொடரவிடமாட்டோம்' என்று சொன்னது.

ஆனால் ஆப்கனிலேயே அமெரிக்காவின் பணி நீண்டநாள் தொடரும்போலிருந்தது நிலைமை. யுத்தம் ஆரம்பித்துப் பத்துநாட்கள் ஆகிவிட்டன. அதுவரை நூற்றுக்கணக்கான கட்டடங்கள் ஆயிரக்கணக்கான சாலைகளை அமெரிக்க ராணுவம் அழித்திருந்தது. சிலநூறு அப்பாவிப் பொதுமக்களும் சொற்ப அளவில் தாலிபன் வீரர்களும் பலியாகியிருந்தார்களே தவிர, அமெரிக்காவின் முதன்மைத் திடமான ஒசாமாவைப் பிடிப்பது என்பது நடக்கிற கதையாக இல்லை. முல்லா முகம்மது ஓமர்

எங்கிருக்கிறார் என்பதும் தெரியவில்லை. கஷ்டப்பட்டுத் தேடிப்பிடித்து அவரது கந்தஹார் வீட்டை அமெரிக்க ராணுவம் முற்றிகையிட்டுக் குண்டுவீசித் தகர்த்தது. நிச்சயம் உள்ளே முல்லா இருப்பார் என்று எண்ணியவர்களுக்கு இறுதியில் கிடைத்ததென்னவோ ஏமாற்றம் தான். முல்லா மட்டுமல்ல; அவரது ஒரு குல்லாவைக் கூட அங்கே அவர்களால் பெறமுடியவில்லை. சுத்தமாகத் துடைத்து வைக்கப்பட்டிருந்தது அந்த வீடு.

நகர்ப்புறங்களில் இனி தாக்குதலைத் தொடரவேண்டாம். மலைப்புரத்துக்குப் போய்விடலாம் என்று முடிவு செய்தார்கள். அதுவரை அமெரிக்க காலாட்படை எதுவும் ஆப்கனுக்குள் நுழைந்திருக்கவில்லை. வடக்கு கூட்டணிப் படைதான் தன் தரைப்படையைக் கொண்டு தாக்குதல் நிகழ்த்திக்கொண்டிருந்தது. உஸ்பெகிஸ்தான் எல்லையில் அமெரிக்க - பிரிட்டிஷ் காலாட்படை தயாராக இருந்தும் அதுவரை அவர்களை அமெரிக்க ராணுவம் தாக்குதலுக்குப் பயன்படுத்தவில்லை.

ஒரு சிறிய பயம் காரணம். ஆப்கனில் அது குளிர்காலம் தொடங்கிவிருந்த நேரம். ஆப்கனின் கடுங்குளிர் என்பது அமெரிக்கக் குளிரைக் காட்டிலும் மோசமானது. அமெரிக்கக் குளிர்காலத்தில் கட்டி கட்டியாகப் பனி விழும் என்பது உண்மையே. ஆனால் அதைக்காட்டிலும் சகிக்க முடியாத விஷயம் தொற்றுநோய்கள் சுலபத்தில் பரவக்கூடிய ஆப்கனிஸ்தானில் வருகிற குளிர்கால உபாதைகள். துளி சுகாதாரமும் இல்லாத ஆப்கனிஸ்தானில் பொதுவாகவே குளிர்காலத்தில் நிறைய உயிரிழப்பு நேரிடும். போர்க்காலம் என்றால் சொல்லவே வேண்டாம்.

இந்தக் காரணத்தால்தான் அமெரிக்கா தன் தரைப்படையை ஆப்கனுக்குள் நுழைய அனுமதி தராமல் இழுத்தடித்துக்கொண்டிருந்தது. ஆனால் சி.ஐ.ஏவுக்குக் கிடைத்த தகவல் இதற்கு நேரெதிராக இருந்தது. தரைப்படையை ஆப்கன் மலைப்பகுதிகளில் ஊடுருவ விட்டாலொழிய பின்லேடனைப் பிடிக்க முடியாது என்று வடக்குக் கூட்டணிப் படையைச் சேர்ந்த உளவாளிகள் அடித்துச் சொன்னார்கள்.

“உங்கள் சாட்டிலைட், நவீன ஆயுதங்களை நாங்கள் குறைத்து மதிப்பிடவில்லை. அதேசமயம் ஒசாமாவையும் நீங்கள் குறைத்து

மதிப்பிடாதீர்கள். இதுவரை உங்கள் சாட்டிலைட்டுகள், துவைத்துப் போடப்பட்ட அவரது ஒரு தலைப்பாகையையாவது படமெடுத்து அனுப்பியிருக்கிறதா?" என்று கேட்டாராம் ஒரு வடக்குக் கூட்டணிப்படை லெஃப்டினண்ட் ஜெனரல்.

அமெரிக்கா யோசித்தது. அவர்கள் ஒரு முடிவுக்கு வருமுன், அதுவரை காந்தஹார் நகரிலேயே பதுங்கியிருந்த பின்லேடன், தன் இடத்தை மாற்றிக்கொண்டு தோராபோரா மலைக் காட்டுக்குக் குடிமாறிப்போனார். அமெரிக்கத் தரைப்படை களத்துக்கு வருமானாலும் அவர்களின் முதல் தேடுதல் களம் அந்த மலையாகத்தான் இருக்கும் என்று அப்போது சொல்லப்பட்டது.

39. எங்கே இரண்டு தலைகள்?

தோராபோரா. இது ஒரு மலைப்பிரதேசம். மலை என்றால் பறங்கிமலை மாதிரி மலை அல்ல. இமயமலை மாதிரி சிக்கல் மிக்க மடிப்புகள் கொண்ட ஒரு மலைத்தொடர். ஆப்கனிஸ்தானில் ஜலாலாபாத்துக்குத் தெற்கே இது அமைந்திருக்கிறது. நன்றாக, கால் நீட்டிப் படுத்த காவல் தேவதை மாதிரி இதன் கிழக்கு எல்லை பாகிஸ்தான் பார்டர் வரைக்கும் நீள்கிறது. பெஷாவர் நகரிலிருந்து ஆப்கனுக்குள் நுழைவதென்றால் தோராபோரா தரிசனமில்லாமல் முடியாது. கைபர் கணவாயைத் தாண்டிவிட்டால் தோராபோராவைக் கடந்துதான் ஊர்ப்பக்கம் போகமுடியும். ஆப்கனிஸ்தானின் பிரசித்தி பெற்ற நதிகளான வாஷிருதான், அகம்தன் போன்றவை இங்கே தான் உற்பத்தியாகின்றன.

இந்த மலைக்குப் பல விசேஷங்கள் உண்டு. இதன் பல பகுதிகள் மைசூர் சாண்டல் சோப் நிறத்தில் காணப்படும். இது ஒரு அபூர்வம். உலகில் வேறெந்த மலையும் வெளேரென்று இருக்காது. பனி மூடிய வெண்மை அல்ல இது. இயற்கையான பாறைகளின் வெண்மை. மேலும் எக்கச்சக்க இயற்கை குகைகளும் இங்கே உண்டு. கோடிக்கணக்கான ஆண்டுகள் இறுகிய இதன் மேற்புறம், குண்டு வீச்சில் சிறு விரிசல் கூடக் கொள்ளவில்லை என்பது அமெரிக்கப் படைகளுக்கு இன்றுவரை தீராத ஆச்சர்யம். இயற்கையான குகைகள் தவிர பின்லேடனின் அல் கொய்தா ஆட்கள் தமக்கென பிரத்தியேகமாகக் கட்டிக்கொண்ட செயற்கை குகைகளும் இம்மலைத்தொடரின் பல பகுதிகளில் உண்டு. யுத்த காலத்தில் வெறும் பேரீச்சம்பழ பாக்கெட்டுகளை மட்டுமே எடுத்துக்கொண்டு இங்கே குடிபெயர்ந்த பின்லேடனும் அவரது வீரர்களும் மாதக்கணக்கில் எந்தப் பிரச்னையும் இல்லாமல் இங்கே தாக்குப்பிடிக்க முடிந்திருக்கிறது. யுத்த தளவாடங்கள், கம்ப்யூட்டர்கள், சாட்டிலைட் தொலைபேசிகள் மற்றும் பேரீச்சம்பழ பாக்கெட்டுகள். அவ்வளவுதான். ஆப்கன் யுத்தம் தொடங்கிய ஒன்பதாவது வாரம் இவற்றுடன் பின்லேடன் கழுதைகள் உதவியுடன் தோராபோராவுக்குக் குடிமாறி வந்து சேர்ந்தார்.

அதே ஒன்பதாவது வாரத்தில்தான் அமெரிக்கப் படைகளும் தோராபோராவைக் குறிவைத்தன. வடக்குக்கூட்டணிப் படைகளின் இன்ஃபார்மர்களாகச் செயல்பட்ட சில ஆதிவாசிகள்தான் முன்னதாக அல் கொய்தா ஆட்கள் மலைப்பகுதிக்கு வந்திருப்பதை மோப்பம் பிடித்துச் சொல்லியிருந்தார்கள். பொதுவாக யாரும் மோப்பம் பிடிக்கிற விதத்தில் தமது நடமாட்டத்தை பின்லேடன் அமைத்துக்கொள்ளமாட்டார். ஒரே இரவில் இரண்டு மூன்று இடங்களில் அவரது ஆட்களைப் பார்த்ததாகக் குழப்பமான தகவல்கள் வரும். சம்பந்தமில்லாத நான்காவது இடத்துக்குத் தான் அவர்கள் போயிருப்பார்கள். இதான் வழக்கம். ஆனாலும் எப்படியோ அம்முறை அல்கொய்தாவினரின் நடமாட்டத்தைத் துல்லியமாக மோப்பம் பிடித்துத் தகவல் சொல்லிவிட்டார்கள் உளவாளிகள்.

உடனே புறப்பட்டுவிட்டது அமெரிக்க விமானப்படை. முதலில் சிறு உளவு விமானங்களை தோராபோரா மலையின் மீது பறக்கவிட்டார்கள். விமானங்கள் புறப்பட்டவுடனேயே வடக்குக் கூட்டணிப் படை வீரர்களையும் ஆதிவாசி வழிகாட்டிகளையும் நாலாபுறமும் முன்னேறச் சொல்லி அனுப்பிவிட்டு, ஒவ்வொரு குழுவுடனும் பத்து அல்லது பன்னிரண்டு அமெரிக்க வீரர்கள் உடன் சென்றார்கள். கவனிக்கவும். இவர்களும் ப்ரொஃபஷனல் தரைப்படை வீரர்கள் அல்ல. விமானப்படை வீரர்கள்தான். தரைப்படை அப்போது கூட ஆப்கனுக்குள் நுழைந்திருக்கவில்லை. முன்பே பார்த்தபடி அதில் அவர்களுக்கு மிகுந்த தயக்கமே இருந்து வந்தது.

திட்டமிட்டு தோராபோரா மலையைச் சுற்றி வளைத்தன வடக்குக் கூட்டணிப்படை. அவர்களின் முதல் வெற்றி, மலையின் வடக்கு வாசலான மிலவா பள்ளத்தாக்கில் கிடைத்தது. ரஷ்யப்போரில் பங்குபெற்ற மூன்று சீனியர் வீரர்கள் அந்தப் படையில் இருந்தார்கள். அவர்கள் கண்ணில் ஒரு அல்கொய்தா பதுங்குமுகாம் தென்பட்டுவிட்டது. கவனமாக அடியெடுத்துவைத்து, சற்றும் எதிர்பாராத தருணத்தில் அவர்கள் நடத்திய தாக்குதலில் முதல்முதலாகச் சில அல்கொய்தா வீரர்கள் அங்கே பலியானார்கள். உடனே சுதாரித்துக்கொண்ட எஞ்சிய வீரர்கள், கண்ணிமைக்கும் நேரத்தில் திருப்பித் தாக்கிவிட்டு கூடாரத்தைக் காலி செய்துவிட்டு ஓடிப்போனார்கள்.

ரஷ்யப் போரில் பங்குபெற்று தோராபோரா மலையின் நுணுக்கங்களில் தேர்ச்சி பெற்ற வீரர்கள் அப்போது கூட்டணிப்படைக்கு ஆதரவாக இருந்ததுதான் அமெரிக்காவுக்கு அமைந்த மிகப்பெரிய ப்ளஸ் பாயிண்ட். முதல் முகாமைக் கண்டுபிடித்த உற்சாகத்தில் அடுத்தடுத்து நாலைந்து முகாம்களை அவர்களால் சுலபமாகச் சுற்றி வளைக்க முடிந்தது. ஓரிடத்தில் யுத்தம் நடந்துகொண்டிருக்கும்போது தாக்குப்பிடிக்க முடியாமல் அல்கொய்தாவினர் தப்பியோட முடிவு செய்யும்போது ரேடியோ சிற்றலைகளைப் பயன்படுத்தி அடுத்த இடத்தில் பதுங்கியிருக்கும் தமது கூட்டாளிகளுக்குத் தகவல் தெரிவித்துக்கொண்டிருந்தார்கள். கீழே யுத்தம் நடந்துகொண்டிருக்கும் அதே சமயம் மேலே உளவு விமானத்தில் பறந்துகொண்டிருக்கும் அமெரிக்க வீரர்கள் அந்த ரேடியோ அலைகளை இடைமறித்துக் கேட்டு அவர்கள் தப்பியோடும் பாதையைக் கண்டறிந்து சொல்லுவார்கள். உடனே எதிர்ப்புறத்திலிருந்து கூட்டணிப்படையின் இன்னொருபிரிவு வந்துவிடும்.

இப்படியான திட்டமிட்ட செயல்பாட்டால், தோராபோராவில் வேட்டை தொடங்கிய முதல் சில தினங்களிலேயே அமெரிக்கக் கூட்டுப்படைக்குச் சில குறிப்பிடத்தகுந்த வெற்றிகள் கிடைத்தன. சுமார் இருநூறு அல்கொய்தா வீரர்களை அவர்கள் அந்தத் தாக்குதல்களில் கொன்றார்கள். அதே சமயம் வடக்குக் கூட்டணிப்படைத் தரப்பிலும் இழப்பு கணிசமாகவே இருந்தது. மலைப்பகுதி, அல்கொய்தாவுக்கு ஹோம்லேண்ட் மாதிரி. மேலே இருந்துகொண்டு இருநூறு மீட்டர் தொலைவு வரை சளைக்காமல் சுடக்கூடிய நவீன ஆயுதங்களை அவர்கள் வைத்துக்கொண்டிருந்ததால், சகட்டுமேனிக்கு கூட்டு ராணுவப்படையிலும் இழப்புகள் ஏற்பட்டன.

அல்கொய்தாவின் படைபலம் குறைவாகவும் அமெரிக்கப் படையின் எண்ணிக்கை அதிகமாகவும் இருந்ததால்தான் அந்தக் குறிப்பிட்ட தாக்குதலில் அமெரிக்காவால் நிறைய வெற்றி காண முடிந்தது என்பதையும் சொல்ல வேண்டும். பல இடங்களில் அல்கொய்தாவினர் சரணடையவும் முன்வந்தார்கள். நிபந்தனையற்ற சரணாகதிக்கு மட்டும் சம்மதித்தது அமெரிக்க ராணுவம்.

தோராபோராவில் அமெரிக்க ராணுவத்துக்குக் கிடைத்துவந்த வெற்றிகளைத் தொடர்ந்து எப்படியும் விரைவில் பின்லேடனைப் பிடித்துவிடலாம் என்கிற நம்பிக்கை உண்டானது. அதனால்தான் காலாட்படையையும் துணிந்து யுத்தம் தொடங்கிய பத்தாவது வார இறுதியில் கொண்டு வந்து இறக்கினார்கள். தரைப்படை வந்தது பின்லேடனைப் பிடிக்க உதவியதோ இல்லையோ, அமெரிக்காவுக்காகப் போராடிக்கொண்டிருந்த வடக்குக் கூட்டணிப்படை வீரர்களுக்கு மிகுந்த தெம்பைத் தந்தது அது. மேலும் தொழில்நுட்பத் தேர்ச்சியுடன் கூடிய அவர்களது போர் வியூகங்கள் அவர்களுக்கு மிகவும் புதிதாக இருந்ததால் கூடுதல் பரவசம் தந்தது. தமது ஒத்துழைப்பைப் பரிபூரணமாகத் தந்து ஒரு வழியாகப் பதினோராவது வார இறுதியில் தோராபோரா மலைப்பகுதியை முழுவதுமாகச் சுற்றி வளைத்து முன்னேற ஆரம்பித்தார்கள்.

இதனிடையில் மலைக்குகைகளை எப்படி கண்டுபிடிப்பது என்கிற சூட்சுமத்தை அமெரிக்க வீரர்கள் புரிந்துகொண்டுவிட்டார்கள். ஒரு பதுங்கு குகை என்றால் வாசல் தெளித்து, கோலம் போட்டா எண்ட்ரன்ஸ் இருக்கும்? இருக்கிற இடமே தெரியாதபடிதான் இருக்கும். இயற்கையான மலையின் மர்மங்களைப் பயன்படுத்தி, அதன் பள்ளங்களை லேசான பூச்சு வேலைகளுக்குப் பின் மேல்புறம் மூடி குகைகளாக்குவார்கள். உட்புறம் குடைந்து மறுவாசல் அமைப்பது ஒரு கட்டாயம். இது செயற்கை குகைகளில் மட்டும் தான். இயற்கையான குகைகள் என்பவை மிகவும் நீளமானவை. சில குகைகள் இருபது மீட்டர் நீளம் கூட இருக்கும்.

ஆனால் அமெரிக்கப்படை கண்டறிந்த அல்கொய்தாவின் செயற்கை குகைகள் மிகவும் சிறியவை. பத்துக்குப் பத்து அறை மாதிரி தான் அவை இருந்தன. ஆனால் மேற்புறம் ஓர் ஆள் நுழையும் அளவு மட்டுமே வழி இருந்தது. கடும் இருட்டுக்குக் கண்ணைப் பழக்கிக்கொண்டு உள்ளே இறங்கினால் மிகவும் குளிராகவும் கதகதப்பாக இருப்பது போலவும் ஒரே சமயத்தில் இருவேறு உணர்ச்சிகளை உணரலாம் என்று சொன்னார்கள் அமெரிக்க வீரர்கள்.

யாரும் கண்டுபிடித்து வராதவரை இங்கே பதுங்கியிருப்பது அல்கொய்தா வீரர்களுக்குப் பாதுகாப்பாகத்தான் இருந்தது.

ஆனால் சுற்றி வளைக்கப்பட்டபிறகு இங்கிருந்து மேலே வந்து தப்பிப்பது மிகவும் கஷ்டம் என்பதால்தான் அவர்களில் பலர் சரணடைய வேண்டியதானது. இது விஷயத்தில் அமெரிக்கர்கள் செய்த ஒரே புத்தி சாலித்தனமான காரியம் என்னவெனில், செயற்கை குகை ஒன்றை முதலில் கண்டு பிடித்த உடனேயே சுற்றி வளைக்காமல், அதன் மறுவாசல் எங்கே இருக்கும் என்று யூகித்துத் தேடி முதலில் அதனை அடைத்துவிட்டு வந்து சுற்றி வளைத்ததுதான். அதனால்தான் அவர்களால் கொத்துக் கொத்தாகப் பல அல்கொய்தாவினரைப் பிடித்துவிட முடிந்தது.

இந்தச் சமயத்தில் ஒரு முக்கியமான சம்பவம் நடந்தது. யாருமே எதிர்பாராத விஷயம் அது. யுத்தம் நடந்துகொண்டிருந்தபோது யாராவது கேஷுவலாக உட்கார்ந்து சிரித்தபடி ஒரு டிவி பேட்டி கொடுப்பார்களா? பின்லேடன் அதனைச் செய்தார்.

ஜலாலாபாத்துக்கு அருகே ஒரு வீட்டில் கண்டெடுக்கப்பட்ட அந்த வீடியோ கேசட் (நவம்பரில் இது கிடைத்தது. அக்டோபர் 7ம் தேதி யுத்தம் தொடங்கிய நாற்பத்திரண்டாவது தினம்.) திட்டமிட்டு தாலிபன் வீரர்களால் அங்கே விட்டுச் செல்லப்பட்டிருந்தது. செப்டம்பர் 11 சம்பவம் குறித்தான பின்லேடனின் பிரகடனங்களும் யுத்தத்தில் வீரர்கள் எழுச்சி கொள்ளும் விதமான வார்த்தைகளும் ஒட்டுமொத்த இஸ்லாமிய சமூகமும் திரண்டுவந்து தாலிபன்களுக்கு உதவ வேண்டியது பற்றிய வேண்டுகோளும் அந்த வீடியோ கேசட்டில் இருந்தன. சவுதி அரேபியாவிலிருந்து பின்லேடனின் விருந்தாளியாக வந்திருந்த ஒரு ஷேக்குடன் (இவரது பெயர் அலிபின் அல்லது அல் காம்தியாக இருக்கலாம் என்று சி.ஐ.ஏ. சொன்னது. உறுதி செய்யப்படவில்லை.) பின்லேடன் பேசிக்கொண்டிருந்தபோது எடுக்கப்பட்டிருந்தது அது.

அந்த டேப்பில் பின்லேடன் சொல்லியிருந்தவற்றுள் சில விஷயங்கள் மிகவும் முக்கியமானவை. செப்டம்பர் 11ம் தேதி தாக்குதல் பற்றிய அவரது வருணிப்பில் பின்வரும் தகவல்கள் இருந்தன:

1. தாக்குதலில் ஈடுபட்ட எமது வீரர்களுக்கு, அவர்கள் விமானத்தில் ஏறுவதற்குச் சில நிமிடங்கள் முன்பு வரை கூட அவர்கள் எந்த இலக்கைத் தாக்க அனுப்பப்படுகிறார்கள் என்று

நாங்கள் சொல்லவில்லை. அதேமாதிரி குழு குழுவாகப் பிரித்து செய்யப்படுகிறது இது என்றும் அவர்களுக்குத் தெரியாது. அதாவது, ஒரு விமானத்தில் ஏறும் வீரர்களுக்கு, அடுத்த படியாக இன்னொரு விமானம் நம்மைத் தொடர்ந்து வரப்போகிறது என்பதே இறுதிவரை தெரியாது.

2. முதல் விமானம் இலக்கைத் தாக்கிய விஷயம் கேள்விப்பட்டதும் அடுத்தடுத்த குழுக்களில் இருந்தவர்கள் மகிழ்ச்சியில் கூத்தாடுவதாகக் கேள்விப்பட்டேன். திட்டத்தில் தம்மைத்தவிரவும் பலர் பங்குபெற்றிருக்கிற விஷயமே அவர்களுக்கு அப்போதுதான் தெரியும். அமைதியாக இருந்து காரியத்தை முடிக்கக் கேட்டுக்கொண்டேன்.

3. விமானத்திலுள்ள எரிவாயுவிலிருந்து தீ கிளம்பினால் அதன் வெப்பம் இரும்பை உருக்கும் என்று நான் நினைத்தேன். என் அனுபவத்தில் போட்ட கணக்குத்தான் இது. அது பிசகாமல், விமானம் மோதியதும் கட்டடத்தில் இருந்த இரும்புகள் உருகத் தொடங்கின. அதனால்தான் அழிவு சாத்தியமானது.

அமெரிக்கத் தாக்குதலில் பின்லேடன் சம்பந்தப்படவில்லை என்று தொடர்ந்து சொல்லிவந்த தாலிபன்களின் குரல் இதனால் அமுங்கிப்போனது. அமெரிக்காவின் பதில் தாக்குதலில் நியாயம் உள்ளதாக உலகம் பூரணமாக நம்ப ஆரம்பிக்கவும் இந்த வீடியோ டேப் மிகவும் உதவி செய்தது.

என்னதான் இஸ்லாமிய சமூகத்துக்கு வேண்டுகோள் விடுத்து அதில் பின்லேடன் பேசியிருந்தாலும் செப்டம்பர் 11 தாக்குதலைத் திட்டமிட்டு நடத்திய விவரம் அதில் இருந்தபடியால் அது இஸ்லாமிய சமூகத்தினரிடையே எந்தவித அனுதாபத்தையும் உண்டாக்காது என்று டொனால்டு ரம்ஸ்பீல்டு இது தொடர்பாகக் கருத்து தெரிவித்தார்.

புஷ்ஷுக்குத்தான் கோபம் தலைக்கேறி இருந்தது. பின்லேடன் கிடைக்கவில்லை. ஆனால் வீடியோ டேப் கிடைக்கிறது! நூற்றுக்கணக்கில் அல் கொய்தாவினர் சரணடைவதாகச் செய்தி வந்துகொண்டிருந்தாலும் (அது உண்மையும் கூட.) பின்லேடன் இருப்பிடம் பற்றியோ, முல்லா ஓமர் உயிருடன்

இருக்கிறாரா இல்லையா என்பது பற்றியோ நம்பகமான ஒரு செய்தி கூட அதுவரை வராததில் அவருக்கு மிகவும் கடுப்பானது. எதிர்பார்த்ததைவிடவும் போர் இழுத்துக்கொண்டே போவதும் அவருக்குக் கலவரமாக இருந்தது.

உண்மையில் ஆப்கன் என்பது அமெரிக்காவின் டெக்ஸாஸ் மாநிலம் சைஸ் தான். அத்துனூண்டு இடத்தில் இரண்டு தலைகளைத் தேடிப்பிடிக்கத் துப்பில்லாமல் இப்படியா இழுத்துக்கொண்டிருப்பார்கள்?

ஏதாவது செய்யுங்கள், அவனைப் பிடித்துவிட்டோம் என்று சொல்லுங்கள் என்று தமது தளபதிகளுக்கு இறுதி உத்தரவு அனுப்பிவிட்டு, காபூல் எப்படி இருக்கிறது இப்போது என்று விசாரித்தார் ரம்ஸ்பீல்டிடம்.

காபூல். புராதனமான அந்த நகரம் அப்போது இருந்த நிலைமையை வெறும் சொற்களில் விவரித்து விடமுடியாது!

40. விடையற்ற கேள்விகளும் முடிவற்ற படையெடுப்புகளும்

ஒசாமா பின்லேடனைப் பிடிக்கிற முயற்சியிலும் தாலிபன்களை ஒழித்துக்கட்டும் முயற்சியிலும் தமக்கு ஒத்துழைப்புத் தந்த ஆப்கனின் வடக்குக் கூட்டணிப்படைக்கு அமெரிக்கா என்னென்ன சந்தோஷங்கள் அளித்தது என்று பட்டியலிட்டுக் காணாது. அப்படி கணக்கு வழக்கில்லாமல் அள்ளிக்கொடுத்ததால்தான் - பெருந்தலைகள் பிடிபடாவிட்டாலும் - பெருநகரங்களைப் பிடிக்க முடிந்தது. ஆயுத உதவிகள், போருக்கான நிதி உதவி தவிர பல வடக்குக் கூட்டணி கமாண்டர்கள் தொடங்கி கட்டக்கடைசி வீரர் வரைக்கும் அவரவர் தகுதிக்கேற்ப நிறையவே பண உதவிகளையும் செய்தது அமெரிக்கா. மேலும் தாலிபன்கள் வீழ்ந்து, ஒசாமாவும் பிடிபட்டுவிட்டால், அடுத்து ஆப்கனில் வடக்குக் கூட்டணியினரின் ஆட்சியை அமெரிக்காவே அமைத்துத்தரும் என்றும் நம்பிக்கை சொல்லப்பட்டிருக்கிறது.

இதனால்தான் வடக்குக் கூட்டணிப் படையினர் தமது முழு சக்தியையும் செலுத்தி, தாலிபன்களுக்கு எதிரான யுத்தத்தை முன்னின்று நடத்திச் சென்றார்கள். தாலிபன்களின் மிகப்பெரிய பலவீனம், அவர்களிடம் நவீன ஆயுதங்கள் இல்லை என்பது. முரடர்கள். நாட்டுத் துப்பாக்கி தொடங்கி, பீரங்கிகள் வரை என்னென்னவோ ஆயுதங்கள் வைத்துக்கொண்டிருந்தவர்கள் தாம். ஆனால் அமெரிக்காவின் அதிநவீன தொழில்நுட்ப சாத்தியங்களைப் பயன்படுத்தித் தயாரிக்கப்பட்ட 'இருபத்தோறாம் நூற்றாண்டு' ஆயுதங்களின் முன்னால் அவர்களால் தாக்குப்பிடிக்க முடியவில்லை என்பதுதான் உண்மை. ரொம்ப முக்கியம், இரவில் தாக்கும் போர் விமானங்களை எதிர்க்க அவர்களிடம் எந்த சௌகரியமும் இல்லாமல் போனது. இதனால்தான் தாலிபன்களால் தமது தலைநகரைக் காப்பாற்ற முடியாமல் போனது.

தாலிபன்களின் ராணுவத்தில் மொத்தம் அறுபதாயிரம் பேர் இருந்தார்கள். தவிர பின்லேடனின் வீரர்கள் மொத்தம் இரண்டாயிரம் பேர். (இந்த இடத்தில் ஒரு இடைச்செருகல் வருகிறது. பின் லேடனின் மொத்த ராணுவ பலத்தில் இருபது சதவீதத்தினர் மட்டும்தான் யுத்த சமயத்தில் ஆப்கனில் இருந்ததாகத்

தெரிகிறது. அதாவது, பாதுகாப்பு கருதி, தமது பெரும்பாலான வீரர்களை செப்டம்பர் 11ம் தேதிக்குப் பிறகு பின் லேடன் கிழக்கு ஆப்பிரிக்க நாடுகளுக்கு அனுப்பிவிட்டதாக சி.ஐ.ஏ. கருதியது. அப்படி அவர் தமது வீரர்களில் பலரை வெளி நாடுகளுக்கு அனுப்பிய விஷயம் தாலிபன் தலைவர் முல்லா ஓமருக்கே கூடத் தெரியாது என்றும் சிலர் சொல்லுகிறார்கள். ஆனால் 2001ம் வருடம் பின்லேடனின் மொத்த வீரர்கள் எண்ணிக்கையே சுமார் 5000 பேர்தான் என்றும் ஒரு புள்ளிவிவரம் இருக்கிறது. துல்லியமான தகவல் இதுவிஷயத்தில் இன்றுவரை கிடைக்கவில்லை.)

யுத்தம் சூடுபிடித்தபோது தோராபோரா மலைப்பகுதியில் பதுங்கியிருந்த பின்லேடனின் வீரர்களில் பலர் இறந்ததும் பலர் சரணடைந்ததும் தாலிபன்களிடையே மிகப்பெரிய அவநம்பிக்கை ஏற்படுத்திவிட்டது. அவர்களது மன உறுதியைக் குலைக்க அதுவே போதுமானதாக இருந்தது. தோதாக, வடக்குக் கூட்டணிப்படையினர் மிகவும் எழுச்சியுற்று முன்னேறிக்கொண்டிருந்ததிலும் கலவரமாகி, வரிசையாக தாலிபன்களும் சரணடைய ஆரம்பித்தார்கள். சரணடைந்தவர்கள் ஒருபுறம் என்றால் தப்பியோடியவர்களே மிகுதி. மிகச்சில தாலிபன் ராணுவத்தினர், சட்டென்று கட்சி மாறி, வடக்குக் கூட்டணிப்படையினருக்கு ஆதரவாகவும் களமிறங்கி விட்டதில் மிகப்பெரிய குழப்பம் உண்டானது.

இந்தமாதிரி சந்தர்ப்பங்களில் முன்னின்று படையை ஒழுங்குபடுத்தியிருக்க வேண்டிய முல்லா ஓமர் அப்போது இறந்துவிட்டார் என்றொரு வதந்தி மிகப்பலமாகப் பரவியது. இதுவும் தாலிபன்கள் மனத்தளர்ச்சி கொள்ள முக்கியக் காரணமானது. 1994ம் வருடம் எந்த ஓமரின் தலைமையை நம்பி எழுச்சி கொண்டு ஆப்கனின் மாபெரும் சக்தியாக வளர்ந்தார்களோ, அதே ஓமர் இப்போது இருக்குமிடம் தெரியாதிருந்த காரணத்தால் முதல்முதலாகத்தோல்வியின்வாசலைத்தொடத்தொடங்கினார்கள் தாலிபன்கள்.

நவம்பர் 9ம் தேதி அதிகாலை வடக்குக் கூட்டணிப் படை முதல் முதலாக மஸார் ஈ ஷெரீப் நகரை முற்றுகையிட்டு முன்னேறியது. தொடர்ந்து கேட்ட துப்பாக்கிச் சத்தங்களின் இறுதியில் அன்றைய பொழுது விடிவதற்குள் நகரம் அவர்களின்

முழுக்கட்டுப்பாட்டுக்குள் வந்தது. நூற்றுக்கணக்கான தாலிபன் வீரர்கள் நகரெங்கும் இறந்து கிடந்தார்கள். ஆயிரக்கணக்கானோர் சரணடைந்தார்கள். தப்பியோடியவர்களைத் துரத்தித் துரத்திச் சுட்டு வீழ்த்தியது வடக்குக் கூட்டணிப்படை.

இந்த வெற்றி தந்த கிறுகிறுப்பில் மேலும் உற்சாகத்துடன் காபூலை நோக்கி அவர்கள் புறப்பட்டார்கள். மூன்று நாட்கள். மஸார் ஈ ஷெரீப்பை வென்ற மாதிரி காபூலை ஜெயிப்பது அத்தனை சுலபமாக இல்லை அவர்களுக்கு. புராதனமான அந்நகரம் தன் மூலை முடுக்குகளிலெல்லாம் தாலிபன் வீரர்களை நிரப்பி இருந்தது. தவிரவும் ஏகப்பட்ட ஆயுதங்களும் நகரில் பதுக்கப்பட்டிருந்தன. முக்கியமாக காபூலின் பிரதான சாலைகளில் கூட தாலிபன்கள் கண்ணி வெடிகளைப் புதைத்து வைத்திருந்தார்கள். ஏற்கெனவே காபூல் நகரத்து மக்களில் பெரும்பான்மையானோர் ஊரை காலி பண்ணிவிட்டு வெளியே போய்விட்டதால் முழு நகரிலும் தாலிபன்களே நிரம்பியிருந்தார்கள்.

ஆப்கனிஸ்தானின் தலைநகர் என்றால் நாம் சட்டென்று காபூலைத்தான் சொல்லுவோம். ஆனால் தாலிபன்கள் ஆண்டுகொண்டிருந்தபோது காபூல் அங்கே ஒரு முக்கிய நகரம் மட்டுமே. தலைநகராகச் செயல்பட்டது காந்தஹார் தான். ஏனெனில் முல்லா ஓமர் காந்தஹாரில் தான் இருந்தார். ஆனாலும் தாலிபன்களின் முக்கிய ராணுவத்தளம் அப்போது காபூலில் தான் இருந்தது.

நவம்பர் ஒன்பதாம்தேதி மஸார் ஈ ஷெரீப்பை வென்ற கையோடு புறப்பட்ட வடக்குக் கூட்டணிப்படை பதினொன்றாம் தேதி அதிகாலை காபூலை முற்றுகையிட்டது. வருணிக்க முடியாத கோர யுத்தம் அது. இடைவிடாமல் துப்பாக்கிகளும் பீரங்கிகளும் வெடித்துக்கொண்டே இருந்தன. புராதனமான காபூல் நகரின் கட்டடங்கள் பல தரைமட்டமாயின. சாலைகள் உடைந்து உருக்குலைந்து போயின. மின்சாரம் முற்றிலுமாகத் துண்டிக்கப்பட்டது. நகருக்குத் தண்ணீர் தரும் குழாய்ப் பாதைகள் யாவும் உடைத்து நொறுக்கப்பட்டன. உணவு, மருந்துகள், பால் எதுவுமே நகரினுள் நுழைய முடியாதபடி முற்றிலுமாக அடைத்து சீல் வைக்கப்பட்டது நகரம். காபூலில் இருந்த ஒரே ஒரு ரேடியோ ஸ்டேஷன் அடித்து உடைக்கப்பட்டது. விமான

நிலையம், மருத்துவமனைகள், பள்ளிக்கூடக் கட்டடங்கள் யாவும் இடித்துத்தள்ளப்பட்டன. தொலைத்தொடர்பு டவர்கள் ஒரே குண்டில் வீழ்த்தப்பட்டன. சந்தேகமில்லாமல் காபூல் மயானமாகிப்போனது.

பன்னிரண்டாம் தேதி காபூல் முற்றிலுமாக வீழ்ந்தது. அங்கிருந்த ஒரு தாலிபன் வீரரும் உயிரோடு திரும்பவில்லை. தெருவெங்கும் பிணங்கள் குவியல் குவியலாகக் கிடக்க, வானில் வல்லூறுகள் வட்டமிடத் தொடங்கின. வெற்றிக்களிப்பில் ஆடிப்பாடி ஆட்டம் போடத் தொடங்கினர் வடக்குக் கூட்டணிப்படை வீரர்கள்.

காபூல் விழுந்த செய்தி கேட்டதும் அமெரிக்க அதிபர் புஷ்ஷுக்குக் கொஞ்சம் நிம்மதி உண்டானது. ஆனால் அந்த நிம்மதி முழுமை அடைவதற்கு மேலும் இருபத்தைந்து தினங்கள் அவர் காத்திருக்க வேண்டியதானது. ஏனெனில் காபூலைக்காட்டிலும் காந்தஹாரை வெல்லுவது கூட்டணி வீரர்களுக்கு சிரமம் தந்தது.

தாலிபன்களின் தலைநகரான காந்தஹாரை அவர்கள் ஒரு மர்மபூமியாக மாற்றி வைத்திருந்தார்கள். நிறைய ஆட்சேதத்துக்குப் பிறகுதான் கந்தஹாரை அவர்களால் முற்றுகையிடவே முடிந்தது. ஒரு மாதிரி செமி கெரில்லா யுத்தத்தை அங்கே தாலிபன்கள் நிகழ்த்தினார்கள். அவர்களின் வீரத்தையும் கவனத்தையும் கவனித்த அமெரிக்கத் தளபதிகளுக்கு, ‘ஓமர் இன்னும் கந்தஹாரில்தான் இருக்கிறாரோ’ என்கிற சந்தேகம் சட்டென்று வந்தது. மற்ற இடங்களிலெல்லாம் இல்லாத அளவுக்கு இங்கே தற்காப்புத் தாக்குதல் தீவிரமாக இருப்பதையும் நகருக்குள் கூட்டணிப்படை வீரர்களை நுழையவிடாமல் தடுக்க அவர்கள் மேற்கொண்ட நடவடிக்கைகளையும் ஊன்றி கவனித்த தளபதிகள் திட்டத்தை மாற்றி இரவுகளில் விமானத்தாக்குதலைத் தீவிரப்படுத்தினார்கள். நகரிலிருந்து எந்த ஒரு வாகனமும் வெளியே போக முடியாதபடி கடுமையான பாதுகாப்பு ஏற்பாடுகளைச் செய்துவிட்டு நிகழ்த்தப்பட்ட அந்தத் தாக்குதலின் இறுதியில் டிசம்பர் 6ம் தேதி கந்தஹார் நகரம் வீழ்ந்தது. எங்கும் மரண ஓலம். இடிபாடுகளுக்கு நடுவிலிருந்து அபயக்குரல்கள். நாய்களின் ஊளை.

நகருக்குள் புகுந்து ஓமரையும் பிற தாலிபன் தலைவர்களையும் தேடிய அமெரிக்கப் படைக்கு பெருத்த ஏமாற்றம். ஓமர்

கிடைக்காவிட்டால் கூட அவரது முக்கியத் தளபதிகள் சிலரையாவது பிடித்துவிட முடியும் என்று அவர்கள் நினைத்திருந்தார்கள். முல்லா ஓமரின் வீட்டைக் கண்டுபிடித்து சல்லடையாகத் துளைத்தெடுத்தும் உள்ளிருந்து ஒரு கொசுவைக் கூட அவர்களால் பிடிக்கவோ அடிக்கவோ முடியவில்லை. மாறாக, வீட்டைப் பிடித்து உடைத்ததே பெரும் சாதனை என்பது போல சில வடக்குக் கூட்டணி வீரர்கள் உள்ளே கொண்டாட்டக் கேளிக்கைகளில் ஈடுபட்டார்கள்.

தாலிபன் அரசின் தலைமை நீதிபதியாக இருந்த நூர் முகம்மது சாஹிப், துணைதலைமைநீதிபதி மௌல்வி முஸாஜன், திட்டத்துறை அமைச்சர் ஹாஜி மூசா ஒட்டக், மூத்த அமைச்சர்களுள் ஒருவரான (சுகாதாரத்துறை) ஹபிஸ் அஸ்மத்துல்லா ஆஸிம், சித்திக்குல்லா என்கிற இன்னொரு அமைச்சர் ஆகியோரை எப்படியாவது பிடித்துவிட வேண்டும் என்று நினைத்தார்கள் அமெரிக்கர்கள். தாலிபன்களின் மூளை இவர்கள் தான் என்று சொல்லியிருந்தது சி.ஐ.ஏ. ஆனால் கந்தஹார் நகரில் இவர்களைத் தேடி நிகழ்த்தப்பட்ட வேட்டையில் ஒருத்தர் கூட அகப்படவில்லை என்பதே உண்மை. மேற்சொன்ன அனைவருமே கந்தஹாரை முற்றுகை இடுவதற்கு முன்னதாக பாகிஸ்தானுக்குத் தப்பியோடிவிட்டார்கள்.

அல்கொய்தாவினர் சிலரைக் கொல்ல முடிந்தது. சிலர் தப்பியோடினார்கள். ஆனால் பின்லேடன் எங்கே என்பதே தெரியவில்லை. கந்தஹாரையும் காபூலையும் கைப்பற்ற முடிந்தது. தாலிபன்கள் அனைவரையும் ஒழித்துவிட்டார்கள், ஆனால் முல்லா ஓமரும் அவரது வலது கரங்களும் என்ன ஆனார்கள் என்று தெரியவில்லை.

இதென்ன யுத்தம்? எதற்காக ஆரம்பிக்கப்பட்டது? என்ன செய்தார்கள்? எதனை அடைந்தார்கள்?

யாருமே அதை எண்ணிப்பார்க்கவில்லை. மாறாக, காபூலும் கந்தஹாரும் வீழ்ந்து, ஆப்கனில் தாலிபன்கள் முற்றிலுமாக ஒழிக்கப்பட்டுவிட்டார்கள் என்று தெரிந்ததுமே ஆப்கன் மக்கள் சுதந்தரமடைந்து விட்ட உணர்ச்சி கண்டார்கள். அவர்களால் தம் கண்களையே நம்ப முடியவில்லை. துணிந்து நகரின் நடுவே வந்து ஆடியும் பாடியும் பட்டாசு வெடித்தும்

கொண்டாட ஆரம்பித்தார்கள். ஆண்கள் ஆசை ஆசையாக ஷேவ் பண்ணிக்கொண்டார்கள். பெண்கள் பர்தா நீக்கி முகத்தைக் காட்டினார்கள். குழந்தைகள் சிரித்தன. பூக்கள் மலர்ந்தன. எங்கும் கொண்டாட்டம். உற்சாகம். கேளிக்கைகள்.

எல்லாம் சரி. எங்கே ஓமர்? எங்கே பின்லேடன்?

யாருக்குத் தெரியும்? தாலிபன்கள் விழுந்து ஆப்கன் முழுவதுமாக வடக்குக் கூட்டணிப் படையின் வசம் வந்ததுமே அங்கே ஒரு இடைக்கால அரசை ஏற்படுத்தும் முயற்சியில் அமெரிக்கா இறங்கிவிட்டது. பின்லேடனைத் தேடும் படலம் ஒருபுறம் ஒப்புக்கு நடந்துகொண்டிருந்தாலும் இனி எக்காலத்திலும் ஆப்கன் ஒரு பிரச்னைக்குரிய பிரதேசமாகத் தனக்கு அமைந்துவிடக்கூடாத படிக்கு அரசு அமையவேண்டும் என்று நினைத்தார் புஷ்.

ஆப்கனின் முன்னாள் மன்னர் ஜாஹிர்ஷா மீண்டும் தம் திருமுகத்தைக் காட்டினார். ஐரோப்பாவில் அதுவரை இருக்குமிடம் தெரியாமல் இருந்தவர் பளிச்சென்று ஷேவ் பண்ணிக்கொண்டு கோட்டு சூட்டெல்லாம் போட்டுக்கொண்டு டிவிக்கு போஸ் கொடுத்தார். தள்ளாத வயதில் அவரையா அமெரிக்கா புதிய அரசின் தலைவராக நியமிக்கப் போகிறது? இங்கே ஹமித் கர்சாய் முகம் காட்டினார். வடக்குக் கூட்டணிப் படையின் கமாண்டர் புர்ஹானுத்தீன் ரப்பானி பேரும் அடிபட்டது. இன்னும் சிலர் பேர்களும் அடிபட்டன. எல்லாத்தரப்புடனும் பேச்சுவார்த்தைகள் நடந்துகொண்டிருந்தன. ஆனால் எங்கே பின்லேடன்? எங்கே முல்லா ஓமர்?

விடையே இல்லாத கேள்விகளாகிவிட்டன அவை.

தீவிரவாதத்துக்கு எதிராகத் தொடங்கப்பட்ட யுத்தம் என்று சொல்லப்பட்டு நடத்தப்பட்ட ஆப்கன் மீதான அமெரிக்கத் தாக்குதல் அங்கே ஓர் ஆட்சிமாற்றத்துக்கு வித்திட்டதே தவிர, (இறுதியில் ஹமீத் கர்சாய் ஆட்சியில் அமர்ந்தார், இன்னும் பின்லேடனைத் தேடிக்கொண்டிருக்கிறார்கள் என்பதெல்லாம் விவரிக்க வேண்டாத விஷயங்கள் அல்லவா?) தீவிரவாதத்தின் ஊற்றுக்கண்ணை அடைக்க முடியவில்லை. ஓராயிரம் அல்கொய்தாவினரையும் ஒட்டுமொத்த தாலிபன்களையும் கொன்றுவிட்டதாக அமெரிக்கத்

தரப்பு சொன்னாலும் உண்மை வேறு. அல்கொய்தாவின் பெரும்பாலான வீரர்கள் - முன்பே சொன்னதுபோல - யுத்தம் நடந்துகொண்டிருந்தபோது ஆப்கனில் இல்லை. தாலிபன்களில் பெரும்பாலானவர்களை அமெரிக்கப்படை கொன்றதும் கைது செய்ததும் உண்மையே என்றாலும் எஞ்சிய பலர் தப்பிப்பிழைத்து பாகிஸ்தானுக்கு ஓடிவிட்டதும் உண்மையே ஆகும்.

பின்னால் கொஞ்ச நாள் கழித்து பின்லேடனைத் தேடுகிறேன் பேர்வழி என்று பாகிஸ்தான் எல்லைப்பகுதிகளில் வேட்டை நடத்திய அமெரிக்கப் படையினரின் உண்மையான இலக்கு பின்லேடனே இல்லை என்கிறார்கள். உண்மையில் தாலிபன்களின் மிச்சசொச்சத்தைத் தான் அவர்கள் அங்கே தேடினார்கள். பின்லேடன் பாகிஸ்தானில் இல்லை என்பது அமெரிக்க உளவுத்துறைக்கு நன்றாகவே தெரியும். ஆனாலும் ஏன் தொடர்ந்து அவர் அங்கே தான் இருப்பதாகச் சொல்லிக்கொண்டிருக்கிறார்கள் என்று தெரியவில்லை என்று சமீபத்தில் பாகிஸ்தான் உளவுத்துறை அதிகாரி ஒருவர் ஆதங்கப்பட்டது நினைவிருக்கலாம்.

இது ஒருபுறம் இருக்க, ஆப்கன் யுத்தத்தில் பின்லேடன் பிடிபடாதது பற்றிய அதிருப்தி அமெரிக்க மக்களிடையே கடுமையாக எழுந்தது. தாலிபன்கள் ஒழிந்து, ஆப்கனுக்கு விடிவுகாலம் வந்து அவர்களுக்கு என்ன பயன்? மறக்கமுடியாத அந்த செப்டம்பர் 11 சம்பவத்தின் சூத்திரதாரியான ஒசாமா பின்லேடனைப் பிடிக்க முடியாமல் சும்மா கொசு அடித்துக்கொண்டு இருந்துவிட்டு இப்படித் திரும்பி வந்திருக்கிறதே ராணுவம் என்று செம கடுப்பானார்கள். மக்களின் இந்த அதிருப்தி தன் ஆட்சிக்கு உலை வைக்கும் என்பது புஷ்ஷுக்கு மிக நன்றாகத் தெரியும். என்ன செய்து மீண்டும் அவர்களை திசைதிருப்பலாம் என்று யோசிக்க ஆரம்பித்தார். பதவிக்கு வந்தபோது தன் ‘அஜெண்டா’க்கள் என்னவென்று எழுதிவைத்திருந்ததை மீண்டும் ஒருமுறை எடுத்து படித்துப் பார்த்தார்.

அட்டகாசமான வழியொன்று அவருக்குப் புலப்பட்டது.

41. பின்லேடனின் அரசியல்

ஒசாமா பின்லேடனைப் பிடிக்க முடியவில்லை. அமெரிக்க மக்கள் மிகுந்த அதிருப்தியில் இருந்தார்கள். அந்த அதிருப்தி அதிபரின் நாற்காலிக்கு ஆபத்து விளைவிக்கக் கூடியது. என்னவாவது செய்து மக்களின் கவனத்தை திசைதிருப்ப வேண்டும். என்ன செய்யலாம்? அதிபர் புஷ்ஷுக்கு வந்த யோசனையை ஒரே ஒரு அத்தியாயம் தள்ளிப் போடலாம். அதற்கு முன்னால் பின்லேடன் பஞ்சாயத்துக்கு முதலில் ஒரு இடைக்கால மங்களம் பாடியாக வேண்டும். பல அத்தியாயங்களாகத் தொடர்ந்து அவர் இடத்தை ஆக்கிரமித்து வந்திருக்கிறார். இது அமெரிக்காவின் கதையா, பின்லேடன் கதையா என்றே சந்தேகம் வந்திருக்கும். உண்மையில் நவீன அமெரிக்க சரித்திரத்தில் பின்லேடன் தவிர்க்க முடியாத ஒரு நபர். அவரை விலக்கிவிட்டு அமெரிக்காவின் அரசியலை யோசிக்கவே முடியாது.

இன்றுவரை அமெரிக்காவுக்குச் சவாலாகவே இருந்துவரும் பின்லேடனுக்கு அமெரிக்காவின் மீது ஏன் அத்தனை வெறுப்பு? கடந்த அத்தியாயங்களில் பல தருணங்களில் இக்கேள்விக்கான விடை கிடைத்திருக்கும். ஆனால், அவரிடமிருந்து நகர்ந்து, இனி வேறு தளத்தில் நாம் கவனம் செலுத்தவிருக்கிறோம் என்கிறபடியால் ஒரு பருந்துப் பார்வையில் 'பின்லேடனின் அரசியலை' மீள்பார்வை பார்த்துவிடுவது நல்லது. அமெரிக்காவின் நியாயங்கள் ஒருபுறம் இருப்பது போல, பின்லேடனின் நியாயங்களுக்கும் நாம் செவி சாய்த்தாக வேண்டும். இரண்டு பக்கமும் பார்ப்பதுதான் சரித்திரம். ஒரு தீவிரவாதியிடம் என்ன நியாயம் பார்ப்பது என்று தோன்றலாம்.

அது அப்படியல்ல. பின்லேடன் தீவிரவாதிதான். ஆனால் அமெரிக்கா விஷயத்தில் அவர் புரிவது தீவிரவாதம் மட்டுமல்ல. அரசியலும் கூட. கொஞ்சம் விரித்துப் பார்க்கலாமா?

பின்லேடனுக்கு அமெரிக்கா மீது என்ன கோபம்? முதலாவது, ஒசாமா பின்லேடனின் தாய்நாடான சவுதி அரேபியாவில் அமெரிக்கா தன் ராணுவத் தளத்தை நிறுவியிருக்கிறது. அங்கே

இன்றைக்கும் அமெரிக்கப்படை ஒன்று உட்கார்ந்திருக்கிறது. அங்கே இருந்தபடிக்கு மத்தியக் கிழக்கு நாடுகள் அத்தனையையும் கண்காணித்து வருகிறது. இது இன்று நேற்றல்ல; பல்லாண்டுகாலமாக நடந்து வருவது. (செப்டம்பர் 11 தாக்குதல் நடந்த சமயம் சவுதியில் 6000 அமெரிக்க வீரர்கள் இருந்தார்கள். இப்போது அந்த எண்ணிக்கை இன்னும் அதிகரித்திருக்கிறது.)

இஸ்லாமியர்களின் புனித பூமியான சவுதியில் இஸ்லாமிய விரோத தேசமான அமெரிக்கப்படை வந்து காலூன்றியதுதான் பின்லேடனின் வெறுப்புக்கு முதல் காரணம். "முகம்மது நபி நடந்த மண்ணில், திருக்குர் ஆன் உதித்த மண்ணில் இஸ்லாமிய விரோதிகள் பரேடு நடத்துவதை என்னால் நினைத்துக்கூடப் பார்க்க முடியவில்லை" என்று 1998ம் வருடம் டைம் இதழுக்கு அளித்த பேட்டியொன்றில் அவர் சொன்னார்.

தொண்ணூறுகளின் தொடக்கத்தில் ஈராக் அதிபர் சதாம் உசேனின் அச்சுறுத்தலால்தான் சவுதி அரசாங்கம் அமெரிக்கப் படையைத் தன் தேசத்துக்குள் வரவழைத்தது. குவைத் யுத்தம் தொடர்பான அத்தியாயங்களில் இதனை விரிவாகவே பார்த்திருக்கிறோம். "அமெரிக்க வீரர்கள் வேண்டாம். சதாம் உசேனிடமிருந்து நான் உங்களைக் காப்பாற்றுகிறேன்" என்று பின்லேடன் தன் தாய்நாட்டு அரசாங்கத்திடம் மன்றாடியே பார்த்தார். சவுதியின் அமீருக்கு அப்போது பின்லேடன் மீது அத்தனை நம்பிக்கை இல்லாததால் அவரது வேண்டுகோளைப் புறக்கணித்துவிட்டார்.

சரி, ஒரு பேச்சுக்கு வைத்துக்கொள்ளுவோம். சவுதியிலிருந்து அமெரிக்கப் படைகள் வாபஸ் ஆனால் உடனே ஒசாமா தன் அமெரிக்க விரோத நடவடிக்கைகளை நிறுத்திவிடுவாரா?

முடியவே முடியாது என்பதுதான் இதற்கான விடை. 1997ம் ஆண்டு சிஎன்என் செய்தி நிறுவனத்துக்கு அளித்த பேட்டியொன்றில் "உலகம் முழுவதும் எங்கெங்கே முஸ்லிம்கள் இருக்கிறார்களோ அங்கெல்லாம் அமெரிக்கா அவர்களை அழிக்கத் தன் படைகளை அனுப்புகிறது. என்னென்னவோ காரணங்கள் இதற்குக் கற்பிக்கப்படுகின்றன. உலக இஸ்லாமிய சமூகத்துக்கு எதிரான தனது நடவடிக்கைகளை அத்தேசம் முற்றிலுமாக நிறுத்தினாலொழிய எங்களது புனிதப்போர் தொடரத்தான்

செய்யும்'' என்று சொல்லியிருக்கிறார். பஹ்ரைன், ஐக்கிய அரபு தேசம், எகிப்து போன்ற தேசங்களிலும் முகாமிட்டிருக்கும் அமெரிக்க ராணுவத்தை இதற்கு உதாரணம் காட்டுகிறார் பின்லேடன். பல இஸ்லாமிய தேசங்களுக்கான சர்வதேச நிதியுதவி மற்றும் வர்த்தக உதவிகளை அமெரிக்கத் தலையீடு தடுத்திருப்பதையும் இஸ்ரேலுக்கு அத்தேசம் தொடர்ந்து ஆதரவு அளித்து வருவதையும் சுட்டிக்காட்டும் பின்லேடன், ''நானல்ல தீவிரவாதி. அவர்கள்தான்'' என்கிறார்.

அடுத்த காரணம், போஸ்னியாவில் நடந்த அராஜகம். முஸ்லிம்களும் கிருத்தவர்களும் சம அளவு உள்ள தேசம் அது. அங்கே முஸ்லிம்களுக்கு எதிராக கிருத்தவ செர்பியர்களைத் தூண்டிவிட்டு அமெரிக்க உளவுத்துறை நிகழ்த்திய படுகொலைகள் பின்லேடன் கோபத்துக்கு மிக முக்கியமானதொரு காரணம். ''சோமாலியாவில் முஸ்லிம்கள் அதிகம். அவர்கள் எத்தனையோ கஷ்டப்படுகிறார்கள்தான். ஆனால் அவர்களுக்கு உதவுகிறேன் என்று அமெரிக்கப்படை வந்து இறங்குவதை நாங்கள் எப்படி நம்புவோம்? உலகெங்கும் முஸ்லிம்களைத் தேடித்தேடிக் கொல்லும் அமெரிக்கர்கள் சோமாலிய முஸ்லிம்களை எப்படிக் காப்பாற்றுவார்கள் என்று நம்பமுடியும்? இதனால்தான் அவர்கள் பித்தலாட்டக்காரர்கள் என்று சொல்லுகிறேன்'' என்று இன்னொரு பேட்டியில் சொல்லியிருக்கிறார் பின்லேடன்.

உலகில் உள்ள அனைத்து இஸ்லாமிய தேசங்களிலிருந்தும் அமெரிக்கத் துருப்புகள் வாபஸ் ஆகாதவரை தமது யுத்தத்தை நிறுத்த வாய்ப்பில்லை என்பதுதான் பின்லேடனின் பிரகடனம். இது சுட்டிக்காட்டுவதென்ன?

மேற்சொன்ன அத்தனை காரணங்களுமே அரசியல் சார்புடையவையே தவிர, வெறும் தீவிரவாத நடவடிக்கைகள் அல்ல. உலக இஸ்லாமிய சமூகத்துக்கு அமெரிக்கா எதிரானது என்பது பின்லேடனின் தீர்மானம். அது முற்றிலும் அரசியல் சார்ந்தது. ஆனால் அரசியல் ரீதியிலான தீர்வு எதன்மீதும் நம்பிக்கை கொள்ளாத இயக்கம் அவருடையது. அவரது நோக்கம் அரசியல்பாற்பட்டது என்றாலும் அவர் உத்தேசிக்கிற தீர்வு தீவிரவாதம் சார்ந்ததாகவே இருந்துவிடுகிறது. இதுதான் பிரச்னை.

இது முதல் கட்டம். இஸ்லாமிய தேசங்களிலிருந்து அமெரிக்கத் துருப்புகளை ஒழிப்பது. இதைச் செய்து முடித்தபின் அடுத்து என்ன?

இஸ்லாமிய தேசங்களிலேயே அமெரிக்க அடிப்பொடி தேசங்கள் உண்டு. ஏற்கெனவே பலவற்றைப் பார்த்திருக்கிறோம். அத்தகைய தேசங்களிலெல்லாம் ஆட்சியை நீக்கிவிட்டு பரிபூரண இஸ்லாமியப் பேருலகம் அமைப்பதில் நம்பிக்கை கொண்ட அரசுகளை அமைப்பது. மேற்கத்திய அரசியலின் தாக்கம் துளியும் இல்லாமல், ஷரியத் சட்டங்களை அப்படியே பின்பற்றக்கூடிய விதத்தில் சட்டத்திருத்தங்கள், மாற்றங்கள் செய்வது பின்லேடனின் இரண்டாவது கட்டத் திட்டம். இதன் தொடர்ச்சியாக அனைத்து இஸ்லாமிய தேசங்களையும் ஒருங்கிணைத்து ஒரே சட்டம், ஒரே நம்பிக்கை, ஒரே காசு, ஒரே கடவுள் என்கிற அகண்ட இஸ்லாமிய சாம்ராஜ்யக்கனவு.

ஏழாம் நூற்றாண்டு தொடங்கி, பதிமூன்றாம் நூற்றாண்டுவரை ஆண்ட காலிபாக்களின் ஆட்சியை மீண்டும் கொண்டுவருவது என்பதுதான் இதன் அர்த்தம். ஒசாமா பின்லேடனின் பார்வையில் நவீன யுகத்தின் காலிபா ஆட்சி என்பது ஆப்கனின் தாலிபன் ஆட்சியைப் பெருமளவில் ஒத்தது. கடுமையான இஸ்லாமிய சட்டங்கள் என்று சொல்லப்படும் அனைத்தும் நடைமுறைப்படுத்தப்பட்டு, ஒழுக்கம் குன்றாத வாழ்க்கை எங்கும் வாழப்படவேண்டும் என்பதே அவரது பெருங்கனவு. இதனை 'மிகப்பெரிய பிற்போக்குச் சிந்தனை' என்று மேலை விமரிசகர்கள் சொல்லுவதையெல்லாம் ஒசாமா இடதுகையால் ஒதுக்கித்தள்ளுகிறார். உலகில் இன்று நடக்கும் அத்தனை அவலச் சம்பவங்களுக்கும் மக்களிடையே பரவிவிட்ட மேற்கத்திய பாதிப்புகளும் மேற்கத்திய மனோபாவமுமே காரணம் என்பது அவரது தீர்மானம். குறிப்பாக பாகிஸ்தான் எப்படியெல்லாம் சீரழிந்துவிட்டது என்பதில் அவருக்குக் கடுங்கோபம் உண்டு. அமெரிக்காவுக்கு வால் பிடிக்கத் தொடங்கியதிலிருந்தே அவர் பாகிஸ்தானைப் பூரணமாக வெறுக்கத் தொடங்கிவிட்டார்.

பாகிஸ்தான் போன்ற தேசங்களைத் 'திருத்தி, நல்வழிப்படுத்தி' அரபு தேசங்களின் எண்ணெய் வளத்தை அனைத்து இஸ்லாமிய தேசங்களும் பயன்படுத்தி பொருளாதாரத்தைப் பெருக்கவேண்டும் என்பதுதான் அவரது இரண்டாவது இலக்கின் ஒருவரிச் சுருக்கம்.

மூன்றாவது இலக்கு, இதற்கெல்லாம் தடையாக இருக்கும் அமெரிக்காவுக்கு எதிரான புனிதப்போரைத் தொடர்ச்சியாக, தளர்ச்சியுறாமல் நடத்திச் செல்லுவது.

பின்லேடனைப் பொறுத்தவரை அமெரிக்கா என்றால் அமெரிக்க அரசு மட்டுமல்ல. அமெரிக்க ராணுவம் மட்டுமல்ல. அந்த மண்ணில் பிறக்கும் ஒவ்வொரு புழு பூச்சியும் இஸ்லாமியர்களுக்கு எதிரிகள்தான். அமெரிக்கர்களால் ஒருபோதும் இஸ்லாமிய சமூகத்தினரின் வளர்ச்சியை சகித்துக்கொள்ள முடியாது என்பது அவரது தீர்மானம்.

இதனால்தான் 1998ம் ஆண்டு ஆப்கனிஸ்தானில் அவர் கூட்டிய பத்திரிகையாளர் சந்திப்பு ஒன்றில் (இதுகுறித்தும் ஏற்கெனவே பார்த்திருக்கிறோம். பின்லேடன் கூட்டிய முதலும் முடிவுமான 'ப்ரெஸ் மீட்' அதுதான்!) "அமெரிக்கர்கள் அனைவரையும் கொல்லுங்கள். ஆண்கள், பெண்கள், குழந்தைகள் என்று பார்க்கவேண்டாம். எந்த இடத்தில் பார்த்தாலும், எப்போது பார்த்தாலும் கொல்லுங்கள். அமெரிக்கக் கப்பல்களை அடித்து உடையுங்கள், அவர்களது விமானங்களை வெடி வைத்துத் தகருங்கள்" என்று பிரகடனம் செய்தார். தவறுகள் செய்வது அமெரிக்க அரசு தான் என்றபோதும் அதன் மக்களுக்கும் அதில் பங்குண்டு என்பது பின்லேடனின் வாதம். 'அவர்கள்தானே அரசை நியமிக்கிறார்கள்? திரும்பத்திரும்ப ஒருவரே ஆளவும் அவர்கள்தானே வாக்களிக்கிறார்கள்?' என்று கேட்டார் அவர்.

அந்தப் பத்திரிகையாளர் சந்திப்புக்குப் பிறகுதான் உலகில் இயங்கிக்கொண்டிருக்கும் அனைத்து இஸ்லாமியத் தீவிரவாத இயக்கங்களுடனும் அல் கொய்தா தொடர்பு ஏற்படுத்திக்கொண்டது. தாய்லாந்து, இந்தோனேஷியா போன்ற தென்கிழக்கு ஆசிய நாடுகள் தொடங்கி ஐரோப்பிய, ஆப்பிரிக்க தேசங்கள் வரை எங்கெல்லாம் தீவிர இஸ்லாமிய இயக்கங்கள் செயல்பட்டுக்கொண்டிருக்கின்றனவோ, அவற்றுக்கெல்லாம் உற்சாகமளித்து, உதவிகள் செய்து தமக்கு சகாவாக்கிக்கொள்ளும் பணியை முடுக்கிவிட்டார் ஒசாமா பின்லேடன். அமெரிக்கர்களைக் கொல்லும் புனிதப்பணியை யார் மேற்கொண்டாலும் நான் உதவத்தயார் என்று சொன்னதும் அப்போதுதான். லஷ்கர் ஈ தொய்பா போன்ற பாகிஸ்தான் ஆதரவுத் தீவிரவாத இயக்கங்கள் அல்கொய்தாவுக்கு நெருக்கமானது இதன் பிறகுதான்.

செப்டம்பர் 11ம் தேதி அமெரிக்காவில் அல்கொய்தா தாக்குதல் நடத்தி, சரியாக ஒருமாத காலத்தில் ஆப்கன் மீது அமெரிக்கா படையெடுத்தது. (அக்டோபர் 7) ஆப்கனுக்குள் நிலைமை மிக மோசமாகிக்கொண்டிருந்தபோதும் டிசம்பர் 13ம் தேதி இந்தியப் பாராளுமன்றத்தின் மீது லஷ்கர் அமைப்பைச் சேர்ந்த தீவிரவாதிகள் தாக்குதல் நடத்தத் தமது பூரண ஆசியையும் சில ஆலோசனைகளையும் கூட அல்கொய்தாவின் மூத்த கமாண்டர்கள் வழங்கியதாகச் சொல்லப்படுகிறது. (இதன் தொடர்ச்சியாக மும்பையில் முகம்மது அஃப்ரோஸ் என்கிற அல்கொய்தா உளவாளி கைதானது நினைவிருக்கிறதா? ஒசாமாவின் வலதுகரமான அல் ஜவஹிரியுடன் நேரடித் தொடர்புடையவன் என்று விசாரணையின் போது இவனைப்பற்றித் தெரியவந்தது.)

தொகுத்துப் பார்த்தோமானால் அமெரிக்கா மீதான பின்லேடனின் வெறுப்புக்கும் கோபத்துக்கும் அரசியல் காரணங்கள்தான் மேலோங்கி இருப்பது தெரியவரும். ஒரு மாபெரும் வல்லரசுக்கு எதிராகத் தனி மனிதராக இன்னும் அவர் போராடிக்கொண்டிருக்கிறார் என்றால், அந்தப் போராட்டத்துக்கான மனவலியையும், அதே வெறுப்பும் கோபமும்தான் அவருக்கு அளித்துக்கொண்டிருக்கிறது என்பதும் புரியும். பல இஸ்லாமிய தேசங்கள் அமெரிக்காவுக்கு எதிராக அரசியல் ரீதியில் நடவடிக்கை எடுக்க முயற்சி செய்து பார்த்து பெரும்பாலும் தோல்வியே கண்டிருக்கும் நிலையில், பின்லேடனின் அவ்வப்போதைய குறிப்பிடத்தகுந்த வெற்றிகள், அவர் மீது இஸ்லாமிய இளைஞர்களுக்கு நம்பிக்கை ஏற்படுத்துகின்றன. ஒருவேளை பின்லேடனின் பாதைதான் சரியோ என்றும் நினைக்கத் தூண்டுகின்றன. இதனால்தான் பாகிஸ்தானில் பிறக்கிற குழந்தைகளில் முப்பதில் ஒருவருக்கு ஒசாமா என்று பெயர் வைக்கப்படுகிறது. தேசமே சர்வநாசமானாலும் ஒசாமாவைக் காப்பது தங்கள் கடமை என்று தாலிபன்களின் காலத்தில் ஆப்கன் வரிந்துகட்டிக்கொண்டது. ஒசாமாவுக்காக என்ன வேண்டுமானாலும் செய்யத் தயார் என்று சூடான் துணிந்து முன்னால் வந்து நின்றது. வெளியே தெரியாமல் இன்னும் பல இஸ்லாமிய தேசங்கள் அவரது போருக்கு ஆக்கமும் ஊக்கமும் கொடுத்துக்கொண்டிருக்கின்றன.

ஒசாமாவின் நியாயங்களைப் பார்த்தோம். அமெரிக்கா ஏன் இஸ்லாமிய தேசங்களில் தொடர்ந்து தொல்லை கொடுத்துக் கொண்டிருக்கிறது? அல்லது உண்மையிலேயே தொல்லைதான் தருகிறதா? முற்றிலும் தவறாகப் புரிந்துகொள்ளப்படுகிறதா? இதையும் நாம் பார்த்தாகவேண்டும். ஆனால் இப்போதல்ல. இன்னொரு சந்தர்ப்பத்தில். இப்போது அதிபர் புஷ்ஷின் அடுத்த நடவடிக்கை என்னவென்று பார்க்கவேண்டும்.

ஒசாமாவுக்கு விடை கொடுக்கவேண்டிய தருணம் அது. அவர் எங்கோ ஆப்கன் காடுகளில் அடுத்த திட்டம் பற்றி யோசித்துக்கொண்டிருக்கலாம். இந்தத் தொடர் முடியும் வரையிலாவது அப்படி ஏதும் நடந்துவிடாமல் இருக்க வேண்டும். மீண்டும் நாம் ஒசாமாவைப் பற்றிப் பேசாதிருக்க அப்போதுதான் முடியும்.

42. ரசாயன ஆயுதங்கள்?

ஜார்ஜ் புஷ் பதவிக்கு வந்தபோது சில காரியங்களைக் கண்டிப்பாகத் தன் ஆட்சிக்காலத்துக்குள் முடித்துவிடவேண்டும் என்று ஒரு லிஸ்ட் போட்டுக்கொண்டுதான் அதிபர் மாளிகைக்குள்ளே கால் எடுத்து வைத்தார். ஈராக்கில் சதாமை ஒழிப்பது என்பது அந்தப் பட்டியலில் முதலில் இடம்பிடித்திருந்த விஷயம். புஷ்ஷின் தந்தையான சீனியர் புஷ் காலத்திலேயே நடந்திருக்கவேண்டிய காரியம் அது. குவைத் யுத்தத்தைத் தொடர்ந்து சதாமைத் தட்டிவைக்கக் கிடைத்த வாய்ப்பை அமெரிக்கா தவறவிட்டது என்றே அதன் நட்பு நாடுகள் பல அப்போது சொல்லியிருந்தன. அன்றைக்கே சதாமின் ஆட்சியை ஒழிப்பது என்பதை அமெரிக்கா தன் செயல்திட்டங்களுள் ஒன்றாக வைத்திருந்திருக்குமானால் அது சுலபமான காரியமாகவே இருந்திருக்கக் கூடும். ஏனெனில் *2000*-ம் ஆண்டில் சதாம் கண்டிருந்த அபாரமான வளர்ச்சிகளெல்லாம் அந்தத் தொண்ணூறுகளின் தொடக்கத்தில் அவருக்கு இல்லை. மேலும் குவைத் மீது அநியாயமாக அவர் படையெடுத்துச் செய்த அழிச்சாட்டியங்கள் உலக நாடுகளிடையே கடும் அதிருப்தியை ஏற்படுத்தியிருந்தன. இந்த மனுஷன் ஒழியமாட்டானா என்று தான் பலரும் நினைத்தார்கள்.

ஆனால் சீனியர் புஷ்ஷுக்கு குவைத்தை விடுவித்தால் மட்டும் போதும் என்று அப்போது தோன்றியது. இதற்கான காரணத்தை நாம் ஏற்கெனவே பார்த்திருக்கிறோம் என்றாலும் சுருக்கமாக இப்போது நினைவுடுத்திக் கொண்டுவிடுவோம்.

அமெரிக்காவின் முக்கியமான எண்ணெய் நிறுவனங்களுள் ஒன்று புஷ்ஷின் குடும்பச் சொத்து. அதிபராக புஷ் சம்பாதித்ததைக் காட்டிலும் ஆயிரம் மடங்கு வருமானம் சேர்க்கிற விஷயம் அது. மத்திய கிழக்கு தேசங்கள் அனைத்துமே எண்ணெய் என்னும் பொன் விளைகிற பூமிதான் என்றாலும் ஈராக்கில் அதன் வளம் மிக அதிகம். ஈராக்கின் எண்ணெய் வளத்தை அநியாயத்துக்கு இழப்பது அமெரிக்காவுக்கும் நல்லதல்ல; அதிபர் புஷ்ஷின் சொந்த நிறுவனத்துக்கும் நல்லதல்ல என்பதால்தான் அப்போது சதாமைப் பதவியிலிருந்து விலக்க நடவடிக்கை ஏதும் எடுக்காமல்

சமர்த்துப் பையன் மாதிரி குவைத்தைக் காப்பாற்றியதோடு தன் பணி முடிந்தது என்று திரும்பிவிட்டார் சீனியர் புஷ். சதாமுக்கு மாற்றாக வேறு யாராவது ஒரு புது ஷேக்கை அதிபர் நாற்காலியில் உட்காரவைத்து, அவர் சதாமைக்காட்டிலும் பேஜார் தரக்கூடியவராக இருந்துவிட்டால் என்ன செய்வது? இந்த பயம் தான் காரணம். சதாமை மிரட்டி உருட்டியாவது தன் காரியம் தடையின்றி நடைபெறச் செய்துவிடலாம் என்று நினைத்தார் சீனியர் புஷ்.

அப்படியொன்றும் அவர் நினைப்பு அப்படியே பலித்து விடவில்லை. சதாம் தொடர்ந்து வாலை மட்டுமல்ல; உடம்பின் அத்தனை உறுப்புகளையும் ஆட்டிக்கொண்டுதான் இருந்தார். புஷ்ஷின் பதவிக்காலம் முடிந்து க்ளிண்டன் வந்து, அவரும் போய் ஜார்ஜ் புஷ் அதிபராக வந்தபோது இந்தப் பிரச்னையை முதலில் தீர்த்துவிடவேண்டும் என்று நினைத்ததில் வியப்பில்லை அல்லவா?

அதனால்தான் ஜார்ஜ்புஷ் ஆட்சிக்கு வந்த மிகச் சில நாட்களுக்குள்ளாகவே ஈராக்கிடம் அபாயகரமான ஆயுதங்கள் இருக்கின்றன; அதனால் மானுடகுலத்துக்கே ஆபத்து என்னும் புதிய பாடல் எழுதி, இசை அமைக்கப்பட்டு பாடப்பட ஆரம்பித்தது. ஆயுதம் என்றால்? ரசாயன, உயிரியல் ஆயுதங்கள். இதையும் ஏற்கெனவே பார்த்திருக்கிறோம். ஏழைகளின் அணுகுண்டு என்று வருணிக்கப்படும் மிக அபாயகரமான ஆயுதங்கள்.

குவைத் யுத்தத்துக்கு முன்பாகவே ஈராக்கில் நடந்த கொடூரமான இனப்படுகொலைகளைச் சுட்டிக்காட்டி, சதாம் உசேன் தொடர்ந்து ரசாயன ஆயுதங்களையும் உயிரியல் ஆயுதங்களையும் தயாரித்து வருகிறார்; இன்னும் அதை நிறுத்தவில்லை; இப்போது ஈராக்கில் ஏகப்பட்ட ஆயுதங்கள் பதுக்கி வைக்கப்பட்டிருப்பதாக நாங்கள் சந்தேகப்படுகிறோம்; சில ஆதாரங்களும் கிடைத்திருக்கின்றன என்று சொன்னார் புஷ். ஏற்கெனவே 98ல் இதே பாட்டை வேறு டியூனில் அமெரிக்காவும் பிரிட்டனும் சேர்ந்து பாடி ஒரு யுத்தம் நடத்தியதும் நினைவிருக்கலாம். ஆனால் சதாம் ஆரம்பத்திலிருந்தே தன்னிடம் அப்படிப்பட்ட ரசாயன ஆயுதங்கள் ஏதும் கிடையாது என்று அடித்துச் சொல்லி வந்திருக்கிறார்.

ஆயினும் ஜார்ஜ் புஷ் பதவிக்கு வந்ததும் இந்தப் பிரச்னைதான் முதலில் கையில் எடுக்கப்பட்டது. இது தொடர்பான புகார் ஒன்றையும் முறைப்படி ஐ.நாவுக்கும் அனுப்பினார் அவர்.

ஐக்கியநாடுகள் சபை நோட்டீஸ் அனுப்பியபோது சதாம் உசேன் தனது வெளிவிவகாரத்துறை அமைச்சர் நாஜிசப்ரி மூலம் ஒரு பதில் கடிதம் கொடுத்தார் (இது நடந்தது, 2002 செப்டம்பரில்.) ஈராக்கிடம் எவ்வித ரசாயன - உயிரியல் ஆயுதமும் இல்லை என்று அக்கடிதத்தில் சத்தியமே செய்திருந்தார் சதாம்.

சரி, உன்னிடம் எதுவுமில்லை என்றால் நாங்கள் வந்து பரிசோதித்துவிட்டுப் போவதில் உனக்கென்ன கஷ்டம் என்று கேட்டது அமெரிக்கா.

இங்கேதான் பிரச்னை ஆரம்பமானது. ஈராக் ஒரு சர்வாதிகார தேசம் என்றபோதும், சதாம் ஒரு கொடுங்கோலன் தான் என்றபோதும், ஈராக் மக்களுக்கே சதாமைப் பிடிக்கவில்லை என்றபோதும் - அதெப்படி இன்னொரு தேசத்தின் ராணுவம் வந்து அங்கே பரிசோதனை செய்யலாம்? உலகில் வேறு எந்த ஒரு தேசமாவது இப்படியொரு மிரட்டல் விடுத்தால் அதை அமெரிக்கா சும்மா பார்த்துக்கொண்டிருக்குமா?

உண்மையில், இதற்கான ஆதாரக் காரணங்களே வேறு.

செப்டம்பர் 11 தாக்குதல் சம்பவத்தைத் தொடர்ந்து நடைபெற்ற ஆப்கன் யுத்தத்தில் அங்கே ஆட்சி மாற்றத்தை ஏற்படுத்த முடிந்தாலும், தாக்குதலின் முக்கிய இலக்கான பின்லேடனைப் பிடிக்க முடியவில்லை என்பது அமெரிக்காவுக்கு மிகவும் அவமானமாக இருந்தது. ஏதாவது மிகப்பெரிய காரியமாகச் செய்து, வெற்றி கண்டாலொழிய அந்த அவமானத்தைத் துடைக்க முடியாது என்று நினைத்தார் அதிபர் புஷ். மேலும் பின்லேடன் அண்ட் கோவுக்கு ஈராக் தொடர்புகள் நிச்சயம் இருக்கும் என்றும் அமெரிக்க உளவுத்துறை அப்போது சந்தேகப்பட்டது. சந்தேகத்தையே செய்தியாக்கி, செப்டம்பர் 11 சம்பவத்தில் ஈராக்கின் பங்களிப்பு ஓரெல்லை வரை அவசியம் உண்டு என்று திட்டமிட்டு பிரசாரம் செய்து அதைப் பெரும்பாலான மக்கள் நம்பும்படியும் செய்தது சி.ஐ.ஏ. இது தொடர்பாக அமெரிக்காவில் நடத்தப்பட்ட ஒரு

கருத்துக்கணிப்பில் ‘செப்டம்பர் 11 சம்பவத்தில் ஈராக்குக்கும் பங்கு இருக்கும்’ என்று சுமார் எழுபது சதவீத அமெரிக்கர்கள் சொல்லியிருந்தார்கள்!

ஆகவே, ‘ஏதாவது பெரிதாகச் செய்வது’ என்னும் புஷ்ஷின் நோக்கத்துக்கு அந்தச்சமயத்தில் ஈராக்கைவிட உன்னதமான இலக்கு வேறு இல்லை! இதனால்தான் ‘உன்னிடம் ரசாயன ஆயுதங்கள் இருக்கிறதா இல்லையா என்று நான் வந்து பரிசோதித்துவிட்டுச் சொல்லுகிறேன்’ என்று சொன்னது அமெரிக்கா.

சதாம் உசேன் மிகவும் கடுப்படைந்தார். நீ என்ன பெரிய கொம்பா? நீ யார் வந்து என்னைப் பரிசோதிப்பது? ஐ.நா. கேள்வி கேட்டது; நான் உரிய பதில் சொன்னேன். அதோடு தீர்ந்தது விஷயம். உன் மிரட்டல் வேலையெல்லாம் என்னிடம் வேண்டாம் என்று நேரடியாகவே புஷ்ஷுக்கு எச்சரிக்கை விடுத்தார்.

ஆனால் புஷ் சும்மா இருக்கவில்லை. தனது சொந்த செல்வாக்கைப் பயன்படுத்தி, ஐ.நாவை அவர் தொடர்ந்து வற்புறுத்திக்கொண்டே இருந்தார். ஆகவே வேறு வழியில்லாத ஐ.நாவின் பாதுகாப்பு கவுன்சில், அமெரிக்கா வந்து ஈராக்கில் பரிசோதனை நடத்த சதாம் ஒப்புக்கொண்டுதான் ஆகவேண்டும் என்று தானும் கூடச் சேர்ந்து பாட ஆரம்பித்தது. அதே, வேறு வழியில்லாமல்தான் இதற்கு சதாமும் சம்மதித்தார்.

ஒரு பக்கம் வேண்டாவெறுப்பாக அனுமதி அளித்தாலும் மறுபுறம் தமது ராணுவ அதிகாரிகளையும் விஞ்ஞானிகளையும் ஆயுதத் தயாரிப்பாளர்களையும் உயர்மட்ட அமைச்சர்களையும் அழைத்து, ஈராக்கின் ஆயுத இருப்பு பற்றியும் ரசாயன - உயிரி ஆயுதங்கள் ஏதும் இருப்பதற்கான சாட்சியங்கள் கிடையாது என்பது பற்றியும் தக்க ஆதாரங்களுடன் ஒரு விரிவான அறிக்கை தயாரிக்கச் சொன்னார்.

உண்மையில் அது ஒரு கின்னஸ் ரெக்கார்ட்! (ஆனால் சதாம் அப்ளை பண்ணவில்லை!) கிட்டத்தட்ட பன்னிரெண்டாயிரம் பக்கங்கள் கொண்ட ஒரு பிரும்மாண்டமான அறிக்கை தயாரித்தது ஈராக். ஈராக்கின் ராணுவ பலம் குறித்து அவர்களுக்கே தீர்மானமான தெளிவு உண்டாகும் விதத்தில் மிகவும் நுணுக்கமான விவரங்களுடன் தயாரிக்கப்பட்ட அந்த அறிக்கை, ஈராக்கில் ஒரு

ரசாயன, உயிரி ஆயுதமும் இல்லை என்று தெளிவாக எடுத்துச் சொன்னது. அமெரிக்க அதிகாரிகள் பரிசோதனைக்காக ஈராக் வந்து இறங்கிய அதே சமயம் அந்த அறிக்கையை ஐ.நாவுக்கு அனுப்பிவைத்தார் சதாம் உசேன்.

சரி, பரிசோதனைக்குப் போன அமெரிக்க அதிகாரிகள் என்னதான் சொல்லுகிறார்கள் பார்க்கலாம் என்று காத்திருந்தது ஐ.நாவின் பாதுகாப்பு கவுன்சில்.

மாதக்கணக்கில் நீண்ட அந்தப் பரிசோதனையில் துப்புரவாக சல்லடை போட்டுத் தேடியும் ஒரு ரசாயன ஆயுதம் பற்றிய ஆதாரத்தையும் அமெரிக்காவால் கண்டெடுக்க முடியவில்லை. ஆயினும் சளைக்காமல் சதாம் அனுப்பிய அறிக்கை ஒரு புரட்டல்; ஆயுதங்களை எங்கோ பதுக்கி வைத்திருக்கிறார்; ஒரு தீபாவளி கொண்டாடாமல் கண்டுபிடிப்பது கஷ்டம் என்று சொன்னது அமெரிக்கா.

கொஞ்சம் பொறுமையாக இருங்கள், உங்கள் கருத்தையும் சதாம் அளித்த பன்னிரண்டாயிரம் பக்க அறிக்கையையும் வைத்து ஆராய்ந்து ஒரு முடிவுக்கு வருவோம் என்று கேட்டுக்கொண்டார்கள் ஐ.நா. அதிகாரிகள்.

அந்த அறிக்கையில் ஆராய்வதற்கு ஒன்றுமே இல்லை என்று சொல்லிவிட்டார் அமெரிக்க அதிபர் புஷ்.

எப்படியும் ஈராக்கைத் தாக்குவது என்று அவர் முடிவுசெய்துவிட்டார். ஆப்கன் யுத்தத்தில் பின்லேடன் பிடிபடாமல் அன்றுவரை தேடுதல் வேட்டை தொடர்ந்துகொண்டே இருந்த கடுப்பு ஒரு பக்கம். யுத்தத்தின் விளைவான பொருளாதார இழப்புகள் மறுபக்கம். மக்கள் மத்தியில் கசப்பு உருவாகியிருக்குமோ என்கிற கவலை இன்னொரு பக்கம். குறைந்தபட்சம் சதாம் உசேனையாவது ஒழித்துக் கட்டினால்தான் தன்னால் பதவியில் நீடித்திருக்க முடியும் என்று அவர் நினைத்தார்.

உடனடியாக இதுவிஷயத்தில் அமெரிக்காவை ஆதரிக்கும் நாடுகள் எவை எவை என்று பட்டியல் போடப்பட்டது. தீவிரவாதத்துக்கு எதிரான யுத்தத்தின் தொடர்ச்சியாகவே சொல்லப்பட்ட ஈராக் தாக்குதலுக்கும் அமெரிக்காவுக்குக் கணிசமான தேசங்களின்

ஆதரவு கிடைத்தது. ஏனெனில் பின்லேடனைக் காட்டிலும் சதாம் உசேனால் பாதிக்கப்பட்டவர்கள் அதிகம்.

எப்படியும் ஈராக்கில் சதாமின் ஆட்சியை ஒழித்துவிட முடியும் என்று நம்பிக்கை கொள்கிற அளவுக்கு அமெரிக்காவுக்கு ஆதரவுகள் பெருகியதும் பகிரங்கமாக ஈராக் மீது போர் அறிவித்தார் புஷ்.

ஐ.நா.வின் வேண்டுகோளைப் புறக்கணித்து, முற்றிலும் எதேச்சாதிகார மனோபாவத்துடன் அமெரிக்கா வேண்டாத காரியமாக மேற்கொண்ட செயல் அது. (அது வேண்டாத காரியம் தான் என்பது போரின் முடிவில் தெரியவந்தது. அதைப் பிறகு பார்ப்போம்.)

2002 தொடக்கத்திலிருந்தே இந்தப் போருக்கான பிள்ளையார் சுழியைப் போட்டுவிட்டு ஒவ்வொரு அடியாக எடுத்து வைத்து வந்த அமெரிக்கா, 2003ம் ஆண்டு மார்ச் மாதம் 19ம் தேதி ஈராக் மீதான யுத்தத்தைத் தொடங்கியது. அதே மார்ச் 19ம் தேதி மிக நீண்ட இடைவெளிக்குப் பிறகு சதாம் உசேன் டிவியில் தோன்றி, அமெரிக்கா தொடங்கியிருக்கும் யுத்தம் குறித்து நாட்டு மக்களுக்கு அறிவிப்பு செய்தார். அந்தப் பேச்சில் பகிரங்கமாக அமெரிக்கர்கள் அத்தனைபேரையும் கிரிமினல்கள் என்று அவர் சொன்னார்.

43. பாக்தாத்தை நோக்கி...

மார்ச் 19, 2003 அன்று நள்ளிரவு அமெரிக்கக் கூட்டு ராணுவப்படை ஈராக் மீதான தாக்குதலை முறைப்படி ஆரம்பித்தது. இருபதாம் தேதி விடிந்ததும் போர் தொடங்கிவிட்டதை புஷ் அறிவித்தார்.

தெளிவான போர்த்திட்டம். போதுமான அளவுக்கு மேலாகவே ஆள்பலம் மற்றும் ஆயுதபலம். ஆப்கன் மாதிரி சொதப்பல் இல்லாமல் எப்படியாவது முழு மனுஷனாக சதாம் உசேனைப் பிடித்தே தீருவது என்று ஒரு முடிவோடுதான் அவர்கள் ஆரம்பித்தார்கள். ஆகவே பதற்றமின்றி வியூகம் வகுத்தார்கள். முதலில் பஸ்ராவுக்கு வடக்காக ஒரு பெரும்படையை முன்னேறிச் செல்ல அனுப்பிவிட்டு, அந்தப் படையை அடைகாப்பது மாதிரி சுற்றிலும் தொகுதி தொகுதியாக சிறு படைகளை அனுப்பியது அமெரிக்கா. ஈராக்கின் மிக முக்கியத் துறைமுகமான உம் கஸரை முதலில் கைப்பற்றுவதுதான் அவர்களின் நோக்கம். அதைப் பிடித்துவிட்டால் அந்தப் பிராந்தியத்தில் உள்ள அத்தனை எண்ணெய்க் கிணறுகளையும் வசப்படுத்திவிடலாம். அதைச் செய்வதுதான் தலையாய காரியம். ஏனென்றால் கோபத்தில் என்ன செய்கிறோம் என்றே தெரியாமல் எதையும் செய்யக்கூடியவர் சதாம். அமெரிக்கப் படைகளை அழிக்க முடியுமென்றால் தன் எண்ணெய் வயல்களுக்குத் தானே தீவைக்கவும் தயங்காதவர். இதெல்லாம் அமெரிக்காவுக்கு முந்தைய போர்கள் சொல்லிக்கொடுத்த பாடம்.

ஆகவே சர்வ ஜாக்கிரதையாகத்தான் அடியெடுத்து வைத்தார்கள். ஆனால் போர் தொடங்கியபோதிலிருந்தே ஈராக்கிய வீரர்களிடம் ஓர் ஒருங்கமைவு இல்லாதது போலத் தெரிந்தது. பயந்திருக்கிறார்களோ என்றும் கூட்டு ராணுவப்படைக்குக் கொஞ்சம் சந்தேகம் வந்தது. தொடர்ந்து நாலு ரவுண்டு பீரங்கி வெடித்தால் எப்படியும் ஐம்பது ஈராக்கிய வீரர்கள் சரணடைய வெள்ளைக்கொடியுடன் வந்தார்கள். இது அமெரிக்கப் படைக்கு முதலில் வியப்பாக இருந்தது. ஏனெனில், சாவின் கட்டக்கடைசி வினாடி வரை போராடக்கூடியவர்கள் அவர்கள். குவைத் யுத்தத்தின்போது பிரத்தியட்சமான உண்மையல்லவா அது!

ஆனாலும் ஒட்டுமொத்தமாக அப்படிச் செய்தார்கள் என்று சொல்லமுடியாது. பல இடங்களில் எதிர்த்தாக்குதல் மிகக் கடுமையாகவே இருந்தது. குவைத் எல்லையில் முன்னேறிக்கொண்டிருந்த அமெரிக்கப் படைக்கு எதிராக ஏகப்பட்ட ஏவுகணைகளைச் செலுத்திக்கொண்டிருந்தார் சதாம். அவரது புராதன பிரும்மாஸ்திரமான ஸ்கட் ஏவுகணைகளை இந்த யுத்தத்தில் மீண்டும் கொண்டுவருவாரோ என்று கூட அமெரிக்கா எதிர்பார்த்தது. ஆனால் ஏனோ இந்த யுத்தத்தின் ஆரம்பத்திலிருந்தே சதாம் ஒருவிதமான தற்காப்பு யுத்தமே செய்யத் தொடங்கினார். ஆக்ரோஷமாகடிவியில்பேசினாலும்கிரவுண்டில்செய்யவேண்டிய காரியங்களில் ஒரு நேர்த்தி இல்லை. இதை, போர் தொடங்கிய நாலாவது தினமே பிரிட்டன் கண்டுகொண்டது. எப்படியும் ஈராக் வீழ்ந்துவிடும் என்று முதல் முதலில் யூகித்துச் சொன்னவர் டோனி ப்ளேர்தான். அது குத்துமதிப்பாக வெளியிடப்பட்ட அறிக்கை அல்ல. மிகக் கூர்மையாக நிலைமையை ஆராய்ந்து சொல்லப்பட்ட தகவல்.

கூட்டு ராணுவப்படை தேடித்தேடி சதாம் உசேனின் மாளிகைகளை, அரசாங்க அலுவலகங்களைத் தொடர்ந்து குண்டுவீசித் தாக்கிக்கொண்டிருந்தது. இடைவேளை என்பதே கிடையாது. ஷிப்டு வைத்துக்கொண்டு குண்டு போட்டார்கள். பகலில் ஒரு செட். இரவில் இன்னொரு செட். ஈராக்கின் எந்த மூலை முடுக்கில் சதாம் இருந்தாலும் குண்டடி பட்டு விழுந்தே ஆகவேண்டும் என்பது மாதிரியானதொரு வெறித்தாக்குதல் அது.

ஈராக்கின் கடல் எல்லையாக உள்ள பெர்சியன் வளைகுடாப்பகுதி முழுவதும் அமெரிக்கா தன் போர்க்கப்பல்களை முன்னதாகக் கொண்டுவந்து நிறுத்திவிட்டிருந்தது. பாதுகாப்புக்கு சில நீர்மூழ்கிக் கப்பல்களும் இருபத்திநாலு மணிநேரமும் ரோந்து போய்க்கொண்டிருந்தன. பகலெல்லாம் நார்மல் குண்டு தாக்குதல் நடக்கும். இரவானால் போதும். அமெரிக்கப் போர்க்கப்பல்களிலிருந்து டொமாஹக் ஏவுகணைகள் சீறிப்பறக்கத் தொடங்கிவிடும்.

இந்த டொமாஹக் ஏவுகணைகளைப் பற்றி ஏற்கெனவே நாம் பார்த்திருக்கிறோம். இலக்கை நிர்ணயித்து அனுப்பிவிட்டால் போதும் நடுவே பெரிய காங்கிரீட் கட்டடங்கள் வந்தால் கூட

துளைத்துக்கொண்டு போய் உரிய இலக்கைத் தாக்கிவிடக் கூடியவை.

இந்தத் தொடர்தாக்குதலை பஸ்ராவில் இருந்த ஈராக்கின் ஐம்பத்தி ஒன்றாவது டிவிஷன் படைப்பிரிவால் தாக்குப்பிடிக்க முடியவில்லை. ஆகவே மார்ச் 22ம் தேதி (அதாவது போர் தொடங்கிய மூன்றாவது நாளே!) அவர்கள் கூண்டோடு வந்து சரணடைந்துவிட்டார்கள். உண்மையில் இதனை அமெரிக்க வீரர்களே எதிர்பார்க்கவில்லை. யுத்த சாஸ்திரத்தில் ஒரு சொலவடை உண்டு. தோல்வியடைபவர்கள் பொதுவாகத் திறமையின்மையால் தோற்பதில்லை. பயத்தால்தான் தோற்கிறார்கள்.

வீரத்தில் குறைச்சல் இல்லாத ஈராக்கின் ராணுவம் ஏன் இந்த யுத்தத்தில் மட்டும் ஆரம்பத்திலிருந்தே தடுமாறத் தொடங்கியது?

காரணம் மிக எளிமையானது. எப்படியாவது சதாம் உசேனையும் அவரது தலைமையில் இருபத்தி நாலு வருஷங்களாக ஆட்சி புரிந்துகொண்டிருக்கும் அரசையும் ஒழித்துக் கட்டவேண்டும் என்று பெரும்பாலான ஈராக் மக்களே விரும்பிய நேரம் அது. ஏதாவது செய்து தமக்கு சுதந்தரம் கிடைக்காதா என்கிற ஏக்கம் . யாராவது இந்தப் புலிக்கு மணி கட்டமாட்டார்களா என்கிற எதிர்பார்ப்பு. ஆகவே அமெரிக்கா, யுத்தம் என்று வந்தபோது உண்மையில் ஈராக்கியர்கள் மகிழ்ச்சியடையவே செய்தார்கள். ஓரெல்லை வரை அமெரிக்க கூட்டு ராணுவப் படையினருக்கு உதவவும் தீர்மானித்திருந்தார்கள். இது ஈராக் வீரர்களுக்கு முதல் அபாய எச்சரிக்கையாக அமைந்தது. மக்கள் ஆதரவு இல்லாத எந்த யுத்தமும் ஜெயிக்காது. இதுவும் யுத்த சாஸ்திரம் தான்.

இரண்டாவது காரணம், அமெரிக்கக் கூட்டுராணுவப் படையில் இம்முறை அமெரிக்காவும் பிரிட்டனும் மட்டும் இல்லை. இன்னும் ஏராளமான தேசங்கள் இணைந்துகொண்டிருந்தன. ஆனானப்பட்ட ஜப்பானே ஒரு படையை அனுப்பத் தயார் என்று அறிவித்ததை அவர்கள் எதிர்பார்க்கவில்லை. எப்போதுமில்லாத வழக்கமாக ஆஸ்திரேலியா தன் பங்குக்கு ஒரு படையை அனுப்பியிருந்தது. அமெரிக்காவின் ஸோ கால்ட் நேச நாடுகள் அனைத்தும் கணிசமான அளவு பங்களிப்பு செய்திருந்தன. தவிரவும் அமெரிக்காவைப் பிடிக்காவிட்டாலும் சதாம் ஒழியவேண்டும் என்று நினைத்த

ஏனைய அரபு தேசங்கள் சிலவும் மறைமுகமாக இப்போரில் ஈராக்குக்கு எதிராக இறங்கியிருந்தன. இதெல்லாமும் ஈராக் வீரர்கள் மனச்சோர்வு கொள்ளக் காரணமாயின.

மூன்றாவதும் மிக முக்கியமானதுமான காரணம், போர் தொடங்கியதுமே சதாம் உசேன் மறைவிடத்துக்குப் போய்விட்டது. அவரது முகம் ஒன்றுதான் ஈராக் வீரர்களைக் கட்டுப்படுத்தும் சக்தியாக அதுநாள்வரை இருந்துவந்தது. அவரே இப்போது ஆளைக் காணோம் என்றால் அவர்கள் யாருக்காக, யாரை நம்பிப் போரிட்டுக்கொண்டிருப்பது?

இதனால்தான் ஈராக் வீரர்கள் அடுத்தடுத்துச் சரணடைய ஆரம்பித்தார்கள்.

22ம் தேதி பஸ்ராவைப் பிடித்த சூட்டோடு பாக்தாத்தைக் குறிவைத்துப் பாய ஆரம்பித்துவிட்டது அமெரிக்கப் படை. பஸ்ராவில் ஈராக் வீரர்கள் சரணடைந்த செய்தி அதற்குள் தேசம் முழுவதும் பரவிட்டதால் பல இடங்களில் சதாம் உசேனின் வீரர்கள் மனத்தளர்ச்சி கொண்டு போரிலிருந்து விலகி ஓட ஆரம்பித்தார்கள்.

பாக்தாத் நகரைச் சுற்றியுள்ள அத்தனை கிராமங்களையும் சிறு நகரங்களையும் முற்றிலுமாக வசப்படுத்திக்கொண்ட பிறகுதான் நகரை நேரடியாகத் தாக்குவது என்று அமெரிக்காவும் பிரிட்டனும் முன்கூட்டியே பேசி முடிவு பண்ணிவைத்திருந்தன. அதன்படியே ஒரு முழு நாளைச் செலவழித்து பாக்தாத் நகரின் நாலு புறங்களிலும் ஏகதேசம் ஐம்பதுகிலோ மீட்டர் பரப்பளவுக்கு மடக்கிப் பிடித்தார்கள். ஈராக் கொசு ஒன்று கூட அங்கில்லாதபடிக்குச் செய்துவிட்டு, அதன் பிறகுதான் நேரடியாக பாக்தாத்தைத் தாக்க ஆரம்பித்தார்கள்.

மிகவும் புராதனமான நகரம் அது. பாக்தாத் திருடன் என்று நாம் கதைகளில் கேள்விப்பட்டிருக்கும் நகருக்கு ஆயிரம் வருஷத்துக்கு மேற்பட்ட பாரம்பரியம் உண்டு. நகரில் சதாம் உசேனுக்கு ஏழெட்டு பிரும்மாண்டமான மாடமாளிகைகள் இருந்தன. ஈராக்கின் அனைத்து அரசு அலுவலகங்களுமே அந்த நகரில்தான் இயங்கிக்கொண்டிருந்தன. டைக்ரீஸ் நதி பாய்ந்து வளப்படுத்திய செழுமையில் பாக்தாத் நகரம் ஈராக்கின் சொர்க்கம்.

அமெரிக்கப் படை பாக்தாத்தைச் சூழ்ந்துகொண்டு தாக்கத் தொடங்கியதுமே ஈராக்கின் துணைப் பிரதமராக இருந்த தாரிக் அஜிஸ் நாட்டு மக்களுக்கு ஓர் அறிவிப்பை வெளியிட்டார். யாரும் பயப்படவேண்டாம். சதாம் உசேன் நம்மைப் பாதுகாக்கிறார். ராணுவம் அவரது முழுக்கட்டுப்பாட்டில்தான் இருக்கிறது. பஸ்ராவில் சரணடைந்ததாக வந்ததெல்லாம் வெறும் வதந்தி. உயிரைக் கொடுத்து பாக்தாத்தைக் காப்போம். அமெரிக்காவுக்குத் தக்க பாடம் புகட்டுவோம்.

இதுதான் அவர் பேசியதன் சாரம். உண்மையில் இந்தப் பேச்சால் ஈராக் மக்கள் எவ்வித மன எழுச்சியும் பெற்றிருக்க முடியாது. ஆனால் யாருமே எதிர்பாராவிதமாக அஜிஸ் பேசி முடித்த மறுகணமே தொலைக்காட்சியில் சதாம் உசேன் தோன்றினார். அதே ராணுவ டிரெஸ். மிடுக்குக் குலையாத கம்பீரம். கோப விழிகள். கரகரத்த குரல். 'வெற்றி நெருங்கிக்கொண்டிருக்கிறது' என்று ஒரு வார்த்தை சொன்னார். யாருக்கு என்று சொல்லவில்லை. கர்பாலாவில் ஒரு கூட்டு ராணுவப்படை விமானத்தை ஈராக் படை வீழ்த்திய காட்சியைக் காட்டியது ஈராக்கின் தேசியத் தொலைக்காட்சி. அங்கே இங்கிலாந்து பாராளுமன்றத்தில், தமது முதல் வீழ்ச்சியை ப்ளேரும் ஒப்புக்கொண்டார். போரில் ஒரு விமானம் விழுவதெல்லாம் ஒரு பெரிய விஷயமா? ஆனால் அதுவே தன் வெற்றியின் அடையாளம் என்று சதாம் சொன்னார். இங்கே அதற்குள் எகிப்தில் அரேபிய தேசங்களின் வெளியுறவு அமைச்சர்கள் எல்லாரும் சேர்ந்து ஓர் அவசர மாநாடு கூட்டி, அமெரிக்காவுக்கு எதிராகக் கண்டனத் தீர்மானம் இயற்றினார்கள். ஒரே களேபரமாகிவிட்டது பிரதேசம்.

உண்மையில் சதாம் தொலைக்காட்சியில் தோன்றிப் பேசியபிறகுதான் ஈராக் வீரர்களுக்குக் கொஞ்சம் நம்பிக்கையே வந்தது. சரிதான், பிரசிடெண்ட் இங்கேதான் இருக்கிறார்; நம்மைக் கண்காணித்துக்கொண்டுதான் இருப்பார்; சொதப்பாமல் போரிடவேண்டும் என்று நினைத்து, அதன் பிறகுதான் கொஞ்சம் தீவிரமாகவே போரில் ஈடுபட ஆரம்பித்தார்கள். ஆனாலும் சரணடையும் படலமும் பல இடங்களில் நடந்துகொண்டுதான் இருந்தது.

மார்ச் 29ம் தேதி யுத்தத்தில் ஒரு பெரிய திருப்புமுனை நிகழ்ந்தது. முதல்முதலாகச் சில தற்கொலைப்படையினரைக் களத்தில்

இறக்கினார் சதாம் உசேன். ஈராக் சரித்திரத்திலேயே அது முதல் முறை நடந்த விஷயம். அதுவரை தீவிரவாதிகளின் உத்தியாக மட்டுமே இருந்துவந்த தற்கொலைப்படைத் தாக்குதல், அன்றுதான் ஓர் அரசாங்கத்தின் அதிகாரபூர்வ போர்த்தந்திர நடவடிக்கையாகப் புது அவதாரம் எடுத்தது.

மத்திய ஈராக்கில் உள்ள நஜஃப் என்கிற இடத்தில் இந்தத் தற்கொலைப்படையினர் நிகழ்த்திய தாக்குதலில் நான்கு அமெரிக்க ராணுவ வீரர்கள் பலியானார்கள். சதாம் உசேனின் துணை ஜனாதிபதியாக இருந்த தாஹா யாசின் ரமதான் என்பவர், ‘இனி இந்த உத்தி வழக்கமான ராணுவ நடவடிக்கைகளுள் ஒன்றாகக் கையாளப்படும்’ என்று அறிவித்தார். உலகமே அதிர்ந்தது! இதென்ன அரக்கத் தனமான அரசாங்கம்! இப்படிக்கூடவா முடிவெடுக்கும் ஓர் அரசு என்று அதிர்ந்து வியக்காதவர்களே இல்லை. அமெரிக்கா செய்வது ஒரு வகையான அராஜகம் என்றால் சதாம் இப்படியொரு மோசமான முடிவு எடுத்திருக்கவேண்டாம். தோல்வி குறித்த அச்சத்தில் என்ன செய்கிறோம் என்றே சிந்திக்காமல் செயலில் இறங்க ஆரம்பித்தார் சதாம்.

சதாமின் இந்தத் தற்கொலைப்படைத் தாக்குதல் முடிவு உலகெங்கும் அதிர்ச்சி அலைகளை உண்டாக்கினாலும் குறிப்பிட்ட இரு தேசங்களில் மட்டும் மாறுபட்ட அபிப்பிராயத்தை உண்டாக்கியது. சிரியாவும் ஈரானும்.

ஈரானுக்கும் ஈராக்குக்கும் என்ன மாதிரியான சிநேகம் என்று விளக்கிக்கொண்டிருக்க வேண்டாம். ஆனால் சதாமின் மேற்படி புதிய ராணுவ வியூகத்தைப் பார்த்த ஈரானுக்கு மிகவும் பரிதாபமாகப் போய்விட்டது. சே, என்ன இருந்தாலும் சொந்தச் சகோதரன் இப்படி என்னென்னவோ செய்து தன்னந்தனியாக அல்லாடுகிறானே என்று பரிதாபப்பட்டு, அமெரிக்காவுக்கு எதிராக மிக ஆக்ரோஷமாகக் குரல் கொடுக்கத் தொடங்கியது.

அதேபோலத்தான் சிரியாவும் தனது அமெரிக்க எதிர்ப்பை மிகத்தீவிரமான முறையில் வெளிப்படுத்தத் தொடங்கியது. இரண்டு அரபு தேசங்கள் ஒரே பாட்டைத் தொடர்ந்து பாடினால் மற்றவர்களும் சேர்ந்து பாட விரும்பலாம் அல்லவா? குறிப்பாகப் பிற அரபு தேசங்கள்.

ஆகவே, அமெரிக்கா விழித்துக்கொண்டு சிரியாவுக்கும் ஈரானுக்கும் மிகக் கடுமையான எச்சரிக்கை ஒன்றைக் கொடுத்தது. மரியாதையாக வாயை மூடிக்கொண்டு சும்மா இருக்கிறாயா, நீயும் வாங்கிக்கட்டிக்கொள்கிறாயா என்கிற ரீதியில் மிக வெளிப்படையாக விடுக்கப்பட்ட மிரட்டல் அது. இந்த மிரட்டலில் ஈரான் கொஞ்சம் பயந்தாலும் சிரியா தொடர்ந்து அமெரிக்காவுக்கு எதிரான குரலை ஓங்கி ஒலித்துக்கொண்டுதான் இருந்தது.

ம்ஹூம். பேசிக்கொண்டிருந்தால் எந்த வேலையும் நடக்காது என்று தீர்மானித்த அமெரிக்கா, தன் செயலின் அதிகபட்சத் தீவிரத்தை வெளிப்படுத்த நாள் குறித்தது.

அன்றைக்கு ஏப்ரல் முதல் தேதி. சரியாகப் பத்து நாள். பத்தாம் தேதி பாக்தாத் நம் கையில் இருக்கவேண்டும் என்று அமெரிக்கப் படைக்கு அந்த ரகசிய உத்தரவு வந்து சேர்ந்தது. இதை எப்படியோ மோப்பம் பிடித்த சவுதி அரேபியாவின் வெளிவிவகாரத் துறை அமைச்சர் அல் ஃபைஸல், தன்னாலான கட்டக்கடைசி முயற்சியாக சதாமுக்கு ஒரு ரகசியச் செய்தி அனுப்பினார். அமெரிக்காவின் இறுதித் தாக்குதல் நடவடிக்கை குறித்துத் தான் கேள்விப்பட்டதை விளக்கிவிட்டு 'உங்கள் தேச நலன் கருதி நீங்கள் ராஜினாமா செய்வதாக அறிவித்துவிடுங்கள். அப்போதுதான் தப்பிக்க முடியும்' என்று அவர் சொன்னார்.

அந்தக்கடிதத்தை சதாம் கண்டாரா, படித்தாரா என்று தெரியவில்லை. ஆனால் அன்றைய பொழுது விடியும் போது அவர் பாக்தாத்தில் இல்லை என்பது உண்மை. நகரின் நாலு புறமும் சுற்றி வளைத்து நின்ற அமெரிக்கப் படையின் கண்ணில் மண்ணைத் தூவிவிட்டு சதாம் எப்படி பாக்தாத்தை விட்டு வெளியேறினார் என்பது இன்றுவரை தீராத ஆச்சர்யம் - பிறகு அவர் பிடிபட்டது போலவே.

44. போரும் பூகம்பங்களும்

அமெரிக்கக் கூட்டு ராணுவப்படையின் முதன்மைப் பிரிவு பாக்தாத்தை நோக்கி முன்னேறிக்கொண்டிருந்த அதே சமயம் ஈராக் முழுவதும் குண்டு மழை பொழியும் பணி மிகத் தீவிரம் அடைந்திருந்தது. இது என்னவிதமான தாக்குதல் என்றே எதிரி இனம் காணக்கூடாது என்று நினைத்தது அமெரிக்கா. ஒட்டுமொத்த ஈராக் நிலப்பகுதிகளையும் ஒரு புறம் விமானங்களிலிருந்து குண்டுவீசி தாக்கிக்கொண்டிருக்க, மறுபுறம் பாக்தாத்தை நாலாபுறமும் சுற்றி வளைத்துக்கொண்டு அடி மேலடி வைத்து நகரத் தொடங்கினார்கள். பாக்தாத்தைக் கைப்பற்றினால் ஈராக் முற்றிலுமாக வீழ்ந்தது என்று அர்த்தம். கதை அவ்வளவுதான்.

ஆனால் அது அத்தனை சுலபத்தில் நடக்குமா? அதுதான் அப்போது மிகப்பெரிய கேள்வி. ஏனெனில், தலைநகரைப் பாதுகாத்துக்கொண்டிருந்த ஈராக் வீரர்களில் கணிசமானோர் தற்கொலைப் படைப்பிரிவினர். மேலும் சதாம் தன் பெரும்பான்மை ஆயுத பலத்தை பாக்தாத்திலேயே வைத்திருந்தார். தவிரவும் பாக்தாத்திலிருந்து எல்லை கடந்து வெளியேற ஏகப்பட்ட சுரங்க வழிகளையும் அவர் முன்கூட்டியே ஏற்பாடு செய்து வைத்திருந்ததால் அந்த வழிகள் முழுவதும் வீரர்கள் நிரம்பியிருந்தார்கள்.

ஒரு குருட்டு அதிர்ஷ்டத்தில் பாக்தாத் உடனடியாக வீழ்ந்து, அமெரிக்கப்படை உள்ளே நுழைந்துவிடமுடிந்தாலும் எதிர்பாராத இடங்களிலிருந்தெல்லாம் ஈராக் தற்கொலைப்படையினர் முளைத்துத் தாக்கும் அபாயம் மிக அதிகமே என்று அமெரிக்கப் புலனாய்வுத் துறையினர் முன்னதாக எச்சரித்திருந்தார்கள். ஆகவே மிகவும் விழிப்புணர்வுடன் பாக்தாத்தை நோக்கி முன்னேறியது கூட்டு ராணுவப்படை.

ஏப்ரல் முதல் தேதி தொடங்கிய இம்முயற்சி, ஏழாம் தேதி மாலை ஓரளவு முழுமை கண்டது. அதாவது எதிர்ப்பாளர்கள் அத்தனைபேரையுமே அநேகமாக அமெரிக்க ராணுவம் கொன்றுவிட்டிருந்தது. தொடர்ந்து பொழிந்த குண்டுமழையில்

பாக்தாத் நகரம் மயானம் போலாகிவிட்டது. சதாம் உசேன் எங்கே போனார் என்று தேடுவதற்கு முன்னதாக அவரது வீரர்களையும் அமைச்சர்களையும் முதலில் தேட வேண்டிய நிலைமை உண்டானது. உயிர் பயத்தில் சதாமின் சகாக்கள் அத்தனை பேருமே டைக்ரீஸ் நதியைப் படகிலும் நீந்தியும் கடந்து தலை தெறிக்க ஓட ஆரம்பித்தார்கள். தோல்வி உறுதி என்பது எட்டாம் தேதி அதிகாலையே ஈராக் வீரர்களுக்குத் தெரிந்துவிட்டபடியால், எல்லாருமே உயிரைக் காப்பாற்றிக்கொண்டால் போதும் என்று நினைக்கத் தொடங்கிவிட்டார்கள்.

ஒன்பதாம் தேதி புதன்கிழமை. பாக்தாத்தின் நாற்புற எல்லையையும் கடந்து அமெரிக்கப் படை நகரின் உள்ளே காலெடுத்து வைத்தது. அந்தத் தருணத்தில் அவர்களை எதிர்த்துப் போரிட பாக்தாத்தில் ஒரு வீரர் கூட இல்லை! பாக்தாத்தின் வீதிகளில் அமெரிக்க ராணுவத்தின் கவசவாகனங்கள் மிகப்பெரும் சப்தத்துடன் ஊர்ந்து போயின. சதாம் உசேனின் மாளிகைகள். நாடாளுமன்றக் கட்டடம். இவைதான் இலக்கு. தொட்டுப் பிடித்துவிட முடியுமானால் அதோடு சரி. சதாம் வீழ்ந்தது உண்மை என்றாகிவிடும்.

பாக்தாத்தில் மிச்சமிருந்த மக்கள் அத்தனை பேருமே அமெரிக்கப் படை உள்ளே நுழைந்ததை அப்போது ஆரவாரமுடன் வரவேற்றதைக் குறிப்பிடவேண்டும்.

சதாமின் ஆட்சி பிடிக்காதவர்கள் அவர்கள் என்பது எத்தனை உண்மையோ, அதே அளவு உண்மை - அமெரிக்கா அங்கே நிகழ்த்திய போரும் அவர்களுக்குப் பிடிக்கவில்லை என்பது. ஆனாலும் சதாம் வீழ்ந்த அந்த தினத்தில் ஈராக் மக்கள் தம் மகிழ்ச்சியைத் துளியும் மறைக்காமல்தான் வெளிக்காட்டினார்கள். நகரெங்கும் இருந்த சதாமின் பிரும்மாண்டமான சிலைகள் உடைத்து நொறுக்கப்பட்டன. பட்டாசுகள் வெடிக்கப்பட்டன. ஓர் அரக்கனின் பிடியிலிருந்து விடுபட்டுவிட்டோம் என்கிற எண்ணம் தான் எல்லாருக்குமே இருந்தது.

ஆனாலும் அந்த விடுதலைக்கு அவர்கள் நிறையவே விலை கொடுக்கவேண்டியிருந்தது. அமெரிக்கப் படையெடுப்பால் ஈராக் அடைந்த சீர்குலைவு கொஞ்சநஞ்சமல்ல. அத்தேசம் மீண்டு எழுவதற்கே பலகாலம் ஆகும் என்று மதிப்பிடப்பட்டது.

இருப்பினும் அவர்களது முதல் உணர்ச்சி மகிழ்ச்சிதான். இதில் சந்தேகமில்லை.

பாக்தாத் நகரின் மையத்தைத் தொட்ட அமெரிக்கப்படை அப்படியொன்றும் அதிசுலபமாக நாடாளுமன்றக் கட்டடத்தைக் கைப்பற்றிவிடமுடியவில்லை. சதாமின் தற்கொலைப்படையினர் பலர் அங்கே தயாராக இருந்தார்கள். கொஞ்சம் இழப்பு ஏற்பட்டதும் உண்மையே. யார் சரணடைய வருகிறார்கள், யார் தாக்க வருகிறார்கள் என்று கண்டுபிடிப்பதில் ஏற்பட்ட வினாடி நேரத் தாமதங்களில் இரு தரப்பிலும் சிலபேர் இறந்தார்கள். ஆனால் மொத்தத்தில் பார்க்கும்போது பாக்தாத்தை அமெரிக்கா வசப்படுத்த அத்தனையொன்றும் போராடவேண்டியிருக்கவில்லை என்பதே உண்மை. ஆப்கன் யுத்தத்தில் காந்தஹாரைக் கைப்பற்றச் செய்த முயற்சிகள் கூட இங்கே வேண்டியிருக்கவில்லை. சதாம் பதுங்கிய வேகத்திலேயே அவரது படையும் பஞ்சாய்ப்பறந்து போய்விட்டது. பல இடங்களில் சோதனையிட்ட அமெரிக்கப் படையினருக்கு மூட்டை மூட்டையாக ராணுவ உடுப்புகள்தான் முதலில் கிடைத்தன. அதாவது, சதாமின் வீரர்கள் தமது ராணுவ உடுப்புகளைக் கழற்றிப் போட்டுவிட்டு, சாதாரண சிவிலியன் உடை அணிந்து நகரை விட்டுத் தப்பியோடி விட்டிருந்தது புரிந்தது.

கேளிக்கைகள். கொண்டாட்டங்கள். சுதந்தரக் காற்று. ஈராக் மக்களில் ஒரு சாரார் தமது சந்தோஷத்தை பகிரங்கமாக வெளிப்படுத்திக்கொண்டிருந்தபோதும் இன்னொரு தரப்புக்கு அமெரிக்காவின் அந்த வெற்றியை ஜீரணிக்க முடியவில்லை.

சதாம் ஒழியவேண்டியவர்தான். அதில் சந்தேகமில்லை. ஆனால் ஈராக்கையே இப்படி மயானபூமி ஆக்க அமெரிக்காவுக்கு யார் அதிகாரம் கொடுத்தது என்று அவர்கள் கேட்டார்கள். மேலும் சதாம் ஒழிந்தாரா என்பதும் அப்போது நிச்சயமாகியிருக்கவில்லை. பாக்தாத் வீழ்ந்தது உண்மை. நகரெங்கும் - ஏன், கிட்டத்தட்ட தேசமெங்குமே அமெரிக்க ராணுவம் தான் நிரம்பியிருந்தது. விமான நிலையங்கள், துறைமுகம், வானொலி, தொலைக்காட்சி நிலையங்கள், காவல் நிலையங்கள், ராணுவ முகாம்கள், மருத்துவமனைகள், நீதிமன்றம் என்று பார்த்துப் பார்த்து எல்லா இடங்களையும் கைப்பற்றித் தன் படைகளை நிரப்பிவிட்டிருந்தது அமெரிக்கா. இது கிட்டத்தட்ட போர் முடிந்ததைச் சுட்டிக்காட்டும்

அறிகுறிதான் என்றாலும் சதாம் உசேனையோ, அவரது அரசின் உயரதிகாரிகளையோ, முக்கிய ராணுவத்தளபதிகளையோ அமெரிக்க வீரர்கள் அதுவரை கைது செய்திருக்கவில்லை.

தவிரவும் தேசமெங்கும் குண்டு வெடிப்புகளும் தற்கொலைப்படைத் தாக்குதல்களும் தொடர்ந்து நடைபெற்றுக் கொண்டுதான் இருந்தது. சதாமைப் பிடித்தாலொழிய இதெல்லாம் நிற்காது என்று உணர்ந்த அமெரிக்கா, உடனடியாக அவர் தலைக்கு விலை வைத்து ஈராக் முழுக்க போஸ்டர் ஒட்டியது.

சதாமின் இரு மகன்களின் தலைக்கும் பதினைந்து மில்லியன் டாலர் விலை வைத்துவிட்டு, சதாமின் தலைக்கு இருபத்தைந்து மில்லியன் டாலர்கள் விலை வைத்தார்கள். அதாவது அவரைப் பிடித்துக்கொடுத்தாலோ, அல்லது பிடிப்பதற்கு உதவி செய்தாலோ இந்தப் பரிசு.

ஒருபுறம் பரிசு அறிவித்துவிட்டு மறுபுறம் சதாம் வேட்டையிலும் மிகத் தீவிரமாக இறங்கிவிட்டார்கள். ஏனெனில் ஆப்கனில் இப்படித்தான் போர் முடிந்து ஆட்சிமாற்றத்தை ஏற்படுத்த முடிந்தாலும் பின் லேடனையோ முல்லா ஓமரையோ அவர்களால் பிடிக்க முடியாமல் தொடர்ந்து இழுத்தடித்துக்கொண்டிருந்தது. எங்கே ஈராக்கிலும் அப்படியே ஆகிவிடுமோ என்கிற அச்சம் அமெரிக்காவுக்கு இருந்தது. என்ன விலை கொடுத்தாவது சதாமைப் பிடித்துவிடுவது என்று இம்முறை வீரசபதம் செய்துவிட்டே வேலையைத் தொடங்கினார்கள்.

ஆப்கன் மாதிரி அல்லாமல் ஈராக்கில் அமெரிக்காவுக்கு ஒரு சௌகரியம் இருந்தது. ஆண்டாண்டுகாலமாக சதாமால் மிகவும் பாதிக்கப்பட்ட - அவரது ஜென்ம விரோதிகளான குர்திஷ் இனப் பழங்குடி மக்கள் சதாம் வேட்டையில் அமெரிக்காவுக்கு உதவ நூறு சதம் தயாராக இருந்தனர். அவர்களின் ஒத்துழைப்புடன், நவீன சாட்டிலைட்டுகளையும் ஒத்தாசைக்கு வைத்துக்கொண்டு சதாமைத் தேடி சந்துபொந்துகளில் தீர்த்த யாத்திரை போகத் தொடங்கியது அமெரிக்க ராணுவம்.

இவையெல்லாம் ஒருபுறம் நடந்துகொண்டிருக்க, மறுபக்கம் ஈராக்கில் மறு ஆட்சி அமைக்க அமெரிக்கா என்ன செய்யப்போகிறது

என்கிற கேள்வி மிக பலமாக எழுந்தது. இதில் கேள்வி எழ என்ன அவசியம்? எப்படியும் ஆப்கனில் செய்ததுபோல ஓர் இடைக்கால ஆட்சியை அமர்த்துவது எதிர்பார்க்கக் கூடியதுதானே என்று தோன்றலாம். ஈராக்கைப் பொறுத்தவரை அந்த விஷயம் அத்தனை சுலபமாக இல்லை. அமெரிக்காவின் அதிகார வர்க்கத்திலேயே அப்போது ஏற்பட்ட அபிப்பிராய பேதங்கள் மிகப்பெரிய தடுப்புச் சுவர் ஒன்றைக் கண்ணுக்குத் தெரியாமல் கட்டிக்கொண்டிருந்தது.

இது மிகத் தீவிரமானதொரு விஷயம். போரைக் காட்டிலும் தீவிரமானது.

என்ன ஆனது என்றால், ஈராக்கில் போர் முடிந்ததுமே அங்கே ஓர் இடைக்கால அரசு அமைக்கும் முயற்சிகளை அமெரிக்காவும் பிரிட்டனும் கூட்டாகத் தொடங்கியது. ஆனால் அமெரிக்க அதிகாரிகள் சிலர், அந்த அரசை 'அமெரிக்கா மட்டுமே நியமித்து அமைக்கவேண்டும்' என்று கருதினார்கள். இதன் அர்த்தம், இடைக்கால அரசு அமைக்கிற விஷயத்தில் ஐ.நாவின் தலையீடு இருக்கக் கூடாது என்பதுதான்!

புரிவது கொஞ்சம் கஷ்டமாக இருக்கிறதா? விளக்கிவிடலாம்.

ஈராக்கில் போருக்குப் பின் ஏற்படுத்தப்படும் இடைக்கால அரசை ஐ.நாவின் கருத்து கேட்டு, அவர்களின் வழிகாட்டுதலுடன் தான் அமைக்கவேண்டும் என்று ஏற்கெனவே அமெரிக்க வெளியுறவுத்துறை அமைச்சர் காலின் பாவெல் சொல்லியிருந்தார்.

ஆனால் ஜார்ஜ் புஷ்ஷின் துணை ஜனாதிபதியான டிக் செனி மற்றும் பாதுகாப்புத்துறை அமைச்சர் டொனால்ட் ரம்ஸ்பீல்டு போன்றவர்கள், 'என்னத்துக்கு ஐ.நா.வைக் கருத்து கேட்கவேண்டும்? நாம் போரைத் தொடங்க எத்தனை முட்டுக்கட்டை போட்டார்கள்? இன்றைக்கு நாம் துணிந்து இறங்கி ஜெயித்திருக்கிறோம். ஈராக்கின் புனர்நிர்மாணப்பணிகளை நாமே தான் செய்துகொடுக்கவேண்டும். அப்போதுதான் உலகம் நம்மைப் பாராட்டும். ஐ.நா.வைக் கூட்டு சேர்த்துக்கொண்டால் நமக்கு வந்து சேரவேண்டிய நியாயமான அளவு பெயர் வராமல் போய்விடும்' என்று சொன்னார்கள்.

கூட்டணிப்படையினர் உயிரைப் பணயம் வைத்துப் போரை வென்றிருக்கிறார்கள். போரே நடத்தக்கூடாது என்று சொன்ன

ஐ.நாவுக்கு இந்த வெற்றியில் பங்குதரக் கூடாது என்பது அவர்களின் வாதமாக இருந்தது.

காலின்பாவெல் என்ன கருத்து சொன்னாரோ, அதையேதான் பிரிட்டன் பிரதமர் டோனி ப்ளேரும் சொல்லிக்கொண்டிருந்தார். அதாவது, ஈராக்கில் மாற்று அரசு அமைப்பதில் ஐ.நாவின் பங்கை கோரிப்பெறவேண்டும். ஆனால் புஷ்ஷுக்கு அந்தக் கருத்தில் உடன்பாடு இல்லை. அவர் டிக்செனி சொல்லுவதுதான் சரி என்று நினைத்தார்.

இது ஏதடா, படாதபாடு பட்டு பெற்ற வெற்றியின் இறுதியில் சந்தோஷம் தங்காது போலிருக்கிறதே என்று எல்லாரும் கவலைப்படத் தொடங்கினார்கள். புஷ்ஷும் ப்ளேரும் ஒருமுறை இது தொடர்பாக சந்தித்துப் பேசவும் செய்தார்கள். புஷ் தம் முடிவில் உறுதியாக இருந்தார். வழக்கம் போல் பேச்சுவார்த்தையின் முடிவில் ப்ளேர், புஷ்ஷின் கருத்தை ஏற்றுக்கொண்டார். ஒரே ஒரு சின்ன அட்ஜெஸ்ட்மெண்ட் செய்துகொள்ளப்பட்டது. அதாவது, ஈராக் மறு சீரமைப்புப் பணியில் ஐ.நா. இருக்கும். ஆனால் முதன்மை அமைப்பாக இல்லாமல், ஒரு துணை அமைப்பாக ஐ.நா. செயல்படும் என்ற யோசனையை புஷ் அறிவித்தார். அதாவது ஐ.நா. வேலைகள் செய்யும். ஆனால் எந்த விஷயத்திலும் முடிவெடுக்கும் அதிகாரம் அதற்குக் கிடையாது. அமெரிக்கா சொன்னால் ஆமாம் போடவேண்டியதுதான் அதன் பணி.

ஒருவழியாக இந்த யோசனையை ஐ.நா உள்பட எல்லாரும் ஏற்றுக்கொள்ள வேண்டியதானது. வேலையை ஆரம்பித்தார்கள். மூன்று கட்டமாக ஈராக்கை சீராக்க ஒரு திட்டம் வகுத்தார்கள் புஷ்ஷும் டோனி ப்ளேரும்.

1. முன்னாள் அமெரிக்க ராணுவ ஜெனரல் ஜே கார்னர் தலைமையில் கூட்டு ராணுவ நிர்வாகம் ஒன்று முதல்முதலாக அமைக்கப்படும். ஆறு மாதகாலம் அந்த கூட்டு ராணுவம் தான் ஈராக்கில் ஆட்சி செய்யும்.

2. அந்த ஆறு மாதகாலத்துக்குள் ஈராக்கின் இடைக்கால ஆட்சியாளர்களாக யார் யாரை நியமிக்கலாம் என்று கண்டறிவார்கள். அவர்கள் கையில் அடுத்து ஆட்சிப்பொறுப்பு அளிக்கப்படும். இந்த அரசு, ஐ.நா.வால் அங்கீகரிக்கப்பட்ட

இடைக்கால அரசாகச் செயல்படும். இந்த இடைக்கால அரசின் பணி என்னவெனில், இரண்டு வருடங்களில் பாராளுமன்ற ஜனநாயகம் அமைக்க வேலை செய்வதே.

3. அந்த இரண்டு வருஷ காலத்துக்குள் புதிதாக ஓர் அரசியல் சாசனம் எழுதப்பட்டு, தேர்தல் நடத்தப்படும். அதன்பின் அமெரிக்கா ஈராக்கிலிருந்து விலகிக்கொள்ளும்.

படிப்பதற்குப் பிரமாதமாக இருக்கிறது இல்லையா? அப்படியே நடைமுறைப் படுத்தவேண்டியதுதான் பாக்கி என்று தோன்றுகிறதல்லவா? ஆனால் மேற்சொன்ன மூன்று கட்ட திட்டத்தில் முதல் கட்டத்தைக் கடப்பதிலேயே அமெரிக்காவுக்கு முழி பிதுங்கிவிட்டது.

அந்தக் கூட்டு ராணுவ ஆட்சி என்பது கூட்டு ராணுவப் போராட்டமாகிப் போனது. யுத்தம் முடிந்ததாக அமெரிக்கா சொன்னாலும் தினம் தவறாமல் ஈராக்கெங்கும் குண்டுகள் வெடிக்கத் தொடங்கின. தற்கொலைப்படைத் தாக்குதல்கள் வலுத்தன. பஸ்ஸைக் கொளுத்தினார்கள். கட்டடங்களைத் தகர்த்தார்கள். அமெரிக்கர்களை எங்கே பார்த்தாலும் காலடியில் உருண்டுபோய் மோதி குண்டுவெடிக்கச் செய்து கொன்றார்கள். எண்ணெய் வயல்களின் ஓரமெல்லாம் வெடி வைத்தார்கள். கண்ணி வெடிகள் ஏராளம் எடுக்கப்பட்டன. இன்றுவரை இது தொடரவே செய்கிறது!

எப்படியோ தாக்குப்பிடித்து முதல் ஆறு மாதங்களைக் கழித்தார்கள் என்றுதான் சொல்லவேண்டும். இரண்டாவது கட்ட நடவடிக்கையை மேற்கொள்ள ஆரம்பித்தபோதுதான் இன்னும் பெரிதாகச் சிக்கல் வந்தது.

45. We got him

ஈராக்கில் ஓர் இடைக்கால அரசை ஏற்படுத்துவது அத்தனை பெரிய பேஜாராக இருக்கும் என்று அமெரிக்கா முதலில் நினைக்கவில்லை. யாராவது ஓர் ஆசாமி. தான் சொல்லுவதைக் கேட்டு நடந்துகொள்ளக்கூடிய சமர்த்து மனுஷனாக இருந்தால் போதும்; எந்தக் கட்சியானாலும் சரியே என்றுதான் முதலில் நினைத்தார்கள். சதாம் உசேனின் சொந்தக் காரர்கள் தவிர வேறு யார் அப்ளை பண்ணாலும் பரிசீலிக்கும் முடிவில் தான் இருந்தது அமெரிக்கா.

ஆனால் அவர்கள் சற்றும் எதிர்பாராவிதமாக, ஈராக்கில் யாருமே ஆட்சியமைக்கக் கூடிய அளவுக்குத் தயார் நிலையில் அப்போது இல்லை. இன்னும் சொல்லப்போனால் ஆட்சி அமைக்கிற அளவுக்கு அங்கே எந்தக் கட்சியுமே இல்லை!

வியப்பாக இருக்கிறதல்லவா? அதுதான் உண்மை.

1979ம் வருஷம் அங்கே சதாம் உசேன் ஆட்சிக்கு வந்தார். அவர் பதவிக்கு வந்த முதல் நாளிலிருந்தே ஒரு காரியத்தை மிகவும் ஆத்மசுத்தியுடன் செய்துவந்தார். தமக்கு எதிராக இருப்பவர்கள், அல்லது எதிரியாக ஆகக்கூடியவர்கள் என்று அவர் நம்புகிறவர்கள் அத்தனை பேரையும் பிடித்து அடையாளம் தெரியாமல் கொன்று எங்காவது தூக்கிக் கடாசிவிடுவார். இதில் ஆண்-பெண் வித்தியாசம் இல்லை. சொந்தக்காரர்கள், பங்காளிகள், தெரிந்தவர்கள், தெரியாதவர்கள் என்கிற பேதமெல்லாம் இல்லை. இவனால் தனக்குப் பிரச்னை வரலாம் என்று நினைத்தால் போதும். மறுநாளே சம்பந்தப்பட்ட நபர் திடீரென்று காணாமல் போய்விடுவார்.

ஈராக்கில் பொதுவாகவே ஒரு அரசியல் தலைவர் காணாமல் போனால் தேடமாட்டார்கள். அது எல்லாருக்குமே தெரிந்த ரகசியம். நாலைந்துநாளில் ஏதாவது விபத்தில் சிக்கி உயிரிழந்தார் என்று ஒரு பொட்டலமாகக் கட்டி பார்சல் வரும். அல்லது எங்காவது அனாதைப் பிணமாகவே கூடக் கண்டெடுக்கப்படும்.

சதாம் உசேனின் இந்தத் தொடர் நடவடிக்கைகளால், அவர் பதவியில் இருந்த 24 வருடங்களில் ஈராக்கில் எந்த ஒரு அரசியல்

கட்சியும் தலையெடுக்கவே இல்லை. அங்கே பாத் என்றொரு கட்சி. ஈராக் தேசிய காங்கிரஸ் என்றொரு கட்சி. இரண்டுதான் கொஞ்சம் பிரபலம். இதில் சதாமின் பாத் கட்சி, அவர் தலைமறைவானபோதே காணாமல் போய்விட்டது. மிச்சமிருந்த ஈராக் தேசிய காங்கிரஸுக்கு மக்கள் ஆதரவெல்லாம் அத்தனையொன்றும் பிரமாதமாக இல்லை. அது ஒரு உள்ளூர் உப்புமா கம்பெனி மாதிரிதான் செயல்பட்டுக்கொண்டிருந்தது.

வேறு வழியில்லாததால் அந்தக் கட்சியிலிருந்தே யாரையாவது ஆட்சியமைக்கச் செய்யலாம் என்று நினைத்தது அமெரிக்கா.

அக்கட்சியின் தலைவர் அகமது சலாபி. இவர் வயசுக் காலத்தில் அமெரிக்காவுக்குப் போய் சிகாகோவில் கொஞ்ச காலம் படித்தவர். ஈராக்கில் அவர் சதாமுக்கு எதிராக நடத்திய அரசியல் அப்படியொன்றும் பரபரப்பானதில்லை என்றபோதும் அமெரிக்காவுக்கு விசுவாசமாக நடந்துகொள்ளக்கூடியவர் என்று நினைத்தார்கள். ஆனால் அவர்மீது ஏகப்பட்ட கிரிமினல் புகார்கள், வழக்குகள் உண்டு. மிகப்பெரிய மோசடிக்காரரர் என்று சொல்லுவார்கள். ஒரு மாபெரும் வங்கி ஊழல் வழக்கில் சிக்கி மயிரிழையில் முன்பொரு காலத்தில் தப்பித்திருக்கிறார். அவர் பதவிக்கு வருவதை ஈராக் மக்களே விரும்பமாட்டார்களோ என்று அமெரிக்கா பயந்தது. மேலும் இடைக்கால அரசு என்றாலும் ஜனநாயக அரசாக ஒன்று அமையுமானால் நிச்சயம் மீண்டும் ஈராக்கில் அரசியல் துளிர்த்து, கட்சிகள் முளைக்க வாய்ப்புண்டு. அப்படி உதிக்கும் கட்சிகள் அவரை நிம்மதியாக ஆட்சிபுரிய விடாது என்றும் புலனாய்வுத் துறை சொன்னது.

இந்தக் கட்சி கசமுசாக்கள் ஒருபுறம் இருக்க மத ரீதியிலான பிரச்னைகளும் ஈராக்கில் மிக அதிகம். ஈராக்கில் மெஜாரிடி மக்கள் ஷியா முஸ்லிம்கள். அதாவது சுமார் அறுபத்தைந்து சதவீதத்தினர். ஆனால் சதாம் உசேன் உள்பட, அவருக்கு முன்னால் ஆண்டவர்கள் உள்பட ஈராக்கின் ஆளும் வர்க்கமாக அறியப்படும் அனைவருமே சிறுபான்மையினரான சன்னி முஸ்லிம் வகுப்பைச் சேர்ந்தவர்கள். ஐம்பதாண்டுகளுக்கு மேலாக சிறுபான்மையோரால் ஆளப்பட்டுவரும் கடுப்பில் இருந்த ஈராக்கின் ஷியா மெஜாரிடியினர், ஒரு தேர்தல் என்று வந்தால் கட்சியைப் பார்க்காமல் ஷியா முஸ்லிமாக மட்டுமே பார்த்து ஓட்டுப் போடவேண்டும் என்றும் பேசத்தொடங்கியிருந்தார்கள்.

இதெல்லாம் நடக்குமானால் ஈராக் மறு சீரமைப்புப் பணிகளில் அமெரிக்கா காட்டக்கூடிய அத்தனை தீவிரமும் அடிபட்டுப் போகும். இருக்கிற கொஞ்சநஞ்ச நல்ல பேரும் ரிப்பேராகிவிடும். என்ன செய்யலாம் என்று சிண்டைப் பிய்த்துக்கொண்டார் ஜார்ஜ் புஷ்.

ஒரு ஆட்சி அமைத்துக்கொடுப்பது பெரிய விஷயமல்ல. ஆனால் தொடர்ந்து பல்லாண்டுகாலமாக ஏராளமான யுத்தங்களைச் சந்தித்து வந்திருக்கும் ஈராக், பொருளாதார ரீதியில் மிகவும் பின் தங்கிய தேசமாகவே அப்போது இருந்தது. பொருளாதார சீர்திருத்தத்தை ஒழுங்காகச் செய்து கொடுத்தால்தான் ஈராக்குக்கும் நல்லது; அங்கே அமைதி ஏற்படுத்தப் பாடுபடுவதாகச் சொல்லும் அமெரிக்காவுக்கும் நல்லது.

இத்தனைக்கும் யூப்ரடிஸ், டைக்ரிஸ் என்னும் இரு பெரும் ஜீவநதிகள் பாயும் தேசம் அது. ஆனாலும் விவசாயம் சீர்குலைந்து சர்வநாசமாகிவிட்டிருந்தது. உலகின் இரண்டாவது பெரிய எண்ணெய் இருப்பு தேசமாகக் கருதப்பட்டாலும் (சவுதி அரேபியாதான் முதல்.) ஈராக்கின் எண்ணெய் சுத்திகரிப்புக் கேந்திரங்கள் பெரும்பாலும் பழுதுபட்டிருந்தன அப்போது. ஈராக்கின் உண்மையான உற்பத்தித் திறனில் சுமார் நாற்பத்தைந்து சதவீதம் மட்டுமே நடைமுறை சாத்தியமாக இருந்தது. போறாதகுறைக்கு நூறு பில்லியன் டாலர் சர்வதேசக் கடனையும், வளைகுடா யுத்தங்களின் விளைவான நஷ்டமாக சுமார் இருநூறு பில்லியன் டாலர் கடனையும் சதாம் தம் தேசத்துக்கு ‘சொத்தாக’ வைத்துவிட்டுப் போயிருந்தார்.

இந்தமாதிரியொரு தருணத்தில் அமெரிக்கா அங்கே எடுக்கக்கூடிய எந்த ஒரு நடவடிக்கையும் சர்வஜாக்கிரதையாக எடுக்கப்படவேண்டும். அவசர ஆத்திரத்துக்குக் கிடைக்கிற சந்தில் ஒதுங்குவது மாதிரி அகமது சலாபியைக் கூப்பிட்டு ஆட்சியமைக்கச் சொன்னால் நாலு நாளில் எதிர்க்கட்சிகள் கவிழ்த்துவிடக்கூடும் என்று அவர்கள் அஞ்சினார்கள்.

மேலும் அதிகாரபூர்வமாகப் போர் முடிந்துவிட்டதாக அறிவிக்கப்பட்டாலும் சதாம் உசேன் வேட்டை தொடர்ந்துகொண்டுதான் இருந்தது. அவரது அமைச்சரவையில்

இருந்தவர்களும் முக்கிய அதிகாரிகளுமாக ஐம்பத்தைந்துபேர் பட்டியல் ஒன்றைத் தயாரித்து, 'கண்டுபிடித்துக்கொடுத்தால் பரிசு' என்று அறிவித்தது ஈராக்கில் இருந்த கூட்டு ராணுவப்படையின் இடைக்கால ஆட்சிக்குழு. ஆங்காங்கே குண்டு வெடிப்பதும் தற்கொலைப்படைத் தாக்குதல்கள் நடப்பதும் தினசரிப் பிரச்னையாகிவிட, இடைக்கால அரசு அமைக்கத் தான் வேண்டுமா என்றே சந்தேகம் வந்தது அமெரிக்காவுக்கு.

2003, ஜூலை 22ம் தேதி சதாம் உசேனின் இரு மகன்களை சுட்டுக்கொன்றது கூட்டுராணுவப்படை. உதய், கசாய் என்ற பெயர்களுடைய அந்த இருவரின் மரணம் தான் சதாம் மனம் குலைந்து போய் மாட்டிக்கொள்ளக் காரணம் என்று பின்னால் சொல்லப்பட்டது. அமெரிக்க வீரர்களுக்கே நம்பிக்கை மீண்டும் துளிர்த்தது அதன் பிறகுதான். முன்னைக்காட்டிலும் தீவிரமாகத் தேடுதல் பணியைத் துரிதப்படுத்தி, தாக்குதலையும் தீவிரப்படுத்தினார்கள்.

பதிலடியாக, பாக்தாத்திலுள்ள ஐக்கியநாடுகள் சபையின் அலுவலகத்தை சதாம் ஆதரவாளர்கள் குண்டுவைத்துத் தகர்த்தார்கள். இருபத்திரண்டுபேர் மரணம். நூறு பேருக்குமேல் படுகாயம்.

அமெரிக்க வீரர்களுக்கு இதுதான் புரியவில்லை. அழிக்க அழிக்க எங்கிருந்து முளைத்துக்கொண்டே இருக்கிறார்கள், சதாம் உசேனின் ஆதரவாளர்கள்? தேசத்தில் ஓரங்குலம் விடாமல் சல்லடை போட்டுத் தேடப்படுகிறது. சந்தேகம் வந்தால் கூட யாரையும் விடுவதில்லை. பிடித்துப்போய் விசாரணைக் காவலில் வைத்துவிடுவார்கள். அப்படியும் தினசரி வெடிக்க குண்டுகள் எங்கிருந்து சப்ளை ஆகின்றன? ஆட்கள் எங்கே பதுங்கியிருந்து வருகிறார்கள்? சுத்தமாகப் புரியவில்லை அவர்களுக்கு.

ஆனால் சதாமின் இரு மகன்கள் கொல்லப்பட்டபிறகு, மளமளவென்று, தேடிய பலரைப் பிடித்துவிட முடிந்தது அவர்களால். ஆகஸ்ட் 21 அன்று அலி ஹசன் அல் மஜித் என்கிற சதாம் உசேனின் மிக முக்கியத் தளபதிகளுள் ஒருவரைப் பிடித்தது அமெரிக்கப்படை. அமெரிக்கா வெளியிட்ட 55பேர் கொண்ட 'மோஸ்ட் வாண்டட்' பட்டியலில் இரண்டாமிடத்தில் இருந்தவர்

அவர். அலி ஹசன் அல்மஜித் என்று சொன்னால் ஈராக்கில் யாருக்கும் தெரியாது. அவரது செல்லப்பேர் கெமிக்கல் அலி. 1987ல் தமது எதிரிகளாக சதாம் கருதிய குர்து இனத்தவர்களுக்கு எதிராக நிகழ்த்திய ரசாயன ஆயுதத் தாக்குதலை முன்னின்று முடித்துக்கொடுத்தவர் என்பதால் அவருக்கு அப்படியொரு பெயர் வந்தது.

கெமிக்கல் அலியைப் பிடித்ததுமே அமெரிக்கப் படைகளுக்கு நம்பிக்கை மிகத் தீவிரமாகிவிட்டது. எப்படியும் மிக விரைவில் சதாம் சிக்கியே ஆகவேண்டும் என்று அவர்கள் நினைத்தார்கள். ஒருபுறம் பிடிபட்ட கைதிகளை துருவித்துருவி விசாரித்துத் தகவல் தேற்றிக்கொண்டு, இன்னொருபுறம் சதாமின் உறவினர்களாக இருந்து எதிரிகளானவர்களை நட்பாக்கி, ஏதாவது துப்பு பெற முடியுமா என்று பார்க்கத் தொடங்கினார்கள். எப்படி ஈராக் முழுவதும் சதாமைத் தேடிக்கொண்டிருந்தார்களோ, அப்படியே அத்தேசம் முழுவதும் பல்லாயிரக்கணக்கான உளவாளிகளையும் உலவவிட்டிருந்தார்கள். ஆகஸ்டு 2003 கணக்குப்படி ஈராக்கில் இருந்த அமெரிக்க ராணுவ வீரர்கள் எண்ணிக்கைக்குச் சற்றேரக்குறைய சம அளவு உளவாளிகளும் அங்கே பணியில் இருந்திருக்கிறார்கள். சதாம் உசேன் குறித்த ஒவ்வொரு சொல்லும் முக்கியமானவை என்று அறிவிக்கப்பட்டது. உளவு சொல்லும் எல்லாருக்கும் தாராளமான பண உதவிகள் செய்யப்பட்டன. ஒவ்வொரு சிறு தகவலும் அதி முக்கியமாகக் கருதப்பட்டது.

கெமிக்கல் அலி மாட்டிய சில தினங்களில் சதாம் உசேன் தமது மறைவிடத்திலிருந்து ஓர் அறிக்கை வெளியிட்டார். "எனக்கு நூறு மகன்கள் இருந்தாலும் இப்புனிதப்போரில் பலியிடத்தயார். என் ஆட்கள் எத்தனை பேரை நீங்கள் பிடித்தாலும் தொடர்ந்து யுத்தம் நடந்துகொண்டே இருக்கும்" என்று சொல்லியிருந்தார் சதாம்.

இதனை அமெரிக்கா சற்றும் எதிர்பார்க்கவில்லை. இனியும் தேடிக்கொண்டிருந்தால் வேலைக்கு ஆகாது; ஏதாவது செய்து சதாமைப் பிடித்தே தீரவேண்டும் என்று முடிவு செய்தார்கள். சதாமின் சொந்த ஊரான திக்ரித் பகுதியில் ஆயிரக்கணக்கில் வீரர்கள் கொண்டுபோய் நிறுத்தப்பட்டார்கள். வீடு, வீடாக, வீதி வீதியாகத் தேடத் தொடங்கினார்கள்.

Operation Red dawn என்று பெயரிடப்பட்டு, ஆகஸ்டு 2003ல் தீவிரப்படுத்தப்பட்ட சதாம் வேட்டை ஒரு முடிவுக்கு வருவதற்குச் சரியாக நான்கு மாதங்கள் பிடித்தன. டிசம்பர் 14ம் தேதி இரவு எட்டரை மணிக்கு (அது ஈராக் நேரம். நமக்கு அப்போது இரவு பதினொன்றரை மணி.) சதாம் உசேனின் சொந்த ஊரான திக்ரித்துக்கு சுமார் பதினாறு கிலோ மீட்டர் தொலைவில் உள்ள ஒரு ஒதுக்குப்புறமான இடத்தில், சிறு வீடு ஒன்றின் வெளியே, தரைக்கடியில் சுமார் எட்டடி ஆழப் பதுங்கு குழியிலிருந்து சதாம் உசேனைப் பிடித்து வெளியே கொண்டுவந்தார்கள்.

அமெரிக்க - பிரிட்டிஷ் கூட்டணிப் படையின் நாலாவது டிவிஷனைச் சேர்ந்த சுமார் அறுநூறு வீரர்கள் அந்தப் பணியில் ஈடுபட்டிருந்தார்கள்!

அந்த நேரத்தில் சதாம் பதுங்குகுழியில் தூங்கிக்கொண்டிருந்தார். குழியைக் கண்டுபிடித்த ராணுவம் உள்ளே யாரோ தூங்குகிறார்கள் என்பதைத் தான் முதலில் பார்த்தது. அந்த 'யாரோ' சதாம் உசேனாக இருக்கக்கூடும் என்று அவர்கள் முதலில் நினைத்துப் பார்த்திருக்கக்கூட முடியாது. தட்டி எழுப்பியபோது பரட்டைத் தலையும் பலநாள் தாடியும் கிழிந்த உடுப்புகளுமாகக் கண்கள் சிவந்த ஒரு கிழட்டு மனிதர் எழுந்து நின்று 'நான் தான் சதாம் உசேன். ஈராக்கின் பிரசிடெண்ட்' என்று சொன்னார்.

அதிர்ந்துபோனது அமெரிக்கப்படை. அவர்களால் நம்பவே முடியவில்லை. பதற்றத்தில் உடனே அவர்கள் துப்பாக்கி நீட்டாமலிருந்தது பெரிய சாதனை என்றே சொல்லவேண்டும். ஆனால் சதாம் முரண்டு பிடிக்கவில்லை. தப்பியோடப் பார்க்கவில்லை. ஆயுதம் எதையும் தேடவில்லை. இயல்பாக முன்வந்து சரணடைவதாக அறிவித்தார். பிறவிப் போராளி என்றாலும் துணைக்கு யாருமில்லாத நிலையில் அந்தச் சின்ன குழிக்குள் அவரால் யுத்தம் எதுவும் செய்திருக்க முடியாது.

ஏதோ ஒருதுளி நம்பிக்கை அவருக்கு இருந்திருக்க வேண்டும். அருமை மகன்களை இழந்தபிறகும், ஆதரவான அதிகாரிகளை இழந்த பிறகும்கூட அவர் தனியாகக் குழி வெட்டிப் பதுங்கி வாழத் தீர்மானித்தது, வெறும் உயிர்பிழைக்கிற காரணத்தினால் மட்டுமாக இருக்க முடியாது. மீண்டும் ஈராக் தன் வசம் வரும் என்று அவர் கனவு

கண்டிருக்கலாம். அல்லது அதற்கான நடைமுறை சாத்தியங்களையே கூட அலசிக்கொண்டிருந்திருக்கலாம். ஏன், இன்றைக்கு வரைக்கும் கூட சதாமின் ஆதரவாளர்கள் அங்கே அமெரிக்கப் படைகளுக்கு எதிராகச் சண்டை போட்டுக்கொண்டிருக்கிறார்களே?

கொடுங்கோலனாக வருணிக்கப்பட்டாலும், சதாமுக்கும் விசுவாசமாகச் சில ஆயிரம் பேர்களாவது இருக்கவே செய்கிறார்கள்.

அன்றைக்கு மறுநாள் ஞாயிற்றுக்கிழமை மாலை பத்திரிகையாளர்களை அழைத்து, *'We got him'* என்று ஈராக்குக்கான அமெரிக்கத் தலைமை நிர்வாக அதிகாரி பால் ப்ரெமர் அறிவித்தார். பின்னணியில் ஓடிய வீடியோப் படத்தில் சதாமின் தலைமுதல் கால்வரை மருத்துவர்கள் பரிசோதனை செய்துகொண்டிருந்தார்கள்.

வெளியே ஈராக்கியர்கள் பட்டாசு வெடிக்க ஆரம்பித்தார்கள்.

46. நான்கு குற்றங்கள்

ஆனமட்டும் ஐ.நா. தடுத்துப் பார்த்தது. எதற்கு தண்டத்துக்கு ஒரு சண்டை, வீண் செலவு என்று கதறிப் பார்த்தது. ம்ஹூம். கேட்கவில்லையே புஷ்? அபாயகரமான ரசாயன, உயிரியல் ஆயுதங்கள் வைத்திருக்கிறார் சதாம் உசேன் என்று சொல்லி, வார்த்தைகளால் அவரை மானிட குலத்தின் எதிரியாகச் சித்திரித்து ஈராக்கின் மீது யுத்தம் தொடங்கினார். மார்ச் *19, 2003* அன்று ஆரம்பிக்கப்பட்ட யுத்தம். ஏப்ரல் ஒன்பதாம் தேதி பாக்தாத் விழுந்தது. உடனே ஈராக்கின் நிர்வாகத்தை அமெரிக்க - பிரிட்டன் கூட்டு ராணுவப்படையே ஏற்றுக்கொண்டது. டிசம்பர் *14*ம் தேதி சதாம் உசேன் கைது செய்யப்பட்டார். தொடர்ந்து குண்டுகள் வெடித்துக்கொண்டுதான் இருக்கின்றன. இன்றுவரை அந்தச் சத்தம் குறைந்தபாடில்லை.

ஆனால் என்ன காரணம் சொல்லி அமெரிக்கா அந்த யுத்தத்தைத் தொடங்கியதோ, அந்தக் காரணமே ஆதாரமில்லாதது என்பது நிரூபணமாகிவிட்டது.

அமெரிக்காவின் குற்றச்சாட்டுப்படி ஈராக்கில் எந்தவிதமான ரசாயன, உயிரியல் ஆயுதங்களும் இல்லவே இல்லை. இதனை இன்றைக்கு அமெரிக்காவே ஏற்றுக்கொண்டிருக்கிறது.

சதாம் உலக உத்தமர் என்று இதற்கு அர்த்தமல்ல. எண்பதுகளில் தமது எதிரிகளை கூண்டோடு ஒழிக்க அவர் ரசாயன ஆயுதங்களைப் பயன்படுத்தியது உண்மையே. ஆயிரக்கணக்கான குர்து இன மக்களை அவர் அந்த ஆயுதங்களைப் பிரயோகித்துத்தான் கொன்று வீசினார். இது ஈராக்கில் எல்லாருக்கும் தெரியும். உலகுக்கே தெரியும். ஆனால் அதன்பின் சதாம், ரசாயன ஆயுதங்களைத் தயாரிப்பதிலோ, விலைக்கு வாங்குவதிலோ ஆர்வம் செலுத்தியதாகத் தெரியவில்லை. மாறாக அபாயகரமான ஏவுகணைகளைத் தொடர்ந்து தயாரிப்பதில் ஆர்வம் செலுத்த ஆரம்பித்துவிட்டார். வளைகுடா யுத்தத்தின்போது சதாமின் ஸ்பெஷல் தயாரிப்பான ஸ்கட் ஏவுகணை வித்தை காட்டியதை உலகே அறியும். அதன் குறிப்பிடத்தகுந்த வெற்றிக்குப் பிறகு சதாம் ரசாயன ஆயுதங்களின்பால் நாட்டம் செலுத்தவே இல்லை.

ஆனாலும் சதாமை ஒழிப்பது என்று முடிவு செய்த அமெரிக்காவுக்கு மேற்படிக் குற்றச்சாட்டை விட்டுவிடமுடியாத அரசியல் நெருக்கடி இருந்தது. வேறு என்ன சொல்லியும் ஈராக்கின்மீது அமெரிக்காவால் அன்றைக்குப் படை எடுத்திருக்க முடியாது.

சர்வதேச பயங்கரவாதத்துக்கு எதிரான யுத்தம் என்று சொல்லித்தான் அவர்கள் ஆப்கன் மீது போரைத் தொடங்கினார்கள். அதன் தொடர்ச்சியாகத்தான் ஈராக் மீதும் போர் தொடுத்தது. ஆகவே, சதாம் உசேன் ரசாயன ஆயுதங்கள் வைத்திருக்கிறார் என்கிற பல்லவி அமெரிக்காவுக்கு மிகவும் முக்கியமாக இருந்தது. இன்றைக்கு சதாமைக் கைப்பற்றி, ஈராகில் தாம் விரும்பிய வண்ணம் ஓர் இடைக்கால அரசை ஏற்பாடு செய்ய முடிந்தபிறகு 'ஆமாம், ஈராக்கில் ரசாயன ஆயுதங்கள் இல்லை என்பதை ஒப்புக்கொள்ளுகிறோம்' என்று சொல்லுவதற்கு அத்தேசம் வெட்கப்படவே இல்லை.

ஈராக்கியர்கள்தான் காறித்துப்பிவிட்டார்கள். பயங்கரவாதத்துக்கு எதிரான யுத்தம் என்று சொல்லுபவர்கள் ஜனநாயகவாதிகளாகவா நடந்துகொண்டார்கள்? இவர்களும் பயங்கரவாதியாகத்தானே நடந்துகொண்டார்கள் என்று கேட்கிறார்கள். அமெரிக்கா அதையெல்லாம் கண்டுகொள்ளவில்லை.

போர் முடிந்த ஆறு மாதத்தில் இடைக்கால ஆட்சி அமைக்கப்படும் என்று சொல்லியிருந்தாலும் அது சாத்தியமாக இல்லை அவர்களுக்கு. கிட்டத்தட்ட ஒரு வருடகாலம் முடிந்தபிற்பாடுதான் அவர்களால் ஓர் இடைக்கால அரசுக்கான ஆசாமிகளைப் பொறுக்கியெடுக்க முடிந்திருக்கிறது. ஷேக் காஜி அல் யாவர் என்றொருவரைப் பிடித்து 'இவர்தான் புதிய பிரதமர்' என்று இப்போது அடையாளம் காட்டியிருக்கிறார்கள். சுதந்தர ஈராக் இனி விரைவில் உருவாகும். சவாலை ஏற்று அல் யாவர் சிறப்பாகப் பணியாற்றுவார். அவருக்கு எல்லா ஒத்தாசைகளையும் அமெரிக்கா செய்துகொடுக்கும் என்று புஷ் அறிவித்திருக்கிறார்.

ஹோஷியர் ஜெபாரி என்பவர் வெளியுறவுத்துறை அமைச்சராகவும், ஃபலா அஸல் அல் நகிப் என்பவர் உள்துறை அமைச்சராகவும் ஹஸீம் சலான் அல் குஸேய் என்பவர் பாதுகாப்புத்துறை அமைச்சராகவும் அதில் அப்துல் மஹதி என்பவர் நிதியமைச்சராகவும் நியமிக்கப்பட்டிருக்கிறார்கள்.

இவர்களெல்லாம் யார், எங்கிருந்து முளைத்தார்கள் என்று இன்னும் வெளியுலகத்துக்கு முழு விவரம் தெரியாது. ஆனால் சிறப்பான ஆட்சியாளர்கள் என்று அமெரிக்கா சான்றிதழ் கொடுக்கிறது. என்ன அடிப்படை? அதையெல்லாம் கேட்கக் கூடாது. ஜூன் 30ம் தேதி மேற்படி அமைச்சர் குழுவினர் அல் யாவர் தலைமையில் ஈராக்கில் இடைக்கால ஆட்சி அமைத்ததும் ஈராக்கில் அமைதியும் ஜனநாயகமும் ஓடோடி வந்துவிடும் என்று அமெரிக்கா சொன்னது.

சிரிப்பாக இல்லை? அதுதான் அமெரிக்கா. இந்த ஒரு யுத்தத்துக்காக மட்டும் அமெரிக்கா எத்தனை பில்லியன் டாலர்கள் செலவழித்திருக்கிறது என்பதற்குக் கணக்கு வழக்கே இல்லை. சதாம் உசேன் என்கிற ஒரு தனிநபரை ஒழிக்கவேண்டும் என்பதற்காக ஈராக் என்கிற தேசத்தையே கொளுத்தலாம் என்பது அமெரிக்காவின் சித்தாந்தமாக இருந்திருக்கிறது.

அமெரிக்கா சொன்னபடி ஒரே ஒரு ரசாயன ஆயுதமாவது அங்கே கண்டுபிடிக்கப்பட்டிருந்தால் நடந்த யுத்தம் பற்றிய விமரிசனமே இல்லாமல் போயிருக்கக் கூடும். ஈராக் மக்களே திருப்தியடைந்திருப்பார்கள்.

அட, ஈராக்கியரைக் கூட விட்டுவிடலாம். அமெரிக்கர்கள்?

எப்போது ஈராக்கிடம் ரசாயன ஆயுதங்கள் இல்லை என்பது தெரியவந்ததோ, அந்தக் கணமே ஒட்டுமொத்த அமெரிக்கர்களும் ஈராக் யுத்தம் பற்றிய தமது அதிருப்தியை வெளியிட ஆரம்பித்தார்கள். செப்டம்பர் 11 சம்பவத்துடன் சதாம் உசேன் அரசுக்கு ஏதோ ஒரு தொடர்பு இருக்கும் என்கிற வதந்தியை திட்டமிட்டுப் பரப்பி, அதற்குச் சம்பந்தமில்லாத இன்னொரு எல்லையில் நின்று - ரசாயன ஆயுதங்களைக் காரணம் காட்டி - ஈராக் மீது போர் தொடுத்தது அமெரிக்கா. முதலில் புஷ் செய்வது சரிதான் என்றே அமெரிக்கர்கள் நினைத்தார்கள். இயல்பாகவே அமெரிக்கர்களுக்கு சதாம் உசேனைப் பிடிக்காது.

ஆனால் ஆப்கன் யுத்தத்தை ஆதரித்த அளவுக்கு அவர்கள் ஈராக் யுத்தத்தை ஆரம்பத்திலிருந்தே முழுமையாக ஆதரித்தார்கள் என்று சொல்ல முடியாது. ஆயிரம் சொன்னாலும் பின்லேடனையும் சதாம் உசேனையும் ஒரே தட்டில் வைத்துப் பார்க்க அவர்களால்

முடியவில்லை என்பது ஒரு காரணம். இன்னொரு காரணம், மேலே சொன்ன ரசாயன ஆயுத விவகாரம்.

அடிப்படையில் அமெரிக்கர்களின் மனோபாவப்படி, போரையெல்லாம் அவர்கள் ரொம்பப் பெரிய விஷயமாக எடுத்துக்கொள்ள மாட்டார்கள். அதெல்லாம் அரசாங்கத்தின் தலைவலி என்று ஒரு வரியில் முடித்துவிட்டுப் போய்க்கொண்டே இருப்பார்கள். ஒரு வினாடி யோசிப்பார்கள். இந்தப் போர் தேவைதான் என்று தோன்றினால் ஆதரிப்பதாக அறிவிப்பார்கள். (இதற்கெல்லாம் வக்கணையாக நூறு கருத்துக் கணிப்புகள் நடத்தப்படும்!) வேண்டாம் என்று தோன்றினால் வேஸ்ட் என்று சொல்லிவிட்டுப் போய்விடுவார்கள்.

வியட்நாமில் நடந்தமாதிரி பெரிய பாதிப்புகள் ஏதாவது வந்தால்தான் கொஞ்சம் தீவிரமாகக் கவலைப்படுவார்கள். அமெரிக்கர்களின் போர் பற்றிய எண்ணங்களை, கார்கில் யுத்தம் நடந்தபோது நம் மக்கள் அடைந்த மன எழுச்சியோடெல்லாம் ஒப்பிடவே முடியாது - ஏனெனில் அடிக்கடி அவர்கள் போர்களைப் பார்த்து வருவதுதான்.

உலக நாடுகளெல்லாம் கிரிக்கெட் ஆடவும் புட்பால் ஆடவும் ஊர் ஊராக அணிகளை அனுப்பிக்கொண்டிருக்கின்றன என்றால் அமெரிக்கா மட்டும் சண்டை போடுவதற்காகத் தம் ராணுவத்தை அனுப்பிக்கொண்டிருக்கிறது. இது இன்று நேற்று நடக்கிற விஷயம் இல்லை என்பதால் அமெரிக்கர்கள் பொதுவில் இதைப் பெரிதாக நினைப்பதில்லை. அவர்களது பிரதான கவலைகளெல்லாம் வேலை வாய்ப்புகள் பற்றியும் பொருளாதார மேம்பாடு பற்றியும்தான். இதனை ஒரு குறையாகச் சொல்லவில்லை. உண்மையில் அமெரிக்கர்களின் மனோபாவமே இப்படித்தான் இருக்கிறது, காலம் காலமாக.

ஒரு யுத்தம் அவர்களை எவ்வாறு பாதிக்கிறது என்பது மிக முக்கியமான விஷயம். யுத்தத்துக்குப் போன ராணுவ வீரர்களின் குடும்பத்தினர் சொல்லும் துயரக்கதைகளைக் கேட்டுக்கேட்டு மிகவும் மனப்பதற்றம் கொள்வார்கள். ஐயோ என்று அவர்களுக்காகப் பதறுவார்களே தவிர, எதற்கு இந்த யுத்தம் என்றோ, அரசாங்கம் அநியாயம் செய்கிறது என்றோ விமரிசனம் செய்யமாட்டார்கள். மாறாக, யுத்தத்தின் பொருட்டு ஏதாவது புதிய

வரி விதிக்கப்படுமா, குடியேற்றச் சட்டங்களில் என்னவாவது திருத்தம் செய்யப்படுமா, செக்யூரிடி கெடுபிடி அதிகரித்து அன்றாட வாழ்க்கை பாதிக்கப்படுமா என்றுதான் முதல் கவலைப்படுவார்கள்.

உண்மையில் சொல்லப்போனால் செப்டம்பர் *11* சம்பவம் நடந்தபோது அறிவிக்கப்பட்ட ஆப்கன் யுத்தம் ஒன்றைத்தான் அவர்கள் உணர்ச்சிபூர்வமாக அணுகினார்கள். அமெரிக்க சரித்திரத்திலேயே அது முதல்முறை. சிவில் யுத்தகாலத்துக்குப் பிறகு அப்படியொரு எழுச்சி அங்கே உண்டானது, அதுவே முதல்முறை.

தொடர்ந்து ஏதாவது காரணம் வைத்து எல்லா உலக நாடுகள் மீதும் யுத்தம் தொடுத்துக்கொண்டே இருக்கும் அமெரிக்காவில் மக்கள் இப்படி 'டோண்ட் கேர் மாஸ்டர்களாக' இருப்பது வியப்பில்லை. அதே சமயம் ஏதாவது யுத்தம் சார்ந்து அவர்கள் அரசுமீது அதிருப்தி கொள்வார்களேயானால் அடுத்து வரும் பொதுத்தேர்தலில் அதனை அவசியம் காட்டிவிடுவது வழக்கம். என்ன சமாதானம் சொன்னாலும் அந்த ஒரு விஷயத்தில் மட்டும் அவர்கள் சமரசம் செய்துகொள்வதே இல்லை. இதுவும் சரித்திர உண்மை.

ஈராக் விஷயத்தில் அமெரிக்கா நடந்துகொண்ட விதம் அமெரிக்கர்களுக்குப் பிடிக்கவில்லை என்பது பற்றிப் பேசிக்கொண்டிருந்தோம். இந்த அதிருப்தி நிச்சயம் எதிர்வரும் அமெரிக்கப் பொதுத்தேர்தலில் எதிரொலிக்கும் என்று பல வல்லுநர்கள் இப்போதே சொல்லிக்கொண்டிருக்கிறார்கள்.

ஐ.நா. தடுத்தும் கேளாமல், ரசாயன ஆயுதம் இருப்பதாகச் சொல்லி, போரைத் தொடங்கியது முதல் குற்றம்.

ஈராக் முழுவதையும் துவம்சம் செய்துவிட்டு, அப்படி எந்த ஆயுதமும் அங்கே இல்லை என்று 'கண்டுபிடித்து'ச் சொன்னது அடுத்த குற்றம்.

போர் முடிந்துவிட்டதாகச் சொன்னாலும் இன்றுவரை தொடரும் குண்டுவெடிப்புகளைக் கட்டுப்படுத்தவோ, எஞ்சியுள்ள சதாம் ஆதரவாளர்களை முற்றிலுமாகப் பிடிக்கவோ முடியாமல் தவிப்பது மூன்றாவது குற்றம்.

நான்காவதும் அதிமுக்கியமானதுமான குற்றம், போர்க்கைதிகளாகப் பிடிபட்ட ஈராக் ராணுவத்தினரை அமெரிக்க - பிரிட்டிஷ் ராணுவம் சிறைச்சாலைகளில் நடத்திய விதம்.

நாகரிகத்தின்உச்சத்தைத்தொட்டதேசங்கள்என்றுவருணிக்கப்படும் அமெரிக்காவும் பிரிட்டனும் ஈராக் போர்க்கைதிகள் விஷயத்தில் அத்தனை கேவலமாக நடந்துகொண்டிருக்க வேண்டாம் என்பதுதான் ஒட்டுமொத்த அமெரிக்கர்களின் தீர்ப்பு. 2004 மார்ச் மாதம் தொடங்கி இது தொடர்பாக வெளிவந்த புகைப்படங்கள், கல்லைக்கூடக் கதறச்செய்யக்கூடியவை. போர்க்கைதிகளை அடித்தும் உதைத்தும் நிர்வாணப்படுத்தி மேலே சிறுநீர் கழித்தும் முகத்தைத் துணியால் மறைத்து, பிறப்புறுப்பைத் தாக்கியும் அமெரிக்க ராணுவம் செய்த அராஜகங்களைப் பார்த்து உலகமே அதிர்ந்தது.

மூடிமறைக்கவேமுடியாதபுகைப்படஆதாரங்கள்வெளியானபிறகு வேறு வழியில்லாமல் அமெரிக்காவும் பிரிட்டனும் மன்னிப்புக் கேட்டன. இனிமேல் இந்த மாதிரியெல்லாம் நடக்காது என்று அவசர அவசரமாக வாக்குறுதி அளித்திருக்கின்றன. இதைவிடக் கேவலமான, அருவருப்பான செயலை எந்த ஒரு வளர்ந்த தேசமும் செய்துவிட முடியாது. ஒரு கொடுங்கோல் ஆட்சியை ஒழித்து, ஈராக் மக்களுக்கு சுதந்தரக் காற்றை சுவாசிக்கத் தருகிறேன் பேர்வழி என்று புறப்பட்டவர்கள்! நிச்சயமாக சதாம் உசேனே தேவலை என்று ஈராக்கியர் நினைத்தால் வியப்பே இல்லை.

உலகம் முழுவதையும் பாதித்த இந்தச் சம்பவம், அமெரிக்கர்களைச் சற்று அதிகமாகவே பாதித்தது. போரை அவர்கள் அத்தனை விரும்பவில்லை என்றாலும், சதாம் உசேன் பிடிபட்ட சந்தோஷத்தில் புஷ்ஷை மன்னிக்க அவர்கள் தயாராக இருந்தார்கள். ஆனால் ஈராக் சிறைச்சாலைகளில் நடக்கும் கொடூரத்தைப் புகைப்படங்களில் பார்த்தபிறகு கட்டுக்கடங்காத வெறுப்புணர்வே அவர்களிடம் பெருகியிருக்கிறது. உலகின் காவலர்களாகத் தம்மை நினைத்து இறுமாந்திருந்தவர்கள், தம்மையே கிரிமினல்களாக உணரத் தொடங்கி அவமானத்தில் கூனிக் குறுகியிருக்கிறார்கள். இது நிச்சயம் எதிர்வரும் தேர்தலில் புஷ்ஷுக்கு மிகப்பெரிய சரிவைத் தரும் என்பது அமெரிக்க மீடியாவின் கணிப்பு.

அமெரிக்காவின் நாற்பத்தி மூன்றாவது அதிபராகக் கடந்த 2001ம் ஆண்டு பதவியேற்ற ஜார்ஜ் புஷ்ஷுக்கு இந்த வருடத்துடன் பதவிக்காலம் முடிவடைகிறது. பதவியில் இருந்த காலமெல்லாம் அவர் யுத்தம் செய்திருக்கிறார். சில புதிய யுத்தங்களுக்கும் திட்டம் தீட்டியிருக்கிறார். நிற்க நேரமில்லாமலேயே அவருடைய

நான்காண்டுப்பதவிக்காலமும்ஓடிக்கழிந்திருக்கிறது. மயிரிழையில் ஆட்சிப்பொறுப்புஅதிர்ஷ்டம்அடித்தவர்அவர். அந்தஃப்ளோரிடா மாகாண எலக்டொரல் ஓட்டுகள் ஞாபகமிருக்கிறதல்லவா? அதுவே கூட, ஜார்ஜ் புஷ்ஷின் தம்பி ஜெப் புஷ் ஃப்ளோரிடாவின் கவர்னராக இருந்ததால்தான் சாத்தியமானது என்று இப்போது பேச ஆரம்பித்திருக்கிறார்கள். அல்கோர் ஜெயித்து ஆட்சிக்கு வந்திருக்க வேண்டியது. அதிர்ஷ்டவசமாகவோ, திருட்டுத்தனமாகவோதான் புஷ் ஆட்சிக்கு வந்தார் என்கிறது இன்றைய அமெரிக்க மீடியா.

ஆயிரம் சொன்னாலும் புஷ் அதிபராகி, நான்கு வருடங்களையும் ஓட்டிவிட்டார். இனி அடுத்தது என்ன?

47. அமெரிக்காவைப் புரிந்துகொள்ளுங்கள்!

நேற்றுத்தான் கொலம்பஸ் கப்பல் ஏறி அமெரிக்க கரையில் ஒதுங்கிய மாதிரி இருக்கிறது. கண்மூடி திறப்பதற்குள் இதோ ஜார்ஜ் புஷ் வரை வந்து நின்றுவிட்டோம். ஜார்ஜ் வாஷிங்டன் தலைமையில் நடைபெற்ற அமெரிக்க சுதந்தரப் போராட்டத்தில் ஆரம்பித்து, நேற்றைய ஈராக் யுத்தம் வரை எத்தனை போர்கள்! உண்மையில், அமெரிக்க அரசியல் சரித்திரத்துக்கும் அமெரிக்க யுத்த சரித்திரத்துக்கும் அதிக இடைவெளிகள் இல்லை. அத்தேசத்தின் அரசியல், யுத்தங்களைத் தீர்மானிக்கிறது. யுத்தங்களில் கிடைக்கிற வெற்றியும் தோல்வியும் அடுத்தடுத்த அரசுகளைத் தீர்மானிக்கின்றன. அதான் விஷயம். புலிவால் பிடித்த கதைதான். விட்டுவிடுவது அத்தனை சுலபமில்லை.

ஒரு வல்லரசாக அல்லாமல் வேறெந்த விதமாகவும் தன்னால் இருக்கமுடியாது என்று முழு விழிப்புணர்வுடன் யோசித்து முடிவு செய்து, அதற்காகவே தன்னைத் தயார் படுத்திக்கொண்ட தேசம் அமெரிக்கா. முதல் உலக யுத்தம் ஆரம்பித்த *1914*ம் வருஷம் அதற்கான பிள்ளையார் சுழியை - அப்போது அமெரிக்க அதிபராக இருந்த உட்ரோ வில்சன் போட்டார். ஒரு பக்கம் வில்லியம் ஹோவர்ட் டாஃப்ட்டின் 'டாலர் டிப்ளமஸி'. பொருளாதார பலத்தைக் காட்டி உலகை மிரட்டும் தந்திரம். மறுபக்கம் ராணுவ அச்சுறுத்தல் மூலம் மேலாதிக்கத்தை நிலைநாட்டும் தொடர் நடவடிக்கைகள்.

இதில் தமாஷ் என்னவென்றால், ராணுவ பலத்தை அடிக்கடி காட்டிக்கொண்டிருக்க வேண்டாம் என்றுதான் முன்னாள் அமெரிக்க அதிபர் டாஃப்ட், டாலர் டிப்ளமஸியைக் கொண்டுவந்தார். ஆனால் வில்சன் வந்தபிறகு இரண்டுமே நடைமுறை அவசியம் என்று தீர்மானித்துவிட்டார்கள்!

இந்த இரண்டு அம்சங்களைத் தான் அமெரிக்க அரசியல் தன் அடிப்படைகளாக வைத்துக்கொண்டிருக்கிறது.

அமெரிக்கா மேற்கொண்ட ஒவ்வொரு போர் நடவடிக்கையும் அதன் பொருளாதாரத்தை உயர்த்துவதற்கான நடவடிக்கையாகவே

இருந்துவந்திருப்பதைக் கொஞ்சம் யோசித்துப் பார்க்கலாம். ஒன்று, உலக யுத்த காலத்தில் நடந்தது மாதிரி நேரடி பொருளாதார மேம்பாடு. (பிற தேசங்களுக்கு யுத்தகாலத்தில் ஆயுத, பண, பொருள் உதவிகள் செய்து பின்னால் வட்டியுடன் வசூலிப்பது.) அல்லது பின்னால் வளைகுடா தேசங்களில் அமைந்தது மாதிரி மறைமுகப் பொருளாதார மேம்பாடு. (முதலில் முதலீடு செய்து யுத்தத்தை நடத்தி, இருக்கும் ஆட்சியை ஒழிப்பது. பிறகு தனது கைப்பாவையாக ஓர் அரசை நியமித்து ஆளவைத்து அதன்பின் வர்த்தக ஒப்பந்தங்கள் மூலம் லாபம் பெறுவது.)

அமெரிக்காவின் இந்த இருவிதமான முயற்சிகளுமே கிட்டத்தட்ட தொண்ணூறு சதவீதம் அதற்குப் பலனளிக்கவே செய்திருக்கிறது. க்யூபா மாதிரி, வியட்நாம் மாதிரி முழுத் தோல்வி கிடைத்த இடங்கள் அதிகமில்லை. பெருமையும் பெருமிதமும் பணச்செழிப்பும் மிகுந்திருந்தாலும் இத்தகைய யுத்தங்கள் தனக்கு ஒரு 'பணக்காரப் பொறுக்கி' இமேஜைக் கொண்டுவந்து சேர்த்துக்கொண்டுதான் இருக்கும் என்பதையும் அமெரிக்க அதிபர்கள் அறிவார்கள். ஆனாலும் அதுபற்றிய உறுத்தல் ஏதும் அத்தேசத்துக்குக் கிடையாது.

வல்லரசாக இருப்பது என்பது ஒரு ஸ்டேடஸ். அமெரிக்கா ஒருபோதும் அதனை இழக்க விரும்புவதில்லை என்பதுதான் விஷயம்.

சோவியத் யூனியனின் சரிவுக்குப் பிறகு அமெரிக்காவுக்கு ஒற்றை எதிரி என்று யாருமில்லாமல் போய்விட்டது. எஞ்சியிருந்த ஒரே கம்யூனிசக் கோட்டையாக சீனா தென்பட்டாலும் அத்தேசத்தால் வல்லரசுப் போட்டிக்கு வரும் தெம்பில்லை; விருப்பமும் இல்லை. மாறாக எண்ணெய் வளம் கொழிக்கும் அரபு நாடுகள் அமெரிக்காவின் கண்ணை உறுத்தின.

அத்தேசங்களின் வளம் மட்டுமல்ல காரணம். மத்திய கிழக்கு நாடுகள் அனைத்தும் தம் நூற்றாண்டுகாலப் பகைகளை மறந்து, நட்புணர்வுடன் ஒருங்கிணைந்து செயல்படத் தொடங்குமானால் அது அமெரிக்காவின் பொருளாதாரத்துக்கு மிகப்பெரிய பாதிப்பை உண்டாக்கும் என்று அடுத்தடுத்து வந்த அமெரிக்க அதிபர்கள் கருதினார்கள். எண்ணெய் அரசியல் என்பது மிகப்பெரிய சப்ஜெக்ட். அமெரிக்க வரலாறைக் காட்டிலும் பெரிது. ஒரே வரியில் அதைப் புரியும்படிச் சொல்லவேண்டுமானால் இப்படிச் சொல்லலாம்:

அரபு தேசங்கள் அனைத்தும் தம் பகையை மறந்து, ஒன்றுசேர்ந்து தம் எண்ணெய் வளத்தைப் பங்கிட்டுக் காசாக்குமானால், ஒரே ராத்திரியில் அமெரிக்காவின் பொருளாதார பலத்தைக் காட்டிலும் அரபு தேசங்களின் பலம் பெருகிவிடும். அந்த ஆபத்தைத் தவிர்க்கத் தான் தொடர்ந்து மத்திய கிழக்கு நாடுகளின்மீது ஏதாவது காரணம் வைத்து அமெரிக்கா விடாமல் போர் தொடுத்துக்கொண்டே இருக்கிறது. போரிட முடியாத காலகட்டங்களில் இஸ்ரேலை முன்வைத்து இன அரசியல் பண்ணுகிறது. தொடர்ந்து பிரச்னைக்குரிய பிரதேசமாக அரபு மண்ணில் இஸ்ரேல் இருப்பதுதான் அமெரிக்காவின் பலம். தொடர்ந்து அமெரிக்கா இஸ்ரேலை ஆதரிப்பதும் இதன் பொருட்டே. யூதர்களின்மேல் அத்தனை கரிசனம் கொள்வதற்கு அவர்களுக்கு வேறெந்த நியாயமும் இல்லை.

ஏற்கெனவே ஐரோப்பிய நாடுகள் பல ஒருங்கிணையத் தொடங்கிவிட்டன. ஐரோப்பிய கண்டம் முழுவதற்குமான நாணயமாக யூரோ வந்துவிட்டது. இப்போதே அதன் மதிப்பு டாலரைக் காட்டிலும் பெரிதாக இருக்கிறது. அரபு தேசங்களும் ஒருங்கிணைந்து தமக்கான பொது நாணயம் என்று ஒன்றைக் கொண்டுவந்துவிடுமானால் அமெரிக்காவின் நாணய மதிப்பு இன்னும் வீழும். வல்லரசு என்கிற பட்டமும் பதவியும் கௌரவமும் காசில் இருக்கிறது! அதனால்தான் அமெரிக்கா, அரபு தேசங்களை விடாமல் துரத்திக்கொண்டிருக்கிறது.

அமெரிக்காவின் இந்த சூட்சுமம் புரிந்த ஒரே நபர் பின் லேடன். அதனால்தான் அவர் அரபு தேசங்கள் ஒருங்கிணைந்து அமெரிக்காவுக்கு எதிராகப் போராடவேண்டும் என்று தொடர்ந்து அறைகூவல் விடுத்து வருகிறார். அகண்ட இஸ்லாமிய சாம்ராஜ்ஜியம் என்கிற அவரது கனவு, மேற்சொன்ன பொருளாதார சாத்தியங்களை உத்தேசித்து வகுக்கப்பட்டதேயாகும்.

ஆனால் அரபு தேசங்கள் ஒற்றுமை கொள்வது என்பது அத்தனை சுலபத்தில் நடக்கக் கூடிய விஷயமல்ல. ஏகப்பட்ட இனக்குழுக்களும், எல்லைப் பிரச்னைகளும், ஷியா - சன்னி பிரச்னைகளும், சித்தாந்த முரண்பாடுகளும் அவற்றுக்கு உண்டு. எல்லாமே பல நூற்றாண்டுகாலமாகப் புரையோடிப் போன புண்கள். காயத்தை ஆற்றும் மருந்து என்று ஒன்று இன்னும்

கண்டுபிடிக்கப் படவில்லை என்பதுதான் அமெரிக்காவின் பலம். எங்கே அதை பின்லேடன் கண்டுபிடித்துக் கொடுத்துவிடுவாரோ என்பதுதான் அதன் பயம்.

இஸ்லாமிய தேசங்கள் மீதான அமெரிக்காவின் தொடர் யுத்த நடவடிக்கைகளுக்கு இந்தப் பொருளாதாரக் காரணங்கள்தான் உண்டே தவிர, முஸ்லிம்களை அமெரிக்காவுக்குப் பிடிக்காது என்கிற பின்லேடனின் குற்றச்சாட்டுக்கு அர்த்தமில்லை. தனது சரித்திரமெங்கும் அமெரிக்கா ஜாதி, மத, இன ரீதியில் யாரையும் ஒருபோதும் பிரித்துப் பார்த்ததே இல்லை. அமெரிக்காவின் பார்வை எப்போதும் ஒன்றுதான். பணக்காரர்கள் - ஏழைகள். பலம் பொருந்தியவர்கள் - பலவீனர்கள். அவ்வளவுதான். தீர்ந்தது விஷயம்.

சோவியத் யூனியன் எழுச்சியுடன் வளர்ந்துகொண்டிருந்த காலத்தில் கூட கம்யூனிசத்துக்கு எதிராக அமெரிக்கா மேற்கொண்ட நடவடிக்கைகளுக்கும் இதே காரணம்தான். கம்யூனிசம் பரவுகிறது என்றால் கம்யூனிச தேசங்களுக்கு இடையிலான ஒருங்கிணைப்பு அதிகரிக்கும் என்று அர்த்தம். உலகெங்கும் கம்யூனிச தேசங்களின் எண்ணிக்கை அதிகரிக்குமானால் அந்த தேசங்கள் இணைந்து ஒரு யூனியன் ஆகும். அவற்றுக்கிடையே பொருளாதார, ராணுவ, வர்த்தக ஒப்பந்தங்கள் ஏற்படுவது சுலபமாகும். இது அமெரிக்காவின் வர்த்தக ஏகாதிபத்தியத்தைக் கெடுக்கும். பிசினஸ் படுக்கும். பிசினஸ் படுத்தால் பொருளாதாரம் கீழே இறங்கும். டாலரின் பளபளப்பு குறையும். வேறு ஒரு காரணமும் இல்லை.

இன்றைக்கு உலகில் மூன்று அல்லது நான்கு தேசங்கள் தவிர மிச்ச அனைத்துப் பகுதிகளிலும் அமெரிக்கா தன் வர்த்தகக் காலனிகளை வைத்திருக்கிறது. காலனியாக இருக்க முடியாத இடங்களில் சிறு குடிசையாவது போட்டிருக்கிறது. இத்தகைய வர்த்தக ஒப்பந்தங்களின் நிமித்தம் சம்பந்தப்பட்ட தேசங்களுக்கு அமெரிக்கா செய்திருக்கும் - செய்துவரும் பொருளாதார, ராணுவ உதவிகளுக்குக் கணக்கு வழக்கே இல்லை. திரும்பி வராத கடன் என்று தெரிந்தே எக்கச்சக்கமான பில்லியன்களைக் கொட்டியிருக்கிறது.

அமெரிக்காவில் மட்டுமென்ன, பணம் செடியிலா முளைக்கிறது? தனது பொருளாதார உதவிகளை ஒட்டி எழும் சுமைகளுக்காக

அமெரிக்காவும் நிறைய கடன் வாங்கவே செய்கிறது. தன் கடன்களை அடைக்க மேலும் மேலும் வர்த்தகத்தைப் பெருக்குகிறது. எல்லா நாடுகளிலும் தன் காலை ஊன்றுவது போலவே, எல்லா நாட்டு வர்த்தக நிறுவனங்களுக்கும் தன் தேசத்தைத் திறந்துவிடுகிறது. இருபுறத்திலும் வேறு வேறு உருவம் பொறிக்கப்பட்டிருந்தாலும் காசு, காசுதான். அதன் மதிப்பு, மதிப்புதான்!

இந்த வர்த்தக வேட்டையில் சுணக்கம் ஏற்படும் போதெல்லாம்தான் அமெரிக்கா யுத்தம் நடத்துகிறது. யுத்தத்தில் ஜெயிக்கிறபோது ஒரு தேசமே வசமாகிவிடுகிறது. விரும்பிய விதத்தில் அங்கே தன் வர்த்தக சாம்ராஜ்ஜியத்தை அமைத்துக்கொண்டுவிட முடிகிறது.

உலக யுத்தம் தொடங்கி ஈராக் யுத்தம் வரை, அமெரிக்கா ஈடுபட்ட அத்தனை போர்களுக்கும் இதுதான் அடிப்படை. இரண்டாம் உலக யுத்த சமயத்தில் முதலில் ஜெர்மனிக்கு ஏகப்பட்ட உதவிகள் செய்து தூண்டிவிட்டது - அப்புறம் ஹிட்லரை ஒழிக்க நடவடிக்கைகள் மேற்கொண்டது முதல்; சோவியத் - ஆப்கன் யுத்தத்தில் முதலில் பின்லேடனுக்கு முழு ஒத்துழைப்பு கொடுத்து வளர்த்து விட்டது முதல் இன்றைக்கு பின்லேடனை ஒழிக்க முனைந்திருப்பது வரை அமெரிக்காவின் அத்தனை முரண்பட்ட நடவடிக்கைகளுக்கும் அர்த்தம் தேடிக்கொண்டிருக்கவே வேண்டாம். ஒரே காரணம் தான்! மேலே சொன்னதுதான் அது!

தனது பிசினஸுக்கு உதவும் என்று அமெரிக்கா நினைக்கும் சில அம்சங்கள் தவறாகிப்போய் அதையே தாக்க வரும்போது அமெரிக்கா சித்தாந்தம், கொள்கை, கோட்பாடு என்றெல்லாம் யோசித்துக்கொண்டிருப்பதில்லை. நேற்று ஆதரித்தோமே, இன்று எதிர்க்கிறோமே என்றெல்லாம் நினைத்துப் பார்ப்பதில்லை. சித்தாந்தங்கள் முக்கியமல்ல. கொள்கைகள் முக்கியமல்ல. நட்பு அல்லது அன்பு அல்லது பாசம் அல்லது உறவு எதுவும் முக்கியமல்ல. முக்கியமான ஒரே விஷயம் பிசினஸ். அவ்வளவுதான்.

தீவிரவாதத்துக்கு எதிராகப் போராடும் தேசமாகத் தன்னைப் பிரகடனப்படுத்திக்கொண்ட அமெரிக்கா, பாகிஸ்தானை மட்டும் ஏன் இன்றுவரை ஒன்றுமே சொல்லாமல் இருக்கிறது? ஏன் அதனுடன் நீடித்த வர்த்தக, பொருளாதார, ராணுவ உறவுகள் கொண்டிருக்கிறது?

கூப்பிடாத தேசங்களுக்கெல்லாம் வலியப்போய் கட்டைப் பஞ்சாயத்து வேலைகளில் இறங்கும் அமெரிக்கா, ஏன் இன்று வரை இலங்கை விஷயத்தில் திருவாய் மலராமலேயே இருக்கிறது? ஒரு சின்ன துரும்பைக் கூடக் கிள்ளிப்போடத் தயக்கம் காட்டுவது ஏன்?

ஆயிரம் சொன்னாலும் அமெரிக்கா, பாகிஸ்தானின் அருமை சிநேகிதன் என்பது உலகுக்கே தெரியும். ஆனபோதும் ஏன் இந்தியாவுடனும் வலுக்கட்டாயமாக நல்லுறவு பேண விரும்புகிறது? ஈராக் யுத்தத்தின்போது பெரும்பாலான உலக நாடுகள் அமெரிக்காவை ஆதரித்தபோதும் இந்தியா துணிந்து 'ஈராக்கில் அமெரிக்கா செய்வது கண்டிக்கத் தக்கது' என்று பாராளுமன்றத்தில் தீர்மானம் நிறைவேற்றியது நினைவிருக்கிறதா? அதற்குப் பிறகும் காலின்பாவெலும் இன்னபிறரும் நல்லெண்ண விஜயம் செய்து நாலைந்து கிலோ நல்லுறவு வளர்த்துவிட்டுப் போகவேண்டிய அவசியம் என்ன?

இதற்கெல்லாம் அரசியல் ரீதியில் காரணம் தேடுவதைக் காட்டிலும் வர்த்தக ரீதியில் தேடுவது சுலபம். எளிமையாகப் புரியவும் செய்யும்.

இதனைப் புரிந்துகொள்ள முடியுமென்றால், அமெரிக்காவைப் புரிந்துகொண்டுவிட்டதாகத்தான் அர்த்தம்.

***

இதோ அமெரிக்காவின் நாற்பத்தி மூன்றாவது அதிபர் ஜார்ஜ் புஷ் பொதுத்தேர்தலை எதிர்நோக்கி இருக்கிறார். புதிய நூற்றாண்டில் அமெரிக்கா சந்திக்கவிருக்கிற இரண்டாவது தேர்தல். இரண்டு மாபெரும்யுத்தங்களைநடத்தியகளைப்புதீர்வதற்குள்புஷ்ஷுக்குத் தேர்தல் வேலைகள் வந்துவிட்டன. அவர் பெரிய புத்திசாலி இல்லை என்று அவர் ஆட்சிக்கு வந்தபோது அமெரிக்கர்கள் சொன்னார்கள். இன்றைக்கு, அந்த அபிப்பிராயத்தில் ஒரு சிறு மாறுதல் செய்திருக்கிறார்கள். 'புஷ் பெரிய புத்திசாலி இல்லைதான். அதே சமயம் சராசரியும் இல்லை' என்று சொல்லுகிறார்கள்.

செப்டம்பர் *11* சம்பவத்துக்குப் பிறகு ஒவ்வொரு அமெரிக்க வீடுகளின்மேலும் தேசியக்கொடியைப் பறக்கவிடுங்கள் என்று

புஷ் கேட்டுக்கொண்டது அங்கே மிகப்பெரிய மனவெழுச்சியை உண்டாக்கியது. தேசப்பற்று என்பதை ஒரு புதிய பேக்கேஜில் மறு அறிமுகம் செய்தவர் புஷ். மீடியாவுக்கு மிகவும் நெருக்கமானவர், மக்களோடு சுலபமாக நெருங்கக்கூடியவர் என்றெல்லாம் புஷ்ஷுக்கு ஆதரவான குரல்கள் இருந்தாலும் - முன்பே பார்த்தபடி ஈராக் சிறைச்சாலையில் போர்க்கைதிகளை நடத்திய விதத்தில் அமெரிக்கர்கள் மிகவுமே அப்செட் ஆகியிருக்கிறார்கள். பாஸ்டன், மசாஸுசெட்ஸ் போன்ற பகுதிகளில் ஒருபாலினத் திருமணங்கள் அங்கீகரிக்கப்பட்டிருப்பது பழமைவாதிகளின் கடும் கண்டனத்தைப் பெற்றிருக்கிறது.

தோதாக எதிரணியில் டெமாக்ரடிக் கட்சி சார்பில் வேட்பாளராகத் தேர்ந்தெடுக்கப்பட்டிருக்கும் ஜான் கெர்ரியும் மீடியா விஷயத்தில் புஷ்ஷுக்குச் சளைத்தவர் அல்லர். அவருக்குப் பின்னாலும் பெரிய கூட்டம் இருக்கிறது. மக்களைக் கவரும் விதத்தில் பேசக்கூடியவர். அணுகுவதற்கு எளிமையானவர் என்றெல்லாம் தகவல்கள். ரொம்ப முக்கியம், தேர்தலில் 270 எலக்டொரல் ஓட்டுகள் அவருக்கு நிச்சயம் என்று தீர்மானமாகியிருக்கிறது. (புஷ்ஷுக்கும் 270தான் என்று சொல்லுகிறார்கள்.) தவிர, பழைய வியட்நாம் போர்வீரர்கள் எல்லாம் கெர்ரியை ஆதரிப்பதாக முடிவு செய்திருப்பதாகவும் சொல்லுகிறார்கள்.

இந்தத் தேர்தலில் புஷ் தோற்றால், அதோடு அவர் அரசியல் துறவு கொள்ளவேண்டியதுதான். மறுவாய்ப்பு என்று ஏதும் இருப்பதாகத் தெரியவில்லை. ஏனெனில் 2008ம் வருஷம் நடக்கக்கூடிய அடுத்த பொதுத்தேர்தலில் ரிபப்ளிகன் கட்சி சார்பில் வேட்பாளராக நிற்பதற்கென்று இப்போதிலிருந்தே பலர் குடுமி பிடித்துக்கொண்டிருக்கிறார்கள்.

அதே 2008 பொதுத்தேர்தலில் டெமாக்ரடிக் கட்சி சார்பில் போட்டியிடவும் ஒருவர் இப்போதே தயாராகியிருக்கிறார். ஹிலாரி க்ளிண்டன்.

தமது இமேஜை மிக மோசமாகக் கெடுத்துக்கொண்டு அவமானப்பட்டு க்ளிண்டன் பதவி விலகவேண்டி வந்தாலும் அவரது மனைவி ஹிலாரியின் மீது மக்களுக்கு இன்றுவரை குறையாத மதிப்பும் மரியாதையும் இருக்கிறது. செனட்டராக இப்போது அவர் அங்கே ஒரு பிரபல நட்சத்திரம். திட்டமிட்டுத் தன்னைத் தயார்படுத்திக்கொண்டு வரும் ஒரு நிதானவாதி.

க்ளிண்டன் பதவியில் இருந்தபோது, பின்னணியில் நின்று அரசியலை வழி நடத்தியவர் ஹிலாரிதான் என்பது எல்லாருக்குமே தெரியும். அவரது திறமை, புத்திசாலித்தனம் ஒரு புறம் இருக்க, ஒருவேளை அடுத்த பொதுத்தேர்தலுக்கு ஹிலாரியை டெமாக்ரடிக் கட்சி தனது வேட்பாளராகத் தேர்ந்தெடுக்குமானால் அது அமெரிக்க சரித்திரத்தில் இடம்பெறும் சம்பவமாகும். ஆம். முதல் பெண் வேட்பாளர். ஜெயித்தால், முதல் பெண் அதிபர்!

இந்த பொதுத்தேர்தலிலேயே டெமாக்ரடிக் கட்சி சார்பில் ஹிலாரி நிறுத்தப்படலாம் என்று தொடக்கத்தில் சிறு வதந்தி இருந்தது. பிறகு, கெர்ரியின் துணை ஜனாதிபதி வேட்பாளராக முதலில் நிறுத்தப்படலாம் என்று எதிர்பார்க்கப்பட்டது. ஆனால் அதிபர் புஷ் அதே சமயத்தில் சதாம் உசேனைக் கைது செய்துவிட்ட தகவலை அறிவித்ததும் அந்த வதந்தி அகால மரணமடைந்தது. (சதாம் உசேனை ஏற்கெனவே அமெரிக்கப்படை கைது செய்துவிட்டதாகவும், சமயம் பார்த்து - தேவை உண்டானபோது புஷ் அதை அறிவித்ததாகவும் கூட ஒரு பேச்சு உண்டு!)

மேலும் புஷ்ஷுக்கு இரண்டாவது வாய்ப்புத் தருவதில் ரிபப்ளிகன் கட்சிக்குள் பெரிய அபிப்பிராய பேதம் ஏதும் எழவில்லை. அவரது துணை ஜனாதிபதி வேட்பாளர் விஷயத்தில்தான் சிக்கல் வந்தது. டிக் செனியை மாற்றிவிடலாமா என்று யோசிக்கிறார்கள். அதே மாதிரி ஈராக் கைதிகள் விஷயத்தில் அமெரிக்காவுக்கு ஏற்பட்ட இழுக்குக்குக் காரணமான பாதுகாப்புத் துறை அமைச்சர் டொனால்ட் ரம்ஸ்பீல்டுக்கும் இம்முறை நாற்காலி யோகம் அத்தனை பலமாக இருப்பதாகத் தெரியவில்லை. (இதுவரை அவர் ராஜினாமா செய்யாதது பற்றியே பலத்த விமரிசனம் இருக்கிறது.)

இந்தத் தேர்தலில் புஷ் ஜெயிக்கலாம் என்பதற்குச் சொல்லப்படும் காரணங்கள் நான்கு. `1. சதாம் உசேனைக் கைது செய்தது. 2. பழமைவாதிகள் மிகுந்த அமெரிக்காவில் ஒருபாலினத் திருமணங்களை அவர் ஊக்கப்படுத்த மாட்டார் என்கிற நம்பிக்கை. 3. அபார்ஷனை அவர் ஆதரிக்கவில்லை என்பது. 4. புஷ் தீவிர கடவுள் நம்பிக்கை உள்ளவர் என்பது!

ஈராக் யுத்தம் தொடர்பான கசப்புகளை அமெரிக்கர்கள் மறந்துவிடத் தயார் என்றால், இம்முறை புஷ் மீண்டும் ஜெயித்து ஆட்சியில் அமரத் தடையேதும் இல்லை அங்கே.

ஆனால் ஒரு விஷயம். புஷ் ஆனாலும் சரி. கெர்ரியானாலும் சரி. வேறு யாரானாலும் சரி. அமெரிக்காவில் யார் அதிபராக வந்தாலும் ஆட்சிமுறை ஒரே மாதிரிதான் இருக்கும். உள்நாட்டு மக்களுக்கு எந்த வலியும் கொடுக்காமல் சந்தோஷமாக வைத்துக்கொள்வது. அவர்களின் சுதந்தரத்தில் இம்மியும் தலையிடாமல் இருப்பது. விரும்புகிற, கேட்கிற, வசதிகள் அனைத்தையும் செய்து கொடுப்பது. பணப்புழக்கத்தை நாளொரு மேனி அதிகரித்துக்கொண்டே போவது. அதே சமயம் வெளிநாட்டு விவகாரங்களில் அதே புராதனமான கண்டிப்புமிக்க கணக்குவாத்தியார் போக்கைத் தொடர்ந்து கடைபிடிப்பது!

அமெரிக்கர்களுக்கு, தம் அரசு எப்போதும் தேவர்களால் நியமிக்கப்படுவது போலவும், பிற தேசங்களுக்கு அது சாத்தானால் நியமிக்கப்பட்ட அரசாகவும் ஒருங்கே காட்சியளிப்பதன் காரணம் இதுதான்!

வேறு வழியில்லை. அமெரிக்கா இப்படித்தான் இருக்கும். அதனால் இப்படி இருக்கமட்டுமே முடியும். மாறும் என்று எதிர்பார்ப்பதைக் காட்டிலும் நாம் செய்யக்கூடியது, அத்தேசத்தைப் புரிந்துகொள்ளுவதுதான்.

அமெரிக்காவைப் புரிந்துகொள்ளுங்கள்!

(முற்றும்)

உதவிய நூல்கள்

1. The history of American Presidency - John Bowman (World Publication group Inc., வெளியீடு)

2. Wealth and Democracy: A Political History of the American Rich - Kevin Phillips (Broadway books)

3. American Issues in the 20th Century - Edited by Frank Freidel, Norman Pollack (Scientific Book Agency, kolkatta)

4. Deliver Us from evil - Sean Hannity (Reagon books)

5. A People's history of the United States - Howard Zinn (pearson longman)

6. Bush at War - Bob Woodward (Pocket books)

7. American Jihad - Steven Emerson (Free press, Newyark)

8. Against All Enemies - Richard A. Clarke (Free press)

9. Russia: A complete History - Peter Neville (Phoenix)

10. Israel and the Arabs - Julian J. Landau (Israel communications)

11. Red China : an asian view - Sripati Chandra sekar (Praeger paperbacks)

12.All the president's men - Carl Bernstein , Bob woodward (simon& Schuster, Newyark)

13. A history of the Middle East - Peter mansfield (Penguin books)

14. Osama binladen: King of Terror or saviour of Islam? - Luis SR> Vas (Pustak mahal)

15. Inside Al qaeda: global network of terror - Rohan gunaratna (Roli books)

16. Taliban: The story of the Afghan Warlords - Ahmed Rashid (Pan books)

17. US history - Susan bloom, Maggie Ronzani (Publications International Ltd)

18. Indians of the America - John Collier (Norton, US)

19. American Negro Slavery: A documentary History - Michael Mullin (Harper and Row)

20. American power and the New Mandarins - Noam Chomsky (Pantheon pub.,)

21. Vietnam: The Logic of Withdrawal - Howard zinn (Beacon Press)

22. World orders Old and New - Noam Chomsky (Columbia University press)

www.ingramcontent.com/pod-product-compliance
Ingram Content Group UK Ltd.
Pitfield, Milton Keynes, MK11 3LW, UK
UKHW042140021026
15589UKWH00003B/946

9 788194 973584